AF850491

പാവങ്ങൾ

വോല്യം ഒന്ന്

pavangal
(first volume)
•
victor hugo
•
original title
les miserables
•
translated
p sarathchandran
•
first edition
december 2012
•
typesetting
star communication
•
published
chintha publishers, thiruvananthapuram
•
cover
vinod

Rights reserved

വിതരണം

ദേശാഭിമാനി ബുക്ക് ഹൗസ്

H O തിരുവനന്തപുരം–695 035
www.chinthapublishers.com
chinthapublishers@gmail.com

ബ്രാഞ്ചുകൾ

ഹെഡ്ഡാഫീസ് ബ്രാഞ്ച് കുന്നുകുഴി • ഓവർബ്രിഡ്ജ് തിരുവനന്തപുരം • കെ എസ് ആർ ടി സി ബസ് സ്റ്റേഷൻ ആലപ്പുഴ • കെ എസ് ആർ ടി സി ബസ് സ്റ്റേഷൻ എറണാകുളം • മച്ചിങ്ങൽ ലെയ്ൻ തൃശൂർ • ഐ ജി റോഡ് കോഴിക്കോട് • കെ എസ് ആർ ടി സി ബസ് സ്റ്റേഷൻ കോഴിക്കോട് • എൻ ജി ഒ യൂണിയൻ ബിൽഡിങ് കണ്ണൂർ • സെൻട്രൽ ബസ് ടെർമിനൽ കോംപ്ലക്സ് താവക്കര കണ്ണൂർ

CO - 1860 / 3093

പാവങ്ങൾ

വോള്യം ഒന്ന്

വിക്ടർ ഹ്യൂഗോ

പരിഭാഷ:

പി ശരത്ചന്ദ്രൻ

ചിന്ത പബ്ലിഷേഴ്സ്
തിരുവനന്തപുരം-695 035

വിക്ടർ ഹ്യൂഗോ

ജനനം 26 ഫെബ്രുവരി 1802. മരണം 22 മേയ് 1885. ഫ്രഞ്ചുകവിയും നോവലിസ്റ്റും നാടകകൃത്തും. ഫ്രഞ്ച് റൊമാന്റിക് എഴുത്തുകാരിൽ ഏറ്റവും പ്രശസ്തനായി കരുതപ്പെടുന്നു. കവിയെന്ന നിലയ്ക്കാണ് ഹ്യൂഗോ പ്രശസ്തിയിലേക്കുയർന്നത്. നോവലിലും നാടകരചനയിലും ലഭിച്ച ഖ്യാതി അദ്ദേഹത്തിന്റെ പ്രശസ്തിക്ക് മാറ്റുകൂട്ടി.

യുവാവായ ഹ്യൂഗോ ഒരുറച്ച രാജപക്ഷപാതിയായിരുന്നുവെങ്കിലും ദശകങ്ങൾ കഴിഞ്ഞതോടെ റിപ്പബ്ളിക്കനിസത്തിന്റെ കടുത്ത പിന്തുണക്കാരനായി മാറി. അദ്ദേഹത്തിന്റെ കൃതികൾ രാഷ്ട്രീയവും സാമൂഹ്യവുമായ മിക്ക പ്രശ്നങ്ങളെയും, തന്റെ കാലത്തെ കലാപരമായ പ്രവണതയെയും പരാമർശിക്കുന്നവയായിരുന്നു.

ജോസഫ് ലിയോപോൾഡ് സിജിസ് ബർട്ട് ഹ്യൂഗോയുടെയും സോഫി ട്രീബ്യൂഷേയുടെയും മൂന്നാമത്തെ പുത്രനായിരുന്നു വിക്ടർ. അദ്ദേഹത്തിന്റെ ശൈശവം ഫ്രഞ്ചു ദേശീയരാഷ്ട്രീയത്തിൽ കലാപത്തിന്റെ കാലഘട്ടമായിരുന്നു. ഹ്യൂഗോയ്ക്ക് രണ്ടു വയസാവുമ്പോൾ നെപ്പോളിയൻ ചക്രവർത്തിയായി പ്രഖ്യാപിക്കപ്പെടുകയും; 18 വയസ്സ് ആകുമ്പോഴേക്കും ബൂർബൻ രാജവംശം പുനഃസ്ഥാപിക്കപ്പെടുകയും ചെയ്തു. പിതാവ് നെപ്പോളിയന്റെ സൈന്യത്തിലെ ഉയർന്ന ഉദ്യോഗസ്ഥനായിരുന്നതുകൊണ്ട് കുടുംബത്തിന് ധാരാളം യാത്രചെയ്യാനുണ്ടായിരുന്നു. നിരന്തരമായ യാത്രകൾ സോഫിയെ ക്ഷീണിതയാക്കി, കൂടാതെ ഭർത്താവിന്റെ കത്തോലിക്കാ മതനിഷേധം അവരിൽ വിരസതയുളവാക്കി. അതുകാരണം ഭർത്താവിൽനിന്ന് താൽക്കാലികമായി വേർപെട്ട് അവർ പാരീസിൽ താമസമുറപ്പിച്ചു. അതിനുശേഷം ഹ്യൂഗോവിന്റെ വിദ്യാഭ്യാസത്തിലും വളർച്ചയിലും മേധാവിത്വം പുലർത്തിയത് മാതാവായിരുന്നു. അതിനാൽ തന്റെ ആദ്യകാല കവിതകളിലും ഫിക്ഷനുകളിലും രാജാവിനോടും കത്തോലിക്കാ മതവിശ്വാസത്തോടുമുള്ള വൈകാരികമായ പ്രതിബദ്ധത പ്രകടമായിരുന്നു. 1848 ലെ വിപ്ലവത്തിലേക്കുനയിച്ച സംഭവവികാസങ്ങളോടൊപ്പമാണ് ഹ്യൂഗോ കത്തോലിക്ക രാജപക്ഷ വിദ്യാഭ്യാസത്തിനെതിരെ കലാപമുയർത്തിയതും റിപ്പബ്ളിക്കനിസത്തിന്റെയും സ്വതന്ത്ര ചിന്തയുടെയും മൂല്യങ്ങൾ ഉയർത്തിപ്പിടിക്കാനാരംഭിച്ചതും.

1822 ൽ ഹ്യൂഗോ തന്റെ ബാല്യകാല സുഹൃത്തായ അഡ്‌പെയെ വിവാഹം കഴിച്ചു. തന്റെ 5 കുട്ടികളിൽ ആദ്യ പുത്രൻ ശൈശവ

ത്തിലും രണ്ടാമത്തെ പുത്രി 19-ാം വയസിലും മരണപ്പെട്ടു. പുത്രിയുടെ മരണം ഹ്യൂഗോയെ വല്ലാതെ ഉലച്ചു. തന്റെ മകളുടെ ജീവിതത്തെയും മരണത്തെയുംകുറിച്ച് ഹ്യൂഗോ അനേകം കവിതകളെഴുതി. മകളുടെ ശ്മശാനം സന്ദർശിക്കുന്നത് വിവരിക്കുന്ന *ഡിമെയ്ൻ ഡസ് ലാമ്പ്* ആണ് ഏറ്റവും പ്രശസ്തമായ കവിത.

1851 അവസാനം നെപ്പോളിയൻ മൂന്നാമന്റെ സൈനിക അട്ടിമറിയെത്തുടർന്ന് അദ്ദേഹം രാജ്യം വിട്ട് ബ്രസൽസിലേക്ക് കടന്നു. 1870 ൽ ഫ്രാൻസിൽ മടങ്ങിയെത്തിയ ഹ്യൂഗോയെ വീരനായകനായി ജനങ്ങൾ പുകഴ്ത്തി. 1885 മേയ് 22ന്, തന്റെ 83-ാം വയസിൽ ഹ്യൂഗോ നിര്യാതനായി. ഹ്യൂഗോ ജീവിച്ചിരിക്കുമ്പോൾ 56 കൃതികൾ പ്രസിദ്ധീകരിക്കപ്പെട്ടിട്ടുണ്ട്. മരണാനന്തരം ഇരുപതിലേറെ പുസ്തകങ്ങൾ പ്രകാശനം ചെയ്യപ്പെട്ടിട്ടുണ്ട്.

പി ശരത്ചന്ദ്രൻ

ആലപ്പുഴ ജില്ലയിൽ മുതുകുളത്ത് 1949 ൽ ജനിച്ചു. അച്ഛൻ മഹാകവി അഴകത്ത് പത്മനാഭക്കുറുപ്പിന്റെ ചെറുമകൻ പരമേശ്വരനുണ്ണിത്താൻ. അമ്മ: പ്രശസ്ത സാഹിത്യകാരനും ചലച്ചിത്രകാരനുമായ പി പത്മരാജന്റെ സഹോദരി പത്മിനി അമ്മ.

എഞ്ചിനീയറിങ്ങിൽ ഡിഗ്രി.

ആനുകാലികങ്ങളിൽ ചെറുകഥകൾ പ്രസിദ്ധീകരിച്ചിട്ടുണ്ട്. *ഫിനിക്സിന്റെ ഇതിഹാസം* (വിയറ്റ്നാമിൽ നിന്നുള്ള കഥകൾ), *ബൊക്കാഷ്യോ കഥകൾ, ടാഗോർ കഥകൾ, സ്പാനിഷ് ക്ലാസിക് കഥകൾ, ഒളിത്താവളത്തിലെ കുറിപ്പുകൾ* (ദസ്തയേവ്സ്കിയുടെ നോവൽ) എന്നീ പരിഭാഷകൾ പ്രസിദ്ധീകരിച്ചിട്ടുണ്ട്.

ടാഗോർ കഥകൾ 2009 ലും 2010 ലും സ്കൂൾവായനോത്സവത്തിൽ വായനയ്ക്കുവേണ്ടി തെരഞ്ഞെടുക്കപ്പെട്ടു.

ഭാര്യ : ശിവലത

മകൻ : ഉണ്ണികൃഷ്ണൻ

വിലാസം : ടി സി 29/1065, അംബാ ഗാർഡൻസ്,
പാൽക്കുളങ്ങര, തിരുവനന്തപുരം
ഫോൺ: 9947070782

ഉള്ളടക്കം

പ്രസാധകക്കുറിപ്പ്

ലോകത്തെ ഏറ്റവും മികച്ചതും പ്രശസ്തിയാർജിച്ചതുമായ മഹത്തായ നോവലുകളിലൊന്നാണ് *പാവങ്ങൾ* (Les Miserable). 1862 ൽ ആണ് ഫ്രഞ്ചു ഭാഷയിൽ ആദ്യമായി ഈ നോവൽ പ്രസിദ്ധീകൃതമായത്. ഈ മഹത്തായ രചനയുടെ 150–ാം വാർഷികം ലോകമെങ്ങും ആഘോഷിക്കുന്ന ഈ സന്ദർഭത്തിൽ ഈ പുസ്തകം പുതിയ പരിഭാഷയോടെ പ്രസിദ്ധീകരിക്കാൻ സാധിച്ചതിൽ ഞങ്ങൾക്ക് അഭിമാനമുണ്ട്. കേരളത്തിലെ എല്ലാ വായനക്കാരുടെയും ഉള്ളിൽ ഉജ്ജ്വലമായ ഒരനുഭവമായി നിലനിൽക്കുന്ന *പാവങ്ങൾ* നാലപ്പാട്ട് നാരായണമേനോൻ വിവർത്തനം ചെയ്തതാണ്. 87 വർഷങ്ങൾക്കുശേഷം പുതിയ വിവർത്തനം വേണമെന്ന് *ചിന്ത*യ്ക്ക് തോന്നാൻ ഒരു കാരണമുണ്ട്. ഇത്രയും വർഷങ്ങൾകൊണ്ട് മലയാള ഭാഷയുടെ ശൈലിയും പ്രയോഗരീതികളും ഒക്കെ വളരെയധികം മാറിയിട്ടുണ്ട്. ആധുനികമായ ഒരു വായനാനുഭവത്തിന് സാധ്യമാകുന്ന തരത്തിലാണ് ശ്രീ. പി ശരത്ചന്ദ്രൻ കഴിഞ്ഞ രണ്ടുവർഷങ്ങളിലെ കഠിന പ്രയത്നത്തിലൂടെ വളരെ സാഹസികമായ ഈ ദൗത്യം പൂർത്തിയാക്കിയത്.

19–ാം നൂറ്റാണ്ടിലെ ഏറ്റവും മഹത്തായ ഈ നോവലിനെ ലോകത്തെ ഏറ്റവും മഹത്തായ അഞ്ചോ ആറോ നോവലുകളുടെ ഗണത്തിലാണ് Upton Sinclair പരിഗണിച്ചിരുന്നത്. ഴാങ് വാൽഴാങ് എന്ന കുറ്റവാളിയുടെ ജീവിതത്തിലൂടെ സഞ്ചരിച്ചുകൊണ്ട് 19–ാം നൂറ്റാണ്ടിലെ ഫ്രാൻസിന്റെ ചരിത്രത്തിലൂടെ നടത്തുന്ന നീതി, അനുകമ്പ, സത്യം എന്നിവയെക്കുറിച്ചുള്ള നിലയ്ക്കാത്ത അന്വേഷണമാണ് ഈ കൃതി.

മനുഷ്യചരിത്രത്തിലെ പ്രധാനപ്പെട്ട മൂന്ന് ഗുരുതരമായ പ്രശ്നങ്ങളിലാണ് നോവൽ ഊന്നുന്നത്. ദാരിദ്ര്യംമൂലം മനുഷ്യർ സ്വയം അവമതിക്കപ്പെടുന്നതും മറ്റുള്ളവരാൽ നിന്ദിക്കപ്പെടുന്നതും; പട്ടിണിമൂലം സ്ത്രീകൾ നാശത്തിലേക്കും അപമാനത്തിലേക്കും വീണുപോവുന്നതും; കുട്ടികളുടെ ബാല്യം ശാരീരിക

മായും മാനസികമായും മുരടിച്ചു പോവുന്നതും ആണ് ഗുരുതരമായ ഈ മൂന്നു പ്രശ്നങ്ങൾ. മൂന്നും ഭീകരദുരന്തങ്ങളായി ലോകത്തിന്റെ മാനവികതയെ വെല്ലുവിളിച്ചുകൊണ്ടിരിക്കുകയാണ്. സാമൂഹ്യനീതി സാധ്യമാക്കാത്ത നിയമങ്ങളും ആചാരങ്ങളും സാമൂഹ്യ അസമത്വം സൃഷ്ടിക്കുന്നു. ഇത്തരം അസമത്വങ്ങൾ ആധുനിക സംസ്കൃതിയുടെയും നാഗരികതയുടെയും വളർച്ചയ്ക്ക് പകരം ലോകത്ത് നരകത്തെ പകരംവെക്കുന്നു എന്നത് *പാവങ്ങൾ* നമ്മോട് ഇന്നും പറഞ്ഞുകൊണ്ടിരിക്കുന്നതുകൊണ്ടാണ് 2012 ലും ഇതിന് പ്രസക്തിയേറുന്നത്.

ഹ്യൂഗോയുടെ നോവലുകളിൽ സാമൂഹ്യനീതിക്കുവേണ്ടിയുള്ള അടങ്ങാത്ത പോരാട്ടം അലയടിക്കുന്നുണ്ട്. അത് തൊഴിലാളികൾക്കും ദരിദ്രർക്കുമൊപ്പം അവരുടെ നാവായി നിലകൊണ്ടു. സാമൂഹ്യനീതിക്കുവേണ്ടിയുള്ള പ്രവർത്തനങ്ങൾ അദ്ദേഹം രാഷ്ട്രീയത്തിലും സാഹിത്യത്തിലും നടത്തിക്കൊണ്ടിരുന്നു. *പാവങ്ങൾ* സാമൂഹ്യ അനീതികളെക്കുറിച്ചുള്ള ഇതിഹാസ തുല്യമായ ഒരു കഥയാണ്. മനുഷ്യസമൂഹത്തിൽ ദാരിദ്ര്യവും ചൂഷണവും അനീതിയും തുടരുന്നിടത്തോളംകാലം ഈ നോവൽ നമ്മെ ഇളക്കിമറിച്ചുകൊണ്ടിരിക്കും.

150–ാം വർഷം ആഘോഷിക്കുന്ന 2012 ൽ ഇതിഹാസ തുല്യമായ *പാവങ്ങൾ* ഞങ്ങൾ മലയാളി വായനക്കാർക്കുവേണ്ടി സമർപ്പിക്കുന്നു.

ചിന്ത പബ്ലിഷേഴ്സ്

ഒരു 'ക്ലാസിക്' കൃതിയുടെ പുനരവതാരം

വിക്ടർ ഹ്യൂഗോ (1802–1885) *പാവങ്ങൾ* എന്ന നോവലിന്റെ കർത്താവ് മാത്രമല്ല, പാവങ്ങൾക്കുവേണ്ടി നിസ്തന്ദ്രം സ്പന്ദിച്ചൊരു ഹൃദയത്തിന്റെ ഉടമ കൂടിയായിരുന്നു. *പാവങ്ങൾ, നോത്രദാമിലെ കൂനൻ* എന്നീ നോവലുകളിലൂടെ ലോകമെമ്പാടുമുള്ള വായനക്കാരുടെ പ്രീതിയും ആദരവും നേടാൻ അദ്ദേഹത്തിനു കഴിഞ്ഞു — മലയാളികളുടെയും. നമ്മുടെ ജീവൽസാഹിത്യപ്രസ്ഥാനത്തിനു പിന്നിലെ സുശക്തമായ പ്രചോദനങ്ങളിലൊന്ന് വിക്ടർ ഹ്യൂഗോയുടെ *പാവങ്ങ*ളായിരുന്നു എന്നു പറഞ്ഞാൽ അതിൽ അതിശയോക്തിയില്ല. ദുഃഖദുരിതങ്ങളനുഭവിക്കുന്ന മനുഷ്യ (The Miserables) രോടുള്ള ആർദ്രവും സുദൃഢവുമായ ഏകീഭാവം ആ നോവലിലുടനീളം നിറഞ്ഞുനിൽക്കുന്നു. ഫ്രഞ്ച് കാൽപ്പനിക പ്രസ്ഥാനത്തിലെ ഉന്നതശീർഷരായ കവികളിൽ വിക്ടർ ഹ്യൂഗോയ്ക്ക് പ്രമുഖസ്ഥാനമുണ്ട്. കവിതയിലായാലും നോവലിലായാലും ഹ്യൂഗോയുടെ വാക്കിന് മനുഷ്യസ്നേഹത്തിന്റെ സുഗന്ധമുണ്ട്.

1829 ൽ പുറത്തുവന്ന *കുറ്റവാളിയായി ശിക്ഷിക്കപ്പെട്ടവന്റെ അവസാന ദിവസം* (*The last Day of the Condemned*) എന്ന നോവലിൽത്തന്നെ സമൂഹത്തിന്റെ നേർക്കുള്ള ഉൽക്കണ്ഠ കത്തിജ്വലിക്കുന്നുണ്ടായിരുന്നു. പിൽക്കാലത്തെ പ്രശസ്ത നോവലിസ്റ്റുകളായ ആൽബേർ കമ്യു, ചാൾസ് ഡിക്കൻസ്, ദസ്തയേവ്സ്കി തുടങ്ങിയവരെ ആ നോവൽ ശക്തമായി സ്വാധീനിച്ചിട്ടുണ്ട്. 1830 ൽ മനസിലങ്കുരിച്ച് നിരവധി വർഷത്തെ സർഗതപസിന്റെ പരിണതഫലമായി അന്തിമരൂപം പൂണ്ടതാണ് *പാവങ്ങൾ.* 1862 ൽ ഒരേസമയം വിവിധ മഹാനഗരങ്ങളിൽ അതിന്റെ പ്രകാശനം നടന്നു. ഒറ്റദിവസംകൊണ്ട് ആദ്യപതിപ്പ് വിറ്റഴിഞ്ഞതും, ഫ്രഞ്ച്സമൂഹത്തിൽ അത് ചെലുത്തിയ സ്വാധീനവുമെല്ലാം ഇന്ന് ചരിത്രം! ഇന്ന് ഈ കൃതി വിശ്വസാഹിത്യത്തിലെ ക്ലാസിക്കുകളുടെ മുൻനിരയിലാണ്. ക്ലാസിക്കുകൾക്ക് പുനർജന്മമുണ്ടാവുക സ്വാഭാവികം; ജീവൽഭാഷകളിലെല്ലാം പുതിയ തലമുറ അത് വീണ്ടും മൊഴിമാറ്റം ചെയ്യു

ന്നത് ഏറെ സ്വാഭാവികം! നൊന്തുജീവിക്കുന്ന മനുഷ്യരെ സ്നേഹത്തിന്റെ പരിവേഷത്തോടെ അവതരിപ്പിക്കുന്ന *പാവങ്ങൾ* ലോകത്തിന് സംഭാവനചെയ്ത വിക്ടർ ഹ്യൂഗോയുടെ നേർക്കും അതിന്റെ മലയാളത്തിലെ പ്രഥമ പരിഭാഷാകാരനായ നാലപ്പാടന്റെ നേർക്കും പുതിയ തലമുറയുടെ ആദരാർപ്പണമായി ഈ പരിഭാഷയെ ഞാൻ കണക്കാക്കുന്നു.

തിരുവനന്തപുരം
07–10–2012

ഒ എൻ വി

പരിഭാഷകന്റെ കുറിപ്പ്

വിശ്വവിഖ്യാതനായ ഫ്രഞ്ച് നോവലിസ്റ്റ് വിക്ടർ ഹ്യൂഗോയുടെ *പാവങ്ങൾ* എന്ന നോവലിലെ സംഭവങ്ങൾ 1815 നും 1833 നും ഇടയ്ക്ക് നടക്കുന്നവയാണ്.

നോവലിലെ മുഖ്യകഥാപാത്രമായ ഴാങ് വാൽഴാങ് ഡി– പട്ടണത്തിൽ എത്തുന്നതുമുതൽ 1833 ൽ അയാൾ മരിക്കുന്നതുവരെയാണ് നോവലിന്റെ ഇതിവൃത്തം. പക്ഷേ, ഈ വർഷങ്ങൾക്ക് മുന്നോട്ടും പിന്നോട്ടും വിവരണം നീണ്ടുപോകുന്നുണ്ട്. 1789 ലെ ഫ്രഞ്ച് വിപ്ലവത്തെപ്പറ്റിയും 1848 ലെ വിപ്ലവ കാലഘട്ടത്തെക്കുറിച്ചും പരാമർശങ്ങളുണ്ട്: വാട്ടർലൂ യുദ്ധത്തെത്തുടർന്ന് 1815 ജൂണിലെ നെപ്പോളിയന്റെ പരാജയത്തിനുശേഷം രാജഭരണം ഫ്രാൻസിൽ പുനഃസ്ഥാപിക്കപ്പെട്ട കാലവും (1815–30) കഥ നടക്കുന്ന കാലഘട്ടത്തിലാണ്.

നോവലിൽ ഉടനീളം നിറയുന്ന പ്രധാന കഥാപാത്രം ഴാങ് വാൽഴാങ് സമൂഹത്തിന്റെ മുന്നിൽ ഒരു മുൻകുറ്റവാളിയാണ്. അയാളുടെ ജീവിതവഴികളിലൂടെ അയാൾക്കുണ്ടാകുന്ന ഭൗതികവും ആത്മീയവുമായ ഔന്നത്യവും അതുവഴി ശുദ്ധീകരിക്കപ്പെടുന്ന മനഃസാക്ഷിയും വായനക്കാരന് നന്മതിന്മകളുടെ നേർത്ത അതിർവരമ്പിലൂടെയുള്ള ഒരു യാത്രയുടെ അനുഭവമാണ്.

തുടക്കംമുതൽ ഒടുക്കംവരെ ഴാങ് വാൽഴാങ്ങിന്റെ മനസിൽ താമസമാക്കി അയാളുടെ എല്ലാ ചലനങ്ങളിലും സ്വാധീനം ചെലുത്തുന്ന ബിഷപ്പും, മനഃസാക്ഷിയുടെ തന്നെ മറ്റൊരു മുഖമായ ക്രൂരനെന്ന തോന്നലുണ്ടാക്കുന്ന ഇൻസ്പെക്ടർ ഴാവേറും; പ്രണയലഹരിയിലൂടെ ഒഴുകുന്ന മരിയുസും കൊസെത്തും, തെരുവിലെറിയപ്പെടുന്ന ബാല്യത്തിന്റെ ദൈന്യതയും ശക്തിയും വെളിപ്പെടുത്തുന്ന ഗവ്രോഷ് എന്ന ആൺകുട്ടിയും, പരുക്കൻ ജീവിതയാഥാർഥ്യങ്ങളുടെ തടവറയിൽ കൗമാരത്തിന്റെ നിഷ്കളങ്കമോഹങ്ങളെ പൂട്ടിയിടാൻ നിർബന്ധിതയാകുന്ന എപ്പൊനൈൻ എന്ന പെൺകുട്ടിയും, ജീവിതത്തിലുടനീളം തിന്മയെ ജീവിതവ്രതമാക്കിയ തെനാർദിയെറും, നമ്മൾ കണ്ടുമുട്ടുന്ന മറ്റു നിരവധി കഥാപാത്രങ്ങളും എല്ലാംതന്നെ സമൂഹത്തിന്റെ വിവിധ

തലങ്ങളിൽ നിന്നുള്ള പരിപൂർണമായ പരിച്ഛേദങ്ങളാണ്. അവരുടെയൊക്കെ ജീവിതവും ഴാങ് വാൽഴാങ്ങിന്റെ ജീവിതവും ഊടുംപാവുമാക്കി നെയ്തെടുത്താണ് ഹ്യൂഗോ ഒരു കാലഘട്ടത്തിലെ ഫ്രഞ്ച് സമൂഹമെന്ന പരവതാനി നമ്മുടെ മുന്നിൽ നിവർത്തിയിടുന്നത്.

ഴാങ് വാൽഴാങ് വ്യക്തിപരമായി നിന്ദയിൽനിന്ന് മോചനത്തിലേക്ക് പുരോഗമിക്കുന്നതിനൊപ്പം പിതൃത്വം അവകാശപ്പെടാനില്ലാത്ത കൊസെത്ത് എന്ന അനാഥ പ്പെൺകുട്ടിക്ക് അതിസുന്ദരിയായ വധുവിലേക്ക് രൂപമാറ്റം സംഭവിക്കുന്നു. ഫ്യൂഡൽ സംസ്കാരത്തിന്റെ പ്രതീകമായ മൊസ്യു ഗിൽനോർമാൻ എന്ന സ്വന്തം അപ്പൂപ്പനുമായി കലഹിക്കുന്ന മരിയുസ്, പുരോഗതിയുടെ പ്രതീകമാണ്. നോവൽ അവസാനിക്കുമ്പോൾ ഴാങ് വാൽഴാങ്ങിന്റെ മരണക്കിടക്കയ്ക്കരികിൽ ബൗദ്ധികമായ പുരോഗതിയുടെ സാധ്യതയായി മരിയുസിനെ നമ്മൾ കാണുന്നു. ഹ്യൂഗോയുടെ കഥാപാത്രങ്ങൾ എല്ലാവരുംതന്നെ മുന്നോട്ടു നോക്കുന്നവരാണ്. എങ്കിലും കഴിഞ്ഞ കാലം അവരിൽ നിലനിൽക്കുന്നുണ്ട്. കൂടുതൽ മെച്ചപ്പെട്ട ഒരു സാമൂഹ്യവ്യവസ്ഥിതിയാണ് ഹ്യൂഗോ സ്വപ്നം കാണുന്നത്. കൂടുതൽ നീതിപൂർവകമായ ഒരു സമൂഹത്തിലേക്ക് പുരോഗമിക്കാൻ വെമ്പുന്ന ഒരു രാഷ്ട്രത്തിന്റെകൂടി കഥയാണ് ഹ്യൂഗോ പറയുന്നത്. സാമ്പത്തികവും വർഗീയവും സ്ത്രീപുരുഷഭേദങ്ങളിൽ അധിഷ്ഠിതവുമായ എല്ലാത്തരം നീതികേടുകളും അവസാനിപ്പിക്കാൻ ശ്രമിക്കുന്ന ഒരു സമൂഹത്തെയാണ് അദ്ദേഹം ആദർശവൽക്കരിക്കുന്നത്. സമൂഹത്തെ കാർന്നുതിന്നുന്ന എല്ലാത്തരം ആചാരങ്ങളെയും ഹ്യൂഗോ എതിർക്കുന്നു. മഹാനഗരത്തിന്റെ പ്രതാപംനിറഞ്ഞ തെരുവുകൾക്കടിയിലൂടെ നുരയുന്ന ഓവുചാലിന് സമൂഹവുമായുള്ള ആലങ്കാരിക ബന്ധംപോലും വായനക്കാരന് മറ്റുപല സത്യങ്ങളുടെയും തിരിച്ചറിവാണ്.

ഈ മഹത്തായ കൃതി മലയാളത്തിൽ ആദ്യമായി അവതരിപ്പിച്ചത് ശ്രീ. നാലപ്പാട്ട് നാരായണമേനോനാണെന്ന് ആദരവോടെ സ്മരിക്കുന്നു. കാലം മുന്നേറുമ്പോൾ ഭാഷയിൽ വന്ന വ്യത്യാസങ്ങൾ ഇന്നത്തെ വായനയുടെ അനായാസതയ്ക്ക് ആവശ്യമാണെന്ന തോന്നലാണ് രണ്ടാമതൊരു തർജുമയ്ക്ക് മുതിരാനുള്ള കാരണം.

ഹ്യൂഗോയുടെ കഥാപാത്രങ്ങൾ, കൊടുംകുറ്റവാളിമുതൽ കന്യാസ്ത്രീവരെ മാനസികമായ കഷ്ടതകൾ അനുഭവിക്കുകയും അതിൽനിന്ന് രക്ഷപ്പെടാനുള്ള ആഗ്രഹം നിലനിർത്തുകയും ചെയ്യുന്ന മനുഷ്യരാണ്. കുറ്റകൃത്യം ഹ്യൂഗോയുടെ കാഴ്ചപ്പാടിൽ കുറ്റവാളിയുടെ മാത്രം കുറ്റമല്ല. അതിന്റെ വേരുകൾ സമൂഹത്തിൽനിന്നാണ് വളം വലിച്ചെടുക്കുന്നത്. അതുകൊണ്ട് അതിനുള്ള പരിഹാരവും സമൂഹത്തിന്റെ പരിഷ്കരണത്തിലൂടെയാണ് സംഭവിക്കേണ്ടത്. ഹ്യൂഗോയുടെ കാഴ്ചപ്പാടിന്റെ സാധ്യതകൾ ഏത് പരിഷ്കൃത സമൂഹത്തിലും ഏതുകാലത്തും പ്രസക്തിയുള്ളവയാണ്. ആ സാധ്യതകളിലൂടെ വായനക്കാരന് തുടർന്നും സഞ്ചരിക്കാനുള്ള വിശാലമായ വഴികൾ പ്രത്യക്ഷപ്പെടുമെന്നുള്ള വിശ്വാസത്തോടെ,

വിനയപൂർവം

പി ശരത് ചന്ദ്രൻ

ഭാഗം ഒന്ന്

ഫന്തീൻ

ധർമിഷ്ഠനായ ഒരു മനുഷ്യൻ

1. എം മിറിയേൽ

ആയിരത്തി എണ്ണൂറ്റി പതിനഞ്ചിൽ എം ഷാർൾ – ഫ്രാങ്സ്വ – ബിയാങ് വെന്യു മിറിയേൽ, ഡിയിലെ ബിഷപ്പ് ആയിരുന്നു. എഴുപത്തിഅഞ്ചുവയസ്സ് പ്രായം ഉണ്ടായിരുന്ന അദ്ദേഹം 1806 മുതൽ ഡിയിലെ ബിഷപ്പായി പ്രവർത്തിച്ചു വരുന്നു. അദ്ദേഹം ബിഷപ്പായി ജോലിചെയ്യുന്നതുമായി, നമുക്കു പറയാനുള്ള കാര്യങ്ങൾക്ക് ഒരുതരത്തിലുള്ള ബന്ധവും ഇല്ലെങ്കിലും രൂപതയിൽ അദ്ദേഹം ചുമതല ഏറ്റതിനുശേഷം അദ്ദേഹത്തെപ്പറ്റി പരന്ന വാർത്തകളുടെയും കിംവദന്തികളുടെയും കൃത്യതയ്ക്ക് അതു പ്രയോജനപ്പെട്ടേക്കും.

തെറ്റായാലും ശരിയായാലും മനുഷ്യരെപ്പറ്റി പറയപ്പെടുന്ന കാര്യങ്ങൾക്ക് അവരുടെ ജീവിതത്തിൽ വളരെ സ്വാധീനമുണ്ടാകും. പ്രത്യേകിച്ചും അവരുടെ വിധിയെ അതു കൂടുതൽ സ്വാധീനിക്കും.

എം മിറിയേൽ, ഐയിലെ നിയമസഭാസാമാജികന്റെ മകൻ ആയിരുന്നു. നിയമസഭാസാമാജികരുടെ കുടുംബങ്ങളിൽ പതിവുള്ളതുപോലെ അച്ഛന്റെ സ്ഥാനം മകനു പിൻതുടർച്ചയായി ലഭിക്കാനുള്ള ഉദ്ദേശ്യത്തോടെ മിറിയേലിന് ഇരുപതോ ഇരുപത്തിരണ്ടോ വയസുള്ളപ്പോൾത്തന്നെ അവന്റെ വിവാഹം തീരുമാനിച്ചു. അതിനോടകംതന്നെ എല്ലാവരുടേയും ശ്രദ്ധ പിടിച്ചുപറ്റിയിരുന്ന മിറിയേലിന് ഇത് പ്രതിരോധിക്കാൻ കഴിഞ്ഞില്ല. മിറിയേലിന്റെ ശരീരം ചെറുതായിരുന്നെങ്കിലും വിസ്മയിപ്പിക്കുന്ന തരത്തിലുള്ള ആകാരസൗഷ്ഠവം അയാൾക്ക് ഉണ്ടായിരുന്നു. അയാൾക്ക് വേണ്ടത്ര സൗന്ദര്യവും ഉണ്ടായിരുന്നു. സ്വന്തം യുവത്വം ഈ ലോകത്തെ ആഹ്ലാദങ്ങൾക്കുവേണ്ടി അയാൾ ഉപയോഗിച്ചു. വിപ്ലവം വന്നു. സംഭവങ്ങൾ ഒന്നിനു മുകളിൽ ഒന്നായി കുന്നുകൂടി. നിയമസഭാസാമാജികരുടെ കുടുംബങ്ങളിൽ നല്ലൊരു ഭാഗം കൊല്ലപ്പെട്ടു. പലരും വേട്ടയാടപ്പെട്ടു. പലരെയും തുരത്തിയോടിച്ചു. ഒടുവിൽ ആ കുടുംബങ്ങൾ എല്ലാംതന്നെ ചിന്നിച്ചിതറിപ്പോയി. എം മിറിയേൽ വിപ്ലവം പൊട്ടിപുറപ്പെട്ട

പ്പോൾത്തന്നെ ഇറ്റലിയിലേക്ക് കുടിയേറി. വളരെക്കാലമായി ഭീഷണിപ്പെടുത്തിക്കൊണ്ടിരുന്ന ഒരു ശ്വാസകോശരോഗം കാരണം അവിടെവച്ച് അയാളുടെ ഭാര്യ മരിച്ചു. അവർക്ക് കുട്ടികൾ ഉണ്ടായിരുന്നില്ല. എം മിറിയേലിന്റെ വിധി പിന്നീട് എന്തായിരുന്നു? ഫ്രഞ്ച് സമൂഹത്തിന്റെ നാശവും അയാളുടെ സ്വന്തം കുടുംബത്തിന്റെ പതനവും, ആയിരത്തി എഴുന്നൂറ്റി തൊണ്ണൂറ്റി മൂന്നിലെ ദുരന്തങ്ങളും ഇതിനെല്ലാം ഉപരി വിദൂരദേശങ്ങളിലേക്കുള്ള നാടുകടത്തലിന്റെ ഭയപ്പാട് ഏൽപ്പിച്ച ആഘാതങ്ങളുമായിരിക്കാം സന്യാസത്തിലും ഏകാന്തതയിലും അഭയം കാണാൻ എം മിറിയേലിനെ പ്രേരിപ്പിച്ചത്. ജീവിതവിജയത്തിലും ഭാഗ്യത്തിലും മാത്രം ലക്ഷ്യമുള്ള, പൊതുജീവിതത്തിനേറ്റ ഈ അത്യാഹിതങ്ങളിൽതെല്ലും കുലുങ്ങാത്ത ഒരു മനുഷ്യനുപോലും തടഞ്ഞുനിർത്താൻ കഴിയാതെ പോയ ഇത്തരത്തിലുള്ള ഒരു പ്രഹരത്തിനു വിധേയനായി സ്വന്തം ജീവിതത്തെത്തന്നെ വിഴുങ്ങിക്കളയുന്ന വികാരത്തിനും മിഥ്യാബോധത്തിനും നടുവിൽ അയാൾ അകപ്പെടുകയായിരുന്നോ? ആരുംതന്നെ അതിന് ഉത്തരം പറയുമെന്ന് തോന്നുന്നില്ല. ഒരു പുരോഹിതനായാണ് അയാൾ ഇറ്റലിയിൽനിന്നും തിരിച്ചെത്തിയത് എന്നുമാത്രം എല്ലാവർക്കും അറിയാം.

1804 ൽ മിറിയേൽ ബിയിലെ (ബ്രിങ്ങ്യോൾ) പുരോഹിതനായിരുന്നു. അക്കാലത്ത് തന്നെ അദ്ദേഹം വൃദ്ധനായിക്കഴിഞ്ഞിരുന്നു. വളരെ ഒറ്റപ്പെട്ട ജീവിതമായിരുന്നു അദ്ദേഹം നയിച്ചത്.

ഇടവകയെ പ്രതിനിധീകരിച്ച് മറ്റ് ഇടവകമേധാവികൾക്കൊപ്പം അദ്ദേഹം കർദിനാൾ ഫെഷിനെ കാണാൻ പോകാറുണ്ടായിരുന്നു.

ഒരുദിവസം ചക്രവർത്തി അദ്ദേഹത്തിന്റെ അമ്മാവനെ കാണാൻ വന്നിരുന്നു. അപ്പോൾ മുറിയിൽ കാത്തുനിന്നിരുന്ന പുരോഹിതനെ ചക്രവർത്തി കാണാൻ ഇടയായി. നെപ്പോളിയൻ തിരിഞ്ഞുനിന്ന് വൃദ്ധനോട് അധികാരത്തോടെ ചോദിച്ചു:

"എന്നെ നോക്കിക്കൊണ്ടു നിൽക്കുന്ന ഈ നല്ല മനുഷ്യൻ ആരാണ്?"

എം മിറിയേൽ പറഞ്ഞു: "സർ അങ്ങ് ഒരു നല്ല മനുഷ്യനെ കണ്ടു. ഞാൻ ഒരു മഹാനായ മനുഷ്യനെയാണ് കാണുന്നത്. നമുക്കു രണ്ടുപേർക്കും ഈ കൂടിക്കാഴ്ച നന്മ വരുത്തും."

അന്ന് വൈകുന്നേരം ചക്രവർത്തി അവിടെ കാത്തുനിന്ന പുരോഹിതന്റെ പേര് കർദിനാളിനോട് ചോദിച്ചു. അൽപ്പസമയത്തിനുള്ളിൽത്തന്നെ ഡിയിലെ ബിഷപ്പായി തന്നെ നിയമിച്ച വിവരം അറിഞ്ഞ് എം മിറിയേൽ അത്ഭുതസ്തബ്ധനായി.

എം മിറിയേലിന്റെ ജീവിതത്തിന്റെ ആദ്യകാലത്തെപ്പറ്റി പരന്ന കഥകളിൽ ഇതിനപ്പുറം എന്തെങ്കിലും സത്യമുണ്ടോ എന്ന് ആർക്കുംതന്നെ അറിയില്ല. പക്ഷേ, ചുരുക്കം കുടുംബങ്ങൾക്ക് മിറിയേലിന്റെ വീട്ടുകാരെ വിപ്ലവത്തിനു മുൻപും പരിചയം ഉണ്ടായിരുന്നു.

ചിന്തിക്കാൻ തലകൾ കുറവും സംസാരിക്കാൻ ധാരാളം നാവുകളും ഉള്ള ഒരു ചെറിയ പട്ടണത്തിൽ വന്നുപെടുന്ന ഏതൊരു പുതിയ മനുഷ്യന്റെയും വിധിക്ക് മിറിയേലിനും കീഴ്പ്പെടേണ്ടിവന്നു. ഒരു ബിഷപ്പായിരുന്നിട്ടും അയാൾക്ക് അതിനു കീഴടങ്ങാതിരിക്കാൻ കഴിഞ്ഞില്ല. ഒരു ബിഷപ്പായതുകൊണ്ട് അദ്ദേഹം കീഴടങ്ങുകയും ചെയ്തു. അദ്ദേഹത്തിന്റെ പേരിനോട് ചേർന്നുവന്ന കിംവ

ദന്തികൾ എത്രയായാലും കിംവദന്തികൾ മാത്രമായിരുന്നല്ലോ. അവർ പറയുന്നതുപോലെ തെക്കൻ പ്രദേശത്തിന്റെ ശക്തി പ്രകടമാകുന്ന വാക്കുകളും ശബ്ദവും സംസാരവും അദ്ദേഹത്തിനു സഹിക്കേണ്ടിവന്നു. ഡിയിലെ താമസത്തിനും ഒൻപതു വർഷത്തെ ഭരണത്തിനുംശേഷം നഗരത്തിലെ നിസ്സാരമായ മനുഷ്യരുടെ സർവ ശ്രദ്ധയും കേന്ദ്രീകരിച്ചിരുന്ന മിറിയേലിനെ ചുറ്റിപ്പറ്റിയുള്ള കഥകളും സംഭാഷണങ്ങളും പൂർണമായും മറവിയിലേക്ക് പോയി. സംസാരിക്കുന്നതു പോയിട്ട് ആ കഥകളെക്കുറിച്ച് ഓർക്കാൻപോലും പിന്നീട് ആരും ധൈര്യപ്പെട്ടില്ല.

എം മിറിയേൽ ഡിയിൽ എത്തുമ്പോൾ മദ്മാസെൽ ബാപ്തിസ്തീൻ എന്ന പത്തുവയസ്സ് ഇളപ്പം ഉള്ള സഹോദരികൂടി അദ്ദേഹത്തോടൊപ്പം ഉണ്ടായിരുന്നു.

ഏതാണ്ട് അതേ പ്രായംതന്നെയുള്ള മദാം മഗ്ലോർ എന്നുവിളിക്കുന്ന മറ്റൊരു സ്ത്രീ ആയിരുന്നു അവരുടെ ഏക ജോലിക്കാരി. പുരോഹിതന്റെ സഹായി എന്നതിലുപരി അവർ ഇപ്പോൾ മദ്മാസെൽ ബാപ്തിസ്തീനിന്റെ പരിചാരികയായും ഗൃഹനാഥന്റെ വീട്ടുവേലക്കാരിയായും ഇരട്ടച്ചുമതല ഏറ്റെടുത്തിരിക്കുകയായിരുന്നു.

നല്ല ഉയരമുള്ള മെലിഞ്ഞു വിളറിയ ഒരു നല്ല സ്ത്രീയായിരുന്നു മദ്മാസെൽ ബാപ്തിസ്തീൻ. സ്ത്രീ ആരാധ്യയാകണമെങ്കിൽ അവൾ അമ്മയായിരിക്കണം എന്ന തോന്നലിനെല്ലാം അപ്പുറത്ത് 'ആദരണീയം' എന്ന വാക്കുകൊണ്ട് ഉദ്ദേശിക്കുന്ന എല്ലാ ആശയങ്ങളും അവരിലൂടെ സാക്ഷാൽക്കരിക്കപ്പെട്ടിരുന്നു. ജീവിതത്തിൽ ഒരിക്കലും അവർ സുന്ദരി ആയിരുന്നില്ല. പക്ഷേ, ധർമനിഷ്ഠയുള്ള ഒരു ജീവിതത്തിന്റെ അനന്തരഫലമായി ലഭിക്കുന്ന വളരെ സുതാര്യമായ ഒരു വെണ്മ അവരിൽ കാണാൻ കഴിയുമായിരുന്നു. പ്രായം കൂടിയപ്പോൾ വേണമെങ്കിൽ നന്മയുടെ സൗന്ദര്യം എന്നു പറയാവുന്ന തരത്തിൽ എന്തോ ഒന്ന് അവർ ആർജിച്ചിരുന്നു. അവരുടെ യുവത്വത്തിലെ നൈർമല്യം പ്രായമായപ്പോൾ സുതാര്യതയായി മാറിയിരുന്നു. ഈ നൈർമല്യം അവരുടെ ഉള്ളിലെ നന്മയുടെ കിരണങ്ങളെ പുറത്തുകൊണ്ടുവന്നു. നശ്വരയായ ഒരു മനുഷ്യസ്ത്രീ എന്നതിനേക്കാൾ അവർ അനശ്വരയായ ഒരു ആത്മാവായിരുന്നു. അവരുടെ ശരീരം ഒരു നിഴൽ പോലെ ആയിരുന്നു. ലൈംഗികചിന്തകൾക്ക് എത്തിച്ചേരാൻ കഴിയാത്തതായിരുന്നു അവരുടെ ആകാരം. ഒരു ആത്മാവ് ഈ ലോകത്തു കഴിഞ്ഞുകൂടുന്നതിന്റെ വിശദീകരണം നൽകുകയാണെന്നു തോന്നുന്ന തരത്തിൽ എപ്പോഴും മ്ലാനത നിഴലിക്കുന്നതായിരുന്നു അവരുടെ കണ്ണുകൾ.

മദാം മഗ്ലോർ വെളുത്തു തടിച്ച ചുറുചുറുക്കുള്ള ഒരു വൃദ്ധയായിരുന്നു. ഒന്നാമത് അവരുടെ ഉത്സാഹംകൊണ്ടും രണ്ടാമത് അവരുടെ ആസ്ത്മ കാരണവും എപ്പോഴും ശ്വസിക്കാൻ അവർ വിമ്മിട്ടപ്പെട്ടുകൊണ്ടിരിക്കും. ഫീൽഡ് മാർഷെൽ പദവിയുടെ തൊട്ടുതാഴെയുള്ള പദവിയാണ് ചക്രവർത്തിയുടെ ഉത്തരവ് അനുസരിച്ച് ബിഷപ്പിന് അനുവദിച്ചിട്ടുള്ളത്. അതിനു യോജിച്ച എല്ലാ ബഹുമതികളോടുംകൂടി എം മിറിയേലിനെ ബിഷപ്പിന്റെ കൊട്ടാരത്തിൽ അവരോധിച്ചു. മേയറും പ്രസിഡന്റും ബിഷപ്പിന്റെ അടുത്ത് ആദ്യ സന്ദർശനം നടത്തി. ജനറലിന്റെയും പൊലീസ് മേധാവിയുടെയും അടുത്ത് ബിഷപ്പും ആദ്യ സന്ദർശനം നടത്തി.

സ്ഥാനാരോഹണം കഴിഞ്ഞ് ബിഷപ്പ് അദ്ദേഹത്തിന്റെ ചുമതലകൾ നിർവഹിക്കുന്നതു കാണാൻ നഗരവാസികൾ ജിജ്ഞാസയോടെ കാത്തിരുന്നു.

2. എം മിറിയേൽ ശ്രീമാൻ ബിയാങ് വെന്യൂ ആകുന്നു

ആശുപത്രിയോട് ചേർന്നായിരുന്നു ഡിയിലെ ബിഷപ്പിന്റെ കൊട്ടാരം. കൊട്ടാരം വളരെ വിശാലവും സുന്ദരവുമായ ഒരു മണിമാളിക ആയിരുന്നു. ശ്രീമാൻ ആങ്റി പ്യൂഷേ കഴിഞ്ഞ നൂറ്റാണ്ടിന്റെ തുടക്കത്തിൽ കരിങ്കല്ലുകൊണ്ടായിരുന്നു അത് നിർമിച്ചിരുന്നത്. പാരീസിലെ കലാശാലാവകുപ്പിൽനിന്നും ദൈവശാസ്ത്രത്തിൽ ഡോക്ടർ ബിരുദം നേടിയ ആങ്റി പ്യൂഷേ 1712 ൽ സിമോറിലെ മഠാധിപതിയും ഡിയിലെ ബിഷപ്പും ആയിരുന്നു. അദ്ദേഹം കരിങ്കല്ലിൽ പണിയിച്ച കൊട്ടാരം പ്രഭുക്കൻമാർക്കു ചേരുന്ന ഒരു വസതിയായിരുന്നു. ബിഷപ്പിന്റെ അറയിലും സഭാതലത്തിലും സ്വകാര്യമുറികളിലും സൽക്കാരമുറികളിലും എന്നു വേണ്ട ആ കൊട്ടാരത്തിന്റെ ഏതു മുക്കിലും മൂലയിലും ഒരു ആഡംബരം കാണാൻ കഴിയുമായിരുന്നു. പുരാതന ഫ്ളോറൻടൈൻ ശൈലിയിൽ വളച്ചു വാതിലുകളോടുകൂടിയ ഇടനാഴികളും മനോഹരമായ മരങ്ങൾ നിറഞ്ഞ തോട്ടവും കൊട്ടാരത്തിന്റെ തന്നെ ഭാഗങ്ങളായിരുന്നു. ഭക്ഷണശാലയിൽനിന്ന് തോട്ടത്തിലേക്ക് തറനിരപ്പിൽ പണിത നീളംകൂടിയ ഒരു ഇരിപ്പിടം ഉണ്ടായിരുന്നു. 1714 ജൂലൈ ഇരുപത്തി ഒൻപതിനു ശ്രീമാൻ ആങ്റി പ്യൂഷേ ഇവിടെ വച്ച് ഏഴ് ആദരണീയവൈദികർക്ക് ഒരു ഗംഭീര വിരുന്ന് നൽകിയിരുന്നു. ഈ ഏഴ് ആദരണീയ വൈദികരുടെയും ചിത്രങ്ങൾകൊണ്ട് സൽക്കാരമുറി അലങ്കരിച്ചിരിക്കുന്നു. കൂടാതെ 1714 ജൂലൈ 29 എന്ന സ്മരണീയമായ തീയതി സ്വർണലിപികളിൽ കൊത്തിവച്ച ഒരു വെളുത്ത മാർബിൾ ഫലകവും ഭിത്തിയിൽ അലങ്കാരമായി പതിച്ചിട്ടുണ്ട്.

ആശുപത്രി ഒരുനില മാത്രമുള്ള ഉയരംകുറഞ്ഞ ഇടുങ്ങിയ ഒരു കെട്ടിടമായിരുന്നു.

ഓർക്കാപ്പുറത്ത് ബിഷപ്പ് ആയതിന്റെ നാലാംദിവസം എം മിറിയേൽ ആശുപത്രി സന്ദർശിച്ചു. സന്ദർശനം കഴിഞ്ഞപ്പോൾ ഡയറക്ടറോട് തന്നെ കൊട്ടാരത്തിൽ വന്നു കാണാൻ എം മിറിയേൽ നിർദേശം കൊടുത്തു. ആശുപത്രിയുടെ ഡയറക്ടറോട് എം മിറിയേൽ ചോദിച്ചു:

“നിങ്ങൾക്ക് അവിടെ എത്ര രോഗികൾ ഉണ്ട്?”

“ഇരുപത്തിയാറ്.”

ബിഷപ്പ് പറഞ്ഞു: “ഞാൻ എണ്ണിയതു ശരിയാണ്.”

ഡയറക്ടർ പറഞ്ഞു: “കിടക്കകളിൽ തിരക്കാണ്.”

“ഞാൻ അതു ശ്രദ്ധിച്ചു.”

“വാർഡുമുറികൾ വളരെ ചെറുതാണ്. വേണ്ടത്ര വായുസഞ്ചാരവും കിട്ടുന്നില്ല.”

“എനിക്കും അങ്ങനെ തോന്നി.”

“തെളിച്ചമുള്ള ദിവസങ്ങളിൽ, രോഗംകുറഞ്ഞവർക്ക് ആവശ്യത്തിനുള്ള സ്ഥലം തോട്ടത്തിലില്ല.”

“ഞാനും അതുതന്നെയാണ് ആലോചിച്ചുകൊണ്ടിരിക്കുന്നത്.”

“ഈ വർഷം പകർച്ചവ്യാധിയായി സന്നിപാതജ്വരം ഉണ്ടായിരുന്നു. രണ്ടു വർഷം മുൻപ് പകർച്ചപ്പനി വന്നിരുന്നു. ചിലപ്പോൾ നൂറുരോഗികൾവരെ ഉണ്ടാവും. എന്തു ചെയ്യണമെന്ന് ഞങ്ങൾക്ക് അറിയില്ല.”

"എനിക്കും അങ്ങനെ തോന്നിയിരുന്നു."

"നമുക്ക് എന്തുചെയ്യാൻ കഴിയും. നമ്മൾ കീഴടങ്ങണോ?"

ഡയറക്ടർ ചോദിച്ചു.

താഴത്തെ നിലയിലെ ഭക്ഷണശാലയിൽ വച്ചാണ് ഈ സംസാരം നടന്നത്. ഏതാനും നിമിഷങ്ങൾ ബിഷപ്പ് നിശ്ശബ്ദനായി നിന്നു. പിന്നീട് അദ്ദേഹം പെട്ടെന്ന് ചോദിച്ചു:

"ഈ ഹാളിൽ എത്ര കിടക്കകൾ ഇടാൻ കഴിയുമെന്നാണ് നിങ്ങൾ വിചാരിക്കുന്നത്?"

ഡയറക്ടർ ഞെട്ടിപ്പോയി. അദ്ദേഹം ചോദിച്ചു:

"അങ്ങയുടെ ഈ ഭക്ഷണശാലയിലോ?"

ബിഷപ്പ് മുറിയുടെ വിസ്തീർണവും മറ്റും കണക്കിലെടുത്തുകൊണ്ട് മൊത്തത്തിൽ ഒന്നു കണ്ണോടിച്ചു. എന്നിട്ട് സ്വയം പറഞ്ഞു:

"ഇരുപത് കിടക്കകൾ ഇടാം."

പിന്നീട് ശബ്ദം ഉയർത്തി അദ്ദേഹം പറഞ്ഞു:

"ഞാൻ പറയുന്നത് ശ്രദ്ധിച്ച് കേൾക്കണം. ഇവിടെ ഒരു തെറ്റുപറ്റിയിട്ടുണ്ടെന്ന് വ്യക്തമാണ്. അഞ്ചോ ആറോ ചെറിയ മുറികളിലായി ഇവിടെ ഇരുപത്തിയാറു പേർ ഉണ്ട്. എന്നാൽ അമ്പതുപേർക്കുള്ള സ്ഥലത്ത് ഞങ്ങൾ വെറും മൂന്നുപേരാണ് ഉള്ളത്. തീർച്ചയായും ഇവിടെ തെറ്റുപറ്റിയിട്ടുണ്ട്. ഞാൻ പറയാം. നിങ്ങൾക്ക് എന്റെ വീടുമതി. എനിക്ക് നിങ്ങളുടേയും. എനിക്ക് അതുതന്നെ ധാരാളം. നിങ്ങളുടെ ആവശ്യങ്ങളും നടക്കും."

അടുത്തദിവസം പാവപ്പെട്ട ആ ഇരുപത്തിയാറുരോഗികളെയും ബിഷപ്പിന്റെ കൊട്ടാരത്തിലേക്ക് മാറ്റി. ബിഷപ്പ് ആശുപത്രിയിൽ താമസവും തുടങ്ങി.

വിപ്ലവം എം മിറിയേലിന്റെ കുടുംബത്തെ ദരിദ്രമാക്കിയതുകാരണം അദ്ദേഹത്തിന് സ്വത്തുക്കൾ ഒന്നുംതന്നെ ഉണ്ടായിരുന്നില്ല. അദ്ദേഹത്തിന്റെ സഹോദരിക്ക് അഞ്ഞൂറ് ഫ്രാങ്ക് ആദായം ലഭിക്കുന്ന ഭൂമി ഉണ്ടായിരുന്നു. പുരോഹിതന്റെ വീട്ടിലെ അവരുടെ സ്വന്തം ചെലവുകൾക്ക് അതു തികയുമായിരുന്നു. ബിഷപ്പിന്റെ ശമ്പളമായി എം മിറിയേലിന് പതിനയ്യായിരം ഫ്രാങ്ക് ഗവൺമെന്റിൽനിന്നു ലഭിച്ചിരുന്നു. ആശുപത്രിയിലേക്ക് താമസംമാറ്റിയ ദിവസം ഈ പണം താഴെ വിവരിക്കുന്ന രീതിയിൽ ഉപയോഗിക്കാൻ അദ്ദേഹം തീരുമാനമെടുത്തു.

എന്റെ വീട്ടുചെലവുകളുടെ ക്രമീകരണം, ചെറിയപാഠശാലയ്ക്ക് ആയിരത്തിഅഞ്ഞൂറു ഫ്രാങ്ക്, സുവിശേഷസമ്മേളനത്തിന് നൂറു ഫ്രാങ്ക്, മോണ്ദിദിയെയിലെ ലാസറിസ്റ്റ് കൂട്ടായ്മയ്ക്ക് നൂറു ഫ്രാങ്ക്, സെന്റ്. എസ് പ്രിറ്റിന്റെ സമ്മേളനത്തിന് നൂറ്റി അമ്പതു ഫ്രാങ്ക്, പാരീസിലെ വിദേശ സുവിശേഷ വൈദിക പാഠശാലയ്ക്ക് ഇരുന്നൂറ് ഫ്രാങ്ക്, വിശുദ്ധഭൂമിയിലെ മതസ്ഥാപനങ്ങൾക്ക് നൂറു ഫ്രാങ്ക്, മാതാവിന്റെ ധർമസ്ഥാപനങ്ങൾക്ക് മുന്നൂറു ഫ്രാങ്ക്, ആൾസിന്റെ ധർമസ്ഥാപനത്തിന് അൻപതു ഫ്രാങ്ക്, ജയിലുകൾ പരിഷ്കരിക്കുന്നതിന് നാനൂറ് ഫ്രാങ്ക്, ജയിൽപ്പുള്ളികളുടെ ആശ്വാസത്തിന് അഞ്ഞൂറ് ഫ്രാങ്ക്, കടത്തിന്റെ പേരിൽ ജയിലിൽ അടയ്ക്കപ്പെട്ട അച്ഛന്മാരുടെ മോചനത്തിന് ആയിരം ഫ്രാങ്ക്, രൂപതയിലെ പാവപ്പെട്ട അധ്യാപകരുടെ ശമ്പളവർധനവിന് രണ്ടായിരം ഫ്രാങ്ക്, പൊതുകലവറയ്ക്ക് നൂറ് ഫ്രാങ്ക്, ഡിയിലെ സ്ത്രീകളുടെ സമാജത്തിനും

കന്യാസ്ത്രീമഠത്തിലെ പെൺകുട്ടികളുടെ സൗജന്യ പഠനത്തിനും ആയിരത്തഞ്ഞൂറ് ഫ്രാങ്ക്, പാവപ്പെട്ടവർക്ക് ആറായിരം ഫ്രാങ്ക്, എന്റെ സ്വന്തം ചെലവുകൾക്ക് ആയിരം ഫ്രാങ്ക്, മൊത്തം ചെലവ് പതിനയ്യായിരം ഫ്രാങ്ക്.

ഡിയിലെ ബിഷപ്പായിരുന്ന കാലത്തോളം എം മിറിയേൽ ഈ പട്ടികയിൽ ഒരു വ്യത്യാസവും വരുത്തിയില്ല. വീട്ടുചെലവുകളുടെ ക്രമീകരണം എന്നാണ് അദ്ദേഹം ഈ പട്ടികയ്ക്ക് പേരിട്ടിരിക്കുന്നത്.

മദ്മാസെൽ ബാപ്തിസ്തീൻ ഈ ക്രമീകരണം പൂർണമായും അംഗീകരിച്ചു. എം മിറിയേൽ അവർക്ക് സഹോദരനും ബിഷപ്പും ആയിരുന്നു. പൗരോഹിത്യപരമായി അവരുടെ മേലധികാരി ആയിരുന്നു. അവർ അദ്ദേഹത്തെ സ്നേഹിക്കുകയും അംഗീകരിക്കുകയും ചെയ്തു. അദ്ദേഹം സംസാരിക്കുമ്പോൾ അവർ ശ്രദ്ധിച്ചു കേട്ടു. അദ്ദേഹം പ്രവർത്തിക്കുമ്പോൾ അവർ സഹായം നൽകി. മദാം മഗ്ലാർ അവരുടെ ജോലിക്കാരിയായിരുന്നെങ്കിലും ഈ ക്രമീകരണത്തിൽ അൽപ്പം മുറുമുറുപ്പ് കാണിച്ചു. ബിഷപ്പ് സ്വന്തം ആവശ്യത്തിനായി ആയിരം ഫ്രാങ്ക് മാറ്റിവച്ചതായി പട്ടികയിൽ കാണാൻ കഴിയുന്നുണ്ട്. ബാപ്തിസ്തീനിന്റെ വരുമാനം കൂടിച്ചേർത്ത് ആയിരത്തി അഞ്ഞൂറു ഫ്രാങ്കുകൊണ്ട് വേണമായിരുന്നു അവരുടെ മൂന്നുപേരുടേയുംകൂടി ഒരുവർഷത്തെ ചെലവു കഴിയാൻ. ഏതെങ്കിലും പുരോഹിതൻ ഡിയിൽ വരുന്ന സമയത്ത് ബിഷപ്പിന് അദ്ദേഹത്തെ സൽക്കരിക്കാൻ യാതൊരു ബുദ്ധിമുട്ടും അനുഭവപ്പെടാത്തതിന് മദാം മഗ്ലാറിന്റെ കർക്കശമായ സാമ്പത്തിക അച്ചടക്കത്തിനും ബാപ്തിസ്തീനിന്റെ ഒന്നാന്തരം നിർവഹണപാടവത്തിനും വേണം നന്ദിപറയാൻ.

ഡിയിൽ എത്തി മൂന്നുമാസം കഴിഞ്ഞപ്പോൾ ഒരു ദിവസം ബിഷപ്പു പറഞ്ഞു: "ഇതെല്ലാംകൂടി എന്നെ ഞെരുക്കുന്നതുപോലെ തോന്നുന്നു."

മദാം മഗ്ലാർ പറഞ്ഞു: "എനിക്കും അങ്ങനെ തോന്നുന്നുണ്ട്. രൂപതയ്ക്ക് ഉള്ളിലും നഗരത്തിലും അങ്ങു നടത്തുന്ന യാത്രകളുടെ വണ്ടിക്കൂലിപോലും അങ്ങ് ഇതുവരെ ഭരണവകുപ്പിനോട് ചോദിച്ചിട്ടില്ല. മുൻകാലത്ത് എല്ലാ ബിഷപ്പുമാരും അത് ആവശ്യപ്പെട്ടിട്ടുണ്ട്." ബിഷപ്പു പറഞ്ഞു "ശരിയാണ്. എല്ലാ ബിഷപ്പുമാരുടേയും രീതി അതായിരുന്നു."

അദ്ദേഹം ഇതു സംബന്ധിച്ച അപേക്ഷ തയാറാക്കി. കുറച്ചു കാലത്തിനകം തന്നെ അദ്ദേഹത്തിന്റെ അവകാശം അംഗീകരിച്ച് യാത്രാ ചെലവുകൾക്കായി വർഷത്തിൽ മൂവായിരം ഫ്രാങ്ക് അനുവദിച്ചു കിട്ടി.

നഗരത്തിലെ മധ്യവർഗത്തിൽപ്പെട്ട പൗരന്മാരെ ഈ തീരുമാനം വല്ലാതെ പ്രകോപിപ്പിച്ചു. പണ്ട് ജനപ്രതിനിധിഭരണത്തെ പിന്താങ്ങിയ അഞ്ഞൂറംഗ സഭയിലെ ഒരു പഴയ അംഗവും ഡി-യുടെ സമീപ പ്രദേശത്തുനിന്നുള്ള സെനറ്റംഗവും അഡ്വക്കേറ്റുമായ ഒരു പ്രമാണി ഇതു സംബന്ധിച്ച് പൊതുതാൽപ്പര്യവകുപ്പിന്റെ മന്ത്രി എം ബീഗോട് പ്രിയമെന്യൂവിന് തെറ്റുകണ്ടുപിടിച്ച് രഹസ്യമായി കത്തെഴുതി. ആ കത്തിൽ നിന്നുള്ള ഒരു ഭാഗം താഴെ വിവരിക്കുന്നു.

'വണ്ടിക്കൂലി വേണംപോലും. നാലായിരത്തിൽ താഴെ താമസക്കാരുള്ള ഒരു നഗരത്തിൽ അയാൾക്ക് എന്തുവേണമെന്നാണ് പറയുന്നത്. പൗരോഹിത്യ സന്ദർശനങ്ങളുടെ ചെലവ്. അതുകൊണ്ട് എന്തു പ്രയോജനമാണ് ഉള്ളത്? ഒന്നാമത് ഈ മലമ്പ്രദേശത്ത് എങ്ങനെയാണ് വണ്ടിയിൽ പോകുന്നത്? അതിനു പറ്റിയ വഴികൾ എവിടെയാണ് ഉള്ളത്? അയാൾക്ക് കുതിരപ്പുറത്തു മാത്രമേ

സഞ്ചരിക്കാൻ കഴിയുകയുള്ളൂ. കാളവണ്ടികൾക്ക് ദ്യൂറാൻസിനും ഷാത്തോ ആർനൂവിനും ഇടയിലുള്ള പാലത്തിൽക്കൂടി സഞ്ചരിക്കാൻ കഴിയില്ല. ഈ പുരോഹിതൻമാർ എല്ലാം ഇങ്ങനെയാണ്. അവർ ഭയങ്കര പിശുക്കൻമാരും അത്യാഗ്രഹികളുമാണ്. ഇയാൾ തുടക്കത്തിൽ നല്ല അപ്പോസ്തലൻ കളിക്കുകയായിരുന്നു. ഇപ്പോൾ അയാൾ എല്ലാവരേയുംപോലെ തന്നെയാണ് പെരുമാറുന്നത്. വണ്ടിക്കൂലിവാങ്ങാൻ അയാൾക്ക് സ്വന്തം വണ്ടി ഉണ്ടായിരിക്കണം. പഴയ ബിഷപ്പുമാരെപ്പോലെ ആഡംബരങ്ങൾ ഉണ്ടായിരിക്കണം. ഈ മക്രോണി പുരോഹിതൻമാരുടെകയ്യിൽനിന്നും ചക്രവർത്തി നമ്മളെ മോചിപ്പിച്ചില്ലെങ്കിൽ ഒരിക്കലും കാര്യങ്ങൾ മെച്ചപ്പെടാൻ പോകുന്നില്ല. പോപ്പു തുലയട്ടെ (കാര്യങ്ങൾ റോമുമായുള്ള കലഹത്തിൽവരെ എത്തി). എന്റെ കാര്യം പറഞ്ഞാൽ ഞാൻ സീസറുടെ കൂടെയാണ്. എഴുത്ത് ഈ രീതിയിൽ പുരോഗമിച്ചു.

എന്നാൽ ബിഷപ്പിന്റെ അപേക്ഷ മദാം മഗ്ലാറിനെ വളരെയധികം സന്തുഷ്ടയാക്കി. അവർ ബാപ്തിസ്തീനിനോട് രഹസ്യം പറഞ്ഞു. അദ്ദേഹം ഒടുവിൽ ആരുടേയും സഹായം കൂടാതെ ജീവിക്കേണ്ടി വരുമെന്ന് തിരിച്ചറിഞ്ഞിരിക്കുന്നു. ദാനധർമ്മങ്ങൾക്ക് ഒരു കുറവും വരുത്താതെതന്നെ ഇപ്പോൾ നമുക്കായി മൂവായിരം ഫ്രാങ്കുകൂടി കിട്ടിയിരിക്കുന്നു.

അന്നു വൈകുന്നേരംതന്നെ ബിഷപ്പ് താഴെപ്പറയുന്ന കുറിപ്പെഴുതി സഹോദരിയെ ഏൽപ്പിച്ചു. ആശുപത്രിയിൽ ഇറച്ചിസൂപ്പ് ഉണ്ടാക്കുന്നതിന് ആയിരത്തി അഞ്ഞൂറ് ഫ്രാങ്ക്.

'ഐ'യിലെ മാതൃശിശുസംരക്ഷണസമാജത്തിന് ഇരുനൂറ്റി അൻപതു ഫ്രാങ്ക്.

അനാഥ ശിശുക്കൾക്ക് അഞ്ഞൂറു ഫ്രാങ്ക്.

അനാഥർക്ക് അഞ്ഞൂറ് ഫ്രാങ്ക്.

മൊത്തം മൂവായിരം ഫ്രാങ്ക്.

ഇതായിരുന്നു എം മിറിയേലിന്റെ ബഡ്ജറ്റ്. വിവാഹ ലൈസൻസുകൾ, ഈശ്വരാജ്ഞകൾ, പ്രത്യേക മാമോദീസ, മതപ്രസംഗം, പള്ളികളും കപ്പേളകളും വിശുദ്ധീകരിക്കൽ, വിവാഹങ്ങൾ തുടങ്ങിയ പുറം ജോലികൾക്ക് പാവങ്ങൾക്കിടയിൽ പണം വിതരണം ചെയ്യുന്നതിന്റെ കൃത്യതയോടെ ധനികരിൽനിന്ന് ബിഷപ്പ് പണം കണക്കു പറഞ്ഞ് വാങ്ങിയിരുന്നു.

ചെറിയ കാലയളവിനുള്ളിൽത്തന്നെ സംഭാവനകൾ പ്രവഹിച്ചുതുടങ്ങി. ഉള്ളവരും ഇല്ലാത്തവരും ബിഷപ്പിന്റെ കതകിൽ മുട്ടിവിളിച്ചു. ചിലർ ദാനം സ്വീകരിക്കാൻ വന്നു. ചിലർ അതു കൊടുക്കാൻ വന്നു. ഒരുവർഷത്തിനുള്ളിൽ എല്ലാ മനുഷ്യസ്നേഹികളുടെയും ഖജാൻജി ബിഷപ്പായിരുന്നു. ആവശ്യക്കാർക്ക് പണം എത്തിക്കുന്നവനും ബിഷപ്പായിതീർന്നു. വലിയ തുകകൾ അദ്ദേഹത്തിന്റെ കയ്യിലൂടെ കടന്നുപോയി. എങ്കിലും അദ്ദേഹത്തിന്റെ ജീവിതരീതിയിൽ ഒരു മാറ്റവും വന്നില്ല. തന്റെ ലളിതമായ ഭക്ഷണരീതിയിൽ ഏറ്റവും ചെറിയ വ്യത്യാസം പോലും അദ്ദേഹം വരുത്തിയില്ല.

മറിച്ച് ഉന്നത ശ്രേണിയിൽ ഉള്ളവരേക്കാൾ കൂടുതൽ കഷ്ടപ്പാടുകൾ താഴേക്കിടയിൽ ആയതുകൊണ്ട് അദ്ദേഹത്തിന്റെ കയ്യിൽ കിട്ടിയതെല്ലാം വരുന്നതിനു മുൻപുതന്നെ വരണ്ട മണ്ണിൽ വീണ വെള്ളംപോലെ ഊർന്നുപൊയ്ക്കൊണ്ടിരുന്നു. എത്ര പണം കിട്ടിയിട്ടും അദ്ദേഹം ഒന്നുംതന്നെ കരുതിവച്ചില്ല. അദ്ദേഹത്തിന്റെ കൈവശമുള്ളതുകൂടി അദ്ദേഹം സ്വയം പിടിച്ചുപറിച്ച് ദാനം

നൽകി. പൗരോഹിത്യസംബന്ധിയായ എല്ലാ എഴുത്തുകൾക്കും കൽപ്പനകൾക്കും മുകളിൽ എല്ലാ ബിഷപ്പുമാരും അവരവരുടെ ജ്ഞാനസ്നാനനാമം എഴുതണമെന്ന് നിയമം ഉണ്ടായിരുന്നു. എന്നാൽ നാട്ടുകാർ ബിഷപ്പിനോടുള്ള സ്നേഹംകൊണ്ടും ഒരുപക്ഷേ, അതിലുപരി അവർക്ക് ഉച്ചരിക്കുവാൻ സുഖം തോന്നിയതുകൊണ്ടുമാവണം അദ്ദേഹത്തിന്റെ പേരിൽനിന്ന് ബാക്കിയെല്ലാം അടർത്തിമാറ്റി അദ്ദേഹത്തെ മൊസ്യ്യുബിയാങ്വെന്യു എന്നു വിളിച്ചുതുടങ്ങി. നമുക്കും അവരെ പിൻതുടർന്ന് അദ്ദേഹത്തെ അങ്ങനെതന്നെ വിളിക്കാം. അദ്ദേഹത്തിന് ആ പേര് ഇഷ്ടമായിരുന്നു. ബിഷപ്പ് പറഞ്ഞു:

"എനിക്ക് ആ പേര് ഇഷ്ടപ്പെട്ടു. മൊസ്യൂവിനെ ബിയാങ്വെന്യു തടഞ്ഞു നിർത്തുന്നുണ്ട്."

ഇവിടെ ആലേഖനം ചെയ്യുന്ന ഛായാചിത്രം സത്യസന്ധമാണെന്ന് ഞങ്ങൾ പറയുന്നില്ല. അദ്ദേഹവുമായി അതിന് സാമ്യം ഉണ്ടെന്നുമാത്രമാണ് ഞങ്ങൾ അവകാശപ്പെടുന്നത്.

3. നല്ല ബിഷപ്പ് – മോശം പ്രദേശം

വണ്ടിക്കൂലി ദാനമാക്കി രൂപാന്തരപ്പെടുത്തിയതിനുശേഷവും അദ്ദേഹം തന്റെ സന്ദർശനങ്ങളിൽ ഒരു കുറവും വരുത്തിയില്ല. ഈ കാര്യങ്ങൾ ഡി രൂപതയിൽ ചില അസഹനീയ സംസാരങ്ങൾക്ക് ഇടവരുത്തി. രൂപതയിൽ നിരപ്പുഭൂമി വളരെ കുറവായിരുന്നു. കൂടുതലും മലമ്പ്രദേശങ്ങളായിരുന്നു. മുപ്പത്തിരണ്ട് പള്ളികളും നാൽപ്പത്തിരണ്ട് പുരോഹിതസ്ഥാനങ്ങളും ഇരുനൂറ്റി എൺപത്തി അഞ്ച് ചെറിയ പള്ളികളുമായിരുന്നു ബിഷപ്പിന്റെ സന്ദർശനം പ്രതീക്ഷിക്കുന്ന സ്ഥലങ്ങൾ. ഇവിടെയെല്ലാം ചെന്നെത്തുന്നത് വളരെ ബുദ്ധിമുട്ടുള്ള കാര്യമായിരുന്നെങ്കിലും ബിഷപ്പ് എല്ലാ സ്ഥലങ്ങളിലും ഓടിയെത്തി. അടുത്തുള്ള സ്ഥലങ്ങളിൽ അദ്ദേഹം നടന്നുപോയി. നിരപ്പുസ്ഥലങ്ങളിൽ അദ്ദേഹം കാളവണ്ടിയിൽ സഞ്ചരിച്ചു. മലമുകളിലേക്ക് ഒരു കോവർ കഴുതയുടെ പുറത്തുകെട്ടിയിടുന്ന പെട്ടിയിൽ കയറിയിരുന്ന് അദ്ദേഹം യാത്ര ചെയ്തു. രണ്ടു സ്ത്രീകളും അദ്ദേഹത്തിന് അകമ്പടിസേവിച്ചു. യാത്ര വളരെ ക്ലേശകരമാകുന്ന സന്ദർഭങ്ങളിൽ അദ്ദേഹം ഒറ്റക്ക് സഞ്ചരിച്ചു.

ഒരുദിവസം ഒരു കഴുതപ്പുറത്ത് അദ്ദേഹം സെനെയിലെത്തി. പണ്ട് ഒരു ബിഷപ്പ് ഉണ്ടായിരുന്ന സ്ഥലമായിരുന്നു സെനെ. എം മിറിയേലിന്റെ പണസഞ്ചി ഏതാണ്ട് കാലിയായിരുന്നതുകൊണ്ട് കൂടുതൽ മെച്ചപ്പെട്ട ഒരു വാഹനം ഉപയോഗിക്കാൻ അന്ന് അദ്ദേഹത്തിനു കഴിഞ്ഞിരുന്നില്ല. നഗരത്തിലെ മേയർ പഴയ ബിഷപ്പിന്റെ ഔദ്യോഗികവസതിക്കു മുന്നിൽ അദ്ദേഹത്തെ സ്വീകരിക്കാൻ എത്തിയിരുന്നു. ബിഷപ്പ് ഒരു കഴുതപ്പുറത്ത് വന്നിറങ്ങുന്നത് അത്ഭുതത്തോടെ മേയർ നോക്കിനിന്നു. അദ്ദേഹത്തോടൊപ്പം ധാരാളം ആളുകൾ ഈ കാഴ്ചകണ്ട് ചിരിക്കുന്നുണ്ടായിരുന്നു. ബിഷപ്പു പറഞ്ഞു:

"ആരാധ്യനായ മേയറും പൗരാവലിയും അമ്പരന്നുപോയത് എന്തുകണ്ടിട്ടാണെന്ന് എനിക്ക് അറിയാം. യേശുക്രിസ്തു ഉപയോഗിച്ച അതേ വാഹനം തന്നെ ഒരു പീറപുരോഹിതൻ ഉപയോഗിക്കണമെങ്കിൽ അതിന്റെ പിന്നിലുള്ള അഹന്ത നിങ്ങളെ അത്ഭുതപ്പെടുത്തിയിട്ടുണ്ടാകും. സത്യത്തിൽ ഞാൻ അങ്ങനെ പൊങ്ങച്ചം കാണിച്ചതല്ലെന്ന് നിങ്ങളോട് ആണയിട്ടു പറയാം, അത്യാവശ്യം പ്രമാണിച്ച് ഞാൻ ആ വാഹനം ഉപയോഗിച്ചുപോയതാണ്."

സന്ദർശനസമയങ്ങളിൽ അദ്ദേഹം ദയാലുവും സൗമ്യനും ആയിരുന്നു. അദ്ദേഹം കൂടുതൽ സംസാരിച്ചു. കുറച്ചു പ്രസംഗിച്ചു. ഉദാഹരണങ്ങൾക്ക് അദ്ദേഹം ദൂരദേശങ്ങളിലേക്ക് പോയില്ല. സമീപ പ്രദേശങ്ങളിൽനിന്നുതന്നെ അദ്ദേഹം ഉദാഹരണങ്ങൾ കണ്ടെത്തി അവരോട് വിവരിച്ചു. ദരിദ്രരോട് ക്രൂരത കാണിക്കുന്ന സ്ഥലങ്ങളിൽവച്ച് അദ്ദേഹം പറയും:

"ബ്രിയാങ്സോങ്ങിലെ ആളുകളെക്കണ്ട് പഠിക്കണം. മറ്റുള്ളവർ വിളകൾ കൊയ്യുന്നതിന് മൂന്നുദിവസം മുൻപ് വിധവകൾക്കും അനാഥർക്കും ദരിദ്രർക്കും അവരുടെ വിളകൾ കൊയ്യാൻ അവർ അനുവാദം കൊടുത്തിട്ടുണ്ട്. അവരുടെ വീടുകൾ നശിച്ചപ്പോൾ പണം വാങ്ങാതെ അവർ അതു നന്നാക്കി കൊടുക്കുന്നുണ്ട്. അങ്ങനെ ദൈവാനുഗ്രഹം കിട്ടിയ പ്രദേശമായി അതുമാറി. ഒരു നൂറ്റാണ്ടായി അവിടെ ഒരു കൊലപാതകംപോലും ഉണ്ടായിട്ടില്ല."

കൊയ്ത്തുകാലത്ത് മനുഷ്യർ അത്യാർത്തി കാണിക്കുന്ന ഗ്രാമങ്ങളിലെത്തി അദ്ദേഹം പറയും: "എംബ്രൂങ്ങിനെ കണ്ടുപഠിക്കണം. അവിടെ സുഖമില്ലാത്ത ഒരാളുടെ ആൺമക്കൾ പട്ടാളത്തിലും പെൺമക്കൾ നഗരത്തിലും ജോലിചെയ്യുകയാണെങ്കിൽ അയാൾക്കുവേണ്ടി പുരോഹിതൻ സംസാരിക്കും. ഞായറാഴ്ചയിലെ കുർബാന കഴിഞ്ഞ് പുരുഷന്മാരും സ്ത്രീകളും കുട്ടികളും എല്ലാവരും ചേർന്ന് ആ മനുഷ്യന്റെ വയൽ അയാളുടെ പത്തായപ്പുരയിൽ എത്തിക്കും. വസ്തുക്കളെപ്പറ്റി അവകാശത്തർക്കമുള്ള കുടുംബങ്ങളോട് അദ്ദേഹം പറയും: "ദെവോൾനിയിലെ മലയന്മാരെ കണ്ടുപഠിക്കണം. ആ രാജ്യത്തിന്റെ വിസ്തീർണംകാരണം ഒരു രാപ്പാടിയുടെ പാട്ടുകേൾക്കാൻ അൻപതുകൊല്ലം കാത്തിരിക്കണം. അവിടെ അച്ഛൻ മരിക്കുമ്പോൾ ആൺകുട്ടികൾ ജോലി അന്വേഷിച്ചുപോകും. വസ്തുവകകൾ പെൺകുട്ടികൾക്ക് കൊടുക്കും. അതുകൊണ്ട് അവർക്ക് ഭർത്താക്കന്മാരെ കിട്ടും." നിയമങ്ങളോട് ആഭിമുഖ്യമുള്ള ചില പ്രദേശങ്ങളുണ്ട്. അവിടെ കർഷകർ മുദ്രപ്പത്രങ്ങൾകൊണ്ട് സ്വന്തംജീവിതം നശിപ്പിച്ചുകൊണ്ടിരിക്കും. അവരോട് അദ്ദേഹം പറയും: "ക്വിയറ താഴ്‌വരയിലെ കർഷകരെ കണ്ടു വേണം പഠിക്കാൻ. അവിടെ മൂവായിരം ആളുകളാണ് ആകെയുള്ളത്. ആ പ്രദേശം ഒരു ചെറിയ ജനാധിപത്യരാജ്യമായത് എന്തുകൊണ്ടാണ്? അവിടെ ജഡ്ജിയുമില്ല പൊലീസുകാരനുമില്ല. എല്ലാ കാര്യങ്ങളും മേയറാണ് ചെയ്യുന്നത്. കരം തീരുമാനിക്കുന്നതും, നികുതി കണക്കാക്കുന്നതും, പണച്ചെലവില്ലാതെ വഴക്കുകൾ ഒത്തുതീർപ്പാക്കുന്നതും എല്ലാംതന്നെ മേയറുടെ ജോലിയാണ്. അവരുടെ പൈതൃകസ്വത്ത് ചെലവുകൂടാതെതന്നെ വീതിച്ചു കൊടുക്കുന്നതും മേയർ തന്നെയാണ്. അദ്ദേഹം ചെലവ് ഉണ്ടാക്കാതെതന്നെ വിധികൾ പ്രസ്താവിക്കും. അദ്ദേഹം നല്ല മനുഷ്യർക്കിടയിലെ നീതിബോധമുള്ള ഒരുവൻ ആയതുകൊണ്ട് എല്ലാവരും അദ്ദേഹത്തെ അനുസരിക്കും. "ഗ്രാമത്തിൽ ഒരു അധ്യാപകൻ ഇല്ലാതാവുമ്പോൾ ബിഷപ്പ് വീണ്ടും ക്വിയറ താഴ്‌വരയിലെ കാര്യം ഉയർത്തിക്കാട്ടും. അദ്ദേഹം പറയും: "അവർ അവിടെ എന്താണ് ചെയ്യുന്നതെന്ന് നിങ്ങൾക്ക് അറിയാമോ? പത്തോ പതിനഞ്ചോ വീട്ടുകാർക്ക് ഒരു അധ്യാപകനെ സംരക്ഷിക്കാൻ കഴിഞ്ഞെന്നു വരില്ല. അതുകൊണ്ട് മൊത്തം താഴ്‌വാരത്തിനുമായി ഒരു അധ്യാപകൻ ഉണ്ടാവും. അയാൾ ഒരു ഗ്രാമത്തിൽനിന്നും മറ്റൊരു ഗ്രാമത്തിലേക്ക് ആഴ്ചകൾ ഇടവിട്ട് സഞ്ചരിച്ച് വേണ്ട നിർദേശങ്ങൾ കൊടുക്കും. ഈ അധ്യാപകൻ പ്രശംസനീയമായ രീതിയിൽ ജോലി ചെയ്യുന്നത്

ഞാൻ കണ്ടിട്ടുണ്ട്. അവരെ തിരിച്ചറിയുന്നത് തൊപ്പിയിലെ തൂവൽകൊണ്ടാണ്. വായിക്കാൻ മാത്രം പഠിപ്പിക്കുന്നവർക്ക് ഒരു തൂവൽ. കണക്കും വായനയും പഠിപ്പിക്കുന്നവർക്ക് രണ്ടു തൂവൽ. കണക്കും വായനയും ലാറ്റിനും പഠിപ്പിക്കുന്നവർക്ക് തൊപ്പിയിൽ മൂന്നു തൂവൽ കാണും. ഒടുവിൽ പറഞ്ഞ കൂട്ടർ മഹാപണ്ഡിതന്മാരാണ്. വിദ്യാഭ്യാസം ഇല്ലാതിരിക്കുന്നത് എന്തൊരു നാണക്കേടാണ്? ക്വിയറയിലെ മനുഷ്യരെ കണ്ടുപഠിക്കണം."

ഈ രീതിയിൽ ഗൗരവത്തോടെ പിതാവിനെപ്പോലെ അദ്ദേഹം സംസാരിക്കും. ഉദാഹരണങ്ങൾ കിട്ടിയില്ലെങ്കിൽ അദ്ദേഹം പറ്റിയ ഗുണപാഠകഥകൾ കണ്ടുപിടിക്കും. ചുരുക്കം വാചകങ്ങളും കൂടുതൽ സാദൃശ്യങ്ങളുമായി തന്റെ വിഷയത്തിലേക്ക് അദ്ദേഹം അനായാസം കടന്നുചെല്ലും. യേശുക്രിസ്തുവിനെപ്പോലെ പ്രേരിപ്പിക്കാനും വിശ്വസിപ്പിക്കാനും കഴിയുന്ന വാക്ചാതുര്യം അദ്ദേഹത്തിന് ഉണ്ടായിരുന്നു.

4. വാക്കുകൾക്ക് ഉത്തരമാകുന്ന വാക്കുകൾ

അദ്ദേഹത്തിന്റെ സംസാരം അനുനയിപ്പിക്കുന്നതും സരസവുമായിരുന്നു. തന്നോടൊപ്പം ഉള്ള രണ്ടു വൃദ്ധകളുമായും അദ്ദേഹം പൊരുത്തപ്പെട്ടു. എങ്കിലും ചിരിക്കുമ്പോൾ അദ്ദേഹത്തിന്റെ ചിരി ഒരു സ്കൂൾകുട്ടിയുടെതായിരുന്നു.

മദാം മഗ്ലാർ അദ്ദേഹത്തെ സാധാരണ, വലിയ യജമാനൻ എന്നാണു വിളിച്ചിരുന്നത്. ഒരുദിവസം തന്റെ ചാരുകസേരയിൽനിന്ന് എഴുന്നേറ്റ് ഒരു പുസ്തകം എടുക്കാൻവേണ്ടി അദ്ദേഹം സ്വന്തം വായനശാലയിലേക്ക് പോയി. ആ പുസ്തകം അലമാരയുടെ മുകളിലത്തെ തട്ടിലായിരുന്നു ഇരുന്നിരുന്നത്. പൊക്കം കുറവായതുകൊണ്ട് ബിഷപ്പിന് പുസ്തകത്തിൽ തൊടാൻ കഴിഞ്ഞില്ല. അദ്ദേഹം വിളിച്ചു പറഞ്ഞു:

"മദാം മഗ്ലാർ, വലിയ യജമാനന്റെ വലിപ്പം ഷെൽഫിന്റെ മുകൾത്തട്ടുവരെ എത്തുന്നില്ല. അതുകൊണ്ട് എനിക്ക് ഒരു കസേര എടുത്തുതരണം."

'ലാ'യിലെ പ്രഭ്വി അദ്ദേഹത്തിന്റെ ഒരു അകന്ന ബന്ധുവുമായിരുന്നു. 'മൂന്ന് ആൺമക്കളെപ്പറ്റിയുള്ള പ്രതീക്ഷകൾ' എന്ന് അവർ സ്വയം വിശേഷിപ്പിക്കുന്ന വിഷയത്തെപ്പറ്റി ബിഷപ്പിന്റെ സാന്നിധ്യത്തിൽ വിലയിരുത്താൻ കിട്ടുന്ന ഒരു അവസരവും 'ലാ'യിലെ പ്രഭ്വി പാഴാക്കിയിരുന്നില്ല. അവർക്ക് വാർധക്യംമൂലം മരിക്കാറായ ധാരാളം ബന്ധുക്കൾ ഉണ്ടായിരുന്നു. അവരുടെ സ്വത്തിന്റെ നിയമപരമായ പിൻതുടർച്ചക്കാർ പ്രഭ്വിയുടെ മൂന്ന് ആൺമക്കൾ ആയിരുന്നു. ഏറ്റവും ഇളയമകന് ഒരു വലിയമ്മാവിയിൽനിന്ന് നൂറായിരം ഫ്രാങ്ക് ലഭിക്കാനുണ്ട്. രണ്ടാമത്തെ മകന് അവന്റെ അമ്മാവനിൽനിന്ന് പ്രഭു എന്ന പദവി സ്വീകരിക്കണം. ഏറ്റവും മൂത്ത മകന് അവന്റെ അപ്പൂപ്പന്റെ കുലീനപദവിക്കാണ് അവകാശം. ഒരു അമ്മയുടെ സാധാരണവും നിഷ്കളങ്കവും ക്ഷമിക്കാൻ കഴിയുന്നതുമായ ഇത്തരം പൊങ്ങച്ചങ്ങൾ നിശ്ശബ്ദനായി കേട്ടുകൊണ്ടിരിക്കുകയാണ് ബിഷപ്പിന്റെ പതിവ്. ഒരിക്കൽ ഈ പിൻതുടർച്ചാവകാശങ്ങളുടെ വിശദവിവരങ്ങളുടെ വിവരണം അവസാനിപ്പിച്ച് അക്ഷമയോടെ പ്രഭ്വി ചോദിച്ചു:

"ചേട്ടൻ ഈ അവകാശങ്ങൾ സംബന്ധിച്ചുള്ള പ്രതീക്ഷകളെപ്പറ്റി എന്താണ് വിചാരിക്കുന്നത്?" അന്ന് അദ്ദേഹം സാധാരണ ഉള്ളതിലും കൂടുതൽ സ്വപ്നങ്ങൾ കണ്ടുകൊണ്ടിരുന്ന അവസ്ഥയിലായിരുന്നു.

"ഞാൻ വിചിത്രമായൊരു കാര്യമാണ് ആലോചിക്കുന്നത്. അതായത് ഞാൻ സെന്റ് അഗസ്റ്റിനിൽ വിശ്വസിക്കുന്നു. അദ്ദേഹത്തിന് പിൻതുടർച്ചക്കാർ ആരും ഇല്ലാത്തതുകൊണ്ട് നിങ്ങളുടെ പ്രതീക്ഷകൾ അദ്ദേഹത്തിൽ അർപ്പിക്കുന്നതായിരിക്കും ഏറ്റവും നല്ലത്."

മറ്റൊരു സന്ദർഭത്തിൽ നാട്ടിലെ ഒരു മാന്യന്റെ ചരമ അറിയിപ്പ് അദ്ദേഹത്തിന് ലഭിച്ചു. മരിച്ചുപോയ മാന്യന്റെ പ്രതാപങ്ങൾ മാത്രമല്ല, അദ്ദേഹത്തിന്റെ ബന്ധുക്കളുടെ സ്ഥാനമാനങ്ങളും ബഹുമതികളുംവരെ ആ കത്തിൽ വിശദമായി പ്രതിപാദിച്ചിരുന്നു. അദ്ദേഹം കത്തു വായിച്ചിട്ട് പറഞ്ഞു:

"എത്ര മഹനീയമായ മരണം. എത്ര വിസ്മയകരമായ ബഹുമതികളുടെ ഭാരമാണ് അദ്ദേഹം സന്തോഷമായി കൂടെ ചുമന്നുകൊണ്ടു പോകുന്നത്. അദ്ദേഹത്തിന്റെ ശവക്കല്ലറ പണിയുന്നവർ ഈ പൊങ്ങച്ചം മുഴുവൻ സംരക്ഷിക്കാൻ എന്തുമാത്രം പ്രയാസങ്ങൾ സഹിക്കേണ്ടിവരും."

ചില സമയങ്ങളിൽ അദ്ദേഹം ഗഹനമായ ആശയങ്ങളെ സൗമ്യമായ പരിഹാസങ്ങളാക്കി മാറ്റും. ഒരിക്കൽ ഈസ്റ്റർ നൊയമ്പുകാലത്ത് ഒരു യുവപുരോഹിതൻ ഡിയിൽ എത്തി പള്ളിയിൽവച്ച് ഒരു മതപ്രസംഗം നടത്തി. അദ്ദേഹത്തിന്റെ വിഷയം ഉദാരതയായിരുന്നു. നല്ല വാക്ചാതുര്യത്തോടെ അദ്ദേഹം അതു നിർവഹിക്കുകയും ചെയ്തു. നരകത്തിലെ പീഡനമുറകൾ അദ്ദേഹം ഏറ്റവും ഭയാനകമായ രീതിയിൽ വിശദീകരിച്ചു. അവയിൽനിന്നു രക്ഷനേടാൻ ദരിദ്രർക്ക് ദാനം ചെയ്യാൻ ധനികരോട് അദ്ദേഹം ആഹ്വാനം ചെയ്തു. ആരും ആഗ്രഹിച്ചുപോകുന്ന തരത്തിലും ആരേയും ആകർഷിക്കുന്ന തരത്തിലും അദ്ദേഹം സ്വർഗത്തിന്റെ വർണനകൾ നടത്തി. ആ സ്വർഗത്തിലേക്ക് അദ്ദേഹം ധനികരെ മാടിവിളിച്ചു. കേൾവിക്കാർക്കിടയിൽ താണതരം തുണികളും കമ്പിളിയും നിർമിച്ച് രണ്ടുകോടിയുടെ സ്വത്ത് കുന്നുകൂട്ടിയ എം ഗെബോറാങ് എന്നു പേരുള്ള ഒരു പഴയ വ്യവസായിയും ഉൾപ്പെട്ടിരുന്നു. ജീവിതത്തിൽ ഈ നിമിഷംവരെ എം ഗെബോറാങ് ഒരു ഭാഗ്യദോഷിക്കും ഒരു പെനിപോലും ദാനം നൽകിയിരുന്നില്ല. എന്നാൽ യുവപുരോഹിതന്റെ മതപ്രസംഗം കേട്ടതിനുശേഷം എല്ലാ ഞായറാഴ്ചയും ഭദ്രാസനപ്പള്ളിയുടെ പുറത്ത് ഇരിക്കാറുള്ള ഭിക്ഷക്കാരിയായ വൃദ്ധയ്ക്ക് ഒരു പെനി അദ്ദേഹം സ്ഥിരമായി ഭിക്ഷകൊടുക്കാൻ തുടങ്ങി. അതു പങ്കിടാൻ അവിടെ അവർ ആറുപേർ ഉണ്ടായിരുന്നു. ഒരുദിവസം എം ഗെബോറാങ് ഈ മഹത്തായ ദാനം പ്രവർത്തികമാക്കിക്കൊണ്ടിരിക്കുന്ന രംഗം ബിഷപ്പ് കാണാൻ ഇടയായി. ഈ രംഗം കണ്ടുനിന്ന ബിഷപ്പ് സഹോദരിയോട് പറഞ്ഞു:

"അങ്ങോട്ട് നോക്കിയാൽ സ്വർഗത്തിനുള്ളിൽ ഒരു പെനിക്കുകിട്ടുന്ന സ്ഥലം എം ഗെബോറാങ് വാങ്ങുന്നതു നേരിട്ടുകാണാം."

ഒരിക്കൽ ബിഷപ്പ് ഏതോ പരോപകാരത്തിനുവേണ്ടിയുള്ള അഭ്യർഥന നടത്തിക്കൊണ്ടിരിക്കുമ്പോൾ ആരോ അതു നിഷേധിച്ചു. കേൾവിക്കാരനെ ചിന്തിപ്പിക്കാൻ ഉതകുന്ന വാക്കുകൾക്കുവേണ്ടി അദ്ദേഹത്തിന് ഒട്ടും കാത്തുനിൽക്കേണ്ടി വന്നില്ല. ഒരിക്കൽ നഗരത്തിലെ ഒരു പൊതുസ്ഥലത്തുവച്ച് പാവങ്ങൾക്കുവേണ്ടിയുള്ള ദാനങ്ങൾ അദ്ദേഹം സ്വീകരിക്കുകയായിരുന്നു. ഷാംപ്തേർസിലെ പ്രഭുവും അന്ന് അവിടെ വന്നിട്ടുണ്ടായിരുന്നു. ധനവാനായിരുന്നെങ്കിലും പ്രഭു വലിയ പിശുക്കനായിരുന്നു. പ്രഭു ഒരേസമയം അമിതമായ രാജഭക്തിയും

സ്വതന്ത്രചിന്തയും പ്രകടിപ്പിക്കുന്നതിൽ സമർഥനായിരുന്നു. അദ്ദേഹം ഈ ഇനത്തിലുള്ള മനുഷ്യരുടെ ഏക ഉദാഹരണമാണെന്ന് ആരും പറയില്ല. പ്രഭുവിന്റെ അടുത്തെത്തിയപ്പോൾ ബിഷപ്പ് അദ്ദേഹത്തെ തൊട്ട് വിളിച്ചുകൊണ്ട് പറഞ്ഞു:

"ശ്രീമാൻ പ്രഭു, നിങ്ങൾ എനിക്ക് എന്തെങ്കിലും തരണം." പ്രഭു ഒരു വരണ്ട മറുപടിയാണ് പറഞ്ഞത്.

"ബിഷപ്പ് ഒരു കാര്യം മനസിലാക്കണം. എനിക്ക് സ്വന്തമായി ധാരാളം ദരിദ്രരുണ്ട്." ബിഷപ്പിന്റെ മറുപടി പെട്ടെന്നായിരുന്നു.

"എങ്കിൽ അവരെ എനിക്കു തരൂ."

ഒരുദിവസം ഭദ്രാസനപ്പള്ളിയിൽ ബിഷപ്പ് പ്രഭാഷണം നടത്തുകയായിരുന്നു:

"പ്രിയപ്പെട്ട സഹോദരങ്ങളെ, സുഹൃത്തുക്കളെ, ഫ്രാൻസിൽ പതിമൂന്നു ലക്ഷത്തി ഇരുപതിനായിരത്തോളം മൂന്നു കതകുകളുള്ള കുടിലുകളുണ്ട്. പതിനെട്ടുലക്ഷത്തി പതിനേഴായിരം ഒരു കതകും ഒരു ജനലും ഉള്ള കുടിലുകൾ ഉണ്ട്. കൂടാതെ മൂന്നു ലക്ഷത്തിനാൽപ്പത്തി ആറായിരം ഒരു വാതിൽ മാത്രമുള്ള മുറികൾ ഉണ്ട്. വാതിലുകളുടെയും ജനലുകളുടെയും ചുങ്കം അനുസരിച്ചുള്ള കണക്കാണിത്. വൃദ്ധകളും കുഞ്ഞുങ്ങളും താമസിക്കുന്ന ഈ കുടിലുകളിൽ പനിയും രോഗവും എത്ര സർവസാധാരണമാണെന്ന് ചിന്തിച്ചിട്ടുണ്ടോ? എന്തു ചെയ്യാൻ കഴിയും. ദൈവം മനുഷ്യന് വെളിച്ചം നൽകുന്നു. നിയമം ആ വെളിച്ചം വിൽക്കുന്നു. ഞാൻ നിയമത്തെ കുറ്റപ്പെടുത്തുകയല്ല. ദൈവത്തെ പുകഴ്ത്തുകയാണ്. ഇസ്രായേലിലും വാറിലും ആൽപ്സിലും കർഷകർക്ക് കൈവണ്ടികൾ പോലും ഇല്ല. അവിടെ വളം അവർ തലയിലും ചുമലിലും ചുമന്നാണ് കൊണ്ടുപോകുന്നത്. അവർക്ക് മെഴുകുതിരികൾ ഇല്ല. പകരം പൈൻമരത്തിന്റെ കമ്പുകളും ടാറിൽ മുക്കിയെടുത്ത കയറുമാണ് അവർ കത്തിക്കുന്നത്. ഡ്യൂഫൈനിലെ ഉയർന്ന പ്രദേശങ്ങളിലും അതേ അവസ്ഥതന്നെയാണ്. അവിടെ അവർ ആറുമാസത്തിൽ ഒരിക്കലാണ് റൊട്ടി ഉണ്ടാക്കുന്നത്. പാടത്തുനിന്നു കിട്ടുന്ന അവശിഷ്ടങ്ങൾ കൊണ്ടാണ് അവർ അത് ചുട്ടെടുക്കുന്നത്. മഞ്ഞുകാലത്ത് അതിന്റെ കട്ടികൂടിയിട്ട് മുറിക്കണമെങ്കിൽ കോടാലി വേണ്ടിവരുന്ന സ്ഥിതിയാണ്. അതിനുശേഷം ഇരുപത്തിനാലു മണിക്കൂറെങ്കിലും കുതിർത്തുവച്ചതിനു ശേഷമാണ് അവർക്ക് അതു കഴിക്കാൻ കഴിയുന്നത്. പ്രിയ സഹോദരങ്ങളെ, അതുകൊണ്ട് നിങ്ങൾ അനുകമ്പ കാട്ടണം. നിങ്ങളുടെ ചുറ്റുമുള്ള ദുരിതങ്ങൾ നിങ്ങൾ ശ്രദ്ധിക്കാതിരിക്കരുത്."

പ്രൊവൻകാളിൽ ജനിച്ചതുകൊണ്ട് തെക്കൻ പ്രദേശത്തിന്റെ സംസാരശൈലികൾ എല്ലാംതന്നെ അദ്ദേഹത്തിന് നല്ല വശമുണ്ടായിരുന്നു. ആളുകളുടെ ഹൃദയങ്ങളിലേക്ക് കടന്നുചെല്ലാൻ അതുകൊണ്ട് അദ്ദേഹത്തിന് വളരെ എളുപ്പമായിരുന്നു. കുടിലിലും കൊട്ടാരത്തിലും സ്വന്തം വീട്ടിലും ഒരേപോലെയായിരുന്നു അദ്ദേഹം പെരുമാറിയിരുന്നത്. ഏറ്റവും വലിയ കാര്യങ്ങൾപോലും സർവസാധാരണമായ ഭാഷയിൽത്തന്നെ വ്യക്തമാക്കാൻ അദ്ദേഹത്തിനു കഴിഞ്ഞിരുന്നു. നാട്ടുഭാഷയിലുള്ള അദ്ദേഹത്തിന്റെ പ്രസംഗങ്ങൾ മനുഷ്യരുടെ ആത്മാവിലേക്ക് പ്രവേശിക്കുകയായിരുന്നു.

ധനികരോടും ദരിദ്രരോടും അദ്ദേഹത്തിന്റെ പെരുമാറ്റം ഏതാണ്ട് ഒരുപോലെയായിരുന്നു.

ഒരു കാര്യത്തിനും ആരെയും അദ്ദേഹം പെട്ടെന്നു ശപിച്ചില്ല. അദ്ദേഹം സ്വയം തന്നെപ്പറ്റി ഒരു 'പഴയപാപി' എന്നു പറയാറുണ്ടായിരുന്നു. ഒരു കർക്കശക്കാരനിൽനിന്ന് അകന്നുനിൽക്കുന്നതുപോലെ അദ്ദേഹത്തിൽനിന്ന് ഒരുകാലത്തും അകന്നുനിൽക്കേണ്ട അവസ്ഥ ആർക്കും ഉണ്ടായിട്ടില്ല. വിശിഷ്ട വ്യക്തികൾ കണ്ണുരുട്ടിയാലും അദ്ദേഹം പരസ്യമായി പ്രഖ്യാപിക്കുന്ന ഒരു സിദ്ധാന്തം ഉണ്ട്. ആ സിദ്ധാന്തത്തെ ഏതാണ്ട് താഴെപ്പറയുന്ന രീതിയിൽ വിവരിക്കാൻ കഴിയും.

"മനുഷ്യന് ഒരു ശരീരമുണ്ട്. അത് അവനു കിട്ടിയ നിമിഷത്തിൽത്തന്നെ അവന്റെ ചുമടും പ്രലോഭനവുമാണ്. അവൻ അതിനെ വലിച്ചുകൊണ്ടു നടക്കുകയും അതിനു കീഴടങ്ങുകയും ചെയ്യും. അവൻ അതിനെ ശ്രദ്ധിക്കണം. അതിനെ ബലമായി കെട്ടിയിടണം. അതിനെ അടിച്ചമർത്തണം. അറ്റകൈയ്ക്കുമാത്രമേ അവൻ അതിനെ അനുസരിക്കാൻ പാടുള്ളൂ. അപ്പോൾപ്പോലും അതിനെ അനുസരിക്കുന്നത് ഒരു തെറ്റാകാൻ ആണു സാധ്യത. അതൊരു വീഴ്ചയാണ്. എങ്കിൽപ്പോലും പ്രാർഥനയിൽ അവസാനിക്കുന്ന മുട്ടുകുത്തിയുള്ള ഒരു വീഴ്ചയായി അതിനെ മാറ്റിയെടുക്കാൻ അവൻ ശ്രദ്ധിക്കണം.

സന്യാസിയാകുന്നത് സാധാരണകാര്യമല്ല. നിയമാനുസൃതം സത്യസന്ധൻ ആയാൽ മതിയാകും. തെറ്റുകാരനോ കുറ്റവാളിയോ പാപിയോ ആയാലും സത്യസന്ധനായിരിക്കുക."

"ഏറ്റവും അവസാനം നിവൃത്തിയില്ലാതെ വരുമ്പോൾ മാത്രം പാപം ചെയ്യുക എന്നതാണ് മനുഷ്യന്റെ നിയമം. പാപം ഇല്ലാതെ ജീവിക്കുക എന്നത് മാലാഖയുടെ സ്വപ്നമാണ്. പാപം ഒരു ആകർഷണമാണ്."

എന്തിനെങ്കിലും എതിരായി ധാർമികരോഷംകൊണ്ടുള്ള ബഹളം വർധിക്കുമ്പോൾ അദ്ദേഹം ചിരിച്ചുകൊണ്ട് പറയും:

"എല്ലാവരും കുറ്റക്കാരാകുന്ന ഒരു വലിയ കുറ്റകൃത്യം ഇവിടെ നടന്നിട്ടുണ്ടെന്ന് തോന്നുന്നു. മനുഷ്യന്റെ കാപട്യത്തിന് സ്വയം പ്രതിരോധിച്ച് ഒളിച്ചിരിക്കാനുള്ള തിടുക്കം കണ്ടോ."

സ്ത്രീകളോടും സമൂഹത്തിന്റെ കൂടുതൽ ഭാരവും ചുമക്കേണ്ടിവരുന്ന പാവപ്പെട്ടവരോടും അദ്ദേഹത്തിന് കൂടുതൽ ദാക്ഷിണ്യം ഉണ്ടായിരുന്നു. അദ്ദേഹം പറഞ്ഞു:

"സ്ത്രീകളുടെയും കുട്ടികളുടെയും ജോലിക്കാരുടെയും ബലഹീനരുടെയും ധാർമികരോഷം ഉള്ളവരുടെയും അറിവില്ലാത്തവരുടെയും തെറ്റുകൾ, അവരുടെ ഭർത്താക്കന്മാരുടെയും അച്ഛന്മാരുടെയും യജമാനന്മാരുടെയും ശക്തന്മാരുടെയും അധ്യാപകന്മാരുടെയും ധനികന്മാരുടെയും ബുദ്ധിമാന്മാരുടെയും തെറ്റുകളാണ്." മറ്റു ചില സന്ദർഭങ്ങളിൽ അദ്ദേഹം പറഞ്ഞു: "വിവരം ഇല്ലാത്തവരെ നിങ്ങളുടെ കഴിവിന്റെ അങ്ങേയറ്റം പഠിപ്പിക്കുക. എല്ലാവർക്കും വേണ്ട നിർദേശങ്ങൾ കൊടുക്കാത്തത് സമൂഹത്തിന്റെ അപരാധമാണ്. ആത്മാവിനെ ഇരുട്ടിൽ അലയാൻ വിട്ടാൽ അതു തീർച്ചയായും പാപം ചെയ്തിരിക്കും. തെറ്റുകാരൻ കുറ്റം ചെയ്യുന്നവനല്ല. അവന്റെ അജ്ഞതയ്ക്ക് കാരണക്കാരൻ ആയവനാണ്."

നമ്മൾ കണ്ടതുപോലെ അദ്ദേഹം കാര്യങ്ങൾ തീരുമാനിക്കുന്നത് ഒരു പ്രത്യേക രീതിയിൽ ആയിരുന്നു. സുവിശേഷ പുസ്തകത്തിൽനിന്ന് അദ്ദേഹം നേടിയെടുത്തതാവണം ഈ രീതിയെന്ന് എനിക്ക് സംശയം ഉണ്ട്.

ഒരു ആൾക്കൂട്ടത്തിൽ വച്ച് വാദം ഉടൻ തുടങ്ങാൻ പോകുന്ന ഒരു ക്രിമിനൽ കേസിനെപ്പറ്റി അദ്ദേഹം കേൾക്കാൻ ഇടയായി. ഒരു പട്ടിണിക്കാരൻ ജീവിക്കാൻ മാർഗം ഇല്ലാതെ ഭാര്യയോടും കുട്ടിയോടും ഉള്ള സ്നേഹം കാരണം കള്ളനാണയങ്ങൾ നിർമിച്ചു. ആ കാലത്ത് കള്ളനാണയങ്ങൾ നിർമിക്കുന്നവന് വധശിക്ഷ ലഭിച്ചിരുന്നു. അയാൾ നിർമിച്ച ആദ്യ നാണയം വിനിമയം നടത്തുമ്പോൾത്തന്നെ അയാളുടെ ഭാര്യ അറസ്റ്റിലായി. അവൾ കുറ്റം നിഷേധിച്ചു. അവർ എത്ര നിർബന്ധിച്ചിട്ടും അവൾ അതിൽത്തന്നെ ഉറച്ചുനിന്നു. ഈ അവസരത്തിൽ നിയമപാലകൻ മറ്റൊരു കൗശലം പ്രയോഗിക്കാൻ പദ്ധതിയിട്ടു. കുറേ തുണ്ടുകടലാസുകൾ ചേർത്തുവച്ച് വായിച്ച് അവളുടെ ഭർത്താവിന് മറ്റൊരു സ്ത്രീ എഴുതിയ എഴുത്താണെന്ന് അവളെ തെറ്റിദ്ധരിപ്പിച്ചു. ഭർത്താവ് അവളെ ചതിക്കുകയാണെന്നും അവൾക്ക് മറ്റൊരു എതിരാളി ഉണ്ടെന്നും അയാൾ അവളെ ബോധ്യപ്പെടുത്തി. ഉടൻതന്നെ അസൂയകൊണ്ട് പ്രകോപിതയായ അവൾ ഭർത്താവിനെ തള്ളിപ്പറഞ്ഞു. എല്ലാ കാര്യങ്ങളും അവൾ ഏറ്റുപറഞ്ഞു. അങ്ങനെ അയാൾ ചെയ്ത കുറ്റം തെളിയിക്കപ്പെട്ടു. ഏതാനും ദിവസങ്ങൾക്കകം 'ഐ'യിൽ അയാളെ വിചാരണ ചെയ്യും. കൂട്ടാളിയുടെ മൊഴി അനുസരിച്ച് അയാൾക്ക് ശിക്ഷ ലഭിക്കുമെന്ന് ഉറപ്പായിരുന്നു. കഥ കേട്ടുകഴിഞ്ഞപ്പോൾ ആ ഉദ്യോഗസ്ഥന്റെ കൗശലം എല്ലാവർക്കും നിർവൃതിയുളവാക്കി. അസൂയകൊണ്ട് കോപത്തിനു തീകൊളുത്തി സത്യം അയാൾ വെളിച്ചത്തുകൊണ്ടുവന്നു എന്നായിരുന്നു പൊതു അഭിപ്രായം. ബിഷപ്പ് ഇതെല്ലാം നിശ്ശബ്ദനായി കേട്ടുകൊണ്ടുനിന്നു. എല്ലാം അവസാനിച്ചപ്പോൾ അദ്ദേഹം ചോദിച്ചു:

"എവിടെയാണ് ഇവരെ വിചാരണ ചെയ്യുന്നത്?"

"ഐയിലെ കോടതിയിൽ."

"ഉദ്യോഗസ്ഥനെ എവിടെയാണ് വിചാരണ ചെയ്യുന്നത്?"

ഇതിനിടയിൽ ഡിയിൽ ദു:ഖകരമായ ഒരു സംഭവം നടന്നു. കൊലപാതകത്തിന് ഒരാളെ മരണശിക്ഷയ്ക്ക് വിധിച്ചു. നല്ലരീതിയിൽ വിദ്യാഭ്യാസം കിട്ടിയിരുന്നില്ലെങ്കിലും അയാൾ പൂർണമായും കാര്യവിവരം ഇല്ലാത്തവൻ ആയിരുന്നില്ല. അയാൾ ഉത്സവസ്ഥലങ്ങളിൽ ചെപ്പടിവിദ്യകൾ കാണിക്കുന്നവൻ ആയിരുന്നു. മറ്റുള്ളവർക്കുവേണ്ടി എഴുത്തുകൾ എഴുതുന്ന ജോലിയും അയാൾക്ക് ഉണ്ടായിരുന്നു. അയാളുടെ വധശിക്ഷ നടപ്പാക്കുന്നതിന്റെ തലേന്ന് ജയിലിലെ പാതിരി അസുഖം ബാധിച്ച് കിടപ്പിലായി. അയാളുടെ അവസാന നിമിഷങ്ങൾ കൈകാര്യം ചെയ്യാൻ ജയിൽ അധികൃതർക്ക് ഒരു പുരോഹിതന്റെ ആവശ്യം വന്നുചേർന്നു. പുരോഹിതനുവേണ്ടി അവർ ആളയച്ചു. പക്ഷേ, അടുത്ത ഇടവകയിലെ പുരോഹിതൻ അവരുടെ ആവശ്യം നിരസിക്കുകയായിരുന്നു. അദ്ദേഹം പറഞ്ഞു:

"ഇത് എന്റെ ജോലിയല്ല. ഇത്തരം കഷ്ടപ്പാടുകൾ സഹിക്കേണ്ടകാര്യം എനിക്കില്ല. പോരാത്തതിന് എനിക്ക് ശരീരത്തിന് നല്ല സുഖം തോന്നുന്നില്ല. ആല്ലെങ്കിൽത്തന്നെ അത് എന്റെ സ്ഥലമല്ല."

പുരോഹിതന്റെ മറുപടി ബിഷപ്പിന്റെ അറിവിലേക്കുവേണ്ടി അവർ എഴുതി അറിയിച്ചു. ബിഷപ്പ് പറഞ്ഞു: "പുരോഹിതൻ പറഞ്ഞത് ശരിയാണ്, അത് അയാളുടെ സ്ഥലമല്ല, എന്റേതാണ്."

അപ്പോൾത്തന്നെ അദ്ദേഹം ജയിലിലേക്ക് പോയി. കുറ്റവാളിയെ പാർപ്പി

ച്ചിരുന്ന അറയുടെ അടുത്തെത്തി, അയാളെ പേരെടുത്തു വിളിച്ചു. അയാളുടെ കൈകളിൽ ബലമായി പിടിച്ചുകൊണ്ട് അയാളോടു സംസാരിച്ചു. ഭക്ഷണവും ഉറക്കവും മറന്ന് ഒരുദിവസം മുഴുവൻ അദ്ദേഹം അയാളോടൊപ്പം ചെലവഴിച്ചു. കുറ്റവാളിയുടെ ആത്മാവിനുവേണ്ടി അന്നു മുഴുവൻ പ്രാർഥനയിൽ പങ്കുചേരാൻ അദ്ദേഹം ഉപദേശിച്ചു. അദ്ദേഹം അച്ഛനും ജ്യേഷ്ഠനും സുഹൃത്തുമായിമാറി. ആശീർവദിക്കുമ്പോൾ മാത്രം അദ്ദേഹം ബിഷപ്പായി. ആ മനുഷ്യൻ ഹതാശനായി മരിക്കുകയായിരുന്നു. മരണം അയാൾക്ക് ഒരു അഗാധഗർത്തമായിരുന്നു. ഭയാനകമായ ആ കുഴിയുടെ അരികിൽ അയാൾ വിറച്ചുകൊണ്ടു നിൽക്കുകയായിരുന്നു. അയാളുടെ വധശിക്ഷ ഉയർത്തിയ ഭീതിജനകമായ ആഘാതം ബിഷപ്പിന്റെ ഇടപെടൽമൂലം തകർന്നുപോയി എന്നുവേണമെങ്കിൽ പറയാം. മരണത്തിനുശേഷമുള്ള നിഗൂഢതകളിൽനിന്ന് നമ്മെ വേർപെടുത്തുന്ന മതിൽ അയാൾ തിരിച്ചറിഞ്ഞു. അതിനെയാണല്ലോ നമ്മൾ ജീവിതം എന്നു പറയുന്നത്. ജീർണാവസ്ഥയിൽ ഈ ലോകത്തിനപ്പുറത്തേക്ക് കണ്ണുംനട്ടിരുന്ന അയാൾ ഇരുട്ടുമാത്രമായിരുന്നു കണ്ടുകൊണ്ടിരുന്നത്. ബിഷപ്പ് അയാൾക്ക് വെളിച്ചം കാണിച്ചുകൊടുത്തു.

അടുത്ത ദിവസം ആ പാവത്തിനെ കൊണ്ടുപോകാൻ ആളുകൾ എത്തിയപ്പോൾ ബിഷപ്പും അയാളോടൊപ്പം അവിടെത്തന്നെ ഉണ്ടായിരുന്നു. അദ്ദേഹം അയാളോടൊപ്പം നടന്നു. കഴുത്തിൽ കുരുക്കിട്ട കയറുമായിനിന്ന ആ പാവത്തിന്റെ തൊട്ടടുത്തുതന്നെ കഴുത്തിൽ ബിഷപ്പിന്റെ കുരിശുമായി വയലറ്റ് വേഷത്തിൽ ബിഷപ്പും ഉണ്ടായിരുന്നു.

അയാളോടൊപ്പം ബിഷപ്പും കാളവണ്ടിയിൽക്കയറി. മരണത്തട്ടിലേക്ക് അയാളുടെ കൂടെത്തന്നെ ബിഷപ്പും കയറി. വൈകിട്ട് ഭയന്നുവിറച്ചിരുന്ന അയാളുടെ മുഖം ഇപ്പോൾ പ്രതീക്ഷാനിർഭരമായിരുന്നു. തന്റെ ആത്മാവിന് സമാധാനം ലഭിച്ചതായി അയാൾക്ക് തോന്നി. അയാൾക്ക് ദൈവത്തിൽ വിശ്വാസം വന്നിരുന്നു. ബിഷപ്പ് അയാളെ ആലിംഗനം ചെയ്തു. കോടാലി വീഴുന്നതിന് തൊട്ടുമുൻപ് അദ്ദേഹം അയാളോട് പറഞ്ഞു:

“മനുഷ്യർ വധിക്കുന്നവരെ ദൈവം വീണ്ടെടുക്കും. സഹോദരങ്ങൾ ഉപേക്ഷിച്ചവനെ പിതാവ് സ്വീകരിക്കും. പ്രാർഥിക്കുക-വിശ്വസിക്കുക. ജീവിതത്തിലേക്ക് പ്രവേശിക്കുക. നിന്റെ പിതാവ് അവിടെയുണ്ട്.”

മരത്തട്ടിൽനിന്ന് ഇറങ്ങിവരുന്ന അദ്ദേഹത്തിന്റെ മുഖത്തു നോക്കാൻ കഴിയാതെ മനുഷ്യർ തലകുനിച്ചു. അത്ഭുതകരമായിത്തോന്നിയത് അദ്ദേഹത്തിന്റെ മുഖത്തു കണ്ടത് വിളർച്ചയാണോ അതോ പ്രശാന്തതയാണോ എന്ന് തിരിച്ചറിയാൻ കഴിഞ്ഞില്ല എന്നതാണ്. അദ്ദേഹം തമാശയായി കൊട്ടാരം എന്നു വിളിക്കുന്ന തന്റെ ചെറിയ വീട്ടിലേക്ക് കയറുന്നതിനിടയിൽ ബിഷപ്പ് സഹോദരിയോടു പറഞ്ഞു: “ഞാൻ മഹാപുരോഹിതന് പകരക്കാരനായിരുന്നു.”

ഉദാത്തമായ കാര്യങ്ങൾ പലപ്പോഴും മനുഷ്യർ ഉൾക്കൊണ്ടെന്നുവരില്ല. ബിഷപ്പിന്റെ പെരുമാറ്റം കാപട്യമാണെന്ന് നഗരത്തിൽ ചിലരെങ്കിലും അഭിപ്രായപ്പെട്ടു. പക്ഷേ, ഈ അഭിപ്രായങ്ങളെല്ലാം നഗരത്തിലെ ധനികരുടെ ഇടയിൽ മാത്രം ഒതുങ്ങിനിന്നു. വിശുദ്ധകർമങ്ങളിൽ അനാവശ്യലക്ഷ്യങ്ങൾ കണ്ടെത്താൻ ശ്രമിക്കാത്ത ആളുകൾ അദ്ദേഹത്തെ പ്രശംസിച്ചു. അവർ കൂടുതൽ അലിവുള്ളവരായി.

ബിഷപ്പിനെ സംബന്ധിച്ചിടത്തോളം മനുഷ്യനെ കൊല്ലാനുള്ള ആ യന്ത്രം ഞെട്ടലാണ് ഉണ്ടാക്കിയത്. അതിൽനിന്ന് കരകയറാൻ അദ്ദേഹം വളരെക്കാലമെടുത്തു.

ആ മരത്തട്ടിന്റെ നിർമാണസമയത്ത് അതിന് ഒരു മായാദൃശ്യത്തിന്റെ പരിവേഷമായിരുന്നു. വധശിക്ഷയോട് നമ്മൾ ഉദാസീനരായിരിക്കാം. സ്വന്തം കണ്ണുകൊണ്ട് ഗില്ലറ്റിൻ കാണുന്നതുവരെ വധശിക്ഷ വേണോ വേണ്ടയോ എന്ന് നമ്മൾ തീർപ്പുപറയാനുള്ള സാധ്യതയില്ല. പക്ഷേ, അതു കണ്ടുകഴിയുമ്പോൾ നമുക്കുണ്ടാകുന്ന തീക്ഷ്ണമായ ആഘാതംമൂലം വധശിക്ഷ വേണോ വേണ്ടയോ എന്ന സംശയത്തിന് ഒരു തീരുമാനം പറയാതെ കഴിയില്ല. മയിസ്തറെ*പ്പോലെ ചിലർ അതിനെ പ്രശംസിക്കുന്നു. ബിക്കാറിയായെപ്പോലെ ചിലർ അതിനെ ശപിക്കുന്നു. നിയമത്തിന്റെ ഘനീഭവിച്ച രൂപമാണ് ഗില്ലറ്റിൻ. അതിന് പ്രതികാരദാഹി എന്നും പേരുണ്ട്. അത് ഒരിക്കലും നിഷ്പക്ഷത പ്രകടിപ്പിക്കില്ല. നിങ്ങളെ നിഷ്പക്ഷനായി തുടരാനും അതു സമ്മതിക്കില്ല. അതു കാണുന്നവൻ ഏറ്റവും നിഗൂഢമായ വിറയലിന് അടിമപ്പെടും. സമൂഹത്തിലെ എല്ലാ ചോദ്യം ചെയ്യലുകളുടെയും മുന നീളുന്നത് ഈ കോടാലിയിലേക്കാണ്. തലവെട്ടുന്ന ആ പീഠം ഒരു ദർശനമാണ്. അത് വെറും ചട്ടക്കൂടല്ല. യന്ത്രമല്ല. തടിയും ഇരുമ്പും വടവും കൊണ്ട് നിർമിച്ച ഒരു യന്ത്രഘടനയല്ല. നമുക്ക് അപരിചിതമായ ഏതോ ഇരുളിൽ പിറവിയെടുത്ത ഒരു പ്രത്യേകതരം ജീവിയാണ് ഗില്ലറ്റിൻ. അതിന്റെ ചട്ടക്കൂടിന് കാഴ്ചയുണ്ടെന്നും അതിന്റെ യന്ത്രത്തിന് കാര്യങ്ങൾ മനസിലാകുന്നുണ്ടെന്നും അതിന്റെ തടിക്കും ഇരുമ്പിനും വടത്തിനും ഇച്ഛാശക്തിയുണ്ടെന്നും അതിന്റെ യന്ത്രഘടനയ്ക്ക് എല്ലാം ഉൾക്കൊള്ളാൻ കഴിയുന്നുണ്ടെന്നും ഒരുവന് വേണമെങ്കിൽ പറയാം. അതിന്റെ സാന്നിധ്യം മനസിൽ കരുപ്പിടിപ്പിക്കുന്ന ഭയത്തെ അതു നിർവഹിക്കുന്ന ഭയാനകമായ ജോലിയിലൂടെ ആ മരത്തട്ട് സാധൂകരിക്കുന്നു. ആ മരത്തട്ട് കൊല്ലുന്നവന്റെ കൂട്ടാളിയാണ്. അത് ആർത്തി കാണിക്കുന്നു. അതു പച്ചമാംസം ഭക്ഷിക്കുന്നു. രക്തം കുടിക്കുന്നു. ഗില്ലറ്റിൻ വിധികർത്താവും പണിക്കാരനും ചേർന്നു നിർമിച്ച ഒരു വികൃതജന്തുവാണ്. സ്വയം നടത്തിയെടുക്കുന്ന മരണങ്ങളിൽനിന്നും രക്തം ഊറ്റിക്കുടിച്ച് വൃത്തികെട്ട ജീവിതം നയിക്കുന്ന ഒരു പിശാചാണ് ഗില്ലറ്റിൻ.

വധശിക്ഷകഴിഞ്ഞ് അടുത്ത ദിവസം മാത്രമല്ല പിന്നീടുവന്ന പലദിവസങ്ങളിലും അദ്ദേഹത്തിന്റെ ജീവിതത്തിൽ അതു ചെലുത്തിയ സ്വാധീനം വളരെ ആഴത്തിലുള്ളതും അസഹനീയവുമായിരുന്നു. ബിഷപ്പ് തടഞ്ഞു നിർത്താൻ കഴിയാത്ത ഏതോ ചിന്തയിലാണെന്ന് തോന്നി. പിന്നീട് മരണനിമിഷത്തിന്റെ തീക്ഷ്ണമായ നിശ്ചലത ഏതാണ്ട് അപ്രത്യക്ഷമായി. വീണ്ടും സാമൂഹ്യനീതിയെപ്പറ്റിയുള്ള മനോരഥങ്ങൾ ബിഷപ്പിനെ കീഴ്പ്പെടുത്തിത്തുടങ്ങി. സ്വന്തം പ്രവൃത്തികളെ സാധാരണ തിളക്കമാർന്ന സംതൃപ്തിയോടെ കണ്ടിരുന്ന ബിഷപ്പ് ഇപ്പോൾ അവയെ ആത്മപരിശോധനയ്ക്ക് വിധേയമാക്കുന്നതായി തോന്നി. പലപ്പോഴും അദ്ദേഹം താഴ്ന്ന ശബ്ദത്തിൽ ദു:ഖകരമായ കാര്യങ്ങൾ തനിയെ സംസാരിച്ചുകൊണ്ടിരുന്നു. ഒരുദിവസം അദ്ദേഹത്തിന്റെ സഹോദരി ഈ സംസാരം കേട്ടു:

---

* ഫ്രാൻസിലെ പ്രശസ്തനായ എഴുത്തുകാരൻ, രാജഭക്തൻ, പണ്ഡിതൻ.

"അത് ഇത്രയും ബീഭത്സമാണെന്ന് ഞാൻ ഒരിക്കലും കരുതിയില്ല. മനുഷ്യന്റെ നിയമങ്ങളെപ്പറ്റി മനസിലാക്കാതെ ദൈവീകനിയമങ്ങളിൽ മാത്രം ശ്രദ്ധകേന്ദ്രീകരിക്കുന്നത് ശരിയല്ല. മരണം ദൈവത്തിനുള്ളതാണ്. അറിയപ്പെടാത്ത മരണത്തെ സ്പർശിക്കാനുള്ള എന്ത് അവകാശമാണ് മനുഷ്യനുള്ളത്?"

കാലം ഈ തോന്നലുകളെ അദ്ദേഹത്തിന്റെ മനസിൽനിന്നും മായ്ച്ചുകളഞ്ഞു. എന്നിരുന്നാലും വധശിക്ഷ നടക്കുന്ന സ്ഥലത്തേക്ക് പിന്നീട് ബിഷപ്പ് പോയിരുന്നില്ല എന്നാണ് അറിയാൻ കഴിയുന്നത്.

രോഗികളുടെയും മരണശയ്യയിലായവരുടെയും അടുത്തേക്ക് എം മിറിയേലിനെ എപ്പോൾ വേണമെങ്കിലും ക്ഷണിക്കാം. തന്റെ ഏറ്റവും ഉയർന്ന ചുമതലയും ജോലിയും അതാണെന്ന് അദ്ദേഹത്തിന് നന്നായി അറിയാമായിരുന്നു. വിധവകൾക്കും അനാഥകുടുംബങ്ങൾക്കും അദ്ദേഹത്തെ ക്ഷണിക്കേണ്ട ആവശ്യംതന്നെ ഇല്ലായിരുന്നു. അവിടെ അദ്ദേഹം സ്വയം എത്തിച്ചേർന്നു. കുഞ്ഞു മരിച്ചുപോയ അമ്മയുടെ അടുത്തും സ്നേഹിച്ചിരുന്ന ഭാര്യ മരിച്ചുപോയ ഭർത്താവിന്റെ അടുത്തും അദ്ദേഹം ധാരാളം സമയം ചെലവഴിക്കും. നിശ്ശബ്ദത പാലിക്കേണ്ട സമയങ്ങൾ തിരിച്ചറിഞ്ഞിരുന്നതുപോലെ സംസാരിക്കേണ്ട സമയങ്ങളും അദ്ദേഹത്തിന് വ്യക്തമായി അറിയാമായിരുന്നു. അദ്ദേഹത്തിന്റെ സാന്ത്വനം ആരിലും ആരാധന ഉണർത്തും. വിസ്മൃതിയിലായ ദു:ഖത്തെ ഒരിക്കലും അദ്ദേഹം വലിച്ചുപുറത്തിട്ടില്ല. ദു:ഖത്തെ അദ്ദേഹം പ്രതീക്ഷയിലൂടെ ഉൽകൃഷ്ടതയിലേക്ക് ഉയർത്തി. "മരിച്ചുപോയവരെപ്പറ്റി നിങ്ങൾ ഇങ്ങനെ ചിന്തിക്കരുത്. കഴിഞ്ഞ കാര്യങ്ങൾ ആലോചിച്ചിരിക്കരുത്. ഉറച്ച മനസോടെ കാര്യങ്ങൾ കാണണം. അപ്പോൾ മരിച്ചുപോയ നിങ്ങളുടെ പ്രിയപ്പെട്ടവർ ഐശ്വര്യത്തോടെ സ്വർഗത്തിൽ ജീവിക്കുന്നത് നിങ്ങൾക്കു കാണാൻ കഴിയും." വിശ്വാസം ആരോഗ്യം തരുമെന്ന് അദ്ദേഹം വിശ്വസിച്ചിരുന്നു. നിരാശ ബാധിച്ചവന് ഉപദേശവും സാന്ത്വനവും നൽകി. ശവക്കുഴിയിലേക്ക് കണ്ണും നട്ടിരിക്കുന്ന അയാളുടെ ദു:ഖത്തെ പിടിച്ചുയർത്തി നക്ഷത്രങ്ങളിലേക്ക് അദ്ദേഹം ആനയിച്ചു.

5. മോൺസിന്യേർ ബിയാങ് വെന്യു അദ്ദേഹത്തിന്റെ ളോഹ ദീർഘകാലം കേടുവരാതെ സൂക്ഷിച്ചത് എങ്ങനെ ആയിരുന്നു?

പൊതുജീവിതത്തിലെപ്പോലെ തന്റെ സ്വകാര്യ ജീവിതത്തിലും എം മിറിയേലിന് ഇതുപോലെയുള്ള ധാരാളം ചിന്തകൾ ഉണ്ടായിരുന്നു. ഡിയിലെ ബിഷപ്പിന്റെ സ്ഥാനത്ത് ഇരുന്നുകൊണ്ട് അദ്ദേഹം സ്വയം വിളിച്ചുവരുത്തിയ ദാരിദ്ര്യത്തിലുള്ള ജീവിതം നേരിട്ട് കാണുന്ന ഒരുവന് ആ കാഴ്ച ഒരേസമയം അർഥവത്തും ആനന്ദകരവുമായിരുന്നു.

എല്ലാ ചിന്തകന്മാരെയും വൃദ്ധന്മാരെയുംപോലെ അദ്ദേഹം വളരെ കുറച്ചു സമയം മാത്രം ഉറങ്ങി. പക്ഷേ, അൽപ്പസമയത്തെ അദ്ദേഹത്തിന്റെ ഉറക്കം വളരെ ഗാഢമായിരുന്നു. രാവിലെ ഒരുമണിക്കൂർ അദ്ദേഹം ധ്യാനത്തിനുവേണ്ടി ചെലവാക്കി. അതിനുശേഷം വീട്ടിലോ പള്ളിയിലോ അദ്ദേഹം ദിവ്യബലി നടത്തി. പിന്നീട് വരകിന്റെ റൊട്ടിയും പാലും കഴിച്ചതിനുശേഷം ജോലി തുടങ്ങും.

ഒരു ബിഷപ്പിന്റെ ജീവിതം വളരെ തിരക്കേറിയതാണ്. ദിവസവും ഇടവകയിലെ പുരോഹിതന്മാരുടെയും ഗുമസ്തന്മാരുടെയും കണക്കുകൾ സ്വീകരിക്ക

ണം, സമ്മേളനങ്ങളുടെ മേൽനോട്ടം വഹിക്കണം, ലൈസൻസുകൾ നൽകാനും സഭയുടെ പുസ്തകങ്ങളുടെയും പ്രാർഥനാ പുസ്തകങ്ങളുടെയും വിൽപ്പന പരിശോധിക്കാനും സമയം കണ്ടെത്തണം, മതപ്രസംഗങ്ങൾക്ക് പുരോഹിതന്മാരെ അധികാരപ്പെടുത്തണം. ഗവൺമെന്റുമായും മതമേലധ്യക്ഷന്മാരുമായും ഭരണം സംബന്ധിച്ചുള്ള കത്തിടപാടുകൾ നടത്തണം, അങ്ങനെ ആയിരം ജോലികളാണ് ബിഷപ്പിനുള്ളത്.

ഈ ജോലികളും പ്രാർഥനകളും കഴിഞ്ഞ് ബാക്കി ലഭിക്കുന്ന സമയം അദ്ദേഹം രോഗികൾക്കും പീഡിതർക്കും ദരിദ്രർക്കും വേണ്ടി ചെലവാക്കും. അവരുടെ ആവശ്യം കഴിഞ്ഞ് ബാക്കിവരുന്ന സമയം അദ്ദേഹം എന്തെങ്കിലും ജോലി ചെയ്തുകൊണ്ടിരിക്കും. ചിലപ്പോൾ മൺവെട്ടിയെടുത്ത് അദ്ദേഹം തോട്ടം കിളയ്ക്കും. ചിലപ്പോൾ തോട്ടത്തിൽത്തന്നെ വായനയും എഴുത്തുമായി കഴിച്ചുകൂട്ടും. ഈ രണ്ടുജോലിക്കും തോട്ടകൃഷി എന്ന ഒരു പേരാണ് അദ്ദേഹം ഉപയോഗിച്ചിരുന്നത്. അദ്ദേഹം പറഞ്ഞു: "ആത്മാവ് ഒരു തോട്ടം പോലെയാണ്."

നല്ല കാലാവസ്ഥയാണെങ്കിൽ ഉച്ചയ്ക്ക് അദ്ദേഹം പാടത്ത് നടക്കാനിറങ്ങും. അല്ലെങ്കിൽ നഗരത്തിലെ കുടിലുകൾ സന്ദർശിക്കും. രണ്ടായാലും മൂന്നു മൂലകളിൽനിന്നും സ്വർണക്കണികകൾ ഞാന്നുകിടക്കുന്ന തൊപ്പിയും വയലറ്റ് വസ്ത്രവും സോക്സും ഷൂസും ധരിച്ച് തന്റെ നീളമുള്ള വടിയിലേക്ക് കുനിഞ്ഞു നോക്കിക്കൊണ്ട് ആയാസപ്പെട്ടാണ് അദ്ദേഹം നടന്നുനീങ്ങുന്നത്.

അദ്ദേഹത്തിന്റെ വരവുതന്നെ ഒരു ഉത്സവമാണ്. പ്രകാശവും സൗഹൃദവും ചൊരിഞ്ഞുകൊണ്ടാണ് അദ്ദേഹം നടക്കുന്നതെന്നു പറഞ്ഞുപോകും. വൃദ്ധരും കുട്ടികളും അദ്ദേഹം വരുമ്പോൾ സൂര്യനെ കാണാൻ എത്തുംപോലെ വാതിലുകൾ തുറന്നിട്ടുനിൽക്കും. അദ്ദേഹം അവരേയും അവർ തിരിച്ച് അദ്ദേഹത്തേയും അനുഗ്രഹിക്കും. എന്തെങ്കിലും ആവശ്യമുള്ളവർ അദ്ദേഹത്തെ അവരുടെ വീടുകളിലേക്ക് കൂട്ടിക്കൊണ്ടുപോകും.

ഇടയ്ക്കൊക്കെ അദ്ദേഹം നടത്തം നിർത്തി കൊച്ചുകുട്ടികളോട് സംസാരിച്ചു, അവരുടെ അമ്മമാരോട് ചിരിച്ചു. കയ്യിൽ പണം ഉള്ളപ്പോൾ അദ്ദേഹത്തിന്റെ സന്ദർശനം ദരിദ്രരുടെ വീടുകളിലായിരുന്നു. പണം ഇല്ലാത്തപ്പോൾ അദ്ദേഹം ധനികരുടെ വീടുകൾ സന്ദർശിച്ചു.

വളരെക്കാലം മുൻപാണ് ബിഷപ്പ് തന്റെ ളോഹ തുന്നിച്ചത്. പക്ഷേ, ആരും അതു മനസിലാക്കരുത് എന്ന ഉദ്ദേശ്യത്തോടെ ഒരിക്കലും തന്റെ വയലറ്റ് മേൽവസ്ത്രം ഇല്ലാതെ അദ്ദേഹം നഗരത്തിൽ പോകാറില്ല. വേനൽക്കാലത്ത് അദ്ദേഹത്തിന്റെ ഈ വസ്ത്രധാരണം അസഹ്യമായിത്തോന്നിയിരുന്നു.

തിരിച്ചുവരുമ്പോൾ അദ്ദേഹം ഭക്ഷണം കഴിച്ചു. അദ്ദേഹത്തിന്റെ ഉച്ചഭക്ഷണവും പ്രാതലും ഒരുപോലെയായിരുന്നു.

രാത്രി എട്ടരമണിക്ക് സഹോദരിയോടൊപ്പം അദ്ദേഹം അത്താഴം കഴിച്ചു. മദാം മഗ്ലാർ മേശയ്ക്ക് പിന്നിലായി കാത്തുനിൽക്കുന്നുണ്ടാകും. അദ്ദേഹത്തിന്റെ അത്താഴത്തേക്കാൾ കുറഞ്ഞചെലവിൽ രാത്രി ഒരു ഭക്ഷണവും ഉണ്ടാക്കാൻ കഴിയുമായിരുന്നില്ല. ബിഷപ്പിനൊപ്പം ഏതെങ്കിലും പുരോഹിതൻ ഉണ്ടെങ്കിൽ തടാകത്തിൽ നിന്നുള്ള നല്ല മീനോ നായാടിക്കൊണ്ടുവന്ന ഒന്നാന്തരം ഇറച്ചിയോ മദാം മഗ്ലാർ തയാറാക്കും. ഒരോ പുരോഹിതനും ഒരു നല്ല അത്താഴത്തിനുള്ള ഒഴിവുകഴിവ് ആയിരുന്നു. ബിഷപ്പ് അതിലൊന്നും ഇടപെട്ടില്ല. ഇത്തരം അ

പൂർവസന്ദർഭങ്ങളിലൊഴിച്ച് മേശപ്പുറത്ത് പുഴുങ്ങിയ പച്ചക്കറികളും എണ്ണപുരട്ടി ചൂടാക്കിയ റൊട്ടിയുമല്ലാതെ മറ്റൊന്നുംതന്നെ ആരും കണ്ടിട്ടില്ല.

അത്താഴംകഴിഞ്ഞ് സഹോദരിയോടും മദാം മഗ്ലാറിനോടും അരമണിക്കൂർ അദ്ദേഹം സംസാരിച്ചിരിക്കും. പിന്നീട് സ്വന്തം മുറിയിലേക്ക് തിരിച്ചുപോകും. അവിടെ അദ്ദേഹം എന്തെങ്കിലും എഴുതിക്കൊണ്ടിരിക്കും. അങ്ങനെ അഞ്ചോ ആറോ കയ്യെഴുത്തുപ്രതികൾ അദ്ദേഹം തയാറാക്കിയിരുന്നു. അവയിൽ ഒന്ന് ഉൽപ്പത്തിപുസ്തകത്തിലെ "ആദിയിൽ ദൈവത്തിന്റെ ആത്മാവ് സമുദ്രത്തിലൂടെ സഞ്ചരിച്ചു" എന്ന വാക്യം സംബന്ധിച്ചുള്ള പ്രബന്ധമായിരുന്നു. മറ്റു മൂന്നു വീക്ഷണഗതികളുമായി അദ്ദേഹം ഇതിനെ താരതമ്യപ്പെടുത്തി. അറബിയിൽ "ദൈവത്തിന്റെ കാറ്റുവീശി" എന്നു വായിക്കാം. ഫ്ളേവിയസ്സ് ജോസിഫസ്* പറയുന്നത് "ഉന്നതങ്ങളിൽ നിന്നുള്ള കാറ്റ് ഭൂമി മുഴുവൻ പതിച്ചു" എന്നാണ് ഓൺകിലോസിന്റെ** പരാവർത്തനം "ദൈവത്തിൽനിന്നുവന്ന കാറ്റ് സമുദ്രത്തിലൂടെ വീശി" എന്നാണ്. മറ്റൊരു ഉപന്യാസത്തിൽ തോല മേയിലെ ബിഷപ്പായിരുന്ന ഹ്യൂഗോയുടെ ദൈവശാസ്ത്രപ്രബന്ധങ്ങൾ പരിശോധിച്ച് കഴിഞ്ഞനൂറ്റാണ്ടിൽ *ബർലികൂർ* എന്ന കള്ളപ്പേരിൽ പ്രസിദ്ധീകരിച്ച നാനാതരത്തിലുള്ള ലഘുലേഖകളുടെ ഉത്തരവാദി ഇതേ പുരോഹിതൻ തന്നെയാണെന്ന് അദ്ദേഹം തെളിയിക്കുന്നു (ഈ പുരോഹിതൻ ഈ പുസ്തകം എഴുതുന്ന ആളിന്റെ ഒരു അകന്ന ബന്ധു ആയിരുന്നു).

ചിലപ്പോൾ പുസ്തകം വായിച്ചുകൊണ്ടിരിക്കുന്നതിനിടയിൽ അദ്ദേഹം ചിന്താമഗ്നനായിപ്പോകും. അതിൽനിന്ന് ഉണരുമ്പോൾ മുന്നിൽ തുറന്നിരിക്കുന്ന പുസ്തകത്താളിൽ അദ്ദേഹം ഏതാനും വരികൾ എഴുതിനിറയ്ക്കും. ഈ വരികൾക്ക് ആ പുസ്തകവുമായി ഒരു ബന്ധവും ഉണ്ടാകില്ല. ഞങ്ങൾക്ക് ഇത്തരം കുറിപ്പുകൾ നേരിൽക്കാണാൻ കഴിഞ്ഞിട്ടുണ്ട്.

ഒരു കുറിപ്പ് ഇങ്ങനെയാണ്:

"അങ്ങ് ആരാണ്?"

എക്സി സിയസ്റ്റസ് അങ്ങയെ അതിശക്തൻ എന്നുവിളിക്കുന്നു.

****മെക്കാബി* ഗ്രന്ഥങ്ങളുടെ സ്രഷ്ടാവ് എന്നു വിളിക്കുന്നു.

എഫിസസുകാർക്കുള്ള കത്തിൽ അങ്ങയെ സ്വതന്ത്രൻ എന്നു വിളിക്കുന്നു. ****ബറൂച്ച് അങ്ങയെ വലിയവൻ എന്നു വിളിക്കുന്നു. സങ്കീർത്തനങ്ങൾ അങ്ങയെ വിവേകമെന്നും സത്യമെന്നും വിളിക്കുന്നു. *****ജോൺ അങ്ങയെ വെളിച്ചം എന്നുവിളിക്കുന്നു. രാജാക്കന്മാരുടെ പുസ്തകം അങ്ങയെ മഹാപ്രഭു എന്നു വിളിക്കുന്നു. പഴയ നിയമം അങ്ങയെ വിശുദ്ധിയെന്നു വിളിക്കുന്നു. പുരാണകഥകൾ അങ്ങയെ നീതി എന്നു വിളിക്കുന്നു. എക്സോഡസ്സ് അങ്ങയെ ദൈവം എന്നു വിളിക്കുന്നു. സൃഷ്ടി അങ്ങയെ ദൈവം എന്നുവിളിക്കുന്നു. പക്ഷേ,

---

* യഹൂദ ഗ്രന്ഥകാരൻ.

** *ബൈബിൾ* ഗ്രീക്കിലേക്ക് പരിഭാഷപ്പെടുത്തിയതായി വിശ്വസിക്കപ്പെടുന്ന എഴുത്തുകാരൻ.

*** ഹീബ്രുവിലെഴുതപ്പെട്ടിട്ടുള്ള ചരിത്രഗ്രന്ഥങ്ങൾ.

**** ക്രിസ്തുവിനുമുമ്പ് ജീവിച്ചിരുന്ന ഒരുദിവ്യൻ .

***** *ബൈബിളിന്റെ* കുറച്ചുഭാഗം ഇദ്ദേഹമാണ് എഴുതിയത്.

സോളമൻ അങ്ങയെ ദയാലു എന്നു വിളിക്കുന്നു. അങ്ങയുടെ പേരുകളിൽ വച്ച് ഏറ്റവും സുന്ദരമായ പേര് സോളമൻ വിളിച്ചതു തന്നെയാണ്.

ഒൻപതുമണിയോടടുപ്പിച്ച് രണ്ടു സ്ത്രീകളും മുകളിലത്തെ നിലയിലുള്ള അവരവരുടെ മുറികളിലേക്ക് തിരിച്ചുപോകുകയാണ് പതിവ്. താഴത്തെ നിലയിൽ പിന്നീട് അദ്ദേഹം ഒറ്റയ്ക്കായിരിക്കും.

ഞങ്ങൾക്ക് ഇവിടെ ബിഷപ്പിന്റെ വീടിനെപ്പറ്റിയുള്ള കൃത്യമായ ഒരു വിവരണം നൽകേണ്ടത് ആവശ്യമായിവരുന്നു.

6. ബിഷപ്പ് അദ്ദേഹത്തിന്റെ വീടിനെ എങ്ങനെ സംരക്ഷിച്ചു?

നമ്മൾ പറഞ്ഞതുപോലെ അദ്ദേഹത്തിന്റെ വീടിന് രണ്ടു നിലകൾ ഉണ്ടായിരുന്നു. മൂന്നുമുറികൾ താഴെയും മൂന്നുമുറികൾ മുകളിലും. ഏറ്റവും മുകളിലായി ഒരു ചെറിയ മുറിയും. വീടിനു പിന്നിലായി നാലിലൊന്ന് ഏക്കർ വരുന്ന ഒരു തോട്ടവും ഉണ്ടായിരുന്നു. സ്ത്രീകൾ മുകളിലത്തെ നിലയിൽ താമസിച്ചു. ബിഷപ്പ് താഴത്തെ നിലയിലും. വഴിയിലേക്ക് തുറക്കുന്ന ആദ്യത്തെ മുറി ബിഷപ്പിന്റെ ഭക്ഷണമുറിയായിരുന്നു. രണ്ടാമത്തെ മുറി അദ്ദേഹത്തിന്റെ കിടക്കമുറി. മൂന്നാമത്തേത് പ്രഭാഷണമുറി. പ്രഭാഷണമുറിയിൽനിന്ന് കിടക്കമുറിയിൽ കയറാതെ നിങ്ങൾക്ക് പുറത്ത് പോകാൻ കഴിയില്ല. അതുപോലെ കിടക്കമുറിയിൽനിന്ന് പുറത്ത് പോകണമെങ്കിൽ നിങ്ങൾക്ക് ഭക്ഷണമുറിയിൽക്കൂടി കടന്നുപോകണം. പ്രഭാഷണമുറിയുടെ ഒരറ്റത്തുള്ള ഭിത്തിഅലമാരയിൽ അതിഥികൾക്കുവേണ്ടി ഒരു കിടക്ക സൂക്ഷിച്ചിരുന്നു. ഗ്രാമങ്ങളിൽനിന്നു വരുന്ന പുരോഹിതന്മാർക്കു വേണ്ടിയാണ് ബിഷപ്പ് അത് അവിടെ കരുതിയിരുന്നത്. ഇടവകയിലെ ആവശ്യങ്ങൾക്കും മറ്റു കാര്യങ്ങൾക്കുമായി അവർ ഡിയിൽ എത്തിയിരുന്നു.

വീടിനോടുചേർന്ന് തോട്ടത്തിലേക്ക് തള്ളിനിൽക്കുന്ന ഒരു ചെറിയ കെട്ടിടത്തിലായിരുന്നു ആശുപത്രിയിലേക്കുള്ള മരുന്നുകൾ സൂക്ഷിച്ചിരുന്നത്. ഈ ഭാഗം ഇപ്പോൾ അടുക്കളയായി രൂപാന്തരപ്പെടുത്തിയിരിക്കുന്നു.

ആശുപത്രിയിലെ പഴയ അടുക്കള ഇപ്പോൾ കുതിരലായമാണ്. അതിനുള്ളിൽ ബിഷപ്പ് രണ്ടു പശുക്കളെ വളർത്തിയിരുന്നു. എന്നും രാവിലെ പകുതി പാൽ അദ്ദേഹം ആശുപത്രിയിലെ രോഗികൾക്ക് മുറതെറ്റാതെ കൊടുത്തുവിട്ടു. അദ്ദേഹം പറഞ്ഞു:

"ഞാൻ എന്റെ കരം കൊടുത്തു."

അദ്ദേഹത്തിന്റെ മുറി വളരെ വലുതായിരുന്നു. അതുകൊണ്ട് മോശം കാലാവസ്ഥയിൽ അതിനുള്ളിൽ ചൂട് നിലനിർത്താൻ വളരെ ബുദ്ധിമുട്ട് അനുഭവപ്പെട്ടു. ഡിയിൽ വിറക് ഒരു അപൂർവ വസ്തു ആയിരുന്നതുകാരണം ബിഷപ്പ് ഒരു പുതിയ ആശയം നടപ്പിലാക്കി. പശുത്തൊഴുത്തിനടുത്ത് ഉറച്ച മച്ചുള്ള ഒരു ചെറിയ മുറി ഉണ്ടായിരുന്നു; കൂടുതൽ തണുപ്പുള്ള വൈകുന്നേരങ്ങൾ അദ്ദേഹം ആ മുറിക്കുള്ളിൽ ചെലവാക്കി. അദ്ദേഹം ആ മുറിക്കു കൊടുത്ത പേര് 'മഞ്ഞുകാലത്തെ സ്വീകരണ മുറി' എന്നായിരുന്നു.

ഈ മഞ്ഞുകാല സ്വീകരണ മുറിയിൽ ആകെ ഉണ്ടായിരുന്നത് ഒരു വെളുത്ത തടിമേശയും നാലു വൈക്കോൽ കസേരകളുമായിരുന്നു. ബിഷപ്പിന്റെ ഭക്ഷണമുറിയിലും ഇതുപോലുള്ള ഒരു മേശയും നാലു കസേരകളുമായിരുന്നു ഉണ്ടായിരുന്നത്. കൂടാതെ ചുവപ്പുനിറം പടർന്നുതുടങ്ങിയ ഒരു പഴയ ചെറിയമേശകൂടി

ഭക്ഷണമുറിയിൽ ഉണ്ടായിരുന്നു. അതുപോലെയുള്ള മറ്റൊരു ചെറിയമേശ പ്രഭാഷണമുറിയിലും ഉണ്ടായിരുന്നു. പ്രഭാഷണമുറിയിൽ അലങ്കരിച്ച ബലി പീഠത്തിനു പകരമായി ഈ മേശയായിരുന്നു ഉപയോഗിച്ചിരുന്നത്. മേശപ്പുറം വെളുത്ത ലിനനും കൃത്രിമ കസവുചരടുകളുംകൊണ്ട് അലങ്കരിച്ചിരുന്നു.

പശ്ചാത്താപം തോന്നിയ ധനികരും ഡിയിലെ ദൈവഭക്തിയുള്ള സ്ത്രീകളും ബിഷപ്പിന്റെ പ്രഭാഷണമുറിയിൽ മനോഹരമായ ഒരു പുതിയ ബലിപീഠം പണിയാൻ പലതവണ പണം കൊടുത്തിരുന്നു. ഓരോ തവണയും അദ്ദേഹം പണം സ്വീകരിച്ച് അത് അപ്പോൾത്തന്നെ ദരിദ്രർക്ക് കൊടുത്തുകൊണ്ടിരുന്നു. അദ്ദേഹം പറഞ്ഞു:

"ഏറ്റവും സുന്ദരമായ ബലിപീഠം ദൈവത്തിന്റെ സാന്ത്വനംനേടി അദ്ദേഹത്തിന് നന്ദി പറയുന്ന ദു:ഖത്തിന്റെ ആത്മാവാണ്."

പ്രഭാഷണമുറിയിൽ അദ്ദേഹത്തിന് രണ്ടു വൈക്കോൽ കസേരകളും കിടക്കമുറിയിൽ വൈക്കോൽ കൊണ്ടുതന്നെ നിർമിച്ച ഒരു കൈപ്പിടിയുള്ള കസേരയും ഉണ്ടായിരുന്നു. പൊലീസ് മേധാവികൾ, സാധാരണക്കാർ, കാവൽ സേനയിലെ മേജർമാർ, മതപാഠശാലയിൽ നിന്നുള്ള വിദ്യാർഥികൾ അങ്ങനെ പലരും ബിഷപ്പിന്റെ സന്ദർശകരായി എത്താറുണ്ട്. അത്തരത്തിൽ ഏഴോ എട്ടോ ആളുകൾ ഒന്നിച്ച് എത്തുമ്പോൾ അദ്ദേഹത്തിന് തൊഴുത്തിലെ മഞ്ഞുകാല സ്വീകരണമുറിയിൽനിന്നും സ്വന്തം കിടക്കമുറിയിൽനിന്നും വൈക്കോൽ കസേരകൾ പ്രഭാഷണമുറിയിലേക്ക് എടുത്തുകൊണ്ടുവരണമായിരുന്നു. അങ്ങനെ മൊത്തം പതിനൊന്ന് ഇരിപ്പിടങ്ങൾവരെ സന്ദർശകർക്കുവേണ്ടി ഒരുക്കാൻ ബിഷപ്പിനു കഴിഞ്ഞിരുന്നു.

ചില സമയങ്ങളിൽ സന്ദർശകർ പന്ത്രണ്ടുപേർ ഉണ്ടാകും. അത്തരം സന്ദർഭങ്ങളിൽ അമ്പരപ്പ് പുറത്തുകാട്ടാതെ ആർക്കും ഒരു സംശയവും തോന്നാത്ത തരത്തിൽ ബിഷപ്പു പെരുമാറും. മഞ്ഞുകാലമാണെങ്കിൽ അദ്ദേഹം നെരിപ്പോടിന് അടുത്തുനിന്നുകൊണ്ട് സംസാരിക്കും. മറിച്ച് വേനലാണെങ്കിൽ അദ്ദേഹം തോട്ടത്തിൽ നടന്നുകൊണ്ടിരിക്കും.

മറ്റൊരു കസേര അപരിചിതർക്കുള്ള മുറിയിൽ കിടപ്പുണ്ടായിരുന്നു. പക്ഷേ, അതിൽനിന്നും പകുതി വൈക്കോൽ കൊഴിഞ്ഞുപോയിരുന്നു. ഒരു കാലിന്റെ കുറവും ഉണ്ടായിരുന്നു. ഭിത്തിയിൽ ചാരിവച്ചു മാത്രമേ ഈ കസേര ഇരിക്കാനായി ഉപയോഗിക്കാൻ കഴിഞ്ഞിരുന്നുള്ളൂ. മദ്മാസെൽ ബാപ്തിസ്തീനിന് അവരുടെ മുറിയിൽ തടികൊണ്ടുള്ള ഒരു ചാരുകസേര ഉണ്ടായിരുന്നു. പണ്ട് പൂക്കൾ തുന്നിയ സിൽക്കുകൊണ്ട് ആ കസേരയ്ക്ക് മോടി കൂട്ടിയിരുന്നു. പക്ഷേ, ആ കസേര അവരുടെ മുറിക്കുള്ളിൽ കടത്തിയത് ജനൽവഴിയാണ്. കൂടാതെ ആ വീടിന്റെ കോവണിപ്പടികൾ വളരെ ഇടുങ്ങിയതാണെന്ന സത്യംകൂടി കണക്കിലെടുക്കുമ്പോൾ ആ കസേരയെ ജംഗമവസ്തുക്കളുടെ പട്ടികയിൽ ഉൾപ്പെടുത്താൻ കഴിയില്ല. അരയന്നത്തിന്റെ കഴുത്തിന്റെ ആകൃതിയിൽ പണിത സ്വീകരണക്കസേരകൾ മദ്മാസെൽ ബാപ്തിസ്തീനിന്റെ ഒരു അഭിലാഷമായിരുന്നു. മഞ്ഞ വെൽവെറ്റിൽ റോസാപ്പൂക്കളുടെ ചിത്രമുള്ള കുഷ്യനുകളായിരുന്നു ആ കസേരകളിൽ അവർ സ്വപ്നം കണ്ടിരുന്നത്. പക്ഷേ, അതിന് കുറഞ്ഞത് അഞ്ഞൂറ് ഫ്രാങ്ക് വേണ്ടിവരും. കഴിഞ്ഞ അഞ്ചുവർഷമായി ഇതിനുവേണ്ടി അവർക്ക് സമ്പാദിക്കാൻ കഴിഞ്ഞത് നാൽപ്പത്തിരണ്ട് ഫ്രാങ്കും പത്തു സൂയും

മാത്രമായിരുന്നു. അവർ അവരുടെ മോഹം ഉപേക്ഷിച്ചു. ഒരുപക്ഷേ, ആർക്കും തന്നെ അവരവരുടെ മോഹങ്ങൾ നേടിയെടുക്കാൻ കഴിയാറില്ലല്ലോ.

ബിഷപ്പിന്റെ കിടക്കറയോളം ആർഭാടമില്ലാത്ത ഒന്നുംതന്നെ അവിടെ ഉണ്ടായിരുന്നില്ല. തോട്ടത്തിലേക്ക് തുറക്കുന്ന, വേണമെങ്കിൽ ഒരേസമയം ജനാലയും വാതിലുമായി ഉപയോഗിക്കാവുന്ന ഒരു ജനാലയായിരുന്നു കിടക്കമുറിയുടെ പ്രധാന ആകർഷണം. ആ ജനാലയോട് ചേർന്നായിരുന്നു അദ്ദേഹത്തിന്റെ കിടക്ക. ചുറ്റിലും പച്ചക്കർട്ടനുള്ള ഇരുമ്പുകൊണ്ടുള്ള ഒരു ആശുപത്രിക്കട്ടിലായിരുന്നു ബിഷപ്പിന്റെ കിടക്ക. സ്ക്രീനിനു പിന്നിൽ മനുഷ്യരുടെ എല്ലാത്തരം സൗന്ദര്യ സങ്കൽപ്പങ്ങളെയും ശീലങ്ങളെയും വഞ്ചിക്കുന്നതിനു മടിയില്ലാത്ത കുറേ വസ്തുക്കൾ കുളിക്കുന്നതിനും ഒരുങ്ങുന്നതിനുംവേണ്ടി അദ്ദേഹം കരുതിയിരുന്നു. രണ്ടു കതകുകളിൽ ഒന്ന് ചിമ്മിനിയുടെ അടുത്തായി പ്രഭാഷണമുറിയിലേക്ക് തുറക്കുന്നതും പുസ്തക അലമാരയുടെ അടുത്തുള്ള കതക് ഭക്ഷണമുറിയിലേക്ക് തുറക്കുന്നതുമായിരുന്നു. ഒരു വലിയ കണ്ണാടി അലമാരയിലായിരുന്നു പുസ്തകങ്ങൾ സൂക്ഷിച്ചിരുന്നത്. അതു നിറയെ പുസ്തകങ്ങൾ ഉണ്ടായിരുന്നു. നെരിപ്പോടിന്റെ അടപ്പുകൾ പെയിന്റു ചെയ്ത് ഒറ്റനോട്ടത്തിൽ മാർബിൾപോലെ തോന്നിച്ചിരുന്നു, മിക്കവാറും അതിൽ തീ കത്തുന്നുണ്ടാവില്ല. നെരിപ്പോടിനടുത്ത് ബിഷപ്പന്മാരുടെ പൂർവകാലത്തിന്റെ ആഡംബരം വെളിപ്പെടുത്തുന്ന രണ്ടു പൂത്താലങ്ങൾ സൂക്ഷിച്ചിരുന്നു. എന്നാൽ ഒരിക്കൽ വെള്ളി പൂശിയിരുന്നു എന്ന് കാഴ്ചക്കാർക്ക് മനസിലാകും എന്നതിൽ കവിഞ്ഞ് ഒരു ആഡംബരവും അതിന്റെ സാന്നിധ്യംകൊണ്ട് അനുഭവപ്പെട്ടില്ല. നൂലുകൊഴിഞ്ഞ കറുത്ത വെൽവറ്റ് തുണിയുടെ പശ്ചാത്തലത്തിൽ ഗിൽറ്റുപോലെ ഒരു തടി ഫ്രെയിമിൽ ഉറപ്പിച്ചുവച്ച ഒരു ചെമ്പ് കുരിശ് നെരിപ്പോടിനു മുകളിൽ സ്ഥാപിച്ചിരുന്നു. പണ്ട് ആ കുരിശിൽ പൂശിയിരുന്ന വെള്ളിയെല്ലാം ഇളകിക്കൊഴിഞ്ഞ് ചെമ്പ് പുറത്ത് കാണാൻ കഴിയുമായിരുന്നു. ജനലിന് അടുത്തുകിടന്നിരുന്ന വലിയ മേശപ്പുറത്ത് കടലാസുകൾ ചിന്നിച്ചിതറി കിടന്നു. മേശപ്പുറത്ത് കുറേ തടിച്ച പുസ്തകങ്ങളും മഷിക്കുപ്പിയും ഇരുന്നിരുന്നു. മേശയ്ക്കു മുന്നിലായിരുന്നു കൈപ്പിടിയുള്ള വൈക്കോൽ കസേരയുടെ സ്ഥാനം.

കിടക്കയുടെ രണ്ടു വശങ്ങളിലായി ദീർഘവൃത്താകൃതിയിലുള്ള രണ്ടു ഛായാചിത്രങ്ങൾ തൂക്കിയിരുന്നു. ക്യാൻവാസിലെ സ്വർണലിപികൾ ആ ചിത്രങ്ങൾ സാങ് ക്ലോദിലെ ബിഷപ്പായിരുന്ന മഠാധിപതി ഷാലിയോയുടേതും ഷാർത്യ ഇടവകയിലെ തൂത്തോ മഠാധിപതിയുടേതുമാണെന്ന് സാക്ഷ്യപ്പെടുത്തി. ഈ മുറിയിൽ താമസം തുടങ്ങിയപ്പോൾത്തന്നെ ബിഷപ്പ് ഈ ചിത്രങ്ങൾ കണ്ടിരുന്നു. എങ്കിലും അദ്ദേഹം അത് അവിടെനിന്നും എടുത്തു മാറ്റിയില്ല. അവർ പുരോഹിതന്മാരായിരുന്നു. ഒരുപക്ഷേ, ആശുപത്രിയുടെ നിർമാണത്തിന് അവർ സഹായിച്ചിട്ടുണ്ടാവാം. അവരെ ബഹുമാനിക്കാൻ ബിഷപ്പിന് മേൽപ്പറഞ്ഞ രണ്ടുകാരണങ്ങൾ ഉണ്ടായിരുന്നു. ഈ രണ്ട് വ്യക്തികളെപ്പറ്റി ബിഷപ്പിന് അറിവുണ്ടായിരുന്ന ഏക കാര്യം ഇവർക്കു രണ്ടുപേർക്കും 1785 ഏപ്രിൽ 27-ാം തീയതി പേരുകൾ നൽകി ബഹുമാനിച്ചത് രാജാവ് നേരിട്ടായിരുന്നു എന്നതാണ്. പൊടി തട്ടിക്കളയാൻവേണ്ടി മദാം മഗ്ലാർ ചിത്രങ്ങൾ ഇളക്കിയെടുത്തപ്പോൾ ഗ്രാൻഡ്ചാപ്സിലെ മഠാധിപതിയുടെ പുറത്ത് തിരുവത്താഴത്തിന്റെ അപ്പം പുരട്ടി ഒരു കടലാസ് ഒട്ടിച്ചുവച്ചിരുന്നു. കാലപ്പഴക്കംകൊണ്ട് മഞ്ഞിച്ചുപോയ കട

ലാസിൽ കണ്ട മങ്ങിയ അക്ഷരങ്ങളിൽനിന്നാണ് ബിഷപ്പ് ഇവരുടെ പഴയ ചുറ്റുപാടുകൾ കണ്ടെത്തിയത്.

അദ്ദേഹത്തിന്റെ ജനലിൽ വളരെ പുരാതനമായ പരുക്കൻ കമ്പിളി കൊണ്ടുള്ള ഒരു കർട്ടൻ കിടന്നിരുന്നു. പഴക്കംകൊണ്ട് അതു കീറിത്തുടങ്ങിയപ്പോൾ പുതിയ ഒരു കർട്ടൻ വാങ്ങുന്നതിനുള്ള ചെലവ് കുറയ്ക്കാൻവേണ്ടി മദാം മഗ്ലാറിന് അതിന്റെ കീറിയ ഭാഗങ്ങൾ തുന്നിച്ചേർക്കേണ്ടിവന്നു. ഈ തുന്നൽ ഒരു കുരിശിന്റെ ആകൃതിയിലായിരുന്നു. പലപ്പോഴും ബിഷപ്പ് ഈ തുന്നൽ ചൂണ്ടിക്കാട്ടി പറഞ്ഞു:

"ഇത് എന്തു ഭാഗ്യമാണെന്ന് ഒന്ന് ആലോചിച്ച് നോക്കൂ."

സൈനികത്താവളങ്ങളും ആശുപത്രികളും വെള്ളപൂശുന്ന പതിവുണ്ട്. അതുപോലെയായിരുന്നു ബിഷപ്പിന്റെ വീടും. എല്ലാ മുറികളും വെള്ള പൂശിയിരുന്നു.

കുറച്ചുകാലം കഴിഞ്ഞ് മദ്മാസെൽ ബാപ്തിസ്തീനിന്റെ ഭിത്തിയിൽ ഒട്ടിച്ചിരുന്ന കടലാസുകൾക്കു താഴെ ആ മുറി അലങ്കരിച്ചിരുന്ന മറ്റുചില ചിത്രങ്ങൾ മദാം മഗ്ലാർ കണ്ടെത്തുകയുണ്ടായി. അതിനെപ്പറ്റിയൊക്കെ നമുക്ക് പിന്നീട് ചർച്ച ചെയ്യാം. ആശുപത്രിയാകുന്നതിനു മുൻപ് അവിടെ ആളുകൾ സമ്മേളനങ്ങൾ നടത്തിയിരുന്നു. ഈ അലങ്കാരങ്ങൾ പലതും അന്നു ചെയ്തതാണ്. മുറിയുടെ തറയിൽ ചുവന്ന കട്ടകൾ പാകിയിരുന്നു. കട്ടകൾ പഴക്കംകൊണ്ട് അതിന്റെ ബലം നഷ്ടപ്പെട്ട അവസ്ഥയിലായിരുന്നു. കിടക്കകൾക്ക് അടുത്തായി വൈക്കോൽ തടുക്കുകൾ വിരിച്ചിരുന്നു, ഏതു രീതിയിൽ നോക്കിയാലും രണ്ടു സ്ത്രീകളും ചേർന്ന് ആ വീട് വൃത്തിയായി സൂക്ഷിച്ചിരുന്നു എന്ന് പറയാം. ബിഷപ്പ് പറഞ്ഞു:

"വീട് വൃത്തിയായി സൂക്ഷിക്കുന്നതിന് പാവങ്ങളുടെ കയ്യിൽനിന്ന് ഒന്നും പിടിച്ചുപറിക്കേണ്ട ആവശ്യം ഇല്ലല്ലോ."

എങ്കിലും സ്വന്തമായി ഉണ്ടായിരുന്നതെല്ലാം അദ്ദേഹം കേടുകൂടാതെ സൂക്ഷിച്ചിരുന്നു എന്ന് നമുക്ക് ഏറ്റുപറയാതിരിക്കാൻ കഴിയില്ല. ആറു വെള്ളിപ്പാത്രങ്ങളും ഒരു വെള്ളിത്തവിയുമായിരുന്നു അദ്ദേഹത്തിനുണ്ടായിരുന്ന സ്വത്ത്. വെളുത്ത ലിനൻ വിരിച്ച മേശപ്പുറത്ത് നിരത്തിവച്ചിരുന്ന വെള്ളിപ്പാത്രങ്ങളിലേക്കു നോക്കി മദാം മഗ്ലാർ ദിവസവും ചിന്താധീനയാകും. അവരുടെ മുഖത്ത് അപ്പോൾ സന്തോഷം തെളിഞ്ഞിട്ടുണ്ടാവും. ഡിയിലെ ബിഷപ്പിന്റെ സത്യസന്ധമായ രേഖാചിത്രം വരയ്ക്കുമ്പോൾ അദ്ദേഹം ഒന്നിലധികംതവണ ഇങ്ങനെ പറഞ്ഞതായി നമുക്ക് രേഖപ്പെടുത്തേണ്ടിയിരിക്കുന്നു:

"എനിക്ക് വെള്ളിപ്പാത്രങ്ങളിലെ ഭക്ഷണം ഒഴിവാക്കാൻ കഴിയില്ലെന്നാണ് തോന്നുന്നത്."

ഈ വെള്ളി സാമഗ്രികളുടെ കൂട്ടത്തിൽ രണ്ടുവലിയ മെഴുകുതിരിക്കാലുകൾ കൂടി ഉൾപ്പെടുത്തണം. വലിയമ്മാവിയിൽനിന്നും പിൻതുടർച്ചയായി അദ്ദേഹത്തിനു ലഭിച്ചിരുന്നതായിരുന്നു ഈ മെഴുകുതിരിക്കാലുകൾ. അവയിൽ രണ്ടു മെഴുകുതിരികൾ എപ്പോഴും ഉണ്ടായിരിക്കും. അടുപ്പിനടുത്തുള്ള അലമാരയിലായിരുന്നു ഇവയുടെ സ്ഥാനം. ബിഷപ്പിനോടൊപ്പം അത്താഴം കഴിക്കാൻ ആരെങ്കിലും ഉള്ള സന്ദർഭങ്ങളിൽ മാത്രം മദാം മഗ്ലാർ ഈ മെഴുകുതിരി

ക്കാലുകൾ പുറത്തെടുക്കും. അന്നു മാത്രം കത്തുന്ന മെഴുകുതിരികളുമായി അവ മേശപ്പുറത്ത് ഉണ്ടാകും.

ബിഷപ്പിന്റെ കിടക്കയുടെ തലയ്ക്കലായി ഒരു ചെറിയ ഭിത്തി അലമാരി ഉണ്ടായിരുന്നു. ദിവസവും രാത്രിയിൽ ആ ആറു വെള്ളിപ്പാത്രങ്ങളും വലിയ വെള്ളിത്തവിയും വൃത്തിയാക്കി ഈ ഭിത്തിഅലമാരയിലാണ് സൂക്ഷിക്കുന്നത്. പക്ഷേ, ഒരിക്കൽപ്പോലും മദാം മഗ്ലോർ ആ അലമാര പൂട്ടി താക്കോൽ ഊരിമാറ്റിയിരുന്നില്ല.

നമ്മൾപറഞ്ഞ ഭംഗിയില്ലാത്ത കെട്ടിടങ്ങൾ തോട്ടത്തിന്റെ ഭംഗികൂടി ഇല്ലാതാക്കിയിരുന്നു. നാലു വശത്തുനിന്നും ആരംഭിച്ച് തോട്ടത്തിനു നടുക്കുള്ള ദുഷിച്ച വെള്ളക്കുഴിയുടെ അടുത്തുവന്ന് ഒന്നിക്കുന്ന നാലു നടവഴികൾ തോട്ടത്തിൽ ഉണ്ടായിരുന്നു. തോട്ടത്തിനു ചുറ്റുമുള്ള വെളുത്ത മതിലിനോടു ചേർന്ന് മറ്റൊരു നടവഴികൂടി ഉണ്ട്. ഈ നടവഴികൾക്കിടയിലായി നാലു ചതുരങ്ങൾ രൂപപ്പെട്ടിരുന്നു. അവയിൽ മൂന്നു ചതുരങ്ങളിൽ മദാം മഗ്ലോർ പച്ചക്കറി കൃഷി നടത്തി. ഒന്നിൽ ബിഷപ്പ് പൂച്ചെടികൾ നട്ടു. ഇവകൂടാതെ അങ്ങിങ്ങായി ഓരോ ഫലവൃക്ഷങ്ങളും ഉണ്ടായിരുന്നു. ഒരുദിവസം ബിഷപ്പിനെ സൗമ്യമായി കുറ്റപ്പെടുത്തിക്കൊണ്ട് മദാം മഗ്ലോർ പറഞ്ഞു:

"എല്ലാ കാര്യങ്ങളും പ്രയോജനപ്പെടുത്തുന്നതിൽ അങ്ങേക്ക് വലിയ ആകാംക്ഷയാണല്ലോ? പിന്നെ ഇവിടെ കുറേ സ്ഥലം ഒരു ഉപയോഗവുമില്ലാതെ ഇട്ടിരിക്കുന്നത് എന്താണ്?" ബിഷപ്പിന്റെ മറുപടി ഇങ്ങനെയായിരുന്നു:

"ഞാൻ അവിടെ പൂച്ചെടികൾ നട്ടിട്ടുണ്ട്. സുന്ദരമായതെന്തും പ്രയോജനകരമായ എന്തിനോടും ഒപ്പം പ്രയോജനകരമാണ്. ഒരുപക്ഷേ, അതിലും കൂടുതൽ പ്രയോജനകരമാണെന്നുതന്നെ പറയാം."

ബിഷപ്പ് വായനയ്ക്ക് ചെലവാക്കുന്നതിനു തുല്യമായ സമയം മൂന്നോ നാലോ തടങ്ങളിലായി ചെയ്തിരുന്ന പൂകൃഷിക്കുവേണ്ടിയും ചെലവാക്കി. കമ്പുമുറിച്ചും കളപറിച്ചും കുഴികുത്തി വിത്തുവിതച്ചും ദിവസവും മൂന്നുനാലു മണിക്കൂർ അദ്ദേഹം തോട്ടത്തിൽ ഉണ്ടാകും. കീടങ്ങളോട് ഒരു തോട്ടക്കാരനോളം തന്നെ എതിർപ്പ് അദ്ദേഹത്തിനും ഉണ്ടായിരുന്നു. സസ്യശാസ്ത്രത്തിൽ താനൊരു പണ്ഡിതനാണെന്ന ഭാവം അദ്ദേഹത്തിന് ഉണ്ടായിരുന്നില്ല. സസ്യങ്ങൾക്കിടയിലെ അവാന്തരവിഭാഗങ്ങളെ പറ്റിയൊന്നും അദ്ദേഹത്തിന് അറിവും ഉണ്ടായിരുന്നില്ല. സസ്യങ്ങളെപ്പറ്റി അദ്ദേഹം പഠനങ്ങളും നടത്തിയിരുന്നില്ല. അദ്ദേഹത്തിന് പൂക്കളോട് സ്നേഹമായിരുന്നു. എന്തു കാര്യത്തെപ്പറ്റിയും അറിവുള്ളവരോട്, അദ്ദേഹത്തിന് ബഹുമാനമായിരുന്നു. എന്നാൽ അറിവില്ലാത്തവരോട് അദ്ദേഹത്തിന് അതിലും കൂടുതൽ ബഹുമാനമായിരുന്നു. ഈ രണ്ടുകൂട്ടരോടുമുള്ള ബിഷപ്പിന്റെ ചുമതലകൾ എല്ലാം നിർവഹിച്ചതിനുശേഷം തോട്ടം നനയ്ക്കാനുള്ള തന്റെ പച്ചച്ചായം പൂശിയ പാത്രവുമായി വേനലിലെ വൈകുന്നേരങ്ങളിൽ അദ്ദേഹം തോട്ടത്തിൽ ഉണ്ടാവും.

ബിഷപ്പിന്റെ വീട്ടിലെ ഒരു വാതിലിനുപോലും പൂട്ട് ഉണ്ടായിരുന്നില്ല. നമ്മൾ മുൻപ് പറഞ്ഞ പള്ളിപ്പറമ്പിലേക്കു തുറക്കുന്ന കതക് പണ്ട് ഇരുമ്പ് ദണ്ഡുകളും പൂട്ടുകളും മറ്റുമായി കാഴ്ചയിൽ ഒരു ജയിലിന്റെ കതകിനെ അനുസ്മരിപ്പിക്കുമായിരുന്നു. ബിഷപ്പ് ഈ ഇരുമ്പുപണികൾ എല്ലാം നീക്കംചെയ്തു. ഇപ്പോൾ രാത്രി ആയാലും പകൽ ആയാലും ആ കതക് അടച്ചിടുന്നതിന് ഒരു സാക്ഷ

മാത്രമാണ് ഉള്ളത്. തുടക്കത്തിൽ കതക് പൂട്ടിയിടാത്തതിനെച്ചൊല്ലി രണ്ടു സ്ത്രീകൾക്കും അമർഷം ഉണ്ടായിരുന്നു. ബിഷപ്പു പറഞ്ഞു:

"നിങ്ങൾക്കു വേണമെങ്കിൽ നിങ്ങളുടെ കതകുകളിൽ പൂട്ട് തറപ്പിക്കാം." ഒടുവിൽ ബിഷപ്പിന്റെ ആത്മവിശ്വാസം അവരും പങ്കിട്ടു. അല്ലെങ്കിൽ പങ്കിടുന്നതായി നടിച്ചു. മദാം മഗ്ലോറിന് പക്ഷേ, ഇടയ്ക്കൊക്കെ ഭയം തോന്നിയിരുന്നു. ബിഷപ്പിനെ സംബന്ധിച്ചിടത്തോളം കതകു പൂട്ടിയിടാത്തതിന്റെ കാരണം *ബൈബിളിന്റെ* മാർജിനിൽ അദ്ദേഹം കുറിച്ചിട്ടിരുന്നു. "ചികിത്സകന്റെ കതക് ഒരിക്കലും അടച്ചിടരുത്. അതുപോലെ പുരോഹിതന്റെ കതകും എപ്പോഴും തുറന്നുതന്നെയിരിക്കണം."

വൈദ്യശാസ്ത്രത്തിന്റെ തത്വശാസ്ത്രം എന്ന പുസ്തകത്തിന്റെ മാർജിനിൽ അദ്ദേഹം ഒരു കുറിപ്പുകൂടി കൂടുതൽ എഴുതി.

"ഞാൻ അവരെപ്പോലെ ഒരു ചികിത്സകനല്ല. അവർ രോഗികൾ എന്നു വിളിക്കുന്നവർ അതിനും എത്രയോ മുൻപുതന്നെ എന്റെ രോഗികൾ ആയിരുന്നു. അവരെക്കൂടാതെ ഞാൻ ഭാഗ്യഹീനർ എന്നു വിളിക്കുന്ന എന്റെ മാത്രമായ രോഗികളും എനിക്കുണ്ട്."

വീണ്ടും അദ്ദേഹം ഇങ്ങനെ ഒരു കുറിപ്പുകൂടി ആ പുസ്തകത്തിൽ എഴുതിയിരുന്നു: "നിങ്ങളോട് കിടക്ക ചോദിക്കുന്നവന്റെ പേര് ഒരിക്കലും അന്വേഷിക്കരുത്. അഭയസ്ഥാനം വേണ്ടിവരുന്നവന് അവന്റെ പേര് നിശ്ചയമായും ഒരു വലിയ ഭാരം ആയിരിക്കും."

കുളുബ്രൂവിലെ പുരോഹിതനായിരുന്നോ അതോ പോംപിയറിലെ പുരോഹിതനായിരുന്നോ എന്ന് ഉറപ്പു പറയാൻ കഴിയുന്നില്ല; അവരിൽ ഒരാൾ മദാം മഗ്ലോറിന്റെ നിർബന്ധംകൊണ്ടാവണം ഒരിക്കൽ ബിഷപ്പിനോട് ഒരു സംശയം പ്രകടിപ്പിച്ചു. രാത്രിപകലെന്നില്ലാതെ കതകുതുറന്നിടുന്നതിൽ അൽപ്പം ഔചിത്യക്കുറവ് ഉണ്ടെന്ന് അവർ ചൂണ്ടിക്കാട്ടി. ഇങ്ങനെ ശ്രദ്ധയില്ലാതെ കതകു തുറന്നിട്ടിരിക്കുന്ന ഒരു വീട്ടിൽ എന്തെങ്കിലും കുഴപ്പം സംഭവിക്കില്ലേ എന്ന് അവർ സംശയം പ്രകടിപ്പിച്ചു. അവരുടെ തോളത്തു തട്ടിക്കൊണ്ട് ബിഷപ്പ് ഇങ്ങനെ പറഞ്ഞു:

"ദൈവത്തിന്റെ സംരക്ഷണം കിട്ടാത്ത വീട് സംരക്ഷിക്കുന്നവർക്ക് വെറുതേ നോക്കിയിരിക്കാൻ മാത്രമേ കഴിയുകയുള്ളൂ."

പിന്നീട് അദ്ദേഹം വിഷയം മാറ്റി. അദ്ദേഹം പലപ്പോഴും പറയുന്നതുതന്നെ പറഞ്ഞു: "പുരോഹിതനും കുതിരപ്പട്ടാളത്തിന്റെ തലവനും നല്ല ധൈര്യം വേണം. പക്ഷേ, പുരോഹിതന്റെ ധൈര്യം ആർക്കും ഉപദ്രവമാകാൻ പാടില്ല."

7. ക്രവാത്ത്

ഒരിക്കലും തള്ളിക്കളയാൻ പറ്റാത്ത ഒരു സംഭവം വിവരിക്കാൻ ഏറ്റവും പറ്റിയ സന്ദർഭം ഇതാണ്. ഡിയിലെ ബിഷപ്പ് എന്തുതരം മനുഷ്യനായിരുന്നു എന്ന് വ്യക്തമാക്കിത്തരുന്ന പ്രധാന സംഭവങ്ങളിൽ ഒന്നാണത്.

ഓളൂളിലെ മലയിടുക്കുകളെ അലട്ടിക്കൊണ്ടിരുന്ന ഗാസ്പാർബേയുടെ കൊള്ളസംഘത്തെ നശിപ്പിച്ചിരുന്നെങ്കിലും ക്രവാത്ത് എന്നുപേരുള്ള അയാളുടെ ഒരു അനുയായി പർവതങ്ങളിൽ അഭയം തേടിയിരുന്നു. ഗാസ്പാർബേയുടെ സംഘത്തിൽ അവശേഷിച്ചിരുന്ന കൊള്ളക്കാരുമായി നീസിലെ വിദേശീയരുടെ അധീനതയിലുള്ള പ്രദേശത്ത് കുറച്ചുകാലം അവൻ ഒളിവിൽ കഴിഞ്ഞു.

അതിനുശേഷം അവൻ പിയെദ്മോങ്ങിലേക്ക് കടന്നു. പിന്നീട് പെട്ടെന്ന് വീണ്ടും ഫ്രാൻസിൽ പ്രത്യക്ഷപ്പെട്ടു. ആദ്യം ഴോസിയേറിലും പിന്നീട് ത്വീയിലായിലുമാണ് അവനെ കണ്ടത്. ഴൂഗ്-ദ്-ലെയിലെ ഗുഹകളിലായിരുന്നു അവന്റെ ഒളിത്താവളം. ഉബായിലെയും ഉബായെത്തിലെയും മലയോരഗ്രാമങ്ങളിലേക്കും ചേരികളിലേക്കും ഒളിത്താവളത്തിൽനിന്ന് അവൻ ഇറങ്ങിവന്നു. കടുത്ത പ്രതിരോധത്തെ മറികടന്ന് എല്ലായ്പ്പോഴും അവൻ രക്ഷപ്പെട്ടു. അവൻ വളരെ ആത്മവിശ്വാസമുള്ള ഒരു നീചൻ ആയിരുന്നു. ഈ ഭീതിയുടെ മധ്യത്തിലേക്കാണ് ഒരിക്കൽ ബിഷപ്പിന് കടന്നുചെല്ലേണ്ടിവന്നത്. അദ്ദേഹം ഷാത്തേലാർ സന്ദർശിക്കുന്നതിനു പോവുകയായിരുന്നു. മേയർ അദ്ദേഹത്തെ കാണാൻ എത്തിയിരുന്നു. ഉടൻതന്നെ ബിഷപ്പ് തിരിച്ചുപോകണമെന്നായിരുന്നു മേയറുടെ നിർദേശം. ആർഷ്പർവതം ക്രവാത്ത് കയ്യേറിയിരിക്കുകയാണെന്നും അതിനപ്പുറം പോകുന്നത് സംരക്ഷണത്തോടെ ആണെങ്കിൽപ്പോലും അപകടം വിളിച്ചുവരുത്തുമെന്നും മേയർ തറപ്പിച്ചുപറഞ്ഞു. പാവപ്പെട്ട മൂന്നോ നാലോ പട്ടാളക്കാരെ ഒരു പ്രയോജനവുമില്ലാതെ ഒരു അപകടത്തിൽക്കൊണ്ടെത്തിക്കാൻ മാത്രമേ അത് ഉപകരിക്കുകയുള്ളൂവെന്നും മേയർ കൂട്ടിച്ചേർത്തു. ബിഷപ്പു പറഞ്ഞു:

"അപ്പോൾ എനിക്കു സംരക്ഷണം വേണ്ട."

മേയർ പറഞ്ഞു: "അങ്ങനെ ആലോചിക്കരുത്."

"ഞാൻ ശരിക്കും ആലോചിച്ചു തീരുമാനിച്ചതാണ്. എനിക്ക് പട്ടാളക്കാരുടെ കാവൽ വേണ്ട. ഞാൻ ഒരുമണിക്കൂറിനകം യാത്ര തിരിക്കും."

"അപ്പോൾ പോകാൻതന്നെ തീരുമാനിച്ചോ?"

"അതെ, തീരുമാനിച്ചു."

"ഒറ്റയ്ക്കാണോ പോകുന്നത്."

"അതെ, തനിച്ചാണ്."

"അങ്ങ് അങ്ങനെ ചെയ്യരുത്."

ബിഷപ്പു പറഞ്ഞു: "മലമ്പ്രദേശത്ത് വളരെ പാവപ്പെട്ട ഒരു സമൂഹം ജീവിക്കുന്നുണ്ട്. അവർ എന്റെ നല്ല സുഹൃത്തുക്കളാണ്. ഞാൻ അവരെ കണ്ടിട്ട് ഇപ്പോൾ മൂന്നുവർഷമായി. അവർ സത്യസന്ധരായ കർഷകർ ആണ്. അവരുടെ സ്ഥലത്തു മുപ്പത് ആടുകളെ മേയ്ക്കുമ്പോഴാണ് ഒരാട് അവർക്കു സ്വന്തമാകുന്നത്. പല നിറങ്ങളിലുള്ള ഭംഗിയുള്ള കമ്പിളിനൂലുകൾ അവർ നിർമിക്കുന്നുണ്ട്. ആറു ദ്വാരങ്ങളുള്ള മുളംകുഴലിലൂടെ അവർ പാട്ടുകൾ പാടും. വല്ലപ്പോഴും അവർക്ക് ദൈവത്തിന്റെ നന്മകൾ പറഞ്ഞുകൊടുക്കാൻ ആരെങ്കിലും വേണം. ഭയക്കുന്ന ഒരു ബിഷപ്പിനെപ്പറ്റി അവർ എന്തു വിചാരിക്കും?"

"പക്ഷേ, കൊള്ളക്കാരെപ്പറ്റി അങ്ങ് ആലോചിക്കുന്നില്ല."

ബിഷപ്പു പറഞ്ഞു: "സത്യത്തിൽ ഞാൻ അതും ചിന്തിക്കുന്നുണ്ട്. നിങ്ങൾ പറഞ്ഞത് ശരിയാണ്. ഞാൻ അവരേയും കാണാൻ ശ്രമിക്കാം. ദൈവത്തിന്റെ നന്മകൾ പറഞ്ഞുകൊടുക്കാൻ അവർക്കും ആരെങ്കിലും വേണം."

"അതു ചെന്നായ്ക്കളുടെ ഒരു സംഘമാണ്."

"ആരാധ്യനായ മേയർ, യേശുക്രിസ്തു ഒരുപക്ഷേ, അവരുടെ നോട്ടക്കാരനായി എന്നെ ആയിരിക്കാം നിയോഗിച്ചിരിക്കുന്നത്. ദൈവത്തിന്റെ രീതികളെപ്പറ്റി ആർക്കാണ് അറിവുള്ളത്?"

"അവർ അങ്ങയെ കൊള്ളയടിക്കും."

"എന്റെ കയ്യിൽ ഒന്നും ഇല്ല."

"അവർ അങ്ങയെ കൊല്ലും."

"പ്രാർഥനയും മൂളിനടക്കുന്ന ഒരു പാവം പുരോഹിതനെ അവർ കൊല്ലുമോ? ഒരിക്കലുമില്ല. അവർക്ക് അതുകൊണ്ട് എന്തു ഗുണം കിട്ടാനുണ്ട്?"

"അങ്ങ് എന്തിനാണ് അവരെ കാണുന്നത്?"

"ഞാൻ അവരോട് ദരിദ്രർക്കുവേണ്ടി ദാനം നൽകാൻ ആവശ്യപ്പെടും."

"അങ്ങ് പോകരുത്. ദൈവത്തെ വിചാരിച്ച് അങ്ങ് അവിടെ പോകരുത്."

ബിഷപ്പു പറഞ്ഞു: "ആരാധ്യനായ മേയർ, എന്റെ ജീവിതത്തെപ്പറ്റി ശ്രദ്ധിക്കാനല്ല ഞാൻ ഇവിടെ ജീവിക്കുന്നത്. ഞാൻ ജീവിക്കുന്നത് ആത്മാവുകൾക്കുവേണ്ടിയാണ്."

അദ്ദേഹം പിൻമാറിയില്ല. വഴികാട്ടിയാകാൻ താൽപ്പര്യം കാണിച്ച ഒരു കുട്ടിയോടൊപ്പം അദ്ദേഹം യാത്രതിരിച്ചു. അദ്ദേഹത്തിന്റെ പിടിവാശിയെപ്പറ്റി നാട്ടുകാർ സംസാരിച്ചുകൊണ്ടിരുന്നു. അതിന്റെ ഫലപ്രാപ്തിയെപ്പറ്റി ആലോചിക്കുമ്പോൾ അവർക്ക് ഭയം തോന്നി.

മദാം മഗ്ലാറിനെയോ സഹോദരിയെയോ അദ്ദേഹം കൂടെക്കൊണ്ടുപോയില്ല. ഒരു കോവർകഴുതയുടെ പുറത്തിരുന്ന് അദ്ദേഹം പർവതം കയറി. അദ്ദേഹത്തിന്റെ നല്ല സുഹൃത്തുക്കളായ ഇടയന്മാരുടെ അടുത്ത് സുരക്ഷിതനായി എത്തിച്ചേരുകയും ചെയ്തു. പ്രഭാഷണങ്ങളും വിശുദ്ധകർമങ്ങളും ഉപദേശങ്ങളുമായി രണ്ടാഴ്ചക്കാലം അദ്ദേഹം അവരോടൊപ്പം ചെലവിട്ടു. പോകുന്നതിനു മുൻപ് പ്രൗഢമായ ദൈവീകച്ചടങ്ങ് നടത്തണമെന്ന് അദ്ദേഹം തീരുമാനിച്ചു. പക്ഷേ, എന്തുചെയ്യാൻ കഴിയും? അവിടെ ബിഷപ്പിനു ചേർന്ന പൂജാസാമഗ്രികൾ ഒന്നുംതന്നെ ഇല്ലായിരുന്നു. കൃത്രിമ പട്ടുനാടകൾ തുന്നിച്ചേർത്ത പഴകിയ പ്രാർഥനാവസ്ത്രങ്ങളാണ് അവിടെ ഉണ്ടായിരുന്നത്.

ബിഷപ്പു പറഞ്ഞു: "സാരമില്ല. അതെല്ലാം അങ്ങു നടന്നുകൊള്ളും."

സമീപത്തുള്ള എല്ലാ പള്ളികളും കൊള്ളയടിക്കപ്പെട്ടിരുന്നു. പാവപ്പെട്ട ഇടവകക്കാർക്ക് പള്ളിയിലെ പാട്ടുകാരനുള്ള വേഷംപോലും വാങ്ങി നൽകാനുള്ള കഴിവ് ഉണ്ടായിരുന്നില്ല.

അവർ അമ്പരന്നിരിക്കുന്ന ഈ സമയത്ത് അപരിചിതരായ രണ്ട് ആളുകൾ കുതിരപ്പുറത്ത് അവിടെ എത്തി. ഒരു വലിയ പെട്ടി ബിഷപ്പിനു നൽകിയശേഷം അവർ പെട്ടെന്നുതന്നെ തിരിച്ചുപോയി. പെട്ടി തുറന്നപ്പോൾ അതിനുള്ളിൽ സ്വർണത്തുണികളും ബിഷപ്പിനു യോജിച്ച വജ്രങ്ങൾ പതിച്ച ശിരോലങ്കാരവും ആർച്ചുബിഷപ്പിന്റെ കുരിശും മറ്റ് പൂജാസാമഗ്രികളുമായിരുന്നു. അവയെല്ലാം ഒരുമാസം മുൻപ് എംബ്രൂങ്ങിലെ മാതാവിന്റെ ആസ്ഥാനത്തുനിന്ന് മോഷണം പോയ സാധനങ്ങൾ ആയിരുന്നു. കൂടാതെ പെട്ടിക്കുള്ളിൽ ഒരു കടലാസ് എഴുതി ഒട്ടിച്ചിരുന്നു, "ബിയാങ് വെന്യുവിന് ക്രവാത്തിന്റെ സമ്മാനം."

ബിഷപ്പു പറഞ്ഞു: "ഞാൻ പറഞ്ഞില്ലേ അതെല്ലാം അങ്ങ് നടന്നുകൊള്ളുമെന്ന്." പിന്നീട് ഒരു ചിരിയോടുകൂടി അദ്ദേഹം കൂട്ടിച്ചേർത്തു: "കപ്യാരുടെ വേഷം കൊണ്ട് തൃപ്തിപ്പെടുന്നവന് ദൈവം ആർച്ചുബിഷപ്പിന്റെ ളോഹ കൊടുത്തുവിടും." കപ്യാർ തലകുലുക്കി ചിരിച്ചുകൊണ്ട് മുറുമുറുത്തു, "ദൈവമാണോ അതോ പിശാചാണോ കൊടുത്തുവിട്ടത്?"

ബിഷപ്പ് അയാളുടെ മുഖത്ത് അധികാരത്തോടെ നോക്കിക്കൊണ്ട് പറഞ്ഞു: "ദൈവം തന്നെ."

ഷാത്തെലാറിലേക്ക് തിരിച്ചു നടക്കുമ്പോൾ ആളുകൾ ജിജ്ഞാസയോടെ അദ്ദേഹത്തെ കാണാൻ വന്നിരുന്നു. ഷാത്തെലാറിൽ തിരിച്ചെത്തിയപ്പോൾ സഹോദരിയും മദാം മഗ്ലാറും അദ്ദേഹത്തെ പ്രതീക്ഷിച്ച് അവിടെ കാത്തു നിന്നിരുന്നു. അദ്ദേഹം സഹോദരിയോടു പറഞ്ഞു: "ഞാൻ പറഞ്ഞിരുന്നത് ശരിയായില്ലേ? പാവപ്പെട്ട മലവർഗക്കാരുടെ ഇടയിലൂടെ വെറും കൈയുമായി നടന്നു തിരിച്ചു വന്നപ്പോൾ പാവം പുരോഹിതന്റെ കൈകൾ നിറഞ്ഞു തുളുമ്പി. ദൈവത്തിൽ മാത്രം വിശ്വസിച്ചാണ് ഞാൻ കാലുകൾ മുന്നോട്ടു വച്ചത്. ഒരു ഭദ്രാസനപ്പള്ളിയുടെ സ്വത്താണ് ഞാൻ ഇപ്പോൾ തിരിച്ചുകൊണ്ടുവന്നിരിക്കുന്നത്."

വൈകിട്ട് ഉറങ്ങാൻ പോകുന്നതിനുമുമ്പ് അദ്ദേഹം ഇതുകൂടി പറഞ്ഞു: "കൊള്ളക്കാരെയോ കൊലപാതകികളെയോ ഭയക്കരുത്. അത്തരം അപകടങ്ങൾ അപ്രധാനങ്ങളാണ്. നാം നമ്മെത്തന്നെയാണ് ഭയക്കേണ്ടത്. മുൻവിധികളാണ് യഥാർഥ കൊള്ളക്കാർ. ദു:ശ്ശീലങ്ങളാണ് യാഥാർഥ കൊലപാതകികൾ. വലിയ അപകടങ്ങൾ നമ്മുടെ കൂടെത്തന്നെ ഉണ്ട്. നമ്മൾ ചിന്തിക്കുന്നത് നമ്മുടെ ബുദ്ധിയെയോ പണസഞ്ചിയെയോ ഭയപ്പെടുത്തുന്ന കാര്യങ്ങളെപ്പറ്റി മാത്രമാണ്. നമ്മുടെ ആത്മാവിനെ ഭയപ്പെടുത്തുന്ന കാര്യങ്ങളെപ്പറ്റിയാണ് സത്യത്തിൽ നമ്മൾ ചിന്തിക്കേണ്ടത്."

പിന്നീട് അദ്ദേഹം സഹോദരിയോട് പറഞ്ഞു: "അയൽവാസിക്ക് എതിരായി ഒരു പുരോഹിതൻ ഒരു മുൻകരുതലും എടുക്കാൻ പാടില്ല. ദൈവം അനുവദിച്ചുകൊടുത്ത കാര്യങ്ങളാണ് അയൽവാസി ചെയ്യുന്നത്. അപകടം നമുക്കു മുകളിൽ തൂങ്ങിക്കിടക്കുന്നതായി തോന്നുമ്പോൾ നമുക്ക് ദൈവത്തോടുള്ള പ്രാർഥനയിൽ മുഴുകാം. നമുക്കുവേണ്ടി മാത്രമല്ല, നമ്മുടെ സഹോദരൻ കുറ്റം ചെയ്യാതെ നോക്കുന്നതിനുവേണ്ടി കൂടിയാണ് നാം ദൈവത്തോട് പ്രാർഥിക്കുന്നത്."

ചുരുക്കിപ്പറഞ്ഞാൽ അദ്ദേഹത്തിന്റെ ജീവിതത്തിൽ സംഭവങ്ങൾ വളരെ കുറവായിരുന്നു. നമുക്ക് അറിയാവുന്ന കാര്യങ്ങളാണ് ഇവിടെ വിവരിച്ചത്. ദിവസവും ഒരേസമയത്ത് ഏതാണ്ട് ഒരേ കാര്യത്തിലായിരിക്കും അദ്ദേഹം ഏർപ്പെടുക. അദ്ദേഹത്തിന്റെ ദിവസങ്ങളുടെ ഒരോ മണിക്കൂറിനു മാത്രമല്ല വർഷങ്ങളിൽ ഓരോ മാസങ്ങൾക്കു തമ്മിലും ഒരു വ്യത്യാസവും ഉണ്ടായിരുന്നില്ല.

എംബ്രണിയിലെ പള്ളിയിലെ നിധിക്ക് എന്തു സംഭവിച്ചു? നിധിയെപ്പറ്റിയുള്ള ഈ ചോദ്യം ഞങ്ങളെ കുഴയ്ക്കുന്ന ഒരു പ്രശ്നമാണ്. അവയുടെ കൂട്ടത്തിൽ വളരെ മനോഹരമായ സാധനങ്ങൾ ഉണ്ടായിരുന്നു. ആരു കണ്ടാലും മോഹിച്ചുപോകുന്ന വസ്തുക്കൾ – നിങ്ങൾ ഭാഗ്യദോഷിയാണെങ്കിൽ വീണ്ടും മോഷ്ടിക്കപ്പെടാൻ അർഹതയുള്ള സാധനങ്ങൾ – മറ്റുള്ളവരുടെ കൈയിൽനിന്ന് ഒരുതവണ മോഷ്ടിക്കപ്പെട്ടതുകൊണ്ട് പകുതി ജോലി പൂർത്തിയായി എന്നു മാത്രമേ കണക്കാക്കാൻ പാടുള്ളൂ. മോഷണമുതലിന്റെ പ്രയാണത്തിൽ ഒരു ചെറിയ ദിശാമാറ്റം നടത്തിയാൽ ആർക്കും അതു ദരിദ്രരുടെ കൈയിൽ എത്തിക്കാൻ കഴിയും. ഈ കാര്യത്തെപ്പറ്റി ഞങ്ങൾക്ക് കൂടുതൽ ഒന്നും പറയാൻ കഴിയില്ല. ആകെ പറയാവുന്ന ഒരു കാര്യം ബിഷപ്പിന്റെ കടലാസുകൾക്കിടയിൽ

കണ്ട ഒരു കുറിപ്പിനെപ്പറ്റി മാത്രമാണ്. ഒരുപക്ഷേ, ആ കുറിപ്പിന് ഈ നിധിയുമായി ബന്ധമുണ്ടാകാൻ ഇടയുണ്ട്. ബിഷപ്പ് കുറിച്ചിട്ടിരുന്ന വാക്കുകൾ ഇതായിരുന്നു. "ഇതു പള്ളിക്ക് തിരിച്ചുകൊടുക്കണോ അതോ ആശുപത്രിക്കു കൊടുക്കണോ എന്നതാണ് പ്രശനം."

8. അത്താഴത്തിനു ശേഷമുള്ള തത്വശാസ്ത്രം

ഇവിടെ പരാമർശിക്കാൻ പോകുന്ന സെനറ്റർ ഒരു ബുദ്ധിമാനായിരുന്നു. മനുഷ്യന്റെ വഴിയിൽ തടസങ്ങളുണ്ടാക്കുന്ന മന:സാക്ഷി, വിശ്വാസം, നീതി ചുമതല തുടങ്ങിയ കാര്യങ്ങളെയെല്ലാം അവഗണിച്ചുകൊണ്ട് അയാൾ ലക്ഷ്യ പ്രാപ്തിക്കുവേണ്ടി പരിശ്രമിച്ചു. ഒരിക്കൽപ്പോലും സ്വന്തം താൽപ്പര്യങ്ങളിൽനിന്ന് വ്യതിചലിക്കാതെ തന്റെ ലക്ഷ്യത്തിലേക്ക് അയാൾ മുന്നേറി. ചുരുക്കത്തിൽ അയാൾ നേട്ടങ്ങൾ ഉണ്ടാക്കിയ ഒരു മനുഷ്യനായിരുന്നു. വിജയം അയാൾക്ക് സംതൃപ്തി നൽകി. എങ്കിലും അയാൾ ഒരു മോശപ്പെട്ട മനുഷ്യൻ ആയിരുന്നില്ല. അയാളുടെ ആൺമക്കൾക്കും പെൺമക്കളുടെ ഭർത്താക്കന്മാർക്കും ബന്ധുക്കൾക്കും സുഹൃത്തുക്കൾക്കും തന്നാൽ കഴിയുന്ന ചെറിയ സഹായങ്ങൾ അയാൾ ചെയ്തുകൊടുത്തിരുന്നു. ജീവിതത്തിന്റെ സുഖകരമായ മാർഗത്തിലൂടെ മുന്നേറിയ അയാൾ തന്റെ പ്രയാണത്തിനിടയിൽ വെട്ടിപ്പിടിക്കാൻ കഴിഞ്ഞ എല്ലാ ലാഭങ്ങളും പ്രയോജനപ്പെടുത്തിയിരുന്നു. അതിനു കഴിയാതെവരുന്നത് മണ്ടത്തരമാണെന്നായിരുന്നു അയാളുടെ വിശ്വാസം. താൻ എപ്പിക്യൂറസിന്റെ ശിഷ്യനാണെന്ന് സന്തോഷത്തോടെ വിശ്വസിച്ചിരുന്ന ഒരു വിദ്വാനായിരുന്നു അയാൾ. എന്നാൽ സത്യം അതായിരുന്നില്ല. ഒരുപക്ഷേ, അയാൾ *പിഗോ-ലെ-ബ്രൂങ്ങിന്റെ ഒരു സന്താനമായിരിക്കാൻ സാധ്യതയുണ്ട്. ബിഷപ്പിന്റെ സദ്പ്രവർത്തികളെ മറ്റ് അനന്തകോടി കാര്യങ്ങൾക്കൊപ്പം അയാൾ ആവേശത്തോടെ ചിരിച്ചുതള്ളി. എം മിറിയേൽ കേൾവിക്കാരനായി ഉള്ളപ്പോൾ ബിഷപ്പിന്റെ പ്രവർത്തനങ്ങളെ പ്രോത്സാഹിപ്പിക്കുന്ന രീതിയിൽ അയാൾ സ്വന്തം ചിരിയിൽ മാറ്റങ്ങൾ വരുത്തിയിരുന്നു.

ഔദ്യോഗികമായ ഒരു ചടങ്ങിൽവച്ച് ഈ സെനറ്റർക്കും ഒരു ഉന്നത പൊലീസ് ഉദ്യോഗസ്ഥനുമൊപ്പം ബിഷപ്പ് അത്താഴം കഴിക്കുകയായിരുന്നു, ഒടുവിൽ മധുരം കഴിച്ചുകൊണ്ടിരുന്നപ്പോൾ ഈ സഭാംഗം അൽപ്പം ഔന്നത്യത്തോടെ ബിഷപ്പിനോടു പറഞ്ഞു:

"ആരാധ്യനായ ബിഷപ്പ്, നമുക്ക് സംസാരിക്കാം. ഒരു സെനറ്റർക്കും ബിഷപ്പിനും കണ്ണുചിമ്മാതെ മുഖത്തോടു മുഖം നോക്കിയിരിക്കാൻ വിഷമമാണ്. നമ്മൾ രണ്ടുപേരും പ്രവാചകന്മാരാണ്. എനിക്ക് ഒരു കുമ്പസാരം നടത്താനുണ്ട്. അതായത് എനിക്ക് എന്റേതായ ഒരു തത്വശാസ്ത്രമുണ്ട്."

ബിഷപ്പു പറഞ്ഞു: "നിങ്ങൾ പറഞ്ഞതു ശരിയാണ്. ഒരുവൻ സ്വയം തത്വശാസ്ത്രം ഉണ്ടാക്കുമ്പോൾ വിശ്രമം ആവശ്യമാണ്. നിങ്ങൾ അധികാരസ്ഥാനത്തായതുകൊണ്ട് അതിനു വിഷമം ഇല്ലല്ലോ."

സെനറ്റർ പറഞ്ഞു: "നമുക്ക് നല്ല ചങ്ങാതിമാരാവാം."

ബിഷപ്പു പറഞ്ഞു: "നല്ല ചങ്ങാതിമാരെന്നല്ല വേണമെങ്കിൽ നല്ല ചെകുത്താന്മാർവരെയാകാം."

---

* ഒരു ഫ്രഞ്ച് നോവലിസ്റ്റ്.

സെനറ്റർ സംസാരം തുടർന്നു: "മാർക്കിദാർ ഷെന്യൂവും[1] പൈറോണും[2] ഹോബ്സും[3] എം നൈജിയോണും വഷളന്മാർ അല്ലായിരുന്നെന്ന് എനിക്ക് ഉറപ്പിച്ചു പറയാൻ കഴിയും. എല്ലാ തത്വശാസ്ത്ര പുസ്തകങ്ങളുടെയും അരികിൽ ഗിൽറ്റു പുരട്ടിയ പതിപ്പുകൾ എന്റെ പക്കലുണ്ട്."

ബിഷപ്പ് ഇടയ്ക്കുകയറി പറഞ്ഞു:

"നിങ്ങളെപ്പോലെ തന്നെ."

സെനറ്റർ വീണ്ടും സംസാരം തുടർന്നു: "ദിദറോവിനോട്[4] എനിക്ക് വെറുപ്പാണ്. അയാൾ ഒരു ആദർശവാദിയാണ്. മൈതാനപ്രസംഗക്കാരൻ, ഒരു വിപ്ലവകാരി. സത്യത്തിൽ ഉള്ളിന്റെയുള്ളിൽ അയാൾ ദൈവവിശ്വാസിയാണ്. അയാൾ വോൾട്ടെയറിനെക്കാളും[5] മർക്കടമുഷ്ടിക്കാരനാണ്. വോൾട്ടെയർ നീഡ്ഹാമിനെ[6] കളിയാക്കി. പക്ഷേ, അവിടെ വോൾട്ടയറിനു തെറ്റുപറ്റി, നീഡ്ഹാമിന്റെ വഴുതിമാറലുകൾ സത്യത്തിൽ ദൈവത്തിനെക്കൊണ്ട് പ്രയോജനമില്ലെന്നാണ് തെളിയിച്ചത്. ഒരു സ്പൂൺ ധാന്യപ്പൊടിയിൽ ഒരുതുള്ളി വിനീഗർ ഒഴിച്ച് വിതരണം ചെയ്തെന്നോ? എങ്കിൽ തുള്ളിക്കും സ്പൂണിനും വലിപ്പം കൂടുതലായിരിക്കും. അതുതന്നെയാണ് ലോകം. അപ്പോൾപ്പിന്നെ അനശ്വരനായ പിതാവിന്റെ ആവശ്യം എന്താണ്? യഹോവയുടെ സാങ്കൽപ്പിക സിദ്ധാന്തം എനിക്ക് മടുപ്പാണുണ്ടാക്കുന്നത്. മെലിഞ്ഞ ശരീരവും ഒഴിഞ്ഞ തലകളുമുള്ള മനുഷ്യരെ സൃഷ്ടിക്കാനുള്ള കഴിവുണ്ട് എന്നകാര്യം ഒഴിച്ചുനിർത്തിയാൽ, മറ്റൊരു പ്രയോജനവും ആ സിദ്ധാന്തംകൊണ്ട് ഉണ്ടാവാനില്ല. നമുക്കിടയിൽ ഞാൻ എന്റെ മനസ്സ് തുറക്കുന്നു. എന്റെ പുരോഹിതനോട് ഞാൻ കുറ്റസമ്മതം നടത്തുകയാണ്. എനിക്ക് സാമാന്യബുദ്ധിയുണ്ട്. ഞാൻ കുമ്പസരിക്കാം. ആത്മസമർപ്പണവും പരിത്യാഗവും പ്രസംഗിക്കുന്ന നിങ്ങളുടെ യേശുക്രിസ്തുവിന്റെ നേർക്ക് എന്റെ ബുദ്ധി തിരിഞ്ഞിട്ടില്ല. എന്തിനാണ് പരിത്യാഗം ചെയ്യുന്നത്? ഒരു ചെന്നായ് മറ്റൊരു ചെന്നായ്ക്കുവേണ്ടി സ്വയം ബലികൊടുക്കുന്നത് ഞാൻ ഒരിടത്തും കണ്ടിട്ടില്ല. നമുക്ക് പ്രകൃതിയെ അനുസരിച്ച് ജീവിക്കാം. നമ്മൾ ഉന്നതരായതുകൊണ്ട് നമുക്ക് നമ്മുടെ സ്വന്തം തത്വശാസ്ത്രം കണ്ടെത്താം. മറ്റൊരാൾ കണ്ടതിന് അപ്പുറം ഒന്നും കാണാൻ കഴിയുന്നില്ലെങ്കിൽ നമ്മൾ ഉന്നതരാണെന്ന് പറഞ്ഞതുകൊണ്ട് എന്തു പ്രയോജനം? നമുക്ക് ആകെയുള്ള ഒരു ജീവിതം സന്തോഷമായി ജീവിക്കാം. മനുഷ്യന് താഴ്ചയിലോ ഉയരങ്ങളിലോ മറ്റ് എവിടെയെങ്കിലും ഒരു ജീവിതം ഉണ്ടെന്ന് ഞാൻ വിശ്വസിക്കുന്നില്ല. അത്തരത്തിലുള്ള ഒരു വാക്കുപോലും എനിക്ക് വിശ്വസിക്കാൻ കഴിയില്ല. സമർപ്പണത്തിനും പരിത്യാഗത്തിനും ഞാൻ തയാറാകുകയാണെങ്കിൽ ഞാൻ ചെയ്യുന്നതെന്തും വളരെ ശ്രദ്ധയോടെ ആയിരിക്കണം. നന്മതിന്മകളും നീതിയും അനീതിയും ഉയർത്തുന്ന ചോദ്യങ്ങളെപ്പറ്റി ആലോചിച്ച് ഞാൻ തല പുകയ്ക്കണം. എന്തിന്? എന്റെ പ്രവൃത്തികളുടെ കണക്ക് എനിക്ക് ഹാജരാക്കേണ്ടിവരുന്നതുകൊണ്ട്. എപ്പോൾ? എന്റെ മരണ

1. ഫ്രഞ്ച് ചരിത്രകാരൻ.
2. നിരീശ്വരവാദിയായ ഗ്രീക്ക് തത്വജ്ഞാനി.
3. നിരീശ്വരവാദിയായ ഇംഗ്ലീഷ് തത്വജ്ഞാനി.
4 ഫ്രഞ്ച് നിരീശ്വരവാദി.
5. ഫ്രഞ്ച് തത്വജ്ഞാനി, കവി. നാടകകൃത്ത്, ചരിത്രകാരൻ
6. ഇംഗ്ലണ്ടിൽ ജനിച്ച മതാചാര്യൻ.

ത്തിനുശേഷം. എത്ര സുന്ദരമായ സ്വപനം! എന്റെ മരണത്തിനുശേഷം ഞാൻ ശിക്ഷിക്കപ്പെടുമെന്നോ? നരകത്തിൽ ഒരുപിടി ചാരം ആകാനാണ് ഞാൻ ഇഷ്ടപ്പെടുന്നത്. നമുക്ക് സത്യം അന്വേഷിക്കാം. കാണുന്നതെന്തും നമുക്ക് കുഴിച്ചു നോക്കാം. അപ്പോൾ നിങ്ങൾക്ക് അതിയായ സന്തോഷം ലഭിക്കും. അപ്പോൾ നിങ്ങൾക്ക് ശക്തി ലഭിക്കും. നിങ്ങൾ ചിരിക്കും. മനുഷ്യന്റെ അമരത്വം പുകമൂടിയ ഒരു മോഹമാണെന്ന് എനിക്കുറപ്പുണ്ട്. എന്തൊരു ആകർഷണീയമായ വാഗ്ദാനം. വിശ്വസിക്കൂ, നിങ്ങൾ ആഗ്രഹിച്ചതു ലഭിക്കും. ആദാമിന്റെ ശുപാർശക്കത്ത്. നമുക്ക് ആത്മാവുണ്ട്. തോളിൽ നീലച്ചിറകുള്ള മാലാഖമാർ ആകേണ്ടവരാണ് നമ്മൾ. അനുഗ്രഹിക്കപ്പെട്ടവർ. ഒരു നക്ഷത്രത്തിൽനിന്ന് മറ്റൊരു നക്ഷത്രത്തിലേക്ക് പോകുമെന്ന് തേർത്തുലിയൻ[1] അല്ലേ പറഞ്ഞത്? ശരി. നമുക്ക് ആകാശത്തിലെ പച്ചക്കുതിരകൾ ആകാം. അപ്പോൾ നമുക്ക് ദൈവത്തെ കാണാം. ഈ സ്വർഗങ്ങളൊക്കെ വളരെ ബാലിശമാണ്. ദൈവം വികൃതമായ ഒരു കാൽപ്പനിക കഥയാണ്. ഇതു തീർച്ചയായും പൊതുവേദിയിൽ ഞാൻ പറയേണ്ട കാര്യമാണ്. പക്ഷേ, ഞാൻ പലപ്പോഴും കൂട്ടുകാർക്കിടയിൽ അടക്കം പറയുകയാണ് ചെയ്തുകൊണ്ടിരിക്കുന്നത്. സ്വർഗത്തിനുവേണ്ടി ഭൂമിയെ ബലികൊടുക്കുന്നത് നിഴലിനുവേണ്ടി വസ്തുവിനെ ഉപേക്ഷിക്കുന്നതിനു തുല്യമാണ്. അപാരതയുടെ പകരക്കാരനാകാൻ മാത്രം വിഡ്ഢിയല്ല ഞാൻ. ഞാൻ എന്നെ വിളിക്കുന്നത് പ്രഭു, സെനറ്റർ എന്നൊക്കെയാണ്. എന്റെ ജനനത്തിനു മുമ്പ് ഞാൻ ഉണ്ടായിരുന്നോ? ഇല്ല. ഞാൻ എന്താണ്? കുറച്ചു പൊടിപടലങ്ങൾ ചേർത്തുവച്ച് ഉണ്ടാക്കിയ ഒരു ജൈവ വസ്തു. ഈ ഭൂമിയിൽ എനിക്ക് എന്താണ് ചെയ്യാനുള്ളത്? എനിക്ക് കഷ്ടപ്പെടുകയോ സന്തോഷിക്കുകയോ ചെയ്യാം. കഷ്ടപ്പാടുകൾ എന്നെ എവിടെ എത്തിക്കും? എവിടേയും എത്തിക്കില്ല. പക്ഷേ, എനിക്ക് കഷ്ടപ്പെടേണ്ടി വരും. സന്തോഷം എന്നെ എവിടേക്ക് നയിക്കും? എവിടേക്കുമില്ല. പക്ഷേ, ഞാൻ സന്തോഷിച്ചിരിക്കും. എന്റെ തീരുമാനം ഞാൻ എടുത്തുകഴിഞ്ഞു. ഞാൻ ഭക്ഷിക്കണോ അതോ ഭക്ഷിക്കപ്പെടണോ? എന്റെ തീരുമാനം ഭക്ഷിക്കാനാണ്. പുല്ല് ആയിരിക്കുന്നതിലും നല്ലത് പല്ല് ആയിരിക്കുന്നതാണ്. ബാക്കി കാര്യങ്ങളും ഞാൻ പറയാം. ഒടുവിൽ ഒരു ശവക്കുഴി തോണ്ടുന്നവൻ വരും. പിന്നീട് നമുക്കായുള്ള ഒരു സ്മാരകം. പക്ഷേ, ഒടുവിൽ എല്ലാം ഒരു അഗാധഗർത്തത്തിൽ അവസാനിക്കുന്നു. ശുഭം. ഇവിടമാണ് അപ്രത്യക്ഷമാകാനുള്ള ഇടം. മരണം മരണം തന്നെയാണ്. എന്നെ വിശ്വസിക്കൂ. അവിടെ എന്നോടു സംസാരിച്ചിരിക്കാൻ ആളുണ്ടെന്ന ആശയം കേട്ടാൽ ഞാൻ ചിരിക്കാതെ എന്തു ചെയ്യും? ശുശ്രൂഷകരുടെ ഒരു കണ്ടുപിടുത്തമാണ് ഈ ആശയം. കുട്ടികളെ പറ്റിക്കാനുള്ള ഒരു കളി. മനുഷ്യർക്കുമാത്രമായി ഒരു യഹോവ ഇല്ല. നമ്മുടെ നാളുകൾ ഇരുട്ടാണ്. ശവക്കല്ലറയ്ക്കുശേഷം ഒന്നും അവശേഷിക്കുന്നില്ല. നിങ്ങൾ സർദനപ്പലസോ,[2] വാങ്സാങ് ദ്-പോളോ[3] ആയിരുന്നിരിക്കാം. രണ്ടായാലും ആ ഒന്നുമില്ലായ്മയിലാണ് നിങ്ങൾ അവസാനിക്കുന്നത്. അതാണ് അതിന്റെ സത്യം. അപ്പോൾ എല്ലാത്തിനും ഉപരിയായി നമുക്ക് ജീവിക്കാം. നമ്മുടെ വ്യക്തിത്വത്തെ അതുള്ളപ്പോൾത്തന്നെ നമുക്ക് ഉപയോഗിക്കാം. ആരാധ്യനായ ബിഷപ്പിനോട് ഞാൻ പറയുന്നത് എനിക്ക് എന്റെ സ്വന്തം

1. ലാറ്റിൻ മതാചാര്യന്മാരിൽ ഏറ്റവും പ്രമുഖൻ.
2. അസീറിയയിലെ രാജാവ്.
3. ഫ്രാൻസിലെ ഒരു ദിവ്യൻ.

തത്വശാസ്ത്രവും തത്വചിന്തകന്മാരും ഉണ്ടെന്ന കാര്യമാണ്. അസംബന്ധങ്ങളിൽ പോയി തലയിടാൻ ഞാൻ എന്നെ അനുവദിക്കാറില്ല. പക്ഷേ, നമ്മളെക്കാൾ താഴെയുള്ള നഗ്നപാദർക്കും കത്തി മൂർച്ചകൂട്ടുന്നവർക്കും മറ്റ് അധമൻമാർക്കും ദൈവത്തിന്റെ ആവശ്യമുണ്ട്. ഇതിഹാസങ്ങളും വിചിത്രഭാവനകളും ചേർന്ന് അവർക്കു വിഴുങ്ങാനായി ആത്മാവും അനശ്വരതയും സ്വർഗവും നക്ഷത്രങ്ങളും നൽകും. അവർ അതെല്ലാംകൂടി ചവച്ചരച്ച് അവരുടെ ഉണക്കറൊട്ടിയിൽ പുരട്ടിക്കൊള്ളും. ഒന്നും ഇല്ലാത്തവന് അങ്ങനെ അവന്റെ അടുത്ത് ദൈവമെങ്കിലും ഉണ്ടാകും. അവനു ലഭിക്കുന്ന ഏറ്റവും ചെറിയ നന്മയാണ് ദൈവം. ഞാൻ അതിൽ എതിർപ്പൊന്നും പ്രകടിപ്പിക്കുന്നില്ല. നല്ല ദൈവം ആളുകളെ സംബന്ധിച്ചിടത്തോളം നല്ലതാണ്." ബിഷപ്പ് കയ്യടിച്ചു. അദ്ദേഹം പറഞ്ഞു:

"ഭൗതികവാദം വളരെ നല്ല ഒരു കാര്യമാണ്. അത് ശരിക്കും വൈശിഷ്ട്യമുള്ളതുതന്നെയാണ്. ആരും അത് തള്ളിക്കളയുന്നില്ല. ഒരാൾ ഭൗതികവാദിയായിക്കഴിയുമ്പോൾ അയാൾ പിന്നീടൊരിക്കലും ഒരു ഭോഷൻ ആകുന്നില്ല. പിന്നീട് [1]കൈറോവിനെപ്പോലെ നാടുകടത്തപ്പെടാൻ ഇടയാക്കുന്ന തരത്തിലുള്ള വിഡ്ഢിത്തം അയാൾ കാട്ടില്ല. സ്റ്റീഫനെ[2]പോലെ കല്ലേറുകൊള്ളാനും ഴാന്ന് ദാർക്കിനെപ്പോലെ[3] ജീവനോടെ തീയിൽ എരിയാനും അയാൾ തയാറാവില്ല. ആദരണീയമായ ഈ ഭൗതികവാദം മനസിലാക്കുന്നതിൽ വിജയിച്ചവർ അവർക്ക് ചുമതലകൾ ഇല്ല എന്ന സന്തോഷത്തിൽ ആയിരിക്കും. സ്ഥാനമാനങ്ങൾ, അർഥശൂന്യമായ പ്രവൃത്തികൾ, ബഹുമതികൾ, തെറ്റോ ശരിയോ ആയ രീതിയിൽ കയ്യിൽ ഒതുക്കിയ അധികാരങ്ങൾ, രാജ്യദ്രോഹപ്രവൃത്തികൾ, മനഃസാക്ഷി അടിയറവയ്ക്കൽ തുടങ്ങി പലതിലും അവർക്ക് ആർത്തി പ്രകടിപ്പിക്കാൻ കഴിയും. ഇവയുടെയെല്ലാം ദഹനപ്രക്രിയ പൂർണമായതിനുശേഷമായിരിക്കും അവർ ശവക്കല്ലറയിലേക്കു കടക്കുന്നത്. ഇതിനോട് എത്രമാത്രം യോജിക്കാൻ കഴിയും? ബഹുമാനപ്പെട്ട സെനറ്ററെ ഉദ്ദേശിച്ചല്ല ഞാനിങ്ങനെ പറയുന്നത്. എങ്ങനെയായാലും എനിക്ക് നിങ്ങളെ പ്രശംസിക്കാൻ മാത്രമേ കഴിയുകയുള്ളൂ. നിങ്ങളെപ്പോലുള്ള വലിയ പ്രഭുക്കൻമാർക്ക് സ്വന്തമായ തത്വശാസ്ത്രങ്ങളുണ്ട്. അത് ധനികർക്ക് മാത്രം എത്തിപ്പിടിക്കാൻ കഴിയുന്ന എല്ലാത്തരം മസാലകളും ചേർത്ത് ശുദ്ധീകരിച്ച് പാകപ്പെടുത്തിയെടുത്ത ജീവിതത്തിലെ ആഹ്ലാദങ്ങളുടെ തത്വശാസ്ത്രമാണ്. ഈ തത്വശാസ്ത്രം വളരെ ആഴത്തിലാണ് കണ്ടുവരാറുള്ളത്. പ്രത്യേക അന്വേഷണങ്ങൾ നടത്തിവേണം അതു പുറത്തുകൊണ്ടുവരാൻ. പക്ഷേ, നിങ്ങളൊക്കെ നല്ല രാജകുമാരന്മാരാണ്. എന്തായാലും നിങ്ങളൊക്കെ കഴിക്കുന്ന ഉള്ളി ചേർത്ത വാത്തിന്റെ ഇറച്ചിക്കറിക്കുപകരം ദരിദ്രർക്ക് കഴിക്കാൻ കുമിൾ ചേർത്ത ടർക്കിക്കോഴിയുടെ കറിയുള്ളതുപോലെ, നല്ല ദൈവത്തിലുള്ള വിശ്വാസമായിരിക്കണം ആളുകളുടെ തത്വശാസ്ത്രമെന്ന് സമ്മതിക്കാൻ നിങ്ങൾ തയാറാണല്ലോ.

---

1. റോമിലെ ഒരു ഭരണശാസ്ത്രപണ്ഡിതൻ.
2. പള്ളിക്കെതിരായി പ്രസംഗിക്കുന്നതിന് ജനം കല്ലെറിഞ്ഞു കൊലപ്പെടുത്തിയ യഹൂദൻ.
3. രാജ്യദ്രോഹിയായി മുദ്രകുത്തിയ ഇംഗ്ലീഷുകാരൻ, ജീവനോടെ തീയിലിട്ട ഫ്രഞ്ച് മഹതി.

9. സഹോദരനെപ്പറ്റി സഹോദരി പറഞ്ഞത്

ഡിയിലെ ബിഷപ്പിന്റെ കുടുംബചിത്രം വ്യക്തമാക്കുന്നതിന് മദ്മാസെൽ ബാപ്തിസ്തീൻ തന്റെ ബാല്യത്തിലെ കൂട്ടുകാരിയായിരുന്ന മാഡം വിക്കോംതെസ് ദ്ബ്വാഷെവ്റോങ്ങിന് എഴുതിയ ഒരു എഴുത്ത് ഇവിടെ പകർത്തി എഴുതുന്നതിലും മെച്ചമായി ഞങ്ങൾക്ക് ഒന്നുംതന്നെ ചെയ്യാനില്ല (ബിഷപ്പിനോടൊപ്പം ഉണ്ടായിരുന്ന രണ്ടു സ്ത്രീകളും പെട്ടെന്ന് അസ്വസ്ഥമാകുന്ന അവരുടെ സ്ത്രൈണമായ ജന്മവാസനകളെപ്പോലും മറികടന്ന്, അവരുടെ പ്രവൃത്തികൾ മാത്രമല്ല, ചിന്തകൾപോലും അദ്ദേഹത്തിന് സഹായകരമാക്കി മാറ്റിയെടുത്തിരുന്നതുകൊണ്ട്, ബിഷപ്പിന് തന്റെ ശീലങ്ങളും പദ്ധതികളും അവരോടു വിശദീകരിക്കേണ്ട ആവശ്യംപോലും വന്നിരുന്നില്ല).

ഡി, ഡിസംബർ; 18 — —

പ്രിയപ്പെട്ട ബ്വാഷെവ്റോങ്,

ഇവിടെ ഞങ്ങൾ നിന്നെപ്പറ്റി സംസാരിക്കാതിരിക്കുന്ന ഒരു ദിവസംപോലും ഉണ്ടെന്നു തോന്നുന്നില്ല. അതു പതിവാണെങ്കിലും ഇപ്പോൾ ഈ എഴുത്ത് എഴുതുന്നതിന് ഒരു കാരണം കൂടിയുണ്ട്. ഭിത്തിയും മച്ചും പൊടി തട്ടിക്കഴുകുന്നതിനിടയിൽ മദാം മഗ്ലാർ ചില കണ്ടുപിടുത്തങ്ങൾ നടത്തി എന്നു പറഞ്ഞാൽ നിനക്ക് വിശ്വസിക്കാൻ കഴിയുന്നുണ്ടോ? ഞങ്ങളുടെ രണ്ടുപേരുടെയും മുറികളിൽ വെള്ള പൂശിയ കടലാസുകൾ ഒട്ടിച്ചിരുന്നു. നിന്റെ നാട്ടിലെ ബംഗ്ലാവിന്റെ വലിയ മുറികളെ തള്ളിപ്പറയുകയാണെന്ന് നീ വിചാരിക്കരുത്. മദാം മഗ്ലാർ ഈ പേപ്പർ എല്ലാം കീറിമാറ്റിയപ്പോൾ അതിനിടയിൽ ചില കാര്യങ്ങൾ കണ്ടു. എന്റെ സ്വീകരണമുറിയിൽ കസേരയോ മേശയോ ഒന്നും തന്നെയില്ല. വീടിന്റെ അകത്ത് തുണി വിരിച്ച് ഉണക്കാൻ മാത്രമാണ് ഞങ്ങൾ ഈ മുറി ഉപയോഗിക്കുന്നത്. പതിനെട്ടടി ചതുരത്തിലുള്ള മുറിക്ക് പതിനഞ്ച് അടി ഉയരമുണ്ട്. മേൽത്തട്ട് വളരെക്കാലം മുമ്പ് തകിടുപൊതിഞ്ഞ് ചായം പൂശിയതാണ്. നിന്റെ വീട്ടിൽ ചെയ്തിരിക്കുന്നതുപോലെ മേൽത്തട്ടിനു താഴെ ഉത്തരങ്ങളുമുണ്ട്. ഈ വീട് പണ്ട് ആശുപത്രിയായി ഉപയോഗിച്ചിരുന്ന കാലം മുതൽ ക്യാൻവാസുകൊണ്ട് ഇതെല്ലാം മൂടിവച്ചിരിക്കുകയായിരുന്നു. പക്ഷേ, എന്റെ മുറിയാണ് നീ കാണേണ്ടത്. ഏറ്റവും കുറഞ്ഞത് പത്തുപാളികടലാസിന്റെ താഴെയാണ് മദാം മഗ്ലാർ ചിത്രങ്ങൾ കണ്ടെത്തിയത്. അവ കേടായിട്ടുണ്ടെങ്കിലും പൂർണമായി നശിച്ചിട്ടില്ല. അവയിൽ ഒരു ചിത്രം കുതിരപ്പുറത്തു വന്നിറങ്ങുന്ന തെലമാക്സിനെ[1] മിനർവെ[2] സ്വീകരിക്കുന്നതാണ്. പിന്നൊന്ന് മറ്റവൻ തോട്ടത്തിൽ നിൽക്കുന്നത്. ഞാൻ അവരുടെയൊക്കെ പേരുകൾ മറന്നുപോയിരിക്കുന്നു. ഒരു രാത്രിയിലേക്ക് മാത്രം അഭയം ലഭിക്കുന്ന റോമാക്കാരികളുടെ ചിത്രമാണ് മറ്റൊന്ന്. എനിക്ക് വേണമെങ്കിൽ ഇവിടെ ഞങ്ങൾക്ക് റോമാക്കാരായ പുരുഷന്മാരും സ്ത്രീകളും (ഇവിടെ ഒരു വാക്ക് വ്യക്തമല്ല.) അവരുടെ പരിവാരങ്ങളുമെല്ലാം കൂടെത്തന്നെയുണ്ടെന്ന് വേണമെങ്കിൽ പറയാം. മദാം മഗ്ലാർ എന്തായാലും അതെല്ലാം വൃത്തിയാക്കി. ഈ വേനലിൽ മദാം മഗ്ലാർ അതിന്റെ കേടുപാടുകൾ തീർത്ത് വാർണീഷ് അടിക്കാൻ പോവുകയാണ്. എന്റെ മുറി

---

1. ഹോമറുടെ *ഒഡിസി* എന്ന ഗ്രന്ഥത്തിലെ കഥാപാത്രം.
2. റോമാക്കാരുടെ അറിവിന്റെ ദേവത.

പിന്നീട് ഒരു യഥാർത്ഥ കാഴ്ചബംഗ്ലാവ് ആയിരിക്കും. സ്റ്റോർമുറിയിൽ അതിപുരാതനമായ രണ്ടു ജോഡി മേശകളും അവർ കണ്ടെത്തിയിട്ടുണ്ട്. അതു നന്നാക്കുന്നതിന് രണ്ടുക്രൗണും ആറു ലിവറുമാണ് കൂലി ചോദിക്കുന്നത്. അതിലും നല്ലത് അത് പാവങ്ങൾക്ക് കൊടുക്കുന്നതാണ്. പോരാത്തതിന് ആ മേശ കാണാൻ തീരെ വൃത്തിയില്ല. വട്ടത്തിലുള്ള മഹാഗണി മേശയാണ് എനിക്ക് ഇഷ്ടം.

എനിക്ക് ഇവിടെ സുഖമാണ്. എന്റെ സഹോദരൻ വളരെ നല്ലവനാണ്. ഉള്ളതെല്ലാം പാവങ്ങൾക്കും രോഗികൾക്കും കൊടുക്കും. മഞ്ഞുകാലത്ത് ഇവിടുത്തെ കാലാവസ്ഥ വളരെ രൂക്ഷമാണ്. പാവങ്ങൾക്കുവേണ്ടി അന്ന് എന്തെങ്കിലുമൊക്കെ ചെയ്തുകൊടുക്കണം. നമുക്ക് കുറഞ്ഞപക്ഷം വെളിച്ചവും ചൂടും കിട്ടുന്നുണ്ട്. അതുതന്നെ സത്യത്തിൽ വലിയ ആശ്വാസമാണ്.

എന്റെ സഹോദരന് അദ്ദേഹത്തിന്റേതായ പല പ്രത്യേകതകളും ഉണ്ട്. സംസാരിക്കുമ്പോൾ ഒരു ബിഷപ്പു പറയേണ്ട കാര്യങ്ങൾ മാത്രമേ സംസാരിക്കൂ. വീടിന്റെ കതക് ഒരിക്കലും അടയ്ക്കാതിരിക്കുന്നതിനെപ്പറ്റി ആലോചിക്കാൻ കഴിയുന്നുണ്ടോ? ആർക്കുവേണമെങ്കിലും അകത്തു വരാം. വന്നു കഴിഞ്ഞാൽ അയാൾ എന്റെ സഹോദരന്റെ അതിഥിയാണ്. രാത്രിയിൽപ്പോലും ചേട്ടന് ഒന്നിനോടും ഭയമില്ല. ചേട്ടന്റെ ധൈര്യം ഇങ്ങനെയൊക്കെയാണെന്നാണ് പറയുന്നത്.

ഞാനോ മദാം മഗ്ലോറോ ചേട്ടനെപ്പറ്റി ആലോചിച്ച് ഭയപ്പെടുന്നത് അദ്ദേഹത്തിന് ഇഷ്ടമല്ല. എന്ത് അപകടത്തിലും അങ്ങോട്ടുചെന്ന് തലയിടും. ഞങ്ങൾ ഒന്നും അറിഞ്ഞില്ലെന്ന് ഭാവിച്ചാൽ ചേട്ടന് കൂടുതൽ സന്തോഷമാണ്. ഒരാൾക്ക് ചേട്ടനെ മനസിലാക്കണമെങ്കിൽ പ്രത്യേകം പഠനം ആവശ്യമാണ്.

ചേട്ടൻ മഴയത്ത് ഇറങ്ങി വെള്ളത്തിലൂടെ നടന്നുകളയും. മഞ്ഞുകാലത്ത് യാത്രകൾ നടത്തും. ഇരുട്ടോ അപകടം പതിയിരിക്കുന്ന വഴികളോ ചേട്ടനു പേടിയില്ല. വഴിയിൽ കണ്ടുമുട്ടാൻ സാധ്യതയുള്ളവരെയും പേടിയില്ല.

കഴിഞ്ഞവർഷം കൊള്ളക്കാരുടെ ശല്യമുള്ള ഒരു ഗ്രാമത്തിൽ ചേട്ടൻ തനിച്ച് പോയിരുന്നു. ഞങ്ങളെ അവിടെയൊന്നും കൊണ്ടുപോകില്ല. രണ്ടാഴ്ചയോളം അവിടെയായിരുന്നു. തിരിച്ചുവന്നപ്പോൾ ഒരു കുഴപ്പവും ഇല്ല. ഞങ്ങൾ ചേട്ടൻ മരിച്ചുപോയിരിക്കുമെന്നാണ് വിചാരിച്ചത്. ചേട്ടൻ പറഞ്ഞു: "അവർ എന്നെ കൊള്ളയടിച്ചതു കാണേണ്ടേ?" എന്നിട്ട് പെട്ടി തുറന്നപ്പോൾ അതിനുള്ളിൽ എംബ്രൂങ്ങിലെ ഭദ്രാസനപ്പള്ളിയിലെ രത്നങ്ങളായിരുന്നു. കൊള്ളക്കാർ ചേട്ടനു കൊടുത്തതായിരുന്നു ആ രത്നങ്ങൾ.

അന്ന് വീട്ടിലേക്കു തിരിച്ചുവരുന്ന വഴിക്ക് വണ്ടിച്ചക്രങ്ങൾ ശബ്ദം ഉണ്ടാക്കുന്ന സമയംനോക്കി ആരും കേൾക്കാതെ എനിക്ക് ചേട്ടനെ ചെറുതായി ശകാരിക്കേണ്ടിവന്നു.

ആദ്യമൊക്കെ എന്ത് അപകടം കണ്ടാലും ചേട്ടൻ വേണ്ടെന്നു വയ്ക്കില്ലെന്നും ആരു വിചാരിച്ചാലും ചേട്ടനെ തിരുത്താൻ കഴിയില്ലെന്നും ഞാൻ സ്വയം പറയാറുണ്ടായിരുന്നു. പക്ഷേ, ഇപ്പോൾ ഞാൻ അത് പരിചയിച്ചുകഴിഞ്ഞു. ഇപ്പോൾ ചേട്ടനെ എതിർക്കേണ്ട എന്ന് ഞാൻ മദാം മഗ്ലോറിന് സൂചനകൾ കൊടുക്കും. എന്നിട്ട് മുറിയിൽപ്പോയി ചേട്ടനുവേണ്ടി പ്രാർഥിച്ചതിനുശേഷം കിടന്നുറങ്ങും. ചേട്ടന് ഇഷ്ടം തോന്നുന്ന അപകടസാധ്യതകൾ ഒന്നുംതന്നെ

ഇപ്പോൾ അദ്ദേഹം ഒഴിവാക്കാറില്ല. എനിക്ക് ഇപ്പോൾ വളരെ സമാധാനം തോന്നുന്നുണ്ട്. ചേട്ടന് എന്തെങ്കിലും കുഴപ്പം സംഭവിക്കുകയാണെങ്കിൽ അത് എന്റെ കൂടി മരണമാണെന്ന് എനിക്ക് നന്നായി അറിയാം. അപ്പോൾ നല്ലവനായ എന്റെ പിതാവിന്റെ അടുത്തേക്ക് എന്റെ ബിഷപ്പിനെയും ചേട്ടനെയും കൂടെ കൂട്ടിക്കൊണ്ട് ഞാൻ പോകും. മദാം മഗ്ലോറിന്റെ ഭാഷയിൽ പറഞ്ഞാൽ ചേട്ടന്റെ ലക്കും ലഗാനുമില്ലാത്ത പോക്കുമായി ഒത്തുചേർന്നുപോകാൻ അവർ വളരെ വൈഷമ്യം അനുഭവിക്കുന്നുണ്ടായിരുന്നു. പക്ഷേ, ഇപ്പോൾ എല്ലാം ശരിയായി. ഞങ്ങൾ ഒന്നിച്ചാണ് ഇപ്പോൾ പ്രാർഥിക്കുന്നതും ഭയപ്പെടുന്നതും. അതിനു ശേഷം ഒന്നിച്ച് ഉറങ്ങാൻ പോകും. ഇപ്പോൾ ചെകുത്താൻ ഈ വീട്ടിലേക്ക് കടന്നുവന്നാലും ആരും ഇടപെടുകയില്ല. പിന്നെ ഈ വീട്ടിൽ പേടിക്കാൻ എന്താണുള്ളത്? ഞങ്ങളോടൊപ്പം ഏറ്റവും ശക്തനായവൻതന്നെ ഇവിടെയുണ്ട്. ചെകുത്താൻ ഒരുപക്ഷേ, ഞങ്ങളുടെ വീട് സന്ദർശിക്കുമായിരിക്കും. പക്ഷേ ദൈവം ഇവിടെയാണ് സ്ഥിരം താമസിക്കുന്നത്.

ഇത്രയുമൊക്കെയാണ് എന്റെ വിശേഷങ്ങൾ. ചേട്ടന് ഇപ്പോൾ ഒരു വാക്കുപോലും സംസാരിക്കേണ്ട ആവശ്യമില്ല. സംസാരിക്കാതെ തന്നെ എനിക്ക് കാര്യങ്ങൾ മനസിലാകും. ലക്കും ലഗാനുമില്ലാത്ത യാത്രയ്ക്കുള്ള ആജ്ഞകൾ ഇപ്പോൾ ഞങ്ങൾ സ്വയം പുറപ്പെടുവിക്കുകയാണ് പതിവ്.

ഇത്രയുമധികം കുലീനമായ ഒരു മനസുള്ള ഒരുവനോട് ഇങ്ങനെയൊക്കെത്തന്നെയാവണം പെരുമാറേണ്ടത്.

ഫോകുടുംബത്തെ പറ്റി നീ ചോദിച്ചിരുന്ന കാര്യം ഞാൻ ചേട്ടനോട് ചോദിച്ചു. ചേട്ടന് അതെല്ലാം നന്നായി അറിയാം, ഓർമയുമുണ്ട്. ചേട്ടൻ എല്ലാക്കാലത്തും രാജഭരണത്തെ അനുകൂലിച്ചിരുന്നു. സിയാൻ പ്രവിശ്യയിൽ നിന്നുള്ള ഒരു പുരാതന നോർമൻ കുടുംബമാണിത്. അഞ്ചുനൂറ്റാണ്ടുകളായി അവർ നല്ലനിലയിൽ കഴിഞ്ഞുവന്നിരുന്നവരാണ്. റൂൾ ദ് ഫോ, ഴാങ് ദ് ഫോ, തോമസ്ഫോ അങ്ങനെപലരും ആ കുടുംബത്തിൽ ഉണ്ടായിരുന്നു. ഗൈ–എത്തിയാൻന്ന്–അലക്സാന്ദ്രയാണ് അവരിൽ ഒടുവിലത്തെ ആൾ. അയാൾ കുതിരപ്പട്ടാളത്തിൽ കേണൽ ആയിരുന്നു. അയാളുടെ മകൾ മേരീലൂയിയെ വിവാഹം കഴിച്ചിരുന്നത് ലൂയി ദ് ഗ്രാമോങ് പ്രഭുവിന്റെ മകൻ അദ്രിയാങ് ഷർൽ ദ് ഗ്രാമോങ് ആയിരുന്നു. ലൂയിദ്ഗ്രാമോ ഫ്രാൻസിലെ ഒരു പ്രഭു ആയിരുന്നു. കൂടാതെ പട്ടാളത്തിലെ ലെഫ്റ്റനന്റ് ജനറലും ആയിരുന്നു. എഴുതുമ്പോൾ ഫോ, ഫൗ, ഫൊക്. ഇതിൽ ഏതാണ് ശരിയായ കുടുംബപ്പേര്.

നിന്റെ വിശുദ്ധനായ ബന്ധു കർദിനാളിന്റെ പ്രാർഥനയിൽ ഞങ്ങളെക്കൂടി ഉൾപ്പെടുത്താൻ നീ ഒന്ന് ഓർമപ്പെടുത്തണം. നിന്റെ അരുമ സിൽവാനി, എനിക്ക് എഴുത്ത് എഴുതുമ്പോൾ നിന്റെകൂടെ ഉണ്ട് എന്ന് അറിഞ്ഞതിൽ സന്തോഷം. അവൾ നന്നായി പഠിക്കുന്നുണ്ടെന്നും ഇപ്പോഴും സ്നേഹിക്കുന്നുണ്ടെന്നും നീ എഴുതിയിരുന്നു. എനിക്ക് അതിൽ കൂടുതൽ ഒന്നും പ്രതീക്ഷിക്കാൻ ഇല്ല. നീ വഴി അവൾ എന്നെ ഓർക്കാൻ ഇടവരുന്നതിൽ സന്തോഷമുണ്ട്. എന്റെ ആരോഗ്യം വലിയ കുഴപ്പമില്ലാതെ പോകുന്നു. എങ്കിലും ഓരോ ദിവസം കഴിയുന്തോറും ശരീരം ക്ഷീണിച്ചുകൊണ്ടിരിക്കുകയാണ്. എന്റെ കടലാസു നിറഞ്ഞു. നിർത്തട്ടെ. ആയിരം നന്മകൾ നേരുന്നു.

ബാപ്തിസ്തീൻ

പ്രത്യേക ശ്രദ്ധയ്ക്ക്: നിന്റെ അനന്തിരവൻ ആരേയും ആകർഷിക്കും. അവന് അഞ്ചു വയസ്സ് ആകാൻ പോവുകയാണെന്ന് നിനക്ക് ഓർമയുണ്ടോ? ഇന്നലെ കാൽമുട്ടിൽ മുട്ടുചിരട്ട വച്ചുകെട്ടിയ കുതിരയെ കണ്ടപ്പോൾ ആ കുതിര മുട്ടിൽ എന്തോ അണിഞ്ഞിരിക്കുന്നുണ്ടേ എന്ന് വിളിച്ചു കൂവുന്നതു കേട്ടു. അവൻ വളരെ സുന്ദരനാണ്. അവന്റെ അനിയൻ കുതിരവണ്ടിയാണെന്ന് പറഞ്ഞ് ഒരു പഴയ ചൂല് മുറിക്കുള്ളിൽ വലിച്ചുകൊണ്ട് നടക്കുന്നുണ്ട്.

ബിഷപ്പിന്റെ ജീവിതരീതിയുമായി ഈ രണ്ടു സ്ത്രീകളും എങ്ങനെ ഇണങ്ങിച്ചേർന്നിരിക്കുന്നു എന്ന് ഈ എഴുത്ത് വെളിപ്പെടുത്തുന്നു. ഒരു പുരുഷന് അവനവനെപ്പറ്റി സ്വയം മനസിലാക്കാൻ കഴിയുന്നതിലും കൂടുതൽ സ്ത്രീക്ക് നയപരമായ പെരുമാറ്റത്തിലൂടെ അവനെപ്പറ്റി മനസിലാക്കാൻ കഴിയും. ഡിയിലെ ബിഷപ്പിന്റെ സൗമ്യമായ പെരുമാറ്റത്തിൽ ഒരു വ്യത്യാസവും കാണാൻ കഴിയില്ലെങ്കിലും അദ്ദേഹം താൻപോലും അറിയാതെ വളരെ ധീരവും മഹനീയവുമായ കാര്യങ്ങൾ ചെയ്യാറുണ്ടായിരുന്നു. സ്ത്രീകൾ അതുകണ്ട് വിറച്ചിരുന്നെങ്കിലും അതിൽ അവർ ഇടപെട്ടില്ല. ചില സമയങ്ങളിൽ മദാം മഗ്ലാർ മുൻകൂട്ടി ഒരു പ്രതിഷേധം പ്രകടിപ്പിക്കും. പക്ഷേ ഒരു കാര്യം തുടങ്ങിക്കഴിഞ്ഞ് ഒരു വാക്കുകൊണ്ടുപോലും അവർ ആരുംതന്നെ അദ്ദേഹത്തെ ഉപദ്രവിച്ചിരുന്നില്ല. അദ്ദേഹത്തിന്റെ പ്രവർത്തനങ്ങളിൽ കാപട്യത്തിന്റെ കണികപോലും ഇല്ലാത്തതുകൊണ്ട് ചിലപ്പോൾ അദ്ദേഹം ബിഷപ്പായിട്ടാണോ പെരുമാറുന്നതെന്നുപോലും അവർക്ക് സംശയം തോന്നാറുണ്ടായിരുന്നു. അപ്പോഴെല്ലാം അവർ വീട്ടിനുള്ളിലെ രണ്ടു നിഴലുകൾ മാത്രമായിരുന്നു. അവർ ക്ഷമയോടെ അദ്ദേഹത്തിനുവേണ്ടി കാത്തുനിന്നു. അനുസരണ പ്രകടിപ്പിക്കാൻ അപ്രത്യക്ഷരാകേണ്ടിവന്നപ്പോഴൊക്കെ അവർ അപ്രത്യക്ഷരായി. അവരുടെ അതിരുകടന്ന ശ്രദ്ധ അദ്ദേഹത്തിന് അരോചകമായിരിക്കും എന്ന് അവർക്ക് അറിവുണ്ടായിരുന്നു. അദ്ദേഹം അപകടത്തിലേക്കാണ് പോകുന്നതെന്ന് തോന്നിയിരുന്ന സന്ദർഭങ്ങളിൽപ്പോലും അവർ അദ്ദേഹത്തിന്റെ പ്രവൃത്തികൾ നിരീക്ഷിച്ചിരുന്നില്ല. അപ്പോഴൊക്കെ അവർ അദ്ദേഹത്തെ ദൈവത്തിന്റെ സംരക്ഷണത്തിന് വിട്ടുകൊടുത്തു.

കൂടാതെ അദ്ദേഹത്തിന്റെ മരണം സ്വന്തം മരണം കൂടിയാണെന്ന് ബാപ്തിസ്തീൻ പറഞ്ഞത് നമ്മൾ കണ്ടുകഴിഞ്ഞു. മദാം മഗ്ലാർ അങ്ങനെ പറഞ്ഞില്ല. പക്ഷേ, അവർക്ക് അത് വ്യക്തമായി അറിയാമായിരുന്നു.

10. ബിഷപ്പ് അപരിചിതമായ ഒരു വെളിച്ചത്തിനു മുന്നിൽ

മുൻപേജുകളിൽ വിവരിച്ച എഴുത്ത് എഴുതുന്നതിന് ഏതാനും ദിവസങ്ങൾക്ക് മുമ്പ് ബിഷപ്പ് ഒരു കാര്യം നടത്തിയിരുന്നു. കൊള്ളക്കാരുടെ മലയിലേക്ക് ബിഷപ്പു നടത്തിയ വിനോദയാത്രയേക്കാൾ ആപൽക്കരമായ പ്രവർത്തിയായി നഗരവാസികൾ മൊത്തം ചിന്തിച്ചുപോയ ഒന്നായിരുന്നു അത്.

ഡിയുടെ സമീപപ്രദേശത്ത് ഒരു മനുഷ്യൻ ഒറ്റയ്ക്ക് താമസിച്ചിരുന്നു. മുഖവുര കൂടാതെ പറയുകയാണെങ്കിൽ ഈ മനുഷ്യൻ പണ്ടത്തെ ദേശീയ കൂട്ടായ്മയിലെ ഒരു അംഗം ആയിരുന്നു. ജി എന്നായിരുന്നു അയാൾ അറിയപ്പെട്ടിരുന്നത്.

ഡിയിലെ ജനങ്ങൾ ഒരു പ്രത്യേകതരം ഭയത്തോടുകൂടിയാണ് ഇയാളെപ്പറ്റി സംസാരിച്ചിരുന്നത്. ദേശീയകൂട്ടായ്മക്കാരെ ആളുകൾ പൗരൻ എന്നു വിളിച്ചി

രുന്ന കാലമാണെന്ന് ഓർക്കണം. ഈ മനുഷ്യൻ ഏതാണ്ട് രാക്ഷസതുല്യൻ ആയിരുന്നു. രാജാവിന്റെ വധത്തെ അയാൾ അനുകൂലിച്ചിരുന്നില്ലെങ്കിലും ഒരു പകുതി ഘാതകനായാണ് അയാൾ കരുതപ്പെട്ടിരുന്നത്. മൊത്തത്തിൽ അയാൾ ഒരു ഭീകരജീവി ആയിരുന്നു എന്നുപറയാം. നിയമാനുസൃതമായ രാജകുമാരന്മാരുടെയും പ്രഭുക്കന്മാരുടെയും തിരിച്ചുവരവിനുശേഷം അവർ എന്തുകൊണ്ടാണ് ഈ മനുഷ്യനെ പട്ടാളക്കോടതിയുടെ മുമ്പിൽ വിചാരണയ്ക്കു കൊണ്ടുവരാതിരുന്നതെന്ന് അറിയില്ല. എങ്കിൽ അയാളുടെ തല വെട്ടാതെതന്നെ നാടുകടത്താൻ സാധ്യത ഉണ്ടായിരുന്നു. ആ കൂട്ടത്തിൽ ഉള്ള എല്ലാവരേയും പോലെ അയാളും ഒരു നിരീശ്വരവാദി ആയിരുന്നു. കഴുകനെ എതിർക്കുന്ന താറാവുകളുടെ രോദനം.

പക്ഷേ, ജി എന്ന ഈ മനുഷ്യൻ ഒരു കഴുകനായിരുന്നോ? അയാളുടെ ഏകാന്തതയുടെ പ്രാകൃതത്വം കണക്കിലെടുത്താൽ അയാൾ ഒരു കഴുകൻ ആണെന്നുതന്നെ പറയാം. രാജാവിന്റെ വധത്തിനെ അനുകൂലിക്കാതിരുന്നതുകൊണ്ട് നാടുകടത്തിയവരുടെ കൂട്ടത്തിൽ അയാളെ ഉൾപ്പെടുത്തിയിരുന്നില്ല. അതുകൊണ്ട് അയാൾക്ക് ഫ്രാൻസിൽത്തന്നെ കഴിഞ്ഞുകൂടാൻ പറ്റി.

നഗരത്തിൽനിന്ന് ഒരുമണിക്കൂർ നടന്നാൽ അയാളുടെ താമസസ്ഥലത്ത് എത്താം. ചേരികളും വഴികളും എല്ലാംത്തന്നെ അവിടെനിന്നും വളരെ അകലെയാണ്. ഒരു വലിയ താഴ്വരയിലെ ഒറ്റപ്പെട്ട ഒരു മലയിടുക്കിലായിരുന്നു അയാളുടെ താമസം. അയാൾക്ക് അവിടെ വിശ്രമിക്കാൻ ഗുഹയുണ്ടെന്നുമായിരുന്നു കേൾവി. അയാൾക്ക് അവിടെ അയൽവാസികളോ സന്ദർശകരോ ഇല്ല. അയാൾ അവിടെ താമസമാക്കിയതിനുശേഷം അവിടെ എത്താനുള്ള നടപ്പാത കാടുപിടിച്ചുപോയി. ആളുകൾ ആരാച്ചാരുടെ വീടെന്നപോലെയാണ് അയാളുടെ വീടിനെപ്പറ്റി സംസാരിച്ചിരുന്നത്.

ഇടയ്ക്കൊക്കെ ദൂരെ ചക്രവാളത്തിനടുത്തു കാണുന്ന മരക്കൂട്ടത്തിലേക്ക് ബിഷപ്പ് ചിന്താമഗ്നനായി നോക്കാറുണ്ടായിരുന്നു. വൃദ്ധനായ ആ മനുഷ്യൻ കഴിഞ്ഞിരുന്ന മലയിടുക്കിലേക്കു നോക്കി ബിഷപ്പു പറഞ്ഞു:

"ഒറ്റപ്പെട്ടുപോയ ഒരു ആത്മാവ് അവിടെയുണ്ട്. എനിക്ക് അയാളെ സന്ദർശിച്ച് ഒരു കടം വീട്ടാനുണ്ട്."

ആദ്യം കേട്ടാൽ സ്വാഭാവികമെന്നു തോന്നുമെങ്കിലും ആലോചിച്ചാൽ ബിഷപ്പിന്റെ ഈ ആഗ്രഹം വളരെ വിചിത്രവും അപ്രായോഗികവും അറപ്പുണ്ടാക്കുന്നതുമായി അനുഭവപ്പെടും. സ്വയം വ്യക്തമായിരുന്നില്ലെങ്കിലും ബിഷപ്പിന് വെറുപ്പുതോന്നിയിരുന്ന ആ മനുഷ്യൻ അദ്ദേഹത്തിന്റെ ഉള്ളിന്റെ ഉള്ളിൽ ഏതോതരത്തിലുള്ള പ്രചോദനത്തിന് കാരണമായി മാറിയിരുന്നു.

എന്തുതന്നെയായാലും അസുഖംവന്ന ആടിനെ ഇടയൻ ഉപേക്ഷിക്കാൻ പാടില്ല. എങ്കിലും ആ ആട് ഏതുതരമാണെന്ന് ആലോചിക്കണം.

ബിഷപ്പ് ആകെ ചിന്താക്കുഴപ്പത്തിലായിരുന്നു. ചിലപ്പോൾ അദ്ദേഹം മലയിടുക്കിന്റെ ദിശയിലേക്ക് നടന്നുതുടങ്ങും. പെട്ടെന്നുതന്നെ തിരിച്ചുപോരുകയും ചെയ്യും.

ഒടുവിൽ ഒരുദിവസം നഗരത്തിൽ ഒരു വാർത്ത പരന്നു. കാട്ടിൽ അയാളുടെ സഹായിയായി ഉണ്ടായിരുന്ന ഒരു പയ്യൻ ഒരു ഡോക്ടറെ അന്വേഷിച്ച് നഗരത്തിൽ എത്തി എന്നതായിരുന്നു വാർത്ത. വൃത്തികെട്ട ആ കിഴവന് ചലനമില്ലെന്നും

രാത്രി വെളുക്കുന്നതിനു മുമ്പ് അയാൾ മരിക്കുമെന്നും ആളുകൾ പരസ്പരം പറഞ്ഞു: "ദൈവത്തിനു നന്ദി."

ളോഹ പിഞ്ചിത്തുടങ്ങിയിരുന്നതുകൊണ്ട് ബിഷപ്പ് കോട്ടും വടിയുമെടുത്ത് യാത്ര തിരിച്ചു. രാത്രിയിൽ കാറ്റ് ശക്തിപ്പെടുമെന്ന തോന്നലും ളോഹ ധരിക്കാതിരിക്കാൻ കാരണമായി.

സൂര്യൻ അസ്തമിക്കാൻ തുടങ്ങിയിരുന്നു. ശപിക്കപ്പെട്ട സ്ഥലത്ത് ബിഷപ്പ് എത്തുമ്പോൾ സൂര്യൻ ചക്രവാളത്തെ തൊട്ടുകഴിഞ്ഞു. ഗുഹയ്ക്ക് അടുത്തെത്തിയപ്പോൾ ഹൃദയമിടിപ്പ് കൂടുന്നതുപോലെ ബിഷപ്പിനു തോന്നി. അദ്ദേഹം ഒരു കിടങ്ങ് ചാടിക്കടന്നു. കുറ്റിച്ചെടികൾക്കിടയിലൂടെ നടന്നുകയറി. കാടുപിടിച്ചുകിടന്ന വേലി പകുത്തുമാറ്റി വീണ്ടും മുന്നോട്ടു നടന്നു. ഒടുവിൽ തകർന്നടിഞ്ഞ ഒരു തോട്ടത്തിൽ അദ്ദേഹം എത്തിച്ചേർന്നു. തുറസായ ആ സ്ഥലത്തുകൂടി മുന്നോട്ടു നടന്നപ്പോൾ പെട്ടെന്ന് അൽപ്പം ഉയരംകൂടിയ ഒരു കുറ്റിക്കാടിനു പിന്നിലായി അയാളുടെ ഒറ്റപ്പെട്ട താമസസ്ഥലം ബിഷപ്പു കണ്ടു.

ദാരിദ്ര്യം കയറിയ ഒരു ചെറ്റക്കുടിലിലായിരുന്നു അയാൾ താമസം. എങ്കിലും ആ കുടിലിന് അതിന്റേതായ വൃത്തിയുണ്ടായിരുന്നു.

വാതിലിനടുത്ത് ചാടുവച്ച കസേരയിൽ നരച്ച മുടിയുള്ള ഒരു വൃദ്ധൻ അസ്തമനസൂര്യനെ നോക്കി ചിരിച്ചുകൊണ്ടിരിക്കുന്നത് ബിഷപ്പു കണ്ടു.

ഒരു മൊന്തയിലെ പാൽ അയാൾക്ക് കൈമാറിക്കൊണ്ട് അയാളുടെ സമീപത്തുതന്നെ ഒരു ആൺകുട്ടി നിന്നിരുന്നു.

ബിഷപ്പ് അയാളെ നോക്കിക്കൊണ്ടു നിന്നപ്പോൾ വൃദ്ധൻ ആൺകുട്ടിയുടെ മുഖത്തുനോക്കി ചിരിച്ചുകൊണ്ട് പറഞ്ഞു: "നന്ദി. ഇനി എനിക്ക് ഒന്നും വേണ്ട..."

ബിഷപ്പ് മുന്നോട്ടു നടന്നു. കാലൊച്ചകേട്ട് വൃദ്ധൻ മുഖം തിരിച്ചു. വർഷങ്ങളുടെ ജീവിതം ജീവിച്ചുകഴിഞ്ഞ ഒരുവന്റെ മുഖത്ത് കാണാൻ കഴിയുന്ന അളവിൽ മാത്രമുള്ള അത്ഭുതം അയാളുടെ മുഖത്തും കാണാനുണ്ടായിരുന്നു. അയാൾ പറഞ്ഞു:

"ഞാൻ ഇവിടെ വന്നതിനുശേഷം എന്റെ ആദ്യത്തെ സന്ദർശകനാണ് നിങ്ങൾ. നിങ്ങൾ ആരാണ്?"

"ബിയാങ് വെന്യു മിറിയേൽ."

"ബിയാങ് വെന്യു മിറിയേൽ. ഞാൻ ഈ പേര് നേരത്തേ കേട്ടിട്ടുണ്ട്. ആളുകൾ മോൺസിന്യേറ് ബിയാങ് വെന്യു എന്നു വിളിക്കുന്നത് നിങ്ങളെയാണോ?"

"അതെ."

പുഞ്ചിരിച്ചുകൊണ്ട് വൃദ്ധൻ പറഞ്ഞു: "അപ്പോൾ നിങ്ങൾ എന്റെ ബിഷപ്പാണ്. ശരിയല്ലേ?"

"ആയിരിക്കാം." വൃദ്ധൻ ബിഷപ്പിന് ഹസ്തദാനം ചെയ്യാൻവേണ്ടി കൈകൾ ഉയർത്തി. പക്ഷേ, ബിഷപ്പ് അനങ്ങിയില്ല. അദ്ദേഹം പറഞ്ഞു:

"എനിക്ക് കിട്ടിയ വിവരം തെറ്റാണെന്ന് അറിഞ്ഞതിൽ സന്തോഷമുണ്ട്. നിങ്ങൾക്ക് അസുഖമുണ്ടെന്ന് തോന്നുന്നേയില്ല."

വൃദ്ധൻ പറഞ്ഞു: "എന്റെ അസുഖം ഉടൻതന്നെ ഭേദമാകും."

അൽപ്പസമയം കഴിഞ്ഞ് വൃദ്ധൻ കൂട്ടിച്ചേർത്തു: "മൂന്ന് മണിക്കൂറിനുള്ളിൽ ഞാൻ മരിക്കും."

വൃദ്ധൻ വീണ്ടും സംസാരം തുടർന്നു: "ഞാനും ഒരു ചെറിയ വൈദ്യനാണ്. മരണം വരുന്ന വഴികളെപ്പറ്റി എനിക്ക് അറിവുണ്ട്. ഇന്നലെ എന്റെ കാലിനുമാത്രമായിരുന്നു തണുപ്പ്. ഇന്നിപ്പോൾ ആ തണുപ്പ് മുട്ടുവരെ എത്തിയിട്ടുണ്ട്. ഇപ്പോൾ അത് എന്റെ അരക്കെട്ടുവരെ പടർന്നിട്ടുണ്ട്. അതെന്റെ ഹൃദയത്തെ തൊട്ടുകഴിയുമ്പോൾ എല്ലാം അവസാനിക്കും. അസ്തമയം എത്ര സുന്ദരമാണ്? അല്ലേ? പ്രകൃതിയെ അവസാനമായി ഒന്നു കാണാനാണ് ഞാൻ ഇതും ഉരുട്ടി ഇവിടെ വന്നിരിക്കുന്നത്. നിങ്ങൾക്ക് എന്നോട് സംസാരിക്കാം. അതുകൊണ്ട് എനിക്ക് പ്രത്യേകം ക്ഷീണം ഒന്നും ഉണ്ടാവാനില്ല. മരിച്ചുകൊണ്ടിരിക്കുന്ന ഒരു മനുഷ്യനെ നിങ്ങൾ കാണാൻ വന്നത് എന്തുകൊണ്ടും നല്ല കാര്യമാണ്. ഈ നിമിഷങ്ങൾക്ക് സാക്ഷികൾ ഉണ്ടാവുന്നത് നല്ല കാര്യംതന്നെയാണ്. ഓരോരുത്തർക്കും അവരവരുടേതായ വ്യാമോഹങ്ങൾ ഉണ്ട്. നേരം പുലരുന്നതുവരെ ജീവിക്കണമെന്നാണ് എന്റെ വ്യാമോഹം. പക്ഷേ, എന്റെ ജീവിതം കഷ്ടിച്ച് മൂന്ന് മണിക്കൂർ നേരത്തേക്കുമാത്രമാണെന്ന് എനിക്ക് അറിയാം. പിന്നീട് രാത്രിയായിരിക്കും. പക്ഷേ, അതു ഞാൻ കാണില്ല. അവസാനിപ്പിക്കാൻ വളരെ എളുപ്പമാണ്. അതിന് നേരം വെളുക്കണമെന്നില്ല. അങ്ങനെതന്നെയാവട്ടെ. നക്ഷത്രങ്ങളുള്ള രാത്രിയിൽത്തന്നെ ഞാൻ മരിക്കും."

വൃദ്ധൻ പിന്നീട് അവിടെ നിന്നിരുന്ന ആൺകുട്ടിയോടു പറഞ്ഞു: "കുട്ടി പോയി കിടന്ന് ഉറങ്ങിക്കോളൂ. നീ ഈ രാത്രി കാണണ്ട. നീ വല്ലാതെ ക്ഷീണിച്ചിരിക്കുന്നു" കുട്ടി കുടിലിനുള്ളിലേക്ക് പോയി.

വൃദ്ധൻ കുട്ടി പോകുന്നതും നോക്കിയിരുന്നു. പിന്നീട് ആത്മഗതംപോലെ അയാൾ പറഞ്ഞു: "അവൻ ഉറങ്ങുമ്പോൾ വേണം എനിക്ക് മരിക്കാൻ."

ഈ മനുഷ്യൻ ജനങ്ങളുടെ ഒരു പ്രതിനിധി തന്നെയാണ്. ലോകത്ത് ഇയാൾ ഒരു ശക്തിയായിരുന്നു. ജീവിതത്തിൽ ആദ്യമായി ബിഷപ്പിന് കർക്കശമായി പെരുമാറണമെന്നു തോന്നി. വൃദ്ധൻ വളരെ സൗഹൃദത്തോടെയാണ് ബിഷപ്പിനോട് പെരുമാറിയത്. അത് ഒരുപക്ഷേ, മരണം അടുത്തുകഴിഞ്ഞ ഒരു മനുഷ്യനു യോജിച്ച രീതിയിലുള്ള വിനയം അയാൾ തിരിച്ചറിഞ്ഞതുകൊണ്ടായിരിക്കാം.

സാധാരണ ഒരു കാര്യത്തിലും ബിഷപ്പ് ജിജ്ഞാസ കാണിക്കാറില്ല. അദ്ദേഹം ജിജ്ഞാസയെ ഒരു കുറ്റമായി തന്നെയാണ് കണക്കാക്കിയിരുന്നത്. എന്നാൽ ഈ മനുഷ്യനെ വളരെ ശ്രദ്ധയോടെ പരിശോധിക്കണമെന്ന് ബിഷപ്പിന് തോന്നി. ആ തോന്നലിനു കാരണം അനുകമ്പ ആയിരുന്നില്ല. അദ്ദേഹത്തിന്റെ മനഃസാക്ഷി അയാൾക്ക് ശിക്ഷ വിധിക്കുകയായിരുന്നു. ഇത്തരം ഒരു മനുഷ്യനെ അനുകമ്പയുടെ നിയമങ്ങൾക്ക് അപ്പുറമുള്ള ഒരു കുറ്റവാളിയായാണ് ബിഷപ്പ് കണ്ടത്. ജിയുടെ നെടുങ്കൻ ശരീരഘടനയും മുഴങ്ങുന്ന ശബ്ദവും കണക്കിലെടുത്താൽ അയാൾ ശരീരശാസ്ത്രജ്ഞന്മാർക്കുപോലും വിസ്മയം ജനിപ്പിക്കുന്ന ഒരു വന്ദ്യവയോധികനായിരുന്നു. വിപ്ലവം ആ കാലഘട്ടത്തിനു ചേർന്ന ഇതുപോലുള്ള കുറേ മനുഷ്യരെ സൃഷ്ടിച്ചിരുന്നു. അവർ കാഴ്ചയിൽത്തന്നെ എല്ലാപരീക്ഷണങ്ങളും അതിജീവിച്ച മനുഷ്യരാണെന്ന് തോന്നും. മരണത്തോട് അടുത്തിട്ടുപോലും ഒറ്റനോട്ടത്തിൽ അയാൾ ആരോഗ്യവാൻ ആയിരുന്നു. അയാളുടെ തിളക്കമുള്ള നോട്ടവും ഉറപ്പുള്ള സംഭാഷണരീതിയും കഴുത്തിലെ പേശികളുടെ ചലനങ്ങളും കണ്ടാൽ മരണംപോലും സംഭ്രമിച്ചുപോകാൻ സാധ്യതയുണ്ട്. വൃദ്ധന്റെ വാതിലിൽനിന്ന് മുഹമ്മദീയരുടെ സങ്കൽപ്പത്തിലെ ശവക്കുഴികളുടെ

ദേവത അസ്രേൽ തനിക്കു വീടുതെറ്റിപ്പോയെന്നു കരുതി തിരിച്ചുപോകുമെന്ന് ഉറപ്പാണ്. ജി മരിക്കാൻ ആഗ്രഹിക്കുന്നതുകൊണ്ടാണ് അയാൾ മരിക്കാൻ പോകുന്നതെന്ന് തോന്നും. അയാളുടെ യാതനയിൽ സ്വാതന്ത്ര്യമുണ്ടായിരുന്നു. അയാളുടെ കാലുകൾക്ക് മാത്രമാണ് തളർച്ച ബാധിച്ചിരുന്നത്. പാദങ്ങൾ മാത്രമാണ് തണുത്തുറഞ്ഞുപോയത്. അയാളുടെ ഹൃദയത്തിൽ ജീവിതവും വെളിച്ചവും നിറഞ്ഞുനിന്നിരുന്നു. അയാളുടെ സമീപത്ത് കിടന്നിരുന്ന ഒരു പാറയിൽ ബിഷപ്പ് ഇരുന്നു. അവർ തമ്മിൽ സംസാരിച്ചു തുടങ്ങിയത് പെട്ടെന്നായിരുന്നു.

ആധികാരികമായ ശബ്ദത്തിൽ ബിഷപ്പു പറഞ്ഞു: "കുറഞ്ഞപക്ഷം രാജാവിന്റെ വധത്തെ അനുകൂലിക്കാതിരുന്നതിന് ഞാൻ നിങ്ങളെ അഭിനന്ദിക്കുന്നു."

'കുറഞ്ഞ പക്ഷം' എന്നവാക്കിന് ബിഷപ്പു നൽകിയ വിദ്വേഷം കലർന്ന പ്രധാന്യം വൃദ്ധൻ ശ്രദ്ധിച്ചതായി തോന്നിയില്ല. അയാളുടെ മുഖത്തെ ചിരി അപ്രത്യക്ഷമായി. അയാൾ മറുപടി പറഞ്ഞു:

"സ്വേച്ഛാധിപതിയുടെ നാശത്തെ അനുകൂലിക്കാതിരുന്നതിന് എന്നെ അധികം അഭിനന്ദിക്കേണ്ട കാര്യമില്ല."

സൗമ്യതയും കാർക്കശ്യവും തമ്മിലുള്ള ചെറുത്തുനിൽപ്പിന്റെ ആരംഭമായിരുന്നു അത്.

ബിഷപ്പു ചോദിച്ചു: "നിങ്ങൾ എന്താണ് ഉദ്ദേശിക്കുന്നത്?"

"ഞാൻ ഉദ്ദേശിച്ചത് ആ മനുഷ്യൻ സ്വേച്ഛാധിപതി ആണെന്ന സത്യമാണ്. ഒരു വിവരംകെട്ടവൻ. സ്വേച്ഛാധിപത്യം അവസാനിപ്പിക്കുന്നതിനെ ഞാൻ അനുകൂലിച്ചു. സ്വേച്ഛാധിപതി രാജപദവി സൃഷ്ടിക്കുകയാണ്. അത് തെറ്റായ രീതിയിൽ സമ്പാദിച്ച അധികാരമാണ്. സത്യത്തിലൂടെ ലഭിക്കുന്ന അധികാരമാണ് ശാസ്ത്രീയമായത്. ശാസ്ത്രം വേണം മനുഷ്യനെ നയിക്കേണ്ടത്."

ബിഷപ്പ് ചോദിച്ചു: "അപ്പോൾ മനഃസാക്ഷി?"

"അതും അതുതന്നെയാണ്. നമുക്ക് ജന്മനാൽ ലഭിക്കുന്ന അറിവുതന്നെയാണ് മനഃസാക്ഷി."

അയാളുടെ സംസാരത്തിൽ പുതുമതോന്നിയതുകൊണ്ട് ബിഷപ്പ് അത്ഭുതത്തോടെ അയാൾ പറയുന്നത് ശ്രദ്ധിച്ചു കേട്ടു.

അയാൾ സംസാരം തുടർന്നു:

"ലൂയി പതിനാറാമന്റെ കാര്യത്തിൽ ഞാൻ പറ്റില്ലെന്നു പറഞ്ഞു. ഒരു മനുഷ്യനെ കൊല്ലാനുള്ള അവകാശം എനിക്ക് ഉണ്ടെന്ന് ഞാൻ വിശ്വസിക്കുന്നില്ല. പക്ഷേ, തിന്മയെ നാമാവശേഷമാക്കേണ്ടത് എന്റെ ചുമതലയായിട്ടാണ് എനിക്ക് തോന്നുന്നത്. സ്വേച്ഛാധിപതിയുടെ പതനത്തെ ഞാൻ അനുകൂലിച്ചു. അത് സ്ത്രീകളുടെ വ്യഭിചാരം ഒഴിവാക്കാനും പുരുഷന്മാരുടെ അടിമത്തം അവസാനിപ്പിക്കാനും കുട്ടികളെ ഇരുട്ടിൽനിന്ന് മോചിപ്പിക്കാനുംവേണ്ടി ആയിരുന്നു. ജനാധിപത്യത്തിനുവേണ്ടി സമ്മതം മൂളുമ്പോൾ ഞാൻ സഹോദര്യത്തെയും ഐക്യത്തെയുമാണ് അനുകൂലിച്ചത്. മുൻവിധികളും തെറ്റുകളും സംഭവിക്കാതിരിക്കാൻ എന്റെ നിലപാട് സഹായകമാകും. അവയുടെ പതനം വെളിച്ചം കൊണ്ടുവരും. പഴയലോകത്തിന്റെ പതനത്തിന് ഞങ്ങളാണ് കാരണക്കാർ. പഴയ

ലോകം ദുരിതങ്ങളുടെ ഒരു കലശമായിരുന്നു. അതു മറിച്ചിട്ടപ്പോൾ മനുഷ്യ വർഗത്തിനുതന്നെ അത് സന്തോഷത്തിന്റെ ഒരു നിറകുടമായി മാറി."

ബിഷപ്പു പറഞ്ഞു: "ലഘൂകരിക്കപ്പെട്ട സന്തോഷം."

"നിങ്ങൾക്ക് കുഴപ്പത്തിലായിപ്പോയ സന്തോഷം എന്നു പറയാം. കാര്യങ്ങൾ അപൂർണമായിരുന്നു എന്ന് ഞാൻ സമ്മതിക്കുന്നു. ഞങ്ങൾ പഴയ കാര്യങ്ങൾ ഭൗതികമായി നശിപ്പിച്ചു. പക്ഷേ, ആശയങ്ങൾ പൂർണമായി നശിച്ചിട്ടില്ല. അധാർ മികതകൾ അവസാനിച്ചതുകൊണ്ടുമാത്രം ജോലി പൂർണമാകുന്നില്ല. അതിന് ശീലങ്ങൾകൂടി മാറ്റണം. കാറ്റാടി ഇപ്പോൾ ഇല്ല. പക്ഷേ, കാറ്റ് ഇപ്പോഴും ഉണ്ട്."

"നിങ്ങൾ നശിപ്പിച്ചിരിക്കാം. നശിപ്പിച്ചതുകൊണ്ട് പ്രയോജനം ഉണ്ടാകാനും ഇടയുണ്ട്. പക്ഷേ കോപംമൂത്തുള്ള ഒരു നശീകരണത്തിൽ എനിക്ക് വിശ്വാസം ഇല്ല."

"ബഹുമാനപ്പെട്ട ബിഷപ്പ് ഒരു കാര്യം മനസിലാക്കണം. നീതിക്ക് അതിന്റേ തായ രോഷം ഉണ്ട്. പക്ഷേ, നീതിയുടെ അമർഷം പുരോഗതിയുടെ ഭാഗമാണ്. എന്തു പറഞ്ഞാലും ക്രിസ്തു അവതരിച്ചതിനുശേഷം മനുഷ്യവർഗം നടത്തിയ ഏറ്റവും വലിയ മുന്നേറ്റമാണ് ഫ്രഞ്ച് വിപ്ലവം. അപൂർണമെങ്കിലും അത് ഉദാത്തം തന്നെയാണ്. സമൂഹത്തിന്റെ എല്ലാ രഹസ്യബന്ധങ്ങളും ഞങ്ങൾ അഴിച്ചു മാറ്റി. എല്ലാ ഹൃദയങ്ങളെയും അതു മൃദുലമാക്കി. അതു സമാധാനവും വെളിച്ചവും കൊണ്ടുവന്നു. ഭൂമിക്കു മുകളിലൂടെ സംസ്കാരത്തിന്റെ നദി ഒഴുകാൻ അതു കാരണമായി. എന്തുകൊണ്ടും അത് നല്ലതായിരുന്നു. ഫ്രഞ്ചുവിപ്ലവം മനുഷ്യ ത്വത്തിന്റെ സംരക്ഷണമായിരുന്നു."

ബിഷപ്പിനു മുറുമുറുക്കാതിരിക്കാൻ കഴിഞ്ഞില്ല: "ശരി. 1793?"

"93. ഞാൻ അതു പ്രതീക്ഷിച്ചിരുന്നു, ആയിരത്തി അഞ്ഞൂറ് വർഷങ്ങളായി മേഘം ഉരുണ്ടുകൂടിക്കൊണ്ടിരിക്കുന്നു. പതിനഞ്ചു നൂറ്റാണ്ടിന്റെ അന്ത്യത്തിൽ അതു പൊട്ടിത്തെറിച്ചു. നിങ്ങൾ ആ അശനിപാതത്തെ നിന്ദിക്കുകയാണ്."

ഒരുപക്ഷേ, സ്വയം അത് അംഗീകരിച്ചില്ലെങ്കിലും അയാളുടെ വാക്കുകൾ തന്റെ മനസിനെ സ്പർശിച്ചെന്ന് ബിഷപ്പിനു മനസിലായി. അദ്ദേഹം മറുപടി പറഞ്ഞു:

"ജഡ്ജി നീതിക്കുവേണ്ടിയാണ് സംസാരിക്കുന്നത്. അനുകമ്പയുടെ പേരിലാണ് പുരോഹിതൻ സംസാരിക്കുന്നത്. അനുകമ്പ കൂടുതൽ ഔന്നത്യമുള്ള നീതിയല്ലാതെ മറ്റെന്താണ്? ഒരു അശനിപാതത്തിന് ഒരിക്കലും തെറ്റുപറ്റിക്കൂടാ."

ദേശീയക്കൂട്ടായ്മയിലെ അംഗമായിരുന്ന വൃദ്ധനെത്തന്നെ സൂക്ഷിച്ചു നോക്കിക്കൊണ്ട് ബിഷപ്പ് ചോദിച്ചു:

"ലൂയി പതിനേഴാമൻ?"

"ലൂയി പതിനേഴാമൻ. നമുക്ക് നോക്കാം നിങ്ങൾ ആർക്കുവേണ്ടിയാണ് കരയുന്നത്? നിഷ്കളങ്കനായ കുട്ടിക്കു വേണ്ടിയാണോ? അതിൽ തെറ്റില്ല. ഞാനും നിങ്ങളോടൊപ്പം കരയാൻ തയാറാണ്. നിങ്ങൾ കരയുന്നത് രാജകുടുംബത്തിലെ കുട്ടിക്കു വേണ്ടിയാണോ? എങ്കിൽ എനിക്ക് ആലോചിക്കാൻ അൽപ്പം സമയം വേണം. കിർത്തൂഷിന്റെ[1] സഹോദരനായിപ്പോയ കുറ്റത്തിന് പ്ലാസ് ദ് ഗ്രേവിൽ കക്ഷത്തിൽ കയറുകെട്ടി മരണംവരെ തൂങ്ങിക്കിടന്ന നിഷ്കളങ്കനായ കുട്ടിയുടെ

---

1. ഫ്രാൻസിലെ ഒരു പിടിച്ചുപറിക്കാരൻ

കാഴ്ച ലൂയി പതിനഞ്ചാമന്റെ ചെറുമകനായിപ്പോയ കുറ്റത്തിന് ആരാധനാലയത്തിന്റെ ഗോപുരത്തിൽവെച്ച് വധിക്കപ്പെട്ട നിഷ്കളങ്കനായ കുട്ടിയുടെ കാഴ്ച പോലെതന്നെ ദുഃഖകരമായിരുന്നു."

ബിഷപ്പു പറഞ്ഞു: "പേരുകൾ കൂട്ടിക്കലർത്തുന്നത് എനിക്ക് ഇഷ്ടമുള്ള കാര്യമല്ല."

"കിർത്തൂഷാണോ അതോ ലൂയി പതിനഞ്ചാമനോ? ഏതു പേരാണ് നിങ്ങളെ അസ്വസ്ഥനാക്കുന്നത്?"

പിന്നീട് അൽപ്പസമയം നിശ്ശബ്ദതയായിരുന്നു. ഇവിടെ വന്നതിൽ ബിഷപ്പിന് ഏതാണ്ട് പശ്ചാത്താപം തോന്നിത്തുടങ്ങിയിരുന്നു. എങ്കിലും കാരണം എന്താണെന്ന് തിരിച്ചറിയാൻ കഴിയാത്ത തരത്തിൽ ബിഷപ്പിന്റെ മനസ്സ് കലുഷിതമായിരുന്നു.

വൃദ്ധൻ സംസാരം തുടർന്നു: "ബഹുമാനപ്പെട്ട പുരോഹിതൻ ക്ഷമിക്കണം. സത്യത്തിന്റെ പാരുഷ്യത്തെ അങ്ങ് ഇഷ്ടപ്പെടുന്നില്ല. പക്ഷേ, ക്രിസ്തുവിന് അത് ഇഷ്ടമായിരുന്നു. അദ്ദേഹം ചാട്ടവാറെടുത്ത് ആരാധനാലയം ശുദ്ധീകരിച്ചു. അദ്ദേഹത്തിന്റെ ചാട്ടവീശലിലൂടെ പരുക്കൻ സത്യങ്ങൾ പുറത്തേക്കു വന്നു. കുട്ടികൾ അനുഗ്രഹിക്കപ്പെട്ടവർ എന്ന് അദ്ദേഹം പറഞ്ഞപ്പോൾ കുട്ടികൾ തമ്മിൽ അദ്ദേഹത്തിന് ഒരു വ്യത്യാസവും ഉണ്ടായിരുന്നില്ല. ബറബാസിന്റെ മൂത്ത മകനും ഹെറോഡിന്റെ മൂത്ത മകനും തമ്മിൽ ക്രിസ്തുവിന് വ്യത്യാസം ഇല്ലായിരുന്നു. നിഷ്കളങ്കതയ്ക്ക് കിരീടത്തിന്റെ ആവശ്യമില്ല. നിഷ്കളങ്കതതന്നെ ഒരു കിരീടമാണ്. നിഷ്കളങ്കമായ പ്രവൃത്തികൾ കുലീനമായിരിക്കും. കീറത്തുണികൾ അണിഞ്ഞാലും നിഷ്കളങ്കതയുടെ ഗാംഭീര്യം ഒട്ടും കുറയില്ല."

ബിഷപ്പ് ശബ്ദം താഴ്ത്തി പറഞ്ഞു: "അതു ശരിയാണ്."

വൃദ്ധൻ വീണ്ടും പറഞ്ഞുതുടങ്ങി: "നിങ്ങൾ ലൂയി പതിനേഴാമനെപ്പറ്റി പറഞ്ഞു. നിപരാധികൾക്കും രക്തസാക്ഷികൾക്കും കുട്ടികൾക്കും സാധാരണക്കാർക്കും ഉന്നതർക്കുംവേണ്ടി നമുക്ക് ഒന്നിച്ചു കരയാം. ഞാൻ അവരിൽ ഒരാളാണ്. പക്ഷേ, അപ്പോൾ നമുക്ക് 93നും വളരെ പിന്നോട്ട് പോകേണ്ടിവരും. നമ്മുടെ കണ്ണുനീർ ലൂയി പതിനേഴാമനേക്കാൾ മുമ്പ് ആരംഭിക്കേണ്ടിയിരിക്കുന്നു. ജനങ്ങളുടെ കുഞ്ഞുങ്ങൾക്കുവേണ്ടി നിങ്ങൾ കരയുകയാണെങ്കിൽ രാജാക്കന്മാരുടെ മക്കൾക്കുവേണ്ടി ഞാൻ കരയാം."

ബിഷപ്പു പറഞ്ഞു: "ഞാൻ എല്ലാവർക്കുംവേണ്ടി ദുഃഖിക്കുന്നവനാണ്."

ജി പറഞ്ഞു: "അവർക്കിടയിൽ ദുഃഖം തുല്യമായി പങ്കിട്ടതിനുശേഷം മിച്ചം വല്ലതുമുണ്ടെങ്കിൽ അതു ജനങ്ങൾക്കു കൊടുക്കണം. അവർ വളരെക്കാലമായി നരകിക്കുകയാണ്."

വീണ്ടും അൽപ്പസമയത്തേക്ക് നിശ്ശബ്ദത പടർന്നു. ഒടുവിൽ വൃദ്ധൻ വീണ്ടും മൗനം ഭജിച്ചു. കസേരയുടെ കൈയിൽ ബലമായി പിടിച്ചുകൊണ്ട് വൃദ്ധൻ ഒന്നു നിവർന്നിരുന്നു. അയാൾ യാന്ത്രികമായി ആലോചിച്ച് ഒരു തീരുമാനം എടുക്കുന്നതിന്റെ സൂചനയായി തള്ളവിരലും ചൂണ്ടുവിരലും ചേർത്ത് കവിളിൽ അമർത്തിപ്പിച്ചി. കഠിനയാതന നിഴലിക്കുന്ന നോട്ടത്തോടെ അയാൾ വീണ്ടും ബിഷപ്പിനോട് സംസാരിച്ചുതുടങ്ങി. പറയാൻ താൽപ്പര്യമില്ലാതെ പറയുന്ന രീതിയിലായിരുന്നു പിന്നീട് വൃദ്ധന്റെ സംസാരം:

"വളരെക്കാലമായി ആളുകൾ അനുഭവിക്കുകയാണ്. അപ്പോൾ നിങ്ങൾ

എന്തിനാണ് എന്നെ ചോദ്യം ചെയ്യാൻ തുനിയുന്നത്? ലൂയി പതിനേഴാമനെപ്പറ്റി എന്തിനാണ് സംസാരിക്കുന്നത്? എനിക്ക് നിങ്ങളെ അറിയില്ല. ഞാൻ ഈ പ്രദേശത്ത് വന്നതിനുശേഷം ഈ ഭിത്തികൾക്കുള്ളിലാണ്. ഒരിക്കലും ഞാൻ ഇതിനുപുറത്ത് പോയിട്ടില്ല. എന്നെ സഹായിക്കുന്ന ഈ കുട്ടിയെ ഒഴിച്ച് മറ്റ് ഒരാളെപ്പോലും ഞാൻ കണ്ടിട്ടില്ല. നിങ്ങളുടെ പേര് സംഭ്രമത്തോടെ ഞാൻ കേട്ടിട്ടുണ്ട് എന്നത് സത്യമാണ്. പക്ഷേ, അതുകൊണ്ട് നിങ്ങളെപ്പറ്റി എനിക്ക് വ്യക്തമായ അറിവുണ്ട് എന്ന് പറയാൻ കഴിയില്ല. അല്ലെങ്കിൽത്തന്നെ അതിൽ പ്രത്യേകിച്ച് ഒരു കാര്യവും ഇല്ല. സാധാരണക്കാരെ കബളിപ്പിക്കുന്നതിന് കൗശലം ഉള്ളവർക്ക് പല വഴികൾ ഉണ്ട്. ഉദാഹരണമായി ഞാൻ നിങ്ങളുടെ കുതിര വണ്ടിയുടെ ശബ്ദം കേട്ടില്ല. അത് കുറ്റിച്ചെടികളുടെ മറവിൽ റോഡുകൾ പിരിയുന്നിടത്ത് നിർത്തിയിരിക്കുകയായിരിക്കും. നിങ്ങൾ ബിഷപ്പാണെന്ന് പറഞ്ഞു. പക്ഷേ, അതുകൊണ്ട് നിങ്ങളുടെ ധാർമികതയെപ്പറ്റി എനിക്ക് ഒന്നുംതന്നെ മനസിലാക്കാൻ കഴിയില്ല. ഞാൻ എന്റെ ചോദ്യം ആവർത്തിക്കുന്നു. നിങ്ങൾ ആരാണ്? നിങ്ങൾ ബിഷപ്പാണെന്നു പറഞ്ഞു. പള്ളിയിലെ രാജകുമാരൻ. സ്വർണവും സ്വത്തും പദവിമുദ്രകളും നിറഞ്ഞ ആർഭാടജീവിതം നയിക്കുന്നവരിൽ ഒരാൾ. സ്ഥിരമായി പതിനയ്യായിരം ഫ്രാങ്കും മറ്റുചെലവുകൾക്ക് പതിനായിരം ഫ്രാങ്കും ചേർന്ന് ഇരുപ്പത്തയ്യായിരം ഫ്രാങ്ക് ലഭിക്കുന്ന ഒരു കുബേരനാണ് നിങ്ങൾ. നിങ്ങൾക്ക് വിരുന്നു സൽക്കാരം നടത്താൻ അടുക്കളകളും പരിചാരകന്മാരും ഉണ്ട്. വെള്ളിയാഴ്ചകളിൽ നിങ്ങളുടെ ഭക്ഷണം ഇരണ്ടപക്ഷികളാണ്. നിങ്ങളുടെ ആർഭാടങ്ങൾ നിറഞ്ഞ കുതിരവണ്ടിയുടെ മുന്നിലും പിന്നിലും സേവകരുണ്ട്. നഗ്നപാദനായി നടന്ന ക്രിസ്തുവിന്റെ പേരും പറഞ്ഞ് കുതിരവണ്ടിയിൽ നിങ്ങൾ മയിലിനെപ്പോലെ ഞെളിഞ്ഞിരുന്നു. എല്ലാ ബിഷപ്പുമാരേയുംപോലെ നിങ്ങൾക്കും ഇതെല്ലാം ഉണ്ട്. നിങ്ങൾ എല്ലാവരേയും പോലെ ഇതെല്ലാം ആസ്വദിക്കുന്നുമുണ്ട്. ഞാൻ പറഞ്ഞത് ഒരുപക്ഷേ, അധികമായിരിക്കാം അല്ലെങ്കിൽ കുറവായിരിക്കാം. നിങ്ങളുടെ ആന്തരിക ശ്രേഷ്ഠതയെപറ്റി അതൊന്നും എന്നെ ബോധവാനാക്കുന്നില്ല. നിങ്ങൾ ഒരുപക്ഷേ, എനിക്ക് വിവേകം നൽകാം എന്ന അവകാശവാദവുമായി ആയിരിക്കാം ഇവിടെ വന്നത്. ഞാൻ ആരോടാണ് സംസാരിക്കുന്നത്? നിങ്ങൾ ആരാണ്?"

ബിഷപ്പ് തലകുനിച്ചിരുന്നു. അദ്ദേഹം പറഞ്ഞു: "ഞാൻ ഒരു പുഴുവാണ്."

വൃദ്ധൻ മുറുമുറുത്തു: "ഒരു കുതിരവണ്ടിയിൽ സഞ്ചരിക്കുന്ന പുഴു."

ദേശീയക്കൂട്ടായ്മയിലെ അംഗത്തിന് ധിക്കാരംപറയാനും ബിഷപ്പിന് എളിമ കാട്ടാനുമുള്ള ഒരു അവസരം കിട്ടി. ബിഷപ്പ് സൗമ്യനായി മറുപടി പറഞ്ഞു:

"അത് അങ്ങനെ തന്നെയിരിക്കട്ടെ. അൽപ്പം അകലെയായി മരങ്ങൾക്കിടയിൽ കിടക്കുന്ന എന്റെ കുതിരവണ്ടിയും എന്റെ ഒന്നാന്തരം മേശയും വെള്ളിയാഴ്ചകളിൽ ഞാൻ കഴിക്കുന്ന ഇരണ്ടപക്ഷികളും എന്റെ ഇരുപത്തി അയ്യായിരം ഫ്രാങ്ക് വരുമാനവും എന്റെ സേവകരും എല്ലാം ചേർന്ന് അനുകമ്പ ഒരു നന്മയല്ലെന്നും, ദയ ഒരു ചുമതലയല്ലെന്നും 93 ഒഴിച്ചുകൂടാൻ കഴിയാത്ത കാര്യമാണെന്നും തെളിയിക്കുന്നത് എങ്ങനെയാണെന്ന് ഒന്ന് വിശദീകരിക്കണം."

വൃദ്ധൻ ഒരു പുകപടലം തൂത്തുമാറ്റുന്നതുപോലെ നെറ്റിയിലൂടെ കൈ ഓടിച്ചു. അയാൾ പറഞ്ഞു: "മറുപടി പറയുന്നതിനു മുൻപ് ഞാൻ ക്ഷമ ചോദിക്കുന്നു. ഞാൻ തെറ്റാണ് ചെയ്തത്. എന്റെ വീട്ടിൽ നിങ്ങൾ ഇപ്പോൾ

അതിഥിയാണ്. നിങ്ങളോട് ഞാൻ മര്യാദയോടെ പെരുമാറേണ്ടതാണ്. നിങ്ങൾ എന്റെ ആശയങ്ങൾ ചർച്ച ചെയ്തു. ഞാൻ നിങ്ങളുടെ ന്യായവാദങ്ങൾക്ക് പരിമിതികളുണ്ടെന്നും പറഞ്ഞതിൽ ഔചിത്യക്കുറവില്ല. നിങ്ങളുടെ സമ്പത്തും സുഖഭോഗങ്ങളും വർണിച്ച് എനിക്ക് തർക്കത്തിൽ നിങ്ങളെ പരാജയപ്പെടുത്താൻ എളുപ്പമാണ്. പക്ഷേ, ഞാൻ അങ്ങനെ ചെയ്യുന്നത് ശരിയല്ല. ആ രീതിയിൽ തർക്കിക്കാൻ ഞാൻ ശ്രമിക്കില്ലെന്ന് സത്യം ചെയ്യുന്നു."

ബിഷപ്പു പറഞ്ഞു: "എനിക്ക് നന്ദിയുണ്ട്."

ജി സംസാരം തുടർന്നു: "നിങ്ങൾ എന്നോട് ചോദിച്ചതിന്റെ വിശദീകരണത്തിലേക്ക് നമുക്ക് തിരിച്ചുപോകാം. നമ്മൾ എവിടെയാണ് നിർത്തിയത്? നിങ്ങൾ എന്തായിരുന്നു എന്നോട് പറഞ്ഞുകൊണ്ടിരുന്നത്? 1793 ക്രൂരതയാണെന്നല്ലേ?"

ബിഷപ്പു പറഞ്ഞു: "അതെ. ക്രൂരതതന്നെ. ഗില്ലറ്റിനിൽ നിന്നുകൊണ്ട് മാറ[1] കൈയടിച്ചതിനെപ്പറ്റി നിങ്ങൾക്ക് എന്താണ് പറയാനുള്ളത്?"

വൃദ്ധൻ ചോദിച്ചു: "മനുഷ്യരെ വേട്ടയാടിപ്പിടിച്ചപ്പോൾ ബോസ്യൊ[2] പ്രാർഥിച്ചതിനെപ്പറ്റി നിങ്ങൾക്ക് എന്താണ് പറയാനുള്ളത്?"

വൃദ്ധന്റെ മറുപടിയായി വന്ന മറുചോദ്യം രൂക്ഷമായിരുന്നു. ഒരു കഠാരയുടെ സൂക്ഷ്മതയോടെ അത് ലക്ഷ്യത്തിൽ എത്തി. ബിഷപ്പ് പതറിപ്പോയി. ബോസ്യൊയെപ്പറ്റി ഇത്തരത്തിലൊരു പരാമർശം കേൾക്കാൻ ഇടയായപ്പോൾ അദ്ദേഹം ഞെട്ടിപ്പോയി. നല്ല മനുഷ്യർക്കും അവരുടേതായ പൂജാവിഗ്രഹങ്ങൾ ഉണ്ട്.

വൃദ്ധന് വീർപ്പുമുട്ടൽ അനുഭവപ്പെട്ടു. അയാളുടെ ശബ്ദം മുറിഞ്ഞുപോയി. ആസ്ത്മ അയാളെ വല്ലാതെ ബുദ്ധിമുട്ടിച്ചു. എങ്കിലും അയാളുടെ മനസിന്റെ തെളിച്ചം കണ്ണുകളിൽ കാണാനുണ്ടായിരുന്നു. അയാൾ പറഞ്ഞു:

"നമുക്ക് അവിടെയുമിവിടെയുമായി ചിലതുകൂടി സംസാരിക്കാം. എനിക്ക് സംസാരിക്കാൻ താൽപ്പര്യമുണ്ട്. വിപ്ലവം മൊത്തത്തിൽ പരിശോധിച്ചാൽ മനുഷ്യന്റെ ദൃഢനിശ്ചയം കാണാൻ കഴിയും. 93 അതിന്റെ ഒരു മറുപടിയാണ്. രാജവാഴ്ച അനിവാര്യമാണെന്ന് നിങ്ങൾ വിശ്വസിക്കുന്നു. 93 ക്രൂരതയാണെങ്കിൽ രാജവാഴ്ചയെപ്പറ്റി നിങ്ങൾ എന്തുപറയും? കാരിയെ[3] പിടിച്ചുപറിക്കാരനാണ്. മോതൃവെ[4]യെ നിങ്ങൾ എന്തു പേരു പറഞ്ഞു വിളിക്കും? ഫുകിവെ-തായിങ്വീൽ[5] ക്രൂരതയുടെ പര്യായമാണ്. ലാമ്വാണ്യൊ-ങ്ബാവിലി[6]നെപ്പറ്റി എന്താണ് പറയാനുള്ളത്? മെയ്‌ലാർ[7] പേടിക്കേണ്ടവനാണ്. പക്ഷേ, സോൾ - താവെൻ[8] ആരായിരുന്നു. ഴുർദാങ് കൂപ്പ്തെത്ത്[9] രാക്ഷസൻ ആയിരുന്നെങ്കിലും മുർക്കിദാങ്ങാ ലുവ്വാ[10]യോളം വരില്ല. മേരി ആങ്ത്വാനെത്തി[11]നെപ്പറ്റി ഞാൻ ദുഃഖിക്കുന്നു. പക്ഷേ, മഹാനായ ലൂയിയുടെ കാലത്ത് 1685 ൽ നഗ്നയാക്കപ്പെട്ട അമ്മയെപ്പറ്റി നിങ്ങൾക്ക് എന്തു പറയാനുണ്ട്. പാലു തുളുമ്പുന്ന മാറിടവുമായി അരവരെ നഗ്നയാക്കപ്പെട്ട് തൂണിൽ കെട്ടിയിട്ടിരുന്ന ആ സ്ത്രീയുടെ മുന്നിൽ വിശന്നു കരയുന്ന അവളുടെ കുഞ്ഞുണ്ടായിരുന്നു എന്നോർമവേണം. അവളുടെ

1. ഭരണമാറ്റക്കാലത്തെ ഒരു പൊതുജന നേതാവ്.
2. മതവിശ്വാസിയായ ഒരെഴുത്തുകാരൻ പണ്ഡിതൻ, വാഗ്മി.

3 മുതൽ 8 വരെ ഭരണമാറ്റക്കാലത്തെ പ്രധാനവ്യക്തികൾ.

9. ഒരു ഫ്രഞ്ച് സൈനികമേധാവി.
10. ലൂയി പതിനാലാമന്റെ യുദ്ധകാര്യമന്ത്രി.
11. ലൂയി പതിനാറാമന്റെ ഭാര്യ.

കുഞ്ഞിന്റെ മരണവും അവളുടെ മനഃസാക്ഷിയുടെ മരണവും തമ്മിൽ ഒന്ന് തെരഞ്ഞെടുക്കാനായിരുന്നു ആരാച്ചാർ അവളോട് ആവശ്യപ്പെട്ടത്. ഒരു അമ്മയോടു കാണിച്ച ഇത്തരം മനുഷ്യത്വരഹിതമായ പീഡനത്തെക്കുറിച്ച് അങ്ങേക്ക് എന്താണ് പറയാനുള്ളത്. ഒരു കാര്യം ഓർക്കണം. ഫ്രഞ്ച് വിപ്ലവത്തിന് അതിന്റേതായ കാരണങ്ങളുണ്ട്. വിപ്ലവരോഷത്തിന് ഭാവി മാപ്പുകൊടുക്കും. അതിന്റെ ഫലം കൂടുതൽ മെച്ചപ്പെട്ട ഒരു ലോകമാണ്. ഞാൻ അവസാനിപ്പിക്കുന്നു. അവസാനിപ്പിക്കാൻ ഏറ്റവും നല്ല കാരണം എനിക്കുണ്ട്. ഞാൻ മരിക്കുകയാണ്."

ബിഷപ്പിനുനേരെയുള്ള നോട്ടം അവസാനിപ്പിച്ച് വൃദ്ധൻ അയാൾക്ക് പറയാനുള്ളത് സൗമ്യമായി പറഞ്ഞു: "പുരോഗതിയുടെ അനിവാര്യമായ നിഷ്ഠൂരതയാണ് വിപ്ലവം. അതുകഴിയുമ്പോൾ മനുഷ്യവർഗം ക്രൂരതകൾ അനുഭവിച്ചെങ്കിലും അവർ പുരോഗമിച്ചതായി തിരിച്ചറിയും." ബിഷപ്പിന്റെ ശക്തമായ വിശ്വാസങ്ങൾ ഓരോന്നായി മനസിൽ നിന്നും പൊക്കിയെടുത്ത് താഴെയിറക്കി വയ്ക്കുന്നതിൽ താൻ വിജയിച്ചു എന്ന് വൃദ്ധൻ വിചാരിച്ചു. എങ്കിലും ഒരെണ്ണം അപ്പോഴും അവശേഷിച്ചിരുന്നു. അവസാനത്തെ പ്രതിരോധം ബിഷപ്പിന്റെ ഈ വാക്കുകളിലൂടെ പുറത്തുവന്നു.

"പുരോഗതി, ദൈവത്തിൽ വിശ്വസിച്ചുകൊണ്ട് വേണം. അവിശ്വസനീയമായ ഒരുവന് സേവകനാകാൻ പറ്റില്ല. നിരീശ്വരവാദി മനുഷ്യരാശിയുടെ തിന്മ നിറഞ്ഞ ഒരു നേതാവായിരിക്കും."

ആ പഴയ ജനനേതാവ് മറുപടി പറഞ്ഞില്ല. അയാൾ ഉയരെ ആകാശത്തിലേക്ക് നോക്കിയിരുന്നു. അയാളുടെ കണ്ണുകൾ സാവധാനം നിറഞ്ഞു. കണ്ണുനീർ അയാളുടെ കരിവാളിച്ച കവിളുകളിലൂടെ ഒഴുകിയിറങ്ങി. കണ്ണുകൾ ആഴങ്ങളിലേക്ക് അപ്രത്യക്ഷമായി.

ബിഷപ്പ് വിവരിക്കാൻ കഴിയാത്ത ഏതോ വികാരത്തിന് അടിമപ്പെട്ടു. അൽപ്പസമയത്തിനുശേഷം വൃദ്ധൻ ആകാശത്തേക്ക് വിരലുകൾ ഉയർത്തി. അയാൾ പറഞ്ഞു:

"അപാരത നിലനിൽക്കുന്നുണ്ട്. അത് ഉള്ളതുതന്നെയാണ്. ഞാൻ അപാരതയുടെ ഭാഗമല്ലെങ്കിൽ ഞാൻ തന്നെയായിരിക്കും അപാരതയുടെ പരിധി. മറിച്ചുപറഞ്ഞാൽ അത് അപാരത ആയിരിക്കില്ല. പക്ഷേ, അതുണ്ട്. അപ്പോൾ അതിന്റെ ഭാഗമായി ഞാനും ഉണ്ട്. അപാരതയിലെ ഈ ഞാനാണ് ദൈവം.

ആരെയോ കണ്ടതുപോലെ ഏതോ നിർവൃതിയിൽ ലയിച്ച് മരണം അടുത്തു കഴിഞ്ഞ ആ മനുഷ്യൻ തന്റെ അവസാനവാക്കുകൾ ഉറക്കെ വിളിച്ചുപറഞ്ഞു. പിന്നീട് അയാളുടെ കണ്ണുകൾ അടഞ്ഞു. ഈ പരിശ്രമത്തിനിടയിൽ അയാൾ തളർന്നിരുന്നു. അയാൾക്ക് അവശേഷിച്ചിരുന്ന ഏതാനും മണിക്കൂറുകൾ അവസാനത്തെ ഒരുമിനിട്ടിൽ അയാൾ ജീവിച്ചുതീർക്കുകയായിരുന്നു എന്ന് വ്യക്തമായിരുന്നു. അയാൾ പറഞ്ഞ കാര്യങ്ങൾ മരണത്തെ അയാളുടെ അടുത്തെത്തിച്ചു. അവസാനനിമിഷം കൈയെത്തുംദൂരത്ത് എത്തിക്കഴിഞ്ഞിരുന്നു.

ബിഷപ്പ് എല്ലാത്തിനും സാക്ഷിയായി. അയാൾ ഒരു പുരോഹിനായാണ് അവിടെ എത്തിയത്. അങ്ങേയറ്റത്തെ നിർവികാരതയിൽനിന്ന് അങ്ങേയറ്റത്തെ വൈകാരികതയിലേക്ക് ബിഷപ്പ് കടന്നുപോയി. അദ്ദേഹം മരിക്കുന്ന മനുഷ്യന്റെ

കണ്ണുകളിലേക്ക് നോക്കി. തണുത്തു ചുളുങ്ങിയ കൈകളിൽ പിടിച്ചുകൊണ്ട് അദ്ദേഹം വൃദ്ധന്റെ അടുത്തേക്ക് നീങ്ങിയിരുന്നു.

"ഇത് ദൈവത്തിനുള്ള മണിക്കൂറുകളാണ്. നമ്മുടെ കണ്ടുമുട്ടൽ വ്യർഥമായിരുന്നെങ്കിൽ അത് പശ്ചാത്താപത്തിന് കാരണമാകുമായിരുന്നെന്ന് നിങ്ങൾ കരുതുന്നില്ലേ?"

വൃദ്ധൻ കണ്ണുതുറന്നു. ഒരു പുകപടലം മൂടിയിരുന്ന അയാളുടെ മുഖം ഇപ്പോൾ ശാന്തമാണ്.

ഇപ്പോൾ അയാൾ സംസാരിച്ചത് ശക്തികൊണ്ടല്ല. അയാളുടെ മനസിന്റെ കുലീനത സമ്മാനിച്ച ചിന്തയാണ് അയാളെ സംസാരിക്കാൻ പ്രാപ്തനാക്കിയത്.

"ആരാധ്യനായ ബിഷപ്പ്, ധ്യാനവും പഠനവും ചിന്തയുമായാണ് ഞാൻ ഇത്രയും കാലം ജീവിച്ചത്. എന്റെ രാജ്യം എന്നെ ക്ഷണിച്ച് അവളുടെ കാര്യങ്ങളിൽ ഇടപെടാൻ പറയുമ്പോൾ എനിക്ക് വയസ്സ് അറുപത്. ഞാൻ അനുസരിച്ചു. കുറ്റപ്പെടുത്തലുകൾ ഉണ്ടായിരുന്നു. കുറ്റപ്പെടുത്തലുകളെ ഞാൻ എതിർത്തു നിന്നു. സ്വേച്ഛാധിപത്യത്തിന്റെ വെല്ലുവിളികൾ ഉണ്ടായിരുന്നു. ഞാൻ അതു നശിപ്പിച്ചു. അവകാശങ്ങളും ആദർശങ്ങളും ഉണ്ടായിരുന്നു. ഞാൻ അവ പരസ്യപ്പെടുത്തി. കുറ്റസമ്മതം നടത്തി. ഭൂമി ആക്രമിക്കപ്പെട്ടിരുന്നു. ഞാൻ ആ ശ്രമത്തെ പരാജയപ്പെടുത്തി. ഫ്രാൻസ് ഭീഷണിയിലായിരുന്നു. ഞാൻ എന്നെത്തന്നെ അവർക്ക് സമർപ്പിച്ചു. ഞാൻ ധനവാൻ ആയിരുന്നില്ല. ദരിദ്രനായിരുന്നു. ബാങ്കിന്റെ ഉള്ളറകളിൽ നാണയങ്ങൾ കുന്നുകൂടി. ഭിത്തികൾക്ക് ബലം കൂട്ടിയില്ലെങ്കിൽ സ്വർണത്തിന്റെയും വെള്ളിയുടെയും ഭാരംകൊണ്ട് അവ തകർന്നുവീഴുന്ന അവസ്ഥ എത്തി. ഞാൻ ഇരുപത്തിയൊന്നു സൂ വിലയുള്ള ഭക്ഷണം കഴിച്ചു. ഞാൻ പീഡിതർക്ക് തുണയായി. അൾത്താരയുടെ തുണി ഞാൻ വലിച്ചുകീറി. പക്ഷേ, രാജ്യത്തിന്റെ മുറിവുകളിൽ കെട്ടാനായിരുന്നു. വെളിച്ചത്തിലേക്കുള്ള മനുഷ്യന്റെ പ്രയാണത്തെ ഞാൻ എല്ലാക്കാലത്തും അനുകൂലിച്ചു. അനുകമ്പയില്ലാത്ത പുരോഗതിയെ പലപ്പോഴും ഞാൻ എതിർത്തിട്ടുണ്ട്. നിങ്ങളുടെ കൂട്ടുകാരായ എന്റെ പ്രതിയോഗികളെ ഞാൻ ചിലപ്പോഴൊക്കെ സംരക്ഷിച്ചിട്ടുണ്ട്. എനിക്ക് ചെയ്യാവുന്ന നന്മകളും എന്റെ ചുമതലകളും എന്നാൽ കഴിയുന്നതുപോലെ ഞാൻ നിർവഹിച്ചിട്ടുണ്ട്. എങ്കിലും ഞാൻ വേട്ടയാടപ്പെട്ടു. ഉപദ്രവിക്കപ്പെട്ടു. പിൻതുടരപ്പെട്ടു. പീഡിപ്പിക്കപ്പെട്ടു. മാനംകെടുത്തപ്പെട്ടു. അധിക്ഷേപിക്കപ്പെട്ടു. ശപിക്കപ്പെട്ടു. വിലക്കു കൽപ്പിക്കപ്പെട്ടു. ഈ നരച്ച മുടിയുള്ള ഞാൻ വർഷങ്ങൾക്കു മുമ്പുതന്നെ മനസിലാക്കിയ ഒരു കാര്യമുണ്ട്. പലരും അവർക്ക് എന്നെ നിന്ദിക്കാനുള്ള അവകാശം ഉണ്ടെന്നാണ് വിശ്വസിക്കുന്നത്. പാവപ്പെട്ടവർക്കും വിവരമില്ലാത്തവർക്കും ഞാൻ കുറ്റാരോപിതനായ ഒരു മനുഷ്യൻ മാത്രമായിരുന്നു. ആരോടും വെറുപ്പുകൂടാതെ, വെറുക്കപ്പെട്ടവന്റെ ഈ ഒറ്റപ്പെടൽ ഞാൻ സ്വീകരിച്ചു. എനിക്കിപ്പോൾ എൺപത്തിയാറു വയസായി. മരിക്കാറായിരിക്കുന്നു. എന്നോട് എന്തു ചോദിക്കാനാണ് നിങ്ങൾ വന്നിരിക്കുന്നത്?"

"നിങ്ങളുടെ ആശീർവാദത്തിനാണ് ഞാൻ വന്നത്."

ബിഷപ്പ് വൃദ്ധന്റെ മുന്നിൽ മുട്ടുകുത്തി തലകുനിച്ചുനിന്നു. അദ്ദേഹം തല ഉയർത്തിയപ്പോഴേക്കും അയാൾ മരിച്ചുകഴിഞ്ഞിരുന്നു.

ബിഷപ്പ് ചിന്താധീനനായി വീട്ടിലേക്ക് നടന്നു. രാത്രി മുഴുവൻ അദ്ദേഹം പ്രാർഥിച്ചുകൊണ്ടിരുന്നു. അടുത്തദിവസം ഒരാൾ ജിജ്ഞാസയോടെ കിഴവൻ

ജിയെപ്പറ്റി ബിഷപ്പിനോട് സംസാരിക്കാൻ ശ്രമിച്ചു. മറുപടിയായി ബിഷപ്പ് ആകാശത്തേക്ക് കൈകൾ ഉയർത്തി.

ആ നിമിഷം മുതൽ നിന്ദിതരോടും പീഡിതരോടുമുള്ള ബിഷപ്പിന്റെ സ്നേഹവും ദയയും ഇരട്ടിക്ക് ഇരട്ടിയായി മാറി.

'ജി എന്ന കിഴവൻ തെമ്മാടി'യെക്കുറിച്ചുള്ള ഓരോ പരാമർശവും ബിഷപ്പിനെ ഓരോരോ ചിന്തകളിൽ കൊണ്ട് എത്തിച്ചിരുന്നു.

തന്റെ മുന്നിൽ വച്ച് നടന്ന വൃദ്ധന്റെ മരണത്തിനും ബിഷപ്പിന്റെ പൂർണതയിലേക്കുള്ള പ്രയാണത്തിൽ അതിന്റേതായ പ്രഭാവം ഉണ്ടായിരുന്നെന്ന് ആരും മനസിലാക്കിയിരുന്നില്ല.

പുരോഹിതന്റെ ആ സന്ദർശനം നിശ്ചയമായും നാട്ടിലെ ചെറുപണ്ഡിതന്മാരുടെ വിമർശനത്തിന് ഇടയാക്കിയിരുന്നു.

"അതുപോലുള്ള ഒരു മനുഷ്യന്റെ കിടക്ക ഒരു ബിഷപ്പിനു പോകാൻ പറ്റിയ സ്ഥലമാണോ? നിശ്ചയമായും അവിടെ ഒരു മാനസാന്തരം ബിഷപ്പ് പ്രതീക്ഷിച്ചിരിക്കാൻ ഇടയില്ല. എല്ലാ വിപ്ലവകാരികളും ധർമങ്ങൾ പാലിക്കാത്തവരാണ്. പിന്നെ എന്തിനാണ് അവിടെ പോയത്? അവിടെ പ്രത്യേകിച്ച് കാണാൻ എന്തുണ്ട്? ചെകുത്താൻ ആത്മാവുമായി പോകുന്നത് കാണാൻ ബിഷപ്പിന് ജിജ്ഞാസ തോന്നിയിട്ടുണ്ടാകും."

ഒരുദിവസം ഫലിതക്കാരിയാണെന്ന് സ്വയം വിശ്വസിക്കുന്ന ധിക്കാരിയായ ഒരു വിധവ ബിഷപ്പിനോട് തമാശ പറഞ്ഞു: "മഹാനായ അങ്ങ് എപ്പോഴാണ് ചുവന്നതൊപ്പി[1] ധരിക്കാൻ പോകുന്നതെന്ന് ആളുകൾ ചോദിക്കുന്നു."

ബിഷപ്പു പറഞ്ഞു: "ഓഹോ. അതൊരു കടുത്ത നിറമാണ്. എന്തായാലും തൊപ്പിയിൽ ആ നിറം കണ്ടാൽ പരിഹസിക്കുന്നവർ അതേനിറത്തിലുള്ള 'ഹാറ്റ്' കണ്ടാൽ ബഹുമാനിക്കാനും മറക്കാറില്ല."

11. അർഹത

അറിഞ്ഞകാര്യങ്ങൾ വെച്ച് ബിയാങ് വെന്യു തത്വചിന്തകനായ ഒരു ബിഷപ്പോ ദേശഭക്തനായ പുരോഹിതനോ ആണെന്നു വിചാരിച്ചാൽ നമുക്ക് തെറ്റുപറ്റി. ജിയുമായുള്ള ആശയവിനിമയം കൂടുതൽ കാരുണ്യമുള്ള ഒരു അവസ്ഥയിലേക്കാണ് അദ്ദേഹത്തെ കൊണ്ടെത്തിച്ചത്.

ബിയാങ് വെന്യു ഒരിക്കലും ഒരു രാഷ്ട്രീയക്കാരൻ ആയിരുന്നില്ല. അദ്ദേഹം ഏതെങ്കിലും സ്ഥാനമാനങ്ങൾ ആഗ്രഹിച്ചിരുന്നോ എന്ന കാര്യത്തിന് വ്യക്തത കിട്ടാൻ ഒരുദിവസത്തെ സംഭവങ്ങളുമായി ബന്ധപ്പെട്ട് അദ്ദേഹം സ്വീകരിച്ച നിലപാടുകൾ ഞങ്ങൾക്ക് ഇവിടെ വിശദീകരിക്കേണ്ടിവരും. ഇതിനുവേണ്ടി നമ്മൾ കുറച്ചു വർഷങ്ങൾതന്നെ പിന്നിലേക്ക് പോകേണ്ടിയിരിക്കുന്നു.

മിറിയെലിനു ബിഷപ്പായി സ്ഥാനക്കയറ്റം നൽകിയതിനുശേഷം ചക്രവർത്തി മറ്റു ബിഷപ്പുമാർക്കൊപ്പം അദ്ദേഹത്തിനും ഇടപ്രഭുവിന്റെ സ്ഥാനംകൂടി നൽകിയിരുന്നു. ബിഷപ്പിനെ അറസ്റ്റുചെയ്തത് 1809 ജൂലൈ 5ന് രാത്രിയിലായിരുന്നെന്ന് നമുക്ക് അറിയാം. ഫ്രാൻസിലെയും ഇറ്റലിയിലെയും ബിഷപ്പുമാരുടെ പാരീസിൽ വെച്ചു നടന്ന ആലോചനായോഗത്തിലേക്ക് മിറിയേലിനെയും

1. ദേശീയക്കൂട്ടായ്മയിലെ അംഗങ്ങൾ ചുവന്ന തൊപ്പി ധരിച്ചിരുന്നു.

നെപ്പോളിയൻ ക്ഷണിച്ചിരുന്നു. ഈ സമ്മേളനം 1811 ജൂൺ പതിനഞ്ചിന് നോത്തർദാമിൽ കർദിനാൾ ഫെഷിന്റെ അധ്യക്ഷതയിലാണ് ആരംഭിച്ചത്. അവിടെ വന്നുചേർന്നിരുന്ന തൊണ്ണൂറ്റി അഞ്ച് ബിഷപ്പുമാരിൽ മിറിയേലും ഉൾപ്പെട്ടിരുന്നു. പക്ഷേ, രണ്ടോ മൂന്നോ സമ്മേളനങ്ങളിൽ മാത്രമേ അദ്ദേഹം പങ്കെടുത്തുള്ളൂ. മലമ്പ്രദേശത്തെ ഇടവകയിൽ ഗ്രാമീണ ജീവിതം നയിച്ചിരുന്ന ബിഷപ്പ് സമ്മേളനത്തിൽ പങ്കെടുത്തിരുന്ന മറ്റു മഹനീയവ്യക്തികളുടെ ശ്രദ്ധക്കായി സമ്മേളനത്തിന്റെ താപനിലയിൽപ്പോലും വ്യത്യാസങ്ങൾ വരുത്തുന്ന ചില ആശയങ്ങൾ അവതരിപ്പിച്ചു എന്നാണ് പറയപ്പെടുന്നത്. എന്തായാലും ഡിയിലേക്ക് അദ്ദേഹം ഉടൻതന്നെ തിരിച്ചുപോന്നു. പെട്ടെന്ന് തിരിച്ചെത്തിയതിന്റെ കാരണം തിരക്കിയവരോട് അദ്ദേഹം പറഞ്ഞു:

“ഞാൻ അവരെ ശല്യപ്പെടുത്തി. എന്നോടൊപ്പം ശുദ്ധവായു അകത്തേക്ക് കടന്നു. ഞാൻ തുറന്നിട്ട ഒരു വാതിൽപോലെയായിരുന്നു.”

മറ്റൊരു സന്ദർഭത്തിൽ അദ്ദേഹം പറഞ്ഞു: “നിങ്ങൾ ആരെ സ്വീകരിക്കും? രാജകുമാരന്മാരായ ബിഷപ്പുമാരെയോ അതോ പാവപ്പെട്ട എന്നെപ്പോലുള്ള ഒരു കൃഷിക്കാരൻ ബിഷപ്പിനെയോ?”

മിറിയേലിനെ അവർ ഇഷ്ടപ്പെട്ടില്ല എന്നതായിരുന്നു സത്യം. ഉന്നതനായ ഒരു സഹപ്രവർത്തകന്റെ വീട്ടിൽ വെച്ച് ഒരുദിവസം മിറിയേൽ പറഞ്ഞു:

“എന്തു നല്ല ക്ലോക്കുകളും പരവതാനികളും സേവകരുമാണ് ഇവിടെയുള്ളത്. ഈ ആഡംബരങ്ങളിൽ എനിക്ക് തീരെ താൽപ്പര്യമില്ല. പക്ഷേ, ഇവ കാരണം എന്റെ ചെവിയിൽ ഒരു കരച്ചിൽ മുഴങ്ങുന്നു, “വിശക്കുന്ന മനുഷ്യർ ഈ ലോകത്തുണ്ട്. തണുത്തുവിറയ്ക്കുന്നവർ ഇവിടെയുണ്ട്. പാവപ്പെട്ടവർ ഇവിടെയുണ്ട്.”

ആഡംബരങ്ങളോടുള്ള വെറുപ്പ് ബുദ്ധിക്കു നിരക്കുന്ന കാര്യമല്ലെന്ന് നമുക്ക് പറയാൻ കഴിയും. കലകളോടുള്ള വെറുപ്പിന്റെ സൂചനകൂടി അതിൽ ഉണ്ട്. എങ്കിൽക്കൂടി പുരോഹിതന്മാരുടെ ഇടയിൽ അവരുടെ കർമാനുഷ്ഠാനങ്ങൾക്കും ചടങ്ങുകൾക്കും ഉപരിയായുള്ള ആഡംബരം കുറ്റകരമാണ്. അനുകമ്പ കലരാത്ത ശീലങ്ങളാണ് അതുകൊണ്ട് വ്യക്തമാക്കപ്പെടുന്നത്. പുരോഹിതൻ ധനവാനാകുന്നതിൽ ഒരു വൈരുധ്യം ഉണ്ട്. അദ്ദേഹം പാവങ്ങളോട് അടുത്തു നിൽക്കേണ്ടവനാണ്. യാത്രയ്ക്കിടയിൽ ശരീരത്തിൽ അടിഞ്ഞുകൂടുന്ന പൊടിപടലങ്ങൾപോലെ, ദാരിദ്ര്യത്തിന്റെ അംശമെങ്കിലും ആത്മാവിലേക്ക് ആവാഹിക്കാൻ കഴിയാത്തവന്, പകലെന്നോ രാവെന്നോ ഇല്ലാതെ ദാരിദ്ര്യത്തിനും കഷ്ടപ്പാടുകൾക്കും ഇടയിൽ ജീവിക്കാൻ എങ്ങനെ കഴിയും? തീയുടെ അടുത്ത് അൽപ്പംപോലും ചൂടു ലഭിക്കാത്ത ഒരു മനുഷ്യനെ നിങ്ങൾക്ക് സങ്കൽപ്പിക്കാൻ കഴിയുന്നുണ്ടോ? ഒരു മുടിപോലും കരിയാത്ത, ഒരു നഖംപോലും കറുക്കാത്ത, ഒരു തുള്ളിപോലും വിയർക്കാത്ത, ഒരു പൊടി ചാരമെങ്കിലും മുഖത്തു പുരളാത്ത, ഒരു ചൂളയിലെ ജോലിക്കാരനെ നിങ്ങൾക്ക് സങ്കൽപ്പിക്കാൻ കഴിയുന്നുണ്ടോ?

അതുതന്നെയാണ് ഡിയിലെ ബിഷപ്പിന്റെ ഈ നിലപാടിന് ആധാരമായത്.

‘കാലഘട്ടത്തിലെ ആശയങ്ങൾ’ എന്നു വിളിക്കാൻ അർഹതയുള്ള സൂക്ഷ്മമായ സംഗതികളിൽ അദ്ദേഹം ഇടപെട്ടിരുന്നില്ല. നടന്നുകൊണ്ടിരുന്ന ദൈവശാസ്ത്രപരമായ തർക്കങ്ങളിൽ അദ്ദേഹം കാര്യമായ ഒരു പങ്കുവഹിച്ചിരുന്നില്ല. പള്ളിയും രാഷ്ട്രവും തമ്മിൽ ഒത്തുതീർപ്പിലായ കാര്യങ്ങളിൽ അദ്ദേഹം

ഒരു അഭിപ്രായവും പ്രകടിപ്പിച്ചില്ല. ആരെങ്കിലും അദ്ദേഹത്തോട് അഭിപ്രായ മറിയാൻ നിർബന്ധംപിടിച്ചാൽ ഫ്രാൻസിലെ പള്ളികൾക്കു സ്വാതന്ത്ര്യം കിട്ടണം എന്നതിലും കൂടുതൽ പോപ്പിന്റെ അധികാരം നിലനിർത്തണം എന്നായിരിക്കും അദ്ദേഹത്തിന്റെ അഭിപ്രായം. നമ്മൾ അദ്ദേഹത്തെപ്പറ്റി യഥാർഥ വിവരണം നടത്തുമ്പോൾ നെപ്പോളിയന്റെ പതനത്തിൽ ബിഷപ്പിന് വ്യാകുലത ഉണ്ടായിരുന്നില്ല എന്ന് സൂചിപ്പിക്കാതിരിക്കാൻ കഴിയില്ല. 1813നുശേഷം ചക്രവർത്തിക്കെതിരായുണ്ടായ ഒരു എതിർപ്പിനോടും അദ്ദേഹം എതിർപ്പ് പ്രകടിപ്പിച്ചില്ല. എൽബയിൽനിന്ന് തിരിച്ചുപോകുമ്പോൾ നെപ്പോളിയനെ സന്ദർശിക്കാൻ അദ്ദേഹം കൂട്ടാക്കിയില്ല. നെപ്പോളിയൻ അധികാരത്തിലിരുന്ന നൂറുദിവസങ്ങളിൽ ഇടവകയ്ക്കുള്ളിൽ ചക്രവർത്തിക്കുവേണ്ടി പൊതുപ്രാർഥനകൾ നടത്താൻ അദ്ദേഹം കൽപ്പന പുറപ്പെടുവിച്ചില്ല.

മദ്മാസെൽ ബാപ്തിസ്തീൻ എന്ന സഹോദരിക്കു പുറമേ അദ്ദേഹത്തിന് രണ്ട് സഹോദരന്മാർകൂടി ഉണ്ടായിരുന്നു. ഒരാൾ ജനറലായിരുന്നു, രണ്ടാമൻ ഒരു പുരോഹിതനും. ജനറലിനോട് ബിഷപ്പിന് പ്രത്യേകിച്ച് മമത ഉണ്ടായിരുന്നില്ല. രണ്ടാമത്തെ സഹോദരനുമായുള്ള ബിഷപ്പിന്റെ എഴുത്തുകുത്തുകൾ കൂടുതൽ സ്നേഹപൂർവമായിരുന്നു. വിരമിച്ചശേഷം ഈ പഴയ പുരോഹിതൻ പാരീസിലായിരുന്നു താമസം.

ബിയാങ് വെന്യുവിനുപോലും രാഷ്ട്രീയ ചിന്തകൾ തോന്നുന്ന സന്ദർഭങ്ങൾ ഉണ്ടായിരുന്നു. മങ്ങലേറ്റ കയ്പ്പേറിയ ചില മണിക്കൂറുകൾ. കാലഘട്ടത്തിന്റെ താൽപ്പര്യങ്ങളുടെ നിഴലുകൾ ആ മഹത്തായ മനസിലേക്കും കടന്നു ചെന്നിരുന്നു. തീർച്ചയായും ബിയാങ് വെന്യുവിനെപ്പോലെയുള്ള ഒരു മനുഷ്യൻ രാഷ്ട്രീയ അഭിപ്രായങ്ങൾക്കൊക്കെ അതീതനാണ്. അങ്ങേയറ്റം ധീരവും ജനാധിപത്യസ്വഭാവവും മനുഷ്യനിലുള്ള വിശ്വാസവും നമ്മുടെ കാലത്തു നടന്നുകൊണ്ടിരിക്കുന്ന പുരോഗമനത്തിനുവേണ്ടിയുള്ള അദമ്യമായ അഭിലാഷവുമായിരുന്നു അദ്ദേഹത്തിന് ഉണ്ടായിരുന്നത്. ഇതിനെ 'രാഷ്ട്രീയ അഭിപ്രായങ്ങൾ എന്ന പ്രയോഗവുമായി ബന്ധപ്പെടുത്തി ആരും തെറ്റിദ്ധരിക്കരുത്. ഈ പുസ്തകത്തിൽ ആവിഷ്കരിക്കുന്ന കാര്യങ്ങളുമായി നേരിട്ട് ബന്ധമില്ലാത്ത ചോദ്യങ്ങളിലേക്ക് കടക്കാതെ, ബിയാങ് വെന്യു ഒരു രാജഭക്തൻ ആയിരുന്നെങ്കിൽ നന്നായിരുന്നു എന്നു മാത്രമാണ് ഞങ്ങൾക്ക് പറയാനുള്ളത്. ഈ ലോകത്തിന്റെ കെട്ടുകഥകൾക്കും വെറുപ്പുകൾക്കും പ്രക്ഷുബ്ധമായ ലൗകിക കാര്യങ്ങൾക്കും മുകളിലുള്ള സത്യവും നീതിയും ദയയും തിളങ്ങുന്ന പ്രശാന്തമായ ചിന്തയിൽ നിന്നും ഒരു നിമിഷംപോലും അദ്ദേഹം വ്യതിചലിച്ചിരുന്നില്ല.

രാഷ്ട്രീയപ്രവർത്തനങ്ങൾക്കുവേണ്ടിയല്ല ബിയാങ് വെന്യുവിനെ ദൈവം സൃഷ്ടിച്ചിരിക്കുന്നത് എന്ന് നമുക്കറിയാം. എങ്കിലും നെപ്പോളിയൻ അധികാരത്തിൽ ഉള്ളപ്പോൾ അവകാശങ്ങൾക്കും സ്വാതന്ത്ര്യത്തിനുംവേണ്ടി ബിയാങ് വെന്യു എതിർപ്പു പ്രകടിപ്പിച്ചിരുന്നെങ്കിൽ ഞങ്ങൾ അത് ആരാധനയോടെ കാണുമായിരുന്നു. പക്ഷേ, ഉയർന്നുവരുന്നവരോടു തോന്നുന്ന താൽപ്പര്യം നമുക്ക് വീഴ്ചകൾ ഉണ്ടാവുന്നവരോട് ഇല്ലായിരുന്നു. അപകടങ്ങൾ ഇല്ലാത്ത എതിർപ്പിനോട് നമുക്ക് ആരാധന തോന്നാറില്ല. എന്തുതന്നെയായാലും തുടക്കത്തിൽ എതിർക്കുന്നവർക്കു മാത്രമാണ് അന്ത്യത്തിലെ സർവനാശത്തിന്റെ അവകാശത്തിനുള്ള അർഹത ലഭിക്കുന്നത്. ഐശ്വര്യമുള്ളപ്പോൾ കുറ്റപ്പെടുത്തുന്നവന്, അതില്ലാ

ത്തപ്പോൾ ഉപദേശിക്കാൻ അവകാശമില്ല. വിജയത്തിൽ തള്ളിപ്പറയുന്നവനു മാത്രമേ വീഴ്ചയുടെ നീതി വിളംബരപ്പെടുത്താൻ അവകാശമുള്ളൂ. നമ്മുടെ കാര്യം പറഞ്ഞാൽ ദൈവികമായ ഇടപെടലുകൾകൊണ്ട് അടികിട്ടിയപ്പോഴൊന്നും നമ്മൾ ഒന്നിലും ഇടപെട്ടില്ല. 1812 – ഓടെ നമ്മൾ നിരായുധരാകാൻ തുടങ്ങി. 1813 ൽ നിശ്ശബ്ദരായ പട്ടാളക്കാർ ഭീരുത്വത്തോടെ നിശ്ശബ്ദത ഭഞ്ജിച്ചതിനെ ധാർമികരോഷമായി കണക്കാം. 1814 ൽ രാജ്യദ്രോഹികളായ സൈനികമേധാവികൾക്ക് അവർ ദൈവതുല്യമായി ആരാധിച്ചിരുന്നവനെ തള്ളിപ്പറഞ്ഞ് അവരുടെ ആരാധനാപാത്രത്തിന്റെ മുഖത്ത് കാറിത്തുപ്പിക്കൊണ്ട് വെറുപ്പോടെ മുഖം തിരിക്കേണ്ടി വന്നു. അത് അവരുടെ ചുമതലയായി മാറുകയായിരുന്നു. 1815 ൽ അവസാനത്തെ പതനം അന്തരീക്ഷത്തിൽ നിറഞ്ഞു തുടങ്ങിയിരുന്നു. ഫ്രാൻസ് ആ പതനത്തിന്റെ പൈശാചിക സാമീപ്യം അറിഞ്ഞുകഴിഞ്ഞിരുന്നു. അപ്പോഴേക്കും നെപ്പോളിയന് വാട്ടർലൂവിന്റെ* വരവ് മങ്ങലോടെയാണെങ്കിലും കാണാൻ കഴിയുന്നുണ്ടായിരുന്നു. പട്ടാളത്തിന്റെ നിരാശകലർന്ന മേനിപറച്ചിലും ജനങ്ങൾ വിധിയെ പറഞ്ഞതും ചിരിക്കാനുള്ള കാര്യങ്ങൾ ആയിരുന്നില്ല. ഒരു സ്വേച്ഛാധിപതിയോടുള്ള എല്ലാ മുൻകരുതലുകളും എടുത്തുകൊണ്ടുതന്നെ നമുക്ക് പറയാൻ കഴിയുന്ന ഒരു കാര്യമുണ്ട്. അഗാധഗർത്തത്തിന്റെ വക്കിലെത്തി നിൽക്കുമ്പോൾ മഹത്തായ ഒരു ജനതയും മഹാനായ ഒരു മനുഷ്യനും പരസ്പരം പുണരുന്ന കാഴ്ച: ഡിയിലെ ബിഷപ്പിനെപ്പോലെ ഒരാൾ അതു കാണാതിരിക്കാൻ ഒട്ടുംതന്നെ സാധ്യതയില്ല.

ചുരുക്കിപ്പറഞ്ഞാൽ അദ്ദേഹം നീതിമാനായിരുന്നു. സത്യസന്ധനായിരുന്നു, ബുദ്ധിമാനായിരുന്നു, ഉപകാരിയായിരുന്നു, ജ്ഞാനിയായിരുന്നു, ദയാലുവായിരുന്നു, പുരോഹിതനായിരുന്നു, മനുഷ്യനുമായിരുന്നു. ഞങ്ങൾ രൂക്ഷമായി കുറ്റപ്പെടുത്തിയ രാഷ്ട്രീയ തീരുമാനങ്ങളുടെ കാര്യത്തിൽപ്പോലും കുറ്റംപറഞ്ഞ തീരുമാനങ്ങളേക്കാൾ സഹിഷ്ണുത അദ്ദേഹം കാണിച്ചിരുന്നു. ചക്രവർത്തിയായിരുന്നു ടൗൺഹാളിന്റെ കാവൽക്കാരനെ നിയോഗിച്ചിരുന്നത്. അയാൾ പണ്ട് ഓസ്തെർ ലിത്സിലെ** യുദ്ധത്തിൽ പങ്കെടുത്ത ഒരു താഴ്ന്ന നിലയിലുള്ള പട്ടാളക്കാരൻ ആയിരുന്നു. രാജമുദ്രയിലെ കഴുകനോളംതന്നെ നെപ്പോളിയനെ പിൻതാങ്ങിയിരുന്ന ഒരു മനുഷ്യൻ. എന്നാൽ ആ പാവത്തിന്റെ വായിൽനിന്നും അന്നത്തെക്കാലത്ത് രാജ്യദ്രോഹമായി കരുതപ്പെടാവുന്ന വാക്കുകൾ പലപ്പോഴും പുറത്തുവന്നു. അദ്ദേഹത്തിന്റെ യൂണിഫോമിൽനിന്നും രാജമുദ്ര എടുത്തുമാറ്റിയതിനുശേഷം അയാൾ അതു ധരിച്ചിട്ടില്ല. നെപ്പോളിയൻ കൊടുത്ത കുരിശിൽനിന്ന് ചക്രവർത്തിയുടെ രൂപം അയാൾ എടുത്തുമാറ്റി. ആ ഭാഗത്ത് ഒരു തുള ഉണ്ടായി. മറ്റൊന്നുംകൊണ്ട് അയാൾ അത് അടച്ചുവച്ചില്ല. അയാൾ പറയുമായിരുന്നു, “എന്റെ ഹൃദയത്തിനു മുകളിൽ ഈ മൂന്ന് തവളകളെ കൊണ്ട് നടക്കുന്നതിലും ഭേദം മരണമാണ്.” ലൂയി പതിനെട്ടാമനെക്കുറിച്ച് അയാൾ നിന്ദിച്ച് സംസാരിച്ചിരുന്നു, “അവന്റെ ഇംഗ്ലീഷിലുള്ള തുപ്പലുതെറിപ്പിക്കലും ആടിന്റെ താടിയുംകൊണ്ട് അവൻ പ്രുഷ്യയിൽപോകട്ടെ.” തനിക്ക് ഏറ്റവും വെറുപ്പുള്ള രണ്ടു കാര്യങ്ങൾ (പ്രുഷ്യയും ഇംഗ്ലീഷും) തമ്മിൽ സംയോജിപ്പി

* നെപ്പോളിയൻ പൂർണമായും പരാജയപ്പെട്ട യുദ്ധം.

** നെപ്പോളിയൻ റഷ്യക്കാരെ നിശ്ശേഷം തോൽപ്പിച്ച യുദ്ധം

ച്ചതിന്റെ സന്തോഷം അയാൾ അറിഞ്ഞു. പറഞ്ഞുപറഞ്ഞ് ഒടുവിൽ അയാൾക്ക് ജോലി നഷ്ടപ്പെട്ടു. പിന്നീട് ഭക്ഷണമില്ലാതെ ഭാര്യയും കുട്ടികളുമായി അയാൾ തെരുവിൽ അലഞ്ഞുനടക്കാൻ തുടങ്ങി. ബിഷപ്പ് അയാളെ ആളയച്ച് വിളിപ്പിച്ചു. ചെറുതായി ശകാരിച്ചതിനുശേഷം ഭദ്രാസനപ്പള്ളിയുടെ കാവൽക്കാരനായി ജോലി നൽകി.

ഒൻപതു വർഷത്തെ ദൈവികവും സൗമ്യവുമായ പെരുമാറ്റംകൊണ്ട് ബിയാങ് വെന്യു ഡിയിലെ മനുഷ്യരുടെ അനുകമ്പ കലർന്ന ആദരവ് നേടിയെടുത്തിരുന്നു. നല്ലവരായ നാട്ടുകാർ ബിയാങ് വെന്യുവിന്റെ നെപ്പോളിയനോടുള്ള നിലപാടുപോലും സമ്മതിച്ചുകൊടുത്തു. ബിയാങ് വെന്യുവിനോട് അവർ ക്ഷമിച്ചു. ചക്രവർത്തിയോട് അവർക്ക് ആരാധനയുണ്ടായിരുന്നു. പക്ഷേ, അവരുടെ ബിഷപ്പിനോട് അവർക്ക് സ്നേഹമായിരുന്നു.

12. ബിയാങ് വെന്യുവിന്റെ ഏകാന്തത

ഒരു ജനറലിനു ചുറ്റും ചെറുപ്പക്കാരായ ഓഫീസറന്മാർ ഉണ്ടാകുന്നതുപോലെ ഒരു ബിഷപ്പിനു ചുറ്റും ചെറുപ്പക്കാരായ പുരോഹിതർ. എന്തു തൊഴിലിലും അതിന്റെ ഔന്നത്യത്തിൽ എത്തിയവരോടൊപ്പം സാമന്തന്മാർ ഉണ്ടാകും. ആരാധകരില്ലാത്ത ഒരു ശക്തികേന്ദ്രവും ലോകത്തിലില്ല. ഉപചാരങ്ങൾ ഇല്ലാതെ ഒരിക്കലും ഭാഗ്യം കടന്നുവരില്ല. ഭാഗ്യാന്വേഷികൾ വർത്തമാനകാലത്തിന്റെ ധൂർത്തിനുചുറ്റും കറങ്ങിനടക്കും. ഓരോ ജനറലിനും അദ്ദേഹത്തിന്റെ സ്വന്തം ഓഫീസറന്മാർ ഉണ്ട്. ഓരോ ബിഷപ്പിനും അദ്ദേഹത്തിന്റെ കൊട്ടാരത്തിന്റെ അടുക്കും ചിട്ടയും കാത്തുസൂക്ഷിക്കാൻ ചെറുപ്പക്കാർ ഉണ്ട്. ബിഷപ്പിന്റെ ചിരിക്കുവേണ്ടി അവർ കാത്തുനിൽക്കും. ഒരു ശെമ്മാച്ചന് ബിഷപ്പിന്റെ സന്തോഷം കുതിരപ്പുറത്തുകയറാനുള്ള ഇരുമ്പിന്റെ ചവിട്ടുപടിയാണ്. ഓരോരുത്തരും അവരവരുടെവഴി സ്വയം വെട്ടിത്തെളിക്കണം. ക്രിസ്തുവിന്റെ ശിഷ്യൻമാർ പ്രാർഥിക്കുന്നവരെ കൈവെടിയുകയില്ല.

മറ്റുസ്ഥലങ്ങളിൽ സമ്പത്തിന്റെ കിരീടങ്ങൾ ഉള്ളതുപോലെ ബിഷപ്പുമാർക്കിടയിലും വിലകൂടിയ തലപ്പാവുകൾ ഉണ്ട്. സഭയിലെ പണക്കാരായ അവർ ദാനങ്ങൾ നടത്തി കൗശലത്തോടെ ലോകരുടെ സമ്മതം പിടിച്ചുപറ്റുന്നു. തീർച്ചയായും അവർക്ക് പ്രാർഥിക്കാനറിയാം. കൂടാതെ പ്രീതി നേടാനും അറിയാം. ഇടവകയുടെ മൊത്തം പുരോഗതിക്കുവേണ്ടി ആത്മീയതയുടെയും കൗശലത്തിന്റെയും കുന്നുകൾ തമ്മിൽ യോജിപ്പിച്ചുകൊണ്ട് അവർ പാലങ്ങൾ പണിയും. അവർ പുരോഹിതർ എന്നതിനേക്കാൾ കൂടുതൽ പള്ളികളുടെ അധിപന്മാരാണ്. ബിഷപ്പുമാർ എന്നതിലുപരി അവർ പുരോഹിതന്മാർ ആയിരിക്കും. അവരുടെ സമീപത്ത് എത്തിച്ചേരാൻ കഴിയുന്നവർ ഭാഗ്യവാന്മാരാണ്. അവർ സ്വാധീനം ഉള്ളവരായതുകൊണ്ട് അവരോട് ഒട്ടിനിൽക്കുന്ന ഈ ചെറുപ്പക്കാരെയും അവരുടെ കുടുംബങ്ങളെയും അവർ ഭരിക്കും. പണക്കൊഴുപ്പുള്ള ഇടവകയും ആഡംബരജീവിതവും പള്ളിച്ചടങ്ങുകളും ബിഷപ്പിന്റെ മഹത്വത്തിലേക്കുള്ള ചവിട്ടുപടികളാണ്. അവർ മുന്നോട്ട് പോകുന്നതിനൊപ്പം അവരുടെ ഉപഗ്രഹങ്ങളും മുന്നേറും. മൊത്തത്തിൽ നോക്കിയാൽ ബിഷപ്പും പരിവാരങ്ങളും ചലിച്ചുകൊണ്ടിരിക്കുന്ന ഒരു സൗരയൂഥമാണ്. അവരുടെ കീർത്തിയുടെ കിരണങ്ങൾ അനുചരന്മാർക്കും തിളക്കം നൽകും. അരങ്ങിനു പിന്നിൽ പ്രവർത്തിക്കുന്നവർക്ക്

ചെറിയ ഗുണങ്ങൾ ലഭിക്കുന്ന ഉദ്യോഗക്കയറ്റങ്ങളുടെ രൂപത്തിൽ ഐശ്വര്യം അതിന്റെ അപ്പക്കഷണങ്ങൾ എറിഞ്ഞു കൊടുക്കും. രക്ഷാധികാരിയുടെ രൂപതയുടെ വലുപ്പം അനുസരിച്ച് ആശ്രിതർക്കും വരുമാനം വർധിക്കും. പിന്നെയുള്ളത് റോം ആണ്. നിങ്ങൾ ആർച്ചുബിഷപ്പാകാൻ കഴിവുള്ള ബിഷപ്പോ കർദ്ദിനാൾ ആകാൻ കഴിവുള്ള ആർച്ചുബിഷപ്പോ ആണെങ്കിൽ രഹസ്യയോഗങ്ങളിലേക്ക് നിങ്ങൾ ക്ഷണിക്കപ്പെടും. കർമപരിപാടികളിലേക്ക് നിങ്ങൾ ആനയിക്കപ്പെടും. നിങ്ങൾക്ക് സംരക്ഷണം കിട്ടും. നിങ്ങൾ കണക്കുകൾ പരിശോധിക്കും. ഒടുവിൽ നിങ്ങൾ പള്ളിയറ വിചാരിപ്പുകാരനാകും. നിങ്ങൾ ബഹുമാനിതനാകും. ഈ പ്രതാപങ്ങളിൽനിന്ന് കർദ്ദിനാളിന്റെ ബഹുമതിയിലേക്ക് ഒരു ചവിട്ടുപടി മാത്രമാണ് ഉള്ളത്. അവിടെനിന്ന് വിശുദ്ധപദവിയിലേക്ക് ഒരു നറുക്കെടുപ്പിന്റെ അകലം മാത്രം, ഓരോ സന്യാസിയുടെ ശിരോവസ്ത്രവും ഒരു പ്രഭുവിന്റെ ആഡംബരങ്ങൾ നിറഞ്ഞ ശിരോവസ്ത്രം സ്വപ്നം കാണും. നമ്മുടെ കാലഘട്ടത്തിൽ രാജാവാകാൻ പറ്റുന്ന ഒരേയൊരാൾ പുരോഹിതൻ മാത്രമാണ്. അതും എന്തുതരം രാജാവ്. അതിനപ്പുറം ഒരു രാജാവില്ല. വൈദികപഠനശാല അഭിലാഷങ്ങളുടെ ഒന്നാംതരം കൃഷിയിടമാണെന്ന് കാണാം. വിവർണമായ മുഖങ്ങളുമായി പള്ളിയിൽ സംഘഗാനം പാടുന്ന എത്രയോ ആൺകുട്ടികളും ചെറുപ്പക്കാരായ പുരോഹിതന്മാരും അതിമോഹക്കാരായ പഴങ്കഥയിലെ പാൽക്കാരിയുടെ പാൽപ്പാത്രവും ചുമന്നുകൊണ്ട് ഇന്നും നമുക്കിടയിലൂടെ നടന്നുനീങ്ങുന്നു. അതിമോഹം ആത്മവഞ്ചനയിലൂടെ വിശുദ്ധിയാക്കി മാറ്റാൻ എത്രമാത്രം എളുപ്പമാണെന്ന് ആർക്കെങ്കിലും അറിവുണ്ടോ?

പാവം ബിയാങ് വെന്യു സമ്പത്തുള്ള ബിഷപ്പുമാരുടെ കൂട്ടത്തിൽപ്പെട്ടവൻ ആയിരുന്നില്ല. അദ്ദേഹത്തിന് ചുറ്റും ചെറുപ്പക്കാരായ പുരോഹിതന്മാരെ മഷിയിട്ടുനോക്കിയാൽപ്പോലും കാണാൻ കഴിയാത്തതിൽനിന്ന് ഈ കാര്യം വ്യക്തമായിരുന്നു. പള്ളിയിൽനിന്ന് അദ്ദേഹം പണം ഉണ്ടാക്കാറില്ലെന്ന് നമ്മൾ കണ്ടുകഴിഞ്ഞു. ഒറ്റപ്പെട്ട ഈ വൃദ്ധനോടൊപ്പം നടന്ന് തിളക്കമുള്ള ഒരു ഭാവി ഒരിക്കലും ലഭിക്കാൻ സാധ്യതയില്ല. അദ്ദേഹത്തിന്റെ നിഴലിൽ പാകപ്പെട്ടുവരാൻ അതിമോഹങ്ങളുള്ള ഒരു ചെറുപ്പക്കാരനും തയാറായിരുന്നില്ല. അദ്ദേഹത്തിന്റെ കപ്യാരും ശെമ്മാനും അദ്ദേഹത്തെപ്പോലെ വൃദ്ധന്മാരായിരുന്നു. അദ്ദേഹത്തെപ്പോലെ ആ ഇടവകയിൽ തടവിലാക്കപ്പെട്ടവർ. അവിടെ അവർക്ക് ഉദ്യോഗക്കയറ്റത്തിനുള്ള വഴികൾ ഉണ്ടായിരുന്നില്ല. അവർക്കും ബിഷപ്പിന്റെ ഛായ ഉണ്ടായിരുന്നു. ഒരു വ്യത്യാസം മാത്രം. ക്രമേണ അവർ പുറത്തുപോയി. ബിഷപ്പ് അവിടെ ഉറച്ചുനിന്നു. ബിയാങ് വെന്യുവിനോടൊപ്പം ജീവിച്ചുപോകാൻ പ്രയാസമായിരുന്നു. അതുകൊണ്ട് മതപഠനശാലയിൽനിന്ന് പുറത്തുവരുന്ന ചെറുപ്പക്കാർ എയിയിലെയോ ആർഷിലെയോ ആർച്ചുബിഷപ്പിനുള്ള ശുപാർശക്കത്തുകൾ സംഘടിപ്പിച്ചുകൊണ്ട് അപ്പോൾത്തന്നെ സ്ഥലംവിട്ടു. അതിന്റെ കാരണം ഞങ്ങൾ വീണ്ടും പറയുന്നു. മനുഷ്യൻ പുരോഗതി ആഗ്രഹിക്കുന്നവനാണ്. സ്വമേധയാ സുഖഭോഗങ്ങൾ ഉപേക്ഷിക്കുന്ന ഒരു സന്യാസി അപകടകാരിയായ ഒരു അയൽക്കാരനാണ്. രക്ഷപ്പെടാൻ കഴിയാത്ത ദാരിദ്ര്യം എന്ന സാംക്രമിക രോഗം അയാൾ നിങ്ങൾക്കു പകർന്നുതരാൻ ഇടയുണ്ട്. നിങ്ങൾ ഇഷ്ടപ്പെടുന്നതിൽ കൂടുതൽ ത്യാഗം അയാൾ നിങ്ങളെ പഠിപ്പിക്കും. ഈ സാംക്രമികമായ മഹത്വത്തിൽനിന്ന് ആളുകൾ ഓടി രക്ഷപ്പെടും. അങ്ങനെയാണ് ബിയാങ് വെന്യു ഒറ്റപ്പെട്ടുപോയത്. നമ്മൾ ശോചനീയമായ ഒരു സമൂഹത്തിലാണ് ജീവിക്കുന്നത്. നമുക്ക് മുകളിൽ തൂങ്ങിക്കിടക്കുന്ന ചീഞ്ഞുനാറിയ അഴിമതികളിൽനിന്ന് തുള്ളി

ത്തുള്ളിയായി ഇറ്റുവീണുകൊണ്ടിരിക്കുന്ന ഉപദേശം എന്തുചെയ്തും വിജയിക്കുക എന്നതാണ്.

വിജയം അസുഖകരമായ ഒരു കാര്യമാണെന്ന് നമുക്ക് വേണമെങ്കിൽ പറയാം. വിജയത്തിന്റെ യോഗ്യതയിലെ കാപട്യം മനുഷ്യനെ വഞ്ചിക്കുന്നു. ജനങ്ങളെ സംബന്ധിച്ചിടത്തോളം വിജയത്തിന് അധികാരത്തിന്റെ ഛായയാണ്. വൈദഗ്ധ്യം നാട്യത്തിൽ മാത്രമുള്ള വിജയത്തിന് ഒരു പകരക്കാരൻ കൂടിയുണ്ട്: ചരിത്രം, ജൂവനലും ടാസിറ്റുസും മാത്രമാണ് ഇതു തള്ളിപ്പറഞ്ഞിട്ടുള്ളത്. തത്വശാസ്ത്രം ഔദ്യോഗികവേഷം ധരിച്ച് ഓഫീസിലേക്ക് കടക്കാനുള്ള മുറിയിൽ കാത്തിരിക്കുന്ന ഉദ്യോഗസ്ഥനെപ്പോലെയാണ് നമ്മുടെ കാലത്തെ തത്വശാസ്ത്രത്തിന്റെ അവസ്ഥ. അതിന്റെ പ്രമാണം വിജയമാണ്. അഭിവൃദ്ധി കഴിവിന്റെ മാനദണ്ഡമായി പരിഗണിക്കപ്പെടുന്നു. ഒരു വിജയി എപ്പോഴും ആരാധ്യനാണ്. ജനിക്കുമ്പോൾ നിങ്ങളുടെ കയ്യിൽ ഒരു ഭണ്ഡാരം ഉണ്ടെങ്കിൽ എല്ലാമായി. ഭാഗ്യമുണ്ടെങ്കിൽ ബാക്കി എല്ലാം തനിയേ വന്നോളും. ഭാഗ്യമുണ്ടെങ്കിൽ നിങ്ങൾ മഹാനായി പരിഗണിക്കപ്പെടും. ഇന്നത്തെ ആദരവിനുകാരണം ദീർഘവീക്ഷണത്തിന്റെ കുറവാണ്. മിന്നുന്നതെല്ലാം ഇന്ന് പൊന്നാണ്. നിങ്ങൾ അവസരങ്ങൾ പ്രയോജനപ്പെടുത്തിയാൽ അവസരവാദിയാകുന്നത് ഒരു കുറവായി പരിഗണിക്കപ്പെടില്ല. സാധാരണക്കാരൻ പഴയ നാർസിസസിനെ പോലെയാണ്. അവന് അവനോടുതന്നെ ആരാധനയാണ്. സാധാരണക്കാരെ അവൻ വാനോളം പുകഴ്ത്തും. എന്നെങ്കിലും വിജയിച്ചാൽ ജനം നിങ്ങളെ മോസസോ എസ്കിലസോ ദാന്തയോ മൈക്കൽ ആൻജലെയോ നെപ്പോളിയനോ ആക്കിമാറ്റും. അവരെപ്പോലെ നിങ്ങളും വാഴ്ത്തപ്പെടും. ഒരു ഷണ്ഡന് സ്വന്തമായി അന്തഃപുരമുണ്ടെങ്കിൽ ജനം അവനെയും വാഴ്ത്തും. ഒരു പേടിത്തൊണ്ടനായ പട്ടാളക്കാരൻ ജയിച്ച ഒരു ചരിത്രയുദ്ധത്തിൽ പങ്കെടുത്തിട്ടുണ്ടെങ്കിൽ അയാളും പ്രകീർത്തിക്കപ്പെടും. തുകലിനുപകരം കടലാസ് പശവച്ചൊട്ടിച്ച് തുകൽ ഷൂ ആണെന്ന വ്യാജേന പട്ടാളത്തിനു വിറ്റ് നാലുലക്ഷം ഫ്രാങ്ക് സമ്പാദിച്ചാൽ അയാളും ആരാധ്യനാകും. ഒരു ഉപദേശി മൂക്കിലൂടെ സംസാരിച്ച് ഒടുവിൽ അയാൾ ബിഷപ്പായാൽ ജനം അയാളെ ബഹുമാനിച്ചുകൊള്ളും. വലിയ വീട്ടിലെ കാര്യസ്ഥൻ ജോലിയിൽനിന്ന് വിരമിക്കുമ്പോൾ അവൻ വലിയ ധനവാനായി മാറിക്കഴിഞ്ഞിട്ടുണ്ടെങ്കിൽ അവനെ ധനകാര്യ മന്ത്രിയാക്കാൻ ജനം മടിക്കില്ല. ജനം അയാളെ പ്രതിഭാശാലി എന്നു വിളിച്ചുകൊള്ളും. സ്വർഗത്തിലെ നക്ഷത്രങ്ങളുടെ തിളക്കവും ചെളിയിൽ പുതഞ്ഞ താറാവിന്റെ കാലുകൾ ചെളിയിൽ അവശേഷിപ്പിക്കുന്ന തിളക്കവും തമ്മിൽ ജനം കൂട്ടിക്കലർത്തും.

13. അദ്ദേഹത്തിന്റെ വിശ്വാസം

യാഥാസ്ഥിതികമായ രീതിയിൽ നമുക്ക് ഡിയിലെ ബിഷപ്പിനെ പരിശോധിക്കേണ്ട കാര്യമില്ല. ഈ രീതിയിലുള്ള ഒരു മഹാനോട് നമുക്ക് തോന്നാവുന്നത് ബഹുമാനം മാത്രമാണ്. സത്യസന്ധനായ ഒരു മനുഷ്യന്റെ മനഃസാക്ഷിയെ നമ്മൾ സംശയിക്കരുത്. കൂടാതെ മനുഷ്യനന്മയുടെ സൗന്ദര്യത്തിന്റെ വികാസം നമ്മുടെ വിശ്വാസങ്ങളിൽനിന്നും വിഭിന്നമായ വിശ്വാസങ്ങളിലൂടെ സാധ്യമാകുമെന്ന് ഞങ്ങൾ സമ്മതിക്കുന്നു.

ഈ നിഗൂഢവും ആധികാരികവുമായ സിദ്ധാന്തത്തെ പുറംമോടികളില്ലാതെ ആത്മാവുകൾ നഗ്നമാക്കപ്പെടുന്ന ശവക്കല്ലറയ്ക്കുള്ളിലെ രഹസ്യമായാണ് അദ്ദേഹത്തിന് തോന്നിയിരുന്നത്. പക്ഷേ, മതവിശ്വാസത്തിന്റെ ബുദ്ധിമുട്ടുകൾ അദ്ദേഹത്തെ ഒരിക്കലും കാപട്യത്തിൽ എത്തിച്ചിരുന്നില്ലെന്ന് ഞങ്ങൾക്ക് ഉറപ്പുണ്ട്. വജ്രത്തിൽ അഴുക്കിന് പറ്റിപ്പിടിക്കാൻ കഴിയില്ല. മനഃസാക്ഷിയുടെ തൃപ്തിക്ക് ആവശ്യമായതെല്ലാം സൽപ്രവൃത്തികളിൽനിന്ന് അദ്ദേഹം സ്വരൂപിച്ചെടുത്തു. അദ്ദേഹം ദൈവത്തോടൊപ്പമാണെന്ന് ആ സൽപ്രവൃത്തികൾ താഴ്ന്ന സ്വരത്തിൽ ബോധ്യപ്പെടുത്തിക്കൊണ്ടിരുന്നു.

ഇതൊക്കെ ശ്രദ്ധിക്കേണ്ടത് ഞങ്ങളുടെ ചുമതലയാണെന്ന് ഞങ്ങൾ വിശ്വസിക്കുന്നു. വിശ്വാസത്തിനും അപ്പുറത്ത് ബിഷപ്പിന് ലോകത്തോട് അമിത സ്നേഹം ഉണ്ടായിരുന്നു. അതുകൊണ്ട് പാണ്ഡിത്യപ്രദർശനത്തിലൂടെ അഹംഭാവം മുന്നിട്ടുനിൽക്കുന്ന ആശയങ്ങൾ വ്യക്തമാക്കുന്ന നമ്മുടെ ഇരുണ്ട ലോകത്തെ മഹത്തായ മനുഷ്യരെല്ലാം അദ്ദേഹത്തെ ഒരു വികാരജീവിയായി കണക്കാക്കിയിരുന്നു. ഈ അമിതമായ സ്നേഹം എന്തായിരുന്നു? നമ്മൾ നേരത്തേ സൂചിപ്പിച്ചതുപോലെ നിർജീവമായ കാര്യങ്ങളിലേക്കുപോലും മനുഷ്യനിൽനിന്ന് ഒഴുകിയെത്തുന്ന പ്രശാന്തമായ മനുഷ്യത്വമായിരുന്നു ആ അമിതമായ സ്നേഹം. ഒന്നിനോടും അവജ്ഞയില്ലാതെ അദ്ദേഹം ജീവിച്ചു. ദൈവത്തിന്റെ സൃഷ്ടികളെ അദ്ദേഹം ഭയത്തോടെ സമീപിച്ചു. ഏറ്റവും നല്ല മനുഷ്യർപോലും മൃഗങ്ങളോട് ചിലപ്പോൾ ചിന്താശൂന്യമായ ക്രൂരതകൾ കാണിക്കും. പുരോഹിതന്മാർക്കിടയിൽ പോലും കണ്ടുവരുന്ന ഇത്തരം ക്രൂരത ഡിയിലെ ബിഷപ്പിന് ഉണ്ടായിരുന്നില്ല. അദ്ദേഹം ബ്രാഹ്മണനോളം എത്തിയിരുന്നില്ല. എങ്കിലും എക്ലീസിയസ്റ്റസിന്റെ ഈ വാക്കുകൾ അദ്ദേഹത്തിന്റെ മനസിൽ ഒരു ഭാരമായി മാറിയിരുന്നു. "മൃഗത്തിന്റ ആത്മാവ് എവിടേക്കു പോകുന്നെന്ന് ആർക്കാണ് അറിവുള്ളത്?" അറപ്പുളവാക്കുന്ന ആകൃതികളും ജന്മവാസനകളിലെ നിഷ്ഠൂരതകളും അദ്ദേഹത്തെ അലട്ടിയില്ല. പക്ഷേ, അതിൽ അദ്ദേഹത്തിന് ദുഃഖം തോന്നിയിരുന്നു. അതിന്റെ കാരണങ്ങളും വിശദീകരണങ്ങളും ക്ഷമായാചനകളും, പ്രകടമാക്കപ്പെടുന്ന ജീവിതത്തിനപ്പുറത്ത് എവിടെയോ അദ്ദേഹം ശ്രദ്ധാപൂർവം തിരയുന്നതായി തോന്നിയിരുന്നു. ദൈവത്തിനോടുതന്നെ അതിൽ ചില വ്യത്യാസങ്ങൾ വരുത്താൻ അദ്ദേഹം ചിലപ്പോൾ ആവശ്യപ്പെട്ടു. ഒരു ഭാഷാപണ്ഡിതനെപ്പോലെ അദ്ദേഹം സൂക്ഷ്മമായി കാര്യങ്ങൾ പരിശോധിച്ചു. ഈ മനോരാജ്യങ്ങളിൽ മുഴുകി ചിലപ്പോൾ അദ്ദേഹം വിചിത്രമായ കാര്യങ്ങൾ പറഞ്ഞു. ഒരുദിവസം രാവിലെ തനിച്ചാണെന്ന ധാരണയിൽ അദ്ദേഹം തോട്ടത്തിൽ നടക്കുകയായിരുന്നു. പക്ഷേ, സഹോദരി തൊട്ടുപിന്നിൽ ഉണ്ടെന്നുള്ള കാര്യം അദ്ദേഹം അറിഞ്ഞിരുന്നില്ല. പെട്ടെന്ന് അദ്ദേഹം നടത്തം അവസാനിപ്പിച്ച് തറയിലേക്ക് നോക്കിനിന്നു. അവിടെ ഒരു വലിയ കറുത്ത ചിലന്തി കിടന്നിരുന്നു. അദ്ദേഹം അതിനെ നോക്കി പറയുന്നത് സഹോദരി കേട്ടു: "പാവം. അവൻ ഇങ്ങനെ ആയിപ്പോയത് അവന്റെ കുറ്റം അല്ലല്ലോ."

ദിവ്യമായ ഈ ബാല്യകാല നിഷ്കളങ്കതയുടെ നന്മ ഇവിടെ പറയാതിരിക്കേണ്ട കാര്യമില്ല. ഈ ഉദാത്തമായ നൈർമല്യത്തിന് സെയിന്റ് ഫ്രാൻസിസിനോടോ,* മാർക്കസ്സ് ഓറിലിയസിനോടോ** കടപ്പാട് ഉണ്ടായി

* റോമൻ കാത്തലിക്ക് ദിവ്യൻ.

** റോമൻ തത്വജ്ഞാനി.

രിക്കാം. ഒരുദിവസം ഒരു ഉറുമ്പിനെ ചവിട്ടാതിരിക്കാനുള്ള ശ്രമത്തിനിടയിൽ അദ്ദേഹത്തിന് ഉളുക്കുപറ്റി.

ഇങ്ങനെയായിരുന്നു അദ്ദേഹത്തിന്റെ ജീവിതം. ചിലപ്പോൾ അദ്ദേഹം തോട്ടത്തിൽ കിടന്ന് ഉറങ്ങി. അതിലും കൂടുതൽ സന്തോഷം അദ്ദേഹത്തിന് മറ്റെവിടെനിന്നും അപ്പോൾ ലഭിക്കാനില്ലായിരുന്നു.

അദ്ദേഹത്തിന്റെ ചെറുപ്പത്തിലേക്ക് കണ്ണോടിച്ചാൽ ബിയാങ് വെന്യു തീവ്രവികാരങ്ങൾ പ്രകടിപ്പിച്ചിരുന്ന, ഒരുപക്ഷേ, അക്രമി എന്നുപോലും പറയാൻ പറ്റുന്ന തരത്തിലുള്ള ഒരു ചെറുപ്പക്കാരൻ ആയിരുന്നു. അദ്ദേഹത്തിന്റെ സാർവ ലൗകികമായ സ്നേഹം ജന്മവാസന എന്നതിൽ ഉപരി അദ്ദേഹത്തിന്റെ ഹൃദയ ത്തിലേക്ക് അരിച്ചുകയറിയ ഒരു ദൃഢവിശ്വാസത്തിന്റെ ഫലം ആയിരുന്നു. വെള്ളം ഒഴുകിയൊഴുകി പാറയ്ക്ക് തേയ്മാനം സംഭവിക്കുന്നതുപോലെ ചിന്ത യിലൂടെ തുള്ളിത്തുള്ളിയായി ഒഴുകിവീഴുന്ന ആ ദൃഢവിശ്വാസം മനുഷ്യന്റെ സ്വഭാവത്തിലും മാറ്റങ്ങൾ വരുത്തും. പക്ഷേ, ഇങ്ങനെയുണ്ടാവുന്ന പാടുകൾ പാറയിലായാലും സ്വഭാവത്തിലായാലും പിന്നീട് നശിപ്പിക്കാൻ കഴിയില്ല. അവ സ്ഥായിയായി നിലനിൽക്കും.

1815 ൽ അദ്ദേഹത്തിന് എഴുപത്തിയാറു വയസ്സ് തികഞ്ഞെന്നും പക്ഷേ കാഴ്ചയിൽ അറുപതിൽ കൂടുതൽ തോന്നില്ലെന്നും നമ്മൾ പറഞ്ഞിരുന്നു. അദ്ദേ ഹത്തിന് ഉയരം കുറവായിരുന്നു. അൽപ്പം തടിച്ച ശരീരമായിരുന്നു. കൂടുതൽ തടിക്കാതിരിക്കാൻവേണ്ടി ദീർഘദൂരം നടക്കുന്ന പതിവും അദ്ദേഹത്തിന് ഉണ്ടായിരുന്നു. ഉറച്ച കാൽവയ്പ്പുകൾ ആയിരുന്നെങ്കിലും അദ്ദേഹത്തിന്റെ തലകുനിച്ചുള്ള നടത്തത്തിൽനിന്ന് നിർണായകമായ ഒരു തീരുമാനവും ഞങ്ങൾ എടുത്തതായി ഇവിടെ അവകാശപ്പെടുന്നില്ല. ഗ്രിഗറി പതിനാറാമൻ എൺപതാം വയസിലും ചിരിച്ചുകൊണ്ട് നീണ്ടുനിവർന്നാണ് നടന്നിരുന്നത്. പക്ഷേ, ചീത്ത ബിഷപ്പ് എന്ന അദ്ദേഹത്തിന്റെ പ്രശസ്തി ഈ നടത്തംകൊണ്ട് അദ്ദേഹത്തിന് തടഞ്ഞുനിർത്താൻ കഴിഞ്ഞില്ല. ആളുകൾ പറയാറുള്ളതുപോലെ ബിയാങ് വെന്യുവിന് നല്ല തലച്ചോറായിരുന്നു. പക്ഷേ, അദ്ദേഹത്തിന്റെ മനുഷ്യത്വം കാരണം തലച്ചോറിനെപ്പറ്റി നമ്മൾ മറന്നുപോകും.

കുട്ടികളെപ്പോലെ ഉല്ലാസത്തോടെയുള്ള അദ്ദേഹത്തിന്റെ സംസാര രീതിയെപ്പറ്റി നമ്മൾ പറഞ്ഞിരുന്നു. അദ്ദേഹത്തിൽനിന്നും ആഹ്ലാദം ചുറ്റിലും പ്രസരിക്കുന്നതായി തോന്നും. അദ്ദേഹത്തിന്റെ പുതുമയുള്ള ചുവപ്പുനിറവും വൃത്തിയുള്ള പല്ലുകളും ഉള്ളിലെ നന്മയെ പുറത്തു പ്രദർശിപ്പിക്കാൻ ഉപകരിച്ചു. അദ്ദേഹം ഒരു നല്ല മനുഷ്യനാണെന്ന് ഒറ്റനോട്ടത്തിൽത്തന്നെ നമ്മൾ പറഞ്ഞു പോകും. നെപ്പോളിയന് അദ്ദേഹത്തോടു തോന്നിയ വികാരവും മറ്റൊന്നായിരു ന്നില്ല. പഴയ കഥ ഓർമയുണ്ടല്ലോ. ആദ്യമായി അദ്ദേഹത്തെ കാണുന്ന ഒരുവന് ഒരു നല്ല മനുഷ്യൻ എന്നതിനപ്പുറം ഒന്നും തോന്നില്ല. പക്ഷേ, കുറച്ചു മണി ക്കൂറുകൾ അദ്ദേഹത്തിന്റെ കൂടെ ചെലവാക്കുകയാണെങ്കിൽ അദ്ദേഹത്തിന്റെ ചിന്തയിലേക്ക് നിങ്ങൾ ആനയിക്കപ്പെടും. നരച്ചമുടിയും ധ്യാനവുംകൊണ്ട് കുലീ നനായി മാറിക്കഴിഞ്ഞ നല്ല മനുഷ്യനിൽനിന്ന് തേജസ്സ് ഉടലെടുത്തുകഴിഞ്ഞും നന്മയുടെ കിരണങ്ങൾ അദ്ദേഹത്തിൽ അവശേഷിക്കുന്നുണ്ടാവും. മായാത്ത ചിരിയുമായി ചിറകുകൾ വിടർത്തി നിൽക്കുന്ന ഒരു മാലാഖയെ കാണാൻ ഇടവന്നവന്റെ അത്ഭുതമായിരിക്കും അദ്ദേഹത്തിനോടൊപ്പമുള്ള ഒരുവൻ

അപ്പോൾ അനുഭവിക്കുന്നത്. ശബ്ദിക്കാൻപോലും കഴിയാത്ത തരത്തിലുള്ള ബഹുമാനം നിങ്ങളിലേക്ക് തുളച്ചുകയറി ഒടുവിൽ അത് നിങ്ങളുടെ ഹൃദയത്തിൽ എത്തിച്ചേരും. അപ്പോൾ ശക്തനായ, എന്നാൽ ദയയോടെ കാര്യങ്ങൾ കാണുന്ന ഒരു ആത്മാവിനു മുന്നിലാണ് നിങ്ങൾ നിൽക്കുന്നതെന്ന തോന്നൽ ഉണ്ടാകും. അവിടെ ഔന്നത്യമുള്ള ചിന്തകൾ മാത്രം ഉള്ളതുകൊണ്ട് ശാന്തതമാത്രമേ നിങ്ങൾക്ക് കാണാൻ കഴിയുകയുള്ളു.

പ്രാർഥനയും മതപരമായ ചടങ്ങുകളും ദാനധർമങ്ങളും, പീഡിതർക്ക് ആശ്വാസമേകലും കൃഷിപ്പണിയും സഹോദര്യവും ലാളിത്യവും ആത്മത്യാഗവും ആത്മവിശ്വാസവും പഠനവും ജോലിയുംകൊണ്ട് അദ്ദേഹത്തിന്റെ ഓരോ ദിവസവും പൂർണമായിരുന്നെന്ന് നമ്മൾ കണ്ടുകഴിഞ്ഞു. പൂർണമായിരുന്നു എന്നതുതന്നെയാണ് ശരിയായ പ്രയോഗം. സത്യത്തിൽ നല്ല ചിന്തകളും നല്ല വാക്കുകളും നല്ല പ്രവൃത്തികളുംകൊണ്ട് ബിഷപ്പിന്റെ ദിവസങ്ങൾ തുളുമ്പാൻ തുടങ്ങുന്ന അവസ്ഥയിൽ നിറഞ്ഞുനിൽക്കുകയായിരുന്നു. എന്നിരുന്നാലും സ്ത്രീകൾ രണ്ടും പിൻവാങ്ങിക്കഴിഞ്ഞാൽ, മഴയോ തണുപ്പോ തടസപ്പെടുത്തിയില്ലെങ്കിൽ, ഒന്നോ രണ്ടോ മണിക്കൂർ അദ്ദേഹം തോട്ടത്തിൽ ചെലവഴിക്കും. എങ്കിൽ മാത്രമേ അദ്ദഹത്തിന്റെ ഒരുദിവസം പൂർണമായെന്ന് നമുക്ക് പറയാൻ കഴിയുകയുള്ളൂ. അദ്ദേഹത്തെ സംബന്ധിച്ചിടത്തോളം നക്ഷത്രങ്ങൾ നിറഞ്ഞ അനന്തമായ ആകാശത്തിനു താഴെ ധ്യാനനിരതനായി ഉറക്കത്തിനുവേണ്ടിയുള്ള ഈ തയാറെടുപ്പ് ഒരു അനുഷ്ഠാനം തന്നെയാണെന്ന് പറയാം. ചിലപ്പോൾ സ്ത്രീകൾ ഉറങ്ങിയിട്ടില്ലെങ്കിൽ അർധരാത്രികഴിഞ്ഞും അദ്ദേഹം തോട്ടത്തിലൂടെ സാവധാനം ചുറ്റിക്കറങ്ങുന്ന പാദസ്വനം അവർ കേൾക്കാറുണ്ട്. അവിടെ അദ്ദേഹം ഒറ്റയ്ക്കാണ്. അപ്പോൾ സ്വസ്ഥമായി സമചിത്തതയോടെ സ്വന്തം ഹൃദയത്തിന്റെ പ്രശാന്തതയെ അദ്ദേഹം ആകാശത്തിന്റെ പ്രശാന്തതയുമായി താരതമ്യപ്പെടുത്തും. അദ്ദേഹത്തിന്റെ ആത്മാവ് അറിയപ്പെടാത്ത ഇടങ്ങളിൽനിന്ന് ഒഴുകിവരുന്ന ചിന്തകൾ സ്വീകരിക്കാൻ അപ്പോൾ ഉണർന്നിരിക്കുന്നുണ്ടാവും. രാത്രിയിൽ വിടരുന്ന പൂക്കൾ അവയുടെ സുഗന്ധം സ്വയം ആസ്വദിക്കുന്ന ഇത്തരം നിമിഷങ്ങളിൽ ആകാശത്തെ നക്ഷത്രങ്ങൾക്കൊപ്പം ഭൂമിയിൽ കത്തിച്ചുവച്ച വിളക്കുപോലെ, പ്രപഞ്ചസൃഷ്ടിയുടെ നിർവൃതിയിലേക്ക് കുതിക്കുന്ന മനസുമായി അദ്ദേഹം നടന്നുകൊണ്ടിരിക്കും. ആ നിമിഷങ്ങളിൽ സ്വന്തം മനസിലൂടെ കടന്നുപോകുന്നത് എന്തെല്ലാമാണെന്ന് ഒരുപക്ഷേ, അദ്ദേഹത്തിനുപോലും പറയാൻ കഴിയുമായിരുന്നില്ല. തന്നിൽനിന്ന് എന്തോ അകന്നുപോകുന്നതായും തന്നിലേക്ക് എന്തോ കടന്നുവരുന്നതായും അദ്ദേഹത്തിന് അനുഭവപ്പെട്ടിരുന്നു. പ്രപഞ്ചത്തിന്റെ അഗാധതയും ആത്മാവിന്റെ അഗാധതയും തമ്മിലുള്ള നിഗൂഢമായ കൊടുക്കൽവാങ്ങലുകളെപ്പറ്റി ആർക്കാണ് അറിവുള്ളത്?

ദൈവത്തിന്റെ സാന്നിധ്യത്തെപ്പറ്റിയും ഭാവിയുടെയും ഭൂതകാലത്തിന്റെയും അനശ്വരതയെപ്പറ്റിയും അതിലും വിചിത്രമായ പ്രപഞ്ചരഹസ്യങ്ങളെപ്പറ്റിയും തനിക്കു ചുറ്റും ഒളിഞ്ഞിരിക്കുന്ന അപാരതയെപ്പറ്റിയും അദ്ദേഹം ചിന്തിച്ചുകൊണ്ടിരുന്നു. ഇതിലൊന്നും ദൈവത്തെ ഉൾപ്പെടുത്താൻ അദ്ദേഹം ശ്രമിച്ചില്ല. അല്ലാതെതന്നെ ഈ ചിന്തകളിൽ അദ്ദേഹത്തിനു വിസ്മയം തോന്നിയിരുന്നു. പ്രകൃതിയിൽ കാഴ്ചകൾ ഒരുക്കുന്ന പരമാണുക്കളുടെ സംയോജനത്തെപ്പറ്റി അദ്ദേഹം ചിന്തിച്ചു. ഈ കൂടിച്ചേരലിലൂടെ പദാർഥങ്ങൾ ഉണ്ടാകുന്നത് അദ്ദേഹം

ശ്രദ്ധിച്ചു. ഈ കൂടിച്ചേരൽ തുടർന്നുകൊണ്ടിരിക്കുകയും അലിഞ്ഞ് ഇല്ലാതാകുകയും ചെയ്തുകൊണ്ടിരിക്കുന്നത് ജീവിതത്തിനും മരണത്തിനും കാരണമാകുന്നതിന് അദ്ദേഹം സാക്ഷിയായി.

വള്ളിച്ചെടികൾ പൊട്ടിവീണു കിടന്ന പൊളിഞ്ഞ തടിബെഞ്ചിൽ ഇരുന്നുകൊണ്ട് മരച്ചില്ലകൾക്കിടയിലൂടെ അദ്ദേഹം ആകാശത്ത് നക്ഷത്രങ്ങൾ തിളങ്ങുന്നതു കണ്ടു. അടുക്കും ചിട്ടയുമില്ലാതെ കാടും പടർപ്പും നിറഞ്ഞ ഈ കാൽ ഏക്കർ പുരയിടം അദ്ദേഹത്തിന് ഇഷ്ടമായിരുന്നു. ഇവിടെ ഇരിക്കുന്നതിൽ അദ്ദേഹത്തിന് തൃപ്തി തോന്നി.

പകൽ തോട്ടപ്പണിക്കും രാത്രി ധ്യാനത്തിനുമായി തനിക്ക് വിശ്രമിക്കാൻ കിട്ടുന്ന അൽപ്പസമയത്തെ പകുത്തുവച്ച ഈ വൃദ്ധന് ഇതിൽക്കൂടുതൽ എന്താണ് വേണ്ടത്? അദ്ദേഹത്തിന്റെ ഉദാത്തവും സുന്ദരവുമായ പ്രവൃത്തികളിൽ, ദൈവത്തിനോട് ആരാധന തോന്നാൻ, വിശാലമായ ആകാശത്തിനു താഴെയുള്ള ഈ ചെറിയ വേലിക്കെട്ടുതന്നെ ധാരാളമായിരുന്നു. തീർച്ചയായും അതല്ലാതെ മറ്റ് എന്താണ് പ്രതീക്ഷിക്കുന്നത്. ഇവിടെ കാൽചുവട്ടിൽ കൃഷിചെയ്തു വിളവെടുക്കാനുള്ള ഭൂമിയുണ്ട്. തലയ്ക്കു മുകളിൽ ധ്യാനിക്കാനും പഠിക്കാനും ആകാശമുണ്ട്. ഭൂമിയിലെ പൂക്കളും ആകാശത്തെ നക്ഷത്രങ്ങളും അദ്ദേഹത്തിന്റെ സന്തോഷത്തിന്റെ ഭാഗമായി മാറിക്കഴിഞ്ഞിരുന്നു.

14. അദ്ദേഹത്തിന്റെ ചിന്ത

ഒരു അവസാന വാക്ക്.

ഈ വിശദീകരണങ്ങളെല്ലാം നമ്മൾ ജീവിക്കുന്ന കാലഘട്ടത്തിലായതുകൊണ്ട് ഇന്നു പ്രാബല്യത്തിലുള്ള എന്തെങ്കിലും ദൈവമുണ്ടെന്നും എന്തും ദൈവമാണെന്നും ഉള്ള വാദത്തിന്റെ മുഖലക്ഷണം ഡിയിലെ ബിഷപ്പിനു യോജിച്ചെന്നുവരില്ല. ഇത് അദ്ദേഹത്തിന്റെ മഹത്വമായാണോ കുറ്റമായാണോ കണക്കാക്കപ്പെടാൻ പോകുന്നതെന്ന് അറിയില്ല. ചുരുക്കത്തിൽ നമ്മുടെ കാലഘട്ടത്തിൽ വിരളമായ ഒരു വ്യക്തിഗത തത്വശാസ്ത്രം അദ്ദേഹത്തിന് ഉണ്ടായിരുന്നു എന്ന വിശ്വാസത്തിൽ നമുക്ക് എത്തിച്ചേരേണ്ടിവരും. ഒറ്റപ്പെട്ട മനസുകളിൽ കിളിർത്തുവന്ന്, ചുറ്റിലുംനിന്ന് വിഭവങ്ങൾ സ്വീകരിച്ച് ഈ തത്വശാസ്ത്രം പടർന്നു പന്തലിക്കും. ഒടുവിൽ ഇതിന്റെ വളർച്ച ദൈവത്തിനു പകരം ആകുന്നതുവരെ തുടർന്നുകൊണ്ടിരിക്കും. ബിയാങ് വെന്യുവിനെ അറിയുന്നവരാരും അദ്ദേഹം ഇത്തരം ഒരു ആശയത്തെ ന്യായീകരിക്കുമെന്ന് പറയാൻ സാധ്യതയില്ല. ഈ മനുഷ്യനെ പ്രബുദ്ധനാക്കിയത് അദ്ദേഹത്തിന്റെ മനസായിരുന്നു. ആ പ്രകാശത്തിൽനിന്നാണ് അദ്ദേഹത്തിന്റെ അറിവുകൾ ഉരുത്തിരിഞ്ഞത്.

അദ്ദേഹത്തിന് പദ്ധതികൾ ഇല്ലായിരുന്നു, പ്രവൃത്തികൾ മാത്രമാണ് ഉണ്ടായിരുന്നത്. ആഴമേറിയ ആലോചനകൾ തലവേദന ഉണ്ടാക്കും. അദ്ദേഹത്തിന്റെ മനസ്സ് നിഗൂഢമായ കാര്യങ്ങളിൽ താൽപ്പര്യം കാണിച്ചിരുന്നതിന് സൂചനകൾ ഒന്നുംതന്നെയില്ല.

അപ്പോസ്തലൻ നിർഭയൻ ആയിരുന്നിരിക്കാം. പക്ഷേ, ബിഷപ്പ് വകവച്ചുകൊടുക്കുന്നവൻ ആയിരിക്കണം, മോശപ്പെട്ട മനസുകളിൽ മറഞ്ഞിരിക്കുന്ന ചില പ്രശ്നങ്ങളുടെ ആഴത്തിലേക്ക് ബിഷപ്പിന് ചികഞ്ഞിറങ്ങേണ്ടിവരും.

നിഗൂഢതകളിലേക്കുള്ള പ്രയാണത്തിൽ വിശുദ്ധമായ ഒരു ഭയം അടങ്ങിയിട്ടുണ്ട്. അവിടെ ഇരുളടഞ്ഞ കവാടങ്ങൾ മലർക്കെ തുറന്നിട്ടുണ്ട്. പക്ഷേ, അടുത്തെത്തുമ്പോൾ അതു നിങ്ങളോടു പറയും – അകത്തു കടക്കരുത്. അകത്തു കടക്കുന്നവർ നശിക്കും.

ശുദ്ധമായ അനുമാനങ്ങളിലൂടെ എല്ലാ സിദ്ധാന്തങ്ങളും മറികടന്ന് സ്വന്തം ആശയങ്ങളെ ദൈവത്തിന്റെ മുന്നിൽ അവതരിപ്പിക്കുന്ന പ്രതിഭാശാലികൾ ഉണ്ട്. അവരുടെ പ്രാർഥനകൾ സാഹസികമായ ഒരു ചർച്ചയ്ക്കുള്ള അവസരം നൽകുന്നുണ്ട്. അവരുടെ ആരാധന ചോദ്യം ചെയ്യലുകളാണ്. വ്യകുലതകളും ചുമതലകളും നിറഞ്ഞ യാഥാർഥ്യവും അതുതന്നെയാണ്.

മനുഷ്യന്റെ ചിന്തയ്ക്ക് അതിരില്ല. ചിന്ത അതിന്റെ സന്ദേഹങ്ങളും വിപത്തുകളും കീറിമുറിച്ച് സ്വയം വിശകലനം ചെയ്യും. ഒരുതരം പകിട്ടേറിയ പ്രതികരണങ്ങളിലൂടെ ചിന്ത പ്രകൃതിയെത്തന്നെ ആകർഷിക്കുന്നുണ്ട് എന്ന് നമുക്ക് വേണമെങ്കിൽ പറയാം. നമുക്കു ചുറ്റുമുള്ള നിഗൂഢമായ ലോകം അതിനു ലഭിക്കുന്നതെല്ലാം ചിന്തയിലൂടെ നമുക്ക് തിരിച്ചു നൽകുന്നു. ഒരുപക്ഷേ, ചിന്തകന്മാർ ചിന്തിക്കുന്നതുകൊണ്ടാവാം ഇങ്ങനെ സംഭവിക്കുന്നത്. എന്തുതന്നെ ആയാലും ചിന്തകന്മാരും ഭൂമിയിലെ മനുഷ്യരാണ്. അതിൽ കൂടുതൽ ഒന്നുമല്ല. പക്ഷേ, അവർ അവരുടെ ചിന്തയുടെ ചക്രവാളങ്ങളിലെ പരിമിതികളില്ലാത്ത ഉയരങ്ങൾ വ്യക്തമായി കാണുന്നവരാണ്. അവർ എണ്ണമറ്റ പർവതനിരകളുടെ ഭീതിജനകമായ കാഴ്ച കാണുന്നവരാണ്. ബിയാങ് വെന്യു അവരിൽ ഒരാളല്ല. അദ്ദേഹം ഒരു അമിത പ്രതിഭാശാലി ആയിരുന്നില്ല. ഒരുപക്ഷേ, സ്വീഡൻ ബർഗിനെയോ* പാസ്കലിനെയോ**പോലെ ചിത്തഭ്രമത്തിലേക്ക് വഴുതിവീഴാൻ സാധ്യതയുള്ള വലിയ മനുഷ്യരെ ബിയാങ് വെന്യു ഭയപ്പെട്ടിരിക്കാനാണ് സാധ്യത. തീർച്ചയായും ഈ മഹനീയ ചിന്തകന്മാരെക്കൊണ്ട് അവരുടേതായ പ്രയോജനങ്ങൾ ഉണ്ടായിട്ടുണ്ട്. അവരുടെ ക്ലേശകരമായ വഴികൾ പൂർണതയിലേക്ക് അടുക്കാനുള്ള മാർഗങ്ങൾ ആണ്. പക്ഷേ, ബിയാങ് വെന്യു നേരിട്ടുള്ള മാർഗമാണ് സ്വീകരിച്ചത്. സുവിശേഷപുസ്തകത്തിന്റെ ആ വഴിക്ക് ദൈർഘ്യം കുറവാണ്.

എലിജയുടെ മേൽവസ്ത്രത്തിലെ ചുളിവുകൾ തൻെറ വസ്ത്രത്തിൽ നിലനിർത്താൻ അദ്ദേഹം ശ്രമിച്ചില്ല. ലൗകിക കാര്യങ്ങളുടെ ഇരുണ്ട തിരമാലകൾക്കുമുകളിൽ അദ്ദേഹം ഭാവിയുടെ വെളിച്ചം വിതറിയില്ല. ഒരു ജാലവിദ്യക്കാരനോ പ്രവാചകനോ ചേർന്ന ഒരു രീതികളും അദ്ദേഹത്തിന് ഉണ്ടായിരുന്നില്ല. അദ്ദേഹത്തിന്റെ എളിയ ആത്മാവ് ഈ ലോകത്തെ സ്നേഹിച്ചു. അതു മാത്രം ആയിരുന്നു അദ്ദേഹത്തിന്റെ പ്രത്യേകത.

ഒരുപക്ഷേ, അദ്ദേഹം തന്റെ പ്രാർഥനകളെ അമാനുഷമായ നിലവാരത്തിലേക്ക് ഉയർത്തിയിരിക്കാം. പക്ഷേ, ഒരുവന് സ്നേഹിക്കുന്നതിലും കൂടുതൽ പ്രാർഥിക്കാൻ സാധ്യതയില്ല. ചിട്ടപ്പെടുത്തിയ രീതിക്ക് ഉപരിയായുള്ള പ്രാർഥന മതനിന്ദയാണെങ്കിൽ സെയിന്റ് തെറീസയുടെയും സെയിന്റ് ജറോമിന്റെയും സ്ഥാനം മതത്തിനു പുറത്തായിരിക്കും.

---

* സ്വീഡൻകാരനായ പ്രമുഖ തത്വജ്ഞാനി.

** ഫ്രാൻസിലെ പ്രമുഖ ഗണിത ശാസ്ത്രജ്ഞൻ.

അദ്ദേഹം കഷ്ടപ്പെടുന്നവർക്കും പശ്ചാത്തപിക്കുന്നവർക്കും ഒപ്പം നിന്നു. വിശാലമായ ഈ ലോകം അദ്ദേഹത്തിന് രോഗാവസ്ഥയിലാണെന്നു തോന്നി. തനിക്കു ചുറ്റും പനി പടർന്നുപിടിച്ചിരിക്കുന്നത് അദ്ദേഹം ശ്രദ്ധിച്ചു. ലോകം മുഴുവൻ കഷ്ടപ്പാടുകൾ നിറഞ്ഞുനിൽക്കുന്നത് അദ്ദേഹം കണ്ടു. ചുറ്റിലും കണ്ട സമസ്യകൾ പരിഹരിക്കാൻ അദ്ദേഹം പ്രഭാഷണങ്ങൾ നടത്തിയില്ല. പകരം മുറിവ് ഉണക്കാനാണ് അദ്ദേഹം പരിശ്രമിച്ചത്. സൃഷ്ടിയുടെ വ്യാകുലതകളിൽ അദ്ദേഹത്തിന് അനുകമ്പ തോന്നി. അദ്ദേഹം എപ്പോഴും മറ്റുള്ളവർക്കും തനിക്കും വേണ്ടി സാന്ത്വനങ്ങൾ കണ്ടെത്താനുള്ള തിരക്കിലായിരുന്നു. നല്ലവനായ പുരോഹിതന്റെ കണ്ണിൽ ലോകം സാന്ത്വനം പ്രതീക്ഷിക്കുന്ന ദുഃഖങ്ങളുടെ സ്ഥായിയായ പരാധീനതകൾക്ക് അടിമപ്പെട്ടിരുന്നു.

സ്വർണം വേർതിരിച്ചെടുക്കാൻ പാടുപെടുന്ന മനുഷ്യർ ഉണ്ട്. അദ്ദേഹം അനുകമ്പ വേർതിരിക്കാനാണ് പരിശ്രമിച്ചത്. ലോകത്തിലെ ദുരിതങ്ങളായിരുന്നു അദ്ദേഹത്തിന്റെ ഖനി. ദുഃഖങ്ങൾ നന്മയ്ക്കുള്ള അവസരങ്ങൾ ആയിരുന്നു. പൂർണത പരസ്പരസ്നേഹമാണെന്ന് അദ്ദേഹം പ്രഖ്യാപിച്ചു. അതിൽക്കൂടുതൽ ഒന്നും അദ്ദേഹം ആഗ്രഹിച്ചില്ല. അദ്ദേഹത്തിന്റെ സിദ്ധാന്തം അതു മാത്രമായിരുന്നു. നേരത്തെ പറഞ്ഞ സ്വയം തത്വചിന്തകനെന്നു വിശ്വസിച്ചിരുന്ന സെനറ്റർ ഒരിക്കൽ ബിഷപ്പിനോടു പറഞ്ഞു:

“ലോകം നമുക്ക് ഇപ്പോൾ കാണിച്ചുതരുന്നത് എന്താണ്? മറ്റെല്ലാവർക്കും എതിരായി ഓരോരുത്തരും യുദ്ധം ചെയ്യുന്നു. ഏറ്റവും ശക്തനായ മനുഷ്യർ ഏറ്റവും നല്ല മനുഷ്യനായിമാറുന്നു. നിങ്ങളുടെ പരസ്പരസ്നേഹം ഒരു വിഡ്ഢിത്തമാണ്.” ബിയാങ് വെന്യു കൂടുതൽ ചർച്ചയ്ക്കു മുതിരാതെ മറുപടികൊടുത്തു.

“അതൊരു വിഡ്ഢിത്തമാണെങ്കിൽ ചിപ്പിക്കുള്ളിലെ മുത്തിനെപ്പോലെ ആത്മാവിന് ആ വിഡ്ഢിത്തത്തിനുള്ളിൽ ഇരിക്കേണ്ടിവരും.'' അദ്ദേഹം അതുപോലെ ഉള്ളിൽത്തന്നെ ഇരുന്നു. ഉള്ളിലിരുന്ന് അദ്ദേഹം ജീവിച്ചു. മനസുമടിപ്പിക്കുന്ന നിഗൂഢചോദ്യങ്ങളിൽനിന്നും തത്വശാസ്ത്രത്തിന്റെ കൊടുമുടികളിൽനിന്നും ഒഴിഞ്ഞുമാറി ജീവിക്കുന്നതിൽ അദ്ദേഹം തൃപ്തനായിരുന്നു. ദൈവത്തിലേക്ക് ചുരുങ്ങുന്ന അപ്പോസ്തലന്മാർ, നിരീശ്വരവാദിയുടെ നിഷേധം, മനുഷ്യ മനഃസാക്ഷിക്ക് എതിരെയുള്ള യുദ്ധം, മൃഗത്തിന്റെ ചിന്തയ്ക്ക് സമാനമായ സ്വപ്നങ്ങൾ, മരണത്തിന്റെ രൂപാന്തരങ്ങൾ, ശവക്കല്ലറയ്ക്കുള്ളിലെ നിലനിൽപ്പിനെ ചൊല്ലിയുള്ള പുനർവിചാരണ, ശൂന്യത, മനുഷ്യരാശിയുടെ ആത്മാവ്, പ്രകൃതി, ആവശ്യങ്ങൾ, വിഷമിപ്പിക്കുന്ന പ്രശ്നങ്ങൾ, അശുഭകരമായ ആഴങ്ങൾ, മനുഷ്യമനസ്സിന്റെ ഈ സന്ദേശങ്ങൾ, ഇവയുടെ എല്ലാം സാരാംശം അപകടകരമായ അവ്യക്തത. ലുക്രീഷ്യസും മനുവും സെയിന്റ് പോളും ദാന്തേയും അപാരതയിലേക്കു നോക്കുന്ന, തീ പാറുന്ന, നക്ഷത്രങ്ങൾക്ക് വെളിച്ചം പകരുന്ന അവരുടെ കണ്ണുകൾകൊണ്ട് കണ്ട ഭയാനകമായ ഇരുട്ടറകളിലേക്ക് അദ്ദേഹം കടന്നില്ല.

ബിയാങ് വെന്യു കൂടുതൽ പരിശോധനകളില്ലാതെ ഈ ചോദ്യങ്ങളെ ഇളക്കിമറിച്ചില്ല. ഈ ചോദ്യങ്ങൾകൊണ്ട് സ്വന്തം മനസിനെ ഉപദ്രവിച്ചില്ല. ഇവയെ ചൂഴ്ന്നുനിൽക്കുന്ന ആഴമുള്ള നിഗൂഢതകളെ അദ്ദേഹം ബഹുമാനിച്ചു.

പുസ്തകം രണ്ട്
വീഴ്ച

1. അലച്ചിലിനു ശേഷമുള്ള രാത്രി

ആയിരത്തി എണ്ണൂറ്റി പതിനഞ്ചിലെ ഒക്ടോബറിന്റെ തുടക്കത്തിലെ ഒരു വൈകുന്നേരം സൂര്യൻ അസ്തമിക്കുന്നതിന് ഏതാണ്ട് ഒരുമണിക്കൂർ മുൻപ് ഒരു മനുഷ്യൻ ഡിയിൽ എത്തി. അയാൾ കാൽനടയായാണ് വന്നത്. സ്വന്തം ജനാലകളിലും വാതിലുകളിലും നിന്നിരുന്ന ചുരുക്കം ചിലർ അയാളെ കണ്ടു. അവർ അയാളെ സംശയത്തോടെ നോക്കി. ഇതിലും ദയനീയമായ അവസ്ഥയിൽ ഒരു സഞ്ചാരിയെ കാണാൻ കഴിയില്ല. ശരാശരി പൊക്കത്തിൽ, തടിച്ച, പ്രായത്തിനൊത്ത ഉറപ്പുള്ള ഒരു മനുഷ്യൻ. അയാൾക്ക് നാൽപ്പത്തി ആറോ നാൽപ്പത്തി ഏഴോ വയസ്സ് ഉണ്ടായിരിക്കാനാണ് സാധ്യത. കാറ്റും സൂര്യപ്രകാശവും തട്ടി ചെമ്പിച്ചുപോയ അയാളുടെ മുഖത്തുനിന്നും വിയർപ്പ് പൊടിയുന്നുണ്ടായിരുന്നു. ഒടിഞ്ഞുപറിഞ്ഞ ഒരു തുകൽത്തൊപ്പിക്ക് ഉള്ളിലായിരുന്നതുകൊണ്ട് അയാളുടെ മുഖത്തിന്റെ പകുതി ഭാഗം കാണാൻ കഴിഞ്ഞിരുന്നില്ല. അയാളുടെ രോമാവൃതമായ മാറിടം അയാൾ ധരിച്ചിരുന്ന പരുക്കൻ വസ്ത്രത്തിനിടയിലൂടെ പുറത്തു കാണാം. കഴുത്തിൽ ഒരു തൂവാല കയറുപോലെ പിരിച്ച് കെട്ടിവച്ചിരുന്നു. നീല നിറമുള്ള മുഷിഞ്ഞുകീറിയ ഒരു പരുക്കൻ കാലുറയാണ് അയാൾ ധരിച്ചിരുന്നത്. കാലുറയുടെ ഒരു മുട്ടിന്റെ നിറം മങ്ങി വെള്ളയായിമാറിയിരുന്നു. മറ്റേ മുട്ടിൽ നിറയെ ദ്വാരങ്ങളും വീണിരുന്നു. കീറിപ്പറിഞ്ഞ് ചാരനിറത്തിലുള്ള പുറംകുപ്പായത്തിന്റെ ഒരുവശത്ത് ഒരു പച്ചത്തുണി തയ്പ്പിച്ചു പിടിപ്പിച്ചിരുന്നു. സാധനങ്ങൾ കുത്തിനിറച്ച പട്ടാളക്കാരുടെ മാറാപ്പ് അയാൾ പുറത്ത് ബലമായി കെട്ടിത്തൂക്കിയിട്ടിരുന്നു. വളവും തിരിവുമുള്ള ഒരു വടി അയാൾ കൈയിൽ കരുതിയിട്ടുണ്ട്. കാലിൽ സ്റ്റോക്കിങ്ങുകൾ ഉണ്ടായിരുന്നില്ല. ഇരുമ്പുലാടങ്ങൾ തറച്ച ഷൂസുകൾ ആയിരുന്നു അയാൾ ധരിച്ചിരുന്നത്. മുടി മുറിച്ചിരുന്നെങ്കിലും താടി അയാൾ നീട്ടിവളർത്തിയിരുന്നു.

ചൂടും വിയർപ്പും പൊടിയും അലച്ചിലിന്റെ ക്ഷീണവും എല്ലാംകൂടി ചേർന്നപ്പോൾ അയാളുടെ ജീർണിച്ച രൂപം കൂടുതൽ പ്രാകൃതമായി. മുറിച്ച മുടി അയാളുടെ തലയിൽ എഴുന്നു നിന്നു. മുടി വളർന്നു തുടങ്ങിയിട്ടുണ്ട്. മുടി മുറിച്ചിട്ട് കുറച്ചുകാലം കഴിഞ്ഞിരുന്നതുപോലെ തോന്നിച്ചു. ആർക്കും അയാളെ അറിയില്ല. തീർച്ചയായും അയാൾ ഒരു സഞ്ചാരി ആയിരുന്നിരിക്കണം. എവിടെ നിന്നാണ് അയാൾ വരുന്നത്? തെക്ക് കടലിനടുത്തു നിന്നാവാനാണ് സാധ്യത. കാരണം ഏഴുമാസങ്ങൾക്കുമുമ്പ് നെപ്പോളിയൻ ചക്രവർത്തി കാനിൽനിന്ന് പാരിസിലേക്ക് പോയ അതേ തെരുവിലൂടെയാണ് അയാളും ഇപ്പോൾ ഡി യിലേക്ക് വന്നത്. അയാൾ വളരെ ക്ഷീണിതനായിരുന്നു. പകൽമുഴുവൻ അയാൾ നടക്കുകയായിരുന്നിരിക്കണം. നഗരപ്രാന്തത്തിലെ പഴയപട്ടണത്തിലെ വൃദ്ധകൾ അയാൾ മരത്തണലിൽ വിശ്രമിച്ച് ജലധാരയിൽനിന്ന് വെള്ളം കുടിക്കുന്നത് കണ്ടിരുന്നു. അയാൾക്ക് ദാഹം വളരെ കൂടുതലായിരുന്നു. കാരണം, കഷ്ടിച്ച് ഇരുന്നൂറ് ചുവടു നടന്നതിനുശേഷം ചന്തയ്ക്ക് അടുത്തുള്ള ജലധാരയിൽനിന്ന് അയാൾ വീണ്ടും വെള്ളം കുടിക്കുന്നത് അയാളെ പിൻതുടർന്ന ചില കുട്ടികൾ കണ്ടിരുന്നു.

റ്യൂ പാഷേറിന്റെ മൂലയിൽ എത്തിയപ്പോൾ ഇടത്തോട്ടു തിരിഞ്ഞ് അയാൾ മേയറുടെ ഓഫീസിലേക്ക് നടന്നു. അകത്തുപോയി കാൽ മണിക്കൂർ കഴിഞ്ഞപ്പോൾ അയാൾ വീണ്ടും പുറത്തുവന്നു. ഭയന്നുപോയ ഡിയിലെ മനുഷ്യർക്കു 'ഗൾഫ് ഴു വാങ് വിളംബരം' വായിച്ചുകേൾപ്പിക്കാൻ ജനറൽ ദ്രുവോ കയറിനിന്ന കല്ലുബഞ്ച് മേയറുടെ ഓഫീസിന്റെ വാതിലിന് അടുത്തായിരുന്നു. അതിൽ ഒരു പൊലീസുകാരനാണ് ഇപ്പോൾ ഇരുന്നിരുന്നത്. അയാൾ പുറത്തേക്കു വന്നപ്പോൾ ഭവ്യതയോടെ തൊപ്പി ഉയർത്തി അഭിവാദനം ചെയ്തു. പൊലീസുകാരൻ അഭിവാദനം തിരിച്ചു നൽകിയില്ല. അയാൾ നടന്ന് അകലുന്നതുവരെ പൊലീസുകാരൻ അയാളെത്തന്നെ നോക്കിയിരുന്നു. പിന്നീട് ഹാളിനകത്തേക്ക് പോയി.

ആ കാലത്ത് ഡിയിൽ ഒരു നല്ല ഹോട്ടൽ ഉണ്ടായിരുന്നു. അതിന്റെ നടത്തിപ്പുകാരന്റെ പേര് ഴാക്വാങ് ലബാർ എന്നാണ്. അയാളുടെ ബന്ധുവായ മറ്റൊരു ലബാർ ഗ്രനോബ്ലിയിൽ മറ്റൊരു ഹോട്ടൽ നടത്തിയിരുന്നു. ഇയാൾ പട്ടാളത്തിൽ ഉദ്യോഗം ഉണ്ടായിരുന്ന ആളാണ്. ഇയാളുമായുള്ള ബന്ധംകാരണം ഡിയിലെ ലബാറിന് അൽപ്പം പ്രമാണിത്തം കിട്ടാൻ ഇടയായി. ജനുവരി മാസത്തിൽ ജനറൽ ബർത്രാങ്ങ് ഗ്രനോബ്ലിയിലെ ഹോട്ടലിൽ വണ്ടിക്കാരന്റെ വേഷത്തിൽ ചെന്നിരുന്നതായി ഒരു കഥയുണ്ട്. അവിടെ വെച്ച് ജനറൽ പട്ടാളക്കാർക്ക് കീർത്തിമുദ്രകളും നാട്ടുകാർക്ക് പണവും കൊടുത്തതായി നാട്ടിൽ സംസാരം ഉണ്ടായിരുന്നു. സത്യം ഇത്രയേ ഉള്ളൂ. ചക്രവർത്തി ഗ്രനോബ്ലിയിൽ വന്നപ്പോൾ അദ്ദേഹത്തിന് താമസം ഇടപാടു ചെയ്തിരുന്ന ഹോട്ടൽ ഇഷ്ടമായില്ല. അദ്ദേഹം പഴയ പട്ടാളക്കാരനായ ലബാറിന്റെ ഹോട്ടലിലേക്ക് പോയി. ചക്രവർത്തി പറഞ്ഞു:

"ഞാൻ എനിക്ക് അടുപ്പമുള്ള ധീരനായ ഒരു മനുഷ്യന്റെ വീട്ടിലേക്കാണ് പോകുന്നത്." അതിനുശേഷം അദ്ദേഹം ഹോട്ടലിലേക്കുപോയി. അങ്ങനെ ഗ്രെനോബ്ലിയിലെ ലബാറിന്റെ പ്രശസ്തി ഇരുപത്തഞ്ചു മൈൽ ദൂരം താണ്ടി ഡിയിലെ ലബാറിനെയും പിടികൂടി. നഗരത്തിലുള്ളവർ "അയാൾ ഗ്രനോബ്ലിന്റെ ബന്ധുവാണ്" എന്നു പറയുന്നത് പിന്നീടൊരു ശീലമാക്കിയിരുന്നു.

സഞ്ചാരി ഈ ഹോട്ടലിലേക്ക് നടന്നു. ഡിയിലെ ഏറ്റവും നല്ല സത്രമായിരുന്നു അത്. തെരുവിലേക്ക് തുറന്നിരുന്ന അടുക്കളയിലേക്കാണ് അയാൾ കടന്നുചെന്നത്. എല്ലാ അടുപ്പും പുകയുന്നുണ്ടായിരുന്നു. മുറിക്കുള്ളിൽ ചൂടിന് കുറവുണ്ടാവാതിരിക്കാൻവേണ്ടി നെരിപ്പോടിലെ തീ ആളിക്കത്തിച്ചുക്കൊണ്ടിരുന്നു. മുഖ്യപാചകക്കാരൻ സത്രം നടത്തിപ്പുകാരൻ തന്നെ ആയിരുന്നു. അയാൾ നെരിപ്പോടിനും അടുപ്പിനും അടുത്തേക്ക് മാറിമാറി നടന്നു. അടുത്ത മുറിയിൽ ചിലച്ചുകൊണ്ടിരുന്ന വണ്ടിക്കാർക്കുവേണ്ടി നല്ല അത്താഴം ഒരുക്കുന്ന തിരക്കായിരുന്നു അവിടെ കണ്ടത്. വണ്ടിക്കാരേക്കാൾ നന്നായി ജീവിക്കുന്നവർ കുറവാണെന്ന് യാത്രചെയ്യുന്ന എല്ലാവർക്കും അറിയാം. നെരിപ്പോടിനു മുകളിൽ ഒരു നീളമുള്ള കമ്പിയിൽ കോർത്ത കാടപ്പക്ഷിക്കും കാട്ടുകോഴിക്കും നടുവിലായി ഒരു കൊഴുത്ത മലയണ്ണാൻ നെരിപ്പോടിലെ ആളികത്തുന്ന തീയുടെ മുകളിൽ കറങ്ങിക്കൊണ്ടിരുന്നത് അയാൾ ശ്രദ്ധിച്ചു. ലോസോ തടാകത്തിലെയും അല്ലോ തടാകത്തിലെയും വലിയ മത്സ്യങ്ങൾ അടുപ്പിൽ വെന്തുതുടങ്ങിയിരുന്നു.

കതകുതുറന്ന് ഒരാൾ പുതിയതായി കടന്നുവരുന്നതുകണ്ട സത്രം നടത്തിപ്പുകാരൻ ചോദിച്ചു: "എന്താണ് സാർ വേണ്ടത്?"

"കഴിക്കാൻ എന്തെങ്കിലും വേണം, കിടക്കാൻ സ്ഥലവും വേണം."

സഞ്ചാരിയുടെ മുഖത്തേക്ക് തല ചെരിച്ച് നോക്കിക്കൊണ്ട് നടത്തിപ്പുകാരൻ പറഞ്ഞു: "പണമുണ്ടെങ്കിൽ രണ്ടും വളരെ എളുപ്പമാണ്."

സഞ്ചാരി അയാളുടെ പോക്കറ്റിൽനിന്ന് ഒരു വലിയ തുകൽസഞ്ചി പുറത്തെടുത്തുകൊണ്ട് പറഞ്ഞു: "എന്റെ കയ്യിൽ പണം ഉണ്ട്." ആതിഥേയൻ പറഞ്ഞു: "അപ്പോൾ ഞാൻ നിങ്ങളെ സഹായിക്കാം."

അയാൾ പണസഞ്ചി പോക്കറ്റിലിട്ടതിനു ശേഷം തന്റെ മാറാപ്പ് ഊക്കോടെ വാതിലിന് അടുത്തായി താഴെയിട്ടു. വടി കയ്യിൽത്തന്നെ മുറുകെപ്പിടിച്ചുകൊണ്ട് നെരിപ്പോടിനടുത്തു കിടന്നിരുന്ന പൊക്കംകുറഞ്ഞ സ്റ്റൂളിൽ അയാൾ ഇരുന്നു. ഡി മലമ്പ്രദേശമായിരുന്നതുകൊണ്ട് ഒക്ടോബറിലെ സന്ധ്യകളിൽ അവിടെ തണുപ്പ് കൂടുതലാണ്.

സത്രം നടത്തിപ്പുകാരൻ നടക്കുന്നതിനിടയിൽ അയാളെ സൂക്ഷിച്ചു നോക്കുന്നുണ്ടായിരുന്നു. സഞ്ചാരി ചോദിച്ചു:

"അത്താഴം ആവാറായോ?" ആതിഥേയൻ പറഞ്ഞു: " ഇപ്പോൾ ആകും."

പുതിയതായി വന്ന മനുഷ്യൻ നെരിപ്പോടിനടുത്തായി പുറംതിരിഞ്ഞിരുന്ന് തീ കാഞ്ഞുകൊണ്ടിരുന്നപ്പോൾ സമർഥനായ സത്രം നടത്തിപ്പുകാരൻ മേശപ്പുറത്തു കിടന്ന പഴയ വർത്തമാന പത്രത്തിന്റെ ഒരു ഭാഗം മുറിച്ചെടുത്തു. അയാൾ പോക്കറ്റിൽനിന്നും പെൻസിൽ എടുത്ത് അതിൽ ഒന്നോ രണ്ടോ വരി കുത്തിക്കുറിച്ചു. പിന്നീട് അയാൾ ആ കടലാസുമടക്കി തന്റെ അടുക്കള ജോലിക്കാരനും ആജ്ഞാനുവർത്തിയുമായ പയ്യനെ ഏൽപ്പിച്ചു. അവന്റെ ചെവിയിൽ അയാൾ എന്തോ രഹസ്യം പറഞ്ഞു. പയ്യൻ മേയറുടെ ഓഫീസ് ലക്ഷ്യമാക്കി അവിടെ നിന്നും ഇറങ്ങിയോടി.

സഞ്ചാരി ഇതൊന്നുംതന്നെ കണ്ടിരുന്നില്ല. അയാൾ വീണ്ടും ചോദിച്ചു: "അത്താഴം ആവാറായോ?" നടത്തിപ്പുകാരൻ പറഞ്ഞു:

"അൽപ്പസമയം കൂടി, ആവാറായി."

പയ്യൻ കടലാസു കഷ്ണവുമായി തിരിച്ചെത്തി. ഒരു മറുപടി പ്രതീക്ഷിക്കുന്നവനെപ്പോലെ തുറന്നുനോക്കി. തല ചരിച്ച് വളരെ ശ്രദ്ധയോടെ അയാൾ അതു വായിക്കുന്നതായി തോന്നി. പിന്നീട് ഒരു നിമിഷം അയാൾ എന്തോ ആലോചിച്ചുകൊണ്ട് നിന്നു. ഒടുവിൽ സഞ്ചാരിയുടെ അടുത്തേക്ക് നടന്നു. അയാൾ ഏതൊക്കെയോ കുഴഞ്ഞു മറിഞ്ഞ ചിന്തകളിൽ മുങ്ങിപ്പോയതുപോലെ തോന്നി. സത്രം നടത്തിപ്പുകാരൻ പറഞ്ഞു: "എനിക്ക് നിങ്ങളെ സ്വീകരിക്കാൻ പറ്റില്ല."

സഞ്ചാരി സ്റ്റൂളിൽനിന്നും എഴുന്നേറ്റു.

"എന്തുകൊണ്ട്? ഞാൻ പണം തരില്ലെന്ന് ഭയന്നിട്ടാണോ? പണം ഞാൻ വേണമെങ്കിൽ മുൻകൂറായി തരാം. എന്റെ കൈയിൽ ആവശ്യത്തിന് പണമുണ്ട്." എനിക്ക് തൊഴുത്ത് മതി. ഞാൻ അവിടെ കിടന്നുകൊള്ളാം."

"എനിക്ക് അതു തരാൻ കഴിയില്ല."

"എന്തുകൊണ്ട്?"

"അതു നിറയെ കുതിരകളാണ്."

"ഞാൻ അവിടെ മച്ചിന്റെ മൂലയ്ക്ക് കിടന്നുകൊള്ളാം. കുറച്ച് കച്ചി കിട്ടിയാൽ മതി. അത്താഴംകഴിഞ്ഞ് നമുക്ക് അതൊക്കെ ശരിയാക്കാം."

"എനിക്ക്, നിങ്ങൾക്ക് അത്താഴം തരാൻ കഴിയില്ല."

ഉറച്ച ശബ്ദത്തിലാണ് സത്രം നടത്തിപ്പുകാരൻ ഈ പ്രഖ്യാപനം നടത്തിയത്. സഞ്ചാരിക്ക് അയാൾ പറയുന്നതിന്റെ ഗൗരവം മനസിലായി. അയാൾ സ്റ്റൂളിൽനിന്ന് എഴുന്നേറ്റു.

"ഞാൻ വിശന്നു മരിച്ചുകൊണ്ടിരിക്കുകയാണ്. അതിരാവിലെ നടക്കാൻ തുടങ്ങിയതാണ്. പന്ത്രണ്ടു ലീഗ് ദൂരം ഞാൻ നടന്നു കഴിഞ്ഞു. ഞാൻ പണം തരാം. എനിക്ക് കഴിക്കാൻ എന്തെങ്കിലും തരണം."

സത്രം നടത്തിപ്പുകാരൻ പറഞ്ഞു: "എന്റെ കയ്യിൽ നിങ്ങൾക്ക് കഴിക്കാൻ തരാൻ ഒന്നുമില്ല."

സഞ്ചാരി പൊട്ടിച്ചിരിച്ചു. അയാൾ അടുപ്പിലിരുന്ന പാത്രങ്ങളിലേക്ക് നോക്കി.

"ഒന്നുമില്ലെന്നോ? ഇതെല്ലാം പിന്നെ എന്താണ്?"

"അതെല്ലാം വിറ്റുകഴിഞ്ഞതാണ്."

"ആർക്ക്?"

"അപ്പുറത്തിരിക്കുന്ന വണ്ടിക്കാർക്ക്."

"അവർ എത്ര പേരുണ്ട്?"

"പന്ത്രണ്ട്."

"അടുപ്പിൽ ഇരിക്കുന്നത് ഇരുപതുപേർക്ക് കാണും."

"അതിനു മുഴുവൻ അവർ മുൻകൂർ പണം തന്നുകഴിഞ്ഞതാണ്."

സഞ്ചാരി വീണ്ടും സ്റ്റൂളിൽ ഇരുന്നു. ശബ്ദം ഉയർത്താതെ അയാൾ പിറുപിറുത്തു:

"ഞാൻ ഒരു വഴിപോക്കനായാണ് ഇവിടെ ഈ സത്രത്തിൽ വന്നിരിക്കുന്നത്. എനിക്ക് നല്ല വിശപ്പുണ്ട്. ഇവിടെ താമസിക്കാനും എനിക്ക് ആഗ്രഹം ഉണ്ട്." സത്രം നടത്തിപ്പുകാരൻ സഞ്ചാരിയുടെ ചെവിയുടെ അടുത്തേക്ക് കുനിഞ്ഞു. അയാളുടെ ശബ്ദം കേട്ടപ്പോൾ സത്യത്തിൽ സഞ്ചാരി വിറച്ചുപോയി.

"ദൂരെ എവിടെയെങ്കിലും പൊയ്ക്കോണം."

ഇരുമ്പുകെട്ടിയ വടിയുടെ അറ്റംകൊണ്ട് നെരിപ്പോടിലേക്ക് കനൽക്കട്ടകൾ നീക്കിയിട്ടുകൊണ്ടിരുന്ന സഞ്ചാരി സത്രംനടത്തിപ്പുകാരന്റെ പറച്ചിൽകേട്ട്

ഞെട്ടിപ്പോയി. അയാൾ സത്രം നടത്തിപ്പുകാരനോട് എന്തോ പറയാൻ തുടങ്ങുകയായിരുന്നു. നടത്തിപ്പുകാരൻ പറഞ്ഞു:

"അതൊന്നും ഇനി ആവർത്തിക്കേണ്ട. നിന്റെ പേര് ഴാങ് വാൽഴാങ് എന്നാണ്. നീ കടന്നുവന്നപ്പോൾത്തന്നെ എനിക്ക് ചില സംശയങ്ങൾ തോന്നിയിരുന്നു. മേയറുടെ ഓഫീസിലേക്ക് ഞാൻ പയ്യനെ പറഞ്ഞുവിട്ടു. എനിക്ക് മറുപടിയും കിട്ടി. നിനക്ക് വായിക്കാൻ അറിയാമെങ്കിൽ വായിച്ചുനോക്ക്." മേയറുടെ അടുത്തുനിന്നും അപ്പോൾകൊണ്ടുവന്ന കടലാസ് സത്രം നടത്തിപ്പുകാരൻ അയാളുടെ നേർക്ക് നീട്ടി. അയാൾ ആ കടലാസിലേക്ക് ഒന്നു നോക്കി. കുറച്ചു സമയത്തെ നിശ്ശബ്ദതയ്ക്കുശേഷം സത്രം നടത്തിപ്പുകാരൻ പറഞ്ഞു:

"ഞാൻ ആരോടും മര്യാദയില്ലാതെ പെരുമാറാറില്ല. അതെന്റെ ശീലമാണ്. പൊയ്ക്കോളൂ."

അയാൾ തലകുനിച്ചതിനുശേഷം തന്റെ മാറാപ്പുമെടുത്ത് പുറത്തേക്ക് നടന്നു.

പ്രത്യേക ലക്ഷ്യങ്ങൾ ഒന്നും ഇല്ലാതെ അയാൾ പ്രധാനനിരത്തിലേക്ക് ഇറങ്ങി. ദുഃഖിതനും അപമാനിതനുമായ ഒരുവനെപ്പോലെ പതുങ്ങിപ്പതുങ്ങി വീടുകളുടെ അരികുപറ്റി അയാൾ നടന്നു. തിരിഞ്ഞുനോക്കിയിരുന്നെങ്കിൽ ഒരുകൂട്ടം മനുഷ്യരുടെ നടുക്ക് നിന്നുകൊണ്ട് സത്രം നടത്തിപ്പുകാരൻ അയാളുടെ നേർക്ക് വിരൽ ചൂണ്ടിക്കൊണ്ട് സംസാരിക്കുന്നത് അയാൾക്ക് കാണാൻ കഴിയുമായിരുന്നു. അവരുടെ മുഖത്തെ ഭയവും അവിശ്വാസവും കണ്ടിരുന്നുവെങ്കിൽ ഇവിടെ വരുന്നതിനു മുൻപുതന്നെ തന്റെ വരവ് നഗരത്തിൽ പാട്ടായിക്കഴിഞ്ഞിരുന്നെന്ന് അയാൾക്ക് മനസിലാകുമായിരുന്നു.

എന്നാൽ അയാൾ ഈ ബഹളങ്ങളൊന്നും കണ്ടില്ല. കഷ്ടപ്പാടുകളിൽ മുങ്ങിപ്പോയവരാരും തിരിഞ്ഞുനോക്കാറില്ല. ഭാഗ്യദോഷം അവരെ പിൻതുടരുന്നുണ്ടെന്ന് മറ്റാരെക്കാളും അവർക്ക് നിശ്ചയമുണ്ട്.

ഈവഴി കുറച്ചുദൂരം നടന്നപ്പോൾ അയാൾക്ക് പരിചിതമല്ലാത്ത മറ്റൊരു വഴിയിലേക്ക് അയാൾ തിരിഞ്ഞു. ദുഃഖവും ക്ഷീണവും അയാൾ മറന്നുപോയി. പെട്ടെന്ന് വിശപ്പിന്റെ കാഠിന്യം അയാളെ തളർത്തി. അപ്പോഴേക്കും രാത്രി കൈ എത്തും ദൂരത്ത് എത്തിക്കഴിഞ്ഞിരുന്നു. ഒരു താമസസ്ഥലം കണ്ടുപിടിക്കാൻ അയാൾ ചുറ്റിലും പരതിനോക്കി.

ഉണ്ടായിരുന്ന ഒരു നല്ല സത്രം അയാൾക്ക് മുന്നിൽ കതകുകൾ അടച്ചു കഴിഞ്ഞു. എതെങ്കിലും ചെറിയ മദ്യശാലയോ വഴിയമ്പലമോ കണ്ടെത്താനായിരുന്നു അയാളുടെ ശ്രമം.

ആ സമയത്ത് വഴിയുടെ അറ്റത്ത് ഒരു വെളിച്ചം കണ്ടു. സന്ധ്യയുടെ അരണ്ട പ്രകാശം പരന്നിരുന്ന ആകാശത്തിനുമുന്നിൽ ഒരു പൈൻമരച്ചില്ല ഒരു ഇരുമ്പുകമ്പികൊണ്ട് താങ്ങിനിർത്തിയിരിക്കുന്നത് അയാൾ കണ്ടു. അത് റ്യൂ ദ് ഷാഫോവിലെ മദ്യശാല ആയിരുന്നു. ഒരുനിമിഷം അയാൾ അവിടെ നിന്നു. ഒരു ചെറിയ വിളക്ക് എരിഞ്ഞുകൊണ്ടിരുന്ന മദ്യശാലയുടെ അകത്തേക്ക് പൊക്കം കുറഞ്ഞ ജനാലപ്പഴുതിലൂടെ അയാൾ ഒളിഞ്ഞുനോക്കി. അടുപ്പിൽ നല്ലരീതിയിൽ തീ കത്തുന്നുണ്ടായിരുന്നു. കുറച്ചു മനുഷ്യർ അതിനുള്ളിൽ മദ്യപിച്ചുകൊണ്ടിരിക്കുന്നതും അയാൾ കണ്ടു. മദ്യശാലയുടെ നടത്തിപ്പുകാരൻ എന്തോ അടുപ്പിൽ വച്ച് ചൂടാക്കിക്കൊണ്ടു നിന്നു.

മദ്യശാലയ്ക്കുള്ളിൽ കടക്കാൻ രണ്ടു വാതിലുകളാണ് ഉണ്ടായിരുന്നത്. തെരുവിൽനിന്നും കടന്നുവരാവുന്ന തരത്തിൽ ആയിരുന്നു ഒരു വാതിൽ. രണ്ടാമത്തെ വാതിൽ ചപ്പുചവറുകൾ കുന്നുകൂടിക്കിടന്നിരുന്ന മുറ്റത്തുനിന്നും അകവശത്തേക്കു കയറാൻ പാകത്തിലായിരുന്നു.

സഞ്ചാരിക്ക് തെരുവിൽനിന്നുള്ള വാതിലിലൂടെ അകത്തു കടക്കാൻ ധൈര്യം തോന്നിയില്ല. അയാൾ മുറ്റം വഴിയുള്ള കതകിന് അടുത്തെത്തി സാവധാനം, സാക്ഷ നീക്കി കതകു തുറന്നു.

മദ്യശാല നടത്തുന്ന മനുഷ്യൻ വിളിച്ചുചോദിച്ചു:

"ആരാ അത്?"

"കിടക്കാനും കഴിക്കാനും വല്ലതും വേണമെന്നുള്ള ഒരാളാണ്."

"ശരിശരി. ഇവിടെ നിങ്ങൾക്ക് കിടക്കുകയും കഴിക്കുകയും ചെയ്യാം."

അയാൾ അകത്തേക്കു കടന്നു. കുടിച്ചുകൊണ്ടിരുന്നവർ അയാളെ തിരിഞ്ഞുനോക്കി. വിളക്കിന്റെ വെളിച്ചവും അടുപ്പിന്റെ തിളക്കവുംകൊണ്ട് അയാളുടെ മുഖത്തിന്റെ രണ്ടുവശവും തെളിഞ്ഞുകാണുന്നുണ്ടായിരുന്നു.

മദ്യപിച്ചുകൊണ്ടിരുന്നവർ കുറച്ചുസമയം അയാളെ ശ്രദ്ധിച്ചു പരിശോധിക്കുന്നതായി തോന്നി. അയാൾ ചുമട് താഴെയിറക്കിവെച്ചു. മദ്യശാലനടത്തിപ്പുകാരൻ പറഞ്ഞു: "അടുപ്പിന് അടുത്തുവന്നിരുന്ന് തീ കാഞ്ഞുകൊള്ളൂ. അത്താഴം പാത്രത്തിൽ വേവുന്നുണ്ട്."

അയാൾ അടുപ്പിനടുത്ത് വന്നിരുന്ന് കാലുകളിൽ ചൂടുതട്ടാൻവേണ്ടി കാലുകൾ നിവർത്തി. ക്ഷീണം കാരണം അയാൾ ഏതാണ്ട് പകുതി മരിച്ച അവസ്ഥയിൽ ആയിരുന്നു. അടുപ്പിലെ പാത്രത്തിൽനിന്ന് ആരേയും മാടിവിളിക്കുന്ന ഒരു ഗന്ധം പുറത്തുവന്നുകൊണ്ടിരുന്നു. ദീർഘനാളത്തെ കഷ്ടപ്പാടുകൾ സമ്മാനിച്ച ദുഃഖത്തിന്റെ നിറംവീണ് മങ്ങിപ്പോയ അയാളുടെ മുഖത്ത് ആശ്വാസത്തിന്റെ നേരിയ പ്രതിഫലനങ്ങൾ കാണാൻ കഴിഞ്ഞു.

ശക്തിയും ഉത്സാഹവും ദുഃഖവും കലർന്ന അയാളുടെ മുഖഭാവം വളരെ വിചിത്രമായിരുന്നു. തുടക്കത്തിൽ അയാളുടെ മുഖത്ത് എളിമയുണ്ടെന്ന് തോന്നും. പക്ഷേ, പെട്ടെന്നുതന്നെ ആ മുഖത്ത് ഗാംഭീര്യം പ്രത്യക്ഷപ്പെടും. പുരികങ്ങൾക്കുതാഴെ അയാളുടെ കണ്ണുകൾ കുറ്റിക്കാട്ടിനുള്ളിലെ തീക്കനലുകൾ പോലെ തിളങ്ങി.

മദ്യശാലയിൽ ഇരുന്നവരിൽ ഒരാൾ ഒരു മീൻകച്ചവടക്കാരനായിരുന്നു. ലാബാറിന്റെ സത്രത്തിലെ ലായത്തിൽ കുതിരയെ ഏൽപ്പിച്ചതിനുശേഷമാണ് അയാൾ മദ്യശാലയിൽ എത്തിയത്. രാവിലെ എവിടെയോ വെച്ച് കണ്ടിട്ടുണ്ട് എന്ന് സംശയം തോന്നിയ അപരിചിതനോട് ഇരിക്കാൻ സ്ഥലം ചോദിച്ചു. മറുപടിയായി കാഴ്ചയിൽ വളരെ ക്ഷീണിതനായിരുന്ന ആ മനുഷ്യൻ ഉള്ള സ്ഥലത്ത് കുറേക്കൂടി വിശാലമായി കാലുകൾ നിവർത്തി ഇരുന്നു. അരമണിക്കൂർ മുൻപ് ലബാറുടെ ചുറ്റുംകൂടിയ ജനക്കൂട്ടത്തിൽ ഈ മീൻകച്ചവടക്കാരും ഉൾപ്പെട്ടിരുന്നു. അയാൾ മദ്യശാല നടത്തിപ്പുകാരനോട് തന്റെ അടുത്തേക്കുവരാനായി ആരും ശ്രദ്ധിക്കാത്ത തരത്തിൽ ആംഗ്യം കാണിച്ചു. ശബ്ദം പുറത്തേക്ക് വരാതെ അവർ തമ്മിൽ കുറച്ചുസമയം സംസാരിച്ചു.

മദ്യശാല നടത്തിപ്പുകാരൻ അടുപ്പിനടുത്തേക്ക് തിരിച്ചുനടന്നു. അയാളുടെ അടുത്തെത്തി മുഖം ചെവിയോടുചേർത്തുവച്ച് പരുഷമായി പറഞ്ഞു:

"നിങ്ങൾ ഇവിടെനിന്ന് പുറത്തേക്ക് പോകണം." അപരിചിതൻ സൗമ്യമായി മുഖം തിരിച്ച് ചോദിച്ചു:

"എന്നെ അറിയുമോ?"

"അറിയാം."

"അവർ എന്നെ സത്രത്തിൽ കയറ്റിയില്ല."

"നിങ്ങളെ ഇവിടെനിന്ന് ഞങ്ങളും പുറത്താക്കുന്നു."

"ഞാൻ എവിടെ പോകണമെന്നാണ് നിങ്ങൾ പറയുന്നത്?"

"നിങ്ങൾക്ക് മറ്റ് എവിടെയെങ്കിലും പോകാം."

അയാൾ വടിയും മാറാപ്പുമെടുത്ത് പുറത്തുകടന്നു. സത്രത്തിൽനിന്നും അയാളെ പിൻതുടർന്നു വന്ന കുറേ കുട്ടികൾ അയാൾ ഇറങ്ങി വരുന്നതും കാത്ത് മദ്യശാലയ്ക്ക് വെളിയിൽ കാത്തുനിന്നിരുന്നെന്നാണ് തോന്നുന്നത്. അവർ അയാളുടെ നേരെ കല്ലുകൾ വലിച്ചെറിഞ്ഞു. അയാൾ തിരിഞ്ഞുനിന്ന് അവരെ ഭീഷണിപ്പെടുത്തി. ഒരു പക്ഷിക്കൂട്ടത്തെപോലെ കുട്ടികൾ പലവഴിക്ക് ചിതറിപ്പോയി.

അയാൾ ജയിലിനു മുന്നിലെത്തി. വാതിലിൽ തൂക്കിയിരുന്ന മണിയിൽ നിന്നും ഒരു ചങ്ങല തൂങ്ങിക്കിടന്നു, അയാൾ ചങ്ങലയിൽ പിടിച്ച് വലിച്ചു.

ഇരുമ്പഴികൾ തുറന്നു.

ബഹുമാനത്തോടെ തൊപ്പി തലയിൽനിന്ന് എടുത്ത് മാറ്റികൊണ്ട് അയാൾ പറഞ്ഞു:

"സാർ, എന്നെ ഇന്നിവിടെ താമസിക്കാൻ അനുവദിക്കുമോ?"

"ജയിൽ മദ്യശാലയാണെന്നാണോ നിന്റെ വിചാരം. നീ പോയി നിന്നെ പൊലീസുകാരെക്കൊണ്ട് അറസ്റ്റുചെയ്യിക്കാൻ നോക്ക്. അപ്പോൾ ഞങ്ങൾ നിനക്ക് കതക് തുറന്നുതരാം."

ഇരുമ്പഴികൾ അടഞ്ഞു.

ധാരാളം തോട്ടങ്ങളുള്ള മറ്റൊരു തെരുവിൽ അയാൾ പ്രവേശിച്ചു. ചില തോട്ടങ്ങൾക്ക് വേലി ഉണ്ടായിരുന്നില്ല. പകരം കുറ്റിച്ചെടികൾ വേലിയായി. അതുകൊണ്ട് ആ തോട്ടങ്ങൾക്ക് കൂടുതൽ ഭംഗി തോന്നി. അത്തരം ഒരു തോട്ടത്തിന് പിന്നിൽ ഒറ്റനിലയുള്ള ഭംഗിയുള്ള ഒരു വീട് അയാളുടെ ശ്രദ്ധയിൽപ്പെട്ടു. ആ വീടിന്റെ ജനാലയിൽ വെളിച്ചം ഉണ്ടായിരുന്നു. അയാൾ മദ്യശാലയ്ക്കുള്ളിലേക്ക് നോക്കിയതുപോലെ വീടിനകത്തേക്കു നോക്കി. വെള്ളപൂശിയ ഒരു വലിയ മുറി. ഒരു കിടക്കയും തടിക്കസേരകളും ഒരു മൂലയ്ക്കായി ഒരു തൊട്ടിലും കാണാൻ കഴിഞ്ഞു. ചുമരിൽ ഒരു ഇരട്ടക്കുഴൽ തോക്ക് തൂക്കിയിട്ടിരുന്നു. മുറിയുടെ മധ്യത്തിൽ കിടന്ന മേശപ്പുറത്ത് ഒരു പിത്തളവിളക്ക് എരിയുന്നത് അയാൾ കണ്ടു. അതിന്റെ വെളിച്ചം പരുക്കൻ മേശവിരിക്കും മുകളിൽ മാത്രമല്ല മേശപ്പുറത്തിരുന്ന വീഞ്ഞുനിറച്ച ലോഹമൊന്തയിലും വീണുകിടന്നു. മൊന്തയുടെ തിളക്കം കണ്ടാൽ അതു വെള്ളിയാണെന്നു തോന്നും. മേശപ്പുറത്തുണ്ടായിരുന്ന തവിട്ടുനിറമുള്ള സൂപ്പു പാത്രത്തിൽനിന്നും പുക ഉയർന്നുകൊണ്ടിരുന്നു. മേശയ്ക്ക് അടുത്തായി ഇരുന്ന ഏതാണ്ട് നാൽപ്പതു വയസുതോന്നിക്കുന്ന മനുഷ്യൻ ഒരു കുട്ടിയെ മടിയിൽ ഇരുത്തി സന്തോഷത്തോടെ കളിപ്പിക്കുന്നത് അയാൾ നോക്കി നിന്നു. ആ മനുഷ്യന്റെ അടുത്തുനിന്നിരുന്ന ചെറുപ്പക്കാരി വേറൊരു കുട്ടിക്ക് മുലയൂട്ടുന്ന തിരക്കിൽ ആയിരുന്നു. അച്ഛനും മടിയിലിരുന്ന കുട്ടിയും ആർത്തു ചിരിച്ചു. അമ്മ അതു കണ്ടു പുഞ്ചിരിക്കുകയും ചെയ്തു.

ഈ മനോഹരമായ രംഗം കണ്ട് എന്തോ ആലോചനയിൽ മുഴുകി അൽപ്പ സമയം അയാൾ അവിടെത്തന്നെ നിന്നുപോയി. അയാൾ എന്താണ് ആലോചിച്ചത്? ഇത്രയധികം സന്തോഷിക്കുന്ന ഈ വീട്ടിലെ താമസക്കാർ ഒരുപക്ഷേ, തന്നോടും അൽപ്പം കരുണ കാണിക്കാൻ സാധ്യതയുണ്ടെന്നായിരിക്കാം അയാൾ ആലോചിച്ചത്. അയാൾ ജനാലയിൽ സാവധാനം മുട്ടി.

ആരും കേട്ടില്ല.

അയാൾ രണ്ടാമതും മുട്ടി.

സ്ത്രീയുടെ ശബ്ദം അയാൾ കേട്ടു. "ആരോ മുട്ടുന്നുണ്ടെന്ന് തോന്നുന്നു."

ഭർത്താവ് മറുപടി പറഞ്ഞു: "ഇല്ല."

അയാൾ മൂന്നാമതും മുട്ടി. ഭർത്താവ് എഴുന്നേറ്റ് വിളക്കു കയ്യിൽ എടുത്തു. പിന്നീട് അയാൾ കതകു തുറന്നു. അയാൾ പകുതി കൃഷിക്കാരനും പകുതി മെക്കാനിക്കും ആണെന്ന് ഒറ്റനോട്ടത്തിൽ തോന്നിപ്പോകുന്ന നല്ല ഉയരമുള്ള ഒരു മനുഷ്യനായിരുന്നു. തുകലുകൊണ്ടുള്ള ഒരു മേൽവസ്ത്രം ഇടത്തെ തോളിൽ തൂങ്ങികിടന്നു. അതിന്റെ പോക്കറ്റിൽ ചുറ്റികയും ഒരു ചുവന്ന തുണിയും അതു കൂടാതെ മറ്റുപല സാധനങ്ങളും കുത്തിനിറച്ചുവച്ചിരുന്നു. അരപ്പട്ടയിൽ തൂക്കിയിടാൻ കഴിയുന്നത്ര സാധനങ്ങൾ തൂക്കിയിട്ടിരുന്നു. തലചെരിച്ചപ്പോൾ തുറന്നുകിടന്ന ഷർട്ടിലൂടെ കാളയുടെപോലെയുള്ള കഴുത്ത് അയാൾ കണ്ടു. അയാൾക്ക് കട്ടിപ്പുരികങ്ങളും ഇടതൂർന്ന കറുത്ത കൃതാവും ഉണ്ടായിരുന്നു. ആരും ശ്രദ്ധിച്ചുപോകുന്ന കണ്ണുകളായിരുന്നു അയാൾക്ക് ഉണ്ടായിരുന്നത്.

സഞ്ചാരി പറഞ്ഞു: "ഞാൻ നിങ്ങളോട് ക്ഷമ ചോദിക്കുന്നു. ഞാൻ പണം തരികയാണെങ്കിൽ എനിക്ക് ഒരു പാത്രം സൂപ്പ് തരാൻ നിങ്ങൾ തയാറാണോ? അതുപോലെ തോട്ടത്തിലെ കൊട്ടിലിൽ കിടന്ന് ഉറങ്ങാനുള്ള അനുവാദംകൂടി കിട്ടിയിരുന്നെങ്കിൽ നന്നായിരുന്നു."

ഗൃഹനാഥൻ ചോദിച്ചു: "നിങ്ങൾ ആരാണ്?"

അയാൾ മറുപടി പറഞ്ഞു: "ഞാൻ പി–മ്വാസോങ്ങിൽ നിന്നാണ് വരുന്നത്. പകൽ മുഴുവൻ ഞാൻ നടക്കുകയായിരുന്നു. പന്ത്രണ്ടു ലീഗ് ദൂരം ഞാൻ നടന്നു കഴിഞ്ഞു. ഞാൻ പണം തരികയാണെങ്കിൽ നിങ്ങൾ അൽപ്പം സൂപ്പു തരുമോ?"

വീട്ടുടമസ്ഥൻ പറഞ്ഞു: "പണം തരുന്ന ഒരു മാന്യന് താമസിക്കാൻ സ്ഥലം കൊടുക്കുന്നതിൽ എനിക്ക് വിരോധം ഇല്ല. പക്ഷേ നിങ്ങൾ എന്താണ് സത്രത്തിൽ പോകാത്തത്?"

"അവിടെ സ്ഥലമില്ല."

"അങ്ങനെ വരാൻ ഒരു സാധ്യതയുമില്ല. ഇന്ന് ഉത്സവങ്ങൾ ഒന്നുമില്ല. ചന്ത ദിവസവുമല്ല. നിങ്ങൾ ലബാറിന്റെ സത്രത്തിൽ പോയിരുന്നോ?"

"പോയിരുന്നു."

"എന്നിട്ട്?"

"എനിക്കറിയില്ല. എന്നെ അയാൾ സ്വീകരിച്ചില്ല."

"നിങ്ങൾ റ്യൂ ഷാഫോയിൽ പോയിരുന്നോ? അയാളുടെ പേര് ഞാൻ ഇപ്പോൾ ഓർക്കുന്നില്ല."

സഞ്ചാരി കൂടുതൽ പരുങ്ങലിലായി. അയാൾ വിക്കിവിക്കി പറഞ്ഞു: "അവരും എന്നെ സ്വീകരിച്ചില്ല."

വീട്ടുകാരന്റെ മുഖത്ത് അവിശ്വാസം നിഴലിച്ചു. അയാൾ പുതിയ മനുഷ്യനെ അടിമുടി പരിശോധിച്ചു. അയാൾ പെട്ടെന്ന് ഞെട്ടുന്നതു കണ്ടു. ഓർക്കാപ്പുറത്ത് അയാൾ വിളിച്ചുകൂവി: "നിങ്ങളാണോ അയാൾ?

അപരിചിതനെ നോക്കിക്കൊണ്ട് അയാൾ പിന്നോട്ടു നടന്നു. വിളക്കു മേശപ്പുറത്തുവെച്ചതിനുശേഷം അയാൾ തോക്കു കയ്യിലെടുത്തു.

"നിങ്ങളാണോ അയാൾ?" എന്ന അലർച്ചകേട്ട നിമിഷത്തിൽത്തന്നെ അയാളുടെ ഭാര്യ രണ്ടു കുട്ടികളേയും അണച്ചുപിടിച്ചുകൊണ്ട് വീട്ടുകാരന്റെ പിന്നിൽ അഭയംതേടിക്കഴിഞ്ഞിരുന്നു. അപരിചിതനെ അവർ ഭയത്തോടെ നോക്കി. അവളുടെ കണ്ണുകൾ നിറഞ്ഞിരുന്നു. ശബ്ദം പുറത്തു വരാതെ അവൾ പിറുപിറുത്തു: "കൊള്ളക്കാരൻ."

ഈ കാര്യങ്ങൾ എല്ലാം സംഭവിക്കുന്നതിന് ഇതു വായിക്കാൻ എടുത്ത സമയം വേണ്ടിവന്നില്ല. ഒരു വിഷപ്പാമ്പിനെ കണ്ടപോലെ വീട്ടുകാരൻ വാതിലിനടുത്തേക്ക് പാഞ്ഞുവന്നു.

"പുറത്തു പോ."

സഞ്ചാരി പറഞ്ഞു: "ദയവുചെയ്ത് ഒരു ഗ്ലാസ് വെള്ളം തരണം." വീട്ടുകാരൻ പറഞ്ഞു:

"ഞാൻ വെടിവയ്ക്കും." പിന്നീട് അയാൾ കതകുകൾ ആഞ്ഞടച്ചു, രണ്ടു വലിയ സാക്ഷകൾ അടയുന്നതിന്റെ ശബ്ദം സഞ്ചാരി കേട്ടു. ഒരു നിമിഷത്തിനു ശേഷം ജനാലയുടെ പാളികളുമടഞ്ഞു. പിന്നീട് ശബ്ദത്തോടെ ജനാലയുടെ കൊളുത്തുകൾ ഇടുന്നതിന്റെ ശബ്ദം സഞ്ചാരി കേട്ടു. പെട്ടെന്നു രാത്രിയായി. തണുത്ത കാറ്റുവീശിത്തുടങ്ങി. നിരത്തിനോടു ചേർന്ന് ഒരു തോട്ടം അയാൾ കണ്ടു. അതിനുള്ളിൽ പുല്ലുമേഞ്ഞ കുടിലുപോലെ ഒരു ചെറ്റപ്പുര ഉണ്ടായിരുന്നു അയാൾ തടികൊണ്ടുള്ള ഒരു വേലി ധൈര്യപൂർവം എടുത്തുമാറ്റി തോട്ടത്തിനുള്ളിൽ കടന്നു. അയാൾ കുടിലിനടുത്തെത്തി. കുടിലിന്റെ വാതിൽ ഉയരം കുറഞ്ഞതും ഇടുങ്ങിയതുമായിരുന്നു. റോഡുപണിക്കാർ തൽക്കാലം താമസിക്കാൻ നിർമിക്കുന്ന കൂരയുമായി അതിന് സാമ്യം തോന്നി. ഒരു റോഡു പണിക്കാരന്റെ താമസസ്ഥലമാണെന്ന് അയാൾക്ക് ഏതാണ്ട് ഉറപ്പായിക്കഴിഞ്ഞിരുന്നു. ജലദോഷവും വിശപ്പും ആയിരുന്നു അയാളെ അപ്പോൾ കഷ്ടപ്പെടുത്തിയിരുന്നത്. അയാൾ ജലദോഷത്തിന് കൂടുതൽ പരിഗണന കൊടുത്തു. കുറഞ്ഞ പക്ഷം തണുപ്പിൽനിന്നു രക്ഷപ്പെടാൻ ഇവിടെ ഒരു കുടിലെങ്കിലും ഉണ്ട്. രാത്രിയിൽ ഇത്തരം കുടിലുകൾ ഒഴിഞ്ഞുകിടക്കുകയാണ് പതിവ്. അയാൾ അതിനുള്ളിലേക്ക് നുഴഞ്ഞുകയറി. കുടിലിനുള്ളിൽ ചൂട് ഉണ്ടായിരുന്നു. പുല്ലുകൊണ്ടുള്ള ഒരു മെത്ത അതിനുള്ളിൽ വിരിച്ചിട്ടിരുന്നു. അയാൾ ക്ഷീണംകൊണ്ട് കുറച്ചുസമയം ആ മെത്തയിൽ ഇരുന്നു. പിന്നീട് അയാളുടെ പുറത്തു തൂക്കിയിരുന്ന മാറാപ്പ് അഴിച്ചുമാറ്റാൻ തുടങ്ങി. മാറാപ്പ് തലയണയാക്കാമെന്ന് ആലോചിച്ചുകൊണ്ട് അയാൾ അതിന്റെ കുടുക്കുകൾ അഴിച്ചെടുത്തു. പെട്ടെന്ന് ഒരു ഭയങ്കര മുരളൽ കേട്ട് അയാൾ കുടിലിന്റെ വാതിലിലേക്ക് നോക്കി. കുടിലിന്റെ വാതിലിൽ ഒരു തടിയൻ ബുൾ പട്ടിയുടെ മുഖം അയാൾ കണ്ടു.

അയാൾ നുഴഞ്ഞുകയറിയത് ഒരു പട്ടിക്കൂടിനകത്തേക്കായിരുന്നു. അയാളുടെ കരുത്തിന് ഒരു കുറവും സംഭവിച്ചിരുന്നില്ല. വടിയും മാറാപ്പും എടുത്ത് എത്രയുംവേഗം അയാൾ കുടിലിനു പുറത്തു കടന്നു. നേരത്തെതന്നെ അയാളുടെ

വസ്ത്രത്തിലുണ്ടായിരുന്ന തുളകൾ കുറച്ചുകൂടി വലുതായി എന്നല്ലാതെ മറ്റൊന്നും സംഭവിച്ചില്ല.

കുടിലിൽനിന്നും മാത്രമല്ല, തോട്ടത്തിൽനിന്നുതന്നെ അയാൾ പുറത്തു കടന്നു. വാൾപ്പയറ്റിലെ കൗശലങ്ങൾ അയാൾ വടികൊണ്ട് പട്ടിയുടെ നേരെ പയറ്റിനോക്കി. പട്ടിയോടുള്ള ബഹുമാനംകൊണ്ട് അയാൾ പിന്നീട് അവിടേക്ക് തിരിച്ചുപോയില്ല.

അൽപ്പം കഷ്ടപ്പെട്ടിട്ടാണെങ്കിലും വേലി ചാടിക്കടന്ന് അയാൾ വീണ്ടും നിരത്തിൽ എത്തി. ആ പട്ടിക്കൂട്ടിലെ മെത്തയിൽ നിന്നുപോലും ആട്ടിയോടിക്കപ്പെട്ട് തലചായ്ക്കാൻ ഇടമില്ലാതെ ഒറ്റയ്ക്ക് അലഞ്ഞുതിരിയുകയാണെന്ന ചിന്ത അയാളെ വീണ്ടും അലട്ടാൻ തുടങ്ങി. അയാൾ അവിടെയുണ്ടായിരുന്ന ഒരു കല്ലിൽ ഇരുന്നു എന്നു പറഞ്ഞാൽ ശരിയല്ല. അയാൾ കല്ലിന്റെ പുറത്തേക്ക് കുഴഞ്ഞുവീഴുകയായിരുന്നു. അതുവഴി കടന്നുപോയ ഒരു വഴിപോക്കൻ, “ഞാൻ ഒരു പട്ടിപോലും അല്ല” എന്ന് അയാൾ ഉച്ചത്തിൽ പറഞ്ഞത് കേട്ടിരിക്കാൻ സാധ്യതയുണ്ട്.

പിന്നീട് അയാൾ അവിടെനിന്ന് എഴുന്നേറ്റ് വീണ്ടും അലയാൻ തുടങ്ങി. നഗരത്തിന് പുറത്ത് എവിടെയെങ്കിലും ഒരു മരമോ കച്ചിക്കൂനയോ കണ്ടാൽ അതിനുതാഴെ അഭയംതേടാം എന്ന മോഹത്തോടെ അയാൾ കുറച്ചുദൂരം തലകുനിച്ചു നടന്നു. മനുഷ്യവാസം ഉള്ള സ്ഥലങ്ങൾ താണ്ടിക്കഴിഞ്ഞു എന്നു തോന്നിയപ്പോൾ അയാൾ തല ഉയർത്തി. കിടക്കാനുള്ള ഒരു സ്ഥലത്തിനുവേണ്ടി അയാൾ ചുറ്റുപാടും നോക്കി. അയാൾ ഒരു വയലിന് അടുത്ത് എത്തിയിരുന്നു. കൊയ്ത്തിനുശേഷം മുണ്ഡനം ചെയ്ത തലപോലെയുള്ള വയലിനു നടുവിൽ കച്ചിക്കുറ്റികൾ എഴുന്നു നിന്ന ഒരു ചെറിയ മൺകൂന അയാളുടെ കണ്ണിൽപ്പെട്ടു. ഇരുണ്ട ആകാശത്തിനു കാരണം രാത്രിയുടെ ഇരുട്ടു മാത്രമായിരുന്നില്ല. മലകൾക്കു മുകളിൽ വിശ്രമിക്കാനെത്തിയ മട്ടിൽ കറുത്ത മേഘക്കീറുകൾ തങ്ങിനിന്നിരുന്നു. ഉയരങ്ങളിൽ എവിടെയോ മറഞ്ഞുപോകാൻ മടിപിടിച്ചുനിന്ന് മൂവന്തിയുടെ വെളിച്ചവും, മേഘങ്ങൾക്കിടയിലൂടെ ഉയരാൻ തുടങ്ങുന്ന ചന്ദ്രന്റെ നിലാവും ചേർന്ന് ഭൂമിക്ക് മുകളിൽ ഒരു മങ്ങിയ പ്രകാശം വിതറിയിരുന്നു.

വിചിത്രവും ഭയാനകവുമായ ഒരു പ്രതീതി ജനിപ്പിച്ചുകൊണ്ട് ആ സമയത്ത് ഭൂമി ആകാശത്തേക്കാൾ പ്രകാശമാനമായിരുന്നു. മേഘംമൂടി രൂപം മങ്ങിപ്പോയ കുന്നുകൾ ചക്രവാളത്തിൽ വിളറിയ നിഴലുകളായി മാറിയിരുന്നു. അയാൾക്ക് ചുറ്റും അപ്രധാനങ്ങളായ തരംതാണ കാര്യങ്ങൾ മാത്രമാണ് ഉണ്ടായിരുന്നത്. അത്തരം കാഴ്ചകൾ അറപ്പും വിഷാദവുമാണ് അയാളിൽ നിറച്ചത്. അയാളുടെ സമീപത്തായി വളഞ്ഞു പുളഞ്ഞ് വികൃതമായിപ്പോയ ഒരു മരം ഒഴിച്ച് മറ്റൊന്നും അവിടെ ഉണ്ടായിരുന്നില്ല.

പ്രകൃതിയുടെ നിഗൂഢതകൾ സൃഷ്ടിക്കുന്ന സംവേദനശേഷിയിൽനിന്നും ബുദ്ധിയും വികാരങ്ങളും സ്വരൂപിച്ചെടുക്കുന്ന ധാരണാശക്തിയിൽനിന്നും ഈ മനുഷ്യൻ വളരെവളരെ ദൂരെയായിരുന്നു. എങ്കിലും ആകാശത്തിലും കുന്നുകളിലും വയലിലും ആ വൃത്തികെട്ട മരത്തിലും എല്ലാംതന്നെ അത്യധികം നിഗൂഢമായ ഏകാന്തത അയാൾക്ക് അനുഭവിക്കാൻ കഴിഞ്ഞു. ഒരുനിമിഷം ചലനമില്ലാതെ എന്തോ ആലോചിച്ചുനിന്നശേഷം അയാൾ നിരത്തിലൂടെ നടന്നുനീങ്ങി.

പ്രകൃതിപോലും എതിരാണെന്നു തോന്നിപ്പോകുന്ന ചില നിമിഷങ്ങൾ എല്ലാവർക്കും ഉണ്ട്.

അയാൾ നടന്നവഴികളിലൂടെ തിരിച്ചുനടന്നു. ഡിയുടെ കവാടം അടഞ്ഞു കിടന്നു. മതപരമായ യുദ്ധങ്ങളെ അതിജീവിച്ച ഡി പട്ടണത്തിന് 1815 ലും ചതുരത്തൂണുകളുള്ള പഴയ മതിൽക്കെട്ടുതന്നെയാണ് ഉണ്ടായിരുന്നത്. പിന്നീട് അതെല്ലാം നശിപ്പിക്കപ്പെട്ടിരുന്നു. മതിലിൽ ഉണ്ടായിരുന്ന ഒരു വിള്ളലിലൂടെ അയാൾ വീണ്ടും ഡിയിലേക്ക് അതിക്രമിച്ചു കടന്നു.

അപ്പോൾ രാത്രി എട്ടുമണി ആവാറായിരുന്നു. വഴികൾ പരിചിതമല്ലെങ്കിലും അപകടസാധ്യത നിറഞ്ഞ യാത്ര അയാൾ അവസാനിപ്പിച്ചില്ല.

അങ്ങനെ അയാൾ പൊലീസ് ആസ്ഥാനവും വൈദികപാഠശാലയും പിന്നിട്ട് ഭദ്രാസനപ്പള്ളിയുടെ മുന്നിലെത്തി. പള്ളിയുടെ മുന്നിലൂടെ കടന്നു പോകുമ്പോൾ അയാൾ പള്ളിയുടെ നേർക്ക് മുഷ്ടിചുരുട്ടിക്കാണിച്ചു.

പള്ളിപ്പറമ്പിന്റെ ഒരു മൂലയ്ക്കായിരുന്നു അച്ചടിശാല. എൽബദ്വീപിൽനിന്ന് കൊണ്ടുവന്ന് നെപ്പോളിയൻതന്നെ നേരിട്ട് പറഞ്ഞുകൊടുത്ത് എഴുതിവച്ച പരമാധികാര ജാഗ്രതാപത്രം ആദ്യമായി അച്ചടിച്ചത് ഈ അച്ചടിശാലയിൽ ആയിരുന്നു. നെപ്പോളിയൻ നേരിട്ടാണ് അത് രാഷ്ട്രത്തിന് സമർപ്പിച്ചത്.

ക്ഷീണിച്ചു തളർന്നുപോയ ആ മനുഷ്യൻ കൂടുതൽ സൗകര്യങ്ങൾ പ്രതീക്ഷിക്കാൻ ഇല്ലാത്തതുകൊണ്ട് അച്ചടിശാലയ്ക്കുമുന്നിൽ ഉണ്ടായിരുന്ന കല്ലുബഞ്ചിൽ കയറിക്കിടന്നു.

ആ സമയത്താണ് ഒരു വൃദ്ധ പള്ളിക്കുള്ളിൽനിന്ന് പുറത്തേക്ക് വന്നത്. ഇരുട്ടിൽ കിടന്നിരുന്ന മനുഷ്യനെ അവർ കണ്ടു. അവർ പറഞ്ഞു:

"നിങ്ങൾ അവിടെ എന്തു ചെയ്യുകയാണ്?" ദേഷ്യത്തോടെ അയാൾ മറുപടി പറഞ്ഞു:

"എന്റെ പൊന്നമ്മച്ചീ, ഞാനൊന്ന് ഉറങ്ങാൻ പോവുകയാണ്."

പൊന്നമ്മച്ചീ എന്ന വിളിക്ക് ശരിക്കും അർഹത ഉണ്ടായിരുന്ന ആ സ്ത്രീ മദാം മർക്കിസ് ദ് ആർ ആയിരുന്നു. അവർ ചോദിച്ചു:

"ബഞ്ചിലാണോ കിടക്കുന്നത്?" അയാൾ പറഞ്ഞു:

"കഴിഞ്ഞ പതിനഞ്ചുകൊല്ലം പലകപ്പുറത്താണ് കിടന്നത്. ഇന്നിപ്പോൾ കിടക്കാൻ ഒരു കല്ലുബഞ്ച് കിട്ടി."

"നിങ്ങൾ പട്ടാളക്കാരനാണോ?"

"അതെ, പട്ടാളക്കാരനാണ്."

"നിങ്ങൾ സത്രത്തിൽ പോകാത്തത് എന്താണ്?"

"എന്റെ കയ്യിൽ പണം ഇല്ലാത്തതുകൊണ്ട്."

മദാം ദ് ആർ പറഞ്ഞു: "എന്റെ സഞ്ചിയിൽ നാലു സൂ മാത്രമാണ് ഉള്ളത്."

"എങ്കിൽ തന്നുകൂടെ." അയാൾ നാലു സൂ കൈനീട്ടി വാങ്ങി. മദാം ദ് ആർ സംസാരം തുടർന്നു:

"ഇത്രയും തുകയ്ക്ക് നിങ്ങൾക്ക് സത്രത്തിൽ മുറികിട്ടില്ല. പക്ഷേ, രാത്രി നിങ്ങൾക്ക് ഇങ്ങനെ കഴിച്ചുകൂട്ടാൻ പറ്റില്ല. നിങ്ങൾക്ക് തണുക്കുന്നുണ്ടാവണം. വിശപ്പും കാണും. ഒരുപക്ഷേ, നിങ്ങൾക്ക് അനുകമ്പകൊണ്ട് അവർ താമസിക്കാൻ സ്ഥലം തരുമായിരിക്കും."

"ഞാൻ മുട്ടിനോക്കാത്ത വാതിലുകൾ ബാക്കിയില്ല."

"എന്നിട്ട്?"

"എല്ലാവരും എന്നെ ആട്ടിഓടിച്ചു."

നല്ലമനസുള്ള ആ സ്ത്രീ അയാളുടെ കൈപിടിച്ച് ഉയർത്തി. പള്ളിപ്പറമ്പിന്റെ മറ്റൊരു ഭാഗത്തായി ബിഷപ്പിന്റെ കൊട്ടാരത്തിന് താഴെ ഉയരം കുറഞ്ഞ ഒരു ചെറിയ വീട് ഉണ്ടായിരുന്നു. ആ വീടിനുനേരെ അവർ വിരൽ ചൂണ്ടി.

"എല്ലാ വാതിലിലും നിങ്ങൾ മുട്ടിനോക്കിയോ?"

"മുട്ടിനോക്കി."

"അവിടെ ആ ചെറിയവീട്ടിൽ മുട്ടിനോക്കിയോ?"

"ഇല്ല."

"എങ്കിൽ അവിടെ പോയി മുട്ടി നോക്ക്."

2. വിവേകം

അന്നു വൈകിട്ട് നഗരത്തിലൂടെയുള്ള നടത്തം കഴിഞ്ഞ് ഡിയിലെ ബിഷപ്പ് രാത്രി വളരെ ചെന്നിട്ടും മുറിയിൽ ഉണർന്നിക്കുകയായിരുന്നു. അദ്ദേഹം ചുമതലകളെപ്പറ്റിയുള്ള തന്റെ പഠനം തയാറാക്കുന്നതിന്റെ തിരക്കിലായിരുന്നു. അത് കഷ്ടകാലത്തിന് ഇതുവരെ പൂർത്തിയാക്കാൻ കഴിഞ്ഞില്ല. ഇതു സംബന്ധിച്ച് പല പുരോഹിതന്മാരും ഡോക്ടർമാരും നടത്തിയിരുന്ന അഭിപ്രായങ്ങൾ അദ്ദേഹം പരിശോധിച്ചു. അദ്ദേഹത്തിന്റെ ഈ ഗ്രന്ഥം രണ്ടു ഭാഗങ്ങളായി വേർതിരിച്ചിരുന്നു. ഒന്നാം ഭാഗത്തിൽ മൊത്തത്തിൽ മനുഷ്യരുടെ ചുമതലതകളും രണ്ടാംഭാഗത്തിൽ ജീവിതത്തിൽ ഓരോ മനുഷ്യരും അവരവരുടെ സ്ഥാനം അനുസരിച്ച് വഹിക്കേണ്ട ചുമതലകളും ആയിരുന്നു പഠനവിധേയമാക്കിയിരുന്നത്. എല്ലാവർക്കും ഉള്ളത് മുഖ്യചുമതലകളാണ്. സെയിന്റ് മാത്യു തരംതിരിച്ചതുപോലെ ദൈവത്തിനോടുള്ള ചുമതല, അവരവരോടുള്ള ചുമതല, അയൽക്കാരോടുള്ള ചുമതല, മറ്റു ജീവികളോടുള്ള ചുമതല എന്നീ നാലു ചുമതലകൾ ആണ് എല്ലാവർക്കും ഉള്ളത്. മറ്റു ചുമതലകളെ ബിഷപ്പുതന്നെ നിർവചിച്ച് പ്രത്യേകം എഴുതിച്ചേർത്തു. മറ്റു ചുമതലകൾ അദ്ദേഹം മറ്റു പല സ്ഥലങ്ങളിൽ നിന്നായി സ്വീകരിച്ചു. റോമാക്കാർക്കുള്ള കത്തിൽനിന്ന് അദ്ദേഹം പരമാധികാരിയുടെയും പ്രജകളുടെയും ചുമതലകൾ കണ്ടെത്തി. സെയിന്റ് പീറ്ററുടെ ചുവടുപിടിച്ച് അദ്ദേഹം ന്യായാധിപന്മാരുടെയും ഭാര്യമാരുടെയും അമ്മമാരുടെയും ചെറുപ്പക്കാരുടെയും ചുമതലകൾ വിശദീകരിച്ചു. ഭർത്താക്കൻമാരുടെയും പിതാക്കൻമാരുടെയും കുട്ടികളുടെയും ജോലിക്കാരുടെയും ചുമതലകൾ എഫീഷ്യൻകാർക്കുള്ള കത്തിൽനിന്ന് അദ്ദേഹം കണ്ടെത്തി. ഹീബ്രുക്കാർക്കുള്ള കത്തിൽനിന്ന് മതവിശ്വാസികളുടെ ചുമതലകൾ അദ്ദേഹം പകർത്തിയെഴുതി. കൊറിന്ത്യൻകാർക്കുള്ള കത്തിൽനിന്ന് അദ്ദേഹം കന്യകമാരുടെ ചുമതലകൾ കണ്ടെത്തി. ഈ നിരോധനാജ്ഞകൾ എല്ലാം കണ്ടെത്തി എല്ലാവർക്കും വേണ്ടി അദ്ദേഹം ക്രോഡീകരിച്ചു.

രാത്രി എട്ടുമണികഴിഞ്ഞിട്ടും അദ്ദേഹം ജോലിത്തിരക്കിൽ ആയിരുന്നു. ഒരു വലിയ പുസ്തകം മടിയിൽ തുറന്നുവെച്ച് അതിൽനിന്നും ചെറിയ കടലാസുകഷണങ്ങളിലേക്ക് കുറിപ്പുകൾ പകർത്തുന്നതിന് അദ്ദേഹം ശരിക്കും ബുദ്ധിമുട്ടുന്നുണ്ടായിരുന്നു. കിടക്കയുടെ അടുത്തുള്ള ഭിത്തിയലമാരയിൽനിന്ന് പതിവു

പോലെ വെള്ളിപ്പാത്രങ്ങൾ എടുക്കുന്നതിനുവേണ്ടി മദാം മഗ്ലോർ ബിഷപ്പിന്റെ മുറിയിൽ വന്നു. ഒരുനിമിഷം കഴിഞ്ഞ് സഹോദരിതന്നെ പ്രതീക്ഷിച്ച് ഭക്ഷണ മുറിയിൽ കാത്തിരിക്കുന്നുണ്ടാവുമെന്ന് ബിഷപ്പിന് ഓർമ വന്നു. അദ്ദേഹം പുസ്തകം അടച്ചുവെച്ച് ഭക്ഷണമുറിയിലേക്ക് പോയി.

വഴിയിലേക്ക് തുറക്കുന്ന ഒരു കതകും തോട്ടത്തിലേക്ക് തുറക്കുന്ന ഒരു ജനാലയും ഒരു നെരിപ്പോടും ഉള്ള ദീർഘചതുരാകൃതിയിലുള്ള ഒരു മുറിയാണ് ഭക്ഷണമുറി എന്ന് ഞങ്ങൾ മുൻപ് പറഞ്ഞിരുന്നു.

മദാം മഗ്ലോർ പ്ലേറ്റുകൾ നിരത്തിയിട്ട് അധികസമയം കഴിഞ്ഞിരുന്നില്ല.

ഊണുമേശ തയാറാക്കുന്നതിനിടയിൽ അവർ മദ്മാസെൽ ബാപ്തിസ്തീനുമായി സംസാരിച്ചുകൊണ്ടിരുന്നു.

കത്തിക്കൊണ്ടിരുന്ന നെരിപ്പോടിന് അടുത്തുകിടന്ന മേശപ്പുറത്ത് ഒരു വിളക്ക് ഇരുന്ന് എരിഞ്ഞു.

അറുപതു വയസുകഴിഞ്ഞ ഈ വീട്ടിലെ രണ്ടു സ്ത്രീകളെയും ഒരുവന് മനസിൽ കാണാൻ കഴിയും. തടിച്ചു പൊക്കംകുറഞ്ഞ ദ്രുതചലനങ്ങളുള്ള മദാം മഗ്ലോർ. മെലിഞ്ഞ് പ്രായം തോന്നുന്ന ദുർബലമായ ബിഷപ്പിനെക്കാൾ അൽപ്പം കൂടി ഉയരമുള്ള മദ്മാസെൽ ബാപ്തിസ്തീൻ. 1806 ലെ രീതിയിൽ തുന്നിയ തവിട്ടുനിറമുള്ള സിൽക്ക് വേഷമാണ് അവർ ധരിക്കുന്നത്. 1806 ൽ പാരീസിൽ നിന്ന് വാങ്ങിയ ആ വേഷം പഴകിയതായി അവർക്ക് തോന്നിയില്ല. ഒരു പേജു നിറച്ച് എഴുതിയാലും വ്യക്തമാക്കാൻ കഴിയാത്ത കാര്യത്തെ ഒറ്റവാക്കുകൊണ്ട് സൂചിപ്പിക്കുകയാണെങ്കിൽ മദാം മഗ്ലോറിന് ഒരു കൃഷിക്കാരിയുടെ മട്ടും മദ്മാസെൽ ബാപ്തിസ്തീനിന് ഒരു കുടുംബിനിയുടെ പ്രകൃതവും ആയിരുന്നു. മദാം മഗ്ലോർ കൂർത്ത ഒരു വെള്ളത്തൊപ്പി ധരിക്കാറുണ്ട്. അവരുടെ കഴുത്തിൽ ഒരു സ്വർണക്കുരിശ് കിടപ്പുണ്ട്. ആ വീട്ടിൽ ഉണ്ടായിരുന്ന ഏക സ്വർണാഭരണമായിരുന്നു മദാം മഗ്ലോറിന്റെ കുരിശ്. കറുത്ത വേഷത്തിനുള്ളിൽ കഴുത്തും കോളറും പുറത്തുകാണുന്ന വെളുത്ത മേൽവസ്ത്രം അവർ ധരിച്ചിട്ടുണ്ടാകും. പച്ചയും ചുവപ്പും ഇടകലർന്നുള്ള ഒരു ഏപ്രൺ അവർ പച്ച റിബൺകൊണ്ട് അരയിൽ കെട്ടിവച്ചിരിക്കും. മാർസിയെയിലെ സ്ത്രീകളെപ്പോലെ കാലിൽ മഞ്ഞ സോക്സും പരുക്കൻ ഷൂസുമാണ് അവർ ധരിക്കുന്നത്. മദ്മാസെൽ ബാപ്തിസ്തീനിന്റെ വേഷം 1806ലെ ഫാഷൻ അനുസരിച്ചുള്ളതാണ്. കൈകളിൽ അലങ്കാരപ്പണികൾ ചെയ്ത ചുറ്റുവണ്ണം കുറഞ്ഞ തൊങ്ങലും ബട്ടനും വെച്ച സ്കർട്ടായിരുന്നു അവരുടെ വേഷം. മദാം മഗ്ലോറിന് ബുദ്ധിയും വിവേകവും വെളിവാക്കപ്പെടുന്ന ജീവസുറ്റ ഒരു പ്രകൃതമായിരുന്നു. അവരുടെ വായുടെ രണ്ടറ്റങ്ങളും തമ്മിൽ ചെറിയ ഒരു ചെരിവ് ഉണ്ടായിരുന്നു. താഴത്തെ പല്ലുകൾക്കു മുകളിലേക്ക് ഉന്തിനിന്നിരുന്ന മേൽവരിയിലെ ഒരു പല്ല് അവരുടെ മുഖത്തിന് ഒരു അധികാരസ്വഭാവം നൽകിയിരുന്നു.

ബിഷപ്പ് മിണ്ടാതിരിക്കുന്ന സമയത്ത് സ്വാതന്ത്ര്യത്തോടും ബഹുമാനത്തോടുംകൂടി ആണെങ്കിലും യാതൊരു മുൻകരുതലുകളും ഇല്ലാതെ അവർ സംസാരിച്ചു. അദ്ദേഹം സംസാരിച്ചു തുടങ്ങിയാൽ മദ്മാസെൽ ബാപ്തിസ്തീനിനെപോലെ ഒരു ചാഞ്ചല്യവുമില്ലാതെ അവർ അദ്ദേഹത്തെ അനുസരിച്ചിരിക്കും. അനുസരണയിലൂടെ അവർ ബിഷപ്പിനെ സന്തോഷിപ്പിക്കാൻ പരിശ്രമിച്ചിരുന്നു എന്നു വേണം കരുതാൻ. ചെറുപ്പത്തിൽപ്പോലും അവർ ഒരു സുന്ദരി ആയി

രുന്നില്ല. വലിയ കണ്ണുകളും കൂർത്ത് നീളമുള്ള മൂക്കും അവരുടെ മുഖത്തിന് കൂടുതൽ പ്രാമുഖ്യം തോന്നാൻ കാരണമായിട്ടുണ്ടുവാം. മൊത്തത്തിൽ അവരുടെ മുഖത്ത് വേർതിരിച്ചറിയാൻ കഴിയാത്ത നന്മയുടെ തിളക്കം കാണാൻ കഴിഞ്ഞിരുന്നു. ജന്മനാൽത്തന്നെ അവർ ഒരു സാധു ആയിരുന്നു. പ്രകൃതി അവരെ ഒരു ആട്ടിൻകുട്ടിയായാണ് സൃഷ്ടിച്ചത്. മതം അവരെ ഒരു മാലാഖയാക്കി മാറ്റി. വിശുദ്ധയായ പാവം സ്ത്രീ. ഉൽകൃഷ്ടത ഉണ്ടായിട്ടും അംഗീകാരം ലഭിക്കാതെ പോയ ഒരു പാവമായിരുന്നു അവർ.

അന്നു വൈകുന്നേരം ബിഷപ്പിന്റെ വീട്ടിൽ നടന്ന കാര്യങ്ങൾ മദ്മാസെൽ ബാപ്തിസ്തീൻ പലതവണ വിവരിച്ചിട്ടുണ്ട്. അന്നത്തെ ഏറ്റവും സൂക്ഷ്മമായ വിശദാംശങ്ങൾപോലും ഓർക്കാൻ കഴിയുന്ന പലരും ഇപ്പോഴും ജീവിച്ചിരിപ്പുണ്ട്.

ബിഷപ്പു കടന്നുവരുമ്പോൾ മദാം മഗ്ലോർ സന്തോഷത്തോടെ സംസാരിച്ചു കൊണ്ടിരിക്കുകയായിരുന്നു. ബിഷപ്പിന് അറിയാവുന്ന ഒരു വിഷയം തന്നെ ആയിരുന്നു മദ്മാസെൽ ബാപ്തിസ്തീനിനോട് സംസാരിച്ചുകൊണ്ടിരുന്നത്. മുൻവശത്തെ കതക് ബലപ്പെടുത്തുന്നതിനുള്ള പലതരം മാർഗങ്ങൾ ആയിരുന്നു അവരുടെ ചർച്ചാവിഷയം. മദാം മഗ്ലോർ അത്താഴത്തിനുള്ള ചില്ലറ സാധനങ്ങൾ വാങ്ങാൻ പുറത്തു പോയിരുന്നു. അവിടെ നിന്നാണ് അവർ വാർത്ത കേൾക്കാൻ ഇടയായതെന്ന് തോന്നുന്നു. നാടുവിട്ടുപോയിരുന്ന, വിശ്വസിക്കാൻ കൊള്ളാത്ത ഒരു തെരുവുതെണ്ടി തിരിച്ചെത്തി നഗരത്തിൽ എവിടെയോ പതുങ്ങിയിരിക്കുന്നുണ്ടെന്നായിരുന്നു വാർത്ത. കഴിഞ്ഞ രാത്രിയിൽ വീട്ടിൽ തിരിച്ചെത്താൻ താമസിച്ച പലർക്കും അപകടങ്ങൾ പറ്റാനുള്ള സാധ്യത ഉണ്ടായിരുന്നതായും കഥകൾ പരന്നിരുന്നു. പൊലീസ് മേധാവിയും മേയറും തമ്മിൽ വിരോധത്തിലായതുകൊണ്ട് പൊലീസുകാർ ഈ കാര്യത്തിൽ വളരെ മോശം നിലപാടാണു സ്വീകരിച്ചത് എന്നായിരുന്നു പൊതുധാരണ. അതുകൊണ്ട് ബുദ്ധിയുള്ളവർ എല്ലാം സ്വയം പൊലീസായി മാറി അവരവരുടെ സ്വത്തും അവരവരെത്തന്നെയും സംരക്ഷിക്കുന്നതായിരിക്കും കൂടുതൽ അഭികാമ്യമെന്ന് നഗരവാസികൾ ചർച്ചചെയ്തു തീരുമാനം എടുത്തുകഴിഞ്ഞതായും വാർത്ത പരന്നിരുന്നു. അതിന്റെ ഭാഗമായി അവരവരുടെ കതകുകൾ സാക്ഷകൂടാതെ ഇരുമ്പുദണ്ഡുകൾകൂടി ഘടിപ്പിച്ച് കൂടുതൽ ബലപ്പെടുത്തുന്നത് സ്വരക്ഷയ്ക്ക് അത്യാവശ്യമാണെന്നും അവർ തീരുമാനിച്ചിരുന്നു.

മദാം മഗ്ലോർ കതകുകൾ ബലപ്പെടുത്തുന്നതിനെപ്പറ്റി വാതോരാതെ സംസാരിച്ചുകൊണ്ടിരുന്നു. പക്ഷേ, ബിഷപ്പ് തണുപ്പുള്ള മുറിയിൽനിന്ന് വന്നതുകൊണ്ടാവണം നെരിപ്പോടിനു തൊട്ടടുത്തായി ഇരുന്ന് ശരീരം ചൂടാക്കുന്നതിലാണ് താൽപ്പര്യം കാണിച്ചത്. പിന്നീട് അദ്ദേഹം മറ്റു കാര്യങ്ങൾ ആലോചിച്ചുകൊണ്ടിരുന്നു. മദാം മഗ്ലോർ വീണ്ടും വീണ്ടും പറഞ്ഞുകൊണ്ടിരുന്നതൊന്നും അദ്ദേഹം കേൾക്കുന്നുണ്ടായിരുന്നില്ല. അതിനുശേഷം സഹോദരന്റെ അപ്രീതിക്ക് ഇടവരാതെ, മദാം മഗ്ലോറിനെ സമാധാനിപ്പിക്കാൻ ഉള്ള ശ്രമത്തിന്റെ ഭാഗമായി ബാപ്തിസ്തീൻ പറഞ്ഞു:

“മദാം മഗ്ലോർ പറയുന്നത് ചേട്ടൻ കേട്ടോ?”

ബിഷപ്പു പറഞ്ഞു: “എന്തൊക്കെയോ പറയുന്നത് കേട്ടു.”

അദ്ദേഹം കസേരയുടെ ഒരുഭാഗത്തേക്ക് അൽപ്പം ചെരിഞ്ഞിരുന്നുകൊണ്ട് മദാം മഗ്ലോറിന്റെ മുഖത്തേക്ക് നോക്കി. സ്നേഹവും സന്തോഷവും നിറഞ്ഞു

നിന്നിരുന്ന അദ്ദേഹത്തിന്റെ മുഖത്തിന് നെരിപ്പോടിലെ തീയുടെ തിളക്കം കൂടുതൽ ശോഭ പകർന്നിരുന്നു. അദ്ദേഹം പറഞ്ഞു: "ശരി, എന്താണു കാര്യം? നമുക്ക് എന്തെങ്കിലും അപകടം വരാൻ പോകുന്നുണ്ടോ?"

മദാം മഗ്ലാർ അവർ അറിയാതെതന്നെ അൽപ്പം പൊടിപ്പും തൊങ്ങലും വെച്ച് കഥ വീണ്ടും ആവർത്തിച്ചു. നഗ്നപാദനും അപകടകാരിയുമായ ഒരു ഊരുതെണ്ടി നഗരത്തിൽ എത്തിയിട്ടുണ്ടെന്നായിരുന്നു കഥയുടെ ചുരുക്കം. ഴാക്വാങ് ലബാറിന്റെ സത്രത്തിൽ അയാൾ പോയിരുന്നെന്നും അവർ അയാളെ സ്വീകരിച്ചില്ലെന്നും മദാം മഗ്ലാർ വെളിപ്പെടുത്തി. സന്ധ്യയ്ക്ക് ഒരു മാറാപ്പും വടിയുമായി നിരത്തിലൂടെ അലഞ്ഞു നടന്നിരുന്ന അയാൾ കാഴ്ചയിൽ ഒരു ഭീകരനാണെന്നും അവർ വർണിച്ചു.

ബിഷപ്പു പറഞ്ഞു: "അങ്ങനെ ഒരു സംഭവം നടന്നോ?"

ബിഷപ്പിന്റെ ചോദ്യം മദാം മഗ്ലാറിന് പ്രചോദനമായി. ബിഷപ്പ് ഭയന്ന തിന്റെ ലക്ഷണമായി അവർ ചോദ്യത്തെ കണക്കാക്കി. വിജയിച്ച മട്ടിൽ അവർ പറഞ്ഞു: "അതെ, അതു സത്യമാണ്. ഇന്നു രാത്രിയിൽ നഗരത്തിൽ എന്തെങ്കിലും നടക്കും. എല്ലാവരും അങ്ങനെ തന്നെയാണ് പറയുന്നത്. പൊലീസുകാർക്കാണെങ്കിൽ ഒന്നിലും ഒരു ശ്രദ്ധയുമില്ല (സംയോജിതമായ ഒരു പുനരാഖ്യാനം). ഈ മലമ്പ്രദേശത്താണെങ്കിൽ തെരുവുവിളക്കുകൾപോലും ഇല്ല. പുറത്ത് എല്ലായിടത്തും കൂരിരുട്ടാണ്. മദ്മാസെൽ ബാപ്തിസ്തീനും അതുതന്നെയാണ് പറഞ്ഞുകൊണ്ടിരുന്നത്."

സഹോദരി ഇടയ്ക്കു കയറിപ്പറഞ്ഞു: "ഞാനോ? ഞാനൊന്നും പറഞ്ഞില്ല. ചേട്ടൻ പറയുന്നതെന്താണെങ്കിലും ഞാൻ അതു മാത്രമേ അനുസരിക്കുകയുള്ളൂ."

മദ്മാസെൽ ബാപ്തിസ്തീനിന്റെ എതിർപ്പ് കേൾക്കാത്ത ഭാവത്തിൽ മദാം മഗ്ലാർ സംസാരം തുടർന്നു:

"ഞങ്ങൾ പറഞ്ഞുകൊണ്ടിരുന്നത് ഈ വീട് തീരെ സുരക്ഷിതമല്ലെന്നാണ്. അങ്ങ് സമ്മതിക്കുകയാണെങ്കിൽ ഞാൻ പോയി പൂട്ടുപണിക്കാരനെ കണ്ട് പഴയ സാക്ഷകൾ വീണ്ടും കതകിൽ ഉറപ്പിക്കാൻ പറയാം. സാക്ഷകൾ ഇവിടെ ഇരിപ്പുണ്ട്. അതിന് ഒരു മിനിട്ടുതന്നെ ധാരാളമാണ്. ഇന്നത്തേക്കു വേണ്ടി മാത്രമല്ല ഞാൻ പറയുന്നത്. നമുക്ക് സാക്ഷകൾ വേണം. പുറത്തുനിന്നും ആദ്യമായി ഇവിടെ വരുന്നവർ ഒരു കൊളുത്തുമാത്രം ഉള്ള കതക് കണ്ടാൽ ഞെട്ടിപ്പോകും. അങ്ങയ്ക്കാണെങ്കിൽ കതകിൽ മുട്ടുന്നതു കേട്ടാൽ "കടന്നു വരൂ" എന്നു പറയുന്നതാണ് ശീലം."

ഈ സമയത്ത് വാതിലിൽ ആരോ ശക്തിയായി മുട്ടുന്നതു കേട്ടു.

ബിഷപ്പു പറഞ്ഞു: "കടന്നു വരൂ."

3. അനുസരണയുടെ ധീരത

കതകു തുറന്നു.

ആരോ ശക്തിയായി തള്ളിത്തുറക്കുന്നതുപോലെ വളരെപ്പെട്ടെന്ന് കതകുകൾ മലർക്കെ തുറന്നു.

ഒരാൾ മുറിക്കുള്ളിലേക്ക് കടന്നുവന്നു.

അയാൾ നമുക്ക് മുൻപരിചയമുള്ള, താമസസ്ഥലം അന്വേഷിച്ച് അലഞ്ഞു നടന്നിരുന്ന ആ സഞ്ചാരി ആയിരുന്നു.

അയാൾ അകത്തുകടന്ന് ഒരു ചുവടു മുന്നോട്ട് വെച്ചു. അയാളുടെ പിന്നിലായി കതക് തുറന്നു കിടന്നിരുന്നു. അയാളുടെ പുറത്ത് മാറാപ്പും കയ്യിൽ വടിയും ഉണ്ട്. അയാളുടെ കണ്ണുകളിൽ ക്ഷീണം ഉണ്ടായിരുന്നെങ്കിലും നോട്ടത്തിന്റെ തീക്ഷ്ണതയ്ക്ക് മങ്ങൽ ഉണ്ടായിരുന്നില്ല. അറപ്പുണ്ടാക്കുന്നതായിരുന്നു അയാളുടെ രൂപം. കാഴ്ചയിൽ അയാൾ ഒരു ദുഃശകുനംപോലെ തോന്നി.

മദാം മഗ്ലാറിന് ഞരങ്ങാനുള്ള ശക്തിപോലും ഇല്ലായിരുന്നു. അവർ വിറച്ചുപോയി. അവരുടെ വായ തുറന്നുതന്നെ ഇരുന്നു.

മദ്മാസെൽ ബാപ്തിസ്തീൻ തിരിഞ്ഞുനോക്കിയപ്പൾ അയാൾ കടന്നുവരുന്നത് അവർ കണ്ടു. പെട്ടെന്ന് അവർക്ക് ഭയം തോന്നി. പിന്നീട് നെരിപ്പോടിനടുത്ത് ഇരുന്നിരുന്ന സഹോദരനെ നോക്കി. അവരുടെ മുഖത്ത് അപ്പോൾ സ്ഥിരമായുള്ള ശാന്തതയായിരുന്നു. ബിഷപ്പ് ആ മനുഷ്യനെ സമാധാനത്തോടെ നോക്കി.

നിശ്ചയമായും അയാളുടെ വരവിന്റെ ഉദ്ദേശ്യം എന്താണെന്ന് ചോദിക്കാൻ വേണ്ടിയാവണം ബിഷപ്പ് സംസാരിക്കാൻ തുടങ്ങിയത്. പക്ഷേ, ആ മനുഷ്യൻ വടി കുത്തിപ്പിടിച്ചു നിന്നുകൊണ്ട് ബിഷപ്പിനെയും സഹോദരിയെയും മാറിമാറി നോക്കി. ബിഷപ്പിന്റെ സംസാരത്തിനു കാത്തുനിൽക്കാതെ അയാൾ ഉച്ചത്തിൽ പറഞ്ഞുതുടങ്ങി:

“എന്റെ പേര് ഴാങ് വാൽഴാങ് എന്നാണ്. ഞാൻ ഒരു കുറ്റവാളിയാണ്. പത്തൊൻപതുകൊല്ലമായി ഞാൻ ചങ്ങലയിൽ കിടന്ന് പായ്ക്കപ്പലിന്റെ തണ്ടു വലിക്കുകയായിരുന്നു. ഞാൻ ശിക്ഷ കഴിഞ്ഞ് പുറത്തു വന്നിട്ട് നാലുദിവസം കഴിഞ്ഞു. എനിക്ക് പോകേണ്ടത് പൊന്താർലിയേയിലേക്കാണ്. ഞാൻ തൂലോങ്ങിൽനിന്ന് നടക്കാൻ തുടങ്ങിയിട്ട് നാലുദിവസം കഴിഞ്ഞിരിക്കുന്നു. ഇന്നുതന്നെ ഞാൻ പന്ത്രണ്ടു ലീഗു ദൂരം നടന്നിട്ടുണ്ട്. ഇവിടെ എത്തിയപ്പോൾ ഞാൻ ഒരു സത്രത്തിൽ പോയിരുന്നു. എന്റെ മഞ്ഞ പാസ്പോർട്ടു കാരണം അവർ എന്നെ അവിടെനിന്ന് ഇറക്കിവിട്ടു. അവർ എന്നോട് ആവശ്യപ്പെട്ടതുകൊണ്ട് എന്റെ പാസ്പോർട്ട് എനിക്ക് മേയറുടെ ഓഫീസിൽ കാണിക്കേണ്ടിവന്നിരുന്നു. ഞാൻ മറ്റൊരു സത്രത്തിലും പോയിരുന്നു. അവരും എന്നോടു പുറത്തുപോകാൻ പറഞ്ഞു. ആരും എനിക്ക് അഭയം തന്നില്ല. പിന്നീട് ഞാൻ ജയിലിൽ പോയിരുന്നു. കാവൽക്കാരൻ എന്നെ അകത്തേക്ക് കടത്തിയില്ല. പിന്നീട് ഞാൻ ഒരു പട്ടിക്കൂട്ടിൽ നുഴഞ്ഞു കയറി. പട്ടി എന്നെ കടിച്ചു. ഒരു മനുഷ്യനെപ്പോലെ ആ പട്ടിയും എന്നെ പുറത്താക്കി. ഞാൻ ആരാണെന്ന് ആ പട്ടിക്കു മനസിലായി എന്നു നിങ്ങൾ പറയുമായിരിക്കും. നക്ഷത്രങ്ങളുടെ ചുവട്ടിൽ കിടന്ന് ഉറങ്ങാനായി ഞാൻ പിന്നീട് ഒരു വയലിൽ എത്തി. പക്ഷേ, അവിടെ നക്ഷത്രങ്ങൾ ഉണ്ടായിരുന്നില്ല. മഴ പെയ്യുമെന്ന് എനിക്ക് തോന്നുന്നുണ്ടായിരുന്നു. പക്ഷേ, മഴത്തുള്ളികളെ തടഞ്ഞുനിർത്താൻ കഴിവുള്ള ഒരു ദൈവവും അവിടെ പ്രത്യക്ഷപ്പെട്ടില്ല. അങ്ങനെ ഞാൻ കിടക്കാൻ സ്ഥലം അന്വേഷിച്ച് വീണ്ടും നഗരത്തിലേക്ക് തിരിച്ചുവന്നു. ആ പറമ്പിലെ കല്ലുബഞ്ചിൽ ഞാൻ കിടക്കുകയായിരുന്നു. ഒരു നല്ല സ്ത്രീ നിങ്ങളുടെ വീടു ചൂണ്ടിക്കാട്ടി എന്നോട് ഇവിടെ വന്ന് മുട്ടിനോക്കാൻ പറഞ്ഞു. ഞാൻ മുട്ടിനോക്കി. ഞാൻ ഇപ്പോൾ എവിടെയാണ്? ഇതു സത്രം ആണോ? എന്റെ കയ്യിൽ പണം ഉണ്ട്. പത്തൊൻപതുകൊല്ലം തണ്ടുവലിച്ച് കിട്ടിയ നൂറ്റിഅൻപതു ഫ്രാങ്കും പതിനഞ്ചു സൂവും എന്റെ കയ്യിൽ ഉണ്ട്. ഞാൻ പണം

തരാം. എന്റെ കയ്യിൽ പണം ഉണ്ട്. പന്ത്രണ്ടു ലീഗു ദൂരം നടന്ന് ഞാൻ ക്ഷീണിച്ചിരിക്കുന്നു. എനിക്ക് വിശക്കുന്നു. എനിക്ക് ഇവിടെ താമസിക്കാമോ?."

ബിഷപ്പു പറഞ്ഞു: "മദാം മഗ്ലോർ ഒരു പ്ലേറ്റുകൂടി കൊണ്ടുവരൂ."

അയാൾ മൂന്നു ചുവടുകൂടി നടന്ന് മേശപ്പുറത്ത് ഇരുന്ന വിളക്കിനു സമീപം എത്തി. തന്നെ മനസിലായിട്ടില്ല എന്ന വിശ്വാസത്തിൽ അയാൾ ഉറക്കെ പറഞ്ഞു: "നിർത്തൂ, നിങ്ങൾക്ക് എന്നെ മനസിലായിട്ടുണ്ടോ? ഞാൻ കപ്പലിൽ ചങ്ങലയിൽ കിടന്ന് തണ്ടുവലിച്ചിരുന്ന ഒരു അടിമയാണ്. ഒരു കുറ്റവാളി. ഞാൻ വരുന്നത് അവിടെ നിന്നാണ്. അയാൾ പോക്കറ്റിൽനിന്നും ഒരു വലിയ മഞ്ഞക്കടലാസ് എടുത്ത് നിവർത്തിക്കാണിച്ചു. "ഇത് എന്റെ പാസ്പോർട്ടാണ്. അതു മഞ്ഞയാണെന്ന് നിങ്ങൾ കണ്ടുകഴിഞ്ഞു. എല്ലാ സ്ഥലത്തുനിന്നും എന്നെ ചവിട്ടിപ്പുറത്താക്കാൻ ഇതുതന്നെ ധാരാളമാണ്. നിങ്ങൾ ഇതൊന്ന് വായിച്ചുനോക്കണം. എനിക്കും വായിക്കാൻ അറിയാം. കപ്പലിൽ വെച്ച് പഠിച്ചതാണ്. വേണമെന്നുള്ളവർക്ക് പഠിക്കാൻ അവിടെ ഒരു സ്കൂളുണ്ട്. അവർ പാസ്പോർട്ടിൽ എന്താണ് എഴുതിയിരിക്കുന്നത്? "ഴാങ് വാൽഴാങ്, സ്വതന്ത്രനാക്കപ്പെട്ട കുറ്റവാളി. സ്വദേശം..." എവിടുത്തുകാരനായാലും നിങ്ങൾക്ക് അത് അറിഞ്ഞിട്ട് എന്തു പ്രയോജനം? പത്തൊൻപതുകൊല്ലം കപ്പലിൽ ശിക്ഷ അനുഭവിച്ചു. അഞ്ചുവർഷം ഭവനഭേദനത്തിനുള്ള ശിക്ഷ. ബാക്കി പതിനാലുവർഷം നാലുതവണ രക്ഷപ്പെടാൻ ശ്രമിച്ചതിനുള്ള ശിക്ഷ, ഈ മനുഷ്യൻ അപകടകാരിയാണെന്ന് നിങ്ങൾക്ക് തോന്നുന്നില്ലേ? ഇപ്പോൾ നിങ്ങൾ എല്ലാം അറിഞ്ഞുകഴിഞ്ഞു. എല്ലാവരും എന്നെ ചവിട്ടിപ്പുറത്താക്കി. നിങ്ങൾ എന്നെ സ്വീകരിക്കുന്നുണ്ടോ? എനിക്ക് കഴിക്കാൻ എന്തെങ്കിലും തരാൻ നിങ്ങൾ തയാറാണോ? എവിടെയെങ്കിലും കിടന്ന് ഉറങ്ങാൻ നിങ്ങൾ അനുവദിക്കുമോ? നിങ്ങൾക്ക് കുതിരലായം ഉണ്ടോ?"

ബിഷപ്പു പറഞ്ഞു: "മദാം മഗ്ലോർ, അകത്തെ മുറിയിലെ മെത്തയിൽ ഒരു വിരിപ്പ് വിരിക്കണം."

മദാം മഗ്ലോർ അവരുടെ ജോലി ചെയ്യാൻ വേണ്ടി അകത്തെ മുറിയിലേക്ക് പോയി.

ബിഷപ്പു പറഞ്ഞു: "നിങ്ങൾ നെരിപ്പോടിന് അടുത്തിരുന്ന് ചൂടുകൊള്ളണം. നമുക്ക് ഒന്നിച്ച് അത്താഴം കഴിക്കാം. ആ സമയംകൊണ്ട് നിങ്ങളുടെ കിടക്ക തയാറായിരിക്കും."

ഒടുവിൽ അയാൾക്ക് വിശ്വാസം വന്നു. ഇതുവരെ മ്ലാനമായിരുന്ന അയാളുടെ മുഖത്ത് സന്തോഷവും സംശയവും കലർന്ന അത്ഭുതം നിഴലിച്ചു. അയാൾ ഒരു ഭ്രാന്തനെപ്പോലെ വിക്കാൻ തുടങ്ങി.

"സത്യമാണോ? എന്നെ നിങ്ങൾ താമസിക്കാൻ സമ്മതിക്കുമോ? നിങ്ങൾ എന്നെ ആട്ടി ഓടിക്കില്ലെന്നോ? എല്ലാവരും ചെയ്തതുപോലെ 'ഇറങ്ങിപ്പോടാ പട്ടി' എന്ന് നിങ്ങൾ പറയില്ലെന്നോ? എന്നെ നിങ്ങൾ പുറത്താക്കുമെന്നാണ് ഞാൻ വിചാരിച്ചത്. ആ വിശ്വാസത്തിലാണ് ഞാൻ ആരാണെന്ന് തുടക്കത്തിൽ തന്നെ പറഞ്ഞത്. എന്നെ ഇങ്ങോട്ട് പറഞ്ഞുവിട്ട ആ നല്ല സ്ത്രീക്കു നന്ദി പറയണം. എനിക്ക് അത്താഴം കിട്ടും. പിന്നെ മറ്റുള്ളവർക്ക് ഉള്ളതുപോലെ വിരിപ്പുകൾ വിരിച്ച ഒരു മെത്ത. ഞാൻ ഒരു മെത്തയിൽ കിടന്ന് ഉറങ്ങിയിട്ട് പത്തൊൻപതു വർഷം കഴിഞ്ഞു. ഇവിടെ കിടക്കാൻ നിങ്ങൾ എന്നെ അനുവദിക്കുന്നുണ്ടോ? നിങ്ങൾ നല്ലവരാണ്. എങ്കിലും എന്റെ കയ്യിൽ പണം ഉണ്ട്. ഞാൻ

വേണ്ടത്ര പണം തരാം. നിങ്ങൾ നല്ല മനുഷ്യനാണ്. നിങ്ങൾ എന്റെ സത്രം സൂക്ഷിപ്പുകാരനാണ്. ശരിയല്ലേ?

ബിഷപ്പു പറഞ്ഞു: "ഞാൻ ഇവിടെ താമസിക്കുന്ന ഒരു പുരോഹിതനാണ്."

അയാൾ പറഞ്ഞു: "പുരോഹിതനാണെന്നോ? ഉന്നതനായ പുരോഹിതൻ. അപ്പോൾ പണം ആവശ്യപ്പെടുകയില്ല. അങ്ങ് ആ വലിയ പള്ളിയിലെ പുരോഹിതനാണ്. അല്ലേ? അതെ. ശരിയാണ്. ഞാൻ എന്തൊരു വിഡ്ഢിയാണ്. അങ്ങയുടെ തൊപ്പി ഞാൻ ശ്രദ്ധിച്ചിരുന്നെങ്കിൽ എനിക്ക് അത് മനസിലാകുമായിരുന്നു."

സംസാരിക്കുന്നതിനിടയിൽ വടിയും മാറാപ്പും അയാൾ മുറിയുടെ ഒരു മൂലയിലായി കൊണ്ടുവച്ചു. പാസ്പോർട്ട് മടക്കി അയാൾ സ്വന്തം പോക്കറ്റിൽ ഇട്ടു. മദ്മാസെൽ ബാപ്തിസ്തീൻ സന്തോഷത്തോടെ അയാളെ നോക്കി. അയാൾ സംസാരം തുടർന്നു:

"നിങ്ങൾ മനുഷ്യത്വം ഉള്ളവരാണ്. നിങ്ങൾക്ക് എന്നോട് അവജ്ഞയില്ല. ഒരു നല്ല പുരോഹിതൻ നന്മയുടെ പ്രതീകമാണ്. അപ്പോൾ എന്റെ കയ്യിൽനിന്ന് പണം നിങ്ങൾ ആഗ്രഹിക്കുന്നില്ല" ബിഷപ്പു പറഞ്ഞു:

"പണം വേണ്ട. നിങ്ങളുടെ പണം നിങ്ങൾതന്നെ സൂക്ഷിച്ചാൽ മതി. കയ്യിൽ എത്രയുണ്ടെന്നാണ് പറഞ്ഞത്? നൂറ്റിയൻപതു ഫ്രാങ്ക് ഉണ്ടെന്നല്ലേ പറഞ്ഞത്?" അയാൾ കൂട്ടിച്ചേർത്തു.

"പതിനഞ്ചു സൂ കൂടി ഉണ്ട്."

"നൂറ്റി അൻപതു ഫ്രാങ്കും പതിനഞ്ചു സൂവും. ഇത്രയും സമ്പാദിക്കാൻ എത്രകാലം വേണ്ടിവന്നു?"

"പത്തൊൻപതു വർഷം."

"പത്തൊൻപതു വർഷമോ?"

ബിഷപ്പ് ആഴത്തിൽ ഒന്നു നെടുവീർപ്പിട്ടു.

അയാൾ തുടർന്നു സംസാരിച്ചുകൊണ്ടിരുന്നു:

"എന്റെ പണം മുഴുവൻ എന്റെ കയ്യിലുണ്ട്. നാലുദിവസംകൊണ്ട് ഇരുപത്തി അഞ്ചു സൂവാണ് ഞാൻ ചെലവാക്കിയത്. അത് ഗ്രാസിൽ വെച്ച് വണ്ടിയിൽനിന്ന് ചരക്കിറക്കി ഞാൻ സമ്പാദിച്ചതാണ്. അങ്ങ് ഒരു മഠാധിപതിയായതുകൊണ്ട് ഞാൻ ഒരു കാര്യം പറയാം. കപ്പലിലും ഞങ്ങൾക്ക് ഒരു വൈദികൻ ഉണ്ടായിരുന്നു. അങ്ങനെ ഒരുദിവസം ഞാൻ ഒരു ബിഷപ്പിനെ കാണാൻ ഇടയായി. മഴോറിലെ ബിഷപ്പിനെയാണ് ഞാൻ കണ്ടത്. അദ്ദേഹം പുരോഹിതന്മാരുടെ എല്ലാം മുകളിലുള്ള ഒരു പുരോഹിതൻ ആയിരുന്നു. ഞാൻ പറയുന്ന കാര്യങ്ങൾ കൂടിക്കുഴഞ്ഞുപോകുന്നതിൽ അങ്ങ് ക്ഷമിക്കണം. എന്നെ സംബന്ധിച്ചടത്തോളം ഇതൊക്കെ നടന്നത് വളരെക്കാലത്തിനു മുൻപാണ്. ഞങ്ങൾ എന്താണെന്ന് അങ്ങേക്ക് അറിയാമായിരിക്കും. ഞങ്ങളുടെ നടുക്ക് ഒരു അൾത്താര ഉണ്ടാക്കിയാണ് അദ്ദേഹം കുർബാന നടത്തിയത്. അദ്ദേഹത്തിന്റെ തലയിൽ സ്വർണത്തിലുള്ള ഒരു കൂർത്ത സാധനം ഉണ്ടായിരുന്നു. സൂര്യപ്രകാശം തട്ടി അതു തിളങ്ങിയിരുന്നു. ഉച്ചയ്ക്കായിരുന്നു കുർബാന. ഞങ്ങളുടെ മുന്നിൽ പീരങ്കികളായിരുന്നു. കത്തിച്ച മെഴുകുതിരികളുമായി മൂന്നുവരിയായി ഞങ്ങൾ നിന്നു. ഞങ്ങൾക്ക് അദ്ദേഹത്തെ ശരിയാംവണ്ണം കാണാൻ കഴിഞ്ഞിരുന്നില്ല. പക്ഷേ, അദ്ദേഹം നിന്നിരുന്നത് വളരെ ദൂരെ ആയിരുന്നു. അതുകാരണം ഞങ്ങൾക്ക് ഒന്നും കേൾക്കാൻ കഴിഞ്ഞിരുന്നില്ല. ഞങ്ങൾ കണ്ട ഒരു ബിഷപ്പ് ഇങ്ങനെയൊക്കെ ആയിരുന്നു."

അയാൾ സംസാരിച്ചുകൊണ്ടിരുന്നപ്പോൾ അയാൾ തള്ളിത്തുറന്ന കതക് ബിഷപ്പ് എഴുന്നേറ്റു പോയി അടച്ചു.

മദാം മഗ്ലാർ ഒരു പാത്രംകൂടി കൊണ്ടുവന്ന് മേശപ്പുറത്തുവെച്ചു.

ബിഷപ്പു പറഞ്ഞു: "മദാം മഗ്ലാർ, ആ പാത്രം നെരിപ്പോടിനടുത്തേക്ക് നീക്കി വയ്ക്ക്." പിന്നീട് അദ്ദേഹം അയാളോടു പറഞ്ഞു: "ആൽപ്സിൽ നിന്നുള്ള രാക്കാറ്റ് വീശിത്തുടങ്ങുന്നതേയുള്ളൂ. നിങ്ങൾക്ക് തണുക്കുന്നുണ്ടെന്ന് തോന്നുന്നു." ഒരു കുറ്റവാളിയോടുള്ള അദ്ദേഹത്തിന്റെ ബഹുമാനം നിറഞ്ഞ പെരുമാറ്റം കടലിൽകിടന്ന് ദാഹിച്ചുമരിക്കാൻ തുടങ്ങുന്ന ഒരുവന് കുടിക്കാൻ ലഭിക്കുന്ന ഒരു ഗ്ലാസ് കുടിവെള്ളംപോലെ ആയിരുന്നു. അവജ്ഞ അനുഭവിക്കുന്നവൻ ബഹുമാനത്തിനുവേണ്ടി ദാഹിക്കും. ബിഷപ്പു പറഞ്ഞു:

"ഈ വിളക്കിന് വെളിച്ചം കുറവാണ്."

മദാം മഗ്ലാറിന് അദ്ദേഹം പറഞ്ഞതിന്റെ അർഥം മനസിലായി. അവർ അദ്ദേഹത്തിന്റെ കിടക്കമുറിയിലെത്തി രണ്ടു മെഴുകുതിരിക്കാലുകളിലും മെഴുകുതിരികൾ കത്തിച്ചു. വെള്ളികൊണ്ടുള്ള ആ രണ്ടു മെഴുകുതിരിക്കാലുകളും കത്തിച്ച മെഴുകുതിരികളുമായി അവർ മേശപ്പുറത്തു കൊണ്ടുവച്ചു.

അയാൾ പറഞ്ഞു: "അങ്ങ് വളരെ നല്ല പുരോഹിതനാണ്. അങ്ങ് എന്നെ അവജ്ഞയോടെ കാണുന്നില്ല. ഞാൻ എവിടെ നിന്നു വരുന്നവനാണെന്ന് അറിഞ്ഞതിനുശേഷവും അങ്ങ് അങ്ങയുടെ മെഴുകുതിരികൾ എനിക്കുവേണ്ടി കൊളുത്തി."

അയാളുടെ അടുത്തായിട്ടായിരുന്നു ബിഷപ്പ് ഇരുന്നിരുന്നത്. അയാളുടെ കയ്യിൽ സാവധാനം തൊട്ടുകൊണ്ട് ബിഷപ്പ് പറഞ്ഞു:

"നിങ്ങൾ ആരാണെന്ന് എന്നോട് പറയണമെന്നില്ല. ഇത് ക്രിസ്തുവിന്റെ വീടാണ്. ഇവിടെ വരുന്നവരോട് പേര് ചോദിക്കാറില്ല. അവർക്ക് എന്തെങ്കിലും ദുഃഖം ഉണ്ടോ എന്നാണ് അന്വേഷിക്കുന്നത്. നിങ്ങൾ വിശപ്പും ദാഹവുംകൊണ്ട് കഷ്ടപ്പെടുകയാണ്. അതുകൊണ്ട് നിങ്ങൾക്ക് സ്വാഗതം. നിങ്ങൾ എനിക്ക് നന്ദി പറയരുത്. നിങ്ങളെ ഞാൻ എന്റെ വീട്ടിൽ സ്വീകരിച്ചെന്നും പറയരുത്. ഇത് അഭയം വേണ്ടവന്റെ മാത്രം വീടാണ്. മറ്റ് ആരുടെയും വീടല്ല. നിങ്ങൾ ഒരു സഞ്ചാരിയാണ്. നിങ്ങൾക്ക് ഈ വീട് എന്നേക്കാൾ സ്വന്തമാണ്. ഇവിടെ ഉള്ളതെല്ലാം നിങ്ങളുടേതാണ്. അതുകൊണ്ട് ഞാൻ എന്തിനാണ് നിങ്ങളുടെ പേര് ചോദിക്കുന്നത്? അല്ലെങ്കിൽത്തന്നെ നിങ്ങൾ പറയുന്നതിന് മുൻപ് എനിക്ക് നിങ്ങളുടെ പേര് അറിയാമായിരുന്നു."

അത്ഭുതംകൊണ്ട് അയാളുടെ കണ്ണുകൾ വിടർന്നു: "സത്യമാണോ? അങ്ങേക്ക് എന്റെ പേര് അറിയാമായിരുന്നോ?

ബിഷപ്പു പറഞ്ഞു: "അറിയാം. നിങ്ങളുടെ പേര് എന്റെ സഹോദരൻ എന്നാണ്."

അയാൾ ഉറക്കെപ്പറഞ്ഞു: "ഇവിടെ വരുമ്പോൾ ഞാൻ വിശപ്പും ദാഹവും കൊണ്ട് വലയുകയായിരുന്നു. പക്ഷേ അങ്ങയുടെ ദയകൊണ്ട് എനിക്ക് ഇപ്പോൾ വിശപ്പും ദാഹവും അറിയാൻ കഴിയുന്നില്ല."

ബിഷപ്പ് അയാളെ നോക്കികൊണ്ട് പറഞ്ഞു: "നിങ്ങൾ ധാരാളം കഷ്ടപ്പെട്ടിട്ടുണ്ട്" അയാൾ പറഞ്ഞു:

“ധാരാളം. ചങ്ങല, ഇരുമ്പുണ്ട, ഉറങ്ങാൻ കിട്ടുന്ന തടിപ്പലക, ചൂട്, തണുപ്പ്, കപ്പലിലെ ജോലിക്കാർ, ഒരു കുറ്റവും ചെയ്യാതെ കിട്ടുന്ന ഇരട്ടച്ചങ്ങല, അങ്ങനെ പലതും ഞാൻ അനുഭവിച്ചിട്ടുണ്ട്. രോഗിയാകുമ്പോഴും ചങ്ങല കൂട്ടിനുണ്ടാവും. കിടപ്പ് ഇരുട്ടറയ്ക്കുള്ളിലും. പട്ടികൾക്കുപോലും ഞങ്ങളെക്കാൾ സന്തോഷം കാണും. അങ്ങനെ പത്തൊൻപതു കൊല്ലം. എനിക്ക് ഇപ്പോൾ നാൽപ്പത്തി ആറ് വയസുണ്ട്. കയ്യിൽ ഒരു മഞ്ഞ പാസ്പോർട്ടും. എന്റെ സ്വന്തമെന്നു പറയാൻ ആകെയുള്ളത് ഇതെല്ലാമാണ്.”

ബിഷപ്പു പറഞ്ഞു: “ശരി. നിങ്ങൾ ഇപ്പോൾ ആ കഷ്ടപ്പാടുകളിൽനിന്ന് ഒഴിവാക്കപ്പെട്ടിരിക്കുന്നു. വെള്ളവസ്ത്രം ധരിച്ച നൂറു നല്ലവർക്കു ലഭിക്കുന്നതിലും വലിയ സ്വീകരണമാണ് പശ്ചാത്തപിക്കുന്ന ഒരു പാപിയുടെ കണ്ണുനീരിന് സ്വർഗത്തിൽ ലഭിക്കാൻ പോകുന്നത്. ദുരിതങ്ങൾ നിറഞ്ഞ ആ സ്ഥലം ഉപേക്ഷിച്ചു പോരുമ്പോൾ നിങ്ങൾക്ക് മനുഷ്യസമൂഹത്തോട് വെറുപ്പും ദേഷ്യവും തോന്നുന്നെങ്കിൽ നിങ്ങൾ അനുകമ്പ മാത്രമാണ് അർഹിക്കുന്നത്. എന്നാൽ സമാധാനത്തോടെയും ശാന്തതയോടെയും ആണ് നിങ്ങൾ ആ സ്ഥലം ഉപേക്ഷിക്കുന്നതെങ്കിൽ നിങ്ങൾ ഞങ്ങളേക്കാൾ എല്ലാം ഉന്നതനാണ്.”

ഇതിനിടയിൽ മദാം മഗ്ലാർ അത്താഴം വിളമ്പി. എണ്ണ, റൊട്ടി, ഉപ്പ്, വെള്ളം, വെണ്ണ അൽപ്പം പന്നിയിറച്ചി, അൽപ്പം ആട്ടിറച്ചി ഇവയെല്ലാം കൂടിച്ചേർത്ത് ഉണ്ടാക്കിയ സൂപ്പും ഉണക്കറൊട്ടിയുമായിരുന്നു അത്താഴം. ബിഷപ്പിനോടു ചോദിക്കാതെ അന്നത്തെ അത്താഴത്തിന്, പതിവില്ലാതെ ഒരു കുപ്പി മാവേവീഞ്ഞുകൂടി അവർ കരുതിയിരുന്നു.

ആതിഥേയരുടെ മുഖത്തു കാണാറുള്ള പ്രത്യേക ആഹ്ലാദം ബിഷപ്പിന്റെ മുഖത്തു കാണാനുണ്ടായിരുന്നു. അതിഥികൾ ഉള്ളപ്പോൾ “അത്താഴത്തിന്” എന്നു പറഞ്ഞതിനുശേഷം ഭക്ഷണം കഴിക്കുന്നതായിരുന്നു അദ്ദേഹത്തിന്റെ ശീലം. അതിഥികളെ അദ്ദേഹം എപ്പോഴും തന്റെ വലതുഭാഗത്താണ് ഇരുത്തുന്നത്. ബാപ്തിസ്തീൻ അദ്ദേഹത്തിന്റെ ഇടതുഭാഗത്ത് നിശ്ശബ്ദയായി ഇരുന്നിരുന്നു.

അദ്ദേഹത്തിന്റെ രീതി അനുസരിച്ച് ബിഷപ്പ് അനുഗ്രഹങ്ങൾ ഉരുവിട്ടതിനു ശേഷം സൂപ്പ് സ്വയം വിളമ്പി. അയാൾ ആർത്തിയോടെ ഭക്ഷണം കഴിക്കാൻ തുടങ്ങി.

ബിഷപ്പ് പെട്ടെന്ന് പറഞ്ഞു: “മേശപ്പുറത്ത് എന്തോ കുറവുണ്ടെന്ന് തോന്നുന്നു.”

ഭക്ഷണം കഴിക്കാൻ ആവശ്യമുള്ള മൂന്നു പാത്രങ്ങൾ മദാം മഗ്ലാർ മേശപ്പുറത്ത് നിരത്തിയിരുന്നു. ആ വീട്ടിലുള്ള ആറു വെള്ളിപ്പാത്രങ്ങളും അതിഥികൾ ഉള്ളപ്പോൾ മേശപ്പുറത്തുണ്ടാവണം എന്നതായിരുന്നു ആ വീട്ടിലെ രീതി. ശാന്തവും ലളിതവുമായ ആ വീടിനെ ദാരിദ്ര്യത്തിൽനിന്ന് പ്രതാപത്തിലേക്ക് ഉയർത്താനുള്ള നിഷ്കളങ്കമായ ഒരു ആഡംബരപ്രകടനമായി മാത്രം അതിനെ കണക്കാക്കിയാൽ മതി.

മദാം മഗ്ലാറിന് ബിഷപ്പ് പറഞ്ഞതിന്റെ അർഥം മനസിലായി. ഒന്നും സംസാരിക്കാതെ അവർ മുറിയിൽനിന്ന് പുറത്തേക്ക് പോയി. ഒരുനിമിഷം കഴിഞ്ഞ് ഭക്ഷണം കഴിച്ചുകൊണ്ടിരുന്ന മൂന്നുപേരുടെയും മുന്നിൽ ബിഷപ്പ് ആവശ്യപ്പെട്ട മൂന്നു വെള്ളിപ്പാത്രങ്ങൾ ഒരേപോലെ ഇരുന്ന് തിളങ്ങുന്നുണ്ടായിരുന്നു.

4. പൊന്താർലിയേയിലെ പാൽ സംസ്കരണശാലയെപ്പറ്റി ചില വിവരങ്ങൾ

ഊണുമേശയ്ക്ക് സമീപം നടന്ന കാര്യങ്ങളെപ്പറ്റി വിശദീകരിക്കാൻ മദ്മാസെൽ ബാപ്തിസ്തീൻ മദാം ബ്വാഷെവ് റോങ്ങിന് എഴുതിയ എഴുത്തിന്റെ ഒരുഭാഗം ഇവിടെ പകർത്തുന്നതിലും മെച്ചമായി നമുക്ക് ഒന്നും ചെയ്യാനില്ല. കുറ്റവാളിയും ബിഷപ്പും തമ്മിൽ നടന്ന സംസാരം ആരേയും ആകർഷിക്കുന്ന സൂക്ഷ്മതയോടെ അവർ ഈ എഴുത്തിൽ പരമാർശിച്ചിട്ടുണ്ട്.

"ആ മനുഷ്യൻ അവിടെ ഉണ്ടായിരുന്ന ആരേയും ശ്രദ്ധിക്കുന്നുണ്ടായിരുന്നില്ല. വിശക്കുന്നവന്റെ അത്യാർത്തിയോടെ അയാൾ ഭക്ഷണം കഴിച്ചു. അത്താഴം കഴിഞ്ഞാണ് അയാൾ വായ് തുറന്നത്.

"ബഹുമാനപ്പെട്ട പുരോഹിതൻ എനിക്ക് ഇതെല്ലാംതന്നെ വളരെ മെച്ചപ്പെട്ട ആഹാരമാണ്. പക്ഷേ, എന്നോടൊപ്പം ഭക്ഷണം കഴിക്കാൻ തയാറാകാതിരുന്ന വണ്ടിക്കാർ ഇതിലും നല്ല ഭക്ഷണമാണ് കഴിക്കുന്നതെന്ന് പറയാതിരിക്കാൻ കഴിയില്ല."

അയാളുടെ ഈ സംസാരം കേട്ട് ഞാൻ ഞെട്ടിപ്പോയി. ചേട്ടൻ അതിന് ഇങ്ങനെയാണ് മറുപടി പറഞ്ഞത്: "അവർ എന്നേക്കാൾ തടിയൻമാരാണ്."

അയാൾ പറഞ്ഞു: "അതുകൊണ്ടല്ല. അവരുടെ കയ്യിൽ കൂടുതൽ പണം ഉണ്ട്. അങ്ങ് ദരിദ്രനാണെന്ന് എനിക്ക് മനസിലാക്കാൻ കഴിയുന്നുണ്ട്. അങ്ങ് ഒരുപക്ഷേ, ഒരു പുരോഹിതൻപോലും ആയിരിക്കില്ല. അതിലും താഴെയായിരിക്കും. അങ്ങയുടെ സ്ഥാനം. അങ്ങ് ഒരു പുരോഹിതനാണോ? എന്തായാലും ദൈവം നീതിമാൻ ആണെങ്കിൽ അങ്ങ് നിശ്ചയമായും ഒരു പുരോഹിതൻ എങ്കിലും ആയിരിക്കണം.

എന്റെ ചേട്ടൻ പറഞ്ഞു: "ദൈവം നീതിമാനും അപ്പുറത്താണ്." ഒരു നിമിഷം കഴിഞ്ഞ് അദ്ദേഹം കൂട്ടിച്ചേർത്തു. "ഴാങ് വാൽഴാങ്, നിങ്ങൾ പൊന്താർലിയേയിലേക്കാണോ പോകുന്നത്?"

"ഒരു നിർബന്ധിത യാത്ര."

അയാൾ അങ്ങനെയാണ് പറഞ്ഞതെന്ന് എനിക്ക് നല്ല ഉറപ്പുണ്ട്. പിന്നീട് അയാൾ സംസാരം തുടർന്നു: "നാളെ നേരം വെളുക്കുമ്പോൾ ഞാൻ നിരത്തിൽ ഇറങ്ങും. യാത്ര വളരെ ബുദ്ധിമുട്ടാണ്. പകൽ ചൂടും രാത്രിയിൽ തണുപ്പും."

എന്റെ ചേട്ടൻ പറഞ്ഞു: "നിങ്ങൾ പോകുന്നത് ഒരു നല്ല രാജ്യത്തേക്കാണ്. വിപ്ലവത്തിന്റെ സമയത്ത് എന്റെ കുടുംബവും നശിക്കപ്പെട്ടിരുന്നു. അന്ന് ഞാൻ ആദ്യം ഫ്രാങ് ഷ്-കോംതേയിലാണ് അഭയം തേടിയിരുന്നത്. കുറേക്കാലം അവിടെ കൂലിവേല ചെയ്ത് ജീവിച്ചു. അവിടെ എന്റെ ഇഷ്ടത്തിന് അന്ന് ജോലി തെരഞ്ഞെടുക്കാൻ കഴിഞ്ഞിരുന്നു. അവിടെ പേപ്പർ മില്ലുകളും തുകൽ സംസ്കരണശാലകളും ഡിസ്റ്റിലറികളും ഫൗൺട്രികളും എണ്ണക്കമ്പനികളും എല്ലാം ഉണ്ട്. ഏറ്റവും കുറഞ്ഞത് അവിടെ ഇരുപത് ഇരുമ്പ് ഫൗൺട്രികൾ എങ്കിലും ഉണ്ടായിരിക്കണം. അതിൽ ലോഡിലും ഷാത്തിലോങ്ങിലും ഓദാങ്കൂറിലും ബോറിലും ഉള്ള നാലെണ്ണം വളരെ വലിയ ഫൗൺട്രികളാണ്."

ചേട്ടൻ പറഞ്ഞത് ഈ നാലു സ്ഥലങ്ങൾ ആയിരുന്നെന്നാണ് എന്റെ ഓർമ.

തെറ്റുപറ്റിയിട്ടില്ലെന്നാണ് എന്റെ വിശ്വാസം. പിന്നീട് അയാളോടുള്ള സംസാരം നിർത്തി ചേട്ടൻ എന്നോട് ചോദിച്ചു: "നമുക്ക് അവിടെ ബന്ധുക്കളില്ലേ?"

ഞാൻ പറഞ്ഞു: "ഉണ്ട്. പലതരം ഉണ്ട്. പഴയകാലത്ത് പൊന്താർലിയേയിലെ സൈനികമേധാവിയായിരുന്ന മൊസ്യെ ലൂസിനെയും അവരുടെ കൂട്ടത്തിൽ അവിടെതന്നെയുണ്ട്."

ചേട്ടൻ പറഞ്ഞു: "ശരിയാണ്. പക്ഷേ, 93 ൽ ആർക്കും ബന്ധുക്കൾ ഉണ്ടായിരുന്നില്ല. എല്ലാവരും അയാളെതന്നെയാണ് ആശ്രയിച്ചിരുന്നത്. അവർക്ക് അന്ന് അവിടെ നല്ലനിലയിൽ പ്രവർത്തിച്ചിരുന്ന ഒരു പാൽസംസ്കരണശാല ഉണ്ടായിരുന്നു. ഴാങ് വാൽഴാങ് ഇപ്പോൾ അങ്ങോട്ടാണ് പോകുന്നത്. കുടുംബപരമായി അവർ നടത്തിയിരുന്ന ആ പാൽക്കട്ടി വ്യവസായം നല്ലനിലയിൽ നടന്നിരുന്നു.

പിന്നീട് അയാൾക്ക് ഭക്ഷണം കഴിക്കുന്നതിനുള്ള സഹായങ്ങൾ ചെയ്തുകൊണ്ടിരുന്നതിനിടയിൽ ചേട്ടൻ പാൽസംസ്കരണശാലയെക്കുറിച്ചുള്ള വിവരണം ആരംഭിച്ചു. സംസ്കരണശാലയ്ക്ക് രണ്ടുഭാഗങ്ങൾ ഉണ്ടായിരുന്നു. ഒരുഭാഗം പണക്കാർക്കുവേണ്ടിയായിരുന്നു. അവിടെ നാൽപ്പതോ അൻപതോ പശുക്കൾ ഉണ്ടായിരുന്നു. വേനലിൽ അവിടെ ഏതാണ്ട് എണ്ണായിരത്തോളം പാൽക്കട്ടികൾ നിർമിക്കും. രണ്ടാമത്തെ ഭാഗം പാവങ്ങളുടേതാണ്. അവർ കൂടുതലും മലയിൽ താമസിച്ചിരുന്ന കൃഷിക്കാരാണ്. അവർ കൂട്ടമായാണ് പശുക്കളെ വളർത്തിയിരുന്നത്. കിട്ടുന്നത് അവർ വീതിച്ചെടുക്കും. ദിവസം മൂന്നുപ്രാവശ്യം ഒരു ഇടനിലക്കാരൻ അവരുടെ കയ്യിൽനിന്ന് പാൽ അളന്നുവാങ്ങും. കണക്ക് രണ്ടു കടലാസിൽ എഴുതി ഒന്ന് അയാൾ സൂക്ഷിക്കും. ഏപ്രിൽ അവസാനത്തോടെ സംസ്കരണശാലയിൽ ജോലി ആരംഭിക്കും. ജൂൺ പകുതി ആകുമ്പോൾ അവർ പശുക്കളെ മലയിലേക്ക് തിരിച്ചുകൊണ്ടുപോകും.

ഭക്ഷണം കഴിച്ചുതുടങ്ങിയപ്പോൾത്തന്നെ ആ മനുഷ്യന് ജീവൻവെച്ചു. എന്റെ ചേട്ടൻ അയാൾക്ക് നല്ല വീഞ്ഞ് ഒഴിച്ചുകൊടുത്തു. നല്ല വീഞ്ഞാണെന്ന കാരണം പറഞ്ഞ് അയാൾ കുറച്ചു മാത്രമേ കുടിച്ചുള്ളൂ. കാര്യങ്ങൾ പറയുന്നതിന് ചേട്ടന് ചേട്ടന്റേതായ എളുപ്പവഴിയുണ്ട്. അതുപോലെതന്നെയാണ് ചേട്ടൻ അയാൾക്ക് കാര്യങ്ങൾ വിശദീകരിച്ചുകൊടുത്തത്. അതിനിടയിൽ ചേട്ടൻ എനിക്കുള്ള അഭിനന്ദനങ്ങളും ഇടകലർത്തി പറയുന്നുണ്ടായിരുന്നു. ഇടനിലക്കാരന് ചേട്ടൻ കൂടുതൽ പ്രാധാന്യം കൊടുത്തു. ആ മനുഷ്യനോടു നേരിട്ടു പറയാതെ ഇടനിലക്കാരൻ അയാൾക്ക് പറ്റിയ ഒരു ആശ്രയമാണെന്ന് മനസിലാക്കാനായിരുന്നു ചേട്ടൻ ശ്രമിച്ചിരുന്നതെന്ന് തോന്നുന്നു. ഒരു കാര്യം ഞാൻ ശ്രദ്ധിച്ചു. ആ മനുഷ്യൻ വന്നു കയറിയപ്പോൾ ക്രിസ്തുവിനെപ്പറ്റി ഒന്നുരണ്ടു വാക്കുകൾ പറഞ്ഞതൊഴിച്ചാൽ അത്താഴസമയത്തു മാത്രമല്ല അന്നു വൈകുന്നേരത്ത് ഒരിക്കൽപ്പോലും താൻ ആരാണെന്നതിനെപ്പറ്റി ഒരു സൂചനപോലും ചേട്ടൻ അയാൾക്കു നൽകിയിരുന്നില്ല. സത്യത്തിൽ ചേട്ടന് പ്രഭാഷണം നടത്താൻ പറ്റിയ ഒരു അവസരമായിരുന്നു. കുറ്റവാളിയുടെ മനസിൽ ബിഷപ്പിനെപ്പറ്റി ഒരു മതിപ്പ് ഉണ്ടാക്കാൻ അദ്ദേഹം ശ്രമിച്ചില്ല. ദുഃഖിതനായ ഒരു മനുഷ്യന് ശരീരത്തിനുവേണ്ട ഭക്ഷണം നൽകുന്നതിനൊപ്പം മനസിനുവേണ്ട ഉപദേശങ്ങളോ അനുകമ്പ കലർന്ന അഭ്യർഥനകളോ നൽകി അയാളുടെ ഭാവിജീവിതം നന്നാക്കാൻ ശ്രമിക്കേണ്ടത് ഒരുവന് സ്വന്തം ചുമതലയായി തോന്നുന്ന കാര്യമാണ്. എന്റെ ചേട്ടൻ പക്ഷേ, അയാളുടെ ചരിത്രം അന്വേഷിച്ചില്ല. അയാളുടെ ചരിത്രത്തിൽ

അയാളുടെ കുറ്റകൃത്യം മറഞ്ഞു കിടക്കുന്നതുകൊണ്ടായിരിക്കാം ചേട്ടൻ അതേക്കുറിച്ച് അന്വേഷിക്കാതിരുന്നത്. അയാളുടെ ഓർമയിലേക്ക് അയാളുടെ കുറ്റകൃത്യത്തെ തിരിച്ചുവിളിച്ചുകൊണ്ടുവരാൻ സാധ്യതയുള്ള എല്ലാ കാര്യങ്ങളും ചേട്ടൻ അവഗണിച്ചിരുന്നതായി തോന്നി. പൊന്താർലിയേയിലെ കൃഷിക്കാരെപ്പറ്റി സംസാരിക്കുന്നതിനിടയിൽ ഒരുതവണ അവർ നിഷ്കളങ്കരായതുകൊണ്ട് അവർക്ക് സന്തോഷം ഉണ്ടായിരുന്നു എന്ന് ചേട്ടൻ പറയുന്നത് കേട്ടു. ആ മനുഷ്യന്റെ വികാരങ്ങളെ തന്റെ വാക്കുകൾ വ്രണപ്പെടുത്താൻ ഇടയുണ്ടെന്ന തോന്നലിൽ ചേട്ടൻ പെട്ടെന്നു സംസാരം നിർത്തി. അപ്പോൾ ചേട്ടൻ ആലോചിച്ചിരുന്നത് എന്താണെന്ന് എനിക്ക് മനസിലായിട്ടുണ്ട് എന്ന് ഞാൻ വിശ്വസിക്കുന്നു. ഴാങ് വാൽഴാങ് എന്ന ഈ മനുഷ്യന്റെ ഉള്ളിൽ അയാളുടെ നീച പ്രവൃത്തികൾ ഇടതടവില്ലാതെ കടന്നുവരുന്നുണ്ടാവണം. വീണ്ടും അതൊക്കെ ഓർമിപ്പിച്ച് അയാളെ വിഷമിപ്പിക്കാതിരിക്കുന്നതാണ് ഏറ്റവും നല്ല കാര്യം. ഒരു സാധാരണക്കാരനോടെന്നപോലെ പെരുമാറി നിമിഷനേരത്തേക്കെങ്കിലും താനും ഒരു സാധാരണക്കാരനാണെന്ന തോന്നൽ അയാളിൽ ഉണ്ടാകുന്നതിലും കൂടുതലായി ചേട്ടന് ഒന്നും ചെയ്യാനില്ലെന്ന് തോന്നിയിരിക്കണം. ഈ തോന്നൽ അനുകമ്പയെ പറ്റിയുള്ള ശരിയായ അവബോധം അല്ലേ? പ്രഭാഷണങ്ങളിൽനിന്നും സദാചാര പ്രസംഗങ്ങളിൽനിന്നും പ്രലോഭനങ്ങളിൽനിന്നും വേറിട്ടു നിൽക്കുന്ന സത്യസന്ധമായ ഒരു ദൈവികത അദ്ദേഹത്തിന്റെ പ്രവൃത്തികളിൽ കാണാൻ കഴിയുന്നില്ലേ? ഒരു മനുഷ്യന്റെ ദുഃഖത്തിനുള്ള കാരണങ്ങൾ സ്പർശിക്കാതിരിക്കുന്നതല്ലേ ഏറ്റവും വലിയ വിവേകം? എന്റെ ചേട്ടന്റെ മനസിൽ അപ്പോൾ ആഴത്തിൽ തോന്നിയ ചിന്ത ഇതായിരുന്നെന്ന് ഞാൻ വിശ്വസിക്കുന്നു. എന്തായാലും എനിക്ക് ഒരു കാര്യം ഉറപ്പിച്ചുപറയാൻ കഴിയും. ഇത്തരം ആശയങ്ങൾ തന്റെ മനസിൽ ഉണ്ടെന്ന് എന്നോടുപോലും ചേട്ടൻ ഒരിക്കലും പ്രകടിപ്പിച്ചിട്ടില്ല. അധികാരിയുടെയും പുരോഹിതന്റെയും കൂടെ അത്താഴം കഴിക്കുന്നതുപോലെയായിരുന്നു ഴാങ് വാൽഴാങ്ങിനോടൊപ്പം ചേട്ടൻ അത്താഴം കഴിച്ചത്.

ഒടുവിൽ ഞങ്ങൾ മധുരം കഴിക്കാൻ തുടങ്ങുമ്പോൾ ആരോ കതക് തള്ളിത്തുറന്നു. ഒക്കത്ത് കുട്ടിയുമായി ഗെർബോ മുറിയിലേക്ക് കടന്നുവന്നു. ആ മനുഷ്യൻ അവർ വന്നതൊന്നും ശ്രദ്ധിച്ചില്ല. അയാൾ വളരെ ക്ഷീണിച്ചിരുന്നതായി തോന്നി. എന്റെ ചേട്ടൻ കുട്ടിയെ ചുംബിച്ചു. എന്റെ കയ്യിൽ ഉണ്ടായിരുന്ന പതിനഞ്ചു സൂ കടം വാങ്ങി കുട്ടിയുടെ അമ്മയ്ക്ക് കൊടുത്തു. ചേട്ടൻ ദൈവസ്തുതി ചൊല്ലി. ആ പാവപ്പെട്ട വൃദ്ധ തിരിച്ചുപോയി. അതിനുശേഷം ചേട്ടൻ ആ മനുഷ്യനോട് പറഞ്ഞു:

"നിങ്ങൾക്ക് ഉറക്കം വരുന്നുണ്ട്. ഉറക്കമാണ് ഇപ്പോൾ നിങ്ങളുടെ അത്യാവശ്യം."

മദാം മഗ്ലാർ പെട്ടെന്ന് മേശപ്പുറത്തുനിന്നും വിരിപ്പ് എടുത്തുമാറ്റി. ഈ വഴിപോക്കന് ഉറങ്ങാൻവേണ്ടി ഞങ്ങൾ സ്വന്തം മുറികളിലേക്ക് തിരിച്ചുപോകാൻ സമയമായി എന്ന് എനിക്ക് മനസിലായി ഞങ്ങളുടെ മുറികളിൽ ഞങ്ങൾ തിരിച്ചെത്തി, എങ്കിലും ആ മനുഷ്യന്റെ കിടക്കയിൽ വിരിക്കാൻ വേണ്ടി എന്റെ മുറിയിൽ ഉണ്ടായിരുന്ന മാൻതോൽ ഞാൻ മദാം മഗ്ലാറിന്റെ കയ്യിൽ കൊടുത്തുവിട്ടു. രാത്രിയിൽ ഭയങ്കര തണുപ്പാണ്. പുതപ്പില്ലാതെ കഴിയാൻ പറ്റില്ല. മാൻതോൽ പഴകി രോമങ്ങൾ കൊഴിഞ്ഞുതുടങ്ങിയിരുന്നു. എന്റെ ചേട്ടൻ ജർമനിയിൽ

നിന്നും വന്നപ്പോൾ കൊണ്ടുവന്നതായിരുന്നു ആ മാൻതോൽ. ഡാന്യൂബ് നദിയുടെ ഉത്ഭവസ്ഥാനത്തുനിന്നാണ് എന്റെ ചേട്ടൻ മാൻതോലും, ഞാൻ കഴിക്കുമ്പോൾ ഉപയോഗിക്കുന്ന ആനക്കൊമ്പിന്റെ പിടിയുള്ള ചെറിയ കത്തിയും വാങ്ങിയത്. കത്തി എന്റെ മേശപ്പുറത്ത് ഇരിപ്പുണ്ട്.

മദാം മഗ്ലോർ പെട്ടെന്ന് തിരിച്ചുവന്നു. തുണി ഉണങ്ങാൻ വിരിക്കുന്ന മുറിയിൽ ഇരുന്ന് ഞങ്ങൾ പ്രാർഥിച്ചു. പിന്നീട് ഒന്നും സംസാരിക്കാതെ അവരവരുടെ മുറികളിലേക്ക് തിരിച്ചുപോയി.

5. ശാന്തത

സഹോദരിക്ക് ശുഭരാത്രി ആശംസിച്ചതിനുശേഷം ബിയാങ് വെന്യു മേശപ്പുറത്തുനിന്നും വെള്ളി മെഴുകുതിരിക്കാലുകളിൽ ഒരെണ്ണം കയ്യിലെടുത്തു. ഒരെണ്ണം അദ്ദേഹം അതിഥിക്കു നൽകി. അദ്ദേഹം പറഞ്ഞു: "ഞാൻ മുറി കാണിച്ചു തരാം." അയാൾ ബിയാങ് വെന്യുവിനെ പിൻതുടർന്നു.

ബിഷപ്പിന്റെ അറയിലൂടെ മാത്രമേ അടുത്ത മുറിയിലേക്ക് പോകാൻ കഴിയുകയുള്ളൂ എന്ന് വീടിന്റെ വിവരണത്തിൽനിന്നും വ്യക്തമായിട്ടുണ്ടല്ലോ. അവർ ബിഷപ്പിന്റെ മുറിയിലൂടെ കടന്നുപോകുമ്പോൾ മദാം മഗ്ലോർ വെള്ളി പ്പാത്രങ്ങൾ കിടക്കയുടെ അടുത്തുള്ള ഭിത്തി അലമാരയിൽ അടുക്കിവയ്ക്കു കയായിരുന്നു. ഉറങ്ങാൻ പോകുന്നതിനുമുമ്പ് എല്ലാ ദിവസവും അവരുടെ അവസാനത്തെ ജോലി ഈ അടുക്കിവയ്ക്കലാണ്.

ബിഷപ്പ് അതിഥിക്ക് മുറി കാണിച്ചുകൊടുത്തു. കിടക്കയിൽ വൃത്തിയുള്ള വെള്ള വിരിപ്പ് വിരിച്ചിരുന്നു. അയാൾ മെഴുകുതിരിക്കാല് ഒരു ചെറിയ മേശപ്പുറത്ത് വെച്ചു. ബിഷപ്പു പറഞ്ഞു: "സുഖമായി ഉറങ്ങൂ, നാളെ രാവിലെ പോകുന്നതിനു മുൻപ് ഞങ്ങളുടെ പശുവിന്റെ ഒരു കപ്പ് ചൂടുപാലുകൂടി കുടിക്കണം."

അയാൾ പറഞ്ഞു: "നന്ദി."

'നന്ദി' എന്ന് പറഞ്ഞുതീരുന്നതിനു മുൻപുതന്നെ അയാൾ ലക്ഷണം കെട്ട ഒരു ചേഷ്ട കാണിച്ചു. സ്ത്രീകൾ അതു കണ്ടിരുന്നെങ്കിൽ ഭയന്നു വിറയ്ക്കുമായിരുന്നു. ആ നിമിഷത്തിൽ എന്ത് ഉൾപ്രേരണയാണ് അയാളെ ഭരിച്ചിരുന്നതെന്ന് ഇപ്പോൾപ്പോലും നമുക്ക് മനസിലാക്കാൻ പ്രയാസമാണ്. ഒരു മുന്നറിയിപ്പ് നൽകുകയായിരുന്നോ അയാളുടെ ഉദ്ദേശ്യം? അതോ അയാൾ ഒരു ഭീഷണി ഉയർത്തുകയായിരുന്നോ? അതോ അയാൾക്കുപോലും തിരിച്ചറിയാൻ കഴിയാത്ത ഒരു ഉൾപ്രേരണയ്ക്ക് അയാൾ വശംവദനാകുകയായിരുന്നോ? അയാൾ പെട്ടെന്ന് ബിഷപ്പിന് അഭിമുഖമായി കൈകൾ പിണച്ച് നിന്നു. അയാളുടെ നോട്ടം വന്യമായിരുന്നു. പരുക്കൻ ശബ്ദത്തിൽ അയാൾ പറഞ്ഞു:

"ഇപ്പോൾ നിങ്ങളുടെ വീട്ടിനുള്ളിൽ നിങ്ങളുടെ അടുത്തുതന്നെ എനിക്ക് നിങ്ങൾ ഇടം തന്നിരിക്കുന്നു." അയാൾ സ്വയം പരിശോധിച്ചതിനുശേഷം ഭയാന കമായ ഒരു ചിരിക്കൊപ്പം കൂട്ടിച്ചേർത്തു.

"നിങ്ങൾ ഇതിനെപ്പറ്റി ശരിക്കും ആലോചിച്ചിട്ടുണ്ടോ? ഞാൻ ഒരു കൊല പാതകിയല്ലെന്ന് നിങ്ങളോട് ആരെങ്കിലും പറഞ്ഞിട്ടുണ്ടോ?"

ബിഷപ്പ് മറുപടി പറഞ്ഞു: "അത് ദൈവം നോക്കിക്കൊള്ളും."

പിന്നീട് പ്രാർഥിക്കുകയോ സ്വയം സംസാരിക്കുകയോ ചെയ്യുന്ന ഒരുവനെപ്പോലെ എന്തോ ഉരുവിട്ടുകൊണ്ട് ഗാംഭീര്യത്തോടെ വലതുകയ്യിലെ രണ്ടു വിരലു

കൾ ഉയർത്തി ബിഷപ്പ് ആ മനുഷ്യനെ അനുഗ്രഹിച്ചു. പക്ഷേ, അയാൾ തലകുനിച്ചില്ല. പിന്നീട് ഒന്നു തിരിഞ്ഞുനോക്കാൻപോലും തുനിയാതെ ബിഷപ്പ് സ്വന്തം മുറിയിലേക്ക് പോയി.

പ്രഭാഷണമുറിയിൽ ഉറങ്ങാൻ ഒരാൾ ഉണ്ടെങ്കിൽ അതിലെ അൾത്താര ഒരു കമ്പിളിത്തുണികൊണ്ട് മൂടാറാണ് പതിവ്. ബിഷപ്പ് പുറത്തേക്ക് പോകുമ്പോൾ ആ തിരശ്ശീലയ്ക്ക് മുന്നിൽ മുട്ടുകുത്തിനിന്ന് അൽപ്പസമയം പ്രാർഥിച്ചു.

നിമിഷനേരത്തിനുശേഷം ദൈവത്തിന്റെ നിഗൂഢമായ കർമപദ്ധതികളെപ്പറ്റിയുള്ള ആലോചനകളിൽ മുഴുകി ബിഷപ്പ് തോട്ടത്തിലെ നടത്തം ആരംഭിച്ചു കഴിഞ്ഞിരുന്നു.

അയാൾ ക്ഷീണംകാരണം വെളുത്ത മഞ്ഞവിരിപ്പുപോലും കാണുന്നുണ്ടായിരുന്നില്ല. കുറ്റവാളികളുടെ ഇടയിലെ പതിവു രീതി അനുസരിച്ച് മൂക്കുകൊണ്ട് അയാൾ മെഴുകുതിരി ഊതിക്കെടുത്തി. വേഷം അഴിച്ചുമാറ്റാതെ അയാൾ കിടക്കയിലേക്ക് വീണു.

ബിഷപ്പ് മുറിയിൽ തിരിച്ചെത്തിയപ്പോൾ അർധരാത്രി പന്ത്രണ്ടുമണി മുഴങ്ങുന്നതു കേട്ടു. ഏതാനും നിമിഷങ്ങൾക്കകം ആ ചെറിയ വീട്ടിൽ എല്ലാവരും ഉറങ്ങിക്കഴിഞ്ഞു.

6. ഴാങ് വാൽഴാങ്

എപ്പോഴാണെന്നറിയില്ല രാത്രിയിൽ ഴാങ് വാൽഴാങ് ഉണർന്നു.

ബ്രീയിലെ ഒരു ദരിദ്രകർഷക കുടുംബത്തിലാണ് ഴാങ് വാൽഴാങ് ജനിച്ചത്. കുട്ടികാലത്ത് അയാളെ എഴുത്തും വായനയും ആരും അഭ്യസിപ്പിച്ചിരുന്നില്ല. മുതിർന്നപ്പോൾ ഫെവറോയിൽ ഒരു മരം വെട്ടുകാരനായി അയാൾ മാറി. അയാളുടെ അമ്മയുടെ പേര് ഴെൻ മാത്തിയോ എന്നായിരുന്നു. അച്ഛനെ വാൽ ഴാങ് എന്നോ ഴാങ് വാൽഴാങ് എന്നോ ആണ് ആളുകൾ വിളിച്ചിരുന്നത്. ഒരുപക്ഷേ, ഈ പേര് അയാളെ പരിഹസിച്ചു വിളിച്ചിരുന്ന പേര് ആവാനും സാധ്യതയുണ്ട്.

ഴാങ് വാൽഴാങ് ആലോചനാശീലം ഉള്ളവനായിരുന്നു. എന്നാൽ സ്നേഹം ഉള്ളവരുടെ പ്രത്യേകതകൾ അയാൾക്കും ഉണ്ടായിരുന്നു. അയാൾ ഒരിക്കലും ദുഃഖിച്ചിരുന്നില്ല. വളരെ ചെറുപ്പത്തിൽത്തന്നെ അയാൾക്ക് അച്ഛനമ്മമാർ നഷ്ടപ്പെട്ടു. വേണ്ട ചികിത്സകിട്ടാതെ പനി പിടിച്ചാണ് അവർ മരിച്ചത്. അയാളെപ്പോലെ അയാളുടെ അച്ഛനും ഒരു മരംവെട്ടുകാരനായിരുന്നു. ഒരു മരത്തിൽനിന്ന് വീണാണ് അച്ഛൻ മരിച്ചത്. ഴാങ് വാൽഴാങ്ങിന് അപ്പോൾ ആകെ ഉണ്ടായിരുന്ന ബന്ധു അയാളുടെ ഒരു സഹോദരിയാണ്. ആണും പെണ്ണുമായി ഏഴു കുട്ടികൾ ഉള്ള ഒരു വിധവ. ഈ സഹോദരിയാണ് അയാളെ വളർത്തിയത്. ഭർത്താവ് ജീവിച്ചിരുന്ന കാലത്ത് അവർ ഇളയസഹോദരനെ ശ്രദ്ധിച്ചിരുന്നു. ഏഴു കുട്ടികളിൽ മൂത്ത കുട്ടിക്ക് എട്ടു വയസും ഇളയ കുട്ടിക്ക് ഒരു വയസും ഉള്ളപ്പോൾ അവരുടെ ഭർത്താവ് മരിച്ചു. ഇരുപത്തഞ്ച് വയസായപ്പോൾ ഴാങ് വാൽഴാങ് അച്ഛന്റെ സ്ഥാനം ഏറ്റെടുത്തു. തന്നെ വളർത്തി വലുതാക്കിയ സഹോദരിയെ അവൻ സംരക്ഷിച്ചു. ചിലപ്പോഴൊക്കെ മുഖം കറുത്തു പെരുമാറിയിരുന്നെങ്കിലും സഹോദരിയുടെ സംരക്ഷണം സ്വന്തം ചുമതലയായി അയാൾ കണക്കാക്കിയിരുന്നു. ചെറിയ പ്രതിഫലം ലഭിച്ചിരുന്ന പരുക്കൻ ജോലികൾ ചെയ്ത്

അയാളുടെ യൗവ്വനം കടന്നുപോയി. ഒരിക്കൽപ്പോലും അയാൾക്ക് ഒരു കാമുകി ഉണ്ടായിരുന്നില്ല. കാരണം പ്രേമിക്കാൻ അയാൾക്ക് സമയം കിട്ടിയിരുന്നില്ല.

രാത്രി വളരെ ഇരുട്ടിയതിനുശേഷം അയാൾ വീട്ടിൽ തിരിച്ചെത്തുമ്പോൾ ക്ഷീണിതനായിരിക്കും. പിന്നീട് ഒരു വാക്കുപോലും പറയാതെ അത്താഴം കഴിച്ച് കിടക്കുകയാണ് അയാളുടെ പതിവ്. അയാളുടെ ഭക്ഷണത്തിന്റെ ഏറ്റവും നല്ല ഭാഗങ്ങൾ ഒരു കഷണം പന്നിയിറച്ചി ആയിരിക്കും. അല്ലെങ്കിൽ കാബേജിന്റെ ഒരു കഷണം. അയാളുടെ സഹോദരി ആ കഷണം അവരുടെ കുട്ടികൾക്കുവേണ്ടി എടുത്തുമാറ്റും. സൂപ്പു പാത്രത്തിലേക്ക് മുഖം കുനിഞ്ഞിരുന്ന് അയാൾ ആഹാരം കഴിക്കും. അയാളുടെ മുടി കണ്ണുകളെ മൂടിക്കൊണ്ട് സൂപ്പുപാത്രം വരെ നീണ്ടു കിടക്കും. സഹോദരി ചെയ്യുന്നതൊന്നും അയാളുടെ ശ്രദ്ധയിൽപ്പെട്ടതായി തോന്നില്ല. ഫെവറോളയിൽ ഴാങ് വാൽഴാങ്ങിന്റെ വീടിന് അടുത്തായി നിരത്തിന്റെ മറുവശത്ത് മാറി ക്ലോദ് എന്നൊരു കർഷകസ്ത്രീ ഉണ്ടായിരുന്നു. എന്നും ദാരിദ്ര്യത്തിലായിരുന്നു ഴാങ് വാൽഴാങ്ങിന്റെ സഹോദരിയുടെ കുട്ടികൾ. അവരുടെ വീട്ടിൽ നിന്ന് അമ്മയുടെ പേരും പറഞ്ഞ് പാൽ കടം വാങ്ങുന്നത് പതിവാണ്. എന്നിട്ട് അവർ അത് കുറ്റിച്ചെടികളുടെ മറവിൽ ഇരുന്ന് കുടിച്ച് തീർക്കും. അതിനിടയിൽ പാത്രത്തിനുവേണ്ടി പിടിവലി നടക്കും. പലപ്പോഴും ചെറിയ പെൺകുട്ടിയുടെ ഉടുപ്പിലും കഴുത്തിലും പാൽ തെറിച്ചു വീണ് ഉണങ്ങിയതിന്റെ പാടുകൾ കാണും. അവരുടെ അമ്മ ഇത് അറിയാൻ ഇടയായാൽ അവർക്ക് ശിക്ഷ കിട്ടുമെന്ന് ഉറപ്പാണ്. ഴാങ് വാൽഴാങ് ഇതിനെതിരെ മുറുമുറുത്തിരുന്നെങ്കിലും മാറി ക്ലോദിന് പാലിന്റെ വില അയാൾ കൊടുത്തുകൊണ്ടിരുന്നു. കുട്ടികളുടെ അമ്മ അതുകൊണ്ട് ഒരിക്കലും ഈ കാര്യം അറിഞ്ഞിരുന്നില്ല. അതുകൊണ്ട് കുട്ടികളും രക്ഷപ്പെട്ടു.

മരച്ചില്ലകൾ മുറിക്കുന്ന സമയത്ത് ഴാങ് വാൽഴാങ്ങിന് ഒരുദിവസം പതിനെട്ടു സൂ ശമ്പളം കിട്ടും. ആ ജോലി ഇല്ലാത്ത ദിവസങ്ങളിൽ അയാൾ വിളവെടുപ്പുൾപ്പെടെ മറ്റു ജോലികൾ ചെയ്തു. എന്തു ജോലി കിട്ടിയാലും അയാൾ അതു വേണ്ടെന്ന് വയ്ക്കില്ല. അയാളുടെ സഹോദരിയും ജോലിക്കു പോയിരുന്നു. പക്ഷേ, ഏഴു കുട്ടികളുമായി അവർക്ക് എന്തു ജോലിയാണ് ചെയ്യാൻ കഴിയുന്നത്? അവരുടെ വീട് സാവധാനം ദുരിതങ്ങളുടെ പിടിയിൽ അമർന്നുപോയ ദുഃഖിതരുടെ ഒരു സംഘമായിരുന്നു. വളരെ രൂക്ഷമായ ഒരു മഞ്ഞുകാലം വന്നു. ഴാങ് വാൽഴാങ്ങിന് ജോലി ഇല്ലാതായി. ഏഴുകുട്ടികളുള്ള അവരുടെ വീട്ടിൽ അക്ഷരാർഥത്തിൽത്തന്നെ ആഹാരത്തിന് ഒന്നും ഉണ്ടായിരുന്നില്ല.

ഒരു ഞായറാഴ്ച രാത്രിയിൽ ഫെവറോളയിലെ ബേക്കറി ഉടമയായ മോബേർഇലാബോ ഉറങ്ങാൻ തുടങ്ങുകയായിരുന്നു. അയാളുടെ കടയുടെ ജനാലയുടെ ഇരുമ്പഴികളിൽ എന്തോ ശക്തിയോടെ വന്നു വീഴുന്നത് അപ്പോഴാണ് അയാൾ കേട്ടത്. പെട്ടെന്ന് ചെന്നു നോക്കിയപ്പോൾ ജനാലയുടെ ജനൽപ്പാളിക്ക് ഇടയിലൂടെ അകത്തേക്ക് ഒരു കൈപ്പത്തി നീണ്ടു വന്നു. കൈപ്പത്തി ഒരു കഷണം റൊട്ടിയുമായി പിൻവാങ്ങി. ഇസാബോ പുറത്തേക്ക് ഓടിയിറങ്ങി. കള്ളൻ സർവപരാക്രമവും എടുത്ത് ഓടി. ഇസാബോ പിന്നാലെ ഓടി കള്ളനെ പിടിച്ചു. കള്ളൻ റൊട്ടി വഴിയിൽ ഉപേക്ഷിച്ചു കഴിഞ്ഞിരുന്നു. പക്ഷേ, അയാളുടെ കയ്യിൽ കുപ്പിച്ചില്ലുകൊണ്ടുണ്ടായ മുറിവിൽനിന്ന് രക്തം വാർന്നൊഴുകിക്കൊണ്ടിരുന്നു. കള്ളൻ ഴാങ് വാൽഴാങ് ആയിരുന്നു.

ഈ സംഭവം നടക്കുന്നത് 1795 ൽ ആയിരുന്നു. ആൾത്താമസമുള്ള വീട്ടിൽ ഭവനഭേദനം നടത്തിയ കുറ്റത്തിന് ഴാങ് വാൽഴാങ്ങിനെ അന്നത്തെ നീതിന്യായ ക്കോടതി മുമ്പാകെ ഹാജരാക്കി. ലോകത്ത് ഉന്നംതെറ്റാതെ വെടിവയ്ക്കുവാൻ അറിയാവുന്ന എല്ലാവരേയുംപോലെ അയാളുടെ കയ്യിലും ഒരു തോക്കുണ്ട്. അയാൾ ഒളിവേട്ടക്കാരനായിരുന്നു. ഒളിവേട്ടക്കാരനെപ്പറ്റി ഒരു മുൻവിധിയു ണ്ടല്ലോ. അയാളും അതിന്റെ കഷ്ടപ്പാട് അനുഭവിക്കേണ്ടിവന്നു. കള്ളക്കടത്തുകാ രനെപ്പോലെ ഒളിവേട്ടക്കാരനും കൊള്ളസംഘത്തിൽപ്പെട്ടവന്റെ അടുത്തുതന്നെ യാണ് സ്ഥാനം കിട്ടിയിരുന്നത്. ഈ മനുഷ്യനും നഗരത്തിലെ വൃത്തികെട്ട കൂലിക്കൊലയാളിയും തമ്മിൽ സത്യത്തിൽ വലിയ അന്തരമുണ്ട്. ഒളിവേട്ടക്കാരൻ കാട്ടിലാണ് ജീവിക്കുന്നത്. കള്ളക്കടത്തുകാരൻ മലയിലും കടലിലുമായാണ് കഴിഞ്ഞുകൂടുന്നത്. അഴിമതിക്കാരെ സൃഷ്ടിച്ചുകൊണ്ട് നിർഭയരായ മനുഷ്യരെ സൃഷ്ടിക്കുന്നതും നഗരങ്ങൾ തന്നെയാണ്. കടലും കാടും മലകളും മനുഷ്യരെ കാട്ടാളന്മാരാക്കും. അവരിൽ ക്രൂരത നിറയ്ക്കും. പക്ഷേ, അവരുടെ മനുഷ്യത്വ ത്തെ നശിപ്പിക്കില്ല.

ഴാങ് വാൽഴാങ് കുറ്റക്കാരനാണെന്ന് കണ്ടെത്തി. നിയമത്തിന്റെ വഴികൾ വളരെ വ്യക്തമാണ്. നമ്മുടെ സാംസ്കാരിക ജീവിതത്തിൽ ഭയപ്പെടേണ്ട നിമിഷ ങ്ങൾ ഉണ്ട്. ഒരു മനുഷ്യനെ കപ്പലിൽ തണ്ടുവലിക്കാനായി കുറ്റകൃത്യത്തിന്റെ നിയമ ങ്ങൾ വിധിക്കുന്ന നിമിഷം അത്തരത്തിൽ ഭയപ്പെടേണ്ട ഒരുനിമിഷമാണ്. സമൂഹം പിൻമാറിനിന്നുകൊണ്ട് ചിന്ത തന്നെ ഒഴിവാക്കിക്കളയുന്ന ആ നിമിഷം എത്ര ദുഃഖകരമാണ്. അഞ്ചുവർഷം തണ്ടുവലിക്കാൻ ഴാങ് വാൽഴാങ് ശിക്ഷിക്കപ്പെട്ടു.

1796 ഏപ്രിൽ 22ന് ഇറ്റലിയിലെ മുഖ്യസൈന്യാധിപനായിരുന്ന ബോണ പ്പാർട്ട് മോന്തനോത്തു യുദ്ധം വിജയിച്ചതായി പാരീസിൽനിന്നും പ്രഖ്യാപനം വന്നു. അന്നുതന്നെയായിരുന്നു ഒരു വലിയ ചങ്ങല കൊല്ലന്റെ ആലയിൽ കൂട്ടിവിളക്കിയത്. ജയിലിന്റെ നടുമുറ്റത്തിൽ തെക്കേകോണിലുള്ള നാലാംതറ യിൽ ചങ്ങലയ്ക്കിട്ടിരുന്ന ആ കഷ്ടപ്പാടുകാരന്റെ രൂപം, തൊണ്ണൂറിനോടടുത്ത അന്നത്തെ ഒരു ജയിൽ കാവൽക്കാരന്റെ ഓർമയിൽ ഇപ്പോഴും മങ്ങലേറ്റിട്ടില്ല. മറ്റുള്ളവർക്കൊപ്പം തറയിൽ ചങ്ങലയ്ക്കിട്ടിരുന്ന അയാൾക്ക് സ്വന്തം അവസ്ഥ യെപ്പറ്റി ഒന്നും മനസിലായില്ലെന്ന് തോന്നി. അതിന്റെ ഭയാനകത മാത്രം അയാൾ ഉൾക്കൊണ്ടിരുന്നു. ഒരുപക്ഷേ, ഭയത്തിനോടൊപ്പം തന്റെ ശിക്ഷ രൂക്ഷ മായിരിക്കും എന്നുള്ള മങ്ങിയ തോന്നൽ ഏതൊരു നിഷ്കളങ്കനേയുംപോലെ അയാൾക്കും തോന്നിയിരിക്കാം. കഴുത്തിലെ ഇരുമ്പുപട്ടയുടെ ആണി കഴു ത്തിനു പിന്നിലായി ചുറ്റികകൊണ്ട് അടിച്ചുറപ്പിക്കുമ്പോൾ അയാൾ കരയുന്നു ണ്ടായിരുന്നു. തൊണ്ട ഇടറിപ്പോയതുകൊണ്ട് അയാളുടെ ശബ്ദം പുറത്തുവന്നി രുന്നില്ല. “ഞാൻ ഫെവറോളെയിലെ മരംവെട്ടുകാരനാണ്.” എന്നു മാത്രം വളരെ പാടുപെട്ട് അയാൾ പുറത്തു പറഞ്ഞു. കരച്ചിലിനിടയിൽ വലതുകൈ ഉയർത്തി തല പൊക്കത്തിലുള്ള എഴുതലകളിൽ കൊട്ടുന്നതിനു സമാനമായ ഒരു ആംഗ്യം അയാൾ കാണിച്ചുകൊണ്ടിരുന്നു. ഒരുപക്ഷേ, ഈ ആംഗ്യത്തിലൂടെ താൻ ചെയ്തുകൊണ്ടിരുന്ന കാര്യങ്ങൾ വിവരിക്കുന്നതായി അയാൾ ഊഹിച്ചിട്ടുണ്ടാ വാം. തനിക്ക് ഏഴു കൊച്ചുകുട്ടികളെ പോറ്റാനുള്ളതിന്റെ സൂചന ആയിരുന്നിരി ക്കാം അയാൾ കാണിച്ചുകൊണ്ടിരുന്നത്.

പിന്നീട് അയാളെ തൂലോങ്ങിലേക്ക് കൊണ്ടുപോയി. കഴുത്തിൽ ചങ്ങലയുമായി ഇരുപത്തി ഏഴു ദിവസത്തെ കട്ടവണ്ടി യാത്രയ്ക്കുശേഷമാണ് അയാൾ തൂലോങ്ങിൽ എത്തിയത്. തൂലോങ്ങിൽ വെച്ചായിരുന്നു അയാളെ ചുവന്ന വസ്ത്രം ധരിപ്പിച്ചത്. അതോടെ അയാളുടെ കഴിഞ്ഞകാല ജീവിതം പൂർണമായും തുടച്ചുമാറ്റപ്പെട്ടു. അയാൾ പിന്നീട് ഴാങ് വാൽഴാങ് ആയിരുന്നില്ല. അയാൾ 24601 എന്ന അക്കമായി മാറി. അയാളുടെ സഹോദരിക്ക് എന്തു സംഭവിച്ചു? തായ്ത്തടി അറുത്തു മാറ്റിയ ആ മരത്തിൽ അവശേഷിച്ചിരുന്ന ഇളം മരച്ചില്ലകൾ പിന്നീട് വളർന്നോ? അതോ നശിച്ചോ?

ഇതാണ് പഴയ കഥ. ദൈവം സൃഷ്ടിച്ച ആ പാവം മരച്ചില്ലകൾ താങ്ങോ തണലോ ആശ്രയമോ ഇല്ലാതെ തോന്നിയപോലെ പടർന്നു പന്തലിച്ചിരിക്കും. പക്ഷേ, ആർക്കാണ് അതിനെപ്പറ്റി അറിവുള്ളത്? അല്ലെങ്കിൽ മനുഷ്യരാശിയുടെ മുന്നോട്ടുള്ള പ്രയാണത്തിൽ ഒറ്റപ്പെട്ടുപോയ ആ ഹതഭാഗ്യരായ മനുഷ്യർ അവരെ വലയം ചെയ്ത കൂരിരുട്ടിനുള്ളിൽ അകപ്പെട്ടുപോയെന്നും വരാം. എന്തായാലും അവർ അവിടെനിന്ന് മറ്റെവിടേക്കോ പോയി. അവരുടേതായിരുന്ന ആ ഗ്രാമവും പള്ളിയും അവരെ മറന്നു. കപ്പലിലെ തണ്ടുകളിൽ കുരുങ്ങിപ്പോയ ഴാങ് വാൽഴാങുപോലും കാലം കഴിഞ്ഞുപോയപ്പോൾ അവരെ മറന്നുപോയി. ഴാങ് വാൽഴാങ്ങിന്റെ ഹൃദയത്തിൽ മാത്രം ഒരു മുറിവ് ഉണ്ടായി. കാലം കഴിഞ്ഞും അവിടെ മാത്രം ഒരു വടു അവശേഷിച്ചു. തൂലോങ്ങിൽവെച്ച് ഒരിക്കൽ ഴാങ് വാൽഴാങ് അയാളുടെ സഹോദരിയുടെ വിശേഷങ്ങൾ അറിയാൻ ഇടവന്നു. എനിക്ക് തോന്നുന്നത് അത് അയാളുടെ നാലാം വർഷത്തിന്റെ അവസാനത്തിൽ ആയിരുന്നു. എങ്ങനെയാണ് ആ വാർത്ത അയാളുടെ അടുത്ത് എത്തിയതെന്ന് എനിക്ക് അറിയില്ല. അയാൾക്ക് മുൻപരിചയമുള്ള ആരോ അയാളുടെ സഹോദരിയെ കണ്ടിരുന്നു എന്നാണ് തോന്നുന്നത്. സാങ്-സുൽപ്പീസിന് അടുത്തുള്ള ഏതോ ദരിദ്രരുടെ തെരുവിലായിരുന്നു അവരുടെ താമസം. പാരീസിലെ ഏതോ ഒരു തെരുവ്. ഏറ്റവും ഇളയ ആൺകുട്ടിമാത്രം അവരോടൊപ്പം ഉണ്ടായിരുന്നു. മറ്റുകുട്ടികൾ എവിടെയാണെന്ന് ഒരുപക്ഷേ, അവർക്കും അറിവ് ഉണ്ടായിരുന്നില്ല. ര്യൂദ്യുസബോവിൽ മൂന്നാംനമ്പർ കെട്ടിടത്തിലെ ഒരു അച്ചുകൂടത്തിൽ അവർ ദിവസവും രാവിലെ പോകാറുണ്ടായിരുന്നു. മഞ്ഞുകാലത്തുപോലും നേരം പുലരുന്നതിനു മുൻപ് ആറുമണിയോടെ അവർ അവിടെ എത്തിയിരിക്കും. അവിടെ കടലാസ് മടക്കിക്കൊടുക്കുകയും ബുക്കു തയ്ക്കുകയുമായിരുന്നു അവരുടെ ജോലി. അതേ കെട്ടിടത്തിലുള്ള ഒരു സ്കൂളിലായിരുന്നു അവരുടെ ഏഴുവയസുള്ള കുട്ടി പഠിച്ചിരുന്നത്. സ്കൂൾ തുറക്കാൻ ഏഴു മണിയാകും. അതുകൊണ്ട് തണുപ്പും ഇരുട്ടും സഹിച്ച് ഒരുമണിക്കൂർ കുട്ടിക്ക് മുറ്റത്തു കാത്തു നിൽക്കേണ്ടിവരാറുണ്ട്. അവൻ കുഴപ്പം ഉണ്ടാക്കുമെന്നു പറഞ്ഞ് അവർ അവനെ പുസ്തകശാലയ്ക്കുള്ളിൽ കടക്കാൻ അനുവദിച്ചിരുന്നില്ല. രാവിലെ വരുന്ന ജോലിക്കാർ ആ പാവം അവിടെ പടിക്കെട്ടിൽ ഇരുന്ന് സഞ്ചിയിൽ തല വെച്ച് ഉറക്കംതൂങ്ങുന്നത് കാണാറുണ്ടായിരുന്നു. മഴ പെയ്യുമ്പോൾ അവനോടു ദയ തോന്നിയ ഒരു വൃദ്ധ അവനെ അവരുടെ മുറിയിൽ വിളിച്ചുകൊണ്ടുപോകും. ഒരു വൈക്കോൽ മെത്തയും ഒരു റാട്ടും രണ്ടു തടിക്കസേരകളുമാണ് വൃദ്ധയുടെ മുറിയിൽ ഉണ്ടായിരുന്നത്. ചൂടുകിട്ടാൻവേണ്ടി അവരുടെ പൂച്ചക്കുട്ടിയേയും കെട്ടിപ്പിടിച്ച് അവൻ ആ മുറിയുടെ മൂലയിൽ കിടന്ന് ഉറങ്ങും. ഏഴുമണിക്ക്

സ്കൂൾ തുറക്കുമ്പോഴാണ് അവൻ എഴുന്നേൽക്കുന്നത്. ഴാങ് വാൽഴാങ് കേട്ട കഥ ഇതായിരുന്നു. അയാൾ സ്നേഹിച്ചിരുന്നവരുടെ വിധിയിലേക്ക് പെട്ടെന്ന് ഒരു ജനാല തുറന്നതുപോലെയുള്ള അനുഭവമായിരുന്നു ആ വാർത്ത. പിന്നീട് ആ ജനാല വീണ്ടും അടഞ്ഞു. ഒരിക്കൽപ്പോലും അതിനു ശേഷം അവരെപ്പറ്റി ഒരു വാർത്തയും കേൾക്കാൻ അയാൾക്ക് ഇടവന്നില്ല. ഒരിക്കൽപ്പോലും പിന്നീട് അയാൾ അവരെ കണ്ടിട്ടില്ല. ഒരിക്കൽപ്പോലും അയാൾ പിന്നീട് അവരെ കണ്ടുമുട്ടാനുള്ള സാധ്യതയും ഇല്ല.

നാലാമത്തെ വർഷം അവസാനിക്കാറായപ്പോൾ ഴാങ് വാൽഴാങിന് പുറത്തു കടക്കാനുള്ള ഒരു അവസരം കിട്ടി. അയാളുടെ കൂട്ടുകാർ പതിവുപോലെ അയാൾക്കു വേണ്ട എല്ലാ സഹായവും ചെയ്തുകൊടുത്തു. അയാൾ രക്ഷപ്പെട്ടു. ചിമ്മിനിയിലെ പുക, കടന്നുപോകുന്ന ഒരു മനുഷ്യൻ, ഒരു പട്ടിയുടെ കുര, ഒരു കുതിരയുടെ കുളമ്പടി, ഒരു ക്ലോക്കിന്റെ മണിനാദം എന്നുവേണ്ട കേൾക്കുന്നതും കാണുന്നതുമായ എന്തു കാര്യവും അയാളെ ഭയപ്പെടുത്തി. ഓരോ നിമിഷവും തല തിരിച്ചു നോക്കി വേട്ടയാടപ്പെടുന്നുണ്ടോ എന്ന സംശയം തീർത്തുകൊണ്ട് അലഞ്ഞുതിരിയുന്നത് സ്വാതന്ത്ര്യമാണെങ്കിൽ അയാൾ സ്വാതന്ത്ര്യത്തോടെ രണ്ടു ദിവസം വയലിലൂടെ അലഞ്ഞുനടന്നു. രണ്ടാമത്തെ ദിവസം വൈകുന്നേരം അയാൾ പിടിക്കപ്പെട്ടു. കഴിഞ്ഞ മുപ്പത്താറു മണിക്കൂറിൽ അയാൾ ഭക്ഷണം കഴിച്ചിരുന്നില്ല. ഉറങ്ങിയിരുന്നില്ല. സമുദ്രതീരത്തെ നീതിന്യായക്കോടതി ഈ രക്ഷപ്പെടൽ ശ്രമത്തിന് അയാൾക്ക് മൂന്ന് വർഷംകൂടി ശിക്ഷ വിധിച്ചു. അങ്ങനെ അയാളുടെ കാലാവധി എട്ടുവർഷമായി. ആറാം വർഷത്തിലായിരുന്നു അയാളുടെ അടുത്ത രക്ഷപ്പെടൽ ശ്രമം നടന്നത്. അയാൾ ശ്രമിച്ചുനോക്കി. പക്ഷേ, പരാജയപ്പെട്ടു. പേരുവിളി സമയത്ത് അയാൾ ഉണ്ടായിരുന്നില്ല. അപകടസൂചന അറിയിച്ചുകൊണ്ട് പീരങ്കികൾ മുഴങ്ങി. ആ പ്രദേശത്ത് താമസിച്ചിരുന്നവർ കരയിൽ പൊങ്ങുതടി കയറ്റിവെച്ചിരുന്ന ഒരു വള്ളത്തിനിടയിൽ അയാൾ ഒളിച്ചിരിക്കുന്നത് കണ്ടു. അയാളെ പിടിച്ചുകൊണ്ടുപോകാൻ വന്ന കപ്പലിലെ കാവൽക്കാരെ അയാൾ എതിർത്തു. അങ്ങനെ കുറ്റങ്ങളുടെ എണ്ണം കൂടി. ഒളിച്ചോട്ടവും എതിർപ്പും പ്രത്യേകനിയമാവലികൾ അനുസരിച്ച് ഇതിനുരണ്ടുംകൂടി അഞ്ചുവർഷത്തെ ശിക്ഷയാണ് വിധിച്ചത്. അതിൽ രണ്ടുവർഷം ഇരട്ടച്ചങ്ങലയിൽ കിടക്കാനായിരുന്നു ശിക്ഷ. ശിക്ഷ അങ്ങനെ പതിമൂന്നു വർഷമായി. പത്താം വർഷത്തിൽ പരാജയപ്പെട്ട ഒരു പരിശ്രമംകൂടി അയാൾ നടത്തി. ഈ പുതിയ ശ്രമത്തിന് മൂന്നുകൊല്ലംകൂടി കിട്ടി, ശിക്ഷ പതിനാറു വർഷമായി. അടുത്ത ശ്രമം പതിമൂന്നാമത്തെ വർഷത്തിലായിരുന്നു എന്നാണ് എനിക്കു തോന്നുന്നത്. അന്ന് നാലു മണിക്കൂറു കഴിഞ്ഞപ്പോൾത്തന്നെ അവർ അയാളെ തിരിച്ചുകൊണ്ടുപോയി. ഈ നാലു മണിക്കൂറുകൾക്കുപകരം വീണ്ടും ഒരു മൂന്നു വർഷം. അങ്ങനെ പത്തൊൻപതു വർഷം. 1825 ഒക്ടോബറിൽ അയാൾ സ്വതന്ത്രനായി. ഒരു ഗ്ലാസു തകർത്ത് ഒരു കഷണം റൊട്ടി എടുത്തതിന് 1796 ലായിരുന്നു അയാൾ കപ്പലിൽ പ്രവേശിച്ചത്.

ഇവിടെ ഒരു വിശദീകരണം ആവശ്യമായി വരുന്നു. നിയമവും ശിക്ഷയും സംബന്ധിച്ചുള്ള പഠനങ്ങൾക്കിടയിൽ ഈ പുസ്തകം എഴുതുന്ന എഴുത്തുകാരൻ രണ്ടു പ്രാവശ്യം റൊട്ടി മോഷ്ടിക്കപ്പെട്ടതായി കണ്ടിട്ടുണ്ട്. ഒരു മനുഷ്യന്റെ വിധി തകർന്നടിഞ്ഞതിന്റെ തുടക്കം അതായിരുന്നല്ലോ. ക്ലോദ് ഗുവോ റൊട്ടി

മോഷ്ടിച്ചിട്ടുണ്ട്. ഴാങ് വാൽഴാങ്ങും റൊട്ടിയാണ് മോഷ്ടിച്ചത്. ലണ്ടനിൽ നടക്കുന്ന അഞ്ചു മോഷണങ്ങളിൽ നാലെണ്ണത്തിനും കാരണം പട്ടിണിയാണെന്നാണ് ഇംഗ്ലണ്ടിൽ നിന്നുള്ള സ്ഥിതിവിവരക്കണക്കുകൾ സൂചിപ്പിക്കുന്നത്.

വിറച്ച് ഏങ്ങലടിച്ചുകൊണ്ടാണ് ഴാങ് വാൽഴാങ് കപ്പലിലേക്ക് കടന്നു ചെന്നത്. പക്ഷേ, അവിടെനിന്ന് അയാൾ പുറത്തേക്കു വരുന്നത് നിർദയനായാണ്.

നിരാശനായി അയാൾ അകത്തേക്കുപോയി. ഇരുണ്ട മനസുമായി അയാൾ പുറത്തേക്ക് വന്നു.

ഈ മനുഷ്യന്റെ ജീവിതം എന്തായിരുന്നു?

7. നിരാശയുടെ ആഴങ്ങൾ

നമുക്ക് പറയാൻ ശ്രമിക്കാം.

സമൂഹം ഈ കാര്യങ്ങൾ ശ്രദ്ധിക്കേണ്ടത് അത്യാവശ്യ കാര്യമാണ്. കാരണം സമൂഹംതന്നെയാണ് ഈ കാര്യങ്ങൾ സൃഷ്ടിക്കുന്നത്. നമ്മൾ പറഞ്ഞതുപോലെ അയാൾ അറിവ് ഇല്ലാത്തവൻ ആയിരിക്കാം. പക്ഷേ, അയാൾ ബുദ്ധിയില്ലാത്തവനല്ല. വെളിച്ചം അയാളുടെ ഉള്ളിൽ അണഞ്ഞു കിടക്കുകയാണ്. ഭാഗ്യദോഷത്തിനും അതിന്റേതായ വെളിച്ചം ഉണ്ട്. അയാളുടെ മനസിലുള്ള അൽപ്പം വെളിച്ചവുമായി അത് കൂടിക്കലർന്നിട്ടുണ്ട്. ചാട്ടകൾക്കും ചങ്ങലകൾക്കും നടുവിൽ കപ്പലിലെ കുറ്റവാളിയുടെ തടിക്കഷണത്തിൽ ഉരുകുന്ന സൂര്യനെ നോക്കി തളർന്നു കിടക്കുമ്പോൾ അയാൾ സ്വന്തം മനഃസാക്ഷിയുമായി സംവാദത്തിൽ ഏർപ്പെട്ടിട്ടുണ്ടാവും. അയാൾ സ്വയം കുറ്റവിചാരണ നടത്തിയിട്ടുണ്ടാവും. താൻ കുറ്റം ചെയ്തിട്ടുണ്ടെന്നും എന്നാൽ അന്യായമായ ശിക്ഷയാണ് തനിക്ക് വിധിച്ചതെന്നും അയാൾ തിരിച്ചറിഞ്ഞിട്ടുണ്ട്. കുറ്റപ്പെടുത്താവുന്ന ഒരു കുറ്റകൃത്യം താൻ ചെയ്തിട്ടുണ്ടെന്ന് അയാൾ അംഗീകരിക്കുന്നു. ഒരുപക്ഷേ അയാൾ ആവശ്യപ്പെട്ടിരുന്നെങ്കിൽ ആ റൊട്ടിക്കഷണം അയാൾക്ക് ലഭിക്കുമായിരുന്നു. ദയയ്ക്കുവേണ്ടി അല്ലെങ്കിൽ ജോലിക്കുവേണ്ടി അയാൾക്ക് കാത്തിരിക്കാമായിരുന്നു. "എനിക്ക് വിശക്കുമ്പോൾ കാത്തിരിക്കാൻ കഴിയുമോ?" എന്ന ചോദ്യം ഉത്തരമില്ലാത്ത ഒരു ചോദ്യം അല്ല. വിശപ്പുകൊണ്ട് ഒരു മനുഷ്യൻ മരിക്കുന്നത് വളരെ അപൂർവമായ സംഭവമാണ്. മരിക്കാതെതന്നെ ശാരീരികവും മാനസികവുമായ കഷ്ടപ്പാടുകൾ വളരെക്കാലം സഹിക്കാൻ കഴിവുള്ളവനായാണ് മനുഷ്യനെ സൃഷ്ടിച്ചിരിക്കുന്നത്. അതുകൊണ്ട് ക്ഷമയോടെ അയാൾക്ക് കാത്തിരിക്കാമായിരുന്നു. പാവപ്പെട്ട ആ കുട്ടികൾക്കും അതുകൊണ്ട് നല്ലതുവരുമായിരുന്നു. കഴമ്പില്ലാത്ത ആ പാവം മനുഷ്യനുപറ്റിയ ഒരു മണ്ടത്തരമായിരുന്നു ആ മോഷണം. സമൂഹം അതിന്റെ എല്ലാ ശക്തിയുമെടുത്ത് അയാളുടെ കഴുത്തിനുപിടിച്ച് പുറത്തുതള്ളി. മോഷണംകൊണ്ട് അയാൾക്ക് കഷ്ടപ്പാടുകളിൽ നിന്ന് രക്ഷപ്പെടാൻ കഴിയുമെന്ന് സങ്കൽപ്പിക്കുകയാണെങ്കിൽ സത്യത്തിൽ സംഭവിക്കുന്നത് എന്താണ്? മോഷണം അയാൾക്ക് കഷ്ടപ്പാടുകളിൽനിന്ന് അപകീർത്തിയിലേക്ക് പ്രവേശിക്കാനുള്ള ഒരു വൃത്തികെട്ട വാതിൽ മാത്രമാണെന്ന് അയാൾ തിരിച്ചറിയും. ചുരുക്കിപ്പറഞ്ഞാൽ അയാൾ തെറ്റുതന്നെയാണ് ചെയ്തത്.

പിന്നീട് അയാൾ സ്വയം ചോദിച്ചു:

തന്റെ നാശത്തിൽ ചരിത്രപ്രവാഹത്തിന് അയാൾ ഒരാൾ മാത്രമാണോ കുറ്റക്കാരൻ? ഒന്നാമതായി ഒരു കൂലിവേലക്കാരനായിരുന്ന അയാൾക്ക് ജോലി ഉണ്ടാവേണ്ടതായിരുന്നു. അതില്ലാതിരുന്നത് ഗൗരവം അർഹിക്കുന്ന കാര്യമാണ്. അതുകൊണ്ടാണ് അധ്വാനശീലനായ അയാൾക്ക് റൊട്ടി ഇല്ലാതെ വന്നത്. അതുകൂടാതെ തെറ്റുപറ്റി എന്ന് സമ്മതിച്ചതിനുശേഷം ഈ രീതിയിൽ അമിതവും അപരിഷ്കൃതവുമായ ശിക്ഷ വിധിക്കാൻ പാടില്ലായിരുന്നു. കുറ്റകൃത്യത്തിന് കുറ്റത്തേക്കാൾ അധാർമികമായ ശിക്ഷ നിയമത്തിന്റെ ഭാഗത്തുനിന്ന് പ്രതീക്ഷിക്കാൻ കഴിയില്ല. തുലാസിൽ ശിക്ഷയുടെ ഭാഗത്ത് കൂടുതൽ ഭാരം വരരുതായിരുന്നു. ശിക്ഷകൊണ്ട് കുറ്റം ഇല്ലാതാകുന്നില്ല എന്നു മാത്രമല്ല ശിക്ഷയുടെ ഫലം ഉദ്ദേശിച്ചതിന് നേർവിപരീതമാവുകയും ചെയ്യും. കുറ്റവാളിയുടെ തെറ്റിനുപകരം മർദകന്റെ തെറ്റ് അവിടെ പുനഃസ്ഥാപിക്കപ്പെടുന്നു. രക്ഷപ്പെടാനുള്ള അയാളുടെ ശ്രമങ്ങൾക്ക് ഓരോന്നിനും പകരം അയാളുടെ ശിക്ഷ നീട്ടിക്കൊണ്ടിരുന്നത് ദുർബലന്റെ മുകളിൽ ശക്തന്റെ കയ്യേറ്റമാണെന്ന് പറയാതിരിക്കാൻ കഴിയില്ല. അത് ഒരു വ്യക്തിയുടെമേൽ സമൂഹം ചെയ്യുന്ന ഒരു കുറ്റകൃത്യമാണ്. പത്തൊൻപതുവർഷം തുടർന്നുകൊണ്ടിരിക്കുന്ന ഒരു കുറ്റകൃത്യം.

സമൂഹത്തിന് അതിന്റെ ന്യായീകരണമില്ലാത്ത അശ്രദ്ധയ്ക്കും ക്രൂരമായ ശ്രദ്ധയ്ക്കുംവേണ്ടി വ്യക്തികളെ തകർക്കാനുള്ള അവകാശം ഉണ്ടോ? പാവപ്പെട്ടവനെ ഇല്ലായ്മയുടെയും സമൃദ്ധിയുടെയും നടുവിലിട്ട് കഷ്ടപ്പെടുത്താൻ സമൂഹത്തിന് എന്താണ് അവകാശം? ജോലി ഇല്ലാത്തവന് സമൃദ്ധമായ ശിക്ഷ.

സമ്പത്തില്ലാത്ത പാവങ്ങളോട് കുതിരകേറാൻ എളുപ്പമായതുകൊണ്ട് സമൂഹം അവരോട് സൂക്ഷ്മതയോടെ ഇടപ്പെട്ടില്ലെങ്കിൽ അതു ക്രൂരത തന്നെയല്ലെ?

ഈ ചോദ്യങ്ങൾ സ്വയം ചോദിച്ച് അയാൾ അതിന്റെ ഉത്തരങ്ങൾ കണ്ടെത്തി. അയാൾ സമൂഹത്തെ കുറ്റവാളിയാക്കി ശിക്ഷ വിധിക്കുന്നു. വെറുപ്പോടെയാണ് അയാൾ സമൂഹത്തിന് ശിക്ഷ വിധിക്കുന്നത്.

താൻ അനുഭവിച്ച ദുരിതങ്ങളുടെ ചുമതല സമൂഹത്തിനായിരുന്നെന്ന് അയാൾ തിരിച്ചറിയുന്നു. ഒരുപക്ഷേ, എന്നെങ്കിലും അതിന്റെ കണക്കുതീർക്കാൻപോലും അയാൾ തയാറാകുന്നു. അയാൾ സമൂഹത്തിനേൽപ്പിച്ച പരുക്കുകളും സമൂഹം അയാൾക്കു കൊടുത്ത പരുക്കുകളും തമ്മിൽ നീതിക്ക് നിരക്കില്ലെന്ന് അയാൾ സ്വയം പ്രഖ്യാപിക്കുന്നു. ചുരുക്കത്തിൽ അയാളുടെ ശിക്ഷ അന്യായം മാത്രം ആയിരുന്നില്ല. അനീതികൂടി ആയിരുന്നു എന്ന നിഗമനത്തിൽ അയാൾ എത്തിച്ചേരുന്നു.

കോപം, വിഡ്ഢിത്തവും അസംബന്ധവും ആയിരിക്കാം. പക്ഷേ, എന്തെങ്കിലും കാര്യത്തിൽ താൻ ശരിയാണെന്ന് തോന്നൽ ഉള്ളപ്പോൾ മാത്രമാണ് ഒരു മനുഷ്യൻ അക്രമത്തിന് മുതിരുന്നത്. ഴാങ് വാൽഴാങ്ങിനും അത്തരത്തിൽ ഒരു തോന്നൽ ഉണ്ടായി.

മനുഷ്യസമൂഹം തന്നോട് ദ്രോഹം അല്ലാതെ മറ്റൊന്നും ചെയ്തില്ല. സമൂഹം നീതി എന്ന് വിളിച്ച കാര്യങ്ങളിൽ ക്രൂരതയുടെ മുഖം മാത്രമാണ് അയാൾക്ക് കാണാൻ കഴിഞ്ഞത്. സമൂഹത്തിന്റെ അടിയേറ്റ് താഴെവീഴുന്ന എല്ലാവരോടും അത് തന്റെ ഈ മുഖം പ്രദർശിപ്പിക്കും. അയാളെ പരുക്കേൽ

പ്പിക്കാൻ വേണ്ടിയല്ലാതെ ഒരു മനുഷ്യനും ഇന്നുവരെ അയാളെ തൊട്ടിട്ടില്ല. മുഷ്യനുമായുള്ള ഓരോ സ്പർശനവും അയാൾക്ക് അടികൊള്ളുന്നതിനു തുല്യമായ അനുഭവങ്ങളായിരുന്നു. ശൈശവം മുതൽ അയാളുടെ അമ്മയും സഹോദരിയും ഉൾപ്പെടെ ആരുംതന്നെ അയാളോട് ഒരു നല്ല വാക്കു പറയുകയോ ദയയോടെ പെരുമാറുകയോ ചെയ്തിട്ടില്ല. ദുരിതങ്ങൾക്കു മുകളിൽ ദുരിതങ്ങൾ മാത്രമാണ് അയാൾ അനുഭവിച്ചത്. അങ്ങനെ ജീവിതം ഒരു യുദ്ധമാണെന്ന തീരുമാനത്തിൽ അയാൾ എത്തിച്ചേർന്നു. ആ യുദ്ധത്തിൽ പരാജയം അയാൾക്ക് ആയിരുന്നു. സ്വന്തം മനസിനുള്ളിലെ വെറുപ്പുമാത്രമായിരുന്നു അയാളുടെ ആയുധം. കപ്പലിലെ കഷ്ടപ്പാടുകൾകൊണ്ട് അയാൾ അതിന്റെ മൂർച്ചകൂട്ടി. സ്വതന്ത്രനായപ്പോൾ അതുംകൂടി അയാൾ കപ്പലിൽനിന്ന് കൂടെ കൊണ്ടുപോന്നു.

തൂലോങ്ങിൽ ജയിൽപ്പുള്ളികൾക്കുവേണ്ടി പ്രാപ്തി കുറഞ്ഞ ക്രിസ്തീയ സന്യാസിമാർ ഒരു സ്കൂൾ നടത്തിയിരുന്നു. ഏറ്റവും അത്യാവശ്യകാര്യങ്ങൾ പഠിക്കണം എന്ന് ആഗ്രഹമുള്ള ജയിൽപ്പുള്ളികൾക്ക് അവർ അത്തരം കാര്യങ്ങൾ പറഞ്ഞുകൊടുത്തു. ഴാങ് വാൽഴാങ്ങിന് പഠിക്കണമെന്ന് ആഗ്രഹം ഉണ്ടായിരുന്നു. നാൽപ്പതാം വയസിൽ അയാൾ സ്കൂളിൽ പോയി എഴുതാനും വായിക്കാനും പഠിച്ചു. വിവരം കൂടുംതോറും ഉള്ളിലെ വെറുപ്പും വർധിച്ചുവരുന്നതായി അയാൾക്കു തോന്നി. ചില ചുറ്റുപാടുകളിൽ നിർദേശങ്ങളും അറിവുകളും തിന്മകൾ ബലപ്പെടുത്തുന്നതിന് കാരണമാകും. തന്റെ ഭാഗ്യദോഷങ്ങൾക്ക് കാരണമായ സമൂഹത്തെ വിചാരണ ചെയ്തതിനുശേഷം സമൂഹത്തെ സൃഷ്ടിച്ച ദൈവത്തിനേയും അയാൾ വിചാരണചെയ്തു എന്നു പറയുന്നതിൽ ഖേദം ഉണ്ട്. വിചാരണ കഴിഞ്ഞ് അയാൾ ദൈവത്തിനും ശിക്ഷ വിധിച്ചു.

പത്തൊൻപതു വർഷത്തെ വേദനകൾക്കും അടിമത്തത്തിനുമിടയിൽ അയാളുടെ ആത്മാവിന് ഒരേസമയം ഉയർച്ചയും താഴ്ചയും സംഭവിച്ചു. ഒരുവശത്തുകൂടി വെളിച്ചവും മറുവശത്തുകൂടി ഇരുട്ടും അയാളുടെ ഉള്ളിലേക്ക് പ്രവേശിച്ചു.

ഴാങ് വാൽഴാങ് തിന്മയുടെ ആൾരൂപം ആയിരുന്നില്ലെന്ന് നമ്മൾ കണ്ടുകഴിഞ്ഞു. കപ്പലിൽ എത്തുന്ന സമയത്ത് അയാളുടെ മനസ്സ് ശരിയായ ദിശയിൽത്തന്നെ ആയിരുന്നു. അവിടെ അയാൾ സമൂഹത്തിനു ശിക്ഷ വിധിച്ചു. അപ്പോൾ താൻ ദുഷ്ടനായി മാറിയതായി അയാൾക്കു തോന്നി. ദൈവത്തിനു ശിക്ഷ വിധിച്ചു. അപ്പോൾ താൻ അവിശ്വാസി ആയതായി അയാൾക്കു തോന്നി.

ഇവിടെ ചില കാര്യങ്ങൾ ആലോചിക്കാതിരിക്കാൻ കഴിയില്ല.

മനുഷ്യ സ്വഭാവം അടിമുടി വ്യത്യാസപ്പെടുത്താൻ സാധ്യമാണോ? ദൈവം മനുഷ്യനെ നല്ലവനായാണോ സൃഷ്ടിച്ചത്? മനുഷ്യനാണോ അവനെ ദുഷ്ടനാക്കിയത്? വിധി അനുസരിച്ച് ആത്മാവിനും മാറ്റങ്ങൾ വരുന്നുണ്ടോ? വിധി തിന്മയാകുമ്പോൾ ആത്മാവും തിന്മയുടെ വഴി സ്വീകരിക്കുമോ? ഭാരംകൂടിയ തലച്ചോറിനു താഴെയുള്ള സുഷുമ്നാനാഡിപോലെ അനുപാതമില്ലാത്ത ദുഃഖങ്ങളുടെ ശക്തിയിൽ മനസിനു വൈകല്യം സംഭവിക്കാൻ ഇടയുണ്ടോ? എല്ലാ മനുഷ്യാത്മാവുകളിലും ഉള്ള കളങ്കപ്പെടുത്താൻ കഴിയാത്ത ദൈവികതയെ അനശ്വരമായ നന്മകൊണ്ട് വികസിപ്പിച്ച് പ്രകാശം പരത്താൻ കഴിയണം. തിന്മയ്ക്ക് ഒരിക്കലും ഈ പ്രകാശത്തെ പൂർണമായി അണച്ചുകളയാൻ കഴിയില്ല. ആദിമമായ ഈ പ്രകാശം ഴാങ് വാൽഴാങ്ങിന്റെ ആത്മാവിലും ഉണ്ടാവേണ്ടതല്ലേ?

വ്യക്തത കുറഞ്ഞ ഗൗരവമുള്ള ചോദ്യങ്ങൾ തൂലോങ്ങിലെ വിശ്രമസമയം ഴാങ് വാൽഴാങ്ങിന് ചിന്തിക്കാനുള്ള മണിക്കൂറുകൾ ആയിരുന്നു. കിലുങ്ങാതിരിക്കാൻ വേണ്ടി ചങ്ങല പോക്കറ്റിൽ തിരുകി നിശ്ശബ്ദനായി ചിന്താധീനനായി ഇരിക്കുന്ന ഴാങ് വാൽഴാങ് എന്ന അടിമയുടെ രൂപം കണ്ടിട്ടില്ലാത്ത ഏതൊരു ശരീരശാസ്ത്രജ്ഞനും ഒടുവിലത്തെ ചോദ്യത്തിന് ഒരു സംശയവും ഇല്ലാതെ "ഇല്ല" എന്ന് ഉത്തരം പറയും.

തീർച്ചയായും ഞങ്ങൾ ഒരു കാര്യം ഒളിച്ചു വയ്ക്കുന്നില്ല. അത്തരം ഒരു ശരീരശാസ്ത്രജ്ഞൻ ഴാങ് വാൽഴാങ്ങിന് നിയമംമൂലം യാദൃച്ഛികമായി ഉണ്ടായ ഒരു രോഗമാണെന്ന് വിലപിക്കാൻ സാധ്യതയുണ്ട്. പക്ഷേ, അയാൾ മരുന്നില്ലാത്ത ആ രോഗം ചികിത്സിച്ചു ഭേദമാക്കാൻ ശ്രമിക്കില്ല. ഴാങ് വാൽഴാങ്ങിന്റെ മനസിന്റെ ഇരുട്ടറകളിൽ കയറി അയാൾ അവലോകനം നടത്തില്ല. ഇരുട്ടറകളുടെ ഭാഗത്തുനിന്നും അയാൾ മുഖം തിരിക്കും. നരകത്തിന്റെ പടിവാതിലിൽ എത്തിയ ദാന്തെയെപ്പോലെ, ദൈവം ഓരോ മനുഷ്യന്റെ നെറ്റിയിലും സ്വന്തം കൈവിരലുകൾകൊണ്ടെഴുതിയ 'പ്രത്യാശ' എന്ന വാക്കിനെ ഈ ലോകത്തുനിന്നു തന്നെ അയാൾ തുടച്ചുമാറ്റും.

വായനക്കാർക്കു മനസിലാകാൻവേണ്ടി ഞങ്ങൾ വിശകലനം ചെയ്തു വ്യക്തമാക്കാൻ ശ്രമിച്ച മാനസികാവസ്ഥ ഴാങ് വാൽഴാങ്ങിന് അതേപോലെ വ്യക്തമായിരിക്കാൻ ഇടയുണ്ടോ? ആ മാനുഷികാവസ്ഥ രൂപപ്പെടുമ്പോഴും രൂപപ്പെട്ടതിനുശേഷവും അയാളുടെ ധർമസങ്കടങ്ങൾക്കു കാരണമായ കാര്യങ്ങളെപ്പറ്റി ഴാങ് വാൽഴാങ്ങിന് വ്യക്തമായ തിരിച്ചറിവ് ഉണ്ടായിരുന്നോ? തന്റെ മനസിൽ ആന്തരികചക്രവാളങ്ങളെ വളരെ വർഷങ്ങളായി ദുഃഖപൂർണമായ അവസ്ഥയിലേക്കു നയിച്ച ആശയങ്ങളുടെ പിൻതുടർച്ചാക്രമത്തിന്റെ കൃത്യമായ കണക്ക് ഈ അറിയപ്പെടാത്ത പരുക്കനായ മനുഷ്യൻ മനസിലാക്കിയിട്ടുണ്ടോ? ഇതു തറപ്പിച്ചു പറയാൻ ഞങ്ങൾക്ക് ധൈര്യം ഇല്ല. സത്യത്തിൽ അയാൾ മനസിലാക്കിയിട്ടുണ്ടാവും എന്ന് ഞങ്ങൾ വിശ്വസിക്കുന്നില്ല. ഈ ഭാഗ്യദോഷങ്ങൾക്കെല്ലാം ശേഷം ഇത്തരം കാര്യങ്ങൾ തിരിച്ചറിയാനുള്ള വിവേകം ഴാങ് വാൽഴാങ്ങിന് ഉണ്ടായിരുന്നില്ല. ചില സമയങ്ങളിൽ സ്വന്തം വികാരങ്ങൾപോലും അയാൾ തിരിച്ചറിഞ്ഞില്ല. ഴാങ് വാൽഴാങ് ഇരുട്ടിൽ ആയിരുന്നു. ഇരുട്ടിൽക്കിടന്ന് അയാൾ കഷ്ടപ്പെട്ടു. ഇരുട്ടിൽകിടന്ന് അയാൾ വെറുത്തു. സ്വന്തം കാഴ്ചയെപ്പോലും അയാൾ വെറുത്തിരുന്നെന്ന് നമുക്ക് പറയാൻ കഴിയും. അയാൾ സ്ഥിരമായി അയാളുടെ ഇരുട്ടിനുള്ളിൽ ജീവിച്ചു. ഒരു സ്വപ്നത്തിൽ എന്നപോലെ കാഴ്ചയില്ലാതെ അയാൾ തപ്പിത്തടഞ്ഞു. ഇടവേളകളിൽ എപ്പോഴെങ്കിലും അയാളുടെ ഉള്ളിൽ നിന്നാണോ പുറത്തുനിന്നാണോ എന്ന് അറിയാത്ത രീതിയിൽ കോപമോ ദുഃഖമോ പെട്ടെന്ന് അണപൊട്ടി ഒഴുകും. വളരെ പെട്ടെന്നുള്ള ഈ വിളറിയ ആകസ്മികമായ തോന്നൽ അയാളുടെ ആത്മാവിൽ വെളിച്ചം വിതറും. അയാളുടെ മുന്നിലും പിന്നിലും ചുറ്റിലും ഉള്ള എല്ലാ കാര്യങ്ങളും ഈ വെളിച്ചത്തിൽ അയാൾ അപ്പോൾ കാണുന്നുണ്ടാകും. വിധി അയാൾക്കു നൽകിയ ഭയാനകമായ കുത്തനെയുള്ള കയറ്റങ്ങളും ഇരുൾമൂടിയ വീക്ഷണങ്ങളും ഈ വെളിച്ചത്തിൽ അയാൾ വീണ്ടും കാണും.

ആകസ്മികമായ ആ തോന്നൽ അവസാനിച്ചു. അയാൾ എവിടെയാണ്? അയാൾക്ക് അത് അറിയില്ല.

ഇത്തരത്തിലുള്ള ശിക്ഷയുടെ പ്രത്യേകത അനുകമ്പയില്ലാത്ത മൃഗീയത അതിൽ മുന്നിട്ടു നിൽക്കുന്നു എന്നതാണ്. സാവധാനം അത് ബുദ്ധിയെ മന്ദീഭ വിപ്പിച്ച് മനുഷ്യനെ മൃഗമാക്കി മാറ്റും. ചിലപ്പോൾ മനുഷ്യനെ ഒരു കാട്ടുമൃഗമാക്കി മാറ്റും. ചിലപ്പോൾ മനുഷ്യൻ ഒരു കാട്ടുമൃഗമായി മാറിപ്പോകും. ഴാങ് വാൽഴാങ്ങിന്റെ തുടർച്ചയായുള്ള രക്ഷപ്പെടൽ ശ്രമങ്ങൾ നിയമം മനുഷ്യമനസിൽ വരുത്തുന്ന വിചിത്രഫലങ്ങളുടെ തെളിവാണ്. അയാൾക്കു ലഭിച്ച ഒരു അവസരം പ്രയോജനപ്പെടുത്തുന്ന മട്ടിലാണ് ഴാങ് വാൽഴാങ് രക്ഷപ്പെടാനുള്ള ശ്രമം തുടർന്നുകൊണ്ടിരുന്നത്. ഒരുനിമിഷംപോലും അയാൾ അതിന്റെ ഫലത്തെപ്പറ്റി ചിന്തിച്ചിട്ടില്ല. മുൻകാലങ്ങളിലെ അനുഭവവും അയാൾ കണക്കിലെടുത്തില്ല. ജന്മവാസന അയാളോട് 'പുറത്തുപോകാൻ' പറഞ്ഞു. വിവേകം അയാളോട് 'അവിടെ നിൽക്കാൻ' പറഞ്ഞു. പക്ഷേ, ജന്മവാസനയുടെ പ്രലോഭനത്തിനു മുന്നിൽ വിവേകം പറപറന്നു. ജന്മവാസന മാത്രം അവശേഷിച്ചു. ഈ കളിയിൽ മൃഗം മാത്രമാണ് ഉണ്ടായിരുന്നത്. തിരിച്ച് വീണ്ടും അടിമയാക്കപ്പെടുമ്പോൾ അടി ച്ചേൽപ്പിക്കപ്പെടുന്ന ക്രൂരതകൾ അയാളെ വീണ്ടും കൂടുതൽ നിഷ്ഠൂരനാക്കി മാറ്റി.

ഒരു കാര്യം നമ്മൾ വിട്ടുപോകാൻ പാടില്ല. കായികബലത്തിൽ അയാൾ ജയിലിലെ എല്ലാ അന്തേവാസികളെയും കവച്ചുവയ്ക്കുമായിരുന്നു. കമ്പി വളയ്ക്കാനും കപ്പലിന്റെ പായയുടെ സ്ഥാനം മാറ്റിക്കെട്ടാനും നാലുപേർക്ക് പകരം ഴാങ് വാൽഴാങ് ഒറ്റയ്ക്കു മതി. ചിലപ്പോൾ അയാൾ വലിയ ഭാരം ചുമ ലിൽ ചുമന്നുകൊണ്ട് വെറുതെ നിൽക്കും. ഒരിക്കൽ തൂലോങ്ങിലെ ടൗൺഹാ ളിന്റെ അറ്റകുറ്റപ്പണി നടന്നുകൊണ്ടിരുന്നപ്പോൾ ഒരു താങ്ങുതൂണ് ഇളകിവീഴാൻ തുടങ്ങി. പണിക്കാർ എത്തുന്നതുവരെ അവിടെ ഉണ്ടായിരുന്ന ഴാങ് വാൽഴാങ് അതു താഴെ വീഴാതെ താങ്ങിപ്പിടിച്ചുനിന്നു.

സ്വന്തം ശക്തിയേക്കാൾ കൂടുതൽ അനുസരണ അയാൾക്ക് ഉണ്ടായിരുന്നു. എപ്പോഴും രക്ഷപ്പെടാനുള്ള തന്ത്രങ്ങൾ ആവിഷ്കരിച്ചുകൊണ്ടിരുന്ന ചില കുറ്റവാളികൾ അതിനുവേണ്ടി ശക്തിയും സാമർഥ്യവും കൂട്ടിയോജിപ്പിച്ച് ഒരു ശാസ്ത്രംതന്നെ വികസിപ്പിച്ചിരുന്നു. പേശീബലത്തിന്റെ ശാസ്ത്രം എന്നു വേണ മെങ്കിൽ പറയാം. പക്ഷികളോടും പ്രാണികളോടും ശാശ്വതമായ അസൂയയുള്ള തടവുകാർ വളരെ നിഗൂഢമായ ചില തന്ത്രങ്ങൾ പതിവായി ശീലിച്ചിരുന്നു. ഭിത്തി ചുരണ്ടുക, അൽപ്പം മാത്രം ഉന്തിനിൽക്കുന്ന എന്തിലെങ്കിലും ചവിട്ടി നിൽക്കുക തുടങ്ങിയ സർക്കസുകൾ ഴാങ് വാൽഴാങ്ങിനെ സംബന്ധിച്ചിടത്തോളം വെറും കളിതമാശകൾ ആയിരുന്നു. ഒരു കൊളുത്ത് കൊടുക്കാമെങ്കിൽ മുട്ടും കയ്യും തോളും പുറവും ഉപയോഗിച്ച് ഏതു പരുക്കൻ മതിലിലും ഴാങ് വാൽഴാങ് കയറിയിരിക്കും. മൂന്നാം നിലയിലേക്ക് മാജിക്ക് കാണിക്കുംപോലെ അയാൾ കയറിപ്പോകും. ചിലപ്പോൾ ഇതുപോലെ കപ്പലിന്റെ മുകൾത്തട്ടുവരെ അയാൾ അള്ളിപ്പിടിച്ച് കയറിയിട്ടുണ്ട്.

അയാൾ വളരെ കുറച്ചു മാത്രം സംസാരിച്ചു. ഒരിക്കൽപ്പോലും ചിരിച്ചില്ല. വർഷത്തിൽ ഒന്നോ രണ്ടോ പ്രാവശ്യം പിശാചിന്റെ ചിരിപോലുള്ള തളർന്ന ശബ്ദം പുറത്തുകേൾക്കണമെങ്കിൽ അയാൾ എന്തെങ്കിലും അമിതമായ വികാര ത്തിന് അടിമപ്പെടണം. അയാൾ എപ്പോഴും ഭീതിജനകമായ എന്തിനെയോ സ്ഥിര മായി ശ്രദ്ധിച്ചുനോക്കിക്കൊണ്ടിരിക്കുകയാണെന്ന് അയാളെ കാണുന്ന ആർക്കും

തോന്നിപ്പോകും. സത്യത്തിൽ അയാൾ അപ്പോഴെല്ലാം ആലോചനയിൽ ആയിരുന്നു.

പുകപിടിച്ചുപോയ ബുദ്ധിശക്തിക്ക് പൂർണമായി മനസിലാക്കാൻ കഴിയാത്ത കാര്യങ്ങളുടെ ഭീകരമായ ഒരു ഭാരം തന്റെ മുകളിൽ ഉണ്ടെന്നുള്ള അടിസ്ഥാനമില്ലാത്ത ഒരു തോന്നൽ അയാൾക്ക് ഉണ്ടായിരുന്നു. അയാൾ ഇഴഞ്ഞുനീങ്ങിക്കൊണ്ടിരുന്ന വിളറിയ നിഴലിൽ കിടന്ന് തല ഉയർത്തി നോക്കി. അയാളുടെ ആലോചനയിൽ അടിഞ്ഞുകൂടിയിരുന്ന നിയമങ്ങൾ, മുൻവിധികൾ, മനുഷ്യർ, പ്രവൃത്തികൾ ഇവയേക്കാൾ എല്ലാം ഉയരത്തിൽ നമ്മൾ സംസ്കാരം എന്നു പറയുന്ന എന്തിന്റെയും ഭയാനകമായ, ഭീകരമായ ഒരു പർവതം ഉയർന്നു നിൽക്കുന്നത് ഭീതിയോടെ അയാൾക്ക് കാണാൻ കഴിഞ്ഞു. മനുഷ്യന്റെ നിയമങ്ങളും മുൻവിധികളും എല്ലാംതന്നെ അതിൽ അടിഞ്ഞുകൂടിയിരുന്നു. അതിന്റെ വലിപ്പവും ഭാരവും അയാളെ ഭയപ്പെടുത്തി. അപൂർവമായ ആ പർവതം നമ്മൾ പറയുന്ന സംസ്കാരംതന്നെ ആയിരുന്നു. നിയതമായ ആകൃതികളില്ലാത്ത പർവതത്തിൽ ചിലപ്പോൾ കയ്യെത്തും ദൂരത്തിൽ, ചിലപ്പോൾ അതിലും കൂടുതൽ ദൂരത്തിൽ, ചിലപ്പോൾ എത്തിപ്പിടിക്കാൻ കഴിയാത്തത്ര ഉയരത്തിൽ ചില കാര്യങ്ങൾ അയാൾ തിരിച്ചറിഞ്ഞു. അവയിൽ ചിലത് വളരെ സ്പഷ്ടമായി അയാൾക്ക് കാണാൻ കഴിഞ്ഞു. ഏറ്റവും അടുത്തായി കാവൽക്കാരനെയും വാളുമായി നിൽക്കുന്ന പൊലീസുകാരനെയും, അൽപ്പം ദൂരെയായി ശിരോലങ്കാരം അണിഞ്ഞുകൊണ്ടു നിൽക്കുന്ന ആർച്ച് ബിഷപ്പിനെയും വളരെ ഉയരത്തിൽ പ്രതാപത്തിന്റെ പ്രഭ വിതറിക്കൊണ്ട് തേജസോടെ കിരീടധാരിയായി നിൽക്കുന്ന ചക്രവർത്തിയെയും അയാൾ കണ്ടു. അകലങ്ങളിൽ കണ്ട ഈ അലങ്കാരപ്പൊലിമകൾ അയാളുടെ രാത്രികളെ പ്രകാശമാനമാക്കിയില്ല. പകരം ഇരുട്ടിനെ കൂരിരുട്ടാക്കി മാറ്റി കൂടുതൽ ഭയാനകമായ ഒരു അവസ്ഥയിലേക്ക് കൊണ്ടെത്തിക്കുകയാണെന്ന് അയാൾക്ക് തോന്നി. സംസ്കാരത്തിനു മുകളിൽ ദൈവം അടിച്ചേൽപ്പിക്കുന്ന നിഗൂഢവും സങ്കീർണവുമായ ചലനങ്ങൾക്ക് അനുസരിച്ച് നിയമങ്ങളും മുൻവിധികളും മനുഷ്യരും പ്രവൃത്തികളും ഒന്നൊന്നായി അയാളിലേക്ക് കടന്നുവരികയും തിരിച്ചുപോവുകയും ചെയ്തു. അയാളെ ചവിട്ടിമെതിച്ചുകൊണ്ട് അവ അയാൾക്ക് മുകളിലൂടെ കവാത്തുചെയ്തു. ഭാഗ്യദോഷത്തിൽ ഏറ്റവും അടിത്തട്ടിൽ കിടക്കുന്നതുകൊണ്ട് നിയമം തള്ളിക്കളഞ്ഞ ഈ മനുഷ്യർക്ക് മനുഷ്യസമൂഹത്തിന്റെ മുഴുവൻ ഭാരവും അവരുടെ തലയ്ക്കുമുകളിൽ അനുഭവിക്കാൻ കഴിയും. ആ ഭാരം അറിഞ്ഞിട്ടില്ലാത്തവർക്ക് അത് ഭയാനകമാണ്. ആ ഭാരത്തിന് അടിയിൽ ആയിപ്പോയവർക്ക് അത് അങ്ങേയറ്റം ദാരുണമാണ്.

ഇത്തരം ഒരു ചുറ്റുപാടിലാണ് ഴാങ് വാൽഴാങ് ചിന്തിച്ചുകൊണ്ടിരുന്നത്. അയാളുടെ ചിന്തകൾ എന്തായിരിക്കും? ആട്ടുകല്ലിന് ഇടയിൽ പെട്ടുപോയ ഒരു ധാന്യത്തിന് ചിന്തിക്കാൻ കഴിയുമെങ്കിൽ അതുതന്നെ ആയിരിക്കും അയാളും ചിന്തിച്ചതെന്ന കാര്യത്തിൽ ഒരു സംശയവും വേണ്ട.

മായക്കാഴ്ചകൾ നിറഞ്ഞ യാഥാർഥ്യങ്ങളും യാഥാർഥ്യങ്ങൾ നിറഞ്ഞ മായക്കാഴ്ചകളും കൂടിച്ചേർന്ന് അയാളുടെ മനസിൽ വ്യക്തമാക്കാൻ കഴിയാത്ത ഒരു മാനസികാവസ്ഥ സൃഷ്ടിച്ചിരുന്നു.

ചിലപ്പോൾ കപ്പലിലെ ജോലിക്കിടയിൽവെച്ച് അയാൾ ജോലി നിർത്തും. പിന്നീട് അയാൾ എന്തോ ആലോചിച്ച് വെറുതെ ഇരിക്കും. മുൻകാലത്തേക്കാൾ അയാളുടെ ചിന്തകൾക്ക് ഉലച്ചിൽ തട്ടിയിരുന്നു. എങ്കിലും പണ്ടത്തേക്കാൾ പക്വത നേടിക്കഴിഞ്ഞ അയാളുടെ ചിന്തകൾ അപ്പോഴേക്കും കലഹിക്കാൻ തുടങ്ങിയിരിക്കും. അയാൾക്ക് സംഭവിച്ചതെല്ലാം നിരർഥകമായി അയാൾക്കു തോന്നും. അയാൾക്കു ചുറ്റും ഒന്നും സംഭവിക്കുന്നില്ലെന്ന തോന്നലിൽ അയാൾ പറയും: "ഇതൊരു സ്വപ്നമാണ്." അൽപ്പം ദൂരത്തായി നിൽക്കുന്ന ജയിൽ കാവൽക്കാരനെ അയാൾ നോക്കിക്കൊണ്ടിരിക്കും. കാവൽക്കാരൻ ഒരു മായാരൂപം ആണെന്ന് അയാൾക്ക് തോന്നും. പൊടുന്നനെ ആ മായാരൂപം വടി കൊണ്ട് അയാൾക്ക് ഒരു അടി കൊടുക്കും.

അയാളെ സംബന്ധിച്ചിടത്തോളം പുറംലോകത്തിന് നിലനിൽപ്പ് ഉണ്ടായിരുന്നില്ല. ഴാങ് വാൽഴാങ്ങിന് സൂര്യൻ ഉണ്ടായിരുന്നില്ല. മനോഹരമായ വേനൽക്കാലങ്ങൾ ഉണ്ടായിരുന്നില്ല. ഏപ്രിലിലെ പുതുമ നിറഞ്ഞ പുലരികൾ ഉണ്ടായിരുന്നില്ല. ഇതെല്ലാം ഏതാണ്ട് സത്യങ്ങൾ തന്നെയാണ്.

പറഞ്ഞുകൊണ്ടിരുന്ന കാര്യങ്ങൾ അവസാനിപ്പിക്കാൻ തുടങ്ങുമ്പോൾ ഒരു കാര്യം നമ്മൾ ഉറപ്പാക്കിയിരിക്കണം. പത്തൊൻപതു വർഷങ്ങൾകൊണ്ട് ഫെവറോളയിലെ ആരേയും ശല്യപ്പെടുത്താത്ത മരം വെട്ടുകാരൻ തൂലോങ്ങിലെ ഭീകരനായ കപ്പൽ അടിമയായി മാറിയിരിക്കുന്നു. അയാൾ കഴിവുള്ളവനായി രൂപാന്തരപ്പെട്ടിരിക്കുന്നു. കപ്പലിൽ അയാൾക്കു ലഭിച്ച രണ്ടിനം ജോലികളുടെ പരിശീലനത്തിന് നന്ദി പറയണം. ഒന്നാമത്തേത് പെട്ടെന്നുള്ള സാഹസികമായ അയാളുടെ തെറ്റിനുള്ള പ്രതികാരമായി നിൽക്കുന്ന മുൻകൂട്ടി തീരുമാനിക്കാത്ത ജോലികൾ. മറ്റൊന്ന് അയാളുടെ മനഃസാക്ഷിയുമായി ഗൗരവമേറിയ ചർച്ചകൾക്കും ആലോചനകൾക്കും ശേഷം, ഇത്തരത്തിലുള്ള വിധി ഏറ്റുവാങ്ങിയ ഒരുവന്റെ തെറ്റായ ആശയങ്ങളുടെ ഭാരം പേറുന്ന ജോലികൾ. ജോലിക്കു മുൻപുള്ള ആലോചനകൾ കാരണം, ആഗ്രഹം, ദുർവാശി എന്നിങ്ങനെ തുടർച്ചയായ മൂന്നു ഘട്ടങ്ങളിലൂടെ കടന്നുപോകും. സ്വാഭാവികമായ ധാർമികരോഷവും ആത്മാവിലെ കയ്പ്പും താൻ സഹിച്ച പരിക്കുകളെപ്പറ്റി ആഴത്തിലുള്ള ബോധവും, നന്മയോടും നിഷ്കളങ്കതയോടും സത്യസന്ധതയോടുമുള്ള എതിർപ്പും ആയിരുന്നു അയാളുടെ പ്രവർത്തനങ്ങൾക്ക് പ്രചോദനം. അയാളുടെ എല്ലാ ചിന്തകളും തുടങ്ങിയതും അവസാനിച്ചതും മനുഷ്യന്റെ നിയമങ്ങളോടുള്ള വെറുപ്പിൽ ആയിരുന്നു. ആ വെറുപ്പിന്റെ വളർച്ചയുടെ സമയത്ത് സൗഭാഗ്യകരമായ സംഭവങ്ങൾകൊണ്ട് അതിനെ നിയന്ത്രിക്കാൻ കഴിയാതെ വന്നാൽ കുറച്ചുകാലംകൊണ്ട് അത് സമൂഹത്തോടുള്ള വെറുപ്പായി മാറും. പിന്നീട് അത് മനുഷ്യരാശിയോടുള്ള വെറുപ്പായി രൂപാന്തരപ്പെടും. ഒടുവിൽ അതു സൃഷ്ടിയോടുതന്നെയുള്ള ഒരു വെറുപ്പാകും. പിന്നീട് ആരെന്നോ എന്തെന്നോ ഇല്ലാതെ ജീവനുള്ള എന്തിനേയും ദ്രോഹിക്കാനുള്ള നിരന്തമായ ഒരു ആഗ്രഹമായി അതു പുറത്തുവരും. അതായത് ഴാങ് വാൽഴാങ്ങിന്റെ പാസ്പോർട്ടിലെ 'വളരെ അപകടകാരിയായ മനുഷ്യൻ' എന്ന വിശേഷണം ശരിയായിരുന്നു.

വർഷങ്ങൾ കഴിയുന്തോറും അയാളുടെ മനസ്സ് കൂടുതൽ വഷളായിക്കൊണ്ടിരുന്നു. നശിച്ചുപോയ അയാളുടെ മനസിനൊപ്പം അയാളുടെ കണ്ണുകളും വരണ്ടുപോയി. അയാൾ കപ്പലിൽനിന്ന് ഇറങ്ങുമ്പോൾ, കഴിഞ്ഞ പത്തൊൻപതു

വർഷമായി അയാളുടെ കണ്ണുകളിൽ ഒരുതുള്ളി കണ്ണുനീർപോലും ഉറഞ്ഞു കൂടിയിരുന്നില്ല.

8. തിരമാലകളും നിഴലുകളും

ഒരു മനുഷ്യനെ ഇറക്കിവിട്ടു. അതിൽ പ്രത്യേകിച്ച് എന്തുകാര്യമാണ് ഉള്ളത്? അതുകൊണ്ട് കപ്പൽ നിന്നു പോകില്ല. കടലിലെ കാറ്റിന് കുറവൊന്നും വരില്ല. ഇരുണ്ട കപ്പൽ അതിനു നിശ്ചയിച്ചിട്ടുള്ള വഴിയിലൂടെ യാത്ര തുടർന്നുകൊള്ളും.

ആ മനുഷ്യൻ അപ്രത്യക്ഷനായി വീണ്ടും പ്രത്യക്ഷപ്പെട്ടു. അയാൾ മുങ്ങാംകുഴിയിട്ടു. വീണ്ടും വെള്ളത്തിനു മുകളിൽ പൊങ്ങി. അയാൾ കൈകൾ ഉയർത്തി വീശി. അയാൾ കൂവിവിളിച്ചു. അവർ അതു കേട്ടില്ല. കൊടുങ്കാറ്റിൽ ആടിയുലയുന്ന കപ്പലിലെ ജോലിക്കാരും യാത്രക്കാരും കടലിൽ മുങ്ങിപ്പോയ ആ മനുഷ്യനെ പിന്നീട് കണ്ടിട്ടില്ല. തിരമാലകളുടെ വിശാലതയിൽ അയാൾ വെറും ഒരു ബിന്ദുവായി മാറി.

അയാൾ നിരാശയോടെ കരഞ്ഞുവിളിച്ചു. അപ്രത്യക്ഷമാകുന്ന കപ്പൽ ഒരു മായക്കാഴ്ചപോലെ അയാൾ കണ്ടു. തകർന്ന മനസോടെ അയാൾ കപ്പലിനെ നോക്കി. കപ്പൽ അകന്നുപൊയ്ക്കൊണ്ടിരുന്നു. കാഴ്ചയിൽനിന്ന് അത് മങ്ങിത്തുടങ്ങി. കപ്പൽ ചെറുതായിക്കൊണ്ടിരുന്നു. ഒരുനിമിഷം മുൻപ് അയാൾ കപ്പലിൽ ഉണ്ടായിരുന്നു. മറ്റുള്ളവരോടൊപ്പം അയാളും കപ്പലിന്റെ മേൽത്തട്ടിൽ എത്തിയിരുന്നു. അവിടെ അയാൾ കാറ്റുകൊണ്ടും സൂര്യപ്രകാശം ആസ്വദിച്ചും നിൽക്കുകയായിരുന്നു. അയാൾ ജീവിക്കുകയായിരുന്നു. ഇപ്പോൾ അയാൾക്ക് എന്താണ് സംഭവിച്ചത്? കാലിടറി അയാൾ കടലിൽ വീണു. അതോടെ എല്ലാം കഴിഞ്ഞു.

അയാൾ ഭയാനകമായ ആഴങ്ങളിൽ എത്തിയിരുന്നു. അയാളുടെ കാൽച്ചുവട്ടിൽ ഒഴുകിമാറുന്ന വെള്ളമല്ലാതെ ഒന്നും ഇല്ല. കാറ്റിൽ തകർന്ന തിരമാലകൾ അയാളെ മൂടി. അടിത്തട്ടു കാണാത്ത ആഴങ്ങളിലേക്ക് അയാൾ കറങ്ങിത്താഴ്ന്നുകൊണ്ടിരുന്നു. തകർന്ന തിരകൾ അയാളെ പകുതി വിഴുങ്ങി. താഴ്ന്നു പോകുമ്പോൾ ഇരുണ്ട കുത്തനെയുള്ള വിള്ളലുകൾ അയാൾ കണ്ടു. അപരിചിതവും ഭയാനകവുമായ പാഴ്ച്ചെടികൾ അയാളുടെ കാലുകളെ വരിഞ്ഞുചുറ്റി. അവ അയാളെ പിടിച്ചുവലിച്ചു. അയാൾ സ്വയം ആഴമുള്ള ഒരു കയമായി മാറുന്നതായി അയാൾക്കു തോന്നി. താൻ പതയുന്ന വെള്ളത്തിന്റെ ഭാഗം തന്നെയാണെന്ന് അയാൾ സംശയിച്ചു. തിരമാലകൾ ഒന്നിൽനിന്ന് മറ്റൊന്നിലേക്ക് അയാളെ എടുത്തെറിഞ്ഞു. അയാൾ അതിന്റെ കയ്പ്പ് അനുഭവിച്ചു. അത്യാർത്തിയോടെ കടൽ അയാളെ വാരിവിഴുങ്ങി. അയാളുടെ വേദനകൊണ്ട് ഭീമാകാരനായ ഒരു ജന്തു തമാശകാണിക്കുന്നു. വെറുപ്പ് വെള്ളമായി രൂപാന്തരപ്പെട്ടതുപോലെ അയാൾക്കു തോന്നി.

എന്നിട്ടും അയാൾ പോരാട്ടം തുടർന്നു.

അയാൾ സ്വയം പ്രതിരോധിക്കാൻ നോക്കി. അയാൾ സ്വയം നിലനിൽക്കാൻ പരിശ്രമിച്ചു. അയാളുടെ പോരാട്ടം തുടർന്നു. അയാൾ നീന്തിക്കൊണ്ടിരുന്നു. അയാളുടെ ശക്തി ക്ഷയിച്ചു. പരാജയം ഇല്ലാത്തതിനോടുപോലും അയാൾ എതിർത്തുനിന്നു.

അയാളുടെ കപ്പൽ ഇപ്പോൾ എവിടെയാണ്? അത് അകലങ്ങളിൽ എത്തിയിരുന്നു. ചക്രവാളത്തിന്റെ മങ്ങിയ തിളക്കത്തിൽ കഷ്ടിച്ചു കാണാമെന്നു മാത്രം.

കൊടുങ്കാറ്റു വീശി. അയാൾക്ക് തിരമാലകളെ എതിർത്തുനിൽക്കാൻ കഴിയാതെയായി. അയാൾ മുകളിലേക്ക് നോക്കി. ഇരുണ്ട മേഘപ്പാളികളല്ലാതെ മറ്റൊന്നും അയാൾ കണ്ടില്ല. അയാൾ മരണവേദനയോടെ വിശാലമായ കടലിന്റെ ഭ്രാന്തിന്റെ ഭാഗമായി മാറി. കടലിന്റെ അളക്കാൻ കഴിയാത്ത പീഡനങ്ങൾ സഹിച്ച് മരണത്തിലേക്കു പോയി. അവിടെ അയാൾ മനുഷ്യർക്ക് അപരിചിതമായ ശബ്ദങ്ങൾ കേട്ടു. ആ ശബ്ദങ്ങൾ ഭൂമിയിൽനിന്ന് വരുന്നതായി തോന്നിയില്ല. അതിനപ്പുറം ഉള്ള ഏതോ ലോകത്തുനിന്ന് വരുന്നതായാണ് തോന്നിയത്.

മനുഷ്യന്റെ തീവ്രദുഃഖങ്ങൾക്കു മുകളിൽ മാലാഖമാർ ഉള്ളതുപോലെ മേഘങ്ങൾക്കിടയിലൂടെ പക്ഷികൾ പറക്കുന്നുണ്ടായിരുന്നു. പക്ഷേ, അയാൾക്കു വേണ്ടി അവയ്ക്ക് എന്തു ചെയ്യാൻ കഴിയും. അയാൾ വീർപ്പുമുട്ടി കിതച്ചുകൊണ്ടിരുന്നപ്പോൾ അവർ ആകാശത്തിലൂടെ വെറുതെ പാടിപ്പറന്നു നടന്നു.

രാത്രിയായി. മണിക്കൂറുകളായി അയാൾ നീന്തുകയായിരുന്നു. അയാളുടെ ശക്തി ഏതാണ്ട് അവസാനിക്കാറായിക്കഴിഞ്ഞിരുന്നു. അകലെയായിക്കണ്ടിരുന്ന കപ്പൽ ഇപ്പോൾ കാണാനില്ല. ഭയാനകമായ തിരമാലകളുടെ ഇരുളിൽ ഇപ്പോൾ അയാൾ മാത്രം. അയാൾ പരിശ്രമിക്കുന്നു. അയാൾ പോരാടുന്നു. അയാൾക്കു താഴെ കാണാൻ കഴിയാത്ത ഭീകരജീവികളുടെ നിഴൽ അയാൾക്ക് അനുഭവപ്പെടുന്നു. അയാൾ വിളിച്ചുകൂവുന്നു.

“മനുഷ്യർ ഇല്ലാതായിക്കഴിഞ്ഞിരിക്കുന്നു. ദൈവം എവിടെയാണ്?” നിരന്തരമായി അയാൾ വിളിച്ചുകൂവാൻ തുടങ്ങുന്നു. “സഹായിക്കണേ! സഹായിക്കണേ!”

ചക്രവാളം ശൂന്യമാണ്, ആകാശവും.

അയാൾ തിരമാലകളുടെ നിലവറയിലെ പാറക്കെട്ടുകളോട് യാചിക്കുന്നു പക്ഷേ ഒന്നിനും ചെവികേൾക്കുന്നില്ല. അയാൾ കൊടുങ്കാറ്റിനോട് കേണപേക്ഷിക്കുന്നു പക്ഷേ, അനുസരണയില്ലാത്ത കൊടുങ്കാറ്റ് അപാരതയെ മാത്രമേ അനുസരിക്കുകയുള്ളൂ.

ഇരുട്ടും കൊടുങ്കാറ്റും ഏകാന്തതയും വന്യമായ ആരവങ്ങളും വെള്ളത്തിന്റെ നിലയ്ക്കാത്ത ഒഴുക്കിനൊപ്പം അയാളെ പൊതിഞ്ഞു. അയാളുടെ ഉള്ളിൽ ഭീതിയും ക്ഷീണവും നിറഞ്ഞു. അയാൾക്കുചുറ്റും അയാളെ വിഴുങ്ങാൻ തയാറെടുക്കുന്ന തിരമാലകൾ. വിശ്രമിക്കാൻ പറ്റിയ സ്ഥലം കാഴ്ചയിൽ ഇല്ല. അന്ത്യമില്ലാത്ത ഈ മൂകതയിൽ ജീവനില്ലാത്ത തന്റെ ജഡത്തിന്റെ പരാക്രമങ്ങളെപ്പറ്റി അയാൾ ചിന്തിച്ചു. കടുത്ത തണുപ്പ് അയാളെ തളർത്തി. അയാളുടെ കൈപ്പത്തികൾ ഇടവിട്ടിടവിട്ട് വെറുതെ ചുരുണ്ടുനിവർന്നു. കാർമേഘം, തിരമാലകൾ, പൊട്ടിത്തെറികൾ, നക്ഷത്രങ്ങൾ–ഒന്നിനും ഉപയോഗം ഇല്ലാതായി. അയാൾക്ക് എന്തുചെയ്യാൻ കഴിയും? അയാൾ നിരാശയ്ക്ക് അടിമയായി. അയാൾ താറുമാറായി. അയാൾ മരണത്തെ തിരഞ്ഞു. അയാൾ ഇപ്പോൾ എതിർപ്പ് പ്രകടിപ്പിക്കുന്നില്ല. അയാൾ സ്വയം സമർപ്പിക്കുന്നു. സമുദ്രത്തിന്റെ ഇരുൾമൂടിയ ആഴങ്ങളിലേക്ക് അയാൾ എന്നെന്നേക്കുമായി താഴ്ന്നു പോയി.

മനുഷ്യസമൂഹത്തിന്റെ മാറ്റാനാകാത്ത പ്രയാണം. ആ പ്രയാണം മനുഷ്യനെയും മനസുകളെയും നശിപ്പിച്ചതിന്റെ അടയാളങ്ങൾ വഴിയിൽ അവശേഷിപ്പിക്കുന്നു. നിയമം വാഴാൻ അനുവദിച്ചവരെല്ലാം വീണു കിടക്കുന്ന സമുദ്ര

മാണ് അത്. സഹായങ്ങൾ അപകടസൂചന നൽകിക്കൊണ്ട് അവിടെ നിന്ന് അപ്രത്യക്ഷമായിരിക്കുന്നു. ധാർമികമായ മരണം. ശിക്ഷാനിയമങ്ങൾ അതിന്റെ ഇരകളെ തള്ളിയിടുന്ന മെരുങ്ങാത്ത രാത്രിയാണ് കടൽ. അളന്നു തിട്ടപ്പെടുത്താൻ കഴിയാത്ത ദുരിതക്കയമാണ് കടൽ.

ആ കടലിൽ ഒഴുകുന്ന ആത്മാവ് ഒരു ശവമായി മാറിയേക്കാം. അതിനെ ജീവിതത്തിലേക്ക് ആരു തിരിച്ചുകൊണ്ടുവരും?

9. പുതിയ ദുഃഖങ്ങൾ

ഒടുവിൽ കപ്പലിൽനിന്ന് ഇറങ്ങേണ്ട സമയം വന്നു. ഴാങ് വാൽഴാങ്ങിന്റെ ചെവിയിൽ 'നീ സ്വതന്ത്രനാണ്' എന്ന അപരിചിതമായ വാക്കുകൾ അയാൾ കേട്ടു. ആ വാക്കുകൾ അസാധ്യവും അസത്യവും ആണെന്ന് അയാൾക്ക് തോന്നി. ജീവന്റെ ഒരു പ്രകാശകിരണം. യഥാർഥ വെളിച്ചത്തിന്റെ ഒരു കിരണം പെട്ടെന്ന് അയാളുടെ ആത്മാവിലേക്ക് തുളച്ചിറങ്ങി. പക്ഷേ, പെട്ടെന്നുതന്നെ ആ വെളിച്ചം മങ്ങിപ്പോയി. സ്വതന്ത്ര്യം ഴാങ് വാൽഴാങ്ങിനെ വിസ്മയിപ്പിച്ചിരുന്നു. ഒരു പുതിയ ജീവിതത്തിൽ അയാൾക്ക് വിശ്വാസം ഉണ്ടായിരുന്നു. പക്ഷേ, ഒരു മഞ്ഞ പാസ്പോർട്ടിന്റെ സ്വാതന്ത്ര്യം എന്തായിരിക്കുമെന്ന് പെട്ടെന്ന് അയാൾ ഓർത്തു.

അതോടൊപ്പംതന്നെ കയ്പേറിയ അനുഭവങ്ങൾക്ക് കുറവൊന്നും ഉണ്ടായിരുന്നില്ല. കപ്പലിലെ താമസത്തിനിടയുള്ള തന്റെ സമ്പാദ്യം അയാൾ കണക്കുകൂട്ടിയിരുന്നു. അത് ഏതാണ്ട് നൂറ്റി എഴുപത്തൊന്ന് ഫ്രാങ്ക് വരണം. ഞായാറാഴ്ചകളിലെയും അവധിദിവസങ്ങളിലെയും വിശ്രമം കണക്കിലെടുക്കാൻ അയാൾ മറന്നുപോയിരുന്നു. പത്തൊൻപതു വർഷത്തെ വിശ്രമം കണക്കുകൂട്ടിയാൽ അതുകൊണ്ട് ഏതാണ്ട് ഇരുപത്തിനാലു ഫ്രാങ്കിന്റെ കുറവുവരാൻ സാധ്യതയുണ്ട്. അത് എത്രവരുമെന്ന് കൃത്യമായി അറിയില്ല. മറ്റു പല കിഴിവുകൾക്കുംശേഷം നൂറ്റി ഒൻപതു ഫ്രാങ്കും പതിനഞ്ചു സൂവും ആണ് അയാളുടെ കയ്യിൽ അവർ എണ്ണി ഏൽപ്പിച്ചത്.

അയാൾക്ക് അതിന്റെ കണക്ക് മനസിലായില്ല. അവർ തന്നെ കബളിപ്പിച്ചതായി അയാൾക്ക് തോന്നി. തെളിച്ചുപറഞ്ഞാൽ താൻ കൊള്ളയടിക്കപ്പെട്ടതായ തോന്നലാണ് അയാൾക്ക് ഉണ്ടായത്.

സ്വാതന്ത്ര്യം കിട്ടിയതിന്റെ അടുത്ത ദിവസം ഗ്രാസിലെ ഓറഞ്ചുപൂക്കളിൽ നിന്ന് മദ്യം വാറ്റി എടുക്കുന്ന ഒരു വാറ്റുപുരയുടെ മുന്നിൽ അയാൾ എത്തി. കുറച്ചു മനുഷ്യർ അവിടെ ചാക്കുകൾ ഇറക്കിവയ്ക്കുന്നുണ്ടായിരുന്നു. അവരോടൊപ്പം ജോലിചെയ്യാൻ അയാൾ തയാറായി. അവർക്ക് ജോലിക്ക് ആളുകളെ ആവശ്യം ഉണ്ടായിരുന്നതുകൊണ്ട് അവർ അയാളെ സ്വീകരിച്ചു. അയാൾ ജോലി ചെയ്തു. അയാൾ ബുദ്ധിമാനും ശക്തനും കൈത്തഴക്കം ഉള്ളവനും ആയിരുന്നു. തന്റെ കഴിവിന്റെ പരമാവധി അയാൾ പണിയെടുത്തു. മേൽനോട്ടക്കാരന് തൃപ്തി തോന്നിയതായി തോന്നി. ജോലി നടന്നുകൊണ്ടിരുന്നപ്പോൾ ഒരു പട്ടാളക്കാരൻ അതുവഴി നടന്നുപോയി. പട്ടാളക്കാരൻ അയാളോട് കടലാസുകൾ ആവശ്യപ്പെട്ടു. അങ്ങനെ മഞ്ഞ പാസ്പോർട്ട് കാണിക്കാൻ അയാൾ നിർബന്ധിതനായി. അതു കഴിഞ്ഞു. ഴാങ് വാൽഴാങ് വീണ്ടും ജോലിയിൽ മുഴുകി. അൽപ്പസമയം മുൻപ് കൂടെ ജോലി ചെയ്യുന്ന ഒരാളോട് കൂലി എന്തു കിട്ടുമെന്ന് അയാൾ അന്വേ

ഷിച്ചിരുന്നു. മുപ്പതു സൂ എന്നായിരുന്നു മറുപടി. അടുത്തദിവസം രാവിലെ അയാൾക്ക് അവിടം വിട്ടുപോകണമായിരുന്നു. അയാൾ മേൽനോട്ടക്കാരനെ സമീപിച്ച് ശമ്പളം ആവശ്യപ്പെട്ടു. മേൽനോട്ടക്കാരൻ സംസാരിക്കാതെ പതിനഞ്ചു സൂ അയാളുടെ കയ്യിൽ വെച്ചുകൊടുത്തു. അയാൾ തർക്കിച്ചു. മേൽനോട്ടക്കാരൻ പറഞ്ഞു:

"നിനക്ക് ഇതുതന്നെ ധാരാളമാണ്" അയാൾ നിർബന്ധംപ്പിടിച്ചു. മേൽനോട്ടക്കാരൻ അയാളുടെ കണ്ണുകളിലേക്ക് നോക്കിക്കൊണ്ട് ചോദിച്ചു: "നീ ജയിൽ അന്വേഷിച്ച് ഇറങ്ങിയതാണോ?"

അവിടെവെച്ച് വീണ്ടും താൻ കൊള്ളയടിക്കപ്പെട്ടതായ തോന്നൽ അയാൾക്ക് ഉണ്ടായി.

രാജ്യവും സമൂഹവും അയാളുടെ സമ്പാദ്യം കുറച്ചതിലൂടെ സത്യത്തിൽ അയാളെ മൊത്തത്തിൽ കൊള്ളയടിക്കുകയായിരുന്നു. അതിനുശേഷം വ്യക്തിയുടെ ഊഴം വന്നപ്പോൾ ചില്ലറയായി വീണ്ടും അയാൾ കൊള്ളയടിക്കപ്പെട്ടു. സ്വാതന്ത്ര്യത്തിന്റെ അർഥം മോചനം എന്നതു മാത്രമല്ല. ഒരു കുറ്റവാളിക്ക് കപ്പൽ ഉപേക്ഷിക്കാൻ കഴിയും. പക്ഷേ, അയാളുടെ പുറത്തുള്ള കുറ്റാരോപണം ഉപേക്ഷിക്കാൻ കഴിയില്ല.

അതാണ് ഗ്രാസിൽ അയാൾക്ക് സംഭവിച്ചത്. ഡിയിൽ അയാൾക്കു കിട്ടിയ സ്വീകരണം നമ്മൾ കണ്ടുകഴിഞ്ഞു.

10. അയാൾ ഉണരുന്നു

ഭദ്രാസനപ്പള്ളിയിലെ ക്ലോക്കിൽ രണ്ടുമണി അടിച്ചു. ഴാങ് വാൽഴാങ് ഉണർന്നു.

കൂടുതൽ നല്ല കിടക്കയിൽ കിടന്നതാണ് അയാൾ ഉണരാനുള്ള കാരണം. അയാൾ ഒരു മെത്തയിൽ കിടന്നിട്ട് ഏതാണ്ട് ഇരുപതു വർഷം കഴിഞ്ഞിരുന്നു. വസ്ത്രങ്ങൾ അഴിച്ചുമാറ്റാതെയാണ് അയാൾ ഉറങ്ങിയത്. എന്നിട്ടും മെത്തയുടെ പുതുമ അയാളുടെ ഉറക്കം കെടുത്തി.

അയാൾ നാലു മണിക്കൂറിൽ കൂടുതൽ ഉറങ്ങി. അയാളുടെ ക്ഷീണം മാറി. കൂടുതൽ സമയത്തെ വിശ്രമം അയാൾക്ക് അപരിചിതമായിരുന്നു.

അയാൾ കണ്ണുതുറന്ന് തനിക്ക് ചുറ്റുമുള്ള ഇരുട്ടിൽ ഒന്ന് കണ്ണോടിച്ചു. പിന്നീട് ഉറങ്ങാൻവേണ്ടി വീണ്ടും അയാൾ കണ്ണുകൾ അടച്ചു.

പല പ്രശ്നങ്ങളുംകൊണ്ട് പകൽസമയത്ത് മനസ്സ് അലങ്കോലപ്പെടുമ്പോൾ അതിനുശേഷം നമ്മൾ പലതും ആലോചിച്ച് തുടങ്ങും. അത്തരം സന്ദർഭങ്ങളിൽ ഒരിക്കൽ നമുക്ക് ഉറങ്ങാൻ കഴിയും. പക്ഷേ, ഉണർന്നുകഴിഞ്ഞാൽ പിന്നീട് രണ്ടാമതും ഉറങ്ങാൻ കഴിഞ്ഞെന്ന് വരില്ല. ഴാങ് വാൽഴാങ്ങിന്റെ കാര്യവും അങ്ങനെതന്നെയായിരുന്നു. അയാൾക്ക് വീണ്ടും ഉറങ്ങാൻ കഴിഞ്ഞില്ല. അതുകൊണ്ട് അയാൾ ഓരോ കാര്യങ്ങൾ ആലോചിച്ചുകൊണ്ടു കിടന്നു.

ഴാങ് വാൽഴാങ് മനസിൽ ആശയങ്ങൾ ഇളകിമറിയുന്ന ഒരു പ്രത്യേക അവസ്ഥയിൽ ആയിരുന്നു. അയാളുടെ തലച്ചോറിനുള്ളിൽ അവ്യക്തമായ ചില ഏറ്റക്കുറച്ചിലുകൾ നടന്നുകൊണ്ടിരുന്നു. കലങ്ങിമറിഞ്ഞ ഒരു അരുവിയിലൂടെ പായലും ചെളിയും പൊങ്ങിപ്പടർന്ന് ഒഴുകുന്നതുപോലെ അയാളുടെ മനസിലൂടെ പഴയതും പുതിയതുമായ ഓർമകൾ ഒഴുകിനടന്നു. ഇടകലർന്ന് ഒഴുകിയപ്പോൾ

പരസ്പരം കൂട്ടിമുട്ടി അവയുടെ ആകൃതിയിൽ വ്യത്യാസങ്ങൾ വന്നുകൊണ്ടിരുന്നു. ചിലത് കൂട്ടിമുട്ടി പരസ്പരം അടുത്ത് വളരെ വലുതായി. പിന്നീട് അവ പെട്ടെന്ന് കാണാതായി. അയാളുടെ മനസിലൂടെ പലതും കടന്നുപൊയ്ക്കൊണ്ടിരുന്നു. പക്ഷേ, മറ്റു ചിന്തകളെ എല്ലാം ആട്ടിപ്പായിച്ചുകൊണ്ട് ഒന്നു മാത്രം മുറയ്ക്ക് മനസിൽ തെളിഞ്ഞുവന്നു. അത് എന്തായിരുന്നെന്ന് നമുക്ക് നേരിട്ടുതന്നെ പറയാം. മദാം മഗ്ലാർ മേശപ്പുറത്തു നിരത്തിയ ആറുവെള്ളിപ്പാത്രങ്ങളും വലിയ വെള്ളിത്തവിയും അയാൾ പ്രത്യേകം ശ്രദ്ധിച്ചിരുന്നു.

ഈ ആറുവെള്ളിപ്പാത്രങ്ങൾ അയാളെ സ്വാധീനിച്ചു. ഏതാനും ചുവടു ദൂരത്തിൽ അവ ഇരിപ്പുണ്ട്. താൻ മുറിയിലേക്ക് നടന്നുപോരുമ്പോൾ ജോലിക്കാരി കിടക്കയുടെ തലയ്ക്കലുള്ള ഭിത്തിഅലമാരയിൽ ആ പാത്രങ്ങൾ അടുക്കിവയ്ക്കുന്നുണ്ടായിരുന്നു. ആ ഭിത്തി അലമാര അയാൾ പ്രത്യേകം ശ്രദ്ധിച്ചു. ഊണുമുറിയിൽ നിന്ന് നടന്നുവരുമ്പോൾ ആ അലമാര വലതുഭാഗത്താണ്. അവയെല്ലാം നല്ല ഘനമുള്ള പഴയ വെള്ളിപ്പാത്രങ്ങളാണ്. വലിയ തവി മാത്രം വിറ്റാൽ അവർക്ക് കുറഞ്ഞത് ഇരുന്നൂറ് ഫ്രാങ്ക് എങ്കിലും കിട്ടും. പത്തൊൻപതുകൊല്ലത്തെ അധ്വാനത്തിന് അയാൾക്ക് കിട്ടിയതിന്റെ ഇരട്ടി പണം. ഗവണ്മെന്റ് അയാളെ കൊള്ളയടിച്ചില്ലായിരുന്നെങ്കിൽ സത്യത്തിൽ അയാൾക്ക് കൂടുതൽ പണം കിട്ടുമായിരുന്നു.

ഒരുമണിക്കൂർ സമയം അയാളുടെ മനസ്സ് അങ്ങോട്ടും ഇങ്ങോട്ടും പതറിക്കൊണ്ടിരുന്നു. അയാൾ കണ്ണുതുറന്ന് പെട്ടെന്ന് കിടക്കയിൽനിന്ന് എഴുന്നേറ്റു. ഒരു മൂലയിൽ വെച്ചിരുന്ന മാറാപ്പ് അയാൾ കൈകൊണ്ട് തപ്പി കണ്ടുപിടിച്ചു. പിന്നീട് കാലുകൾ നീട്ടിവെച്ചു. കാലുകൾ തറയിൽ തൊട്ടു. കിടക്കയിൽ ഏതു ഭാഗത്താണ് ഇരിക്കുന്നതെന്ന് മനസിലാക്കാൻ കഴിയുന്നില്ലെന്ന് അയാൾക്ക് വ്യക്തമായി.

അയാൾ കുറച്ചുസമയം അതുതന്നെ ആലോചിച്ചുകൊണ്ടിരുന്നു. ഇരുട്ടിൽ ആരെങ്കിലും അയാളെ കണ്ടിരുന്നെങ്കിൽ അയാളുടെ മുഖത്ത് ഒരു അവലക്ഷണം കാണാൻ കഴിയുമായിരുന്നു. ഉറങ്ങിക്കിടന്നിരുന്ന ആ വീട്ടിൽ അപ്പോൾ ഉണർന്നിരുന്നത് അയാൾ മാത്രമായിരുന്നു. പൊടുന്നനെ കുനിഞ്ഞ് അയാൾ ഷൂസ് കയ്യിൽ എടുത്തു. എന്നിട്ട് വളരെ സാവധാനം മെത്തയുടെ മുന്നിൽ കിടന്ന തടുക്കിനു പുറത്ത് അതു ഭദ്രമായി വെച്ചു. പിന്നീട് വീണ്ടും അയാൾ ചിന്തയിലേക്ക് മടങ്ങി.

ഈ രഹസ്യധ്യാനത്തിനിടയിൽ നമ്മൾ സൂചിപ്പിച്ച ആശയം അയാളുടെ തലച്ചോറിനെ നിർത്താതെ ശല്യപ്പെടുത്തിക്കൊണ്ടിരുന്നു. പലപ്പോഴായി അത് അയാളുടെ തലച്ചോറിനുള്ളിൽ പ്രവേശിച്ചു. പിന്നീട് പുറത്തുപോയി, വീണ്ടും തിരിച്ചുവന്നു. ഒടുവിൽ അയാൾക്ക് അത് ഒരു ഭാരമായി മാറി. എന്തുകൊണ്ടാണ് അയാൾ പിന്നീട് അങ്ങനെ ചിന്തിച്ചതെന്ന് അയാൾക്കുതന്നെ അറിയില്ല. സങ്കൽപ്പത്തിന്റെ യാന്ത്രികമായ നിർബന്ധംപോലെ, കപ്പലിൽവെച്ച് ഒപ്പം ഉണ്ടായിരുന്ന ബ്രവെ എന്ന കുറ്റവാളിയെ അയാൾ പെട്ടെന്ന് ഓർത്തു. അയാളുടെ കാലുറകളിൽ ഒറ്റത്തയ്യലുള്ള പരുത്തിതുണിയുടെ തോൾക്കച്ച തുന്നിച്ചേർത്തിരുന്നു. അതിൽ ആയിരുന്നു അയാളുടെ കാലുറകൾ തൂങ്ങിക്കിടന്നത്. ആ പരുത്തിത്തുണിയുടെ പലനിറത്തിലുള്ള ചതുരക്കള്ളികൾ തുടർച്ചയായി അയാളുടെ മനസിൽ കടന്നുവന്നുകൊണ്ടിരുന്നു.

ഒരുപക്ഷേ, അരമണിക്കൂറോ കാൽമണിക്കൂറോ സൂചിപ്പിച്ചുകൊണ്ടുള്ള മണി മുഴങ്ങിയിരുന്നില്ലെങ്കിൽ അയാൾ തോൾക്കച്ചയിലെ കള്ളികളെപ്പറ്റി ആലോചിച്ച് നേരം വെളുക്കുന്നതുവരെ അവിടെത്തന്നെ ഇരിക്കുമായിരുന്നു. പക്ഷേ, ആ മണിമുഴക്കം അയാളോട് എഴുന്നേൽക്കാൻ പറയുന്നതായി തോന്നി.

അയാൾ എഴുന്നേറ്റു. ഒരുനിമിഷം അറച്ചുനിന്നു. ആ വീടിനുള്ളിൽ ഒന്നും അനങ്ങുന്നില്ലെന്ന് ഉറപ്പുവരുത്തിയതിനുശേഷം അയാൾ വളരെ സൂക്ഷിച്ച് ജനാലയുടെ അടുത്തെത്തി. ജനാല, ഇരുട്ടിലും അയാൾക്ക് തിരിച്ചറിയാൻ കഴിഞ്ഞു. രാത്രിയിൽ ഇരുട്ടിന് കാഠിന്യം കുറവായിരുന്നു. പൂർണചന്ദ്രനു മുന്നിലൂടെ കാറ്റ് മേഘക്കീറുകളെ വലിച്ചുകൊണ്ടുപോകുന്നത് അയാൾ കണ്ടു. കടന്നുപോകുന്ന മേഘങ്ങൾക്കനുസരിച്ച് വ്യത്യാസം വന്നുകൊണ്ടിരുന്ന നിലാവിലും അയാൾക്ക് അയാളുടെ വഴി തിരിച്ചറിയാൻ ബുദ്ധിമുട്ടു വന്നില്ല. മനുഷ്യർ ഒരു ഇരുട്ടറയുടെ കിളിവാതിലിനു പുറത്തുകൂടി അങ്ങോട്ടുമിങ്ങോട്ടും കവാത്തു നടത്തുന്നതിനു തുല്യമായ ഒരു തോന്നലായിരുന്നു പൂർണചന്ദ്രനു മുന്നിലൂടെ തെന്നിമാറിയ മേഘപാളികൾ അയാളിൽ സൃഷ്ടിച്ചത്. ജനാലയുടെ അടുത്തുനിന്ന് അയാൾ ജനാല മൊത്തത്തിൽ ഒന്നു പരിശോധിച്ചു. തോട്ടത്തിലേക്ക് തുറക്കുന്ന ജനാലയ്ക്ക് കുറുകെ കമ്പികൾ ഉണ്ടായിരുന്നുമില്ല. ആ നാട്ടിലെ രീതി അനുസരിച്ച് അതിന് ഒരു കൊളുത്തു മാത്രമാണ് ഉണ്ടായിരുന്നത്. അയാൾ അതു തുറന്നു. പക്ഷേ, മുറിക്കകത്തേക്ക് തണുത്ത കാറ്റ് അടിച്ചുകയറിയപ്പോൾ അയാൾ അത് വീണ്ടും പെട്ടെന്ന് അടച്ചു. അയാൾ തോട്ടത്തിലേക്ക് നോക്കി. അയാൾ തോട്ടം കാണുകയായിരുന്നില്ല. തോട്ടം പരിശോധിക്കുകയായിരുന്നു. തോട്ടത്തിനു ചുറ്റും പൊക്കം കുറഞ്ഞ ഒരു വെളുത്ത മതിൽ അയാൾ കണ്ടു. അതിനു പിന്നിലായി ഒരേ അകലത്തിൽ മരങ്ങൾ നിരന്നു നിൽക്കുന്നത് അയാൾ ശ്രദ്ധിച്ചു. മതിലിനപ്പുറത്ത് മരങ്ങൾ നിരന്നു നിൽക്കുന്ന ഒരു ഇടവഴിയോ നിരത്തോ ഉണ്ടെന്ന് അയാൾക്ക് ഊഹിക്കാൻ കഴിഞ്ഞു.

പരിശോധനകൾ കഴിഞ്ഞ് നിശ്ചയിച്ചുറപ്പിച്ച മട്ടിൽ അയാൾ മാറാപ്പു കയ്യിലെടുത്തു. അതു തുറന്ന് അതിനുള്ളിൽനിന്നും തിരഞ്ഞുപിടിച്ച് എന്തോ പുറത്തെടുത്ത് അയാൾ മെത്തയിൽ വെച്ചു. ഷൂസുകൾ അയാളുടെ പോക്കറ്റിൽ നിക്ഷേപിച്ചു. തൊപ്പി തലയിൽ വെച്ച് മുൻഭാഗം പിടിച്ചു താഴ്ത്തി കണ്ണുകൾ മൂടി. പിന്നീട് വടി തപ്പിയെടുത്ത് ജനാലയുടെ മൂലയ്ക്ക് കൊണ്ടുവച്ചു. വീണ്ടും തിരിച്ചെത്തി, നേരത്തെ മെത്തയുടെ പുറത്തുവെച്ച സാധനം ദൃഢനിശ്ചയത്തോടെ കയ്യിലെടുത്തു. അയാൾ കയ്യിലെടുത്ത സാധനം ഒരറ്റം കൂർപ്പിച്ച നീളം കുറഞ്ഞ ഒരു ഇരുമ്പുദണ്ഡുപോലെ തോന്നിച്ചു.

ഇരുമ്പുദണ്ഡ് എന്ത് ഉപയോഗത്തിന് ഉള്ളതാണെന്ന് ഇരുട്ടിൽ ഒരാൾക്കും തിരിച്ചറിയാൻ കഴിയുമായിരുന്നില്ല. അത് ഒരു ഉത്തോലകമോ വടിയോ ആയിരിക്കാൻ സാധ്യതയുണ്ട്.

പകൽസമയത്ത് അത് ഒരു ഖനിത്തൊഴിലാളിയുടെ ഉളിയാണെന്ന് ആർക്കും തോന്നാം. തൂലോങ്ങിനു ചുറ്റുമുള്ള കല്ലുവെട്ടാംകുഴികളിൽ കല്ലുപൊട്ടിക്കുന്നതിന് കുറ്റവാളികളെ ചിലപ്പോഴൊക്കെ നിയോഗിക്കാറുണ്ട്. അവരുടെ കയ്യിൽ ഖനിത്തൊഴിലാളികളുടെ ആയുധങ്ങൾ പലപ്പോഴും ഉണ്ടായിരിക്കും. ഖനിത്തൊഴിലാളികളുടെ ഉളി കട്ടിയുള്ള ഇരുമ്പു കൊണ്ടാണ് നിർമിക്കുന്നത്. അതിന്റെ ഒരറ്റം കൂർപ്പിച്ചിട്ടുണ്ടാകും. ഈ അറ്റമാണ് അവർ പാറയിലേക്ക് തുളച്ചിറക്കുന്നത്.

അയാൾ ഉളി വല്ലതു കൈയിൽ എടുത്തു. ശ്വാസംവിടാതെ പതുങ്ങി പതുങ്ങി അടുത്ത മുറിയുടെ വാതിലിന് അടുത്തേക്ക് നടന്നു. വാതിലിന് അടുത്ത് എത്തിയപ്പോൾ അതിന് സാക്ഷയില്ലെന്ന് അയാൾക്ക് മനസിലായി. ബിഷപ്പിന്റെ കതകിന് സാക്ഷ ഉണ്ടായിരുന്നില്ല. കതകിന്റെ പാളികൾ വെറുതെ ചാരി ഇട്ടിരിക്കുകയായിരുന്നു.

11. അയാൾ ചെയ്തത്

ഴാങ് വാൽഴാങ് ചെവി വട്ടംപിടിച്ചു. ഒരുശബ്ദം പോലും കേൾക്കാനില്ല. അയാൾ വിരലിന്റെ അറ്റംകൊണ്ട് വളരെ പതുക്കെ ഒരു പൂച്ചയുടെ സൂക്ഷ്മതയോടെ കതക് അൽപ്പം തുറന്നു. കതക് കാണാൻ കഴിയാത്തത്ര സാവധാനത്തിൽ നിശ്ശബ്ദമായി ചലിച്ചു. ഇപ്പോൾ വിടവ് അൽപ്പംകൂടി വലുതായി.

അയാൾ ഒരുനിമിഷം കാത്തുനിന്നു. പിന്നീട് കൂടുതൽ ധൈര്യത്തോടെ കതകിൽ തള്ളി.

കതക് നിശ്ശബ്ദമായി അനുസരണ കാട്ടി. ഇപ്പോൾ അയാൾക്ക് കടന്നുപോകാൻ പാകത്തിൽ വിടവ് വലുതായിക്കഴിഞ്ഞു. പക്ഷേ, അവിടെ കതകിന് അടുത്തായി വഴിമുടക്കിക്കൊണ്ട് ഒരു മേശ കിടന്നിരുന്നു. അത് അകത്തുകടക്കാൻ അയാൾക്ക് ഒരു തടസമായി മാറി.

ഴാങ് വാൽഴാങ് തടസമായി കിടക്കുന്ന മേശ കണ്ടു. എന്തു കുഴപ്പം ഉണ്ടായാലും വിടവ് കുറച്ചുകൂടി വലുതാക്കണം.

മനസിൽ ഈ കാര്യം നിശ്ചയിച്ചുറപ്പിച്ചുകൊണ്ട് അയാൾ മൂന്നാംവട്ടം കതകിൽ നേരത്തേതിലും ശക്തിയായി ആഞ്ഞുതള്ളി. ഈ പ്രാവശ്യം ഒരു തുരുമ്പിച്ച വിജാഗിരിയുടെ പരുഷശബ്ദം ഇരുട്ടിൽ മുഴങ്ങി.

ഴാങ് വാൽഴാങ് ഞെട്ടിവിറച്ചു. വിധി ദിവസം മുഴങ്ങിയ കാഹളംപോലെ വിജാഗിരിയുടെ ശബ്ദവും അയാളിൽ ഭീതി ഉണർത്തി.

ആദ്യ ചലനത്തിൽ കാണിച്ച അസാധാരണമായ അനുസരണ കണ്ടപ്പോൾ വിജാഗിരിക്ക് ജീവൻ ഉണ്ടെന്നുപോലും അയാൾ സങ്കൽപ്പിച്ചു പോയിരുന്നു. പെട്ടെന്ന് അതിനു കൂടുതൽ ജീവൻവെച്ച് വിജാഗിരി മുന്നറിയിപ്പു നൽകിക്കൊണ്ട് ഒരു പട്ടിയെപ്പോലെ കുരയ്ക്കുമെന്ന് അയാൾ ഒട്ടും പ്രതീക്ഷിച്ചിരുന്നില്ല. ഉറങ്ങിക്കിടന്നവൻ അതുകേട്ട് ഉണരേണ്ടതായിരുന്നു.

അയാൾ ഞെട്ടിവിറച്ചു. അയാളുടെ ശബ്ദം പതറി. ഉന്തുകാലിൽ നടന്നുവന്ന അയാളുടെ കാലുകൾ അയാൾ അറിയാതെതന്നെ തറയിൽ തൊട്ടു. നെറ്റിയിലെ നാടിമിടിപ്പ് ചുറ്റികകൊണ്ടുള്ള അടിപോലെ അയാൾക്ക് അനുഭവപ്പെട്ടു. സ്വന്തം നെഞ്ചിൽനിന്നു വരുന്ന ശ്വാസം ഒരു ഗുഹയിൽ നിന്നുവരുന്ന കാറ്റിന്റെ ഇരമ്പംപോലെ അയാൾക്കു തോന്നി. വിവരം ഇല്ലാത്ത വിജാഗിരി.

ഞെട്ടിപ്പിക്കുന്ന ആ ശബ്ദം വീടിനെ ഭൂമികുലുക്കംപോലെ ഇളക്കിമറിക്കാതിരുന്നത് അസംഭവ്യമായി അയാൾക്ക് തോന്നി. മുന്നറിയിപ്പു നൽകിക്കൊണ്ട് കതക് കൂവിവിളിച്ചപ്പോൾ വൃദ്ധൻ ഉണരുമെന്ന് അയാൾ ഭയന്നു. അതോടെ സ്ത്രീകൾ കരയും സഹായികൾ എത്തും കാൽമണിക്കൂറിനകം നഗരത്തിനു ജീവൻ വയ്ക്കും. പൊലീസുകാരൻ വേട്ട ആരംഭിക്കും; ഒരുനിമിഷം തന്റെ കഥ കഴിഞ്ഞെന്ന് അയാൾ ചിന്തിച്ചു.

ഉപ്പുകട്ട പിടിച്ചുണ്ടായ തൂണുപോലെ അനങ്ങാൻപോലും കഴിയാതെ അയാൾ നിന്നിടത്തുതന്നെ നിന്നുപോയി. കുറച്ചുസമയം അയാൾ അങ്ങനെ തന്നെ നിന്നു. കതക് തുറന്നു കിടക്കുകയായിരുന്നു. അയാൾ മുറിക്കുള്ളിലേക്ക് എത്തിനോക്കി. ഒരു ചലനവും ഉണ്ടായിട്ടില്ല. അയാൾ ചെവിയോർത്തു. വീടിനുള്ളിൽ ഒന്നും അനങ്ങുന്നില്ല. തുരുമ്പിച്ച വിജാഗിരിയുടെ ശബ്ദം ആരേയും ഉണർത്തിയിട്ടില്ല.

ആദ്യത്തെ അപകടം അവസാനിച്ചു. എന്നിട്ടും പേടിപ്പെടുത്തുന്ന ഒരു ആരവം ഉള്ളിൽ മുഴങ്ങുന്നതായി അയാൾക്കു തോന്നി. എങ്കിലും അയാൾ പിൻവാങ്ങിയില്ല. എല്ലാം കഴിഞ്ഞെന്നു തോന്നിയപ്പോൾപ്പോലും അയാൾ പിൻതിരിഞ്ഞില്ല. എല്ലാം പെട്ടെന്ന് അവസാനിപ്പിക്കണമെന്നു മാത്രമായിരുന്നു അയാളുടെ ആലോചന. ഒരു കാൽ അയാൾ മുന്നോട്ടു വെച്ചു. അതോടെ അയാൾ മുറിയിൽ എത്തിക്കഴിഞ്ഞിരുന്നു.

മുറിക്കുള്ളിൽ ശാന്തത തളംകെട്ടിയിരുന്നു. അവിടെയുമിവിടെയും തെളിഞ്ഞുകാണാൻ കഴിയാതെ എന്തൊക്കെയോ ഇരിക്കുന്നു. പകൽ ആയിരുന്നെങ്കിൽ മേശപ്പുറത്തു ചിതറിക്കിടക്കുന്ന കടലാസുകളും തുറന്നുകിടക്കുന്ന ഫയലുകളും സ്റ്റൂളിന്റെ മുകളിൽ അടുക്കിവെച്ചിരിക്കുന്ന പുസ്തകങ്ങളും തുണികൾ കൂട്ടിയിട്ട ഒരു കസേരയും അയാൾക്ക് കാണാൻ കഴിയുമായിരുന്നു. പക്ഷേ, ഇപ്പോൾ ഇരുണ്ട മൂലകളും വെള്ളപ്പൊട്ടുകളും മാത്രമാണ് ഉണ്ടായിരുന്നത്. ഴാങ് വാൽഴാങ് സാധനങ്ങളിൽ തട്ടാതെ ശ്രദ്ധയോടെ മുന്നോട്ടു നടന്നു. ദൂരെ ഒരു മൂലയിൽ ഉറക്കത്തിലായിരുന്ന ബിഷപ്പിന്റെ സ്വസ്ഥമായ ശ്വാസോച്ഛ്വാസം അയാൾ കേൾക്കുന്നുണ്ടായിരുന്നു.

പെട്ടെന്ന് അയാൾ നടത്തം നിർത്തി. അയാൾ കിടക്കയ്ക്ക് അരികിൽ എത്തിയിരുന്നു. വിചാരിച്ചതിലും പെട്ടെന്നാണ് അയാൾ കിടക്കയുടെ അടുത്ത് എത്തിയത്.

പ്രകൃതി ചിലപ്പോൾ നമ്മളെ ചിന്തിക്കാൻ നിർബന്ധിക്കുന്ന തരത്തിൽ ഗൗരവവും ബുദ്ധിപൂർവവും സന്ദർഭോചിതവും ആയ ചില ഇടപാടുകൾ നടത്തും. അരമണിക്കൂറായി ആകാശം കാർമേഘങ്ങൾ മൂടിയിരിക്കുകയായിരുന്നു. ഴാങ് വാൽഴാങ് കിടക്കയുടെ അടുത്ത് എത്തിയപ്പോൾ ചിന്തിച്ചുറപ്പിച്ചപോലെ ആ കാർമേഘങ്ങൾ തകർന്നു. ബിഷപ്പിന്റെ മുഖത്തേക്ക് ഉയരത്തിലുള്ള ജനാലയിലൂടെ വെളിച്ചം ചിതറിവീണു. ബിഷപ്പ് സ്വസ്ഥമായ ഉറക്കത്തിലായിരുന്നു. ഉറങ്ങാൻ കിടന്നപ്പോൾ ആൽപ്സിലെ രാത്രിയുടെ തണുപ്പിൽനിന്നു രക്ഷപ്പെടാൻ മണിബന്ധംവരെ മൂടുന്ന ഒരു കറുത്ത കമ്പിളി ഉടുപ്പ് ബിഷപ്പ് ധരിച്ചിരുന്നു. അദ്ദേഹത്തിന്റെ തല ഉറക്കത്തിന്റെ അശ്രദ്ധയോടെ തലയണയിൽ വിശ്രമിച്ചു. ഒരുപാടു നല്ല കാര്യങ്ങൾ ചെയ്ത പൗരോഹിത്യ മോതിരം അണിഞ്ഞ അദ്ദേഹത്തിന്റെ കൈ മെത്തയുടെ വശംചേർന്ന് താഴോട്ടുകിടന്നു. അദ്ദേഹത്തിന്റെ മുഖഭാവത്തിൽ സംതൃപ്തിയും പ്രതീക്ഷയും സന്തോഷവും അവ്യക്തമായി നിഴലിച്ചിരുന്നു. അത് പുഞ്ചിരിക്കും അപ്പുറത്തുള്ള ഒരു തിളക്കം ആയിരുന്നു. കാണാൻ കഴിയാത്ത വെളിച്ചത്തിന്റെ വിവരിക്കാനാകാത്ത പ്രതിഫലനം അദ്ദേഹത്തിന്റെ നെറ്റിയിൽ കാണാൻ കഴിഞ്ഞു. ധർമനിഷ്ഠയുള്ള മനസിന് ഉറക്കത്തിൽ നിഗൂഢമായ സ്വർഗങ്ങൾ കാണാൻ കഴിയും. ഈ സ്വർഗത്തിന്റെ പ്രതിഫലനമായിരുന്നു, ബിഷപ്പിന്റെ മുഖത്തു കണ്ടത്.

അത് തേജോമയമായ ഒരു വെളിപ്പെടുത്തൽ ആയിരുന്നു. കാരണം ആ സ്വർഗം അദ്ദേഹത്തിന്റെ മനഃസാക്ഷി ആയിരുന്നു.

ബിഷപ്പിന്റെ ആന്തരിക തേജസ്സ് തിളങ്ങിയിരുന്ന മുഖം നിലാവുകൊണ്ട് മൂടിയപ്പോൾ ഉറക്കത്തിൽപ്പോലും അദ്ദേഹത്തിന്റെ മുഖത്തിന് ഒരു ദിവ്യമായ പരിവേഷം ലഭിച്ചിരുന്നു. അവർണനീയമായ ആ പ്രകാശം ബിഷപ്പിന്റെ മുഖത്തിന് ശാന്തതയുടെ തിളക്കം നൽകി. ആകാശത്ത് നിലാവുപൊഴിച്ചു നിന്ന് ചന്ദ്രനും തോട്ടത്തിന്റെ നിശ്ചലതയും മയങ്ങുന്ന പ്രകൃതിയും നിശ്ശബ്ദമായ ആ വീടും അദ്ദേഹത്തിന്റെ ഉറക്കത്തിന് ഉദാത്തമായ ഒരു ചാരുത പകർന്നു. കണ്ണടച്ചു കിടന്നിരുന്ന അദ്ദേഹത്തിന്റെ വെളുത്ത മുടിച്ചുരുളുകളിൽ അത് ദിവ്യമായ ഒരു തേജസ്സ് പടർത്തി. പ്രതീക്ഷയും ആത്മവിശ്വാസവും അദ്ദേഹത്തിന്റെ ഉറങ്ങുന്ന മുഖത്തും കാണാനുണ്ടായിരുന്നു. വാർധക്യത്തിലും അദ്ദേഹം ഒരു കൊച്ചുകുഞ്ഞിനെപ്പോലെ ഉറങ്ങി.

ഈ മനുഷ്യനിൽ കുലീനമായ ദിവ്യത്വം അന്തർലീനമായിരിക്കണം.

പ്രകാശമാനമായ ബിഷപ്പിന്റെ രൂപം കണ്ട് ഴാങ് വാൽഴാങ് ഭയപ്പെട്ടുപോയി. അയാൾ ഇരുമ്പുദണ്ഡും പിടിച്ച് മുറിക്കുള്ളിലെ നിഴലിൽ പകച്ചുനിന്നു. ഈ കാഴ്ചയുമായി താരതമ്യപ്പെടുത്താവുന്ന ഒന്നുംതന്നെ അയാൾ ജീവിതത്തിൽ ഇതുവരെ കണ്ടിരുന്നില്ല. ബിഷപ്പിന്റെ മുഖത്തെ ആത്മവിശ്വാസം കണ്ട് അയാൾ ഭയന്നു. ഒരു തിന്മക്ക് തയാറായി നിൽക്കുന്ന അസ്വസ്ഥമായ മനസിന്റെ ഉടമയായ ഒരുവൻ നന്മനിറഞ്ഞ ഒരു മനുഷ്യൻ ഉറങ്ങുന്നതിൽ മാത്രം മനസ്സ് ഊന്നി നിൽക്കുന്നതിലും വലിയ ഒരു കാഴ്ച ആത്മീയലോകത്തിന് കാണാൻ കഴിയില്ല.

തന്നെപ്പോലെ ഒരുവൻ അടുത്തുണ്ടായിട്ടും ശാന്തമായി ഉറങ്ങുന്ന ബിഷപ്പിന്റെ മനസിന്റെ ഉൽക്കൃഷ്ടത വ്യക്തമായിരുന്നില്ലെങ്കിലും അതിന്റെ ശക്തി അയാൾക്കും അനുഭവപ്പെടുന്നുണ്ടായിരുന്നു. അയാളുടെ ഉള്ളിൽ നടന്നുകൊണ്ടിരുന്ന കാര്യങ്ങൾ ആർക്കുംതന്നെ പറയാൻ കഴിയുമായിരുന്നില്ല, അയാൾക്കുപോലും. ഏറ്റവും ശാന്തമായ ചുറ്റുപാടിൽ നടക്കാൻ പോകുന്ന ഏറ്റവും വലിയ ഹിംസയെന്ന സങ്കൽപ്പം ഒരുപക്ഷേ, അയാളുടെ മനസിൽ തോന്നിയിരിക്കാം. അയാളുടെ മുഖത്തുനിന്ന് ഉള്ളിലെ വികാരം തിരിച്ചറിയാൻ കഴിഞ്ഞില്ല. അയാളുടെ മുഖത്തു കണ്ടത് ഒരുതരം ക്ഷീണിച്ച അത്ഭുതം ആയിരുന്നു. പക്ഷേ, അയാൾ ചിന്തിച്ചിരുന്നത് എന്താണ്? അത് ഊഹിക്കാൻ കഴിയില്ല. എന്തായാലും അയാൾ അസ്വസ്ഥനായിരുന്നു. അതു വളരെ വ്യക്തമായിരുന്നു. പക്ഷേ, അയാൾ എന്തു വികാരത്തിനാണ് അപ്പോൾ കീഴ്പ്പെട്ടിരുന്നത്?

വൃദ്ധനിൽനിന്ന് അയാൾ കണ്ണു മാറ്റിയില്ല. അയാളുടെ മുഖത്തുനിന്നും വ്യക്തമായ ഏക കാര്യം അയാൾ അപ്പോൾ തീരുമാനം എടുക്കാനുള്ള വിചിത്രമായ അങ്കലാപ്പിലായിരുന്നു എന്നതാണ്. നശിച്ചവന്റെയും രക്ഷപ്പെട്ടവന്റെയും രണ്ടുതരം ചിന്തകൾക്കു നടുവിൽ അയാൾ പകച്ചു നിൽക്കുകയായിരുന്നു എന്ന് നിങ്ങൾക്ക് പറയാം. ഒന്നുകിൽ ബിഷപ്പിന്റെ തലയോട് പിളർക്കുക അല്ലെങ്കിൽ അദ്ദേഹത്തിന്റെ കൈ ചുംബിക്കുക. ഈ രണ്ടിൽ ഏതിനും അയാൾ തയാറായിരുന്നതായി തോന്നി.

നിമിഷങ്ങൾക്കകം അയാൾ ഇടതുകൈകൊണ്ട് സാവധാനം തൊപ്പി ഊരി... എന്നിട്ട് അതേ വേഗതയിൽത്തന്നെ കൈകൾ താഴ്ത്തിയിട്ടു. ഇടതു കയ്യിൽ തൊപ്പിയും വലതുകയ്യിൽ ഇരുമ്പുദണ്ഡുമായി ഴാങ് വാൽഴാങ് വീണ്ടും

ആലോചനയിൽ മുഴുകി. അയാളുടെ ക്രൂരത വെളിവാക്കിക്കൊണ്ട് മുടിയിഴകൾ എഴുന്നു നിന്നു.

ഭയപ്പെടുത്തുന്ന അയാളുടെ നോട്ടത്തിനിടയിലും ബിഷപ്പ് സ്വസ്ഥതയോടെ ഉറങ്ങിക്കൊണ്ടിരുന്നു.

ഒരുവന് ആശീർവാദവും അപരന് മാപ്പും നൽകിക്കൊണ്ട് ചുവരലമാരയ്ക്കുള്ളിൽ ക്രൂശിതരൂപം രണ്ടു കൈകളും വിടർത്തിനിന്നു.

പെട്ടെന്ന് ഴാങ് വാൽഴാങ് തൊപ്പി തലയിൽ വെച്ചു. പിന്നീട് ബിഷപ്പിനെ നോക്കാതെ അയാൾ ഭിത്തി അലമാരയുടെ അടുത്തെത്തി. പൂട്ടു പൊളിക്കാനായി അയാൾ ഇരുമ്പുദണ്ഡ് ഉയർത്തി. താക്കോൽ പൂട്ടിൽ തന്നെ ഉണ്ടായിരുന്നു. അയാൾ അലമാര തുറന്നു. ആദ്യം കണ്ണിൽപ്പെട്ടത് ഒരു കൂടയിൽ ഇരുന്നിരുന്ന വെള്ളിപ്പാത്രങ്ങൾ ആയിരുന്നു. ശബ്ദം വകവയ്ക്കാതെ അയാൾ പെട്ടെന്ന് നടന്ന് കതകിന് അടുത്തെത്തി. അടുത്ത മുറിയിൽനിന്ന് അയാൾ വടി കയ്യിലെടുത്തു. വെള്ളിപ്പാത്രങ്ങൾ ഭാണ്ഡക്കെട്ടിൽ തിരുകിക്കയറ്റി. കൂട വലിച്ചെറിഞ്ഞതിനു ശേഷം അയാൾ തോട്ടത്തിലൂടെ ഓടി, ഒരു കടുവയെപ്പോലെ മതിൽ ചാടിക്കടന്ന് അപ്രത്യക്ഷനായി.

12. പ്രവർത്തനത്തിൽ ഏർപ്പെടുന്ന ബിഷപ്പ്

അടുത്ത ദിവസം ബിയാങ് വെന്യു തോട്ടത്തിലൂടെ നടക്കുകയായിരുന്നു. മദാം മഗ്ലോർ ബിഷപ്പിന്റെ അടുത്തേക്ക് ഓടിവന്നു.

അവർ കരയുന്നുണ്ടായിരുന്നു: "വെള്ളിപ്പാത്രങ്ങൾ ഇരുന്ന കൂട എവിടെയെങ്കിലും ഇരിക്കുന്നതു അങ്ങ് കണ്ടോ?"

ബിഷപ്പ് പറഞ്ഞു: "കണ്ടു."

അവർ പറഞ്ഞു: "ദൈവത്തിനു നന്ദി. അത് എവിടെ പോയെന്ന് എനിക്ക് അറിയില്ലായിരുന്നു."

ബിഷപ്പ് പറഞ്ഞു: "അതിന് ഉള്ളിലിരുന്ന വെള്ളിപ്പാത്രങ്ങളാണ് നിങ്ങളെ വിഷമിപ്പിക്കുന്നതെങ്കിൽ, അതു ഞാൻ കണ്ടിട്ടില്ല."

"ദൈവമേ! അത് ഇന്നലെ രാത്രിയിൽ വന്നിരുന്ന മനുഷ്യൻ മോഷ്ടിച്ചു."

കണ്ണടച്ച് തുറക്കുന്ന സമയംകൊണ്ട് മദാം മഗ്ലോർ മുറിക്കുള്ളിൽ പോയി തിരിച്ചുവന്നു. ബിഷപ്പ് കൂട തകർന്നുകിടക്കുന്നതിന് അടുത്തായി കുനിഞ്ഞുനിൽക്കുകയായിരുന്നു. മദാം മഗ്ലോറിന്റെ കരച്ചിൽകേട്ട് അദ്ദേഹം തിരിഞ്ഞുനോക്കി.

"അയാൾ പോയി. വെള്ളിപ്പാത്രം അയാൾ മോഷ്ടിച്ചു."

ഈ സമയത്ത് മതിൽ ചാടിയതിന്റെ ലക്ഷണങ്ങൾ കണ്ട തോട്ടത്തിന്റെ ഭാഗം അവരുടെ ശ്രദ്ധയിൽപ്പെട്ടു. മതിലിന്റെ ഒരു മൂടിക്കല്ല് ഇളകി വീണിരുന്നു.

"ദാ അതു വഴിയാണ് ആ തീറ്റപ്പണ്ടാരം ചാടിപ്പോയത്. നമ്മുടെ വെള്ളിപ്പാത്രം മുഴുവൻ അവൻ കൊണ്ടുപോയി."

ബിഷപ്പ് ഒരുനിമിഷം നിശ്ശബ്ദനായി നിന്നു. പിന്നീട് ഗാംഭീര്യത്തോടെ മുഖം ഉയർത്തി മദാം മഗ്ലോറിനോട് മൃദുവായി പറഞ്ഞു:

"ഒന്നാമതായി ഈ വെള്ളിപ്പാത്രങ്ങൾ നമ്മുടേതാണോ?"

മദാം മഗ്ലോർ മറുപടി പറഞ്ഞില്ല. നിമിഷനേരം കഴിഞ്ഞ് ബിഷപ്പ് സംസാരം തുടർന്നു:

"മദാം മഗ്ലോർ ഒരു കാര്യം മനസിലാക്കണം, വളരെക്കാലമായി ഈ വെള്ളിപ്പാത്രങ്ങൾ കൈവശം വെച്ചിരിക്കുന്നത് സത്യത്തിൽ എന്റെ തെറ്റാണ്.

അത് പാവങ്ങൾക്ക് അവകാശപ്പെട്ടതാണ്. ആ മനുഷ്യൻ ആരായിരുന്നു? നിശ്ചയമായും ഒരു പാവപ്പെട്ടവൻ ആയിരുന്നു."

മദാം മഗ്ലാർ തിരിച്ചു പറഞ്ഞു: "എനിക്കോ മദ്മാസെൽ ബാപ്തിസ്തീനിനോ വേണ്ടിയല്ല ഞാൻ പറയുന്നത്. ഞങ്ങൾക്ക് അതുകൊണ്ട് പ്രത്യേകിച്ച് ഒരു പ്രയോജനവും ഇല്ല. അങ്ങേക്കാണ് അതിന്റെ ആവശ്യം. ഇനിയും അങ്ങ് ഏതു പാത്രത്തിലാണ് ഭക്ഷണം കഴിക്കാൻ പോകുന്നത്?

ബിഷപ്പ് അത്ഭുതത്തോടെ അവരെ നോക്കി.

"അതെന്താണ്? നമുക്ക് ടിൻ പാത്രങ്ങളില്ലേ?"

മദാം മഗ്ലാർ 'അത് ശരിയാവില്ല' എന്ന അർഥത്തിൽ തോളുകൾ കുലുക്കി. അവർ പറഞ്ഞു:

"ടിൻ പാത്രങ്ങൾക്ക് ഒരു മണം ഉണ്ട്."

"അങ്ങനെയാണെങ്കിൽ ഇരുമ്പുപാത്രം മതി."

"അതു തുരുമ്പെടുക്കും."

ബിഷപ്പു പറഞ്ഞു: "ശരി, എങ്കിൽ തടിപ്പാത്രങ്ങൾ മതിയാകും."

അൽപ്പസമയം കഴിഞ്ഞ് തലേന്ന് ഴാങ് വാൽഴാങ്ങിനൊപ്പം ഭക്ഷണം കഴിച്ച മുറിയിൽ ഇരുന്ന് ബിഷപ്പ് പ്രാതൽ കഴിച്ചു. അദ്ദേഹത്തിന്റെ സഹോദരി ഒന്നും സംസാരിക്കുന്നുണ്ടായിരുന്നില്ല. മദാം മഗ്ലാർ സ്വയം പിറുപിറുത്തുകൊണ്ടു നടന്നു. ഭക്ഷണം കഴിക്കുന്നതിനിടയിൽ ബിഷപ്പ് അവരോടായി പറഞ്ഞു:

"ഒരു കഷണം റൊട്ടി പാലിൽ മുക്കുന്നതിനു സത്യത്തിൽ ഒരു തടിപ്പാത്രത്തിന്റെപോലും ആവശ്യമില്ല."

മദാം മഗ്ലാർ നടക്കുന്നതിനിടയിൽ പറഞ്ഞുകൊണ്ടിരുന്നു.

"ആർക്കെങ്കിലും എന്നെങ്കിലും ഇങ്ങനെ ചെയ്യാൻ തോന്നിയിട്ടുണ്ടോ? ഇതുപോലെ ഒരുത്തനെ പിടിച്ച് സ്വന്തം മുറിയുടെ അടുത്തു കിടക്കാനുള്ള സൗകര്യം ആരെങ്കിലും ചെയ്തുകൊടുക്കുമോ? എന്നിട്ടും അവൻ മോഷണം മാത്രമേ നടത്തിയുള്ളൂ. അനുഗ്രഹമാണെന്നുവേണം പറയാൻ. എന്റെ ദൈവമേ! ഓർക്കുമ്പോൾ ശരീരം വിറയ്ക്കുന്നു."

ബിഷപ്പും സഹോദരിയും എഴുന്നേൽക്കാൻ തുടങ്ങുമ്പോൾ വാതിലിൽ ഒരു മുട്ടു കേട്ടു. ഉമ്മറത്ത് സംഭ്രാന്തരായി നാലു മനുഷ്യർ ഉണ്ടായിരുന്നു. ആ മൂന്നുപേർ ഒരാളുടെ കോളറിൽ കുത്തിപ്പിടിച്ചിരുന്നു. ആ മൂന്നുപേരും പൊലീസുകാർ ആയിരുന്നു, ഒരാൾ ഴാങ് വാൽഴാങ്ങും.

സംഘത്തലവൻ എന്നു തോന്നിയ പൊലീസുകാരൻ കതകിന് അടുത്തേക്ക് നീങ്ങി നിന്നു. അയാൾ ബിഷപ്പിനു സമീപത്തേക്കു വന്ന് പൊലീസിന്റെ രീതിയിൽ അഭിവാദനം ചെയ്തു.

കറുത്ത മുഖവുമായി കുനിഞ്ഞുനിന്നിരുന്ന ഴാങ് വാൽഴാങ് തല ഉയർത്തി, മയക്കത്തിൽനിന്ന് ഞെട്ടി ഉണർന്നവനെപ്പോലെ അയാൾ പിറുപിറുത്തു.

"അപ്പോൾ വെറും പുരോഹിതൻ ആയിരുന്നില്ല."

പൊലീസുകാരൻ പറഞ്ഞു: "ശബ്ദിക്കരുത്, നീ എന്താണ് കരുതിയത്, അദ്ദേഹം ബിഷപ്പാണ്."

ഈ സമയംകൊണ്ട് വാർധക്യം അനുവദിക്കുന്ന വേഗതയിൽ ബിയാങ് വെന്യു അയാളുടെ അടുത്തെത്തി.

"നിങ്ങൾ ഇവിടെ തിരിച്ചുവന്നോ? നിങ്ങളെ കാണാൻ കഴിഞ്ഞതിൽ എനിക്ക് സന്തോഷം ഉണ്ട്. ഞാൻ നിങ്ങൾക്കുതന്ന മെഴുകുതിരിക്കാലുകൾ എന്താണ് കൊണ്ടുപോകാതിരുന്നത്? അതും വെള്ളിയാണ്. ഇരുന്നൂറ് ഫ്രാങ്ക് എങ്കിലും കിട്ടും."

ഒരു മനുഷ്യന്റെ നാക്കുകൊണ്ടു വിവരിക്കാൻ കഴിയാത്ത മുഖഭാവത്തോടെ ഴാങ് വാൽഴാങ് കണ്ണുതുറന്ന് ബിഷപ്പിനെ നോക്കിക്കൊണ്ടു നിന്നു.

പൊലീസുകാരൻ പറഞ്ഞു: "അപ്പോൾ ഇവൻ പറഞ്ഞത് സത്യം ആയിരുന്നോ? ഇവനെ കണ്ടപ്പോൾ ഞങ്ങൾക്ക് ഒളിച്ചോടുന്നവനെപ്പോലെ തോന്നി. പരിശോധിക്കാൻ വേണ്ടിയാണ് ഞങ്ങൾ ഇവനെ പിടികൂടിയത്. ഇവന്റെ കയ്യിൽ വെള്ളിപ്പാത്രങ്ങൾ ഉണ്ടായിരുന്നു."

ബിഷപ്പ് ചിരിച്ചുകൊണ്ട് പറഞ്ഞു: "ഒരു നല്ല പുരോഹിതൻ ഇന്നലെ രാത്രിയിൽ അയാൾക്ക് കൊടുത്തതാണ് വെള്ളിപ്പാത്രങ്ങൾ എന്ന് അയാൾ പറഞ്ഞില്ലേ? എനിക്ക് സംഭവിച്ചത് എല്ലാം മനസിലാകുന്നുണ്ട്. നിങ്ങൾ അയാളെ പിടിച്ച് ഇവിടെ തിരിച്ചുകൊണ്ടു വന്നു. നിങ്ങൾക്ക് തെറ്റു പറ്റി."

പൊലീസുകാരൻ പറഞ്ഞു: "അങ്ങനെയാണെങ്കിൽ ഞങ്ങൾ അവനെ വിട്ടയച്ചേക്കാം."

ബിഷപ്പു പറഞ്ഞു: "തീർച്ചയായും."

പൊലീസുകാരൻ അയാളെ മോചിപ്പിച്ചു. ഴാങ് വാൽഴാങ് പിന്നോട്ടു മാറി ഒതുങ്ങിനിന്നു.

ഉറക്കത്തിൽ സംസാരിക്കുന്നതുപോലെ ഴാങ് വാൽഴാങ് അവ്യക്തമായി പറഞ്ഞു: "എന്നെ വെറുതെ വിട്ടെന്നു പറഞ്ഞത് സത്യം തന്നെയാണോ?"

പൊലീസുകാരൻ പറഞ്ഞു: "അതെ, നിനക്ക് പോകാം. പറഞ്ഞാൽ നിനക്ക് മനസിലാകില്ലേ?"

ബിഷപ്പു പറഞ്ഞു: "നിങ്ങൾ പോകുമ്പോൾ നിങ്ങളുടെ മെഴുകുതിരിക്കാലുകൾകൂടി കൊണ്ടുപൊയ്ക്കോളൂ."

അദ്ദേഹം അകത്തുപോയി രണ്ടു വെള്ളിമെഴുകുതിരിക്കാലുകൾ എടുത്തുകൊണ്ടുവന്ന് ഴാങ് വാൽഴാങ്ങിന് കൊടുത്തു. സ്ത്രീകൾ ഒരു വാക്കുപോലും പറഞ്ഞില്ല. ഒരു ഭാവവ്യത്യാസവും അവരുടെ നോട്ടത്തിൽപ്പോലും ആർക്കും കാണാൻ കഴിഞ്ഞില്ല. അവർ വെറുതെ ബിഷപ്പു ചെയ്യുന്നത് നോക്കിക്കൊണ്ട് നിന്നു. അങ്ങനെ എന്തെങ്കിലും സംഭവിച്ചാൽ ബിഷപ്പിന് അത് ഇഷ്ടപ്പെടുകയില്ലെന്ന് അവർക്ക് അറിയാം. ഴാങ് വാൽഴാങ് വിറയ്ക്കുന്നുണ്ടായിരുന്നു. അയാൾ പരിഭ്രാന്തനായിക്കഴിഞ്ഞിരുന്നു. യാന്ത്രികമായി അയാൾ മെഴുകുതിരിക്കാലുകൾ കൈനീട്ടി വാങ്ങി.

ബിഷപ്പ് പറഞ്ഞു: "നിങ്ങൾ ഇനിയും വരുമ്പോൾ തോട്ടംവഴി വരണമെന്നില്ല. നിങ്ങൾക്ക് എപ്പോഴും മുൻവശത്തെ കതകുവഴി വരികയും പോവുകയും ചെയ്യാം. രാത്രിയും പകലും ആ കതകിന് ഒരു സാക്ഷയേ ഉള്ളൂ."

പിന്നീട് ബിഷപ്പ് പൊലീസുകാരനോടു പറഞ്ഞു: "നിങ്ങൾക്ക് തിരിച്ചുപോകാം."

ബോധക്ഷയം വരാൻ തുടങ്ങുകയാണെന്ന് ഴാങ് വാൽഴാങ്ങിനു തോന്നി.

ബിഷപ്പ് സാവധാനം അയാളുടെ അടുത്തെത്തി ചെവിയിൽ പറഞ്ഞു: "മറക്കരുത്. ഈ വെള്ളി ഒരു സത്യസന്ധനായ മനുഷ്യനായി മാറാനായിരിക്കും നിങ്ങൾ ഉപയോഗിക്കുന്നതെന്ന് എനിക്ക് വാക്കു തന്നിട്ടുണ്ട്."

ഇത്തരം ഒരു വാഗ്ദാനം നടത്തിയത് ഓർമ ഇല്ലാതിരുന്നതുകൊണ്ട് അമ്പരപ്പോടെ അയാൾ അതു കേട്ടു. അതു പറയുമ്പോൾ ബിഷപ്പ് കൂടുതൽ പ്രാധാന്യത്തോടെയാണ് സംസാരിച്ചത്. അദ്ദേഹം സാവധാനം ഇതുകൂടി പറഞ്ഞു:

"ഴാങ് വാൽഴാങ്, നിങ്ങൾ എന്റെ സഹോദരനാണ്. തിന്മയ്ക്ക് നിങ്ങളിൽ ഇനിമേൽ ഒരു അവകാശവും ഇല്ല. നിങ്ങൾ നന്മയോടൊപ്പം ആണ്. നിങ്ങളുടെ ആത്മാവിനെയാണ് ഞാൻ നിങ്ങൾക്ക് ഇപ്പോൾ വാങ്ങിത്തന്നത്. ഇരുണ്ട ചിന്തകളിൽനിന്നും സർവനാശത്തിൽനിന്നും ഞാൻ ഇതിനെ പിൻവലിച്ച് ഇപ്പോൾ ദൈവത്തിന്റെ കയ്യിൽ ഏൽപ്പിച്ചിരിക്കുന്നു."

13. ഴെർവെയ്

ഴാങ് വാൽഴാങ് രക്ഷപ്പെട്ടെന്ന മട്ടിലാണ് നഗരത്തിൽനിന്നും പുറത്തുകടന്നത്. അയാൾക്ക് ഗ്രാമത്തിൽ എത്താനുള്ള വെമ്പൽ ആയിരുന്നു. ആദ്യംകണ്ട വഴികളിലൂടെ എല്ലാം അയാൾ സഞ്ചരിച്ചു. താൻ നടന്ന വഴികളിൽ വീണ്ടും തിരിച്ചെത്തിയതൊന്നും അയാൾ ശ്രദ്ധിച്ചിരുന്നില്ല. രാവിലെ മുഴുവൻ സമയവും അയാൾ അലഞ്ഞു തിരിഞ്ഞുകൊണ്ടിരുന്നു. അയാൾ ഭക്ഷണം കഴിച്ചില്ല. പക്ഷേ, അയാൾക്ക് വിശപ്പു തോന്നിയിരുന്നില്ല. പുതിയ വികാരങ്ങളുടെ വേലിയേറ്റത്തിന് അയാൾ ഇരയായി മാറിയിരുന്നു. ആരോടാണ് എന്ന് വ്യക്തമായില്ലെങ്കിലും അയാൾക്ക് കോപം വരുന്നുണ്ടായിരുന്നു. താൻ സ്വാധീനിക്കപ്പെടുകയാണോ അതോ അവഹേളിക്കപ്പെടുകയാണോ ഉണ്ടായതെന്ന് വ്യക്തമാക്കാൻ അയാൾക്ക് കഴിയുമായിരുന്നില്ല. ചിലപ്പോൾ അയാളുടെ മനസിൽ ഇതുവരെ അയാൾക്ക് അപരിചിതമായിരുന്ന ഒരു അനുകമ്പ പ്രത്യക്ഷപ്പെട്ടിരുന്നു. അത് അയാൾ വകവെച്ചില്ല. കഴിഞ്ഞ ഇരുപതു വർഷത്തെ കാഠിന്യംകൊണ്ട് അയാൾ അതിനെ എതിർത്തു. ഈ അവസ്ഥ അയാളെ തളർത്തി. വിധിയുടെ അന്യായങ്ങൾ അയാൾക്കു സമ്മാനിച്ച ഭീതിജനകമായ ശാന്തതയ്ക്ക് ഉലച്ചിൽ തട്ടുന്നത് വ്യാകുലതയോടെ അയാൾ തിരിച്ചറിയുന്നുണ്ടായിരുന്നു. അതിനു പകരം വയ്ക്കാൻ എന്താണ് ഉള്ളതെന്ന് അയാൾ സ്വയം ചോദിച്ചു. ചില സമയങ്ങളിൽ പൊലീസുകാരോടൊപ്പം ജയിലിൽ കഴിയുന്നതായിരുന്നു കൂടുതൽ നല്ലതെന്ന് അയാൾക്ക് തോന്നി. അങ്ങനെ ആയിരുന്നെങ്കിൽ ഇപ്പോൾ സംഭവിച്ചതൊന്നും സംഭവിക്കുമായിരുന്നില്ല. അപ്പോൾ അയാൾക്ക് കൂടുതൽ സ്വസ്ഥത ലഭിക്കുമായിരുന്നു. പൂക്കാലം കഴിഞ്ഞിരുന്നെങ്കിലും ചില കുറ്റിച്ചെടികൾ വൈകി പൂത്തിരുന്നു. അവയുടെ ഗന്ധം സ്വന്തം ബാല്യത്തെപ്പറ്റിയുള്ള ഓർമകൾ അയാളിൽ ഉണർത്തി. ഏതാണ്ട് മറവിയിലായിക്കഴിഞ്ഞിരുന്ന ആ ഓർമകൾ വളരെക്കാലമായി അയാളുടെ മനസിൽ തിരിച്ചുവന്നിരുന്നില്ല.

പകൽ മുഴുവൻ അയാളുടെ മനസിൽ പറയാൻ കഴിയാത്ത ചിന്തകൾ കുന്നുകൂടിയിരുന്നു.

ഭൂമിയിലെ ഏറ്റവും ചെറിയ പാറക്കഷണത്തിന്റെ നിഴലിനെപ്പോലും വലിച്ചു നീട്ടിക്കൊണ്ട് സൂര്യൻ ചക്രവാളത്തിൽ അസ്തമിക്കാൻ തുടങ്ങി. ചുവന്ന മണ്ണുനിറഞ്ഞ മരുഭൂമിപോലെയുള്ള ഒരു സ്ഥലത്ത് ഒരു കുറ്റിക്കാടിനു പിന്നിലായി ഴാങ് വാൽഴാങ് ഇരുന്നു. സത്യത്തിൽ അവിടെ ചക്രവാളം ഇല്ലായിരുന്നു ആൽപ്സ് പർവതനിരകൾ മാത്രമാണ് അവിടെ ഉണ്ടായിരുന്നത്. നാട്ടിൻപുറത്തെ ഒരു പള്ളിഗോപുരംപോലും അവിടെ കാണാൻ ഉണ്ടായിരുന്നില്ല. ഴാങ് വാൽഴാങ് ഡിയിൽനിന്നും മൂന്ന് ലീഗ് ദൂരത്ത് എത്തിയിരുന്നിരിക്കണം. മരുഭൂമിപോലെയുള്ള

പ്രദേശത്തിനു നടുക്കുകൂടി വഴിയുണ്ട്. ആ വഴിയുടെ ഒരുവശത്തായിരുന്നു ഴാങ് വാൽഴാങ് ഇരുന്നിരുന്ന കുറ്റിക്കാട്.

കീറിപ്പറിഞ്ഞ വേഷത്തിൽ അയാളെ കണ്ടാൽ ആരും ഭയപ്പെട്ടുപോകും. അയാളുടെ മുഖത്തെ ആലോചനാഭാവംകൂടി ആകുമ്പോൾ ആ ഭയം ഇരട്ടിയാകും. പെട്ടെന്ന് അയാൾ സന്തോഷകരമായ ഒരു ശബ്ദം കേട്ടു. അയാൾ തലചെരിച്ച് നോക്കി. പന്ത്രണ്ടു വയസു തോന്നുന്ന ഒരു ആൺകുട്ടി പാട്ടും പാടി നടന്നു വരുന്നത് അയാൾ കണ്ടു. ഒരു വാദ്യോപകരണം അവൻ കഴുത്തിൽ തൂക്കിയിട്ടിട്ടുണ്ട്. പുറത്ത് ഒരു അണ്ണാന്റെ കൂടും. മുട്ടുകീറിയ കാലുറകളിലൂടെ അവന്റെ കാലുകൾ പുറത്തു കാണാം. ഒരു സ്ഥലത്തുനിന്നും മറ്റൊരു സ്ഥലത്തേക്ക് പാട്ടും പാടി അലയുന്ന ഒരു പയ്യൻ.

ഇടയ്ക്ക് അവൻ പാട്ട് അവസാനിപ്പിച്ചു. അവന്റെ കയ്യിലുള്ള നാണയത്തുട്ടുകൾ ആകാശത്തേക്ക് എറിഞ്ഞ് അവൻ തിരിച്ചു പിടിച്ചുകൊണ്ടിരുന്നു. ഒരുപക്ഷേ, അവന്റെ മുഴുവൻ സമ്പാദ്യവും കൊണ്ടായിരിക്കും അവൻ ഈ കളി കളിച്ചുകൊണ്ടിരുന്നത്. അതിന്റെ കൂട്ടത്തിൽ നാൽപ്പതു സൂവിന്റെ ഒരു നാണയവും ഉണ്ടായിരുന്നു.

അവൻ കുറ്റിക്കാടിന് അടുത്തെത്തിയപ്പോൾ അവിടെ നിന്നുകൊണ്ട് നാണയത്തുട്ടുകൾ വീണ്ടും മുകളിലേക്ക് എറിഞ്ഞു. ഴാങ് വാൽഴാങ്ങിനെ അവൻ കണ്ടിരുന്നില്ല. ഇതുവരെ എല്ലാത്തുട്ടുകളും കൈപ്പത്തിയുടെ പുറകുവശംകൊണ്ട് അവൻ സാമർത്ഥ്യത്തോടെ പിടിച്ചെടുത്തിരുന്നു. പക്ഷേ, ഈ പ്രാവശ്യം നാൽപ്പതു സൂവിന്റെ നാണയം അവന്റെ കയ്യിൽനിന്ന് രക്ഷപ്പെട്ടു. അത് കുറ്റിക്കാടിന് അടുത്തേക്ക് ഉരുണ്ടുപോയി.

ഴാങ് വാൽഴാങ് അതിനു മുകളിൽ കാലെടുത്തു വെച്ചു.

കുട്ടിയുടെ കണ്ണുകൾ നാണയത്തെ പിൻതുടരുന്നുണ്ടായിരുന്നു. അത് എവിടെയാണ് പോയതെന്ന് അവൻ കണ്ടിരുന്നു. അവൻ ഭയപ്പെട്ടില്ല. അവൻ ആ മനുഷ്യന്റെ അടുത്തേക്കു നടന്നുവന്നു.

ആ സ്ഥലം തികച്ചും വിജനമായിരുന്നു കാണാൻ കഴിയുന്ന ദൂരത്ത് എവിടേയും ഒരു മനുഷ്യൻപോലും ഉണ്ടായിരുന്നില്ല. ഉയരങ്ങളിലൂടെ പറന്നകലുന്ന പക്ഷിക്കൂട്ടങ്ങളുടെ കരച്ചിൽ മാത്രം കേൾക്കുന്നുണ്ടായിരുന്നു. കുട്ടിയുടെ പിന്നിലായാണ് സൂര്യൻ അസ്തമിച്ചത്. അസ്തമന സൂര്യൻ അവന്റെ മുടിയിഴകളെ സ്വർണക്കമ്പികളാക്കി മാറ്റി. ഴാങ് വാൽഴാങ്ങിന്റെ പ്രാകൃതമുഖത്തെ സൂര്യരശ്മികൾ ഭയാനകമാക്കി.

അറിവില്ലായ്മയും നിഷ്കളങ്കതയും ചേർന്ന് സൃഷ്ടിക്കുന്ന ബാല്യത്തിന്റെ ആത്മവിശ്വാസത്തോടെ കുട്ടി ചോദിച്ചു.

"എന്റെ നാണയം?"

ഴാങ് വാൽഴാങ് തിരിച്ചു ചോദിച്ചു:

"എന്താ നിന്റെ പേര്?"

"ഴെർവെയ്.'

ഴാങ് വാൽഴാങ് പറഞ്ഞു:

"നീപൊയ്ക്കോ. നീ ഇവിടെ നിൽക്കണ്ട."

കുട്ടി ആവർത്തിച്ചു: "എന്റെ പണം താ."

ഴാങ് വാൽഴാങ് മറുപടി പറയാതെ തലകുനിച്ച് ഇരുന്നു. കുട്ടി വീണ്ടും പറഞ്ഞു: "എന്റെ നാണയം."

ഴാങ് വാൽഴാങ് തല ഉയർത്തിയില്ല.

കുട്ടി ഉറക്കെ പറഞ്ഞു: "എന്റെ വെളുത്ത വെള്ളിനാണയം?"

ഴാങ് വാൽഴാങ്ങിന് ഒന്നും മനസിലാകുന്നില്ലെന്ന് തോന്നി. കുട്ടി അയാളുടെ ഉടുപ്പിൽ പിടിച്ച് കുലുക്കി. അതിനിടയിൽ അവന്റെ നിധിക്കു മുകളിൽ അമർന്നിരുന്ന ഇരുമ്പു ഷൂസ് ഉയർത്താനും അവൻ ശ്രമിക്കുന്നുണ്ടായിരുന്നു.

"എനിക്ക് എന്റെ നാണയം വേണം. എന്റെ നാൽപ്പതു സൂവിന്റെ ഒറ്റത്തുട്ട്."

കുട്ടി കരയാൻ തുടങ്ങി. ഴാങ് വാൽഴാങ് തല ഉയർത്തി. അയാൾ ഇരുന്നിടത്തു നിന്ന് അനങ്ങിയില്ല. അയാൾ അത്ഭുതത്തോടെ കുട്ടിയെ നോക്കിക്കൊണ്ട് ഉറക്കെ വിളിച്ചു പറഞ്ഞു:

"ആരാണ് ഇവിടെ ബഹളം വയ്ക്കുന്നത്?"

കുട്ടി പറഞ്ഞു: "ഞാനാണ്, ഞാൻ, ഴെർവെയ്. എന്റെ നാൽപ്പതു സൂ തിരിച്ചു തരണം. കാലൊന്ന് മാറ്റിയാൽ മതി."

പിന്നീട് അവന് കോപം വന്നു. കുട്ടിയായിരുന്നെങ്കിലും ഏതാണ്ട് ഭീഷണിയുടെ സ്വരത്തിൽ അവൻ പറഞ്ഞു:

"നിങ്ങൾ കാലെടുത്ത് മാറ്റില്ലേ? എന്തുകൊണ്ടാണ് നിങ്ങൾ കാലു മാറ്റാത്തത്?"

കാല് ഉയർത്താതെതന്നെ ഴാങ് വാൽഴാങ് എഴുന്നേറ്റു. അയാൾ പറഞ്ഞു: "നീ ഇതുവരെ പോയില്ലേ? പോകുന്നതാണ് നിനക്ക് നല്ലത്."

കുട്ടി ഭയത്തോടെ അയാളെ നോക്കി. എന്നിട്ട് ഒന്നു തിരിഞ്ഞുനോക്കാനോ കരയാനോ ഉള്ള ധൈര്യംപോലും ഇല്ലാതെ എല്ലാ ശക്തിയുമെടുത്ത് അവിടെ നിന്ന് ഓടി.

കുറച്ചുദൂരം ഓടിക്കഴിഞ്ഞ് ശ്വാസംവിടാൻവേണ്ടി അവൻ നിന്നു. ഴാങ് വാൽഴാങ് തന്റെ ആലോചനയ്ക്കിടയിൽ അവൻ ഏങ്ങലടിക്കുന്നത് കേട്ടു.

മിനിട്ടുകൾക്കകം കുട്ടി സ്ഥലം വിട്ടു.

സൂര്യൻ അസ്തമിച്ചു.

ഴാങ് വാൽഴാങ്ങിനു ചുറ്റും നിഴലുകൾ കറുത്തു തുടങ്ങി. പകൽ അയാൾ ഒന്നും കഴിച്ചിരുന്നില്ല. ഒരുപക്ഷേ, അയാൾക്ക് ചെറിയ പനി ഉണ്ടായിരുന്നിരിക്കണം.

അയാൾ കുട്ടി പോയതിനുശേഷവും അവിടെനിന്ന് അനങ്ങിയില്ല. അയാൾ ആഴത്തിൽ ശ്വസിച്ചുകൊണ്ടിരുന്നു. പുല്ലിൽ കിടന്നിരുന്ന ഒരു നീല മൺപാത്രത്തിന്റെ കഷണത്തിൽ അയാൾ സൂക്ഷിച്ചു നോക്കി. മൺപാത്രക്കഷണത്തെ അയാൾ വളരെ ശ്രദ്ധയോടെ പരിശോധിക്കുകയാണെന്ന മട്ടിലായിരുന്നു അയാളുടെ നോട്ടം. പെട്ടെന്ന് അയാൾ വിറയ്ക്കാൻ തുടങ്ങി. രാത്രിയിലെ തണുത്ത കാറ്റ് അയാളെ അസ്വസ്ഥനാക്കി.

അയാൾ തൊപ്പി നെറ്റിയിലേക്ക് താഴ്ത്തിവെച്ചു. യാന്ത്രികമായി അയാളുടെ അടിവസ്ത്രത്തിന്റെ കുടുക്കുകൾ അടുപ്പിച്ചു. ഒരടി മുന്നോട്ടു നടന്ന് തന്റെ വടി എടുക്കാൻവേണ്ടി കുനിഞ്ഞു.

ആ നിമിഷത്തിൽ തന്റെ കാൽക്കീഴിലായി പകുതി ഭൂമിയിൽ പുതഞ്ഞുകിടക്കുന്ന നാൽപ്പതു സൂവിന്റെ നാണയത്തുട്ട് അയാൾ കണ്ടു. ചരൽക്കല്ലുകൾക്കിടയിൽ കിടന്ന് അതു തിളങ്ങി. അയാളുടെ ശരീരത്തുകൂടി വൈദ്യുതി പ്രവഹിക്കുന്നതുപോലെ അയാൾക്കു തോന്നി. അയാൾ ചുണ്ടുകൾ കടിച്ചുപിടിച്ച് പറഞ്ഞു:

"ഈ കിടക്കുന്നത് എന്താണ്?

അയാൾ ഒന്നു രണ്ടു ചുവടുകൾ പിന്നിലേക്ക് നടന്നു. പിന്നീട് തന്റെ പാദത്തിനടിയിൽ കിടന്നിരുന്ന ആ നാണയത്തുട്ടിലേക്ക് നോക്കാതിരിക്കാൻ കഴിയാ

ത്തതുകൊണ്ട് അയാൾ പിന്നിലേക്ക് ഉള്ള നടത്തം അവസാനിപ്പിച്ചു. ചരൽ ക്കല്ലുകൾക്കിടയിൽ കിടന്നു തിളങ്ങുന്ന ആ നാണയം അയാളെ ശ്രദ്ധിച്ചു കൊണ്ടിരിക്കുന്ന ഒരു കണ്ണ് ആണെന്ന് തോന്നി.

അൽപ്പസമയത്തിനുശേഷം അയാൾ ചാടിവീണ് ആ നാണയം കയ്യിൽ എടുത്തു. പിന്നീട് ചക്രവാളത്തിനുള്ളിൽ കാണാൻ കഴിയുന്ന പ്രദേശത്തെല്ലാം അഭയസ്ഥാനം കണ്ടുപിടിക്കാൻ ശ്രമിക്കുന്ന ഭയന്നുപോയ ഒരു മാൻകുട്ടിയെ പ്പോലെ കണ്ണുകഴയ്ക്കുന്നതുവരെ ഒരു വിറയലോടെ അയാൾ നോക്കുന്നുണ്ടാ യിരുന്നു.

അയാൾക്ക് ഒന്നും കാണാൻ കഴിഞ്ഞില്ല. രാത്രി ഇരുണ്ടു തുടങ്ങി. സന്ധ്യ യുടെ തിളക്കത്തിൽ അൽപ്പസമയത്തിനു മുൻപുവരെ മൂടൽമഞ്ഞിന് മാന്തളി രിന്റെ നിറമായിരുന്നു.

പിന്നീട് കുട്ടിപോയ വഴിയിൽക്കൂടി അയാൾ വേഗത്തിൽ നടക്കാൻ തുടങ്ങി. ഏതാണ്ട് മുപ്പതു ചുവട് നടന്നതിനുശേഷം അയാൾ വീണ്ടും നിന്നു. വീണ്ടും അയാൾ ചുറ്റിലും നോക്കി. വീണ്ടും അയാൾക്ക് ഒന്നും കാണാൻ കഴിഞ്ഞില്ല.

പിന്നീട് എല്ലാ ശക്തിയും എടുത്ത് അയാൾ വിളിച്ചുകൂവി: "ഴെർവെയ്, ഴെർവെയ്."

അതിനുശേഷം അയാൾ ചെവിയോർത്തു. ഒരു മറുപടിയും ഉണ്ടായില്ല.

അവിടം വിജനമായിരുന്നു. അയാൾക്ക് ചുറ്റുമുള്ള പ്രദേശം ഒഴിഞ്ഞുകിടന്നു. ആകെ കാണാൻ ഉണ്ടായിരുന്നത് അയാളുടെ നിഴൽ മാത്രം. ആ പ്രദേശത്തെ ചൂഴ്ന്നുനിന്ന നിശ്ശബ്ദതയിൽ അയാളുടെ ശബ്ദം നഷ്ടമായി.

തുളച്ചിറങ്ങുന്ന തെക്കൻകാറ്റ് വീശുന്നുണ്ടായിരുന്നു. കുറ്റിച്ചെടികൾ അവിശ്വ സനീയമായ അമർഷത്തോടെ കുലുങ്ങി. അവ ആരെയോ ഭീഷണിപ്പെടുത്തി ആട്ടിപ്പായിക്കുകയാണെന്ന് തോന്നി.

അയാൾ വീണ്ടും നടന്നു തുടങ്ങി. പിന്നീട് അയാളുടെ ചുവടുകൾക്ക് വേഗത കൂടി. അയാൾ ഓടിത്തുടങ്ങി. ഇടവിട്ടിടവിട്ട് അയാൾ ഓട്ടം നിർത്തി. ഏകാന്തതയിൽ അയാൾ വിളിച്ചുകൂവി. ഒറ്റപ്പെട്ടുപോയ അയാളുടെ ശബ്ദം അങ്ങേയറ്റം ഭയാനകമായിരുന്നു.

"ഴെർവെയ്, ഴെർവെയ്."

അയാളുടെ വിളി കേട്ടിരുന്നെങ്കിൽ തീർച്ചയായും ഭയംകൊണ്ട് അയാളുടെ കണ്ണിൽപ്പെടാതെ എവിടെയെങ്കിലും അവൻ ഒളിച്ചിരിക്കുമെന്ന് ഉറപ്പായിരുന്നു. പക്ഷേ, അപ്പോഴേക്കും അവൻ വളരെ ദൂരെ എത്തിക്കഴിഞ്ഞിട്ടുണ്ടാവണം.

ഒരു കുതിരപ്പുറത്തു വന്നിരുന്ന പുരോഹിതനെ ഴാങ് വാൽഴാങ് വഴിയിൽ വെച്ച് കണ്ടു. അയാൾ പുരോഹിതന്റെ അടുത്തെത്തി ചോദിച്ചു:

"ഒരു കുട്ടി ഇതിലെ പോകുന്നതു കണ്ടോ?"

പുരോഹിതൻ പറഞ്ഞു: "ഇല്ല."

"അവന്റെ പേര് ഴെർവെയ് എന്നാണ്."

"ഞാൻ ആരേയും കണ്ടില്ല."

അയാൾ അഞ്ചു ഫ്രാങ്കിന്റെ രണ്ടു തുട്ടുകൾ സഞ്ചിയിൽ നിന്നെടുത്ത് പുരോഹിതനെ ഏൽപ്പിച്ചു.

"ഇത് പാവങ്ങൾക്കുള്ളതാണ്. അവനു പത്തുവയസുകാണും. അവൻ ഈ വഴിയാണ് പോയത്. പാട്ടുംപാടി അലഞ്ഞുതിരിയുന്ന കുട്ടികളിൽ ഒരുവനാണ് അവൻ. അങ്ങേക്ക് അവനെ അറിയില്ലേ?"

"ഞാൻ അവനെ കണ്ടിട്ടില്ല."

"ഴെർവെയ്, അവന്റെ ഗ്രാമം ഇവിടെ അടുത്തായിരിക്കും. എവിടെയാണെന്ന് അങ്ങേക്ക് പറയാൻ കഴിയില്ലേ?"

ഴാങ് വാൽഴാങ് പെട്ടെന്ന് അഞ്ചു ഫ്രാങ്കിന്റെ രണ്ടു തുട്ടുകൂടി എടുത്ത് പുരോഹിതനെ ഏൽപ്പിച്ചു. അയാൾ പറഞ്ഞു: "പാവങ്ങൾക്ക് കൊടുക്കണം, ബഹുമാനപ്പെട്ട ബിഷപ്പിന്റെ വീട്ടിൽ വെച്ച് എന്നെ പിടികൂടിയതാണ്. ഞാൻ ഒരു കവർച്ചക്കാരനാണ്."

പുരോഹിതൻ കുതിരമുള്ളുകൾകൊണ്ട് കുതിരയുടെ വയറ്റത്തു തട്ടി. ഭയപ്പാടോടെ അയാൾ അവിടെനിന്ന് ഓടി രക്ഷപ്പെട്ടു.

ഴാങ് വാൽഴാങ് പഴയദിശയിലേക്ക് വീണ്ടും ഓടിത്തുടങ്ങി.

വളരെസമയം ചുറ്റിലും നോക്കി വിളിച്ചുകൊണ്ട് അയാൾ ഓടി. പക്ഷേ ആരും അയാളുടെ വിളി കേട്ടില്ല. രണ്ടു മൂന്നു പ്രാവശ്യം ആരോ പമ്മി ഇരിക്കുന്നതായി അയാൾക്കു തോന്നി. അപ്പോഴെല്ലാം അയാൾ അടുത്തുപോയി നോക്കി. പക്ഷേ, അതെല്ലാം കുറ്റിച്ചെടികൾ ആയിരുന്നു. ചന്ദ്രൻ ഉദിച്ചു, അയാൾ ഒരിക്കൽക്കൂടി വിളിച്ചുകൂവി: "ഴെർവെയ്, ഴെർവെയ്, ഴെർവെയ്." ഒരു പ്രതിധ്വനിപോലും മുഴക്കാതെ അയാളുടെ ശബ്ദം മൂടൽമഞ്ഞിൽ മരിച്ചു വീണു. വീണ്ടും അയാൾ പിറുപിറുത്തു: "ഴെർവെയ്." അയാളുടെ ശബ്ദം താഴ്ന്നുപോയിരുന്നു. തിരിച്ചറിയാൻപോലും ബുദ്ധിമുട്ടായി മാറിക്കഴിഞ്ഞു. ഇത് അയാളുടെ അവസാനത്തെ ശ്രമം ആയിരുന്നു. അയാളുടെ മുട്ടുകൾ പെട്ടെന്നു മടങ്ങി. അയാളുടെ വൃത്തികെട്ട മനഃസാക്ഷിയുടെ ഭാരംകൊണ്ട് ഏതോ അജ്ഞാത ശക്തി അയാളെ അടിച്ചുവീഴ്ത്തിയതുപോലെ ഒരു പാറയിലേക്ക് അയാൾ തളർന്നുവീണു. അയാൾ മുടിയിൽ പിടിച്ചുവലിച്ച് അയാൾ വിളിച്ചു പറഞ്ഞു:

"ഞാൻ എന്തൊരു ദുഷ്ടനാണ്. "

പിന്നീട് അയാൾ പൊട്ടിക്കരഞ്ഞു. പത്തൊൻപതു വർഷത്തിനിടയിൽ അയാൾ ആദ്യമായി കരയുകയായിരുന്നു.

ഴാങ് വാൽഴാങ് ബിഷപ്പിന്റെ വീട്ടിൽനിന്ന് ഇറങ്ങുമ്പോൾ ഇതുവരെ അറിഞ്ഞിട്ടില്ലാത്ത ഒരു വികാരത്തിന് അയാൾ അടിമപ്പെട്ടിരുന്നു. അയാളുടെ ഉള്ളിൽ നടക്കുന്നതൊന്നും അയാൾക്ക് മനസിലാകുന്നുണ്ടായിരുന്നില്ല. "ഒരു സത്യസന്ധനാകാമെന്ന് നിങ്ങൾ എനിക്ക് വാക്കു തന്നിട്ടുണ്ട്. ഞാൻ നിങ്ങളുടെ ആത്മാവിനെ വിലയ്ക്ക് വാങ്ങുന്നു. തിന്മയിൽനിന്ന് ഞാൻ അതിനെ പിന്തിരിപ്പിച്ച് സർവശക്തനായ ദൈവത്തിന് നൽകുന്നു." ബിഷപ്പിന്റെ സൗമ്യമായ ഈ വാക്കുകൾക്കെതിരെ അയാൾ സ്വയം കടുത്ത പ്രതിരോധങ്ങൾ സൃഷ്ടിച്ചു. എന്നിട്ടും ആ വാക്കുകൾ തുടരെത്തുടരെ തിരിച്ചുവന്നു. മനുഷ്യന്റെ ഉള്ളിലെ തിന്മകളുടെ കോട്ടയായ അഹങ്കാരംകൊണ്ട് അയാൾ ഈ ദിവ്യമായ മൃദുലതയെ എതിർത്തു. പുരോഹിതൻ തനിക്ക് മാപ്പുനൽകിയതിലൂടെ തന്റെ നേർക്ക് ഏറ്റവും ശക്തമായ ഒരു ആക്രമണം നടത്തുകയായിരുന്നു എന്ന് അവ്യക്തമായ ഒരു തോന്നൽ അയാൾക്കുണ്ടായി. അയാൾ ഇതുവരെ സഹിച്ചതിൽവെച്ച് ഏറ്റവും പ്രബലമായ ആക്രമണമായിരുന്നു ബിഷപ്പ് നടത്തിയത്. ഈ ദയയെ എതിർത്തു തോൽപ്പിക്കാൻ കഴിഞ്ഞാൽ അയാളുടെ മനസിന്റെ കാഠിന്യം പൂർണമാകും. അതിന് കഴിയുന്നില്ലെങ്കിൽ മറ്റുള്ളവരുടെ പ്രവൃത്തികൾകൊണ്ട് വർഷങ്ങളായി അയാളുടെ ഉള്ളിൽ അടിഞ്ഞുകൂടിയ വെറുപ്പിനെ അയാൾ ഉപേക്ഷിക്കേണ്ടിവരും. ആ വെറുപ്പിൽ അയാൾ സംതൃപ്തനായിക്കഴിഞ്ഞ സ്ഥിതിക്ക് ഈ

പ്രാവശ്യം രണ്ടിൽ ഒന്ന് തീരുമാനിക്കേണ്ടിയിരിക്കുന്നു. ഒന്നുകിൽ അയാൾ ജയിക്കണം അല്ലെങ്കിൽ കീഴടങ്ങണം. അയാളുടെ ദുഷ്ടചിന്തകളും നന്മയും തമ്മിലുള്ള പോരാട്ടം അതോടെ ആരംഭിച്ചുകഴിഞ്ഞു.

ഈ ചിന്തകൾക്കു നടുവിൽ അയാൾ ഒരു മദ്യപാനിയെപ്പാലെ നടന്നു തുടങ്ങി. ക്ഷീണിച്ച് അവശനായി നടക്കുന്നതിനിടയിൽ ഡിയിൽ നടന്ന കാര്യങ്ങളുടെ ഫലം എന്തായിരിക്കും എന്നതിനെപ്പറ്റി വിദൂരമായ ഒരു ധാരണ അയാൾക്ക് ലഭിച്ചിരുന്നോ? ജീവിതത്തിന്റെ ചില നിമിഷങ്ങളിൽ ആത്മാവിന് മുന്നറിയിപ്പുനൽകുകയും അതേസമയംതന്നെ ആത്മാവിനോട് അപേക്ഷിക്കുകയും ചെയ്യുന്ന നിഗൂഢമായ മുരളൽ അയാൾ കേൾക്കുന്നുണ്ടായിരുന്നോ? അയാളുടെ വിധിയുടെ ഏറ്റവും നിർണായകമായ മണിക്കൂറുകളാണ് കടന്നുപോകുന്നതെന്ന് ആ ശബ്ദം അയാളുടെ ചെവിയിൽ പറഞ്ഞിരുന്നോ? ഇനിയും നിങ്ങൾ ഏറ്റവും നല്ല മനുഷ്യൻ ആയില്ലെങ്കിൽ അയാൾ ഏറ്റവും ചീത്ത മനുഷ്യൻ ആയിരിക്കും എന്ന് ആ ശബ്ദം അയാളോട് പറഞ്ഞിരിക്കാൻ ഇടയുണ്ടോ? ഒന്നുകിൽ അയാൾ ബിഷപ്പിനേക്കാൾ ഉയരത്തിൽ എത്തണം, അല്ലെങ്കിൽ അയാളുടെ സ്ഥാനം കപ്പലിലെ അടിമയെക്കാൾ താഴെ ആയിരിക്കും എന്ന് ആ ശബ്ദം അയാൾക്ക് മുന്നറിയിപ്പ് നൽകിയിട്ടുണ്ടോ? നല്ല വഴി സ്വീകരിച്ചാൽ അയാൾ ഒരു മാലാഖയാകുമെന്നും, അതല്ല അയാളുടെ തെറ്റായ വഴി തുടരുകയാണെങ്കിൽ അയാൾ ഒരു വികൃത ജന്തുവായി പരിണമിക്കുമെന്നും ആ ശബ്ദം അയാളോട് രഹസ്യം പറഞ്ഞിരിക്കാൻ സാധ്യതയുണ്ടോ? ഇനിയും അയാൾക്ക് ഒരു മധ്യമാർഗം ഇല്ലെന്ന അറിവ് ആ ശബ്ദം അയാൾക്ക് നൽകിയിരുന്നോ?

മറ്റ് എവിടെയോ ചോദിച്ച ചോദ്യങ്ങൾ ഇവിടെ വീണ്ടും നമുക്ക് ചോദിക്കേണ്ടിവരുന്നു. അയാളുടെ മനസിൽ ഇതിന്റെയൊക്കെ അവ്യക്തമായ നിഴലുകൾ പതിഞ്ഞിരുന്നോ? ബുദ്ധിശക്തിയെ ഭാഗ്യദോഷം തീർച്ചയായും ചോർത്തിക്കളയും എന്നുപറഞ്ഞ സ്ഥിതിക്ക് നമ്മൾ ഇവിടെ അടിവരയിട്ടു പറഞ്ഞ കാര്യങ്ങൾ ഴാങ് വാൽഴാങ്ങിന് തിരിച്ചറിയാൻ കഴിഞ്ഞിട്ടുണ്ടോ? ഈ ആശയങ്ങൾ അയാൾക്ക് വ്യക്തമായി കാണാൻ കഴിഞ്ഞിട്ടുണ്ടാവില്ല. ഉണ്ടെങ്കിൽത്തന്നെ ഇവയുടെ ക്ഷണികമായ ഒരു തിളക്കം മാത്രമായിരിക്കും അയാൾക്ക് കാണാൻ കഴിഞ്ഞിട്ടുള്ളത്. വിശദീകരിക്കാൻ കഴിയാത്തതും അസഹ്യവുമായ ഒരു ചിന്താക്കുഴപ്പം ആയിരിക്കും അത് അയാൾക്ക് സമ്മാനിക്കുന്നത്. ഇരുട്ടിൽനിന്ന് പുറത്തുകടക്കുമ്പോൾ ഉജ്ജ്വലമായ ഒരു വെളിച്ചം കണ്ണിന് ഏൽപ്പിക്കുന്ന ക്ഷതം പോലെ, കപ്പലിലെ ചങ്ങലകളിൽനിന്ന് രക്ഷപ്പെട്ടുവെന്ന ഴാങ് വാൽഴാങ്ങിന്റെ മനസിനെ ബിഷപ്പിന്റെ പ്രവൃത്തി പീഡിപ്പിച്ചിരിക്കാം. അതിനുശേഷം അയാൾക്ക് വാഗ്ദാനം ചെയ്യപ്പെട്ട ഭാവിജീവിതം അയാളുടെ മനസിൽ ഭയവും ഉൽക്കണ്ഠയും നിറച്ചിരിക്കാൻ ഇടയുണ്ട്. അയാൾ ഇപ്പോൾ എവിടെയാണ് നിൽക്കുന്നതെന്ന് അയാൾക്ക് വ്യക്തമല്ല. പെട്ടെന്ന് സൂര്യൻ ഉദിക്കുന്നതു കണ്ട ഒരു മൂങ്ങയെപ്പോലെ ഴാങ് വാൽഴാങ് നന്മയുടെ മുന്നിൽ അന്ധനായിപ്പോയിരിക്കാം.

ഒരു കാര്യം ഉറപ്പായിക്കഴിഞ്ഞിരുന്നു, അയാൾക്കുപോലും അതിൽ സംശയം ഉണ്ടായിരുന്നില്ല. എന്തായാലും അയാൾ പഴയ മനുഷ്യൻ അല്ല. ബിഷപ്പിന്റെ സംസാരവും സ്വാധീനവും അയാൾക്ക് ഭാവിയിൽ തടഞ്ഞുനിർത്താൻ കഴിയില്ലെന്ന് വ്യക്തമായിരുന്നു.

ഈ മാനസികാവസ്ഥയിലായിരുന്ന അയാൾ കുട്ടിയെ കണ്ടപ്പോൾ പിന്നെ എന്തുകൊണ്ടാണ് അവന്റെ നാൽപ്പതു സൂ മോഷ്ടിച്ചത്? അയാൾക്ക് അതു

വിശദീകരിക്കാൻ കഴിയില്ല. അത് പായ്ക്കപ്പലിൽനിന്ന് അയാൾ ചുമന്നുകൊണ്ടു വന്ന ദുഷ്ടചിന്തകളുടെ അവസാനത്തെ പരിശ്രമം ആയിരുന്നോ? ഉൾപ്രേരണ കളുടെ അവശിഷ്ടം ആയിരുന്നോ? ആർജിതബലമെന്ന് ഊർജതന്ത്രത്തിൽ പറയുന്നത് ഇതിനെപ്പറ്റിയാണോ? ഒരുപക്ഷേ, അത് ഇതിനൊക്കെ താഴെയുള്ള എന്തെങ്കിലും ആയിരിക്കും. നമുക്ക് തെളിച്ചുപറയാം. എന്തായാലും അയാൾ അല്ല മോഷ്ടിച്ചത്. അയാളുടെ ബുദ്ധി അപരിചിതമായ പല പുതിയ പ്രചോദ നങ്ങളിലും പെട്ട് ബുദ്ധിമുട്ടിക്കൊണ്ടിരുന്നപ്പോൾ, അയാളുടെ അരക്ഷിതബോധ ത്തിന്റെ സൃഷ്ടിയായ ശീലം ആയിരിക്കാം അയാളെക്കൊണ്ട് ആ നാണയത്തിനു മുകളിൽ കാലെടുത്തുവെപ്പിച്ചത്. അയാളുടെ ബുദ്ധിശക്തി ഉണർന്നപ്പോൾ മൃഗീയമായ പ്രവൃത്തി കണ്ടിട്ടുണ്ടായ വേദനയിൽ അയാൾ ഭയന്നു കരഞ്ഞു.

അയാളുടെ അവസ്ഥയിലുള്ള ഒരുവനു മാത്രം സാധ്യമാകുന്ന വിചിത്രമായ ഒരു അത്ഭുതക്കാഴ്ച ആയിരുന്നു ആ മോഷണം. സത്യത്തിൽ ആ കുട്ടിയുടെ പണം മോഷ്ടിക്കുന്നതിലൂടെ ഇനിയൊരിക്കലും തനിക്ക് ആവർത്തിക്കാൻ കഴിയാത്ത ഒരു പ്രവൃത്തിയിലായിരുന്നു അയാൾ ഏർപ്പെട്ടത്.

എന്തായാലും അവസാനത്തെ ഈ ദുഷ്പ്രവൃത്തികൊണ്ട് നിർണായകമായ പ്രയോജനം ഉണ്ടായി. ആ മോഷണം അയാളുടെ അലങ്കോലപ്പെട്ട ബുദ്ധിശക്തി ക്കുള്ളിൽക്കയറി അതിനെ കുഴച്ചുമറിച്ച് പ്രകാശത്തെ ഒരു ഭാഗത്തായും ഇരു ണ്ടമേഘങ്ങളെ മറുഭാഗത്തായി വേർതിരിച്ചു മാറ്റി. കലങ്ങിയ മിശ്രിതങ്ങളിൽ ചില രാസവസ്തുക്കളുടെ പ്രവർത്തനംകൊണ്ട് ഒരു മൂലകം താഴെ അടിഞ്ഞു കൂടുകയും തെളിഞ്ഞ ലായനി സൃഷ്ടിക്കപ്പെടുകയും ചെയ്യുന്നതുപോലെ ആയിരുന്നു ആ മോഷണം അയാളുടെ ആത്മാവിൽ പ്രവർത്തിച്ചത്.

തുടക്കത്തിൽ ആത്മപരിശോധനയും ആലോചനയും നടത്തുന്നതിന് മുൻപുതന്നെ ഏതോ കുഴപ്പത്തിൽനിന്നു രക്ഷപ്പെടാൻ ശ്രമിക്കുന്നവനെപ്പോലെ പണം തിരിച്ചുകൊടുക്കാനുള്ള ഉദ്ദേശ്യത്തോടെ അയാൾ കുട്ടിയെ കണ്ടുപിടി ക്കാൻ പരിശ്രമിച്ചിരുന്നു. പിന്നീട് അതു സാധ്യമല്ലെന്ന് മനസിലായപ്പോൾ നിരാ ശയോടെ അയാൾ ആ ശ്രമം അവസാനിപ്പിച്ചു. “ഞാൻ എന്തു നികൃഷ്ടനാണ്” എന്നുപറഞ്ഞ നിമിഷത്തിൽ താൻ എന്താണെന്ന് അയാൾ സ്വയം തിരിച്ചറിഞ്ഞു. അയാളിൽനിന്നുതന്നെ അയാൾ അകന്നുപോയിരുന്നതായി അയാൾക്കനുഭ വപ്പെട്ടു. താൻ ഒരു പ്രതിബിംബം മാത്രമാണെന്ന തോന്നൽ അയാൾക്ക് ഉണ്ടായി. അയാൾക്കു മുന്നിൽ, മോഷണ മുതലുകൾ മാറാപ്പിനുള്ളിൽ ഒളിച്ചുവെച്ച്, കയ്യിൽ വടിയും ചിന്തയിൽ അറപ്പുണ്ടാക്കുന്ന പദ്ധതികളുമായി, മ്ലാനമായ മുഖത്തോടെ, ഴാങ് വാൽഴാങ് എന്ന കപ്പലിലെ അടിമ നിൽക്കുന്നത് അയാൾക്കുതന്നെ കാണാൻ കഴിഞ്ഞു.

ഭാഗ്യദോഷങ്ങളുടെ പരമ്പര അയാളെ ഒരുതരത്തിൽ ഒരു സ്വപ്നജീവി യാക്കി മാറ്റിയിരുന്നെന്ന് നമ്മൾ സൂചിപ്പിച്ചുകഴിഞ്ഞു. വാസ്തവത്തിൽ ഴാങ് വാൽഴാങ്ങിന്റെ അശുഭസൂചകമായ മുഖം അയാൾ നേരിൽ കണ്ടു. ആ മനുഷ്യൻ ആരാണെന്ന് അയാളോടുതന്നെ അയാൾ ചോദിക്കാൻ തുടങ്ങിയതാണ്. പക്ഷേ, അതോർത്തപ്പോൾ അയാൾ ഭയന്നുപോയി.

അയാളുടെ മനസ്സ് ഭീതിജനകമായ ശാന്തത പുലർത്തുമ്പോൾത്തന്നെ അ ക്രമാസക്തമാവാൻ സാധ്യതയുള്ള ഒരു പ്രത്യേക അവസ്ഥയിൽ ആയിരുന്നു. നമ്മുടെ മുന്നിലുള്ള വസ്തുക്കളെ നമുക്ക് കാണാൻ കഴിയാതാകുന്നു. പക്ഷേ, നമ്മുടെ മനസിലുള്ള കാര്യങ്ങളെ നമുക്ക് പുറത്തെവിടെയോ കാണാൻ കഴിയുന്നു.

അപ്പോൾ അയാൾ അയാളെത്തന്നെ മുഖത്തോടുമുഖം കണ്ടു. അതേ സമയം തന്നെ മായക്കാഴ്ചകളുടെ നിഗൂഢമായ അകലത്തിൽ ആദ്യകാഴ്ചയിൽ പന്തംപോലെ തോന്നിയ ഒരു വെളിച്ചവും അയാൾ കാണുന്നുണ്ടായിരുന്നു. കൂടുതൽ സൂക്ഷ്മതയോടെ പരിശോധിച്ചപ്പോൾ ആ വെളിച്ചം അയാളുടെ മനസിന് ഉള്ളിൽത്തന്നെ പ്രത്യക്ഷപ്പെട്ടു. ആ വെളിച്ചത്തിന് ഒരു മനുഷ്യന്റെ രൂപം ഉള്ളതായി അയാൾ തിരിച്ചറിഞ്ഞു. ആ രൂപം ബിഷപ്പിന്റേതായിരുന്നു.

അയാളുടെ മനഃസാക്ഷിയുടെ മുന്നിലെത്തിയ ബിഷപ്പിനെയും ഴാങ് വാൽഴാങ്ങിനെയും അയാൾ പ്രത്യേകം പ്രത്യേകം തൂക്കിനോക്കി. ഇത്തരം നിർവൃതികളുടെ സന്ദർഭങ്ങളിൽ മാത്രം ജനിക്കുന്ന പ്രത്യേക അവസ്ഥയിൽ അയാൾ മനോരാജ്യം തുടരുന്നതിനിടയിൽ, അയാളുടെ കണ്ണുകൾക്കുമുന്നിൽ ബിഷപ്പ് കൂടുതൽ വർണശബളിമയോടെ ഉജ് വലമായി പ്രകാശിക്കാൻ തുടങ്ങി. ഴാങ് വാൽഴാങ് ചുരുങ്ങി ഒടുവിൽ അപ്രത്യക്ഷമായി. ഏതോ ഒരു നിമിഷത്തിൽ അയാൾ ഒരു നിഴൽ മാത്രമായി. പിന്നീട് പെട്ടെന്ന് കാണാതാകുകയായിരുന്നു. ഒടുവിൽ ബിഷപ്പു മാത്രം അവശേഷിച്ചു.

വൃത്തികെട്ട മനുഷ്യന്റെ ആത്മാവിൽ രാജകീയ പ്രതാപത്തോടെ അദ്ദേഹം നിറഞ്ഞു നിന്നു.

ഴാങ് വാൽഴാങ് വളരെ നേരം കരഞ്ഞു. ഒരു സ്ത്രീയെക്കാൾ ദുർബലനായി അയാൾ കരഞ്ഞു. ഒരു കുട്ടിയെക്കാൾ ഭയത്തോടെ അയാൾ കരഞ്ഞു.

കരയുന്തോറും അയാളുടെ മനസിലെ വെളിച്ചത്തിന് കൂടുതൽ തിളക്കം വെച്ചു. അത് ഒരേസമയം ആനന്ദകരവും ഭയാനകവും ആയ ഒരു അസാധാരണ പ്രകാശം ആയിരുന്നു. അയാളുടെ കഴിഞ്ഞകാലജീവിതം അയാൾ ചെയ്ത ആദ്യത്തെ കുറ്റം, വളരെക്കാലം നീണ്ടുനിന്ന അയാളുടെ പ്രായശ്ചിത്തം, അയാളുടെ മൃഗീയമായ രൂപം, അയാളുടെ മനസിന്റെ കാഠിന്യം, പ്രതികാരത്തിന്റെ പലപല പദ്ധതികൾകൊണ്ട് സന്തോഷംതോന്നിയ അയാളുടെ വിമോചനം, ബിഷപ്പിന്റെ വീട്ടിൽ അയാൾക്ക് സംഭവിച്ച കാര്യങ്ങൾ, കുട്ടിയിൽനിന്ന് നാൽപ്പതു സൂ മോഷ്ടിച്ച സംഭവം, ബിഷപ്പു ക്ഷമിച്ചതിനുശേഷം ചെയ്ത കുറ്റകൃത്യത്തിന്റെ രാക്ഷസീയത ഇവ എല്ലാംതന്നെ അയാളിലേക്ക് തിരിച്ചുവന്നു. അയാൾ മുൻപ് ഒരിക്കലും കണ്ടിട്ടില്ലാത്ത പുതിയ പ്രകാശത്തിൽ കഴിഞ്ഞ കാര്യങ്ങൾ കൂടുതൽ വ്യക്തമായി അയാൾക്കു കാണാൻ കഴിഞ്ഞു. അയാൾ സ്വന്തം ജീവിതം നോക്കിക്കണ്ടു. തന്റെ ജീവിതം ഭീകരമായിരുന്നെന്ന് അയാൾക്കു തോന്നി. അയാൾ സ്വന്തം ആത്മാവിലേക്ക് നോക്കി. ആത്മാവിന്റെ അവസ്ഥ ഭയാനകമായി അയാൾക്ക് അനുഭവപ്പെട്ടു. എങ്കിലും ആ ജീവിതത്തിനും ആത്മാവിനും മുകളിൽ മൃദുലമായ ഒരു പ്രകാശം വീണിരുന്നു. അയാളെ സംബന്ധിച്ചിടത്തോളം സ്വർഗീയ പ്രകാശത്തിൽ കുളിച്ചുനിൽക്കുന്ന ചെകുത്താനെ കാണുന്നതുപോലെയുള്ള ഒരു അനുഭവം ആയിരുന്നു അത്.

അയാൾ എത്ര സമയം കരഞ്ഞുകൊണ്ടിരുന്നു? കരച്ചിലിനുശേഷം അയാൾ എന്തു ചെയ്തു? അയാൾ പിന്നീട് എവിടേക്കാണ് പോയത്? ആർക്കും അറിയില്ല. ഗ്രനോബ്ളിലേക്ക് പോകുന്ന വഴി അന്ന് വെളുപ്പിന് മൂന്നു മണിക്ക് ഡിയിലൂടെ കടന്നുപോയ ഒരു അഞ്ചലോട്ടക്കാരൻ, ബിഷപ്പിന്റെ വഴിയിൽ എത്തിയപ്പോൾ, ബിയാങ് വെന്യൂവിന്റെ വാതിലിനടുത്ത് മുട്ടുകുത്തിനിന്ന് പ്രാർഥിക്കുന്ന ഒരു മനുഷ്യനെ നിഴൽപോലെ കണ്ടിരുന്നു എന്നു പറഞ്ഞിരുന്നു.

പുസ്തകം മൂന്ന്

1817-ാമാണ്ട്

1. 1817 – ൽ

രാജകീയ പ്രൗഢിയോടെ തന്റെ ഭരണത്തിന്റെ ഇരുപത്തി രണ്ടാം വാർഷികം ആഡംബരങ്ങളോടെ ആഘോഷിക്കാൻ ലൂയി പതിനെട്ടാമൻ തീരുമാനിച്ചത് ആയിരത്തി എണ്ണൂറ്റി പതിനേഴിൽ ആയിരുന്നു.

ആയിരത്തി എണ്ണൂറ്റി പതിനേഴിന്റെ ഉപരിതലത്തിൽ ഒരായിരം സംഭവങ്ങൾ ഒഴുകിക്കൊണ്ടിരുന്നു. അതെല്ലാം ഇപ്പോൾ മറവിയിൽ ലയിച്ചുകഴിഞ്ഞു. അതിന്റെ പ്രത്യേകതകൾ ചരിത്രം മറന്നു കഴിഞ്ഞു. ചരിത്രത്തിന് അവയൊക്കെതന്നെ മറക്കാതിരിക്കാൻ കഴിയില്ല. കാരണം ചരിത്രം എപ്പോഴും അനന്തതയുടെ ആധിപത്യത്തിലാണ്. എന്നിരുന്നാലും ചെറിയ കാര്യങ്ങൾ ആണെന്നു കരുതുന്നത് തെറ്റാണ്. മനുഷ്യചരിത്രത്തിൽ ചെറിയകാര്യങ്ങൾ ഇല്ല. എല്ലാ കാര്യങ്ങൾക്കും അതിന്റേതായ സാംഗത്യം ഉണ്ട്. പ്രകൃതിയിൽ ചെറിയ ഇലകൾ ഇല്ല. അവയെല്ലാം ഉപയോഗം ഉള്ളവയാണ്. വർഷങ്ങളുടെ മുഖലക്ഷണങ്ങൾ ഒന്നിച്ചു ചേർന്നാണ് ഒരു നൂറ്റാണ്ടിന്റെ മുഖഛായ സൃഷ്ടിക്കുന്നത്.

ആയിരത്തി എണ്ണൂറ്റിപതിനേഴിൽ പാരീസിലെ നാലു ചെറുപ്പക്കാർ ചേർന്ന് ഒരു നല്ല തമാശ അവതരിപ്പിച്ചു.

2. ഈരടി

നാലു പാരീസുകാരിൽ ഒരാൾ തുലൂസിൽനിന്നും അടുത്തയാൾ ലിമോഴിൽ നിന്നും മൂന്നാമൻ കഹോറിൽനിന്നും നാലാമൻ മോംതോബാങ്ങിൽനിന്നും വന്നവരായിരുന്നു. അവർ വിദ്യാർഥികൾ ആയിരുന്നു. വിദ്യാർഥി എന്നു പറഞ്ഞാൽ പാരീസുകാരൻ എന്നാണ് അർഥം. പാരീസിലെ പഠിത്തം എന്നു പറയുന്നത് പാരീസിൽ ജനിച്ചതിനു സമമാണ്.

ഈ നാലു ചെറുപ്പക്കാരും പ്രത്യേകിച്ച് അവരെപ്പറ്റി എടുത്തു പറയാൻ ഒന്നും ഉള്ളവർ ആയിരുന്നില്ല. എല്ലാവരും ഇതുപോലുള്ളവരെ കണ്ടിട്ട് ആദ്യം

കണ്ടുമുട്ടുന്ന നാലുപേരെ അവരുടെ ഉദാഹരണങ്ങളായി കണക്കാക്കാൻ കഴിയും. അവർ നല്ലവരോ കെട്ടവരോ ആയിരുന്നില്ല. വിവരം ഉള്ളവരോ അറിവില്ലാത്തവരോ ആയിരുന്നില്ല. അവർ പ്രതിഭാശാലികൾ ആയിരുന്നില്ല. അവർ മണ്ടന്മാരും ആയിരുന്നില്ല. ഇരുപതു വയസ്സ് എന്നു പറയുന്ന വസന്തകാലത്തിന്റെ ഉടമകളായ ഭാഗ്യവാന്മാരായിരുന്നു അവർ. അവർ ഓസ്കറന്മാർ* ആയിരുന്നു. ആർതറന്മാർ** ആ കാലത്ത് അവതരിച്ചു തുടങ്ങിയിരുന്നില്ല. അറേബ്യയിലെ എല്ലാ സുഗന്ധവസ്തുക്കളും അദ്ദേഹത്തിനുവേണ്ടി എരിയട്ടെ. ഓസ്കാർ അടുത്തേക്കു വരുന്നു. ഓസ്കാർ! അദ്ദേഹത്തെ ഞാൻ ഇപ്പോൾ കാണും! എന്നാണ് പ്രണയഭാവന. ഓസിയയിലെ ആഡംബരങ്ങളായിരുന്നു അന്നത്തെ പരിഷ്കാരം. സ്കാൻഡിനേവിയയിലെയും കാലിഡോണിയയിലെയും രീതികളായിരുന്നു സൗന്ദര്യത്തിന്റെ അടിസ്ഥാനം. ശുദ്ധമായ ഇംഗ്ലീഷ് രീതികൾ പ്രചാരത്തിൽ വന്നു കഴിഞ്ഞിരുന്നില്ല. ആർതറന്മാരുടെ തുടക്കക്കാരനായ വെല്ലിംങ്ടൻ വാട്ടർലൂ യുദ്ധം ജയിച്ചിട്ട് സമയം കഴിഞ്ഞിരുന്നില്ല.

ഈ ഓസ്കറന്മാരിൽ ഒന്നാമന്റെ പേര് ഫെലി തൊലോമിയെ. അയാൾ തുലൂസുകാരനാണ്. രണ്ടാമൻ കാഹേർക്കാരൻ ലിതൊളിയ. മൂന്നാമൻ ലിമോഴിൽ നിന്നുള്ള ഫാമോയി. നാലാമൻ മോംതോബാങ്ങിൽ നിന്നു വന്നിട്ടുള്ള ബ്ലാഷ് വെല്ല്. തീർച്ചയായും അവർക്ക് അവരുടെ കാമുകിമാർ ഉണ്ടായിരുന്നു. ബ്ലാഷ് വെല്ല് പ്രേമിച്ചിരുന്നത് ഫേവറിറ്റിനെ ആയിരുന്നു. അവൾ ഇംഗ്ലണ്ടിൽ പോയിരുന്നതുകൊണ്ടാണ് ഇങ്ങനെ ഒരു പേരു കിട്ടിയത്. ലിതൊളിയെയുടെ ആരാധനാപാത്രം ദാലിയ ആയിരുന്നു. അവൾ ഒരു പൂവിന്റെ പേരാണ് സ്വീകരിച്ചിരുന്നത്. ഫാമോയി സെഫീലിയെയാണ് മാതൃകയായി കണ്ടത്. ഴോസഫീൻ ചുരുങ്ങിയതാണ് സെഫീൻ. തൊലോമിയെയുടെ കൂടെ ഫന്തീൻ ഉണ്ടായിരുന്നു. അവളുടെ സുന്ദരമായ മുടികാരണം സ്വർണത്തലമുടിക്കാരി എന്നാണ് അവളെ വിളിച്ചിരുന്നത്. അവർ നാലുപേരും ആരേയും ആകർഷിക്കുന്ന തിളങ്ങുന്ന പെൺകുട്ടികൾ ആയിരുന്നു. എപ്പോഴും സുഗന്ധദ്രവ്യങ്ങളുടെ വാസന അവർക്കു ചുറ്റും ഉണ്ടാകും. പ്രേമബന്ധങ്ങളിൽപ്പെട്ടുപോയാലും ജോലിചെയ്യുന്ന പെൺകുട്ടികൾക്ക് അവരുടെ അധ്വാനത്തിന്റെ പ്രസന്നതയുടെ ശേഷിപ്പ് അവരുടെ മുഖത്ത് കാണും. അവരുടെ ആത്മാവിൽ നിർമലമായ പൂക്കൾ ആദ്യത്തെ വീഴ്ച പറ്റുന്നതുവരെ വിരിഞ്ഞുനിൽക്കുന്നുണ്ടാകും. അവരിൽ ഏറ്റവും ഇളയവളെ 'കുട്ടി' എന്നായിരുന്നു വിളിച്ചിരുന്നത്. അവരിൽ മൂത്തവളുടെ വിളിപ്പേര് 'കിഴവി' എന്നായിരുന്നു. ഏറ്റവും മൂത്ത പെൺകുട്ടിക്ക് ഇരുപത്തിമൂന്ന് വയസായിരുന്നു. ആദ്യത്തെ മൂന്നുപേരും സത്യം പറയുകയാണെങ്കിൽ സ്വർണത്തലമുടിക്കാരി ഫന്തീനിനേക്കാൾ ലോകപരിചയം ഉള്ളവരായിരുന്നു.

ദാലിയയും സെഫീനും, ഫേവറിറ്റിനെപ്പറ്റി പ്രത്യേകം പറയേണ്ടകാര്യമില്ല, അവളും ഫന്തീനിന്റെ മാതിരി ആയിരുന്നു എന്നു പറയാൻ കഴിയില്ല. അവർ മൂന്നുപേരും പ്രേമത്തിന്റെ ഒരു അധ്യായം കഴിഞ്ഞവർ ആയിരുന്നു. ഒരു കാമുകൻ അഡോൾഫസ് ആയിരുന്നെങ്കിൽ രണ്ടും മൂന്നും അൽഫോൺസും ഗസ്റ്റാവയും ആയിരുന്നു. ദാരിദ്ര്യവും ശൃംഗാരവും വിനാശകാരികളായ ഉപദേശികളാണ്. ഒന്ന്

---

* സ്കാൻഡിനേവിയയിലെ പരിഷ്കാരിയായ രാജാവ്.

** ഇംഗ്ലണ്ടിലെ പ്രസിദ്ധനായ രാജാവ്.

മുറുമുറുക്കുമ്പോൾ മറ്റേത് പുകഴ്ത്തിപ്പറയും. സുന്ദരികളായ പെൺകുട്ടികളുടെ രണ്ടു ചെവിയിലും ഇവ ഓരോന്നും കുശുകുശുത്തുകൊണ്ടിരിക്കും. ശരിക്കും സംരക്ഷണം കിട്ടാത്ത അവരുടെ ആത്മാവ് അത് ശ്രദ്ധിച്ചു കേൾക്കും. നിർമലവും അപ്രാപ്യവുമായ അതിന്റെ പകിട്ടിൽ അവർ ആമഗ്നരാകും.

ഇംഗ്ലണ്ടിൽ ആയിരുന്നതുകൊണ്ട് ഫേവറിറ്റിനോട് സെഫീനിനും ദാലിയായ്ക്കും ആരാധന ആയിരുന്നു. അവൾക്ക് ഈ ചെറിയ പ്രായത്തിൽ തന്നെ സ്വന്തമായി വീടുണ്ട്. അവളുടെ അച്ഛൻ നിഷ്ഠൂരനായ ഒരു കണക്ക് പ്രൊഫസർ ആയിരുന്നു. ഒരിക്കലും അയാൾ വിവാഹം കഴിച്ചിരുന്നില്ല. സ്വന്തം പ്രായംപോലും അയാൾ കണക്കിലെടുത്തിരുന്നില്ല. അയാളുടെ ചെറുപ്പകാലത്ത് ഒരു അടുക്കളജോലിക്കാരിയുടെ ഉടുപ്പ് പാതകപ്പടിയിൽ കുരുങ്ങി ഉയർന്നു പോയത് അയാൾ കാണാൻ ഇടയായി. അതിന്റെ ഫലമായിരുന്നു ഫേവറിറ്റ്. വല്ലപ്പോഴും അവൾ അച്ഛനെ കണ്ടിരുന്നു. ഒരു ദിവസം ഭ്രാന്തി എന്നു തോന്നുന്ന ഒരു വൃദ്ധ അവളുടെ മുറിയിൽ കടന്നുവന്ന് അവളോടു ചോദിച്ചു.

“നിനക്ക് എന്നെ അറിയില്ലേ?”

“ഇല്ല.”

“ഞാൻ നിന്റെ അമ്മയാണ്.”

പിന്നീട് ഭക്ഷണം ഇരുന്നിരുന്ന അലമാര സ്വയം തുറന്ന് അവർ വയറുനിറയെ ഭക്ഷണം കഴിച്ചു. ഒടുവിൽ അവർ കൂടെ കൊണ്ടുവന്നിരുന്ന ഒരു കിടക്ക വിരിച്ച് സ്വസ്ഥമായി ഉറങ്ങി. ഈ അമ്മ ഒരു ഭക്തയും മുറുമുറുപ്പുകാരിയും അയിരുന്നു. ഫേവറിറ്റിനോട് അവർ സംസാരിച്ചില്ല. വാതുറക്കാതെ അവർ മണിക്കൂറുകൾ കഴിച്ചുകൂട്ടി. മൂന്നുനേരം ആഹാരം കഴിച്ചിട്ട് സന്ദർശകരെ കാണാൻ അവർ ചുമട്ടുകാരുടെ താമസസ്ഥലത്തേക്ക് പോയി. അവിടെ ഇരുന്ന് അവരുടെ മകളുടെ കുറ്റവും കുറവും പറഞ്ഞു.

ദാലിയ ലിതൊളിയയെ ആകർഷിക്കാൻ എന്തായിരുന്നു കാര്യം? മറ്റുള്ളവർക്ക് അവളുടെ സുന്ദരമായ കൈനഖങ്ങൾ ആയിരിക്കും എന്ന് തോന്നാം. ഇത്തരം നഖങ്ങൾ എങ്ങനെയാണ് ഉണ്ടാവുന്നത്? നന്മയുള്ള സ്ത്രീക്ക് അവളുടെ കൈകളെപ്പറ്റി പ്രത്യേകം പരിഗണന ഉണ്ടായിരിക്കുകയില്ല. സെഫീൻ ഫാമോയിയെ കീഴടക്കിയത് നിഷേധസ്വരത്തിലാണെങ്കിലും ഒരു തഴുകൽപോലെ തോന്നുന്ന അവളുടെ ‘ശരി സാർ’ പ്രയോഗം കൊണ്ടായിരുന്നു.

ചെറുപ്പക്കാർ സഖാക്കളും ചെറുപ്പക്കാരികൾ സുഹൃത്തുക്കളും ആയിരുന്നു. ഇത്തരം പ്രേമങ്ങൾക്ക് കൂട്ടായി എന്നും സൗഹൃദം ഉണ്ടായിരിക്കും.

വിവേകവും തത്വശാസ്ത്രവും രണ്ടു കാര്യങ്ങൾ ആണ്. അവർ അതിന് ഉദാഹരണങ്ങൾ ആയിരുന്നു. ഫേവറിറ്റും സെഫീനും ദാലിയായും തത്വചിന്താപരമായി ചിന്തിക്കുന്നവരാണ്. എന്നാൽ ഫന്തീൻ വിവേകശാലിയായിരുന്നു.

തൊലോമിയെ വിവേകി ആയിരുന്നോ? വിവേകത്തിന്റെ ഒരു ഭാഗമാണ് സ്നേഹം എന്ന് സോളമൻ പറയും. ഫന്തീനിന്റെ സ്നേഹം വിശ്വസ്ത സ്നേഹമാണ് എന്നു പറഞ്ഞ് നമുക്ക് ആശ്വസിക്കാം.

സമൂഹത്തിലെ ഇരുട്ടിന്റെ ആഴങ്ങളിൽനിന്നു മുളച്ചുവന്നതുകൊണ്ട് ഫന്തീനിന്റെ മുഖത്ത് അവഗണിക്കപ്പെട്ടവരുടെ ഒരു ലക്ഷണം ഉണ്ടായിരുന്നു. എം എന്ന സ്ഥലത്തായിരുന്നു അവളുടെ ജനനം. അവളുടെ അച്ഛനമ്മമാർ ആരായിരുന്നു? ആർക്കും അറിയില്ല. അവൾ ഒരിക്കലും അവളുടെ അച്ഛനെയോ

അമ്മയെയോ കണ്ടിട്ടില്ല. ഫന്തീൻ എന്നായിരുന്നു അവളെ വിളിച്ചിരുന്നത്. അതിനുള്ള കാരണം എന്തായിരുന്നു? മറ്റു പേരുകളിലൊന്നും അവൾ അറിയപ്പെട്ടില്ല എന്നതുമാത്രമായിരുന്നു, അവൾക്ക് ഫന്തീൻ എന്ന് പേരു വരാൻ കാരണം. അവൾ ജനിക്കുന്ന കാലത്ത് മേൽവിലാസപ്പട്ടിക നിലവിൽ വന്നിരുന്നില്ല. കുടുംബം ഇല്ലാത്തതുകൊണ്ട് അവൾക്ക് കുടുംബപ്പേരും ഉണ്ടായില്ല. ആ കാലത്ത് അവിടെ പള്ളി ഇല്ലായിരുന്നതുകൊണ്ട് അവൾക്ക് മാമോദീസാ പേരും ലഭിച്ചില്ല. നിരത്തുവക്കിൽ കാലുകൾ ഇളക്കികൊണ്ട് കിടന്നിരുന്ന അവളെ കണ്ടപ്പോൾ, ആദ്യം അതുവഴിപോയ വഴിയാത്രക്കാരനു തോന്നിയ സന്തോഷമായിരുന്നു അവളുടെ പേരിനു കാരണം. മഴ പെയ്തപ്പോൾ ആകാശത്തുനിന്ന് അവളുടെ തലയിൽവീണ മഴത്തുള്ളികൾ പോലെയായിരുന്നു അവൾക്ക് പേരും വീണുകിട്ടിയത്. ആളുകൾ അവളെ കൊച്ചുഫന്തീൻ എന്നു വിളിച്ചു. അവളെപ്പറ്റി കൂടുതലൊന്നും ആർക്കും അറിയില്ല. അവൾ ജീവിതത്തിലേക്ക് വന്നത് ഇങ്ങനെ ആയിരുന്നു. പതിനഞ്ചുവയസിൽ ഭാഗ്യം അന്വേഷിച്ച് അവൾ പാരീസിൽ എത്തി. അവൾക്ക് കഴിയാൻപറ്റിയ കാലത്തോളം അവൾ കന്യകയായി കഴിഞ്ഞു. അവൾക്ക് സ്വർണത്തലമുടിയും മനോഹരമായ പല്ലുകളും ഉണ്ടായിരുന്നു. സ്ത്രീധനം കൊടുക്കാൻ അവളുടെ കയ്യിൽ സ്വർണവും മുത്തുകളും ഉണ്ടായിരുന്നു. സ്വർണം തലയിലും മുത്തുകൾ വായിലും ആയിരുന്നു എന്നു മാത്രം.

അവൾ ജീവിക്കാൻവേണ്ടി ജോലി ചെയ്തു. ജീവിക്കാൻവേണ്ടി സ്നേഹിച്ചു. കാരണം അവളുടെ മനസിനും വിശപ്പുണ്ടായിരുന്നു.

അവൾ തൊലോമിയെയെ പ്രേമിച്ചു.

അയാൾക്ക് പ്രേമം ഒരു വിനോദം ആയിരുന്നു, അവൾക്ക് അതൊരു അഭിനിവേശവും. വിദ്യാർഥികൾ തിങ്ങിയൊഴുകിയിരുന്ന ലാറ്റിൻ പ്രദേശത്തെ തെരുവുകൾ ഈ സ്വപ്നത്തിന്റെ തുടക്കംകണ്ടു. അവിടുത്തെ ഊടുവഴികളിലൂടെ തൊലോമിയെയുടെ കണ്ണിൽപ്പെടാതെ അവൾ നടന്നു. പക്ഷേ, എപ്പോഴും അയാളുടെ മുന്നിൽത്തന്നെ അവൾ തിരിച്ചെത്തി. ഒരാളെ ഒഴിവാക്കുന്നതായി നടിച്ചുകൊണ്ട് അയാളെ മാത്രം തിരഞ്ഞുപിടിക്കാൻ കഴിയും.

ബ്ലാഷ് വെല്ലും ലിതൊളിയയും ഫാമോയിയും ഒരു സംഘമായി. തൊലോമിയെ അവരുടെ നേതാവും. സംഘത്തിന്റെ ബുദ്ധികേന്ദ്രം അയാൾ ആയിരുന്നു.

തൊലോമിയെ പഴയകാലത്തെപോലെയുള്ള ഒരു വിദ്യാർഥി ആയിരുന്നു. അയാൾക്ക് പണം ഉണ്ടായിരുന്നു. നാലായിരം ഫ്രാങ്കായിരുന്നു അയാളുടെ വരുമാനം. മുപ്പതു വയസിൽത്തന്നെ അയാളുടെ മുഖത്ത് ചുളിവുകൾ വീണിരുന്നു. അതിനെപ്പറ്റി അയാൾ സന്തോഷത്തോടെ പറയും: "തല മുപ്പതിലും മുട്ടു നാൽപ്പതിലും." അയാളുടെ ദഹനം ശരിയായിരുന്നില്ല. കണ്ണിൽനിന്ന് വെള്ളം വന്നുകൊണ്ടിരുന്നു. അയാളുടെ നഷ്ടപ്പെടുന്ന യൗവ്വനത്തിനൊപ്പം അയാൾക്ക് ആത്മവിശ്വാസം കൂടിക്കൊണ്ടിരുന്നു. പല്ലുകൾക്കുപകരം അയാൾ നേരമ്പോക്കുകൾ പറഞ്ഞു. മുടിക്കുപകരം അയാൾ സന്തോഷം പ്രകടിപ്പിച്ചു. ആരോഗ്യത്തിനുപകരം അയാൾ വിപരീതാർഥപ്രയോഗങ്ങൾ നടത്തി. നനഞ്ഞ കണ്ണുകൾകൊണ്ട് അയാൾ നിർത്താതെ ചിരിച്ചു. അയാൾ ജീർണിച്ചുപോയിരുന്നെങ്കിലും പൂക്കൾകൊണ്ട് അയാൾ സ്വയം പൊതിഞ്ഞു. കാലത്തിനു മുൻപു തന്നെ യൗവ്വനം അയാളെ വിട്ടുപോയിരുന്നെങ്കിലും കാലം അതിന്റെ തെറ്റ് സമ്മതിക്കുന്നുണ്ടായിരുന്നു. ചോരത്തിളപ്പുകൊണ്ടും പൊട്ടിച്ചിരികൊണ്ടും യൗവ്വനത്തിന്റെ

സാന്നിധ്യം അയാളിൽ പ്രകടമായിരുന്നു. അയാൾ ചിലപ്പോൾ കവിതകൾ എഴുതാറുണ്ട്. ശക്തിയില്ലാത്തവർ ഔന്നത്യം പ്രകടിപ്പിക്കും. അയാളും അങ്ങനെതന്നെ ആയിരുന്നു. ആ രീതിയിൽ ഇടപെട്ടിരുന്ന അയാൾക്ക് എല്ലാ കാര്യങ്ങളോടും സംശയകരമായ നിലപാടായിരുന്നു. കഷണ്ടിക്കാരനും ദ്വയാർഥ പ്രയോഗത്തിൽ സമർഥനും ആയിരുന്നതുകൊണ്ട് അയാളായിരുന്നു അവരിൽ പ്രധാനി.

ഒരു ദിവസം മറ്റു മൂന്നുപേരെയും വിളിച്ചുനിർത്തി തൊലോമിയെ പറഞ്ഞു.

"ഫന്തീനും ദാലിയയും സെഫീനും ഫേവറിറ്റും കഴിഞ്ഞ ഒരു വർഷമായി അവർക്ക് എന്തെങ്കിലും ഒരു അത്ഭുതം കാണിച്ചുകൊടുക്കണമെന്ന് ആവശ്യപ്പെടുന്നുണ്ട്. നമ്മൾ അത് ഗംഭീരമായി ഒരു ദിവസം സമ്മതിച്ചതാണ്. ഇപ്പോൾ ദിവസവും അത് ഓർമപ്പെടുത്തുകയാണ് അവരുടെ പണി. പ്രത്യേകിച്ചും നമ്മുടെ സുന്ദരിമാർ എന്നോടാണ് നിർബന്ധിക്കുന്നത്. "തൊലോമിയെ, നിങ്ങൾ എപ്പോഴാണ് അത്ഭുതം കാണിക്കുന്നത്?." അതേസമയം നമ്മുടെ രക്ഷകർത്താക്കളും നമുക്ക് തുടർച്ചയായി എഴുതിക്കൊണ്ടിരിക്കുന്നു. ഒരു വെടിക്ക് രണ്ടു പക്ഷി. നമുക്ക് സംസാരിക്കാൻ സമയമായെന്ന് എനിക്ക് തോന്നുന്നു."

ഇത്രയും പറഞ്ഞുകഴിഞ്ഞ് തൊലോമിയെ തന്റെ ശബ്ദം താഴ്ത്തി. വളരെ നേരം പിന്നീട് അവർ ചിരിച്ചു. ആവേശത്തോടെ ബഹളം വെച്ചു. ഒടുവിൽ ബ്ലാഷ് വെല്ല് വിളിച്ചുകൂവി, "എന്തൊരു മനോഹരമായ ആശയം."

അവർക്കു തൊട്ടുമുന്നിലായി മദ്യം വാറ്റുന്ന ഒരു സ്ഥലം കണ്ടു. അവർ അവിടേക്ക് കയറി. അവരുടെ ബാക്കി ചർച്ചകൾ വാറ്റുപുരയിൽ നിന്നുയർന്ന പുകയിൽ വ്യക്തമായില്ല.

ഈ രഹസ്യ ചർച്ചകളുടെ ഫലമായി അവർ നാലുപേരും ചേർന്ന് ചെറുപ്പക്കാരികൾക്ക് അടുത്ത ഞായറാഴ്ച തിളക്കമാർന്ന ഒരു വിരുന്നു സൽക്കാരം നടത്തിയിരുന്നു.

3. നാലും നാലിനോട്

നാൽപത്തി അഞ്ചു വർഷങ്ങൾക്കു മുൻപ് വിദ്യാർഥികളും പെൺകുട്ടികളും പങ്കെടുക്കുന്ന ഒരു ഗ്രാമീണവിരുന്ന് ഇപ്പോൾ ഒരുവന് സങ്കൽപ്പിക്കാൻ ബുദ്ധിമുട്ട് കാണും. പാരീസിന്റെ ചുറ്റുപാടുകൾക്കു വളരെ മാറ്റം വന്നിട്ടുണ്ട്. പാരീസിനെ ചുറ്റിപ്പറ്റിയുള്ള ജീവിതം കഴിഞ്ഞ അര നൂറ്റാണ്ടിനുള്ളിൽ പൂർണമായും മാറിപ്പോയിരിക്കുന്നു. പരുക്കൻ ഒറ്റക്കുതിരവണ്ടിയുടെ സ്ഥാനത്ത് നമുക്ക് ഇപ്പോൾ പാളങ്ങളിൽ ഓടുന്ന വണ്ടിയുണ്ട്. വള്ളങ്ങൾ കിടന്നിടത്ത് നമുക്ക് ഇപ്പോൾ ആവിബോട്ടുകൾ കിടക്കുന്നതു കാണാം. നമ്മുടെ ഭാഷയും മാറിയിട്ടുണ്ട്. 1862 ലെ പാരീസിന്റെ പ്രാന്ത പ്രദേശങ്ങൾ ചേർന്ന് ഉണ്ടായതായിരുന്നു അന്നത്തെ ഫ്രാൻസ്.

അന്നു സാധ്യമായിരുന്ന എല്ലാ മണ്ടത്തരങ്ങളും ആ നാലു ജോഡികളും ചേർന്ന് സമർഥമായി നടപ്പാക്കി. അവധിദിവസങ്ങളുടെ തുടക്കത്തിലെ തെളിഞ്ഞ ചൂടുള്ള വേനലിലെ ഒരു ദിവസം. തലേന്ന് രാത്രിയിൽ നാലു പെൺകുട്ടികൾക്കും വേണ്ടി അവരുടെ കൂട്ടത്തിൽ എഴുതാൻ അറിയാവുന്ന ഫേവറിറ്റ് തൊലോമിയെക്ക് ഒരു എഴുത്ത് എഴുതി, "രാവിലെ തിരിക്കുന്നതാണ് ഭാഗ്യം." സാങ് ക്ലോദിലേക്ക് അവർ വെളുപ്പിന് അഞ്ചുമണിക്കുതന്നെ ഒരു കുതിരവണ്ടിയിൽ യാത്ര

തിരിച്ചു. വരണ്ടുപോയ വെള്ളച്ചാട്ടത്തിലേക്ക് നോക്കി അവർ പറഞ്ഞു: "വെള്ളം ഉള്ളപ്പോൾ അത് കാണാൻ എന്തു ഭംഗിയായിരിക്കും" തെത്ത്-ന്വാറിൽ എത്തിയപ്പോൾ അവർ പ്രാതൽ കഴിച്ചു. വെള്ളച്ചാട്ടത്തിന് അടുത്തുവെച്ച് അവർ വളയങ്ങൾ എറിഞ്ഞുകളിച്ച് സ്വയം ആശ്ചര്യപ്പെട്ടു. അവർ ഡയോജനിസിന്റെ* ദീപസ്തംഭത്തിൽ കയറി. പോങ് സെവ്രിലുണ്ടായിരുന്ന പ്രസിദ്ധമായ റൗലറ്റ് കളി കേന്ദ്രത്തിൽപ്പോയി റൗലറ്റ് കളിച്ചു. പ്യൂത്തോവിൽനിന്ന് പൂച്ചെണ്ടുകൾ വാങ്ങി. നുയിയിൽനിന്ന് ഓടക്കുഴലുകൾ വാങ്ങി. എല്ലാ സ്ഥലത്തുനിന്നും ആപ്പിൾ പഫുകൾ കഴിച്ചു. അവർ അങ്ങേയറ്റം സന്തോഷിച്ചു.

കൂട്ടിൽ അടയ്ക്കാത്ത ചിലയൻ പക്ഷികളെപ്പോലെ പെൺകുട്ടികൾ സംസാരിച്ചുകൊണ്ടിരുന്നു. സന്തോഷംകൊണ്ട് അവർക്ക് സ്വബോധം തന്നെ നഷ്ടപ്പെട്ടിരുന്നു. ഇടയ്ക്കൊക്കെ പെൺകുട്ടികൾ അവരുടെ കാമുകരുടെ ചെവിപൊത്തിപ്പിടിച്ചു. അവർക്ക് അപ്പോൾ ചെവി കേൾക്കാൻ കഴിഞ്ഞില്ല. ജീവിതത്തിന്റെ പ്രഭാതലഹരി. മനോഹരമായ വർഷങ്ങൾ. തുമ്പിയുടെ ചിറകടി പോലെയുള്ള ദിവസങ്ങൾ. നിങ്ങൾ ആരുമാവട്ടെ? നിങ്ങൾക്ക് കഴിഞ്ഞ കാലത്തിന്റെ ഓർമകൾ ഉണ്ടോ? നിങ്ങൾക്ക് പിന്നിലുള്ള സുന്ദരിക്കുവേണ്ടി മുഖത്ത് ഉരസുന്ന വള്ളിച്ചെടികൾ വകഞ്ഞുമാറ്റിക്കൊണ്ട് നിങ്ങൾ നടന്നിട്ടുണ്ടോ? മഴ നനഞ്ഞ ഒരു മലഞ്ചെരിവിൽക്കൂടി പിന്നിൽ നിന്ന് നിങ്ങളെ അണച്ചുപിടിച്ച കാമുകിയോടൊപ്പം നിങ്ങൾ തെന്നിയിറങ്ങിയിട്ടുണ്ടോ? അവൾ അപ്പോൾ വിളിച്ചു പറയുന്നുണ്ടാവും: "എന്റെ പുതിയ ചെരുപ്പിന്റെ ഒരു അവസ്ഥ കണ്ടോ?"

ഒരു ചാറ്റൽമഴ പെയ്തിരുന്നെങ്കിൽ അവർക്ക് അത് സന്തോഷകരമായ ഒരു അസഹ്യത ആകുമായിരുന്നു. രാവിലെ യാത്രതുടങ്ങുമ്പോൾ ഒരു അമ്മയുടെ ആധികാരികതയോടെ ഫേവറിറ്റ് പറഞ്ഞിരുന്നു, "വഴിയിൽ ഒച്ചുകൾ ഇഴയുന്നുണ്ട്. കുട്ടികൾ എല്ലാവരും ഇതു ശ്രദ്ധിക്കണം. മഴ വരുന്നതിന്റെ ലക്ഷണം ആണ് ഒച്ചുകൾ."

അവർ നാലുപെൺകുട്ടികളും ആരേയും വശീകരിക്കുന്ന തരത്തിൽ സുന്ദരികൾ ആയിരുന്നു. ആ കാലത്ത് വാർധക്യത്തിൽ എത്തിയിരുന്ന പ്രശസ്ത കവി ഷെവലിയെ ദ് ലബൂയി, സാങ് ക്ലോദിലെ മരത്തണലുപറ്റി നടക്കുമ്പോൾ രാവിലെ പത്തുമണിയോട് അടുപ്പിച്ച് അവർ അതുവഴി കടന്നുപോകുന്നത് കണ്ടു. ബ്ലാഷ് വെല്ലിന്റെ കാമുകി ഇരുപത്തിമൂന്നുകാരി ഫേവറിറ്റ് പടർന്നു പന്തലിച്ചു നിന്ന പച്ച മരക്കൊമ്പുകൾക്കു താഴെ ഉണ്ടായിരുന്ന കുഴികൾക്കു മുകളിലൂടെ എടുത്ത് ചാടി. അവിടെ കണ്ട കുറ്റിച്ചെടികളിലേക്ക് അവൾ ഓടിക്കയറി. ഒടുവിൽ അവൾ ആവേശത്തോടെ എല്ലാവരെക്കാളും മുന്നിലായി. സെഫീനും ദാലിയയും ഒന്നിച്ചു നടന്നപ്പോൾ അവരുടെ സൗന്ദര്യത്തിന്റെ വ്യത്യസ്തതകൊണ്ട് കൂടുതൽ സുന്ദരികളായി തോന്നി. പരസ്പരം ചാരിയുള്ള അവരുടെ നടത്തത്തിന് ഒരു ഇംഗ്ലീഷ് രീതി തോന്നി. സുഹൃത്തുക്കൾ എന്നതിനേക്കാൾ അവരുടെ ശൃംഗാരത്തിന്റെ പ്രഭാവം ആയിരുന്നു അവരെ ഒന്നിച്ചു നിർത്തിയത്. സ്ത്രീകളിൽ ശോകഭാവം നാട്ടുനടപ്പായിരുന്നു. അവരുടെ സ്ത്രൈണമായ മുടിയിഴകൾ ചിതറിവീഴാൻ തുടങ്ങിയിരുന്നു. സെഫീനും ദാലിയയും അവരുടെ മുടി ചുരുട്ടിവെച്ചിരുന്നു. ലിതൊളിയയും ഫാമോയിയും അവരുടെ അധ്യപകന്മാരെക്കുറിച്ച് ചർച്ചകൾ

* ഗ്രീസിലെ തത്വജ്ഞാനി,

നടത്തി. അവർ എം ദെൽവാങ്കൂറിനും എം ബ്ലാൻദോവിനും തമ്മിലുള്ള വ്യത്യാസം ഫന്തീനിന് വെറുതെ വിശദീകരിച്ചുകൊടുത്തു.

ഞായറാഴ്ചകളിൽ ഫേവറിറ്റിന്റെ കരിയില നിറത്തിലുള്ള പുതപ്പ് ചുമക്കാൻവേണ്ടിയാണ് ബ്ലാഷ്‌വെല്ലിനെ സൃഷ്ടിച്ചിരിക്കുന്നതെന്ന തോന്നൽ അയാളെ കാണുന്ന ആർക്കും ഉണ്ടാകും.

സംഘത്തിന്റെ തലവനായി ഭരണം നടത്തിയിരുന്നത് തൊലോമിയെ ആയിരുന്നു. അയാൾ വളരെ സന്തോഷത്തിൽ ആയിരുന്നെങ്കിലും ഭരിക്കാനുള്ള അയാളുടെ കഴിവ് കാണുന്നവർക്ക് മനസിലാകും. ആഹ്ലാദവാനായ ഒരു സ്വേച്ഛാധിപതിയായിരുന്നു തൊലോമിയെ. ചെമ്പുനിറത്തിലുള്ള അലങ്കാരപ്പണികൾ ചെയ്ത സ്റ്റോക്കിങ്ങുകൾ ആയിരുന്നു അയാൾ കാലിൽ ധരിച്ചിരുന്നത്. അയാളുടെ കയ്യിൽ ഇരുന്നൂറു ഫ്രാങ്ക് വിലയുള്ള ഒരു വടി ഉണ്ടായിരുന്നു. കൂടാതെ അയാളുടെ വായിൽ 'ചുരുട്ട്' എന്നു പേരുള്ള ഒരു അപൂർവമായ വസ്തു സ്ഥാനം പിടിച്ചിരുന്നു. അയാൾക്ക് ഒരു കാര്യവും പവിത്രമായിരുന്നില്ല. അതുകൊണ്ട് അയാൾ പുകവലിച്ചുകൊണ്ടിരുന്നു.

മറ്റുള്ളവർ ആദരവോടെ പറഞ്ഞു: "തൊലോമിയെ കണ്ടാൽ അത്ഭുതപ്പെട്ടുപോകും. അവന്റെ വേഷത്തിന്റെ ഭംഗികാണണം. അവന്റെ ചുണയെപ്പറ്റി പറയാതിരിക്കുന്നതാണ് ഭേദം."

ഫന്തീനിന്റെ കാര്യം പറഞ്ഞാൽ സത്യത്തിൽ സന്തോഷത്തിന്റെ ആൾരൂപം അവളാണ്. മനോഹരമായ പല്ലുകൾ അവൾക്കു നൽകിയതിനുപിന്നിൽ ദൈവത്തിന് ഒറ്റ ഉദ്ദേശ്യമേ ഉണ്ടായിരുന്നുള്ളൂ. അവളുടെ ചിരിയുടെ മനോഹാരിത. വെളുത്ത വള്ളികൾ തുന്നിയ പുൽത്തൊപ്പി അവൾ തലയിലല്ല കൊണ്ടു നടന്നത്, കയ്യിൽ ആയിരുന്നു. നെറ്റിയിൽ പാറിവീണുകൊണ്ടിരുന്ന സ്വർണ മുടിയിഴകൾ അവർ എപ്പോഴും മാടി ഒതുക്കി വയ്ക്കും. അവളുടെ ചുവന്ന ചുണ്ടുകൾ ആകർഷകമായി ചിലച്ചുകൊണ്ടിരുന്നു. എറിഗോണിലെ പഴയ മുഖംമൂടിയിലെപ്പോലെ അവളുടെ ചുണ്ടുകൾ മദാലസമായിരുന്നു. ഒപ്പം ധിക്കാരഭാവം വെളിപ്പെടുത്തുന്നതുമായിരുന്നു. മുഖത്തെ ആഹ്ലാദം സ്വയം ശ്രദ്ധിക്കുന്നതുപോലെ അവളുടെ കൺപീലികൾ രഹസ്യമായി പകുതി തടഞ്ഞിരുന്നു. അവളുടെ വേഷവിധാനങ്ങൾ വിവരിക്കാൻ കഴിയാത്ത രീതിയിൽ അവളുടെ ശരീരവുമായി ഇണങ്ങിക്കിടന്നു. മറ്റു മൂന്നുപേരും കഴുത്ത് ഇറക്കിത്തുന്നിയ വസ്ത്രങ്ങൾ ആയിരുന്നു ധരിച്ചിരുന്നത്. പൂക്കൾ കൊണ്ടുമോടിപിടിപ്പിച്ച തൊപ്പികൾ അവരുടെ ആകർഷണീയത വർധിപ്പിച്ചു. പക്ഷേ, സ്വർണത്തലമുടിക്കാരി ഫന്തീനിന്റെ മറഞ്ഞും തെളിഞ്ഞും കാണാൻ കഴിഞ്ഞിരുന്ന സുതാര്യതയ്ക്കും അനൗചിത്യങ്ങൾക്കും മൂടിവയ്ക്കലുകൾക്കും പിന്നിൽ മനസിളക്കുന്ന ഒരു മാന്യത ഒളിഞ്ഞിരുന്നതായി തോന്നും. പച്ചക്കണ്ണുകളുമായി വിക്കോംതസ്സ് ദ് സെത്ത് അധ്യക്ഷം വഹിച്ച പ്രസിദ്ധമായ പ്രേമക്കോടതിയിൽ ശൃംഗാരത്തിനുള്ള സമ്മാനം സ്വർണത്തലമുടിക്കാരി ഫന്തീനിനു ലഭിക്കുമായിരുന്നു. ഏറ്റവും ലളിതമായ പ്രവൃത്തി ആയിരിക്കും ചിലപ്പോൾ ഏറ്റവും വിവേകപൂർണമായി പരിണമിക്കുന്നത്.

പ്രതിഭയുടെ തിളക്കമുള്ള മുഖവും നീലക്കണ്ണുകളും ഇടതൂർന്ന കൺപീലികളും ചെറിയ പാദങ്ങളും അതിമനോഹരമായ മണിബന്ധങ്ങളും കണങ്കാലുകളും എവിടെയൊക്കെയോ നീലഞരമ്പുകൾ തുടിച്ചുനിന്നിരുന്ന തൊലിയുടെ

വെൺമയും കരുത്തുള്ള മുൻകഴുത്തും, ഉറച്ചതെങ്കിലും വഴക്കമുള്ള പിൻകഴുത്തും കുത്തു*ചെത്തിമിനുക്കിയതെന്നു തോന്നുന്ന തോളുകളും മസ്ലിൻ തുണിക്ക് അടിയിലായി കഷ്ടിച്ചു കാണാൻ കഴിയുന്ന മദാലസമായ നുണക്കുഴികളും മനോരാജ്യം കാണുന്ന മുഖവും എല്ലാം ചേർന്ന്, അനുപമ സൗന്ദര്യമുള്ള ഒരു ശിൽപ്പം കൊത്തിവെച്ചിരിക്കുന്നതുപോലെ ആയിരുന്നു ഫന്തീനിന്റെ രൂപം. വേഷവിധാനങ്ങൾക്കുതാഴെ നിങ്ങൾക്ക് വിശ്വോത്തരമായ ഒരു ശിൽപ്പം കാണാൻ കഴിയും. ആ ശിൽപ്പത്തിന് ഒരു ആത്മാവ് ഉണ്ടെന്നും നിങ്ങൾക്ക് മനസിലാകും.

ഒന്നിലും അമിതമായി ശ്രദ്ധിച്ചിരുന്നില്ലെങ്കിലും ഫന്തീൻ സുന്ദരി ആയിരുന്നു. എന്തിനെയും പൂർണതയുമായി തട്ടിച്ചുനോക്കുന്ന സ്വപ്ന ജീവികൾ, പാരീസിന്റെ പുതുമ നിറഞ്ഞതും സുതാര്യവുമായ പരിഷ്കാരങ്ങളുമായി താരതമ്യപ്പെടുത്തി പഴമയുടേതായ ഒരു മങ്ങൽ അവളിൽ കണ്ടിരിക്കാൻ ഇടയുണ്ട്. പ്രശസ്തി കുറഞ്ഞ പെൺകുട്ടികൾക്ക് പന്തയത്തിൽ പങ്കെടുക്കേണ്ടിവരും. അവൾക്ക് രണ്ടുതരം സൗന്ദര്യങ്ങൾ ഉണ്ടായിരുന്നു; അവളുടെ നാഗരികതയുടെ സൗന്ദര്യവും താളത്തിന്റെ സൗന്ദര്യവും. നാഗരികത ഭാവനാത്മകമാണ്; താളം ചലനാത്മകവും.

ഫന്തീൻ സന്തോഷത്തിന്റെ ആൾരൂപം ആണെന്ന് നമ്മൾ പറഞ്ഞു. ഫന്തീൻ വിനയത്തിന്റെ പ്രതീകംകൂടി ആയിരുന്നു.

അവളെ സൂക്ഷ്മമായി പരിശോധിക്കുന്ന ഒരുവന് പ്രായത്തിന്റെയും സ്നേഹത്തിന്റെയും ലഹരിയുടെ മറവിൽ മിതമായ സംസാരത്തിന്റെയും വിനയത്തിന്റെയും പരാജയപ്പെടുത്താൻ കഴിയാത്ത ഒരു ഭാവംകൂടി കാണാൻ കഴിയും. എല്ലാ കാര്യങ്ങളിലും അവൾ കൃത്യമായഅച്ചടക്കം പാലിച്ചിരുന്നു. വീനസിനെ** സൈക്കിൽ*** നിന്നും വേർതിരിക്കുന്ന ആ നേർത്ത അതിർവരമ്പ് അവളുടെ കളങ്കരഹിതമായ ഈ ഭാവം ആണ്. പാവനമായ അഗ്നികുണ്ഡത്തിലെ ചാരം നീക്കിയിട്ടുകൊണ്ടിരുന്ന സ്വർണക്കമ്പികൾ പിടിച്ചിരുന്ന കന്യകയായ ചരിത്ര ദേവതയുടെ നീണ്ടുമെലിഞ്ഞ വെളുത്ത വിരലുകൾ ഫന്തീനിന്റെ കൈകളുടെ ശോഭ കൂട്ടി. തൊലോമിയെയിക്ക് ഒരു കാര്യം അവൾ നിരസിച്ചിരുന്നില്ല, അവളുടെ മുഖത്തെ പ്രശാന്തതയിൽ വിധേയത്വം കാണാൻ കഴിയും. എന്നാൽ അങ്ങേയറ്റം ഗൗരവംനിറഞ്ഞ ഏതാണ്ട് കർക്കശം എന്നു പറയാവുന്ന തോതിലുള്ള കുലീനത ചിലപ്പോൾ അവളുടെ മുഖത്ത് പ്രത്യക്ഷപ്പെടും. അപ്പോൾ വളരെ പെട്ടെന്ന് അവളുടെ മുഖത്തെ സന്തോഷം പിൻവാങ്ങുന്നതിനോളം അസ്വസ്ഥത ഉളവാക്കുന്നതും അപരിചിതവുമായ ഒന്നും തന്നെ ലോകത്ത് ഇല്ല. നിമിഷനേരംകൊണ്ട് മുഖഭാവം ആലോചനയുടേതാകും. പെട്ടെന്ന് വന്നുചേരുന്ന ഈ ഗൗരവത്തിന് ഏതോ ദേവതയുടെ അഹങ്കാരവുമായി സാമ്യം തോന്നാം. നെറ്റിയും മൂക്കും താടിയും തമ്മിലുള്ള സന്തുലിതാവസ്ഥയിൽ പ്രകടമാകുന്ന ഒന്നായിരുന്നില്ല അവളുടെ മുഖഭാവം. അത് പരസ്പര താരതമ്യത്തിൽനിന്ന് ഉരുത്തിരിയുന്ന സാധാരണ മുഖഭാവത്തിൽനിന്ന് വ്യത്യസ്തമായിരുന്നു. മേൽചുണ്ടിനും മൂക്കിന്റെ അഗ്രത്തിനും ഇടയിലുള്ള

* ഫ്രാൻസിലെ പ്രശസ്തനായ ശിൽപ്പി.

** റോമൻ വിശ്വാസപ്രകാരം സൗന്ദര്യത്തിന്റെ ദേവത.

*** ഗ്രീസിലെ പുരാണകഥയിലെ അസാമാന്യ വശ്യതയുള്ള ഒരു രാജകുമാരി.

ഭാഗത്ത് അവൾക്ക് അതിസൂക്ഷ്മവും ആകർഷകവുമായ ഒരു ചുളിവ് ഉണ്ടായിരുന്നു. അവളുടെ ചാരിത്ര്യത്തിന്റെ നിഗൂഢമായ ഒരു സൂചന ആയിരുന്നു ആ ചുളിവ്. ഐക്കോണിയയിലെ രത്നങ്ങൾക്കൊപ്പം ബാർബൊറോസിനെ* സംഭ്രമിപ്പിച്ച ഡയാനയുടെ** ചുളിവ്.

പ്രേമം ഒരു തെറ്റാണ്. അത് അങ്ങനെതന്നെയാവട്ടെ. ഈ തെറ്റിന്റെ ഉപരിതലത്തിലൂടെ ഒഴുകിനടന്ന നിഷ്കളങ്കത ആയിരുന്നു ഫന്തീൻ.

4. തൊലോമിയെയുടെ സന്തോഷം, അയാൾ സ്പാനിഷ് പാട്ടു പാടുന്നു

ആ ദിവസം മുഴുവൻ സൂര്യൻ തെളിഞ്ഞു നിന്നു. പ്രകൃതി മൊത്തം ഒരു അവധി ആഘോഷത്തിലാണെന്നു തോന്നി. സാങ് ക്ലോദിലെ അന്തരീക്ഷത്തിൽ സുഗന്ധം ഉണ്ടായിരുന്നു. ഇളംകാറ്റിൽ ഇലകൾ ചലിച്ചു. മരക്കൊമ്പുകൾ കാറ്റിൽ ആംഗ്യങ്ങൾ കാണിക്കുന്നുണ്ടായിരുന്നു. മുല്ലപ്പൂക്കളിൽ തേനീച്ചകൾ കൊള്ള നടത്തി. ചിത്രശലഭങ്ങൾ കൂട്ടത്തോടെ ഓട്സ് മരത്തിൽ ചേക്കേറി. ഫ്രാൻസിലെ രാജാവിന്റെ മഹനീയമായപൂന്തോട്ടം അലഞ്ഞുതിരിയുന്നവരുടെ ഒരു സംഘം കയ്യടക്കിക്കളഞ്ഞു. ആ സംഘത്തിലുള്ളവർ പക്ഷികൾ ആയിരുന്നു.

സൂര്യപ്രകാശവും പൂക്കളും മരങ്ങളും വയലും ചേർന്ന ആ പ്രകൃതിഭംഗി യിൽ നാലു ജോഡി കാമുകീ കാമുകന്മാർ മേളിച്ചുകൊണ്ടിരുന്നു.

സംസാരിച്ചും പാടിയും ഓടിയും നൃത്തം ചെയ്തും ചിത്രശലഭങ്ങളെ പിൻതുടർന്നും പാഴ്ച്ചെടികൾ ശേഖരിച്ചും പുതുമ നശിക്കാത്ത വന്യതയിലൂടെ അവർ ഓടിനടന്നു. അവർ പരസ്പരം എപ്പോഴെങ്കിലുമൊക്കെ കാപട്യം ഇല്ലാത്ത എന്നാൽ വകതിരിവുകെട്ട ചുംബനങ്ങൾ മോഷ്ടിച്ചുകൊണ്ടിരുന്നു. ഫന്തീൻ മാത്രം അതിന് ഒരു അപവാദം ആയിരുന്നു. പ്രേമം മനസിൽ ഉണ്ടായിരുന്നെ ങ്കിലും അവ്യക്തവും തീക്ഷ്ണവും വിരസവുമായ സ്വന്തം ചെറുത്തു നിൽപ്പിനുള്ളിൽ അവൾ സ്വയം കതകടച്ച് ഇരുന്നു. ഫേവറിറ്റ് പറഞ്ഞു: “നിനക്ക് എപ്പോഴും കൂട്ടത്തിൽനിന്ന് ഒറ്റപ്പെട്ടു നിൽക്കണം.”

ഈ സന്തോഷം സത്യമാണ്. ഇണകളുടെ ജീവിതത്തിലെ ഈ പ്രയാണം ജീവിതത്തോടും പ്രകൃതിയോടും ഉള്ള ഒരു അഭ്യർഥനയാണ്. എന്തു കാര്യങ്ങ ളിലും സ്നേഹവും വെളിച്ചവും അത് വിളംബരം ചെയ്യുന്നു. ഒരു കാലത്ത് കാമുകീ കാമുകന്മാർക്ക് മാത്രമായി പുൽത്തകിടികളും തണൽമരങ്ങളും ഒരുക്കിക്കൊടുക്കുന്ന ഒരു ദേവത ഉണ്ടായിരുന്നു. അങ്ങനെയാണ് കാമുകീ കാമുകന്മാർക്കുവേണ്ടി എപ്പോഴും തുറന്നിരിക്കുന്ന തോട്ടങ്ങൾ ഉണ്ടായത്. അങ്ങനെയാണ് ചിന്തകന്മാരുടെ ഇടയിൽ വസന്തത്തിന് പ്രാധാന്യം വന്നത്. പ്രഭുവും കത്തി രാകുന്നവനും പുരോഹിതനും കൃഷിക്കാരനും സാമാജികന്മാരും നഗരവാസികളും എല്ലാം ഈ ദേവതയുടെ പ്രജകളായിരുന്നെന്ന് പണ്ട് പറയാറുണ്ടായിരുന്നു. അവർ ചിരിക്കും. അവർ പരസ്പരം അന്വേഷിക്കും. അവർക്ക് അന്തരീക്ഷത്തിൽ പുതിയ തിളക്കം നിറഞ്ഞപോലെ തോന്നും. പ്രേമം വരുത്തുന്ന രൂപാന്തരങ്ങൾ എത്ര സുന്ദരമാണ്.

ചെറിയ കരച്ചിലുകൾ, പുൽച്ചെടികൾക്ക് ഇടയിലൂടെയുള്ള അന്വേഷണം,

---

* ഒരു പുരാണ കഥാപാത്രം

** ഇറ്റലിയിലെ പ്രകാശത്തിന്റെ ദേവത

രഹസ്യമായി കൈകൾ ചുറ്റിവരിയുന്ന അരക്കെട്ടുകൾ, സംഗീതമായിമാറുന്ന പുലമ്പലുകൾ, ഒരു അക്ഷരത്തിൽ നിന്നുപോലും മുളപൊട്ടുന്ന ആരാധന, ഒരു ചുണ്ടിൽനിന്ന് മറ്റൊരു ചുണ്ട് തട്ടിപ്പറിക്കുന്ന ചെറിപ്പഴം – ഇവ ഓരോന്നിനും തിളക്കം വർധിക്കുന്നു. പിന്നീട് അവ ആകാശത്തിലെ ഐശ്വര്യങ്ങളായി മാറുന്നു. സുന്ദരികളായ പെൺകുട്ടികൾ അവരുടെ വശ്യത പ്രതിഭാവിലാസത്തോടെ വാരിവിതറും. അത് ഒരിക്കലും അവസാനിക്കില്ലെന്ന് നമുക്ക് തോന്നും. തത്വചിന്തകന്മാരും കവികളും ചിത്രകാരന്മാരും നിർവൃതിയോടെ ഇവരെ നോക്കികാണും. അതിൽനിന്ന് എന്തു സൃഷ്ടിക്കണമെന്ന് അറിയാതെ അവർ കുഴങ്ങും.

രാവിലത്തെ ഭക്ഷണം കഴിഞ്ഞ് അവർ ആ കാലത്ത് 'രാജാവിന്റെ നടുമുറ്റം' എന്നു പറയപ്പെട്ടിരുന്ന സ്ഥലം കാണാൻ പോയി. ഇൻഡീസിൽ നിന്ന് പുതിയതായി കൊണ്ടുവന്ന ഒരു ചെടി അവിടെ ഉണ്ടായിരുന്നു. അതിന്റെ പേര് ഇപ്പോൾ ഓർമവരുന്നില്ല. മൊത്തം പാരീസിനെയും സാങ് ക്ലോദിലേക്ക് ആ ചെടി ഇന്നും ആകർഷിച്ചുകൊണ്ടിരിക്കുന്നുണ്ട്. ധാരാളം ചില്ലകൾ ഉള്ള മനോഹരമായ ഒരു മെലിഞ്ഞ മരം അതിന്റെ ചില്ലകളിൽ നിന്ന് ഇലകൾ ഇല്ലാത്ത വള്ളികൾ കെട്ടുപിണഞ്ഞ് കിടക്കുന്നതായി തോന്നും. ഈ വള്ളികളിൽ കോടിക്കണക്കിന് വെളുത്ത ചെറിയ പൂക്കൾ പൊതിഞ്ഞിരിക്കും. കണ്ടാൽ പൂക്കൾനിറഞ്ഞ ഒഴുക്കൻ തലമുടിപോലെ തോന്നും. ആ മരത്തിനു ചുറ്റും എപ്പോഴും ഒരു കൂട്ടം ആരാധകർ ഉണ്ടാകും.

മരം കണ്ടുകഴിഞ്ഞപ്പോൾ തൊലോമിയെ പറഞ്ഞു: "ഇവിടെ നിന്ന് പോകാൻ കഴുതകളെ വിളിക്കാമെന്നാണ് ഞാൻ വിചാരിക്കുന്നത്." ഒരു കഴുതക്കാരനുമായി തർക്കിച്ച് ഉറപ്പിച്ചതിനുശേഷം അവർ വാങ് വൃവും, ഇസ്സിയും വഴി തിരിച്ചുപോന്നു. ഇസ്സിയിൽ അവർ ബിയ–നാഷണൽ പാർക്ക് സന്ദർശിച്ചു. അവരുടെ ഭാഗ്യംകൊണ്ടുമാത്രം അത് അന്ന് തുറന്നിട്ടുണ്ടായിരുന്നു. അവർ ഇരുമ്പു കൂട്ടിലൂടെ കടന്നുപോയി. കൃത്രിമ ഗുഹയ്ക്കുള്ളിലെ ഏകനായ കുള്ളനെ കണ്ടു. ഒരു തെണ്ടി കോടീശ്വരനാകുന്നതുപോലെ ടാർക്കറെ* പ്രിയാപ്പസ്** ആയി രൂപാന്തരപ്പെടുന്നതുപോലെയുള്ള ഒരു അനുഭവമായിരുന്നു പ്രസിദ്ധമായ കണ്ണാടിമുറിയിലൂടെ കടന്നുപോയപ്പോൾ അവർക്ക് ഉണ്ടായത്. രണ്ട് ചെസ്നട്ട് മരങ്ങളിലായി കെട്ടിയിരുന്ന ഒരു വലിയ ഊഞ്ഞാൽ അവിടെ ഉണ്ടായിരുന്നു. പെൺകുട്ടികൾ ഭയപ്പെടാതെ ഊഞ്ഞാലിൽ ആടി. ഓരോരുത്തരെയായി ഊഞ്ഞാലിൽ ആട്ടുമ്പോൾ ഉലയുന്ന വസ്ത്രങ്ങളുടെ ഞൊറികൾ കണ്ടിരുന്നുവെങ്കിൽ ഗ്രൂവ്സ്*** അതു പഠനവിധേയമാക്കുമായിരുന്നു. ഏകദേശം സ്പെയിൻകാരൻ എന്നു പറയാവുന്ന തൊലോമിയെ മരങ്ങൾക്കിടയിലൂടെ ഊഞ്ഞാലാടുന്ന ഏതെങ്കിലും സുന്ദരിയെ കണ്ടിട്ടാവാം 'ഗാല്ലിഗ' എന്ന പഴയ പാട്ട് ദുഃഖം കലർന്ന ഈണത്തിൽ പാടി.

"ബാദഴോവ് എന്റെ വീട്
പ്രേമം എന്റെ പേര്

---

* കുള്ളനായ ഒരു മനുഷ്യൻ.

** പുരാണകഥയിലെ അതികായനായ ഒരു ദേവൻ.

*** ഫ്രാൻസിലെ ഒരു വലിയ ചിത്രകാരൻ.

നിന്റെ പാദങ്ങളിൽ ഞാൻ പഠിച്ച
പാഠങ്ങൾ എൻ കണ്ണിൽ തിളക്കമായി."

ഫന്തീൻ ഊഞ്ഞാൽ ആടാൻ തയാറായില്ല. ഫേവറിറ്റ് അൽപ്പം മുഖം കറുപ്പിച്ചുതന്നെ പറഞ്ഞു: "എനിക്ക് ഇത്തരം മട്ടും മാതിരീം തീരെ ഇഷ്ടമല്ല."

ഒരു പുതിയ യാത്രയ്ക്കുവേണ്ടി അവർ കഴുതകളെ വേണ്ടെന്ന് വച്ചു. അവർ ഒരു വള്ളത്തിൽ കയറി സൈൻനദി മുറിച്ചുകടന്നു. പാസ്സിയിൽ നിന്ന് ലെത്വാൽ വരെ അവർ നടന്നുപോയി. ഫേവറിറ്റ് പറഞ്ഞു: "ഞായറാഴ്ച ക്ഷീണം ഇല്ല. ക്ഷീണത്തിനും ഞായറാഴ്ച അവധിയാണ്." മൂന്ന് മണിയായപ്പോൾ അവർ 'റഷ്യൻ മലകൾ 'ഓടി ഇറങ്ങുകയായിരുന്നു. ബോഴോങ്ങിലെ വ്യത്യസ്തമായ ഉയരംകൂടിയ ഒരു കെട്ടിടമായിരുന്നു അത്. ഷാംസെലിംസെയിലെ മരങ്ങൾക്കു മുകളിലൂടെ ആ കെട്ടിടം വളഞ്ഞു പുളഞ്ഞു നിൽക്കുന്നത് കാണാൻ കഴിയും. ഇടയ്ക്കിടയ്ക്ക് ഫേവറിറ്റ് പറഞ്ഞുകൊണ്ടിരുന്നു. "അത്ഭുതം കാണിക്കാമെന്ന് പറഞ്ഞിട്ട് അത്ഭുതം എവിടെ?" തൊലോമിയെ പറഞ്ഞു: "കാണിച്ചുതരാം. പക്ഷേ, അൽപ്പംകൂടി ക്ഷമിക്കണം."

5. ബൊാംബാർദെയുടെ ഹോട്ടൽ

'റഷ്യൻ മലകളിൽ' നിന്ന് ക്ഷീണിച്ച് ഇറങ്ങിയപ്പോൾ അവർ അത്താഴം കഴിക്കുന്നതിനെപ്പറ്റി ആലോചന തുടങ്ങി. ഒടുവിൽ ക്ഷീണത്തോടുകൂടിത്തന്നെ അവർ ബൊംബാർദെയുടെ ഹോട്ടലിൽ നങ്കൂരമിട്ടു. ററ്യൂദ് റിവോലിയിലെ പ്രശസ്തഹോട്ടൽ നടത്തിപ്പുകാരനായ ബൊംബാർദെ അവിടെയും ഒരു ശാഖ തുടങ്ങിയിരുന്നു.

വളരെ വിശാലമായ ഒരു മുറി ആയിരുന്നു (ഞായറാഴ്ച അവിടെ തിരക്കു കൂടുതൽ ആയതുകൊണ്ട് താമസിക്കാനുള്ള ഒരു മുറിയിൽ ആയിരുന്നു അവർ ഭക്ഷണം കഴിക്കാൻ ഇരുന്നത്). ആ മുറിക്ക് രണ്ടു ജനാലകൾ ഉണ്ടായിരുന്നു. അവിടെ ഇരുന്നുകൊണ്ട് മരങ്ങൾക്കിടയിലൂടെ നദിയും ബോട്ടുകടവും അവർക്ക് കാണാൻ കഴിഞ്ഞു. ആഗസ്റ്റിലെ സൂര്യപ്രകാശവും അവർക്ക് കാണാൻ കഴിഞ്ഞു. ആഗസ്റ്റിലെ സൂര്യപ്രകാശം ജനാലയിൽ വന്ന് എത്തിനോക്കുന്നുണ്ടായിരുന്നു. രണ്ടു മേശകളിൽ ഒന്നിനുമുകളിലായി പൂച്ചെണ്ടുകളുടെ ഒരു കൂന ഉണ്ടായിരുന്നു. രണ്ടാമത്തെ മേശയ്ക്ക് ചുറ്റും അവർ ഇരുന്നു. പ്ലേറ്റുകളും ഗ്ലാസുകളും ബിയർജഗ്ഗുകളും വീഞ്ഞുകുപ്പിയും എല്ലാം മേശപ്പുറത്ത് അതാതിന്റെ ക്രമത്തിൽ അടുക്കിയിരുന്നു. മേശയ്ക്ക് അടിയിൽ മാത്രമായിരുന്നു ക്രമക്കേടുകൾ നടന്നിരുന്നത്. മോളിയേ* പറയുന്നു:

"മേശയ്ക്ക് അടിയിൽ കാലാൽ
അവരുടെ താളം ഭീകരമായി."

വെളുപ്പിന് അഞ്ചുമണിക്കു തുടങ്ങിയ ഉത്സവം വൈകുന്നേരം നാലരമണി ആയപ്പോൾ ഇവിടെവരെ എത്തി നിൽക്കുന്നു. സൂര്യൻ താഴാൻ തുടങ്ങി.

ഷാം സെലിംസെയിൽ മനുഷ്യരും സൂര്യപ്രകാശവും നിറഞ്ഞുനിന്നതിന്റെ പൊടിപടലങ്ങളും തിളക്കവും കാണാൻ കഴിഞ്ഞു. സ്ഥലത്തിനു പ്രശസ്തിവരാനുള്ള രണ്ടു കാരണങ്ങൾ. കുതിരവണ്ടികൾ വന്നും പോയും ഇരുന്നു. രാജകീയ

* ഫ്രാൻസിലെ നാടകകൃത്ത്.

പ്രൗഢിയോടെ അവന്യു ദ് നയ്യി എന്ന സ്ഥലത്തുനിന്നും ഒരു പറ്റം സൈനികർ കാഹളം ഉയർത്തി കടന്നുപോയി. അവരുടെ വെളുത്ത കൊടിയിൽ അസ്തമയ സൂര്യൻ ചുവന്നചായം പുരട്ടി. 1817 ലെ വെള്ളിബട്ടണുകൾ അന്നു ബട്ടണിടാനുള്ള ദ്വാരങ്ങളിൽ നിന്ന് അപ്രത്യക്ഷമായിരുന്നില്ല. അവിടെയും ഇവിടെയുമായി പ്രോൽസാഹിപ്പിച്ചുകൊണ്ടുനിന്ന ജനക്കൂട്ടങ്ങൾക്കു നടുവിൽ നിന്ന് കൊച്ചു പെൺകുട്ടികൾ "നൂറുദിവസങ്ങളെ" മുക്കിക്കളഞ്ഞ രാജഭക്തിഗാനം പാടി.

'ഗെന്റിൽ നിന്നുള്ള പിതാവിനെ തിരിച്ചുതരിക
ഞങ്ങളുടെ പിതാവിനെ ഞങ്ങൾക്കു തിരിച്ചുതരിക'

ഞായറാഴ്ച വേഷങ്ങളിൽ ആൾക്കൂട്ടം അവിടമാകെ ചിതറിക്കിടന്നു. ചിലർ കളിച്ചുകൊണ്ടിരുന്നു. മറ്റു ചിലർ കുടിക്കുകയായിരുന്നു. അച്ചടിശാലയിൽ ജോലി പരിശീലിക്കുന്നവരുടെ കയ്യിൽ കടലാസുതൊപ്പികൾ ഉണ്ടായിരുന്നു. മനുഷ്യരുടെ അട്ടഹാസങ്ങൾ അന്തരീക്ഷത്തിൽ പ്രതിധ്വനിച്ചു. എവിടെയും ആഹ്ലാദം തുളുമ്പുന്നതു കാണാമായിരുന്നു. അന്നൊക്കെ സമാധാനത്തിന്റെയും രാജകീയ സംരക്ഷണത്തിന്റെയും സമയം ആയിരുന്നു. ആ കാലത്ത് പൊലീസ് മേധാവി രാജാവിനു സമർപ്പിച്ച രഹസ്യരേഖ അവസാനിച്ചത് ഇങ്ങനെയായിരുന്നു: "സാർ, എല്ലാ കാര്യങ്ങൾ പരിഗണിച്ചാലും ഈ മനുഷ്യരിൽനിന്ന് ഒന്നും ഭയക്കാനില്ല. അവർ പൂച്ചകളെപ്പോലെ ശ്രദ്ധയില്ലാത്തവരും മടയന്മാരും ആണ്. പ്രദേശത്തെ താഴേത്തട്ടിലുള്ള ആളുകൾ അസ്വസ്ഥരാണ്. പാരീസിൽ ഉള്ളവർ അങ്ങനെയില്ല. സാർ, അവരെല്ലാം ചെറിയ മനുഷ്യരാണ്. അങ്ങയുടെ ഒരാളിനു പകരം അവരിൽ ഒരാൾ മറ്റൊരാളുടെ തോളിൽ കയറിയിരിക്കണം. തലസ്ഥാനത്തെ മനുഷ്യരിൽനിന്ന് ഒന്നുംതന്നെ ഭയക്കാനില്ല. കഴിഞ്ഞ അൻപതുകൊല്ലംകൊണ്ട് ഇവിടെയുള്ള മനുഷ്യരുടെ പൊക്കം കുറഞ്ഞു വരികയാണ്. പാരീസിന്റെ പ്രാന്തപ്രദേശങ്ങളിൽനിന്ന് വരുന്നവരും വിപ്ലവത്തിനു മുൻപ് ഉണ്ടായിരുന്ന മനുഷ്യരെക്കാൾ ഇപ്പോൾ ചെറുതായിട്ടുണ്ട്. ചുരുക്കത്തിൽ അവർ നല്ല ജനസമൂഹം തന്നെയാണ്."

പൂച്ചകൾ സിംഹങ്ങളായി മാറും എന്ന് പൊലീസ് മേധാവികൾ വിശ്വസിക്കുന്നില്ല. എന്നാൽ അങ്ങനെ സംഭവിക്കാം. അത് പാരീസിലെ മനുഷ്യർ കാണിക്കുന്ന ഒരത്ഭുതമാണ്. പൊലീസ് പ്രഭു അവജ്ഞയോടെ കണ്ട പൂച്ചയ്ക്ക് പുരാതനകാലം മുതൽ നാട്ടിൽ ആദരവ് കിട്ടിയിരുന്നു. അവരുടെ കണ്ണിൽ ആ പൂച്ച സ്വാതന്ത്ര്യത്തിന്റെ അവതാരം ആയിരുന്നു. രാജഭരണം വീണ്ടും ആരംഭിച്ചപ്പോൾ പാരീസിലെ മനുഷ്യരുടെ പുനരുദ്ധാരണത്തിനെത്തിയ പൊലീസുകാരൻ വളരെ പ്രതീക്ഷയോടെയാണ് അവരെ നോക്കിക്കണ്ടത്. ഗ്രീക്കുകാരുടെ ഇടയിലെ ഏതൻസുകാരനെപ്പോലെയാണ് ഫ്രഞ്ചുകാരുടെ ഇടയിലെ പാരീസുകാരൻ. അയാളെക്കാൾ നന്നായി ആരും ഉറങ്ങാറില്ല. സത്യത്തിൽ അയാളെക്കാൾ മടിയുള്ള ആരുംതന്നെയില്ല. അയാളേക്കാൾ കാര്യഗൗരവം ഇല്ലാത്തവരായി ഒരു മനുഷ്യരും ഇല്ല. പക്ഷേ, ആരും അയാളെ വിശ്വസിക്കരുത്. എന്തിനോടും അശ്രദ്ധ കാണിക്കാനുള്ള പ്രവണതയാണ് അയാൾക്കുള്ളത്. അയാളേക്കാൾ പെട്ടെന്ന് എന്തെങ്കിലും കാര്യം ആരെങ്കിലും മറക്കുന്നതായി തോന്നുന്നില്ല. പക്ഷേ, എന്തെങ്കിലും പ്രശസ്തി കിട്ടാനുണ്ടെങ്കിൽ അതിനുവേണ്ടി അയാൾ അത്ഭുതകരമായ പാടവം പ്രകടിപ്പിക്കും. അയാൾക്ക് ഒരു കുന്തം കൊടുത്തു നോക്കൂ. ആഗസ്റ്റ് പത്ത് അയാൾ അവതരിപ്പിക്കും. ഒരു കൈത്തോക്ക് അയാളുടെ കയ്യിൽ

വച്ചുകൊടുത്തു നോക്കൂ. നിങ്ങൾക്ക് അപ്പോൾ ഓസ്തർ ലിത്സ് യുദ്ധം കാണാം. നെപ്പോളിയനെ താങ്ങിനിർത്തുന്നത് അയാൾ ആണ്. ദാന്തേയുടെ രക്ഷകനും അയാളാണ്. ഫ്രാൻസിന് പ്രശ്നമുണ്ടോ? അയാൾ പട്ടിക തയാറാക്കും. സ്വാതന്ത്ര്യം ചോദ്യം ചെയ്യപ്പെടുന്നുണ്ടോ? അയാൾ നടപ്പാത പൊളിച്ചുകളയും സൂക്ഷിക്കണം. കോപംകൊണ്ട് എഴുന്നുനിൽക്കുന്ന അയാളുടെ മുടിയെപ്പറ്റി ഇതിഹാസ കാവ്യം തന്നെയുണ്ട്. ശ്രദ്ധിക്കണം. അപകടമണി മുഴങ്ങുമ്പോൾ പാരീസിന്റെ പ്രാന്തപ്രദേശങ്ങളിൽ ഉറങ്ങുന്ന ഗ്രാമീണർ ഉണരും. ശ്രദ്ധിക്കണം. ഈ പറഞ്ഞ ചെറിയ മനുഷ്യന് ഉയരം വർധിക്കും, അയാളുടെ നോട്ടം ഭയാനകമായിരിക്കും. അയാളുടെ ശ്വാസം കൊടുങ്കാറ്റായി മാറും. അയാളുടെ നെഞ്ചിനുള്ളിൽ ഒരു പൊട്ടിത്തെറി ഉണ്ടാകും. അത് ആൽപ്സ് മലമടക്കുകളെ പ്രകമ്പനം കൊള്ളിക്കും. പാരീസിന്റെ പ്രാന്തപ്രദേശത്തെ ഗ്രാമീണനു നന്ദി. വിപ്ലവം പട്ടാളത്തിനും ആവേശം പകർന്നു. വിപ്ലവം യൂറോപ്പിനെ കീഴടക്കി. അയാൾ പാട്ടുപാടുന്നു. അത് അയാളുടെ സന്തോഷമാണ്. അയാൾക്കു പാടാൻ 'ലാകാർമഞ്ഞോൾ' മാത്രം ഉള്ളപ്പോൾ അയാൾ ലൂയി പതിനാറാമനെ മറിച്ചിട്ടു. 'മാർസെയിലെ' പാട്ടുകൂടി അയാൾ പാടട്ടെ. അയാൾ ലോകത്തെത്തന്നെ മോചിപ്പിക്കും.

പൊലീസ് റിപ്പോർട്ടിന്റെ മാർജിനിൽ ഈ കുറിപ്പ് എഴുതിക്കഴിഞ്ഞ സ്ഥിതിക്ക് നമുക്ക് ആ നാലു കാമുകീകാമുകന്മാരുടെ അടുത്തേക്ക് പോകാം. നമ്മൾ പറഞ്ഞുകൊണ്ടിരുന്ന അത്താഴം അപ്പോഴേക്കും അവസാനിച്ചിരുന്നു.

6. ആരാധനയുടെ അധ്യായം

മേശയ്ക്ക് ചുറ്റും ഇരിക്കുന്നവരുടെ സംസാരവും പ്രേമിക്കുന്നവരുടെ സംസാരവും ഒരുപോലെയാണ്. രണ്ടും പരസ്പരം പിടികൊടുക്കാതെ ഒഴിഞ്ഞു മാറിക്കൊണ്ടിരിക്കും. പ്രേമിക്കുന്നവരുടെ സംസാരം മേഘംപോലെ തോന്നും. മേശയ്ക്കു ചുറ്റും ഇരുന്നുള്ള സംസാരം പുകപോലെ ഇരിക്കും.

ഫാമോയിയും ദാലിയയും മൂളിപ്പാട്ടുപാടി. തൊലോമിയെ കുടിച്ചുകൊണ്ടിരുന്നു. സെഫീൻ ചിരിച്ചു. ലിതൊളിയെ സാങ് ക്ലോദിൽനിന്നു വാങ്ങിയ ചെണ്ടയിൽ താളം പിടിച്ചു. ബ്ലാഷെല്ലിനെ സ്നേഹത്തോടെ നോക്കികൊണ്ട് ഫേവറിറ്റ് പറഞ്ഞു:

"ബ്ലാഷ് വെല്ല്, എനിക്ക് നിങ്ങളോട് ആരാധനയാണ്." ഇതു കേട്ടതും ബ്ലാഷ് വെല്ലിന്റെ മനസിൽ ഒരു സംശയം തോന്നി. അയാൾ ചോദിച്ചു:

"എനിക്ക് നിന്നെ വിട്ടുപോകേണ്ടിവന്നാൽ നീ എന്തു ചെയ്യും?" ഫേവറിറ്റ് കരഞ്ഞു. "ഞാൻ എന്തു ചെയ്യുമെന്നോ? കളിയായിട്ടുപോലും അങ്ങനെ പറയരുത്. നീ എന്നെ വിട്ടുപോവുകയാണെങ്കിൽ ഞാൻ നിന്നോടൊപ്പം ഓടിവരും. ഞാൻ നിന്നെ മാന്തും. നിന്റെ തലമുടി ഞാൻ വലിച്ചുപറിക്കും. നിന്റെ തലയിൽ ഞാൻ വെള്ളം കോരിയൊഴിക്കും. ഞാൻ നിന്നെ അറസ്റ്റുചെയ്യിക്കും!"

സ്വന്തം സ്നേഹത്തിൽ ഇക്കിളി തോന്നുന്നവനെപ്പോലെ ബ്ലാഷ് വെല്ല് സ്ത്രൈണമായി ചിരിച്ചു. ഫേവറിറ്റ് പറഞ്ഞു:

"ഞാൻ കരയും. വിളിച്ചുകൂവും. ഉദാഹരണത്തിന് പറഞ്ഞാൽ എടാ വഞ്ചകാ എന്നായിരിക്കും ഞാൻ വിളിച്ചുകൂവുന്നത്."

ബ്ലാഷ് വെല്ല് നിർവൃതി അനുഭവിച്ചു. അയാൾ കസേരയിൽ സംതൃപ്തിയോടെ കണ്ണുകൾ അടച്ച് ചാരിക്കിടന്നു.

ഭക്ഷണം കഴിച്ചുകൊണ്ടിരുന്ന ദാലിയ ഫേവറിറ്റിനോടു രഹസ്യമായി ചോദിച്ചു:

“നിനക്ക് നിന്റെ ബ്ലാഷ് വെല്ലിനെ അത്രയ്ക്ക് ഇഷ്ടമാണോ?”

ഫേവറിറ്റ് കത്തി കയ്യിൽ എടുത്തുകൊണ്ട് ദാലിയയെപ്പോലെ സ്വരം താഴ്ത്തി പറഞ്ഞു:

“എനിക്ക് ഇവനെ വെറുപ്പാണ്. ഇവൻ ഭയങ്കര പിശുക്കനാണ്. ഞാൻ താമസിക്കുന്ന വഴിയിലുള്ള ആ കൊച്ചു മനുഷ്യനുമായി ഞാൻ പ്രേമത്തിലാണ്. അവൻ നല്ല ചെറുപ്പക്കാരനാണ്. നിനക്ക് അവനെ അറിയാമോ? അവൻ ഒരു നടൻ ആവാൻ ജനിച്ചവനാണെന്ന് ആർക്കു കണ്ടാലും തിരിച്ചറിയാം. എനിക്ക് നടന്മാരോട് പ്രേമമാണ്. അവൻ വീട്ടിൽ വന്ന് കയറുമ്പോൾത്തന്നെ അവന്റെ അമ്മ കരഞ്ഞുതുടങ്ങും. ഇനി എനിക്ക് സമാധാനം ഇല്ല. ഇപ്പോൾ അവൻ ബഹളം തുടങ്ങും. എന്റെ തല പൊളിയും. അവൻ എലികൾ ഒളിച്ചിരിക്കുന്ന മച്ചിന്റെ മൂലയിലേക്ക് കയറി പോയിരിക്കും. അവിടെ പോയിരുന്ന് പാട്ടുപാടിയിട്ട് അവൻ തിരിച്ചിറങ്ങും. അവൻ പാടുന്നത് അവർക്ക് താഴെനിന്ന് കേൾക്കാൻ കഴിയുന്നുണ്ടോ എന്ന് എനിക്ക് അറിയില്ല. ഏതോ ഒരു പീറ വക്കീലിനുവേണ്ടി ഗുമസ്തപ്പണി ചെയ്യുന്നതിന് അവന് ഇപ്പോൾത്തന്നെ ഇരുപത് സൂ ശമ്പളം കിട്ടുന്നുണ്ട്. അവൻ പള്ളിയിലെ ഗായകസംഘത്തിൽ ഉണ്ടായിരുന്ന ഒരു പഴയ പാട്ടുകാരൻ കിഴവന്റെ മകനാണ്. അവന് എന്നെ വലിയ ഇഷ്ടമാണ്. ഒരുദിവസം ഞാൻ പാൻകേക്കിന് മാവു കുഴയ്ക്കുന്നത് കണ്ടപ്പോൾ അവൻ പറഞ്ഞു: “നിന്റെ കയ്യുറ നുറുക്കി കഷണങ്ങളാക്കി മാവിലിട്ടുതന്നാൽ ഞാൻ അതു കഴിക്കും.” കലാകാരൻമാർക്കു മാത്രമേ ഇങ്ങനെയൊക്കെ പറയാൻ കഴിയുകയുള്ളൂ. അവനെപ്പറ്റി ഓർത്ത് ഞാൻ ഇപ്പോൾ ഭ്രാന്തുപിടിക്കുന്ന അവസ്ഥയിലാണ്. ബ്ലാഷ് വെല്ലിനോട് എനിക്ക് ആരാധനയുണ്ടെന്ന് ഞാൻ വെറുതെ പറഞ്ഞതാണ്.”

ഫേവറിറ്റ് സംസാരം നിർത്തി. വീണ്ടും അവൾ സംസാരം ആരംഭിച്ചു.

“ദാലിയ നിനക്ക് അറിയാമോ? ഞാൻ ആകെ വിഷമത്തിലാണ്. വേനലിൽ തുടർച്ചയായി മഴപെയ്യുന്നപോലുള്ള ഒരു അവസ്ഥ. കാറ്റ് എന്നെ വികാരവിവശയാക്കുന്നു. അത് എന്റെ ശരീരത്തിൽ വടുക്കൾ ഉണ്ടാക്കുന്നു. ആളുകൾക്ക് ആഹാരം കഴിക്കുന്നതിൽ മാത്രമാണ് ശ്രദ്ധ. എനിക്ക് അതൊന്നും തീരെ ഇഷ്ടപ്പെടുന്നില്ല. ഇംഗ്ലീഷുകാർ പറയുന്നതുപോലെ വെണ്ണ വളരെ ഇഷ്ടമാണ്. പക്ഷേ, അതിനെപ്പറ്റി ആലോചിച്ചുനോക്കിയാൽ അതിൽ എന്തുമാത്രം വൃത്തികേടുകൾ ഉണ്ടെന്ന് മനസിലാകും. നമ്മൾ ആഹാരം കഴിക്കുന്നതിനടുത്ത് ഒരു കിടക്ക കിടപ്പുണ്ട്. ജീവിതത്തോടുതന്നെ എനിക്ക് അറപ്പു തോന്നുന്നു.”

7. തൊലോമിയെയുടെ വിവേകം

ചിലർ പാടാൻ തുടങ്ങിയപ്പോൾ ബാക്കിയുള്ളവരുടെ സംസാരം ഉച്ചത്തിലായി. ഒടുവിൽ അതൊരു ബഹളമായി മാറി. തൊലോമിയെ ഇടപെട്ടു.

“വെറുതെ ഇങ്ങനെ സംസാരിക്കരുത്. ആലോചിച്ചുവേണം സംസാരിക്കാൻ. എങ്കിൽ മാത്രമേ നമുക്ക് തിളങ്ങാൻ കഴിയുകയുള്ളൂ. ആലോചിക്കാതെയുള്ള തീരുമാനങ്ങൾകൊണ്ട് മനസ്സ് ശൂന്യമായിപ്പോകും. അതുകൊണ്ട് ധൃതി പാടില്ല. ആഘോഷങ്ങളിൽ അന്തസ്സ് പാലിക്കണം. ഭക്ഷണം കഴിക്കുന്നത് സാവധാനം വേണം. ആഹാരം കഴിക്കുന്നതിന് ആവശ്യമുള്ള സമയം നിങ്ങൾക്ക് ഉപയോ

ഗിക്കാം. സ്പ്രിങ് ശ്രദ്ധിച്ചിട്ടുണ്ടോ? അതു പെട്ടെന്നു പിടിച്ചു നിവർത്തിയാൽ അതോടെ അതു നശിച്ചു. അമിതമായി ശ്രദ്ധിച്ചാൽ പീച്ചും ആപ്രിക്കോട്ടും* നശിച്ചുപോകും. അമിതമായ ആവേശം അത്താഴവിരുന്നിന്റെ സന്തോഷം നഷ്ടപ്പെടുത്തും. അതുകൊണ്ട് ആവേശം വേണ്ട.

ബ്ലാഷ് വെല്ല് പറഞ്ഞു: "തൊലോമിയെ പറഞ്ഞതു ശരിയാണ്, നമുക്ക് സംസാരിക്കാം.

ഫാമോയി പറഞ്ഞു: "സ്വേച്ഛാധിപതി നശിക്കട്ടെ."

ലിതോളിയെ വിളിച്ചുകൂവി: "പീരങ്കിവെടി പൊട്ടിക്കണ്ട, ഞായറാഴ്ച ഇനിയും ബാക്കികിടക്കുന്നു."

ഫാമോയി പറഞ്ഞു: "നമ്മൾ ബഹളം ഒന്നും ഉണ്ടാക്കുന്നില്ല" ബ്ലാഷ് വെല്ല് പറഞ്ഞു: "തൊലോമിയെ, ഞാൻ ഇവിടെ മിണ്ടാതിരിക്കുന്നത് നീ കണ്ടല്ലോ."

തൊലോമിയെ പറഞ്ഞു: "നീയാണ് ബഹളത്തിൽ പ്രഭു."

തൊലോമിയെയുടെ വാക്കുകൊണ്ടുള്ള കളി കളിക്കളത്തിലേക്ക് എടുത്തെറിഞ്ഞ ഒരു കല്ലിന്റെ പ്രയോജനം ചെയ്തു.

ദ്–മോങ്കാം പ്രഭു, ആ കാലത്തെ പേരെടുത്ത ഒരു രാജഭക്തൻ ആയിരുന്നു. എല്ലാ തവളകളും കരച്ചിൽ നിർത്തി.

സ്വാധീനിക്കാൻ കഴിവുള്ളവനെപ്പോലെ തൊലോമിയെ പറഞ്ഞു: "സ്വയം ആലോചിച്ചുനോക്കണം. ദ്വയാർഥപ്രയോഗങ്ങൾ വരുന്നത് സ്വർഗത്തിൽ നിന്നാണെങ്കിലും അതിനെ ഇത്രയും അത്ഭുതത്തോടെ സ്വീകരിക്കേണ്ട കാര്യമില്ല. ഈ രീതിയിൽ വീണുകിട്ടുന്നതെല്ലാം ബഹുമാനവും ആവേശവും അർഹിക്കുന്നതാവണമെന്നില്ല. അത് എപ്പോൾ എവിടെയാണ് വന്ന് വീഴുന്നതെന്ന് പറയാൻ കഴിയില്ല. അത് വന്നുവീഴും. അത്രതന്നെ. മനസ്സ് അപ്പോൾ മണ്ടത്തരങ്ങളിൽനിന്ന് രക്ഷപ്പെട്ട് മേഘങ്ങളിലേക്ക് നുഴഞ്ഞുകയറും. പാറപ്പുറത്ത് ഒരു വെളുത്ത പാട് ഉണ്ടാക്കിയതുകൊണ്ട് കഴുകൻ ആകാശത്തേക്ക് പറക്കാതിരിക്കില്ല. ഏറ്റവും മഹനീയവും സുന്ദരവുമായ കാര്യം മനുഷ്യൻ വാക്കുകൾകൊണ്ടുള്ള കളികൾ സൃഷ്ടിച്ചു എന്നതാണ്. മനുഷ്യത്വമാണോ അതോ അതിനപ്പുറം എന്തെങ്കിലുമാണോ അതിന്റെ കാരണം എന്ന് അറിയില്ല. മനുഷ്യരുടെ ഇടയിലെ ഏറ്റവും വലിയ മഹാത്മാക്കളും പ്രതാപശാലികളും മാത്രമല്ല, മനുഷ്യനേക്കാൾ മേന്മയുള്ളവർപോലും ദ്വയാർഥപ്രയോഗങ്ങൾ നടത്തിയിട്ടുണ്ട്. യേശുക്രിസ്തു, സെയിന്റ് പീറ്ററുടെ പുറത്ത് ദ്വയാർഥം പ്രയോഗിച്ചിട്ടുണ്ട്. മോസസ്സ് ഐസക്കിന്റെമേലും, ഏസ്ച്ചിലസ് പോളിനീസസിന്റെമേലും ക്ലിയോപാട്ര ഒക്ടോവിയസിന്റെ പുറത്തും ദ്വയാർഥപ്രയോഗങ്ങൾ പ്രയോഗിച്ചിട്ടുണ്ട്. ക്ലിയോപാട്രയുടെ ദ്വയാർഥപ്രയോഗമാണ് അക്ടിയം യുദ്ധത്തിനു** കാരണമായതെന്ന് പ്രത്യേകം ശ്രദ്ധിക്കണം. അതു സംഭവിച്ചില്ലായിരുന്നെങ്കിൽ മുങ്ങിത്താഴലിനെ സൂചിപ്പിക്കുന്ന ഗ്രീക്കുപേരുള്ള ടോറിൻ പട്ടണത്തെപ്പറ്റി ആരുംതന്നെ ഓർക്കുകയില്ലായിരുന്നു. ഇതെല്ലാം സമ്മതിച്ചതിനുശേഷം ഞാൻ എന്റെ ഉപദേശങ്ങളിലേക്ക് തിരിച്ചുവരട്ടെ. ഞാൻ വീണ്ടും പറയുന്നു. ആവേശം പാടില്ല. ശബ്ദം ഉണ്ടാക്കരുത്. അതിക്രമങ്ങൾ പാടില്ല.

---

* ഫലവൃക്ഷങ്ങൾ.

** ക്ലിയോപാട്രയും അവരുടെ രണ്ടാമത്തെ ഭർത്താവ് ആന്റണിയും തോറ്റുപോയ യുദ്ധം.

തമാശയും വാക്കുകൊണ്ടുള്ള കളിയും, ആഹ്ലാദവും ഉല്ലാസവും ഒന്നും തന്നെ അധികമാകാൻ പാടില്ല. ഞാൻ പറയുന്നത് ശ്രദ്ധിച്ചുകേൾക്കണം. നമുക്ക് ആംഫിയാറുസിന്റെ* വിവേകവും സീസറിന്റെ ആത്മവിശ്വാസവും ഉണ്ടായിരിക്കണം. കടങ്കഥകൾപോലും അതിരുകടക്കരുത്. ഭക്ഷണം കഴിക്കുന്നവർക്ക് അതിന് ഒരു അതിർത്തി ഉണ്ടായിരിക്കണം. നിങ്ങൾ സ്ത്രീകൾക്ക് ആപ്പിൾ പഫ് ഇഷ്ടമാണ്. അല്ല എന്നു പറയണ്ട. പഫ് ഉണ്ടാക്കുന്നതിനുപോലും നല്ല കലാബോധം ആവശ്യമാണ്. ദൈവം ദഹനക്കേട് സൃഷ്ടിച്ചത് വയറിന്റെ പുറത്ത് ഒരു സദാചാരക്രമം അടിച്ചേൽപ്പിക്കാനാണ്. പ്രേമം ഉൾപ്പെടെ നമ്മുടെ ഓരോ വികാരങ്ങൾക്കും അധികം കുത്തിനിറയ്ക്കാൻ പാടില്ലാത്ത ഓരോ വയറുകൾ ഉണ്ട് എന്ന കാര്യം നമുക്ക് ഓർമ വേണം. എന്തുകാര്യത്തിലും 'ശുഭം' എന്ന വാക്ക് നമ്മൾ കൃത്യസമയത്തുതന്നെ എഴുതണം. നമ്മൾ സ്വയം നിയന്ത്രിക്കണം. അത്യാവശ്യം വന്നുപെട്ടാൽ വിശപ്പിന്റെ സാക്ഷ നമ്മൾതന്നെ അടച്ചുകളയണം. പിന്നീട് വയലിനിൽ ഭാവനയ്ക്ക് അനുസരിച്ചുള്ള സംഗീതം നമുക്ക് സൃഷ്ടിക്കാം. ഒടുവിൽ നമ്മുടെ കൈകൊണ്ടുതന്നെ വയലിന്റെ കമ്പികൾ തകർക്കാം.

എപ്പോൾ എവിടെയാണ് കാര്യങ്ങൾ അവസാനിപ്പിക്കേണ്ടതെന്ന് അറിയാവുന്നവനാണ് ബുദ്ധിമാൻ. ഞാൻ കുറച്ചൊക്കെ നിയമം പഠിച്ചിട്ടുണ്ടെന്ന് എന്റെ പരീക്ഷകൾ തെളിയിക്കുന്നുണ്ട്. മുനാത്തിയുദെ മൊങ് പിതൃഹത്യയുടെ വിചാരിപ്പുകാരൻ ആയിരുന്ന കാലത്തെ റോമിലെ ദണ്ഡനമുറകളെപ്പറ്റി ഒരു പ്രബന്ധം ഞാൻ എഴുതിയിട്ടുണ്ട്. എനിക്ക് ഉടൻതന്നെ 'ഡോക്ടർ' ബിരുദം കിട്ടാൻ സാധ്യതയുള്ളതുകൊണ്ടു മാത്രം ഞാൻ ഒരു വിഡ്ഢിയായിരിക്കണമെന്ന് യാതൊരു നിർബന്ധവുമില്ല. നിങ്ങളുടെ എല്ലാ ആഗ്രഹങ്ങൾക്കും ഞാൻ ഒരു ക്രമീകരണം നിർദേശിച്ചു എന്ന് കരുതിയാൽ മതി. എന്റെ പേര് ഫെലി തൊലോമിയെ എന്നാണെന്ന് ഉറപ്പുള്ളതുപോലെ ഞാൻ വിവേകത്തോടെയാണ് സംസാരിക്കുന്നത് എന്നതിനും ഉറപ്പുണ്ട്. സില്ല**യെപ്പോലെ അല്ലെങ്കിൽ ***ഒറിജിനസിനെപ്പോലെ സ്ഥാനം ഉപേക്ഷിക്കുന്നവർക്ക് സന്തോഷം ലഭിക്കുമെന്നും ഉറപ്പുണ്ട്.

ഫേവറിറ്റ് വളരെ ശ്രദ്ധയോടെ കേട്ടുകൊണ്ടിരുന്നു. അവൾ പറഞ്ഞു: "ഫെലി നല്ല ഭംഗിയുള്ള വാക്കാണ്. ആ പേര് എനിക്ക് വളരെ ഇഷ്ടമായി. അതിന്റെ അർഥം വിജയി എന്നാണ്."

തൊലോമിയെ സംസാരം തുടർന്നു:

"വിവാഹക്കിടക്കയെ ധിക്കരിച്ചുകൊണ്ടുള്ള ഒരു പ്രേമത്തിന് നിങ്ങൾക്ക് ആർക്കും അഭിനിവേശം തോന്നുന്നില്ലേ? അതിലും എളുപ്പമായി ഒന്നുംതന്നെ ഇല്ല. അതിന്റെ പാചകവിധി ഇവിടെത്തന്നെയുണ്ട്. നാരങ്ങാനീര് കുടിക്കുക, അമിതവ്യായാമവും കഠിനാധ്വാനവും പരിശീലിക്കുക, ക്ഷീണം തോന്നിയാലും ഉറങ്ങാൻ പാടില്ല, ശ്രദ്ധയോടെ ഭക്ഷിക്കുക, വെള്ളാമ്പലും വെടിയുപ്പും ആർത്തിയോടെ കഴിക്കുക, ഉമ്മത്തുംകാ അരച്ചു കലക്കി കുടിക്കുക, അതിനോടൊപ്പം കാഠിന്യമുള്ള ഭക്ഷണം കഴിച്ച് കൂടുതൽ ഉല്ലസിക്കുക, പട്ടിണി കിടക്കുക,

---

* ഗ്രീക്കു പുരാണങ്ങളിലെ ജ്ഞാനി.

** റോമിലെ ഒരു ഭരണാധികാരി.

*** ഗ്രീസിലെ മതപണ്ഡിതൻ.

തണുത്ത വെള്ളത്തിലെ കുളി ശീലമാക്കുക ഔഷധസസ്യങ്ങൾകൊണ്ട് ശരീരം പൊതിയുക, ഈയംകൊണ്ടുള്ള പാത്രം ഉപയോഗിക്കുക, ഈയ ലായനി അണുനാശിനിയായി ഉപയോഗിക്കുക, വെള്ളത്തിൽ വിനാഗിരി ഒഴിച്ച് ആവികൊള്ളുക.

ലിതൊളിയെ പറഞ്ഞു: "ഇതിലും ഭേദം ഒരു പെണ്ണിന്റെ കൂടെ ജീവിക്കുന്നതു തന്നെയാണ്"

തൊലോമിയെ പറഞ്ഞു: "സ്ത്രീയെന്നു പറയുന്ന വർഗത്തിനെ വിശ്വസിക്കരുത്. ഒരു സത്രീയുടെ ചഞ്ചലമായ മനസിന് കീഴടങ്ങുന്നവന് ഒരിക്കലും സന്തോഷം കാണില്ല. സ്ത്രീ വഞ്ചനയും പീഡനവും ആണ്. തൊഴിൽ വൈരാഗ്യംകൊണ്ട് സ്ത്രീകൾക്ക് സർപ്പങ്ങളെ വെറുപ്പാണ്. സർപ്പം വഴിവക്കിലെ മദ്യശാലയാണ്."

ലിതൊളിയെ വിളിച്ചുകൂവി: "തൊലോമിയെ, നീ നന്നായി മദ്യപിച്ചിരുന്നു."

തൊലോമിയെ പറഞ്ഞു. "ഞാൻ ശപിക്കപ്പെട്ടവനാണ്."

ബ്ലാഷ് വെല്ല് പറഞ്ഞു: "അപ്പോൾപ്പിന്നെ സന്തോഷമായിരിക്ക്."

തൊലോമിയെ പറഞ്ഞു: "അതു ഞാൻ സമ്മതിക്കുന്നു."

പിന്നീട് വീണ്ടും ഗ്ലാസു നിറച്ചുകൊണ്ട് തൊലോമിയെ എഴുന്നേറ്റു.

"വീഞ്ഞിനു നമോവാകം. തൻകടെ ബാക്ച്ചെകന്യം (Haties) സ്ത്രീകൾ ക്ഷമിക്കണം. ഞാൻ പറഞ്ഞത് സ്പാനിഷ് ഭാഷയാണ്. വീഞ്ഞിന്റെ അളവുപോലെയാണ് മനുഷ്യരും. കാസ്റ്റിലിലെ 'അറോബാ' പതിനാറു ലിറ്ററാണ്. അലികാന്തിലെ 'കാൻടറോ' പന്ത്രണ്ടു ലിറ്റർ. കാരീസിലെ 'അൽമൂഡ' ഇരുപത്തഞ്ചു ലിറ്റർ. ബലിയാറിക്കിലെ 'ക്യൃത്തർട്ടിൻ' ഇരുപത്താറു ലിറ്റർ. സർ പീറ്ററിന്റെ 'ബൂട്ട്' മുപ്പതു ലിറ്റർ. പീറ്റർ ചക്രവർത്തി നീണാൾ വാഴട്ടെ. അദ്ദേഹം വലിയവനാണ്. സർ പീറ്ററിന്റെ ബൂട്ടും നീണാൾ വാഴട്ടെ. ബൂട്ട് കുറേക്കൂടി വലിയവനാണ്. സ്ത്രീകൾക്ക് ഒരു സുഹൃത്തിന്റെ ഉപദേശം. നിങ്ങൾക്ക് നന്മ വരുമെങ്കിൽ അയൽവാസികളെ നിങ്ങൾക്ക് ചതിക്കാം. പ്രേമത്തിന്റെ പ്രത്യേകത തെറ്റുകാണിക്കുക എന്നതാണ്. ഉരഞ്ഞു കാൽമുട്ടുകളിൽ തഴമ്പു വന്ന ഒരു ഇംഗ്ലീഷ് വീട്ടുജോലിക്കാരിയെപ്പോലെ കുനിഞ്ഞു നിൽക്കാനല്ല പ്രേമം സൃഷ്ടിക്കപ്പെട്ടിരിക്കുന്നത്. തെറ്റുപറ്റുക മനുഷ്യസഹജമാണെന്നാണ് ഞാൻ കേട്ടിട്ടുള്ളത്. ഞാൻ പറയുന്നു തെറ്റുപറ്റലാണ് പ്രേമം. ഞാൻ ഈ സ്ത്രീകളെ മാതൃകയാക്കുന്നു. ചുളിഞ്ഞ മുഖമുള്ള സെഫീനോ ഴോസഫീനോ ആരും ആകട്ടെ, നിങ്ങൾക്ക് ദുഃഖങ്ങൾ ഇല്ലാതിരുന്നങ്കിൽ നിങ്ങൾ സുന്ദരി ആകുമായിരുന്നു. ആരോ അറിയാതെ നിങ്ങളുടെ മുഖത്ത് കയറി ഇരുന്നതു പോലെയാണ് നിങ്ങളുടെ മുഖത്തിന്റെ ഇപ്പോഴത്തെ അവസ്ഥ. ഫേവറിറ്റ് ആണെങ്കിൽ കാവ്യദേവതയോ അപ്സരസ്സോ ആണ്. ഒരുദിവസം ബ്ലാഷ് വെല്ല് റ്യൂഗെറിൻ-ബ്വാസോയിലെ തോട് കുറുകെ കടക്കുകയായിരുന്നു. നല്ല വെളുത്ത സ്റ്റോക്കിങ്ങുകൾ മുട്ടിനു മേലോട്ട് വലിച്ചു കയറ്റിയ ഒരു പെൺകുട്ടിയെ അയാൾ അവിടെവച്ചു കണ്ടു. തുടക്കം അയാൾക്ക് ഇഷ്ടപ്പെട്ടു. അയാൾ അവളെ പ്രേമിച്ചുതുടങ്ങി. ഫേവറിറ്റിന് അയോണിയക്കാരുടെ ചുണ്ടാണ്. യൂഫോറിയൻ എന്നൊരു ചിത്രക്കാരൻ ഗ്രീസിൽ ജീവിച്ചിരുന്നു. അയാളുടെ ഇരട്ടപ്പേര് ചുണ്ടുകളുടെ ചിത്രകാരൻ എന്നായിരുന്നു. അയാൾക്കുമാത്രമേ നിന്റെ ചുണ്ടുകൾ വരയ്ക്കാൻ കഴിയുകയുള്ളൂ. നിനക്കുമുൻപ് ഇങ്ങനെ ഒരു സ്ത്രീ

ഉണ്ടായിരുന്നില്ല. വീനസിനെപ്പോലെ ആപ്പിൾ സ്വീകരിക്കാൻ മാത്രമല്ല നിന്നെ സൃഷ്ടിച്ചിരിക്കുന്നത്. ഈവിനെപ്പോലെ അതു തിന്നാൻ കൂടിവേണ്ടിയാണ് നിന്നെ സൃഷ്ടിച്ചിരിക്കുന്നത്. സൗന്ദര്യത്തിന്റെ തുടക്കം നിന്നിലൂടെയാണ്. ഈവും നിന്നെപ്പോലെ ഒരു സൃഷ്ടി ആയിരുന്നു. സ്ത്രീസൗന്ദര്യം കണ്ടുപിടിച്ച തിനുള്ള കുത്തകാവകാശത്തിന് നീ അർഹയാണ്. ഞാൻ നിന്റെ കാര്യം ഇവിടെ അവസാനിപ്പിക്കുന്നു. കാരണം, ഞാൻ ഗദ്യത്തിൽ നിന്ന് കവിതയിലേക്ക് മാറിപ്പോകുന്നു. നീ എന്റെ പേരിനെപ്പറ്റി ഇപ്പോൾ പറഞ്ഞിരുന്നു. എന്റെ മന സിനെ അത് ഇളക്കിമറിച്ചു. പക്ഷേ, നമ്മൾ ചെയ്യുന്ന കാര്യങ്ങളിൽ പേരിനെ നമുക്ക് വിശ്വാസത്തിലെടുക്കാൻ പാടില്ല. പേരുകൾ നമ്മെ വഞ്ചിക്കാൻ ഇടയുണ്ട്. എന്നെ ഫെലി എന്നാണ് വിളിക്കുന്നത്. പക്ഷേ, എനിക്ക് അതിൽ സന്തോഷമില്ല. വാക്കുകൾ ചതിയന്മാരാണ്. വാക്കുകൾ തരുന്ന സൂചനകൾ കണ്ണുമടച്ചു വിശ്വസിക്കരുത്. ദാലിയയെ ഞാൻ പേരു വിളിക്കുകയാണെങ്കിൽ 'റോസാപ്പൂ' എന്നായിരിക്കും വിളിക്കുന്നത്. പൂക്കൾക്ക് സുഗന്ധം ഉണ്ടായിരിക്കണം. അതുപോലെ സ്ത്രീകൾക്ക് ബുദ്ധിയും വേണം. ഫന്തീനിനെപ്പറ്റി ഞാൻ ഒന്നും പറയുന്നില്ല. അവൾ ഒരു സ്വപ്നജീവിയാണ്. ചിന്താകുലയാണ്. തൊട്ടാവാ ടിയാണ്. അവൾക്ക് അപ്സരസിന്റെ രൂപം ആണ്. ഒരു പെൺകുട്ടിയുടെ ജീവിതത്തിലേക്ക് വഴിതെറ്റി പ്രവേശിക്കേണ്ടിവന്ന ഒരു കന്യാസ്ത്രീയെപ്പോലെ വിനയം അവൾ കാണിക്കുന്നുണ്ട്. പക്ഷേ, അവൾ മായക്കാഴ്ചകളിൽ അഭയം കണ്ടെത്തുന്നു. അവൾ കാണുന്നതും പ്രവർത്തിക്കുന്നതും അറിയാതെ സ്വർഗ ത്തിലേക്ക് നോക്കിക്കൊണ്ട് അവൾ പാടുകയും പ്രാർഥിക്കുകയും ചെയ്യുന്നു. തോട്ടത്തിൽ ശരിക്കുമുള്ള പക്ഷികളോടൊപ്പമല്ല അവൾ അലഞ്ഞുതിരിയുന്നത്. അതിലും കൂടുതൽ പക്ഷികളോടൊപ്പമാണ് അവിടെ നിൽക്കുന്നത്. ഫന്തീൻ ഒരു കാര്യം നീ തിരിച്ചറിയണം. തൊലോമിയെ എന്ന ഞാൻ ഒരു മിഥ്യയാണ്. പക്ഷേ, ഞാൻ പറയുന്നതൊന്നും അവൾ ശ്രദ്ധിക്കുന്നില്ല. അവൾ സങ്കൽപ്പപുത്രി യാണ്. അവളിൽ ഉള്ളതെല്ലാം പുതുമയാണ്. സൗമ്യതയാണ്. യൗവ്വനമാണ് മൃദുലതയാണ്. ഉദയത്തിന്റെ തെളിമയാണ്. ഫന്തീൻ നീ മുത്തെന്ന വിളിക്ക് അർഹയാണ്. നീ തെളിനീരിലെ രക്തമാണ്. പെൺകുട്ടികൾക്ക് ഞാൻ രണ്ടാമത്തെ ഉപദേശംകൂടി തരാം. വിവാഹം കഴിക്കരുത്, വിവാഹം ഒരു ഏച്ചുകെട്ടാണ്. ഒരു ഒട്ടുമരം. അതു നന്നായി വളരാം അല്ലെങ്കിൽ നശിച്ചുപോകാം. ആ അപകടസാധ്യതയിൽനിന്ന് നിങ്ങൾ ഒഴിഞ്ഞുനിൽക്കണം. എന്താണ് ഞാൻ പറഞ്ഞുകൊണ്ടിരിക്കുന്നത്? ഞാൻ എന്റെ വാക്കുകൾ വെറുതേ നഷ്ടപ്പെടുത്തു കയാണ്. വിവാഹത്തിൽനിന്ന് സ്ത്രീകളെ ഒരിക്കലും രക്ഷപ്പെടുത്താൻ കഴിയില്ല. ഞങ്ങളെപ്പോലുള്ള ബുദ്ധിമാൻമാർ പറഞ്ഞുകൊടുത്താലും സ്ത്രീകൾ അതു കാര്യമാക്കാറില്ല. ബുക്കു തുന്നികെട്ടുകയും തയ്യൽ ജോലി ചെയ്തു കൊണ്ടിരിക്കുകയും ചെയ്യുന്ന പെൺകുട്ടികൾ വജ്രങ്ങളുടെ ഭാണ്ഡക്കെട്ടും ചുമന്നുകൊണ്ടുവരുന്ന ഭർത്താക്കൻമാരെ സ്വപ്നം കാണും. ഞങ്ങളുടെ വാക്കു കൾക്ക് അവരുടെ സ്വപ്നങ്ങളെ തടഞ്ഞുനിർത്താൻ കഴിയില്ല. അത് അങ്ങനെ തന്നെ നിൽക്കട്ടെ. പക്ഷേ, സുന്ദരിമാർ ഒരു കാര്യം ഓർക്കണം. നിങ്ങൾ ഒരു പാട് പഞ്ചസാര കഴിക്കുന്നുണ്ട്. അതു കുഴപ്പമാണ്. നിങ്ങൾ കരണ്ടുതിന്നുന്ന പഞ്ചസാരയുടെ അളവ് വളരെ കൂടുതലാണ്. വെളുത്തു സുന്ദരമായ കൊച്ചു പല്ലുകൾക്ക് പഞ്ചസാരയോട് ആരാധനയാണ്. ഇനി നിങ്ങൾ ശ്രദ്ധിച്ചു

കേൾക്കണം. പഞ്ചസാരയും ഒരു തരം ഉപ്പാണ്. സിരകളിൽ ഓടുന്ന രക്തത്തിൽ നിന്ന് അത് ജലാംശം ഊറ്റിയെടുക്കും. രക്തം ഉറകൂടും പിന്നീട് രക്തം കട്ട പിടിക്കും. അതിനുശേഷം ശ്വാസകോശത്തിൽ ക്ഷയരോഗാണുക്കൾ കടന്നുവരും. ഒടുവിൽ മരണം. അതുകൊണ്ടാണ് പ്രമേഹരോഗി പഞ്ചസാരക്ക് പരിധി നിശ്ചയിക്കുന്നത്. പഞ്ചസാര കഴിക്കാതിരുന്നാൽ കൂടുതൽകാലം ജീവിക്കാൻ കഴിയും. ഞാൻ പുരുഷന്മാരുടെ നേർക്ക് തിരിയുന്നു. മാന്യന്മാരേ, നിങ്ങൾ വിജയങ്ങൾ സൃഷ്ടിക്കൂ. സ്നേഹിതരോടായതുകൊണ്ട് മനഃസാക്ഷിക്കുത്തില്ലാതെ പരസ്പരം കൊള്ളയടിക്കൂ. സ്നേഹിക്കുന്നവർ സുഹൃത്തുക്കളല്ല. സുന്ദരിയായ സ്ത്രീ ഒരു വിശക്കുന്ന വയറാണ്. എവിടെ ഒരു സുന്ദരിയുണ്ടോ, അവിടെ ശത്രുതയ്ക്കുള്ള വഴി തുറന്നുകിടക്കുന്നുണ്ടാവും. ചരിത്രത്തിലെ എല്ലാ പടയോട്ടങ്ങളും തീരുമാനിച്ചത് അടിപ്പാവാടകളാണ്. പുരുഷന്റെ അവകാശമാണ് സ്ത്രീ. റോമുലസ്* സബൈനിനെ** സ്വന്തമാക്കി. വില്യം*** ഇംഗ്ലീഷ് സ്ത്രീകളെ സ്വന്തമാക്കി. റോമൻ സ്ത്രീകളെ സീസർ സ്വന്തമാക്കി. സ്നേഹിക്കപ്പെടാത്ത പുരുഷൻ മറ്റുള്ളവരുടെ പ്രേമഭാജനങ്ങൾക്കും മുകളിൽ കഴുകനെപ്പോലെ ചുറ്റിത്തിരിയും. എന്റെ ഭാഗത്തുനിന്ന് ഭാര്യമാർ നഷ്ടപ്പെട്ട എല്ലാ ഭാഗ്യദോഷികൾക്കുംവേണ്ടി ഇറ്റലിയിലെ പട്ടാളക്കാരോട് ബോണപ്പാർട്ട് പണ്ടു നടത്തിയ ആ ഉദാത്തമായ പ്രഖ്യാപനം ഞാൻ വീണ്ടും ആവർത്തിക്കുന്നു. “പട്ടാളക്കാരേ, നിങ്ങൾക്ക് സ്വന്തമായി ഒന്നും ഇല്ല. ശത്രുവിന് എല്ലാം ഉണ്ട്.” തൊലോമിയെ സ്വയം നിയന്ത്രിച്ചു. ബ്ലാഷ് വെല്ല് പറഞ്ഞു: “തൊലോമിയെ, നീ ശ്വാസം വിട്.”

ഈസമയത്ത് ബ്ലാഷ് വെല്ലും ലിതോളിയെയും ഫാമോയിയും ചേർന്ന് വിലാപംപോലെ ഒരു പാട്ടുപാടി, ജോലിസ്ഥലങ്ങളിൽ പാടുന്ന ഒരു പാട്ട്. മരച്ചില്ലകളുടെ ചാഞ്ചാട്ടംപോലെ കാറ്റിൻ ശബ്ദകോലാഹലംപോലെ, പ്രത്യേകിച്ച് ഈണമില്ലാതെ അവർ പാടിക്കൊണ്ടിരുന്നു. പുകക്കുഴലുകളിലെ പുകയോടൊപ്പം പടർന്നു പറന്നു പോകുന്ന ഒരു പാട്ട്.

തൊലോമിയെയുടെ പ്രചോദനം ഈ പാട്ടുകൊണ്ടൊന്നും തണുക്കുന്ന ലക്ഷണം കണ്ടില്ല. തൊലോമിയെ ഗ്ലാസു കാലിയാക്കി. വീണ്ടും നിറച്ചു. വീണ്ടും സംസാരം ആരംഭിച്ചു.

“എന്താണീ വിവേകം? ഞാൻ പറഞ്ഞതെല്ലാം മറന്നുകളയണം. നാം ലജ്ജിക്കേണ്ട കാര്യം ഇല്ല. സന്തോഷിക്കാനാണ് ഞാൻ കുടിക്കുന്നത്. നമുക്ക് സന്തോഷിക്കാം, നമ്മുടെ പഠിത്തം എന്ന മണ്ടത്തരം അവസാനിക്കട്ടെ. ദഹിക്കുന്നതും ദഹിക്കാത്തതുമായ എന്തെല്ലാം കാര്യങ്ങൾ. അഗാധമായ ആഴങ്ങളിലും ആനന്ദം ഉണ്ട്. സൃഷ്ടിയെ നോക്കൂ. ലോകം ഒരു വലിയ വജ്രം ആണ്. എനിക്ക് അതിൽ സന്തോഷം ഉണ്ട്. പക്ഷികൾ എന്നെ വിസ്മയിപ്പിക്കുന്നു. രാപ്പാടി പ്രകൃതിയുടെ ഒരു സൗജന്യമാണ്. എവിടേയും ഉത്സവമേളങ്ങൾ നടന്നുകൊണ്ടിരിക്കുന്നു. വേനലിന് എന്റെ അഭിവാദനങ്ങൾ. ഉറക്കത്തിൽ സ്വപ്നം കാണുന്നവരുടെ ശ്രദ്ധയ്ക്ക്. ഇതാ നോക്കൂ, ലക്സംബർഗ്ഗ്! തെക്കേഅമേരിക്കയിലെ വിശാലമായ പുൽത്തകിടികൾ എന്നെ സന്തോഷിപ്പിക്കുന്നു. ഓഡിയോണിലെ വളച്ചുവാതിലുകൾ ഞാൻ കണ്ടിട്ടില്ല. മനുഷ്യസ്പർശമേൽക്കാത്ത വനങ്ങളിലേ

---

* റോമിന്റെ സ്ഥാപകൻ.

** റോമിലെ രാജ്ഞി.

*** ഇംഗ്ലണ്ടിനെ ആക്രമിച്ച റോമൻ ചക്രവർത്തി.

ക്കും പുൽമേടുകളിലേക്കുമാണ് എന്റെ മനസ്സ് സഞ്ചരിക്കുന്നത്. എന്തിലും സൗന്ദര്യം മാത്രം. സൂര്യപ്രകാശത്തിൽ ഈച്ചകൾ മൂളിപ്പാട്ടുപാടുന്നു. മൂളിപ്പാട്ടു പാടിയിരുന്ന കിളികൾ ചൂളമടിച്ചു തുടങ്ങി. ഫന്തീൻ നീ എനിക്കൊരു ചുംബനം തരൂ.

പിന്നീട് അയാൾക്ക് തെറ്റുപറ്റി. അയാൾ ചുംബിച്ചത് ഫേവറിറ്റിനെ ആയിരുന്നു.

8. ചത്ത കുതിരയുടെ കഥ

സെഫീൻ പറഞ്ഞു: "എദോങ്ങിന്റെ ഭക്ഷണം ബൊംബാർദയുടെ ഹോട്ടലിലേക്കാൾ മെച്ചമാണ്."

ബ്ലാഷ് വെല്ല് പറഞ്ഞു: "എദോങ്ങിനേക്കാൾ എനിക്ക് ഇഷ്ടം ബൊംബാർദയുടെ ഹോട്ടലാണ്. ഇവിടെ ഏഷ്യൻമട്ടിൽ കൂടുതൽ അലങ്കാരങ്ങൾ ഉണ്ട്. താഴത്തെ ഹാളിൽ ഭിത്തിനിറയെ കണ്ണാടി ആണ്."

ഫേവറിറ്റ് പറഞ്ഞു. "എനിക്ക് ഐസ് പാത്രത്തിൽ കൊണ്ടുതരുന്നതാണ് ഇഷ്ടം."

ബ്ലാഷ് വെല്ല് വാശിയോടെ തുടർന്നു: "ബൊംബാർദയുടെ ഹോട്ടലിലെ കത്തികളുടെ പിടി വെള്ളിയാണ്. എദോങ്ങിന്റെ കത്തിയുടെ പിടി എല്ലുകൊണ്ടാണ്, ഇപ്പോൾ വെള്ളിക്ക് എല്ലിനേക്കാൾ വിലയുണ്ട്."

തൊലോമിയെ പറഞ്ഞു: "എപ്പോഴും അങ്ങനെയല്ല. താടിക്ക് ഉള്ളിലാണെങ്കിൽ എല്ലിനായിരിക്കും എപ്പോഴും വിലകൂടുതൽ." ബൊംബാർദയുടെ ഹോട്ടലിൽ ജനാലയിലൂടെ 'ദുർബലരുടെ താഴികക്കുടം' കാണാൻ കഴിഞ്ഞിരുന്നു. തൊലോമിയെ ആ കെട്ടിടത്തിലേക്ക് നോക്കി ഇരുന്നു. അൽപ്പസമയം എല്ലാവരും നിശ്ശബ്ദരായിപ്പോയി.

ഫാമോയി വിളിച്ചു പറഞ്ഞു: "തൊലോമിയെ, ഞാനും ലിതൊളിയെയും കൂടി ഒരു ചർച്ച ഇപ്പോൾ അവസാനിപ്പിച്ചതേയുള്ളൂ."

തൊലോമിയെ മറുപടി പറഞ്ഞു: "ചർച്ച നല്ലതാണ്. പക്ഷേ, അതിലും നല്ലത് വഴക്കിടുന്നതാണ്."

"ഞങ്ങളുടെ ചർച്ച തത്വശാസ്ത്രം ആയിരുന്നു."

"എനിക്ക് അതിൽ എതിർപ്പില്ല."

"നിനക്ക് ആരോടാണ് താൽപ്പര്യം? ജക്കാർത്തിനോടോ?* അതോ സ്പിനാസയോടോ**?"

തൊലോമിയെ മറുപടി പറഞ്ഞു:

"ദിസോഗയേറിനോടാണ്*** എനിക്കു താൽപ്പര്യം."

തീരുമാനം ഒന്നും ഉണ്ടായില്ല. അതുകൊണ്ട് തൊലോമിയെ മദ്യപാനത്തിലേക്ക് മടങ്ങി. അയാൾ സംസാരം വീണ്ടും ആരംഭിച്ചു.

"ഞാൻ ജിവിക്കാൻ തീരുമാനിച്ചു. വീമ്പടിക്കാൻ കഴിയുന്ന കാലത്തോളം ലോകം അവസാനിക്കില്ല. ഒരിക്കലും നാശമില്ലാത്ത ദൈവങ്ങൾക്ക് ഞാൻ നന്ദി പറയുന്നു. നമ്മൾ കള്ളം പറയുന്നു. പക്ഷേ, നമ്മൾ ചിരിക്കുന്നു. നമ്മൾ സത്യം പറയുന്നു. പക്ഷേ, നമുക്ക് സംശയം ഉണ്ട്. അനുമാനങ്ങളിൽനിന്ന് അപ്രതീ

* ഫ്രാൻസിലെ പ്രസിദ്ധ തത്വജ്ഞാനി.

** ഹോളണ്ടിലെ തത്വജ്ഞാനി.

*** ഫ്രാൻസിലെ നാടകകൃത്ത്.

ക്ഷിതമായി പുതിയ മുകുളങ്ങൾ കിളിർത്തു തുടങ്ങുന്നു. വിരോധാഭാസങ്ങളുടെ വിസ്മയപ്പെട്ടികൾ സന്തോഷത്തോടെ തുറക്കാനും അടയ്ക്കാനും അറിയാവുന്ന ചിലരെങ്കിലും ലോകത്ത് ജിവിച്ചിരിപ്പുണ്ട്. നിങ്ങൾ ഇപ്പോൾ സ്വസ്ഥമായി ഇരുന്നു കുടിക്കുന്ന ഈ വീഞ്ഞ് കുറൽ ദെ ഫ്രീറായിലെ മുന്തിരിത്തോട്ടങ്ങളിൽ നിന്നുള്ള മദീറ എന്ന വീഞ്ഞാണ്. സമുദ്രനിരപ്പിൽനിന്നും മുന്നൂറ്റി പതിനേഴ് ആൾ പൊക്കം ഉയരത്തിലാണ് ഈ പറഞ്ഞ സ്ഥലം. കുടിക്കുമ്പോൾ ബഹുമാനത്തോടെ കുടിക്കണം. മുന്നൂറ്റി പതിനേഴ് മനുഷ്യരുടെ ഉയരം എത്രയെന്ന് ഒന്ന് ആലോചിച്ചു നോക്കൂ. പ്രതാപിയായ ഹോട്ടൽ മുതലാളി ബോംബാർദ വെറും നാല് ഫ്രാങ്കും അൻപതു സെന്റിനുമാണ് മുന്നൂറ്റിപതിനേഴ് മനുഷ്യരുടെ ഉയരത്തിൽനിന്നും വീഞ്ഞ് നിങ്ങളുടെ കയ്യിൽ എത്തിച്ചിരുന്നത്." ഫാമോയി വീണ്ടും ഇടപെട്ടു. "തൊലോമിയെ നിന്റെ അഭിപ്രായം നിയമത്തിന് അനുസരിച്ചാണ്. ആരാണ് നിന്റെ ഇഷ്ടപ്പെട്ട എഴുത്തുകാരൻ."

"ബേർ."

"ക്വാങ്?"

"അല്ല, ഷൊ."

തൊലോമിയെ വീണ്ടും സംസാരം ആരംഭിച്ചു.

"ബൊംബാർദയ്ക്ക് നമസ്കാരം, എനിക്ക് പല രാജ്യങ്ങളിലെ പെണ്ണുങ്ങളെ എത്തിച്ചു തന്നാൽ എലിഫാന്റയിലെ മനോഫിക്കും[1] ഷറോണിയായിലെ തിഗിലിയോണിനും[2] തുല്യനായി ഞാൻ ബൊംബാർദയെ കണക്കാക്കാം. പെൺകുട്ടികൾക്ക് അറിവുണ്ടോ എന്ന് അറിയില്ല. ഗ്രീസിലും ഈജിപ്തിലും ബൊംബാർദമാർ ഉണ്ട്. അപ്യൂലിയസ്[3] നമുക്ക് ഇതു പറഞ്ഞുതരുന്നുണ്ട് പക്ഷേ, എപ്പോഴും ഒരേ കാര്യം തന്നെയാണ് നമുക്ക് പറഞ്ഞുതരുന്നത്. പുതിയതായി ഒന്നും ഇല്ല. സ്രഷ്ടാവിന്റെ സൃഷ്ടികളിൽ പ്രസിദ്ധീകരിക്കാത്തതായി ഒന്നും അവശേഷിക്കുന്നില്ല. സോളമൻ പറയുന്നു: "ഈ പ്രപഞ്ചത്തിൽ ഒരു വസ്തുവും പുതിയതായി ഇല്ല." വെർജിൽ പറയുന്നു: "സ്നേഹം സർവവ്യാപിയാണ് സാമോവിലെ കപ്പൽപ്പടയോടൊപ്പം പെറിക്കിൾസി[4]നോടുകൂടി ആസ്പേഷിയ പോയതുപോലെ സാങ് ക്ലോദിൽ കുതിരപ്പട്ടാളക്കാരനോടൊപ്പം കുതിരപ്പട്ടാളക്കാരിയും കപ്പലിൽ കയറും. അവസാനമായി ഒരു കാര്യംകൂടി പറയട്ടെ. ആസ്പേഷിയ ആരാണെന്ന് അറിയാമോ? സ്ത്രീകൾക്ക് ആത്മാവ് ഇല്ലാതിരുന്ന കാലത്താണ് അവൾ ജിവിച്ചിരുന്നത്. പക്ഷേ, അവൾക്ക് ആത്മാവ് ഉണ്ടായിരുന്നു. പീതവർണ്ണവും റോസ് നിറവും കലർന്ന ഒരു ആത്മാവ്. തീയേക്കാൾ തിളക്കവും പുലരിയേക്കാൾ പുതുമയും ഉള്ളതായിരുന്നു അവളുടെ ആത്മാവ്. സ്ത്രീകളുടെ രണ്ട് അറ്റങ്ങളും സ്പർശിക്കുന്നവൾ ആയിരുന്നു ആസ്പേഷിയ. വ്യഭിചാരിണിയായ ദേവത. സോക്രട്ടീസും മനോൺ ലെസ്കോട്ടിനും[5] അവളിൽ ഒന്നിച്ച് സമ്മേളിച്ചിരുന്നു. പ്രമോത്തിയസിന്[6] ഒരു വിഷയലമ്പടയെ വേണ്ടിവരും എന്നു കരുതി ആയിരിക്കണം ആസ്പേഷിയയെ സൃഷ്ടിച്ചത്.

1, 2 ആ സ്ഥലങ്ങളിലെ ഹോട്ടൽ മുതലാളിമാർ.

3. റോമിലെ എഴുത്തുകാരൻ.

4. ഇയാൾ ഭാര്യ മരിച്ചപ്പോൾ ഏതൻസുകാരിയായ അസ്പേഷ്യയെ വെപ്പാട്ടിയാക്കി.

5. വ്യഭിചാരിണിയായ ഒരു കഥാനായിക.

6. ഗ്രീസിലെ പുരാണകഥാപാത്രം. പണ്ഡിതൻ മാതൃകാപുരുഷൻ.

ബോട്ടുകടവിൽ ആ സമയത്ത് ഒരു കുതിര തളർന്നു വീണില്ലായിരുന്നെങ്കിൽ തൊലോമിയെയുടെ സംസാരം അവസാനിപ്പിക്കാൻ വളരെ ബുദ്ധിമുട്ടേണ്ടി വരുമായിരുന്നു. കുതിര തളർന്നുവീണതിന്റെ ആഘാതത്തിൽ കുതിരവണ്ടിയും പ്രസംഗവും ഒന്നിച്ചു നിന്നു. പ്രായത്തിന്റെ തളർച്ച ബാധിച്ച ഒരു കുതിരയെ ഒരു വലിയ വണ്ടിവലിക്കാൻവേണ്ടി അവർ ചാട്ട അണിയിച്ചു. ബൊംബാർദയുടെ ഹോട്ടലിന് അടുത്ത് എത്തിയപ്പോൾ അത് ക്ഷീണംകൊണ്ട് മുന്നോട്ടുപോകാൻ തയാറായില്ല. ആളുകൾ ചുറ്റിലും കൂടി. വണ്ടിക്കാരന് ചാട്ട ഉയർത്താനുള്ള സമയംപോലും കിട്ടിയില്ല. അപ്പോഴേക്കും അത് താഴെ വീണുകഴിഞ്ഞിരുന്നു. പിന്നീട് അത് എഴുന്നേറ്റില്ല. ബഹളംകേട്ട് തൊലോമിയെയുടെ ശ്രോതാക്കൾ അങ്ങോട്ട് മുഖം തിരിച്ചു. തൊലോമിയെ ഈ സന്ദർഭം തന്റെ പ്രസംഗം അവസാനിപ്പിക്കാൻ പ്രയോജനപ്പെടുത്തി.

ഫന്തീൻ പറഞ്ഞു: "പാവം കുതിര."

ദാലിയ ഫന്തീനിനെ ആക്ഷേപിച്ചു, "ഫന്തീനിനു കുതിരയോടു ഭയങ്കര അനുകമ്പ. ഇതിലും വലിയ വിഡ്ഢിത്തം ആരെങ്കിലും പറയുമോ?"

ഈ സമയത്ത് ഫേവറിറ്റ് തൊലോമിയെയോടു ചോദിച്ചു: "ഞങ്ങൾക്കുള്ള വിസ്മയം എവിടെ?"

തൊലോമിയെ പറഞ്ഞു: "മാന്യന്മാർ ശ്രദ്ധിക്കണം ഈ പെൺകുട്ടികളെ വിസ്മയിപ്പിക്കാനുള്ള സമയം ആയിരിക്കുന്നു. ഒരു നിമിഷംകൂടി നിങ്ങൾ കാത്തിരിക്കണം."

ബ്ലാഷ് വെല്ല് പറഞ്ഞു. "ഒരു ചുംബനത്തോടെയാണ് വിസ്മയത്തിന്റെ തുടക്കം."

തൊലോമിയെ പറഞ്ഞു: "അതെ, ചുംബനത്തോടെയാവാം തുടക്കം. പക്ഷേ, നെറ്റിയിൽ ആയിരിക്കും ആ ചുംബനം."

ഓരോരുത്തരും അവരവരുടെ പെൺകുട്ടിയെ നെറ്റിയിൽ ഗൗരവത്തോടെ ചുംബിച്ചു. അതിനുശേഷം ചുണ്ടുകളിൽ വിരൽ ചേർത്തുവെച്ച് അവർ ഒന്നിനു പിറകേ ഒന്നായി വാതിൽ ലക്ഷ്യമാക്കി നടന്നു.

അവർ പുറത്തുപോകാൻ തുടങ്ങിയപ്പോൾ ഫേവറിറ്റ് കയ്യടിച്ചു. അവൾ പറഞ്ഞു: "ഇപ്പോൾത്തന്നെ വിസ്മയം കണ്ടുകഴിഞ്ഞിരിക്കുന്നു."

ഫന്തീൻ പിറുപിറുത്തു, "ഒരുപാടു സമയം താമസിക്കരുത്. ഞങ്ങൾ നിങ്ങളെ കാത്തിരിക്കുന്നുണ്ടെന്ന് ഓർമവേണം."

9. സന്തോഷത്തിന്റെ സന്തോഷംനിറഞ്ഞ അന്ത്യം

പെൺകുട്ടികൾ തനിച്ചായപ്പോൾ അവർ രണ്ടുപേർവീതം ഓരോ ജനാലപ്പടികളിൽനിന്നും പുറത്തേക്കു നോക്കി ചിലച്ചുകൊണ്ടിരുന്നു.

ബൊംബാർദയുടെ ഹോട്ടലിൽനിന്ന് ചെറുപ്പക്കാർ കൈകോർത്ത് ഇറങ്ങിപ്പോകുന്നത് പെൺകുട്ടികൾ കണ്ടു. അവർ തിരിഞ്ഞുനിന്ന് ചിരിച്ചുകൊണ്ട് പെൺകുട്ടികളോടു എന്തൊക്കെയോ ആംഗ്യങ്ങൾ കാണിച്ചു. പിന്നീട് ഷാങ് സെലിസയിൽ ആഴ്ചയിൽ ഒരിക്കൽ ഞായാറാഴ്ചകളിൽ മാത്രം കാണാൻ കഴിയുന്ന പൊടിപടലങ്ങൾനിറഞ്ഞ ആൾക്കൂട്ടത്തിനുള്ളിൽ അപ്രത്യക്ഷരായി. ഫന്തീൻ വിളിച്ചുപറഞ്ഞു: "അധികം താമസിക്കരുത്." സഫീൻ ചോദിച്ചു: "അവർ എന്തായിരിക്കും നമുക്ക് കൊണ്ടുവരുന്നത്.?"

ദാലിയ പറഞ്ഞു: "മനോഹരമായ എന്തെങ്കിലും ആയിരിക്കും." ഫേവറിറ്റ് ആവർത്തിച്ചു, "എന്റെ പ്രതീക്ഷ സ്വർണം കൊണ്ടുവരും എന്നാണ്."

ഉയരമുള്ള മരച്ചില്ലകൾക്കിടയിലൂടെ കടവിൽ ഒരു ബഹളം അവർ കണ്ടു. അവരുടെ ശ്രദ്ധ അങ്ങോട്ടു തിരിഞ്ഞു. തെക്കോട്ടും പടിഞ്ഞാറോട്ടും ഉള്ള വണ്ടികൾ ഷാങ് സെലിസയിലൂടെ കടന്നുപോകുന്നത് ഏതാണ്ട് ഈ സമയത്താണ്. ഓരോ മിനിട്ടിലും മേലാപ്പുകെട്ടിയ കറുപ്പും മഞ്ഞയും നിറം പൂശിയ വലിയ വണ്ടികൾ മനുഷ്യരും സാധനങ്ങളും കുത്തിനിറച്ച് അപ്രത്യക്ഷരായിക്കൊണ്ടിരുന്നു. പാതയിൽ വിരിച്ചിരുന്ന പാറക്കല്ലുകളിൽ ഉരുമ്മി കൊല്ലന്റെ ആലയിലെപ്പോലെ തീപ്പൊരികൾ ചിതറിക്കൊണ്ടാണ് അവ കടന്നുപൊയ്ക്കൊണ്ടിരുന്നത്. നടപ്പാത പൊടിയും പുകയുമായി മാറിക്കഴിഞ്ഞിരുന്നു. ഈ ബഹളം പെൺകുട്ടികളെ ഹരം പിടിപ്പിച്ചു. ഫേവറിറ്റ് വിളിച്ചു പറഞ്ഞു: "എന്തൊരു ബഹളമാണ്. ഒരു ചങ്ങലക്കൂട്ടത്തിന്റെ കിലുക്കം പോലെയുണ്ട്."

മരങ്ങൾക്കിടയിലൂടെ വ്യക്തമായിരുന്നില്ലെങ്കിലും അതിലേ കടന്നുപോയ ഒരു വണ്ടി ഒരു നിമിഷം നിർത്തിയതിനുശേഷം വീണ്ടും കുതിക്കുന്നത് അവർ കണ്ടു. ഫന്തീനിന് ഈ കാഴ്ച അത്ഭുതം ആയിരുന്നു. അവൾ പറഞ്ഞു: "ഒരു വണ്ടി അവിടെ നിർത്തി. ഞാൻ വിചാരിച്ചത് ഈ വണ്ടികൾ വഴിയിൽ നിർത്തില്ല എന്നാണ്."

ഫേവറിറ്റ് പറഞ്ഞു: "ഈ ഫന്തീനിന് എല്ലാം അത്ഭുതമാണ്. എന്തു ചെറിയ കാര്യം കണ്ടാലും ഇവൾ അത്ഭുതപ്പെടും എനിക്കാണെങ്കിൽ ഇവളുതന്നെ ഒരു അത്ഭുതമാണ്. ഞാൻ യാത്ര ചെയ്യുമ്പോൾ വണ്ടിക്കാരനോട് എനിക്കും പോകണമെന്ന് ഞാൻ പറയും. അയാൾ വണ്ടിനിർത്തും. പോകുന്ന വഴിക്ക് കടവിൽ ഇറങ്ങണമെന്നും ഞാൻ പറയും. എല്ലാ ദിവസവും എന്തുമാത്രം മനുഷ്യർ അങ്ങനെ സഞ്ചരിക്കുന്നു. നിനക്ക് ജീവിതത്തെപ്പറ്റി ഒന്നും അറിയില്ല. പാവം."

കുറച്ചു സമയംകൂടി കടന്നുപോയി. ഉറക്കത്തിൽനിന്ന് ഞെട്ടി ഉണർന്ന് ചോദിക്കുന്നതുപോലെ ഫേവറിറ്റ് ചോദിച്ചു: "നമ്മുടെ വിസ്മയം?"

ദാലിയ പറഞ്ഞു: "അതെ പ്രസിദ്ധമായ വിസ്മയം?"

ഫന്തീൻ പറഞ്ഞു: "അവർ പോയിട്ട് ഒരുപാട് സമയം കഴിഞ്ഞു."

ഫന്തീൻ ഒരു ദീർഘനിശ്വാസം വിട്ടു. ഭക്ഷണം വിളമ്പിയിരുന്ന ജോലിക്കാരൻ മുറിക്കുള്ളിലേക്ക് കടന്നുവന്നു. അയാളുടെ കയ്യിൽ എഴുത്തുപോലെ തോന്നുന്ന എന്തോ ഒന്ന് ഇരിപ്പുണ്ടായിരുന്നു.

ഫേവറിറ്റ് ചോദിച്ചു: "അത് എന്താണ്?"

ജോലിക്കാരൻ മറുപടി പറഞ്ഞു: "അവർ പോയപ്പോൾ എന്നെ ഏൽപ്പിച്ചതാണ്. നിങ്ങളുടെ കയ്യിൽ തരാൻ പറഞ്ഞു."

"നിങ്ങൾ അത് അപ്പോൾ എന്തുകൊണ്ട് തന്നില്ല?"

"നിങ്ങളുടെ കയ്യിൽ ഒരു മണിക്കൂർ കഴിഞ്ഞ് കൊടുത്താൽ മതിയെന്ന് അവർ പ്രത്യേകം പറഞ്ഞിരുന്നു."

അയാൾ തിരിച്ചുപോയി.

ഫേവറിറ്റ് അയാളുടെ കയ്യിൽനിന്ന് ആ എഴുത്ത് പിടിച്ചുവാങ്ങി കഴിഞ്ഞിരുന്നു. അവൾ പറഞ്ഞു: "ഇതിൽ മേൽവിലാസം എഴുതിയിട്ടില്ല. വേറെന്തോ എഴുതിയിരിക്കുന്നു. അതെന്താണെന്ന് നോക്കട്ടെ."

"ഇതാണ് വിസ്മയം."

അവൾ പെട്ടെന്ന് എഴുത്ത് പൊട്ടിച്ചു വായിച്ചു (അവൾക്ക് വായിക്കാൻ അറിയാം).

ഞങ്ങളുടെ കാമുകിമാരേ,

ഞങ്ങൾക്ക് അച്ഛനമ്മമാർ ഉണ്ടെന്ന് നിങ്ങളെ അറിയിക്കുന്നു. അച്ഛനമ്മമാർ എന്ന വാക്കിന്റെ അർഥം ഒരുപക്ഷേ, നിങ്ങൾക്ക് വ്യക്തമായി അറിയില്ലായിരിക്കും. പൗരാവകാശ നിയമസംഹിതയിൽ ഈ വാക്കിന്റെ അർഥം അച്ഛൻമാരും അമ്മമാരും എന്താണെന്ന് വ്യക്തമായി നിർവചിച്ചിരിക്കുന്നു. ഇപ്പോൾ ഈ പറയുന്ന അച്ഛനമ്മമാർ ഞങ്ങൾക്കുവേണ്ടി വിലപിക്കുന്നു. ഈ വൃദ്ധരായ മനുഷ്യർ ഞങ്ങളുടെമേൽ അവകാശം പുറപ്പെടുവിക്കുന്നു. ഇവർ ഞങ്ങളെ പ്രതിഭാശാലികളായ ആൺമക്കൾ എന്നാണ് വിളിക്കുന്നത്. ഇവർ ഞങ്ങൾ തിരിച്ചു ചെല്ലണമെന്ന് ആഗ്രഹിക്കുന്നു. അതിനുവേണ്ടി കൊഴുത്ത പശുക്കുട്ടിയെ കൊല്ലാമെന്ന് അവർ വാഗ്ദാനം നടത്തുന്നു. അതുകൊണ്ട് സൽഗുണ സമ്പന്നരായ ഞങ്ങൾ അവരെ അനുസരിക്കുന്നു. ഈ എഴുത്ത് വായിക്കുന്ന സമയത്ത് തന്റേടമുള്ള അഞ്ചു കുതിരകൾ ഞങ്ങളെ ഞങ്ങളുടെ അച്ഛനമ്മമാരുടെ അടുത്തേക്ക് കൊണ്ടുപോവുന്നുണ്ട്. ബോസ്വേ പറയുംപോലെ സ്വന്തം കൂടാരത്തിൽ ഞങ്ങൾ സ്വയം പ്രതിഷ്ഠിക്കപ്പെടുന്നു. ഞങ്ങൾ പോവുകയാണ്. അല്ല. ഞങ്ങൾ പോയിക്കഴിഞ്ഞു. അഗാധമായ പാതാളത്തിൽനിന്ന് കഠിനാധ്വാനം ചെയ്ത് ഞങ്ങൾ പുറത്ത് കടന്നു. സുന്ദരിമാരേ, നിങ്ങളാണ് ആ പാതാളം. ഞങ്ങളുടെ കടമകൾ നിർവഹിക്കാൻ മണിക്കൂറിൽ മുന്നു ലീഗുദൂരം എന്ന പരമമായ വേഗതയിൽ ഞങ്ങൾ സമൂഹത്തിലേക്ക് തിരിച്ചുപോകുന്നു. എല്ലാവരേയും പോലെ ഞങ്ങളും കുടുംബം പോറ്റുന്ന അച്ഛന്മാരും, ഗ്രാമത്തിന്റെ കാവൽക്കാരും സാമാജികരും പുരോഹിതന്മാരും ആകണമെന്നത് രാജ്യത്തിന്റെ ആവശ്യമാണ്. ഞങ്ങളെ ആരാധിക്കുക. ഞങ്ങൾക്കുവേണ്ടി ഉടൻതന്നെ കരയുക. എന്നിട്ട് പെട്ടെന്നുതന്നെ ഞങ്ങളുടെ പകരക്കാരെ കണ്ടെത്തുക. ഈ എഴുത്ത് കീറിക്കളയുകയാണെങ്കിൽ എല്ലാവരും ചേർന്ന് കീറിക്കളയുക.

രണ്ടുവർഷത്തോളം ഞങ്ങൾ നിങ്ങളെ സന്തോഷിപ്പിച്ചു. അതിനെപ്പറ്റി ഞങ്ങളോട് ഇഷ്ടക്കേട് തോന്നരുത്.

ഒപ്പ്
ബ്ലാഷ് വെല്ല്
ഫാമോയി
ലിതോളിയെ
ഫെലി തൊലോമിയെ

കുറിപ്പ്: അത്താഴത്തിന്റെ പണം കൊടുത്തിട്ടുണ്ട്.

അവർ പരസ്പരം നോക്കി.

ആദ്യം സംസാരിച്ചത് ഫേവറിറ്റ് ആയിരുന്നു. അവൾ പറഞ്ഞു: "അതും ഒരു പ്രഹസനമായിരുന്നു."

സെഫീൻ പറഞ്ഞു: "അവർ പരിഹസിക്കുകയായിരുന്നു."

ഫേവറിറ്റ് വീണ്ടും പറഞ്ഞു: "ഇത് ബ്ലാഷ് വെല്ലിന്റെ ബുദ്ധിയാണ്. ഇപ്പോൾ എനിക്ക് അവനെ പ്രേമിക്കാൻ തോന്നുന്നു."

ദാലിയ പറഞ്ഞു: "അങ്ങനെയല്ല, ഇത് തൊലോമിയെയുടെ വേലയാണ്. ഉറപ്പായും ഇതിന്റെ പിന്നിൽ അവനാണ്."

ദാലിയയും സെഫീനും ഒരുമിച്ചു വിളിച്ചു പറഞ്ഞു: "തൊലോമിയെ നീണാൾ വാഴട്ടെ."

പിന്നീട് അവർ പൊട്ടിച്ചിരിച്ചു. മറ്റുള്ളവരോടൊപ്പം ഫന്തീനും ചിരിയിൽ പങ്കുകൊണ്ടു. ഒരു മണിക്കൂർ കഴിഞ്ഞ് തിരിച്ച് മുറിയിൽ എത്തിയപ്പോൾ അവൾ പൊട്ടിക്കരഞ്ഞു. ഇത് അവളുടെ ആദ്യത്തെ പ്രേമം ആയിരുന്നെന്ന് നമ്മൾ പറഞ്ഞിരുന്നു. ഒരു ഭർത്താവിനെപ്പോലെ കരുതി തൊലോമിയെക്ക് അവൾ സർവവും സമർപ്പിച്ചു.

ആ പാവം പെണ്ണിന് ഒരു കുട്ടിയായിക്കഴിഞ്ഞിരുന്നു.

പുസ്തകം നാല്

വിശ്വസിച്ച് ഏൽപ്പിക്കുന്നത് ചിലപ്പോൾ ഉപേക്ഷിക്കുന്നതുപോലെയാണ്

1. ഒരമ്മ മറ്റൊരമ്മയെ കാണുന്നു

ഈ നൂറ്റാണ്ടിന്റെ തുടക്കത്തിൽ പാരീസിന് അടുത്തുള്ള മോങ് ഫെർമിയെയിൽ ഒരു ഭക്ഷണശാല ഉണ്ടായിരുന്നു. ഇപ്പോൾ അത് അവിടെയില്ല. തെനാർദിയർ എന്ന ഒരു മനുഷ്യനും ഭാര്യയും കൂടിയാണ് അതു നടത്തിയിരുന്നത്. അവിടെ കതകിനു മുകളിലായി ഒരു ചിത്രം ഭിത്തിയിൽ ആണിയടിച്ചു തൂക്കിയിരുന്നു. ഒരു മനുഷ്യൻ മറ്റൊരു മനുഷ്യനെ ചുമന്നുകൊണ്ടുപോകുന്നതു പോലെ തോന്നുന്ന ഒരു ചിത്രമായിരുന്നു അത്. തോളിൽ ഇരുന്നിരുന്ന മനുഷ്യൻ ഒരു പട്ടാളജനറലിന്റെ സ്വർണംപൂശിയ അലങ്കാരമുദ്രകളും വെള്ളി നക്ഷത്രങ്ങളും ഉള്ള ഔദ്യോഗികവേഷമായിരുന്നു ധരിച്ചിരുന്നത്. വസ്ത്രത്തിലെ ചുവന്ന പുള്ളികൾ ഒരുപക്ഷേ, രക്തത്തെ ആയിരിക്കാം സൂചിപ്പിക്കുന്നത്. ചിത്രത്തിന്റെ ബാക്കിഭാഗം പുകപോലെ തോന്നിച്ചു. വ്യക്തമല്ലാത്ത ആ ഭാഗങ്ങളിൽ ഒരു പക്ഷേ, ഒരു യുദ്ധത്തിന്റെ പ്രതിച്ഛായ ആയിരിക്കാം വരച്ചിരുന്നത്. അതിനു താഴെ ഇങ്ങനെ എഴുതിയിരുന്നു: “വാട്ടർ ലൂവിലെ സർജന്റ്.”

ഒരു സത്രത്തിന്റെ മുന്നിൽ ഒരു കുതിരവണ്ടിയോ ചരക്കുവണ്ടിയോ കിടക്കുന്നതിലും സാധാരണമായ ഒരു കാഴ്ച കാണാൻ കഴിയില്ല. വാട്ടർലൂവിലെ സർജന്റിനെ തടസപ്പെടുത്തിക്കൊണ്ട് ഒരു വണ്ടി കുറേക്കൂടി കൃത്യമായിപ്പറഞ്ഞാൽ ഒരു വണ്ടിയുടെ ഒരു ഭാഗം അവിടെ വന്നിരുന്നു. അതിന്റെ വലുപ്പം കാരണം ആ വഴി കടന്നുപോകുന്ന ഏതു ചിത്രകാരന്റെയും ശ്രദ്ധ അതു പിടിച്ചു പറ്റിയിരുന്നു.

ആ വണ്ടി സാധാരണ തടി ധാരാളമുള്ള സ്ഥലങ്ങളിൽ തടിയും മറ്റു ഭാരമുള്ള സാധനങ്ങളും കൊണ്ടുപോകുന്നതിനുള്ള ഒരു ഭാരവണ്ടി ആയിരുന്നു. അതിന് ഒരു തടിയൻ ഇരുമ്പ് അച്ചുതണ്ടും വളരെ വലിയ ചക്രങ്ങളുമാണ് ഉള്ളത്. മൊത്തത്തിൽ അതൊരു കൂറ്റൻ രൂപം ആയിരുന്നു. ഒറ്റ നോട്ടത്തിൽ അതൊരു പീരങ്കിവണ്ടിയാണെന്ന് തെറ്റിദ്ധരിച്ചുപോകും. വണ്ടിച്ചക്രങ്ങൾ വഴിനിറ

ഞ്ഞുനിന്നു. പള്ളികൾ ചായം തേക്കാൻ ചിലപ്പോൾ ഉപയോഗിക്കാറുള്ള മഞ്ഞ നിറത്തിനു സാമ്യമായ നിറമുള്ള ചെളി അതിന്റെ തടിത്തൂണുകളിലും മറ്റും പറ്റിപ്പിടിച്ചിരുന്നു. വണ്ടിയുടെ തടിഭാഗങ്ങൾ ചെളിക്കു താഴെ ആയതുകൊണ്ട് കാണാൻ കഴിഞ്ഞിരുന്നില്ല. ഇരുമ്പു ഭാഗങ്ങൾ മിക്കതും തുരുമ്പെടുത്തിരുന്നു.

അച്ചുതണ്ടിൽ ഗോലിയാത്തിന്റെ ചങ്ങലപോലുള്ള ഒരു വലിയ ചങ്ങല തൂങ്ങിക്കിടന്നു. ആ ചങ്ങലകൊണ്ട് കെട്ടിവലിക്കാൻ സാധ്യതയുള്ള തടിയേക്കാൾ അതുകൊണ്ട് കെട്ടിയിടാൻ കഴിയുന്ന വലിയ മൃഗങ്ങളെയാണ് അത് ഓർമിപ്പിച്ചത്. കാഴ്ചയിൽ ആ ചങ്ങല ഏതോ മനുഷ്യനിർമിതമല്ലാത്ത പായ്ക്കപ്പലിൽ പൂട്ടിയിട്ടിരുന്ന ഏതോ ഭീകര സത്വത്തിന്റെ കാലിൽനിന്ന് അഴിച്ചുകൊണ്ടുവന്നതാണെന്ന് തോന്നിപ്പോകും. ഹോമർ ഈ ചങ്ങലകൊണ്ട് പോളിമസിനെ* തളയ്ക്കുമായിരുന്നു ഷേക്സ്പിയർ കാലിബാനെയും.**

ഈ വണ്ടി എന്തിനാണ് ഈ തെരുവിൽ വന്നതെന്ന് ആരും ചോദിച്ചുപോകും. ഒന്നാമത്തെ ഉദ്ദേശ്യം ആ വഴി തടയുക എന്നതുതന്നെയാവണം. രണ്ടാമത്, തുരുമ്പെടുത്തുകൊണ്ടിരിക്കുന്ന അതിന്റെ ഇരുമ്പു ഭാഗങ്ങളിൽ ആ ജോലി പൂർണായും നടക്കട്ടെ എന്ന ഉദ്ദേശ്യവും ഉണ്ടായിരിക്കാം. ചങ്ങലയുടെ മധ്യഭാഗം ഭൂമിയിൽ തൊട്ടു തൊട്ടില്ല എന്ന മട്ടിൽ തൂങ്ങിക്കിടന്നു. രണ്ടു കൊച്ചു പെൺകുട്ടികൾ അച്ചുതണ്ടിനടിയിൽ കയറി ഈ ചങ്ങല ഊഞ്ഞാൽ ആക്കി മാറ്റി. രണ്ടരവയസുള്ള മൂത്തകുട്ടി പതിനെട്ടുമാസമായ ഇളയക്കുട്ടിയെ മടിയിൽ ഇരുത്തി ഊഞ്ഞാൽ ആട്ടിക്കൊണ്ടിരുന്നു. അവർ താഴെവീഴാതിരിക്കാൻ ഒരു തൂവാല ചുരുട്ടി ശ്രദ്ധയോടെ അവരെ ചങ്ങലയുമായി ബന്ധിപ്പിച്ചിരുന്നു. ഈ ഭയങ്കരമായ ചങ്ങലയിൽ നോക്കിയിരുന്ന് കുട്ടികളുടെ അമ്മ പറഞ്ഞു: "എന്റെ കുട്ടികൾക്ക് ഒരു കളിപ്പാട്ടം കിട്ടിയിരിക്കുന്നു."

വിടർന്ന ചിരിയും വിജയിയുടെ തിളങ്ങുന്ന കണ്ണുകളുമായി ഊഞ്ഞാലിൽ ആടിയിരുന്ന കുട്ടികൾ രണ്ടു റോസാപ്പൂക്കൾ ആണെന്ന തോന്നൽ ഉണ്ടാക്കി. ഒരുവൾ ചുവന്ന മുടിക്കാരിയായിരുന്നു. മറ്റേക്കുട്ടിക്ക് തവിട്ടുനിറമുള്ള മുടി ആയിരുന്നു. പൂത്തുനിന്നിരുന്ന കുറ്റിച്ചെടികളിൽനിന്ന് അവിടെ പരന്നിരുന്ന സുഗന്ധം അവരുടെ ഉച്ഛ്വാസത്തിന്റെ സുഗന്ധംപോലെ തോന്നി. ശൈശവത്തിന്റെ നിഷ്കളങ്കമായ മര്യാദകേടുപോലെ കൊച്ചുശരീരം പുറത്തുകാണിച്ചുകൊണ്ടായിരുന്നു ഇളയവളുടെ ഇരുപ്പ്. വെളിച്ചം വിതറുന്ന സന്തോഷംനിറഞ്ഞ അവരുടെ മുകളിൽ കറുത്തുതുരുമ്പിച്ച ആ വലിയ വണ്ടി ഒരു ഗുഹാമുഖംപോലെ തോന്നിച്ചു.

സത്രത്തിന്റെ പടിയിൽ ഇരുന്നിരുന്ന അമ്മയുടെ രൂപം അറപ്പുണ്ടാക്കുന്നത് ആയിരുന്നു. എന്നാൽ ഈ സമയത്തെ അവരുടെ മുഖഭാവം ആരുടേയും മനസിൽ ചലനങ്ങൾ സൃഷ്ടിക്കും. ഒരു നീണ്ട ചരട് ചങ്ങലയിൽ കെട്ടി കുട്ടികളെ ഊഞ്ഞാൽ ആട്ടിക്കൊണ്ടിരുന്ന അവരുടെ മുഖത്ത് ഒരമ്മയുടെ മുഖത്തുമാത്രം കാണാൻ കഴിയുന്ന സ്വർഗീയമായ ചില ഭാവങ്ങൾ കാണാനുണ്ടായിരുന്നു. ഒപ്പം കുട്ടികൾക്ക് അപകടം ഉണ്ടാകുമോ എന്ന ഭയത്തോടെ അവരുടെ കണ്ണുകൾ ഊഞ്ഞാലിനുമുകളിൽ അടയിരുന്നു. ഓരോ ചലനത്തിലും ചങ്ങലക്കണ്ണികൾ

* ഗ്രീക്കു പുരാണങ്ങളിൽ മനുഷ്യരെ ഭക്ഷിച്ചിരുന്ന ഒരു രാക്ഷസൻ.

** ടെമ്പസ്റ്റ് നാടകത്തിലെ ഒരു ഭീകരസ്വത്വം.

കോപത്തോടെ കരഞ്ഞു. കുട്ടികൾ അത് അറിയുന്നുണ്ടായിരുന്നില്ല. അവർ ഊഞ്ഞാലാട്ടത്തിന്റെ നിർവൃതിയിൽ ആയിരുന്നു. അസ്തമയ സൂര്യൻ ആ സന്തോഷത്തിൽ പങ്കു ചേർന്നു.

കുട്ടികളെ ഊഞ്ഞാലാട്ടുന്നതിനിടയിൽ അമ്മ ആ കാലത്തെ ഒരു പ്രസിദ്ധമായ പാട്ട് ഈണം തെറ്റിച്ചു പാടി.

കുട്ടികളെ ശ്രദ്ധിച്ച് പാട്ടു പാടിയിരുന്ന അമ്മ അപ്പോൾ തെരുവിൽ നടക്കുന്നതൊന്നും അറിഞ്ഞിരുന്നില്ല.

പാട്ടിന്റെ ആദ്യ ഈരടികൾ തുടങ്ങിയപ്പോൾത്തന്നെ ആരോ അവരുടെ അടുത്ത് എത്തിയിരുന്നു. പെട്ടെന്ന് ആരുടെയോ ശബ്ദം അവർ കേട്ടു.

“നിങ്ങൾക്ക് രണ്ടു സുന്ദരിക്കുട്ടികൾ ഉണ്ടല്ലോ.” പാട്ടു നിർത്താതെ അമ്മ തിരിഞ്ഞുനോക്കി. കുറച്ചു ദൂരെ ഒരു സ്ത്രീ നിൽക്കുന്നു. അവരുടെ ഒക്കത്തും ഒരു കുട്ടി ഉണ്ടായിരുന്നു.

അതുകൂടാതെ നല്ല ഭാരം തോന്നുന്ന ഒരു സഞ്ചി അവരുടെ തോളിൽ തൂക്കിയിട്ടിരുന്നു.

സങ്കൽപ്പിക്കാൻ കഴിയുന്ന ഏറ്റവും മനോഹരമായ കാഴ്ചയായിരുന്നു അവരുടെ ഒക്കത്തിരുന്ന കുട്ടി. രണ്ടോ മൂന്നോ വയസു തോന്നിക്കുന്ന ഒരു പെൺകുട്ടി. അണിഞ്ഞൊരുങ്ങിയിരുന്നില്ലെങ്കിൽ മറ്റുള്ളവരുടെകൂടെ കളിക്കാൻ അവളും കൂടുമായിരുന്നു. നല്ല ലിനൻ തുണിയിലുള്ള വേഷം ആയിരുന്നു അവൾ ധരിച്ചിരുന്നത്. കുഞ്ഞുടുപ്പ് ഉയർന്നു പോയതുകൊണ്ട് അവളുടെ വെളുത്തു തുടുത്ത കാലുകൾ പുറത്തു കാണാം. റോസാപ്പൂവിന്റെ നിറമുള്ള അവൾ ആരോഗ്യവതി ആയിരുന്നു. അവളുടെ ചെറിപ്പഴംപോലുള്ള കവിളുകളിൽ ആർക്കും ഒന്ന് കടിക്കാൻ തോന്നിപ്പോകും. കൺപീലികൾ ഇടതൂർന്നുനിൽക്കുന്ന വലിയ കണ്ണുകൾ അവൾക്ക് ഉണ്ടായിരുന്നു എന്നു മാത്രമേ ആർക്കും അവളുടെ കണ്ണുകളെപ്പറ്റി പറയാൻ കഴിയുകയുള്ളു. കാരണം അവൾ അപ്പോൾ ഉറങ്ങുകയായിരുന്നു.

ആ പ്രായത്തിൽ മാത്രം സാധ്യമാകുന്ന അങ്ങേയറ്റം ആത്മവിശ്വാസത്തോടെയുള്ള മയക്കത്തിലായിരുന്നു അവൾ. അമ്മയുടെ കൈകളുടെ സൃഷ്ടി നടന്നിരിക്കുന്നത് വാത്സല്യംകൊണ്ടാണ്. ആ കൈകളിലെ ഉറക്കത്തിന് മാധുര്യമുണ്ട്.

ഊഞ്ഞാലാട്ടിക്കൊണ്ടിരുന്ന അമ്മ ദുഃഖിതയും ദരിദ്രയും ആയിരുന്നു. ജോലി ഉപേക്ഷിച്ച് കൃഷിപ്പണിയിലേക്ക് മടങ്ങാൻ ആഗ്രഹിക്കുന്ന ഒരുവളുടെ ഛായ ആയിരുന്നു രണ്ടാമത്തെ അമ്മയ്ക്ക്. അവൾ ചെറുപ്പമായിരുന്നു. സുന്ദരി ആയിരുന്നു. അവളുടെ സൗന്ദര്യം ആരും തട്ടിത്തെറിപ്പിച്ചിരുന്നില്ല. അതുകൊണ്ട് അവളിൽ അതു കാണാൻ കഴിഞ്ഞു. അവളുടെ ഇടതൂർന്ന ചുവന്ന മുടി ഇറുക്കികെട്ടി വെച്ചിരുന്നു. അതിനുമീതെ കന്യാസ്ത്രീകളുടെ തല മൂടുന്നതുപോലെ ഒരു വൃത്തികെട്ട തുണികൊണ്ട് അവൾ തല മൂടിയിരുന്നു. താടിക്കു താഴെ ഈ തുണി അവൾ പിണച്ചുകെട്ടിവെച്ചിരുന്നു. അവൾ ചിരിച്ചാൽ മനോഹരമായ പല്ലുകൾ കാണാൻ കഴിയും. പക്ഷേ അവൾ ചിരിച്ചില്ല. അവളുടെ കണ്ണുകൾ വളരെക്കാലമായി കരയുകയായിരുന്നു. ക്ഷീണവും വിളർച്ചയും ബാധിച്ചിരുന്നതുകൊണ്ട് ഒറ്റനോട്ടത്തിൽ അവൾ ഒരു രോഗിയാണെന്ന് തോന്നും. ഒരമ്മയ്ക്ക് മാത്രം നോക്കാൻ കഴിയുന്ന വ്യത്യസ്തതയോടെ അവൾ കയ്യിലിരുന്ന്

ഉറങ്ങുന്ന സ്വന്തം കുഞ്ഞിനെ നോക്കി. ഒരു വലിയ നീലത്തുണി മാറിനു കുറുകേ ചുറ്റി ശരീരവടിവ് മറച്ചുവയ്ക്കാനുള്ള ഒരു വിഫലശ്രമം അവൾ നടത്തിയിരുന്നു. തവിട്ടുനിറമുള്ള അവളുടെ കൈനിറയെ പുള്ളികൾ വീണിരുന്നു. അവളുടെ ചുണ്ടുവിരലിന്റെ അറ്റത്ത് സൂചിക്കുത്തുകൾ കൊണ്ട് ഉണ്ടായ തഴമ്പ് കാണാൻ കഴിയും. തവിട്ടുനിറത്തിലുള്ള ഒരു പരുക്കൻ വേഷവും ഭാരമുള്ള വലിയ ഷൂസുകളുമാണ് അവൾ ധരിച്ചിരുന്നത്. ആ പെണ്ണ് ഫന്തീൻ ആയിരുന്നു.

അതെ, ഫന്തീൻ. തിരിച്ചറിയാൻ വിഷമമുണ്ട്. എങ്കിലും സൂക്ഷിച്ചു നോക്കിയാൽ അവളുടെ സൗന്ദര്യം നിങ്ങൾക്ക് ഇപ്പോഴും തിരിച്ചറിയാൻ കഴിയും. കപടമായ സ്തുതിവചനങ്ങൾ ഒരുക്കിക്കൊടുത്ത ദുഃഖത്തിന്റെ നിഴൽപോലെ അവളുടെ വലത്തെ കവിളിൽ ഒരു കറുപ്പുരേഖ പടർന്നിരുന്നു. മസ്ലിൻ തുണിയും സന്തോഷവും സംഗീതവും മണ്ടത്തരങ്ങളും പട്ടുനാടകളും തൊങ്ങലുകളും കൊണ്ട് തുന്നിയ അവളുടെ ആർഭാടങ്ങളിൽ പൂക്കളുടെ സുഗന്ധം പൂശിയിരുന്നു. പക്ഷേ ഇന്നിപ്പോൾ അവളുടെ പഴയ ആർഭാടങ്ങൾ, സൂര്യപ്രകാശത്തിൽ വജ്രംപോലെ തിളങ്ങി. ഒടുവിൽ മരക്കൊമ്പുകളിൽ ഉരുകിപ്പിടിച്ച് കറുത്ത വടുക്കളായിമാറുന്ന കാക്കപ്പൊന്നുപോലെ അപ്രത്യക്ഷമായിരിക്കുന്നു.

ആ പ്രഹസനം കഴിഞ്ഞ് വർഷങ്ങൾ കഴിഞ്ഞിരിക്കുന്നു. ഇതിനിടയിൽ എന്തെല്ലാം നടന്നെന്ന് നമുക്ക് ഊഹിക്കാൻ കഴിയും. അശ്രദ്ധയെ പിൻതുടർന്ന് എപ്പോഴും കഷ്ടപ്പാടുകൾ ഉണ്ടാവുമല്ലോ. ഫേവറിറ്റിനെയും ദാലിയയെയും സെഫീനിനെയും ഇപ്പോൾ ഫന്തീൻ കാണാറില്ല. പുരുഷൻമാർ പൊട്ടിച്ചുകളഞ്ഞ കെട്ട് സ്ത്രീകൾ അഴിച്ചുമാറ്റി. അന്നത്തെ സംഭവം കഴിഞ്ഞ് രണ്ടാഴ്ചയ്ക്ക്ശേഷം അവർ സുഹൃത്തുക്കൾ ആയിരുന്നു എന്ന് ആരെങ്കിലും പറഞ്ഞാൽ അവർതന്നെ അത്ഭുതപ്പെട്ടുപോകുമായിരുന്നു. അവർക്ക് സുഹൃത്തുക്കളാകാൻ കാരണങ്ങൾ ഇല്ലാതായി. ഫന്തീൻ ഒറ്റയ്ക്കായി. അവളുടെ കുട്ടിയുടെ അച്ഛനെ അവൾക്ക് നഷ്ടപ്പെട്ടു കഴിഞ്ഞിരുന്നു. ഇത്തരം വേർപിരിയലുകൾ ബന്ധങ്ങളുടെ അന്ത്യമാണ്. അവൾ അങ്ങേയറ്റം ഒറ്റപ്പെട്ടു. ജോലിയിൽ അവൾ ശ്രദ്ധിക്കാതെയായി. ആഹ്ലാദിക്കാനുള്ള ആഗ്രഹം തന്നെ അവളിൽ ഇപ്പോൾ കാണാനില്ല. അവൾക്കു വന്നുചേരുന്ന ചെറിയ അവസരങ്ങൾപോലും അവൾ അവഗണിച്ചു തുടങ്ങി. തൊലോമിയെയുമായി ബന്ധം ഉണ്ടായിരുന്ന സമയത്ത് ഫന്തീനിന് അവളുടെ ചെറിയ ജോലികളെപ്പറ്റി പുച്ഛം തോന്നിയിരുന്നു. ഒടുവിൽ എല്ലാം നഷ്ടപ്പെട്ടു. ജീവിതം വഴിമുട്ടി. ഫന്തീനിന് കഷ്ടിച്ച് വായിക്കാൻ അറിയാം. എഴുതാൻ അറിയില്ല. ചെറുപ്പത്തിൽ ഒപ്പിടാനുള്ള പരിശീലനം മാത്രം അവൾക്ക് ലഭിച്ചിരുന്നു. മറ്റുള്ളവർക്കുവേണ്ടി എഴുത്തുകൾ എഴുതിക്കൊടുക്കുന്ന ഒരാളെക്കൊണ്ട് ഫന്തീൻ തൊലോമിയെയ്ക്കുള്ള തന്റെ ആദ്യത്തെ എഴുത്ത് എഴുതിച്ചു. പിന്നീട് അവൾ രണ്ടാമതും മൂന്നാമതും എഴുതി. തൊലോമിയെ ഒന്നിനും മറുപടി അയച്ചില്ല. ഒരു ദിവസം അവളുടെ കുട്ടിയെ കണ്ട ഒരു വൃദ്ധ പറയുന്നത് ഫന്തീൻ കേട്ടു. "ഇത്തരം കുട്ടികളോട് പുരുഷൻമാർക്ക് മനസുണ്ടാകില്ല. ഇവരെ കണ്ടാൽ അവർ തിരിഞ്ഞുനടക്കും." അതുകേട്ടപ്പോൾ ഫന്തീൻ തൊലോമിയെയെ ഓർത്തു. സ്വന്തം കുട്ടിയെ തെരഞ്ഞുനടന്നുപോയ തൊലോമിയെയെ അവൾ അവസാനമായി ഓർത്തത് അപ്പോഴായിരുന്നു. ഈ നിഷ്കളങ്കതയ്ക്ക് മനസ്സു നൽകാത്ത തൊലോമിയെ അവളുടെ മനസിൽനിന്നും തിരിഞ്ഞുനടന്നുപോകുന്നത് അവൾ കണ്ടു. അവളുടെ മനസിൽ നിന്ന് തൊലോമിയെ കടന്നുപോയ

പ്പോൾ ആ സ്ഥലം ഇരുട്ടു കയ്യടക്കി. അവൾക്ക് ഇനി എന്താണ് ചെയ്യാൻ കഴിയുന്നത്? ഒന്നു ചോദിച്ചുനോക്കാൻപോലും അവൾക്ക് ആരും ഇല്ല. അവൾ ഒരു തെറ്റു ചെയ്തു. പക്ഷേ അവളുടെ മനസിന്റെ ആഴങ്ങളിൽ നന്മയും വിനയവും ഉണ്ടെന്ന് നമുക്കറിയാം. തീവ്രദുഃഖങ്ങളുടെ വക്കിൽ എത്തിനിൽക്കുന്ന താൻ അതിനുള്ളിലേക്ക് എപ്പോൾ വേണമെങ്കിലും വീണുപോകാൻ ഇടയുണ്ടെന്നും അവിടെ നിന്നും താൻ തെരുവിലേക്ക് എറിയപ്പെടാൻ സാധ്യത ഉണ്ടെന്നും ഉള്ള വളരെ അവ്യക്തമായ ഒരു തോന്നലിന് അവൾ അടിമപ്പെട്ടിരുന്നു. അവൾക്ക് ധൈര്യമാണ് ഇപ്പോൾ വേണ്ടത്. അവൾക്ക് അത് ഉണ്ടായിരുന്നു. ധൈര്യത്തോടെ പിടിച്ചുകയറണം. നിരാശ പാടില്ല. എം എന്ന തന്റെ ഗ്രാമത്തിലേക്ക് തിരിച്ചുപോകാൻ അവൾ തീരുമാനിച്ചു. ഒരുപക്ഷേ തന്നെ അറിയുന്നവർ ആരെങ്കിലും അവിടെ ഉണ്ടാകും. അവർ അവൾക്ക് ജോലി നൽകാൻ സാധ്യതയുണ്ട്. പക്ഷേ തന്റെ തെറ്റ് അവിടെ അവൾക്ക് ഒളിച്ചുവയ്ക്കേണ്ടിവരും. ഈ പറിച്ചുനടീൽ ആദ്യത്തെ വേർപിരിയലിനേക്കാൾ അവളെ വേദനിപ്പിച്ചു. പക്ഷെ അവൾ തീരുമാനത്തിൽതന്നെ ഉറച്ചുനിന്നു. ഫന്തീനീന് ജീവിക്കാനുള്ള ധൈര്യം ഉണ്ട്. ധൈര്യമായി അവൾ അവളുടെ ആഡംബരങ്ങൾ ഉപേക്ഷിച്ചു. അവൾ സ്വന്തം വസ്ത്രങ്ങൾ പരുക്കൻ തുണികൊണ്ട് തുന്നി. അവളുടെ സിൽക്കുറിബണുകളും കസവുനാടകളും അവളുടെ മകൾക്ക് അവകാശപ്പെട്ടതായി. അവളുടേതായി അവശേഷിച്ചിരുന്ന സ്വപ്നങ്ങളും മോഹങ്ങളും അവളുടെ മകൾ മാത്രമായി ചുരുങ്ങി. അവൾക്ക് സ്വന്തമായിരുന്നതെല്ലാം അവൾ വിറ്റു. ഇരുന്നൂറു ഫ്രാങ്കായിരുന്നു അവളുടെ സ്വത്തിന്റെ വില. കടങ്ങൾ വീട്ടിക്കഴിഞ്ഞ് ഏതാണ്ട് എൺപതു ഫ്രാങ്ക് ബാക്കിവന്നു. വസന്തത്തിലെ ഒരു പ്രഭാതത്തിൽ ഒക്കത്തു കുട്ടിയുമായി ഇരുപത്തിരണ്ടാംവയസിൽ അവൾ പാരീസ് ഉപേക്ഷിച്ചു. അവർ നടന്നുപോകുന്നതു കാണാൻ ഇടവരുന്ന ഒരുവന് അവരോട് നിശ്ചയമായും അനുകമ്പ തോന്നും. ആ സ്ത്രീക്ക് ഈ ലോകത്ത് ആ കുട്ടി അല്ലാതെ മറ്റൊന്നും ഇല്ല. ആ കുട്ടിക്ക് ഈ ലോകത്ത് അവൾ അല്ലാതെ മറ്റാരും ഇല്ല. ഫന്തീൻ മകളെ നന്നായി ശ്രദ്ധിച്ചിരുന്നു. അതിന്റെ ക്ഷീണം അവളുടെ മുഖത്തുണ്ട്. അവൾ ചെറുതായി ചുമയ്ക്കുന്നുണ്ടായിരുന്നു.

നമുക്ക് ഫെലി തൊലോമിയയെപ്പറ്റി കൂടുതൽ സംസാരിക്കേണ്ട കാര്യം ഇല്ല. ഇരുപതു വർഷങ്ങൾക്കുശേഷം ലൂയി ഫിലിപ്പ് രാജാവിന്റെ കീഴിൽ ധനികനും പ്രമാണിയുമായ ഒരു അഭിഭാഷകനും ബുദ്ധിമാനായ ഒരു സാമാജികനും കർക്കശനായ ഒരു നിയമജ്ഞനും ആയിരുന്നു എന്ന് പറഞ്ഞ് നമുക്ക് കഥ അവസാനിപ്പിക്കാം. പക്ഷേ അന്നും അയാൾ ആഹ്ലാദങ്ങളുടെ ഒരു ആരാധകൻ ആയിരുന്നു. പാരീസിന്റെ പ്രാന്ത പ്രദേശങ്ങളിലേക്കുള്ള ചെറിയ വണ്ടികളിൽ കയറി മണിക്കൂറിൽ മൂന്നോ നാലോ ലീഗു ദൂരം സഞ്ചരിച്ചും വിശ്രമിച്ചും ഉച്ചയായപ്പോഴേക്കും ഫന്തീൻ മോങ് ഫെർമിയെയിൽ എത്തി. ഒടുവിൽ ബൂലാംഗർ തെരുവിൽ അവൾ യാത്ര അവസാനിപ്പിച്ചു.

അതുവഴി പോയപ്പോൾ തെനാർദിയറുടെ ഭക്ഷണശാലയ്ക്ക് മുന്നിലെ ഭീകരമായ ഊഞ്ഞാലിൽ സന്തോഷത്തോടെ ഇരിക്കുന്ന കൊച്ചുകുട്ടികൾ അവളുടെ ശ്രദ്ധയിൽപെട്ടു. അവരെക്കണ്ട് വിസ്മയത്തോടെ അവൾ അവിടെ നിന്നുപോയി.

ചിലകാര്യങ്ങൾക്ക് വശീകരിക്കാനുള്ള കഴിവുണ്ട്. അവളുടെ ഉള്ളിലെ അമ്മയെ ഊഞ്ഞാലിൽ ആടിയിരുന്ന കുട്ടികൾ വശീകരിക്കുകയായിരുന്നു.

അവരെ അവൾ ശ്രദ്ധിച്ചുനോക്കി. മാലാഖമാർ സ്വർഗത്തിന്റെ മുന്നോടിയാണ്. ദൈവം രഹസ്യമായി അവളെ ഈ സത്രത്തിലേക്ക് വിളിക്കുന്നതായി അവൾക്കു തോന്നി. ആ കുട്ടികൾ സന്തോഷത്തിലാണെന്ന് വ്യക്തമായിരുന്നു. അവൾ വീണ്ടും അവരെ നോക്കിക്കൊണ്ടുനിന്നു. അവൾക്ക് അവരോട് ആരാധന തോന്നി. അവരോട് ഇത്രയധികം അടുപ്പം തോന്നിയ സ്ഥിതിക്ക് നമ്മൾ നേരത്തേ വായിച്ച വാക്കുകൾ അവൾക്ക് പറയാതിരിക്കാൻ കഴിയില്ല.

"നിങ്ങൾക്ക് രണ്ട് സുന്ദരിക്കുട്ടികൾ ഉണ്ടല്ലോ."

ഏറ്റവും ക്രൗര്യം ഉള്ള മൃഗങ്ങൾ പോലും അതിന്റെ കുട്ടിയെ ലാളിക്കുന്നതു കണ്ടാൽ നിരായുധരായിപ്പോകും.

ആ കുട്ടികളുടെ അമ്മ തലഉയർത്തി അവൾക്ക് നന്ദി പറഞ്ഞു. അവർ ഇരുന്നിരുന്ന ചവിട്ടുപടിയിൽതന്നെ അവൾക്ക് ഇരിക്കാൻ ഇടം കൊടുത്തു. പിന്നീട് അവർ സംസാരിച്ചു തുടങ്ങി.

രണ്ടുകുട്ടികളുടെ അമ്മ പറഞ്ഞു. "എന്റെ പേര് മദാം തെനാർദിയർ. ഞങ്ങളാണ് ഈ സത്രം നടത്തുന്നത്." പിന്നീട് അവർ അവരുടെ പാട്ടിലേക്ക് മടങ്ങി.

"പാലസ്തീനിൽ പോകും
പട്ടാളക്കാരൻ ഞാൻ"

മദാം തെനാർദിയറിന് ഇരുണ്ട നിറവും ചുവന്ന മുടിയും ഉണ്ടായിരുന്നു. അവർക്ക് പട്ടാളക്കാരന്റെ ഭാര്യയെപ്പോലെ ഭീതി നിഴലിക്കുന്ന മുഖം ആയിരുന്നു. നോവൽ വായനയിൽ നിന്നും ലഭിച്ച ഒരു അലസഭാവം അവരുടെ മുഖത്ത് കാണാം. പഴയ പ്രേമകഥകളിലെ സങ്കൽപ്പങ്ങളെ പറ്റിയുള്ള മതിപ്പ് സത്രം നടത്തിപ്പുകാരുടെ ഭാര്യമാരിലും ഉണ്ട്. അവർ ഇപ്പോഴും ചെറുപ്പം ആയിരുന്നു. കഷ്ടിച്ച് മുപ്പതു വയസ്സ് കാണും. അവർ പടിക്കെട്ടിൽ നിന്ന് എഴുന്നേറ്റിരുന്നെങ്കിൽ അവരുടെ ഉയരവും ചന്തപ്പെണ്ണുങ്ങളെപോലെ വിരിഞ്ഞ തോളും ഭാരിച്ച ശരീരവും എല്ലാം ചേർന്ന് ചലിക്കുന്ന ഒരു ഭീമാകാരപ്രതിമപോലെ ഫന്തീനിനെ അത്ഭുതപ്പെടുത്തുമായിരുന്നു. ആ രൂപം ഫന്തീനിന്റെ ആത്മവിശ്വാസത്തെ തകർക്കുമായിരുന്നു. നമ്മൾ ഇവിടെ വിവരിക്കാൻ പോകുന്ന കാര്യങ്ങൾ അതോടെ അവസാനിക്കുമായിരുന്നു. ഇരിക്കുന്നതിനു പകരം നിൽക്കുന്ന ഒരു മനുഷ്യൻ എന്തെല്ലാം വ്യതിയാനങ്ങൾക്ക് കാരണമാകും. വിധിയും അതുപോലെ ഒരു ചരടിലാണ് തൂങ്ങിക്കിടക്കുന്നത്. ഫന്തീൻ അവളുടെ കഥ പറഞ്ഞു. പക്ഷേ കഥയിൽ അവൾ ചെറിയ വ്യത്യാസങ്ങൾ വരുത്തി.

അവൾ ജോലിചെയ്തിരുന്നെന്നും ഭർത്താവ് മരിച്ചുപോയെന്നും അവൾ പറഞ്ഞു. പാരീസിൽ ജോലി കിട്ടാത്തതുകൊണ്ട് മറ്റ് എവിടെയെങ്കിലും ജോലി അന്വേഷിച്ച് ഇറങ്ങിയതാണെന്ന് അവൾ വിശദീകരിച്ചു. അവളുടെ ജന്മനാട്ടിൽ തന്നെ ജോലിക്ക് ശ്രമിക്കാമെന്ന തീരുമാനത്തിൽ ആണെന്നും അവൾ കൂട്ടിച്ചേർത്തു. രാവിലെ മുതൽ കുട്ടിയെ എടുത്തുകൊണ്ടു നടന്ന് അവൾ ക്ഷീണിച്ചിരിക്കുകയാണെന്ന് പറയാനും അവൾ മടിച്ചില്ല. വില്ല മോംബിളിൽ നിന്ന് മോങ്ഫെർമിയെയിൽ എത്തുംവരെ കുട്ടി അവളുടെ ഒക്കത്തിരിക്കുകയായിരുന്നെന്നും, ഇടയ്ക്ക് കുറച്ചുദൂരം നടക്കാൻ മാത്രമേ കുട്ടി കൂട്ടാക്കിയുള്ളു എന്നും,

പിഞ്ചുകുഞ്ഞായതുകൊണ്ട് അവളെ എടുക്കാതിരിക്കാൻ കഴിയില്ലെന്നും, അങ്ങനെ അവളുടെ മുത്ത് ഉറങ്ങിപ്പോയെന്നും അവൾ പറഞ്ഞുനിർത്തി.

മുത്ത് എന്നു പറയുന്നതിനൊപ്പം അവൾ മകളെ വാരിപ്പുണർന്ന് ഒരു ഉമ്മ കൊടുത്തു. അതോടെ കുട്ടി ഉണർന്നു. കുട്ടി അവളുടെ അമ്മയുടേതുപോലെയുള്ള നീലക്കണ്ണുകൾ തുറന്ന് ചുറ്റിലും നോക്കി. എന്താണു സംഭവിച്ചത്? ഒന്നും സംഭവിച്ചിട്ടില്ല. അല്ലെങ്കിൽ എല്ലാം സംഭവിച്ചു കഴിഞ്ഞു. നമ്മുടെ നിഴൽ മൂടിയ നന്മയ്ക്ക് മുന്നിൽ കുഞ്ഞിന്റെ തിളങ്ങുന്ന നിഷ്ക്കളങ്കതയുടെ രഹസ്യങ്ങളിൽ ഒന്നു മാത്രമാണ് അപ്പോൾ കുഞ്ഞിന്റെ മുഖത്ത് പ്രത്യക്ഷപ്പെട്ടത്. കുഞ്ഞുങ്ങൾ മാലാഖമാരാണെന്ന് സ്വയം തിരിച്ചറിയുന്നുണ്ടെന്നും അവർ നമ്മളെ വെറും മനുഷ്യരായി മനസിലാക്കുന്നുണ്ടെന്നും വേണമെങ്കിൽ ഒരുവനു പറയാം. പിന്നീട് കുട്ടി ചിരിച്ചു. ഓടിക്കളിക്കാൻ ആഗ്രഹിക്കുന്ന ഒരു കുട്ടിയുടെ അജയ്യമായ ആവേശത്തോടെ അമ്മ തടഞ്ഞെങ്കിലും അവൾ ഊർന്ന് തറയിൽ ഇറങ്ങി. ഊഞ്ഞാലിൽ ഇരുന്നിരുന്നവരെ അവൾ അപ്പോഴാണ് കണ്ടത്. അവർ ഊഞ്ഞാലാട്ടം നിർത്തി. പുതിയ ആളിനെ കണ്ടതിന്റെ സന്തോഷം അറിയിക്കാനായി അവർ നാക്കു നീട്ടിക്കാണിച്ചു.

മദാം തെന്നാർദിയർ കുട്ടികളുടെ കെട്ട് അഴിച്ചു. ഊഞ്ഞാലിൽ നിന്ന് അവരെ താഴെ ഇറക്കി.

"നിങ്ങൾ മൂന്നുപേരുംകൂടി കളിക്ക്".

അവരുടെ പ്രായത്തിൽ പരിചയപ്പെടാൻ എളുപ്പമാണ്. അവർ മൂന്നുപേരും കൂടി മണ്ണിൽ കുഴികുഴിച്ച് കളി ആരംഭിച്ചു.

പുതിയ കുട്ടിക്ക് നല്ല ചുണയാണ്. അവളുടെ അമ്മയുടെ നന്മ കുട്ടിയുടെ ഉത്സാഹത്തിൽ കാണാനുണ്ട്. അവൾ ഒരു തടിക്കഷണം തപ്പിയെടുത്ത് അത് മൺവെട്ടിയാക്കി മാറ്റി. ഒരു ഈച്ചയ്ക്ക് പറ്റിയ കുഴിയാണ് അവൾ കുഴിച്ചത്. ശവക്കുഴിവെട്ടുന്നവന്റെ ജോലി കുട്ടികൾ ചെയ്യുമ്പോൾ അതിനും മനോഹാരിതയുണ്ട്.

സ്ത്രീകൾ സംസാരം തുടർന്നു.

"അവളെ എന്താണ് വിളിക്കുന്നത്?"

"കൊസെത്ത്".

കൊസെത്ത് എന്ന പേര് വായിക്കാൻ ശ്രമിച്ചാൽ യൂഫ്രസി എന്നാണ് വായിക്കേണ്ടത്. അവളുടെ ശരിയായ പേര് യൂഫ്രസി എന്നായിരുന്നു. യൂഫ്രസിയിൽ നിന്ന് അവളുടെ അമ്മ സൃഷ്ടിച്ചെടുത്ത പേരായിരുന്നു കൊസെത്ത്. ഴോസഫയെ പേപിത്തും, ഫ്രാൻസ്വയെ സില്ലെത്തും ആക്കി മാറ്റുന്ന അമ്മമാരുടെ മധുരിക്കുന്ന ജന്മവാസനകൊണ്ടാണ് യൂഫ്രസി കൊസെത്ത് ആയി മാറിയത്. ശബ്ദോൽപ്പത്തി ശാസ്ത്രപണ്ഡിതന്മാരുടെ എല്ലാ കണ്ടെത്തലുകളേയും നിരാകരിക്കുന്ന അനുമാനങ്ങളാണ് അമ്മമാരുടെ ഈ കണ്ടുപിടുത്തങ്ങൾ. തിയോദോറിൽ നിന്ന് ഞോങ് സൃഷ്ടിക്കുന്നതിൽ വിജയിച്ച ഒരു അമ്മൂമ്മയെ ഞങ്ങൾക്ക് പരിചയം ഉണ്ട്.

"അവൾക്ക് എത്ര വയസ്സായി?"

"മൂന്ന്."

"എന്റെ മൂത്തവളുടെ പ്രായം."

അവർ മൂന്നുപേരും ഭയങ്കര സന്തോഷത്തിൽ ആയിരുന്നു. അതിനിടയിൽ ഒരു വലിയ സംഭവം നടന്നു. കുഴിയിൽ നിന്ന് ഒരു വലിയ മണ്ണിര പുറത്തുവന്നു. അവർ ഭയന്നുപോയി. എന്നിട്ടും അവരുടെ സന്തോഷം കുറഞ്ഞില്ല. മദാം തെനാർദിയർ പറഞ്ഞു.''എത്രപെട്ടെന്നാണ് അവർ ഇണങ്ങിയത്. അവർ സഹോദരിമാരല്ലെന്ന് ആരും പറയില്ല.

ഒരുപക്ഷേ മറ്റേ അമ്മ പ്രതീക്ഷിച്ചുകൊണ്ടിരുന്നത് ഈ വാക്കുകൾ തന്നെ ആയിരുന്നിരിക്കണം. അവൾ മദാം തെനാർദിയറുടെ കൈയ്ക്കു കയറി പിടിച്ചു. "എന്റെ കുഞ്ഞിനെ കൂടി ഇവിടെ നിർത്താമോ?"

മദാം തെനാർദിയർ അത്ഭുതത്തോടെ ഒന്ന് അനങ്ങിയിരുന്നു. അത് അവർ സമ്മതിച്ചതിന്റെ ലക്ഷണമാണെന്ന് പറയാൻ കഴിയില്ല. പക്ഷേ പറ്റില്ലെന്ന് പറയുന്നതിനു പകരമാണെന്നും തോന്നിയില്ല. കൊസെത്തിന്റെ അമ്മ സംസാരം തുടർന്നു. "എനിക്ക് ജോലിക്കു പോകുമ്പോൾ അവളെ കൂടെ കൊണ്ടുപോകാൻ പറ്റില്ല. ഒരു കുട്ടിയുമായി ചെന്നാൽ ആരും എനിക്ക് ജോലിതരില്ല. ആളുകൾക്ക് നമ്മുടെ വിഷമം മനസിലാകില്ല. നിങ്ങളുടെ സത്രത്തിനു മുന്നിൽ എന്നെ കൊണ്ടുവന്നത് സത്യത്തിൽ ദൈവമാണ്. നിങ്ങളുടെ കുഞ്ഞുങ്ങളുടെ സന്തോഷം കണ്ടപ്പോൾ ഇവിടെ ഒരു നല്ല അമ്മ ഉണ്ടാകുമെന്ന് എനിക്ക് ഉറപ്പായിരുന്നു. അവർ മൂന്നുപേരും ഒരമ്മപെറ്റ മക്കളെപോലെ കഴിഞ്ഞുകൊള്ളും. ഞാൻ തിരിച്ചുവരാൻ അധികം താമസിക്കില്ല. എനിക്കുവേണ്ടി ഇവളെ ഇവിടെ നിൽക്കാൻ അനുവദിക്കില്ലേ?"

മദാം തെനാർദിയർ പറഞ്ഞു: "എനിക്ക് ഒന്ന് ആലോചിക്കണം.

"ഞാൻ മാസം ആറുഫ്രാങ്ക് തരാം."

പെട്ടെന്ന് അകത്തുനിന്ന് ഒരു പുരുഷന്റെ ശബ്ദം കേട്ടു.

''ഏഴു ഫ്രാങ്കിൽ കുറഞ്ഞു പറ്റില്ല. ആറുമാസത്തെ പണം മുൻകൂർ തരുകയും വേണം.''

മദാം തെനാർദിയർ പറഞ്ഞു. "ആറേഴ് നാൽപ്പത്തിരണ്ട്."

കൊസെത്തിന്റെ അമ്മ പറഞ്ഞു: "അതു ഞാൻ തരാം."

അകത്തുനിന്നു പുരുഷന്റെ ശബ്ദം വീണ്ടും കേട്ടു. "തുടക്കത്തിലേ മറ്റു ചെലവുകൾക്ക് പതിനഞ്ചു ഫ്രാങ്കുകൂടി വേണം."

മദാം തെനാർദിയർ പറഞ്ഞു: "അപ്പോൾ അൻപത്തേഴു ഫ്രാങ്ക്."

കണക്കു കൂട്ടുന്നതിനിടയിൽ മദാം തെനാർദിയർ അവ്യക്തമായി പാട്ടു പാടുന്നുണ്ടായിരുന്നു.

കൊസെത്തിന്റെ അമ്മ പറഞ്ഞു: "അതു ഞാൻ തരാം. എന്റെ കയ്യിൽ എൺപതു ഫ്രാങ്കുണ്ട്. ഞാൻ നടന്നുപോകുകയാണെങ്കിൽ നാട്ടിൽ എത്തിക്കഴിഞ്ഞും എന്റെ ആവശ്യത്തിനുള്ള പണം എന്റെ കയ്യിൽ ഉണ്ടാകും. അവിടെയെത്തിയാൽ ഞാൻ പണം സമ്പാദിക്കും. കുറച്ച് സമ്പാദ്യം ആയിക്കഴിയുമ്പോൾ ഉടൻതന്നെ ഞാൻ തിരിച്ചുവരും". പുരുഷന്റെ ശബ്ദം അകത്തുനിന്ന് വീണ്ടും തിരിച്ചെത്തി. ''കുട്ടിയുടെ വേഷം സൂക്ഷിക്കാൻ പെട്ടിയുണ്ടോ?'' മദാം തെനാർദിയർ പറഞ്ഞു. "അത് എന്റെ ഭർത്താവാണ്."

കൊസെത്തിന്റെ അമ്മ പറഞ്ഞു. "എന്റെ ചാക്കുസഞ്ചിക്കുള്ളിൽ അവളുടെ പെട്ടിയാണ്. നിങ്ങളുടെ ഭർത്താവാണെന്ന് എനിക്ക് മനസ്സിലായി. അവൾക്ക് ഡസൻകണക്കിന് ഉടുപ്പുണ്ട്. ഒരു സുന്ദരിക്കു വേണ്ടതിലധികം സിൽക്ക്

ഉടുപ്പുകൾ അവൾക്ക് ഉണ്ട്. അതെല്ലാം എന്റെ ചാക്കുസഞ്ചിക്കകത്ത് ഉണ്ട്." പുരുഷശബ്ദം വീണ്ടും ഇടപെട്ടു. "അതെല്ലാം ഇവിടെ ഏൽപ്പിച്ചിട്ടുവേണം പോകാൻ."

"തീർച്ചയായും ഞാൻ അതെല്ലാം ഇവിടെ ഏൽപ്പിക്കും. ഉടുക്കാൻ തുണിയില്ലാതെ ഞാൻ അവളെ ഇവിടെ വിട്ടിട്ടു പോകുമെന്നാണോ വിചാരിക്കുന്നത്?" കൊസെത്തിന്റെ അമ്മ പറഞ്ഞു.

ഉടമസ്ഥന്റെ മുഖം പ്രത്യക്ഷപ്പെട്ടു. അയാൾപറഞ്ഞു. "അതു ശരിയാണ്."

വിലപേശൽ അവസാനിച്ചു. അന്നു രാത്രി അവർ സത്രത്തിൽ താമസിച്ചു. പണം എണ്ണിക്കൊടുത്തതിനുശേഷം കുട്ടിയെ അവരുടെ കയ്യിൽ ഏൽപ്പിച്ചു. ഉടൻതന്നെ തിരിച്ചെത്താമെന്നുള്ള വിശ്വാസത്തോടെ അവർ ചാക്കുസഞ്ചിയുമെടുത്ത് യാത്രയായി. കുട്ടിയുടെ വേഷങ്ങൾ മാറ്റിക്കഴിഞ്ഞപ്പോൾ സഞ്ചിക്ക് ഭാരം ഉണ്ടായിരുന്നില്ല. അവരുടെ വേർപിരിയൽ ശാന്തമായിരുന്നു. പക്ഷേ അവിടെ നിരാശ തളം കെട്ടിയിരുന്നു.

തെനാർദിയറിന്റെ ഒരു അയൽക്കാരൻ അവരെ വഴിയിൽവെച്ച് കാണാൻ ഇടയായി. അയാൾ വീട്ടിൽ എത്തിയപ്പോൾ പറഞ്ഞു. "ഞാൻ ഇപ്പോൾ വഴിയിൽ ഒരു സ്ത്രീയെ കണ്ടു. ചങ്കു പൊട്ടുന്ന കരച്ചിലാണ് അവർ കരയുന്നത്."

കൊസെത്തിന്റെ അമ്മ പോയിക്കഴിഞ്ഞപ്പോൾ തെനാർദിയർ ഭാര്യയോടു പറഞ്ഞു. "നാളെ തിരിച്ചുവാങ്ങേണ്ട നൂറ്റിപത്തു ഫ്രാങ്കിന്റെ കടപത്രത്തിന് ഇതുമതിയാകും. എന്റെ കയ്യിൽ അൻപതു ഫ്രാങ്ക് കുറവായിരുന്നു. അല്ലെങ്കിൽ എന്റെ ഗതി എന്താണെന്ന് നിനക്ക് അറിയാമോ? എന്റെ പിറകേ പോലീസും ബഹളോം ആയിരുന്നേനെ. എന്തായാലും കുട്ടികളെകൊണ്ട് എലിക്കെണി വയ്ക്കാമെന്ന് നീ തെളിയിച്ചു."

സ്ത്രീ പറഞ്ഞു. "ഞാൻ അത് അറിഞ്ഞിരുന്നില്ല."

2. രണ്ട് സംശയകരമായ മുഖങ്ങൾ

പിടികൂടിയ എലി ഒരു കുഞ്ഞെലി ആയിരുന്നു. പക്ഷേ ഒരു കുഞ്ഞെലി ആയിരുന്നിട്ടും പൂച്ചയ്ക്ക് അതൊരു വിജയാഹ്ലാദത്തിന് കാരണമായി.

ഈ തെനാർദിയറമ്മാർ ആരായിരുന്നു.? നമുക്ക് ഇപ്പോൾ അവരെപ്പറ്റി ഒരു വാക്ക് മാത്രം പറയാം. പതുക്കെപതുക്കെ അവരുടെ ചിത്രം നമുക്ക് പൂർണമാക്കാം.

താഴേത്തട്ടിൽ നിന്ന് ഉയർന്നുവരുന്നവരും മേൽത്തട്ടിൽ നിന്ന് തലകുത്തി വീഴുന്ന ബുദ്ധിമാന്മാരും ഉൾപ്പെടുന്ന അടിസ്ഥാനവർഗത്തിനും മധ്യവർഗത്തിനും ഇടയിലുള്ള പിതൃത്വം വ്യക്തമാകാത്ത ഒരു പ്രത്യേക വർഗം ഉണ്ട്. അവർ ഈ വർഗത്തിൽപ്പെട്ടവർ ആയിരുന്നു. മേൽത്തട്ടുകാരന്റെ വൃത്തികെട്ട ശീലങ്ങളും താഴേത്തട്ടിലുള്ളവന്റെ എല്ലാ തിന്മകളും ഇവരിൽ സമ്മേളിച്ചിട്ടുണ്ടാവും. എന്നാൽ കൂലിവേലക്കാരന്റെ ഔദാര്യമോ ഇടത്തരക്കാരന്റെ മാന്യതയോ ഇവർക്ക് ഉണ്ടാകില്ല.

ഒരു മങ്ങിയ തീപ്പൊരി വീണാൽ ഇവർ ആളിക്കത്തും. അത്തരം വരണ്ടുണങ്ങിയ മാനസികാവസ്ഥയാണ് അവർക്ക് ഉള്ളത്. സ്ത്രീക്ക് മൃഗീയത ഉണ്ടായിരുന്നു. പുരുഷൻ ശരിക്കും കൊള്ളക്കാരൻ തന്നെയായിരുന്നു. എന്നാൽ അവരുടെ തിന്മ ഒളിച്ചു വെക്കാൻ രണ്ടുപേർക്കും കഴിവ് വേണ്ടതിൽ അധികം

ഉണ്ട്. ഞണ്ടിനെപ്പോലെ ഇവർ എപ്പോഴും ഇരുട്ടിലേക്ക് ഇഴഞ്ഞുകയറും. മുന്നോട്ട് തള്ളിവിടാതെ ഇവർ ജീവിതത്തെ എപ്പോഴും പിന്നോട്ട് വലിച്ചുകൊണ്ടിരിക്കും. അവരുടെ ജീവിതപരിചയം അവരുടെ വൈകൃതങ്ങൾ വർധിപ്പിക്കുന്നതിനാണ് അവർ പ്രയോജനപ്പെടുത്തുന്നത്. അവർ കൂടുതൽ മോശപ്പെട്ട പ്രവൃത്തികൾ തുടർന്നുകൊണ്ടിരിക്കും. അവർ ബലമായ കാലുകൾ അമർത്തി ചവുട്ടി കുത്തനെയുള്ള കയറ്റം കയറി ഒടുവിൽ ഹൃദയശൂന്യതയുടെ കൊടുമുടിയിൽ എത്തിച്ചേരും. ഈ സ്ത്രീയും പുരുഷനും ഇത്തരത്തിലുള്ള മനസുകളുടെ ഉടമകൾ ആയിരുന്നു.

സാമുദ്രികാശാസ്ത്രപണ്ഡിതന് തെനാർദിയർ പ്രത്യേകിച്ചും ഒരു കീറാമുട്ടിയായിരിക്കും. ചില മനുഷ്യരെ ഒറ്റനോട്ടത്തിൽതന്നെ നമുക്ക് അവിശ്വസിക്കാൻ കഴിയും. അവരുടെ മനസിലെ ഇരുട്ട് രണ്ടുതരത്തിൽ നമുക്ക് അനുഭവപ്പെടും. അവർ ചെയ്തുകൂട്ടിയ കാര്യങ്ങൾ കൊണ്ട് അവർ അസ്വസ്ഥരായിരിക്കും. അവർ ഭാവിയിൽ ചെയ്യാൻ പോകുന്നത് ഭയപ്പെടുത്തുന്ന കാര്യങ്ങൾ ആയിരിക്കും. അവർ രഹസ്യങ്ങളുടെ കലവറ ആയിരിക്കും. അവർ ചെയ്ത കാര്യങ്ങളിലുടെ ഉത്തരം നമുക്ക് കണ്ടെത്താൻ കഴിയില്ല. അവർ ചെയ്യാൻ പോകുന്നത് എന്താണെന്ന് നമുക്ക് പറയാൻ കഴിയില്ല. അവരുടെ നിഴൽവീണ നോട്ടം അവരെത്തന്നെ കുറ്റപ്പെടുത്തുന്നു. അവരുടെ വാക്കിലും ആംഗ്യത്തിൽപോലും ഭൂതകാലത്ത് അവർ ചെയ്ത രഹസ്യകുറ്റങ്ങളുടെയും ഭാവിയിൽ അവർ ചെയ്യാൻ പോകുന്ന ഇരുണ്ട നിഗൂഢതകളുടെയും സൂചനകൾ നമുക്ക് കാണാൻ കഴിയും.

നമുക്ക് അയാളെ വിശ്വസിക്കാമെങ്കിൽ തെനാർദിയർ പണ്ട് ഒരു പട്ടാളക്കാരൻ ആയിരുന്നു. താൻ സാർജന്റ് ആയിരുന്നു എന്നാണ് അയാൾ പറയുന്നത്. ഒരുപക്ഷേ 1815 ലെ യുദ്ധകാലത്ത് അയാൾ പട്ടാളത്തിൽ ഉണ്ടായിരുന്നിരിക്കാം. ഇപ്പോഴത്തെ അയാളുടെ പ്രവൃത്തികൾ വെച്ചുനോക്കുമ്പോൾ യുദ്ധക്കളത്തിൽ അയാളുടെ പരാക്രമം കുറഞ്ഞുപോകാൻ ഇടയില്ല. അയാളുടെ ധൈര്യം എന്തിലൊക്കെ ആയിരുന്നു എന്ന് നമുക്ക് പിന്നീട് കാണാം. പട്ടാളത്തിലെ അയാളുടെ അഭ്യാസങ്ങളുടെ ഒരു പരോക്ഷ സൂചനയാണ് സത്രത്തിനു മുന്നിൽ തൂക്കിയിട്ടിരിക്കുന്ന ചിത്രം നമുക്ക് നൽകുന്നത്. ആ ചിത്രം അയാൾ സ്വയം വരച്ചതാണ്. എന്തു കാര്യവും വൃത്തികെട്ട രീതിയിൽ ചെയ്യേണ്ടത് എങ്ങനെയാണെന്ന് സാമാന്യം ഭേദപ്പെട്ടരീതിയിൽ തന്നെ അയാൾക്ക് അറിവുണ്ട്.

ആ കാലം പഴയ ഉൽക്കൃഷ്ട കാൽപ്പനികതയുടെ പ്രണയസങ്കൽപ്പങ്ങളിൽ മാറ്റം വന്ന കാലമായിരുന്നു. മദ്മ്വാസെൽ സുദേറിയിൽ നിന്ന് മദാം ബുർനൊങ്-മലാറിലേക്കും മദാം ദ് ലഫയേത്തിന്റെ അടുത്തുനിന്ന് മദാം ബർത്തലോമി ഫദോവിന്റെ അടുത്തേക്കും എത്തിപ്പെട്ട് പ്രണയകഥകൾക്ക് കൂടുതൽ കൂടുതൽ അപചയം സംഭവിച്ചുകഴിഞ്ഞിരുന്നു. പാരീസിലെ വീട്ടുകാവൽക്കാരികളുടെ സ്നേഹമുള്ള മനസുകളിൽപോലും അതു കോരിയിട്ടിരുന്നു. പാരീസിനു ചുറ്റുമുള്ള പ്രദേശങ്ങളിലും ചെറിയതോതിൽ അത് നാശം വിതറി. മദാം തെനാർദിയറിന് ഇത്തരം പുസ്തകങ്ങൾ വായിക്കാനുള്ള ബുദ്ധിയുണ്ടായിരുന്നു. അതുകൊണ്ട് അൽപ്പം സ്വഭാവദാർഢ്യം ഉള്ള ഒരു തെമ്മാടിയും, ഒരേസമയം പരുക്കനും പരിഷ്കാരിയും കറകളഞ്ഞ വിഡ്ഢിയുമായ അവരുടെ ഭർത്താവിനോടുള്ള മനോഭാവം ഒരുതരം വിഷാദമായിരുന്നു. അവർക്ക്

അയാളേക്കാൾ പന്ത്രണ്ടോ പതിനഞ്ചോ വയസ്സു കുറവാണ്. കാലം കഴിഞ്ഞപ്പോൾ പഴയ കാമുകിയുടെ മുടിച്ചുരുളുകളിൽ നിന്ന് നര കയറിക്കഴിഞ്ഞപ്പോൾ മദാം തെനാർദിയർ പഴയ കഥയില്ലാത്ത പ്രണയകഥകളുടെ ഭാരം ചുമക്കുന്ന ദുഷ്ടയും നികൃഷ്ടയുമായി മാറി. മണ്ടത്തരങ്ങൾ വായിക്കുന്നതുകൊണ്ട് അപകടങ്ങൾ ഉണ്ടാകും. മൂത്ത മകൾക്ക് എപ്പൊനൈൻ എന്നും ഇളയവൾക്ക് ഗുൽനാർ എന്നും പേരിട്ടു. ദ്യുക്രെ-ദ്യു മിനിലിന്റെ ഒരു നോവൽകാരണമായിരിക്കണം ഇളയവളുടെ പേര് ഒടുവിൽ അസൽമ എന്നായി മാറി.

ഞങ്ങൾ ഇവിടെ വിവരിക്കുന്ന കാലഘട്ടത്തിലെ എല്ലാ കാര്യങ്ങളും പരിഹാസ്യവും കഴമ്പില്ലാത്തതും ആയിരുന്നു എന്ന് മാമോദീസപേരുകളുടെ അരാജകത്വസ്വഭാവം മാത്രം കണക്കിലെടുത്ത് നമുക്ക് പറയാൻ കഴിയില്ല. നമ്മൾ മനസിലാക്കിയ കാൽപ്പനികതയ്ക്ക് അപ്പുറം സാമൂഹ്യമായ ഒരു സൂചനകൂടി ഈ പേരുകളിൽ അടങ്ങിയിട്ടുണ്ട്. ഇന്ന് ആർതർ എന്നും അൽഫോൺസ് എന്നും ആൽഫ്രഡ് എന്നും പേരുകൾ ഉള്ള ഇടയകുട്ടികളെ കണ്ടുമുട്ടാൻ നമുക്ക് ഒരു ബുദ്ധിമുട്ടും ഇല്ല. അതുപോലെ പ്രഭുക്കന്മാർ ആരെങ്കിലും അവശേഷിച്ചിട്ടുണ്ടെങ്കിൽ അവരുടെ ഇടയിൽ ഒരു തോമസോ പീറ്ററോ തീർച്ചയായും ഉണ്ടായിരിക്കും. സാധാരണക്കാരന് ഭംഗിയുള്ള പേരുകൾ വന്നതും കുലീനരുടെ സ്ഥാനപ്പേരുകളിൽ വ്യത്യാസം വന്നതും സമത്വത്തിലേക്കുള്ള വേലിയേറ്റം സൃഷ്ടിച്ച ചുഴലിക്കാറ്റായി കണക്കാക്കാം. തടഞ്ഞു നിർത്താൻ കഴിയാത്ത ഈ പുതിയ പ്രചോദനം പ്രബലപ്പെട്ടതിനു പിന്നിൽ വളരെ ആഴവും വലുപ്പവുമുള്ള ഒരു സത്യം ഒളിച്ചിരിക്കുന്നുണ്ടായിരുന്നു – ഫ്രഞ്ചു വിപ്ലവം.

3. വാനമ്പാടി

ദുഷ്ടനായതുകൊണ്ട് മാത്രം എപ്പോഴും പുരോഗതി ഉണ്ടാകണമെന്ന് പറയാൻ കഴിയില്ല. സത്രം വിജയമായിരുന്നില്ല.

ഫന്തീനിന്റെ അൻപത്തിഏഴു ഫ്രാങ്കിനു വേണം നന്ദി പറയാൻ. തെനാർദിയറിന് ഒരു വഴക്ക് ഒഴിവാക്കാൻ പറ്റി. അയാളുടെ ഒപ്പിന് വിലയുണ്ടായി. അടുത്ത മാസവും അവർക്ക് പണത്തിന്റെ ആവശ്യം വന്നു. കൊസെത്തിന്റെ പെട്ടിയുമെടുത്ത് മദാം തെനാർദിയർ പാരീസിലേക്ക് പോയി. ആറു ഫ്രാങ്കിനു അവർ അതു പണയം വെച്ചു. പണം ചെലവായിക്കഴിഞ്ഞപ്പോൾ കൊസെത്തിനോടുള്ള അവരുടെ പെരുമാറ്റത്തിൽ മാറ്റംവന്നു. അനുകമ്പകൊണ്ട് താമസിപ്പിച്ചിരിക്കുന്ന ഒരു പെൺകുട്ടിയോട് പെരുമാറുംപോലെ അവർ അവളോട് ഇടപെടാൻ തുടങ്ങി. വസ്ത്രങ്ങൾ നഷ്ടപ്പെട്ടു കഴിഞ്ഞപ്പോൾ തെനാർദിയറിന്റെ കുട്ടികൾ ഉപേക്ഷിക്കുന്ന വേഷങ്ങൾ അവൾ ധരിച്ചു. അവർ ഒരു പട്ടിയുടെ ഭക്ഷണത്തേക്കാൾ അൽപ്പം കൂടി മെച്ചപ്പെട്ടതും പൂച്ചയ്ക്കുകൊടുക്കുന്ന ഭക്ഷണത്തോളം മെച്ചമല്ലാത്തതും ആയ ആഹാരമായിരുന്നു അവൾക്ക് കൊടുത്തിരുന്നത്. പൂച്ചയും പട്ടിയും അവളോടൊപ്പം ആഹാരം കഴിച്ചു. മേശയ്ക്കടിയിൽ ഒരുമിച്ചിരുന്ന് ഒരേപോലുള്ള തടിപാത്രത്തിലായിരുന്നു അവർ ആഹാരം കഴിച്ചിരുന്നത്.

അവളുടെ അമ്മ എംൽ എത്തി അവിടെ ഒരു സ്ഥലം കണ്ടെത്തിക്കഴിഞ്ഞിരുന്നു. അതു നമുക്ക് പിന്നീട് കാണാം. എല്ലാ മാസവും മകളുടെ വിശേഷങ്ങൾ അന്വേഷിച്ചുകൊണ്ട് അമ്മ എഴുത്ത് എഴുതി. അല്ലെങ്കിൽ മറ്റാരോ അവൾക്കുവേണ്ടി എഴുത്തുകൾ എഴുതി. തെനാർദിയറമ്മാർ കൃത്യമായി അതിനെല്ലാം മറുപടി അയച്ചു.

"കൊസെത്തിന് ഇവിടെ പരമസുഖമാണ്."

ആറുമാസം കഴിഞ്ഞു. അമ്മ ഏഴാമത്തെ മാസത്തെ ചെലവിന് ഏഴു ഫ്രാങ്ക് അയച്ചുകൊടുത്തു. പിന്നീട് എല്ലാ മാസവും അവൾ മുറതെറ്റാതെ പണം അയച്ചുകൊണ്ടിരുന്നു. ഒരു വർഷം കഴിയുന്നതിനു മുൻപുതന്നെ തെനാർദിയർ പറഞ്ഞു. "അവളുടെ ഏഴു ഫ്രാങ്ക് എന്തിനു തികയും എന്നാണ് അവളുടെ വിചാരം?" അയാൾ പിന്നീട് പന്ത്രണ്ടു ഫ്രാങ്ക് ചെലവിനു വേണമെന്ന് എഴുത്ത് എഴുതി. അമ്മ അതു സമ്മതിച്ചു.മകൾക്കു സുഖമാണെന്ന് അവർ അമ്മയെ ധരിപ്പിച്ചിരുന്നു. അവൾ അവർക്ക് പന്ത്രണ്ടു ഫ്രാങ്ക് അയച്ചുകൊടുത്തു.

ഒരിടത്ത് സ്നേഹം തോന്നണമെങ്കിൽ മറ്റൊരിടത്ത് വെറുപ്പ് തോന്നിയിരിക്കണം എന്ന് ചിലർക്ക് നിർബന്ധം ഉണ്ട്. മദാം തെനാർദിയറിന് അവരുടെ കുട്ടികളോട് ഭയങ്കര സ്നേഹമായിരുന്നു. അത് കൊസെത്തിനോട് അവർക്ക് വെറുപ്പു തോന്നാനുള്ള കാരണമായി. ഒരമ്മയുടെ സ്നേഹത്തിന് ഇത്തരം ഇരുണ്ട വശമുണ്ട് എന്ന് ചിന്തിക്കാൻ സത്യത്തിൽ വിഷമമുണ്ട്. ആ വീടിനുള്ളിൽ കൊസെത്തിനു കഴിഞ്ഞുകൂടാൻ അൽപ്പം സ്ഥലം മതിയായിരുന്നു. പക്ഷേ ഈ അൽപ്പം സ്ഥലം തന്റെ കുട്ടികൾക്ക് നഷ്ടപ്പെടുന്നതായി മദാം തെനാർദിയറിനു തോന്നി. അവൾ ശ്വസിക്കുന്നതുകൊണ്ട് തന്റെ കുട്ടികൾക്ക് കിട്ടേണ്ട വായുവിൽ കുറവുവരുന്നുണ്ടെന്നായിരുന്നു മദാം തെനാർദിയറിന്റെ വിശ്വാസം. അവരെപ്പോലുള്ള മറ്റെല്ലാ സ്ത്രീകളും കയ്യിൽ കരുതുന്ന തരത്തിൽ, ഓരോ ദിവസവും വിതരണം ചെയ്യാനുള്ള തലോടലുകളും തല്ലുകളും അസഭ്യങ്ങളും മദാം തെനാർദിയറുടെ കൈവശവും ഉണ്ടായിരുന്നു. എന്നാൽ ഇത്രയും കഠിനശിക്ഷകൾ ഏറ്റെടുക്കാൻ ബാധ്യതയുള്ള ഒരു കൊടുങ്കാറ്റാണ് താൻ എന്ന തോന്നൽ കൊസെത്തിന് ഉണ്ടായിരുന്നില്ല. അവൾക്ക് ലോകത്തെപ്പറ്റി അറിയില്ല. ദൈവത്തെപ്പറ്റി അറിയില്ല. സ്ഥിരമായി വഴക്കുംകേട്ട് അടിയുംകൊണ്ടാണ് താൻ ജീവിക്കുന്നതെന്ന് മാത്രം അവൾക്ക് അറിയാമായിരുന്നു. കൂടാതെ തന്നെപ്പോലെ മറ്റു രണ്ടുപേർ ആഡംബരങ്ങളുടെ ദീപ്തിവലയത്തിനുള്ളിൽ കഴിയുന്നുണ്ടെന്നും അവൾ മനസിലാക്കിയിരുന്നു.

കൊസെത്തിനോട് മദാം തെനാർദിയർ ദയ കാണിച്ചില്ല. എപ്പോണൈനും അസൽമയും അതുപോലെതന്നെ അവളോടു പെരുമാറി. ആ പ്രായത്തിലുള്ള കുട്ടികൾ വലുപ്പത്തിൽ ചെറുതായിരിക്കും എന്നതൊഴിച്ചാൽ അവർ അമ്മമാരുടെ തനിപ്പകർപ്പുകൾ ആയിരിക്കും. ഒരു വർഷം കഴിഞ്ഞു. പിന്നീട് രണ്ടുവർഷം കടന്നുപോയി.

ഗ്രാമത്തിലുള്ളവർ പരസ്പരം പറഞ്ഞു. "തെനാർദിയറും വീട്ടുകാരും എന്തു നല്ല മനുഷ്യരാണ്. അവർ പണക്കാരല്ല. എന്നിട്ടും അവർ ആ കുട്ടിയെ സംരക്ഷിക്കുന്നു. ആരോ അതിനെ ഉപേക്ഷിച്ചുപോയതാണ്."

കൊസെത്തിന്റെ അമ്മ അവളെ മറന്നുകഴിഞ്ഞെന്നാണ് അവർ വിചാരിച്ചത്.

ഈ സമയത്ത് കുട്ടി വിവാഹം കഴിഞ്ഞ് ജനിച്ചതല്ലെന്ന് ഏതോ രഹസ്യ വഴിയിലൂടെ തെനാർദിയർ അറിഞ്ഞുകഴിഞ്ഞിരുന്നു. അയാൾ പറഞ്ഞു. "ജന്തു വളർന്നതുകൊണ്ട് കൂടുതൽ ഭക്ഷണം വേണം. അവൾക്ക് എന്നെ കളിപ്പിക്കാൻ പറ്റില്ല. അവളുടെ കുട്ടിയുടെ രഹസ്യം പുറത്താക്കി ഞാൻ അവളെ തറപറ്റിക്കും." കുട്ടിയെ പറഞ്ഞുവിടുമെന്ന് ഭീഷണിപ്പെടുത്തി അയാൾ പതിനഞ്ചു ഫ്രാങ്ക് മാസം കിട്ടണമെന്ന് ആവശ്യപ്പെട്ടു. അയാൾ ആവശ്യപ്പെട്ട പതിനഞ്ചുഫ്രാങ്കും അമ്മ

അയച്ചുകൊടുത്തു. വർഷങ്ങൾ കഴിയുന്തോറും കുട്ടി വളർന്നു. ഒപ്പം അമ്മയുടെ കഷ്ടപ്പാടുകളും.

കൊസെത്ത് കുഞ്ഞായിരുന്നപ്പോൾ മറ്റ് രണ്ടുകുട്ടികൾ എല്ലാത്തിനും അവളെ ബലിയാടാക്കി. എന്നാൽ വളർന്നുതുടങ്ങിയപ്പോൾ അഞ്ചുവയസിനു മുൻപു തന്നെ അവൾ ആ വീട്ടിലെ ജോലിക്കാരിയായി മാറി.

അഞ്ചു വയസിൽ അങ്ങനെ സംഭവിക്കില്ലെന്ന് പറയുന്നവർ ഉണ്ടാകും. പക്ഷേ അതാണു സത്യം. സമൂഹം നൽകുന്ന കഷ്ടപ്പാടുകൾ ഏതു പ്രായത്തിലും ആരംഭിക്കും. ദ്യുമെല്ലോറിന്റെ വിചാരണ അടുത്തകാലത്താണ് നമ്മൾ കണ്ടത്. അവന്റെ ബാല്യം മുതലുള്ള അനാഥത്വമാണ് ദ്യുമെല്ലോറിനെ കൊള്ളക്കാരൻ ആക്കിയത്. ഔദ്യോഗിക രേഖകൾ പറയുന്നത് ലോകത്തിൽ ഒറ്റയ്ക്കായിരുന്ന അവൻ അഞ്ചു വയസ്സുമുതൽ സ്വന്തം ഉപജീവനമാർഗം കണ്ടെത്തിയിരുന്നു എന്നാണ്. “ജീവിക്കുവാൻ വേണ്ടിയുള്ള മോഷണം ആയിരുന്നു ഔദ്യോഗിക രേഖകളിൽ പറയുന്ന അവന്റെ ഉപജീവനമാർഗം.”

ഓരോരോ ആവശ്യങ്ങൾക്കായി അവളെ അവർ ഓടിച്ചിരുന്നു. മുറിയും മുറ്റവും നിരത്തും അവൾ തൂത്തുവാരി. പാത്രം കഴുകി. കൊസെത്തിനെകൊണ്ട് അവർ ഭാരംവരെ ചുമപ്പിച്ചു. എം–ൽ താമസിച്ചിരുന്ന അവളുടെ അമ്മയുടെ ഭാഗത്തുനിന്നും പണം അയയ്ക്കാൻ ഇടയ്ക്ക് താമസം നേരിട്ടു. ഏതാനും മാസത്തെ പണം ഇപ്പോൾതന്നെ കടമായിക്കഴിഞ്ഞിരുന്നു. തെനാർദിയറുടെയും ഭാര്യയുടെയും അവളോടുള്ള പെരുമാറ്റത്തിന് അതോടെ ഇരട്ടി ആധികാരികത കൈവന്നു.

മൂന്നു വർഷത്തിനുശേഷം അവളുടെ അമ്മ മോങ് ഫെർമിയെയിൽ തിരിച്ചു വന്നിരുന്നെങ്കിൽ അവർക്ക് മകളെ തിരിച്ചറിയാൻ കഴിയില്ലായിരുന്നു. ആ വീട്ടിൽ എത്തുമ്പോൾ ഒരു കൊച്ചു സുന്ദരിയായിരുന്ന കൊസെത്ത് ഇപ്പോൾ വിളറിപ്പോയിരിക്കുന്നു. ശരീരം ഇപ്പോൾ അസ്ഥി മാത്രമാണ്. അവളുടെ മുഖത്ത് അസ്വസ്ഥത നിഴലിച്ചിട്ടുണ്ട്. തെനാർദിയറും ഭാര്യയും അതുകാണുമ്പോൾ പറയും: “അവൾ ഭയങ്കര സൂത്രക്കാരിയാണ്.”

നീതികേട് അവളുടെ സന്തോഷം കെടുത്തി. കഷ്ടപ്പാടുകൾ അവളെ വിരൂപയാക്കി. അവളുടെ ഭംഗിയുള്ള കണ്ണുകൾ മാത്രം അവശേഷിച്ചു. വലിയ കണ്ണുകൾ അവളുടെ മുഖത്തിന്റെ വലുപ്പം കൂട്ടി. അവ കാണുന്നതുപോലും മറ്റൊരു ദുഃഖമായി മാറി.

മഞ്ഞുകാലത്ത് നേരം പുലരുന്നതിനു മുൻപ് ഒരു പരുക്കൻ കുപ്പായത്തിന്റെ കീറത്തുണിക്കുള്ളിൽ തണുത്തുവിറച്ചുകൊണ്ട്, കഷ്ടിച്ച് ആറുവയസുള്ള ഒരു പെൺകുട്ടി അവളുടെ ചുവന്ന കയ്യിൽ അവളേക്കാൾ വലിയ ഒരു ചൂലും ചുമന്ന്, അവളുടെ വലിയ കണ്ണുകളിൽ തളം കെട്ടിയ കണ്ണുനീർത്തുള്ളികളുമായി നിരത്തു തൂത്തുവാരുന്ന കാഴ്ച ആരേയും വേദനിപ്പിക്കുന്നതായിരുന്നു.

പുസ്തകം 5

അവരോഹണം

1. പുരോഗതിയുടെ ചരിത്രം

മോങ് ഫെർമിയെയിലെ താമസക്കാർക്ക് തോന്നിയപോലെ കുട്ടിയെ ഉപേക്ഷിച്ചുപോയ അമ്മയ്ക്ക് എന്താണ് സംഭവിച്ചത്? അവൾ എവിടെയായിരുന്നു? അവൾ എന്താണ് ചെയ്തിരുന്നത്?

തെനാർദിയറുടെ അടുത്ത് കുട്ടിയെ ഏൽപ്പിച്ചതിനുശേഷം അവൾ യാത്ര തുടർന്നു. അവൾ എം എന്ന സ്ഥലത്ത് എത്തിച്ചേർന്നു. ഇത് 1818 ൽ ആയിരുന്നെന്ന് ഓർമിക്കണം.

പന്ത്രണ്ടുവർഷം മുമ്പായിരുന്നു ഫന്തീൻ അവിടം വിട്ടു പാരീസിലേക്കു പോയത്. ഇപ്പോൾ അവിടം ആകെ മാറിപ്പോയിരുന്നു. ഫന്തീൻ കഷ്ടപ്പാടുകളിൽ നിന്ന് കഷ്ടപ്പാടുകളിലേക്ക് മുങ്ങിത്താഴ്ന്ന് കൊണ്ടിരുന്നപ്പോൾ അവളുടെ ഗ്രാമം പുരോഗതിയുടെ പടവുകൾ താണ്ടുകയായിരുന്നു.

കഴിഞ്ഞ രണ്ടുവർഷങ്ങൾക്കുള്ളിൽ അവിടം വ്യാവസായികമായ പുരോഗതി നേടി. അവിടത്തെ ചെറിയ സമൂഹത്തിൽ അതു വലിയ സംഭവം ആയിരുന്നു.

ഈ ചുറ്റുപാടുകൾക്ക് പ്രാധാന്യം ഉണ്ട്. അതു പ്രത്യേകം എടുത്ത് പറയേണ്ടതാണെന്ന് ഞങ്ങൾ കരുതുന്നു. ഇംഗ്ലീഷ് രീതിയിൽ കറുത്ത കല്ലിലും ജർമൻ രീതിയിൽ കറുത്ത കണ്ണാടിയിലുമുള്ള ആഭരണങ്ങളുടെയും മറ്റു ചില്ലറ സാധനങ്ങളുടെയും കൃത്രിമ അനുകരണങ്ങൾ നിർമിക്കുന്ന ഒരു കൈത്തൊഴിൽ ആ പ്രദേശത്തുള്ളവർ അനാദികാലം മുതൽ ഏർപ്പെട്ടിരുന്നു. അസംസ്കൃത വസ്തുക്കളുടെ വിലകൂടുതൽ കാരണം ഈ വ്യവസായം എന്നും നഷ്ടത്തിലാണ് നടന്നുകൊണ്ടിരുന്നത്. നിർമാതാക്കളെ ഇതു കാര്യമായി ബാധിച്ചു. ഫന്തീൻ തിരിച്ചുവരുന്ന സമയത്ത് എം–ൽ വലിയ വ്യത്യാസങ്ങൾ വന്നു കഴിഞ്ഞിരുന്നു. 1815 ൽ അറിയപ്പെടാത്ത ഒരു മനുഷ്യൻ അവിടെ എത്തി വേരുറപ്പിച്ചു. ആഭരണ സാമഗ്രികളുടെ നിർമാണത്തിൽ കൃത്രിമ പശയ്ക്കു പകരം മരക്കറ ഉപയോഗിക്കാം എന്ന പുതിയ ആശയം അയാൾ അവിടെ പ്രാവർത്തികമാക്കി.

അതുകൂടാതെ കങ്കണങ്ങൾ നിർമിക്കുമ്പോൾ അറ്റങ്ങൾ ഉരുക്കിച്ചേർക്കുന്നതിനു പകരം ലോഹത്തിന്റെ അഗ്രഭാഗങ്ങൾ വളച്ച് അയാൾ പ്രത്യേകതരം കൊളുത്തുകൾ ഉണ്ടാക്കി.

ഈ ചെറിയ വ്യത്യാസം ഒരു വിപ്ലവം തന്നെ സൃഷ്ടിച്ചു.

ഈ ചെറിയ വ്യത്യാസം സത്യത്തിൽ അസംസ്കൃത സാധനങ്ങളുടെ വിലയിൽ വൻകുറവുതന്നെ വരുത്തി. ഒന്നാമതായി ഇതു കാരണം ജോലിക്കാരുടെ വേതനത്തിൽ വർധനവ് ഉണ്ടായി. രാജ്യത്തിന് അത് പ്രയോജനമായി. രണ്ടാമത് ഉൽപ്പന്നങ്ങളുടെ ഗുണനിലവാരം ഉയർന്നു. ഉപഭോക്താവിന് അത് ഗുണം ചെയ്തു. മൂന്നാമതായി ലാഭം മൂന്നിരട്ടി വർധിച്ചിട്ടും കുറഞ്ഞ വിലയ്ക്ക് ആഭരണങ്ങൾ വിൽക്കാൻ കഴിഞ്ഞു.

അങ്ങനെ നിർമാതാവിന് ലാഭം കൂടുതൽ നേടാൻ കഴിഞ്ഞു. അങ്ങനെ ഒറ്റ ആശയംകൊണ്ട് മൂന്ന് ഫലങ്ങൾ ഉണ്ടായി. മൂന്നുവർഷം കൊണ്ട് പുതിയ പ്രക്രിയ കണ്ടുപിടിച്ച മനുഷ്യൻ ധനവാനായി. അതു നല്ല കാര്യം. അതിലുപരി അയാൾക്കുചുറ്റും ഉള്ളവരും കൂടുതൽ ധനികരായി. അത് അതിലും നല്ല കാര്യം. അയാൾ അവിടെ ഒരു അപരിചിതൻ ആയിരുന്നു. അയാൾ എവിടെ ജനിച്ചെന്നോ, അവിടെ എത്തുന്നതിനു മുൻപ് അയാളുടെ ചരിത്രം എന്തായിരുന്നെന്നോ ഒരു മനുഷ്യർക്കും അറിവുണ്ടായിരുന്നില്ല.

പത്തു മുന്നൂറു ഫ്രാങ്കും കൊണ്ടാണ് അയാൾ എം–ൽ എത്തിയത് എന്ന കഥ നാട്ടിൽ പാട്ടാണ്.

ഈ ചെറിയ തുകകൊണ്ട് പുതുമയുള്ള ഒരു ആശയത്തിന്റെ ബലത്തിൽ ശ്രദ്ധയോടെ പടിപടിയായി അയാൾ തനിക്കും നാട്ടുകാർക്കും ഭാഗ്യം കൊണ്ടുവരുകയായിരുന്നു.

ഡിസംബറിലെ ഒരു സന്ധ്യക്കായിരുന്നു അയാൾ പട്ടണത്തിൽ വന്നത്. കയ്യിൽ ഒരു മുൾവടിയും പുറത്ത് മാറാപ്പുമായി അയാൾ പട്ടണത്തിൽ വന്ന സമയത്ത് അവിടെ ഒരു തീപിടുത്തം ഉണ്ടായി. ജീവൻ പോലും വകവയ്ക്കാതെ അയാൾ ആ വീട്ടിലേക്ക് ഓടിക്കയറി രണ്ടു കുട്ടികളെ ആ തീയിൽനിന്ന് രക്ഷപ്പെടുത്തി. അത് സൈനികമേധാവിയുടെ കുട്ടികളായിരുന്നു എന്ന് പിന്നീടാണ് അറിഞ്ഞത്. ആ സമയത്തെ വെപ്രാളവും അയാളോട് തോന്നിയ കടപ്പാടും കാരണം ആരും അയാളുടെ പാസ്പോർട്ടിനെക്കുറിച്ച് ആലോചിക്കുകപോലും ചെയ്തില്ല. അന്നുമുതൽ ഫാദർ മദലിയെൻ എന്ന പേരിലാണ് നാട്ടുകാർ അയാളെ വിളിച്ചിരുന്നത്.

2. മദലിയെൻ

അയാൾക്ക് ഏതാണ്ട് അൻപതു വയസ്സ് പ്രായം വരും. എപ്പോൾ കണ്ടാലും അയാൾ എന്തോ ആലോചനയിലാണെന്ന് തോന്നും. പെരുമാറ്റത്തിൽ അയാൾ വളരെ മാന്യനായിരുന്നു. അയാളെപ്പറ്റി പറയാനുള്ള കാര്യങ്ങൾ ഇത്രമാത്രമാണ്.

അയാളുടെ വരവോടെ എം പട്ടണം വലിയ കച്ചവടകേന്ദ്രമായിമാറി. നിർമിതിയിൽ അയാൾ വരുത്തിയ പുരോഗതി നന്ദിയോടെ ഓർക്കണം. സ്പെയിനിലേക്ക് വൻതോതിൽ സാധനങ്ങൾ വിറ്റു. ലണ്ടനും ബർലിനുമായി മത്സരിക്കുന്ന നിലയിലേക്ക് എം പട്ടണം ഉയർന്നു. ഫാദർ മദലിയെന് വലിയ ലാഭം കിട്ടിക്കൊണ്ടിരുന്നു. രണ്ടുവർഷത്തിനുള്ളിൽ അയാൾ രണ്ടു പണിപ്പുരകളുള്ള

ഒരു വലിയ ഫാക്ടറി തന്നെ ആരംഭിച്ചു. ഒന്നു പുരുഷൻമാർക്കും മറ്റൊന്ന് സ്ത്രീകൾക്കും. ആവശ്യമുള്ള ആർക്കും അവിടെ ചെല്ലാം. ജോലിയും ശമ്പളവും നിശ്ചയമായും അവർക്ക് ലഭിച്ചിരിക്കും. പുരുഷന്മാർ ജോലിചെയ്യാൻ താൽപ്പര്യം ഉള്ളവരായിരിക്കണം. സ്ത്രീകൾക്ക് നല്ല സദാചാരബോധം വേണം. രണ്ടു കൂട്ടരും സത്യസന്ധരായിരിക്കണം. ഫാദർ മദലിയെന്റെ ആവശ്യങ്ങൾ ഇതൊക്കെയായിരുന്നു. ജോലിസ്ഥലത്തുവെച്ച് സ്ത്രീകൾക്ക് അവരുടെ മാന്യത നഷ്ടപ്പെടാതിരിക്കാൻ വേണ്ടിയാണ് അയാൾ പ്രത്യേകം പ്രത്യേകം പണിപ്പുരകൾ ആരംഭിച്ചത്. ഈ ഒറ്റക്കാര്യത്തിൽമാത്രം അയാൾ കടുംപിടുത്തം കാണിച്ചു. എം പട്ടണം പട്ടാളത്താവളം ആയിരുന്നതുകൊണ്ട് ദുർനടപടികൾക്കുള്ള സാധ്യത ആ കാലത്ത് അവിടെ വളരെ കൂടുതലായിരുന്നു. അതുകൊണ്ടാവണം അയാൾ ഇത്തരത്തിലുള്ള കർക്കശ നിലപാട് സ്വീകരിച്ചത്. ഒടുവിൽ അയാളുടെ വരവ് നാട്ടുകാർക്ക് പ്രയോജനപ്പെട്ടു. അയാളുടെ സാന്നിധ്യം ദൈവത്തിനു തുല്യമായി. ഫാദർ മദലിയെൻ വരുന്നതുവരെ ആ പ്രദേശം തളർച്ചയിൽ ആയിരുന്നു. അയാളുടെ വരവോടെ എം പട്ടണത്തിന് ജീവൻ വെച്ചു. എവിടെ നോക്കിയാലും ജീവന്റെ തുടിപ്പുകൾ കാണാനുണ്ടായിരുന്നു. കഷ്ടപ്പാടിന്റെ കാലം ഓർമയായി മാറി. ശൂന്യമായ പോക്കറ്റുകൾ ആർക്കും ഉണ്ടായിരുന്നില്ല. സന്തോഷിക്കാൻ കഴിയാത്ത തരത്തിലുള്ള ദാരിദ്ര്യം ഒരുവീട്ടിൽപോലും ഇല്ലാതായി.

ഫാദർ മദലിയെൻ എല്ലാവർക്കും ജോലി നൽകി. അയാൾക്ക് ഒരു വ്യവസ്ഥമാത്രമേ ഉണ്ടായിരുന്നുള്ളു. “സത്യസന്ധനായിരിക്കണം.” സത്യസന്ധയായിരിക്കണം.”

ഇതിന്റെയെല്ലാം കാരണക്കാരൻ അയാളായിരുന്നു. അച്ചുതണ്ടും അയാൾ തന്നെ. കൂട്ടത്തിൽ അയാൾ പണക്കാരനായെങ്കിലും അയാൾ വ്യത്യസ്തനായിരുന്നു. അയാളുടെ പ്രധാനശ്രദ്ധ പണത്തിൽ ആയിരുന്നില്ല. അയാളെ പറ്റി ചിന്തിക്കുന്നതിലും കൂടുതൽ അയാൾ മറ്റുള്ളവരെ പറ്റി ചിന്തിക്കുന്നതായി തോന്നി. 1820 ൽ ലാഫിത്തിലെ ബാങ്കിൽ അയാൾക്ക് ആറു ലക്ഷത്തി മുപ്പതിനായിരം ഫ്രാങ്ക് നിക്ഷേപം ഉണ്ടായിരുന്നു എന്ന് എല്ലാവർക്കും അറിവുണ്ടായിരുന്നു. പക്ഷേ ആറു ലക്ഷത്തിമുപ്പതിനായിരം ഫ്രാങ്ക് തനിക്കായി നീക്കിവയ്ക്കുന്നതിനു മുമ്പു തന്നെ ഒരു കോടിയിൽ കൂടുതൽ അയാൾ പാവപ്പെട്ടവർക്കും നഗരത്തിനും വേണ്ടി ചെലവാക്കിക്കഴിഞ്ഞിരുന്നു.

ആസ്പത്രിയിൽ സൗകര്യങ്ങൾ കുറവായിരുന്നു. പത്തു കിടക്കകൾക്കു കൂടിയുള്ള സൗകര്യം അയാൾ ചെയ്തുകൊടുത്തു. എം പട്ടണത്തിന്റെ കുറേ പ്രദേശങ്ങൾ താഴ്ന്ന സ്ഥലവും. അതിൽ അയാൾ താമസിച്ചിരുന്ന താഴ്ന്ന ഭാഗത്ത് ഒരു സ്കൂൾ മാത്രമാണ് ഉണ്ടായിരുന്നത്. ദ്രവിച്ചുതുടങ്ങിയ ഒരു പഴയ കെട്ടിടമായിരുന്നു സ്കൂൾ. അയാൾ പെൺകുട്ടികൾക്കും ആൺകുട്ടികൾക്കും വേണ്ടി രണ്ടു സ്കൂളുകൾ പുതുതായി പണിയിച്ചു. രണ്ട് അധ്യാപകർക്ക് ഗവൺമെന്റ് കൊടുക്കുന്ന ശമ്പളത്തിന്റെ ഇരട്ടി ശമ്പളം അയാൾ സ്വന്തം പോക്കറ്റിൽ നിന്ന് കൊടുത്തു. ഈ കാര്യത്തിൽ അത്ഭുതം പ്രകടിപ്പിച്ച അയൽവാസിയോട് അയാൾ പറഞ്ഞു. “ഈനാട്ടിലെ ഏറ്റവും വലിയ ഉദ്യോഗസ്ഥർ നഴ്സുമാരും അധ്യാപകരുമാണ്.” അയാൾ സ്വന്തം ചെലവിൽ അഗതികൾക്കുവേണ്ടി ഒരു വീടു പണിതു. അത്തരം ഒരു സ്ഥാപനത്തെപ്പറ്റി ഫ്രാൻസിലെ ആളുകൾക്ക് അന്ന് അറിവ് ഉണ്ടായിരുന്നില്ല എന്നുതന്നെപറയാം. വൃദ്ധജനങ്ങൾക്കും

ശാരീരികവൈകല്യം ഉള്ളവർക്കും വേണ്ടി ഒരു തുക അയാൾ പ്രത്യേകം മാറ്റിവെച്ചു. അയാളുടെ ഫാക്ടറി കേന്ദ്രമാക്കി നഗരത്തിലെ ആ താഴ്ന്ന പ്രദേശം പെട്ടെന്ന് പുരോഗതിയിലേക്ക് നീങ്ങി. എല്ലാവർക്കും വേണ്ടി ഒരു ഔഷധശാലയും അയാൾ അവിടെ തുടങ്ങി.

അയാൾ ജനശ്രദ്ധ ആകർഷിച്ചു തുടങ്ങിയപ്പോൾ ആ നാട്ടിലെ നല്ല മനുഷ്യർ പറഞ്ഞു. "പണം ഉണ്ടാക്കുകയാണ് അയാളുടെ ലക്ഷ്യം." അയാൾ സ്വയം പണക്കാരൻ ആകുന്നതിനു മുമ്പ് നാടുനന്നാക്കാൻ തുടങ്ങുന്നതു കണ്ടപ്പോൾ അവർ പറഞ്ഞു. "അയാൾ ഒരു അതിമോഹിയാണ്. അയാളുടെ ശ്രമം പ്രമാണി ആകാനാണ്." പള്ളികാര്യങ്ങളിലും മതപരമായ കാര്യങ്ങളിലും അയാൾ ശ്രദ്ധിക്കാൻ തുടങ്ങിയതിൽ നിന്ന് രണ്ടാമതു പറഞ്ഞതിന് കൂടുതൽ സാധ്യതയുണ്ടെന്ന് തോന്നി. എല്ലാ ഞായറാഴ്ചകളിലും അയാൾ കുർബാനയിൽ പങ്കുകൊണ്ടു. എന്തുകാര്യത്തിലും ശത്രുത മണത്തിരുന്ന സ്ഥലത്തെ അധികാരി അയാളുടെ മതകാര്യങ്ങളിലെ ശ്രദ്ധയെചൊല്ലി പ്രശ്നങ്ങൾ ഉണ്ടാക്കുന്നതിൽ ഒരു താമസവും പിന്നീട് വരുത്തിയില്ല. ഈ ഉദ്യോഗസ്ഥൻ ഫ്രാൻസിലെ നിയമനിർമാണസഭയിലെ അംഗം ആയിരുന്നു. കൂടാതെ ഒത്രാന്തോയിലെ പ്രഭുവായിരുന്ന ഫൂഷിന്റെ പ്രജയും സുഹൃത്തും ആയിരുന്നു. പ്രസംഗകലയുടെ പിതാവ് എന്ന് വിശേഷിപ്പിക്കുന്നതിൽ പോലും തെറ്റില്ലാത്ത ഫൂഷിന്റെ മതപരമായ ആശയങ്ങൾ പങ്കിട്ടിരുന്നു. എന്നാൽ രഹസ്യമായി ചെറിയതോതിൽ അയാൾ ദൈവത്തെ പരിഹസിച്ചു. പക്ഷേ പണക്കാരനായ വ്യവസായപ്രമുഖൻ മദലിയെൻ അതിരാവിലെ ഏഴുമണിക്ക്തന്നെ കുർബാനയ്ക്കു പോകുന്നതു കണ്ടപ്പോൾ, അയാൾ ഭാവിയിലെ തന്റെ ഒരു എതിരാളിയാണെന്ന് ആ ഉദ്യോഗ സ്ഥന് മുൻകൂട്ടികാണാൻ കഴിഞ്ഞു. . അയാൾ യേശുസമൂഹത്തിലെ ഒരു പുരോഹിതനെ ഒപ്പം കൂട്ടിക്കൊണ്ട് വലിയകുർബാനയിലും സന്ധ്യക്കുള്ള പ്രാർഥ നകളിലും പങ്കെടുക്കാൻ തുടങ്ങി. മദലിയെനെ കവച്ചുവയ്ക്കണമെന്ന് അയാൾ തീരുമാനമെടുത്തിരുന്നു. ബഹുമാന്യനായ അധികാരിയുടെ ഭയംകൊണ്ട് ദൈവ ത്തിനു മാത്രമല്ല പാവങ്ങൾക്കും പ്രയോജനമുണ്ടായി. അധികാരിയും ആസ്പത്രിയിൽ രണ്ടുകിടക്കകൾക്കുള്ള സൗകര്യം ചെയ്തുകൊടുത്തു. അങ്ങനെ പാവങ്ങളുടെ ആസ്പത്രിയിലെ കിടക്കകളുടെ എണ്ണം പന്ത്രണ്ടായി.

ഒടുവിൽ 1819 ൽ പൊലീസ് മേധാവിയുടെ ശുപാർശ പരിഗണിച്ചും രാജ്യത്തിനു ചെയ്ത സേവനങ്ങൾ കണക്കിലെടുത്തും ഫാദർ മദലിയെനെ എം ലെ മേയറായി നിയമിച്ചുകൊണ്ടുള്ള രാജാവിന്റെ ഉത്തരവ് വരാൻ പോകുന്നതായി ഒരു ദിവസം രാവിലെ നാട്ടുകാർക്ക് അറിവുകിട്ടി. അയാൾ അതിമോഹിയാ ണെന്നു പറഞ്ഞവർ കിട്ടിയ അവസരം പാഴാക്കാതെ വിളിച്ചുകൂവി. "ഇപ്പോൾ കണ്ടോ? ഞാൻ അന്ന് നിങ്ങളോട് പറഞ്ഞത് ഇപ്പോൾ എന്തായി?" പക്ഷേ ഇപ്പോൾ സംഭവിച്ചത് എല്ലാവരും ആഗ്രഹിച്ച കാര്യം തന്നെ ആയിരുന്നു. എം പട്ടണത്തിന്റെ മുക്കിലും മൂലയിലും വരെ ഈ വാർത്ത പടർന്നു. വാർത്ത ശരിയാണെന്ന് നാലുദിവസത്തിനുശേഷമുള്ള പത്രം ശരിവെച്ചു. അടുത്ത ദിവസം തന്നെ ഫാദർ മദലിയെൻ മേയർസ്ഥാനം നിരസിച്ചു.

അതേ വർഷംതന്നെ വ്യാവസായികപ്രദർശനത്തിൽ ഫാദർ മദലിയെന്റെ പുതിയ കണ്ടുപിടിത്തത്തിന് ഒരു പ്രത്യേക പരിഗണന ലഭിച്ചിരുന്നു. സമിതിയുടെ തീരുമാനം കണക്കിലെടുത്ത് കണ്ടുപിടുത്തം നടത്തിയ ആളിന് രാജാവ്

ഷെവലിയർ പട്ടം നൽകി. എം പട്ടണത്തിൽ പുതിയ ഒരു കിംവദന്തി കൂടി പടർന്നു. "ഷെവലിയർപട്ടം കൊടുക്കാൻ പോകുന്നെന്നു കേൾക്കുന്നതു സത്യംതന്നെയാണ്. പക്ഷേ മദലിയെൻ പ്രതീക്ഷിച്ചിരുന്നത് ഷെവലിയർപട്ടമല്ല. 'കുരിശുമുദ്ര' ആയിരുന്നു." എന്തായാലും ഒടുവിൽ മദലിയെൻ നിരസിച്ചത് 'കുരിശുമുദ്ര' തന്നെ ആയിരുന്നു.

ഇതോടെ അയാൾ ഒരു കീറാമുട്ടിയാണെന്നു തിരിച്ചറിഞ്ഞ എം പട്ടണത്തിലെ നല്ല മനുഷ്യർ "അയാളെ പറ്റി ആർക്കും ഒന്നും അറിയില്ല, അയാൾ ഒരു തരം സാഹസികനാണ്" എന്ന അന്തിമവിധി പ്രസ്താവിച്ചുകൊണ്ട് രംഗം ഒഴിഞ്ഞു.

രാജ്യം അയാളോട് വളരെ അധികം കടപ്പെട്ടിരിക്കുന്നു എന്ന് നമ്മൾ കണ്ടു കഴിഞ്ഞു. ഒപ്പം പാവങ്ങൾക്കും എല്ലാതരത്തിലും അയാളോട് കടപ്പാടുകൾ ഉണ്ടായികഴിഞ്ഞു. അയാളെക്കൊണ്ട് ഉണ്ടായ പ്രയോജനങ്ങൾ കാരണം ആർക്കും അയാളെ ബഹുമാനിക്കാതിരിക്കാൻ കഴിഞ്ഞില്ല. അയാളുടെ കാരുണ്യം കാരണം ആർക്കും അയാളെ സ്നേഹിക്കാതിരിക്കാനും കഴിഞ്ഞില്ല. അയാളുടെ ജോലിക്കാർക്ക് അയാളോട് ആരാധന ആയിരുന്നു. അവരുടെ ആരാധന ഒരുതരം വിഷാദഭാവത്തോടെ അയാൾ സ്വീകരിച്ചു. ധനികൻ ആയതോടെ അയാളെ കണ്ടുമുട്ടുമ്പോൾ സമൂഹത്തിന്റെ സ്രഷ്ടാക്കൾ തലകുനിച്ച് ആദരവ് കാട്ടാൻ തുങ്ങി. അയാളുടെ വിളിപ്പേര് മൊസ്സ്യു മദലിയെൻ എന്നായിമാറി. പക്ഷേ അയാളുടെ ജോലിക്കാരും കുട്ടികളും ഫാദർ മദലിയെൻ എന്ന പേരിൽ ഉറച്ചു നിന്നു. അതുകേൾക്കുമ്പോൾ മാത്രം അയാൾ ചെറുതായി പുഞ്ചിരിച്ചു. പണക്കാരനായപ്പോൾ പലതിനുമുള്ള ക്ഷണങ്ങൾ മഴപോലെ അയാളുടെ മേൽ ചൊരിഞ്ഞു തുടങ്ങി. അയാളുടെ ഉടമസ്ഥാവകാശം സമൂഹം ഏറ്റെടുത്തു. മുൻകാലങ്ങളിൽ കൈത്തൊഴിലുകാരന് പ്രവേശനം നിഷേധിച്ചിരുന്ന എം ലെ വിശിഷ്ട സൽക്കാരമുറികളുടെ വാതിലുകൾ കോടീശ്വരനുവേണ്ടി എപ്പോഴും മലർക്കേ തുറന്നു കിടന്നു. അയാൾക്കുവേണ്ടി ആ വാതിലുകൾ ആയിരം അഭ്യർഥനകൾ നടത്തി. പക്ഷേ അത്തരം അഭ്യർഥനകൾ എല്ലാം അയാൾ നിഷേധിച്ചു.

എന്നിട്ടും കിംവദന്തികൾക്ക് കുറവൊന്നും സംഭവിച്ചില്ല. "അയാൾ അറിവില്ലാത്തവനാണ്. അയാൾക്ക് വിദ്യാഭ്യാസം ഇല്ല. അയാൾ എവിടുത്തുകാരനാണെന്ന് അറിയാവുന്ന ആരെങ്കിലും ഉണ്ടോ? നാലാളുടെ ഇടയിൽ പെരുമാറേണ്ടത് എങ്ങനെയാണെന്ന് അയാൾക്ക് ഒരു പിടിയും ഇല്ല. അയാൾക്ക് വായന വശമുണ്ടോ എന്ന് ആർക്കും നിശ്ചയമില്ല."

അയാൾ പണം ഉണ്ടാക്കുന്നതുകണ്ടപ്പോൾ അവർ പറഞ്ഞു. "അയാൾ ഒരു കച്ചവടക്കാരനാണ്." ആ പണം അയാൾ വാരിവിതറുന്നതുകണ്ടപ്പോൾ അവർ പറഞ്ഞു. "അയാൾ ഒരു അതിമോഹിയാണ്." അയാൾ ബഹുമതികൾ നിഷേധിക്കുന്നതു കണ്ടപ്പോൾ അവർ പറഞ്ഞു. "അയാൾ ഒരു സാഹസികനാണ്." അയാൾ പുതുമോടിക്കാരുടെ അഭ്യർഥനകളിൽ നിന്ന് ഒഴിഞ്ഞുമാറിയപ്പോൾ അവർ പറഞ്ഞു. "അയാൾ ഒരു അപരിഷ്കൃതനാണ്."

എം ൽ എത്തി അഞ്ചുവർഷങ്ങൾ കഴിഞ്ഞപ്പോൾ ആ പ്രദേശത്തിന് അയാൾ നൽകിയ സേവനങ്ങൾ അങ്ങേയറ്റം പകിട്ടോടെ ആർക്കും അവിടെ കാണാൻ

കഴിഞ്ഞു. അവിടുത്തെ ഒന്നടങ്കം മനുഷ്യരും ഒരു കാര്യം മാത്രമാണ് ആഗ്രഹിച്ചത്. അങ്ങനെ രാജാവ് അയാളെ മേയറായി വീണ്ടും നിയമിച്ചു. അയാൾ വീണ്ടും നിരസിച്ചു. പോലീസ് മേധാവി അയാളുടെ തീരുമാനത്തെ എതിർത്തു. പ്രമാണിമാർ അയാളെ കാണാൻ വന്നു. നിയമനം സ്വീകരിക്കുന്നതിനുവേണ്ടി അവർ അയാളോട് തർക്കിച്ചു നോക്കി. സാധാരണക്കാർ അയാളോട് യാചിച്ചു. എല്ലാവരുടേയും നിർബന്ധത്തിന് ഒടുവിൽ അയാൾ അയഞ്ഞു. ഒടുവിൽ ഒരു ദരിദ്രയായ വൃദ്ധ അവരുടെ ഉമ്മറപ്പടിയിലിരുന്ന് കോപത്തോടെ അയാളോടു വിളിച്ചു ചോദിച്ചു.

"ഒരു നല്ല മേയർ എന്തുകൊണ്ടും നല്ലകാര്യമാണ്. നിങ്ങൾക്ക് ചെയ്യാൻ കഴിയുന്ന നല്ലകാര്യങ്ങൾ ഓർത്ത് നിങ്ങൾക്ക് ഭയമാണോ?"

എല്ലാ നിർബന്ധങ്ങൾക്കും അപ്പുറത്ത് ഈ കിഴവിയുടെ വിളിച്ചുകൂവ ലായിരുന്നു അയാളുടെ തീരുമാനത്തിന് ആധാരമായത്.

ഇത് അയാളുടെ ഉയർച്ചയുടെ മൂന്നാമത്തെ പടിയാണ്. ഫാദർ മദലിയെൻ മൊസ്സ്യു മദലിയെൻ ആയി. മൊസ്സ്യു മദലിയെൻ ഇപ്പോൾ മൊസ്സ്യു മേയർ ആയി മാറിക്കഴിഞ്ഞു.

3. ബാങ്കിലെ നിക്ഷേപങ്ങൾ

എന്നാൽ അയാൾക്ക് ഒരു വ്യത്യസവും വന്നിരുന്നില്ല. തുടക്കത്തി ലെന്നപോലെ അയാളുടെ ജീവിതം ഇപ്പോഴും ലളിതമായിരുന്നു. അയാളുടെ മുടി നരച്ചു. കണ്ണുകളിലെ ഗൗരവത്തിന് വ്യത്യാസം വന്നില്ല. കൂലിപ്പണിക്കാര ന്റേതുപോലുള്ള തവിട്ടുനിറത്തിനും വ്യത്യാസം വന്നില്ല. ഒരു തത്വചിന്ത കനെപ്പോലെ അയാളുടെ മുഖത്തിന്റെ സ്ഥായിയായ ഭാവം ആലോചന ആയി രുന്നു. ചുറ്റിനും കൂടുതൽവീതിയുള്ള അരുകുകളുള്ള തൊപ്പിയായിരുന്നു അയാൾ സാധാരണ ധരിക്കുന്നത്. താടിവരെ ബട്ടണുകൾ തുന്നിയ പരുക്കൻ തുണിയിലുള്ള നീളൻ കോട്ടായിരുന്നു അയാളുടെ വേഷം. മേയറുടെ ചുമ തലകൾ അയാൾ നിർവഹിച്ചു. പക്ഷേ അതുകഴിഞ്ഞുള്ള അയാളുടെ ജീവിതം ഒറ്റപ്പെട്ടതായിരുന്നു. വളരെ കുറച്ചു ആളുകളോടുമാത്രം അയാൾ സംസാരിച്ചു. അനുമോദനങ്ങളിൽ നിന്ന് അയാൾ ഒഴിഞ്ഞുമാറി. തൊപ്പി തലയിൽ ശരിയാക്കി വയ്ക്കുന്നതായി നടിച്ചുകൊണ്ട് അയാൾ അവിടെനിന്ന് പെട്ടെന്ന് നടന്നുപോകും. സംസാരം ഒഴിവാക്കാനായി അയാൾ പുഞ്ചിരിച്ചു. പുഞ്ചിരി ഒഴിവാക്കാനായി അയാൾ പണം കൊടുത്തു. അയാളെപ്പറ്റി സ്ത്രീകൾ പറഞ്ഞു."എന്തു നല്ല മനുഷ്യൻ." അയാളുടെ ഏറ്റവും വലിയ സന്തോഷം പാടത്തുകൂടി നടക്കു ന്നതിലായിരുന്നു.

അയാൾ ഭക്ഷണം കഴിക്കുമ്പോൾ ഒരു പുസ്തകം മുന്നിൽ തുറന്നുവെച്ചി രിക്കും. അതു വായിച്ചുകൊണ്ടാണ് അയാൾ ഭക്ഷണം കഴിക്കുന്നത്. അയാളുടെ വായനശാല ചെറുതായിരുന്നു. പക്ഷെ ശ്രദ്ധയോടെ തെരഞ്ഞെടുത്ത പുസ്ത കങ്ങൾ ആയിരുന്നു അവിടെ ഉണ്ടായിരുന്നത്. പുസ്തകങ്ങളോട് അയാൾക്ക് സ്നേഹം ആയിരുന്നു. പുസ്തകങ്ങൾക്ക് വികാരം ഇല്ല. പക്ഷേ അവ നല്ല സുഹൃത്തുക്കൾ ആണ്. ധാരാളം പണം അയാൾക്ക് ധാരാളം വിശ്രമസമയം കൊടുത്തു. സ്വന്തം മനസിനെ സംസ്കരിക്കാൻ ആ വിശ്രമസമയം അയാൾ പ്രയോജനപ്പെടുത്തുന്നതായിതോന്നി. എം ൽ എത്തി വർഷങ്ങൾ കഴിയുന്തോറും

അയാളുടെ സംസാരം കൂടുതൽ പരിഷ്കൃതവും സൗമ്യവും ശ്രദ്ധാപൂർവവും ആയി മാറിയിട്ടുണ്ടെന്നാണ് ആളുകൾ പറയുന്നത്.

ഉപയോഗിച്ചിരുന്നില്ലെങ്കിലും ഒരു തോക്ക് കൂടെ കൊണ്ടുനടക്കാൻ അയാൾ ഇഷ്ടപ്പെട്ടിരുന്നു. പക്ഷേ എപ്പോഴെങ്കിലും അയാൾ അതു ഉപയോഗിച്ചാൽ അയാളുടെ ഉന്നം ഭയാനകമായ രീതിയിൽ കൃത്യമായിരുന്നു. ഉപദ്രവിക്കാൻ വരാത്ത ഒരു മൃഗത്തെപ്പോലും അയാൾ കൊന്നിട്ടില്ല. ഒരിക്കലും ഒരു ചെറിയ പക്ഷിയുടെ നേരെ അയാൾ ഉന്നം പിടിച്ചില്ല.

ചെറുപ്പം കവിഞ്ഞിട്ടും അയാളുടെ ആരോഗ്യം അപാരമായിരുന്നെന്നാണ് ജനസംസാരം. സഹായം വേണ്ട ആരേയും അയാൾ ഒരുകൈ സഹായിച്ചു. താഴെ വീണുപോയ ഒരു കുതിരയെ അയാൾ പിടിച്ചുപൊക്കി എഴുന്നേൽപ്പിച്ചുവിട്ടു. പുതഞ്ഞുപോയ ഒരു വണ്ടിച്ചക്രം അയാൾ തള്ളി ഉയർത്തി. കയറു പൊട്ടിച്ച് ഓടിയ ഒരു കാളയുടെ കൊമ്പിൽ പിടിച്ച് അയാൾ ഓട്ടം നിർത്തി. എപ്പോൾ പുറത്തുപോയാലും അയാളുടെ പോക്കറ്റുനിറയെ പണം ഉണ്ടാകും. തിരിച്ചുവരുമ്പോൾ അയാളുടെ പോക്കറ്റ് കാലിയായിരിക്കും. ഗ്രാമത്തിലൂടെ അയാൾ നടന്നുനീങ്ങുമ്പോൾ കീറിയ വേഷം ധരിച്ച കുട്ടികൾ സന്തോഷത്തോടെ അയാളുടെ അടുത്തേക്ക് ഓടിച്ചെന്നു. അവർ ഒരു പറ്റം തേനീച്ചകളെപ്പോലെ അയാളെ പോതിഞ്ഞു.

അയാൾ പണ്ട് ഈ പ്രദേശത്ത് എവിടെയോ ജീവിച്ചിരുന്നെന്ന് പലരും സംശയിച്ചു. കർഷകർക്ക് പ്രയോജനമുള്ള പല രഹസ്യങ്ങളും അയാളുടെ കൈവശം ഉണ്ടായിരുന്നു. അവർക്ക് ആ രഹസ്യങ്ങൾ അയാൾ പഠിപ്പിച്ചുകൊടുത്തു. പത്തായപ്പുരയുടെ തറയിലെ വിള്ളലുകൾ ഉപ്പുവെള്ളംകൊണ്ട് കഴുകി ഉപ്പുവെള്ളം തളിച്ച് പ്രാണികളെ നശിപ്പിക്കേണ്ടത് എങ്ങനെയാണെന്ന് അയാൾ അവർക്ക് കാണിച്ചുകൊടുത്തു. പെരുച്ചാഴിയെ ഓടിക്കാനും കള വരാതിരിക്കാനും എന്നുവേണ്ട കൃഷിയെസംബന്ധിച്ച എന്തു പ്രശ്നങ്ങൾക്കും അയാളുടെ കയ്യിൽ പ്രതിവിധികൾ ഉണ്ടായിരുന്നു. പൂത്ത കാട്ടുതുമ്പ കെട്ടിതൂക്കി കരിഞ്ചെള്ളിനെ ആട്ടിപ്പായിക്കാൻ അയാൾ അവരെ പഠിപ്പിച്ചു. മുയലുകളെ വളർത്തുന്ന പറമ്പിൽ ചെറുപന്നികളെ മേയാൻ വിട്ട് അതിന്റെ ദുർഗന്ധംകൊണ്ട് അവിടത്തെ എലിശല്യം അയാൾ ഒഴിവാക്കിക്കൊടുത്തു.

ഒരു ദിവസം ചില നാട്ടുമ്പുറത്തുകാർ കൊടുത്തൂവ പിഴുതുകൂട്ടുന്നത് അയാൾ കണ്ടു. പിഴുതു കൂട്ടിയ ചെടികൾ ഉണങ്ങിക്കഴിഞ്ഞിരുന്നു അയാൾ പറഞ്ഞു. "ഇതു നശിച്ചു. പക്ഷെ ഇതുകൊണ്ട് എന്തെങ്കിലും പ്രയോജനമുണ്ടോ എന്ന് നോക്കണം. കൊടുത്തൂവ തൈകൾക്ക് നല്ല പച്ചനിറമാണ്. പക്ഷേ മൂക്കുമ്പോൾ ചണത്തിന്റേപോലെ ഇതിനും നാരുകൾ വരും. ചണത്തുണി പോലെയുള്ള തുണി ഇതിന്റെ നാരുകൊണ്ടും ഉണ്ടാക്കാം. കഷണങ്ങളാക്കിയാൽ കോഴിക്കു കൊടുക്കാം. കാലിത്തീറ്റയുടെകൂടെ ഇതിന്റെ കുരു പൊടിച്ചുചേർത്താൽ കന്നുകാലികളുടെ തൊലിക്ക് നല്ല തിളക്കം കിട്ടും. ഇതിന്റെ വേര് ഉണക്കിപ്പൊടിച്ച് ഉപ്പിട്ടുപുരട്ടിയാൽ നല്ല മഞ്ഞച്ചായം ഉണ്ടാക്കാം. ഇല ഉണക്കിയെടുത്താൽ വൈക്കോലിനു പകരം ഉപയോഗിക്കാം. വർഷത്തിൽ രണ്ടുതവണ ഇല മുറിച്ചെടുക്കാൻ കഴിയും. ഇതു കൃഷി ചെയ്യാൻ എന്താണ് നമുക്ക് ആവശ്യംവരുന്നത്? അൽപ്പം മണ്ണ്. പ്രത്യേകിച്ച് ഒന്നും ശ്രദ്ധിക്കേണ്ട. കുരുക്കൾ വിളഞ്ഞുകഴിഞ്ഞാൽ പെട്ടെന്നു കൊഴിയുമെന്നുള്ള ഒറ്റ കാര്യം ശ്രദ്ധിച്ചാൽ മതി.

അതു പെറുക്കിയെടുക്കാൻ അൽപ്പം ബുദ്ധിമുട്ടുണ്ട്. അത്രതന്നെ. അൽപ്പം ബുദ്ധിമുട്ട് സഹിക്കാമെങ്കിൽ അതുകൊണ്ടും പ്രയോജനമുണ്ട്. നമ്മൾ ശ്രദ്ധിക്കുന്നില്ലെങ്കിൽ അതു കാടുപിടിച്ചു ഉപദ്രവമായി മാറും. അപ്പോൾ നമുക്ക് അതു നശിപ്പിക്കേണ്ടിവരും. ഈ തൂവച്ചെടിപോലെയുള്ള ധാരാളം മനുഷ്യർ ഉണ്ട്." അൽപ്പസമയം നിശ്ശബ്ദനായി നിന്നശേഷം വീണ്ടും അയാൾ പറഞ്ഞു. "കൂട്ടുകാർ ഒരു കാര്യം ഓർക്കണം. സത്യത്തിൽ മോശം ചെടികളോ മോശം മനുഷ്യരോ ഇല്ല. ഉള്ളത് മോശം കൃഷിക്കാരാണ്."

കുട്ടികൾക്ക് അയാളോട് കൂടുതൽ സ്നേഹമാണ്. വൈക്കോലും ചിരട്ടയുംകൊണ്ട് ഒന്നാംതരം കളിപ്പാട്ടങ്ങൾ ഉണ്ടാക്കാൻ അയാൾക്ക് അറിയാം.

പള്ളിവാതിലിൽ കറുത്ത തുണികണ്ടാൽ അയാൾ അവിടെ എത്തിയിരിക്കും. ജ്ഞാനസ്നാനത്തിനു പങ്കുചേരാൻ ആളുകൾക്കുള്ള താൽപ്പര്യത്തോടെ അയാൾ ശവസംസ്കാരങ്ങളിൽ പങ്കുകൊണ്ടു. മറ്റുള്ളവരുടെ നഷ്ടങ്ങളിലും ഭാഗ്യദോഷങ്ങളിലും അയാൾ പങ്കാളിയായി. കറുത്ത വേഷം ധരിച്ച വീട്ടുകാരോടൊപ്പം അയാൾ ഉണ്ടാകും. ശവശരീരത്തിനടുത്ത് നിന്ന് നെടുവീർപ്പിടുന്ന പുരോഹിതന്റെ പിന്നിൽ അയാൾ കാണും. ശ്മശാനത്തിലേക്കുള്ള യാത്രയിൽ ചൊല്ലുന്ന സ്തോത്രങ്ങളെ മറ്റൊരു ലോകത്തിന്റെ പ്രഖ്യാപനംപോലെ അയാൾ സന്തോഷത്തോടെ സ്വീകരിക്കുന്നതായി തോന്നി. മരണത്തിന്റെ അഗാധ ഗർത്തത്തിന് അരുകിൽ നിന്നും ഉയരുന്ന ദുഃഖം നിറഞ്ഞ ശബ്ദങ്ങൾ അയാൾ ആകാശത്തുനോക്കിനിന്ന് അപാരതയുടെ നിഗൂഢതകളെ പറ്റിചിന്തിച്ച് ശ്വാസമടക്കി കേട്ടുകൊണ്ടു നിൽക്കും. ദൈവത്തിന്റെ രഹസ്യങ്ങൾ അയാൾ ശ്രദ്ധിക്കുകയായിരുന്നു.

സാധാരണ ദുഷ്പ്രവൃത്തികൾ മറച്ചുവെയ്ക്കുന്നതുപോലെ ധാരാളം നല്ല കാര്യങ്ങൾ അയാൾ രഹസ്യമായി ചെയ്തു. വൈകുന്നേരങ്ങളിൽ ആരും അറിയാതെ അയാൾ വീട്ടിനകത്തു കടന്നുചെല്ലും. പതുങ്ങി പതുങ്ങി അയാൾ കോണിപ്പടികൾ കയറും. ചിലപ്പോൾ വാതിൽ ബലമായി പൂട്ടുതല്ലിപ്പൊളിച്ചായിരിക്കും അയാൾ അകത്തു കടക്കുന്നത്. സ്വന്തം കുടിലിലേക്ക് തിരിച്ചെത്തുന്ന ഒരു ഭാഗ്യദോഷി ആരോ താനില്ലാത്ത സമയംനോക്കി വീടിനുള്ളിൽ കടന്നെന്ന് മനസിലാക്കും. ദ്രവിച്ച കോണിപ്പടികൾ കയറുമ്പോൾ ആ പാവം "കള്ളൻ കയറിയേ" എന്ന് ഉറക്കെ കരയും. അകത്തു കടന്ന് നോക്കുമ്പോൾ ആദ്യം കണ്ണിൽ പെടുന്നത് മേശപ്പുറത്തിരിക്കുന്ന സ്വർണ്ണക്കട്ടി ആയിരിക്കും. അവിടെ കയറിയ കള്ളൻ ഫാദർ മദലിയെൻ ആണ് എന്ന കാര്യത്തിൽ പിന്നെ സംശയമില്ല.

അയാൾ മര്യാദക്കാരൻ ആയിരുന്നു. ആളുകൾ പറഞ്ഞു. "അയാൾ അഹങ്കാരം ഇല്ലാത്ത ഒരു പണക്കാരൻ ആണ്."

ചിലരുടെ അഭിപ്രായം അയാൾ നിഗൂഢതകൾ നിറഞ്ഞ ഒരു മനുഷ്യൻ ആണെന്നായിരുന്നു. അയാളുടെ മുറിയിൽ ആരും ഇന്നുവരെ പോയിട്ടില്ലെന്നും അവർ വിളംബരം ചെയ്തു. അയാളുടെ മുറി തലയോട്ടിയും എല്ലിൻകഷണങ്ങളും കൊണ്ടാണ് അലങ്കരിച്ചിരിക്കുന്നതെന്ന് അവർ കഥയുണ്ടാക്കി. ഇതൊക്കെ കേട്ടിരുന്ന കുസൃതിപ്പെൺകുട്ടികൾ ഒരിക്കൽ അയാളെ കാണാൻ എത്തിയപ്പോൾ ചോദിച്ചു: "മേയർ സാർ, അങ്ങയുടെ മുറി കാണാൻ ഞങ്ങളെ അനുവദിക്കുമോ? അത് ഒരു ഗുഹയാണെന്നാണ് ഞങ്ങൾ കേട്ടിട്ടുള്ളത്." അയാളുടെ

ഗുഹ അപ്പോൾ തന്നെ അവർക്കു കാട്ടിക്കൊടുത്തു. അവരുടെ ജിജ്ഞാസയ്ക്ക് അപ്പോൾ തന്നെ മറുപടി കിട്ടി. മഹാഗണിയിൽ തീർത്ത ഉരുപ്പടികൾ നിറഞ്ഞ നന്നായി അലങ്കരിച്ച ഒരു മുറിയിലേക്കാണ് അവർ കടന്നുചെന്നത്. ഭിത്തികൾ ആരേയും ആകർഷിക്കുന്ന രീതിയിൽ അലങ്കരിച്ചിരുന്നു. കാഴ്ചയിൽ വെള്ളിയാണെന്നു തോന്നുന്ന രണ്ടു മെഴുകുതിരികാലുകൾ ആ മുറിക്കുള്ളിൽ അവർ കണ്ടു.

പക്ഷെ അതിനുള്ളിൽ ആരും കടന്നിട്ടില്ല എന്ന കഥ അതിനു ശേഷവും തുടർന്നു. ആ മുറി ഒരു സന്യാസിയുടെ ഗുഹയോ സ്വപ്നാടനക്കാരന്റെ അറയോ, നിഗൂഢമായ ശവക്കല്ലറയോ, അങ്ങനെ എന്തൊക്കെയോ ആയി ആളുകളുടെ സംസാരം തുടർന്നുകൊണ്ടിരുന്നു.

കൂടാതെ അയാൾക്ക് ബാങ്കിൽ ഭാരിച്ച നിക്ഷേപം ഉണ്ടെന്നുള്ള രഹസ്യവും പ്രചരിച്ചിരുന്നു. ആ പണം അയാൾക്ക് എപ്പോൾ വേണമെങ്കിലും തിരിച്ചെടുക്കാം എന്ന വ്യവസ്ഥയിലാണ് നിക്ഷേപിച്ചിരിക്കുന്നത് എന്നതാണ് ആ രഹസ്യത്തിന്റെ ബാക്കിഭാഗം. അയാൾക്ക് എപ്പോൾ വേണമെങ്കിലും ഒരു കടലാസ് എഴുതി കൊടുത്ത് രണ്ടോ മൂന്നോ കോടിയുമായി തിരിച്ചുപോകാം എന്നതാണ് ആ വ്യവസ്ഥയുടെ കാതൽ. രണ്ടോ മൂന്നോ കോടി എന്നു പറയുന്നത് സത്യത്തിൽ നമ്മൾ പറഞ്ഞ ആറു ലക്ഷത്തി മുപ്പതിനായിരമോ നാൽപ്പതിനായിരമോ ഫ്രാങ്കിന്റെ നിക്ഷേപമായിരുന്നു.

4. മൊസ്സ്യു മദലിയെന്റെ ദുഃഖം

ആയിരത്തിയെണ്ണൂറ്റി ഇരുപത്തിയൊന്നിന്റെ തുടക്കത്തിലായിരുന്നു അതു സംഭവിച്ചത്. ബിയാങ് വെന്യു എന്ന ഇരട്ടപ്പേരിൽ അറിയപ്പെട്ടിരുന്ന ഡി-യിലെ ബിഷപ്പ് മൊസ്സ്യു മിറിയേൽ എൺപത്തിരണ്ടാമത്തെ വയസിൽ കാലം ചെയ്ത വാർത്ത പത്രങ്ങൾ പ്രസിദ്ധീകരിച്ചു. ബിഷപ്പ് മരിക്കുന്നതിനു മുൻപ് കുറേ വർഷങ്ങൾ അന്ധനായിരുന്നു എന്ന കാര്യം പത്രങ്ങൾ വിട്ടുപോയിരുന്നു. അദ്ദേഹത്തിന്റെ സഹോദരി ഒപ്പം ഉണ്ടായിരുന്നതുകൊണ്ട് അവസാന നാളുകളിൽ അദ്ദേഹം സംതൃപ്തനായിരുന്നു എന്ന കാര്യവും പത്രങ്ങൾ അറിഞ്ഞിരുന്നില്ല.

ഒന്നിലും പൂർണതയില്ലാത്ത ഈ ലോകത്ത് അന്ധതയിലും സ്നേഹിക്കപ്പെടുക എന്നത് അത്ഭുതപ്പെടുത്തുന്ന ഒരു മഹാഭാഗ്യമാണ്. ഒരു പെൺകുട്ടി അല്ലെങ്കിൽ ഒരു സ്ത്രീ അല്ലെങ്കിൽ ഒരു സഹോദരി എപ്പോഴും നിങ്ങളോടോപ്പം ഉണ്ടാവുന്നു. നിങ്ങൾക്ക് ആവശ്യം ഉള്ളതുകൊണ്ടാണ് അവൾ നിങ്ങളുടെ അടുത്തുനിന്നും വിട്ടുമാറാത്തത്. നിങ്ങൾ ഇല്ലാതെ അവൾക്ക് ജീവിക്കാൻ കഴിയില്ല. നിങ്ങൾക്ക് അവളെ ആവശ്യമുണ്ട്. പക്ഷെ അവൾക്ക് നിങ്ങളെ ഒഴിവാക്കാൻ കഴിയില്ലെന്ന് നിങ്ങൾ അറിയുന്നു. അവൾ നൽകുന്ന സൗഹൃദത്തിൽ നിന്ന് അവൾക്ക് നിങ്ങളോടുള്ള താൽപ്പര്യം എപ്പോഴും നിങ്ങൾ അറിഞ്ഞുകൊണ്ടിരിക്കുന്നു. അവളുടെ മനസ്സ് എന്റെ കൈവശം ആയതുകൊണ്ട് അവളെത്തന്നെ അവൾ എനിക്കു സമർപ്പിക്കുകയാണെന്ന് നിങ്ങൾ സ്വയം പറഞ്ഞുകൊണ്ടിരിക്കുന്നു. അവളുടെ മുഖം ഞാൻ കാണുന്നില്ല. പക്ഷെ അവളുടെ ചിന്തകൾ എനിക്കു കാണാൻ കഴിയുന്നു. കാഴ്ചയിൽ നിന്ന് ലോകം അപ്രത്യക്ഷമായിക്കഴിഞ്ഞ ഒരുവന്റെ വിശ്വാസത്തിനു കിട്ടുന്ന ഉറപ്പാണ് അവൾ. നിങ്ങൾ

ക്ക് അവളുടെ വസ്ത്രങ്ങൾ ഉലയുന്നത് സങ്കൽപ്പിക്കാൻ കഴിയുന്നു. അവൾ അങ്ങോട്ടും ഇങ്ങോട്ടും നടക്കുന്നതും പുറത്തു പോകുന്നതും അകത്തേക്കു കടന്നുവരുന്നതും നടക്കുന്നതും പാടുന്നതും നിങ്ങൾ അറിയുന്നു. ആ നടത്തത്തിന്റെയും പാട്ടിന്റേയും വാക്കുകളുടേയും കേന്ദ്രബിന്ദു നിങ്ങളാണെന്ന് നിങ്ങൾക്കു ചിന്തിക്കാൻ കഴിയുന്നു. ഓരോ നിമിഷത്തിലും നിങ്ങളുടെ വ്യക്തിഗതമായ ആകർഷണത്തെക്കുറിച്ച് നിങ്ങൾ ബോധവാനാണ്. നിങ്ങൾ കൂടുതൽ ബലഹീനനായിട്ടും കൂടുതൽ ബലവാനായി നിങ്ങൾക്ക് സ്വയം അനുഭവപ്പെടുന്നു. ഇരുട്ടിൽ ആ മാലാഖയെ പ്രദക്ഷിണം വയ്ക്കുന്ന നക്ഷത്രം നിങ്ങളാണ്. ഇതിനോട് ഉപമിക്കാവുന്ന സന്തോഷങ്ങൾ വിരളമാണ്. ജീവിതത്തിലെ ഏറ്റവും വലിയ സന്തോഷം നമ്മൾ സ്നേഹിക്കപ്പെടുന്നു എന്ന വിശ്വാസമാണ്. നമുക്കു വേണ്ടിമാത്രം നമ്മളെ ആരോ സ്നേഹിക്കുന്നു. അല്ലെങ്കിൽ നമ്മൾ കാരണം നമ്മളെ ആരോ സ്നേഹിക്കുന്നു എന്നു വേണമെങ്കിൽ പറയാം. കാഴ്ചയില്ലാത്തവന് ഈ ദൃഢവിശ്വാസം അങ്ങേയറ്റത്തെ സന്തോഷമാണ്. അയാളുടെ ദുരിതത്തിലും അയാൾക്ക് സേവനം ലഭിക്കുന്നു. സ്നേഹത്തിന്റെ തലോടൽ അയാൾ അനുഭവിക്കുന്നു. അയാൾക്ക് ജീവിതത്തിൽ എന്തെങ്കിലും നഷ്ടപ്പെടുന്നുണ്ടോ? ഇല്ല. സ്നേഹം ഉള്ളിടത്ത് പ്രകാശം നഷ്ടപ്പെടുന്നില്ല. എത്ര മനോഹരമായ സ്നേഹം! വിശുദ്ധിയുടെ അടിത്തറയുള്ള സ്നേഹം. നിശ്ചയദാർഢ്യം ഉള്ളിടത്ത് അന്ധത ഉണ്ടാവില്ല. ഒരു മനസ്സ് മറ്റൊരു മനസിനെ അന്വേഷിക്കുന്നു. മറ്റൊരു മനസിനെ കണ്ടെത്താൻ വേണ്ടി തപ്പിത്തടയുന്നു. കണ്ടെത്തുന്നു. ആ കണ്ടെത്തൽ ഒരു സ്ത്രീയായി മാറുന്നു. ഒരു കൈ നിങ്ങളെ താങ്ങിനിർത്തുന്നു. അത് അവളുടെ കയ്യാണ്. ചുണ്ടുകൾ നിങ്ങളുടെ നെറുകയിൽ സാവധാനം സ്പർശിക്കുന്നു. അത് അവളുടെ ചുണ്ടുകളാണ്. നിങ്ങളുടെ തൊട്ടടുത്ത് ആരോ ശ്വസിക്കുന്നത് നിങ്ങൾക്ക് കേൾക്കാൻ കഴിയുന്നു. അത് അവളാണ്. അവൾ പൂർണമായും നിങ്ങളുടേതാണ്. അവൾ ഉപാസിക്കുന്നത് നിങ്ങളെയാണ്. അവളുടെ അനുകമ്പ നിങ്ങൾക്ക് ഉള്ളതാണ്. നിങ്ങളെ ഒരിക്കൽപ്പോലും അവൾ ഒഴിവാക്കുന്നില്ല. നിങ്ങൾക്കുള്ള സഹായം അവളാണ്. ഒരിക്കലും വളഞ്ഞുപോകാത്ത ആ വടിയിൽ കുത്തിപ്പിടിച്ച് നിങ്ങൾക്ക് എവിടെവേണമെങ്കിലും ചാരിനിൽക്കാൻ കഴിയും. നിങ്ങളുടെ കൈകൊണ്ട് അപ്പോൾ നിങ്ങൾക്ക് ദൈവത്തെവരെ തൊട്ടുനോക്കാൻ കഴിയുന്നു. ദൈവം തൊട്ടറിയാൻ പാകത്തിൽ നിങ്ങളുടെ അടുത്തു നിൽക്കുന്നുണ്ടാകും. മനസെന്ന ദിവ്യമായ കറുത്ത പൂവ് അതിമനോഹരമായി പൊട്ടിവിടരുന്നു. എല്ലാ വെളിച്ചങ്ങൾക്കും പകരമായി പോലും നിങ്ങൾ ആ നിഴലിനെ വിട്ടുകൊടുക്കില്ല. മാലാഖയുടെ ആത്മാവ് എല്ലാക്കാലത്തും അവളിൽ ഉണ്ടായിരുന്നു അവൾ പോകുന്നത് തിരിച്ചുവരാൻ വേണ്ടി മാത്രമാണ്. സ്വപ്നത്തിൽ അവൾ മങ്ങിപ്പോകുന്നു. സ്വപ്നത്തിൽ അപ്രത്യക്ഷയായ അവൾ ഉണരുമ്പോൾ വീണ്ടും മടങ്ങിയെത്തുന്നു. ആരോ നിങ്ങളുടെ അടുത്തേക്കു വരുന്നു. ഒരു സൗഹൃദം നിങ്ങൾ അനുഭവിക്കുന്നു. അവൾ അവിടെയുണ്ട്. പ്രശാന്തതയും ആഹ്ലാദവും നിർവൃതിയും നിങ്ങളിൽ നിറയുന്നു. നിങ്ങളുടെ ഇരുട്ടിൽ സ്വയം തിളങ്ങുന്നു. സ്ത്രൈണതയുടെ ഒരിക്കലും കേട്ടിട്ടില്ലാത്ത ശബ്ദഭാവങ്ങൾ നിങ്ങളെ സാന്ത്വനപ്പെടുത്തുന്നു. ആ സാന്ത്വനം അപ്രത്യക്ഷമായ പ്രപഞ്ചത്തെ നിങ്ങൾക്കുവേണ്ടി പുനർസൃഷ്ടിക്കുന്നു. നിങ്ങൾ ഒന്നും കാണുന്നില്ല. പക്ഷേ നിങ്ങൾ ആരാധിക്കപ്പെടുന്നതായി

നിങ്ങൾക്ക് തോന്നുന്നു. ചുരുക്കത്തിൽ നിങ്ങൾ ഇരുട്ടിന്റെ സ്വർഗത്തിലാണ്.

ഈ സ്വർഗത്തിൽ നിന്ന് ബിയാങ് വെന്യു അടുത്ത സ്വർഗത്തിലേക്ക് കടന്നുപോയി.

എം ലെ പ്രാദേശികപത്രത്തിൽ അദ്ദേഹത്തിന്റെ മരണവാർത്ത വന്നതിന്റെ അടുത്ത ദിവസം മദലിയെൻ ദുഃഖസൂചകമായി കറുത്ത വേഷം ധരിച്ചാണ് പുറത്തിറങ്ങിയത്.

അദ്ദേഹത്തിന്റെ ദുഃഖം നഗരം മുഴുവൻ സംസാരവിഷയമായി. മൊസ്യു മദലിയെന്റെ കഴിഞ്ഞ കാലത്തിലേക്ക് ഈ സംഭവം അൽപ്പം വെളിച്ചം വീശുന്നതായി തോന്നി. ആരാധ്യനായ ബിഷപ്പുമായി മദലിയെന് രക്തബന്ധമുണ്ടെന്നായിരുന്നു നാട്ടുകാരുടെ തീരുമാനം. എം ലെ സ്വീകരണമുറികളിലെ പ്രധാന സംസാരം ഡി യിലെ ബിഷപ്പു മരിച്ചപ്പോൾ അയാൾ കറുത്ത വസ്ത്രം ധരിച്ചതിനെപ്പറ്റിയായിരുന്നു. ഞൊടിയിടകൊണ്ട് എം ലെ കുലീനരുടെ ഇടയിൽ മദലിയെന്റെ സ്ഥാനം അങ്ങേയറ്റം ഉയർന്നു. മദലിയെനു എതിരായുള്ള വിലക്കുകൾ എടുത്തുമാറ്റുന്നതിനെപ്പറ്റി സൂക്ഷ്മ നിരീക്ഷകരായ അവർ ആലോചന ആരംഭിച്ചു. വൃദ്ധകൾക്ക് അയാളോടുള്ള ബഹുമാനം കൂടിയതിൽ നിന്നും ചെറുപ്പക്കാരികൾ കൂടെക്കൂടെ ചിരിച്ചുതുടങ്ങിയതിൽ നിന്നും മദലിയെന് ഈ കാര്യം തിരിച്ചറിയാൻ കഴിയുന്നുണ്ടായിരുന്നു. ആ ചെറിയ വലിയവരുടെ ലോകത്തിലെ ഒരു വിധവ പ്രായത്തിന്റെ അവകാശം ബോധ്യപ്പെടുത്തിക്കൊണ്ട് ഒരു ദിവസം ധൈര്യമായി അയാളോട് ചോദിച്ചു. "മേയർ കാലം ചെയ്ത ഡിയിലെ ബിഷപ്പിന്റെ ബന്ധുവാണോ?"

അയാൾ പറഞ്ഞു. "അല്ല."

അവർ തുടർന്നു. "പക്ഷേ താങ്കൾ അന്ന് കറുത്ത വേഷം ധരിച്ചിരുന്നല്ലോ?"

"ചെറുപ്പത്തിൽ ഞാൻ അദ്ദേഹത്തിന്റെ വീട്ടിലെ ജോലിക്കാരൻ ആയിരുന്നു." അയാൾ പറഞ്ഞു.

ചിമ്മിനികൾ തൂത്തുവൃത്തിയാക്കാൻ വേണ്ടി അലഞ്ഞുതിരിയുന്ന ഏതെങ്കിലും ചെറുപ്പക്കാരനെ പറ്റി അറിഞ്ഞാൽ മേയർ അവനെ ആളയച്ചു വിളിപ്പിച്ചിരുന്നതായി പറയപ്പെടുന്നു. അദ്ദേഹം അവന്റെ പേര് അന്വേഷിക്കുകയും അതിനുശേഷം പണം കൊടുത്ത് തിരിച്ച് അയയ്ക്കുകയും ചെയ്തിരുന്നതായും കഥകൾ കേട്ടിരുന്നു. തിരിച്ചുപോയവർ പരസ്പരം കണ്ടപ്പോൾ എം ലെ മേയറെപ്പറ്റി സംസാരിച്ചു. അങ്ങനെ ധാരാളം ചിമ്മിനി വൃത്തിയാക്കുന്ന ചെറുപ്പക്കാർ എംപട്ടണത്തിലൂടെ കടന്നുപൊയ്ക്കൊണ്ടിരുന്നു.

5. ചക്രവാളത്തിലെ മങ്ങിയ മിന്നലുകൾ

കാലം കഴിഞ്ഞപ്പോൾ എതിർപ്പുകൾ എല്ലാം സാവധാനം അവസാനിച്ചു. സ്വന്തം പരിശ്രമംകൊണ്ട് ഉയർന്നു വരുന്നവർക്ക് എതിരെ ഉയരുന്ന അപവാദങ്ങളും കുറ്റപ്പെടുത്തലുകളും മദലിയെന്റെ നേർക്കും ഉണ്ടായി. കുറ്റപ്പെടുത്തലുകൾ പിന്നീട് കുത്തുവാക്കുകളായി ചുരുങ്ങി. കുത്തുവാക്കുകൾ പിന്നീട് ഫലിതങ്ങളായി മാറി. പിന്നീട് പെട്ടെന്ന് പൂർണമായും അപ്രത്യക്ഷമായി. അയാളോടുള്ള ആദരവിന് എതിരഭിപ്രായം ഇല്ലാതായി. ആളുകൾ അയാളെ ബഹുമാനിച്ചുതുടങ്ങി. ഒടുവിൽ 1815 ൽ ഡിയിലെ ബിഷപ്പിന്റെ വാക്കുകൾക്ക് കിട്ടിയിരുന്നതിനു തുല്യമായ പ്രാധാന്യം 1820-ൽ എം ലെ മേയറുടെ വാക്കുകൾ

ക്കും കിട്ടിത്തുടങ്ങി. മൊസ്സ്യു മദലിയെനോട് സംശയങ്ങൾ ചോദിക്കാൻ മുപ്പതു മൈൽ ചുറ്റളവിൽ നിന്നും ആളുകൾ എം–ൽ എത്തി. അയാൾ വഴക്കുകൾ പറഞ്ഞുതീർത്തു. നിയമയുദ്ധങ്ങൾ തടഞ്ഞു. ശത്രുക്കളെ മിത്രങ്ങളാക്കി. സാമാന്യനീതിയുടെ പുസ്തകം അയാൾക്ക് മനപ്പാഠം ആണെന്ന് തോന്നി. ആറേഴു വർഷങ്ങൾകൊണ്ട് അയാളെപ്പറ്റിയുള്ള ആദരവ് പടിപടിയായി നാട്ടിൽ ഒരു പകർച്ചവ്യാധിപോലെ പടർന്നു പിടിച്ചു.

നഗരത്തിലും പരിസരപ്രദേശങ്ങളിലും താമസിച്ചിരുന്നവരിൽ ഒരാൾ മാത്രം ഈ പകർച്ചവ്യാധിയിൽ നിന്നും ഒഴിവായിരുന്നു. ഫാദർ മദലിയെൻ ചെയ്യുന്ന എല്ലാ കാര്യങ്ങളോടും എന്തോ നിർബന്ധം ഉള്ളതുപോലെ അയാൾ വിയോജിച്ചു. തിരുത്താൻ പറ്റാത്ത അയാളുടെ ഈ മനോഭാവം മൂലം മദലിയെൻ എപ്പോഴും അയാളുടെ ശ്രദ്ധയിൽ ഉണ്ടായിരുന്നു. ചില മനുഷ്യരിൽ മൃഗങ്ങൾക്കുള്ളതുപോലെ ഇത്തരത്തിലുള്ള ഒരു ജന്മവാസനയുണ്ട്. മറ്റെല്ലാ ജന്മവാസനകളേയും പോലെ ഇതിലും കാപട്യം ഇല്ല. ഇത് ഉള്ളിൽ വെറുപ്പും ആർദ്രതയും ഉണ്ടാക്കുന്നു. ഒരു സ്വഭാവത്തെ ഇത് മറ്റൊരു സ്വഭാവത്തിൽ നിന്ന് എന്നന്നേക്കുമായി വേർതിരിക്കും. ഈ ജന്മവാസനയ്ക്ക് ഒരിക്കലും ഒരു കാര്യത്തിലും സംശയം ഉണ്ടാവില്ല. ഒരിക്കലും ഇതിനെ മാറ്റിമറിക്കാൻ കഴിയില്ല. ഒരിക്കലും ഇത് നിശ്ശബ്ദത പാലിക്കില്ല. ഒരിക്കലും ഇത് സ്വയം തെറ്റു സമ്മതിക്കില്ല. ബുദ്ധിശക്തിയുടെയും വിവേകത്തിന്റെയും ഉപദേശങ്ങൾ ഇതിന് ബാധകമല്ല. സ്വന്തം അപ്രമാദിത്വത്തിലും ഇരുണ്ട ചിന്താഗതിയിലും അഹങ്കാരത്തിലും അനുസരണയില്ലായ്മയിലും ഇതിന് കൃത്യമായ വ്യക്തതയുണ്ട്. ഈ സഹജവാസനയുടെ ഫലം എന്തുതന്നെയായാലും, മനുഷ്യനിലെ പട്ടിക്ക് മനുഷ്യനിലെ പൂച്ചയെപറ്റിയും, മനുഷ്യനിലെ കാടന് മനുഷ്യനിലെ സിംഹത്തെപ്പറ്റിയും, ഇത് രഹസ്യമായി മുന്നറിയിപ്പുകൾ നൽകുന്നുണ്ട്.

പലപ്പോഴും മദലിയെൻ എല്ലാവരുടേയും അനുഗ്രഹങ്ങൾ സ്വീകരിച്ച് സ്വസ്ഥനായി നിരത്തിലൂടെ നടന്നുനീങ്ങുമ്പോൾ, പരന്ന തൊപ്പിയും നരച്ച കോട്ടും ധരിച്ച ഒരു മനുഷ്യൻ അയാളെ കാണുമ്പോൾ പെട്ടെന്നു തിരിഞ്ഞുനോക്കും, മദലിയെൻ കണ്ണിൽനിന്ന് മായുന്നതുവരെ കയ്യിൽ ഒരു കുറുവടിയുമായി അയാൾ മദലിയെനെതന്നെ നോക്കിക്കൊണ്ടുനിൽക്കും. കൂട്ടത്തിൽ അയാൾ കൈകൾ കൂട്ടിത്തിരുമ്മിക്കൊണ്ട് തലകുലുക്കുന്നതു കാണാം. പിന്നീട് അയാൾ കീഴ്ചുണ്ടും മേൽചുണ്ടും തമ്മിൽ ഇറുക്കിപ്പിടിച്ച് അർഥംവെച്ചുള്ള ഒരു ഗോഷ്ടി കാണിക്കും. മിക്കവാറും ഈ ഗോഷ്ടിയുടെ വിശദീകരണം ഇങ്ങനെയാകാനാണ് സാധ്യത. "ഈ മനുഷ്യനെ ഞാൻ എവിടെയോ കണ്ടിട്ടുണ്ടെന്ന് ഉറപ്പാണ്. ഇയാൾ ഞാൻ കണ്ട മനുഷ്യന്റെ പകരക്കാരനല്ല. അപ്പോൾ ഇയാൾ ആരാണ്?"

കണ്ടാൽ ഭയം തോന്നുന്ന തരത്തിൽ ഗൗരവക്കാരനായ ആ മനുഷ്യനെ നൊടിയിടനേരത്തേക്കു മാത്രം കണ്ണിൽപ്പെട്ടാൽക്കൂടി ആർക്കും അയാളെ ശ്രദ്ധിക്കാതിരിക്കാൻ കഴിയില്ല. അയാളുടെ പേർ ഴാവേർ എന്നായിരുന്നു.

ഴാവേർ എം– ലെ പൊലീസ് ഇൻസ്പെക്ടർ ആയിരുന്നു. മദലിയെൻ എം–ൽ വരുന്ന സമയത്ത് ഴാവേർ അവിടെ ഉണ്ടായിരുന്നില്ല. അക്കാലത്ത് പാരീസിലെ പൊലീസ് മേധാവിയായിരുന്ന കൊംത് ആൻഗ്ലെയുടേയും, സംസ്ഥാനമന്ത്രിയുടെ സെക്രട്ടറി ആയിരുന്ന മൊസ്സ്യു ഷാബുയിയുടേയും സുരക്ഷയ്ക്കു വേണ്ടിയായിരുന്നു അയാളെ നിയമിച്ചിരുന്നത്. ഴാവേർ എം ൽ

എത്തുന്നകാലത്ത് മദലിയെൻ വലിയ വ്യവസായിയായി മാറിക്കഴിഞ്ഞിരുന്നു. ഫാദർ മദലിയെന് മൊസ്സ്യു മദലിയെനായി രൂപാന്തരം വന്നിരുന്നു. ചില പൊലീസ് ഉദ്യോഗസ്ഥന്മാർക്ക് അൽപ്പത്തരവും അധികാരവും കൂടിക്കലർന്ന് ഉണ്ടാവുന്ന ഒരു മുഖലക്ഷണം കാണും. ഴാവേറിന്റെ മുഖത്ത് അൽപ്പത്തരം ഇല്ലായിരുന്നു.

കണ്ണിൽ മനസ്സിന്റെ പ്രതിഫലനം കാണാൻ കഴിയുമെന്ന് ഉറച്ച വിശ്വാസം നമുക്കുണ്ട്. അങ്ങനെയാണെങ്കിൽ വളരെ വിചിത്രമായ ഒരു സത്യം നമ്മൾ അംഗീകരിക്കേണ്ടിവരും. ഓരോ മനുഷ്യജീവിക്കും മറ്റ് ഏതെങ്കിലും ജന്തുവർഗ ത്തിലെ ഏതെങ്കിലും ജീവിയോട് സാമ്യമുണ്ടെന്ന് കാണാൻ കഴിയും. ചിന്തക ന്മാർ മനസിലാക്കിയിട്ടില്ലാത്ത ഈ കാര്യം നമ്മൾ വ്യക്തമായി തിരിച്ചറിയണം. മുത്തുച്ചിപ്പി മുതൽ കഴുകൻവരെ, കാട്ടുപന്നി മുതൽ കടുവ വരെ എല്ലാ മൃഗ ങ്ങളും മനുഷ്യനിൽ ഉണ്ട്. ഓരോ മനുഷ്യനും അവയിൽ ഓരോന്നാണ്. ചിലപ്പോൾ ഒരു മനുഷ്യൻതന്നെ അവയിൽ പലതും ഒത്തുചേർന്നതാണ്.

മൃഗങ്ങൾ നമ്മുടെ നന്മകളുടെയും തിന്മകളുടെയും രൂപപരിണാമങ്ങൾ തന്നെയാണ്. നമ്മുടെ കൺമുന്നിലൂടെ അവ അലഞ്ഞുതിരിയുന്നു. അവ നമ്മുടെ മനസ്സിന്റെ തന്നെ കാണാൻ കഴിയുന്ന മായക്കാഴ്ചകളാണ്. നമുക്ക് ചിന്തിക്കാൻ വേണ്ടിയാണ് ദൈവം നമുക്ക് അവയെ കാട്ടിത്തരുന്നത്. വിദ്യാഭ്യാസം എന്ന വാക്കിന്റെ ശരിയായ അർഥത്തിൽ വിദ്യാഭ്യാസം നടത്താൻ കഴിയാത്ത രീതിയിലാണ് ദൈവം മൃഗങ്ങളെ സൃഷ്ടിച്ചിരിക്കുന്നത്. അദ്ദേഹം എന്തിനാണ് അങ്ങനെ ചെയ്തത്? എന്തായാലും അദ്ദേഹം നമുക്ക് ബുദ്ധി നൽകി. അതായത് വിദ്യാഭ്യാസത്തിനുള്ള സാധ്യത അദ്ദേഹം നമുക്ക് തന്നു. സാമൂഹ്യമായ വിദ്യാഭ്യാ സത്തിന്റെ പ്രയോജനം എന്തു തന്നെയായാലും ശ്രമിച്ചാൽ ഒരുവന് അത് വളരെക്കാലം നിലനിർത്താൻ കഴിയും.

ഇതു പറയുന്നത് ഈ ഭൂമിയിൽകാണാൻ കഴിയുന്ന ഭൗതിക ജീവിതത്തിന്റെ കാഴ്ചപ്പാടുകളിൽ മാത്രമാണ്. മനുഷ്യൻ ഒഴിച്ചുള്ള ജീവികളുടെ വ്യക്തിത്വ ത്തിന്റെ അകവും പുറവും സംബന്ധിച്ച് യാതൊരു മുൻധാരണകളും ഇതിൽ ഇല്ല. കാണപ്പെടുന്ന ഞാൻ മറഞ്ഞുനിൽക്കുന്ന എന്നെ നിരാകരിക്കാൻ ഒരു തത്വചിന്തകനേയും ചുമതലപ്പെടുത്തിയിട്ടില്ല.

ഇപ്പോൾ നിമിഷനേരത്തേക്ക് ഓരോ മനുഷ്യനിലും ഏതെങ്കിലും മൃഗം ഉണ്ട് എന്ന് നമ്മൾ സമ്മതിക്കുകയാണെങ്കിൽ, സമാധാനത്തിന്റെ സംരക്ഷകനായ ഴാവേറിനെപ്പറ്റിയുള്ള വിവരണം എളുപ്പത്തിൽ നടത്താം.

ചെന്നായ്ക്കളുടെ ഓരോ പ്രസവത്തിലും ഒരു കുട്ടി നായ്ക്കുട്ടി ആയിരിക്കും എന്ന് അസ്തൂറിയായിലെ കർഷകർ ഉറച്ചുവിശ്വസിക്കുന്നു. ഈ നായ്ക്കുട്ടി വളർന്നു വന്നാൽ മറ്റ് ചെന്നായ്ക്കുട്ടികളെ നശിപ്പിക്കും എന്നുള്ള ഭയംകൊണ്ട് അമ്മ ചെന്നായ് പ്രസവിക്കുമ്പോൾ തന്നെ അതിനെ കടിച്ചുതിന്നും എന്നാണ് അവരുടെ വിശ്വാസം. ഈ ചെന്നായുടെ മകൻ നായ്ക്ക് ഒരു മനുഷ്യമുഖം നൽകി യാൽ, അതായിരിക്കും ഴാവേർ.

ഴാവേർ ജനിച്ചത് ഒരു ജയിലിൽ ആയിരുന്നു. അയാളുടെ അമ്മ ഒരു കൈനോട്ടക്കാരിയായിരുന്നു. അച്ഛൻ പായ്ക്കപ്പലിൽ തണ്ടു വലിക്കുകയായി രുന്നു. സമൂഹത്തിന്റെ പരിധികൾ അറിയാതെയാണ് അയാൾ വളർന്നത്. സമൂഹ ത്തിലേക്ക് കടന്നുചെല്ലാൻ കഴിയാത്തതിൽ അയാൾ നിരാശനായിരുന്നു. രണ്ടു

കൂട്ടരുടെ നേർക്ക് സമൂഹം കതക് അടച്ചിരിക്കുകയാണെന്ന് അയാൾക്ക് മനസിലായി. സമൂഹത്തെ അക്രമിക്കുന്നവരേയും സംരക്ഷിക്കുന്നവരേയും സമൂഹം സ്വീകരിച്ചില്ല. ഈ രണ്ടുകൂട്ടത്തിൽ ഒരെണ്ണം അയാൾക്ക് സ്വീകരിക്കാതിരിക്കാൻ നിർവാഹമില്ല. അതേസമയം വിവരണാതീതമായ സത്യസന്ധതയുടെയും അച്ചടക്കത്തിന്റെയും ഒരടിത്തറ തനിക്കുണ്ടെന്ന് അയാൾക്ക് ബോധ്യം ഉണ്ടായിരുന്നു. ഒപ്പം അയാൾ ഉൾപ്പെട്ടിരുന്ന നാടോടിസമൂഹത്തോട് അയാൾക്ക് ഉള്ളിൽ വെറുപ്പും തോന്നിയിരുന്നു. അയാൾ പൊലീസിൽ ചേർന്നു. അവിടെ അയാൾ വിജയിച്ചു. നാൽപ്പതാമത്തെ വയസിൽ അയാൾ ഇൻസ്പെക്ടറായിക്കഴിഞ്ഞിരുന്നു.

ചെറുപ്പത്തിൽ അയാൾ തെക്കൻ പ്രവിശ്യകളിലെ പായ്ക്കപ്പലുകളിൽ ആയിരുന്നു. കൂടുതൽ മുന്നോട്ടുപോകുന്നതിനു മുൻപുതന്നെ നമ്മൾ പറഞ്ഞ ഴാവേറിന്റെ മനുഷ്യമുഖംകൊണ്ട് എന്താണ് ഉദ്ദേശിച്ചതെന്ന് നമുക്ക് മനസിലാക്കാം.

ഴാവേറിന്റെ മനുഷ്യമുഖത്ത് രണ്ട് ആഴംകൂടിയ മാളങ്ങളുള്ള ഒരു പതിഞ്ഞ മൂക്കും അതിന്റെ അടുത്തുവരെ ചെല്ലുന്ന ഇടതൂർന്ന രണ്ടു കൃതാവുകളും ഉണ്ടായിരുന്നു. ആ ഗുഹകളും കുറ്റിക്കാടുകളും ആദ്യമായി കാണുന്നവന് ഒട്ടും സന്തോഷം തോന്നുന്ന ഒരു കാഴ്ച ആയിരുന്നില്ല. വല്ലപ്പോഴും അയാൾ ഭീകരമായി ചിരിച്ചു. അയാളുടെ നേർത്ത ചുണ്ടുകൾ അപ്പോൾ വലിഞ്ഞുമുറുകി. ആ നേരത്ത് അയാളുടെ പല്ലുകൾ മാത്രമല്ല മോണയും പുറത്തുകാണാം. അതുകൂടാതെ അയാളുടെ മൂക്കിനുചുറ്റും ചിരിക്കുന്ന സമയത്ത് ഒരു കിഴവൻ മാനിന്റെ മുഖത്തുള്ളതുപോലെ രണ്ട് ആഴമുള്ള വലിയ ചുളിവുകൾ പ്രത്യക്ഷപ്പെടും. അയാളുടെ മുഖത്ത് ഗൗരവം വരുമ്പോൾ ഒരു കാവൽ നായയുടെ ലക്ഷണമാണ്. ചിരിക്കുമ്പോൾ ഒരു കടുവയുടെയും. ഒരു ചെറിയ തലയും, വലിയ താടിയെല്ലും, നെറ്റിയിൽ നിന്ന് പുരികം വരെ നീണ്ടുകിടക്കുന്ന മുടിയും, കണ്ണുകൾക്കു നടുക്കായി ഒരു ചുളിവും, ഇറുക്കി അടച്ചുപിടിച്ച വായും ആയിരുന്നു അയാളുടെ മുഖത്ത് അവശേഷിച്ചിരുന്ന മറ്റു ഭാഗങ്ങൾ. മുഖത്ത് എപ്പോഴും മ്ലാനത പടർന്നിരിക്കും. കൂടാതെ ക്രൂരമായ ഒരു അധികാരഭാവം അയാളുടെ മുഖത്ത് എപ്പോഴും കാണാൻ കഴിയും.

ഈ മനുഷ്യൻ രണ്ടു മനോഭാവങ്ങളുടെ ഒരു സമ്മേളനം ആയിരുന്നു. ഈ രണ്ടു മനോഭാവങ്ങളും സാധാരണ നിലയിൽ നന്മ നിറഞ്ഞവയാണ്. എന്നാൽ അയാൾ ഈ മനോഭാവങ്ങളെ വളർത്തി വളർത്തി തിന്മയാക്കി മാറ്റിയിരുന്നു. അധികാരത്തോടുള്ള ബഹുമാനവും അതിക്രമങ്ങളോടുള്ള വെറുപ്പുമായിരുന്നു അയാളുടെ മനസിന്റെ അടിത്തട്ടിലെ രണ്ടു ഭാവങ്ങൾ. മോഷണവും കൊലപാതകവും കുറ്റകൃത്യങ്ങളും മാത്രമായിരുന്നു അയാളുടെ കണ്ണിൽ അതിക്രമങ്ങൾ. പ്രധാനമന്ത്രിമുതൽ പൊലീസുകാരൻ വരെ നാട്ടിൽ എന്തെങ്കിലും പദവി ഉള്ളവരേയും അയാൾക്ക് വിശ്വാസമായിരുന്നു. ഒരിക്കൽ നിയമത്തിന്റെ അതിർത്തി മറികടന്നവരോടെല്ലാം അയാൾക്ക് വെറുപ്പും അവജ്ഞയും മാത്രമാണ് തോന്നിയിരുന്നത്. ഇതിൽ അയാൾ ഒരു വിട്ടുവീഴ്ചയും കാണിച്ചില്ല. ഒരു വിഭാഗത്തിനു വേണ്ടി അയാൾ പറയും "ഒരു ഗവൺമെന്റ് ഉദ്യോഗസ്ഥനെ പറ്റിക്കാൻ കഴിയില്ല. ഒരു ന്യായാധിപന് ഒരിക്കലും തെറ്റുപറ്റില്ല." മറുഭാഗത്തിനു വേണ്ടി അയാൾ പറയും, "അവർ നന്നാക്കാൻ കഴിയാത്ത തരത്തിൽ

നശിച്ചുകഴിഞ്ഞു. അവരിൽ നിന്ന് ഇനി ഒരു നന്മയും പ്രതീക്ഷിക്കാൻ കഴിയില്ല. അയാൾ, നിയമങ്ങൾക്ക് കുറ്റവാളികളെ കണ്ടെത്താനുള്ള വിവരണാതീതമായ കഴിവ് ഉണ്ടെന്നും തിന്മയുടെ ഉറവിടം സമൂഹത്തിലെ ഏറ്റവും അടിത്തട്ടിൽ ഉള്ളവരാണെന്നും തീവ്രമായ വിശ്വാസം വെച്ചുപുലർത്തുന്നവരിൽ ഒരാൾ ആയിരുന്നു. അയാൾക്ക് സ്വന്തം ഇഷ്ടാനിഷ്ടങ്ങൾ ഉണ്ടായിരുന്നു.

എല്ലാ കാര്യങ്ങളിലും അയാൾ കടുംപിടിത്തം കാണിച്ചു. എല്ലാ യാഥാസ്ഥിതികരേയും പോലെ എളിമയും അഹംഭാവവും അയാൾക്കും ഉണ്ടായിരുന്നു. വിട്ടുവീഴ്ചകൾ ഇല്ലാത്ത ഒരു സ്വപ്നജീവി. തമരുളിപോലെ തുളച്ചുകയറുന്നതായിരുന്നു അയാളുടെ തണുത്ത കണ്ണുകൾ. അയാളുടെ ജീവിതം വേണമെങ്കിൽ "നടത്തം, നിരീക്ഷണം" ഈ രണ്ടു വാക്കുകളിൽ ഒതുങ്ങിനിൽക്കുന്നു എന്നു പറയാം. ലോകത്തെ ഏറ്റവും വലിയ വിശ്വാസവഞ്ചനയുടെ മധ്യത്തിലും വളവും തിരിവും ഇല്ലാത്ത ഒരു നേർവഴി അയാൾ കണ്ടുപിടിക്കും. സ്വന്തം പ്രയോജനത്തിനുള്ളിൽ അയാൾ മനഃസാക്ഷിയെ ഒളിപ്പിച്ചുവെച്ചു. ചുമതലകൾക്കുള്ളിൽ മതത്തെ അയാൾ തളച്ചിട്ടു. മറ്റുള്ളവർ പുരോഹിതന്മാരായപ്പോൾ അയാൾ ഒരു ചാരനായി. അയാളുടെ കയ്യിൽപ്പെട്ടുപോകുന്നവന്റെ ദുർഗതി പറായാതിരിക്കുന്നതാണ് ഭേദം. പായ്ക്കപ്പലിൽ നിന്നു രക്ഷപ്പെട്ടാൽ സ്വന്തം അച്ഛനെ അയാൾ അറസ്റ്റുചെയ്യും. രേഖയില്ലാതെ പുറത്തുപോകാൻ ശ്രമിച്ചാൽ സ്വന്തം അമ്മയെ അയാൾ കുറ്റവാളിയാക്കും. നന്മയിൽ നിന്ന് സാധാരണ ഉരിത്തിരിയാറുള്ള ഒരുതരം ആന്തരികസംതൃപ്തിയോടെ ആയിരിക്കും അയാൾ ഇതെല്ലാം ചെയ്യുന്നത്. ഒറ്റപ്പെടലും ആത്മനിന്ദയും സദാചാരവും കൊണ്ട് അയാളുടെ ജീവിതത്തിൽ വിനോദങ്ങൾക്ക് സ്ഥാനം ഇല്ലായിരുന്നു. 'സ്പാർട്ടാ' സ്പാർട്ടക്കാരെ ഉൾക്കൊണ്ടതുപോലെ പൊലീസിന്റെ മാറ്റങ്ങളില്ലാത്ത ചുമതലാബോധം അയാളെ വിഴുങ്ങിക്കഴിഞ്ഞിരുന്നു. ഒരു ദയയും ഇല്ലാത്ത ഒരു കുറ്റാന്വേഷകൻ ആയിരുന്നു അയാൾ. അയാളുടെ സത്യസന്ധത ക്രൂരതവരെ ചെന്നെത്തിയിരുന്നു. അയാൾ പൊലീസിനു വിവരങ്ങൾ എത്തിക്കുന്ന കഠിനഹൃദയനായ ചാരൻ ആയിരുന്നു. വൈഡോക്കും ബ്രൂട്ടസ്സും അയാളിൽ ഒന്നിച്ച് സമ്മേളിച്ചിരുന്നു.

ഴാവേറിന്റെ വ്യക്തിത്വം തന്നെ അയാളിലെ ചാരനെയും വിവരങ്ങൾ കൈമാറുന്നവനെയും തുറന്നു കാട്ടുന്ന തരത്തിൽ ആയിരുന്നു. പ്രപഞ്ചോൽപ്പത്തി സിദ്ധാന്തങ്ങൾ വിവരിച്ച് അക്കാലത്ത് ശബ്ദകോലാഹലങ്ങൾ ഉയർത്തി പത്രങ്ങളെ സജീവമാക്കിയിരുന്ന ജോസഫ് ദ് മെസ്തരുടെ നിഗൂഢ പഠനങ്ങൾ ഴാവേർ ഒരു പ്രതീകമാണെന്ന നിഗമനം നടത്താൻ സാധ്യതയുണ്ട്. തൊപ്പിക്ക് അടിയിലായി അപ്രത്യക്ഷമായിരിക്കുന്ന അയാളുടെ നെറ്റി നിങ്ങൾക്ക് കാണാൻ കഴിയില്ല. പുരികങ്ങൾക്കിടയിൽ നഷ്ടപ്പെട്ടുപോയ അയാളുടെ കണ്ണുകൾ നിങ്ങൾക്കു കാണാൻ കഴിയില്ല. കഴുത്തിൽ ചുറ്റിയ തൂവാലയ്ക്കുള്ളിൽ ഒളിച്ചിരിക്കുന്ന അയാളുടെ താടി നിങ്ങൾക്കു കാണാൻ കഴിയില്ല. കോട്ടിന്റെ കൈകൾക്ക് നീളം കൂടുതൽ ആയതുകൊണ്ട് അയാളുടെ കൈകൾ നിങ്ങൾക്ക് കാണാൻ കഴിയില്ല. പക്ഷേ സമയം വരുമ്പോൾ പതിയിരുന്ന് ആക്രമണം നടത്തുന്നവനെപോലെ എല്ലാം പെട്ടെന്ന് പുറത്ത് ചാടും. അയാളുടെ ചെറിയ നെറ്റിയും ഭയപ്പെടുത്തുന്ന താടിയും ദുഃശകുനം പിടിച്ച നോട്ടവും ചുഴറ്റുന്ന വലിയ കൈപ്പത്തിയും, കൈപ്പത്തിക്കുള്ളിൽ മുറുകെ പിടിച്ചിരിക്കുന്ന കുറുവടിയുമെല്ലാം തന്നെ ഒരു നിമിഷത്തിനുള്ളിൽ നിങ്ങളുടെ മുന്നിൽ അവതരിക്കും.

അയാൾക്ക് വിശ്രമം കുറവായിരുന്നു. പുസ്തകങ്ങളോട് വെറുപ്പാണെങ്കിലും ആ സമയത്ത് അയാൾ വായിക്കാറുണ്ട്. അതുകൊണ്ട് അയാൾ ഒരു പൂർണ അക്ഷരവിരോധിയാണെന്ന് പറഞ്ഞുകൂടാ. അയാളുടെ സംസാരത്തിലെ ചില പ്രത്യേക പ്രയോഗങ്ങളിൽ നിന്ന് ഇതു മനസിലാക്കാൻ കഴിയും.

അയാൾക്ക് ചീത്ത ശീലങ്ങൾ ഒന്നും ഉണ്ടായിരുന്നില്ലെന്ന് നാം പറഞ്ഞു. സ്വയം സംതൃപ്തി തോന്നുന്ന നിമിഷങ്ങളിൽ ഒരുനുള്ളു പൊടി അയാൾ മൂക്കിൽ വലിച്ചു കയറ്റും. അയാൾ ഒരു മനുഷ്യജീവിയാണെന്നതിന്റെ ഏക തെളിവായിരുന്നു ഈ പൊടിവലി.

നീതിന്യായ വകുപ്പു മന്ത്രിയുടെ സ്ഥിതിവിവരക്കണക്കുകളിൽ 'സ്ഥിരമായ താമസസ്ഥലം ഇല്ലാത്ത മനുഷ്യർ' എന്ന തലക്കെട്ടിനു താഴെ വരുന്ന വർഗത്തിൽ ഉൾപ്പെട്ടിരുന്നവർക്കെല്ലാം ഴാവേർ ഭയത്തിന്റെ ആൾരൂപം ആയിരുന്നു. ഴാവേർ എന്ന പേരു കേട്ടാൽ അവർ ഭയന്നോടും. ഴാവേറിന്റെ മുഖം കണ്ടാൽ അവർ സ്തംഭിച്ചുനിന്നുപോകും.

ഈ ഭയങ്കരൻ അങ്ങനെയൊക്കെയായിരുന്നു.

ഴാവേറിന്റെ കണ്ണുകൾ മദലിയെന്റെ ശരീരത്തിൽ ഒട്ടിപ്പിടിച്ചതുപോലെ ആയിരുന്നു. മുറയ്ക്ക് സംശയങ്ങളും അനുമാനങ്ങളും അയാളുടെ കണ്ണുകളിൽ നിഴലിച്ചുകൊണ്ടിരുന്നു. മദലിയെനും ഈ കണ്ണുകൾ കാണാതിരുന്നില്ല. പക്ഷേ അയാൾക്ക് ഴാവേറിന്റെ നോട്ടത്തിന് പ്രത്യേക പ്രാധാന്യം ഉള്ളതായി തോന്നിയില്ല. അയാൾ ഴാവേറിനെ പറ്റി അന്വേഷിച്ചില്ല. ഴാവേറിനെ ഒഴിവാക്കിയതുമില്ല. ശ്രദ്ധിക്കുന്നില്ല എന്ന നാട്യത്തിൽ ഴാവേറിന്റെ കണ്ണുകളെ മദലിയെൻ സഹിച്ചു. എല്ലാവരോടും പെരുമാറുന്ന രീതിയിൽ അയാൾ ഴാവേറിനോടും അനുകമ്പയോടെ പെരുമാറി.

ഫാദർ മദലിയെൻ ഉപേക്ഷിച്ചുപോന്ന അയാളുടെ പഴയ ജീവിതത്തിന്റെ അവശിഷ്ടങ്ങൾ ഴാവേർ രഹസ്യമായി മനസിലാക്കിയിരുന്നു എന്ന് അയാൾ പറഞ്ഞ ചില വാക്കുകളിൽ നിന്ന് ഊഹിക്കാൻ കഴിയും. പൊലീസുകാരുടെ പൊതുസ്വഭാവമായ ജിജ്ഞാസ ഇതിന് ഒരു കാരണമായിരിക്കാം. പക്ഷേ മദലിയെന്റെ പഴയ ജീവിതം കണ്ടെത്താനുള്ള ആഗ്രഹത്തേക്കാൾ കൂടുതൽ ഴാവേറിനെ ഇതിലേക്കു നയിച്ചുകൊണ്ടിരുന്നത് സത്യത്തിൽ അയാളുടെ ജന്മവാസന ആയിരുന്നു. ഏതോ ഒരു പ്രദേശത്ത് കാണാതായ ഏതോ ഒരു കുടുംബത്തെപ്പറ്റി ആരോ ചിലർ ചില കാര്യങ്ങൾ കണ്ടെത്തിയതായി അയാൾ പലപ്രാവശ്യം വളച്ചുകെട്ടി പറഞ്ഞിരുന്നു. ഇത് അയാൾക്ക് എന്തൊക്കെയോ അറിയാം എന്നതിന്റെ സൂചനയായിരുന്നു. ഒരിക്കൽ അയാൾ സ്വയം പറഞ്ഞു. "അവൻ എന്റെ പിടിയിലായി എന്ന് എനിക്ക് തോന്നുന്നു." പിന്നീട് മൂന്നു ദിവസം അയാൾ ഒരു വാക്കുപോലും സംസാരിച്ചില്ല. അയാൾ സ്വയം ചിന്തിച്ചു കണ്ടെത്തിയ ഒരു തെളിവ് അറിയാതെ പുറത്തു പറഞ്ഞുപോയതിന്റെ വിഷമത്തിലാണെന്ന് തോന്നി.

ഓർക്കാപ്പുറത്ത് പറയുന്ന പലതിനും പലതരം വ്യാഖ്യാനങ്ങൾ ഉണ്ടാവാം. മനുഷ്യസ്വഭാവത്തിൽ തെറ്റുപറ്റാത്തതായി ഒരു കാര്യവും ഇല്ല. അതിനെ ഉത്തേജിപ്പിക്കാൻ കഴിയും എന്നതാണ് ജന്മവാസനയുടെ പ്രത്യേകത. പിൻതുടരുകയാണെങ്കിൽ ജന്മവാസനയെ ഉള്ളിൽ നിന്ന് പുറത്തേക്ക് വലിച്ചുകൊണ്ടുവരാൻ കഴിയും. ബുദ്ധിശക്തി ജന്മവാസനയെ കവച്ചുവയ്ക്കുമ്പോൾ മാത്ര

മാണ് അത് പുറത്തേക്ക് വരാത്തത്. അതുകൊണ്ടാണ് മൃഗങ്ങൾ മനുഷ്യനേക്കാൾ വിശുദ്ധിയോടെ ജന്മവാസന പ്രകടമാക്കുന്നത്.

മദലിയെന്റെ സ്വാഭാവികമായ പെരുമാറ്റം ഴാവേറിനെ ചിന്താക്കുഴപ്പത്തിലാക്കി.

എന്തായാലും ഒരു ദിവസം ഴാവേറിന്റെ വിചിത്രമായ പെരുമാറ്റം മദലിയെന്റെ മനസിൽ തട്ടി. ഇതായിരുന്നു ആ സന്ദർഭം.

6. ഫാദർ ഫൂഷൽ വാങ്

എം ലെ ചരൽവിരിക്കാത്ത നിരത്തിലൂടെ ഒരു ദിവസം രാവിലെ മദലിയെൻ നടക്കുകയായിരുന്നു. പെട്ടെന്ന് ഒരു ബഹളം കേട്ട് തിരിഞ്ഞുനോക്കിയപ്പോൾ കുറച്ച് അകലെയായി ഒരു ആൾക്കൂട്ടം കാഴ്ചയിൽപ്പെട്ടു. അയാൾ അവിടേക്ക് നടന്നു. ഫാദർ ഫൂഷൽ വാങ് എന്ന വൃദ്ധൻ അയാളുടെ കുതിരവണ്ടിയുടെ അടിയിൽപ്പെട്ടുപോയി. അയാളുടെ കുതിരയും കാൽവഴുതി അടുത്തുതന്നെ തറയിൽ വീണുപോയിരുന്നു.

ഫൂഷൽ വാങ് ആ കാലത്ത് ഉണ്ടായിരുന്ന മദലിയെന്റെ അപൂർവം ശത്രുക്കളിൽ ഒരാൾ ആയിരുന്നു. മദലിയെൻ അവിടെ എത്തുന്ന കാലത്ത് നാട്ടുകാർക്ക് രേഖകൾ സാക്ഷ്യപ്പെടുത്തിക്കൊടുക്കുവാൻ അധികാരമുള്ള വക്കീൽ ആയിരുന്നു ഫൂഷൽ വാങ്. ഗ്രാമീണരെ കണക്കിലെടുത്താൽ അയാൾ പരന്ന വായനയുടെ ഉടമയായിരുന്നു. അയാളുടെ നല്ല സമയം ഏതാണ്ട് അവസാനിച്ചുതുടങ്ങിയ കാലത്താണ് മദലിയെൻ അവിടെ എത്തുന്നത്. വെറും ഒരു കൈത്തൊഴിലുകാരൻ ധനവാനാകുന്നതും, തന്നെപ്പോലെ ഒരു തൊഴിൽ വിദഗ്ധനായ ഒരാൾ നാശത്തിലേക്ക് പതിക്കാൻ തുടങ്ങുന്നതും ഫൂഷൽ വാങിനു കാണേണ്ടിവന്നു. അയാൾക്ക് ഇതിൽ അസൂയ തോന്നി. മദലിയെനെ ഉപദ്രവിക്കാൻ കിട്ടിയ ഒരു അവസരവും അയാൾ പാഴാക്കിയിരുന്നില്ല. അതിനൊക്കെശേഷം അയാൾ പാപ്പരായി. അയാൾക്ക് മക്കളോ കുടുംബമോ ഉണ്ടായിരുന്നില്ല. അങ്ങനെ വണ്ടിക്കാരനായി ജീവിതം തുടരാൻ അയാൾ നിർബന്ധിതനായി.

കുതിരയുടെ തുടയെല്ലിന് ഒടിവുപറ്റിയതുകൊണ്ട് അതിന് അനങ്ങാൻ കഴിഞ്ഞിരുന്നില്ല. വൃദ്ധൻ ചക്രങ്ങൾക്കിടയിൽ പെട്ടുപോയിരുന്നു. ഭാഗ്യദോഷത്തിന് വീഴ്ചയിൽ വണ്ടിയുടെ ഭാരംമുഴുവൻ അയാളുടെ നെഞ്ചത്തായിരുന്നു. കൂടാതെ അതിനുള്ളിൽ കണ്ടമാനം സാധനങ്ങൾ കുത്തിനിറച്ചിരുന്നു. ഫൂഷൽ വാങ് വേദന കൊണ്ട് പുളഞ്ഞു. അവിടെ കൂടിയവർ അയാളെ വണ്ടിക്കടിയിൽ നിന്ന് പുറത്തെടുക്കാൻ ശ്രമിച്ചു. പക്ഷേ കഴിഞ്ഞില്ല. വണ്ടി ഉയർത്തിയെടുക്കാൻ ഉള്ള പരിചയക്കുറവോ ഭാഗ്യദോഷമോ ശരിയാവാത്ത ഒരു തള്ളലോ കൊണ്ട് വണ്ടിക്ക് അടിയിൽപ്പെട്ട് അയാൾ ചതഞ്ഞുപോകും. വണ്ടി താഴെനിന്ന് ഉയർത്താതെ അയാളെ അതിൽ നിന്ന് വലിച്ചൂരി എടുക്കാൻ കഴിയില്ല. ആ സമയത്ത് അവിടെ എത്തിയ ഴാവേർ ഒരു ജാക്കി കൊണ്ടുവരാൻ വേണ്ടി ഒരാളെ പറഞ്ഞുവിട്ടു.

മൊസ്സ്യു മദലിയെൻ പിന്നീട് അവിടെ എത്തിയപ്പോൾ ആൾക്കൂട്ടം ബഹുമാനത്തോടെ ഒഴിഞ്ഞു നിന്നു.

കിഴവൻ നിലവിളിക്കുന്നുണ്ടായിരുന്നു. "സഹായിക്കണേ, ഈ കിഴവനെ രക്ഷിക്കാൻ ആരെങ്കിലും ഉണ്ടോ?"

മദലിയെൻ അവിടെ കൂടിയിരുന്നവരോട് ചോദിച്ചു:

"ആരുടെയെങ്കിലും കയ്യിൽ ജാക്കിയുണ്ടോ?"

ഒരു കൃഷിക്കാരൻ പറഞ്ഞു. "ഒരെണ്ണം കൊണ്ടുവരാൻ ആളുപോയിട്ടുണ്ട്."

"പെട്ടെന്ന് കൊണ്ടുവരുമോ?"

"ഇവിടെ അടുത്ത് ഒരു കൊല്ലന്റെ ആലയുണ്ട്. അയാൾ അവിടേക്കാണ് പോയിരിക്കുന്നത്. പക്ഷേ എന്തായാലും തിരിച്ചെത്താൻ കാൽമണിക്കൂർ കൂടി വേണ്ടിവരും" മദലിയെൻ ഉറക്കെ പറഞ്ഞു. "കാൽ മണിക്കൂറോ?"

കഴിഞ്ഞ രാത്രിയിൽ തോരാതെ മഴ പെയ്തു. ഇടവഴി കുതിർന്നുപോയി. ഓരോ നിമിഷം കഴിയുന്തോറും വണ്ടി ചെളിയിലേക്ക് കൂടുതൽ കൂടുതൽ താഴ്ന്നുകൊണ്ടിരിന്നു. അതിന് അനുസരിച്ച് വൃദ്ധന്റെ നെഞ്ചിലെ ഭാരം കൂടിക്കൊണ്ടിരുന്നു. അഞ്ചുമിനിട്ടിനുള്ളിൽ അയാളുടെ വാരിയെല്ലുകൾ ഒടിയുമെന്ന് തോന്നി.

കാഴ്ചക്കാരായി മാറിയ കൃഷിക്കാരോട് മദലിയെൻ പറഞ്ഞു. "നമുക്ക് കാൽ മണിക്കൂർ കാത്തുനിൽക്കാൻ പറ്റില്ല".

"അല്ലാതെ എന്തു ചെയ്യും?"

മദലിയെൻ പറഞ്ഞു. "പറയുന്നത് ശ്രദ്ധിച്ചുകേൾക്കണം വണ്ടിയുടെ അടിയിൽ ഒരാൾക്ക് നുഴഞ്ഞു കയറാനുള്ള സ്ഥലം ഉണ്ട്. തോളുകൊണ്ട് വണ്ടി ഉയർത്തിയാൽ അരമിനിട്ടുകൊണ്ട് അയാളെ പുറത്തെടുക്കാം. അതിനുള്ള മനസും കരുത്തുമുള്ള ആരെങ്കിലും ഇവിടെയുണ്ടോ? അഞ്ചു സ്വർണനാണയം അയാൾക്കു കിട്ടും. ആൾക്കൂട്ടത്തിൽ ആരും അനങ്ങിയില്ല. മദലിയെൻ പറഞ്ഞു "പത്തു നാണയം" അവിടെ കൂടിനിന്നവർ തലകുനിച്ചു. ആരോ ഒരാൾ മുറുമുറുത്തു. "അതു പൊക്കാൻ പോകുന്നവൻ ഒരു ആനയായിരിക്കണം. അല്ലെങ്കിൽ അവൻ ചതഞ്ഞുപോകും."

മദലിയെൻ പറഞ്ഞു: "ഇരുപതു സ്വർണ നാണയം." നിശ്ശബ്ദതയ്ക്ക് ഒരു വ്യത്യാസവും വന്നില്ല. ഒരു ശബ്ദം മാത്രം പുറത്തു കേട്ടു: "അവർക്ക് ആഗ്രഹം ഇല്ലാഞ്ഞിട്ടല്ല."

മദലിയെൻ തിരിഞ്ഞുനോക്കി. ഴാവേർ അവിടെ നിൽക്കുന്നുണ്ടായിരുന്നു. മദലിയെൻ വന്നപ്പോൾ അയാളെ ശ്രദ്ധിച്ചിരുന്നില്ല. ഴാവേർ പറഞ്ഞു: "അതിന് കരുത്ത് വേണം. തോളുകൊണ്ട് ഈ വണ്ടി പൊക്കുന്നവൻ നല്ല ശക്തൻ ആയിരിക്കണം." ഴാവേർ മദലിയെനെ സൂക്ഷിച്ചുനോക്കി. പിന്നീട് ഓരോ വാക്കിനും പ്രത്യേകം ഊന്നൽ നൽകിക്കൊണ്ട് ഴാവേർ പറഞ്ഞു. "മദലിയെൻ, താങ്കൾ പറഞ്ഞ കാര്യം ചെയ്യാൻ കഴിവുള്ളവനായി ഒരാളെ മാത്രമേ ഞാൻ കണ്ടിട്ടുള്ളു."

മദലിയെൻ ഞെട്ടിപ്പോയി.

ഴാവേർ ഒന്നും സംഭവിക്കാത്തതുപോലെ പറഞ്ഞു. "അയാൾ ഒരു കുറ്റവാളിയാണ്."

മദലിയെൻ പറഞ്ഞു. "അതു ശരി."

ഴാവേർ പറഞ്ഞു. "തുലോങ്ങിൽ ശിക്ഷാകാലാവധി കഴിയുംവരെ അയാൾ അവിടെ തണ്ടുവലിച്ചിരുന്നു."

മദലിയെൻ വിളറിപ്പോയി

ഈ സമയത്തെല്ലാം വണ്ടി സാവധാനം താഴ്ന്നുകൊണ്ടിരുന്നു. ഫൂഷൽവാങ് കരഞ്ഞു. "ഞാൻ ചാവാറായി. എന്റെ വാരിയെല്ല് എല്ലാം ഇപ്പോ ഒടിയും. ഒരു ജാക്കി കിട്ടാനില്ലേ? ഇല്ലെങ്കിൽ എന്തെങ്കിലും കൊണ്ട്ഇതൊന്ന് പൊക്കിമാറ്റ്".

മദലിയെൻ ചുറ്റിലും നോക്കി: "ആരും ഇല്ലേ?"

ഈ കിഴവനെ രക്ഷിച്ചിട്ട് ഇരുപതു സ്വർണനാണയം ആർക്കും വേണ്ടേ?"

ഒരാൾ പോലും അനങ്ങിയില്ല. ഴാവേർ പറഞ്ഞു: "ജാക്കിക്കു പകരം വയ്ക്കാവുന്ന ഒരാളെ മാത്രമേ എനിക്ക് അറിയൂ. പക്ഷേ അത് ഞാൻ പറഞ്ഞ കുറ്റവാളിയാണ്."

ഫൂഷൽ വാങ് കരഞ്ഞു. "അയ്യോ, ഞാനിപ്പം ഞെരിഞ്ഞു ചാവും."

മദലിയെൻ തല ഉയർത്തി. ഴാവേറിന്റെ കഴുകൻ കണ്ണുകൾ തന്നിൽ തന്നെ ഉറച്ചുനിൽക്കുന്നത് അയാൾ കണ്ടു. ചലനമില്ലാതെ നിൽക്കുന്ന മനുഷ്യരെ നോക്കി മ്ലാനമായി പുഞ്ചിരിച്ചു. പിന്നീട് ഒരു വാക്കുപോലും പറയാതെ മുട്ടുകുത്തി ഇരുന്നു. ആൾക്കൂട്ടത്തിന് ഒന്നു കരഞ്ഞുവിളിക്കാനുള്ള സമയംപോലും അയാൾ കൊടുത്തില്ല. അയാൾ വണ്ടിയുടെ അടിയിൽ എത്തിക്കഴിഞ്ഞിരുന്നു.

പിന്നീട് ഒരു നിമിഷം ആകാംക്ഷനിറഞ്ഞ നിശ്ശബ്ദത ആയിരുന്നു.

മദലിയെൻ കമഴ്ന്നു തറപറ്റി കിടന്നുകൊണ്ട് കൈമുട്ടുകളും കാൽമുട്ടുകളും കഴിയുന്നത്ര ചേർത്തുകൊണ്ടുവരാൻ രണ്ടുവട്ടം ശ്രമിച്ചു. ആൾക്കൂട്ടം ഉറക്കെ വിളിച്ചുകൂവി. "ഫാദർ മദലിയെൻ. വേഗം പുറത്തുകടക്ക്." ഫൂഷൽ വാങ് പോലും പറഞ്ഞു. "മൊസ്സ്യു മദലിയെൻ, ഞാൻ മരിച്ചാലും സാരമില്ല. നിങ്ങളും ഞെരിഞ്ഞുപോകും." മദലിയെൻ മറുപടി പറഞ്ഞില്ല.

ആളുകൾ ശ്വാസമടക്കി നിന്നു. ചക്രങ്ങൾ താഴ്ന്നുകൊണ്ടിരുന്നു. ഇപ്പോൾ മദലിയെന് സ്വന്തം തല വലിച്ചൂരാൻ പോലും കഴിയാത്ത അവസ്ഥയിലേക്ക് കാര്യങ്ങൾ എത്തിക്കഴിഞ്ഞു.

പെട്ടെന്ന് വണ്ടി ഒന്ന് കുലുങ്ങി. സാവധാനം അത് ഉയരാൻ തുടങ്ങി ചക്രങ്ങൾ ചാലിൽ നിന്ന് പുറത്തുവന്നു. ശ്വാസം മുട്ടുന്നതിനിടയിലൂടെ പുറത്തേക്ക് ഞെരുങ്ങിക്കടന്നുവന്ന ഒരു ശബ്ദം കേട്ടു. "വേഗം സഹായിക്ക്" അത് അവസാനശ്രമത്തിൽ ഏർപ്പെട്ടിരുന്ന മദലിയെന്റെ ശബ്ദമായിരുന്നു.

അവിടെ കൂടിനിന്നവർ വണ്ടിയുടെ അടുത്തേക്ക് ഓടി അടുത്തു. ഒരു മനുഷ്യന്റെ അർപ്പണ മനോഭാവം അവിടെ കൂടിയവർക്കെല്ലാം ധൈര്യവും കരുത്തും പകർന്നു. ഇരുപതു കൈകൾ വണ്ടി ഉയർത്താൻ എത്തി. കിഴവൻ ഫൂഷൽ വാങ് രക്ഷപ്പെട്ടു.

മദലിയെൻ എഴുന്നേറ്റു. അയാൾ വിയർത്ത് ഒലിക്കുന്നുണ്ടായിരുന്നു. അയാളുടെ വസ്ത്രങ്ങൾ കീറിപ്പറിഞ്ഞുപോയി. തുണി മുഴുവൻ ചെളി പറ്റിയിരുന്നു. ആൾക്കൂട്ടം കരഞ്ഞുപോയി. ഫൂഷൽ വാങ് മദലിയെന്റെ കലുകളിൽ കെട്ടിപ്പിടിച്ച് ചുംബിച്ചു. മദലിയെൻ ദൈവമാണെന്നുപോലും കിഴവൻ പറയുന്നുണ്ടായിരുന്നു. മദലിയെന്റെ മുഖത്ത് ദിവ്യവും സന്തോഷവും നിറഞ്ഞതുമായ ഒരു പീഡാനുഭവത്തിന്റെ വിശദീകരിക്കാൻ കഴിയാത്ത തരത്തിലുള്ള ഒരു മുഖഭാവം പ്രകടമായിരുന്നു. അയാൾ സമാധാനത്തോടെ ഴാവേറിനെ നോക്കി. പക്ഷേ ഴാവേർ അപ്പോഴും മദലിയെനെത്തന്നെ ശ്രദ്ധിച്ചുനോക്കിക്കൊണ്ട് നിൽക്കുകയായിരുന്നു.

7. ഫൂഷൽ വാങ് പാരീസിൽ തോട്ടക്കാരനാകുന്നു

വീഴ്ചക്കിടയിൽ ഫൂഷൽ വാങിന്റെ കാൽമുട്ട് തകർന്നിരുന്നു. തന്റെ ജോലിക്കാർക്കുവേണ്ടി ഫാക്ടറി കെട്ടിടത്തിൽ തന്നെ മദലിയെൻ ഒരു ആസ്പത്രി

തുടങ്ങിയിരുന്നു. മദലിയെൻ ഫൂഷൽ വാങ്ങിനെ അവിടെ എത്തിക്കാനുള്ള ഏർപ്പാടുകൾ നടത്തി. അവിടെ രണ്ട് കന്യാസ്ത്രീകൾ അയാളെ പരിചരിച്ചു. അടുത്ത ദിവസം രാവിലെ കിടക്കയുടെ അടുത്തു കിടന്നിരുന്ന സ്റ്റൂളിനു മുകളിൽ ആയിരം ഫ്രാങ്കും മദലിയെന്റെ കൈപ്പടയിലുള്ള എഴുത്തും ഇരിക്കുന്നത് ഫൂഷൽ വാങ് കണ്ടു. എഴുത്ത് ഇതായിരുന്നു. "ഞാൻ താങ്കളുടെ വണ്ടിയും കുതിരയും വിലയ്ക്കെടുത്തിരിക്കുന്നു." വണ്ടി ആകെ തകർന്നുപോയിരുന്നു. കുതിര വീഴ്ചയ്ക്കിടയിൽതന്നെ ചത്തുപോയിരുന്നു. ഫൂഷൽ വാങ് രക്ഷപ്പെട്ടു. പക്ഷേ അയാൾക്ക് കാൽമുട്ട് മടക്കാൻ കഴിഞ്ഞില്ല. പുരോഹിതന്റേയും കന്യാസ്ത്രീകളുടേയും ശുപാർശകൂടി പരിഗണിച്ച് പാരീസിലെ സെയിന്റ് ആന്റണീസ് കോൺവെന്റിൽ ഫൂഷൻ വാങിന് മദലിയെൻ തോട്ടക്കാരന്റെ ജോലി തരപ്പെടുത്തിക്കൊടുത്തു.

അതിനുശേഷം കുറച്ചുകാലം കഴിഞ്ഞാണ് മദലിയെൻ മേയറായി നിയമിക്കപ്പെട്ടത്. നഗരത്തിന്റെ പൂർണ അധികാരവും കിട്ടിക്കഴിഞ്ഞതിന്റെ അടയാളമായ തൂവാലയും കഴുത്തിലണിഞ്ഞ് മദലിയെനെ ഴാവേർ ആദ്യമായി കണ്ടപ്പോൾ, സ്വന്തം യജമാനനെ ചെന്നായയുടെ രൂപത്തിൽ കണ്ട കാവൽനായയെപ്പോലെ അയാൾ ഞെട്ടിവിറച്ചു. അന്നു മുതൽ മദലിയെന്റെ കണ്ണിൽപ്പെടാതെ ഒഴിഞ്ഞുമാറാനായിരുന്നു അയാൾ ശ്രമിച്ചിരുന്നത്. പിന്നീട് ജോലിസംബന്ധമായി മേയറെ നേരിട്ട് കാണാതിരിക്കാൻ കഴിയാത്ത സന്ദർഭങ്ങളിൽ ഴാവേർ ബഹുമാനത്തോടെ മാത്രം മദലിയെനോട് സംസാരിച്ചു.

മദലിയെൻ എം ൽ വരുത്തിയ നേരിട്ടുകാണാൻ കഴിയുന്ന പുരോഗതികളെപ്പറ്റി നമ്മൾ പറഞ്ഞുകഴിഞ്ഞു. നേരിട്ടുകാണാൻ കഴിഞ്ഞില്ലെങ്കിലും നമ്മൾ കാണുന്ന പുരോഗതിയേക്കാൾ ഒട്ടും പ്രാധാന്യം കുറവല്ലാത്ത മറ്റൊരു കാര്യം കൂടി ഉണ്ടായിരുന്നു. ജോലിക്കുറവും കച്ചവടത്തിന്റെ തളർച്ചയും ചിലപ്പോഴൊക്കെ ആളുകളെ ബാധിച്ചു. ദാരിദ്ര്യം കാരണം കരം കൊടുക്കാൻ അവർ വിസമ്മതിച്ചു. പണം ഇല്ലാത്തുകൊണ്ട് നിയമം അനുവദിക്കുന്ന സമയം കഴിഞ്ഞിട്ടും അവർക്ക് കരം കൊടുക്കാൻ കഴിഞ്ഞില്ല. ഗവൺമെന്റിന് കരം പിരിച്ചെടുക്കാനുള്ള ചെലവ് വർധിച്ചു.

എന്നാൽ ധാരാളം ജോലി ഉണ്ടായപ്പോൾ ആളുകൾക്ക് സന്തോഷമായി. എളുപ്പത്തിൽ കരം പിരിഞ്ഞുകിട്ടി. ഗവൺമെന്റിന്റെ ചെലവ് കുറഞ്ഞു. ഗവൺമെന്റിന് കരം പിരിക്കാൻ വേണ്ടിവരുന്ന ചെലവിന്റെ ഒരിക്കലും തെറ്റുപറ്റാത്ത ഉഷ്ണമാപിനിയാണ് ആളുകളുടെ ദാരിദ്ര്യവും സമ്പത്തും എന്ന് വേണമെങ്കിൽ പറയാം. എം– ൽ നിന്ന് ഗവൺമെന്റിന് കരം പിരിക്കാനുള്ള ചെലവ് ഏഴുകൊല്ലം കൊണ്ട് മൂന്നിലൊന്നായി ചുരുങ്ങി. അതു കാരണം അന്നത്തെ ധനകാര്യമന്ത്രിയായിരുന്ന മൊസ്സ്യു ദി വിയേല്ല് എം– പ്രവിശ്യയെപ്പറ്റി ഇടയ്ക്കിടയ്ക്ക് പറഞ്ഞുകൊണ്ടിരുന്നു.

ഫന്തീൻ തിരിച്ചെത്തുമ്പോൾ എം ന്റെ അവസ്ഥ ഇതായിരുന്നു. ആർക്കും അവളെ ഓർമ ഉണ്ടായിരുന്നില്ല. ഭാഗ്യത്തിന് മദലിയെന്റെ ഫാക്ടറി ഒരു സുഹൃത്തിന്റെ മുഖം പോലെ ആയിരുന്നു. അവൾ അവിടെ എത്തി. സ്ത്രീകളുടെ പണിപ്പുരയിൽ അവൾക്കും ജോലികിട്ടി. ഫന്തീനിന് അവിടുത്തെ ജോലിയിൽ മുൻപരിചയം ഉണ്ടായിരുന്നില്ല. അവൾക്ക് വേണ്ടത്ര വൈദഗ്ധ്യവും ഇല്ലായിരുന്നു. അതുകൊണ്ട് അവൾക്ക് കിട്ടിയ ശമ്പളവും കുറവായിരുന്നു. പക്ഷേ അതുതന്നെ അവൾക്ക് ധാരാളമായിരുന്നു. അവളുടെ പ്രശ്നം പരിഹരിക്കപ്പെട്ടു. സ്വന്തം ജീവിതത്തിനുള്ളത് അവൾ സമ്പാദിച്ചുതുടങ്ങി.

8. മദാം വിക് തൂർണിയേങ് സദാചാരത്തിനുവേണ്ടി മുപ്പതു ഫ്രാങ്ക് ചെലവാക്കുന്നു

താൻ എങ്ങനെയാണ് ജീവിക്കുന്നതെന്ന് ആലോചിച്ചപ്പോൾ ഫന്തീനിന് നിമിഷനേരത്തേക്ക് സന്തോഷം തോന്നി. സ്വന്തം അധ്വാനം കൊണ്ട് സത്യസന്ധമായി ജീവിക്കാൻ കഴിയുന്നത് സത്യത്തിൽ ഒരു വരദാനമാണ്. ജോലി ചെയ്യാനുള്ള വാസന അവൾക്കു തിരിച്ചുകിട്ടി. അവൾ ഒരു കണ്ണാടി വാങ്ങി. അവൾ അതിൽ അവളുടെ യൗവനം കണ്ടു, നല്ല മുടിയും നല്ല പല്ലുകളും കണ്ടു. അവൾ പലതും മറന്നു. അവളുടെ മനസിൽ കൊസെത്തിനെ പറ്റിയും ഭാവിയെപ്പറ്റിയും ഉള്ള ചിന്തകൾ മാത്രമാണ് ഉണ്ടായിരുന്നത്. അവൾ സന്തോഷത്തിന്റെ വക്കിൽ ആയിരുന്നു എന്നു പറയാം. ഒരു ചെറിയ മുറി അവൾ വാടകയ്ക്കെടുത്തു. കൂലി മുൻകൂർ വാങ്ങി അവൾ ആ മുറി അലങ്കരിച്ചു. ശ്രദ്ധയില്ലാത്ത അവളുടെ പഴയ ജീവിതരീതിയുടെ അവശിഷ്ടം.

വിവാഹം കഴിഞ്ഞതാണെന്ന് പറയാൻ കഴിയാത്തതുകൊണ്ട് മകളെപറ്റി പറയാതിരിക്കാൻ അവൾ പ്രത്യേകം ശ്രദ്ധിച്ചു.

തെനാർദിയർ കുടുംബത്തിന് തുടക്കത്തിൽ അവൾ കൃത്യമായി പണം കൊടുത്തിരുന്നെന്ന് നമ്മൾ കണ്ടുകഴിഞ്ഞു. സ്വന്തം പേരുമാത്രം എഴുതാൻ കഴിയുന്ന അവൾക്ക് കൂലിക്ക് എഴുത്തുകൾ എഴുതിക്കൊടുക്കുന്ന ഒരാളുടെ സഹായം വേണ്ടിവന്നു.

അവൾ മുറയ്ക്ക് അയാളെക്കൊണ്ട് എഴുത്തുകൾ എഴുതിച്ചു. ഈ കാര്യം മറ്റുള്ളവരുടെ ശ്രദ്ധയിൽ പെട്ടു. ഫന്തീൻ എഴുത്തുകൾ എഴുതുന്നുണ്ടെന്നും അവൾ ആള് വിചാരിക്കുന്നപോലല്ലെന്നും പണിസ്ഥലത്തുവെച്ച് അവർ പരസ്പരം പറഞ്ഞു. മനുഷ്യന്റെ ഏതുകാര്യവും ചികഞ്ഞ് അന്വേഷിക്കുന്നതിൽ ഏറ്റവും താൽപ്പര്യം അതുമായി യാതൊരു ബന്ധവുമില്ലാത്തവർക്കാണ്. "അയാൾ എന്തുകൊണ്ടാണ് സന്ധ്യക്കുമുമ്പ് ഒരിക്കൽപോലും വരാത്തത്? ചൊവ്വാഴ്ച അയാൾ താക്കോൽ ആണിയിൽ തൂക്കാത്തത് എന്തുകൊണ്ടാണ്? അയാൾ എപ്പോഴും ഇടവഴി തെരഞ്ഞെടുക്കുന്നതിന്റെ കാരണം എന്താണ്? അവരുടെ ഫയലിൽ കടലാസ് ഉള്ളപ്പോൾ അവർ എന്തിനാണ് വീണ്ടും കടലാസു വാങ്ങാൻ ആളുകളെ പറഞ്ഞുവിടുന്നത്? അങ്ങനെ പലതും അവർ ചികഞ്ഞുനോക്കും. ഒരു പ്രാധാന്യവുമില്ലാത്ത ഈ കടങ്കഥകളുടെ ഉത്തരം കണ്ടെത്താൻ വേണ്ടി പണവും സമയവും ചെലവാക്കാൻ പോലും ചിലർ തയാറാണ്. പത്തു നല്ല കാര്യങ്ങൾ ചെയ്യാൻ വേണ്ടതിലും കൂടുതൽ പ്രയാസങ്ങൾ അവർ ഇത്തരം ഒരു കാര്യത്തിനു വേണ്ടി സഹിക്കും. അതിൽ നിന്ന് അവർക്കു കിട്ടുന്ന സന്തോഷം മാത്രമാണ് അവർക്കു വേണ്ടത്. മറ്റൊരു ലാഭവും അവർ പ്രതീക്ഷിക്കുന്നില്ല. ഈ മനുഷ്യന്റേയോ ആ സ്ത്രീയുടേയോ പിന്നാലെ ഒരു ദിവസം മുഴുവൻ വേണ്ടിവന്നാൽ അവർ നടക്കും. നിരത്തിന്റെ മൂലയ്ക്ക് മണിക്കൂറുകൾ അവർ വെറുതേ കാത്തുനിൽക്കും. മഴയും തണുപ്പും സഹിച്ച് അവർ രാത്രി കഴിച്ചുകൂട്ടും. കൈക്കൂലികൊടുത്ത് വിവരങ്ങൾ ശേഖരിക്കും. വാടകയ്ക്ക് ഓടുന്ന കുതിരവണ്ടിക്കാർക്ക് അവർ മദ്യം വാങ്ങിക്കൊടുക്കും. വീട്ടുജോലിക്കാരിക്ക് പണം വാഗ്ദാനം ചെയ്യും. ചുമട്ടുകാരനെ വിലയ്ക്കുവാങ്ങും. എന്തിന്? ഒന്നിനുമല്ല. വെറുതേ. കാണാനും അറിയാനും കണ്ടുപിടിക്കാനും ഉള്ള

പരിശുദ്ധമായ ചൊറിച്ചിൽ. പലപ്പോഴും പരസ്യമാക്കപ്പെടുന്ന ഈ രഹസ്യങ്ങൾ, വെളിപ്പെടുത്തപ്പെടുന്ന ഈ കടങ്കഥകൾ പല കുടുംബങ്ങളിലും വഴക്കിനും പരാജയത്തിനും ജീവിതദുരിതങ്ങൾക്കും തകർച്ചയ്ക്കും കാരണമാകും. ഒരു പ്രയോജനവും ഇല്ലെങ്കിലും ഈ കണ്ടുപിടുത്തങ്ങൾ നടത്തിയവർ സന്തോഷം കൊണ്ട് തുള്ളിച്ചാടും. പരിശുദ്ധമായ ജന്മവാസന–പക്ഷേ എന്തുമാത്രം ദുഃഖകരമായ ഒരു അവസ്ഥ.

ചില മനുഷ്യർ സംസാരത്തിൽതന്നെ ഈ ദ്രോഹബുദ്ധി പ്രകടമാക്കും. സ്വീകരണമുറിയിലെ അവരുടെ സംസാരം പോലും ധാരാളം വിറകു വേണ്ടി വരുന്ന നെരിപ്പോടിനു തുല്യമാണ്. അവൾക്ക് ധാരാളം ഇന്ധനം ആവശ്യമാണ്. അവരുടെ വിറക് അവരുടെ അയൽക്കാർ ആയിരിക്കും.

അവരുടെ ശ്രദ്ധ ഫന്തീനിന്റെ പുറത്തും പതിഞ്ഞിരുന്നു.

അതിനു പുറമേ, അവളുടെ മനോഹരമായ മുടിയും പല്ലുകളും പലർക്കും അവളോട് അസൂയ തോന്നാൻ കാരണമായി.

ജോലിസ്ഥലത്ത് മറ്റുള്ളവർക്കിടയിലൂടെ ഒരു കണ്ണുനീർത്തുള്ളി തുടച്ചുമാറ്റാൻ വേണ്ടി ഫന്തീൻ മുറയ്ക്ക് പുറത്തു പോകുന്നുണ്ടെന്ന് ഒരു സംസാരം പരന്നിരുന്നു. അത് ഒരുപക്ഷേ അവളുടെ മകളെ പറ്റി ഓർമ്മിക്കാൻ ഇടവന്ന നിമിഷങ്ങൾ ആയിരുന്നിരിക്കാം. അല്ലെങ്കിൽ ഒരിക്കൽ അവൾ സ്നേഹിച്ചിരുന്ന മനുഷ്യനെപ്പറ്റിയുള്ള ഓർമകൾ ആയിരുന്നിരിക്കാം. കഴിഞ്ഞകാലത്തിന്റെ ബന്ധങ്ങൾ അടർത്തിമാറ്റുന്നത് ബുദ്ധിമുട്ടുള്ള കാര്യമാണ്.

മാസത്തിൽ കുറഞ്ഞത് രണ്ടുപ്രാവശ്യമെങ്കിലും അവൾ എഴുത്ത് എഴുതുന്നുണ്ടെന്ന് സ്ഥിരീകരിക്കപ്പെട്ടു. ഒരേ മേൽവിലാസത്തിലേക്കാണ് അവൾ എഴുത്തുകൾ എഴുതുന്നതെന്നും അതിനുള്ള പണം അവൾ മുൻകൂർ കൊടുത്തിരിക്കുകയാണെന്നും ഉറപ്പായിക്കഴിഞ്ഞു. മേൽവിലാസം കണ്ടുപിടിക്കുന്നതിലും അവർ വിജയിച്ചു "തെനാർദിയർ, സത്രം നടത്തിപ്പുകാരൻ, മോങ് ഫെർമിയേ." ഇത്തരം രഹസ്യങ്ങൾ പുറത്തുപറയാതെ സ്വന്തം വയറ്റിൽ വീണ്ടുനിറയ്ക്കാൻ കഴിവില്ലാത്ത ഒരു പാവം കിഴവനായിരുന്നു കൂലിക്ക് എഴുത്ത് എഴുതുന്ന മനുഷ്യൻ. ഒരു മദ്യശാലയിൽവെച്ച് അയാൾ മേൽവിലാസം പറഞ്ഞു കൊടുത്തു. ചുരുക്കത്തിൽ ഫന്തീനിന് ഒരു മകൾ ഉണ്ട് എന്നുള്ള വിവരം പുറത്തറിഞ്ഞു. മോങ് ഫെർമിയേയിൽ പോയിവന്ന ഒരു സ്ത്രീ തെനാർദിയറുടെ സത്രവും സന്ദർശിച്ചിരുന്നു. അവർ പറഞ്ഞു:

"അവൾ അത്തരക്കാരിയാണ്. എന്റെ മുപ്പത്തഞ്ചു ഫ്രാങ്ക് പോയെങ്കിലും ഞാൻ അവളെപ്പറ്റിയുള്ള എല്ലാ കാര്യങ്ങളും കണ്ടുപിടിച്ചു. അവളുടെ കുട്ടിയെ ഞാൻ നേരിട്ടു കണ്ടു."

ഈ കണ്ടുപിടുത്തം നടത്തിയ മഹതിയുടെ പേര് മദാം വിക് തൂർണിയേങ് എന്നായിരുന്നു. മറ്റുള്ളവരുടെ നന്മകളുടെ സൂക്ഷിപ്പുകാരിയും രക്ഷകർത്താവുമായിരുന്നു ഈ അറുപത്താറുകാരി. അവരുടെ വൃത്തികെട്ട മനസ്സിനെ മൂടിവെച്ചിരുന്ന മുഖംമൂടിക്കുമുകളിൽ വാർധക്യത്തിന്റെ മറ്റൊരു മുഖംമൂടി കൂടി അവർ അണിഞ്ഞിരുന്നു. എന്തുകാര്യത്തിലും അവർക്ക് ഒരു ഇളക്കമുണ്ട്. സംസാരിക്കുന്നതിൽ പോലും ഒരു വിറയൽ ഉണ്ട്. ഈ സ്ത്രീ ഒരിക്കൽ ചെറുപ്പമായിരുന്നു എന്നു പറഞ്ഞാൽ അത് വളരെ വിചിത്രമായിത്തോന്നും. 93 ൽ അവരുടെ ചെറുപ്പകാലത്ത് ഒരു സന്യാസിയെ വിവാഹം കഴിച്ചിരുന്നു. ബെനാർ

ദിൻകാരുടെ സന്യാസിമഠത്തിൽ നിന്ന് ചുവന്നതൊപ്പിയും വെച്ച് രക്ഷപ്പെട്ട ഇയാൾ പിന്നീട് ജെക്കോബിൻകാരോടൊപ്പം ചേർന്നിരുന്നു. അവരാകട്ടെ പരുക്കൻ സ്വഭാവക്കാരിയായിരുന്നു. എല്ലാവരേയും കുറ്റപ്പെടുത്തുന്ന കൗശലക്കാരി. സ്വഭാവത്തിന്റെ കാര്യത്തിൽ അവൾ ഏതാണ്ട് വിഷത്തിനോട് അടുത്തെത്തിയിരുന്നു. അവളെ ഭരിച്ച് താറുമാറാക്കി കടിഞ്ഞാണിട്ടു നിർത്തിയിരുന്ന അവളുടെ സന്യാസിയെ പക്ഷേ അവൾ ഒരിക്കലും മറന്നില്ല. അവൾ സന്യാസിയുടെ വിധവയായിതന്നെ ജീവിച്ചു. പ്രായശ്ചിത്തംപോലെ അവൾ കടുത്ത മതവിശ്വാസിയായി. അവളുടെ സന്യാസിയുമൊത്തുള്ള അധ്യായത്തിന് പുരോഹിതൻ മാപ്പുകൊടുത്തു. ഉണ്ടായിരുന്ന കുറച്ചു സമ്പത്ത് അവൾ ആഡംബരത്തോടെ മതകാര്യങ്ങൾക്കുവേണ്ടി ഇഷ്ടദാനം നടത്തി. അങ്ങനെ ആറായിലെ ബിഷപ്പിന്റെ അരമനയുമായി അവൾ നല്ല അടുപ്പത്തിലായി. ഈ മദാം വിക് തൂർണിയേങ്ങാണ് മോങ് ഫെർമിയേയിൽ നിന്ന് "ഞാൻ അവളുടെ കുട്ടിയെ നേരിട്ടു കണ്ടു" എന്നു പറഞ്ഞ് തിരിച്ചെത്തിയിരിക്കുന്നത്.

അപ്പോഴേക്കും ഫന്തീൻ ഫാക്ടറിയിൽ വന്നിട്ട് ഒരുവർഷം കഴിഞ്ഞിരുന്നു. ഒരുദിവസം രാവിലെ പണിപ്പുരയുടെ മേൽനോട്ടക്കാരി മേയർ തന്നതാണെന്ന് പറഞ്ഞ് അൻപതു ഫ്രാങ്ക് ഫന്തീനിനെ ഏൽപ്പിച്ചു. ഇനിയും അവളെ അവിടെ ജോലിക്ക് ആവശ്യമില്ലെന്ന് അറിയിച്ചതിനു ശേഷം മേയർ പറഞ്ഞതനുസരിച്ച് അവളോട് ഫാക്ടറിവിട്ട് പോകാൻ അവർ ആവശ്യപ്പെട്ടു.

ആറു ഫ്രാങ്കിനു പകരം പന്ത്രണ്ടു ഫ്രാങ്കായിരുന്നു തെനാർദിയർ ആദ്യം ആവശ്യപ്പെട്ടത്. അതു മാറ്റി പന്ത്രണ്ടു ഫ്രാങ്കിനു പകരം പതിനഞ്ചു ഫ്രാങ്കു വേണമെന്ന് അയാൾ ആവശ്യപ്പെട്ട മാസത്തിലായിരുന്നു ഇതെല്ലാം സംഭവിച്ചത്.

ഫന്തീൻ ഇടിവെട്ടേറ്റപോലെ നിന്നുപോയി. അവൾക്ക് അവിടം വിട്ടുപോകാൻ കഴിയുമായിരുന്നില്ല. വീട്ടുപകരണങ്ങളുടെ കടം അവൾ കൊടുത്തു തീർന്നിരുന്നില്ല. പണമായിതന്നെ അൻപതു ഫ്രാങ്കിൽ കൂടുതൽ കടം അവൾക്കു വീട്ടാൻ ഉണ്ടായിരുന്നു. അവൾ കെഞ്ചിനോക്കി. മേൽനോട്ടക്കാരി ആ നിമിഷത്തിൽ തന്നെ അവൾ അവിടം വിട്ടുപോകണമെന്ന് വാശിപിടിച്ചു. നിരാശയേക്കാൾ കൂടുതൽ നാണക്കേടുമായി അവൾ അവിടെനിന്ന് ഇറങ്ങി മുറിയിൽ തിരിച്ചെത്തി. അവളുടെ തെറ്റ് എല്ലാവരും അറിഞ്ഞുകഴിഞ്ഞിരുന്നു.

എന്തെങ്കിലും പറയാനുള്ള ശക്തി അവൾക്ക് ഉണ്ടായിരുന്നില്ല. ആരോ അവളോട് മേയറെ കാണാൻ ഉപദേശിച്ചു. പക്ഷേ അവൾക്ക് അതിനുള്ള ധൈര്യം ഉണ്ടായിരുന്നില്ല. മേയർ നല്ലവനായതുകൊണ്ടാണ് അൻപതുഫ്രാങ്ക് അവൾക്കു കിട്ടിയത്. മേയർ നീതിമാനായതുകൊണ്ടാണ് അവളെ അവിടെനിന്നും പുറത്താക്കിയത്. ന്യായവിധിക്കുമുന്നിൽ അവൾ തലകുനിച്ചു.

9. മദാം വിക് തൂർണിയെങ്ങിന്റെ വിജയം

സന്യാസിയുടെ വിധവ അങ്ങനെ കാര്യക്കാരിയായി.

മൊസ്യു മദലിയെൻ ഇതൊന്നും അറിഞ്ഞിരുന്നില്ല. ജീവിതത്തിൽ ഇങ്ങനെയുള്ള പല സംഭവങ്ങളും വന്നുചേരും. സ്ത്രീകളുടെ ജോലിസ്ഥലത്ത് മദലിയെൻ വിരളമായിപ്പോലും പോകാറില്ല. പണിപ്പുരയുടെ മേൽനോട്ടത്തിന് അവിവാഹിതയായ ഒരു മധ്യവയസ്കയെയാണ് മദലിയെൻ നിയോഗിച്ചിരുന്നത്. പുരോഹിതന്റെ ശുപാർശയിലാണ് അവർ അവിടെ ജോലിക്ക് ചേർന്നത്.

മദലിയെന് അവരെ വിശ്വാസമായിരുന്നു. വളരെ സത്യസന്ധയും ന്യായത്തിനൊപ്പം നിൽക്കുകയും ചെയ്യുന്ന സത്യസന്ധയായ ഒരു സ്ത്രീ ആയിരുന്നു അവർ. പണം കൊടുക്കുന്ന കാര്യത്തിൽ അവർ വളരെ വിശാലമനസ്കയായിരുന്നു. എന്നാൽ മനുഷ്യരെ മനസിലാക്കുന്നതിലും അവർക്കു മാപ്പുകൊടുക്കുന്നതിലും അവർക്ക് അത്രമാത്രം വിശാല മനസ്കത ഉണ്ടായിരുന്നില്ല. മദലിയെൻ പണിപ്പുരയിലെ എല്ലാ കാര്യങ്ങളും അവർക്ക് വിട്ടുകൊടുത്തിരുന്നു. ഈ ബലത്തിലാണ് അവർ ഫന്തീനിന് എതിരെ കുറ്റാരോപണം നടത്തി വാദം കേട്ട് വിധിപറഞ്ഞു ശിക്ഷ നടപ്പാക്കിയത്. കൂടാതെ താൻ ചെയ്യുന്നത് ശരിയാണെന്നുള്ള തോന്നലും അവർക്ക് ഉണ്ടായിരുന്നു.

ജോലിക്കാരികൾക്ക് ആവശ്യം വന്നാൽ ദാനമായി കൊടുക്കാൻ ഒരു തുക മദലിയെൻ അവരെ ഏൽപ്പിക്കാറുണ്ട്. ദാനങ്ങളുടെ കണക്ക് ബോധ്യപ്പെടുത്തേണ്ട കാര്യം ഇല്ലാത്തതുകൊണ്ട് അവർ അതിന്റെ കണക്ക് സൂക്ഷിക്കാറില്ല. അതിൽ നിന്നാണ് അവർ ഫന്തീനിന് അൻപതു ഫ്രാങ്ക് കൊടുത്തത്.

വീട്ടുജോലി അന്വേഷിച്ച് ഫന്തീൻ അടുത്തുള്ള വീടുകൾ കയറിയിറങ്ങി. ആർക്കും അവളെ ആവശ്യം ഉണ്ടായിരുന്നില്ല. അവൾ വീട്ടുപകരണങ്ങൾ കടം വാങ്ങിയ ആക്രിക്കച്ചവടക്കാരൻ പറഞ്ഞു:

"നീ ഇവിടം വിട്ടുപോയാൽ നിന്നെ കള്ളിയാക്കി ഞാൻ പൊലീസിനെക്കൊണ്ട് പിടിപ്പിക്കും. അവൾ വാങ്ങിയതിന്റെ മുക്കാൽഭാഗവും അയാൾക്കുതന്നെ തിരിച്ചുകൊടുത്തു. അത്യാവശ്യം വേണ്ടതുമാത്രം അവൾ മുറിക്കുള്ളിൽ കരുതി. മുറിയുടെ ഉടമസ്ഥൻ പറഞ്ഞു:

"നീ സുന്ദരിയാണ് ചെറുപ്പമാണ്. വേണമെങ്കിൽ നിനക്ക് വാടകതരാൻ കഴിയും." കിട്ടിയ അൻപതു ഫ്രാങ്ക് അവൾ ഉടമസ്ഥനും കച്ചവടക്കാരനുമായി വീതിച്ചു കൊടുത്തു. അവൾക്ക് ജോലിയില്ല. നൂറുഫ്രാങ്ക് കടം കൊടുത്തു തീർക്കാൻ ഇനിയും ബാക്കികിടക്കുന്നു. മുറിക്കുള്ളിൽ ബാക്കിവന്നത് അവളുടെ ഒരു കിടക്ക മാത്രം.

അവൾ പട്ടാളക്കാർക്കുവേണ്ടി പരുക്കൻ ഷർട്ടുകൾ തുന്നാൻ തുടങ്ങി. ദിവസം പന്ത്രണ്ടു സൂ ആയിരുന്നു പ്രതിഫലം. മകളുടെ ചെലവിന് പത്തു സൂ വേണം. ഈ സമയത്താണ് തെനാർദിയറമ്മാർക്ക് പണം കിട്ടാൻ താമസം വന്നു തുടങ്ങിയത്.

രാത്രിയിൽ അവൾ തിരിച്ചെത്തുമ്പോൾ അവൾക്കുവേണ്ടി മെഴുകുതിരി കൊളുത്തിക്കൊടുക്കുന്ന ഒരു കിഴവി ഉണ്ടായിരുന്നു. എന്തായാലും അവർ അവളെ പിശുക്കി ജീവിക്കുന്നതിന്റെ കല അഭ്യസിപ്പിച്ചു. പിശുക്കി ജീവിക്കുന്നതിന്റെ അടുത്ത പടിയായി ഒന്നും ഇല്ലാതെ ജീവിക്കുന്നതിന്റെ കലയും ഉണ്ടായിരുന്നു. ഇവ രണ്ടും അടുത്തടുത്തുള്ള രണ്ടു മുറികളാണ്. ഒന്നിൽ മങ്ങിയ വെളിച്ചമുണ്ട്. രണ്ടാമത്തെ മുറിയിൽ കൂരിരുട്ടാണ്.

മഞ്ഞുകാലത്ത് തീ ഇല്ലാതെ ജീവിക്കാൻ ഫന്തീൻ പഠിച്ചു. രണ്ടു ദിവസത്തെ ഭക്ഷണത്തിന് ഒരു ഫാർതിങ്ങിന്റെ ചോളം തിന്നുന്ന വളർത്തുകിളിയെ വേണ്ടന്നു വയ്ക്കുന്നത് എങ്ങനെയാണെന്ന് അവൾ മനസിലാക്കി. അടുത്ത വീട്ടിലെ ജനാലയുടെ വെളിച്ചത്തിൽ ഭക്ഷണം കഴിക്കാനും അങ്ങനെ മെഴുകുതിരി ദുരുപയോഗം ചെയ്യാതിരിക്കാനും അവൾ പഠിച്ചു. ദാരിദ്ര്യത്തിൽ വളർന്നവർക്കുപോലും ഒരു സൂ കൊണ്ട് എന്തെല്ലാം ചെയ്യാൻ കഴിയുമെന്ന്

ഇപ്പോഴും അറിയില്ല. ഒടുവിൽ ഈ അറിവ് ഒരു അസാമാന്യ കഴിവായിമാറും. ഫന്തീൻ ആ കഴിവിന്റെ അങ്ങേയറ്റത്ത് എത്തി. അതിൽ അവൾക്ക് വിഷമം തോന്നിയില്ല.

ഈ കാലത്ത് അവൾ അയൽക്കാരിയോട് പറഞ്ഞു:

“ഞാൻ എന്നോടുതന്നെ പറയാറുണ്ട്. ഉറങ്ങുന്ന അഞ്ചുമണിക്കൂർ ഒഴിച്ച് ബാക്കിസമയം മുഴുവൻ ഞാൻ തയ്ച്ചുകൊണ്ടിരിക്കുകയാണ്. എനിക്ക് കിട്ടുന്നത് കഷ്ടിച്ച് എന്റെ ആഹാരത്തിന് തികയും. പിന്നെ മനസു വിഷമിക്കുമ്പോൾ ആഹാരവും കുറച്ചുമതി. ഈ കഷ്ടപ്പാടിനിടയിലും ഒരു കയ്യിൽ ഒരു കഷണം റൊട്ടിയും മറ്റേക്കയ്യിൽ ജീവിതത്തിന്റെ വ്യാകുലതകളും ഉള്ളതുകൊണ്ടായിരിക്കും ഒരുപക്ഷേ ഞാൻ ഇങ്ങനെ ജീവനോടിരിക്കുന്നത്.”

ഈ കഷ്ടപ്പാടിനിടയിൽ അവളുടെ കുട്ടി ഉണ്ടായിരുന്നെങ്കിൽ വിചിത്രമായ സന്തോഷം ഒരുപക്ഷേ അവൾക്കു ലഭിക്കാൻ സാധ്യത ഉണ്ടായിരുന്നു. അവൾ വന്നിരുന്നെങ്കിൽ എന്ന് ഫന്തീൻ ആഗ്രഹിച്ചു. പക്ഷേ പിന്നീട്? അവളെക്കൂടി ദാരിദ്ര്യത്തിന് ഇരയാക്കണോ? തെനാർദിയറിന്റെ കടം അവൾ എങ്ങനെ വീട്ടും? അവിടെ എത്തുന്നതിനുള്ള പണം അവൾ എങ്ങനെ ഉണ്ടാക്കും?

ദാരിദ്ര്യത്തിലുള്ള ജീവിതം അവളെ അഭ്യസിപ്പിച്ച മാർഗററ്റ് എന്ന കിഴവി ഒരു ഈശ്വരഭക്തയായിരുന്നു. പാവങ്ങളോടും പണക്കാരോടും ഒരേപോലെ അനുകമ്പയുള്ള ഒരു പാവം സ്ത്രീ. മാർഗററ്റ് എന്നു പേരെഴുതി ഒപ്പിടാൻ മാത്രം അവർക്ക് അറിയാം.

താഴേത്തട്ടിലും ഇതുപോലെ നന്മയുള്ളവർ ഉണ്ട്. ഒരുദിവസം അവരും ഉയരങ്ങളിൽ എത്തും. ജീവിതത്തിൽ എന്നും നാളെയുടെ പ്രഭാതം ഉണ്ട്.

ആദ്യമൊക്കെ പുറത്തു പോകുന്നത് ഫന്തീനു നാണക്കേടായി തോന്നി.

തെരുവിലൂടെ നടക്കുമ്പോൾ ആളുകൾ അവളെ തിരിഞ്ഞുനോക്കി ചൂണ്ടിക്കാണിക്കുന്നതായി അവൾ സങ്കൽപ്പിച്ചു. എല്ലാവരും അവളെത്തന്നെ സൂക്ഷിച്ചുനോക്കുന്നു. പക്ഷെ ആരും അവളോട് പരിചയം ഭാവിക്കുന്നില്ല. ഒരു വഴിപോക്കന്റെ അവജ്ഞയോടെയുള്ള നോട്ടം തെക്കൻകാറ്റുപോലെ അവളിലേക്ക് തുളച്ചിറങ്ങുന്നു.

ചെറിയ പട്ടണങ്ങളിൽ ജീവിക്കുന്ന ഭാഗ്യദോഷിയായ സ്ത്രീക്ക് എല്ലാവരുടേയും പരിഹാസത്തിനും ജിജ്ഞാസയ്ക്കും മുന്നിൽ താൻ നഗ്നയാക്കപ്പെട്ടിരിക്കുന്നതായി തോന്നും.പാരീസിലാണെങ്കിൽ അവളെ ആരും അറിയില്ല. തിരിച്ചറിയപ്പെടാത്ത അവസ്ഥ സത്യത്തിൽ അവൾക്ക് ഒരു മൂടുപടമാണ്. പാരീസിൽ എത്താൻ അവൾ കൊതിച്ചു. പക്ഷെ ആ മോഹം ഒരിക്കലും നടക്കാൻ ഇടയില്ല.

ദാരിദ്ര്യവുമായി പൊരുത്തപ്പെട്ടതുപോലെ അവൾക്ക് പരിഹാസങ്ങളുമായും പൊരുത്തപ്പെടേണ്ടി വന്നു. അവൾക്ക് അതും സാധിച്ചു. രണ്ടുമൂന്നു മാസംകൊണ്ട് അവളുടെ നാണക്കേട് അവൾ ഊരി എറിഞ്ഞു. ഒന്നും സംഭവിക്കാത്തതുപോലെ അവൾ നിരത്തിലൂടെ നടന്നു. അവൾ പറഞ്ഞു:

“എനിക്ക് എല്ലാം ഒന്നുപോലെയാണ്.”

തല ഉയർത്തിപ്പിടിച്ച് പരുക്കൻ പുഞ്ചിരിയോടെ അവൾ പുറത്തുപോയി തിരിച്ചുവന്നു. തനിക്ക് നാണം ഇല്ലാതായതായി അവൾ തിരിച്ചറിഞ്ഞു.

ചിലപ്പോൾ ഫന്തീൻ പോകുന്നത് മദാം വിക് തൂർണിയെങ് അവരുടെ ജനാലയിലൂടെ കണ്ടു. “ആ ജന്തു”വിന്റെ തീവ്രദുഃഖം അവരെ ആകർഷിച്ചു.

അവളെ എത്തേണ്ടിടത്ത് എത്തിച്ചതിന് അവർ സ്വയം സന്തോഷിച്ചു. ദ്രോഹികൾക്ക് അവരുടേതായ ഇരുണ്ട സന്തോഷങ്ങൾ ഉണ്ട്.

അമിതജോലികൊണ്ട് ഫന്തീൻ ക്ഷീണിച്ചുപോയി. അവളെ ബുദ്ധിമുട്ടിച്ചിരുന്ന വരണ്ട ചുമ ഇപ്പോൾ വളരെ കൂടി. അവൾ ചിലപ്പോൾ അയലത്തുകാരി മാർഗററ്റിനോട് പറഞ്ഞു:

"എന്റെ കയ്യുടെ ചൂട് ഒന്നു തൊട്ടുനോക്കാമോ?"

എങ്കിലും രാവിലെ ഒരു പഴയ ഒടിഞ്ഞ ചീപ്പുകൊണ്ട് മനോഹരമായ മുടി അവൾ കോതി ഒതുക്കി. പട്ടുനൂലിന്റെ തിരമാലകൾ പോലെ അത് താഴോട്ട് ഒഴുകി. ഒരുനിമിഷം അവൾ ചെറുതായി സന്തോഷിച്ചു.

10. വിജയത്തിന്റെ ഫലങ്ങൾ

മഞ്ഞുകാലം തീരുന്ന സമയത്തായിരുന്നു അവളെ ജോലിയിൽ നിന്നു പിരിച്ചുവിട്ടത്. വേനൽക്കാലം കഴിഞ്ഞു. പക്ഷെ മഞ്ഞ് വീണ്ടും തിരിച്ചെത്തി. പകൽ കുറഞ്ഞു. ജോലിയും കുറഞ്ഞു. മഞ്ഞുകാലത്ത് ചൂടില്ല. വെളിച്ചമില്ല. ഉച്ചയില്ല. പ്രഭാതത്തിനു ശേഷം സന്ധ്യയാണ്. മൂടൽമഞ്ഞ് ഭൂമിയെ മൂടും. ജനാലകൾ തണുത്തു മരവിക്കും. നിങ്ങൾക്ക് ഒന്നും വ്യക്തമായി കാണാൻ കഴിയില്ല. ആകാശം ഗുഹാമുഖംപോലെ തോന്നും. സൂര്യൻ പട്ടിണിക്കാരനെപോലെയിരിക്കും. വെള്ളം മാത്രമല്ല മനുഷ്യമനസും മഞ്ഞുകാലത്ത് കല്ലായിമാറും. കടക്കാർ അവളെ ശല്യപ്പെടുത്തി.

ഫന്തീനിന് വരുമാനം വളരെ കുറവായിരുന്നു. അവളുടെ കടം കൂടിക്കൂടി വന്നു. പണം കിട്ടാൻ താമസം വരുന്നതുകൊണ്ട് തെനാർദിയറമ്മാർ അവൾക്ക് മുറയ്ക്ക് എഴുതിക്കൊണ്ടിരുന്നു. അവരുടെ എഴുത്തുകൾ അവളെ ദുഃഖിപ്പിച്ചു. അവരുടെ ആവശ്യങ്ങൾ അവളെ കുത്തുപാള എടുപ്പിച്ചു. കൊസെത്തിന് മഞ്ഞുകാലത്ത് ധരിക്കാൻ ഒരു കമ്പിളി ഉടുപ്പ് ആവശ്യമാണെന്ന് അവർ എഴുതി. പത്തുഫ്രാങ്ക് അതിനു വേണ്ടി ഉടൻ അയച്ചുകൊടുക്കണം എന്നായിരുന്നു എഴുത്തിന്റെ രത്നച്ചുരുക്കം. എഴുത്തു കിട്ടിയ ദിവസം പകൽ മുഴുവൻ അവൾ അത് കൈയ്ക്കുള്ളിൽ ചുരുട്ടിക്കൂട്ടിക്കൊണ്ടു നടന്നു. അന്നു വൈകുന്നേരം തെരുവിന്റെ മൂലയ്ക്കുള്ള ഒരു ക്ഷുരകന്റെ കടയിലേക്ക് അവൾ കടന്നു ചെന്നു. അവൾ ചീപ്പെടുത്ത് മുടി ചീകി. അവളുടെ മുടി അരയ്ക്കു താഴെ നീണ്ടുകിടന്നു.

മുടിവെട്ടുകാരൻ പറഞ്ഞു: "എന്തു നല്ല മുടി."

അവൾ ചോദിച്ചു: "ഈ മുടിക്ക് നിങ്ങൾ എന്തു വില തരും?"

"പത്തു ഫ്രാങ്ക്."

"എങ്കിൽ നിങ്ങൾക്ക് അത് മുറിച്ചെടുക്കാം."

ഒരു കമ്പിളി ഉടുപ്പ് വാങ്ങി അവൾ തെനാർദിയറമ്മാർക്ക് അയച്ചുകൊടുത്തു.

ഉടുപ്പ് കണ്ടപ്പോൾ തെനാർദിയറമ്മാർക്ക് ദേഷ്യം വന്നു. അവർ പണമായിരുന്നു പ്രതീക്ഷിച്ചിരുന്നത്. അവർ ആ ഉടുപ്പ് എപ്പോണൈനിനു കൊടുത്തു. പാവം വാനമ്പാടി മാത്രം പിന്നീടും തണുപ്പിൽ വിറച്ചുകൊണ്ടിരുന്നു.

ഫന്തീൻ വിചാരിച്ചു: 'എന്റെ കുട്ടിക്ക് ഇനി തണുക്കില്ല. എന്റെ തലമുടി കൊണ്ട് ഞാൻ അവളെ പുതപ്പിച്ചു.'

അവളുടെ മൊട്ടത്തലയിൽ അവൾ ഒരു ചെറിയ വട്ടത്തൊപ്പി വെച്ചു. അതു വെച്ചപ്പോൾ അവൾ വീണ്ടും സുന്ദരിയായി.

ഫന്തീനിന്റെ മനസിൽ ദുഃഖം അടിഞ്ഞുകൂടിയിരുന്നു.

മുടി ചീകിയൊതുക്കാൻ കഴിയാതെ വന്നപ്പോൾ അവൾക്ക് ചുറ്റുപാടുകളോട് വെറുപ്പ് തോന്നിത്തുടങ്ങി. ഫാദർ മദലിയെനോട് നാട്ടുകാർക്കുള്ള ആദരവിൽ വളരെക്കാലമായി അവളും പങ്കാളിയായിരുന്നു. തന്നെ ജോലിയിൽ നിന്ന് പിരിച്ചുവിട്ട് കഷ്ടപ്പാടുകളിലേക്ക് തള്ളിയിട്ടത് മദലിയെൻ ആണെന്ന് പലവട്ടം മനസ്സിൽ ആലോചിക്കുന്തോറും അവൾക്ക് അയാളോട് വെറുപ്പ് കൂടിക്കൊണ്ടിരുന്നു. ഫാക്ടറി വാതിലിൽ ജോലിക്കാർ ഉള്ളസമയത്ത് ഫന്തീനിന് അതിലെ പോകേണ്ടിവന്നാൽ അവൾ ആ സമയത്തെല്ലാം സന്തോഷംനടിച്ചു പാട്ടുപാടിക്കൊണ്ടാണ് അതുവഴി നടന്നുപോയത്.

അവൾ അതുവഴി പാട്ടുംപാടി പോകുന്നതു കണ്ട ഒരു ജോലിക്കാരി കിഴവി പറഞ്ഞു: "ആ പെണ്ണിന്റെ പോക്ക് നാശത്തിലേക്കാണ്."

ആദ്യമായി അടുക്കാൻ ശ്രമിച്ചവനെ അവൾ കാമുകനായി സ്വീകരിച്ചു. അവൾക്ക് അയാളോട് ഇഷ്ടം തോന്നിയിരുന്നില്ല. അയാൾ ഒരു നികൃഷ്ടനായിരുന്നു. അലഞ്ഞുതിരിയുന്ന ഒരു പാട്ടുകാരൻ തെണ്ടി. അയാൾ അവളെ അടിക്കുന്നതു പതിവാക്കി. അവൾ അയാളെ വെറുപ്പോടെ സ്വീകരിച്ചതുപോലെ അയാൾ അവളെ വെറുപ്പോടെ ഉപേക്ഷിച്ചുപോയി.

അവളുടെ മകളെ അവൾ ആരാധിച്ചു.

അവൾ കൂടുതൽ ആഴങ്ങളിലേക്ക് താണുകൊണ്ടിരുന്നപ്പോൾ അവളുടെ മനസിന്റെ ആഴങ്ങളിൽ സുന്ദരിയായ കൊച്ചുമാലാഖയ്ക്ക് തിളക്കം കൂടിക്കൊണ്ടിരുന്നു. അവൾ പറഞ്ഞു:

''എനിക്ക് പണം ഉണ്ടാകുമ്പോൾ എന്റെ കൊസെത്തിനെ ഞാൻ വിളിച്ചുകൊണ്ടുവരും." അതോർത്ത് പിന്നീട് അവൾ ചിരിക്കും. അവളുടെ ചുമ വിട്ടുമാറിയിരുന്നില്ല.

രാത്രിയിൽ അവൾ വിയർക്കാൻ തുടങ്ങിയിരുന്നു.

ഒരുദിവസം തെനാർദിയറമ്മാരുടെ ഒരു എഴുത്തുവന്നു. "കൊസെത്തിനു പകർച്ചപ്പനി പിടിപെട്ടിരിക്കുന്നു. പട്ടാളപ്പനി എന്നു പറയുന്ന അസുഖമാണെന്നാണ് എല്ലാവരും പറയുന്നത്. അതിന്റെ മരുന്നിന് ഭയങ്കര വിലയാണ് – ഞങ്ങളുടെ കയ്യിൽ അതിനുള്ള പണം ഇല്ല. ഒരാഴ്ചയ്ക്കുള്ളിൽ നാൽപ്പതു ഫ്രാങ്ക് അയച്ചില്ലെങ്കിൽ അവൾ മരിച്ചുപോകാൻവരെ സാധ്യതയുണ്ട്.

ഫന്തീൻ ചിരിച്ചു. അയൽക്കാരിയോട് അവൾ പറഞ്ഞു:

"അവരു നല്ല നല്ല ആളുകളാണ്. നാൽപ്പതു ഫ്രാങ്ക് വേണം പോലും. ഒന്ന് ആലോചിച്ചുനോക്കൂ, നാൽപ്പതു ഫ്രാങ്ക്. അതായത് രണ്ടു നെപ്പോളിയൻ. ഞാൻ അത് എങ്ങനെ ഉണ്ടാക്കിക്കൊടുക്കും എന്നാണ് അവർ വിചാരിക്കുന്നത്? അവർ ഇത്ര വിഡ്ഢികാളാണോ?"

അവൾ കോണിപ്പടിയുടെ തട്ടിനടുത്തുള്ള കിളിവാതിലിന് അടുത്തെത്തി വീണ്ടും എഴുത്ത് വായിച്ചു.

പിന്നീട് താഴെയിറങ്ങി തുള്ളിച്ചാടിക്കൊണ്ട് നിരത്തിലൂടെ ഓടി. വഴിയിൽവെച്ച് അവളെ കണ്ട ആരോ വിളിച്ചു ചോദിച്ചു:

"എന്താണിത്ര സന്തോഷം?"

അവൾ മറുപടി പറഞ്ഞു: "നാട്ടുമ്പുറത്തുകാരുടെ ഒരു മണ്ടൻ ഫലിതം. അവർക്ക് നാൽപ്പതു ഫ്രാങ്കു വേണമെന്നാണ് പറയുന്നത്. വിഡ്ഢികൾ എന്നല്ലാതെ എന്തുപറയാൻ."

കവലയിലെത്തിയപ്പോൾ ഒരു പ്രത്യേകതയുള്ള വണ്ടിക്കു ചുറ്റുമായി ആളുകൾ കൂട്ടംകൂടി നിൽക്കുന്നുണ്ടായിരുന്നു. ചുവന്നവേഷം ധരിച്ച ഒരു മനുഷ്യൻ വണ്ടിക്കു മുകളിൽ കയറിനിന്ന് വാതോരാതെ സംസാരിച്ചുകൊണ്ടിരുന്നു. അയാൾ സഞ്ചരിക്കുന്ന ഒരു ദന്തവൈദ്യൻ ആയിരുന്നു. ഒരു ചെപ്പടിവിദ്യക്കാരൻ. കറുപ്പു ചേർത്ത മയക്കുമരുന്ന്, പലതരം ചൂർണങ്ങൾ, തുള്ളിമരുന്നുകൾ തുടങ്ങിയവ കൂടാതെ പല്ലില്ലാത്ത നാട്ടുകാർക്ക് കൃത്രിമപ്പല്ലുകൾവരെ വിൽക്കാനുള്ള ശ്രമത്തിലായിരുന്നു അയാൾ.

ഫന്തീനും അയാളുടെ ഗിരിപ്രഭാഷണം കേട്ട് ചിരിക്കുന്ന ആൾക്കൂട്ടത്തിനൊപ്പം കൂടി. പല്ലുപറിക്കാരൻ ആൾക്കൂട്ടത്തിനിടയിൽ ചിരിക്കുന്ന ഒരു സുന്ദരിയെ കണ്ടു. അയാൾ വിളിച്ചുകൂവി:

"അവിടെ നിന്ന് ചിരിക്കുന്ന പെൺകുട്ടി ഇങ്ങോട്ടു ശ്രദ്ധിക്കണം. നിങ്ങളുടെ പല്ലുകൾക്ക് നല്ല ഭംഗിയുണ്ട്. നിങ്ങളുടെ രണ്ടു മുൻവരിപ്പല്ലുകൾ എനിക്കു തരാമെങ്കിൽ ഓരോന്നിനും വിലയായി ഞാൻ ഓരോ സ്വർണ നെപ്പോളിയൻ തരാം."

ഫന്തീൻ ചോദിച്ചു: "ഏതാണീ മുൻവരിപ്പല്ല്?"

ദന്തവൈദ്യകലാനിധി പറഞ്ഞു: "മുകളിലത്തെ നിരയിലെ കടിച്ചു മുറിക്കാൻ ഉപയോഗിക്കുന്ന പല്ല്."

പല്ലുപോയ ഒരു പരട്ടക്കിഴവി മുറുമുറുത്തു: "അവളുടെ ഒരു ഭാഗ്യം കണ്ടോ? രണ്ടു നെപ്പോളിയൻ."

ഫന്തീൻ അയാളുടെ മുറവിളി കേൾക്കാതിരിക്കാൻ ചെവിപ്പൊത്തിപ്പിടിച്ചു. അവൾ ആൾക്കൂട്ടത്തിൽനിന്ന് തിരിച്ചോടിപ്പോന്നു. അയാൾ വിളിച്ചുപറഞ്ഞുകൊണ്ടിരുന്നു: "എന്റെ കാര്യം പരിഗണിക്കണേ രണ്ടു നെപ്പോളിയൻ. അതുകൊണ്ട് നിങ്ങൾക്ക് എന്തെല്ലാം കാര്യങ്ങൾ നടത്താൻ കഴിയും. തില്ലാക് ദാർഴാങ് ഹോട്ടലിലാണ് എന്റെ താമസം. ധൈര്യമുണ്ടെങ്കിൽ വൈകുന്നേരം അതുവഴി വന്നാൽ മതി. ഞാൻ അവിടെ ഉണ്ടാകും."

ഫന്തീൻ വീട്ടിൽ തിരിച്ചെത്തി. അയൽക്കാരി മാർഗററ്റിനോട് അവൾ നടന്നതെല്ലാം പറഞ്ഞു: "എന്തൊരു അറപ്പുണ്ടാക്കുന്ന മനുഷ്യനാണ് അയാൾ? ഇത്തരം ആളുകളെ നാട്ടിൽ അലഞ്ഞുനടക്കാൻ അവർ സമ്മതിക്കുന്നതെന്തിനാണ്? എന്റെ രണ്ടു പല്ല് വലിച്ചു പറിച്ചെടുക്കാമെന്നാണ് അയാൾ പറയുന്നത്. എന്തൊരു ഭയങ്കരനാണ് ആ മനുഷ്യൻ എന്നൊന്ന് ആലോചിച്ചുനോക്കൂ. മുടിപോയപ്പോൾത്തന്നെ ആകെ വൃത്തികെട്ടു. ഇനി പല്ലുംകൂടി പോയാൽ. അയാൾ ഒരു മൃഗം ആണ്. ഇതിലും ഭേദം ഞാൻ അഞ്ചാമത്തെ നിലയിൽ നിന്ന് താഴോട്ടു ചാടുന്നതാണ്. എന്നോട് വൈകിട്ട് തില്ലാക് ദാർഴാങ് ഹോട്ടലിൽ ചെല്ലാനാണ് അയാൾ വിളിച്ചുകൂവിയത്."

മാർഗററ്റ് ചോദിച്ചു: "അയാൾ പകരം എന്തുതരാമെന്നാണ് പറയുന്നത്?"

"രണ്ടു നെപ്പോളിയൻ."

"അതായത് നാൽപ്പതു ഫ്രാങ്ക്."

ഫന്തീൻ പറഞ്ഞു: "രണ്ടു നെപ്പോളിയൻ എന്നു പറയുന്നത് നാൽപ്പതു ഫ്രാങ്കു തന്നെയാണ്."

പിന്നീട് അവൾ അൽപ്പസമയം ആലോചിച്ചു. വീണ്ടും ജോലിയിൽ മുഴുകി. കാൽമണിക്കൂർ കഴിഞ്ഞ് അവൾ എഴുന്നേറ്റ് കോണിപ്പടിയുടെ തട്ടിന് അടുത്തുള്ള

കിളിവാതിലിനടുത്തേക്ക് പോയി. തെനാർദിയറുടെ എഴുത്ത് അവൾ വീണ്ടും വായിച്ചു.

തിരിച്ചു വന്നപ്പോൾ അവൾ മാർഗററ്റിനോട് ചോദിച്ചു:

“ഈ പട്ടാളപ്പനി എന്നു പറയുന്ന അസുഖം എന്താണ്?”

മാർഗററ്റ് പറഞ്ഞു: “അത് ഒരുതരം പനിയാണ്?”

“അതിന് ഒരുപാട് മരുന്നു വേണോ?”

“വേണം, ഭയങ്കര വിലയുള്ള മരുന്ന് വേണം.”

“ഈ പട്ടാളപ്പനി എങ്ങനെയാണ് വരുന്നത്?”

“നിമിഷനേരംകൊണ്ട് അതു വരും.”

“കുട്ടികൾക്കും ഈ അസുഖം വരുമോ?”

“കുട്ടികൾക്കാണ് കൂടുതലും വരുന്നത്.”

“ആളുകൾ അതുകൊണ്ട് മരിക്കാറുണ്ടോ?”

“പലപ്പോഴും.” മാർഗററ്റ് പറഞ്ഞു.

ഫന്തീൻ വീണ്ടും കോണിപ്പടിയുടെ അടുത്തേക്ക് പോയി. അവൾ വീണ്ടും എഴുത്ത് വായിച്ചുനോക്കി.

വൈകുന്നേരത്ത് അവൾ പുറത്തു പോയി. റ്യൂദ് പാരീസിലേക്ക് അവൾ നടക്കാൻ തുടങ്ങി. നഗരത്തിലെ സത്രങ്ങൾ എല്ലാം അവിടെയായിരുന്നു.

അടുത്ത ദിവസം വെളുപ്പാൻകാലത്ത് മാർഗററ്റ് ഫന്തീനിന്റെ മുറിയിൽ വന്നു. അവർ എപ്പോഴും ഒന്നിച്ചായിരുന്നു തയ്യൽപ്പണി ചെയ്തിരുന്നത്. ഒരു മെഴുകുതിരികൊണ്ട് അവർക്ക് രണ്ടുപേർക്കും തയ്ക്കാൻ കഴിയും. അവർ വന്നപ്പോൾ ഫന്തീൻ കസേരയിൽ ഇരിക്കുകയായിരുന്നു. അവൾ രാത്രിയിൽ ഉറങ്ങാൻ കിടന്നിരുന്നില്ല. അവളുടെ തൊപ്പി ഊരിയത് മടിയിൽത്തന്നെ ഇരുന്നു. രാത്രിമുഴുവൻ എരിഞ്ഞ മെഴുകുതിരി ഏതാണ്ട് കത്തിത്തീരാറായി.

ഫന്തീനിന്റെ ഇരുപ്പ് കണ്ടിട്ട് മാർഗററ്റിന് ഭയംതോന്നി. അവർ വാതിലിനടുത്ത് നിന്നുകൊണ്ട് വിളിച്ചുചോദിച്ചു:

“ദൈവമേ, മെഴുകുതിരി തീരാറായി. നിനക്ക് എന്തുപറ്റി?”

ഫന്തീൻ സാവധാനം മൊട്ടത്തല ചെരിച്ച് മാർഗററ്റിനെ നോക്കി. ഫന്തീൻ പറഞ്ഞു.

“എനിക്ക് സമാധാനമായി. ഒന്നും പറ്റിയിട്ടില്ല. എന്തായാലും മരുന്നുകിട്ടാതെ എന്റെ മകൾ മരിക്കില്ല.” പിന്നീട് മേശപ്പുറത്ത് തിളങ്ങുന്ന രണ്ടു നെപ്പോളിയൻ അവൾ മാർഗററ്റിനു കാട്ടിക്കൊടുത്തു.

മാർഗററ്റ് പറഞ്ഞു: “നിനക്ക് ഭാഗ്യം എവിടെനിന്നാണ് വന്നത്? ആരാണ് നിനക്ക് രണ്ടു നെപ്പോളിയൻ തന്നത്?”

ഫന്തീൻ പറഞ്ഞു: “എനിക്കതു കിട്ടി.”

ഇതു പറയുമ്പോൾ അവൾ പുഞ്ചിരിച്ചു. മെഴുകുതിരിവെട്ടം അവളുടെ മുഖത്ത് തട്ടി. അവളുടെ കടവായിൽ ചോരക്കറ ഉണങ്ങിപ്പിടിച്ചിരുന്നു. മുൻവരിപ്പല്ലുകൾക്കു പകരം അവിടെ ഒരു കറുത്ത ഗുഹ മാർഗററ്റ് കണ്ടു.

മോങ് ഫെർമിയേയിലെക്ക് അവൾ നാൽപ്പതു ഫ്രാങ്ക് അന്നുതന്നെ അയച്ചുകൊടുത്തു. സത്യത്തിൽ അത് തെനാർദിയറമ്മാർ പണം കിട്ടാൻ പ്രയോഗിച്ച ഒരു തന്ത്രം ആയിരുന്നു. കൊസെത്തിന് പട്ടാളപ്പനി ബാധിച്ചിരുന്നില്ല.

ഫന്തീൻ കണ്ണാടി ജനാലയിലൂടെ പുറത്തേക്ക് വലിച്ചെറിഞ്ഞു. രണ്ടാം

നിലയിലെ മുറിയിൽനിന്ന് അവൾ താമസം മാറ്റി. ഒരു സാക്ഷ മാത്രമുള്ള ഒരു പഴയ മുറിയിൽ അവൾ താമസം തുടങ്ങി. ഒരറ്റത്തുനിന്ന് മേൽക്കൂര തറയിൽ വന്നു മുട്ടുന്ന ഇരുണ്ട പഴയമുറികളിൽ ഒന്നായിരുന്നു അവളുടെ പുതിയ താമസ സ്ഥലം. നിമിഷംതോറും നിങ്ങളുടെ തല മേൽക്കൂരയിൽ മുട്ടിക്കൊണ്ടിരിക്കും. പാവങ്ങൾക്ക് അവരുടെ വിധിയുടെ കാര്യത്തിലെന്നപോലെ മുറിയുടെ അറ്റത്തെത്താനും കൂടുതൽ കൂടുതൽ കുനിഞ്ഞ് നടക്കേണ്ടിവരും. അവൾക്ക് കിടക്ക ഇല്ലായിരുന്നു. ഉണ്ടായിരുന്നത് ഒരു പഴന്തുണിയാണ്. പഴന്തുണിക്ക് അവൾ ഇട്ടിരുന്ന പേര് കിടക്കവിരി എന്നായിരുന്നു. ഇതുകൂടാതെ ഒരു തടുക്കും പൊട്ടിപ്പൊളിഞ്ഞ ഒരു വൈക്കോൽ കസേരയും മുറിയിൽ ഉണ്ടായിരുന്നു. അവളുടെ റോസാത്തൈ മുറിയുടെ മൂലയിലിരുന്ന് ഉണങ്ങിപ്പോയി. അതിനെപ്പറ്റി അവൾ ഓർക്കാതായി. മറ്റൊരു മൂലയ്ക്ക് ഒരു ഭരണിയിൽ വെള്ളം നിറച്ചു വെച്ചിരുന്നു. പലസമയത്ത് പലതോതിൽ വെള്ളം ഭരണിയിലിരുന്ന് മഞ്ഞുകാലത്ത് കട്ടപിടിച്ചതിന്റെ അവശേഷിപ്പായ മഞ്ഞവലയങ്ങൾ ഭരണിയുടെ പുറത്ത് കാണാൻ കഴിയും. അവൾക്ക് അവളുടെ അന്തസ്സ് നഷ്ടപ്പെട്ടുകഴിഞ്ഞിരുന്നു. ഇപ്പോൾ അവളുടെ സൗന്ദര്യവും നഷ്ടപ്പെടാൻ തുടങ്ങി. ഇത് അവസാനത്തെ ലക്ഷണമാണ്. ഇട്ടുനാറിയ ഒരു തൊപ്പിയുംവെച്ച് അവൾ പുറത്തുപോകാൻ തുടങ്ങി. സമയക്കുറവുകൊണ്ടാണോ ശ്രദ്ധക്കുറവുകൊണ്ടാണോ എന്ന് അറിയില്ല, ഇപ്പോൾ അവൾ വസ്ത്രങ്ങൾ കഴുകാറില്ല. അവളുടെ സ്റ്റോക്കിങ്ങുകൾ കീറിപ്പറിഞ്ഞു. അതു ചുരുട്ടിക്കൂട്ടി അവൾ ഷൂസിനുള്ളിൽ തിരുകിവെച്ചു. അവളുടെ അടിവസ്ത്രങ്ങളുടെ പിഞ്ചിപ്പോയ ഭാഗത്തെല്ലാം പരുക്കൻ തുണി മുറിച്ചുവെച്ച് തയ്ച്ചുപിടിപ്പിച്ചു. അവൾ കടംവാങ്ങിയവർ സ്ഥിരമായി വഴക്കിനു വന്നു. അവർ അവൾക്ക് വിശ്രമം കൊടുത്തില്ല. തെരുവിൽ വെച്ച് അവർ ബഹളം ഉണ്ടാക്കി. മുറിയിലും അവർ വന്നുകൊണ്ടിരുന്നു. രാത്രികൾ അവൾ കരഞ്ഞുതീർത്തു. അല്ലെങ്കിൽ ആലോചനയിൽ മുഴുകി. അവളുടെ കണ്ണുകൾക്ക് അപരിചിതമായ ഒരു തിളക്കം വന്നു. ഇടതുതോളിനു മുകളിലായി സ്ഥിരമായ ഒരു വേദന പ്രത്യക്ഷപ്പെട്ടു. അവളുടെ ചുമ കേട്ടാൽ ഭയം തോന്നും. ഫാദർ മദലിയെനെ അവൾ വെറുത്തു. പക്ഷേ ഒരിക്കലും അയാളെപ്പറ്റി അവൾ പരാതി പറഞ്ഞില്ല. ദിവസത്തിൽ പതിനേഴു മണിക്കൂർ അവൾ തുന്നിക്കൊണ്ടിരുന്നു. ജയിൽപ്പുള്ളികളുടെ ജോലി കരാർ എടുത്തിരുന്ന കരാറുകാരൻ അവരുടെ ശമ്പളം കുറച്ചു. അതോടെ കരാർജോലി ചെയ്തിരുന്ന കൂലിവേലക്കാരുടെ ശമ്പളവും ദിവസം ഒൻപതു സൂ ആയി കുറഞ്ഞു. പതിനേഴുമണിക്കൂർ ജോലി. ഒൻപതു സൂ ശമ്പളം. കടം കൊടുത്തവരുടെ അനുകമ്പ അപ്രത്യക്ഷമായി. അവളുടെ ഏതാണ്ട് എല്ലാ വീട്ടുസാധനങ്ങളും എടുത്തുകൊണ്ടുപോയ ആക്രിക്കച്ചവടക്കാരൻ വീണ്ടും വീണ്ടും അവളോട് സ്ഥിരമായി ചോദിച്ചു കൊണ്ടിരുന്നു.

"എടീ നീ എപ്പോഴാണ് എന്റെ കടം വീട്ടാൻ പോകുന്നത്?"

ദൈവമേ! അവൾ എന്തു ചെയ്യണമെന്നാണ് അവർ ആഗ്രഹിക്കുന്നത്? താൻ വേട്ടയാടപ്പെട്ടുകഴിഞ്ഞതുപോലെ ഒരു തോന്നൽ അവൾക്ക് ഉണ്ടായി. ഉള്ളിൽ ഒരു വന്യമൃഗം വളരാൻ തുടങ്ങി. ഈ സമയത്ത് വീണ്ടും തെനാർദിയറുടെ എഴുത്ത് വന്നു. മഹാമനസ്കത കൊണ്ട് അയാൾ ഇത്രയും കാലം കാത്തിരുന്നു. ഇനി കാത്തിരിക്കാൻ പറ്റില്ല. നൂറു ഫ്രാങ്ക് ഉടൻ കിട്ടണം. കൊസെത്തിന്റെ

അസുഖം മാറിയെങ്കിലും അവൾക്ക് ആരോഗ്യം തിരിച്ചു കിട്ടിയിട്ടില്ല. പക്ഷേ ഉടൻ പണം കിട്ടിയില്ലെങ്കിൽ കൊസത്തിനെ തെരുവിൽ ഇറക്കിവിടേണ്ടിവരും. പിന്നെ എല്ലാം അവളുടെ വിധിപോലെ നടക്കും. മരിക്കാനാണ് വിധിയെങ്കിൽ മരിക്കും. ഫന്തീൻ ആലോചനയിൽ മുഴുകി. "നൂറു ഫ്രാങ്കിനു ഞാനെവിടെ പ്പോകും. നൂറു സൂ പോലും ശമ്പളം കിട്ടുന്നില്ല". അവൾ പറഞ്ഞു: "വരൂ, ബാക്കിയുള്ളതുകൂടി ഞാൻ വിൽക്കാം" ഭാഗ്യദോഷിയായ ആ സ്ത്രീ പിന്നീട് തെരുവ് പെണ്ണായി.

11. ക്രിസ്തു നമ്മളെ രക്ഷിച്ചു

ഫന്തീനിന്റെ ചരിത്രം എന്താണ്? അത് സമൂഹം ഒരു അടിമയെ വിലയ്ക്കു വാങ്ങിയതിന്റെ കഥയാണ്.

"ആരിൽ നിന്നാണ് സമൂഹം അവളെ വിലയ്ക്കെടുത്തത്?"

"കഷ്ടപ്പാടിൽ നിന്ന്."

വിശപ്പിൽനിന്നും തണുപ്പിൽനിന്നും ഏകാന്തതയിൽനിന്നും തോൽവിയിൽ നിന്നും ദാരിദ്ര്യത്തിൽനിന്നും സമൂഹം അവളെ വാങ്ങി. പകരം അവൾക്ക് ദുഃഖം തിരിച്ചുകൊടുത്തു. ഒരുകഷണം റൊട്ടിക്കു പകരം ഒരു മനസ്സ്. കഷ്ടപ്പാടുകളാണ് ഈ വാഗ്ദാനത്തിന് കാരണം. സമൂഹത്തിന് അത് സ്വീകാര്യമാണ്.

ക്രിസ്തുവിന്റെ പരിപാവനമായ നിയമങ്ങളാണ് നമ്മുടെ സംസ്കാരത്തെ ഭരിക്കുന്നത്. പക്ഷേ ആ നിയമങ്ങൾ നമ്മുടെ ഇടയിൽ വ്യാപിച്ചിട്ടുള്ളതായി കാണുന്നില്ല. യൂറോപ്യൻ സംസ്കാരത്തിൽനിന്ന് അടിമത്തം അപ്രത്യക്ഷമായതായി പറയപ്പെടുന്നു. പക്ഷേ അതും ശരിയല്ല. അടിമത്തം ഇപ്പോഴും നിലനിൽക്കുന്നുണ്ട്. സ്ത്രീകൾ മാത്രമാണ് ഇപ്പോൾ അതിന്റെ ഭാരം ചുമക്കുന്നത്. അതിനെ നമ്മൾ വ്യഭിചാരം എന്നു വിളിക്കുന്നു.

സ്ത്രീകളുടെ ചുമലിലാണ് അതിന്റെ ഭാരം തൂങ്ങുന്നത്. അതായത്, സൗന്ദര്യത്തിനും ദൗർബല്യത്തിനും ചാരുതയ്ക്കും മാതൃത്വത്തിനുമാണ് ഈ ഭാരം ചുമക്കേണ്ടിവരുന്നത്. പുരുഷന്റെ നാണക്കേടുകളിൽ ഒന്നായി ഇതു മാറുന്നില്ല.

നമ്മൾ ഇപ്പോൾ എത്തിനിൽക്കുന്ന നാടകത്തിലെ ഈ ശോകരംഗത്തിൽ ഫന്തീനിന് സ്വന്തമായി ഉണ്ടായിരുന്നതെല്ലാം നഷ്ടപ്പെട്ടുകഴിഞ്ഞിരിക്കുന്നു. അവൾ ദുഷിച്ചപ്പോൾ അവളുടെ മനസ്സ് വെണ്ണക്കല്ലുപോലെ ശക്തമായി. അവളെ തൊടുന്നവർ ആരായാലും അവർ മരവിച്ചുപോകും. അവൾ ഏതോ വഴികളിലൂടെ സഞ്ചരിച്ചു. അവൾക്കു നിങ്ങളെ അറിയില്ല. എന്നിട്ടും അവളുടെ അനുഗ്രഹം നിങ്ങൾക്ക് കിട്ടുന്നു.അവളുടെ മുഖം മാനം നഷ്ടപ്പെട്ടവളുടേതാണ്. ജീവിതവും സമൂഹവും അവളോട് വിടപറഞ്ഞു കഴിഞ്ഞു. അവൾക്ക് സംഭവിക്കുന്നതെല്ലാം സംഭവിച്ചു കഴിഞ്ഞിരിക്കുന്നു. അവൾ എല്ലാവർക്കും വേണ്ടി എല്ലാം സഹിച്ചു. എല്ലാം അനുഭവിച്ചു. എല്ലാം നഷ്ടപ്പെട്ടു. എല്ലാത്തരത്തിലും കഷ്ടപ്പെട്ടു. എല്ലാവർക്കും വേണ്ടി കരഞ്ഞു. അവൾ ഇപ്പോൾ ഒന്നിൽനിന്നും ഒഴിഞ്ഞുമാറുന്നില്ല. ഒന്നിനോടും അവൾക്ക് ഭയം ഇല്ല. എല്ലാ മേഘപാളികളും അവളെത്തന്നെ മൂടുന്നു. എല്ലാ സമുദ്രങ്ങളും അവൾക്കു മുകളിലൂടെ അലയടിച്ച് ഇഴയുന്നു. പക്ഷേ അവളെ അതൊന്നും ബാധിക്കുന്നില്ല. അടിമുടി നനഞ്ഞു കഴിഞ്ഞാൽ പിന്നെ കുളിരില്ലല്ലോ.

വിധി എല്ലാം താറുമാറാക്കിയതിന്റെ കാരണം എന്താണ്? വിധി എന്താണിങ്ങനെ പെരുമാറുന്നത്? അതൊക്കെ അറിയാവുന്നവന് ഏത് ഇരുട്ടും കാണാൻ കഴിയും. അവൻ ഏകനാണ്, അവനാണ് ദൈവം.

12. മൊസ്യു ബാമത്തബ്വായുടെ മടി

എം പോലുള്ള ചെറിയ പട്ടണങ്ങളിൽ അവരുടെ മൊത്തവരുമാനമായ അഞ്ഞൂറു ഫ്രാങ്ക് കരണ്ടുതിന്നുന്ന ഒരുകൂട്ടം ചെറുപ്പക്കാർ ഉണ്ടാകും. അവരോടൊപ്പം ഉള്ളവർ പാരീസിൽ രണ്ടുലക്ഷം ഫ്രാങ്ക് വാരിവലിച്ചു വിഴുങ്ങുന്ന അതേ ഭാവത്തിലും ഗൗരവത്തിലുമാണ്, അവർ തങ്ങളുടെ തുച്ഛവരുമാനം കരണ്ടുതിന്നുന്നത്. അവർ മഹത്തായ ഷണ്ഡൻമാരുടെ വർഗത്തിൽപ്പെട്ടവരാണ്. പൗരുഷം നഷ്ടപ്പെട്ടവരാണ്. പരാന്നഭോജികളാണ്. അവർ ഒന്നുമല്ല. അവർക്ക് സ്വന്തമായി അൽപ്പം സ്ഥലം ഉണ്ട്. കുറച്ചു മണ്ടത്തരങ്ങളുണ്ട്. അൽപ്പം ബുദ്ധിയുണ്ട്. സ്വീകരണമുറികളിൽ അവർ തമാശക്കാരാണ്. അവർ മദ്യശാലകളിൽ തന്റെ സ്ഥലങ്ങളെപ്പറ്റി, വാതോരാതെ സംസാരിക്കുന്ന മാന്യന്മാരാണ്. അവർക്ക് താൽപ്പര്യങ്ങൾ ഉണ്ടെന്നു കാണിക്കാൻ ഒരു നാടകശാലയിൽ വെച്ച് ഒരു നടിയെ കാണുമ്പോൾ അവർ ചൂളമടിക്കും. പൗരുഷം കാണിക്കുന്ന പട്ടാളക്കാരുമായി അവർ വഴക്കിടും. പുകവലിക്കും. കുടിക്കും. പൊടിവലിക്കും. ബില്യാഡ്സ് കളിക്കും. വണ്ടിയിൽ വന്നിറങ്ങുന്നവരെ സൂക്ഷിച്ചുനോക്കും. ലഘുഭക്ഷണശാലകളിൽ സമയം ചെലവഴിക്കും. സത്രങ്ങളിൽ അത്താഴം കഴിക്കും. മേശയ്ക്കടിയിൽ നിന്ന് എല്ലുകടിച്ചുതിന്നാൻ ഒരു നായയും മേശയ്ക്കുമുകളിൽ ഭക്ഷണം നിരത്താൻ ഒരു പെണ്ണും അവരോടൊപ്പം കാണും. ഒരു സൂ പോലും അവരുടെ കയ്യിൽനിന്ന് നഷ്ടപ്പെടുകയില്ല. പരിഷ്കാരത്തിൽ അവർ അഗ്രഗണ്യരായിരിക്കും. ദുഃഖങ്ങളിൽ അവർ സഹതപിക്കും. സ്ത്രീകളെ പുച്ഛിക്കും. അവർ മോടിയോടെ നടക്കും. പാരീസിന്റെ ആലോചനയിലുള്ള ലണ്ടനെ അവർ അനുകരിക്കും. പോന്താമൂസോങ് പട്ടണത്തിലിരുന്ന് അവർ പാരീസിനെ അനുകരിക്കും. പ്രായമാകുമ്പോൾ അവർ കൂടുതൽ മണ്ടൻമാരാകും. അവർ ജോലി ചെയ്യില്ല. ഒരു നന്മയും ചെയ്യില്ല. കൂടുതൽ തിന്മകളും ചെയ്യില്ല.

മൊസ്യു ഫെലിതൊലോമിയെ പാരീസിൽ പോകാതെ അവിടെത്തന്നെ കഴിഞ്ഞിരുന്നെങ്കിൽ അയാളും ഇതുപോലുള്ള ഒരു മനുഷ്യനാകുമായിരുന്നു.

ഇവരിൽനിന്ന് പണക്കാർ ഉണ്ടായാൽ നമ്മൾ പറയും, അവർ മാന്യന്മാരാണ്. ഇവർ കൂടുതൽ ദാരിദ്ര്യത്തിലേക്കാണ് വീഴുന്നതെങ്കിൽ നമ്മൾ പറയും– അവർ വെറും തെണ്ടികളാണ്. സത്യത്തിൽ ഇവർ ഒന്നാംതരം മടിയന്മാരായിരുന്നു. മടിയന്മാരിൽ ചിലർ ബോറന്മാർ ആയിരുന്നു. ബോറന്മാരിൽ ചിലർ സ്വപ്നജീവികളും ചിലർ കോമാളികളും ആയിരുന്നു.

വലിയ കോളറും കോളറിനുള്ളിൽ കഴുത്തിൽ ചുറ്റിവെച്ചിട്ടുള്ള തൂവാലയും ചങ്ങലയുടെ ഭാരം ചുമക്കുന്ന വാച്ചും ചുവപ്പും നീലയും കോട്ടുകൾക്കു മുകളിലായി മീൻവാലുപോലെ പിൻഭാഗം തൂങ്ങിക്കിടക്കുന്ന തവിട്ടുപച്ച നിറത്തിലുള്ള ചെറിയ കോട്ട് ഉൾപ്പെടെ ഒന്നിനു മുകളിലായി ഒന്ന് എന്ന ക്രമത്തിൽ മൊത്തം മൂന്നു കോട്ടും, കോട്ടിന്റെ തോളുവരെ രണ്ടുവരി വെള്ളി ബട്ടണുകളും തവിട്ടുപച്ചയിൽ തന്നെ കോട്ടിനേക്കാൾ അൽപ്പം നിറക്കുറവുള്ള കാലുറയും (ഒന്നു മുതൽ പതിനൊന്നുവരെ ചുളിവുകൾകൊണ്ട് കാലുറയുടെ ഓരോ

ഭാഗവും അലങ്കരിക്കാവുന്നതാണ്. എന്നാൽ ചുളിവുകളുടെ എണ്ണം എപ്പോഴും ഒറ്റ ആയിരിക്കണം. ഇരട്ട ആവാൻ പാടില്ല. പതിനൊന്നിൽ കൂടുതൽ ചുളിവുകൾ ഇന്നേവരെ നിലവിൽ വന്നിട്ടില്ല.) ചേർന്നാണ് അന്നത്തെ കാലത്ത് ഒരു "സുന്ദരക്കുട്ടപ്പൻ" സൃഷ്ടിക്കപ്പെട്ടിരുന്നത്. ഇവ കൂടാതെ ഉപ്പൂറ്റിക്ക് ഇരുമ്പു മൊട്ടുകൾ ഇല്ലാത്ത ബൂച്ചർ ബൂട്ടും, പൊക്കം കൂടി ചുറ്റളവുകുറഞ്ഞ തൊപ്പി ക്കുള്ളിലൂടെ പുറത്തേക്ക് തള്ളിനിൽക്കുന്ന മുടിയും കയ്യിൽ ഒരു വലിയ ചൂരൽ വടിയും, രണ്ടർഥം വെച്ചുള്ള പോത്തിയേയുടെ* രീതിക്കുള്ള എരിവുകൂടിയ സംസാരരീതിയും ഒരു "സുന്ദരക്കുട്ടപ്പന്റെ" മറ്റു ലക്ഷണങ്ങളായി കണക്കാക്ക പ്പെട്ടിരുന്നു. ഇതിനെല്ലാം പുറമേയാണ് മേൽമീശയും കുതിരമുള്ളും. ആ കാലത്ത് മേൽമീശ പൗരന്റെ ലക്ഷണമായിരുന്നു. കുതിരമുള്ള് കാൽനടക്കാരന്റെയും.

സ്ഥലത്തെ 'സുന്ദരക്കുട്ടപ്പന്' അന്നൊക്കെ കാലിൽ ഏറ്റവും നീളം കൂടിയ കുതിരമുള്ളും മുഖത്ത് ഏറ്റവും ഭീകരമായ മേൽമീശയും ഉണ്ടായിരിക്കും.

തെക്കേ അമേരിക്കൻ റിപ്പബ്ലിക്കുകളും സ്പെയിനിലെ രാജാവും തമ്മിൽ യുദ്ധം നടക്കുന്ന കാലം. ബൊളിവറും** മൊറില്ലോവുമായുള്ള യുദ്ധം. വിസ്താരംകുറഞ്ഞ തൊപ്പി ധരിക്കുന്നവരാണ് രാജാവിന്റെ അനുകൂലികൾ. അവരെ മൊറില്ലോകൾ എന്നാണ് വിളിച്ചിരുന്നത്. വിസ്താരം കൂടിയ തൊപ്പി ധരിക്കുന്നവരായിരുന്നു വിമോചനവാദികൾ. അവർക്കു നൽകിയിരുന്ന പേര് ബൊലിവറമ്മാർ എന്നായിരുന്നു.

കഴിഞ്ഞ ഭാഗത്തു വിവരിച്ച കാര്യങ്ങൾ നടന്ന് എട്ടോ പത്തോ മാസങ്ങൾക്കുശേഷമുള്ള സംഭവമാണ് പറയുന്നത്. കൃത്യമായിപ്പറഞ്ഞാൽ 1823 ജനുവരിയുടെ തുടക്കത്തിലെ ഒരു വൈകുന്നേരത്താണ് അതു സംഭവിച്ചത്. അന്ന് നല്ല രീതിയിൽ മഞ്ഞുവീഴ്ച ഉണ്ടായിരുന്നു. ആ പ്രദേശത്തെ മടിയന്മാരുടെ ഇടയിലെ ഒരു സുന്ദരക്കുട്ടപ്പൻ ഓഫീസറമ്മാരുടെ ലഘുഭക്ഷണ ശാലയ്ക്കു പുറത്തുള്ള നൃത്ത വിരുന്നിന്റെ വേഷത്തിൽ നിന്നിരുന്ന ഒരു പെണ്ണിനെ ദ്രോഹിച്ച് സ്വയം സായൂജ്യമടയുകയായിരുന്നു. അയാൾ വിസ്താരം കുറഞ്ഞ മൊറില്ലോ തൊപ്പി ധരിച്ചിരുന്നു. രാജാവിന്റെ അനുകൂലിയാണെന്ന് വ്യക്തം. തണുപ്പുകാ ലത്തെ ഏറ്റവും പരിഷ്കൃതമായ വസ്ത്രധാരണം അയാൾ നടത്തിയിരുന്നു. ഒട്ടും തണുപ്പു തട്ടാത്ത വലിയ മേൽക്കുപ്പായമായിരുന്നു അയാളുടെ വേഷം. എന്നാൽ അവളുടെ കഴുത്തും തോളും നഗ്നമായിരുന്നു. തൊപ്പിയിൽ പൂ ഉണ്ടായിരുന്നു. സുന്ദരക്കുട്ടപ്പൻ പുകവലിച്ചിരുന്നു. പുകവലി അന്നത്തെ പരിഷ്കാരത്തിന്റെ ഭാഗമാണ്.

ഓരോ തവണയും ഭക്ഷണശാലയുടെ ജനലിനടുത്തു കൂടി അവൾ നടന്നുപോകുമ്പോൾ അയാൾ വലിച്ചുകൊണ്ടിരുന്ന ചുരുട്ടിന്റെ പുക അവളുടെ മുഖത്തേക്ക് ഊതിവിട്ടു. അതോടൊപ്പം ഫലിതങ്ങൾ ആണെന്ന വിശ്വാസത്തിൽ അയാൾ ചില വിമർശനങ്ങളും നടത്തി. "നിന്റെ മുഖത്തു നോക്കാൻ പറ്റില്ല." "നീ ഒളിച്ചിരിക്കാൻ പോവുകയാണോ?" "നിനക്ക് പല്ലില്ലല്ലോ? എവിടെപ്പോയി?" ഇത്തരം ഫലിതങ്ങളാണ് അയാൾ സ്വയം ആസ്വദിച്ചുകൊണ്ടിരുന്നത്. അയാളുടെ പേര് മൊസ്യു ബാമത്തബ്വ എന്നായിരുന്നു. അനുതാപം അർഹിക്കുന്ന ഒരു

* നിയമഗ്രന്ഥങ്ങൾ രചിച്ചിട്ടുള്ള ഒരു ഫ്രഞ്ച് വക്കീൽ.

* തെക്കേ അമേരിക്കയുടെ സ്വാതന്ത്ര്യത്തിനു വേണ്ടി പോരാടിയ രാജ്യസ്നേഹി.

പിശാചിനെപ്പോലെയായിരുന്നു ആ സ്ത്രീ. അവർ മഞ്ഞിലൂടെ അങ്ങോട്ടും ഇങ്ങോട്ടും വെറുതേ നടന്നുകൊണ്ടിരുന്നു. അവൾ അയാളുടെ ചോദ്യങ്ങൾക്കൊന്നും മറുപടി പറഞ്ഞില്ല. അയാളെ ഒന്നു തിരിഞ്ഞുനോക്കാൻ പോലും അവൾ മെനക്കെട്ടില്ല. പക്ഷേ കൃത്യമായ സമയനിഷ്ഠ പാലിച്ചുകൊണ്ട് അവൾ നടത്തം തുടർന്നു. അതുകൊണ്ട് ഓരോ അഞ്ചു മിനിട്ടിലും അവൾ ആ സുന്ദരക്കുട്ടപ്പന്റെ പരിഹാസത്തിന് ഇരയായി. ഇടയ്ക്കിടയ്ക്ക് കൃത്യമായ കാലയളവിൽ ശിക്ഷ ആവർത്തിക്കാൻ വിധിക്കപ്പെട്ട പട്ടാളക്കാരനെപ്പോലെ ആയിരുന്നു അവളുടെ അവസ്ഥ. അവൾ തന്നെ ശ്രദ്ധിക്കാത്തതിൽ ആ തെണ്ടിക്ക് നീരസം തോന്നി. അവൾ തിരിഞ്ഞുനടന്ന തക്കം നോക്കി അയാൾ ഒരു മഞ്ഞുകട്ട കയ്യിലെടുത്ത് ചിരി അടക്കിക്കൊണ്ട് അവളുടെ പിറകേ പമ്മിപ്പമ്മി വന്ന് മഞ്ഞുകട്ട അവളുടെ നേർക്ക് വലിച്ചെറിഞ്ഞു. അത് അവളുടെ നഗ്നമായ തോളിലാണ് വന്നുകൊണ്ടത്. അവൾ കോപംകൊണ്ട് അലറി. പെട്ടെന്നു തിരിഞ്ഞുവന്ന് ഒരു പുള്ളിപ്പുലിയെപ്പോലെ അയാളുടെ പുറത്തു ചാടിവീണു. നഖംകൊണ്ട് അയാളുടെ മുഖം അവൾ അള്ളിക്കീറി. ഒരു തടവറയിൽനിന്ന് മാത്രം വിസർജിക്കപ്പെടുന്ന നാണംകെട്ട വാക്കുകൾ അവൾ വിളിച്ചുകൂവി. മുൻവരിപ്പല്ലുകൾ നഷ്ടപ്പെട്ട് ഗുഹയായി മാറിയ അവളുടെ വായിൽനിന്ന് മദ്യത്തിന്റെ സ്വാധീനത്തിലായിരുന്നു ഈ വാക്കുകൾ പുറത്തുവന്നുകൊണ്ടിരുന്നത്. അത് ഫന്തീൻ ആയിരുന്നു.

ഈ ബഹളം കേട്ട് പട്ടാളക്കാർ ഭക്ഷണശാലയിൽനിന്ന് പുറത്തുവന്നു. പിന്നീട് അതൊരു ആൾക്കൂട്ടമായി മാറി. ആണോ പെണ്ണോ എന്ന് കഷ്ടിച്ചു തിരിച്ചറിയാൻ കഴിയുന്ന കടിപിടികൂടുന്ന രണ്ടു മനുഷ്യരൂപങ്ങൾക്കു ചുറ്റുമായി ആളുകൾ ചിരിച്ചും കയ്യടിച്ചും വട്ടംകൂടി നിന്നു. അയാളുടെ തൊപ്പിതെറിച്ച് തറയിൽ വീണിട്ടും സ്ത്രീ ബഹളം തുടർന്നു. കോപംകൊണ്ട് അവളുടെ മുഖം ഇരുണ്ടുപോയിരുന്നു. അവളുടെ തലയിൽ മുടി ഉണ്ടായിരുന്നില്ല. അലറിവിളിക്കുന്ന അവളുടെ പല്ലില്ലാത്ത വായ ഭയാനകമായിരുന്നു.

പെട്ടെന്ന് ആൾക്കൂട്ടത്തിനിടയിൽ നിന്ന് ഉയരമുള്ള ഒരു മനുഷ്യൻ മുന്നോട്ടുവന്ന് അവളുടെ ചെളി പുരണ്ട പട്ടുടുപ്പിൽ കയറിപ്പിടിച്ചുകൊണ്ട് പറഞ്ഞു:

"എന്റെ കൂടെ വന്നോണം. നടക്കെടീ."

സ്ത്രീ തല ഉയർത്തി. അവളുടെ ശബ്ദം പെട്ടെന്നു നിന്നു. അവളുടെ കണ്ണുകൾ നനഞ്ഞു. ഇരുണ്ടുപോയ മുഖം പെട്ടെന്നു വിളറി. അവൾ ഭയംകൊണ്ട് ഞെട്ടിവിറച്ചു. ഴാവേറിനെ അവൾക്ക് തിരിച്ചറിയാൻ കഴിഞ്ഞിരുന്നു. ഈ സമയംകൊണ്ട് സുന്ദരക്കുട്ടപ്പൻ രക്ഷപ്പെട്ടു.

13. മുനിസിപ്പൽ പൊലീസിന്റെ ചോദ്യങ്ങളുടെ ഉത്തരം

ഴാവേർ ആൾക്കൂട്ടത്തെ പിരിച്ചുവിട്ട് പൊലീസ് ആസ്ഥാനത്തേക്ക് ധൃതിയിൽ തിരിച്ചുനടന്നു. ഫന്തീനിനെ അയാൾ ഒപ്പം കൊണ്ടുപോയി. അവൾ എതിർത്തില്ല. യാന്ത്രികമായി അവൾ അയാളെ പിൻതുടർന്നു. കാഴ്ചക്കാർ തമാശകൾ പറഞ്ഞ് സന്തോഷത്തോടെ അവരെ അനുഗമിച്ചു. കഷ്ടപ്പാട് അസഭ്യം പറയാനുള്ള അവസരം ഉണ്ടാക്കും.

പൊലീസ്ആസ്ഥാനം നെരിപ്പോട് എരിഞ്ഞുകൊണ്ടിരുന്ന ഒരു ചെറിയ പൊക്കം കുറഞ്ഞ മുറി ആയിരുന്നു. വാതിലിൽ ഒരു പൊലീസുകാരൻ കാവൽ

നിന്നിരുന്നു. തെരുവിലേക്ക് തുറക്കുന്ന വലിയ ജനൽ തുറന്നു കിടന്നു. ഴാവേർ കതകു തുറന്ന് ഫന്തീനിനോടൊപ്പം അകത്തുകയറി. ആളുകളെ നിരാശപ്പെടുത്തിക്കൊണ്ട് കതക് അടച്ചു. ആൾക്കൂട്ടം ആകാംക്ഷയോടെ അഴുക്കുപിടിച്ച ജനലിന് അടുത്തെത്തി. അവർ ഉന്തുകാലിൽനിന്ന് കഴുത്തു നീട്ടി അകത്തു നടക്കുന്നതു കാണാനുള്ള ശ്രമം തുടർന്നു. ജിജ്ഞാസ അത്യാർത്തിയാണ്. വാരിവിഴുങ്ങാനുള്ള ഒരുതരം അത്യാർത്തി.

ഫന്തീൻ ഒരു ഭയന്ന പട്ടിയെപ്പോലെ മുറിയുടെ മൂലയ്ക്ക് അനങ്ങാതെ നിശ്ശബ്ദയായി പമ്മിനിന്നു.

ഒരു പൊലീസുകാരൻ ഒരു മെഴുകുതിരി മേശപ്പുറത്ത് കൊളുത്തി വെച്ചു. ഴാവേർ പോക്കറ്റിൽനിന്ന് ഒരു മുദ്രക്കടലാസ് എടുത്ത് എഴുതാൻ ഇരുന്നു.

നമ്മുടെ നിയമം അനുസരിച്ച് ഇത്തരം സ്ത്രീകളോട് പൊലീസുകാരന് അയാളുടെ ഔചിത്യംപോലെ പെരുമാറാം. അവരോട് പൊലീസുകാർക്ക് തോന്നുന്നതെന്തും ചെയ്യാം. തോന്നുന്ന ശിക്ഷ കൊടുക്കാം. അവരുടെ തൊഴിലും സ്വാതന്ത്ര്യവും പൊലീസുകാർക്ക് വേണമെങ്കിൽ കണ്ടുകെട്ടാം. ഴാവേറിന്റെ മുഖത്ത് ഒരു വികാരവും ഉണ്ടായിരുന്നില്ല. അയാൾ ഗൗരവമായ ചിന്തയിൽ ആയിരുന്നു. ഇത്തരം സന്ദർഭങ്ങളിൽ വിലക്കുകൾ ഇല്ലാത്ത മനഃസാക്ഷിയുമായി അയാൾ കൂടിയാലോചനകൾ നടത്തും. ഈ സമയത്ത് പൊലീസുകാരന്റെ ഇരിപ്പിടം കോടതിയാണെന്ന് അയാൾക്കു തോന്നും. അയാൾ അവിടെ ഇരുന്ന് വിചാരണ നടത്തും. വാദത്തിനുശേഷം അയാൾ ശിക്ഷ വിധിക്കും. അയാൾ ചെയ്യുന്ന മഹനീയ കർമത്തിന് സ്വന്തം ബുദ്ധിക്ക് എത്തിപ്പിടിക്കാൻ കഴിയുന്ന എല്ലാ ആശയങ്ങളുമായും അയാൾ സംവാദത്തിൽ ഏർപ്പെടും. അവളുടെ പെരുമാറ്റത്തിൽ അയാൾക്ക് വെറുപ്പു തോന്നി. ഒരു കുറ്റകൃത്യം നടക്കുന്നത് അയാൾ നേരിട്ടു കണ്ടുകഴിഞ്ഞു. സ്വന്തമായി ഭൂമിയുള്ള സമൂഹത്തിന്റെ ഒരു പ്രതിപുരുഷനായ ഒരു സമ്മതിദായകന്റെ നേർക്ക് സമൂഹം പുറത്താക്കിയ ഒരു പെണ്ണ് തെരുവിൽവച്ച് ആക്രമണം നടത്തി അദ്ദേഹത്തെ അപമാനിച്ചത് ഒന്നാംതരം ഒരു കുറ്റകൃത്യമാണ്. ഇവിടെ ഒരു പൗരനെ ഒരു വേശ്യയാണ് ആക്രമിച്ചിരിക്കുന്നത്. അയാൾ നിശ്ശബ്ദനായി എഴുതാൻ ആരംഭിച്ചു.

എഴുതിക്കഴിഞ്ഞ് അടിയിൽ അയാൾ പേരെഴുതി ഒപ്പിട്ടു. കടലാസു മടക്കി പൊലീസുകാരനെ ഏൽപ്പിച്ചുകൊണ്ട് അയാൾ പറഞ്ഞു:

"മൂന്നുപേരെ വിളിച്ചുകൊണ്ടുവന്ന് ഇവളെ ജയിലിലാക്ക്." പിന്നീട് അയാൾ ഫന്തീനിനോട് പറഞ്ഞു:

"ആറുമാസത്തേക്ക് നീ അകത്താണ്."

ഫന്തീൻ ഞെട്ടിപ്പോയി.

അവൾ കരഞ്ഞു: "ആറുമാസം ജയിലിൽ കിടക്കണോ? ആറുമാസത്തേക്ക് ഏഴു സൂ ശമ്പളം. കൊസെത്തിനെ ഞാൻ എന്തുചെയ്യും? എന്റെ കുട്ടിയുടെ കാര്യം എന്താകും? തെനാർദിയറിന് ഞാൻ നൂറു ഫ്രാങ്ക് കൊടുക്കാനുണ്ട്. ഇൻസ്പെക്ടറിന് ഇതൊന്നും അറിയില്ല."

മുറിയുടെ തറ മൊത്തം പൊലീസുകാരുടെ ബൂട്ടിലെ ചെളിയായിരുന്നു. ഫന്തീൻ തറയിൽ ഇരുന്നു.

അവൾ പറഞ്ഞു: "ഴാവേർ സാർ എന്നോട് കരുണ കാണിക്കണം. ഞാനല്ല തെറ്റു ചെയ്തതെന്ന് ഞാൻ സത്യം ചെയ്യാം. സാർ നേരത്തെ വന്നിരുന്നെങ്കിൽ

സാറിന് അത് മനസിലാകുമായിരുന്നു. കർത്താവു സത്യമായി ഞാൻ കുറ്റം ചെയ്തിട്ടില്ല. എനിക്ക് അയാളെ അറിയില്ല. അയാളാണ് എന്റെ പുറത്ത് മഞ്ഞുകട്ട എടുത്തെറിഞ്ഞത്. അങ്ങനെ മഞ്ഞുകട്ട എടുത്ത് എറിയാനുള്ള അവകാശം അയാൾക്ക് ഉണ്ടോ? ഞാൻ വെറുതെ പോയതാണ്. അയാൾ എറിഞ്ഞതു കൊണ്ടാണ് എനിക്ക് ദേഷ്യം വന്നത്. അയാൾ എന്നോട്, 'നീ കെട്ടിയൊരുങ്ങി യിട്ടെന്തു കാര്യം? നിനക്ക് വായിൽ പല്ലില്ലല്ലോ?' എന്നൊക്കെ എന്നോട് പറഞ്ഞുകൊണ്ടിരിക്കുകയായിരുന്നു. എനിക്ക് പല്ലില്ലെന്ന് അയാളെക്കാളും എനിക്കല്ലേ അറിയാവുന്നത്? എന്നിട്ടും ഞാൻ ഒന്നും പറഞ്ഞില്ല. ഞാൻ വിചാരിച്ചു. 'അദ്ദേഹം സ്വയം ആനന്ദിച്ചോട്ടെ.' പിന്നീടും ഞാൻ അയാളോട് മര്യാദകേടൊന്നും കാണിച്ചില്ല. ഞാൻ അയാളോട് തിരിച്ച് ഒരു വാക്കുപോലും പറഞ്ഞില്ല. അപ്പോഴാണ് അയാൾ മഞ്ഞുകട്ട എടുത്ത് എന്നെ എറിഞ്ഞത്. ഞാൻ പറയുന്നത് സത്യമാണെന്ന് അവിടെ നിന്നിരുന്ന ആരോടു ചോദിച്ചാലും സാറിനു മനസിലാകും. എനിക്ക് ദേഷ്യം വന്നത് എന്റെ കുറ്റമാണോ? പെട്ടെന്ന് നമുക്ക് ദേഷ്യം അടക്കാൻ പറ്റില്ലെന്ന് സാറിന് അറിയില്ലേ? നമ്മൾ പ്രതീക്ഷിക്കാത്ത സമയത്ത് നടുമ്പുറത്ത് ഒരു തണുത്ത ഏറു കിട്ടിയാൽ നമുക്ക് തീ പിടിക്കും എന്ന് ഉറപ്പാണ്. ആ മാന്യന്റെ തൊപ്പി ഞാൻ നശിപ്പിച്ചു. അയാൾ എന്താണ് ഇവിടെ വരാത്തത്. അയാൾ വന്നിരുന്നെങ്കിൽ ഞാൻ ക്ഷമ ചോദിക്കാമായിരുന്നു. എന്നോട് ഴാവേർ സാർ ഈ ഒരു പ്രാവശ്യം ക്ഷമിക്കണം. സാറിന് ഒരുപക്ഷേ അറിയില്ലായിരിക്കും ഞാൻ ഗവൺമെന്റിനെ കുറ്റം പറയുകയല്ല. ജയിലിൽ ഏഴു സൂവാണ് ഒരുദിവസത്തെ ശമ്പളം. എനിക്കാണെങ്കിൽ നൂറു ഫ്രാങ്ക് കടമുണ്ട്. അതു കൊടുത്തില്ലെങ്കിൽ അവർ എന്റെ കുഞ്ഞിനെ തെരുവിൽ ഇറക്കിവിടും. അവളെ എന്റെ കൂടെ താമസിപ്പിക്കാൻ എനിക്കു കഴിയുന്നില്ല. എന്റെ കർത്താവേ! ഞാൻ ഇതിനുമാത്രം എന്തു പാപം ചെയ്തു. എന്റെ കൊസെ ത്തിന്റെ കാര്യം എന്താകും. പാവം കുട്ടി. തെനാർദിയറമ്മാർ വെറും സത്രം നടത്തിപ്പുകാരാണ്. അവർക്ക് ഒരു ദയയുമില്ല. അവർക്ക് പണം കൊടുക്കാതിരി ക്കാൻ ആർക്കും സാധ്യമല്ല. എന്നെ ജയിലിൽ ആക്കരുത്. എന്റെ മകളെ അവർ തെരുവിൽ ഇറക്കിവിടും. ഈ കൊടുംമഞ്ഞത്ത് പാവം അവൾക്ക് എന്തു ചെയ്യാൻ കഴിയും? അവളോടെങ്കിലും സാർ ദയ കാണിക്കണം. ഈ പ്രായത്തിൽ അവൾക്ക് ഒന്നും ചെയ്യാൻ കഴിയില്ല. ഴാവേർ സാർ എന്റെ കുഞ്ഞിനോട് കരുണ കാണി ക്കണം. കുറച്ചുകൂടി വളർന്നിരുന്നെങ്കിൽ അവൾ എങ്ങനെയെങ്കിലും ജീവിച്ചുകൊള്ളും. മനസുകൊണ്ട് ഞാനൊരു പിഴച്ച പെണ്ണല്ല. ഞാൻ ഇങ്ങനെ ആയത് വിശപ്പ് സഹിക്കാൻ കഴിയാഞ്ഞിട്ടല്ല. ജോലി ചെയ്യാൻ മടിയുള്ളതു കൊണ്ടുമല്ല. ഞാൻ ബ്രാണ്ടി കുടിച്ചിട്ടുണ്ട് പക്ഷേ അതെന്റെ കഷ്ടപ്പാടു കൊണ്ടാണ്. ബ്രാണ്ടി എനിക്ക് ഇഷ്ടമായതുകൊണ്ടല്ല. പക്ഷേ അതുകൊണ്ട് എനിക്ക് ഭ്രാന്തു പിടിച്ചിരുന്നു. ഞാൻ ഒരു നെറികെട്ടവൾ അല്ലെന്നു മനസിലാ ക്കാൻ നല്ല സമയത്തെ എന്റെ അലങ്കാരം കണ്ടാൽ മതി. എനിക്ക് എന്തുമാത്രം ലിനൻ ഉടുപ്പുകൾ ഉണ്ടായിരുന്നു. ഴാവേർ സാർ എന്നോടു ക്ഷമിക്കണം."

സംസാരം നിർത്തി അവൾ ഏങ്ങലടിക്കാൻ തുടങ്ങി. കണ്ണുനീരിൽ അവൾക്ക് കാഴ്ച നശിച്ചു. അവൾ കൈകൾ കൂട്ടിത്തിരുമ്മി. അവളുടെ കഴുത്ത് നഗ്നമായിരുന്നു. അവൾ ചെറുതായി ചുമച്ചു. വേദന തൊണ്ടയിൽ കുരുങ്ങി. നികൃഷ്ടന്മാർക്കുപോലും തീവ്രദുഃഖത്തിന്റെ ദിവ്യമായ തിളക്കം തിരിച്ചറിയാൻ

കഴിയും. ആ നിമിഷത്തിൽ ഫന്തീനിന്റെ സൗന്ദര്യം തിരിച്ചുവന്നിരുന്നു. ഇടയ്ക്ക് അവൾ കരച്ചിൽ നിർത്തി പൊലീസുകാരന്റെ മേൽവസ്ത്രത്തിൽ മൃദുവായി ചുംബിച്ചു. കരിങ്കല്ലു കൊണ്ടുള്ള ഹൃദയംപോലും അവൾക്കു മുന്നിൽ അപ്പോൾ അലിയുമായിരുന്നു. പക്ഷേ തടികൊണ്ടു നിർമിച്ച ഹൃദയത്തിൽ അലിവ് ഉണ്ടാക്കാൻ കഴിയില്ല.

ഴാവേർ പറഞ്ഞു: "നീ പറഞ്ഞതെല്ലാം ഞാൻ കേട്ടു. കൂടുതൽ ഒന്നും പറയാനില്ലല്ലോ? കർത്താവ് നേരിട്ടുവന്ന് പറഞ്ഞാൽ പോലും ഒന്നും നടക്കാൻ പോകുന്നില്ല. ആറുമാസം നീ ജയിൽ ശിക്ഷ അനുഭവിച്ചേ പറ്റൂ."

കർത്താവു നേരിട്ടുവന്നാലും നടക്കില്ലെന്ന് കേട്ടപ്പോൾ തന്റെ ശിക്ഷ ഉറപ്പാണെന്ന് അവൾക്കു മനസിലായി. അവൾ സാവധാനം മുറുമുറുത്തു. ദയയ്ക്കു വേണ്ടി അവസാനത്തെ യാചന നടത്തി.

ഴാവേർ മുഖം തിരിച്ചു നിന്നു. പൊലീസുകാർ അവളുടെ കയ്യിൽക്കയറി പിടിച്ചു.

ഇതിനൊക്കെ അൽപ്പസമയം മുൻപ് ഒരു മനുഷ്യൻ അവിടേക്ക് കടന്നുവന്നിരുന്നു. പക്ഷേ ആരും തന്നെ അതു ശ്രദ്ധിച്ചിരുന്നില്ല. അയാൾ കതകു തുറന്ന് അകത്തുവന്നതിനു ശേഷം വീണ്ടും കതക് അടച്ച് കതകിൽ ചാരി നിന്നു. ഫന്തീൻ നിരാശയോടെ കെഞ്ചുന്നത് അയാളും കേൾക്കുന്നുണ്ടായിരുന്നു.

പൊലീസുകാർ അവളുടെ കൈയ്ക്കു പിടിച്ച് വലിക്കാൻ തുടങ്ങിയപ്പോൾ അയാൾ പറഞ്ഞു:

"ഒരുനിമിഷം നിൽക്കണേ. ഞാൻ പറയുന്നതുകൂടി ഒന്നു ശ്രദ്ധിക്കണം."

ഴാവേർ തല ഉയർത്തി. അയാൾക്ക് മദലിയെനെ നേരത്തെ തന്നെ അറിയാം. ഴാവേർ തലയിൽനിന്ന് തൊപ്പി ഊരി. അൽപ്പം മുഷിച്ചിലോടെ അയാൾ തലകുനിച്ച് അഭിവാദനങ്ങൾ അറിയിച്ചു.

"മേയർ സാർ, ക്ഷമിക്കണം. ഞാൻ കണ്ടില്ല." ഴാവേർ മേയർ സാർ എന്നു പറയുന്നത് ഫന്തീൻ കേട്ടു. അവൾ ചാടി എഴുന്നേറ്റു. പൊലീസുകാർക്ക് തടയാൻ കഴിയുന്നതിനു മുൻപ് അവരെ തള്ളിമാറ്റി അവൾ മദലിയെന്റെ അടുത്തെത്തി. മദലിയെനെ അവൾ സൂക്ഷിച്ചു നോക്കി. അവളുടെ നോട്ടം ശരിക്കും വന്യമായിരുന്നു. അവൾ പറഞ്ഞു:

"അപ്പോൾ നിങ്ങളാണ് മേയർ സാർ."

പിന്നീട് അവൾ പൊട്ടിച്ചിരിച്ചു. എന്നിട്ട് അയാളുടെ മുഖത്തേക്ക് ആഞ്ഞു തുപ്പി.

മദലിയെൻ മുഖം തുടച്ചുകൊണ്ടു പറഞ്ഞു: "ഇൻസ്പെക്ടർ ഴാവേർ ഈ സ്ത്രീയെ ശിക്ഷിക്കേണ്ട. അവളെ പറഞ്ഞു വിട്ടേയ്ക്കൂ."

ഴാവേറിന് ബോധക്കേടു വരുന്നതായി തോന്നി. ഴാവേറിന് അത് തുടരെത്തുടരെ അടികൊള്ളുന്നതിനു തുല്യമായ ഒരു അനുഭവമായിരുന്നു. ജീവിതത്തിൽ അറിഞ്ഞിട്ടുള്ളതിൽ വെച്ച് ഏറ്റവും തീക്ഷ്ണമായ വികാരങ്ങൾക്ക് അയാൾ അടിമയായി. മേയറുടെ മുഖത്ത് ഒരു തെരുവ് പെണ്ണ് തുപ്പുന്നത് സ്വപ്നത്തിൽ കാണുവാൻ പോലും ഴാവേർ ഭയപ്പെട്ടിരുന്നു. ഇപ്പോൾ നേരിട്ടുകണ്ടപ്പോൾ അതു വിശ്വസിക്കുന്നത് ദൈവത്തെ നിന്ദിക്കുന്നതിനു തുല്യമായി അയാൾക്കു തോന്നി. എന്നാൽ അയാളുടെ മനസ്സിന്റെ അടിത്തട്ടിൽ മേയറും ആ പെണ്ണും തമ്മിൽ ഉറപ്പുതോന്നിയില്ലെങ്കിലും അറപ്പുണ്ടാക്കുന്ന ഒരു

ബന്ധം അയാൾ സങ്കൽപ്പിച്ചു. മേയറുടെ ശക്തമായ ഇടപെടലിനു പിന്നിൽ വളരെ സാധാരണമായ ഒരു കാരണം അയാൾക്കു വ്യക്തമായിക്കഴിഞ്ഞിരുന്നു. പക്ഷേ മേയർ എന്ന മജിസ്ട്രേറ്റ് മിണ്ടാതെ മുഖം തുടച്ച് 'ഈ സ്ത്രീയെ പറഞ്ഞു വിട്ടേയ്ക്കൂ' എന്നു പറയുന്നതു കേട്ടപ്പോൾ അത്ഭുതംകൊണ്ട് ഴാവേറിന്റെ ബുദ്ധി മരവിച്ചുപോയിരുന്നു. ആലോചിക്കാനും സംസാരിക്കാനും കഴിയാത്ത തരത്തിൽ അത്ഭുതം അയാളെ കീഴടക്കി. അയാൾ നിശ്ശബ്ദനായി നിന്നു.

മേയറുടെ വാക്കുകൾ ഫന്തീനിന്റെ കാര്യത്തിലും വളരെ വിചിത്രമായ ഒരു അനുഭവംതന്നെ ആയിരുന്നു. അവൾ തല ചുറ്റിവീഴാൻ പോകുന്നവളെപ്പോലെ നഗ്നമായ കൈകൾ ഉയർത്തി നെരിപ്പോടിലെ ചൂടു നിയന്ത്രിക്കാനുള്ള വാതിലിന്റെ മുകളിൽ കയറിപ്പിടിച്ചു. ഈ സമയത്തെല്ലാം അവൾ ചുറ്റിലും നോക്കുന്നുണ്ടായിരുന്നു. ഒടുവിൽ തനിയെ സംസാരിക്കുന്നതുപോലെ താഴ്ന്ന ശബ്ദത്തിൽ അവൾ പിറുപിറുക്കാൻ തുടങ്ങി:

"എന്നെ വിട്ടയച്ചു. അവർ എന്നെ വിട്ടയച്ചു. എനിക്ക് ആറുമാസം ഇനി ജയിലിൽ കിടക്കണ്ട. ആരാണ് അങ്ങനെ പറഞ്ഞത്? ആരെങ്കിലും അങ്ങനെ പറയാൻ ഇടയുണ്ടോ? എനിക്ക് തെറ്റുപറ്റിയതാണോ? എന്തായാലും ആ വൃത്തികെട്ട മേയർ ആയിരിക്കില്ല. ഴാവേർ സാറാണോ എന്നെ വിട്ടയയ്ക്കാൻ അവരോട് പറഞ്ഞത്? ഴാവേർ സാറിന് അറിയില്ലല്ലോ? അയാൾ എന്നെ പറഞ്ഞു വിട്ടവനാണ്. ജോലിസ്ഥലത്ത് കുറേ തെണ്ടികൾ പറഞ്ഞ കഥ കേട്ട് അയാൾ എന്നെ പിരിച്ചുവിട്ടു. വൃത്തികെട്ട ആ കിഴവൻ മേയറാണ് ഇതിനെല്ലാം കാരണം. സത്യസന്ധമായി ജോലിചെയ്യുന്ന ഒരു പാവം പെണ്ണിനെ പിരിച്ചുവിടുന്നത് സത്യത്തിൽ ക്രൂരതയല്ലേ? അതിനുശേഷം എനിക്ക് ജീവിക്കാനുള്ള പണം ഉണ്ടായിട്ടില്ല. ഈ കുഴപ്പങ്ങൾക്കെല്ലാം കാരണം അതാണ്. നിങ്ങൾ പൊലീസു കാർ ആദ്യം ചെയ്യേണ്ട ഒരു കാര്യം ഉണ്ട്. ജയിലിലെ കരാറുകാരോട് മനുഷ്യരെ ഉപദ്രവിക്കാതിരിക്കാൻ പറയണം. തടവുകാരുടെ ജോലി കരാറെടുക്കുന്നവർക്ക് കൂലി കുറച്ചുകൊടുത്താൽ മതി. അത് എങ്ങനെയാണെന്ന് ഞാൻ പറയാം. ഷർട്ടു തുന്നി ഞങ്ങൾ ദിവസം പന്ത്രണ്ടു സൂ സമ്പാദിക്കും ജയിലിലെ തടവുകാരെക്കൊണ്ട് തുന്നിച്ചാൽ കൂലി കുറച്ചുകൊടുത്താൽ മതി. ഞങ്ങളുടെ സമ്പാദ്യം അതനുസരിച്ച് ദിവസം ഒൻപതു സൂ ആയി കുറയുന്നു. ഞങ്ങൾക്കു ജീവിക്കാൻ അതു തികയാതെ വരുന്നു. അപ്പോൾ പിന്നെ ഞങ്ങൾക്കു കഴിയുന്നതെന്തും ഞങ്ങൾ ചെയ്യും. എനിക്ക് എന്റെ മകൾ കൊസെത്തിന് പണം അയച്ചുകൊടുക്കണം. എനിക്ക് വഴിപിഴയ്ക്കാതെ മറ്റുവഴിയില്ല. ഈ മേയർ തെണ്ടിയാണ് ഇതിനെല്ലാം കാരണം. ഒടുവിൽ പട്ടാളക്കാരുടെ ക്ലബിന്റെ പുറത്തു വച്ച് ആ മാന്യന്റെ തൊപ്പി ഞാൻ അഴുക്കാക്കി. പക്ഷേ അയാൾ മഞ്ഞുകട്ട എറിഞ്ഞ് എന്റെ വേഷം മുഴുവൻ നശിപ്പിച്ചു. ഞങ്ങൾ പെണ്ണുങ്ങൾക്ക് വൈകിട്ടു പുറത്തിറങ്ങാൻ ആകെ ഒരു സിൽക്ക് ഉടുപ്പാണ് ഉള്ളത്. ഴാവേർ സാർ ഒരു കാര്യം മനസിലാക്കണം. സത്യത്തിൽ തെറ്റുചെയ്യണമെന്ന് എനിക്ക് യാതൊരു ഉദ്ദേശ്യവും ഉണ്ടായിരുന്നില്ല. എവിടെ നോക്കിയാലും എന്നേക്കാൾ ഭാഗ്യമുള്ള പല സ്ത്രീകളും എന്നേക്കാൾ മോശമാണെന്ന് എനിക്ക് കാണാൻ കഴിയുന്നുണ്ട്. അവരോട് എന്നെ പറഞ്ഞുവിടാൻ പറഞ്ഞത് ഴാവേർ സാറല്ലേ? എന്റെ വീട്ടുടമ സ്ഥനോട് സാറിന് അന്വേഷിച്ചു നോക്കാം. ഞാൻ വാടക കൊടുക്കുന്നുണ്ട്. ഞാൻ സത്യസന്ധയാണെന്ന് തീർച്ചയായും അയാൾ സാറിനോട് പറയാതിരി

ക്കില്ല. അയ്യോ! എന്നോട് ക്ഷമിക്കണം. ഞാൻ നെരിപ്പോട് തണുപ്പിക്കുന്ന സൂത്രത്തിലാണ് പിടിച്ചുകൊണ്ടു നിൽക്കുന്നത്. ഞാനത് അറിഞ്ഞിരുന്നില്ല. അതു പുകഞ്ഞു തുടങ്ങിയിരിക്കുന്നു."

മദലിയെൻ അവൾ പറയുന്നതെല്ലാം ശ്രദ്ധിച്ചു കേൾക്കുന്നുണ്ടായിരുന്നു. അവൾ സംസാരിച്ചുകൊണ്ടിരുന്നപ്പോൾ അയാൾ പഴ്സ് എടുത്ത് തുറന്നു നോക്കി. അതിൽ പണം ഉണ്ടായിരുന്നില്ല. അയാൾ അതു വീണ്ടും പോക്കറ്റിൽ ഇട്ടു. ഫന്തീനോടായി അയാൾ ചോദിച്ചു:

"നിനക്ക് കടം എത്രയുണ്ടെന്നാണ് പറഞ്ഞത്?"

ഴാവേറിന്റെ അടുത്തു നിന്നിരുന്ന ഫന്തീൻ അയാളെ തിരിഞ്ഞുനോക്കി.

"നിങ്ങളോട് ആരും ഒന്നും പറഞ്ഞില്ലല്ലോ?"

അവൾ പൊലീസുകാരുടെ നേർക്ക് തിരിഞ്ഞു.

"ഞാൻ അയാളുടെ മുഖത്ത് തുപ്പുന്നത് നിങ്ങൾ കണ്ടില്ലേ? അയാൾ മേയറാണെന്നും പറഞ്ഞ് എന്നെ പേടിപ്പിക്കാൻ വന്നതാണ്. എനിക്ക് ഴാവേർ സാറിനെ മാത്രമേ പേടിയുള്ളൂ." അവൾ ഴാവേറിന്റെ മുഖത്തേക്കു നോക്കി.

"ഇൻസ്പെക്ടർ സാർ നീതിമാനാണ്. അത് എനിക്ക് നന്നായി അറിയാം. പട്ടാളക്കാർക്ക് എന്തെങ്കിലും ചിരിക്കാൻ കിട്ടണം. ഒരാൾ തമാശയ്ക്ക് ഒരു സത്രീയുടെ പുറത്ത് മഞ്ഞുകട്ട എടുത്ത് എറിഞ്ഞാലും അവർ ചിരിക്കും. ഞങ്ങൾ പാവങ്ങൾ അവരുടെ നേരംപോക്കിനു വേണ്ടി ഉള്ളവരാണ്. അപ്പോഴാണ് സാറുവന്നത്. സാറിന് ക്രമസമാധാനം പാലിക്കണം. തെറ്റുചെയ്ത സ്ത്രീയെ സാർ അറസ്റ്റു ചെയ്തു. പക്ഷേ നല്ലവനായതുകൊണ്ട് ആലോചിച്ചപ്പോൾ എന്നെ പറഞ്ഞുവിട്ടേക്കാൻ സാർ അവരോടു പറഞ്ഞു. എന്റെ കുട്ടിയെ കരുതിയാണ് സാർ അങ്ങനെ ചെയ്തതെന്ന് എനിക്ക് അറിയാം. ആറുമാസം ജയിലിലായാൽ എന്റെ മകളെ ഞാൻ എങ്ങനെ സഹായിക്കും? വൃത്തികെട്ടവൾ ഇനി ഇവിടെ തിരിച്ചുവരരുതെന്ന് മാത്രമായിരിക്കും സാർ ആഗ്രഹിക്കുന്നത്. ഴാവേർ സാർ, ഞാൻ ഇനി ഇവിടെ തിരിച്ചുവരില്ല. അവർ എന്നെ എന്തു വേണമെങ്കിലും ചെയ്തോട്ടെ. ഞാൻ ഇനിയും തിരിച്ച് ഒന്നും ചെയ്യില്ല. ഞാൻ ഒന്ന് അനങ്ങാൻ പോലും തയാറാവില്ല. ഇന്നു ഞാൻ കരഞ്ഞത് എനിക്കു വേദനിച്ചതുകൊണ്ടു മാത്രമായിരുന്നു. ആ മാന്യൻ മഞ്ഞുകട്ട എടുത്ത് എറിയുമെന്ന് ഞാൻ പ്രതീക്ഷിച്ചില്ല. ഞാൻ അസുഖക്കാരിയാണെന്ന് സാറിനോട് പറഞ്ഞില്ലേ? എനിക്ക് നല്ല സുഖം ഇല്ല. ചുമയാണ്. നെഞ്ചിനകത്ത് ഒരു എരിച്ചിലാണ്. ഡോക്ടർ എന്നോട് സൂക്ഷിക്കണമെന്ന് പറഞ്ഞിട്ടുണ്ട്. സാർ ഒന്നു തൊട്ടുനോക്കൂ പേടിക്കണ്ട. ദാ ഇവിടെയാണ് ആ എരിച്ചിൽ."

അവൾ കരച്ചിൽ നിർത്തി. അവളുടെ ശബ്ദം സൗമ്യമായി. ഴാവേറിന്റെ പരുക്കൻ കൈ അവൾ നെഞ്ചോടു ചേർത്തു. പുഞ്ചിരിയോടെ അവൾ ഴാവേറിനെ നോക്കി.

പെട്ടെന്ന് ഉടുപ്പിന്റെ ചുളിവുകൾ അവൾ വലിച്ചുനേരെയാക്കി. പൊലീസുകാർ വലിച്ചുകൊണ്ടുവന്നപ്പോൾ ഉടുപ്പ് മുട്ടുവരെ ഉയർന്നു പോയിരുന്നു. അവൾ വാതിലിനടുത്തേക്ക് നടന്നു. കൂട്ടത്തിൽ സാവധാനം തലകുലുക്കിക്കൊണ്ട് അവൾ പൊലീസുകാരോട് സൗഹൃദത്തോടെ പോകാൻ അനുമതി ചോദിക്കുന്നുണ്ടായിരുന്നു.

"ഇൻസ്പെക്ടർ സാർ എന്നെ വിട്ടയയ്ക്കാൻ നിങ്ങളോട് പറഞ്ഞല്ലോ? ഞാൻ പൊയ്ക്കോട്ടെ."

അവൾ സാക്ഷയിൽ കൈവച്ചു. ഒരടികൂടി മുന്നോട്ടുവെച്ചാൽ അവൾ തെരുവിലെത്തും.

സ്ഥാനത്ത് കൊണ്ടുപോയി പ്രതിഷ്ഠിക്കാൻ വേണ്ടി പണി പൂർത്തിയായി കാത്തുനിൽക്കുന്ന ഒരു പ്രതിമയെപ്പോലെ ഴാവേർ തലകുനിച്ച് കണ്ണുകൾ തറയിൽ ഊന്നി അനങ്ങാതെ നിൽക്കുകയായിരുന്നു അതുവരെ.

സാക്ഷയുടെ ശബ്ദം കേട്ട് അയാൾ ഉണർന്നു. അങ്ങേയറ്റം അധികാരത്തോടെ പെട്ടെന്ന് അയാൾ മുഖം ഉയർത്തി. അപരിഷ്കൃതനായ ഒരുവന്റെ കോപത്തേക്കാൾ കൂടുതൽ കോപം അയാൾക്ക് ഉണ്ടായിരുന്നു. ഒരു കാട്ടുമൃഗത്തേക്കാൾ മൃഗീയമായ ക്രൗര്യം അയാളുടെ മുഖത്തു കണ്ടു.

അയാൾ പറഞ്ഞു: "ഈ തെണ്ടിപ്പെണ്ണ് ഇറങ്ങിപ്പോകുന്നത് നിങ്ങൾ കണ്ടില്ലേ? അവളെ പറഞ്ഞുവിടാൻ നിങ്ങളോട് ആരു പറഞ്ഞു?"

മദലിയെൻ പറഞ്ഞു: "ഞാൻ. ഞാനാണ് പറഞ്ഞത്."

ഴാവേറിന്റെ ശബ്ദം കേട്ടപ്പോൾ തന്നെ മോഷ്ടിച്ച സാധനം കയ്യിൽനിന്ന് താഴെവീണുപോയ ഒരു കള്ളനെപ്പോലെ ഫന്തീൻ സാക്ഷയിൽനിന്ന് പിടിവിട്ടിരുന്നു.

ആ നിമിഷത്തിനു ശേഷം അവൾ സംസാരിച്ചില്ല. പിന്നീട് അവൾ ശ്വാസം വിടാതെ ഴാവേറിനേയും മദലിയെനേയും മാറിമാറി നോക്കിക്കൊണ്ട് നിശ്ശബ്ദയായിനിന്നു. അവരിൽ ആരാണോ സംസാരിക്കുന്നത്, അയാളുടെ മുഖത്തുനിന്ന് അവൾ കണ്ണെടുത്തില്ല.

എല്ലാവരും പറയുന്നതുപോലെ ഴാവേറിന് സമനില തെറ്റിയിരിക്കണം. അല്ലെങ്കിൽ ഫന്തീനിനെ പറഞ്ഞുവിടാൻ മേയർ പറഞ്ഞതിനുശേഷം അയാൾ പൊലീസുകാരനോട് ഇങ്ങനെ പറയാൻ സാധ്യതയില്ല. മേയർ അവിടെ ഉണ്ടെന്ന് അയാൾ മറന്നുപോയോ? അത്തരം ഒരു കൽപ്പന പുറപ്പെടുവിക്കാൻ ഒരു അധികാരിക്കും സാധ്യമല്ലെന്ന് ഒടുവിൽ അയാൾ തീരുമാനിച്ചിരിക്കാം. അയാൾ ഉദ്ദേശിച്ച കാര്യം ആയിരിക്കില്ല മേയർ പറഞ്ഞത്. കഴിഞ്ഞ രണ്ടുമണിക്കൂറായി താൻ കണ്ട കുഴപ്പങ്ങളുടെ അടിസ്ഥാനത്തിൽ അങ്ങേയറ്റത്തെ ശിക്ഷ തന്നെ കൊടുക്കേണ്ടതാണെന്ന് അയാൾ സ്വയം തീരുമാനം എടുത്തു കഴിഞ്ഞിരിക്കാം. കുറ്റാന്വേഷകൻ തന്നെ മജിസ്ട്രേറ്റ് ആയി മാറേണ്ടത് ആവശ്യമാണെന്ന് അയാൾക്കു തോന്നിയിട്ടുണ്ടാകാം. പൊലീസുകാരൻ ജഡ്ജിയാണ് എന്ന തോന്നൽ അയാളെ കീഴ്പ്പെടുത്തിയിട്ടുണ്ടാകും. ഈ തോന്നലുകളുടെ പരമകാഷ്ഠയിൽ നിയമവും സദാചാരവും നീതിയും ഗവൺമെന്റും മാത്രമല്ല, സമൂഹംതന്നെ ഒരു മനുഷ്യനിൽ ഒതുങ്ങിനിൽക്കുന്നതായി അയാൾക്ക് അനുഭവപ്പെട്ടിരിക്കാം. ആ മനുഷ്യൻ അയാൾ തന്നെ ആയിരുന്നു, ഴാവേർ.

അത് എന്തുതന്നെ ആയാലും "ഞാൻ, ഞാനാണു പറഞ്ഞത്." എന്ന് മദലിയെൻ പറയുന്നത് നമ്മൾ കേട്ടു. ആ സമയത്ത് ഇൻസ്പെക്ടർ ഴാവേർ മേയറെ നോക്കി. ഴാവേർ വിളറിപ്പോയിരുന്നു. ഒരിക്കലും കേട്ടിട്ടില്ലാത്ത വാക്കുകൾ കേട്ട് അയാൾ വിറച്ചു. തല ഉയർത്താൻ കഴിഞ്ഞില്ലെങ്കിലും ഉറച്ച ശബ്ദത്തിൽ അയാൾ പറഞ്ഞു:

"മേയർ സാർ. അതു പറ്റില്ല."

മദലിയെൻ ചോദിച്ചു: "എന്തുകൊണ്ട്?"

"ഈ വൃത്തികെട്ട സ്ത്രീ ഒരു മാന്യനെ അപമാനിച്ചു."

അനുരഞ്ജനം പ്രതീക്ഷിച്ചുകൊണ്ട് സമാധാനത്തോടെ മദലിയെൻ പറഞ്ഞു. "ഇൻസ്പെക്ടർ ഴാവേർ, ഞാൻ പറയുന്നത് ഒന്ന് ശ്രദ്ധിക്കണം. നിങ്ങൾ സത്യസന്ധനാണ്. ഞാൻ സമ്മതിക്കുന്നു. സത്യത്തിൽ അവിടെ സംഭവിച്ചത് ഇതാണ്. ഈ സ്ത്രീയെ നിങ്ങൾ അറസ്റ്റു ചെയ്യുമ്പോൾ ഞാൻ ആ കവലയിലൂടെ നടന്നുപോകുകയായിരുന്നു. അവിടെ ഉണ്ടായിരുന്ന ആൾക്കൂട്ടം പിരിഞ്ഞുപോയില്ല. ഞാൻ സംഭവിച്ച കാര്യങ്ങൾ അവരോടു ചോദിച്ചു മനസിലാക്കി. തെറ്റുചെയ്തത് ആ മാന്യനാണ്. സത്യം പറഞ്ഞാൽ പൊലീസുകാർ അയാളെ അറസ്റ്റു ചെയ്യേണ്ടതായിരുന്നു. "

ഴാവേർ പറഞ്ഞു: "ഈ വൃത്തികെട്ടവൾ മേയർസാറിനെ അപമാനിക്കുന്നതും നമ്മൾ കണ്ടുകഴിഞ്ഞു."

മദലിയെൻ പറഞ്ഞു: "അത് എന്നെ ബാധിക്കുന്ന കാര്യമാണ്. അതിനുവേണ്ടത് ഒരുപക്ഷേ എനിക്കു തന്നെ ചെയ്യാൻ കഴിയും."

"മേയർ സാർ എന്നോടു ക്ഷമിക്കണം. അവൾ സാറിനെ മാത്രമല്ല അപമാനിച്ചത്. നീതിന്യായവ്യവസ്ഥയെയാണ്."

മദലിയെൻ പറഞ്ഞു: "ഏറ്റവും വലിയ നീതിന്യായക്കോടതി അവനവന്റെ മനഃസാക്ഷിയാണ്. ഇവൾ പറയുന്നതെല്ലാം ഞാൻ കേട്ടു. ഞാൻ ചെയ്യുന്നത് എന്താണെന്ന് എനിക്ക് നന്നായി അറിയാം."

"മേയർ സാർ എന്റെ അവസ്ഥകൂടി മനസിലാക്കണം. സത്യത്തിൽ ഞാൻ കാണുന്ന കാര്യങ്ങൾപോലും എനിക്ക് വ്യക്തമല്ല."

"അപ്പോൾ പിന്നെ ഞാൻ പറയുന്നത് അനുസരിക്കുക."

"ഞാൻ എന്റെ കടമയാണ് ചെയ്തത്. ഈ സ്ത്രീയെ ആറുമാസം ജയിലിലേക്ക് പറഞ്ഞുവിടേണ്ടത് എന്റെ ചുമതലയാണ്."

മദലിയെൻ സമാധാനം കൈവിടാതെ പറഞ്ഞു: "ഞാൻ പറയുന്നത് മനസിലാക്ക്. അവൾ ഒരുദിവസംപോലും ജയിലിൽ കിടക്കേണ്ട കാര്യമില്ല."

മേയറുടെ തീരുമാനം കേട്ടുകഴിഞ്ഞു. ഴാവേറിന് മേയറുടെ മുഖത്തുനോക്കാനുള്ള ധൈര്യം ഉണ്ടായിരുന്നു. ബഹുമാനത്തോടെ അയാൾ പറഞ്ഞു:

"മേയർ സാറിനെ എതിർക്കുന്നതിൽ എനിക്ക് പ്രയാസമുണ്ട്. എന്റെ ജീവിതത്തിൽ ആദ്യമായാണ് ഇങ്ങനെ സംഭവിക്കുന്നത്. ഞാൻ എന്റെ അധികാരപരിധിക്ക് ഉള്ളിൽനിന്നാണ് പ്രവർത്തിക്കുന്നത്. എന്നെ അതിന് അനുവദിക്കണം. മേയർ ആഗ്രഹിക്കുന്നതുപോലെ ഞാൻ ആ മാന്യനുമായി സംസാരിക്കാം. മൊസ്യു ബാമത്തബ്വായുടെ പുറത്താണ് ഇവൾ ചാടിക്കയറിയത്. അദ്ദേഹം സമ്മതിദായകനാണ്. മൈതാനത്തിന്റെ മൂലയ്ക്കുള്ള മൂന്നുനിലക്കെട്ടിടം അദ്ദേഹത്തിന്റെയാണ്. അത് മട്ടുപ്പാവുള്ള നല്ല ഒന്നാംതരം കെട്ടിടമാണ്. ഈ ലോകത്ത് കണക്കിലെടുക്കേണ്ട ചിലതൊക്കെ തീർച്ചയായും ഉണ്ട്. ഈ സംഭവം തെരുവിലെ പൊലീസുകാർ കൈകാര്യം ചെയ്യേണ്ട കാര്യമാണ്. എനിക്കാണ് ഇതിന്റെ ചുമതല. അതുകൊണ്ട് ഞാൻ ഇവളെ ജയിലിലേക്കു തന്നെ പറഞ്ഞുവിടും."

പെട്ടെന്ന് മദലിയെൻ കൈ രണ്ടും പിണച്ചു. എന്നിട്ട് നഗരത്തിൽ ഒരാളും ഇന്നേവരെ കേട്ടിട്ടില്ലാത്ത ഗാംഭീര്യത്തോടെ പറഞ്ഞു:

"നിങ്ങൾ പറയുന്നത് പട്ടണത്തിലെ പൊലീസുകാരന്റെ കാര്യമാണ്. ക്രിമിനൽ നിയമാവലിയിലെ ഒൻപതും പതിനൊന്നും പതിനഞ്ചും അറുപത്തി

മൂന്നും വകുപ്പുകൾ അനുസരിച്ച് ഞാൻ ന്യായാധിപനാണ്. ഈ സ്ത്രീയെ സ്വതന്ത്രയാക്കാൻ ഞാൻ വിധി കൽപ്പിക്കുന്നു.”

ഴാവേർ ഒരു അവസാനശ്രമം കൂടി നടത്തി.

“പക്ഷേ, മേയർ സാർ.....”

“നിയമാനുസൃതമല്ലാത്ത ജയിൽശിക്ഷയെക്കുറിച്ച് 1799 ഡിസംബർ മൂന്നിനു നിലവിൽവന്ന നിയമത്തിലെ എൺപത്തി ഒന്നാം വകുപ്പ് ഞാൻ നിങ്ങളെ ഓർമിപ്പിക്കുന്നു.”

“മേയർ സാർ അനുവദിക്കുകയാണെങ്കിൽ..”

“നിങ്ങൾ ഇനി ഒന്നും പറയണ്ട.”

“എന്നാലും.”

മദലിയെൻ പറഞ്ഞു: “നിങ്ങൾ വെറുതേ സംസാരിക്കണ്ട.”

ഴാവേറിന് അടികിട്ടി. ഒരു റഷ്യൻ ഭടനെപ്പോലെ നിവർന്നുനിന്ന് വിരിമാറുകാട്ടി അയാൾ ആ അടി സ്വീകരിച്ചു. മേയറുടെ മുന്നിൽ അയാൾ തറപറ്റി. അയാൾ പുറത്തേക്കു നടന്നു.

അയാൾ തന്റെ മുന്നിലൂടെ തലകുനിച്ച് നടന്നു നീങ്ങുന്നതുകണ്ട് വാതിലിനടുത്ത് നിന്നിരുന്ന ഫന്തീൻ സ്തംഭിച്ചുപോയി.

ഫന്തീനും വല്ലാത്ത ചിന്താക്കുഴപ്പത്തിലായിരുന്നു. രണ്ടു ശക്തികൾ കൂട്ടിമുട്ടുന്നതിന് അവളും ഒരു ദൃക്സാക്ഷിയായി മാറിയിരുന്നു. അവളുടെ സ്വാതന്ത്ര്യവും ജീവിതവും കുട്ടിയുടെ ഭാവിയും എല്ലാം കൈവശമുള്ള രണ്ടു മനുഷ്യർ തമ്മിൽ വഴക്കിടുന്നത് അവൾ സ്വന്തം കണ്ണുകൊണ്ട് കണ്ടു. അവരിൽ ഒരാൾ അവളെ ഇരുട്ടിലേക്ക് വലിച്ചിഴയ്ക്കുന്നു. മറ്റെയാൾ അവളെ വെളിച്ചത്തിലേക്ക് നയിക്കുന്നു. ഭയത്തിന് കാര്യങ്ങളെ പർവതീകരിക്കാനുള്ള കഴിവുണ്ട്. അവളുടെ ഭയം അവളുടെ കാഴ്ചകളെ ഭൂതക്കണ്ണാടിപോലെ വലുതാക്കിക്കാണിച്ചു. അവർ അവളുടെ മുന്നിൽ രണ്ട് അതികായന്മാരായി മാറി. ഒരാൾ പിശാചിനെപ്പോലെ സംസാരിച്ചു. മറ്റെയാൾ മാലാഖയായി മാറി. മാലാഖ പിശാചിനെ പരാജയപ്പെടുത്തി. അതോർത്ത് അവൾ സംതഭിച്ചുനിന്നു. അവൾ ഇതുവരെ വെറുത്തിരുന്ന മനുഷ്യനായിരുന്നു മാലാഖ. അവളുടെ എല്ലാ ദുഃഖങ്ങളുടേയും സ്രഷ്ടാവ് എന്ന് അവൾ വിശ്വസിച്ചിരുന്ന മനുഷ്യൻ. ഏറ്റവും നികൃഷ്ടമായ രീതിയിൽ അവൾ അയാളെ അപമാനിച്ച നിമിഷത്തിലാണ് അയാൾ അവളെ രക്ഷപ്പെടുത്തിയത്. അവൾക്കു തെറ്റുപറ്റി. അവളുടെ മനസിൽ മാറ്റങ്ങൾ വരണം. എന്തുചെയ്യണമെന്ന് അവൾക്ക് അറിയില്ല. അവൾ വിറച്ചു. ഭീതിയോടെ അവൾ എല്ലാം ശ്രദ്ധിച്ചു. ചുറ്റുപാടും അവൾ അമ്പരന്നുനോക്കി. മദലിയെന്റെ ഓരോ വാക്കുകൾക്കുമൊപ്പം അവളുടെ മനസിലെ വെറുപ്പിന്റെ ഭയാനകമായ ഇരുട്ട് അലിഞ്ഞ് ഒഴുകിപ്പോകുന്നത് അവൾ അറിഞ്ഞു. പകരം അവളുടെ മനസിൽ പറഞ്ഞ് അറിയിക്കാൻ കഴിയാത്ത സന്തോഷവും ആത്മവിശ്വാസവും സ്നേഹവും ജനിച്ചു.

ഴാവേർ പോയിക്കഴിഞ്ഞപ്പോൾ മൊസ്യൂ മദലിയെൻ ഫന്തീനിനെ നോക്കി. അയാൾ വളരെ സാവധാനം സംസാരിച്ചുതുടങ്ങി. പൊട്ടിക്കരയുമെന്ന് ഭയപ്പെടുന്ന ഒരുവനെപ്പോലെ സ്വരം താഴ്ത്തിയാണ് അയാൾ സംസാരിച്ചത്.

“നിങ്ങൾ പറയുന്നത് എല്ലാം ഞാൻ കേട്ടു. നിങ്ങൾ പറഞ്ഞ കാര്യങ്ങളെപ്പറ്റി എനിക്ക് ഒന്നും അറിയില്ല. പറഞ്ഞതെല്ലാം സത്യമാണെന്ന് ഞാൻ വിശ്വസിക്കുന്നു.

നിങ്ങൾ എന്റെ ഫാക്ടറിയിൽനിന്ന് പുറത്താക്കപ്പെട്ടവൾ ആണെന്നുപോലും എനിക്ക് അറിയില്ല. നിങ്ങൾ എന്തുകൊണ്ട് എന്നെ അറിയിച്ചില്ല? എന്തായാലും ഇപ്പോൾ നിങ്ങളുടെ കടം ഞാൻ വീട്ടിക്കൊള്ളാം. നിങ്ങളുടെ കുട്ടിയെ ഞാൻ തിരിച്ചുകൊണ്ടുവരാം. അല്ലെങ്കിൽ നിങ്ങൾക്കു വേണമെങ്കിൽ കുട്ടിയുടെ അടുത്തേക്കു പോകാം. നിങ്ങൾക്ക് ഇവിടെ ജീവിക്കാം. അല്ലെങ്കിൽ പാരീസി ലേക്ക് പോകാം. അതു നിങ്ങളുടെ ഇഷ്ടം. നിങ്ങളുടെയും കുട്ടിയുടെയും ചുമതല ഞാൻ ഏൽക്കുന്നു. ഇഷ്ടമില്ലെങ്കിൽ നിങ്ങൾ ജോലി ചെയ്യണമെന്നില്ല. ആവശ്യമുള്ള പണം ഞാൻ തരാം. വീണ്ടും നല്ല രീതിയിൽ നിങ്ങൾക്ക് സന്തോഷമായി ജീവിക്കാം. നിങ്ങൾ പറയുന്നതെല്ലാം സത്യമാണെങ്കിൽ ദൈവത്തിന്റെ മുന്നിൽ ഇതുവരെ നിങ്ങളുടെ നന്മകൾ നഷ്ടമായിട്ടില്ലെന്ന് ഞാൻ ഉറപ്പിച്ചുപറയുന്നു. നിങ്ങൾ ഇപ്പോഴും പവിത്രയാണ്. നിങ്ങൾ പറഞ്ഞ കാര്യങ്ങളിൽ എനിക്ക് ഒരു സംശയവും ഇല്ല."

മദലിയെൻ പറഞ്ഞത് ഫന്തീനിനു സഹിക്കാൻ കഴിയുന്നതിലും അധികമായിരുന്നു. കൊസെത്തിനെ സ്വന്തമാക്കാൻ കഴിയുമെന്ന് അവൾക്ക് ഓർക്കാൻപോലും കഴിഞ്ഞില്ല. നാണംകെട്ട ഈ ജീവിതം ഉപേക്ഷിച്ച് കൊസെത്തിന്റെ കൂടെയുള്ള സന്തോഷം നിറഞ്ഞ സ്വതന്ത്രമായ ജീവിതം അവൾക്ക് ഒരു സ്വപ്നംപോലെ തോന്നി. കഷ്ടപ്പാടുകളുടെ നടുക്കുനിന്നും സ്വർഗതുല്യമായ സത്യങ്ങൾ പെട്ടെന്ന് മുളപൊട്ടുന്നു. അവളോടു സംസാരിച്ചു കൊണ്ടുനിന്ന ആ മനുഷ്യനെ ഒരു ഭ്രാന്തിയെപ്പോലെ അവൾ തുറിച്ചുനോക്കി. ഒന്നുരണ്ടു തേങ്ങലുകൾ മാത്രം പിന്നീട് പുറത്തേക്ക് ഒഴുകി. അവളുടെ കാലുകൾ കുഴഞ്ഞു. മദലിയെന്റെ മുമ്പിൽ അവൾ മുട്ടുകുത്തി. അയാൾക്കു തടയാൻ കഴിയുന്നതിനു മുൻപ് അയാളുടെ കൈപിടിച്ച് അവൾ ചുംബിച്ചുകഴിഞ്ഞിരുന്നു പിന്നീട് അവൾ ബോധംകെട്ട് തറയിൽ വീണു.

പുസ്തകം ആറ്

ഴാവേർ

1. വിശ്രമത്തിന്റെ തുടക്കം

മൊസ്യു മദലിയെന്റെ വീടിന്റെ ഭാഗം തന്നെയായിരുന്നു ആസ്പത്രി. മദലിയെൻ ഫന്തീനിനെ അവിടെ എത്തിച്ചു. അവളുടെ ചുമതല അയാൾ അവിടെയുള്ള കന്യാസ്ത്രീകളെ ഏൽപ്പിച്ചു. അവർ അവളെ ഒരു കിടക്കയിൽ കിടത്തി. രാത്രിമുഴുവൻ പനിപിടിച്ച് അവൾ പിച്ചും പേയും പറഞ്ഞുകൊണ്ടിരുന്നു. ഒടുവിൽ എങ്ങനെയോ അവൾ ഉറങ്ങി.

അടുത്ത ദിവസം ഉച്ചയോടുകൂടിയാണ് അവൾ ഉണർന്നത്. അവളുടെ കിടക്കയുടെ അടുത്ത് ആരോ ശ്വസിക്കുന്നതിന്റെ ശബ്ദം അവൾ കേട്ടു. കർട്ടൻ മാറ്റിയപ്പോൾ മൊസ്യു മദലിയെൻ മുകളിലേക്കു നോക്കിക്കൊണ്ട് അവിടെ നിൽക്കുന്നുണ്ടായിരുന്നു. അയാളുടെ കണ്ണുകൾ കരുണാർദ്രമായിരുന്നു. അവൾ അയാളുടെ നോട്ടം പിൻതുടർന്നു. ചുമരിൽ ആണിയിൽ തൂങ്ങുന്ന ക്രൂശിതനായ ക്രിസ്തുവിന്റെ രൂപം അവൾ കണ്ടു.

ആ നിമിഷം മുതൽ ഫന്തീനിന്റെ കണ്ണിൽ മദലിയെന്റെ രൂപത്തിനു മാറ്റങ്ങൾ സംഭവിച്ചു. അയാളെ പ്രകാശം പൊതിഞ്ഞിരിക്കുകയാണെന്ന് അവൾക്കു തോന്നി. അയാൾ പ്രാർഥനയിലായിരുന്നു. ഇടപെടാൻ ധൈര്യമില്ലാതെ വളരെനേരം അതുതന്നെ നോക്കിക്കൊണ്ടിരുന്നു. ഒടുവിൽ ധൈര്യം ഉണ്ടായില്ലെങ്കിലും അവൾ ചോദിച്ചു:

"എന്താണ് ചെയ്യുന്നത്?"

ഫന്തീൻ ഉണരാൻ വേണ്ടി ഒരുമണിക്കൂറായി അയാൾ അവിടെ കാത്തുനിൽക്കുകയായിരുന്നു. അയാൾ അവളുടെ കൈപിടിച്ച് നാഡിമിടിപ്പ് പരിശോധിച്ചു. അയാൾ ചോദിച്ചു:

"ഇപ്പോൾ എങ്ങനെയുണ്ട്?"

അവൾ മറുപടി പറഞ്ഞു:

"ഞാൻ നന്നായി ഉറങ്ങി. ഇതു സാരമില്ല. എനിക്കിപ്പോൾ കുറവുണ്ടെന്ന് തോന്നുന്നു."

പിന്നീട് അവൾ നേരത്തെ ചോദിച്ച ചോദ്യം ഇപ്പോഴാണ് ചോദിച്ചതെന്ന മട്ടിൽ അയാൾ മറുപടി പറഞ്ഞു. ഞാൻ ഉന്നതങ്ങളിലെ രക്തസാക്ഷിയോടു പ്രാർഥിക്കുകയായിരുന്നു."

പിന്നീട് എന്തോ ആലോചിച്ചതുപോലെ അയാൾ കൂട്ടിച്ചേർത്തു.

"ഇവിടെ താഴെ ഭൂമിയിലുള്ള ഒരു രക്തസാക്ഷിക്കുവേണ്ടിയാണ് ഞാൻ പ്രാർഥിച്ചത്."

മദലിയെൻ രാത്രിയും പകലും ഫന്തീനിന്റെ കാര്യങ്ങൾ അന്വേഷിച്ചു മനസിലാക്കുകയായിരുന്നു. അയാൾക്ക് ഇപ്പോൾ എല്ലാം അറിയാം. ഫന്തീനിന്റെ ജീവിതത്തിലെ ദയനീയമായ വസ്തുതകൾ എല്ലാം അയാൾ മനസിലാക്കി കഴിഞ്ഞിരുന്നു.

അയാൾ സംസാരം തുടർന്നു: "ഒരു അമ്മയുടെ വിഷമം നിങ്ങൾ അനുഭവിച്ചുകഴിഞ്ഞു. കഴിഞ്ഞ കാര്യങ്ങൾ ഓർത്ത് വേദനിക്കരുത്. ഇങ്ങനെയാണ് മനുഷ്യർ മാലാഖമാരാകുന്നത്. ഒന്നും അവരുടെ കുറ്റം ആയിരുന്നില്ല. അവർക്ക് മറ്റുവഴിയില്ല. നരകത്തിൽനിന്ന് നിങ്ങൾ ഇപ്പോൾ പുറത്തേക്കു കടക്കുന്നത് സ്വർഗത്തിന്റെ ആദ്യ ചവിട്ടു പടിയിലേക്കാണ്. ഇവിടെ നിന്നാണ് നമുക്ക് ആരംഭം കുറിക്കേണ്ടത്."

അയാൾ ഒരു ദീർഘനിശ്വാസം വിട്ടു. രണ്ടു പല്ലിന്റെ കുറവ് ഉണ്ടായിരുന്നെങ്കിലും അവൾ ഉദാത്തമായി പുഞ്ചിരിച്ചു.

അതേ രാത്രിയിൽ തന്നെ ഴാവേർ ഒരു എഴുത്ത് എഴുതി. അടുത്ത ദിവസം രാവിലെ എം ലെ പോസ്റ്റ് ഓഫീസിലേക്ക് അയാൾ തന്നെയാണ് ആ കത്ത് കൊണ്ടുപോയത്. എഴുത്തിനു മുകളിൽ പാരീസിലെ മേൽവിലാസം ഉണ്ടായിരുന്നു. "മൊസ്യു ഷാബൂയിലെ, പൊലീസ് മേധാവിയുടെ സെക്രട്ടറി, പാരീസ്."

പൊലീസ്സ്റ്റേഷനിലെ സംഭവം ഒച്ചപ്പാട് ഉണ്ടാക്കിയിരുന്നതുകൊണ്ട് ഈ എഴുത്ത് കാണാൻ ഇടയായ പോസ്റ്റ് മിസ്ട്രസും പോസ്റ്റ് ഓഫീസിലെ മറ്റു ജോലിക്കാരും മേൽവിലാസം കണ്ടപ്പോൾ ഴാവേറിന്റെ കൈപ്പട തിരിച്ചറിഞ്ഞു. അത് അയാളുടെ രാജിക്കത്ത് ആയിരിക്കുമെന്ന് അവർ വിചാരിച്ചു.

തെനാർദിയറുടെ വീട്ടിലേക്ക് മദലിയെൻ അപ്പോൾ തന്നെ കത്ത് എഴുതിയിരുന്നു. ഫന്തീനിന്റെ കടം നൂറ്റിഇരുപതു ഫ്രാങ്കായി വർദ്ധിച്ചിരിക്കുന്നു. മദലിയെൻ അവർക്ക് മുന്നൂറു ഫ്രാങ്ക് അയച്ചു കൊടുത്തു. അതിൽനിന്നും അവരുടെ പണം എടുത്തുകൊള്ളാൻ മദലിയെൻ അവർക്ക് എഴുതി. ഫന്തീനിന് സുഖം ഇല്ലാതെ ഇരിക്കുന്നതുകൊണ്ട് കുട്ടിയെ ഉടൻ തന്നെ എം ലേക്ക് കൊണ്ടുവരാനും അയാൾ എഴുത്തിൽ നിർദേശിച്ചിരുന്നു. എഴുത്ത് കണ്ട് തെനാർദിയർ അമ്പരന്നുപോയി. അയാൾ ഭാര്യയോട് പറഞ്ഞു:

"ആ പിശാചിന്റെ എഴുത്ത് വന്നിരിക്കുന്നു. നമ്മൾ കുട്ടിയെ വിട്ടുകൊടുക്കില്ല. വാനമ്പാടിയെ ഒരു കറവപ്പശു ആക്കാൻ പറ്റും. എനിക്ക് കാര്യം ഊഹിക്കാൻ കഴിയുന്നുണ്ട്. ഏതോ അലവലാതിയെ അമ്മ നോട്ടം ഇട്ടിട്ടുണ്ട്.

അയാൾ അഞ്ഞൂറ്റിശിഷ്ടം ഫ്രാങ്കിന്റെ സംശയം തോന്നാത്ത ഒരു കണക്കുകൂടി മറുപടിക്കൊപ്പം അയച്ചുകൊടുത്തു. അതിൽ അയാൾ തർക്കിക്കാൻ

കഴിയാത്ത രണ്ടു ചെലവുകൾ ഉൾപ്പെടുത്തിയിരുന്നു. എപ്പോനൈനാനും അസൽ മയ്ക്കും ദീർഘകാലം ചികിത്സ വേണ്ടിവന്നിരുന്ന അസുഖങ്ങൾ രണ്ടുപ്രാവശ്യം പിടിപെട്ടിരുന്നു. ആ ചികിത്സയുടെ ചെലവുകൾ അയാൾ കണക്കിൽ ഉൾപ്പെടുത്തി. കൊസെത്തിന് അസുഖം വന്നിരുന്നില്ലെന്ന് നമ്മൾ നേരത്തേതന്നെ പറഞ്ഞിട്ടുണ്ട്. പേരുകളിൽ ചെറിയ വ്യത്യാസം വരുത്തിയപ്പോൾ എല്ലാം ശരിയായി. എഴുത്തിനു താഴെ തെനാർദിയർ പ്രത്യേകം കുറിച്ചിട്ടു. "അയച്ചിരുന്ന മുന്നൂറു ഫ്രാങ്കു കിട്ടി."

തെനാർദിയർ പറഞ്ഞു: "ഈ പെണ്ണിനെ നമ്മൾ പറഞ്ഞുവിടാൻ പോകുന്നില്ല."

ഈ സമയത്തൊന്നും ഫന്തീൻ സുഖം പ്രാപിച്ചിരുന്നില്ല. അവൾ ആസ്പത്രിയിൽ തന്നെ ആയിരുന്നു. തുടക്കത്തിൽ കന്യാസ്ത്രീകൾ അവളെ പരിചരിക്കുന്നതിൽ അൽപ്പം വിമുഖത കാട്ടിയിരുന്നു. പക്ഷേ കുറച്ചു ദിവസങ്ങൾക്കുള്ളിൽ ഫന്തീൻ അവരെ മയപ്പെടുത്തി. അവളുടെ ഉള്ളിലെ അമ്മയുടെ വാത്സല്യം തട്ടുന്ന വാക്കുകളിലൂടെ പുറത്തു വന്നപ്പോൾ കന്യാസ്ത്രീകളുടെ മനസ്സ് അലിഞ്ഞു. അബോധാവസ്ഥയിൽ ഒരുദിവസം ഫന്തീൻ പിച്ചുംപേയും പറയുന്നത് അവർ കേട്ടു.

"ഞാൻ ഒരു പാപിയാണ്. എങ്കിലും ദൈവം എന്നോടു ക്ഷമിച്ചതുകൊണ്ടാണ് എന്റെ മകളെ എനിക്കു തിരിച്ചുകിട്ടുന്നത്. ഞാൻ വഴിവിട്ട് ജീവിച്ചിരുന്ന സമയത്ത് കൊസെത്ത് എന്റെ കൂടെ ഇല്ലാതിരുന്നത് സത്യത്തിൽ നല്ല കാര്യമാണ്. അവളുടെ ദുഃഖവും അത്ഭുതവും കലർന്ന നോട്ടം എനിക്ക് സഹിക്കാൻ കഴിയുമായിരുന്നില്ല. അവൾക്കു വേണ്ടിയാണ് ഞാൻ പാപം ചെയ്തത്. അതുകൊണ്ടാണ് ദൈവം എന്നോടു പൊറുത്തത്. കൊസെത്ത് വരുമ്പോൾ ഞാൻ അവളെ അനുഗ്രഹിക്കും. അവളുടെ നിഷ്കളങ്കത എന്നെ നന്മയുള്ളവളാക്കും. എന്റെ സഹോദരിമാർ ഒരു കാര്യം അറിയണം. അവൾ ഒരു മാലാഖയാണ്. അവളുടെ പ്രായത്തിൽ മാലാഖയുടെ ചിറകുകൾ കൊഴിഞ്ഞുപോകില്ല."

മദലിയെൻ ദിവസത്തിൽ രണ്ടുതവണ ഫന്തീനിനെ കാണാൻ വന്നിരുന്നു. ഓരോ തവണ വരുമ്പോഴും അവൾ ചോദിച്ചുകൊണ്ടിരുന്നു:

"കൊസെത്ത് വരാറായോ?"

അയാൾ മറുപടി പറഞ്ഞു:

"ഒരുപക്ഷേ നാളെ അവൾ വന്നേക്കും. ഏതു നിമിഷവും ഞാൻ അവളെ പ്രതീക്ഷിക്കുന്നുണ്ട്." അമ്മയുടെ വിളറിയ മുഖം തിളങ്ങി.

അവൾ പറഞ്ഞു: "എന്റെ സന്തോഷത്തെപ്പറ്റി എനിക്കുപോലും ആലോചിക്കാൻ കഴിയുന്നില്ല."

അവളുടെ അസുഖം ഭേദമായിട്ടില്ലെന്ന് നമ്മൾ പറഞ്ഞു. ഓരോ ദിവസം കഴിയുന്തോറും അവളുടെ അവസ്ഥ മോശമായിക്കൊണ്ടിരുന്നു. മഞ്ഞുകട്ട കൊണ്ട് കിട്ടിയ ഏറിനു ശേഷം അവൾ വിയർക്കാതായി. വർഷങ്ങളായി ഉള്ളിലുണ്ടായിരുന്ന അസുഖം അതോടെ പുറത്തുവന്നു. ഒടുവിൽ അത് അവളെ രൂക്ഷമായി ആക്രമിച്ചു. അവൾ തന്റെ രോഗം തിരിച്ചറിയാൻ തുടങ്ങി. ശ്വാസകോശരോഗങ്ങളെ സംബന്ധിച്ചുള്ള *ലിനാങ്ങിന്റെ പഠനങ്ങൾ അനുസരിച്ചുള്ള

* അക്കാലത്ത് ജീവിച്ചിരുന്ന ക്ഷയരോഗ ചികിത്സകരിൽ ഒന്നാമൻ (1781–1826)

ചികിത്സ ആരംഭിച്ചു. ഡോക്ടർ അവളുടെ ശ്വാസകോശത്തിന്റെ പരിശോധനകൾ നടത്തിയതിനു ശേഷം തലകുലുക്കി മദലിയെൻ ഡോക്ടറോടു ചോദിച്ചു:

"എന്തുപറയുന്നു?"

ഡോക്ടർ പറഞ്ഞു: "ഇവൾക്ക് ഒരു കുഞ്ഞ് ഉണ്ടന്നല്ലേ പറഞ്ഞത്? അവളെ കാണാൻ ഇവൾ കാത്തിരിക്കുകയല്ലേ?"

"അതെ"

"അപ്പോൾ അവളെ പെട്ടെന്ന് വരുത്തണം."

മദലിയെൻ ഞെട്ടിപ്പോയി.

ഫന്തീൻ ചോദിച്ചു: "ഡോക്ടർ എന്താണു പറയുന്നത്."

മദലിയെൻ ചിരിക്കാൻ ശ്രമിച്ചു.

"അയാൾ പറഞ്ഞത് മകളെ ഉടൻ വിളിച്ചുകൊണ്ടുവരണമെന്നാണ്. അതുകൊണ്ട് നിങ്ങൾക്ക് ആരോഗ്യം വേഗം തിരിച്ചുകിട്ടുമെന്നാണ് ഡോക്ടറുടെ അഭിപ്രായം."

അവൾ പറഞ്ഞു: "അദ്ദേഹം പറഞ്ഞത് ശരിയാണ്. പക്ഷെ തെനാർ ദിയറമ്മാർ എന്റെ കൊസെത്തിനെ പിടിച്ചുവച്ചിരിക്കുന്നത് എന്തിനാണ്? അവൾ എന്തായാലും വരാതിരിക്കില്ലല്ലോ എനിക്ക് അതുമതി."

തെനാർദിയറും ഭാര്യയും കുട്ടിയെ വിട്ടുകൊടുത്തില്ല. അതിനു വേണ്ടി അവർ ആയിരം നിസ്സാരകാരണങ്ങൽ നിരത്തി. മഞ്ഞുകാലത്ത് ദീർഘദൂരം സഞ്ചരിക്കാനുള്ള ആരോഗ്യം കൊസെത്തിനില്ല. ഒരുപാട് ചെറിയ കടങ്ങൾ ഇനിയും വീട്ടാനുണ്ട്. അതിന്റെയൊക്കെ കടങ്ങൾ ശേഖരിച്ചുകഴിഞ്ഞിട്ടില്ല. ഇങ്ങനെ പല കാരണങ്ങളും അവർ പറഞ്ഞുകൊണ്ടിരുന്നു.

മദലിയെൻ പറഞ്ഞു: "കൊസെത്തിനെ വിളിച്ചുകൊണ്ടുവരാൻ ആരെയെങ്കിലും പറഞ്ഞുവിടാം. ആവശ്യം ഉണ്ടെങ്കിൽ ഞാൻ തന്നെ നേരിട്ട് പോകാം."

ഫന്തീൻ പറഞ്ഞതിനനുസരിച്ച് മദലിയെൻ എഴുത്ത് എഴുതി. അവൾ അതിൽ ഒപ്പിട്ടു.

മൊസ്യു തെനാർദിയർ,

ഈ എഴുത്ത് കൊണ്ടുവരുന്ന ആളിനോടൊപ്പം കൊസെത്തിനെ കൊടുത്തുവിടണം. ഇയാൾ എന്റെ കടങ്ങൾക്ക് വേണ്ടതു ചെയ്യും. നിങ്ങൾക്ക് എന്റെ ബഹുമാനം നിറഞ്ഞ നമസ്കാരം. ഫന്തീൻ.

ഈ സമയത്ത് വളരെ ഗൗരവമുള്ള ഒരു സംഭവം നടന്നു. നമ്മുടെ ജീവിതത്തിന്റെ നിഗൂഢതകൾ നിറഞ്ഞ തടിക്കഷണം നമ്മൾ കഴിയുന്നത്ര ചിന്തേരിട്ടു മിനുക്കും. പക്ഷേ പലപ്പോഴും നമ്മുടെ ശ്രമം പാഴായിപ്പോകും. വിധിയുടെ കറുത്ത പുള്ളികൾ എത്ര ചിന്തേരിട്ടാലും വീണ്ടുംവീണ്ടും അതിൽ തെളിഞ്ഞുവരും.

2. ഴാങ് എങ്ങനെയാണ് ഷാങ് ആവുന്നത്

ഒരുദിവസം രാവിലെ മൊസ്യു മദലിയെൻ മേയറുടെ കാര്യാലയത്തിൽ ആയിരുന്നു. മോങ് ഫെർമിയെയിലേക്ക് പോകുന്നതിനു മുൻപ് മേയറുടെ ഓഫീസിലെ ചില അത്യാവശ്യകാര്യങ്ങൾ മദലിയെന് ഏർപ്പാടു ചെയ്യാൻ ഉണ്ടായിരുന്നു. ഈ സമയത്താണ് പൊലീസ് ഇൻസ്പെക്ടർ ഴാവേറിന് എന്തോ

സംസാരിക്കാനുണ്ട് എന്ന് അദ്ദേഹം അറിഞ്ഞത്. ഴാവേറിന്റെ പേര് തന്റെ മുഖത്തു വരുത്തിയ താൽപ്പര്യക്കുറവ് അദ്ദേഹത്തിന് ഒളിച്ചുവയ്ക്കാൻ കഴിഞ്ഞില്ല. പൊലീസ് സ്റ്റേഷനിലെ സംഭവത്തിനുശേഷം മുൻകാലത്തെ അപേക്ഷിച്ച് ഴാവേർ മദലിയെനെ ഒഴിവാക്കിയിരുന്നു. മദലിയെൻ പിന്നീട് അയാളെ കണ്ടിരുന്നില്ല. മദലിയെൻ പറഞ്ഞു:

"അയാളോടു വരാൻ പറയൂ". ഴാവേർ കടന്നുവന്നു.

മദലിയെൻ നെരിപ്പോടിനടുത്ത് ഇരിക്കുകയായിരുന്നു. ഒരുകെട്ടു കടലാസുകൾ പരിശോധിച്ച് മേയർ അതിൽ കുറിപ്പുകൾ എഴുതുന്ന തിരക്കിലായിരുന്നു. പൊലീസിന്റെ പാറാവു സംബന്ധിച്ച റിപ്പോർട്ടുകളും ആ കൂട്ടത്തിൽ ഉൾപ്പെട്ടിരുന്നു. ഴാവേറിനെ മേയർ കാര്യമായി ഗൗനിച്ചില്ല. പാവം ഫന്തീനിനെ പറ്റി മദലിയെൻ പെട്ടെന്ന് ആലോചിച്ചുപോയി. ഴാവേറിനോടുള്ള തണുത്ത പ്രതികരണം അപ്പോൾ സ്വാഭാവികമാണെന്നു തന്നെ പറയാം.

ഴാവേർ ബഹുമാനത്തോടെ മേയറെ അഭിവാദനം ചെയ്തു. മേയർ പുറം തിരിഞ്ഞാണ് ഇരുന്നിരുന്നത്. അദ്ദേഹം തല ഉയർത്തിയില്ല. കുറിപ്പുകൾ എഴുതുന്ന ജോലി അദ്ദേഹം തുടർന്നുകൊണ്ടിരുന്നു. ഴാവേർ നിശ്ശബ്ദനായി കുറച്ചുകൂടി മുന്നിലേക്ക് കടന്നുനിന്നു.

ഫന്തീനിന്റെ പ്രശ്നത്തിൽ ഉണ്ടായ വഴക്കിനുശേഷം അയാൾക്ക് മദലിയെനോടു വെറുപ്പായിരുന്നു.

ഴാവേറിന്റെ സാംസ്കാരികസേവനങ്ങളെ പറ്റി വർഷങ്ങളായി പഠനം നടത്തുകയും, റോമാക്കാരനും സ്പാർട്ടക്കാരനും മാത്രമല്ല സൈനികനും സന്യാസിയും കൂടി ഒരു മനുഷ്യനിൽ ഒത്തുചേർന്നിരിക്കുന്ന, ഒരേ സമയം നിഷ്കളങ്കനായ കുറ്റാന്വേഷകനും കള്ളംപറയാത്ത ചാരനുമായ ഈ കാട്ടുമനുഷ്യന്റെ മുഖം പഠനവിധേയമാക്കിയ ഏതെങ്കിലും സാമുദ്രിക ശാസ്ത്രപണ്ഡിതൻ അയാളെ ഇപ്പോൾ കണ്ടിരുന്നെങ്കിൽ നിശ്ചയമായും "ഇയാൾക്ക് എന്തുപറ്റി?" എന്നു സ്വയം പറഞ്ഞുപോകുമായിരുന്നു.

ഴാവേറിന്റെ സത്യസന്ധത, കാർക്കശ്യം, ആത്മാർഥത, നിഷ്ഠൂരത ഇതെല്ലാം അറിയാവുന്ന ഏതൊരു മനുഷ്യനും അയാൾ വലിയ മാനസിക സമ്മർദ്ദത്തിലാണെന്ന് ഒറ്റനോട്ടത്തിൽ തന്നെ തിരിച്ചറിയാൻ കഴിയും. മുഖത്തു കാണാൻ കഴിയാത്ത ഒന്നും തന്നെ അയാളുടെ മനസിൽ ഉണ്ടായിരുന്നില്ല. എല്ലാ അക്രമികളേയും പോലെ അയാളുടെ സ്വഭാവത്തിലും പെട്ടെന്ന് മാറ്റങ്ങൾ സംഭവിക്കുമായിരുന്നു. അയാളുടെ മുഖഭാവം ആരിലും ഞെട്ടൽ ഉണ്ടാക്കും. ഒരിക്കൽപ്പോലും അയാളുടെ മുഖം ഇത്രയും വിചിത്രമായി കണ്ടിട്ടില്ല. കടന്നുവന്നപ്പോൾ അയാൾ മദലിയെനെ തലകുനിച്ച് അഭിവാദനം ചെയ്തു. അയാളുടെ മുഖത്ത് അപ്പോൾ പകയോ കോപമോ ധിക്കാരമോ ഉണ്ടായിരുന്നില്ല. മേയറുടെ കസേരയുടെ പിന്നിലേക്ക് അയാൾ കുറേക്കൂടി അടുത്തുനിന്നു. ഒരിക്കലും അനുകമ്പ കാണിക്കാത്ത എന്നാൽ ക്ഷമയോടെ കാത്തുനിൽക്കാൻ തയാറുള്ള ഒരുവന്റെ ചങ്കുറപ്പോടെ അനങ്ങാതെ ഒരു വാക്കുപോലും ഉച്ചരിക്കാതെ മേയർ തിരിഞ്ഞുനോക്കുന്നതും പ്രതീക്ഷിച്ച് അയാൾ അവിടെത്തന്നെ നിന്നു. അയാളുടെ വിനയം സത്യസന്ധമായിരുന്നു. തൊപ്പി

ഊരിപ്പിടിച്ച് അനുസരണയോടെ മേലധികാരിയുടെ മുന്നിൽ നിൽക്കുന്ന പട്ടാള ക്കാരന്റേയും ജഡ്ജിയുടെ മുന്നിൽ നിൽക്കുന്ന കുറ്റവാളിയുടേയും മുഖഭാവ ങ്ങൾക്ക് ഇടയിൽ വരുന്ന ഒരു അപരിചതമായ മുഖഭാവത്തോടെ അയാൾ തല താഴ്ത്തി നിന്നു. നമ്മൾ പ്രതീക്ഷിച്ചിരുന്ന വികാരങ്ങളോ ഓർമകളോ അയാ ളിൽ അവശേഷിച്ചിരുന്നില്ല. അയാളുടെ മുഖഭാവം കരിങ്കല്ലുപോലെ ഉറച്ച തായിരുന്നു. എന്നാൽ ദുഃഖത്തിന്റെ ഒരു ചെറിയ പ്രതിഫലനം അയാളുടെ മുഖഭാ വത്തിൽ എവിടെയോ ഒളിച്ചിരിക്കുന്നുണ്ടായിരുന്നു.

ഒടുവിൽ മേയർ പേന താഴെവച്ച് കസേരയിൽ പകുതി ചരിഞ്ഞിരുന്നു.

"ഴാവേർ എന്തിനാണു വന്നത്? എന്താണു കാര്യം?" ഓർത്തെടുക്കാൻ ശ്രമിക്കുന്നതുപോലെ ഴാവേർ ഒരുനിമിഷം നിശ്ശബ്ദനായി നിന്നു. പിന്നീട് ഉറച്ച ശബ്ദത്തിൽ ലാഘവത്തോടെ അയാൾ പറഞ്ഞു:

"മേയർ സാറിനോട് ഒരു കുറ്റകൃത്യത്തിന്റെ കാര്യം പറയാൻ വന്നതാണ്."

"എന്താണു കുറ്റകൃത്യം?"

"ഒരു താണ ഉദ്യോഗസ്ഥൻ ഒരു മജിസ്ട്രേറ്റിനോടു മോശമായി പെരുമാറി."

"ആരാണാ ആ ഉദ്യോഗസ്ഥൻ?"

"ഞാൻ തന്നെ."

"നിങ്ങളാണെന്നോ?"

"അതെ, ഞാൻ തന്നെ."

"പരാതിയുള്ള മജിസ്ട്രേറ്റ് ആരാണ്?"

"അത് മേയർ സാറുതന്നെയാണ്."

മദലിയെൻ കസേരയിൽ നിവർന്നിരുന്നു. ഴാവേർ തറയിൽ നോക്കിനിന്നു കൊണ്ട് ഗൗരവത്തിൽ സംസാരം തുടർന്നു:

"എന്നെ കുറ്റം ചുമത്തി ജോലിയിൽനിന്ന് പിരിച്ചുവിടണമെന്ന് അപേക്ഷി ക്കാനാണ് ഞാൻ വന്നത്."

മദലിയെൻ അത്ഭുതപ്പെട്ട് സംസാരിക്കാൻ തുടങ്ങിയപ്പോൾ ഴാവേർ ഇടയ്ക്കുകയറി പറഞ്ഞു:

"എന്നോട് രാജി സമർപ്പിക്കാനായിരിക്കും അങ്ങിപ്പോൾ പറയാൻ പോകു ന്നത്. പക്ഷേ അതു ശരിയാവില്ല. രാജിവയ്ക്കുന്നതിൽ മാന്യതയുണ്ട്. ഞാൻ തെറ്റു ചെയ്തിട്ടുണ്ട്. എനിക്ക് അതിന്റെ ശിക്ഷ കിട്ടണം."

അൽപ്പസമയത്തെ മൗനത്തിനുശേഷം അയാൾ കൂട്ടിച്ചേർത്തു. "മേയർ സാർ, അങ്ങ് എന്നോട് ഒരുദിവസം വളരെ പരുഷമായി പെരുമാറി. അതു ന്യായ മായിരുന്നില്ല. പക്ഷേ ഇന്ന് അങ്ങ് എന്നോട് ന്യായമായി പെരുമാറണം." "അതി നെന്ത്? തീർച്ചയായും ന്യായമായി പെരുമാറും. ഇതിന്റെയൊക്കെ അർഥം എന്താ ണ്? എന്തൊരു വിവരക്കേടാണ് നിങ്ങൾ പറയുന്നത്? നിങ്ങൾ എന്നോട് എന്തു കുറ്റമാണ് ചെയ്തത്? നിങ്ങൾ വെറുതെ സ്വയം കുറ്റപ്പെടുത്തുകയാണ് നിങ്ങൾക്ക് ജോലിയിൽനിന്ന് പിരിഞ്ഞുപോകാൻ ആഗ്രഹമുണ്ടോ?"

ഴാവേർ പറഞ്ഞു: "ജോലിയിൽനിന്ന് പറഞ്ഞുവിടണം."

"ശരി. പറഞ്ഞുവിടാം. ഇതു വളരെ വിചിത്രമായിരിക്കുന്നു. എനിക്കു നിങ്ങളെ മനസിലാക്കാൻ കഴിയുന്നില്ല."

"സാറിനു മനസിലാകും. ഞാൻ പറയാം. ആറ് ആഴ്ചകൾക്കുമുമ്പ് ആ പെണ്ണിന്റെ സംഭവത്തിൽ എനിക്ക് ശരിക്ക് ദേഷ്യം വന്നിരുന്നു. ഞാൻ അന്ന് സാറിനെതിരെ ഒരു കുറ്റാരോപണം നടത്തി."

"എനിക്കെതിരെ കുറ്റാരോപണം നടത്തിയെന്നോ?"

"അതെ, ഞാൻ പാരീസിലെ പൊലീസ് മേധാവിക്ക് എഴുത്ത് എഴുതി."

ഴാവേറിനെപ്പോലെ വല്ലപ്പോഴും മാത്രം ചിരിക്കുന്ന മദലിയെൻ അയാളുടെ സംസാരം കേട്ട് ചിരിച്ചുപോയി.

"മേയർ പൊലീസുകാരന്റെ തോളിൽ കയറി എന്നായിരിക്കും എഴുതിയത്. അല്ലേ?"

"അല്ല. സാർ ഒരു പഴയ കുറ്റവാളിയാണെന്നാണ് ഞാൻ എഴുതിയത്."

മേയറുടെ മുഖം പെട്ടെന്ന് ഇരുണ്ടു.

ഴാവേർ തല ഉയർത്തിയിരുന്നില്ല. അയാൾ തുടർന്നു:

"ഞാൻ അങ്ങനെ വിശ്വസിച്ചിട്ടുതന്നെയാണ് എഴുത്ത് എഴുതിയത്. വളരെക്കാലമായി എനിക്കു തോന്നിയിരുന്ന ഒരു സംശയം, മുഖഛായ, ഫെവറോളയിൽനിന്നു കിട്ടിയ വിവരങ്ങൾ, സാറിന്റെ അപാരമായ ശക്തി, ഫൂഷൽ വാങ്ങിന്റെ കാര്യമാണ് ഞാൻ ഉദ്ദേശിച്ചത്-കൃത്യമായി വെടിവയ്ക്കാനുള്ള കഴിവ്, നടക്കുമ്പോൾ കാലുകൾ ഇഴച്ചുവയ്ക്കുന്ന രീതി, അങ്ങനെ എന്തെല്ലാം മണ്ടത്തരങ്ങൾ മനസിൽ തോന്നിയിരുന്നെന്ന് സത്യത്തിൽ എനിക്കു തന്നെ അറിയില്ല. ഒടുവിൽ ഴാങ് വാൽഴാങ് എന്ന കുറ്റവാളി സാറാണെന്ന തീരുമാനത്തിൽ ഞാൻ എത്തി."

"പേര് ഒന്നു കൂടി പറയൂ. എന്താണ് നിങ്ങൾ പറഞ്ഞ പേര്?"

"ഴാങ് വാൽഴാങ്. അയാൾ ഇരുപതുവർഷം മുൻപ് ഞാൻ കണ്ടിട്ടുള്ള ഒരു കുറ്റവാളിയാണ്. അന്ന് തുലോങ്ങിൽ തണ്ടു വലിക്കാൻ ശിക്ഷിക്കപ്പെട്ടിരുന്ന കുറ്റവാളികളുടെ മേൽനോട്ടം എനിക്ക് ആയിരുന്നു. തണ്ടുവലി ശിക്ഷ കഴിഞ്ഞ് പുറത്തുവന്നതിനുശേഷം ഈ ഴാങ് വാൽഴാങ് ഒരു ബിഷപ്പിന്റെ വീട് കൊള്ളയടിച്ചതായി ചെറിയ ഓർമയുണ്ട്. അതു കൂടാതെ വഴിയിൽ വെച്ച് ഒരു കൊച്ചു പയ്യനെ ആയുധം കാട്ടി ഭീഷണിപ്പെടുത്തി മറ്റൊരു കൊള്ളകൂടി അവൻ നടത്തിയിട്ടുണ്ട്. എട്ടു വർഷമായി അവന്റെ വിവരം ഒന്നുമില്ല. അവനുവേണ്ടി അന്വേഷണം നടത്തിയിരുന്നു. ചുരുക്കത്തിൽ സാർ അവനാണെന്നു ഞാൻ പൊലീസ് മേധാവിക്ക് എഴുതി. എന്റെ തോന്നൽ."

അൽപ്പസമയം മുൻപ് മദലിയെൻ കടലാസുകൾ വീണ്ടും പരിശോധിക്കാൻ തുടങ്ങിയിരുന്നു. ഒരു താൽപ്പര്യവും പ്രകടിപ്പിക്കാതെ മദലിയെൻ ഴാവേറിനോടു ചോദിച്ചു:

"എന്നിട്ട് അവർ എന്തു മറുപടിയാണ് എഴുതിയത്.?"

"എനിക്ക് ഭ്രാന്താണെന്നായിരുന്നു മറുപടി."

"അതു കൊള്ളാം."

"അവർ അങ്ങനെ എഴുതിയതിൽ തെറ്റൊന്നും ഇല്ല."

"എന്തായാലും ഴാവേർ സത്യം തിരിച്ചറിഞ്ഞത് ഭാഗ്യമായി."

"അവർ എഴുതിയത് പൂർണമായും ശരിയാണ്. കാരണം യഥാർഥ ഴാങ് വാൽഴാങ്ങിനെ അവർ പിടികൂടിക്കഴിഞ്ഞിരുന്നു."

മദലിയെന്റെ കയ്യിൽനിന്ന് കടലാസ് താഴെ വീണു. അയാൾ തല ഉയർത്തി ഴാവേറിനെ സൂക്ഷിച്ചുനോക്കി. ഒന്നും വ്യക്തമാകാത്ത രീതിയിൽ അയാൾ പറഞ്ഞു: “അതു ശരി”

ഴാവേർ സംസാരം തുടർന്നു: “മേയർസാറിനോട് അവനെ പിടികൂടിയ തെങ്ങനെയാണെന്ന് ഞാൻ പറയാം. നമ്മുടെ നാട്ടിൽ തന്നെ അലില്–ഹോ–ക്ലോഷർ എന്ന സ്ഥലത്തിനടുത്തായി ഫാദർ ഷാങ് മാത്തിയോ എന്ന പേരിൽ ഒരു സാധാരണക്കാരൻ ഉണ്ടായിരുന്നു. ഒരു വെറും പട്ടിണിക്കാരൻ. ആരും അവനെ ശ്രദ്ധിച്ചിരുന്നില്ല. അത്തരക്കാരൊക്കെ എങ്ങനെ ജീവിക്കുന്നെന്ന് ആരും അന്വേഷിക്കാറില്ലല്ലോ. ഒടുവിൽ കഴിഞ്ഞ ശരത്ക്കാലത്ത് ആപ്പിൾ മോഷ്ടിച്ചതിന് അവനെ പിടികൂടി. അതു വലിയ പ്രശ്നമുള്ള കാര്യമല്ല. ഒരു മോഷണം. മതിലുചാടിയാണ് അവൻ മരക്കൊമ്പ് ഒടിച്ചത്. ഷാങ് മാത്തിയോയെ അറസ്റ്റു ചെയ്തത് അതിനായിരുന്നു. പിടികൂടുമ്പോൾ ആ ആപ്പിളിന്റെ ശിഖരം അവന്റെ കയ്യിൽ തന്നെ ഉണ്ടായിരുന്നു ആ തെമ്മാടി അങ്ങനെ അഴിക്കുള്ളിലായി. അവന്റെ കുറ്റത്തിന് ചെറിയ ശിക്ഷ മതിയാകും. പക്ഷേ ഇവിടെയാണ് ദൈവത്തിന്റെ അദൃശ്യമായ കൈകൾ നമുക്ക് കാണാൻ കഴിയുന്നത്. അവിടുത്തെ ജയിലിന്റെ അവസ്ഥ മോശമായതുകൊണ്ട് അവനെ ആറായിലെ ജയിലിൽ കൊണ്ടുപോകുന്നതാണ് നല്ലതെന്ന് പൊലീസ് വിചാരിച്ചു. അവിടെയാകുമ്പോൾ ജയിലിനു പ്രത്യേക വിഭാഗം തന്നെ ഉണ്ട്. ആറായിലെ ജയിലിൽ ബ്രാവെ എന്ന ഒരു പഴയ കുറ്റവാളി ഉണ്ടായിരുന്നു. അവന്റെ നല്ല പെരുമാറ്റംകൊണ്ട് തടവുകാരുടെ മേൽനോട്ടം അവനെ ഏൽപ്പിച്ചിരുന്നു. ഷാങ് മാത്തിയോയെ കണ്ടവഴി ബ്രാവെ വിളിച്ചുകൂവി. “എനിക്ക് ഇവനെ അറിയാം. ഇവൻ ഒരു പഴയ തടവുപുള്ളിയാണ്. ആശാൻ എന്റെ മുഖത്തേക്ക് നോക്ക്. ആശാൻ ഴാങ് വാൽഴാങ് അല്ലേ?”

“ഴാങ് വാൽഴാങ്ങോ? ആരാണീ ഴാങ് വാൽഴാങ്?”

ബ്രാവെ പറഞ്ഞു: “ആശാൻ ഴാങ് വാൽഴാങ് ആണെന്ന് എനിക്ക് മനസിലായി. തുലോങ്ങിൽ നമ്മൾ ഒന്നിച്ച് ഉണ്ടായിരുന്നു. ഇരുപതുകൊല്ലം മുൻപ്.”

ഴാങ് മാത്തിയോ ബ്രാവെ പറഞ്ഞതെല്ലാം നിഷേധിച്ചു. പക്ഷേ പൊലീസിനു വിശ്വാസം തോന്നി. അവർ അതിന്റെ ഉള്ളറകൾ അന്വേഷിച്ചു. ഷാങ് മാത്തിയോ മുപ്പതു വർഷങ്ങൾക്കു മുൻപ് പലസ്ഥലങ്ങളിലും മരംവെട്ടുകാരനായി പണി എടുത്തിരുന്നു. കൂടുതൽ സമയവും അയാൾ ഫെവറോളയിൽ ആയിരുന്നു. അവിടെ വച്ച് അയാളെപ്പറ്റിയുള്ള അന്വേഷണം വഴിമുട്ടി. വളരെക്കാലം കഴിഞ്ഞ് അയാൾ ഓവേർങ്ങിൽ താമസിച്ചിരുന്നതായി വിവരം കിട്ടി. പിന്നീട് പാരീസിലും. അവിടെ അയാൾക്ക് വണ്ടിച്ചക്രങ്ങളുടെ പണി ആയിരുന്നു. ഒരു അലക്കുകാരിയിൽ അയാൾക്ക് അവിടെ ഒരു മകളുണ്ട്. അതിനു പക്ഷേ തെളിവില്ല. പിന്നീടാണ് അയാൾ ഈ സ്ഥലത്ത് എത്തിയത്. ഭവനഭേദനത്തിന് തണ്ടുവലി ശിക്ഷ കിട്ടുന്നതിനു മുൻപ് ഴാങ് വാൽഴാങ് ആരായിരുന്നു? അയാളും ഒരു മരംവെട്ടുകാരനായിരുന്നു. എവിടെ? ഫെവറോളയിൽ. മറ്റൊരു കാര്യം കൂടി പറയാനുണ്ടായിരുന്നു. ഈ വാൽ ഴാങ്ങിന്റെ മാമോദീസാ പേര് ഴാങ് എന്നാണ്. അമ്മയുടെ കുടുംബപ്പേര് മാത്തിയോ എന്നാണ്. തണ്ടുവലി ശിക്ഷ കഴിഞ്ഞു പുറത്തി

റങ്ങുമ്പോൾ തിരിച്ചറിയാതിരിക്കാൻ വേണ്ടി അമ്മയുടെ കുടുംബപ്പേര് സ്വീകരിക്കുന്നതിലും സ്വാഭാവികമായി എന്താണ് ഉള്ളത്? അയാളെ അപ്പോൾ ആളുകൾ ഴാങ് മാത്തിയോ എന്നായിരിക്കും വിളിച്ചിരിക്കാൻ സാധ്യത. പിന്നീട് അയാൾ ഓവേർങ്ങിൽ എത്തി. അവിടുത്തെ ഉച്ചാരണരീതി അനുസരിച്ച് ഴാങ് എന്ന പേര് ഷാങ് എന്നായി മാറും. അങ്ങനെ അയാൾ ഒടുവിൽ ഷാങ് മാത്തിയോ ആയി. ഞാൻ പറഞ്ഞത് സാറിനു മനസിലായല്ലോ? ഫെവറോളയിലും അന്വേഷണം നടത്തിയിരുന്നു. ഴാങ് വാൽഴാങ്ങിന്റെ കുടുംബക്കാരാരും ഇപ്പോൾ അവിടെ താമസം ഇല്ല. അവർ എവിടെപ്പോയെന്ന് ആർക്കും അറിയില്ല. ഇത്തരക്കാരുടെ ഇടയിൽ പലപ്പോഴും കുടുംബങ്ങൾ അപ്രത്യക്ഷമാകും. സാറിന് അറിവുള്ള കാര്യമായിരിക്കും. എത്ര അന്വേഷിച്ചാലും അവർ എവിടെപ്പോയെന്ന് അറിയാൻ കഴിയില്ല. ഇത്തരം ആളുകൾ ചെളിയല്ലെങ്കിൽ പിന്നെ പൊടിയായിരിക്കും. കഥ തുടങ്ങുന്നത് മുപ്പതുകൊല്ലങ്ങൾക്ക് മുമ്പായതുകൊണ്ട് ഫെവറോളയിൽ ഇപ്പോൾ ഴാങ് വാൽഴാങ്ങിനെ അറിയുന്ന ഒരാൾപോലും ഇല്ല. പിന്നീട് തുലോങ്ങിലും അന്വേഷിച്ചു. ബ്രാവെയെ കൂടാതെ ഴാങ് വാൽഴാങ്ങിനെ കണ്ടിട്ടുള്ള രണ്ടു കുറ്റവാളികൾ കൂടി അവിടെ ഉണ്ടായിരുന്നു. അവർ ജീവപര്യന്തം ശിക്ഷ കിട്ടിയിട്ടുള്ളവർ ആണ്. കോഷ്‌പെയിലും ഷെനിൽദിയുവും. അവരെ കപ്പലിൽനിന്ന് ഇറക്കിക്കൊണ്ടുവന്ന് ഷാങ് മാത്തിയോ ആണെന്ന നാട്യക്കാരന്റെ മുന്നിൽ എത്തിച്ചു. അവർക്ക് യാതൊരു സംശയവും ഉണ്ടായിരുന്നില്ല. അവരും ബ്രാവെയെപ്പോലെ ഴാങ് വാൽഴാങ്ങിനെ തിരിച്ചറിഞ്ഞു. അതേപ്രായം. അമ്പത്തിനാലു വയസ്സ്. അതേ ഉയരം. കാഴ്ചയിലും അതുപോലെതന്നെയുണ്ട്. സത്യത്തിൽ അത് അയാൾ തന്നെ ആയിരുന്നു. ഈ സമയത്താണ് എന്റെ കുറ്റാരോപണം പാരീസിൽ കിട്ടുന്നത്. എന്റെ സമനില തെറ്റിയിരിക്കുകയാണെന്ന് അവർ മറുപടി അയച്ചു. ഴാങ് വാൽഴാങ് ആറായിൽ നിയമത്തിന്റെ പിടിയിൽ അകപ്പെട്ടുകഴിഞ്ഞെന്നും അവർ എഴുതിയിരുന്നു. ഞാൻ എന്തു മാത്രം അത്ഭുതപ്പെട്ടുപോയെന്ന് സാറിനു സങ്കൽപ്പിക്കാൻ കഴിയും. ഴാങ് വാൽഴാങ് ഇവിടെയുണ്ട് എന്നാണല്ലോ എന്റെ ഉറച്ച വിശ്വാസം. ഞാൻ ജഡ്ജിക്ക് എഴുതി. അദ്ദേഹം അങ്ങോട്ടു ചെല്ലാൻ ആവശ്യപ്പെട്ടു. ഷാങ് മാത്തിയോയെ എന്റെ മുന്നിൽ കൊണ്ടുവന്നു നിർത്തി.

മദലിയെൻ ഇടയ്ക്കു കയറി ചോദിച്ചു: "എന്നിട്ട്?"

ഴാവേർ യാതൊരു കാപട്യവുമില്ലാതെ ദുഃഖത്തോടെ മറുപടി പറഞ്ഞു: "മേയർ സാർ, സത്യം എന്നും സത്യം തന്നെയായിരിക്കും. എനിക്ക് തെറ്റുപറ്റിയതിൽ വിഷമം ഉണ്ട്. അയാൾ ഴാങ് വാൽഴാങ് തന്നെ ആയിരുന്നു. എനിക്ക് അയാളെ തിരിച്ചറിയാൻ കഴിഞ്ഞു.."

മദലിയെൻ ശബ്ദം താഴ്ത്തി ചോദിച്ചു: "നിങ്ങൾക്ക് ഉറപ്പുണ്ടോ?"

തികഞ്ഞ വിശ്വാസം സൂചിപ്പിച്ചുകൊണ്ട് ഴാവേർ സൗമ്യമായി ചിരിച്ചു: "തീർച്ചയായും എനിക്ക് ഉറപ്പുണ്ട്."

ഴാവേർ ഒരുനിമിഷം എന്തോ ആലോചനയിൽ മുഴുകി. യാന്ത്രികമായി അയാൾ മേശപ്പുറത്തിരുന്ന പാത്രത്തിൽനിന്ന് മഷി ഉണങ്ങാൻ വിതറുന്ന മരപ്പൊടി നുള്ളി എടുത്തുകൊണ്ട് പറഞ്ഞു:

"ഞാൻ ഴാങ് വാൽഴാങ്ങിനെ നേരിട്ടുകണ്ടു. മറിച്ചൊരു തോന്നൽ എങ്ങനെ

ഉണ്ടായെന്ന് എനിക്ക് ഇപ്പോൾ മനസിലാകുന്നില്ല. ഞാൻ മേയർ സാറിനോട് ക്ഷമ ചോദിക്കുന്നു."

ആറ് ആഴ്ചകൾക്ക് മുമ്പ് മൊത്തം പൊലീസുകാരുടേയും മുന്നിൽ വെച്ച് തന്നെ അപമാനിക്കുകയും കയർത്തു സംസാരിക്കുകയും പുറത്തുപോകാൻ കൽപ്പിക്കുകയുംചെയ്ത ധിക്കാരിയായ ഴാവേർ, സത്യത്തിൽ ഇപ്പോൾ സ്വയം അയാൾപോലും അറിയാതെ അന്തസ്സായി പെരുമാറുന്നത് മദലിയെൻ ശ്രദ്ധിച്ചു. അയാളുടെ സംശയങ്ങൾക്ക് മറുപടിയായി മദലിയെൻ പെട്ടെന്ന് ചോദിച്ചു:

"എന്നിട്ട് ആ മനുഷ്യൻ നിങ്ങളോട് എന്താണ് പറഞ്ഞത്?"

"അത് വളരെ മോശപ്പെട്ട അനുഭവമായിരുന്നു. ചെയ്തത് ഴാങ് വാൽഴാങ് ആയതുകൊണ്ട് അത് ഒരു ചെറിയ കാര്യം അല്ല. മതിലിൽ കയറി കൊമ്പു വലിച്ചൊടിച്ച് ആപ്പിൾ മോഷ്ടിച്ചത് ഒരു ചെറിയ കുട്ടി ആയിരുന്നെങ്കിൽ അതേ കുറ്റം അതിക്രമത്തിൽ ഒതുങ്ങുമായിരുന്നു. മുതിർന്ന മനുഷ്യനാണ് അത് ചെയ്തിരുന്നെങ്കിൽ അതേ കുറ്റം പെരുമാറ്റ ദൂഷ്യത്തിൽ പെടും. പക്ഷേ ഒരു കുറ്റവാളിക്ക് അത് ഒരു കുറ്റകൃത്യം തന്നെയാണ്. മതിലിൽ കയറി മോഷണം നടത്തുന്നത് എല്ലാ കുറ്റങ്ങളും അടങ്ങിയിട്ടുണ്ട് അതിന് കുറ്റവാളിക്ക് കിട്ടുന്ന ശിക്ഷ കുറച്ചു ദിവസത്തെ ജയിൽവാസം ആയിരിക്കില്ല. ജീവിതകാലം തണ്ടുവലിശിക്ഷ അനുഭവിക്കേണ്ടിവരും. ഇതുകൂടാതെ ആ തെണ്ടിപ്പയ്യന്റെ പ്രശ്നം ഉണ്ട്. അവനെ കണ്ടുപിടിക്കാൻ കഴിയും എന്നാണ് ഞാൻ വിചാരിക്കുന്നത്. ഴാങ് വാൽഴാങ്, അവൻ പിശാചുതന്നെയാണ്. അവനല്ലാതെ മറ്റാരെങ്കിലുമാണെങ്കിൽ സത്യത്തിൽ എതിർപ്പു പ്രകടിപ്പിക്കാനുള്ള കാര്യങ്ങൾ ഉണ്ട്. ശരിയല്ലേ? പക്ഷേ ഴാങ് വാൽഴാങ് കൗശലക്കാരനാണ്. അവൻ ഒന്നും മനസിലാകാത്തുപോലെ അഭിനയിക്കുകയായിരുന്നു. അവൻ ആകെ പറഞ്ഞത് ഇതാണ്. "ഞാൻ ഷാങ് മാത്തിയോ ആണ്. ഇതിൽ കൂടുതൽ എനിക്കൊന്നും പറയാനില്ല." തന്റെ മുന്നിൽ നടക്കുന്ന കാര്യങ്ങളെല്ലാം അവന് ആശ്ചര്യമാണെന്ന മട്ടിലാണ് അവൻ അഭിനയിക്കുന്നത്. ആ വൃത്തികെട്ടവൻ ഭയങ്കര സൂത്രക്കാരനാണ്. പക്ഷേ അതിൽ വലിയ കാര്യമില്ല. തെളിവുണ്ട്. നാലുപേർ അവനെ തിരിച്ചറിഞ്ഞു കഴിഞ്ഞു. അവനു ശിക്ഷ കിട്ടും. ആറായിലെ കോടതിയിൽ അവനെ വിചാരണ ചെയ്യുന്നുണ്ട്. തെളിവുകൊടുക്കാൻ എന്നോട് ആവശ്യപ്പെട്ടിരിക്കുകയാണ്. ഞാൻ അങ്ങോട്ട് പോകും."

മദലിയെൻ വീണ്ടും മേശപ്പുറത്തിരുന്ന കടലാസുകൾ പരിശോധിച്ചു തുടങ്ങി. ജോലിത്തിരക്ക് ഉള്ളതുപോലെ അയാൾ മാറിമാറി കടലാസുകൾ വായിച്ചുനോക്കി. എന്തൊക്കെയോ കുത്തിക്കുറിച്ചു. ഒടുവിൽ വീണ്ടും അയാൾ ഴാവേറിനെ നോക്കി.

"ഴാവേർ, നമുക്ക് ഇവിടെ അവസാനിപ്പിക്കാം. ഈ കാര്യങ്ങളിലൊന്നും എനിക്ക് വലിയ താൽപ്പര്യം ഇല്ല. നമ്മൾ വെറുതെ സമയം കളയുകയാണ്. നമുക്ക് വളരെ അത്യാവശ്യമായി ചെയ്യേണ്ട ധാരാളം ജോലികൾ ഉണ്ട്. റ്യൂസാങ് സോൾവിൽ ഔഷധച്ചെടികൾ വിൽക്കുന്ന ബ്യൂസോപിയെ എന്ന സ്ത്രീയുടെ വീട്ടിൽ നിങ്ങൾ ഉടൻ പോകണം. പിയേർ ഷെനലോങ് എന്ന വണ്ടിക്കാരനെ പറ്റിയുള്ള പരാതി എഴുതിത്തരാൻ പറയണം. അവൻ ഒരു ദയയില്ലാത്തവനാണ്. ആ പാവം സ്ത്രീയേയും അവരുടെ കുട്ടിയേയും അവൻ ചതച്ചരച്ചുകളഞ്ഞു.

അവനു ശിക്ഷ കൊടുക്കണം. പിന്നീട് റ്യൂ മോന്തർ–ദ്– ഷാംപിങ്ങിലെ മൊസ്യൂ ഷർസെലെയെ നേരിട്ടുപോയി കാണണം. അടുത്ത വീട്ടിലെ വെള്ളം മഴപെയ്യുമ്പോൾ അയാളുടെ വീട്ടിലേക്ക് ഒഴുക്കിവിടുന്നെന്ന് അയാൾ പരാതിപ്പെട്ടിട്ടുണ്ട്. അയാളുടെ വീടിന്റെ അടിത്തറ തന്നെ ഇതുകൊണ്ട് ഇളകിപ്പോകുമെന്നാണ് പരാതിയിൽ പറയുന്നത്. അതിനുശേഷം റ്യൂ ഗിബോറിയിൽ ഈയിടെ മരിച്ചുപോയ ദോറിയുടെ വിധവയെ സംബന്ധിച്ചും, റ്യൂ ദ്യുഗാറോ ബ്ലോങ്ങിലെ മദാം റെനിയെ സംബന്ധിച്ചും നിയമലംഘനം നടത്തുന്നതായി വിവരം കിട്ടിയിട്ടുള്ളതിന്റെ സത്യാവസ്ഥ അന്വേഷിച്ച് എന്നെ അറിയിക്കണം. അതിന്റെയെല്ലാം രേഖകൾ തയാറാക്കണം. ഞാൻ നിങ്ങളെ കൂടുതൽ ജോലികൾ ഏൽപ്പിക്കുകയാണെന്ന് തോന്നുന്നു. മറ്റേ കാര്യത്തിനു വേണ്ടി പത്തു ദിവസത്തിനകം ആറായിലേക്ക് പോകും എന്നല്ലേ നിങ്ങൾ പറഞ്ഞത്?"

"അതിലും നേരത്തേ എനിക്ക് പോകേണ്ടിവരും."

"എന്നാണ് പോകുന്നത്?"

"വിചാരണ നാളെയാണെന്നാണ് മേയർ സാറിനോട് പറഞ്ഞതെന്നാണ് എന്റെ ഓർമ."

"വിചാരണ എത്ര ദിവസം കാണും."

"കൂടിപ്പോയാൽ ഒരുദിവസം. നാളെ വൈകുന്നേരത്തോടെ എന്തായാലും വിധി പറയും. ഞാൻ വിധി കേൾക്കാൻ നിൽക്കില്ല. ശിക്ഷ കിട്ടുമെന്ന് ഉറപ്പാണ്. എന്റെ തെളിവെടുപ്പ് കഴിഞ്ഞാൽ ഉടൻ തന്നെ ഞാൻ തിരിച്ചുപോരും."

മദലിയെൻ പറഞ്ഞു: "അതെന്തായാലും നന്നായി."പിന്നീട് മദലിയെൻ ഴാവേറിന് പോകാൻ അനുവദിക്കുന്നതായി കൈകൊണ്ട് ആംഗ്യം കാണിച്ചു.

ഴാവേർ പോയില്ല.

അയാൾ പറഞ്ഞു: "സാർ ക്ഷമിക്കണം."

മദലിയെൻ ചോദിച്ചു: "എന്താണ് ഇനി പറയാനുള്ളത്?"

"മേയർ സാറിന്റെ ശ്രദ്ധയിൽ പെടുത്താൻ ഒരു കാര്യം കൂടിയുണ്ട്."

"എന്തുകാര്യം?"

"എന്നെ പറഞ്ഞുവിടുന്ന കാര്യം."

മദലിയെൻ എഴുന്നേറ്റു. ഴാവേർ, നിങ്ങൾ പദവിയുള്ള ഒരു മനുഷ്യനാണ്. എനിക്ക് നിങ്ങളെപ്പറ്റി മതിപ്പാണ്. നിങ്ങളുടെ തെറ്റ് നിങ്ങൾ പെരുപ്പിച്ചാണ് പറയുന്നത്. അതു മാത്രമല്ല, ഈ കുഴപ്പത്തിൽ എനിക്കും പങ്കുണ്ട്. നിങ്ങൾ നാണക്കേടല്ല അർഹിക്കുന്നത്. ജോലിക്കയറ്റമാണ്. നിങ്ങൾ ജോലി ഉപേക്ഷിക്കരുതെന്നാണ് എന്റെ ആഗ്രഹം."

ഴാവേർ മദലിയെനെ നോക്കി. അയാളുടെ കണ്ണുകളുടെ ആഴത്തിൽ ശരിയായ വെളിച്ചം കണ്ടെങ്കിലും ശുദ്ധവും വ്യക്തവുമായ അയാളുടെ മനഃസാക്ഷിയുടെ തിളക്കം അവിടെ കാണാനുണ്ടായിരുന്നു. അയാൾ പതുക്കെ പറഞ്ഞു:

"മേയർ സാർ, എനിക്ക് അതിനോട് യോജിക്കാൻ കഴിയില്ല."

മദലിയെൻ വീണ്ടും പറഞ്ഞു: "ഞാൻ വീണ്ടും പറയുന്നു. അത് എന്നെ സംബന്ധിക്കുന്ന കാര്യമാണ്."

പക്ഷേ ഴാവേർ നിന്നിടത്തുതന്നെ ഉറച്ചുനിന്നു. അയാൾ പറഞ്ഞു:

“ഞാൻ പെരുപ്പിച്ച് പറഞ്ഞതല്ല. ഞാൻ ഇങ്ങനെയാണ് ചിന്തിച്ചത്, യാതൊരു ന്യായവും ഇല്ലാതെ ഞാൻ അങ്ങയെ സംശയിച്ചു. അതു സാരമില്ല. സംശയിക്കാനുള്ള അവകാശം ഞങ്ങൾക്ക് ഉണ്ട്. ഞങ്ങൾക്ക് മുകളിൽ ഉള്ളവരെ സംശയിക്കുകവഴി ഞാൻ ഞങ്ങളുടെ അവകാശത്തെ ദുർവിനിയോഗം ചെയ്തു. എന്റെ ദേഷ്യം തീർക്കാൻ ഞാൻ അങ്ങയെ നിന്ദിക്കുകയായിരുന്നു. അങ്ങ് കുറ്റവാളിയാണെന്ന് പറഞ്ഞപ്പോൾ പ്രതികാരമായിരുന്നു എന്റെ ഉദ്ദേശ്യം. അത് ഗൗരവമുള്ള കാര്യമാണ്. വളരെ ഗൗരവമുള്ള കാര്യം. ഞാൻ അധികാരസ്ഥാനത്തിനെതിരായി കുറ്റം ചെയ്തു. ഞാൻ അധികാരത്തിന്റെ ഒരു വെറും പ്രതിനിധി മാത്രമാണ്. എന്റെ കീഴ്ജീവനക്കാരൻ എന്നോട് ഇങ്ങനെ പെരുമാറിയിരുന്നെങ്കിൽ ഞാൻ അവനെ പറഞ്ഞുവിടുമായിരുന്നു. മേയർ സാർ ഞാൻ പറയുന്നത് ഒന്നു ശ്രദ്ധിക്കണം. മറ്റുള്ളവരോട് ഞാൻ പലപ്പോഴും കടുത്ത നിലപാട് എടുത്തിട്ടുണ്ട്. അതു നീതിക്കുവേണ്ടിയാണ്. ഞാൻ ശരിയായ കാര്യമാണ് ചെയ്തത്. ഇപ്പോൾ ഞാൻ എന്നോട് ആ നിലപാട് സ്വീകരിച്ചില്ലെങ്കിൽ ഞാൻ ചെയ്തതെല്ലാം നീതികേട് ആയിരിക്കും. മറ്റുള്ളവരെ ഒഴിവാക്കാത്ത ഞാൻ എന്നെ ഒഴിവാക്കണോ? അതു ശരിയല്ല. മറ്റുള്ളവരെ ശിക്ഷിക്കുന്നതിൽ മാത്രം ഞാൻ ഉത്സാഹം കാണിച്ചാൽ മതിയോ? എന്റെ കാര്യത്തിൽ അതു വേണ്ടേ? മേയർ സാർ, അങ്ങ് എന്നോട് അനുകമ്പ കാട്ടണമെന്ന് എനിക്ക് ആഗ്രഹമില്ല. മറ്റുള്ളവരോട് അങ്ങു കാണിക്കുന്ന ദയ കണ്ട് എനിക്ക് കോപം വന്നു. ഇത്തരത്തിലുള്ള ദയ നീതിയുടെ ഭാഗത്തുനിന്ന് നോക്കിയാൽ ശരിയാണെന്ന അഭിപ്രായം എനിക്കില്ല. ഇത്തരം അനുകമ്പ സമൂഹത്തിന് ആപത്താണ്. ദയ കാണിക്കാൻ എളുപ്പമാണ്. നീതിനടപ്പാക്കാനാണ് വിഷമം. ഞാൻ അങ്ങയോട് ദയ കാണിച്ചില്ലെന്ന് അങ്ങയ്ക്ക് മനസിലായി എന്ന് ഞാൻ വിശ്വസിക്കുന്നു. ഞാൻ മറ്റുള്ളവരോടു സ്വീകരിക്കുന്ന സമീപനംതന്നെ അങ്ങ് എന്നോടും സ്വീകരിക്കണമെന്നാണ് എന്റെ ആഗ്രഹം. കുറ്റവാളികളെ പിടികൂടുമ്പോൾ ഞാൻ പലപ്പോഴും എന്നോടുതന്നെ പറഞ്ഞിട്ടുണ്ട്, “നീ എന്നെങ്കിലും കുറ്റം ചെയ്തിട്ട് നിന്നെ ഞാനാണ് പിടികൂടുന്നതെങ്കിൽ ഞാൻ നിന്നെ വെറുതെ വിടുകയില്ല.” ഇപ്പോൾ ഞാൻ കുറ്റം ചെയ്തിരിക്കുന്നു. ഞാൻ എന്നെ പിടികൂടിയിരിക്കുന്നു. അങ്ങ് എന്നെ ജോലിയിൽനിന്ന് പറഞ്ഞ് വിടണം. അതാണ് അതിന്റെ ശരി. എനിക്ക് രണ്ടു കയ്യ് ഉണ്ട്. എനിക്ക് നിലം ഉഴാൻ കഴിയും. എനിക്ക് എല്ലാ ജോലിയും ഒരുപോലെയാണ്. മേയർ സാർ, സേവനത്തിന്റെ മേന്മ വെളിപ്പെടുത്താൻ ഉദാഹരണങ്ങൾ സൃഷ്ടിക്കണം. ഞാൻ ഇത്രമാത്രമേ ആവശ്യപ്പെടുന്നുള്ളൂ. ഇൻസ്പെക്ടർ ഴാവേറിനെ പറഞ്ഞു വിടണം.”

ഉദാത്തമായ വിനയത്തോടെയാണ് അയാൾ സംസാരിച്ചത്. അസാധാരണമായ സത്യസന്ധത അയാൾക്ക് വിവരണാതീതവും വിചിത്രവുമായ ഒരു പരിവേഷം നൽകി. അയാളുടെ ശബ്ദത്തിൽ നിശ്ചയദാർഢ്യവും നിരാശയും നിറഞ്ഞുനിന്നിരുന്നു.

മദലിയെൻ പറഞ്ഞു: “നമുക്ക് വേണ്ടതു ചെയ്യാം.” മദലിയെൻ ഴാവേറിനു കൈകൊടുക്കാൻ എഴുന്നേറ്റു. ഴാവേർ പിന്നോട്ടുമാറി അയാൾ കോപത്തോടെ പറഞ്ഞു:

"മേയർ സാർ ക്ഷമിക്കണം. അതു പാടില്ല. ഒരു മേയർ ഒരിക്കലും ഒരു ചാരന് കൈ കൊടുക്കരുത്."

അയാൾ പിറുപിറുത്തു: "എന്റെ പദവിയുടെ ബലം ഞാൻ ദുരുപയോഗം ചെയ്ത നിമിഷം മുതൽ ഞാൻ ഒരു ചാരനേക്കാൾ യോഗ്യനല്ല."

പിന്നീട് തല കുമ്പിട്ടതിനു ശേഷം അയാൾ വാതിൽ ലക്ഷ്യമാക്കി നടന്നു. വാതിലിന്റെ അടുത്ത് എത്തിയപ്പോൾ അയാൾ തിരിഞ്ഞു നിന്നു. പക്ഷേ അയാൾ തല ഉയർത്തിയില്ല.

"മേയർ സാർ എന്നെ പറഞ്ഞുവിടുന്നതുവരെ ഞാൻ ജോലിയിൽ തുടരും."

അയാൾ പുറത്തു കടന്നു. അയാളുടെ ഉറച്ച കാലൊച്ചയുടെ മുഴക്കം ഇടനാഴിയിലൂടെ അകന്നുപോയി ഒടുവിൽ അത് കേൾക്കാതായി. അതുവരെ മദലിയെൻ ഗാഢമായ ആലോചനയിലായിരുന്നു.

പുസ്തകം ഏഴ്

ഷാങ് മാത്തിയോ കേസ്

1. സിസ്റ്റർ സിംപ്ലീസ്സ്

പറയാൻ പോകുന്ന സംഭവങ്ങൾ എം പട്ടണത്തിൽ പരക്കെ അറിയപ്പെട്ടിരുന്ന കാര്യങ്ങൾ അല്ല. കൂട്ടത്തിൽ പുറത്തറിഞ്ഞ ചിലതൊക്കെ നഗരത്തിൽ പലർക്കും ഓർമയുണ്ട്. പക്ഷെ അതിന്റെ വിശദാംശങ്ങൾ ഇവിടെ പറയാതിരുന്നാൽ ഗൗരവമുള്ള പല കാര്യങ്ങളും ഈ പുസ്തകത്തിൽനിന്ന് ഒഴിവായിപ്പോകും.

ഈ വിശദാംശങ്ങളുടെ ഇടയിൽ സംഭവിക്കാൻ സാധ്യതയില്ലാത്ത രണ്ടുമൂന്നു കാര്യങ്ങൾ വായനക്കാരന് നേരിടേണ്ടിവരുന്നുണ്ട്. സത്യത്തോടുള്ള ബഹുമാനംകൊണ്ടാണ് ഞങ്ങൾ അവയെ ഒഴിവാക്കാത്തത്.

ഴാവേർ വന്ന ദിവസം ഉച്ചതിരിഞ്ഞ് മദലിയെൻ പതിവുപോലെ ഫന്തീനിനെ കാണാൻ പോയിരുന്നു. ഫന്തീനിനെ കാണുന്നതിനു മുൻപ് അയാൾ സിസ്റ്റർ സിംപ്ലീസിനെ ആളയച്ചു വിളിപ്പിച്ചു.

ആതുരാലയത്തിലെ രണ്ടു കന്യാസ്ത്രീകളും സിസ്റ്റേഴ്സ് ഓഫ് ചാരിറ്റിയിലുള്ള എല്ലാവരേയും പോലെ ലാസറിസ്റ്റുകൾ ആയിരുന്നു. അവരുടെ പേരുകൾ സിസ്റ്റർ പേർപെത്യു എന്നും സിസ്റ്റർ സിംപ്ലീസ്സ് എന്നും ആയിരുന്നു.

സിസ്റ്റർ പേർപെത്യു ഒരു സാധാരണ നാട്ടിൻപുറത്തുകാരി പെൺകുട്ടി ആയിരുന്നു. മറ്റ് ഏതെങ്കിലും ജോലിക്കു പോകുന്നതുപോലെയാണ് അവൾ ദൈവീകമായ സേവനത്തിലേക്ക് കടന്നുവന്നത്. പലരും പാചകക്കാരികൾ ആകുന്നതുപോലെയാണ് കന്യാസ്ത്രീ ആയത്. ഇതുപോലെയുള്ള കന്യാസ്ത്രീകൾ ധാരാളമുണ്ട്. സന്യാസി മഠങ്ങൾ ഇത്തരം നാട്ടിൻപുറത്തുകാരികളെ മടികൂടാതെ സ്വീകരിക്കും. നാട്ടിൻപുറത്തെ പശിമയുള്ള ചെളി ഏതു രൂപത്തിൽ വേണമെങ്കിലും എളുപ്പം കരുപിടിപ്പിക്കാൻ അവർക്കു കഴിയും. കപ്പൂച്ചിയനോ*

---

* മതപ്രസംഗം നടത്തുന്ന റോമൻ കത്തോലിക്കരുടെ ഒരു സംഘടന

എർസൂലിയനോ* ആയി രൂപാന്തരപ്പെടുത്താൻ അവർക്ക് ഒരു ബുദ്ധിമുട്ടും ഉണ്ടാവില്ല. ഭക്തിമാർഗത്തിൽ വരുന്ന താഴേക്കിട ജോലികൾ ചെയ്യുന്നതിന് പരിഷ്കാരികൾ അല്ലാത്ത ഇവർ പ്രയോജനപ്പെടും. ഒരു പശുനോട്ടക്കാരൻ നിന്നനിൽപ്പിൽ ക്രിസ്തീയ സന്യാസി സഭയിൽ അംഗമായാൽ അതിൽ ഞെട്ടേണ്ട കാര്യം ഇല്ല. ബുദ്ധിമുട്ടാതെ തന്നെ ഒന്നിൽനിന്ന് മറ്റൊന്നിലേക്ക് പ്രവേശിക്കാൻ അവർക്ക് കഴിയും. നാട്ടിൻപുറത്തും സന്യാസിമഠത്തിലും അറിവില്ലായ്മയ്ക്ക് ഒരേ അടിസ്ഥാനമാണ്. അത് മുൻകൂട്ടി തന്നെ നിലനിൽക്കുന്നതുകൊണ്ട് ഒരു നാട്ടിൻപുറത്തുകാരിക്ക് സന്യാസിയാകാൻ നിമിഷങ്ങൾ മതി. കുപ്പായത്തിന്റെ വലിപ്പം കൂടിയാൽ അവൾ സന്യാസിയായി. പോംത്വാസിന്റെ അടുത്തായുള്ള മറീനിൽനിന്നു വന്നിട്ടുള്ള ഒരു തടിച്ച സ്ത്രീയായിരുന്നു സിസ്റ്റർ പേർപെത്യു. അവൾ കഥ പറയും. സങ്കീർത്തനങ്ങൾ പാടും. രോഗിയുടെ നിർബന്ധത്തിനും കള്ളത്തരത്തിനും അനുസരിച്ച് ഒറ്റമൂലിയിൽ മധുരം ചേർക്കും. അവളുടെ നാട്ടിലെ ശീലങ്ങളായ മന്ത്രിക്കലിലും മറ്റും അവൾക്കും വിശ്വാസം ഉണ്ടായിരുന്നു. ദുർബലരായ രോഗികളോട് അവൾ പരുഷമായി പെരുമാറി. മരിക്കാൻ പോകുന്നവരോട് അവളുടെ മനോഭാവം പരുക്കനായിരുന്നു. മരിക്കാൻ തുടങ്ങുന്നവരെ ദൈവത്തിന്റെ മുഖത്തേക്ക് വലിച്ചെറിയുകയായിരുന്നു അവളുടെ പതിവ് എന്നു വേണമെങ്കിൽ പറയാം. അലങ്കാര ഭാഷയിലുള്ള പ്രാർഥനകൾ കോപത്തോടെ രോഗികളെ ചൊല്ലിക്കേൾപ്പിച്ച് അവൾ അവരുടെ മരണവേദന കുറയാൻ സഹായിച്ചു.

സിസ്റ്റർ സിംപ്ലീസിന് വെളുത്തനിറം ആയിരുന്നു. അവരുടെ തൊലിക്ക് മെഴുകുപോലെ വൃത്തിയുണ്ടായിരുന്നു. സിസ്റ്റർ പെർപെത്യുവിനോട് താരതമ്യപ്പെടുത്തിയാൽ, തടിച്ച മെഴുകുതിരിയുടെ അടുത്തായി ദിവ്യകർമത്തിന് ഒരുക്കിവച്ച ചന്ദനത്തിരിയായിരുന്നു സിസ്റ്റർ സിംപ്ലീസ്സ്. വാങ് സാങ് ദ് പോൾ സ്വാതന്ത്ര്യത്തോടൊപ്പം അടിമത്തവും ഒന്നിച്ചു ചേർത്ത് സിസ്റ്റേഴ്സ് ഓഫ് ചാരിറ്റിയുടെ ചിത്രം ആരാധന തോന്നുന്ന വാക്കുകൾകൊണ്ട് വിവരിച്ചിട്ടുണ്ട്. "അവളുടെ ഏക പാഠശാല രോഗിയുടെ വീടാണ്. അവളുടെ വാസസ്ഥലം ഒരു വാടക മുറിയാണ്. അവളുടെ പള്ളി ഇടവക പള്ളി മാത്രം. അവളുടെ കന്യകാമഠം നഗരത്തിലെ തെരുവുകളും ആശുപത്രികളും ആണ്. അവളുടെ അതിർത്തി അനുസരണയാണ്. അവരുടെ ഇരുമ്പഴികൾ ദൈവഭയമാണ്. അവരുടെ ശിരോവസ്ത്രം വിനയമാണ്. "സിസ്റ്റർ സിംപ്ലീസ്സ് ഈ വിവരണത്തിന്റെ ആൾരൂപം ആയിരുന്നു. ഒരാളും സിസ്റ്റർ സിംപ്ലീസിന്റെ പ്രായം കൃത്യമായി പറയില്ല. അവർ ചെറുപ്പമായിരുന്നില്ല. അവർ എന്നെങ്കിലും വൃദ്ധയാവുമെന്ന് ആർക്കും തോന്നിയില്ല. അവർ കാരുണ്യവും സൗമനസ്യവും മാന്യതയും ലാളിത്യവും ഉള്ള ഒരു വ്യക്തിയായിരുന്നു. ഒരു സ്ത്രീ ആയിരുന്നു എന്നു പറയാനുള്ള ധൈര്യം ഞങ്ങൾക്ക് ഇല്ല. ഒരിക്കൽപ്പോലും അവർ കള്ളം പറഞ്ഞിട്ടില്ല. അവരുടെ സൗമ്യമായ പെരുമാറ്റം കണ്ടാൽ അവർ ഒരു ബലഹീനയാണെന്ന് തോന്നും. എന്നാൽ അവർക്ക് കരിങ്കല്ലിനേക്കാൾ സഹനശക്തി ഉണ്ടായിരുന്നു. നിർമലവും ലോലവും ആയ വിരലുകൾകൊണ്ട് അവർ ഭാഗ്യഹീനരെ സ്പർശിച്ചു.

---

* വിദ്യാഭ്യാസത്തിൽ താൽപ്പര്യമുള്ള റോമൻ കത്തോലിക്കരുടെ കന്യാസ്ത്രീകളുടെ സംഘം

നിശ്ശബ്ദമായാണ് അവർ സംസാരിക്കുന്നതെന്ന് ആർക്കും തോന്നിപ്പോകും. അത്യാവശ്യമുള്ള കാര്യങ്ങൾ മാത്രം അവർ പറഞ്ഞു. അവരുടെ ശബ്ദം ഒരേസമയം ഒരു കുമ്പസാരക്കൂടിന് അടുത്തിരുക്കുന്നവനെ ആത്മീയതയിലേക്ക് നയിക്കുകയും ഒരു സ്വീകരണമുറിയിലെ മനഷ്യരെ വശീകരിക്കുകയും ചെയ്യുന്ന തരത്തിൽ ഉള്ളതായിരുന്നു. അവരുടെ ലാളിത്യം കമ്പിളിത്തുണിക്കുള്ളിൽ ഒതുങ്ങിനിന്ന് അതിന്റെ ഓരോ സ്പർശംകൊണ്ടും ദൈവത്തെപ്പറ്റി സദാ ഓർമപ്പെടുത്തുകയാണെന്ന് തോന്നും. നമുക്ക് ഒരു കാര്യം പ്രത്യേകം കണക്കിലെടുക്കാം. എന്തു കാര്യത്തിനു വേണ്ടിയായാലും ഒരിക്കൽപ്പോലും സത്യമല്ലാത്ത ഒരു വാക്കുപോലും പറഞ്ഞിട്ടില്ല എന്നത് സിസ്റ്റർ സിംപ്ലീസിന്റെ സ്വഭാവത്തിലെ ഒരു സവിശേഷത ആയിരുന്നു. പള്ളിയിൽ പ്രാർഥനയ്ക്കു വരുന്നവർ സിംപ്ലീസിന്റെ ഇളക്കമില്ലാത്ത സത്യസന്ധതയെ അങ്ങേയറ്റം പ്രകീർത്തിച്ചു. സിക്കാർ എന്ന മഠാധിപതി ബധിരനായ മാസയോവിന് എഴുതിയ ഒരു എഴുത്തിൽ സിസ്റ്റർ സിംപ്ലീസിനെ കുറിച്ച് പറയുന്നുണ്ട്. നമ്മൾ സത്യസന്ധരും നിഷ്കളങ്കരും ആയിരിക്കാം. നമ്മുടെ സത്യസന്ധതയുടെ മീതെ ഏതെങ്കിലും ഒരു ചെറിയ കള്ളത്തിന്റെ പാട് ഉണ്ടാവാതിരിക്കില്ല. പക്ഷേ അവൾക്ക് അതില്ല. നിഷ്കളങ്കമായ കള്ളത്തിന്റെ പാടുപോലും ഇല്ല. അങ്ങനെ സംഭവിക്കാൻ ഇടയുണ്ടോ? കള്ളം പറയുന്നത് ഒരു കലർപ്പും ചേരാത്ത തിന്മയാണ്. അൽപ്പം കള്ളം അസാധ്യമായ സംഗതിയാണ്. കള്ളം പറയുന്നവന് പൂർണമായും കള്ളം പറയേണ്ടിവരും. കള്ളം പറയുന്നത് ചെകുത്താന്റെ മുഖലക്ഷണമാണ്. ചെകുത്താന് രണ്ടു പേരുകൾ ഉണ്ട്. ഒന്ന് ചെകുത്താൻ എന്നു തന്നെയാണ്. രണ്ടാമത്തെ പേര് കള്ളം പറയുന്നവൻ എന്നാണ്. സിസ്റ്റർ സിംപ്ലീസ് ചിന്തിച്ചിരുന്നതും ഇതൊക്കെതന്നെ ആയിരുന്നു. ചിന്തിച്ച കാര്യങ്ങൾ അവർ പ്രാവർത്തികമാക്കി. ഇതുകൊണ്ടാണ് നമ്മൾ പറഞ്ഞ വെൺമ അവർക്കു ലഭിച്ചത്. അവരുടെ കണ്ണിലും ചുണ്ടിലും വരെ ഈ വെൺമയുടെ തിളക്കം കണാനുണ്ടായിരുന്നു. അവരുടെ മനഃസാക്ഷിയുടെ കണ്ണാടിയിൽ ഒരു ചിലന്തിവലയോ ഒരു നുള്ളുപൊടിയോ പറ്റിപ്പിടിച്ചില്ല. വാങ് സാങ് ദ് പോളിന്റെ മുന്നിൽ പ്രതിജ്ഞ എടുക്കുമ്പോൾ സിംപ്ലീസ് എന്ന പേര് അവൾ പ്രത്യേകം തെരഞ്ഞെടുത്തതാണ്. പ്രശസ്തമായ സിസിയിലെ സിംപ്ലീസ്. കള്ളം പറയുന്നതിലും ഭേദം തന്റെ രണ്ടു മാറിടങ്ങളും മുറിച്ചു മാറ്റുന്നതാണെന്ന് തീരുമാനിച്ച ആ സന്യാസിനി. സിറാക്യസിലല്ല സെഗസ്തയിലാണ് ജനിച്ചതെന്നു പറഞ്ഞാൽ അവർക്ക് രക്ഷപ്പെടാമായിരുന്നു. സിംപ്ലീസും ആ സന്യാസിനിയും ഒരുപോലെയായിരുന്നു.

സന്യാസിമഠത്തിൽ വരുന്ന സമയത്ത് സിസ്റ്റർ സിംപ്ലീസിന് രണ്ടു കുറവുകൾ ഉണ്ടായിരുന്നു. അത് അവർ തന്നെ സാവധാനം പരിഹരിച്ചു. വിശിഷ്ട വിഭവങ്ങൾ അവർക്ക് ഇഷ്ടമായിരുന്നു. അതു കൂടാതെ എഴുത്തുകൾ വരുന്നതും അവർക്ക് ഇഷ്ടമായിരുന്നു. എന്നാൽ വലിയ അക്ഷരങ്ങളിൽ അച്ചടിച്ച ലാറ്റിൻ പ്രാർഥനാ പുസ്തകം മാത്രമേ ഇപ്പോൾ അവർ വായിക്കാറുള്ളൂ. ലാറ്റിൻ അവർക്ക് മനസിലാക്കാൻ വിഷമമമാണ്. പക്ഷെ പുസ്തകം അവർക്ക് മനസിലായി.

ഫന്തീനിൽ മറഞ്ഞിരുന്ന ഏതെങ്കിലും നന്മ തിരിച്ചറിഞ്ഞിട്ടായിരിക്കണം സിസ്റ്റർ സിംപ്ലീസിന് അവളോട് മമത തോന്നിയിരുന്നു. അവർ ഫന്തീനിന്റെ കാര്യങ്ങൾ പൂർണമായും ശ്രദ്ധിച്ചിരുന്നു.

മദലിയെൻ സിസ്റ്റർ സിംപ്ലീസിനെ ഒരുവശത്തേക്കു മാറ്റിനിർത്തി ഫന്തീനിന്റെ ചുമതല പ്രത്യേക പ്രാധാന്യത്തോടെ അവരെ ഏൽപ്പിക്കുകയായിരുന്നു. സിസ്റ്റർ സിംപ്ലീസ്സ് പിന്നീട് ആ കാര്യം ഓർക്കുകയും ചെയ്തു.

സിസ്റ്ററിന്റെ അടുത്തുനിന്നും മാറി അയാൾ ഫന്തീനിനെ സമീപിച്ചു.

വെളിച്ചവും സന്തോഷവും കാത്തിരിക്കുന്നവളെപ്പോലെയാണ് ഫന്തീൻ ഓരോ ദിവസവും മദലിയെന്റെ വരവു പ്രതീക്ഷിച്ചത്. അവൾ സിസ്റ്ററിനോട് പറഞ്ഞു:

"മേയർ ഇവിടെ വരുമ്പോൾ മാത്രമാണ് ഞാൻ ജീവിക്കുന്നത്."

അന്ന് അവൾക്ക് പനി കൂടുതൽ ആയിരുന്നു. മദലിയെൻ വന്നപ്പോൾ തന്നെ അവൾ ചോദിച്ചു:

"കോസെത്ത് വരാറായോ?"

അയാൾ ചിരിച്ചുകൊണ്ട് മറുപടി പറഞ്ഞു: "ഉടൻ വരും."

അന്നും മൊസ്യു മദലിയെൻ ഫന്തീനിനെ കാണാൻ വന്നത് പതിവുപോലെ തന്നെ ആയിരുന്നു. അരമണിക്കൂറിനു പകരം അന്ന് അയാൾ അവിടെ ഒരുമണിക്കൂർ ചെലവഴിച്ചു. അത് ഫന്തീനെ കൂടുതൽ സന്തോഷിപ്പിച്ചു. അവൾക്ക് ഒരു കുറവും വരാതിരിക്കണമെന്ന് അയാൾ വീണ്ടും വീണ്ടും എല്ലാവരേയും ഓർമപ്പെടുത്തി. അതിനിടിൽ ഒരുനിമിഷം അയാളുടെ മുഖം ഇരുളുന്നത് എല്ലാവരും കണ്ടു. ഡോക്ടർ കുനിഞ്ഞുനിന്ന് അയാളുടെ ചെവിയിൽ 'അവളുടെ നില വഷളാവുകയാണ്' എന്നുപറഞ്ഞതായി പിന്നീട് പുറത്തറിഞ്ഞപ്പോൾ, അയാളുടെ മുഖം എന്തുകൊണ്ടാണ് ഇരുണ്ടത് എന്ന് എല്ലാവർക്കും ബോധ്യമായി. അതിനെപ്പറ്റി കൂടുതൽ വിശദീകരണം പിന്നീട് ആവശ്യമുണ്ടായിരുന്നില്ല.

അതിനുശേഷം മദലിയെൻ മേയറുടെ ഓഫീസിലേക്ക് തിരിച്ചുപോയി. മേയറുടെ മുറിയിൽ തൂക്കിയിട്ടിരുന്ന ഫ്രാൻസിലെ വഴികൾ അടയാളപ്പെടുത്തിയിരുന്ന പടം മദലിയെൻ ശ്രദ്ധയോടെ പരിശോധിക്കുന്നത് അയാളുടെ ഓഫീസിലെ ഒരു ജോലിക്കാരൻ കണ്ടു. അയാൾ ഒരു കടലാസിൽ പെൻസിൽകൊണ്ട് ചില അക്കങ്ങൾ പടത്തിൽ നോക്കി കുറിച്ചെടുത്തു.

2. മാസ്റ്റർ സ്കോഫ്ലേറുടെ കൗശലം

മേയറുടെ ഓഫീസിൽനിന്ന് മദലിയെൻ മാസ്റ്റർ സ്കോഫ്ലേറിനെ കാണാനാണ് പോയത്. കുതിരകളും ആവശ്യപ്പെടുകയാണെങ്കിൽ കുതിരവണ്ടിയും വാടകയ്ക്ക് കൊടുക്കുന്ന ഒരു ഫ്ളെമിങ്കാരനായിരുന്നു മാസ്റ്റർ സ്കോഫ്ലേർ. ഫ്ളെമിങ്ങിലെ സ്കൗഫ്ലയർ ഫ്രഞ്ചായി മാറിയപ്പോൾ സ്കോഫ്ലേർ ആയി.

സ്കോഫ്ലേറിന്റെ വീട്ടിലെത്താനുള്ള കുറുക്കുവഴിയിൽ ആൾസഞ്ചാരം കുറവാണ്. ഈ വഴിക്കായിരുന്നു മദലിയെന്റെ ഇടവക പള്ളി. നന്നായി സംസാരിക്കുന്ന ബഹുമാന്യനായ ഒരു മനുഷ്യനായിരുന്നു പള്ളിയിലെ പുരോഹിതൻ. മദലിയെൻ പുരോഹിതന്റെ വീടിനു മുന്നിൽ എത്തിയപ്പോൾ നിരത്തിലൂടെ ഒരാൾ മാത്രം നടന്നുപോകുന്നുണ്ടായിരുന്നു. ആ മനുഷ്യൻ മറ്റാരോടോ ഇങ്ങനെ പറഞ്ഞു:

"മേയർ പുരോഹിതന്റെ വീടു കഴിഞ്ഞപ്പോൾ നടത്തം നിർത്തി. ഒരുനിമിഷം

അവിടെത്തന്നെ അനങ്ങാതെ നിന്നു. എന്നിട്ട് വീണ്ടും വന്ന വഴിയിലൂടെ തിരിച്ചുനടന്ന് പുരോഹിതന്റെ വീട്ടിലേക്ക് കയറിപ്പോയി. അവിടെ ഒരു വലിയ വാതിൽ ഉണ്ട്. വാതിലിനു പുറത്ത് മുട്ടിവിളിക്കാനുള്ള ഇരുമ്പുദണ്ഡ് തൂക്കിയിട്ടുണ്ട്. മേയർ അതെടുത്ത് വാതിലിൽ മുട്ടിവിളിക്കാൻ തുടങ്ങിയതാണ്. പക്ഷേ പെട്ടെന്ന് വേണ്ടന്നുവച്ചു. കുറച്ചു സമയം എന്തോ ആലോചിച്ച് അവിടെത്തന്നെ നിന്നു. പിന്നീട് പെട്ടെന്ന് അവിടെനിന്ന് ഇറങ്ങി നടന്നു. മേയർ നടന്നുപോയത് വളരെ വേഗതയിൽ ആയിരുന്നു. അത്രയും വേഗത്തിലായിരുന്നില്ല മേയർ പുരോഹിതന്റെ വീട്ടിലേക്ക് കയറിപ്പോയത്."

മാസ്റ്റർ സ്കോഫ്ലേർ വീട്ടിലിരുന്ന് കുതിരക്കോപ്പ് തുന്നുകയായിരുന്നു. മദലിയെൻ അയാളെ ശ്രദ്ധിച്ചു നോക്കിക്കൊണ്ട് ചോദിച്ചു:

"മാസ്റ്റർ സ്കോഫ്ലേർ, നിങ്ങളുടെ കയ്യിൽ നല്ല കുതിരയുണ്ടോ?"

സ്കോഫ്ലേർ പറഞ്ഞു: "മേയർ സാർ, എന്റെ എല്ലാ കുതിരകളും നല്ലകുതിരകളാണ്. നല്ല കുതിര എന്നതുകൊണ്ട് സാർ എന്താണ് ഉദ്ദേശിച്ചത്?"

"ഒരുദിവസം ഇരുപതു ലീഗു ദൂരം ഓടുന്ന ഒരു കുതിരയെയാണ് ഞാൻ ഉദ്ദേശിച്ചത്."

സ്കോഫ്ലേർ പറഞ്ഞു: "ഇരുപത് ലീഗോ?"

"അതെ"

"വണ്ടിയിൽ കെട്ടി ഓടിക്കാനാണോ?"

"അതെ,"

"ഓട്ടം കഴിഞ്ഞ് അവന് എത്ര സമയം വിശ്രമം കിട്ടും?"

"വേണ്ടിവന്നാൽ അടുത്ത ദിവസം തന്നെ തിരിച്ചുപോരേണ്ടിവരും".

"അതേ ദൂരം തന്നെ തിരിച്ചും ഓടേണ്ടിവരുമോ?"

"അതേ"

"തിരിച്ചും ഇരുപതു ലീഗ്"

മദലിയെൻ പെൻസിൽകൊണ്ട് അക്കങ്ങൾ കുറിച്ചുവെച്ച കടലാസുനോക്കി. അയാൾ അത് സ്കോഫ്ലേറിനെ കാണിച്ചു. 5,6,8 1/2

എന്നീ അക്കങ്ങൾ അതിൽ കുറിച്ചിരുന്നു.

മദലിയെൻ പറഞ്ഞു. "കൂട്ടിനോക്കൂ. മൊത്തം പത്തൊൻപതര ലീഗ് ഇരുപതുലീഗ് എന്നുതന്നെ കണക്കാക്കാം." സ്കോഫ്ലേർ പറഞ്ഞു:

"അതിനൊക്കെ പറ്റിയ കുതിര എന്റെ കൈവശം ഉണ്ട്. എന്റെ ചെറിയ വെള്ളക്കുതിരയെ എവിടെയെങ്കിലും വെച്ച് സാർ കണ്ടിട്ടുണ്ടാവും. അവനെ ബുലോന്നെയിൽനിന്ന് കൊണ്ടുവന്നതാണ്. അവനു നല്ല ശക്തിയുണ്ട്. ആളുകൾ അവന്റെ പുറത്ത് ജീനിവെച്ചുകെട്ടുമെന്നാണ് വിചാരിച്ചത്. എന്തുചെയ്യണമെന്ന് അവർക്ക് അറിയില്ലായിരുന്നു. ഞാൻ അവനെ വാങ്ങി വണ്ടിയിൽ കെട്ടി. മേയർ സാർ, അവന് വേണ്ടത് അതുതന്നെ ആയിരുന്നു. അവൻ ഇപ്പോൾ ഒരു പെൺകുട്ടിയെപ്പോലെ പാവമായിരിക്കുന്നു. കാറ്റുപോലെ അവൻ പറക്കും. പക്ഷേ അവന്റെ പുറത്തുകയറാൻ പറ്റില്ല. സവാരിക്കുതിരയാകാൻ അവന് ഒട്ടും ഇഷ്ടമല്ല. ഓരോരുത്തർക്കും പ്രത്യേകം ആഗ്രഹങ്ങൾ ഉണ്ടാകുമല്ലോ. വണ്ടി വലിക്കാൻ അവൻ തയാറാണ്. പക്ഷേ പുറത്തു കയറി ഇരിക്കാൻ അവൻ സമ്മതിക്കില്ല. ഈ കാര്യം അവൻ അവനോടുതന്നെ പറഞ്ഞിട്ടുണ്ടാകും എന്ന് നമുക്ക് വിശ്വസിക്കാം."

"എന്റെ ഓട്ടത്തിന് അവൻ മതിയാകും. അല്ലേ?"

"ഇരുപതു ലീഗു ദൂരം ഒറ്റയടിക്ക് ഓടാനോ? അതും എട്ടുമണിക്കൂറിനുള്ളിൽ. അതിനു ചില വ്യവസ്ഥകൾ ഉണ്ട്."

"എന്തൊക്കെയാണ് വ്യവസ്ഥ. പറയണം."

"ഒന്നാമതായി പകുതിവഴി ഓടിക്കഴിയുമ്പോൾ അവന് അണപ്പു തീർക്കാൻ ഒരുമണിക്കൂർ സമയം കൊടുക്കണം. അവൻ തിന്നുമ്പോൾ അവന്റെ മുതിര സത്രത്തിലെ പിള്ളേർ കൊണ്ടുപോകാതെ ആരെങ്കിലും കാവൽ വേണം. ഞാൻ ശ്രദ്ധിച്ചിട്ടുണ്ട് കുതിരയെക്കാൾ മുതിര തൊഴുത്തിലെ ജോലിക്കാരാണ് കഴിക്കുന്നത്. ഏതു സത്രത്തിലും അതു പതിവാണ്."

"അതു ശ്രദ്ധിക്കാൻ ആരെങ്കിലും കാണും."

"രണ്ടാമത്തെ കാര്യം, മേയർ സാറിന് വണ്ടിയുണ്ടോ?"

"ഉണ്ട്"

"സാറിന് വണ്ടി തെളിക്കാൻ അറിയാമോ?"

"അറിയാം"

"ശരി, മേയർ സാർ ഒറ്റയ്ക്ക് ആയിരിക്കുമെന്ന് വിചാരിക്കുന്നു. കൂടുതൽ ഭാരം കൂടെ കൊണ്ടുപോകരുത്. കുതിരയ്ക്ക് അതു താങ്ങാൻ കഴിഞ്ഞെന്ന് വരില്ല."

"സമ്മതിച്ചു."

"കൂടെ മറ്റാരും ഇല്ലാത്തതുകൊണ്ട് മുതിരയുടെ കാര്യം സാറ് നേരിട്ട് നോക്കേണ്ടിവരും."

"അതു പറഞ്ഞല്ലോ? അതു ഞാൻ നോക്കിക്കൊള്ളാം."

"എനിക്ക് ദിവസം മുപ്പത് ഫ്രാങ്ക് കിട്ടണം. അവൻ ഓടാത്ത ദിവസങ്ങളിലും അതു തരണം. അതിൽനിന്ന് ഒരുപൈസ പോലും കുറയില്ല. കൂടാതെ തീറ്റയുടെ ചെലവ് മേയർ സാർ വഹിക്കണം."

മദലിയെൻ പെഴ്സിൽനിന്ന് മൂന്നു നെപ്പോളിയൻ നാണയങ്ങൾ എടുത്ത് മേശപ്പുറത്ത് വച്ചു.

"രണ്ടുദിവസത്തെ പണം മുൻകൂർ തന്നിരിക്കുന്നു."

"നാലാമത് ഒരു കാര്യം കൂടിയുണ്ട്. ഇതുപോലെ ഒരു ഓട്ടത്തിന് ഒരു കുതിരവണ്ടിതന്നെ വലിയ ഭാരമാണ്. ദൂരക്കൂടുതൽകൊണ്ട് കുതിര ക്ഷീണിച്ച് പോകും. എന്റെ കൈയിൽ ഒരു ചെറിയ വണ്ടിയുണ്ട്. മേയർ സാർ സമ്മതിക്കുകയാണെങ്കിൽ ആ വണ്ടി ഞാൻ തരാം."

"ശരി. ഞാൻ സമ്മതിച്ചിരിക്കുന്നു."

"അതിന് ഭാരം കുറവാണ്. പക്ഷേ മേൽമൂടിയില്ല."

"അതു മതി, എനിക്ക് എല്ലാ വണ്ടിയും ഒരുപോലെയാണ്."

സ്കോഫ്‌ലേർ പറഞ്ഞു: "ഇപ്പോൾ മഞ്ഞുകാലമാണ്. ആ കാര്യം സാർ ആലോചിച്ചിട്ടുണ്ടോ?"

മദലിയെൻ അയാളുടെ ചോദ്യത്തിന് മറുപടി പറഞ്ഞില്ല. അയാൾ സംസാരം തുടർന്നു: "ഭയങ്കര തണുപ്പ് ആയിരിക്കും."

മദലിയെൻ നിശ്ശബ്ദനായിനിന്നു.

മാസ്റ്റർ സ്കോഫ്‌ലേർ സംസാരം നിർത്തിയില്ല: "ഒരുപക്ഷേ മഴ പെയ്യാനും സാധ്യതയുണ്ട്." മദലിയെൻ തല ഉയർത്തി അയാളെ നോക്കി. അയാൾ പറഞ്ഞു:

"നാളെ വെളുപ്പിന് നാലരമണിക്ക് കുതിരവണ്ടിയും കുതിരയും എന്റെ വീടിന്റെ മുന്നിൽ ഉണ്ടായിരിക്കണം."

സ്കോഫ്‌ലേർ പറഞ്ഞു: "ആ കാര്യം ഉറപ്പാണ്." അയാൾ പിന്നീട് തള്ളവിരലിന്റെ നഖംകൊണ്ട് മേശപ്പുറത്തെ ഒരു പാട് ചുരണ്ടാൻ തുടങ്ങി. കൗശലം ഒളിച്ചുവെച്ച് സംസാരിക്കാനുള്ള ഫ്ളെമിങ്ങുകാരുടെ പ്രത്യേക പാടവത്തോടെ ഒരു ശ്രദ്ധയും ഇല്ലാത്ത മട്ടിൽ സ്കോഫ്‌ലേർ പറഞ്ഞു:

"ഞാൻ ഇപ്പോഴാണ് ഓർത്തത്. മേയർ സാർ എവിടെയാണ് പോകുന്നതെന്ന് എന്നോട് പറഞ്ഞില്ല. സാർ എവിടേക്കാണ് പോകുന്നത്?"

സംസാരം തുടങ്ങിയതു മുതൽ സത്യത്തിൽ സ്കോഫ്‌ലേർ ഓർത്തുകൊണ്ടിരുന്നത് ഈ ഒരേയൊരു കാര്യം മാത്രമായിരുന്നു. അതു ചോദിക്കാനുള്ള ധൈര്യം അയാൾക്ക് ഉണ്ടായിരുന്നില്ല.

മദലിയെൻ ചോദിച്ചു: "നിങ്ങളുടെ കുതിരയുടെ മുൻകാലുകൾ നല്ല ബലമുള്ളതാണോ?"

"ആണ്. ഇറക്കം ഇറങ്ങുമ്പോൾ അൽപ്പം ഒന്ന് വലിച്ചു പിടിക്കണം. പോകുന്ന വഴിക്ക് ഒരുപാട് ഇറക്കങ്ങൾ ഉണ്ടോ?"

"വെളുപ്പിന് നാലരമണിക്ക് എന്റെ വീട്ടിൽ എത്താൻ മറക്കരുത്."

മദലിയെൻ മറുപടി പറയാതെ പോകുന്നതുകണ്ട് മാസ്റ്റർ സ്കോഫ്‌ലേർ അമ്പരന്നുനിന്നു. അൽപ്പസമയത്തിനു ശേഷം അയാൾ അത് സ്വയം വിളിച്ചുപറഞ്ഞു.

പുറത്തുപോയി രണ്ടുമൂന്നു മിനിട്ടിനുശേഷം വീണ്ടും കതകുതുറന്ന് മുറിക്കുള്ളിൽ കടന്നുവന്നു. പ്രത്യേകിച്ച് ഒന്നും സംഭവിച്ചിട്ടില്ലാത്ത ഭാവമായിരുന്നു മേയറുടെ മുഖത്ത്. മദലിയെൻ പറഞ്ഞു: "നിങ്ങളുടെ വണ്ടിക്കും കുതിരയ്ക്കും കൂടി എന്തു വിലയാണ് നിങ്ങൾ ഉദ്ദേശിക്കുന്നത്? ഒന്നിന് ചുമക്കാൻ മറ്റൊന്നുകൂടി വേണ്ടിവന്നിരിക്കുന്നു."

ഉറക്കെ ചിരിച്ചുകൊണ്ട് സ്കോഫ്‌ലേർ പറഞ്ഞു: "മേയർ സാർ, ഒന്ന് മറ്റൊന്നിനെ വലിച്ചുകൊണ്ടാണ് പോകുന്നത്. ചുമന്നുകൊണ്ടല്ല."

"അത് നിങ്ങളുടെ ഇഷ്ടംപോലെ പറഞ്ഞുകൊള്ളൂ. എന്തു വില വരും?"

"മേയർ സാറിന് അതിനെ വിലയ്ക്ക് വേണോ?"

"അതല്ല ഞാൻ ഉദ്ദേശിച്ചത്. നിങ്ങൾക്ക് ഒരു ഉറപ്പ് വേണ്ടേ? തിരിച്ചു വരുമ്പോൾ എനിക്ക് പണം മടക്കിത്തന്നാൽ മതി. കുതിരയ്ക്കും വണ്ടിക്കും കൂടി എന്തു വിലയാണ് നിശ്ചയിച്ചിട്ടുള്ളത്."

"മേയർ സാർ, എനിക്ക് അഞ്ഞൂറ് ഫ്രാങ്ക് കിട്ടണം."

"അതിപ്പോൾ തന്നെ തന്നേക്കാം."

മദലിയെൻ ഒരു നോട്ട് മേശപ്പുറത്തുവെച്ചതിനു ശേഷം പുറത്തേക്ക് പോയി. ഈ പ്രാവശ്യം അയാൾ തിരിച്ചു വന്നില്ല.

മാസ്റ്റർ സ്കോഫ്‌ലേറിന് ആയിരം ഫ്രാങ്ക് എന്നു പറയാതിരുന്നതിൽ ദുഃഖം തോന്നി. സത്യത്തിൽ കുതിരയ്ക്കു വണ്ടിക്കും കൂടി നൂറു ക്രൗണിൽ കൂടുതൽ വില ഉണ്ടായിരിക്കില്ല.

സ്കോഫ്‌ലേർ ഭാര്യയോട് നടന്ന കാര്യങ്ങൾ സംസാരിച്ചു. മേയർ എവിടെയായിരിക്കും പോകുന്നതെന്ന് അവർ രണ്ടുപേരും പരസ്പരം ചോദിച്ചു. അയാളുടെ ഭാര്യ പറഞ്ഞു:

"അയാൾ പാരീസിൽ പോകുകയാണ്."

അയാൾ പറഞ്ഞു: "എനിക്ക് അങ്ങനെ തോന്നുന്നില്ല."

മദലിയെൻ അക്കങ്ങൾ കുറിച്ചുവെച്ചിരുന്ന കടലാസ്സ് തിരിച്ചു കൊണ്ടുപോകാൻ മറന്നുപോയിരുന്നു. അത് സ്കോഫ്ലേറിന്റെ മേശപ്പുറത്ത് കിടന്നു. സ്കോഫ്ലേർ അതെടുത്ത് കുറേ സമയം നോക്കിക്കൊണ്ടിരുന്നു. അഞ്ച്, ആറ്, എട്ടര? ഇതു പോകുന്നവഴിക്കുള്ള താവളങ്ങൾ ആയിരിക്കാനാണ് സാധ്യത. അയാൾ ഭാര്യയോട് പറഞ്ഞു:

"ഞാൻ കണ്ടുപിടിച്ചു."

"എങ്ങനെ മനസിലായി?"

"ഇവിടെ നിന്ന് ഹെസ്ദാങ്ങിലേക്ക് അഞ്ചുലീഗ്. ഹെസ് ദാങ്ങിൽനിന്ന് സാങ് പോളിലേക്ക് ആറ്. സാങ്പോളിൽനിന്ന് ആറായിലേക്ക് എട്ടര. മേയർ ആറായിലേക്കാണ് പോകുന്നത്."

മദലിയെൻ വീട്ടിൽ തിരിച്ചെത്തി. അയാൾ തിരിച്ചുവരാൻ കൂടുതൽ ദൂരമുള്ള മറ്റൊരു വഴിയാണ് തെരെഞ്ഞെടുത്തത്. പുരോഹിതന്റെ വീട് അയാളെ എന്തിനോ പ്രലോഭിപ്പിച്ചിരുന്നു. അയാൾക്ക് ആ പ്രലോഭനം മറികടക്കണമെന്ന് തോന്നി. അയാൾ മുറിക്കുള്ളിൽ കയറി കതക് അടച്ചു. സാധാരണ അയാൾ നേരത്തേതന്നെ ഉറങ്ങാൻ കിടക്കും. അതുകൊണ്ട് അയാളുടെ പ്രവൃത്തിയിൽ പ്രത്യേകത ഒന്നും ഇല്ല. മദലിയെന്റെ ഓഫീസ് കാവൽക്കാരിയും വീട്ടുജോലിക്കാരിയും ഒരു സ്ത്രീ തന്നെയായിരുന്നു. എട്ടരമണി ആയപ്പോൾ തന്നെ മദലിയെന്റെ വിളക്ക് അണഞ്ഞത് അവൾ ശ്രദ്ധിച്ചിരുന്നു. പിന്നീടുവന്ന കാഷ്യറോട് അവൾ ഇതു സൂചിപ്പിച്ചു:

"മേയർക്ക് നല്ല സുഖമില്ലെന്ന് തോന്നുന്നു. അദ്ദേഹത്തിന്റെ പെരുമാറ്റത്തിൽ വ്യത്യാസം ഉണ്ടായിരുന്നു."

കാഷ്യറുടെ മുറി മദലിയെന്റെ മുറിയുടെ തൊട്ടുതാഴെ ആയിരുന്നു. ജോലിക്കാരി പറഞ്ഞത് അയാൾ ശ്രദ്ധിച്ചിരുന്നില്ല. അയാൾ ഉറങ്ങി. അർധരാത്രിയോടടുത്ത് അയാൾ പെട്ടെന്ന് ഉണർന്നു. ഉറക്കത്തിൽ മുകളിലത്തെ മുറിയിൽ നിന്ന് എന്തോ ചില ശബ്ദങ്ങൾ അയാൾ കേട്ടിരുന്നു. അയാൾ ചെവി കൂർപ്പിച്ചു. മുകളിലത്തെ മുറിയിൽ ആരോ നടക്കുന്നതിന്റെ ശബ്ദം കേൾക്കുന്നതുപോലെ തോന്നി. അയാൾ കൂടുതൽ ശ്രദ്ധിച്ചു കേൾക്കാൻ ശ്രമിച്ചു. മദലിയെന്റെ കാലൊച്ച അയാൾ തിരിച്ചറിഞ്ഞു. അയാൾക്ക് അത് വളരെ വിചിത്രമായി തോന്നി. സാധാരണ മദലിയെൻ ഉണരുന്നതിനുമുമ്പ് ആ മുറിയിൽനിന്ന് ഒരു ശബ്ദവും പുറത്തു കേൾക്കാറില്ല. അൽപ്പസമയത്തിനുശേഷം ഒരു അലമാര തുറക്കുന്നതിന്റേയും പിന്നീട് അടയ്ക്കുന്നതിന്റേയും ശബ്ദം അയാൾ കേട്ടു. അതിനു ശേഷം ഒരു കസേരയോ മറ്റോ നീക്കിയിടുന്നതിന്റെ ശബ്ദം അയാൾക്ക് കേൾക്കാൻ കഴിഞ്ഞു. അതുകഴിഞ്ഞ് കുറച്ചുസമയത്തേക്ക് ഒരു ശബ്ദവും കേൾക്കാനില്ല. വീണ്ടും കാലൊച്ച ആരംഭിച്ചു. കാഷ്യർ കിടക്കയിൽ എഴുന്നേറ്റിരുന്നു. അയാളുടെ ഉറക്കം പോയി. അയാൾ ജനൽപ്പാളിയിലൂടെ പുറത്തേക്ക് നോക്കി.

എതിർവശത്തെ മതിലിൽ ഒരു ജനാലയുടെ ചുവന്ന പ്രതിഫലനം അയാൾ കണ്ടു. വെളിച്ചം വരുന്ന ലക്ഷ്യംവെച്ച് നോക്കിയാൽ അത് മദലിയെന്റെ മുറിയുടെ ജനാലതന്നെ ആയിരുന്നു. ആളിക്കത്തുന്ന തീനാളങ്ങളുടെ നൃത്തത്തിനൊത്ത്

ജനാലയുടെ പ്രതിഫലനം വിറയ്ക്കുന്നതായി തോന്നി. കണ്ണാടിച്ചട്ടങ്ങളുടെ നിഴൽ ഭിത്തിയിൽ കാണാനില്ലായിരുന്നു. ജനാല മലർക്കെ തുറന്നിട്ടിട്ടുണ്ടാവണം. ഭയങ്കര തണുപ്പിലും മേയർ ജനാല തുറന്നിട്ടിരിക്കുന്നതിൽ അയാൾക്ക് അത്ഭുതം തോന്നി. പിന്നീട് കാഷ്യർ ഉറങ്ങിപ്പോയി. അയാളുടെ മുറിക്കു മുകളിൽ പിന്നേയും നടക്കുന്നതിന്റെ ശബ്ദം കേൾക്കുന്നുണ്ടായിരുന്നു.

ജനാലയുടെ പ്രതിഫലനം മതിലിൽ ഇപ്പോഴും കാണാൻ കഴിയുന്നുണ്ട്. പക്ഷേ ഇപ്പോൾ ഒരു വിളക്കിന്റെയോ മെഴുകുതിരിയുടെയോ വെളിച്ചത്തിൽ പ്രതിഫലിക്കുന്നതുപോലെ അത് മങ്ങിപ്പോയിരുന്നു. ജനാല അപ്പോഴും തുറന്നുകിടക്കുകയായിരുന്നു.

നമുക്ക് മൊസ്യു മദലിയെന്റെ മുറിയിൽ എന്താണ് നടന്നിരുന്നതെന്ന് നോക്കാം.

3. തലച്ചോറിൽ ഒരു കൊടുങ്കാറ്റ്

മൊസ്യു മദലിയെൻ ഴാങ് വാൽഴാങ് അല്ലാതെ മറ്റാരുമല്ലെന്ന് വായനക്കാരന് വ്യക്തമായി ഊഹിക്കാൻ ഇതിനോടകം കഴിഞ്ഞിരിക്കുന്നു.

അയാളുടെ മനഃസാക്ഷിയുടെ ആഴങ്ങളിലേക്ക് ഞങ്ങൾ ഊളിയിട്ട് കഴിഞ്ഞു. പക്ഷേ വീണ്ടും അത് ഒന്നുകൂടി പരിശോധിക്കേണ്ട സമയം ആയിരിക്കുന്നു. വികാരമോ വിറയലോ കൂടാതെയല്ല ഞങ്ങൾ ഇത് ചെയ്യുന്നത്. ഇത്തരം പര്യാലോചനകളേക്കാൾ ഭയങ്കരമായ യാതൊന്നും ഈ ലോകത്തില്ല. ഒരു മനുഷ്യന്റെ മനസിനേക്കാൾ തിളക്കമുള്ളതും ഇരുട്ടുമൂടിയതുമായ മറ്റൊന്നും തന്നെ എവിടെയും കണ്ടെത്താൻ കഴിയില്ല. അതിലും ഭയങ്കരമായ ഒന്നിലും നമുക്ക് മനസുറപ്പിക്കാൻ ഇല്ല. അത് അത്രകണ്ട് സങ്കീർണവും നിഗൂഢവും അനന്തവുമാണ്. കടലിനേക്കാൾ അത്ഭുതകരമായ ഒരു കാഴ്ച ഒന്നേയുള്ളൂ. ആകാശം. ആകാശത്തേക്കാൾ അത്ഭുതകരമായ ഒരു കാഴ്ചയുണ്ട്. അത് മനസിന്റെ ഉള്ളറകളാണ്.

ലോകത്തിലെ ഏറ്റവും അപ്രശസ്തനായ മനുഷ്യന്റെ മനഃസാക്ഷിയെപ്പറ്റി എഴുതുന്ന കവിതപോലും, സത്യത്തിൽ എല്ലാ ഇതിഹാസങ്ങളും ഗഹനമായി സ്വാംശീകരിച്ച് എഴുതുന്ന മഹാകാവ്യത്തേക്കാൾ ഉൽക്കൃഷ്ടവും സത്യസന്ധവുമായ ഒരു ഇതിഹാസം ആയിരിക്കും. സാങ്കൽപ്പികമായ ഭീകരരൂപികളുടെ കോലാഹലമാണ് മനസ്സ്. അമിതമോഹങ്ങളുടെയും പ്രലോഭനങ്ങളുടെയും കാമദാഹങ്ങളുടെയും ഇരുണ്ട ആസ്ഥാനമാണ് മനുഷ്യമനസ്സ്. അത് സ്വപ്നങ്ങളുടെ തീച്ചൂളയാണ്. നാണംകെട്ട ആശയങ്ങളുടെ ഗുഹ. കള്ള ന്യായങ്ങളുടെ സമ്മേളനസ്ഥലം. വികാരങ്ങളുടെ യുദ്ധപ്പറമ്പ്. ചിന്തയിൽ മുഴുകി ഇരിക്കുന്ന ഒരു മനുഷ്യന്റെ ഇരുണ്ട മുഖത്തിലൂടെ തുളച്ചുകയറി അവന്റെ മനസിന്റെ ആഴങ്ങളിൽ മറഞ്ഞിരിക്കുന്ന ഇരുട്ടിലേക്ക് നോക്കണം. പുറമേ കാണുന്ന നിശ്ശബ്ദതയുടെ അടിത്തട്ടിൽ ഹോമറിന്റെ കവിതയിലെപോലെ അതികായകന്മാരുടെ പോരാട്ടങ്ങൾ അനേകം തലകളുള്ള ജലസർപ്പങ്ങളും തീ തുപ്പുന്ന വിചിത്ര വ്യാളികളും തമ്മിൽ ഉന്തും തള്ളും നടക്കുന്നുണ്ടാകും. മായാരൂപങ്ങളുടെ നിഴലുകൾ ഉണ്ടാകും. ദാന്തെ കണ്ടെത്തിയ പൈശാചികമായ ഇരുണ്ട വഴികൾ ഉണ്ടാകും. ഓരോ മനുഷ്യന്റെ ഉള്ളിലുള്ള അനന്തതയെ പൊതിയുന്ന ഈ ഇരുട്ട് എത്ര ഭയാനകമാണ്. അവിടെ അവൻ നിരാശയോടെ തന്റെ മനസിലെ

മോഹങ്ങളുടെ കണക്കെടുപ്പ് നടത്തുന്നു. ഈ ജീവിതത്തിലെ തന്റെ പ്രവൃത്തികളെ അവൻ അവിടെ വെച്ച് അളന്നു തിട്ടപ്പെടുത്തുന്നു.

ദാന്തെ ഒരിക്കൽ ദുഃശകുനം പോലുള്ള ഒരു കതകിനു മുന്നിൽ അറച്ചുനിന്നു. നമുക്ക് മുന്നിലും അതുപോലെ ഒരു കതക് ഉണ്ട്. അതിന്റെ പടിവാതിലിൽ നമ്മൾ അറച്ചുനിൽക്കുന്നു. കാത്തുനിൽക്കാതെ നമുക്ക് അകത്തു കടക്കാം.

വായനക്കാർക്ക് അറിവുള്ള കാര്യങ്ങളെ പറ്റി കൂടുതൽ വിശദീകരിക്കുന്നില്ല. ഴെർവെയ് എന്ന പയ്യനുമായുള്ള ഇടപാടിനുശേഷം ഴാങ് വാൽഴാങ്ങിന് സംഭവിച്ചതെല്ലാം നമുക്ക് അറിവുണ്ട്.അയാൾ മറ്റൊരു മനുഷ്യനായത് നമ്മൾ കണ്ടുകഴിഞ്ഞു. അയാൾക്ക് വരേണ്ട മാറ്റത്തെപ്പറ്റി ബിഷപ്പ് ചിന്തിച്ചിരുന്ന രീതിയിലേക്കു തന്നെ അയാൾ മാറി. അത് ഒരു വെറും മാറ്റം ആയിരുന്നില്ല. തേജസുറ്റ ഒരു രൂപാന്തരം തന്നെ ആയിരുന്നു.

കാഴ്ചയിൽനിന്ന് അയാൾ മറഞ്ഞു. ബിഷപ്പിന്റെ വെള്ളിപ്പാത്രങ്ങൾ അയാൾ വിറ്റു. മെഴുകുതിരിക്കാലുകൾ മാത്രം ഒരു സ്മാരകംപോലെ അയാൾ സൂക്ഷിച്ചുവെച്ചു. ഫ്രാൻസിലെ നഗരങ്ങൾ തോറും അയാൾ സഞ്ചരിച്ചു. അങ്ങനെ അയാൾ എം പട്ടണത്തിലുമെത്തി. അവിടെ അയാൾ ഞങ്ങൾ പറഞ്ഞ ആശയങ്ങൾ പ്രാവർത്തികമാക്കി. എത്തിപ്പിടിക്കാൻ കഴിയാത്ത ഉയരങ്ങൾ അയാൾ കീഴടക്കി. അങ്ങനെ എം പട്ടണത്തിൽ അയാൾ വേരുറപ്പിച്ചു. കഴിഞ്ഞകാലത്തെ ദുഃഖങ്ങൾ മറന്ന് അയാൾ സന്തോഷിച്ചു. സമാധാനത്തോടെ, ആത്മവിശ്വാസത്തോടെ, പ്രതീക്ഷയോടെ അയാൾ ജീവിച്ചു. എങ്കിലും രണ്ടു കാര്യങ്ങൾ അയാൾ ശ്രദ്ധിച്ചിരുന്നു. അയാളുടെ പേര് അയാൾ മറച്ചുവച്ചു. പരിപാവനമായ ജീവിതം നയിക്കണമെന്ന മോഹവും അയാൾ പുറത്ത് അറിയിച്ചില്ല. മനുഷ്യരിൽനിന്നും അകന്ന് ദൈവത്തിലേക്ക് തിരിച്ചുപോകാൻ അയാൾ ആഗ്രഹിച്ചിരുന്നു.

ഈ രണ്ടു ചിന്തകളും അയാളുടെ മനസിൽ കൂടിക്കുഴഞ്ഞിട്ടുണ്ടായിരുന്നു. അതു രണ്ടും ഒരേ ചിന്തയാണെന്നുപോലും തോന്നിത്തുടങ്ങി. അയാളുടെ ഏതു പ്രവൃത്തിയേയും ഭരിച്ചിരുന്നത് ഈ ചിന്തകളായിരുന്നു. അയാളുടെ സാധാരണ ജീവിതചര്യകളിൽ ഇവ രണ്ടും യോജിച്ചുപോയി. ജീവിതത്തിന്റെ ഇരുണ്ട വള്ളങ്ങളിലേക്ക് മനസുതിരിയാൻ അവ കാരണമായി. അവ അയാളെ പരോപകാരിയും ശുദ്ധനുമാക്കി. ചില സമയം ഈ ചിന്തകൾ തമ്മിൽ ഉരസലുകൾ നടന്നു. അപ്പോഴൊക്കെ എം പട്ടണത്തിൽ മൊസ്യു മദലിയെൻ എന്ന് അറിയപ്പെട്ടിരുന്ന അയാൾ താൻ ആഗ്രഹിച്ച പരിപാവനമായ ജീവിതത്തിനു വേണ്ടി അയാളുടെ യഥാർഥ പേര് വെളിപ്പെടുത്താൻ മടിച്ചു. അയാളുടെ നന്മയ്ക്കു പകരം അയാളുടെ സുരക്ഷിതത്വം അയാൾ വേണ്ടന്ന് വെച്ചില്ല. ഈ മുൻകരുതലുകൾ ഉണ്ടായിട്ടും ബിഷപ്പിന്റെ മെഴുകുതിരിക്കാലുകൾ അയാൾ സൂക്ഷിച്ചുവെച്ചു. അദ്ദേഹം മരിച്ചപ്പോൾ ദുഃഖാചരണം നടത്തി. പുകക്കുഴലുകൾ വൃത്തിയാക്കാൻ വേണ്ടി അലഞ്ഞുതിരിയുന്ന ചെറുപ്പക്കാരെ വിളിച്ചുവരുത്തി ചോദ്യംചെയ്തു. ഫെവറോളയിലെ കുടുംബങ്ങളെ പറ്റിയുള്ള വിവരങ്ങൾ ശേഖരിച്ചു. ഴാവേറിന്റെ നിശ്ശബ്ദ ദുഃഖസൂചനകൾ ഉണ്ടായിട്ടും ഫൂഷൽവാങ്ങിന്റെ ജീവൻ അയാൾ രക്ഷപ്പെടുത്തി. ബുദ്ധിയും വിശുദ്ധിയും നീതിബോ

ധവുമുള്ള ഏതൊരുവനേയും പോലെ തന്റെ ചുമതലകൾ മറ്റുള്ളവരോടാണെന്ന് അയാളും വിശ്വസിച്ചിരുന്നതായി തോന്നി.

ഈ പറഞ്ഞ എല്ലാ സന്ദർഭങ്ങളേക്കാളും പ്രയാസമേറിയ ഒരു അവസരമാണ് അയാൾ ഇപ്പോൾ അഭിമുഖീകരിക്കുന്നത്.

ഭാഗ്യദോഷിയായ ആ മനുഷ്യനെ ഭരിച്ചുകൊണ്ടിരുന്ന രണ്ടു ചിന്തകളും തമ്മിൽ ഇത്രയും കടുത്ത ഒരു മത്സരം ഉണ്ടായിട്ടല്ല. ഴാവേർ അയാളുടെ ഓഫീസിൽ വന്ന് സംസാരം തുടങ്ങിയപ്പോൾ തന്നെ അയാൾക്ക് അത് വ്യക്തമായിരുന്നു. അയാൾ വളരെ ആഴത്തിൽ പുതച്ചുവച്ചിരുന്ന ആ പേര് ഒട്ടും പ്രതീക്ഷിക്കാത്ത സമയത്ത് ഴാവേറിന്റെ നാക്കിൽനിന്ന് പുറത്തു വന്ന നിമിഷത്തിൽ അക്ഷരാർഥത്തിൽതന്നെ അയാൾ ബോധംകെട്ടുപോയിരുന്നു. അയാളുടെ വിധിയുടെ പൈശാചികമായ അവലക്ഷണത്തിന്റെ ലഹരിയിൽ വലിയ ഭൂമികുലുക്കത്തിനു മുന്നോടിയായ ചെറിയ ഭൂചലനങ്ങൾ അയാൾ തിരിച്ചറിഞ്ഞു. കൊടുങ്കാറ്റിൽ വളയുന്ന ഒരു ഓക്കു മരംപോലെ അയാൾ വളഞ്ഞു. ശത്രുസൈന്യത്തിന്റെ ആക്രമണം തൊട്ടുമുന്നിൽ കണ്ട ഒരു പട്ടാളക്കാരനെപ്പോലെ അയാൾ ഞെട്ടി. തലയ്ക്കുള്ളിൽ ഇടിയും മിന്നലുമായി കാർമേഘങ്ങൾ അടിഞ്ഞുകൂടുന്നത് അയാൾ അറിഞ്ഞു. ഴാവേർ പറയുന്നതു കേട്ടപ്പോൾ അവിടെ നിന്നും ഇറങ്ങി ഓടാനാണ് അയാൾക്ക് തോന്നിയത് . ഷാങ് മാത്തിയോയെ ജയിലിനുള്ളിൽനിന്നും പുറത്തിറക്കി പകരം താൻ ആരാണെന്ന കാര്യം വെളിപ്പെടുത്തി ജയിലിൽ പോകാനായിരുന്നു അയാൾ ആദ്യം ചിന്തിച്ചത്. ആ ചിന്ത അയാളെ സംബന്ധിച്ചിടത്തോളം ജീവനുള്ള മാംസത്തിൽ കത്തി തുളഞ്ഞിറങ്ങുന്നതിനു തുല്യമായ വേദനയായിരുന്നു. അയാൾ സ്വയം പറഞ്ഞു. "വരട്ടെ, നമുക്ക് നോക്കാം. ആദ്യം മനസിൽ തോന്നിയ ഔദാര്യം നിറഞ്ഞ ഉൾപ്രേരണയെ അയാൾ അടക്കിനിർത്തി. അത്തരം ഒരു സാഹസികതയിൽനിന്ന് അയാൾ സ്വയം പിൻമാറി. ബിഷപ്പിന്റെ ദിവ്യമായ വാക്കുകൾ സൃഷ്ടിച്ച പശ്ചാതാപത്തിനും ആത്മത്യാഗത്തിനും ശേഷം ഭയാനകമായ ഈ ചുറ്റുപാടിൽ കാലിടറാതെ, ആഴങ്ങളിൽ സ്വർഗം പതിയിരിക്കുന്ന വിശാലമായ ആ കുഴിയിലേക്ക് സ്വസ്ഥമായ ചുവടുകൾ വെച്ച് അയാൾ നടന്നുചെന്നിരുന്നെങ്കിൽ നിശ്ചയമായും അത് മഹത്തായ ഒരു കർമം ആകുമായിരുന്നു. പക്ഷേ അങ്ങനെ സംഭവിച്ചില്ല. സ്വയം രക്ഷ നേടാനുള്ള വാസനയാണ് അയാളിൽ രൂപംകൊണ്ടത്. പെട്ടെന്ന് ആശയങ്ങൾ അയാൾ മനസിൽ സ്വരൂപിച്ചു. സ്വന്തം വികാരങ്ങളെ അയാൾ ഞെക്കിക്കൊന്നു. ഴാവേർ മുറിയിലുള്ള കാര്യം അയാൾ ആലോചിച്ചു. തൊട്ടുമുന്നിൽ എത്തിയ അപകടം സംബന്ധിച്ചുള്ള തീരുമാനം ഭയത്തിന്റെ പിൻബലത്തോടെ അയാൾ കുറച്ചുകാലത്തേക്ക് മാറ്റിവെച്ചു. താൻ വേട്ടയാടപ്പെടാൻ പോകുന്ന കാലത്തെ പറ്റിയുള്ള ചിന്തകൾ ഒന്നൊഴിയാതെ അയാൾ മനസിൽനിന്ന് എടുത്തുമാറ്റി. അഴിച്ചുവെച്ച പടച്ചട്ട വീണ്ടും എടുത്തണിയുന്ന ഒരു യോദ്ധാവിന്റെ ആത്മവിശ്വാസം അയാൾക്കു തോന്നി.

അന്നു മുഴുവൻ അയാൾ ഈ അവസ്ഥയിലായിരുന്നു. ഉള്ളിൽ കൊടുങ്കാറ്റ് വീശിക്കൊണ്ടിരുന്നു. പുറമേ എല്ലാം ശാന്തം. അയാൾ ചില മുൻകരുതലുകൾ നടത്തി. തലയ്ക്കുള്ളിൽ എല്ലാം കുഴഞ്ഞുമറിഞ്ഞുകിടന്നു. അതിൽനിന്നും പ്രാവർത്തികമാക്കാവുന്ന ആശയങ്ങൾ ഒന്നും പുറത്തുവന്നില്ല. "ഒരടികിട്ടി" എന്നതിൽ കവിഞ്ഞ് അയാൾക്കുതന്നെ അയാളെപ്പറ്റി മറ്റൊന്നും പറയാൻ

കഴിയാത്ത അവസ്ഥയായിരുന്നു. പതിവുപോലെ അയാൾ ഫന്തീനിനെ കാണാൻ പോയി. അവളോടുള്ള ദയ കാരണം അയാൾ കൂടുതൽ സമയം അവളുടെ അടുത്ത് ചെലവാക്കി. അങ്ങനെ വേണമെന്ന് അയാൾ സ്വയം തീരുമാനം എടുത്തിരുന്നു. ആറായിലേക്ക് പോകേണ്ടിവരുമെന്നുള്ള അവ്യക്തമായ ഒരു തോന്നൽ അയാൾക്ക് ഉണ്ടായിരുന്നു. യാത്രയെപ്പറ്റി തീരുമാനമൊന്നും അയാൾ എടുത്തിരുന്നില്ല. സംഭവിക്കാവുന്ന കാര്യങ്ങൾക്ക് സാക്ഷിയാകുന്നതിൽ വിഷമിക്കേണ്ട കാര്യമില്ലെന്ന് അയാൾ സ്വയം പറഞ്ഞു. പിന്നീടാണ് അയാൾ സ്കോഫ്ലേറുടെ വണ്ടി ഇടപാടുചെയ്തത്. ഒരു അത്യാവശ്യം വന്നാൽ അതു പ്രയോജനപ്പെടുത്താം എന്നായിരുന്നു അയാളുടെ ഉദ്ദേശ്യം.

നല്ല വിശപ്പു തോന്നിയതുകൊണ്ട് അയാൾ നന്നായി ഭക്ഷണം കഴിച്ചു. മുറിയിൽ തിരിച്ചെത്തിയപ്പോൾ അയാൾ വീണ്ടും ആലോചന തുടങ്ങി. പുതിയ സാഹചര്യം അയാൾ പരിശോധിച്ചു. ഇതുപോലെ ഒരു സാഹചര്യം ഒരിക്കൽപ്പോലും ഉണ്ടായിട്ടില്ലെന്ന് അയാൾക്ക് ഉറപ്പായിരുന്നു. അയാളുടെ സങ്കൽപ്പങ്ങളിൽ പോലും ഇത്തരത്തിലൊരു ചുറ്റുപാട് അയാൾക്ക് ഓർമയില്ല. വിശദീകരിക്കാൻ കഴിയാത്ത ഉൽക്കണ്ഠയുടെ ഏതോ അപരിചിതമായ തോന്നലിന് അടിമപ്പെട്ട് അയാൾ പെട്ടെന്ന് കസേരയിൽനിന്ന് എഴുന്നേറ്റ് കതക് സാക്ഷയിട്ടു. മുറിക്കുള്ളിലേക്ക് എന്തോ കടന്നുവരുമെന്ന് അയാൾക്ക് ഭയം തോന്നി. എല്ലാ സംഭാവ്യതകൾക്കും എതിരെ താൽക്കാലിക തടസങ്ങൾ സൃഷ്ടിച്ച് സ്വയം സംരക്ഷിക്കാനുള്ള ശ്രമമായി ഇതിനെ കണക്കാക്കാം. ഒരുനിമിഷത്തിനു ശേഷം അയാൾ വിളക്കണച്ചു. അത് അയാളെ കൂടുതൽ അസ്വസ്ഥനാക്കി.

ആരോ തന്നെ ശ്രദ്ധിക്കുന്നതായി അയാൾക്ക് തോന്നി. ആരാണ് അയാളെ ശ്രദ്ധിക്കുന്നത്?

കഷ്ടം! അയാൾ എന്തിനെയാണോ പുറത്തുനിർത്താൻ ആഗ്രഹിച്ചത് അത് അകത്തു പ്രവേശിച്ചു കഴിഞ്ഞിരുന്നു. അയാൾ മോഹിച്ചത് എന്തിന്റെ കാഴ്ച നശിച്ചുപോകണമെന്നാണോ, അതേ കാര്യം കണ്ണെടുക്കാതെ തന്റെ മുഖത്തേക്ക് നോക്കിക്കൊണ്ടു നിൽക്കുന്നത് അയാൾ കണ്ടു. അയാളുടെ മനഃസാക്ഷി.

അയാളുടെ മനഃസാക്ഷി; വേണമെങ്കിൽ ദൈവം എന്നും പറയാം.

തുടക്കത്തിൽ അയാൾ പരിഭ്രമിച്ചു. പിന്നീട് അയാൾക്ക് ഏകാന്തതയിൽ താൻ സുരക്ഷിതനാണെന്ന തോന്നൽ ഉണ്ടായി. സാക്ഷ ഇട്ടുകഴിഞ്ഞപ്പോൾ തന്നെ ആർക്കും കാണാൻ കഴിയില്ലെന്ന് അയാൾ സ്വയം വിശ്വസിച്ചു. പിന്നീട് അയാളുടെ ചുമതല അയാൾ സ്വയം ഏറ്റെടുത്തു. അയാൾ മേശയുടെ പുറത്ത് കൈകുത്തി താടിക്കു കൈകൊടുത്ത് അനങ്ങാതെ ഇരുന്നു. ഇരുട്ടിൽ അയാളുടെ ചിന്തകൾ കാടുകയറി.

“ഞാൻ എവിടെയാണ്? ഞാൻ സ്വപ്നത്തിലാണോ? ഞാൻ കേട്ടത് എന്താണ്? ഴാവേറിനെ ഞാൻ കണ്ടത് സത്യമാണോ? ഷാങ് മാത്തിയോ ആരായിരിക്കും.? അയാൾക്ക് എന്റെ ഛായ ഉണ്ടോ? അങ്ങനെ സംഭവിക്കാൻ ഇടയുണ്ടോ? ഇന്നലെ ഞാൻ എന്തുമാത്രം സ്വസ്ഥനായിരുന്നു. ഇന്നലെ ഞാൻ ഒന്നും സംശയിച്ചിരുന്നില്ല. ഞാൻ ഇന്നലെ ഈ സമയത്ത് എന്തുചെയ്യുകയായിരുന്നു? ഈ കാര്യത്തിൽ എന്താണ് സംഭവിക്കാൻ പോകുന്നത്? എങ്ങനെയാണ് ഇത് അവസാനിപ്പിക്കാൻ പോകുന്നത്? എന്താണ് ഇതിൽ ചെയ്യാൻ കഴിയുന്നത്?

ഇത്തരം പീഡനങ്ങളിലൂടെ അയാൾ സഞ്ചാരം തുടർന്നു. ആശയങ്ങൾ ഉറപ്പിച്ചുനിർത്താനുള്ള കഴിവ് അയാളുടെ തലച്ചോറിന് നഷ്ടമായി. ആശയങ്ങൾ തിരമാലകൾ പോലെ ഒന്നൊന്നായി ഒഴുകിമാറിക്കൊണ്ടിരുന്നു. അവയെ പിടിച്ചുനിർത്താൻ വേണ്ടി രണ്ടു കൈകളും അയാൾ ബലമായി നെറ്റിയിൽ അമർത്തി.

അയാളുടെ ബുദ്ധിയെയും ചിന്തയെയും കീഴ്പ്പെടുത്തിയ ഈ ആരവങ്ങൾക്കിടയിൽനിന്നും ഉറപ്പായ ഒരു തീരുമാനം വരച്ചെടുക്കാൻ അയാൾ ശ്രമിച്ചുകൊണ്ടിരുന്നു. പക്ഷേ തീവ്രമായ മനോവേദനയല്ലാതെ മറ്റൊന്നും വ്യക്തമായി പുറത്തുവന്നില്ല.

അയാളുടെ തലച്ചോറ് എരിഞ്ഞുകൊണ്ടിരുന്നു. ജനാലയുടെ അടുത്തെത്തി അയാൾ അത് മലർക്കെ തുറന്നു. ആകാശത്ത് ഒരു നക്ഷത്രംപോലും തെളിഞ്ഞിട്ടില്ല. അയാൾ തിരിച്ചുവന്ന് വീണ്ടും മേശയ്ക്കരികിൽ വീണ്ടും ഇരുന്നു.

പതുക്കെ പതുക്കെ അയാളുടെ മനസിൽ മങ്ങിയ രേഖകൾ പ്രത്യക്ഷപ്പെട്ടു തുടങ്ങി. പിന്നീട് അവയ്ക്ക് ഒരു രൂപം വന്നു. അയാളുടെ അവസ്ഥയുടെ പൂർണ രൂപം വ്യക്തമായില്ലെങ്കിലും കുറച്ചു വിശദാംശങ്ങൾ കൃത്യമായി അയാൾക്ക് മനസിലാക്കാൻ കഴിഞ്ഞു.

മനസിലാക്കാൻ കഴിഞ്ഞ കാര്യങ്ങൾ അയാൾ തിരിച്ചറിയാൻ തുടങ്ങി. അസാധാരണമായ ചുറ്റുപാടിനെ അയാൾ പൂർണമായും തന്റെ കൈപ്പിടിയിൽ ഒതുക്കി.

അയാൾക്കേറ്റ ആഘാതത്തിന്റെ ആഴം കൂടിക്കൊണ്ടിരുന്നു.

ഇന്നുവരെ അയാൾ ചെയ്തുകൊണ്ടിരുന്ന ഗൗരവാവഹവും ദൈവീകവുമായ കാര്യങ്ങൾ സ്വന്തം പേരു കുഴിച്ചുമൂടാനുള്ള ആഴത്തിലുള്ള ഒരു കുഴി തോണ്ടൽ മാത്രമായി അവശേഷിച്ചു. അയാൾ ഏറ്റവും അധികം ഭയന്നിരുന്നത് ഈ കാര്യം തന്നെ ആയിരുന്നു. ഉറക്കമില്ലാത്ത രാത്രികളിൽ സ്വയം സംവാദത്തിൽ ഏർപ്പെടുമ്പോൾ ആ പേര് ആരെങ്കിലും ഉച്ചരിക്കുന്നതിനെപ്പറ്റി അയാൾ ആലോചിക്കും. അയാളെ സംബന്ധിച്ചിടത്തോളം അതോടെ എല്ലാം അവസാനിച്ചു. ആ പേര് വീണ്ടും പ്രത്യക്ഷപ്പെടുന്ന ദിവസം അയാളുടെ പുതിയ ജീവിതം അപ്രത്യക്ഷമാകുമെന്ന് അയാൾക്ക് തോന്നിയിരുന്നു. ഒരുപക്ഷേ അതോടെ അയാളിൽനിന്ന് അയാളുടെ പുതിയ ആത്മാവും അപ്രത്യക്ഷമാകില്ലെന്ന് ആര് കണ്ടു? അങ്ങനെ സംഭവിച്ചേക്കാമെന്ന് ആലോചിക്കുമ്പോൾ തന്നെ അയാൾ ഞെട്ടിവിറച്ചു. ഴാങ് വാൽഴാങ്ങെന്ന അറപ്പുതോന്നുന്ന ആ പഴയ പേര് തന്റെ ചെവിയിൽ എന്നെങ്കിലും മുഴങ്ങുമെന്ന് ആരെങ്കിലും തന്നോട് പറഞ്ഞിരുന്നെങ്കിൽ, ഇരുട്ടിൽനിന്ന് ആ പേര് ഉയിർത്തെഴുന്നേറ്റ് വന്ന് അയാളുടെ മുന്നിൽ നിൽക്കുമായിരുന്നു. അയാൾ സ്വയം ഒളിച്ചിരിക്കുന്ന നിഗൂഢതയെ തകർത്തുകളയാൻ തീരുമാനമെടുത്തു വന്ന ആ തിളക്കം അയാളുടെ തലയിലേക്ക് ഇടിത്തീപോലെ വന്ന് വീഴും. പക്ഷേ ആ പേരിന് അയാളെ ഭീഷണിപ്പെടുത്താൻ കഴിയില്ല. ആ തിളക്കത്തിന് അയാളുടെ ചുറ്റുമുള്ള ഇരുട്ടിനെ കൂരിരുട്ടാക്കാൻ മാത്രമേ കഴിയുകയുള്ളൂ. ഈ മൂടുപടം പിച്ചിച്ചീന്തിയാൽ അയാളുടെ നിഗൂഢത വർധിക്കും. ഈ ഭൂമികുലുക്കത്തിലൂടെ അയാളുടെ കൊട്ടാരം കൂടുതൽ ഉറയ്ക്കും. അത്ഭുതകരമായ ഈ സംഭവത്തിന് മറ്റൊരു ഫലവും ഉണ്ടാകില്ല. അയാൾക്കു മാത്രം അത് ഒരു നല്ല കാര്യമാണെന്ന തോന്നൽ

ഉണ്ടാകും. അയാളുടെ നിലനിൽപ്പിന് അതോടെ കൂടുതൽ ശോഭയും ശക്തിയും ലഭിക്കും. ഴാങ് വാൽഴാങ്ങിന്റെ മിഥ്യാരൂപവുമായുള്ള ഏറ്റുമുട്ടലിൽനിന്ന് കൂടുതൽ ബഹുമാന്യനും സമാധാനപ്രിയനും നല്ലവനും യോഗ്യനുമായ മദലിയെൻ ഉയർന്നുവരും. ആരെങ്കിലും ആ പേര് സൂചിപ്പിച്ചിരുന്നുവെങ്കിൽ വിവരക്കേടെന്നു പറഞ്ഞ് അയാൾ അത് തള്ളിക്കളയുമായിരുന്നു. പക്ഷേ ഒരിക്കലും നടക്കില്ലെന്നു കരുതിയ കാര്യം ഇപ്പോൾ നടന്നിരിക്കുന്നു. അസംബന്ധങ്ങളെല്ലാം സത്യങ്ങളായി മാറാൻ ദൈവം അനുവദിച്ചു കഴിഞ്ഞു.

അയാളുടെ അവസ്ഥ അയാൾക്ക് കൂടുതൽ കൂടുതൽ വ്യക്തമായിക്കൊണ്ടിരുന്നു.

വിചിത്രമായ ഒരു മയക്കത്തിൽനിന്ന് ഉണരുകയാണെന്ന തോന്നലിന് അയാൾ അടിമപ്പെട്ടു. കുത്തനെയുള്ള ഒരു ഇറക്കത്തിലൂടെ രാത്രിയിൽ താൻ ഒറ്റയ്ക്ക് തെന്നിയിറങ്ങുന്നു. അഗാധമായ ഒരു കുഴിയുടെ വക്കിലേക്കാണ് അയാൾ സഞ്ചരിക്കുന്നത്. കുത്തനെയുള്ള ഇറക്കത്തിൽ എങ്ങനെയെങ്കിലും പിടിച്ചുനിൽക്കാനായി അയാൾ കിണഞ്ഞു ശ്രമിക്കുന്നുണ്ട്. പക്ഷേ അതിന് അയാൾക്ക് കഴിയുന്നില്ല. അയാൾ വിറച്ചു. വിധി അയാളാണെന്ന് തെറ്റിദ്ധരിച്ച മറ്റൊരു മനുഷ്യൻ ആ കുഴിയുടെ വക്കത്തായി ഇരുട്ടിൽ നിൽക്കുന്നത് അയാൾക്ക് വ്യക്തമായി കാണാൻ കഴിയുന്നു. അയാൾക്ക് പകരം ആരോ ആ മനുഷ്യനെ കുഴിയിലേക്ക് തള്ളിയിടും. കുഴി അടയുന്നതിനു മുമ്പ് ആരെങ്കിലും അതിൽ വീണിരിക്കണം. ഒന്നുകിൽ അയാൾ വീഴണം അല്ലെങ്കിൽ മറ്റേയാൾ.

അയാൾക്ക് കാര്യങ്ങൾ അതിന്റെ വഴിക്ക് നടക്കട്ടെ എന്ന് വിചാരിച്ചാൽ മതി.

എല്ലാം വ്യക്തമാകുന്നു. അയാൾക്ക് എല്ലാം മനസിലായി. തണ്ടുവലി ശിക്ഷ അനുഭവിക്കുന്നവർക്കിടയിൽ അയാൾക്കുള്ള സ്ഥലം ഒഴിഞ്ഞുകിടക്കുന്നു. എല്ലാക്കാലത്തും ആ സ്ഥലം അയാളെ പ്രതീക്ഷിച്ചിരുന്നു. ഴെർവെയുടെ കയ്യിൽനിന്നും നാൽപ്പതു സൂ തട്ടിയെടുത്തതിന് അയാൾ അവിടെ എത്തണം. അതു വിധിയാണ്. അനിവാര്യമായ വിധി. പിന്നീട് അയാൾ സ്വയം പറഞ്ഞു. ഷാങ് മാത്തിയോ എന്ന മനുഷ്യൻ ആ ദുഃഖിതരുടെ കൂടെ എനിക്കു പകരം തണ്ടുവലിക്കാൻ എത്തും. മദലിയെൻ സമൂഹത്തിൽത്തന്നെ ഉണ്ടാവും. ശവക്കുഴി മൂടുന്ന കല്ല് പിന്നീട് ഒരിക്കൽപ്പോലും ഇളക്കേണ്ട കാര്യം ഇല്ല. അതുപോലെ മനുഷ്യർ അപകീർത്തിയുടെ കല്ല് ഷാങ് മാത്തിയോയുടെ തലയിൽ കെട്ടിവയ്ക്കുന്നത് അയാൾ തടയുന്നില്ലെങ്കിൽ പിന്നീട് അയാൾക്ക് ഒന്നും ഭയപ്പെടാനില്ല.

ഒരു മനുഷ്യന്റെ ജീവിതത്തിൽ രണ്ടോ മൂന്നോ തവണമാത്രം അനുഭവപ്പെടാൻ ഇടയുള്ളൂ അനിർവചനീയമായ ചലനം അയാളുടെ മനസിൽ നടന്നു. മനസിനുള്ളിൽ അനിശ്ചിതാവസ്ഥയിലുള്ള മനഃസാക്ഷിയുടെ പ്രകമ്പനം അയാൾ അറിഞ്ഞു.

അയാൾ തിടുക്കത്തിൽ വീണ്ടും മെഴുകുതിരി കൊളുത്തി.

അയാൾ പറഞ്ഞു: "ഞാൻ എന്തിനാണ് ഭയക്കുന്നത്? ഈ കാര്യങ്ങൾ ഞാൻ എന്തിനാണ് ആലോചിക്കുന്നത്? ഞാൻ ഇപ്പോൾ സുരക്ഷിതനാണ്. മറ്റൊന്നും ചിന്തിക്കേണ്ട കാര്യമില്ല. കഴിഞ്ഞ കാലത്തിന് എന്റെ ജീവിതത്തിലേക്കു കടന്നുവരാൻ പകുതി തുറന്ന ഒരു കതകു മാത്രമാണ് ഉണ്ടായിരുന്നത്. ആ കതക് ഇപ്പോൾ ഇല്ല. അവിടം ഭിത്തികെട്ടി അടച്ചുകഴിഞ്ഞു. എന്നെ ഇത്രയും

കാലം ഉപദ്രവിച്ചുകൊണ്ടിരുന്ന ഴാവേർ സത്യം ഊഹിച്ച് കണ്ടെത്താനാണ് ശ്രമിച്ചുകൊണ്ടിരുന്നത്. എന്നെ പിൻതുടർന്ന ആ വേട്ടപ്പട്ടിക്ക് വഴിതെറ്റിപ്പോയിരിക്കുന്നു. അതിപ്പോൾ അമ്പരപ്പോടെ മറ്റാരെയോ പിൻതുടരുകയാണ്. അതിൽ അയാൾ സംതൃപ്തനാണ്. അയാൾ എന്നെ ശല്യപ്പെടുത്തില്ല. അയാളുടെ ഴാങ് വാൽഴാങ്ങിനെ അയാൾ മുറുകെ പിടിച്ചിട്ടുണ്ട്. ആർക്കറിയാം? ഒരുപക്ഷേ അയാൾ ഈ പട്ടണംതന്നെ വിട്ടുപോയേക്കും. എനിക്ക് ഇതിലൊന്നും യാതൊരു പങ്കും ഇല്ല. ഇതിനിടയിൽ എന്തു കാര്യമാണ് മോശമായിട്ടുള്ളത്? എന്നെ ബഹുമാനത്തോടെ കാണുന്നവർ ഒരുപക്ഷേ എനിക്ക് എന്തോ ആപത്ത് സംഭവിച്ചെന്ന് കരുതാൻ ഇടയുണ്ട്. ആർക്കെങ്കിലും എന്തെങ്കിലും ആപത്ത് സംഭവിച്ചാൽ അത് എങ്ങനെയാണ് എന്റെ കുറ്റമാകുന്നത്? ദൈവമാണ് ഇതിനെല്ലാം കാരണക്കാരൻ. ഇതാണ് അദ്ദേഹത്തിന്റെ ആഗ്രഹം എന്ന് തോന്നുന്നു. അദ്ദേഹത്തിന്റെ തീരുമാനം മാറ്റി മറ്റൊരു തീരുമാനം എടുക്കാൻ എനിക്ക് അവകാശം ഉണ്ടോ? ഞാൻ എന്തിനാണ് ഇപ്പോൾ ഇതൊക്കെ അന്വേഷിക്കുന്നത്? ഞാൻ എന്തിനാണ് ഇതിൽ ഇടപെടുന്നത്? ഒന്നും എന്നെ ബാധിക്കുന്ന കാര്യമല്ല. എനിക്ക് എന്തുകൊണ്ടാണ് തൃപ്തിക്കുറവ് തോന്നുന്നത്? എനിക്ക് അതുകൊണ്ട് എന്തു ലാഭം കിട്ടാനാണ്? വർഷങ്ങളായുള്ള എന്റെ ലക്ഷ്യം എന്റെ സുരക്ഷിതത്വമായിരുന്നു. എന്റെ സ്വപ്നം. ദൈവത്തോടുള്ള എന്റെ പ്രാർഥനയുടെ വിഷയവും അതുതന്നെയായിരുന്നു. എനിക്കതു ലഭിച്ചു. അത് ദൈവത്തിന്റെ ആഗ്രഹമാണ്. ദൈവത്തിന്റെ ആഗ്രഹത്തിനെതിരായി ഞാൻ ഒന്നും ചെയ്യാൻ പാടില്ല. ദൈവം എന്തിനാണ് ഇങ്ങനെ ആഗ്രഹിക്കുന്നത്? ഞാൻ തുടങ്ങിയ കാര്യങ്ങൾ തുടർന്നും ഞാൻ ചെയ്യട്ടെ എന്നാണ് അദ്ദേഹം ആഗ്രഹിക്കുന്നത്. ഞാൻ നന്മ ചെയ്യുന്നു, ഞാൻ കടന്നുപോന്ന കഷ്ടപ്പാടുകൾക്കും, ഞാൻ തിരിച്ചെത്തിയ നന്മയുടെ ലോകത്തിനും പകരമായി ഒരുപക്ഷേ ഒരുകാലത്ത് നന്മയുടെ മഹത്തായ ഉദാഹരണമായി ഞാൻ വാഴ്ത്തപ്പെട്ടേക്കാം. ഞാൻ എന്തുകൊണ്ടാണ് പുരോഹിതന്റെ അടുത്ത് കുമ്പസാരിക്കാൻ പോകാതിരുന്നതെന്ന് സത്യത്തിൽ എനിക്ക് അറിയില്ല. എനിക്ക് അദ്ദേഹത്തിന്റെ ഉപദേശം സ്വീകരിക്കാൻ കഴിയുമായിരുന്നു. അദ്ദേഹം നിശ്ചയമായും എന്നോട് ഇങ്ങനെ പറയുമെന്ന് ഉറപ്പാണ്. "ഈ കാര്യങ്ങളെല്ലാം തീരുമാനിക്കപ്പെട്ടുകഴിഞ്ഞതാണ്. നമുക്ക് ദൈവത്തിന്റെ തീരുമാനങ്ങളിൽ ഇടപെടേണ്ട."

അയാളുടെ മനഃസാക്ഷിയുടെ ആഴങ്ങളിൽ അയാളുടേതു മാത്രമായ ഒരു ഇരുട്ടറ ഉണ്ടായിരുന്നു. അതിനുള്ളിൽ നിന്നാണ് അയാൾ സംസാരിച്ചത്. അയാൾ കസേരയിൽനിന്ന് എഴുന്നേറ്റ് മുറിക്കുള്ളിൽ നടക്കാൻ തുടങ്ങി. അയാൾ സ്വയം പറഞ്ഞു: "നമുക്ക് ഇനിയും അതിനെപ്പറ്റി ആലോചിക്കണ്ട. തീരുമാനം എടുത്തുകഴിഞ്ഞു." പക്ഷേ അയാൾക്ക് അതിൽ സന്തോഷം തോന്നിയില്ല.

തിരമാലകൾക്ക് കരയിലേക്ക് തിരിച്ചുവരാതിരിക്കാൻ കഴിയില്ല. ആശയങ്ങൾ മനസിലേക്ക് വീണ്ടും തിരിച്ചെത്താതെ തടഞ്ഞുനിർത്താൻ അതിലും വിഷമമാണ്. ഒരു നാവികന് അതു വേലിയേറ്റം ആണെങ്കിൽ ഒരു കുറ്റവാളിക്ക് അതിനെ പശ്ചാത്താപം എന്നു വിളിക്കാം. ഈശ്വരൻ കടലിലെ വെള്ളം ഉയരാൻ കാരണമാകും. അതുപോലെ ആത്മാവിനെ ഉയരങ്ങളിലേക്ക് അദ്ദേഹംതന്നെ പിടിച്ചുയർത്തും.

അൽപ്പനിമിഷങ്ങൾക്കുശേഷം അയാൾക്ക് തന്റെ ഒറ്റയ്ക്കുള്ള സംസാരം തുടരാതിരിക്കാൻ കഴിഞ്ഞില്ല. സംസാരിക്കുന്ന ആളും കേൾവിക്കാരനും അയാൾതന്നെയാണ്. സംസാരിക്കരുത് എന്ന് വിചാരിച്ച കാര്യങ്ങൾ അയാൾ സംസാരിക്കും. കേൾക്കരുത് എന്നു വിചാരിച്ച കാര്യങ്ങൾ അയാൾ കേട്ടുകൊണ്ടിരിക്കും. രണ്ടായിരം വർഷങ്ങൾക്കു മുമ്പ് കുറ്റവാളിയാക്കപ്പെട്ട് മറ്റൊരുവനോട് "മുന്നോട്ട് നടക്കൂ" എന്നു പറയും. നിഗൂഢശക്തി അയാളോട് "ചിന്തിക്കൂ" എന്ന് പറയും. അയാൾ ആ നിഗൂഢശക്തിയെ അനുസരിക്കും.

കൂടുതൽ മുന്നോട്ടു പോകുന്നതിന് മുമ്പ് കാര്യങ്ങൾ പൂർണമായും മനസിലാക്കാൻ, ഒരു പ്രത്യേക നിരീക്ഷണത്തിന് നമ്മൾ കൂടുതൽ പ്രാമുഖ്യം നൽകേണ്ടത് ആത്യാവശ്യമാണ്.

നമ്മൾ നമ്മളോട് തന്നെ സംസാരിക്കും എന്ന് ഉറപ്പുള്ള കാര്യമാണ്. ഈ അനുഭവമില്ലാത്ത ചിന്തിക്കുന്ന ഒരു ജീവിപോലും ഈ ലോകത്ത് ഉണ്ടാകില്ല. ഒരുവന്റെ ഉള്ളിൽ കടന്ന്, ചിന്തയിൽനിന്ന് മനസിലാക്കും. തിരിച്ച് മനസിൽനിന്ന് ചിന്തയിലേക്കും സഞ്ചരിക്കുമ്പോഴാണ് ഒരു വാക്കിന്റെ നിഗൂഢത ഏറ്റവും കൂടുതൽ വെളിവാക്കപ്പെടുന്നത്. ഈ അധ്യായത്തിൽ ധാരാളം ഉപയോഗിച്ചിട്ടുള്ള "അയാൾ പറഞ്ഞു, അയാൾ ഉറക്കെപ്പറഞ്ഞു",തുടങ്ങിയ വാക്കുകൾ ഈ അർഥത്തിൽ വേണം മനസിലാക്കേണ്ടത്. നമ്മൾ നമ്മളോടുതന്നെ പറയുന്നു. നമ്മളോടുതന്നെ പ്രസംഗിക്കുന്നു. നമ്മളോട് തന്നെ പറയുന്നു. പക്ഷേ പുറത്തെ നിശ്ശബ്ദത ഒരുതരത്തിലും തകർക്കപ്പെടുന്നില്ല. നമ്മുടെ ഉള്ളിൽ വലിയ ബഹളം നടക്കുന്നു. നമ്മുടെ ഉള്ളുമുഴുവൻ സംസാരമാണ്. നാക്കുമാത്രമാണ് അതിൽനിന്ന് ഒഴിഞ്ഞുനിൽക്കുന്നത്. ആത്മാവിന്റെ സത്യങ്ങൾ കാണാനും തൊട്ടറിയാനും കഴിയില്ലെങ്കിലും അവ സത്യങ്ങളല്ലാതാവുന്നില്ല.

അപ്പോൾ താൻ എവിടെയാണ് എത്തിനിൽക്കുന്നതെന്ന് അയാൾ സ്വയം ചോദിച്ചു. എടുത്ത തീരുമാനങ്ങളെ പറ്റി അയാൾ അയാളെ തന്നെ വിചാരണ നടത്തി. മനസിൽ അയാൾ അടുക്കിവെച്ച കാര്യങ്ങൾ മൃഗീയമായിരുന്നെന്ന് അയാൾ സ്വയം കുമ്പസാരിച്ചു. "നമ്മൾ ദൈവത്തിന്റെ തീരുമാനങ്ങളിൽ ഇടപെടേണ്ട" എന്ന തീരുമാനം തീർച്ചയായും ഞെട്ടിപ്പിക്കുന്നതാണ്. മനുഷ്യനും വിധിയുംകൂടി വരുത്തിയ ഈ തെറ്റിനോട് പ്രതികരിക്കാതെ ഇരുന്നാൽ അത് കാപട്യത്തിന്റെ അങ്ങേയറ്റത്തെ വൃത്തികേടായിരിക്കും. അത് തരംതാണ ഭീരുത്വം നിറഞ്ഞ നികൃഷ്ടമായ ഒരു കുറ്റകൃത്യം ആയിരിക്കും.

നീതിക്കു നിരക്കാത്ത ചിന്തയുടെയും പ്രവൃത്തിയുടെയും കയ്പ്പ് കഴിഞ്ഞ എട്ടുവർഷത്തിനിടയിൽ ആദ്യമായി അയാൾ അറിഞ്ഞു. വെറുപ്പോടെ അയാൾ അത് പുറത്തേക്ക് തുപ്പി.

സ്വയം ചോദ്യം ചെയ്യൽ അയാൾ അവസാനിപ്പിച്ചില്ല. "എനിക്ക് എന്റെ ലക്ഷ്യം നേടാൻ കഴിഞ്ഞു." എന്നതിൽനിന്ന് താൻ എന്താണു മനസിലാക്കിയ തെന്ന് അയാൾ കർക്കശമായി തന്നോടുതന്നെ ചോദിച്ചു. സത്യത്തിൽ അയാളുടെ ജീവിതത്തിന് ലക്ഷ്യം ഉണ്ടെന്ന് അയാൾ സ്വയം പ്രഖ്യാപിച്ചു. പക്ഷേ ആ ലക്ഷ്യം എന്താണ്? അയാളുടെ പേര് മറച്ചുവയ്ക്കുന്നതാണോ അയാളുടെ ലക്ഷ്യം? പൊലീസിനെ കബളിപ്പിക്കുന്നതാണോ അയാളുടെ പ്രവർത്തനം? എല്ലാം ഇത്തരം ഒരു ചെറിയ കാര്യത്തിനു വേണ്ടിയായിരുന്നോ? അയാൾക്ക് സത്യത്തിൽ മറ്റൊരു വലിയ ലക്ഷ്യം ഉണ്ടായിരുന്നില്ലേ? സത്യസന്ധനും

നല്ലവനും ആകണമെന്ന് അയാൾ ആഗ്രഹിച്ചിരുന്നില്ലേ? അയാളുടെ ആഗ്രഹം അതുമാത്രം ആയിരുന്നില്ലേ? അതുതന്നയല്ലേ ബിഷപ്പ് അയാളിൽനിന്ന് പ്രതീക്ഷിച്ചിരുന്നത്? അയാളുടെ കഴിഞ്ഞ കാലത്തിന്റെ കതക് അടയ്ക്കണ മെന്നല്ലേ ബിഷപ്പ് ആഗ്രഹിച്ചത്? പക്ഷേ ഇപ്പോൾ അയാൾ ആ കതക് അടച്ചില്ല. അപകീർത്തി ഉണ്ടാക്കുന്ന ഒരു പ്രവൃത്തിയിലൂടെ അയാൾ കതക് തുറന്നു. വീണ്ടും അയാൾ കൊള്ളക്കാരനായി. കൊള്ളക്കാരനിൽ വെച്ച് ഏറ്റവും നിന്ദ്യ നായ കൊള്ളക്കാരൻ. അയാൾ മറ്റൊരു മനുഷ്യനിൽനിന്ന് അയാളുടെ ജീവിതവും സമാധാനവും ഈ ലോകത്ത് അയാൾക്ക് ഉണ്ടായിരുന്ന സ്ഥാനവും നിലനിൽ പ്പിനും കൊള്ളയടിച്ചു. അയാൾ ഒരു കൊലപാതകിയായി. ഒരു പാവത്തിനെ ധാർമികമായി അയാൾ കൊലപ്പെടുത്തി. മരണതുല്യവും ഭയാനകവുമായ ജീവിതം ആ പാവത്തിന്റെ പുറത്ത് അയാൾ അടിച്ചേൽപ്പിച്ചു. പായ്ക്കപ്പലി നുള്ളിൽ അയാളെ ജീവനോടെ കുഴിച്ചിട്ടു. കുറ്റവാളിയായ ഴാങ് വാൽഴാങ് ആകാനുള്ള ചുമതല മദലിയെന് ഇല്ലേ? ദാരുണമായ ഈ തെറ്റിൽനിന്ന് അയാളെ രക്ഷപ്പെടുത്തി അയാളുടെ പേര് വീണ്ടെടുത്തു കൊടുക്കുകയല്ലേ വേണ്ടത്? അത് സത്യത്തിൽ ആ പാവത്തിന്റെ ഉയിർത്തെഴുന്നേൽപ്പിനല്ലേ? അയാൾ അകപ്പെട്ടുപോയ നരകം എന്നെന്നേയ്ക്കുമായി അയാളുടെ മുന്നിൽ അടയ്ക്കപ്പെടേണ്ടതല്ലേ? മദലിയെന് അത് ചെയ്യാതിരിക്കാൻ കഴിയില്ല. അയാൾ ഇതു ചെയ്തില്ലെങ്കിൽ അയാൾ ചെയ്തതെല്ലാം പാഴാണ്. അയാളുടെ ജീവിതംകൊണ്ട് പിന്നീട് പ്രയോജനമില്ല. അയാളുടെ എല്ലാ കഷ്ടപ്പാടുകൾക്കും അർഥം നഷ്ടപ്പെടും. അയാൾ ചോദിച്ചു: "അങ്ങനെ ചെയ്തില്ലെങ്കിൽ പിന്നെ എന്താണ് പ്രയോജനം?" ചോദ്യം ചോദിച്ചുകഴിഞ്ഞപ്പോൾ ബിഷപ്പ് അവിടെ എത്തിയതായി അയാൾക്ക് തോന്നി. മരിച്ചുപോയെങ്കിലും ബിഷപ്പ് അവിടെ എത്തിയിരുന്നു. ബിഷപ്പ് അയാളെ തന്നെ നോക്കിക്കൊണ്ടിരുന്നു. ഈ നിമിഷം മുതൽ മേയർ മദലിയെനെ അയാളുടെ എല്ലാ നന്മകളോടും കൂടിതന്നെ ബിഷപ്പ് വെറുക്കാൻ തുടങ്ങി. ബിഷപ്പിന്റെ കാഴ്ചപ്പാടിൽ തണ്ടുവലി ശിക്ഷ ഏറ്റെടുക്കുന്ന ഴാങ് വാൽഴാങ് എന്ന കുറ്റവാളി ആരാധ്യനും നന്മനിറഞ്ഞവനുമായി. ആളുകൾ അയാളുടെ മുഖംമൂടി കണ്ടു. ആളുകൾ അയാളുടെ ജീവിതം കണ്ടു. ബിഷപ്പ് അയാളുടെ മനഃസാക്ഷി കണ്ടു. നിശ്ചയമായും അയാൾക്ക് ആറായിലേക്ക് പോകണം. തെറ്റിദ്ധരിക്കപ്പെട്ട ഴാങ് വാൽഴാങ്ങിനെ അയാൾക്ക് മോചിപ്പിക്കണം. ശരിയായ ഴാങ് വാൽഴാങ്ങിനെ കൊണ്ട് അയാൾക്ക് കുറ്റസമ്മതം നടത്തിക്കണം. എല്ലാ ബലിദാനങ്ങളിൽനിന്നും മഹത്തായ ബലിദാനം എല്ലാ വിജയങ്ങളേക്കാളും മൂർച്ചയേറിയ വിജയം. അവസാനത്തെ ചുവടുവയ്പ്പ്. പക്ഷേ അയാൾക്ക് അത് ചെയ്യാതിരിക്കാൻ കഴിയില്ല. ദുഃഖപൂർണമായ വിധിതീർപ്പ്. ദൈവത്തിന്റെ കണ്ണിൽ മാത്രം അയാൾ വിശുദ്ധിയിലേക്ക് പ്രവേശിക്കും. മനുഷ്യരുടെ കണ്ണിൽ അയാൾ അപകീർത്തിയിലേക്ക് തിരിച്ചുവരും.

അയാൾ പറഞ്ഞു: "നമുക്ക് ഈ വഴിതന്നെ തെരഞ്ഞെടുക്കാം. നമ്മുടെ കടമ നമുക്ക് നിർവഹിക്കാം. ഈ മനുഷ്യനെ നമുക്ക് രക്ഷപ്പെടുത്താം."

ഈ വാക്കുകൾ താൻ ഉറക്കെയാണ് പറയുന്നതെന്ന് അയാൾ അറിഞ്ഞിരുന്നില്ല.

അയാൾ ബുക്കുകളെടുത്ത് ഒത്തുനോക്കിയതിനു ശേഷം അവ അടുക്കിവെച്ചു. പാവപ്പെട്ട കച്ചവടക്കാർക്കുവേണ്ടി സ്വയം തയാറാക്കി കൈവശം

വെച്ചിരുന്ന എഴുത്തുകൾ അയാൾ കുഴിയിലേക്ക് വലിച്ചെറിഞ്ഞു. പിന്നീട് ഒരു കത്തെഴുതി കവറിലിട്ട് കവർ ഭദ്രമായി ഒട്ടിച്ചു. ആ സമയത്ത് മുറിക്കുള്ളിൽ ആരെങ്കിലും ഉണ്ടായിരുന്നെങ്കിൽ ആ കവറിനു പുറത്ത് "മൊസ്യു ലഫിത്ത്, ബാങ്കർ, റ്യുദാർത്ത്വ, പാരീസ്" എന്ന മേൽവിലാസം വായിക്കാൻ കഴിയുമായിരുന്നു.

ആ വർഷം തിരഞ്ഞെടുപ്പു സമയത്ത് അയാൾ ഉപയോഗിച്ചിരുന്ന ഒരു ചെറിയ ബുക്കും പാസ്പോർട്ടും കുറച്ചു പണവും അയാൾ ഒരു ബാഗിൽനിന്ന് പുറത്തെടുത്തു.

വളരെ ഗൗരവത്തിലായിരുന്നു അയാളുടെ പെരുമാറ്റം. ആരെങ്കിലും ആ സമയത്ത് അയാളെ കണ്ടിരുന്നെങ്കിലും അയാൾ ചിന്തിച്ചിരുന്നതെന്താണെന്ന് മനസിലാക്കാൻ കഴിയില്ലായിരുന്നു. എങ്കിലും ഇടയ്ക്കൊക്കെ അയാളുടെ ചുണ്ടുകൾ വിറച്ചു. മറ്റുചിലപ്പോൾ തല ഉയർത്തി അയാൾക്ക് അറിയാനുള്ള എന്തോ കാര്യം പെട്ടെന്ന് കണ്ടതുപോലെ ഭിത്തിയിലേക്ക് സൂക്ഷിച്ചു നോക്കിക്കൊണ്ട് നിന്നു.

ലഫിത്തിനുള്ള എഴുത്തും ചെറിയ നോട്ടുബുക്കും അയാൾ പോക്കറ്റിലിട്ടു. വീണ്ടും അയാൾ മുറിക്കുള്ളിൽ നടക്കാൻ തുടങ്ങി.

അയാളുടെ ആലോചനയ്ക്ക് ഒരു വ്യത്യാസവും വന്നില്ല. കണ്ണുകൾക്കു മുന്നിൽ തന്റെ കടമ തിളങ്ങുന്ന അക്ഷരങ്ങളിൽ അയാൾ അപ്പോഴും കാണുന്നുണ്ടായിരുന്നു. അയാളുടെ നോട്ടത്തിനനുസരിച്ച് അത് ചലിച്ചുകൊണ്ടിരുന്നു. "പോകൂ, നിന്റെ പേര് വെളിപ്പെടുത്തി സ്വയം കുറ്റസമ്മതം നടത്തൂ" ഇതുവരെ അയാളുടെ ജീവിതം രണ്ട് ആശയങ്ങളുടെ രണ്ടു നിയമങ്ങൾക്ക് അനുസരിച്ചായിരുന്നു. അവയിൽ ഒന്ന് അയാളുടെ ആത്മാവിനെ പവിത്രതയിൽ എത്തിക്കാൻ ശ്രമിച്ചു. രണ്ടാമത്തേത് അയാളെക്കൊണ്ട് അയാളുടെ പേര് ഒളിപ്പിച്ചുവെച്ചു. ഇതിൽ ഒരാശയം നന്മയാണെന്നും മറ്റേത് തിന്മയായി രൂപാന്തരപ്പെടുമെന്നും അയാൾ തിരിച്ചറിഞ്ഞു. ഒന്ന് ത്യാഗമാണെന്നും രണ്ടാമത്തേത് സ്വാർഥതയാണെന്നും അയാൾ മനസിലാക്കി. ഒന്ന് അയൽക്കാരനുവേണ്ടിയും രണ്ടാമത്തേത് അയാൾക്കു വേണ്ടിമാത്രമാണെന്നും, ഒന്ന് വെളിച്ചമാണെന്നും രണ്ടാമത്തേത് ഇരുട്ടാണെന്നും അയാൾക്ക് വ്യക്തമായി.

അവ പരസ്പരം യുദ്ധം ചെയ്യുകയായിരുന്നു. അവരുടെ യുദ്ധം അയാൾ കണ്ടു. അയാൾ നോക്കിനിൽക്കുമ്പോൾ തന്നെ അയാളുടെ മനസിൽ അവ വളർന്നുവലുതായി. അവരുടെ യുദ്ധം തന്റെ ഉള്ളിലാണ് നടക്കുന്നതെന്ന് അയാൾക്കു തോന്നി. നമ്മൾ ഇപ്പോൾ പറഞ്ഞ അപാരതയുടെ മ്ലാനമായ ഇരുട്ടിനുള്ളിൽ ദേവതയും രാക്ഷസിയും തമ്മിലുള്ള ഏറ്റുമുട്ടൽ അയാൾക്ക് അനുഭവപ്പെട്ടു.

അയാൾ ഭയപ്പെട്ടുപോയിരുന്നു. പക്ഷേ ഒടുവിൽ നന്മയ്ക്കാണ് വിജയമെന്ന് അയാൾക്ക് തോന്നി.

അയാളുടെ മനഃസാക്ഷിയും വിധിയും നിർണായകമായ ഒരു രണ്ടാം പ്രതിസന്ധിയെ അഭിമുഖീകരിക്കുന്നതായി അയാൾ അറിഞ്ഞു. അയാളുടെ പുതിയ ജീവിതത്തിന്റെ ആദ്യഭാഗം ബിഷപ്പാണ് അയാൾക്ക് കൊടുത്തത്. ജീവിതത്തിൽ രണ്ടാംഭാഗം വളരെനേരത്തെ വിചാരണകൾക്കും സംഘർഷങ്ങൾക്കും വേർതിരിച്ചുകൊടുത്തു.

നിമിഷനേരത്തേക്ക് നിശ്ശബ്ദമായിരുന്ന അയാളുടെ മനസിന്റെ സംഘർഷം വീണ്ടും തിരിച്ചെത്തി. ആയിരം ചിന്തകൾ അയാളുടെ മനസിനെ അലങ്കോലമാക്കി. പക്ഷേ അവയെല്ലാം തന്നെ ഒടുവിൽ അയാളുടെ തീരുമാനത്തെ ബലപ്പെടുത്തി.

ഏതോ ഒരു നിമിഷത്തിൽ അയാൾ ഇങ്ങനെയും പറഞ്ഞു: "ഈ കാര്യം ഇത്രയും ഗൗരവമായി എടുക്കേണ്ട കാര്യമില്ല. എന്തുതന്നെ ആയാലും ഷാങ് മാത്തിയോ ഈ അളവിലുള്ള താൽപ്പര്യം അർഹിക്കുന്നില്ല. സത്യത്തിൽ അയാളും ഒരു മോഷണം നടത്തിയിരിക്കാനല്ലേ സാധ്യത."

അയാൾ തന്നെ അതിനു മറുപടിയും പറഞ്ഞു. ആ മനുഷ്യൻ ആപ്പിൾ മോഷ്ടിച്ചിട്ടുണ്ടെങ്കിൽ ഒരുമാസം അയാൾ ജയിൽ ശിക്ഷ അനുഭവിക്കണം. പക്ഷേ അതും തണ്ടുവലിയും തമ്മിൽ വലിയ അന്തരമുണ്ട്. അയാൾ മോഷ്ടിച്ചിട്ടുണ്ടോ എന്നതുതന്നെ ആർക്കാണ് അറിവുള്ളത്? അയാളുടെ മോഷണം തെളിയിച്ചിട്ടുണ്ടോ? ഴാങ് വാൽഴാങ്ങിന്റെ പേര് അയാളെ മുക്കിക്കളഞ്ഞു. തെളിവുകളുടെ പ്രസക്തിപോലും നഷ്ടപ്പെട്ടു. കുറ്റവിചാരണ നടത്തുന്നവർക്ക് ഇത്തരം ശീലങ്ങൾ ഇല്ലേ? അയാൾ ഒരു കുറ്റവാളിയാണെന്ന് അറിയാവുന്നതുകൊണ്ട് അവർ അയാളെ കൊള്ളക്കാരനായി മുദ്രകുത്തും.

അടുത്ത നിമിഷം അയാൾ ചിന്തിച്ചു സ്വയം വെളിപ്പെടുത്തുകയാണെങ്കിൽ ഒരുപക്ഷേ തന്റെ ധീരതയും ഏഴുവർഷത്തെ സത്യസന്ധമായ ജീവിതവും നാടിനു നൽകിയ സേവനങ്ങളും പരിഗണിച്ച് മാപ്പുതരാനും സാധ്യതയുണ്ട്.

ഈ തോന്നൽ അപ്പോൾതന്നെ അപ്രത്യക്ഷമായി. അങ്ങനെ ചിന്തിച്ചതോർത്ത് അയാൾ സ്വയം ചിരിച്ചു. നാൽപ്പതു സൂ പിടിച്ചുപറിച്ചതിന് അയാൾ രണ്ടാമതും കുറ്റവാളിയായിക്കഴിഞ്ഞു. ആ സംഭവം വീണ്ടും പ്രത്യക്ഷപ്പടുമെന്ന് ഉറപ്പാണ്. നിയമം അനുസരിച്ച് അയാൾ ജീവിതകാലം കഠിനാധ്വാനം ചെയ്യാനുള്ള ശിക്ഷ അനുഭവിക്കേണ്ടിവരും.

ഭൂമിയിൽനിന്ന് അയാൾ അകന്നകന്ന് പോയി. മറ്റെവിടെയോ അയാൾ സാന്ത്വനവും ശക്തിയും അന്വേഷിച്ച് നടന്നു. എല്ലാ തോന്നലുകളും അയാൾ ഉപേക്ഷിച്ചു. അയാൾ സ്വയം പറഞ്ഞു. "ഒരുപക്ഷേ ഞാൻ എന്റെ കടമ നിർവഹിക്കുകയാണെങ്കിൽ ഞാൻ അതിൽ നിന്ന് ഒഴിഞ്ഞുമാറിയാൽ ഉണ്ടാകാവുന്ന വിഷമത്തേക്കാൾ കൂടുതൽ വിഷമം ഉണ്ടാകാൻ സാധ്യതയില്ല. എം പട്ടണത്തിൽ അയാൾ തുടരുകയാണെങ്കിൽ അയാളുടെ പ്രശസ്തിക്കും പേരിനും ധനത്തിനും ജനസ്വാധീനത്തിനും നന്മയ്ക്കും അയാൾക്ക് ലഭിക്കുന്ന ആദരവിനും മുകളിലായി ഒരു കുറ്റകൃത്യത്തിന്റെ കറ പുരണ്ടിരിക്കും. ഈ നല്ല കാര്യങ്ങളെല്ലാം ഒരു മോശപ്പെട്ട കാര്യത്തോടൊപ്പം കെട്ടുപിണഞ്ഞ് കിടക്കും. സ്വയം ബലികൊടുത്തുകൊണ്ട് അയാൾ തണ്ടുവലിശിക്ഷ സ്വീകരിച്ചാൽ അയാളുടെ ചങ്ങലകളും കഴുത്തിലെ ഇരുമ്പുപട്ടയും പച്ചത്തൊപ്പിയും അനുകമ്പ ലഭിക്കാത്ത നാണക്കേടും ശാശ്വതമായ അധ്വാനവും എല്ലാംതന്നെ വിശിഷ്ടമായ ഒരു ആശയത്തിന്റെ പ്രതിഫലനങ്ങളായി രൂപാന്തരപ്പെടും.

ഒടുവിൽ ഇതെല്ലാം അയാളുടെ വിധിയുടെ അനിവാര്യതകളാണെന്ന് അയാൾ സ്വയം പറഞ്ഞു. ദൈവത്തിന്റെ തീരുമാനങ്ങൾ തിരുത്താൻ താൻ ചുമതലപ്പെട്ടവനല്ലെന്ന് അയാൾ സ്വയം സമാധാനിച്ചു. ഒന്നുകിൽ നന്മ ഉൾക്കൊള്ളുന്ന അറപ്പ് അല്ലെങ്കിൽ ദുഷ്കീർത്തിയുടെ അകമ്പടിയുള്ള പവിത്രത.

ഇതിലൊന്ന് അയാൾക്ക് സ്വീകരിക്കാതിരിക്കാൻ കഴിയില്ല. മങ്ങിയ ആശയങ്ങൾ മനസിനുള്ളിൽ കുഴഞ്ഞുമറിഞ്ഞിട്ടും അയാളുടെ ധൈര്യം ചോർന്നിരുന്നില്ല. പക്ഷേ അയാളുടെ തലച്ചോറ് ക്ഷീണിച്ചുപോയിരുന്നു. അയാൾ ഇതുമായൊന്നും യാതൊരു ബന്ധവുമില്ലാത്ത കാര്യങ്ങൾ ആലോചിക്കാൻ തുടങ്ങി.

രക്തം നെറ്റിയിലേക്ക് ഇരച്ചുകയറി. അയാൾ തുടർച്ചയായി അങ്ങോട്ടും ഇങ്ങോട്ടും നടന്നു. ആദ്യം ഇടവകപ്പള്ളിയിൽനിന്ന് രാത്രി പന്ത്രണ്ടുമണി അടിച്ചു. അടുത്തതായി ടൗൺഹാളിലെ മണി മുഴങ്ങി. രണ്ടു നാഴികമണികളുടെയും ശബ്ദങ്ങൾ തമ്മിൽ അയാൾ താരതമ്യം ചെയ്തു. കുറച്ചുദിവസം മുൻപ് ഒരു അക്രമി കടയിൽ വിൽക്കാൻ വെച്ചിരുന്ന അന്ത്വാങ്-അൽബാങ് ദ് റൊമാങ് വീൽ എന്ന പേരുകൊത്തിയ പഴയ നാഴികമണിയെപ്പറ്റി അയാൾ ഓർത്തു.

അയാൾക്കു തണുപ്പുതോന്നി. അയാൾ നെരിപ്പോടിൽ തീകൂട്ടി. ജനാല അടയ്ക്കുന്ന കാര്യം അയാൾ ആലോചിച്ചില്ല. പെട്ടെന്ന് അയാളുടെ മനസിലേക്ക് ഫന്തീൻ കടന്നുവന്നു. അയാൾ പറഞ്ഞു: “പാവം പെണ്ണ്.”

ഒരു പുതിയ ആപൽഘട്ടത്തിന്റെ തുടക്കം.

ഫന്തീൻ പെട്ടെന്നാണ് പ്രത്യക്ഷപ്പെട്ടത്. ഓർക്കാപ്പുറത്ത് തെളിഞ്ഞ ഒരു വെളിച്ചം കണ്ടിട്ടെന്നപോലെ അയാൾ ഞെട്ടി. ചുറ്റുപാടുകളിൽ മാറ്റം വരുന്നതായി അയാൾക്ക് തോന്നി. അയാൾ ഉറക്കെ പറഞ്ഞു. “തീർച്ചയായും അതുവേണം. ഇതുവരെ ഞാൻ എന്നെപ്പറ്റിയാണ് ആലോചിച്ചുകൊണ്ടിരുന്നത്. എന്റെ സൗകര്യങ്ങളാണ് ഞാൻ പരിശോധിച്ചത്. ഞാൻ നിശ്ശബ്ദനായിരിക്കണോ കുറ്റസമ്മതംനടത്തണോ എന്നതുമാത്രമായിരുന്നു എന്റെ പ്രശ്നം. എന്റെ ശരീരം ഒളിപ്പിക്കണോ അതോ ആത്മാവിനെ രക്ഷിക്കണോ എന്നതായിരുന്നു എന്റെ ചിന്ത. ഒരേസമയം നികൃഷ്ടനും ബഹുമാന്യനുമായ ഒരു ന്യായാധിപനായി തുടരണോ? അതോ ചീത്തപ്പേരുള്ള ഒരു കപ്പൽ അടിമയായി മാറണോ? രണ്ടായാലും ഞാനാണ് ഞാൻ മാത്രമാണ്. എന്നായാലും അത് ഞാൻ തന്നെ ആയിരിക്കും. എന്റെ ദൈവമേ! ഇത് അഹംഭാവമാണ്. അഹംഭാവത്തിൻ നിന്ന് അതിന് വ്യത്യാസങ്ങൾ ഉണ്ട്. എങ്കിലും അത് അഹംഭാവംതന്നെയാണ്. എനിക്ക് മറ്റുള്ളവരെപ്പറ്റി ചിന്തിക്കേണ്ടിവന്നാൽ? മറ്റുള്ളവരെപ്പറ്റി ചിന്തിക്കുന്നതാണ് ഏറ്റവും ഔന്നത്യമുള്ള കടമ. നമുക്ക് നോക്കാം. നമുക്ക് പരിശോധിക്കാം. ഞാൻ പോയി. എന്നെ കൊണ്ടുപോയി. ഞാൻ മറവിയിലായി. അതുകൊണ്ട് എന്താണ് സംഭവിക്കുന്നത്? ഞാൻ കുറ്റസമ്മതം നടത്തുന്നു. ഞാൻ അറസ്റ്റുചെയ്യപ്പെടുന്നു. ഷാങ് മാത്തിയോ മോചിതനാകുന്നു. ഞാൻ കപ്പലിലേക്ക് തിരിച്ചുപോകുന്നു. ശരി അതിനുശേഷം ഇവിടെ എന്ത് സംഭവിക്കും? ഇവിടെ ഒരു പ്രദേശം ഉണ്ട്. ഒരു നഗരം ഉണ്ട്. ഇവിടെ ഫാക്ടറികൾ ഉണ്ട്. കച്ചവടം ഉണ്ട്. തൊഴിലാളികളുണ്ട്. ആണുങ്ങളുണ്ട് പെണ്ണുങ്ങൾ ഉണ്ട്. അപ്പൂപ്പന്മാരുണ്ട്. കൊച്ചുകുട്ടികൾ ഉണ്ട്. പാവപ്പെട്ട മനുഷ്യർ ഉണ്ട്. ഞാനാണ് ഇതെല്ലാം നിലനിർത്തുന്നത്. ഏതെങ്കിലും പുകക്കുഴലിൽനിന്ന് പുക ഉയരുന്നുണ്ടെങ്കിൽ അതിനു താഴെയുള്ള അടുപ്പിൽ വിറകുകൊള്ളികൾ തിരുകിയത് ഞാനാണ്. പാത്രത്തിൽ ഇറച്ചിക്കഷണങ്ങൾ നിറച്ചത് ഞാനാണ്. ഞാനാണ് ഇതിന്റെയെല്ലാം ചാലകശക്തി. എനിക്ക് മുമ്പ് ഒന്നും ഉണ്ടായിരുന്നില്ല. ഈ പ്രദേശത്തെ ഞാൻ വിളിച്ചുണർത്തി. സജീവമാക്കി. വേഗത നൽകി, പ്രേരണ നൽകി, സമ്പന്നമാക്കി. ഞാൻ ഇല്ലെങ്കിൽ ഈ പ്രദേശത്തിന് അതിന്റെ ആത്മാവ് നഷ്ടമാക്കും. ഞാൻ പോയിക്കഴിഞ്ഞാൽ

ഈ പ്രദേശം മരിക്കും. സ്ത്രീയുടെ കാര്യം പരിശോധിക്കാം. അവളുടെ വീഴ്ചയിൽപ്പോലും അവൾ വിലകെട്ടവളല്ല. അറിയാതെയാണെങ്കിലും അവളുടെ ഭാഗ്യദോഷങ്ങൾക്ക് കാരണക്കാരൻ ഞാനാണ്. ഞാൻ അന്വേഷിക്കുന്ന കുട്ടിയെപ്പറ്റി ഒന്ന് ആലോചിക്കണം. ആ കുട്ടിയെ എത്തിച്ചുകൊടുക്കാമെന്ന് ഞാൻ അവളുടെ അമ്മയ്ക്ക് വാക്കു കൊടുത്തതാണ്. അവളോടു ചെയ്തുപോയ തെറ്റിനു പകരം അവൾക്ക് വേണ്ടി എന്തെങ്കിലും ചെയ്തുകൊടുക്കാൻ എനിക്ക് കടപ്പാടില്ലേ? ഞാൻ ഇവിടെ നിന്നു പോയിക്കഴിഞ്ഞ് എന്തു സംഭവിക്കും? അമ്മ മരിക്കും. അവളുടെ കുട്ടി എന്തെങ്കിലുമായി തീരും. ഞാൻ കുറ്റസമ്മതം നടത്തിയാൽ ഇതൊക്കെയാണ് സംഭവിക്കാൻ പോകുന്നത്. ഞാൻ കുറ്റസമ്മതം നടത്താതിരുന്നാൽ എന്താണ് സംഭവിക്കാൻ പോകുന്നത്?

ഈ ചോദ്യം സ്വയം ചോദിച്ചതിനുശേഷം അയാൾ ഒരുനിമിഷം അറച്ചുനിന്നു. അയാളുടെ ശരീരം വിറച്ചു. പക്ഷേ അൽപ്പനിമിഷങ്ങൾക്കകം ആ വിറയൽ അവസാനിച്ചു. സമാധാനമായി അയാൾ ആ ചോദ്യത്തിനുള്ള മറുപടി പറഞ്ഞു:

"ശരി, ഈ മനുഷ്യൻ കപ്പലിലേക്ക് പോകുന്നു. അതു സത്യം. പക്ഷെ അതുകൊണ്ട് എന്താണ് സംഭവിക്കുന്നത്? അയാൾ മോഷണം നടത്തിയിട്ടുണ്ട്. അയാൾ മോഷ്ടിച്ചിട്ടില്ല എന്ന് ഞാൻ പറഞ്ഞതുകൊണ്ട് ഒരു പ്രയോജനവുമില്ല. അയാൾ മോഷ്ടിച്ചിട്ടുണ്ട്. എന്റെ കാര്യം പറഞ്ഞാൽ ഞാൻ ഇവിടെതന്നെ ഉണ്ടായിരിക്കും. പത്തുവർഷങ്ങൾകൊണ്ട് ഞാൻ പത്തുകോടി ഉണ്ടാക്കും. നാടുമുഴുവൻ ഞാൻ അതു വാരിവിതറും. എനിക്കായി ഞാൻ ഒന്നും കരുതിവയ്ക്കില്ല. എനിക്ക് അതിന്റെ ആവശ്യമില്ല. ഞാൻ ചെയ്യുന്നതൊന്നും എനിക്കുവേണ്ടി മാത്രമല്ല. എല്ലാവർക്കും പുരോഗതി ഉണ്ടാകും. വ്യവസായം വളരും. നിർമാണകേന്ദ്രങ്ങളും പണിശാലകളും ഇരട്ടിയാകും. നൂറു കുടുംബ ങ്ങൾക്ക് പകരം ആയിരം കുടുംബങ്ങൾക്ക് സന്തോഷം കിട്ടും. നാട്ടിൽ മനുഷ്യർ വർധിക്കും. കൃഷിസ്ഥലങ്ങൾ ഗ്രാമങ്ങളായി മാറും. ഊഷരഭൂമി കൃഷിസ്ഥലങ്ങ ളാകും. പട്ടിണി ഇല്ലാതാകും. പട്ടിണി ഇല്ലാതാകുമ്പോൾ കാമാസക്തിയും വ്യഭിചാരവും മോഷണവും കൊലപാതകവും തിന്മകളും കുറ്റകൃത്യങ്ങളും ഇല്ലാതാകും. ഈ പാവപ്പെട്ട അമ്മ അവളുടെ കുഞ്ഞിനെ വളർത്തും. രാജ്യത്ത് സമ്പത്ത് വർധിക്കും. മനുഷ്യർ സത്യസന്ധരാകും. എന്തൊരു വിഡ്ഢിത്തം. എന്ത് അസംബന്ധങ്ങളാണ് ഞാൻ ചിന്തിക്കുന്നത്. ഞാൻ കുറ്റസമ്മതം നടത്തിയാൽ എന്തെല്ലാം സംഭവിക്കുമെന്നാണ് ഞാൻ പറഞ്ഞത്? ഒന്ന് ആലോചിക്കാനുണ്ട്. എന്തുകൊണ്ട്? മഹാമനസ്കതയുള്ള മഹത്തായ കാര്യ ങ്ങൾ ചെയ്താൽ അത് എനിക്ക് സന്തോഷം നൽകും. പക്ഷേ അത് വെറും അതിഭാവുകത്വമാണ്. കാരണം ഞാൻ എന്നെപ്പറ്റി മാത്രമേ ചിന്തിച്ചിട്ടുള്ളൂ. എന്നെപ്പറ്റിമാത്രം. എന്തുകൊണ്ട്? ഒരുപക്ഷേ കുറച്ചു കടുത്തു പോയേക്കാവുന്ന ശിക്ഷയിൽനിന്ന് രക്ഷപ്പെടാൻ മാത്രമാണ് ഞാൻ ആലോചിച്ചത്. പക്ഷേ ഒരു കള്ളനെപ്പറ്റിയോ തെമ്മാടിയെ പറ്റിയോ വ്യക്തമായി ആർക്കും ഒന്നും അറിയില്ല. അങ്ങനെയുള്ള കള്ളനെ രക്ഷിക്കാൻ വേണ്ടി ഒരു നാടു നശിക്കാൻ അനു വദിക്കണോ? ഒരു ഭാഗ്യംകെട്ട സ്ത്രീ ആസ്പത്രിയിൽ അവസാനിക്കണോ? ഒരു പാവപ്പെട്ട പെൺകുട്ടി പട്ടിയെപ്പോലെ തെരുവിൽ അവസാനിക്കണോ? അതു ശോചനീയമാണ്. അമ്മയ്ക്ക് അവരുടെ കുട്ടിയെ കാണാനുള്ള സാധ്യതപോലും

ഇല്ല. കുട്ടിക്ക് അവളുടെ അമ്മയെ തിരിച്ചറിയാൻ കഴിയില്ല. ഇതെല്ലാം എന്തിനുവേണ്ടി? ആപ്പിൾ മോഷ്ടിച്ച ഒരു കാടൻ കിഴവനുവേണ്ടി. അയാൾ ഇതിനല്ലെങ്കിൽ മറ്റൊരു കുറ്റത്തിന് തണ്ടുവലിശിക്ഷ കിട്ടാൻ നിശ്ചയമായും യോഗ്യനാണ്. സംശയം വേണ്ട. കിഴവൻ തെണ്ടിക്ക് അയാളുടെ ചെറ്റക്കുടിലിനേക്കാൾ കൂടുതൽ വിഷമമൊന്നും കപ്പലിലും കാണില്ല. അല്ലെങ്കിൽ തന്നെ അയാൾ ഇനിയും എത്രകാലം ജീവിക്കാനാണ്. അതിനുവേണ്ടി അമ്മമാരും ഭാര്യമാരും കുട്ടികളും അടങ്ങുന്ന ഒരു സമൂഹത്തെ ബലികൊടുക്കണോ? പാവം കൊസെത്തിന് ഞാനല്ലാതെ ഈ ലോകത്ത് ആരുമില്ല. അവൾ തെനാർദിയറമ്മാരുടെ കുടിലിൽ ഇപ്പോൾ തണുത്തു നീലിച്ചുകിടക്കുകയാണെന്ന കാര്യത്തിൽ സംശയം വേണ്ട. അവർ നെറികെട്ടവരാണ്. ഞാൻ കുറ്റസമ്മതം നടത്തിയാൽ ഈ പാവങ്ങളോട് നെറികേടായിരിക്കും കാണിക്കുന്നത്. ആ പമ്പരവിഡ്ഢിത്തം ഞാൻ ചെയ്യുമായിരുന്നു. അങ്ങനെയായാൽ അങ്ങേയറ്റം സംഭവിക്കുന്നത് എന്തായിരിക്കും. ഞാൻ അങ്ങനെ ചെയ്യുന്നത് തെറ്റാണെങ്കിൽ എന്നെങ്കിലും എന്റെ മനഃസാക്ഷി എന്നെ കുറ്റപ്പെടുത്താതിരിക്കില്ല. മറ്റുള്ളവരുടെ നന്മയ്ക്ക് വേണ്ടി ഈ ശകാരവാക്കുകൾ ഞാൻ സഹിക്കണം. ഈ തെറ്റ് എന്റെ ആത്മാവിനെ മാത്രമേ ബാധിക്കുകയുള്ളൂ. അതിൽ സമർപ്പണം ഉണ്ട്. അതാണ് നന്മ.

അയാൾ വീണ്ടും എഴുന്നേറ്റ് നടന്നുതുടങ്ങി. അയാളുടെ മുഖത്ത് ഇപ്പോൾ സംതൃപ്തി കാണാനുണ്ടായിരുന്നു.

ഭൂമിയുടെ ഇരുണ്ട പ്രദേശങ്ങളിൽ മാത്രമാണ് വൈരക്കല്ലുകൾ കാണപ്പെടുന്നത്. ചിന്തയുടെ ആഴങ്ങളിൽ മാത്രമാണ് സത്യങ്ങൾ പ്രത്യക്ഷപ്പെടുന്നത്. ഈ ആഴങ്ങളിൽ എത്തി അവിടുത്തെ കൂരിരുട്ടിൽ വളരെ നേരം തപ്പിത്തടഞ്ഞതിനുശേഷം അയാൾ ഒരു വൈരക്കല്ല് കണ്ടെത്തി. ഒരു സത്യം. അയാൾ അത് കയ്യിലെടുത്തു നോക്കി. അയാളുടെ കണ്ണഞ്ചിപ്പോയി.

അയാൾ വിചാരിച്ചു: ഇപ്പോൾ എല്ലാം ശരിയായി. ഞാൻ ശരിയായ വഴിയിലൂടെയാണ് സഞ്ചരിക്കുന്നത്. ഞാൻ പരിഹാരം കണ്ടുകഴിഞ്ഞു. ഞാൻ തീരുമാനിച്ചു. ഇനിയും എനിക്ക് ചാഞ്ചാട്ടം ഉണ്ടാവില്ല. ഇനിയും ഞാൻ ചുരുണ്ടുകൂടില്ല. എനിക്ക് വേണ്ടി മാത്രം അല്ല, എല്ലാവർക്കും വേണ്ടിയാണ് ഞാൻ ഇങ്ങനെ ചെയ്യുന്നത്. ഞാൻ മദലിയെൻ ആണ്. ഞാൻ മദലിയെനായി തുടരും. ഴാങ് വാൽഴാങ് ആരായിരുന്നാലും അയാളുടെ കാര്യം കഷ്ടം തന്നെ! ഞാനും അയാളും ഇനിമുതൽ ഒന്നല്ല. എനിക്ക് അയാളെ തിരിച്ചറിയാൻ കഴിയുന്നില്ല. അയാൾ എന്താണെന്ന് ഇപ്പോൾ മുതൽ എനിക്ക് അറിയില്ല. ആരെങ്കിലും ഴാങ് വാൽഴാങ് ആണെന്നു തെളിഞ്ഞാൽ അത് അയാളുടെ മാത്രം പ്രശ്നമാണ്. എനിക്ക് അതുമായി ഒരു ബന്ധവുമില്ല. അത് ഇരുട്ടിൽ ഒഴുകി നടക്കുന്ന ഗ്രഹപ്പിഴ പിടിച്ച ഒരു പേരാണ്. ആരുടെയെങ്കിലും പുറത്ത് ആ പേര് ഇരുട്ടിലൂടെ ഒഴുകിവന്ന് പറ്റിപ്പിടിച്ചാൽ അത് അയാളുടെ കഷ്ടകാലം."

നെരിപ്പോടിനടുത്ത് ഭിത്തിയിൽ തൂങ്ങിക്കിടന്ന ചെറിയ കണ്ണാടിയിലേക്ക് അയാൾ നോക്കി. അയാൾ പറഞ്ഞു:

"അതെ, തീരുമാനമായിക്കഴിഞ്ഞപ്പോൾ എനിക്ക് സമാധാനം കിട്ടി. ഞാൻ ഇപ്പോൾ മറ്റൊരു മനുഷ്യനാണ്." അൽപ്പസമയത്തേക്കുകൂടി അയാൾ നടത്തം തുടർന്നു. പിന്നീട് അയാൾ നടത്തം അവസാനിപ്പിച്ചു.

അയാൾ പറഞ്ഞു: "എന്റെ തീരുമാനത്തിൽ, പരിണതഫലങ്ങളുടെ മുന്നിൽ ഞാൻ അറച്ചുനിൽക്കാൻ പാടില്ല. ഴാങ് വാൽഴാങ്ങുമായി എന്നെ ബന്ധിപ്പക്കുന്ന ഏതാനും ചരടുകൾ ബാക്കിയുണ്ട്. അവ പൊട്ടിക്കണം. ഈ മുറിക്കുള്ളിൽ തന്നെ എന്നെ കുറ്റപ്പെടുത്താൻ കഴിയുന്ന വസ്തുക്കൾ ഇരിപ്പുണ്ട്. ശബ്ദിക്കില്ലെങ്കിലും അവ സാക്ഷികളാകും. അവയൊന്നും ഈ മുറിയിൽ ഉണ്ടാവാൻ പാടില്ല."

അയാൾ പോക്കറ്റിൽ കിടന്ന പണസഞ്ചിയിൽനിന്ന് ഒരു താക്കോൽ പുറത്തെടുത്തു. ഭിത്തിയിൽ ഒട്ടിച്ചിരുന്ന കടലാസിൽ ഉണ്ടായിരുന്ന കാണാൻ കഴിയാത്ത ഒരു ചെറിയ ദ്വാരത്തിലേക്ക് അയാൾ താക്കോൽ തിരുകിക്കയറ്റി. തിരിച്ചറിയാൻ കഴിയാത്ത ഒരു ഭിത്തിഅലമാര അയാൾ തുറന്നു. പുകക്കുഴലിനും ഭിത്തിക്കുമിടയിലായിരുന്നു അലമാരയുടെ സ്ഥാനം. അതിനുള്ളിൽ കാര്യമായി ഒന്നും ഉണ്ടായിരുന്നില്ല. ഒരു പുകപിടിച്ച നീലക്കോട്ടും പിഞ്ചിപ്പഴകിയ ഒരു കാലുറയും ഒരു പഴയ ചാക്കുസഞ്ചിയും രണ്ടറ്റവും ഇരുമ്പുപൊതിഞ്ഞ ഒരു മുൾവടിയുമായിരുന്നു. 1815 ഒക്ടോബറിൽ ഡി യിൽ എത്തിയ ഴാങ് വാൽഴാങ്ങിനെ കണ്ടിട്ടുള്ളവർക്ക് അലമാരയിൽ അയാൾ സൂക്ഷിച്ചിരുന്ന ഈ മുഷിഞ്ഞുനാറിയ വേഷം പെട്ടെന്ന് തിരിച്ചറിയാൻ കഴിയുമായിരുന്നു..

വെള്ളി മെഴുകുതിരിക്കാലുകൾ സൂക്ഷിച്ചിരുന്നതുപോലെ അയാൾ ഇതും സൂക്ഷിച്ചുവെച്ചിരുന്നു. അയാൾ എന്തായിരുന്നു എന്നതിന്റെ ഒരു ഓർമപ്പെടുത്തൽ. കപ്പലിൽനിന്ന് കൊണ്ടുവരുന്നതെല്ലാം അയാൾ ഒളിവിലാണ് സൂക്ഷിച്ചിരുന്നത്. പക്ഷേ ബിഷപ്പുകൊടുത്ത മെഴുകുതിരിക്കാലുകൾ അയാൾ എല്ലാവർക്കും മുന്നിൽ പ്രദർശിപ്പിച്ചു.

അയാൾ രഹസ്യമായി വാതിലിലേക്ക് നോക്കി. സാക്ഷ ഇട്ടിരുന്നെങ്കിലും അത് തള്ളിത്തുറക്കപ്പെടുമെന്ന് അയാൾ ഭയപ്പെടുന്നതായി തോന്നി. ഇത്രയും വർഷങ്ങളായി ജാഗ്രതയോടെ സൂക്ഷിച്ചുവെച്ചിരുന്ന അപകടകാരികളായ വസ്തുക്കൾ ഒറ്റപ്പിടിക്ക് കയ്യിലൊതുക്കി തീയിലേക്ക് വലിച്ചെറിഞ്ഞു.

ഭിത്തിയിലെ കള്ളഅലമാര അയാൾ വളരെ സൂക്ഷിച്ച് അടച്ചു. പിന്നീട് അതു കാണാത്ത രീതിയിൽ അതിന്റെ മുന്നിലായി മറ്റൊരു അലമാര വലിച്ചുനീക്കികൊണ്ടുവന്ന് മൂടിവെച്ചു.

നിമിഷങ്ങൾക്കകം മുറിയും പുറത്തെ മതിലും ചുവന്ന വെളിച്ചത്തിൽ തിളങ്ങി. തീയിലേക്ക് എറിഞ്ഞതെല്ലാം കത്തിയെരിഞ്ഞു. വടിമാത്രം കത്തുന്നതിനിടയിൽ പൊട്ടിത്തെറിച്ചു. അതിന്റെ കഷണങ്ങൾ മുറിയുടെ മധ്യത്തിൽവരെ തെറിച്ചുവീണു. അയാളുടെ വൃത്തികെട്ട വേഷത്തിലും ചാക്കുസഞ്ചിയിലും തീ ആളിപ്പടർന്നു. അതിനുള്ളിൽനിന്നും പുറത്തുവന്ന എന്തോ ഒന്ന് ചാരത്തിനിടയിൽ കിടന്ന് തിളങ്ങി. ആരെങ്കിലും കുനിഞ്ഞു നോക്കിയിരുന്നെങ്കിൽ അത് ഒരു വെള്ളിനാണയമാണെന്ന് തിരിച്ചറിയാൻ കഴിയുമായിരുന്നു. അത് ആ കുട്ടിയുടെ കയ്യിൽനിന്നും തട്ടിപ്പറിച്ച നാൽപ്പതു സൂവിന്റെ നാണയമാണെന്ന് ഉറപ്പുണ്ട്.

പക്ഷേ അയാൾ തീയിലേക്ക് നോക്കിയില്ല. അയാൾ ഒരേ വേഗതയിലുള്ള തന്റെ നടത്തം തുടർന്നുകൊണ്ടിരുന്നു. പെട്ടെന്ന് അയാൾ വെള്ളികൊണ്ടുള്ള മെഴുകുതിരിക്കാലുകളിലേക്ക് നോക്കി തീയുടെ വെളിച്ചത്തിൽ അവ ചെറുതായി തിളങ്ങുന്നുണ്ടായിരുന്നു. അയാൾ വിചാരിച്ചു:

'അവയ്ക്കുള്ളിലും ഴാങ് വാൽഴാങ് ഒളിച്ചിരിക്കുന്നുണ്ട്. അവയും നശിപ്പിക്കണം.'

അയാൾ രണ്ട് മെഴുകുതിരിക്കാലുകളും കയ്യിൽ എടുത്തു.

പെട്ടെന്ന് തന്നെ അവ ഉരുകി തിരിച്ചറിയാതാകാൻ പാകത്തിൽ തീ ഉണ്ടായിരുന്നു. അയാൾ തീയുടെ അടുത്തേക്ക് കുനിഞ്ഞുനിന്ന് ഒരുനിമിഷം തീകാഞ്ഞു. ചൂട് അയാൾക്ക് ആശ്വാസം നൽകി. അയാൾ പറഞ്ഞു: "നല്ല സുഖമുള്ള ചൂട്."

ഒരു മെഴുകുതിരിക്കാലുകൊണ്ട് അയാൾ തീക്കനലുകൾ ചികഞ്ഞു.

ഒരുനിമിഷം കൂടി കഴിഞ്ഞിരുന്നെങ്കിൽ മെഴുകുതിരിക്കാലുകൾ തീയിൽ കിടക്കുമായിരുന്നു.

ആ നിമിഷത്തിൽ തന്റെ ഉള്ളിലിരുന്ന് ആരോ കരയുന്നതിന്റെ ശബ്ദം അയാൾ കേട്ടു. "ഴാങ് വാൽഴാങ്, ഴാങ് വാൽഴാങ്" അയാളുടെ മുടിയിഴകൾ എഴുന്നുനിന്നു. ഭയാനകമായ കാര്യങ്ങൾ കേൾക്കുന്നവനെപ്പോലെ അയാൾ പകച്ചുനിന്നു.

ശബ്ദം പറഞ്ഞു: "അന്ത്യം അതുതന്നെയാണ്. നിങ്ങൾ ചെയ്യുന്ന ജോലി പൂർത്തിയാക്കുക. മെഴുകുതിരിക്കാലുകൾ നശിപ്പിക്കുക. സ്മാരകങ്ങൾ അവശേഷിപ്പിക്കരുത്. ബിഷപ്പിനെ മറക്കുക. എല്ലാം മറക്കുക. ഷാങ് മാത്തിയോയെ ഇല്ലായ്മ ചെയ്യുക. അതെ അതുതന്നെ. നിങ്ങളെ സ്വയം അഭിനന്ദിക്കുക. നിങ്ങൾ അതിനുള്ള ഏർപ്പാടുകൾ ചെയ്ത് തീരുമാനം എടുത്തു പ്രാവർത്തികമാക്കി. കുറ്റാരോപിതനായ ഒരു നരച്ച മനുഷ്യൻ ഇവിടെയുണ്ട്. നിങ്ങളുടെ പേരാണ് അയാളുടെ ഭാഗ്യദോഷത്തിന് കാരണം. ഒരു കുറ്റംപോലെ നിങ്ങളുടെ പേരിന്റെ ഭാരം അയാൾ ചുമക്കുന്നു. നിങ്ങൾക്കു പകരം അയാൾക്ക് ശിക്ഷ കിട്ടും. വെറുപ്പും ഭീതിയും കൊണ്ട് അയാളുടെ അവസാന ദിവസങ്ങൾ നിറയും. നിങ്ങൾ ബഹുമാന്യനായി തുടരും. നിങ്ങൾ എല്ലാവരും ആദരവോടെ കാണുന്ന മേയർ സാർ ആയിരിക്കും. നഗരത്തെ നിങ്ങൾ സമ്പന്നമാക്കും. പാവങ്ങൾക്ക് നിങ്ങൾ ഭക്ഷണം കൊടുക്കും. സന്തോഷമായി നിങ്ങൾ ജീവിക്കും. നിങ്ങളെ ആളുകൾ ആരാധനയോടെ നോക്കും. നിങ്ങൾ ഇവിടെ സന്തോഷമായി ജീവിക്കുമ്പോൾ മറ്റൊരാൾ നിങ്ങളുടെ ചുവന്ന വസ്ത്രം ധരിച്ചിട്ടുണ്ടാകും. നിങ്ങളുടെ ചങ്ങല വലിച്ചുകൊണ്ട് മറ്റൊരാൾ കപ്പലിനുള്ളിൽ നടക്കുന്നുണ്ടാകും. ശരി. ഇതൊരു നല്ല വ്യവസ്ഥയാണ്. പക്ഷേ എന്തൊരു നികൃഷ്ടമായ വ്യവസ്ഥ."

അയാളുടെ നെറ്റി വിയർത്തു. ക്ഷീണിച്ച കണ്ണുകൾകൊണ്ട് അയാൾ മെഴുകുതിരിക്കാലുകളിലേക്ക് നോക്കി. അയാളുടെ ഉള്ളിൽ മുഴങ്ങിയിരുന്ന ശബ്ദം അവസാനിച്ചിരുന്നില്ല. ആ ശബ്ദം തുടർന്നുകൊണ്ടിരുന്നു: "ഴാങ് വാൽ ഴാങ്, നിങ്ങൾക്കു ചുറ്റും പലപല ശബ്ദങ്ങൾ ഉയരും. അതു വലിയ കോലാഹലം തന്നെ സൃഷ്ടിച്ചെന്നുവരും. ആ ശബ്ദങ്ങൾ നിങ്ങളെ അനുഗ്രഹിക്കും. പക്ഷേ ആരും കേൾക്കാത്ത ഒരു ശബ്ദം നിങ്ങളുടെ ഉള്ളിൽ ഉണ്ടാകും. ആ ശബ്ദം ഇരുട്ടിൽ നിങ്ങളെ ശപിക്കും. നികൃഷ്ടനായ മനുഷ്യാ, നിങ്ങൾ ഇതൊന്ന് ശ്രദ്ധിക്ക്. നിങ്ങളെ അനുഗ്രഹിച്ച ശബ്ദങ്ങളെല്ലാം സ്വർഗത്തിൽ എത്തുന്നതിനു മുമ്പ് കൊഴിഞ്ഞുപോകും. ശാപം മാത്രം ദൈവത്തിന്റെ അടുത്തേക്ക് കയറി ച്ചെല്ലും."

മനഃസാക്ഷിയുടെ അറിയപ്പെടാത്ത ആഴങ്ങളിൽനിന്ന് ഉയർന്നുവന്ന ആ ശബ്ദം തുടക്കത്തിൽ സ്പഷ്ടമായിരുന്നില്ല. പക്ഷേ ക്രമേണ അത് ഉറക്കെ

മുഴങ്ങാൻ തുടങ്ങി. ഒടുവിൽ അത് അയാൾക്ക് വ്യക്തമായി കേൾക്കാൻ കഴിയുന്ന അവസ്ഥയിൽ എത്തി. അയാളിൽനിന്ന് ഉത്ഭവിച്ച ആ ശബ്ദം പുറത്തേക്കു കടന്നതായി അയാൾക്ക് തോന്നി. അവസാനത്തെ വാക്കുകൾ വ്യക്തമായി അയാൾക്ക് കേൾക്കാൻ കഴിയുന്നതായി അനുഭവപ്പെട്ടു. ഭയത്തോടെ ആ ശബ്ദത്തിനുവേണ്ടി അയാൾ മുറിയിലേക്ക് പരതിനോക്കി. ഭയത്തോടെ അയാൾ വിളിച്ചു ചോദിച്ചു.

"ഇവിടെ ആരെങ്കിലും ഉണ്ടോ?"

പിന്നീട് അയാൾ ഒരു വിഡ്ഢിച്ചിരി ചിരിച്ചു: "ഞാൻ എന്തൊരു വിഡ്ഢിയാണ്. ഈ മുറിയിൽ ആർക്കും കടക്കാൻ കഴിയില്ലെന്ന കാര്യം എനിക്ക് അറിവുള്ളതല്ലേ?"

അവിടെ ഒരാൾ ഉണ്ടായിരുന്നു. പക്ഷേ മനുഷ്യർക്ക് കണ്ണുകൾകൊണ്ട് അയാളെ കാണാൻ കഴിയുമായിരുന്നില്ല.

അയാൾ മെഴുകുതിരിക്കാലുകൾ നെരിപ്പോടിന്റെ മേൽത്തട്ടിൽ വെച്ചു.

അയാളുടെ മടുപ്പിക്കുന്ന നടത്തം അയാൾ പുനരാരംഭിച്ചു. താഴത്തെ മുറിയിൽ ഉറങ്ങിക്കിടന്ന മനുഷ്യനെ അയാളുടെ നടത്തം സ്വപ്നങ്ങളിൽനിന്ന് ഉണർത്തി. ആ മനുഷ്യന്റെ ഉറക്കം നഷ്ടപ്പെട്ടു.

ഈ നടത്തം അയാൾക്ക് ഒരേ സമയം സാന്ത്വനവും പ്രചോദനവുമായി. ചില പ്രധാന സന്ദർഭങ്ങളിൽ നമ്മൾ ചലിച്ചുകൊണ്ടിരിക്കും. സ്ഥാനം മാറിക്കൊണ്ടിരിക്കുമ്പോൾ കാണുന്നതെന്തിനോടും അഭിപ്രായങ്ങൾ ആരായും എന്ന് നമ്മൾ വിചാരിക്കും. വളരെ നേരം നടന്നുകഴിഞ്ഞപ്പോൾ താൻ എവിടെയാണെന്നു പോലും അയാൾ അറിയുന്നുണ്ടായിരുന്നില്ല.

ഇപ്പോൾ താനെടുത്ത രണ്ടു തീരുമാനങ്ങളും തുല്യഭയത്തോടെ അയാളിലേക്ക് തിരിച്ചുവന്നു. രണ്ടുതീരുമാനങ്ങളും ഒരേപോലെ നിർണായകമാണെന്ന് അയാൾക്ക് തോന്നി. ഷാങ് മാത്തിയോ അയാളായി തെറ്റിദ്ധരിപ്പിക്കപ്പെട്ടത് തന്റെ കഷ്ടകാലത്തിനാണെന്ന തോന്നലിന് അയാൾ വശപ്പെട്ടു. അയാൾക്ക് സംരക്ഷണം കൊടുത്ത ദൈവം ഇപ്പോൾ അയാളെ വലിച്ചെറിഞ്ഞു കളഞ്ഞിരിക്കുന്നു.

ഭാവിയെപ്പറ്റി അയാൾ ഒരുനിമിഷം ആലോചിച്ചു. ദൈവത്തിന്റെ മുന്നിൽ അയാൾ കുറ്റം സമ്മതിച്ചു. എല്ലാം ഉപേക്ഷിക്കാൻ അയാൾ തീരുമാനിച്ചു. ഉപേക്ഷിക്കേണ്ടിവരുന്നതും സ്വീകരിക്കേണ്ടിവരുന്നതുമായ എല്ലാ കാര്യങ്ങളും നിരാശയോടെ അയാൾക്ക് കാണാൻ കഴിഞ്ഞു. സംശുദ്ധമായ തിളക്കമാർന്ന കുലീനമായ സ്വതന്ത്രമായ മതിപ്പുളവാക്കുന്ന നന്മ നിറഞ്ഞ ഈ ജീവിതത്തോട് അയാൾക്ക് വിടപറയേണ്ടിവരും. ഒരിക്കൽക്കൂടി അയാൾ പാടത്തു നടക്കാൻ ഇറങ്ങില്ല. ഒരിക്കൽക്കൂടി അയാൾ കുട്ടികൾക്ക് സമ്മാനങ്ങൾ നൽകില്ല. സ്നേഹവും നന്ദിയും നിറഞ്ഞ ഒരു നോട്ടം ഒരിക്കൽക്കൂടി അയാൾക്ക് അനുഭവിക്കാൻ കഴിയില്ല. അയാൾ ഉണ്ടാക്കിയ ഈ വീട് അയാൾ ഉപേക്ഷിക്കും. ഈ ചെറിയ മുറിയിലേക്ക് അയാൾ തിരിച്ചുവരില്ല. ചുറ്റുപാടും അയാൾക്ക് സൗന്ദര്യം കാണാൻ കഴിഞ്ഞു. ഈ പുസ്തകങ്ങൾ അയാൾ ഇനി വായിക്കില്ല. ഈ വെളുത്ത തടിമേശയുടെ അടുത്തിരുന്ന് ഒരുവരി പോലും അയാൾ എഴുതാൻ പോകുന്നില്ല. ഒരു പ്രഭാതത്തിലും അയാളുടെ ജോലിക്കാരി ഇനി കാപ്പി കൊണ്ടുവരില്ല. ദൈവമേ! ഇതിനെല്ലാം പകരമായി കപ്പലിലെ ജോലിക്കാരും കഴുത്തിലെ

ഇരുമ്പുവളയവും ചുവന്ന ഉടുപ്പും കാൽച്ചങ്ങലയും ഇരുട്ടറയും കിടക്കയ്ക്ക് പകരമുള്ള പലകക്കഷണവും അയാളോടൊപ്പം കാണും. അയാൾക്ക് ഇതെല്ലാം പരിചിതമായ കാര്യങ്ങളാണ്. പുതിയ ജീവിതത്തിനുശേഷം ഇതെല്ലാം താങ്ങാനുള്ള കഴിവ് ഈ പ്രായത്തിൽ അയാൾക്കുണ്ടോ? ഒരുപക്ഷേ അയാൾ ചെറുപ്പമായിരുന്നെങ്കിൽ? പക്ഷേ അയാൾക്ക് പ്രായം കൂടിപ്പോയി. ആദ്യം കാണുന്നവൻ തന്നെ അയാളെ കളിയാക്കും. ജയിലിലെ കാവൽക്കാരൻ അയാളെ തള്ളിത്താഴെയിടും. അയാളുടെ പുറത്ത് ജയിലറുടെ അടി വീഴും. ഇരുമ്പ് ഷൂസുകൾക്കുള്ളിൽ അയാളുടെ പാദങ്ങൾ കുത്തിക്കയറ്റും. രാവിലെയും വൈകുന്നേരവും കാൽച്ചങ്ങല പരിശോധിക്കുന്നവന്റെ ചുറ്റികകൊണ്ടുള്ള അടിക്കുവേണ്ടി അയാൾ കാത്തുനിൽക്കും. അപരിചിതരുടെ അറിവിനുവേണ്ടി ആരൊക്കെയോ പറയും: "ഇതാണ് പ്രശസ്തനായ ഴാങ് വാൽഴാങ്. എം ലെ പഴയ മേയർ."

രാത്രിയിൽ വിയർത്തൊലിച്ച് കണ്ണുവരെ മൂടുന്ന പച്ചത്തൊപ്പിയും വെച്ച് ഒഴുകിനടക്കുന്ന ജയിലിന്റെ കോണിപ്പടി ഈരണ്ടുപേരായി കയറുമ്പോഴാണ് പൊലീസുകാരന്റെ ചാട്ടയടി കിട്ടുന്നത്. ഹോ! അതു ഭയങ്കരമാണ്. ഒരു ബുദ്ധിമാനായ ജീവിയെപോലെ വിധി ക്രൂരതയോടെ പകവീട്ടുകയാണോ? ഒരു മനുഷ്യ മനസിനെപോലെ വിധി പൈശാചികമായി മാറിയോ?

എന്തുതന്നെയായാലും അയാളുടെ ചിന്തയുടെ ആഴങ്ങളിലെ ധർമസങ്കടങ്ങളിലാണ് ഒടുവിൽ അയാൾ എത്തിച്ചേർന്നത്. ഒന്നുകിൽ സ്വർഗത്തിൽ ജീവിക്കുന്ന ചെകുത്താനായി മാറുക. അല്ലെങ്കിൽ വീണ്ടും നരകത്തിലേക്ക് ചെന്നെത്തി അവിടെ മാലാഖയായി മാറുക.

"ദൈവമേ! എന്താണ് ചെയ്യേണ്ടത്?"

അനുഭവിച്ചുകൊണ്ടിരുന്ന യാതനകളിൽനിന്ന് വളരെ പ്രയാസപ്പെട്ടാണ് അയാൾ പുറത്തു കടന്നത്. പക്ഷേ വീണ്ടും അതിന്റെ കെട്ടുകൾ വിട്ടുപോയി. ആളുടെ ആശയങ്ങൾ വീണ്ടും കുഴഞ്ഞുമറിയാൻ തുടങ്ങി. നിരാശ ബാധിക്കുമ്പോൾ മാത്രം തോന്നുന്ന ഭയാനകവും വിവരണാതീതവും യാന്ത്രികവുമായ ഒരു രൂപപരിണാമം അയാളുടെ ചിന്തയിലും ഉണ്ടായി. പണ്ടുകേട്ട ഏതോ പാട്ടിന്റെ രണ്ടുവരികൾക്കൊപ്പം 'റൊമാങ്‌വിൽ' എന്ന പേര് ഇടതടവില്ലാതെ അയാളുടെ ഓർമയിൽ വന്നുകൊണ്ടിരുന്നു. ചെറുപ്പക്കാരായ കാമുകീകാമുകന്മാർ ഏപ്രിൽ മാസത്തിൽ ലിലാക് പൂക്കൾ ശേഖരിക്കാൻ പോകുന്ന പാരീസിന്റെ പ്രാന്തത്തിലുള്ള ഒരു ചെറിയ വനഭൂമിയാണ് 'റൊമാങ്‌വിൽ' എന്ന് അയാൾ വിചാരിച്ചു.

അയാൾ ആകെ പതറിപ്പോയിരുന്നു. ഒറ്റയ്ക്ക് നടക്കാൻ അനുവാദം കിട്ടിയ ഒരു കൊച്ചുകുട്ടിയെപ്പോലെ അയാൾ നടന്നുകൊണ്ടിരുന്നു.

ഇടയ്ക്കിടയ്ക്ക് ക്ഷീണത്തോട് മല്ലിട്ട് ബുദ്ധിയെ ഉണർത്തി എടുക്കാൻ അയാൾ പാടുപെട്ടു. അയാൾ അഭിമുഖീകരിക്കുന്ന പ്രശ്നത്തിനു മുന്നിൽ അപസ്മാരബാധിതനെ പോലെ തളർന്നുവീണെന്ന് സമ്മതിക്കാൻ അയാൾ പരിശ്രമിച്ചു. അയാൾ കുറ്റസമ്മതം നടത്തണോ അതോ നിശ്ശബ്ദനായി തുടരണോ? ഒന്നും അയാൾക്ക് വ്യക്തമായി കാണാൻ കഴിയുന്നില്ല. അയാളുടെ മനസിൽനിന്ന് പുറത്തേക്കുവന്ന അവ്യക്തമായ ആശയങ്ങൾ വിറയ്ക്കുന്നുണ്ടായിരുന്നു. പുകപോലെ ഒന്നൊന്നായി അവ അലിഞ്ഞ് ഇല്ലാതായി. പക്ഷേ ഒരു കാര്യം അയാൾക്ക് മനസിലായി. ഏതു തീരുമാനം സ്വീകരിച്ചാലും അയാളുടെ ഉള്ളിൽ ഏതെങ്കിലും ഒന്നിന്റെ മരണം ഉറപ്പായും ശവകുടീരത്തിലേക്ക്

പ്രവേശിക്കും. ഏതായാലും ഒരു മരണവേദന അയാൾ സഹിക്കേണ്ടിവരും. ഒന്നുകിൽ അയാളുടെ സന്തോഷത്തിന്റെ മരണവേദന. അല്ലെങ്കിൽ അയാളുടെ നന്മയുടെ മരണവേദന. അയാളുടെ മനസ്സ് വീണ്ടും പതറിത്തുടങ്ങി. നിന്നിട ത്തുനിന്ന് ഒരടിപോലും അയാൾ മുന്നോട്ടു പോയില്ല.

ഈ ഭാഗ്യദോഷിയായ മനുഷ്യന്റെ കാലഘട്ടത്തിന് ആയിരത്തി എണ്ണൂറു വർഷങ്ങൾക്കു മുമ്പ് നിഗൂഢതകൾ നിറഞ്ഞ മറ്റൊരാൾ ഉണ്ടായിരുന്നു. ആ മനു ഷ്യനിൽ മനുഷ്യരാശിയുടെ എല്ലാ പവിത്രതകളും ദുഃഖങ്ങളും ഒന്നിച്ച് ചേർന്നി രുന്നു. പ്രപഞ്ചത്തിന്റെ തീക്ഷ്ണമായ നിശ്വാസത്തിൽ ഒലീവ് മരങ്ങൾ ആടിയു ലഞ്ഞപ്പോൾ, അയാൾക്ക് മുന്നിൽ പ്രത്യക്ഷപ്പെട്ട ഇരുട്ടുനിറഞ്ഞ നിഴലുകൾ ഇറ്റുവീഴുന്ന ഭയാനകമായ പാനപാത്രം കാലങ്ങൾക്കു മുമ്പുതന്നെ നക്ഷത്രങ്ങൾ തിളങ്ങുന്ന ആഴങ്ങളിലേക്ക് ആ മനുഷ്യൻ സ്വന്തം കൈകൊണ്ട് തന്നെ വലി ച്ചെറിഞ്ഞിട്ടുണ്ട്.

4. ഉറക്കത്തിലെ മനോവിഷമം സമ്മാനിച്ച രൂപഭാവങ്ങൾ

ക്ലോക്കിൽ മണി മൂന്ന് അടിച്ചു. അയാൾ മുറിക്കുള്ളിലെ നടത്തം തുടങ്ങി യിട്ട് അപ്പോഴേക്കും അഞ്ചുമണിക്കൂർ കഴിഞ്ഞിരുന്നു. അയാൾ ഒരു കസേരയി ലേക്ക് വീണു. ആ കിടപ്പിൽത്തന്നെ അയാൾ ഉറങ്ങിപ്പോയി. ഉറക്കത്തിൽ അയാൾ സ്വപ്നങ്ങൾ കണ്ടു.

ഈ സ്വപ്നവും മറ്റുപല സ്വപ്നങ്ങളെയുംപോലെ ദു:ഖകരമായിരുന്നു. അതൊഴിച്ച് അയാളുടെ അവസ്ഥയുമായി ഇതിന് മറ്റു ബന്ധങ്ങൾ ഒന്നും ഉണ്ടാ യിരുന്നില്ല. പക്ഷേ അയാൾക്ക് അത് ഗൗരവമുള്ളതായി തോന്നി. അതുകൊണ്ട് അയാൾ ഉണർന്നപ്പോൾതന്നെ ആ സ്വപ്നം വിശദമായി എഴുതി വച്ചു. അയാളെ അത് അത്രമാത്രം സ്വാധീനിച്ചിരുന്നു. അയാൾ ഉപേക്ഷിച്ചുപോയ കടലാസുക ളുടെ കൂട്ടത്തിൽ സ്വന്തം കൈപ്പടയിലുള്ള പലതും ഉണ്ടായിരുന്നു. അതിൽ ഒന്ന് ഈ എഴുത്തായിരുന്നു. അതിവിടെ എടുത്തെഴുതേണ്ടത് ഞങ്ങളുടെ ചുമ തലയാണെന്ന് തോന്നുന്നു.

അയാളുടെ സ്വപ്നം എന്തുതന്നെയായാലും ഞങ്ങൾ അത് ഇവിടെ പകർത്തിയില്ലെങ്കിൽ ആ രാത്രിയുടെ കഥ പൂർണമാകില്ല. ആ സ്വപ്നം തളർന്നു പോയ ഒരു മനസിന്റെ മ്ലാനത നിറഞ്ഞ പരാക്രമമായിരുന്നു.

അതിങ്ങനെയായിരുന്നു. കവറിനു പുറത്ത് ഈ ഒരുവരി മാത്രം ഞങ്ങൾ വായിച്ചു. "അന്ന് രാത്രിയിൽ ഞാൻ കണ്ട സ്വപ്നം".

'ഞാൻ ഒരു പാടത്തിന്റെ നടുക്കായിരുന്നു. ഒരു പുല്ലുപോലും ഇല്ലാത്ത ഒഴിഞ്ഞ പാടം. രാത്രിയോ പകലോ എന്ന് തിരിച്ചറിയാൻ കഴിയില്ല.

ഞാൻ എന്റെ സഹോദരനോടൊപ്പമാണ് നടക്കുന്നത്. എന്റെ കുട്ടിക്കാ ലത്ത് എന്നോടൊപ്പം ഉണ്ടായിരുന്ന എന്റെ അനുജൻ. ഇയാളെപ്പറ്റി ഞാൻ പിന്നീട് ഒരിക്കൽപ്പോലും ആലോചിച്ചിട്ടില്ല. എന്നെങ്കിലും ഇയാളെപ്പറ്റി ഞാൻ ഓർമിച്ചതായിപോലും എനിക്ക് ഓർമയില്ല.

ഞങ്ങൾ സംസാരിച്ചുകൊണ്ടിരുന്നു. വഴിയിൽ ഞങ്ങൾ മറ്റുള്ളവരെ കണ്ടു. ഞങ്ങളുടെ ഒരു പഴയ അയൽക്കാരിയെപ്പറ്റിയായിരുന്നു ഞങ്ങൾ സംസാരിച്ചു കൊണ്ടിരുന്നത്. അവർ ആ തെരുവിൽ ഉണ്ടായിരുന്ന കാലം മുഴുവൻ വീടിന്റെ ജനാല തുറന്നിട്ടുകൊണ്ടാണ് എന്തു ജോലിയും ചെയ്തിരുന്നത്. തുറന്നുകി

ടന്ന ആ ജനാല പകർന്നുതന്നെ കുളിർമ സംസാരത്തിനിടയിലും ഞങ്ങൾ അനുഭവിക്കുന്നുണ്ടായിരുന്നു. പാടത്ത് ഒരു മരം പോലും ഉണ്ടായിരുന്നില്ല.

ഞങ്ങളുടെ അടുത്തുകൂടി ഒരു മനുഷ്യൻ കടന്നുപോയി. അയാൾ മണ്ണിന്റെ നിറമുള്ള ഒരു കുതിരപ്പുറത്താണ് സഞ്ചരിച്ചിരുന്നത്. ചാരനിറമുള്ള ആ മനുഷ്യൻ പരിപൂർണ നഗ്നനായിരുന്നു. അയാൾക്ക് മുടി ഉണ്ടായിരുന്നില്ല. അയാളുടെ തലയോട്ടിക്കു മുകളിൽ ഞരമ്പുകൾ എഴുന്നുനിന്നു. മുന്തിരിവള്ളിപോലെ വളയുന്ന ഒരു വടി അയാൾ കരുതിയിരുന്നു. പക്ഷേ അതിന് ഇരുമ്പിന്റെ ഭാരം തോന്നിച്ചു. അയാൾ ഒന്നും സംസാരിക്കാതെ ഞങ്ങളെ കടന്നുപോയി.

എന്റെ സഹോദരൻ പറഞ്ഞു: "നമുക്ക് ഈ ഒഴിഞ്ഞ വഴിയിൽക്കൂടി പോകാം."

ഒറ്റപ്പെട്ടുകിടന്ന ഒരു വഴി ഞങ്ങൾ കണ്ടു. കുറ്റിച്ചെടി മുളയ്ക്കാത്ത, കരിമ്പായലുപോലും കണികാണാനില്ലാത്ത ഒരു വഴി. അവിടെ ആകാശത്തിനുപോലും മണ്ണിന്റെ നിറമായിരുന്നു. കുറച്ചുകൂടി നടന്നപ്പോൾ പിന്നീട് എന്റെ ചോദ്യങ്ങൾക്ക് ആരും മറുപടി പറഞ്ഞില്ല. എന്റെ സഹോദരൻ എന്നോടൊപ്പം ഇല്ലെന്ന് എനിക്കു മനസിലായി.

മുന്നിൽ കണ്ട ഒരു ഗ്രാമത്തിലേക്ക് ഞാൻ പ്രവേശിച്ചു. അതു റോമാങ്വിൽ ആണെന്ന് ഞാൻ വിചാരിച്ചു. (എന്തുകൊണ്ട് റോമാങ്വിൽ ആണെന്ന് വിചാരിച്ചു?)*

ഞാൻ ആദ്യം കടന്നുചെന്ന തെരുവ് ശൂന്യമായിരുന്നു. ഞാൻ മറ്റൊരു തെരുവിലേക്ക് കടന്നു. രണ്ടു തെരുവുകളും തമ്മിൽ സന്ധിക്കുന്ന കവലയിൽ ചുവരിൽ ചാരി ഒരു മനുഷ്യൻ നിന്നിരുന്നു. ഞാൻ ആ മനുഷ്യനോട് ചോദിച്ചു. "ഇത് ഏതു സ്ഥലമാണ്? ഞാൻ എവിടെയാണ്?" അയാൾ മറുപടി പറഞ്ഞില്ല. ഒരു വീടിന്റെ വാതിൽ തുറന്നുകിടക്കുന്നത് ഞാൻ കണ്ടു. ഞാൻ ആ വീടിനുള്ളിലേക്കു കടന്നു.

ആദ്യത്തെ മുറിക്കുള്ളിൽ ആരും ഉണ്ടായിരുന്നില്ല. ഞാൻ രണ്ടാമത്തെ മുറിക്കുള്ളിൽ കടന്നു. അവിടെ കതകിനു മറഞ്ഞ് ഭിത്തിയിൽ ചാരി ഒരാൾ നിന്നിരുന്നു. ഞാൻ അയാളോടു ചോദിച്ചു: "ഇത് ആരുടെ വീടാണ്? ഞാൻ ഇപ്പോൾ എവിടെയാണ്?" അയാൾ മറുപടി പറഞ്ഞില്ല. വീടിനു പുറത്ത് ഒരു തോട്ടം ഉണ്ടായിരുന്നു.

ഞാൻ വീട്ടിൽ നിന്നിറങ്ങി തോട്ടത്തിലേക്ക് കടന്നു. തോട്ടത്തിൽ ആരും ഉണ്ടായിരുന്നില്ല. ആദ്യം കണ്ട മരത്തിനു ചുവട്ടിൽ ഒരു മനുഷ്യൻ നിൽക്കുന്നത് ഞാൻ കണ്ടു. അയാളോട് ഞാൻ ചോദിച്ചു: "ഇത് ഏതു തോട്ടമാണ്? ഞാൻ എവിടെയാണ്?" അയാൾ മറുപടി പറഞ്ഞില്ല.

ഞാൻ ഗ്രാമത്തിലൂടെ ചുറ്റിത്തിരിഞ്ഞു. അതൊരു പട്ടണമാണെന്ന് എനിക്കു മനസിലായി. അവിടെ എല്ലാ തെരുവുകളും ശൂന്യമായിരുന്നു. എല്ലാ കതകുകളും തുറന്നുകിടന്നു. തെരുവിൽ ആരും സഞ്ചരിക്കുന്നില്ല. വീടുകൾക്കുള്ളിൽനിന്ന് ഒരു ചലനവും കേൾക്കാൻ കഴിഞ്ഞില്ല. തോട്ടങ്ങളിലൂടെ ആരും നടക്കുന്നില്ല. പക്ഷേ എല്ലാ വാതിലുകളുടേയും മരങ്ങളുടേയും മറവിൽ എന്നു പറഞ്ഞാൽ ശരിയാവില്ല. അവിടെ കണ്ട എന്തിന്റെയും പിന്നിൽ ആരൊക്കെയോ

* ബ്രാക്കറ്റിനുള്ളിലെ ചോദ്യം ഴാങ് വാൽഴാങ്ങിന്റെ സ്വന്തമാണ്.

നിൽക്കുന്നുണ്ട്. പക്ഷേ ഒരു സമയം ഒരാളെ മാത്രമേ കാണാൻ കഴിയൂ. ഞാൻ നടന്നു നീങ്ങുമ്പോൾ അവർ എന്നെത്തന്നെ നോക്കിക്കൊണ്ടുനിന്നു.

ഞാൻ നഗരത്തിനു പുറത്തെത്തി പാടത്തുകൂടി നടക്കാൻ തുടങ്ങി.

അൽപ്പസമയം കഴിഞ്ഞ് ഞാൻ തിരിഞ്ഞുനോക്കിയപ്പോൾ ഒരുസംഘം ആളുകൾ എന്നെ പിൻതുടരുന്നതു കണ്ടു. നഗരത്തിൽ ഞാൻ കണ്ട മനുഷ്യരാണ് എന്റെ പിന്നാലെ വരുന്നതെന്ന് ഞാൻ തിരിച്ചറിഞ്ഞു. അവരുടെ തലകൾ വിചിത്രമായിരുന്നു. അവർ വേഗത്തിൽ നടക്കുന്നതായി തോന്നിയില്ല. പക്ഷേ അവർക്ക് എന്നെക്കാൾ വേഗത ഉണ്ടായിരുന്നു. അവർ നടക്കുമ്പോൾ ഒച്ച കേൾക്കാനില്ല. നിമിഷങ്ങൾക്കകം അവർ എന്നെ വളഞ്ഞു. അവരുടെ മുഖങ്ങൾക്കും മണ്ണിന്റെ നിറമായിരുന്നു.

ഞാൻ നഗരത്തിലേക്കു കടക്കുമ്പോൾ ആദ്യം കണ്ട മനുഷ്യൻ ചോദിച്ചു: "നിങ്ങൾ എവിടെ പോകുന്നു? നിങ്ങൾ മരിച്ചിട്ട് വളരെക്കാലം കഴിഞ്ഞിരിക്കുന്നു എന്ന് നിങ്ങൾക്ക് അറിയില്ലേ?"

'ഞാൻ മറുപടി പറയാൻ വേണ്ടി വായ തുറന്നു. എന്റെ അടുത്ത് ആരുമില്ലെന്ന് ഞാൻ മനസിലാക്കി.'

അയാൾ ഉണർന്നു. തണുത്തു വിറച്ചുകൊണ്ടാണ് അയാൾ ഉണർന്നത്. പ്രഭാതത്തിലെ കാറ്റുപോലെ കാറ്റിനു തണുപ്പുണ്ടായിരുന്നു. തീ അണഞ്ഞുപോയിരുന്നു. മെഴുകുതിരി ഉരുകിത്തീരാറായി. രാത്രിയുടെ ഇരുട്ട് പുറത്തു കട്ടപിടിച്ചു കിടന്നു.

അയാൾ എഴുന്നേറ്റ് ജനാലയുടെ അടുത്തേക്ക് നടന്നു. ആകാശത്ത് അപ്പോഴും നക്ഷത്രങ്ങൾ ഉണ്ടായിരുന്നില്ല.

അവിടെനിന്നു നോക്കിയാൽ അയാൾക്ക് തെരുവുകാണാം. പെട്ടെന്ന് താഴെ എന്തോ പരുക്കൻ ശബ്ദം കേട്ടു. അയാൾ താഴേക്ക് നോക്കി.

താഴെ അയാൾ രണ്ടു ചുവന്ന നക്ഷത്രങ്ങൾ കണ്ടു. അവ വിചിത്രമായി മുന്നോട്ടും പിന്നോട്ടും ആടിയുലഞ്ഞു.

അയാൾ പകുതി ഉറക്കത്തിലായിരുന്നു. അയാൾ വിചാരിച്ചു. 'ആകാശത്ത് നക്ഷത്രങ്ങൾ ഇല്ല. ഇപ്പോൾ അവയെല്ലാം ഭൂമിയിലെത്തിയിരിക്കുന്നു.'

ഈ ചിന്താക്കുഴപ്പം നീണ്ടുനിന്നില്ല. ആദ്യം കേട്ട അതേ ശബ്ദം രണ്ടാമതും കേട്ടു. അയാൾ പകുതിമയക്കത്തിൽ നിന്ന് ഞെട്ടിയുണർന്നു. അയാൾ കണ്ട നക്ഷത്രങ്ങൾ ഒരു വണ്ടിയുടെ വിളക്കുകളാണെന്ന് അയാൾ തിരിച്ചറിഞ്ഞു. അതിന്റെ വെളിച്ചത്തിൽ ഒരു വണ്ടിയുടെ രൂപം അയാൾക്കു മുന്നിൽ തെളിഞ്ഞുവന്നു. ഒരു ചെറിയ വെള്ളക്കുതിര വലിക്കുന്ന ഒരു ചെറിയ വണ്ടി. കുതിര മുക്രയിടുന്ന ശബ്ദമായിരുന്നു അയാൾ കേട്ടത്.

അയാൾ സ്വയം പറഞ്ഞു: "ഏതാണീ വണ്ടി? ആരാണ് നേരം വെളുക്കുന്നതിനു മുമ്പ് വന്നിരിക്കുന്നത്?"

ഈ സമയത്ത് ആരോ അയാളുടെ വാതിലിൽ മുട്ടുന്നത് അയാൾ കേട്ടു. പെട്ടെന്ന് അടിമുടി അയാൾ ഞെട്ടിവിറയ്ക്കാൻ തുടങ്ങി. വല്ലാത്ത ശബ്ദത്തിൽ അയാൾ വിളിച്ചു ചോദിച്ചു:

"ആരാ അത്?"

ആരോ മറുപടി പറഞ്ഞു: "മേയർ സാർ. ഞാനാണ്"

കിഴവിയുടെ ശബ്ദം അയാൾ തിരിച്ചറിഞ്ഞു. അയാളുടെ ജോലിക്കാരി.

അയാൾ ചോദിച്ചു : ‘‘എന്തുവേണം?”

“മേയർ സാർ മണി അഞ്ചായി.”

“അതിന് ഞാൻ എന്തുവേണം?”

“മേയർ സാർ വണ്ടി വന്നിട്ടുണ്ട്.”

“എന്തു വണ്ടി?”

“ചെറിയ കുതിരവണ്ടി.”

“ഏത് ചെറിയ കുതിരവണ്ടി.”

“മേയർ സാർ, ഒരു വണ്ടി വരാൻ പറഞ്ഞിരുന്നില്ലേ?”

അയാൾ പറഞ്ഞു: “ഇല്ല.”

“മേയർ സാറിനുവേണ്ടി വന്നതാണെന്നാണ് വണ്ടിക്കാരൻ പറയുന്നത്?”

“ഏതു വണ്ടിക്കാരൻ?”

“സ്കോഫ്ലേർ സാറിന്റെ വണ്ടിക്കാരൻ?”

ആ പേരു കേട്ടതും അയാൾ ഒന്നു ഞെട്ടി. ആ പേര് അയാളുടെ മുന്നിലേക്ക് മിന്നൽപോലെ കടന്നുവന്നു.

അയാൾ പറഞ്ഞു: “സ്കോഫ്ലേറിന്റെ വണ്ടി. ശരിയാണ്.”

കിഴവി അയാളെ അപ്പോൾ കണ്ടിരുന്നെങ്കിൽ ഭയപ്പെട്ടുപോകുമായിരുന്നു.

കുറേനേരം പിന്നീട് ആരും ഒന്നും മിണ്ടിയില്ല. നിർവികാരനായി അയാൾ മെഴുകുതിരിയിലേക്ക് നോക്കിക്കൊണ്ടു നിന്നു.

ഉരുകിവീണ അൽപ്പം മെഴുക് അയാൾ കയ്യിലെടുത്തു. അയാൾ അത് വിരലുകൾകൊണ്ട് ഉരുട്ടി. കിഴവി കാത്തുനിൽക്കുകയായിരുന്നു. എന്തായാലും ഒടുവിൽ അവർ അയാളെക്കൊണ്ട് വീണ്ടും സംസാരിപ്പിക്കുന്നതിൽ വിജയിച്ചു.

“മേയർസാർ, ഞാൻ എന്തു പറയണം?”

“അവിടെ നിൽക്കാൻ പറയൂ. ഞാൻ താഴോട്ട് വരുന്നുണ്ട്.”

5. കറങ്ങാത്ത ചക്രങ്ങൾ

ചക്രവർത്തിയുടെ ഭരണകാലത്തെപ്പോലെ ചെറിയ തപാൽവണ്ടികളിലായിരുന്നു ഇപ്പോഴും ആറായിൽനിന്ന് എം പട്ടണത്തിലേക്ക് തപാലുരുപ്പടികൾ കൊണ്ടുവന്നിരുന്നത്. രണ്ടുപേർക്കിരിക്കാവുന്ന ചെറിയ വണ്ടി. വണ്ടിക്കാരനും ഒരു വഴിയാത്രക്കാരനും മാത്രം ഇരിക്കാൻ ഇടമുള്ള രണ്ടുചക്രങ്ങളിലോടുന്ന കുതിരവണ്ടി. വണ്ടിയുടെ ഉൾഭാഗം തോലുകൊണ്ട് മോടിപിടിപ്പിച്ചിരിക്കും. അതിന്റെ ചക്രങ്ങളിൽനിന്നും നീണ്ട അച്ചുതണ്ടുകൾ ഭയപ്പെടുത്തിക്കൊണ്ട് പുറത്തേക്ക് തള്ളിനിൽക്കും. മറ്റുവണ്ടികൾ ഇതു കാണുമ്പോൾ അകലം സൂക്ഷിച്ചുകൊള്ളും. വണ്ടിയുടെ പിന്നിലായി അതിന്റെ ഒരുഭാഗം പോലെ തോന്നിക്കുന്ന ദീർഘചതുരാകൃതിയിലുള്ള ഒരു പെട്ടിയുണ്ട്. അതിലാണ് എഴുത്തുകൾ കൊണ്ടുപോകുന്നത്. പെട്ടിയുടെ നിറം കറുപ്പും വണ്ടിയുടെ നിറം മഞ്ഞയും ആയിരിക്കും.

വണ്ടി മൊത്തത്തിൽ ഒരു വികൃതരൂപമാണ്. ഇപ്പോഴുള്ള ഒരു വണ്ടിയുമായും അതിന് ഒരു സാമ്യവും ഇല്ല. ദൂരെ ചക്രവാളത്തിൽനിന്ന് അത് ഇഴഞ്ഞു വരുന്നതു കണ്ടാൽ ഏതാണ്ട് ചിതലിനെപ്പോലെയുണ്ടാകും. പക്ഷേ അതു വളരെ വേഗതയിലാണ് സഞ്ചരിക്കുന്നത്. രാത്രി ഒരുമണിക്ക് ആറായിൽനിന്ന് തിരി

ക്കുന്ന വണ്ടി പാരീസിൽ വന്ന് അവിടെനിന്നും തപാലെടുത്ത് വെളുപ്പിന് അഞ്ചു മണിക്കുമുമ്പ് എം പട്ടണത്തിൽ എത്തിയിരിക്കും.

അന്നുരാത്രി എം പട്ടണത്തിലേക്കുള്ള മെയിൽവണ്ടി ഹെസ്ദാങ് നിരത്തിലൂടെയാണ് വന്നത്. പട്ടണത്തിലേക്ക് കടക്കുന്ന തിരിവിൽവെച്ച് എതിർഭാഗത്തേക്കുപോയിരുന്ന ഒറ്റക്കുതിര വലിക്കുന്ന ഒരു ചെറിയ വണ്ടിയുമായി അത് കൂട്ടിമുട്ടി. ആ വണ്ടിയിൽ ശരീരം മൊത്തം മറയുന്ന കോട്ടുധരിച്ച ഒരു മനുഷ്യൻ മാത്രമാണ് ഉണ്ടായിരുന്നത്. ചെറിയവണ്ടിയുടെ ചക്രത്തിന് ഒരു തട്ടുകിട്ടി. തപാൽക്കാരൻ വണ്ടി നിർത്താൻ വിളിച്ചുകൂവി. പക്ഷേ കോട്ടുകാരൻ കേട്ടതായി തോന്നിയില്ല. അയാൾ വളരെവേഗത്തിൽ കുതിരയെ തെളിച്ചു.

തപാൽക്കാരൻ പറഞ്ഞു: "അവന് ചെകുത്താന്റെ വേഗതയാണ്."

അത്രയും വേഗത്തിൽ പാഞ്ഞുപോയത് അയാളായിരുന്നു. വല്ലാത്ത മനഃക്ഷോഭത്തിന് അയാൾ അടിമപ്പെട്ടുപോയിരുന്നു.

അയാൾ എവിടേക്കാണ് പോകുന്നത് ? അയാൾ പറയില്ല. അയാൾക്ക് ഇത്ര വെപ്രാളം എന്തിനാണ്? അയാൾക്ക് അറിയില്ല. ഒരു ശ്രദ്ധയുമില്ലാതെ അയാൾ എവിടേക്കാണ് പായുന്നത്? ആറായിലേക്കാണെന്ന കാര്യത്തിൽ സംശയമില്ല. ഒരുപക്ഷേ മറ്റെവിടെയെങ്കിലും കൂടി അയാൾക്ക് പോകണമായിരിക്കും. ഇരുട്ടിന്റെ വിള്ളലുകളിലൂടെ അയാൾ തുളച്ചുകയറി. ആരോ അയാളെ പിന്നിൽനിന്ന് തള്ളിവിട്ടു. ആരോ അയാളെ മുന്നിൽനിന്ന് പിടിച്ചുവലിച്ചു. അയാളുടെ മനസിലൂടെ എന്താണ് കടന്നുപോകുന്നതെന്ന് ആർക്കും പറയാൻ കഴിയില്ല. പക്ഷേ ആർക്കും അത് മനസിലാകും. അറിയപ്പെടാത്ത ആ ഇരുണ്ടഗുഹയിലേക്ക് ജീവിതത്തിൽ ഒരിക്കലെങ്കിലും കടന്നുചെല്ലാത്ത ഏതു മനുഷ്യനാണ് ലോകത്തുള്ളത്?

പക്ഷേ അയാൾ ഒന്നും ആലോചിച്ചിരുന്നില്ല. ഒന്നും തീരുമാനിച്ചിരുന്നില്ല. ഒന്നും പ്രവർത്തിച്ചതുമില്ല. അയാളുടെ മനഃസാക്ഷി എന്തുചെയ്യണമെന്ന തീരുമാനത്തിൽ എത്തിയിരുന്നില്ല. അയാൾ തുടക്കത്തിലെ അവസ്ഥയിൽ തന്നെ ആയിരുന്നു.

അയാൾ എന്തിനാണ് ആറായിൽ പോകുന്നത്?

സ്കോഫ്ലേറിന്റെ വണ്ടി ഇടപാടു ചെയ്തപ്പോൾ സ്വയം പറഞ്ഞകാര്യങ്ങൾ അയാൾ ആവർത്തിച്ചുപറഞ്ഞു. ഫലം എന്തുതന്നെയായാലും എല്ലാ ചുറ്റുപാടുകളും നേരിട്ടുകണ്ട് വിലയിരുത്തുകയാണ് വേണ്ടത്. എന്താണു നടക്കുന്നതെന്ന് പിടികൊടുക്കാതെതന്നെ തനിക്ക് നേരിട്ട് കാണാൻ കഴിയും. കാര്യങ്ങൾ നിരീക്ഷിച്ച് വിലയിരുത്താതെ അയാൾക്ക് ഒന്നും തീരുമാനിക്കാൻ കഴിയില്ല. അകലെനിന്ന് നോക്കുമ്പോൾ ചെറിയ കാര്യങ്ങൾ പലപ്പോഴും പർവതങ്ങളാണെന്ന് തോന്നാം. ഈ ഷാങ് മാത്തിയോ ഒരുപക്ഷേ ഒരു വൃത്തികെട്ടവൻ ആയിരിക്കാം. തനിക്കു പകരം ഷാങ് മാത്തിയോയെ തണ്ടുവലിശിക്ഷയ്ക്കു പറഞ്ഞു വിടുന്നതുമായി ഒരുപക്ഷേ അയാളുടെ മനഃസാക്ഷിക്ക് പൊരുത്തപ്പെടാൻ കഴിയുമായിരിക്കാം. ഴാവേർ അവിടെയുണ്ടാകുമെന്ന് ഉറപ്പാണ്. അയാളെ പണ്ട് അടുത്തറിയുന്ന പഴയ കുറ്റവാളികളിൽപ്പെട്ട ബ്രവെയും ഷെനിൽദിയുവും കോഷ്പയിലും അവിടെക്കാണും. പക്ഷേ ഒരിക്കലും അവർ അയാളെ തിരിച്ചറിയാൻ പോകുന്നില്ല. ഴാവേർ സത്യത്തിൽനിന്ന് നൂറുമൈൽ ദൂരത്താണ്. എല്ലാ അഭ്യൂഹങ്ങളും അനുമാനങ്ങളും കേന്ദ്രീകരിച്ചിരിക്കുന്നത് ഷാങ് മാത്തിയോവി

ലേക്കാണ്. അവിടെ ഇപ്പോൾ അഭ്യൂഹങ്ങളെക്കാളും അനുമാനങ്ങളെക്കാളും ഉറപ്പുള്ള മറ്റൊന്നും ഇല്ല. അതായത് മൊത്തത്തിൽ യാതൊരു അപകടവുമില്ല.

ഇരുണ്ട മണിക്കൂറുകളാണ് എന്നതിൽ സംശയമില്ല. പക്ഷേ അയാൾക്ക് അതു കഴിച്ചുകൂട്ടാതിരിക്കാൻ നിർവാഹമില്ല. അയാളുടെ വിധി ആപത്താണെങ്കിൽപോലും അത് അയാളുടെ കൈവശം തന്നെയുണ്ട്. ആ വിധിയുടെ യജമാനൻ അയാളാണ്. അയാൾ ഈ ചിന്തയിൽ കടിച്ചുതൂങ്ങി.

സത്യം പറയുകയാണെങ്കിൽ ആറായിൽ പോകാതിരിക്കാനായിരുന്നു അയാളുടെ താൽപ്പര്യം.

എന്നിട്ടും അയാൾ അവിടേക്കുതന്നെ പൊയ്ക്കൊണ്ടിരിക്കുന്നു.

ആലോചനയിലായിരുന്നെങ്കിലും അയാൾ കുതിരയുടെ പുറത്ത് ചാട്ടവീശിക്കൊണ്ടിരുന്നു. കുതിര മണിക്കൂറിൽ രണ്ടരമൈലിൽ കുറയാത്ത വേഗതയിൽ ശക്തിയെടുത്ത് ഓടി. ഒരേ വേഗതയിലുള്ള ഓട്ടം.

വണ്ടി മുന്നോട്ടു കുതിക്കുന്തോറും അയാളുടെ ഉള്ളിൽ എന്തോ പിൻവലിയുന്നതായി അയാൾക്കു തോന്നി.

നേരം പുലർന്നപ്പോൾ അയാൾ ഒരു ഗ്രാമപ്രദേശത്ത് എത്തിയിരുന്നു. എം പട്ടണത്തിൽനിന്ന് അയാൾ വളരെ ദൂരം മുന്നിലായിക്കഴിഞ്ഞു. ചക്രവാളത്തിൽ വെളിച്ചം പടരുന്നത് അയാൾ കണ്ടു. മഞ്ഞുകാലത്തെ പ്രഭാതം വിറങ്ങലിപ്പിച്ച രൂപങ്ങൾ കൺമുന്നിലൂടെ കടന്നുപോകുന്നതൊന്നും അയാൾ അറിഞ്ഞില്ല. പ്രഭാതത്തിനും സന്ധ്യയെപ്പോലെ സ്വന്തം കാഴ്ചകൾ ഉണ്ട്. അവയൊന്നും അയാൾ കാണുന്നുണ്ടായിരുന്നില്ല. പക്ഷേ അയാൾപോലും അറിയാതെ ദൂരെക്കണ്ട മലകളും മരങ്ങളും അയാളുടെ പ്രക്ഷുബ്ധമായ മനസിൽ വിശദീകരിക്കാൻ കഴിയാത്ത ആശങ്കയും മ്ലാനതയും കുത്തിനിറച്ചു.

ഒറ്റപ്പെട്ട ഓരോ വീടും പിന്നിടുമ്പോൾ അയാൾ സ്വയം പറഞ്ഞുകൊണ്ടിരുന്നു, "ആളുകൾ ഉറക്കം ഉണർന്നിട്ടില്ല."

കുളമ്പടിയൊച്ചയും കുതിരക്കോപ്പുകളുടെ കിലുക്കവും ഉരുളുന്ന ചക്രങ്ങളും ചേർന്ന് മടുപ്പിക്കുന്ന ഒരു ശബ്ദം ഉണ്ടാക്കിക്കൊണ്ടിരുന്നു. സന്തോഷമുള്ളപ്പോൾ ഈ ശബ്ദങ്ങൾ മനോഹരമായി തോന്നുമായിരിക്കാം. പക്ഷേ അല്ലാത്തപ്പോൾ അവ ദുഃഖസൂചകമാണ്.

അയാൾ ഹെസ്ദാങ്ങിലെത്തിയപ്പോഴേക്കും നേരം പുലർന്നുകഴിഞ്ഞിരുന്നു. ഒരു സത്രത്തിനു മുന്നിൽ അയാൾ വണ്ടിനിർത്തി. കുതിരയുടെ ക്ഷീണം മാറ്റാനും അതിന് കുറച്ച് ഓട്സ് കൊടുക്കാനും വേണ്ടിയാണ് അയാൾ അവിടെ ഇറങ്ങിയത്.

സ്കോഫ്ലേർ പറഞ്ഞതുപോലെ ബുലോന്നെയിൽനിന്നുള്ള ചെറിയ ഇനം കുതിരയായിരുന്നു. എന്നാൽ ആവശ്യത്തിനു കഴുത്തില്ല. അതിന്റെ തലയ്ക്കും വയറിനും വലുപ്പം കൂടുതലാണ് നല്ല നെഞ്ചുവിരിവ് ഉണ്ട്. കൊഴുത്ത പിൻഭാഗമാണ്. മെലിഞ്ഞ ഒന്നാംതരം കാലുകളുണ്ട്. കുളമ്പുകൾക്ക് നല്ല ഉറപ്പാണ്. ആ ഒന്നാംതരം കുതിര ഒന്നു തിരിഞ്ഞുപോലും നോക്കാതെ രണ്ടുമണിക്കൂർകൊണ്ട് അഞ്ചുമൈൽ ദൂരം താണ്ടിക്കഴിഞ്ഞിരുന്നു.

അയാൾ വണ്ടിയിൽനിന്ന് താഴെ ഇറങ്ങിയില്ല. കുതിരലായത്തിലെ പയ്യൻ ഓട്സ് കൊണ്ടുവന്ന് കുതിരയ്ക്കുകൊടുത്തു. കുനിഞ്ഞപ്പോൾ ഇടതുവശത്തെ ചക്രം കണ്ടിട്ട് അവൻ വിളിച്ചു ചോദിച്ചു:

"നിങ്ങൾക്ക് വളരെ ദൂരം പോകാനുണ്ടോ?

അയാൾ ആലോചന അവസാനിപ്പിക്കാതെതന്നെ മറുപടി പറഞ്ഞു:

"എന്താണ്?"

"ദൂരെനിന്നാണോ നിങ്ങൾ വരുന്നത്?"

"ഇവിടെനിന്ന് അഞ്ചുമൈൽ"

"അയ്യോ"

"എന്താണ് 'അയ്യോ' എന്നു പറഞ്ഞത്?"

കുതിരലായത്തിലെ പയ്യൻ വീണ്ടും കുനിഞ്ഞുനോക്കി. ചക്രത്തിലേക്കു നോക്കി ഒരുനിമിഷം അവൻ നിശ്ശബ്ദനായി. പിന്നീട് അവൻ തല ഉയർത്തി:

"ഈ ചക്രം ഇപ്പോൾ അഞ്ചുമൈൽ താണ്ടി എന്നു പറഞ്ഞാൽ വിശ്വസിക്കാം. പക്ഷേ ഇനിയും ഇത് കാൽമൈൽ പോലും ഓടില്ല."

അയാൾ കുതിരവണ്ടിയിൽനിന്ന് ചാടിയിറങ്ങി:

"ചങ്ങാതി എന്താണ് പറയുന്നത്?"

"വഴിയിലെ കുഴിയിലെങ്ങും വീഴാതെ നിങ്ങളും നിങ്ങളുടെ കുതിരയും അഞ്ചുമൈൽ സഞ്ചരിച്ചത് സത്യത്തിൽ ഒരത്ഭുതമാണ്. നിങ്ങൾ തന്നെ ഇതൊന്ന് നോക്ക്."

ചക്രത്തിന് ശരിക്കും കേടുപറ്റിയിരുന്നു. തപാൽ വണ്ടിയുമായി കൂട്ടിയിടിച്ച് ചക്രത്തിന്റെ രണ്ടു കാലുകൾ ഒടിഞ്ഞുപോയി. ചക്രം ഉറപ്പിക്കുന്ന ഭാഗത്തിന് ഇളക്കം തട്ടിയിരുന്നു.

അയാൾ ചോദിച്ചു: "ഇവിടെ എവിടെയെങ്കിലും വണ്ടിപ്പണിക്കാരുണ്ടോ?"

"ഉണ്ട് സാർ."

"എങ്കിൽ എന്നെ ഒന്നു സഹായിക്കണം. ചങ്ങാതി അയാളെ ഒന്ന് കൂട്ടിക്കൊണ്ടുവരണം."

"ആൾ ഇവിടെത്തന്നെയുണ്ട്. മിസ്റ്റർ ബുർഗെയാർ ഒന്ന് ഇവിടെവരെ വരണം."

വണ്ടിപ്പണിക്കാരൻ മിസ്റ്റർ ബുർഗെയാർ ലായത്തിന്റെ വാതിലിൽത്തന്നെ ഉണ്ടായിരുന്നു. അയാൾ വന്ന് ചക്രം പരിശോധിച്ചു. ഒടിഞ്ഞകാലു കാണുമ്പോൾ ഒരു സർജൻ മൂളുന്നതുപോലെ മൂളി.

"ചക്രം ഇവിടെ വച്ചു നന്നാക്കാൻ പറ്റുമോ?"

"പറ്റും."

"എനിക്ക് ഇവിടെനിന്ന് എപ്പോൾ പോകാൻ കഴിയും."

"നാളെ."

"നാളെ?"

"ഒരുദിവസത്തെ ജോലിയുണ്ട്. സാറിന് ഉടനെ പോണോ?"

"എനിക്ക് പെട്ടെന്നു പോകണം. കൂടിയാൽ ഒരുമണിക്കൂർ."

"അത് എന്തായാലും നടക്കില്ല സാർ."

"എന്തു വേണമെങ്കിലും തരാം."

"നടക്കാത്ത കാര്യമാണ്. എന്തുചെയ്യാൻ പറ്റും?"

"ശരി, രണ്ടു മണിക്കൂറിനുള്ളിൽ ശരിയാക്കാൻ പറ്റുമോ?"

"ഇന്നു നടക്കില്ല. രണ്ടുപടികളും ചക്രത്തിന്റെ നടുഭാഗവും ശരിയാക്കണം. ഇവിടെനിന്ന് നാളേക്ക് മുമ്പ് സാറിന് പുറപ്പെടാൻ കഴിയില്ല."

"എനിക്ക് നാളെവരെ കാത്തിരിക്കാൻ പറ്റില്ല. ചക്രം ശരിയാക്കാൻ നിൽക്കാതെ മാറ്റിവയ്ക്കാൻ കഴിയുമോ?"

"അത് എങ്ങനെ പറ്റും?"

"നിങ്ങൾ വണ്ടിപ്പണിക്കാരനല്ലേ?"

"അതെ"

"നിങ്ങളുടെ കയ്യിൽ ഒരു വണ്ടിച്ചക്രം വിൽക്കാനുണ്ടോ? എങ്കിൽ എനിക്ക് ഇപ്പോൾത്തന്നെ പോകാമായിരുന്നു."

"പകരം മറ്റൊരു ചക്രം ഉറപ്പിക്കാമെന്നാണോ?"

"അതെ"

"ഈ വണ്ടിക്കു ചേരുന്ന ചക്രം എന്റെ കയ്യിലില്ല. രണ്ടു ചക്രങ്ങൾ ഉണ്ടെങ്കിലേ കാര്യം നടക്കൂ."

"അങ്ങനെയാണെങ്കിൽ എനിക്ക് രണ്ടു ചക്രങ്ങൾ തന്നാൽ മതി."

"സാർ, എല്ലാ ചക്രങ്ങളും എല്ലാ അച്ചുതണ്ടിലും പാകമാവില്ല."

"പക്ഷേ ഒന്നു ശ്രമിച്ചുനോക്കുന്നതിൽ എന്താ തെറ്റ്?"

"അതുകൊണ്ട് പ്രയോജനമില്ല. എന്റെ കയ്യിലുള്ളത് ഉന്തുവണ്ടി ചക്രങ്ങളാണ്. ഇവിടം അത്ര പ്രധാനപ്പെട്ട സ്ഥലമൊന്നുമല്ല."

"എനിക്ക് ഒരു ചെറിയ കുതിരവണ്ടി വാടകയ്ക്ക് കിട്ടാൻ സാധ്യതയുണ്ടോ?"

അയാൾ വന്ന കുതിരവണ്ടി ഒരു വാടകവണ്ടിയാണെന്ന് ഒറ്റനോട്ടത്തിൽതന്നെ വണ്ടിപ്പണിക്കാരന് മനസിലായിരുന്നു. 'ഇല്ല' എന്നു പറയുന്നതിനു പകരം വണ്ടിപ്പണിക്കാരൻ തോളുകൾ ചലിപ്പിച്ചു.

"നിങ്ങൾ വാടകയ്ക്ക് എടുക്കുന്നവണ്ടി നല്ലവണ്ണം സൂക്ഷിക്കുന്നുണ്ട്. എനിക്ക് ഒരു വണ്ടി ഉണ്ടായിരുന്നെങ്കിൽ നിങ്ങൾക്ക് അത് വാടകയ്ക്കു തരുന്നതിനുമുമ്പ് രണ്ടുതവണ ആലോചിക്കും."

"എങ്കിൽ വിലയ്ക്കുതന്നാൽ മതി."

"എന്റെ കയ്യിൽ വണ്ടിയില്ല."

"ഒരു ചെറിയ വണ്ടിപോലും ഇല്ലേ? എന്നെ കാണുമ്പോൾ തോന്നുന്ന പോലെ എനിക്ക് ചെറിയ വണ്ടിയിൽ ഇരിക്കാൻ വിഷമമൊന്നും ഇല്ല."

"ഇത് ഒരു കുഗ്രാമമാണ്. അവിടെ കാണുന്ന പഴയ കൂരയ്ക്കുള്ളിൽ മറ്റൊരാളുടെ ഒരു ചെറിയ വണ്ടി കിടപ്പുണ്ട്. എന്നെ അയാൾ അത് സൂക്ഷിക്കാൻ ഏൽപ്പിച്ചിരിക്കുന്നതാണ്. അയാൾ ആ വണ്ടി ഫെബ്രുവരി ഇരുപത്തി ഒമ്പതിനു മാത്രമേ ഉപയോഗിക്കൂ. പിന്നെ, അത് ആകെ വൃത്തികേടായിക്കിടക്കുകയാണ്. അതു ഞാൻ നിങ്ങൾക്ക് വാടകയ്ക്കു തരാം. എനിക്കതിന് പ്രത്യേകം ആലോചിക്കേണ്ട കാര്യം ഇല്ല. പിന്നൊരു കാര്യം വണ്ടികൊണ്ടു പോകുന്നത് ഉടമസ്ഥൻ കാണാൻ പാടില്ല. പക്ഷേ അതിന് രണ്ടു കുതിര വേണം"

"ഞാൻ അതിനുവേണ്ടി രണ്ടു തപാൽ കുതിരകളെ വാങ്ങാം?"

"സാർ എവിടെയാണ് പോകുന്നത്?"

"ആറായിലേക്ക്."

"ഇന്ന് അവിടെ എത്തണോ?"

"അതെ."

"രണ്ടു തപാൽ കുതിരകളെ വണ്ടിയിൽ കെട്ടാമെന്നാണോ?"

"എന്താ പറ്റില്ലേ?"

"സാറിന് നാളെ രാവിലെ ആറുമണിക്ക് ആറായിൽ എത്തിയാൽ മതിയോ?"

"പോരാ."

"തപാൽകുതിരകളാണെങ്കിൽ ഒരു കാര്യം കൂടി പറയാനുണ്ട്. സാറിന് അതിനുള്ള അനുവാദം ഉണ്ടോ?"

"ഉണ്ട്."

"തപാൽ കുതിരകളാണെങ്കിൽ നാളെ മാത്രമേ സാർ ആറായിൽ എത്തുകയുള്ളൂ. ഞങ്ങളുടെ വഴി വെറും ഇടവഴിയാണ്. കുതിരകളെല്ലാം പാടത്തായിരിക്കും. പാടത്ത് പണിതുടങ്ങിയിട്ടേയുള്ളൂ. എല്ലാ സ്ഥലത്തുനിന്നും കുതിരകളെ കൊണ്ടുവന്നിട്ടുണ്ട്. ധാരാളം കുതിരകൾ വേണം. തപാൽകുതിരകളും അല്ലാത്തതും എല്ലാം ഇപ്പോൾ പാടത്തുണ്ട്. കുതിരകൾ ഇവിടെ എത്തുന്നതിന് സാർ മൂന്നുനാലുമണിക്കൂർ കാത്തുനിൽക്കേണ്ടിവരും. പിന്നെ വഴിക്ക് ഒരുപാട് മലകയറാനുണ്ട്. അവ നടന്നായിരിക്കും മലകയറുന്നത്."

"അങ്ങനെയാണെങ്കിൽ ഞാൻ കുതിരപ്പുറത്തു കയറിപ്പോകാം. കുതിരയെ ഒന്ന് അഴിച്ചു മാറ്റിയാൽ മതി. ഇവിടെ ആരുടെയെങ്കിലും കയ്യിൽ എനിക്ക് ഒരു ജീനി വിൽക്കാനുണ്ടാകുമോ?"

"ജീനി ഉണ്ടാകും. പക്ഷേ ഈ കുതിരയെ ജീനിവെച്ചുകെട്ടി ഓടിക്കാൻ പറ്റുമോ?"

"അതുശരിയാണ്. ഞാനത് മറന്നുപോയി. അവൻ അതിനു സമ്മതിക്കില്ല."

"പിന്നെ എന്തു ചെയ്യും?"

"ഇവിടെ വാടകയ്ക്ക് കുതിരയെ കിട്ടില്ലേ?"

"ഒറ്റ ഓട്ടത്തിന് ആറായിവരെ പോകാൻ പറ്റുന്ന കുതിര വേണ്ടേ?"

"അതെ."

"ഇവിടങ്ങളിൽ ഉള്ളതിനേക്കാൾ നല്ലൊരു കുതിരയെ ഞാൻ കാണിച്ചുതരാം. പക്ഷേ സാറിനെ പരിചയം ഇല്ലാത്തതുകൊണ്ട് അതിനെ വിലയ്ക്കുവാങ്ങേണ്ടിവരും. വാടകയ്ക്കായാലും വിലയ്ക്കായാലും അഞ്ഞൂറോ ആയിരമോ ഫ്രാങ്കിനുപോലും അതുപോലൊരു കുതിരയെ കണികാണാൻ കിട്ടില്ല."

"ഞാൻ എന്തു ചെയ്യണം?"

"സമ്മതമാണെങ്കിൽ ഞാൻ ചക്രം ശരിയാക്കിതരാം. എന്നിട്ട് നാളെ ആറായിലേക്ക് പുറപ്പെടാം...."

"നാളെയാകുമ്പോൾ ഞാൻ താമസിച്ചുപോകും."

"മറ്റൊന്നും ചെയ്യാൻ കഴിയില്ല."

"ആറായിലേക്ക് മെയിൽവണ്ടി പോകുന്നത് എപ്പോഴാണ്?"

"രാത്രിയിൽ. അങ്ങോട്ടും ഇങ്ങോട്ടും ഉള്ള രണ്ടുമെയിലും രാത്രിയിലാണ്."

"ഈ ചക്രം നന്നാക്കാൻ ഒരുദിവസം വേണ്ടിവരുമോ?"

"ഒരുദിവസം മുഴുവൻ വേണ്ടിവരും."

"ഒരുദിവസം രണ്ടുപേർ ഉണ്ടെങ്കിലോ?"

"പത്തുപേരെ ഏൽപ്പിച്ചിട്ടും കാര്യമില്ല."

"ആപ്പുകൾ കെട്ടിമുറുക്കി വയ്ക്കാൻ കഴിയില്ലേ?"

"അതു പറ്റും. പക്ഷേ ചക്രക്കൂടിന്റെ പണി?"

"ഇവിടെ ലൈസൻസുള്ള കുതിരലായങ്ങൾ ഉണ്ടോ?"

"ഇല്ല."

"വേറെ വണ്ടിപ്പണിക്കാർ ഉണ്ടോ?"

കുതിരലായത്തിലെ കുട്ടിയും വണ്ടിപ്പണിക്കാരനും ഒന്നിച്ച് തലകുലുക്കിക്കൊണ്ട് മറുപടി പറഞ്ഞു: "ഇല്ല"

അയാളുടെ സന്തോഷത്തിന് അതിരില്ലായിരുന്നു. ഈ കാര്യത്തിൽ ദൈവം ഇടപെട്ടിരിക്കുന്നു എന്ന് വ്യക്തമാണ്. കുതിരവണ്ടിയുടെ ചക്രം തകർത്തത് ദൈവമായിരുന്നു. അയാൾ ദൈവത്തിന്റെ ആദ്യത്തെ കൽപ്പന അനുസരിച്ചില്ല. യാത്ര തുടരാനുള്ള എല്ലാ ശ്രമങ്ങളും അയാൾ നടത്തി. എല്ലാ ശ്രമങ്ങളിലും അയാൾ പരാജയപ്പെട്ടു. പരിത:സ്ഥിതികളോ പണച്ചെലവോ ക്ഷീണമോ അയാളെ പിൻതിരിപ്പിച്ചില്ല. അയാൾക്ക് സ്വയം കുറ്റപ്പെടുത്താൻ ഒരു കാര്യവും അവശേഷിച്ചിട്ടില്ല. ഇനിയും യാത്രതുടരാൻ കഴിയുന്നില്ലെങ്കിൽ അത് അയാളുടെ കുറ്റമല്ല. അയാളുടെ മനഃസാക്ഷിയുടെ അനുവാദത്തോടെയല്ല അയാൾ യാത്ര അവസാനിപ്പിക്കുന്നത്. അത് ദൈവത്തിന്റെ ഒരു പ്രവൃത്തിയാണ്.

അയാൾ ശ്വാസം വിട്ടു. ഴാവേറിന്റെ സന്ദർശനത്തിനുശേഷം ആദ്യമായി അയാൾ ദീർഘനിശ്വാസം വിട്ടു. കഴിഞ്ഞ ഇരുപതുമണിക്കൂറായി അയാളുടെ ഹൃദയത്തെ മുറുകെപ്പിടിച്ചിരുന്ന ഇരുമ്പുകൈപ്പത്തി ഒഴിഞ്ഞുപോയതുപോലെ അയാൾക്ക് തോന്നി.

ദൈവം ഇപ്പോൾ പ്രകടമായും തന്നോടൊപ്പം ഉണ്ടെന്ന് അയാൾക്ക് തോന്നി.

തനിക്കുചെയ്യാൻ കഴിയുന്നതെല്ലാം ചെയ്തിട്ടുണ്ടെന്ന് അയാൾ സ്വയം പറഞ്ഞു. സ്വസ്ഥതയോടെ അയാൾക്ക് ഇപ്പോൾ പിൻതിരിയേണ്ടി വന്നിരിക്കുന്നു.

വണ്ടിപ്പണിക്കാരനുമായുള്ള സംസാരം സത്രത്തിലെ ഒരു മുറിക്കുള്ളിൽ വച്ചായിരുന്നെങ്കിൽ അതിന് സാക്ഷികൾ ഉണ്ടാകുമായിരുന്നില്ല. ആരും അത് കേൾക്കുമായിരുന്നില്ല. എങ്കിൽ ഇനി വിവരിക്കുന്ന സംഭവങ്ങൾ ഞങ്ങൾക്ക് എഴുതേണ്ടിവരുമായിരുന്നില്ല. പക്ഷേ സംസാരം നടന്നത് തെരുവിൽവച്ചായിരുന്നല്ലോ. തെരുവിൽ എന്തു നടന്നാലും അവിടെ ഒരു ആൾക്കൂട്ടം ഉണ്ടാകും. ഒന്നും പറയാതെ കാഴ്ചക്കാരായി മാറുന്ന ഒരുകൂട്ടം ആളുകൾ എവിടെയും കാണും. അയാൾ വണ്ടിപ്പണിക്കാരനോട് ചോദ്യങ്ങൾ ചോദിച്ചുകൊണ്ടിരുന്നപ്പോൾ അതുവഴി പോയവരിൽ ചിലർ അവിടെ കൂട്ടംകൂടി. അവരുടെ ഇടയിൽ നിന്നിരുന്ന ഒരു ചെറിയ കുട്ടിയെ ആരും ശ്രദ്ധിച്ചില്ല. അവൻ അൽപ്പസമയം അവിടെ നടക്കുന്ന കാര്യങ്ങൾ ശ്രദ്ധിച്ചുനിന്നു. പിന്നീട് ആൾക്കൂട്ടത്തിൽനിന്ന് പുറത്തുകടന്ന് എവിടേക്കോ ഓടിപ്പോയി. ആരും അത് ശ്രദ്ധിച്ചിരുന്നില്ല.

തീക്ഷ്ണമായ ആലോചനകൾക്കുശേഷം തിരിച്ചുപോകാൻ സ്വന്തം മനസിനെ അയാൾ തയാറെടുപ്പിക്കുകയായിരുന്നു. ആൾക്കൂട്ടത്തിൽനിന്നും ഓടിപ്പോയ കുട്ടി അപ്പോഴാണ് തിരിച്ചുവന്നത്. അവന്റെകൂടെ ഒരു കിഴവിയും ഉണ്ടായിരുന്നു.

കിഴവി പറഞ്ഞു: "സാറിന് വാടകയക്ക് ഒരു വണ്ടി അത്യാവശ്യമാണെന്ന് എന്റെ കുട്ടി പറഞ്ഞു."

കിഴവിയുടെ സംസാരംകേട്ട നിമിഷത്തിൽതന്നെ അയാളുടെ പുറത്തുകൂടി വിയർപ്പ് ഒഴുകാൻ തുടങ്ങി. അയാളെ ഉപേക്ഷിച്ചുപോയ കൈപ്പത്തി പിന്നിൽ എവിടെയോ ഉള്ള ഏതോ നിഴലിൽനിന്ന് വീണ്ടും പ്രത്യക്ഷപ്പെട്ട് വീണ്ടും പിടിമുറുക്കാനായി തന്റെ അടുത്തേക്ക് നീങ്ങിവരുന്നതായി അയാൾക്ക് തോന്നി.

അയാൾ പറഞ്ഞു: "അതെ. ഞാൻ വാടകയ്ക്ക് ഒരു വണ്ടി അന്വേഷിച്ചി

രുന്നു." ഒട്ടും താമസിക്കാതെ അയാൾ കൂട്ടിച്ചേർത്തു. "പക്ഷേ ഇവിടെയെങ്ങും വണ്ടി കിട്ടാനില്ല."

കിഴവി പറഞ്ഞു: "ഉണ്ട്. വണ്ടിയുണ്ട്."

വണ്ടിപ്പണിക്കാരൻ ഇടയ്ക്കുകയറി ചോദിച്ചു: "എവിടെയാണ് വണ്ടിയുള്ളത്?"

കിഴവി പറഞ്ഞു: "എന്റെ വീട്ടിൽ"

അയാൾ ഞെട്ടി. അപകടകാരിയായ ആ കൈ അയാളുടെ പുറത്തുവീണു കഴിഞ്ഞു.

കിഴവിയുടെ വണ്ടി സത്യത്തിൽ ഒരുതരം പഴയ വില്ലുവണ്ടിയായിരുന്നു. വണ്ടിപ്പണിക്കാരനും കുതിരലായത്തിലെ പയ്യനും അയാൾ അവരുടെ കയ്യിൽനിന്ന് രക്ഷപ്പെട്ടതിന്റെ നിരാശയോടെ സംസാരിച്ചുതുടങ്ങി:

"ഇതു കണ്ടാൽ പേടിയാകും. ഇതിനു സ്പ്രിങ്ങില്ല. സീറ്റ് തോൽവള്ളി കൊണ്ട് കെട്ടിത്തൂക്കിയിട്ടിരിക്കുകയാണ്. മഴപെയ്താൽ ചോരും. ചക്രങ്ങൾ തുരുമ്പുപിടിച്ചു ദ്രവിച്ചുപോയി. ഇതു വഴിയിൽ കിടക്കും. സാർ ഈ വണ്ടിയിൽ പോകുന്നത് കുഴപ്പമാണ്."

അവർ പറഞ്ഞതെല്ലാം സത്യമായിരുന്നു. പക്ഷേ അതിന് ആറായിവരെ ഉരുളാൻ കഴിയുന്ന രണ്ടു ചക്രങ്ങൾ എന്തായാലും ഉണ്ടായിരുന്നു.

കിഴവിക്ക് അയാൾ ചോദിച്ച പണം കൊടുത്തു. തിരിച്ചെത്തുമ്പോഴേക്കും വണ്ടി നന്നാക്കാൻ വണ്ടിക്കാരനെ ഇടപാടു ചെയ്തു. കുതിരയെ മാറ്റിക്കെട്ടി. വീണ്ടും അയാൾ രാവിലെ വന്ന വഴിയിലൂടെ യാത്ര തുടർന്നു.

വണ്ടി ഓടിത്തുടങ്ങിയ നിമിഷത്തിനു തൊട്ടുമുമ്പ് പോകാൻ ഉദ്ദേശിച്ച സ്ഥലത്തേക്ക് പോകേണ്ടതില്ലെന്ന ചിന്ത നിമിഷനേരത്തേക്ക് തനിക്ക് സന്തോഷം തന്നിരുന്നു എന്ന് അയാൾ സ്വയം സമ്മതിച്ചു. കോപത്തോടെ അയാൾ ആ സന്തോഷത്തെ ആത്മപരിശോധനയ്ക്കു വിധേയമാക്കി. തിരിച്ചു പോകുന്നതിൽ താൻ എന്തിനാണ് സന്തോഷിക്കുന്നത്? എന്തായാലും അയാൾ സ്വന്തം ഇഷ്ടത്തിനാണ് ആറായിലേക്ക് പോകുന്നത്. ആരും അയാളെ നിർബന്ധിച്ച് പറഞ്ഞു വിടുകയല്ല.

ഉറപ്പായും സംഭവിക്കണമെന്ന് അയാൾ വിചാരിക്കുന്ന കാര്യങ്ങൾ മാത്രമാണ് സംഭവിച്ചുകൊണ്ടിരിക്കുന്നത്.

ഹെസ്ദാങ്ങിൽനിന്ന് പുറപ്പെടുമ്പോൾ ആരോ വിളിച്ചു പറയുന്നതു കേട്ടു. "നിൽക്കണേ, ഒന്നു നിൽക്കണേ" അയാൾ പൊടുന്നനെ വണ്ടി നിർത്തി. അയാളുടെ പെട്ടെന്നുള്ള ചലനങ്ങളിൽ പ്രതീക്ഷയോടു സാമ്യമുള്ള അപരിചിതവും രോഗാതുരവുമായ ഏതോ മനോഭാവം അപ്പോഴും നിലനിന്നിരുന്നു.

അത് കിഴവിയുടെ കുട്ടിയായിരുന്നു.

അവൻ പറഞ്ഞു: "സാർ, ഞാനാണ് വണ്ടി വിളിച്ചുതന്നത്?"

"ശരി."

"സാർ, എനിക്കൊന്നും തന്നില്ല."

എല്ലാവർക്കും എല്ലാം വാരിക്കൊടുക്കുന്ന അയാൾക്ക് അവന്റെ ഈ അവകാശവാദം കേട്ടപ്പോൾ വെറുപ്പാണ് തോന്നിയത്. അയാൾ പറഞ്ഞു:

"ഓ! നീയാണാ തെണ്ടി. നിനക്ക് ഒന്നും തരില്ല."

അയാൾ ചാട്ടചുഴറ്റി. വണ്ടി വേഗത്തിൽ പാഞ്ഞു.

ഹെസ്ദാങ്ങിൽ അയാൾക്ക് ഒരുപാടു സമയം പാഴായിപ്പോയിരുന്നു. അതു കൂടി വീണ്ടെടുക്കണമെന്ന് അയാൾ ആഗ്രഹിച്ചു. നല്ല ചുണയുള്ള കുതിര. രണ്ടു കുതിരകളുടെ പണി അവൻ ഒറ്റയ്ക്കു ചെയ്തു. മഴ തകർത്തുപെയ്തു. വണ്ടിയുടെ ഭാരം കൂടി. പോരാത്തതിന് വഴിമൊത്തം കയറ്റമായിരുന്നു.

ഹെസ്ദാങ്ങിൽനിന്ന് സാങ്പോളിൽ എത്താൻ ഏതാണ്ട് നാലുമണിക്കൂറെടുത്തു. അഞ്ചു മൈൽ സഞ്ചരിക്കാൻ നാലു മണിക്കൂർ. സ്കോഫ്ലേറിനു വാക്കുകൊടുത്തിരുന്നതുപോലെ കുതിര ഓട്സ് കഴിച്ചുകൊണ്ടിരുന്നപ്പോൾ അയാൾ സത്രത്തിലെ ജോലിക്കാരന്റെ അടുത്തുതന്നെ ഉണ്ടായിരുന്നു. അയാളുടെ മനസ്സ് ആകെ കലങ്ങിമറിഞ്ഞിരുന്നു.

സത്രം സൂക്ഷിപ്പുകാരന്റെ ഭാര്യ തൊഴുത്തിനടുത്തേക്ക് വന്നു.

“സാർ പ്രാതൽ കഴിക്കുന്നില്ലേ?”

അയാൾ പറഞ്ഞു: “ശരിയാണ്, എനിക്കു നല്ല വിശപ്പുണ്ട്.”

അയാൾ സ്ത്രീയുടെ പിന്നാലെ പോയി. അവരുടെ മുഖം പ്രസന്നമായിരുന്നു. അവൾ അയാളെ ഭക്ഷണമുറിയിലേക്ക് കൂട്ടിക്കൊണ്ടുപോയി. അവിടെ മൃദുലമായ മേശവിരികൾ വിരിച്ച മേശകൾ കിടന്നിരുന്നു.

അയാൾ പറഞ്ഞു: “പെട്ടെന്നു വേണം. എനിക്ക് ഉടൻതന്നെ പോകാനുള്ളതാണ് തിരക്കുണ്ട്.”

തടിച്ച ഒരു ജോലിക്കാരി പെട്ടെന്ന് അയാളുടെ ഭക്ഷണം കൊണ്ടുവെച്ചു. അയാൾ കൗതുകത്തോടെ അയാളെ നോക്കി. അയാൾ വിചാരിച്ചു,

‘ആഹാരം കഴിക്കാതിരുന്നതുകൊണ്ടാണ് എനിക്കു ബുദ്ധിമുട്ടുതോന്നിയത്.’

അയാൾ റൊട്ടിയെടുത്ത് ഒന്നു കടിച്ചു. പിന്നീട് അത് പതുക്കെ മേശപ്പുറത്തു തിരിച്ചുവെച്ചു. രണ്ടാമത് അയാൾ അതിൽ തൊട്ടില്ല.

ഒരു കുതിരക്കാരൻ മറ്റൊരു മേശയ്ക്കരികിലിരുന്ന് ഭക്ഷണം കഴിച്ചുകൊണ്ടിരുന്നു. അയാൾ അവനോടു പറഞ്ഞു:

“ഇവരുടെ റൊട്ടി എന്താണ് കയ്ക്കുന്നത്?” കുതിരക്കാരൻ ജർമനിക്കാരനാണ്. അവന് അയാൾ പറഞ്ഞത് മനസിലായില്ല.

അയാൾ തൊഴുത്തിൽ നിന്നിരുന്ന കുതിരയുടെ അടുത്തേക്ക് തിരിച്ചുപോയി.

ഒരുമണിക്കൂറിനുശേഷം അയാൾ സാങ്പോളിൽനിന്നു പുറപ്പെട്ട് താങ്കയിലേക്കുള്ള വഴിയിലെത്തി. താങ്കയിൽനിന്ന് ആറായിലേക്ക് ഇനിയും അഞ്ചുമൈൽ പോകണം.

ഈ യാത്രയിൽ അയാൾ എന്താണ് ചെയ്തുകൊണ്ടിരുന്നത്? അയാൾ എന്താണ് ചിന്തിച്ചിരുന്നത്? രാവിലത്തെപ്പോലെ പുല്ലുമേഞ്ഞ മേൽക്കൂരകളും കൃഷിയിടങ്ങളും മറികടന്ന് പോകുന്നത് അയാൾ കണ്ടു. ഓരോ തിരിവിലും അതുവരെക്കണ്ട കാഴ്ചകൾ അപ്രത്യക്ഷമായിക്കൊണ്ടിരുന്നു. ആയിരം കാര്യങ്ങൾ ആദ്യമായും അവസാനമായും ഒരേ സമയം കാണുന്നതിനേക്കാൾ ദുഃഖകരമായി തോന്നുന്ന മറ്റെന്താണ് ലോകത്തുള്ളത്? ഓരോ നിമിഷത്തിലും ജനനവും മരണവും ഒന്നിച്ചു സംഭവിക്കുന്നതുപോലെയാണ് യാത്ര. അയാളുടെ മനസിന്റെ നിഴൽ വീണ ഭാഗത്തുവച്ച് മാറുന്ന ചക്രവാളങ്ങൾക്കൊപ്പം മാറുന്ന മനുഷ്യജീവിതത്തെ അയാൾ താരതമ്യപ്പെടുത്തിക്കൊണ്ടിരുന്നു. ജീവിതത്തിലെ എല്ലാ സത്യങ്ങളും നമ്മുടെ മുന്നിലൂടെയുള്ള നിരന്തരമായ ഈ പ്രയാണത്തിൽ അടങ്ങിയിട്ടുണ്ട്. ഇരുട്ടും വെളിച്ചവും ഇവിടെ ഇടകലരുന്നു. ഒരു മിന്നൽപ്പിണരി

നുശേഷം ഒരു ഗ്രഹണം. നമ്മൾ അതു കാണുന്നു. വെപ്രാളപ്പെടുന്നു. കണ്ട കാര്യങ്ങൾ കൈനീട്ടി കൈയ്ക്കുള്ളിലാക്കാൻ ശ്രമിക്കുന്നു. ഓരോ സംഭവവും യാത്രാവഴിയിലെ തിരിവുകൾപോലെയാണ്. പിന്നീട് പെട്ടെന്നു നമ്മൾ വൃദ്ധരാവുന്നു. നമുക്ക് ഒരു ചെറിയ ഞെട്ടൽ അനുഭവപ്പെടുന്നു. എല്ലാം ഇരുണ്ടുപോയിരിക്കുന്നു. നമ്മൾ ഒരു ഇരുട്ടുമൂടിയ കതക് നമ്മുടെ മുന്നിൽ തിരിച്ചറിയുന്നു. നമ്മളെ വഹിച്ചുകൊണ്ടുപോയ കുതിര മ്ലാനതയോടെ ഓട്ടം അവസാനിപ്പിക്കുന്നു. ഇരുട്ടിൽ അവൻ അപരിചിതവും അവ്യക്തവുമായ ഒരു രൂപമായി രൂപാന്തരപ്പെടുന്നു. ഒരജ്ഞാതരൂപം അവനെ ഇരുട്ടിലേക്ക് അഴിച്ചുവിടുന്നു.

കുട്ടികൾ സ്കൂളിൽ നിന്നിറങ്ങുമ്പോൾ സമയം സന്ധ്യയോടടുത്തു. അവർ താങ്കയിലേക്കു വരുന്ന നമ്മുടെ വഴിയാത്രക്കാരനെ കണ്ടു. പകൽ അവസാനിക്കാറായിരുന്നു. പകലുകൾക്ക് ദൈർഘ്യം കുറവാണെന്നു പറയുന്നത് ഇപ്പോഴും സത്യംതന്നെയാണ്. അയാൾ താങ്കയിൽ വണ്ടി നിർത്തിയില്ല. ഗ്രാമത്തിൽനിന്നു പുറത്തുകടന്നപ്പോൾ അവിടെ വഴി നന്നാക്കിക്കൊണ്ടുനിന്ന ഒരു നാട്ടുകാരൻ തലയുയർത്തി നോക്കിയിട്ട് അയാളോട് പറഞ്ഞു:

"നിങ്ങളുടെ കുതിര കണ്ടമാനം ക്ഷീണിച്ചിരിക്കുന്നു."

പാവം കുതിര സത്യത്തിൽ നടക്കുന്ന വേഗതയിലാണ് ഓടിയിരുന്നത്.

നാട്ടുകാരൻ ചോദിച്ചു: "നിങ്ങൾ ആറായിൽ പോകുകയാണോ?"

"അതെ."

"ഈ വേഗതയിലാണ് പോകുന്നതെങ്കിൽ നിങ്ങൾ അവിടെ എത്തുമ്പോൾ നേരം ഇരുട്ടും."

അയാൾ വണ്ടിനിർത്തി നാട്ടുകാരനോടു ചോദിച്ചു:

"ഇവിടെനിന്ന് ആറായിലേക്ക് എന്തു ദൂരംവരും?"

"ഏതാണ്ട് ഏഴുമൈൽ ദൂരമുണ്ട്."

"അതെങ്ങനെയാണ്? തപാൽവണ്ടിക്കാരുടെ കണക്കിൽ അഞ്ചേകാൽ മൈൽ ദൂരമാണുള്ളത്."

നാട്ടുകാരൻ പറഞ്ഞു: "റോഡുപണി നടക്കുന്ന കാര്യം അപ്പോൾ നിങ്ങൾ അറിഞ്ഞില്ലേ? ഇവിടെനിന്ന് കാൽമണിക്കൂർ കഴിയുമ്പോൾ റോഡ് മുറിച്ചിട്ടിരിക്കുകയാണ്. പിന്നെ മുന്നോട്ടുപോകാൻ വഴിയില്ല."

"ശരിയാണോ?"

"നിങ്ങൾ ഇടത്തോട്ടുള്ള വഴിതിരിഞ്ഞ് കറൻസിവഴി പോകണം. പുഴമുറിച്ചു കടന്നാൽ നിങ്ങൾ കാമ്പ്ലാങ്ങിൽ എത്തും. അവിടെനിന്ന് വലത്തോട്ടു തിരിഞ്ഞ് അടുത്ത റോഡിൽ കയറണം. അതാണ് മോങ്സാങ്തെലോയിൽനിന്ന് ആറായിലേക്കുള്ള വഴി."

"പക്ഷേ രാത്രിയായില്ലേ? എനിക്കു വഴിതെറ്റാൻ ഇടയുണ്ട്."

"നിങ്ങൾ ഈ നാട്ടുകാരനല്ലേ?"

"അല്ല."

നാട്ടുകാരൻ പറഞ്ഞു: "ഇതിനൊക്കെ പുറമേ ധാരാളം ഇടവഴികളും ഉണ്ട്. വിരോധമില്ലെങ്കിൽ ഞാൻ ഒരു കാര്യം പറയാം. കുതിര വളരെ ക്ഷീണിച്ചിട്ടുണ്ട്. താങ്കയിലേക്ക് തിരിച്ചുപോകുക. അവിടെ ഒരു നല്ല സത്രം ഉണ്ട്. അവിടെക്കിടന്ന് ഉറങ്ങിയിട്ട് നാളെ നിങ്ങൾക്ക് ആറായിലേക്ക് പോകാം."

"എനിക്ക് ഇന്നുതന്നെ അവിടെ എത്തണം."

"അങ്ങനെയാണെങ്കിലും സത്രത്തിലേക്കുതന്നെ തിരിച്ചു പോകുക. അവിടെനിന്ന് ഒരു കുതിരയെക്കൂടി സംഘടിപ്പിക്കുക. കുതിരയുടെ കൂടെ വരുന്ന പയ്യൻ നിങ്ങൾക്ക് ഇടവഴികളൊക്കെ കാണിച്ചുതരും."

അയാൾ നാട്ടുകാരന്റെ ഉപദേശം സ്വീകരിച്ചു. വന്ന വഴിയിലൂടെ അയാൾ തിരിച്ചുപോയി. അരമണിക്കൂർ കഴിഞ്ഞപ്പോൾ അയാൾ അതേസ്ഥലത്തുകൂടി രണ്ടാമതും കടന്നുപോയിക്കഴിഞ്ഞിരുന്നു. ഒരു കുതിരയെകൂടി അയാളുടെ വണ്ടിയിൽ കെട്ടി നല്ല വേഗതയിലാണ് അയാൾ അതുവഴി കടന്നുപോയത്. കുതിരക്കാരൻ എന്നു സ്വയം വിശേഷിപ്പിച്ച കുതിരലായത്തിലെ പയ്യൻ വണ്ടിയുടെ മുൻതണ്ടിൽ ഇരിപ്പുറപ്പിച്ചിരുന്നു.

നേരം വൈകിപ്പോയതായി അയാൾക്ക് തോന്നി. അപ്പോഴേക്കും നേരം ഇരുട്ടിക്കഴിഞ്ഞിരുന്നു.

അവർ ഒരു ഇടവഴിയിലൂടെയാണ് സഞ്ചരിച്ചിരുന്നത്. റോഡിന്റെ അവസ്ഥ പേടിപ്പിക്കുന്ന തരത്തിലായിരുന്നു. ഒരു കുഴിയിൽനിന്നും മറ്റൊരു കുഴിയിലേക്ക് വണ്ടിച്ചക്രങ്ങൾ തുടർച്ചയായി വീണു.

അയാൾ കുതിരക്കാരനോടു പറഞ്ഞു: 'പെട്ടെന്ന് എത്തിച്ചാൽ ഇരട്ടി പണം തരും."

വണ്ടി മറ്റൊരു കുഴിയിൽ വീണു. കുതിരയുടെ കഴുത്തിന്റെ വശത്തെ ആപ്പ് ഒടിഞ്ഞു.

കുതിരക്കാരൻ പറഞ്ഞു: "കുതിരയെ എങ്ങനെ ഈ വണ്ടിയിൽ കെട്ടുമെന്ന് എനിക്കറിയില്ല. നമുക്ക് താങ്കയിലേക്ക് തിരിച്ചുപോകാം. രാത്രിയിൽ ഈ റോഡ് തീരെ പറ്റില്ല. നാളെ അതിരാവിലെ തന്നെ നമുക്ക് ആറായിൽ എത്താം."

അയാൾ ചോദിച്ചു: "നിന്റെ കയ്യിൽ ഒരു കത്തിയും കുറച്ചു കയറും ഉണ്ടോ?

"ഉണ്ട്, സാർ."

അയാൾ ഒരു മരക്കമ്പ് മുറിച്ച് ആപ്പുണ്ടാക്കി.

ഇരുപതു മിനിട്ട് ഇതിനുവേണ്ടി നഷ്ടപ്പെട്ടു. പക്ഷേ വീണ്ടും അവർ വേഗത്തിൽ യാത്ര തുടർന്നു.

ആ പ്രദേശമാകെ ഇരുട്ടിലായിരുന്നു. കറുത്ത് കട്ടപിടിച്ച മൂടൽമഞ്ഞ് മലമുകളിലൂടെ ഇഴഞ്ഞ് പുകപോലെ ഒഴുകിനടന്നു. മേഘങ്ങൾക്കിടയിൽ മിന്നലുകളുടെ തിളക്കം കാണാം. മേശയോ കട്ടിലോ വലിച്ചുനീക്കുന്നതുപോലുള്ള ഒരു പരുക്കൻ ശബ്ദവുമായി ചക്രവാളം മുഴുവൻ കടൽക്കാറ്റ് ചൂളംകുത്തി വീശിക്കൊണ്ടിരുന്നു. ചുറ്റുപാടും അയാൾ കാണുന്നതെല്ലാം ഭയപ്പെടുത്തുന്ന കാഴ്ചകളായി അയാൾക്കു തോന്നി. രാത്രിയുടെ ഭയാനകമായ നിശ്വാസം കേട്ട് പ്രകൃതിപോലും ഞെട്ടിവിറച്ചു. അയാൾ തണുത്തുവിറച്ചു. കഴിഞ്ഞദിവസം വൈകുന്നേരം മുതൽ അയാൾ ആഹാരം കഴിച്ചിരുന്നില്ല. എട്ടുകൊല്ലം മുമ്പ് ഡി പട്ടണത്തിനടുത്തുള്ള മൈതാനഭൂമിയിൽ വച്ചു നടന്ന ഒരു പഴയ രാത്രിയിലെ സംഭവം അവ്യക്തമായി അയാളുടെ ഓർമയിലെത്തി. അയാൾക്ക് അത് ഇന്നലെ നടന്നതുപോലെ തോന്നി.

ദൂരെ എവിടെയോ ഒരു മണി മുഴങ്ങി. അയാൾ കൂടെയുള്ള പയ്യനോടു ചോദിച്ചു: "നേരം എന്തായി?"

"എഴുമണിയായി സാർ. നമ്മൾ എട്ടുമണിക്ക് ആറായിൽ എത്തും. നമുക്ക് ഇനി മൂന്നു മൈൽ കൂടി പോയാൽ മതി.

താൻ സഹിക്കുന്ന ഈ പ്രയാസങ്ങൾകൊണ്ട് ഒരുപക്ഷേ ഒരു പ്രയോജനവും ഉണ്ടാകില്ല എന്നൊരു തോന്നൽ ആദ്യമായി അയാൾക്ക് തോന്നി. ഇതുവരെ ഇങ്ങനെയൊരു തോന്നൽ ഉണ്ടാവാതിരുന്നത് വളരെ വിചിത്രമായി അയാൾക്ക് അനുഭവപ്പെട്ടു. വിചാരണയുടെ സമയം പോലും അയാൾക്ക് അറിവുണ്ടായിരുന്നില്ല. കുറഞ്ഞ പക്ഷം അതെങ്കിലും താൻ അറിയേണ്ടതായിരുന്നു അതുപോലും അറിയാതെ അവിടേക്ക് തിരിച്ചത് മണ്ടത്തരമായി. പിന്നീട് അയാൾ മനസിൽ എന്തോ കണക്കു കൂട്ടലുകൾ നടത്തി. സാധാരണ രാവിലെ ഒൻപതു മണിക്കാണ് കോടതി കൂടുന്നത്. ഈ കേസിന് അധികം സമയം വേണ്ടിവരില്ല. ആപ്പിൾ മോഷണത്തിന് നാലഞ്ചു സാക്ഷികൾ പ്രതിയെ തിരിച്ചറിഞ്ഞു കഴിഞ്ഞാൽ കേസു തീരും. വക്കീലന്മാർക്ക് വലുതായൊന്നും പറയേണ്ട ആവശ്യം വരില്ല. താൻ അവിടെ എത്തുന്നത് എല്ലാം അവസാനിച്ചതിനുശേഷം ആയിരിക്കും.

കുതിരക്കാരൻ ചാട്ടവീശി വണ്ടി തെളിച്ചു. അവർ പുഴമുറിച്ചു കടന്നു. മോങ്സാങ് തലോയി അവരുടെ പിന്നിലായി.

രാത്രി കൂടുതൽ ഇരുണ്ടുതുടങ്ങി.

6. സിസ്റ്റർ സിംപ്ലീസിനെ പരീക്ഷിക്കൽ

ഈ സമയത്ത് ഫന്തീൻ സന്തോഷത്തിലായിരുന്നു.

ഒരു വളരെ മോശം രാത്രിയാണ് അവൾ കഴിച്ചു കൂട്ടിയത്. ഭയപ്പെടുത്തുന്ന രീതിയിൽ അവൾ ചുമച്ചുകൊണ്ടിരുന്നു. പനി ഇരട്ടിയായി. വൃത്തികെട്ട സ്വപ്നങ്ങൾ അവൾ കാണുന്നുണ്ടായിരുന്നു. രാവിലെ ഡോക്ടർ വന്നപ്പോൾ അവൾക്ക് സ്വബോധം ഉണ്ടായിരുന്നില്ല. അയാൾ ഭയപ്പെടുന്നതായി തോന്നി. മദലിയെൻ സാർ വന്നാൽ ഉടൻതന്നെ അയാളെ അറിയിക്കണമെന്ന് അയാൾ നിർദേശിച്ചു.

രാവിലെ മുതൽ അവൾക്ക് സുഖമുണ്ടായിരുന്നില്ല. അവൾ സംസാരിച്ചിരുന്നില്ലെന്നു തന്നെ പറയാം. അവൾ ഏതോ സ്ഥലത്തേക്കുള്ള ദൂരം കണക്കു കൂട്ടുന്നതുപോലെ തോന്നി. ഓർമയില്ലാതെ പതുക്കെ പിറുപിറുക്കുന്നതിനിടയിൽ കിടക്കവിരി അവൾ വെറുതെ ചുരുട്ടിക്കൂട്ടിക്കൊണ്ടിരുന്നു. കണ്ണുകൾ ചലിക്കുന്നുണ്ടായിരുന്നില്ല. എന്തിലോ മിഴിച്ചു നോക്കുന്നതുപോലെ അവ തുറന്നിരുന്നു. അവളുടെ കണ്ണുകളുടെ വെളിച്ചം ഏതാണ്ട് അണഞ്ഞുപോയതായിത്തന്നെ തോന്നി. പക്ഷേ പിന്നീട് അവ വീണ്ടും തിളങ്ങി. ഇരുണ്ട മണിക്കൂറുകൾ അടുത്തുവരുമ്പോൾ ഭൂമിയിലെ പ്രകാശം ഉപേക്ഷിച്ചു പോകുന്നവരിലേക്ക് സ്വർഗത്തിൽനിന്നുള്ള വെളിച്ചം വന്ന് നിറയുകയാണെന്നു തോന്നാം.

സിസ്റ്റർ സിംപ്ലീസ് അവളോട് അസുഖത്തെപ്പറ്റി ചോദിച്ചപ്പോഴെല്ലാം അവർ ഒരേ മറുപടിതന്നെ ആവർത്തിച്ചു:

“കുഴപ്പമൊന്നും ഇല്ല എനിക്ക് മദലിയെൻ സാറിനെ ഒന്നു കാണണം.”

കുറച്ചു മാസങ്ങൾക്കുമുമ്പ് ചാരിത്ര്യത്തിന്റെയും സന്തോഷത്തിന്റെയും നാണക്കേടിന്റെയും ഒടുവിലത്തെ നെല്ലിപ്പലകകൂടി ഇളകി കഴിഞ്ഞിരുന്ന അവസ്ഥയിൽ ഫന്തീൻ അവളുടെ തന്നെ ഒരു നിഴൽ മാത്രമായി മാറിക്കഴിഞ്ഞിരുന്നു. ഇപ്പോൾ അവൾ നിഴൽപോലും അല്ല. അവളുടെ തന്നെ പ്രേതമാണ്. അവളുടെ ശരീരത്തിന്റെ വേദന മനസിന്റെ വിഷമതകളെ പൂർണമാക്കി. ഇരുപത്തിയഞ്ചുവയസിൽ തന്നെ അവളുടെ നെറ്റിചുളിഞ്ഞു. കവിളുകൾ ഒട്ടി. മൂക്കു മെലിഞ്ഞു. മോണ

ചുരുങ്ങി. തൊലിക്ക് ഈയത്തിന്റെ നിറം വന്നു. കഴുത്ത് എല്ലു മാത്രമായി മാറി. തോളെല്ലുകൾ എഴുന്നുനിന്നു. കാലുകളിൽ തൊലിമാത്രം അവശേഷിച്ചു.

തൊലി പരുപരുത്തു. സ്വർണമുടിയിൽ അങ്ങിങ്ങ് നരവീണു. കണ്ടാൽ കഷ്ടം തോന്നും. അസുഖം ഉള്ളവരുടെ അടുത്തെത്താൻ വാർധക്യത്തിന് മുൻകൂട്ടി ഒരുങ്ങേണ്ട കാര്യമില്ല.

ഉച്ചയ്ക്ക് ഡോക്ടർ വീണ്ടും വന്നു. അയാൾ ചില നിർദേശങ്ങൾ കുറിച്ചു. മേയർ വന്നിരുന്നോ എന്ന അന്വേഷണത്തിനുശേഷം വെറുതെ തലകുലുക്കി.

മേയർ മദലിയെൻ രോഗിയെ കാണാൻ സാധാരണ ഉച്ചതിരിഞ്ഞ് മൂന്നുമണിക്കാണ് വരുന്നത്. അദ്ദേഹത്തിന്റെ രോഗിയോടുള്ള മനോഭാവം കൃത്യമായും അനുകമ്പയായിരുന്നു. അതുകൊണ്ട് സമയത്തിലും അദ്ദേഹം കൃത്യത കാണിച്ചു.

ക്ലോക്കിൽ മൂന്നുമണി മുഴങ്ങി. മൂന്നാമത്തെ മണിയടിച്ചപ്പോൾ ഫന്തീൻ കിടക്കയിൽ എഴുന്നേറ്റിരുന്നു. സാധാരണ അവൾക്ക് ചെരിഞ്ഞുകിടക്കാൻ പോലും വിഷമമാണ്. ചുളിഞ്ഞു മഞ്ഞളിച്ചുപോയ കൈകൾ അപസ്മാരം പിടിപെട്ട കുട്ടിയെപ്പോലെ അവൾ കൂട്ടിപ്പിടിച്ചു. ഒരു വലിയഭാരം ഉയർത്തുന്ന സമയത്തെന്നതുപോലെ വളരെ ആഴത്തിൽ അവൾ ഒരു ദീർഘനിശ്വാസം വിടുന്നത് സിസ്റ്റർ കേട്ടിരുന്നു. പിന്നീട് ഫന്തീൻ ചെരിഞ്ഞ് വാതിലിനുനേരെ നോക്കി.

ആരും അകത്തേക്ക് വന്നില്ല. കതക് അടഞ്ഞുതന്നെ കിടന്നു. ശ്വാസം അടക്കി അനങ്ങാതെ വാതിലിനുനേരെ നോക്കി ഏതാണ്ട് പതിനഞ്ചു മിനിട്ടോളം അവൾ ഒരേ ഇരുപ്പ് ഇരുന്നു. സിസ്റ്റർ സംസാരിക്കാൻ ധൈര്യപ്പെട്ടില്ല. കാൽമണിക്കൂറിനുശേഷം പള്ളിയിലെ ക്ലോക്ക് വീണ്ടും സമയം അറിയിച്ചു. ഫന്തീൻ അവളുടെ തലയണയിലേക്ക് മറിഞ്ഞുവീണു.

അവൾ ആലോചിച്ചിരുന്ന കാര്യം വ്യക്തമായിരുന്നു. പക്ഷേ അവൾ ഒന്നും പറഞ്ഞില്ല. പരാതിപ്പെട്ടില്ല. ആരേയും അവൾ കുറ്റപ്പെടുത്തിയില്ല. അവൾ ദുഃഖത്തോടെ ചുമയ്ക്കുകമാത്രമാണ് ആകെ ചെയ്തത്. അവളുടെ മേൽ ഇരുട്ടുവീണുതുടങ്ങി എന്ന് ഒരുവന് പറയാൻ കഴിയും. അവളുടെ മുഖം ഇരുണ്ടു. ചുണ്ടുകൾ നീലിച്ചു. പക്ഷേ ഇടയ്ക്ക് എപ്പോഴെങ്കിലും അവൾ ചെറുതായി പുഞ്ചിരിച്ചു.

ക്ലോക്കിൽ അഞ്ചുമണി മുഴങ്ങി. ശബ്ദം പുറത്തുവരാതെ വളരെ പതുക്കെ അവൾ പറയുന്നത് സിസ്റ്റർ കേട്ടു.

"പക്ഷേ നാളെ ഞാൻ പോവുന്ന സ്ഥിതിക്ക് അദ്ദേഹം ഇന്നു വരാതിരുന്നത് ഒട്ടും ശരിയായില്ല."

മദലിയെൻസാർ വരാൻ താമസിക്കുന്നതു കണ്ട് സിസ്റ്റർ സിംപ്ലീസിനു പോലും അത്ഭുതം തോന്നി.

ഫന്തീൻ കട്ടിലിന്റെ മേൽത്തട്ടിയിലേക്ക് നോക്കിക്കിടന്നു. അവളുടെ മനസിലേക്ക് ഏതോ ഓർമയെ തിരിച്ചുകൊണ്ടു വരാൻ ശ്രമിക്കുകയാണെന്നു തോന്നും. പെട്ടെന്ന് അടക്കം പറയുന്നതുപോലെ അവൾ പാടിത്തുടങ്ങി. സിസ്റ്റർ സിംപ്ലീസ് അതു ശ്രദ്ധിച്ചു. ഫന്തീൻ പാടിയതിന്റെ അർഥം ഇതായിരുന്നു.

"വളരെ സുന്ദരമായവ നമ്മൾ വാങ്ങും. വയലറ്റ് പൂക്കൾക്ക് നീലനിറവും റോസാപ്പൂക്കൾക്ക് ചുവപ്പുനിറവും. എന്റെ ഇഷ്ടം ആ പൂക്കളാണ്."

അലങ്കാരങ്ങൾ തുന്നിയ ഉടുപ്പണിഞ്ഞ് കന്യാമറിയം ഇന്നലെ എന്റെ കിടക്കയുടെ അരികിലെത്തി. എന്നോടു പറഞ്ഞു:

'എന്റെ വേഷത്തിനുള്ളിൽ ഒരിക്കൽ നീ എന്നോട് ആവശ്യപ്പെട്ട കുട്ടിയെ ഞാൻ ഒളിച്ചുവച്ചിട്ടുണ്ട്.'

ഉടൻ പട്ടണത്തിൽ പോയി തുണി വാങ്ങണം. നൂലും സൂചിയും വാങ്ങണം.
വളരെ സുന്ദരമായവ തെരുവിൽ വിൽക്കുമ്പോൾ നമ്മൾ വാങ്ങും.
നന്മനിറഞ്ഞ കന്യാമറിയമേ, പട്ടുനാടകൾകൊണ്ട് അലങ്കരിച്ച ഒരു തൊട്ടി എന്റെ കിടക്കയ്ക്ക് അരികിൽ ഉണ്ട്.

ദൈവം അദ്ദേഹത്തിന്റെ ഏറ്റവും നല്ല നക്ഷത്രത്തെ എനിക്കു തന്നാലും. അങ്ങ് മുമ്പ് എനിക്കു തന്ന കുട്ടിയെയാണ് ഞാൻ കൂടുതൽ സ്നേഹിക്കുന്നത്.

കന്യാമറിയമേ, ഈ ലിനൻ തുണികൊണ്ട് ഞാൻ എന്തു ചെയ്യണം? എന്റെ പുതിയ കുട്ടിക്ക് അതുകൊണ്ട് ഞാൻ ഉടുപ്പു തുന്നട്ടേ?

ഈ ലിനൻ തുണി കഴുകിയെടുക്കണം. എവിടെ? നദിയിൽ. പൊടിപറ്റാതെ നശിപ്പിച്ചു കളയാതെ അതുകൊണ്ട് നല്ല ഇറക്കമുള്ള പാവാട തുന്നണം. ഞാൻ അതിൽ അലങ്കാരങ്ങൾ ചാർത്തും. പൂക്കൾ തുന്നിച്ചേർക്കും. പക്ഷേ വിശുദ്ധ യായ കന്യാമറിയമേ കുട്ടി പൊയ്പ്പോയല്ലോ ഇനി ഞാൻ എന്തു ചെയ്യും? എന്റെ ശവക്കുഴിയിലേക്കുള്ള ശവക്കച്ച തുന്നാം."

അവളുടെ കൊച്ചു കൊസെത്തിനെ ഉറക്കാൻ പാടിയിരുന്ന ഒരു പഴയ താരാട്ടാണ് അവൾ പാടിയത്. മകളുമായി വേർപെട്ടതിനുശേഷം കഴിഞ്ഞ അഞ്ചുകൊല്ലമായി അവൾ ഈ പാട്ട് മറന്നിരിക്കുകയായിരുന്നു. അതിമനോഹരമായ ഈണത്തിലും അതീവ ദുഃഖം കലർന്ന ശബ്ദത്തിലുമായിരുന്നു അവൾ പാടിയത്. കന്യാസ്ത്രീയുടെ കണ്ണുകളിൽപ്പോലും അവളുടെ പാട്ടുകേട്ട് കണ്ണുനീർ പൊടിഞ്ഞു.

ക്ലോക്കിൽ ആറുമണി മുഴങ്ങി. ഫന്തീൻ അതുകേട്ടതായി തോന്നിയില്ല. ചുറ്റുപാടും സംഭവിക്കുന്ന കാര്യങ്ങൾ ശ്രദ്ധിക്കുന്നതിന്റെ ലക്ഷണം അവളിൽ കണ്ടില്ല.

മേയർ എത്തിയിട്ടുണ്ടോ എന്ന് ഫാക്ടറി കാവൽക്കാരിയോട് അന്വേഷിച്ചു വരാൻ സിസ്റ്റർ സിംപ്ലീസ് ഒരു ജോലിക്കാരിയെ പറഞ്ഞുവിട്ടു.

ഫന്തീനിന് അനക്കം ഉണ്ടായിരുന്നില്ല. അവൾ ആലോചനയിലാണെന്നു തോന്നി.

ജോലിക്കാരി തിരിച്ചുവന്ന് സിസ്റ്റർ സിംപ്ലീസിനോട് രഹസ്യം പറഞ്ഞു: "രാവിലെ ആറുമണിക്കു മുമ്പുതന്നെ മേയർ വെള്ളക്കുതിരയെ കെട്ടിയ ചെറിയ വണ്ടിയിൽ കയറി എവിടെയോ പോയി." തണുപ്പു കൂടുതലായിട്ടും വണ്ടിക്കാരൻ പോലും ഇല്ലാതെ ഒറ്റയ്ക്കാണ് പോയിരിക്കുന്നത്. എങ്ങോട്ടാണ് പോയതെന്ന് ആർക്കും അറിയില്ല. ആറായിലേക്കുള്ള വഴിയിലേക്ക് തിരിയുന്നതു കണ്ടെന്ന് ആരൊക്കെയോ പറയുന്നുണ്ട്. പാരീസിലേക്കുള്ള വഴിയിൽ അദ്ദേഹത്തെ കണ്ടെന്ന് മറ്റുചിലർ ഉറപ്പിച്ചു പറയുന്നു. പോകുമ്പോൾ അദ്ദേഹം പതിവുപോലെ ശാന്തനായിരുന്നു. കാവൽക്കാരിയോട് ഇന്നു രാത്രിയിൽ അദ്ദേഹത്തെ പ്രതീക്ഷിക്കണ്ട എന്നു പറഞ്ഞിട്ടുണ്ട്.

ഫന്തീനിന്റെ അടുത്ത് പുറംതിരിഞ്ഞുനിന്ന് ജോലിക്കാരിയുമായി കന്യാസ്ത്രീ സംസാരിച്ചുകൊണ്ടിരുന്നു. ഇതിനിടയിൽ ജീവിതവും മരണവുമായി ബന്ധപ്പെടുത്തുന്ന രോഗാവസ്ഥയ്ക്കിടയിൽ പ്രത്യക്ഷപ്പെടുന്ന രോഗാതുരമായ ചുറുചുറുക്കോടെ ഫന്തീൻ മെലിഞ്ഞ കൈകൾ കിടക്കയിൽ കുത്തി എഴുന്നേറ്റിരുന്നു. പുതപ്പിനുള്ളിൽനിന്ന് കഴുത്തു പുറത്തേക്കു നീട്ടി അവൾ ചോദിച്ചു:

"നിങ്ങൾ മദലിയെൻ സാറിനെ പറ്റിയാണല്ലോ സംസാരിക്കുന്നത്. എന്താണ്

ഇത്ര പതുക്കെ സംസാരിക്കുന്നത്? അദ്ദേഹത്തിന് എന്തു പറ്റി? എന്താണ് അദ്ദേഹം വരാത്തത്?"

അവളുടെ ശബ്ദം വളരെ പരുക്കനായി മാറിയിരുന്നു. മറ്റുള്ളവർക്ക് ഒരു പുരുഷൻ സംസാരിക്കുന്നതുപോലെ തോന്നി. അവർ ഭയത്തോടെ തിരിഞ്ഞു നോക്കി. ഫന്തീൻ ഉറക്കെ ചോദിച്ചു:

"നിങ്ങൾ എന്താണ് ഒന്നും പറയാത്തത്?"

ജോലിക്കാരി വിക്കിവിക്കി പറഞ്ഞൊപ്പിച്ചു: "ഇന്ന് അദ്ദേഹത്തിന് വരാൻ കഴിയില്ലെന്ന് കാവൽക്കാരി പറഞ്ഞു."

കന്യാസ്ത്രീ പറഞ്ഞു: "എന്റെ കുട്ടി സമാധാനമായി കിടക്ക് "

ഫന്തീനിന്റെ പെരുമാറ്റത്തിൽ ഒരു മാറ്റവും വന്നില്ല. തുളച്ചിറങ്ങുന്ന അധികാരസ്വരത്തിൽ അവൾ ഉറക്കെപ്പറഞ്ഞു

"അദ്ദേഹത്തിനു വരാൻ പറ്റില്ലെന്നോ? നിങ്ങൾക്കതിന്റെ കാരണം അറിയാം. നിങ്ങൾ പരസ്പരം അടക്കം പറഞ്ഞത് അതുതന്നെയാണ്. എനിക്കതറിയണം".

ജോലിക്കാരി കന്യാസ്ത്രീയുടെ ചെവിയിൽ പറഞ്ഞു:

"പട്ടണത്തിലെ പൊതുസഭയിൽ അദ്ദേഹം തിരക്കിലാണെന്നു പറഞ്ഞാൽ മതി."

സിസ്റ്റർ സിംപ്ലീസിന്റെ മുഖം ചെറുതായി ചുവന്നു. ജോലിക്കാരി ഒരു ചെറിയ കള്ളം പറയാനാണ് അവരെ പ്രേരിപ്പിച്ചത്. മറിച്ച് സത്യം പറയുകയാണെങ്കിൽ അതു ഫന്തീനിന് വലിയ ആഘാതമായിരിക്കുമെന്ന കാര്യത്തിലും അവർക്ക് സംശയം ഉണ്ടായിരുന്നില്ല. ഫന്തീനിന്റെ അവസ്ഥവെച്ച് അതു പറയുന്നത് അപകടമായെന്നും വരാം. അധികസമയം അവർ അമ്പരന്നുനിന്നില്ല. ഫന്തീനിനെ ദുഃഖത്തോടെ നോക്കിക്കൊണ്ട് അവർ പറഞ്ഞു:

"മേയർ ദൂരെ എവിടെയോ പോയിരിക്കുകയാണ്."

ഫന്തീൻ പെട്ടെന്ന് വീണ്ടും എഴുന്നേറ്റിരുന്നു. അവളുടെ കണ്ണുകൾ തിളങ്ങി. ദുഃഖം തളംകെട്ടിയ മുഖത്ത് സന്തോഷം പടർന്നു.

അവൾ ഉറക്കെ ചോദിച്ചു: "ദൂരെ പോയെന്നോ? അദ്ദേഹം കൊസെത്തിനെ വിളിച്ചുകൊണ്ടുവരാൻ പോയിട്ടുണ്ടാവണം."

പിന്നീട് അവൾ സ്വർഗത്തിലേക്ക് കൈകൾ ഉയർത്തി. അവളുടെ മുഖഭാവം അവർണനീയമായി. അവളുടെ ചുണ്ടുകൾ ചലിച്ചു. അവൾ നിശ്ശബ്ദയായി പ്രാർഥനയിൽ മുഴുകി.

പ്രാർഥന അവസാനിച്ചപ്പോൾ അവൾ പറഞ്ഞു: "സിസ്റ്റർ വിഷമിക്കേണ്ട. ഞാൻ കിടന്നുകൊള്ളാം. സിസ്റ്റർ പറയുന്നതെന്തും ഞാൻ അനുസരിക്കാം. ഞാൻ ഇപ്പോൾ കാണിച്ചത് മോശമായിപ്പോയി. ഉറക്കെ സംസാരിക്കാൻ പാടില്ലായിരുന്നു. എനിക്ക് അത് അറിയാം. പക്ഷേ എനിക്ക് എന്തുമാത്രം സന്തോഷമുണ്ടെന്ന് സിസ്റ്റർ കാണുന്നില്ലേ? ദൈവത്തിന് കരുണയുണ്ട്. മദലിയെൻ സാർ നല്ലവനാണ്. ഒന്ന് ആലോചിച്ചു നോക്കൂ എന്റെ കൊച്ചു കൊസെത്തിനെ വിളിച്ചുകൊണ്ടുവരാൻ അദ്ദേഹം മോങ്ഫെർമിയെയിൽ പോയിരിക്കുകയാണ്.

അവൾ വീണ്ടും കിടന്നു. തലയണ ഒതുക്കിവയ്ക്കാൻ അവൾ സിസ്റ്ററിനെ സഹായിച്ചു. സിസ്റ്റർ സിംപ്ലീസ് അവൾക്കു കൊടുത്ത വെള്ളിക്കുരിശിൽ അവൾ ചുംബിച്ചു.

സിസ്റ്റർ പറഞ്ഞു: "എന്റെ കുട്ടി വിശ്രമിക്കാൻ ശ്രമിക്കണം. കൂടുതൽ സംസാരിക്കണ്ട."

ഫന്തീൻ കന്യാസ്ത്രീയുടെ കൈ കടന്നെടുത്തു. അവളുടെ കൈ വിയർത്തിരുന്നു. അത് സിസ്റ്റർ സിംപ്ലീസിന്റെ മനസിൽ ദുഃഖം ഉണ്ടാക്കി.

"അദ്ദേഹം ഇന്നുരാവിലെ പാരീസിലേക്കാണ് പോയിരിക്കുന്നത്. സത്യത്തിൽ അദ്ദേഹത്തിന് പാരീസ് വരെ പോകേണ്ടകാര്യം ഇല്ല. പാരീസിൽനിന്ന് ഇവിടേക്ക് വരുമ്പോൾ അൽപ്പം ഇടത്തോട്ടു മാറിയാണ് മോങ് ഫെർമിയെ. കൊസെത്തിനെപ്പറ്റി ഞാൻ പറഞ്ഞപ്പോൾ ഇന്നലെ അദ്ദേഹം പറഞ്ഞത് ശ്രദ്ധിച്ചോ? അവൾ ഉടനെവരും എന്നാണ് അദ്ദേഹം പറഞ്ഞത്. എനിക്ക് ഒരു വിസ്മയം ആയിക്കോട്ടെ എന്ന് അദ്ദേഹം കരുതിയിരിക്കണം. തെനാർദിയറമ്മാരുടെ അടുത്തുനിന്നും അവളെ വിളിച്ചുകൊണ്ടുവരുന്നതിന് അദ്ദേഹം എന്നെക്കൊണ്ട് ഒരെഴുത്തിൽ ഒപ്പിടീച്ചിരുന്നു. അവർക്ക് ഒന്നും പറയാനുണ്ടാവില്ല. എന്തു പറയാൻ? അവർ കൊസെത്തിനെ വിട്ടുകൊടുക്കും. അവർക്ക് അവരുടെ പണം കിട്ടിയാൽ പോരേ? പണം വാങ്ങിക്കഴിഞ്ഞ് കുട്ടിയെ വിട്ടുകൊടുക്കാതിരിക്കാൻ അധികാരികൾ സമ്മതിക്കില്ല. സിസ്റ്റർ എന്നോട് സംസാരിക്കാതിരിക്കാൻ ആംഗ്യം കാണിക്കരുത്. എനിക്കിപ്പോൾ സന്തോഷം മാത്രമാണ് ഉള്ളത്. ഇപ്പോൾ എനിക്ക് അസുഖം ഇല്ല. വേദനപോലും ഇല്ല. ഞാൻ വീണ്ടും കൊസെത്തിനെ കാണാൻ പോകുന്നു. എനിക്കിപ്പോൾ വിശപ്പുവരെ തോന്നുന്നുണ്ട്. അഞ്ചു കൊല്ലമായി ഞാൻ അവളെ കണ്ടിട്ട്. കുട്ടികൾക്ക് നമ്മുടെ പുറത്ത് എന്തു സ്വാധീനമുണ്ടെന്ന് സിസ്റ്ററിന് അറിയില്ല. അവൾ എത്ര സുന്ദരിയാണെന്ന് വരുമ്പോൾ സിസ്റ്ററിന് നേരിട്ടുകാണാം. അവളുടെ റോസുനിറമുള്ള കൊച്ചുവിരലുകൾ നിങ്ങളൊന്നു കണ്ടുനോക്കണം. അവളുടെ കൈകൾക്ക് നല്ല ഭംഗിയായിരിക്കും. ഒരു വയസുള്ളപ്പോൾ അവളുടെ കൈകൾക്ക് ഭംഗിക്കുറവായിരുന്നു. അതിനെന്താണ്? അവൾക്ക് ഇപ്പോൾ ഏഴുവയസുണ്ട്. അവൾ ഇപ്പോൾ ഒരു കൊച്ചുസുന്ദരി ആയിരിക്കും. ഞാൻ അവളെ വിളിക്കുന്ന പേരാണ് കൊസെത്ത്. അവളുടെ ശരിയായ പേര് യൂഫ്രിസി എന്നാണ്. ഞാൻ ഇന്നു രാവിലെ ഭിത്തി അലമാരയിൽ പൊടി പറ്റിപ്പിടിച്ചിരിക്കുന്നതു നോക്കിനിന്നപ്പോൾ കൊസെത്തിനെ എനിക്ക് ഉടൻ കാണാൻ കഴിയുമെന്ന് തോന്നി. എന്റെ ദൈവമേ! സ്വന്തം കുട്ടിയെ കാണാതെ കൊല്ലങ്ങളോളം കഴിയുന്നത് വലിയ തെറ്റുതന്നെ. ജീവിതം ശാശ്വതമല്ലെന്ന് നമ്മൾ ഓർമിക്കണം. സത്യത്തിൽ ഈ തണുപ്പത്ത് മേയർ പോയത് എത്ര വലിയ കാര്യമാണ്. അദ്ദേഹം കോട്ട് എടുത്തിട്ടുണ്ടാവും. നാളെ അദ്ദേഹം തിരിച്ചെത്തും. ഇല്ലേ? നാളെ ഒരു ഉത്സവം തന്നെ ആയിരിക്കും. നാളെ രാവിലെ എന്റെ പട്ടുനാടകൾ തുന്നിയ തൊപ്പി എനിക്കു തലയിൽ വയ്ക്കണം. ആ കാര്യം സിസ്റ്റർ നാളെ എന്നെ ഒന്ന് ഓർമപ്പെടുത്തുമോ? മോങ്ഫെർമിയെ ഒരു നാട്ടിൻപുറമാണ്. ഒരിക്കൽ ഞാൻ അവിടെ നടന്നുപോയിട്ടുണ്ട്. അന്ന് അത് വളരെ ദൂരെയാണെന്നു തോന്നി. പക്ഷേ വണ്ടിയിൽ പോയാൽ അവിടെ പെട്ടെന്ന് എത്താം. അദ്ദേഹം നാളെ കൊസെത്തിനേയും കൂട്ടി ഇവിടെ തിരിച്ചുവരും. ഇവിടെ നിന്ന് മോങ്ഫെർമിയെയിലേക്ക് എന്തുദൂരം കാണും?

ദൂരം എത്രയാണെന്ന് സിസ്റ്ററിന് അറിയില്ലായിരുന്നു. അവർ പറഞ്ഞു:

"നാളെ അദ്ദേഹം നിശ്ചയമായും ഇവിടെ തിരിച്ചെത്തും."

ഫന്തീൻ പറഞ്ഞു: "നാളെ അതെ നാളെത്തന്നെ എനിക്ക് കൊസെത്തിനെ കാണാൻ കഴിയും. സിസ്റ്റർ കണ്ടോ? എനിക്കിപ്പോൾ അസുഖം ഇല്ല. ആരെങ്കിലും എന്നോട് നൃത്തം ചെയ്യാൻ പറഞ്ഞാൽ ആ നിമിഷം ഞാൻ നൃത്തം ചെയ്യും."

കാൽമണിക്കൂർ മുമ്പ് അവളെ കണ്ട ഒരാൾക്കുപോലും ഇതു വിശ്വസിക്കാൻ കഴിയില്ല. അവൾ ആകെ തുടുത്തിരിക്കുന്നു. ശരിക്കും സ്വാഭാവികമായ ഉത്സാഹത്തോടെയാണ് അവൾ ഇപ്പോൾ സംസാരിക്കുന്നത്. അവളുടെ മുഖത്ത് ഒരു ചിരിമാത്രം കാണാനുണ്ട്. അമ്മയുടെ ചിരി ഏതാണ്ട് കുഞ്ഞിന്റെ ചിരിപോലെയാണ്.

കന്യാസ്ത്രീ പറഞ്ഞു: "ശരി. നിങ്ങൾക്ക് ഇപ്പോൾ അസുഖം മാറിയ സ്ഥിതിക്ക് ഞാൻ പറയുന്നത് അനുസരിക്കണം. ഇനിയും കൂടുതൽ സംസാരിക്കണ്ട."

ഫന്തീൻ തലയണയിൽ തലവെച്ചു. അവൾ ശബ്ദം താഴ്ത്തി പറഞ്ഞു. "അതെ, വീണ്ടും കിടക്കാം. നാളെ മകളെ കാണണമെന്നുള്ള ഓർമ വേണം. സിസ്റ്റർ സിംപ്ലീസ് പറഞ്ഞത് ശരിയാണ്. അല്ലെങ്കിൽ ഇവിടെ എല്ലാവരും പറയുന്നതും ചെയ്യുന്നതും ശരിയായ കാര്യങ്ങൾ മാത്രമാണ്."

പിന്നീട് അവൾ തല അനക്കാതെ കിടക്കയിൽ കണ്ണു തുറന്നു കിടന്നു. ഇടയ്ക്ക് അവൾ ചുറ്റിലും നോക്കി. അവൾ സന്തോഷത്തിലായിരുന്നു. കൂടുതലൊന്നും പിന്നീട് അവൾ സംസാരിച്ചില്ല.

അവൾക്ക് ഉറങ്ങാൻ വേണ്ടി സിസ്റ്റർ കിടക്കയോടു ചേർന്നുള്ള കർട്ടനുകൾ അടുപ്പിച്ചിട്ടു.

ഏഴിനും എട്ടുമണിക്കും ഇടയ്ക്ക് ഡോക്ടർ വന്നു. കർട്ടനു പുറത്തേക്ക് ഒരു ശബ്ദവും കേൾക്കുന്നുണ്ടായിരുന്നില്ല. ഫന്തീൻ ഉറങ്ങുകയാണെന്നു കരുതി ശബ്ദമുണ്ടാക്കാതെ അദ്ദേഹം അവളുടെ കിടക്കയുടെ അടുത്തെത്തി. കർട്ടൻ ഒതുക്കിവെച്ചു. ഫന്തീനിന്റെ സ്വസ്ഥമായ വലിയ കണ്ണുകൾ സന്ധ്യയുടെ തിളക്കത്തിൽ തന്നെ തുറിച്ചുനോക്കുന്നത് അദ്ദേഹം കണ്ടു.

അവൾ പറഞ്ഞു: "സാർ, ഈ മെത്തയിൽ അവളെ എന്റെ കൂടെ കിടത്താൻ അങ്ങ് അനുവദിക്കില്ലേ?" അവൾ പിച്ചും പേയും പറയുകയാണെന്നാണ് ഡോക്ടർ കരുതിയത്. അവൾ വീണ്ടും പറഞ്ഞു:

"നോക്കൂ. ഇവിടെ ആവശ്യത്തിന് സ്ഥലമുണ്ട്."

ഡോക്ടർ സിംപ്ലീസിനെ വിളിച്ചു: അവർ ഒരുഭാഗത്തേക്ക് ഒതുങ്ങി നിന്നു. സിസ്റ്റർ ഡോക്ടറോട് കാര്യങ്ങൾ വിശദീകരിച്ചു. രണ്ടുദിവസമായി മദലിയെൻസാർ വരുന്നില്ലെന്നും അദ്ദേഹം എവിടെയാണെന്ന് അറിയില്ലെന്നും സിസ്റ്റർ പറഞ്ഞു. സുഖമില്ലാത്ത സ്ത്രീയുടെ വിശ്വാസം തകർക്കാതിരിക്കുന്നതാണ് നല്ലതെന്ന് അവൾക്കു തോന്നി. മേയർ മോങ്ഫെർമിയെയിൽ പോയിരിക്കുകയാണെന്നാണ് ഫന്തീൻ വിശ്വസിച്ചിരിക്കുന്നത്. ചിലപ്പോൾ അതു ശരിയാവാനും സാധ്യതയുണ്ട്. ഒരുപക്ഷേ ഫന്തീനിന്റെ ഊഹം ശരിയായിരിക്കും. ഡോക്ടറും ആ കാര്യം സമ്മതിച്ചു.

അദ്ദേഹം ഫന്തീനിന്റെ കിടക്കയുടെ അടുത്തേക്ക് തിരിച്ചുപോയി. അവൾ വീണ്ടും സംസാരിക്കാൻ തുടങ്ങി.

"അവൾ ഇവിടെ എന്റെ കൂടെ കിടക്കുകയാണെങ്കിൽ ഉണരുമ്പോൾ എനിക്ക് അവളോട് സുപ്രഭാതം പറയാം. രാത്രിയിൽ ഞാൻ ഉറങ്ങാതിരിക്കുമ്പോൾ എനിക്ക് അവൾ ഉറങ്ങുന്നത് കാണാൻ കഴിയും." ഡോക്ടർ പറഞ്ഞു:

"കൈ കാണട്ടെ." അവൾ കൈനീട്ടി. ചിരിച്ചുകൊണ്ട് അവൾ ഡോക്ടറോടു പറഞ്ഞു:

"ഇനി അതിന്റെയൊന്നും ആവശ്യമില്ല. ഡോക്ടർ ആ കാര്യം അറിഞ്ഞില്ലെന്ന് എനിക്ക് ഉറപ്പുണ്ട്. എനിക്ക് ഇപ്പോൾ അസുഖം ഇല്ല. നാളെ കൊസെത്ത് വരുന്നുണ്ട്."

ഡോക്ടർക്ക് അത്ഭുതം തോന്നി. അവളുടെ അസുഖം വളരെ കുറഞ്ഞിരുന്നു. നെഞ്ചിലെ ഇരമ്പലിന് കാര്യമായ കുറവുണ്ട്. നാഡിമിടിപ്പ് കൂടുതൽ ശക്തിയായിട്ടുണ്ട്. തളർന്നുപോയിരുന്ന അവളിലേക്ക് പെട്ടെന്ന് ഒരു പുതിയ ചൈതന്യം സംക്രമിച്ചതായി തോന്നി.

ഫന്തീൻ വീണ്ടും സംസാരിച്ചുകൊണ്ടിരുന്നു: "ഡോക്ടർ, മേയർസാർ ഒരു ചെറിയ കാര്യത്തിനു പോയിരിക്കെയാണെന്ന് സിസ്റ്റർ സാറിനോടു പറഞ്ഞോ?"

ഡോക്ടർ അവളോട് കൂടുതൽ സംസാരിക്കാതിരിക്കാൻ നിർദേശിച്ചു. ദുഃഖം തോന്നുന്നതെല്ലാം മനസിൽനിന്ന് മാറ്റിനിർത്താൻ അദ്ദേഹം അവളെ ഉപദേശിക്കുകയും ചെയ്തു. പിന്നീട് ദൂരെ എത്തിക്കഴിഞ്ഞപ്പോൾ ഡോക്ടർ സിസ്റ്ററിനോടു പറഞ്ഞു: "അവൾക്ക് അസുഖം കുറവുണ്ട്. നാളെ മേയർ ശരിക്കും കുട്ടിയുമായി തിരിച്ചുവന്നാൽ രോഗിക്ക് അതു കൂടുതൽ ഗുണം ചെയ്തേക്കും. ആർക്കറിയാം? ഇതുപോലെയുള്ള അത്ഭുതങ്ങൾ സംഭവിക്കാറുണ്ട്. വലിയ സന്തോഷം വരുമ്പോൾ അസുഖം ഭേദമാകുന്നത് ഞങ്ങൾ കണ്ടിട്ടുണ്ട്. ഇത് ശരീരത്തെ ബാധിച്ച രോഗമാണെന്നു മാത്രമല്ല, രോഗം അൽപ്പം കൂടിയ അവസ്ഥയിലാണെന്നും എനിക്ക് അറിയാം. പക്ഷേ ഇത്തരം അത്ഭുതങ്ങൾ സംഭവിക്കുന്നതിന്റെ കാരണം രഹസ്യമാണ്. ആർക്കും അറിയില്ല. ഒരുപക്ഷേ നമുക്ക് അവളെ രക്ഷപ്പെടുത്താൻ കഴിയും."

7. തിരിച്ചുപോക്കിനുള്ള ഒരുക്കങ്ങൾ

നമ്മൾ വഴിയിൽ ഉപേക്ഷിച്ചു പോന്ന കുതിരവണ്ടി ആറായിലെ ഹോട്ടൽ ദ്ലാപോസ്റ്റിന്റെ മുറ്റത്ത് എത്തിയപ്പോൾ രാത്രി എട്ടുമണിയോടടുത്തിരുന്നു. അതുവരെ നമ്മൾ പിന്തുടർന്നിരുന്ന മനുഷ്യൻ വണ്ടിയിൽനിന്ന് പുറത്തിറങ്ങി. ഹോട്ടലിലെ ആളുകളുടെ ഉപചാരങ്ങൾക്ക് മറ്റെന്തോ ആലോചനകൾക്കിടയിൽ അയാൾ മറുപടി പറഞ്ഞുകൊണ്ടിരുന്നു. പിന്നീട് അയാൾ കൂടെക്കൊണ്ടുവന്ന രണ്ടാമത്തെ കുതിരയെ തിരിച്ചയച്ചു. വെളുത്ത കൊച്ചുകുതിരയെ അയാൾ സ്വയം കുതിരലായത്തിലേക്ക് കൊണ്ടുപോയി. ഒടുവിൽ അയാൾ മൂന്നാം നിലയിലുള്ള ബില്യാഡ്സ് മുറിയിൽ പ്രവേശിച്ചു. അവിടെ ഉണ്ടായിരുന്ന ഒരു കസേരയിലിരുന്ന് മേശപ്പുറത്ത് കൈമുട്ടുകളൂന്നി വീണ്ടും ആലോചനയിൽ മുഴുകി. ആറുമണിക്കൂർ കൊണ്ട് ഉദ്ദേശിച്ചിരുന്ന യാത്രയ്ക്ക് അയാൾ പതിനാലുമണിക്കൂർ സമയമെടുത്തു. അതു തന്റെ കുറ്റംകൊണ്ട് സംഭവിച്ചതല്ലെന്ന് അയാൾ സ്വയം സമാധാനിച്ചു. പക്ഷെ, അയാളുടെ ഉള്ളിന്റെ ഉള്ളിൽ അയാൾക്ക് അതിൽ വിഷമം തോന്നിയിരുന്നില്ല.

ഹോട്ടലുടമ ഒരു സ്ത്രീയായിരുന്നു. അവൾ അയാളെ സമീപിച്ചു.

"സാറിനു മുറിവേണോ? അത്താഴം കഴിക്കുന്നുണ്ടോ?"

അയാൾ തലകുലുക്കി.

"സാറിന്റെ കുതിര വളരെ ക്ഷീണിച്ചിരിക്കുകയാണെന്ന് ലായത്തിലെ പയ്യൻ പറഞ്ഞു."

പെട്ടെന്ന് അയാൾ ചോദിച്ചു: "നാളെ രാവിലെ വീണ്ടും യാത്രതിരിക്കാൻ കുതിരയ്ക്കു കഴിയില്ലേ?"

"സാർ ഏറ്റവും കുറഞ്ഞത് അവന് രണ്ടുദിവസമെങ്കിലും വിശ്രമം വേണ്ടി വരും."

"ഇവിടെ എവിടെയെങ്കിലും കുതിരയെ മാറ്റിയെടുക്കാനുള്ള സ്ഥലം ഉണ്ടാവില്ലേ?"

"ഉണ്ട്."

ഹോട്ടൽ ഉടമസ്ഥ അയാളെ ഓഫീസിലേക്ക് വിളിച്ചു കൊണ്ടുപോയി. അയാൾ പാസ്പോർട്ട് കാണിച്ചു. അന്നുരാത്രിയിൽ തന്നെ എം പട്ടണത്തിലേക്ക് തിരിച്ചുപോകാൻ ഏതെങ്കിലും മെയിൽവണ്ടി കിട്ടുമോ എന്ന് അന്വേഷിച്ചു. ഡ്രൈവറുടെ സമീപത്തുള്ള ഒരു സീറ്റ് ഒഴിവുണ്ടായിരുന്നു. അയാൾ ആ സീറ്റ് തനിക്കു വേണമെന്ന് പറഞ്ഞു. അതിന്റെ പണം അപ്പോൾത്തന്നെ കൊടുത്തു. സീറ്റുകൾ മുൻകൂറായി കൊടുക്കുന്ന ഗുമസ്തൻ പറഞ്ഞു:

"സാർ, വെളുപ്പിന് ഒരുമണിക്കു മുൻപുതന്നെ ഇവിടെ എത്തിച്ചേരണം."

പിന്നീട് അയാൾ ഹോട്ടലിനു പുറത്തിറങ്ങി വെറുതെ നഗരത്തിലൂടെ ചുറ്റി നടന്നു.

ആറായി അയാൾക്ക് പരിചിതമല്ല. നിരത്തുകളിൽ ഇരുട്ടായിരുന്നു. അയാൾ കണ്ണിൽക്കണ്ട ഒരു വഴിയും ഒഴിവാക്കിയില്ല. യാത്രക്കാരോട് വഴി ചോദിക്കരുതെന്ന് അയാൾക്ക് നിർബന്ധം ഉള്ളതുപോലെ തോന്നി. അയാൾ ക്രാങ്ഷോങ് എന്ന അരുവി കുറുകെ കടന്നു. നിരവധി ചെറുവഴികളുടെ സംഗമസ്ഥലത്ത് അയാൾ എത്തി. അവിടെവെച്ച് അയാൾക്ക് വഴികൾ തിരിച്ചറിയാൻ കഴിയാതായി. ഒരു നാട്ടുകാരൻ കയ്യിൽ ഒരു വിളക്കുമായി വരുന്നുണ്ടായിരുന്നു. ആദ്യം ഒന്ന് അറച്ചെങ്കിലും ഈ മനുഷ്യനോട് സംസാരിക്കാൻ അയാൾ തീരുമാനിച്ചു. അയാൾ ചോദിക്കാൻ പോകുന്ന ചോദ്യം മറ്റാരെങ്കിലും കേൾക്കാൻ ഇടയുണ്ടോ എന്നു പരിശോധിക്കുന്ന മട്ടിൽ അയാൾ ചുറ്റും നോക്കി. ആരും ഇല്ലെന്ന് ഉറപ്പാക്കിയതിനുശേഷം അയാൾ ചോദിച്ചു:

"സാർ, കോടതി കെട്ടിടം എവിടെയാണ്?"

സാധാരണക്കാരനായ ആ വൃദ്ധൻ പറഞ്ഞു. "നിങ്ങൾ ഇവിടെ താമസിക്കുന്ന ആളല്ലെന്നു തോന്നുന്നു. എന്റെകൂടെ വന്നാൽ മതി. ഞാൻ അതുവഴിയാണ് പോകുന്നത്. അതായത് നഗരസഭയുടെ കെട്ടിടം വഴി. കോടതിക്കെട്ടിടം പുതുക്കിപ്പണിഞ്ഞുകൊണ്ടിരിക്കുന്നതുകൊണ്ട് നഗരസഭയുടെ കെട്ടിടത്തിലാണ് ഇപ്പോൾ കോടതി കൂടുന്നത്."

അയാൾ ചോദിച്ചു: "അവിടെയാണോ വിചാരണ നടക്കുന്നത്?"

"തീർച്ചയായും. വിപ്ലവത്തിനുമുമ്പുള്ള ബിഷപ്പിന്റെ കൊട്ടാരമാണ് ഇപ്പോഴത്തെ നഗരസഭയുടെ കെട്ടിടം. എൺപത്തിരണ്ടിൽ ഇവിടുത്തെ ബിഷപ്പായിരുന്ന മൊസ്യെദ്കോങ്സിയേ അവിടെ ഒരു വലിയ ഹാൾ പണിയിച്ചിരുന്നു. ആ ഹാളിലാണ് ഇപ്പോൾ കോടതി കൂടുന്നത്.

അവർ നടന്നു കൊണ്ടിരിക്കുന്നതിനിടയിൽ നാട്ടുകാരൻ പറഞ്ഞു.

"വിചാരണ കാണാനാണെങ്കിൽ സാർ താമസിച്ചുപോയി. സാധാരണ ആറു മണിക്ക് കോടതി പിരിയും."

വിശാലമായ ഒരു സ്ഥലത്തുവെച്ച് ഇരുണ്ട ഒരു കെട്ടിടത്തിൽനിന്നും വെളിച്ചം പുറത്തേക്കു വന്ന നാലു വലിയ ജനാലകളുടെ നേർക്ക് നാട്ടുകാരൻ വിരൽ ചൂണ്ടി.

"ഭാഗ്യമുണ്ട്. നിങ്ങൾ സമയത്തുതന്നെ എത്തി. മുൻഭാഗത്തുള്ള ആ ജനാലകൾ കണ്ടോ? അതാണ് സെഷൻസ് കോടതി. അവിടെ വെളിച്ചം ഉണ്ട്. അപ്പോൾ അവർ അവസാനിപ്പിച്ചിട്ടില്ല. കേസു നീണ്ടുപോയിക്കാണും. അതുകൊണ്ട് രാത്രിയിലും അവർ കോടതി കൂടുന്നുണ്ട്. ഇപ്പോൾ നടക്കുന്ന കേസിൽ സാറിന് താൽപ്പര്യം വല്ലതും ഉണ്ടോ? ക്രിമിനൽ കേസാണോ? സാർ സാക്ഷിയാണോ?"

അയാൾ മറുപടി പറഞ്ഞു: "എനിക്ക് കേസിൽ കാര്യമൊന്നും ഇല്ല. ഒരു വക്കീലിനെ കണ്ട് ചിലതു സംസാരിക്കാനുണ്ട്. അത്രതന്നെ."

നാട്ടുകാരൻ പറഞ്ഞു: "അതാണു കാര്യമെങ്കിൽ ആ കാവൽക്കാരൻ നിൽക്കുന്ന വാതിലിനടുത്തുള്ള വലിയ ഏണിപ്പടി കയറിച്ചെന്നാൽ മതി."

അയാൾ നാട്ടുകാരന്റെ നിർദേശങ്ങൾ അനുസരിച്ചു. അൽപ്പസമയത്തിനകം അയാൾ ഒരു വലിയ ഹാളിലെത്തി. ഔദ്യോഗിക വേഷംധരിച്ച വക്കീലന്മാരുടെ ചെറുസംഘങ്ങൾ അവിടവിടെ ഇരുന്ന് കുശുകുശുക്കുന്നുണ്ടായിരുന്നു.

നീതിന്യായക്കോടതിയുടെ സമീപം കറുത്ത വേഷംധരിച്ച ഈ മനുഷ്യർ കുശുകുശുത്തുകൊണ്ടു നിൽക്കുന്നത് ഭയപ്പെടുത്തുന്ന കാഴ്ചയാണ്.

അവരുടെ വാക്കുകളിൽ അനുകമ്പ, ദയ തുടങ്ങിയ മാനുഷികവികാരങ്ങൾ അപൂർവങ്ങളിൽ അപൂർവമായ കാര്യങ്ങളായിരിക്കും. മുമ്പ് അവർ സമ്പാദിച്ചുകൊടുത്തിട്ടുള്ള ശിക്ഷകളെ പറ്റിയായിരിക്കും അവർ കൂടുതലും സംസാരിക്കുന്നത്. ഇവരെ കണ്ടാൽ അതുവഴി കടന്നുപോകുന്ന, ചിന്തിക്കാൻ കഴിവുള്ള ഒരു മനുഷ്യന് എല്ലാ കറുത്ത നിർമിതികളും ഒരുമയോടെ സൃഷ്ടിച്ചുകൊണ്ടിരിക്കുന്ന തേനീച്ചക്കൂട്ടത്തിന്റെ ഭാഗങ്ങളാണെന്നു തോന്നും.

വിസ്താരം കൂടിയ മുറി ആയിരുന്നെങ്കിലും അതിനുള്ളിൽ ആകെ ഒരു വിളക്കു മാത്രമാണ് പ്രകാശിച്ചിരുന്നത്. ആ വലിയ മുറി ഒരുകാലത്ത് ബിഷപ്പിന്റെ കൊട്ടാരത്തിലെത്തുന്ന സന്ദർശകർക്ക് കാത്തിരിക്കാനുള്ള മുറിയായിരുന്നു. ഈ മുറിയെ കോടതി മുറിയുമായി വേർതിരിച്ചുകൊണ്ട് ഒരു ഇരട്ടപ്പാളി കതക് അടഞ്ഞുകിടന്നു.

മുറിക്കുള്ളിലെ ഇരുട്ടുകാരണം ആദ്യംകണ്ട വക്കീലിനോട് കാര്യങ്ങൾ തിരക്കാൻ അയാൾക്ക് ഭയം തോന്നി. അയാൾ ചോദിച്ചു:

"വിചാരണ എവിടെവരെയായി?"

വക്കീൽ പറഞ്ഞു: "വിചാരണ കഴിഞ്ഞു."

''കഴിഞ്ഞോ?"

കഴിഞ്ഞോ എന്ന അയാളുടെ ചോദ്യം കേട്ട വക്കീൽ തിരിഞ്ഞുനിന്ന് അയാളോടു ചോദിച്ചു:

"ക്ഷമിക്കണം. നിങ്ങൾ ഒരുപക്ഷേ, അവരുടെ ബന്ധു ആയിരിക്കാം. ആണോ?"

"അല്ല എനിക്കിവിടെ പരിചയക്കാരില്ല. കേസ് വല്ലതും വിധിയായോ?"

"നിശ്ചയമായും വിധി പറഞ്ഞുകഴിഞ്ഞു."

"കഠിനതടവാണോ വിധിച്ചത്?"

"ജീവപര്യന്തം തടവാണ്."

ശബ്ദം വളരെ താഴ്ത്തി കേൾക്കാൻപോലും കഴിയാത്ത ശബ്ദത്തിൽ അയാൾ ചോദിച്ചു: "അപ്പോൾ ആളെ തിരിച്ചറിഞ്ഞോ?"

വക്കീൽ പറഞ്ഞു: "ആളെ എന്തിനു തിരിച്ചറിയണം. തിരിച്ചറിയേണ്ട കാര്യമൊന്നുമില്ല. ആ സ്ത്രീ അവരുടെ കുട്ടിയെ കൊന്നതുതന്നെയാണ്. പക്ഷേ ആസൂത്രിതമായിരുന്നു എന്ന വാദം കോടതി തള്ളി. എങ്കിലും അവർക്ക് ജീവപര്യന്തം തടവുശിക്ഷതന്നെ വിധിച്ചു.

"അപ്പോൾ സ്ത്രീ ആയിരുന്നോ കുറ്റവാളി?"

"തീർച്ചയായും. വേറെ ആരുടെ കാര്യമാണ് നിങ്ങൾ പറയുന്നത്?"

"അങ്ങനെയൊന്നുമില്ല. വിധി പറഞ്ഞുകഴിഞ്ഞു. മുറിയിൽ വെളിച്ചം ഉണ്ടല്ലോ. എന്താണ് അതിന്റെ കാര്യം?"

"അതു വേറൊരു കേസാണ്. അതു തുടങ്ങിയിട്ട് ഏതാണ്ട് രണ്ടു മണിക്കൂർ കഴിഞ്ഞു."

"അത് എന്തു കേസാണ്?"

"അതും വളരെ വ്യക്തമായി തെളിവുള്ള കേസാണ്. ഒരു കള്ളൻ. അയാളുടെ രണ്ടാമത്തെ മോഷണമാണ്. ഭവനഭേദനം. അവന്റെ പേര് ഞാൻ മറന്നുപോയി. ഒരിക്കൽ തടവുശിക്ഷ കിട്ടിയവനാണ്. അവൻ കപ്പലിൽ അടിമയായിരുന്നു. കണ്ടാൽ കൊള്ളക്കാരനാണെന്നു തോന്നും. ഇത്തരം ഒരു മുഖം ഉള്ള കുറ്റത്തിനുതന്നെ ഞാൻ അവനെ കപ്പലിൽ തണ്ടുവലിക്കാൻ അയയ്ക്കും."

അയാൾ ചോദിച്ചു: "കോടതി മുറിക്കുള്ളിൽ കടക്കാൻ എന്തെങ്കിലും വഴിയുണ്ടോ സാർ?"

"അതു ബുദ്ധിമുട്ടാണ്. ഉള്ളിൽ ഭയങ്കര ആൾക്കൂട്ടമാണ്. ഇപ്പോൾ വിചാരണ നിർത്തിവച്ചിരിക്കുകയാണ് ചിലരൊക്കെ പുറത്തോട്ട് പോയിട്ടുണ്ട്. വിചാരണ ആരംഭിക്കുമ്പോൾ നിങ്ങൾ ശ്രമിച്ചുനോക്ക്."

"അകത്തു കടക്കാനുള്ള വഴി ഏതാണ്?"

"ആ വലിയവാതിൽ വഴി അകത്തുകടക്കാം."

വക്കീൽ അയാളെ ഉപേക്ഷിച്ചുപോയി. നിമിഷനേരത്തേക്ക് ഒരുവന് അനുഭവിക്കാവുന്ന എല്ലാ വികാരങ്ങളും ഒന്നിച്ച് ഒരേസമയത്ത് അയാൾ അനുഭവിച്ചു. ഒരു താൽപ്പര്യവുമില്ലാത്ത ആ വക്കീൽ പറഞ്ഞ വാക്കുകൾ മഞ്ഞുസൂചികൾപോലെ അയാളുടെ ഉള്ളിലേക്ക് തുളച്ചിറങ്ങി. തീനാളങ്ങൾപോലെ അത് അയാളുടെ മനസിനെ പൊള്ളിച്ചു. കോടതി പിരിഞ്ഞിട്ടില്ലെന്ന് വ്യക്തമായിക്കഴിഞ്ഞപ്പോൾ അയാൾ ഒരു ദീർഘനിശ്വാസം വിട്ടു. പക്ഷേ, സംതൃപ്തിയായിരുന്നോ അതോ വേദനയായിരുന്നോ അയാളുടെ ദീർഘനിശ്വാസത്തിനു കാരണം എന്ന് അയാൾക്കുപോലും പറയാൻ കഴിയുമായിരുന്നില്ല.

കോടതിമുറിക്കുള്ളിൽ സംസാരിച്ചുകൊണ്ടിരുന്ന പലരും പറയുന്നതെല്ലാം അയാൾ ശ്രദ്ധിച്ചു കേട്ടു. ഒരുപാടു കേസുകൾ വിധി പറയാനുള്ളതുകൊണ്ട് അന്ന് ജഡ്ജി രണ്ടു കേസുകൾ പരിഗണിച്ചിരുന്നു. കുട്ടിയെ കൊന്ന കേസാണ് ആദ്യം വിചാരണയ്ക്കെടുത്തത്. രണ്ടാമത്തേത് ആപ്പിൾ മോഷണം. കുറ്റവാളിയുടെ രണ്ടാമത്തെ കുറ്റം. അയാൾ ആപ്പിൾ മോഷ്ടിച്ചു. പക്ഷേ, വേണ്ടത്ര തെളിവുകൾ ഇല്ല. അയാൾ ഒരിക്കൽ തൂലോങ്ങിൽ തണ്ടുവലിശിക്ഷ അനുഭവിച്ചിരുന്നു എന്ന കാര്യം മാത്രം തെളിയിക്കപ്പെട്ടു കഴിഞ്ഞിരുന്നു. പക്ഷേ, അയാൾക്കു ശിക്ഷ കിട്ടാൻ അതു മതിയായ കാരണമാണ്. അയാളുടെ കേസിന്റെ വിചാരണയും സാക്ഷികളുടെ മൊഴിയെടുക്കലും അവസാനിച്ചിരുന്നു. രണ്ടുഭാഗത്തുനിന്നുമുള്ള വക്കീലന്മാരുടെ വാദം കഴിഞ്ഞിരുന്നില്ല. എന്തായാലും അർധരാ

ത്രിയോടെ അത് അവസാനിക്കും. മിക്കവാറും അയാൾക്ക് ശിക്ഷകിട്ടാതിരിക്കില്ല. കുറ്റവിചാരണ നടത്തുന്ന വക്കീൽ കഴിവുള്ളവനാണ്. ഒരു കുറ്റവാളിയും അയാളുടെ കയ്യിൽ നിന്ന് രക്ഷപ്പെട്ടില്ല. എന്നാൽ ഇതിനെല്ലാം ഉപരി ആ വക്കീൽ കവിതകൾ എഴുതുന്ന ഒരു പ്രതിഭാശാലികൂടിയായിരുന്നു.

ഒരു ഉദ്യോഗസ്ഥൻ കോടതി മുറിയുടെ വാതിലിൽ നിൽക്കുന്നുണ്ടായിരുന്നു. അയാൾ ചോദിച്ചു: "സാർ കതക് ഇപ്പോൾ തുറക്കുമോ?" ഉദ്യോഗസ്ഥൻ പറഞ്ഞു: "കതകു തുറക്കില്ല."

"അതെന്താണ്? വിചാരണവീണ്ടും തുടങ്ങുമ്പോൾ കതകു തുറക്കില്ലേ? ഇപ്പോൾ വിശ്രമത്തിനുള്ള ഇടവേളയല്ലേ?"

ഉദ്യോഗസ്ഥൻ പറഞ്ഞു: "വിചാരണ വീണ്ടും ആരംഭിച്ചിട്ടുണ്ട്. പക്ഷേ, കതക് ഇപ്പോൾ വീണ്ടും തുറക്കില്ല."

"അതെന്താണ്?"

"മുറിക്കുള്ളിൽ സ്ഥലമില്ല."

"ഒരു സീറ്റുപോലും ഒഴിവില്ല?"

"ഒരു സീറ്റും ഇല്ല. കതക് അടച്ചു കഴിഞ്ഞു. ഇനി അകത്തുപോകാൻ കഴിയില്ല."

ഉദ്യോഗസ്ഥൻ അൽപ്പസമയം നിശ്ശബ്ദനായി നിന്നശേഷം പറഞ്ഞു: "ജഡ്ജി അദ്ദേഹത്തിന്റെ അടുത്തായി രണ്ടുമൂന്നുപേർക്ക് സ്ഥലമുണ്ട്. പക്ഷേ, സർക്കാരുദ്യോഗസ്ഥരെമാത്രമേ അവിടെ ഇരിക്കാൻ അദ്ദേഹം അനുവദിക്കുകയുള്ളൂ.

"ഇതു പറഞ്ഞു കഴിഞ്ഞ് ഉദ്യോഗസ്ഥൻ മറ്റൊരു വഴിക്ക് തിരിഞ്ഞു.

അയാൾ തലകുനിച്ച് പുറത്തേക്ക് നടന്നു. ഓരോ പടിയിലും അറച്ചുനിന്നുകൊണ്ട് അയാൾ സാവധാനം ഏണിപ്പടികൾ ഇറങ്ങി. അപ്പോൾ അയാളുടെ ഉള്ളിൽ അയാൾ സ്വയം വിചാരണ നടത്തിയിരിക്കാനാണു സാധ്യത. കഴിഞ്ഞ ദിവസം വൈകുന്നേരത്ത് അയാളുടെ ഉള്ളിൽ ആരംഭിച്ചിരുന്ന വാദപ്രതിവാദങ്ങൾ അവസാനിച്ചിരുന്നില്ല.

കോവണിപ്പടികൾ ദിശമാറുന്ന നിരപ്പായ സ്ഥലത്തെത്തിയപ്പോൾ അയാൾ അൽപ്പസമയം അവിടെ കൈവരിയിൽ ചാരി നിന്നു. പെട്ടെന്ന് കോട്ടിന്റെ പോക്കറ്റിൽനിന്നും ഒരു ചെറിയ ബുക്കും പെൻസിലും അയാൾ പുറത്തെടുത്തു. ബുക്കിൽനിന്നും ഒരു കടലാസ് വലിച്ചുകീറി. അതിവേഗത്തിൽ അയാൾ ആ കടലാസിൽ കുത്തിക്കുറിച്ചു. "മദലിയെൻ, എം പട്ടണത്തിലെ മേയർ." പിന്നീട് അതിവേഗത്തിൽത്തന്നെ അയാൾ കോവണിപ്പടികൾ ചവിട്ടിക്കയറി. വാതിലിനടുത്തു നിന്നിരുന്ന ഉദ്യോഗസ്ഥന്റെ അടുത്തെത്തി. കടലാസ് അയാളുടെ കയ്യിൽ കൊടുത്തു. പിന്നീട് അധികാരത്തോടെ പറഞ്ഞു:

"ജഡ്ജിയുടെ കയ്യിൽ കൊടുക്കണം."

ഉദ്യോഗസ്ഥൻ കടലാസിലൂടെ ഒന്ന് കണ്ണോടിച്ചു. പിന്നീട് അനുസരണയോടെ അയാൾ വാതിൽ തുറന്നു.

8. ആനുകൂല്യത്തിലൂടെയുള്ള പ്രവേശനം

അയാൾ സ്വയം അറിഞ്ഞിരുന്നില്ലെങ്കിലും എം പട്ടണത്തിലെ മേയർ സാമാന്യം പ്രസിദ്ധി നേടിക്കഴിഞ്ഞിരുന്നു. ഏഴുവർഷംകൊണ്ട് അയാളുടെ നന്മകൾ നാടുമുഴുവൻ പ്രചരിച്ചിരുന്നു. ഒടുവിൽ അയാളുടെ പട്ടണത്തിന്റെ അതിർത്തി

കടന്ന് സമീപപ്രദേശങ്ങളിലേക്കും അയാളുടെ പ്രശസ്തി വ്യാപിച്ചു. എം പട്ടണത്തിലെ വ്യവസായത്തിന്റെ പുരോഗതിക്കൊപ്പം സമീപത്തുള്ള നൂറ്റിനാൽപ്പതോളം ചെറിയ ഗ്രാമങ്ങൾക്കും അയാളോട് കടപ്പാട് തോന്നുന്ന തരത്തിലുള്ള പുരോഗതിയുണ്ടാക്കാൻ അയാൾക്ക് കഴിഞ്ഞിരുന്നു. മറ്റ് പ്രദേശങ്ങളിലെ വ്യവസായങ്ങൾക്കും ആവശ്യമായ സഹായങ്ങൾ അയാൾ ചെയ്തുകൊടുത്തു. ആവശ്യം വരുന്ന സന്ദർഭങ്ങളിൽ ബുലോന്നെയിലെ പരുത്തിത്തുണി ഫാക്ടറിക്കും ഫ്രെവാങ്ങിലെ നൂൽ ഫാക്ടറിക്കും ബുബേറിലെ ലിനൻ ഫാക്ടറിക്കും സ്വന്തം പണം കൊടുത്തും കടം വാങ്ങാൻ സഹായിച്ചും അയാൾ അഭിവൃദ്ധിയുണ്ടാക്കിക്കൊടുത്തിരുന്നു. എല്ലാ സ്ഥലങ്ങളിലും മദലിയെന്റെ പേര് ആദരവോടുകൂടിമാത്രം സംസാരിച്ചു തുടങ്ങി. എം പട്ടണത്തേയും അവിടുത്തെ മേയറേയും പറ്റി ചിന്തിച്ച് ആറായിയും ദു എയും അസൂയപ്പെട്ടു.

ദു എയിലെ രാജകീയ കോടതിയിലെ ജഡ്ജിക്കായിരുന്നു ആറായിലെ കോടതിയുടെ ചുമതല. എല്ലാവരേയുംപോലെ എല്ലാവരാലും ആദരിക്കപ്പെട്ടിരുന്ന അയാളുടെ പേര് അദ്ദേഹത്തിനും പരിചിതമായിരുന്നു. വാതിൽക്കൽ നിന്നിരുന്ന ഉദ്യോഗസ്ഥൻ സാവധാനം കോടതിമുറിയുടെ വാതിൽ തുറന്ന് അകത്തു കയറി ജഡ്ജിയുടെ കസേരയോടു ചേർന്ന് കുനിഞ്ഞുനിന്ന് കടലാസ് അദ്ദേഹത്തിന്റെ കയ്യിൽ കൊടുത്തു. കടലാസു കൈമാറുന്നതിനിടയിൽ ഉദ്യോഗസ്ഥൻ പറഞ്ഞു:

"ഇദ്ദേഹത്തിന് വിചാരണ കാണണമെന്നുണ്ട്." ജഡ്ജി പെട്ടെന്നു പേനയെടുത്ത് ആദരവോടെ കടലാസിൽ എന്തോ എഴുതി തിരിച്ചു കൊടുക്കുന്നതിനിടയിൽ പറഞ്ഞു:

"അദ്ദേഹം അകത്തു വരട്ടെ."

ഞങ്ങൾ വിശദീകരിക്കുന്ന ചരിത്രത്തിന്റെ ഉടമ ദുഃഖിതനായ ആ മനുഷ്യനാണ്. ഉദ്യോഗസ്ഥൻ കോടതിമുറിക്കുള്ളിലേക്ക് പോയപ്പോൾ നിന്ന സ്ഥലത്തുതന്നെ തിരിച്ചെത്തിയപ്പോഴും അയാൾ അനങ്ങാതെ നിൽക്കുന്നുണ്ടായിരുന്നു. അയാൾ ആലോചനയ്ക്കിടയിൽ ആരോ പറയുന്നതു കേട്ടു. "ദയവായി എന്റെ കൂടെ വന്നാട്ടെ" ഒരുമിനിട്ടുമുമ്പ് അയാളുടെ മുന്നിൽ മുഖം കനപ്പിച്ചു നിന്ന ഉദ്യോഗസ്ഥൻ അയാളുടെ മുന്നിൽ ഇപ്പോൾ ഭൂമിയോളം തലകുനിച്ചു നിന്നുകൊണ്ട് കടലാസ് തിരിച്ചുകൊടുത്തു. വിളക്കിനടുത്താണ് അയാൾ നിന്നിരുന്നത്. അയാൾ കടലാസ് തുറന്നുനോക്കി.

"കേസ് വിചാരണ ചെയ്യുന്ന ജഡ്ജി ബഹുമാനപ്പെട്ട മേയർ മദലിയെൻ സാറിനെ സ്വാഗതം ചെയ്യുന്നു."

ആ വാക്കുകളിൽ എന്തോ കയ്പ്പു നിറഞ്ഞിരിക്കുന്നതുപോലെ ആ കടലാസുകഷണം അയാൾ കൈക്കുള്ളിലിട്ട് ചുരുട്ടിക്കൂട്ടി.

പിന്നീട് അയാൾ ഉദ്യോഗസ്ഥന്റെ പിന്നാലെ നടന്നു.

അൽപ്പസമയം കഴിഞ്ഞ് പച്ചമേശവിരികൾക്കു മുകളിൽ മെഴുകുതിരികൾ കത്തിക്കൊണ്ടിരുന്ന തടികൊണ്ടു തീർത്ത ഒരു ചെറിയ അറയ്ക്കുള്ളിലാണ് താൻ നിൽക്കുന്നതെന്ന് അയാൾ തിരിച്ചറിഞ്ഞു. ഉദ്യോഗസ്ഥൻ പോകുന്നതിനു മുമ്പ് പറഞ്ഞ അവസാനവാക്കുകൾ അയാളുടെ ചെവിയിൽ മുഴങ്ങുന്നുണ്ടായിരുന്നു. "അങ്ങ് ഇപ്പോൾ ജഡ്ജിയുടെ പര്യാലോചനാമുറിയിൽ ആണ്. ആ പിത്തളപ്പിടിയിൽ പിടിച്ചു തിരിച്ചാൽ കോടതി മുറിയിൽ ജഡ്ജിയുടെ ഇരിപ്പിടത്തിനു

തൊട്ടുപിന്നിൽ അങ്ങേയ്ക്ക് പ്രവേശിക്കാം." അയാൾ കടന്നുപോകുന്ന ഇടുങ്ങിയ ഇടനാഴികളെയും ഇരുണ്ട കോവണിപ്പടികളെയും പറ്റി ആലോചിച്ചുകൊണ്ടിരിക്കുകയായിരുന്നു. അവയുടെ ഓർമയിലേക്കാണ് ഉദ്യോഗസ്ഥന്റെ വാക്കുകൾ അലിഞ്ഞുചേർന്നത്.

ഉദ്യോഗസ്ഥൻ അയാളെ തനിച്ചാക്കി തിരിച്ചു പോയി. നിർണായകമായ നിമിഷം എത്തിയിരിക്കുന്നു. അയാളുടെ ചിന്തകളെ സ്വരുക്കൂട്ടിയെടുക്കാൻ അയാൾ പരിശ്രമിച്ചു. പക്ഷേ, വിജയിച്ചില്ല. ജീവിതത്തിന്റെ മൂർച്ചയുള്ള സത്യങ്ങളെ വരുതിയിലാക്കേണ്ടിവരുന്ന അപകടംപിടിച്ച നിമിഷങ്ങളിൽ, ചിന്തയുടെ നൂലുകൾ തലച്ചോറിനുള്ളിൽവെച്ച് പൊട്ടിത്തകർന്നു പോവും. ജഡ്ജിമാർ ഗാഢമായ പര്യാലോചനകൾക്കുശേഷം തീരുമാനങ്ങൾ എടുക്കുന്ന അതേ സ്ഥലത്തുനിന്നുകൊണ്ടാണ് താനിപ്പോൾ പലതും ആലോചിക്കുന്നത്.

ഭയാനകമായ നിശ്ശബ്ദത നിറഞ്ഞ ആ സ്ഥലത്തെ വിഡ്ഢിത്തം നിറഞ്ഞ ഒരു മന:ശാന്തിയോടെ അയാൾ നോക്കിക്കണ്ടു. ഇവിടെവെച്ച് എത്രയോ ജീവിതങ്ങൾ അവസാനിച്ചിരിക്കുന്നു. വലിയ താമസം ഇല്ലാതെ അയാളുടെ പേരും ആ മുറിക്കുള്ളിൽ പ്രതിധ്വനിക്കും. വിധി അയാളെ അവിടെയും എത്തിച്ചിരിക്കുന്നു. അയാൾ ആ മുറിയുടെ ചുവരുകളിൽ നോക്കി. പിന്നീട് അയാൾ സ്വന്തം ശരീരത്തിലേക്കു നോക്കി. അയാൾ അയാൾതന്നെയാണെന്നും ആ മുറി ആ മുറിതന്നെയാണെന്നും ഉള്ള തിരിച്ചറിവിൽ അയാൾക്ക് അത്ഭുതം തോന്നി.

ഇരുപത്തിനാലു മണിക്കൂറുകളായി അയാൾ ഭക്ഷണം കഴിച്ചിരുന്നില്ല. കുതിരവണ്ടിയുടെ കുലുക്കംമൂലം അയാളുടെ ദേഹം വേദനിച്ചിരുന്നു. പക്ഷേ, അതൊന്നും അയാൾ അറിഞ്ഞില്ല. തനിക്ക് വേദനപോലും അനുഭവിക്കാൻ കഴിയുന്നില്ലെന്ന് അയാൾക്കുതോന്നി. പാരീസിലെ പഴയ മേയറും മന്ത്രിയുമായിരുന്ന ഷാൻ നിക്കൊലാ പാഷിന്റെ സ്വന്തം കൈപ്പടയിലുള്ള ഒരു എഴുത്ത് കറുത്ത ചട്ടക്കൂടിനുള്ളിൽ ചില്ലിട്ട് ചുവരിൽ തൂക്കിയിരുന്നു. കൊല്ലം കക ജൂൺ 9 എന്ന എഴുത്തിലെ തീയതി തെറ്റാണ് എന്നതിൽ സംശയമില്ല. പക്ഷേ, തടവിലാക്കപ്പെട്ട മന്ത്രിമാരുടെയും സഹമന്ത്രിമാരുടെയും പട്ടിക അധികാരികൾക്കു നൽകിയ ദിവസമായി എഴുത്തിൽ പറഞ്ഞിരിക്കുന്നത് ഈ തീയതിയാണ്. ഈ കറുത്ത ചട്ടക്കൂടിനടുത്ത് നിൽക്കുന്ന അയാളെ ആരെങ്കിലും കാണാൻ ഇടവന്നാൽ ആ എഴുത്ത് അയാൾക്ക് വളരെ പ്രാധാന്യമുള്ളതാണെന്ന് നിശ്ചയമായും വിചാരിക്കും. അയാൾ ആ എഴുത്തിൽനിന്നും കണ്ണെടുത്തില്ല. രണ്ടോ മൂന്നോ പ്രാവശ്യം അയാൾ അതു വായിച്ചു. അയാൾ അതു വായിക്കുന്ന കാര്യം അയാൾ സ്വയം അറിയുന്നുണ്ടായിരുന്നില്ല. എന്താണ് എഴുതിയിരിക്കുന്നതെന്നുപോലും ശ്രദ്ധിക്കാതെയാണ് അയാൾ അത് വായിച്ചുകൊണ്ടിരുന്നത്. ഫന്തീനിനെയും കൊസെത്തിനെയും കുറിച്ചാണ് അയാൾ അപ്പോൾ ആലോചിച്ചിരുന്നത്.

ആലോചനയ്ക്കിടയിൽ സ്വയം അറിയാതെ കോടതി മുറിയിൽനിന്ന് അയാളെ മാറ്റിനിർത്തിയിരിക്കുന്ന പിത്തളപ്പിടിയിലേക്ക് അയാൾ നോക്കുന്നുണ്ടായിരുന്നു. അയാൾ ആ വാതിലിന്റെ കാര്യം ഏതാണ്ട് മറന്നു കഴിഞ്ഞിരുന്നു. പെട്ടെന്ന് ശാന്തത നിഴലിച്ചിരുന്ന അയാളുടെ മുഖഭാവം മാറി. അയാളുടെ നോട്ടം പിത്തളപ്പിടിയിൽ മാത്രം ഉറച്ചുനിന്നു. പതുക്കെപ്പതുക്കെ ഭയം അയാളെ കീഴടക്കി. അയാളുടെ തലയിൽനിന്ന് നെറ്റിയിലൂടെ വിയർപ്പ് താഴോട്ട് ഒഴുകാൻ തുടങ്ങി.

അൽപ്പം മുമ്പ് "ശരി, എന്നെ നിർബന്ധിക്കാൻ ആർക്കു കഴിയും?" എന്ന അഹങ്കാരം ധ്വനിപ്പിക്കുന്ന അധികാരഭാവത്തിലുള്ള ഒരു ആംഗ്യം അയാൾ ആ മുറിക്കുള്ളിൽ നിന്നുകൊണ്ട് പ്രകടിപ്പിച്ചിരുന്നു. പിന്നീട് അയാൾ പെട്ടെന്നു തിരിഞ്ഞുനിന്നു. ആ മുറിക്കുള്ളിലേക്ക് അയാൾ കടന്നുവരുന്ന വാതിൽ തനിക്കു മുന്നിൽ അടഞ്ഞു കിടക്കുന്നത് അയാൾ കണ്ടു. അയാൾ ആ വാതിലിനടുത്തേക്ക് നടന്നു. പെട്ടെന്ന് വാതിൽ തുറന്ന് അയാൾ പുറത്തേക്കു പോയി. അയാൾ പുറത്തു കടന്നു കഴിഞ്ഞിരുന്നു. അയാൾ ഇപ്പോൾ ഇടുങ്ങിയ ഒരു ഇടനാഴിയിലെത്തിയിരിക്കുന്നു. പാർശ്വവാതിലുകളും പടിക്കെട്ടുകളുമുള്ള ഒരു ഇടനാഴി. അങ്ങിങ്ങ് രോഗികളുടെ കിടക്കകളുടെ അടുത്തു തൂക്കുന്ന വിളക്കുകൾപോലെയുള്ള വിളക്കുകൾ തൂക്കിയിട്ടുണ്ട്. അയാൾ കടന്നുവന്നതും ഇതേ ഇടനാഴിയിലൂടെ ആയിരുന്നു. അയാൾ ശ്വാസമടക്കിനിന്ന് ചുറ്റുപാടുകൾ ശ്രദ്ധയോടെ പരിശോധിച്ചു. പിന്നിൽനിന്നും ശബ്ദങ്ങൾ ഒന്നും കേൾക്കാനില്ല. മുന്നിലും ശബ്ദങ്ങൾ ഇല്ല. ആരോ തന്നെ പിൻതുടരുന്നുണ്ടെന്ന മട്ടിൽ അയാൾ അവിടെ നിന്നും ഓടാൻ തുടങ്ങി.

ഇടനാഴിയുടെ പല വളവുകളും തിരിവുകളും പിന്നിട്ടുകഴിഞ്ഞപ്പോൾ അയാൾ വീണ്ടും ചെവിയോർത്തു. അപ്പോഴും അതേ നിശ്ശബ്ദതതന്നെ അയാൾക്കു ചുറ്റും തളംകെട്ടി നിൽക്കുന്നു. അയാൾക്കു ചുറ്റും മുമ്പുകണ്ട നിഴലുകൾക്കും ഒരു വ്യത്യാസവുമില്ല. അയാൾക്ക് ശ്വാസം നിലയ്ക്കുന്നതുപോലെ തോന്നി. അയാളുടെ കാലുകൾ തളർന്നു. അയാൾ ചുവരിനോടു ചാരിനിന്നു. ചുവരുകൾക്ക് തണുപ്പുണ്ടായിരുന്നു. അയാളുടെ നെറ്റിയിലെ വിയർപ്പ് മഞ്ഞുപോലെ തണുത്തിരിക്കുന്നു. ഒരു ഞെട്ടലോടെ അയാൾ നിവർന്നുനിന്നു.

ആ ഇരുട്ടിൽ ഒറ്റയ്ക്കായപ്പോൾ തണുപ്പുകൊണ്ടു മാത്രമല്ല മറ്റെന്തെല്ലാമോ കാരണങ്ങൾകൊണ്ട് അയാൾ വിറച്ചുതുടങ്ങി. അയാൾ ആ കാരണങ്ങളെക്കുറിച്ച് ആലോചിച്ചു.

ഇന്നലെ രാത്രിമുഴുവൻ അയാൾ ആലോചിക്കുകയായിരുന്നു. പകൽ മുഴുവൻ അയാൾ ആലോചിക്കുകയായിരുന്നു. പക്ഷേ ഇപ്പോൾ മാത്രം, അയാളുടെ ഉള്ളിൽനിന്നു ശബ്ദം അയാൾകേട്ടു "കഷ്ടം."

വീണ്ടും കാൽമണിക്കൂർ കഴിഞ്ഞു. ഒടുവിൽ അയാൾ തലതാഴ്ത്തി. തീവ്രമായ മാനസികവേദനയോടെ അയാൾ നെടുവീർപ്പിട്ടു. തളർന്ന കൈകളുമായി അയാൾ തിരിച്ചു നടന്നു. കീഴടങ്ങിയവനെപ്പോലെ വളരെ പതുക്കെയായിരുന്നു അയാളുടെ നടത്തം. അയാളുടെ ചലനങ്ങൾ കണ്ടാൽ രക്ഷപ്പെടാനുള്ള ശ്രമത്തിനിടയിൽ ആരൊക്കെയോ ചേർന്ന് അയാളെ പിടികൂടി തിരിച്ചുകൊണ്ടുപോകുകയാണെന്ന് തോന്നും.

ജഡ്ജിയുടെ പര്യാലോചനാമുറിയിൽ അയാൾ വീണ്ടും പ്രവേശിച്ചു. ഇത്തവണ ആ മുറിക്കുള്ളിൽ അയാൾ ആദ്യം കണ്ടത് ആ പിത്തളപ്പിടി ആയിരുന്നു. അശുഭകരമായ ഒരു നക്ഷത്രംപ്പോലെ മിനുക്കിയെടുത്ത ആ പിത്തളപ്പിടി അയാൾക്കു മുന്നിൽ തിളങ്ങി. ഒരു കടുവയുടെ കണ്ണിലേക്ക് നോക്കേണ്ടിവന്ന ആട്ടിൻകുട്ടിയുടെ മുഖഭാവത്തോടെ അയാൾ ആ പിത്തളപ്പിടിയിലേക്കു നോക്കി.

അയാൾക്ക് അതിൽനിന്ന് കണ്ണെടുക്കാൻ കഴിഞ്ഞില്ല. പതുക്കെപ്പതുക്കെ അയാൾ മുന്നോട്ടു നടന്നു. ഒടുവിൽ അയാൾ വാതിലിനടുത്തെത്തി.

അയാൾ ചെവിയോർത്തിരുന്നെങ്കിൽ അടുത്തമുറിയിൽ നിന്നുള്ള ബഹളം അയാൾക്ക് കേൾക്കാൻ കഴിയുമായിരുന്നു. പക്ഷേ, ചെവിയോർത്തില്ല. ബഹളം അയാൾ കേട്ടില്ല.

എന്താണു സംഭവിക്കുന്നതെന്ന് അയാൾപോലും അറിഞ്ഞില്ല. അയാൾ വാതിലിനടുത്ത് എത്തിയിരുന്നു. അപസ്മാരം പിടിപെട്ടവനെപ്പോലെ അയാൾ പിത്തളപ്പിടിയിൽ കൈവെച്ചു. വാതിൽ തുറന്നു.

അയാൾ കോടതിമുറിയിൽ എത്തിക്കഴിഞ്ഞു.

9. വിധിതീർപ്പുകൾ കണ്ടെത്തുന്ന സ്ഥലം

ഒരു ചുവട് അയാൾ മുന്നോട്ടു നടന്നു. പിന്നീട് കടന്നുവന്ന വാതിൽ അയാൾ യാന്ത്രികമായി വലിച്ചടച്ച് കൺമുമ്പിൽ കാണുന്ന കാര്യങ്ങൾ ശ്രദ്ധിച്ചുകൊണ്ട് അനങ്ങാതെ നിന്നു.

ആ മുറിയിൽ അരണ്ട വെളിച്ചമാണ് ഉണ്ടായിരുന്നത്. ഇടവിട്ടിടവിട്ട് ആ മുറി ശബ്ദമുഖരിതമാവുകയും നിശ്ശബ്ദമാവുകയും ചെയ്തുകൊണ്ടിരുന്നു. ആൾക്കൂട്ടത്തിനു മുന്നിൽ സത്യത്തിൽ നിസ്സാരമെങ്കിലും ഒരു കുറ്റവിചാരണയുടെ പ്രൗഢി, ഗാംഭീര്യം തോന്നിക്കുന്നവിധത്തിൽ ആ മുറിക്കുള്ളിൽ പ്രകടിപ്പിക്കപ്പെട്ടിരുന്നു.

മുറിയുടെ ഒരറ്റത്തായി പഴകിയ വേഷവിധാനങ്ങളിൽ തികഞ്ഞ അശ്രദ്ധയോടെ ജഡ്ജിമാർ ഇരിക്കുന്നത് അയാൾ നേരിട്ടു കണ്ടു. അവർ ഒന്നുകിൽ അവരുടെ നഖം കടിച്ചുകൊണ്ടിരുന്നു. അല്ലെങ്കിൽ കൺപോളകൾ അടച്ചുപിടിച്ച് ശ്രദ്ധിക്കുന്നതായി നടിച്ചു. മുറിയുടെ മറ്റേയറ്റത്ത് പ്രാകൃതമായ ഒരു ജനക്കൂട്ടം അയാൾ കണ്ടു. എല്ലാ ഭാവങ്ങളും മുഖത്തുള്ള വക്കീലന്മാർ, സത്യസന്ധത നിഴലിക്കുന്ന പരുക്കൻ മുഖങ്ങളുള്ള പട്ടാളക്കാർ, കാലപ്പഴക്കംകൊണ്ട് പച്ചനിറം മാറി മഞ്ഞനിറമാണെന്നു തോന്നുന്ന കമ്പിളിത്തുണി വിരിച്ച തടിമേശകൾ, ചായം ഇളകിവീണ് പുള്ളിപ്പാടുകൾ വീണ മുറിയുടെ മേൽത്തട്ട്, അടച്ചും തുറന്നും അഴുക്കു പുരണ്ട് കറുത്തു പോയ കതകുകൾ, വെളിച്ചത്തേക്കാൾ കൂടുതൽ പുകവിതറുന്ന മദ്യശാലയിലെ വിളക്കുകളെ ഓർമിപ്പിക്കുന്ന വിളക്കുകൾ, പിത്തളമെഴുകുതിരിക്കാലുകളിൽ എരിയുന്ന മെഴുകുതിരികൾ, മുറിക്കുള്ളിലെ ഇരുട്ട്, അവ്യക്തമായ കാഴ്ചകൾ ഇവയെല്ലാം ചേർത്ത് കോടതി മുറിക്ക് വളരെ കാർക്കശ്യവും ഗാംഭീര്യവും നിറഞ്ഞ ഒരു മതിപ്പ് തോന്നിപ്പിച്ചു. മനുഷ്യനിർമിതമായ നിയമത്തിന്റെയും ദൈവദത്തമായ നീതിയുടെയും സാന്നിധ്യം അവിടെയുണ്ടെന്നുള്ള തോന്നലായിരുന്നു ആളുകൾക്ക് അവിടുത്തെ പ്രത്യേക അന്തരീക്ഷത്തിൽനിന്ന് ലഭിച്ചത്.

ആൾക്കൂട്ടത്തിൽ ഒരാൾപോലും അയാളെ ശ്രദ്ധിച്ചില്ല. ജഡ്ജിയുടെ ഇടതുവശത്തായുള്ള ചെറിയവാതിലിനോടു ചേർന്നു കിടന്നിരുന്ന തടിബെഞ്ചിലേക്കാണ് ആളുകൾ എല്ലാവരും നോക്കിക്കൊണ്ടിരുന്നത്. അവിടെ മെഴുകുതിരിവെട്ടത്തിൽ രണ്ടു പൊലീസുകാർക്കു നടുവിലായി ഒരു മനുഷ്യൻ ഇരുന്നിരുന്നു.

ഇതായിരുന്നു ആ മനുഷ്യൻ. ആൾക്കൂട്ടത്തിനിടയിൽ അയാൾ അവനെ അന്വേഷിച്ചില്ല. പക്ഷേ, അയാൾ അവനെ കണ്ടു. അവൻ എവിടെയുണ്ടെന്ന് മുൻകൂട്ടി അറിഞ്ഞിരുന്നതുപോലെ അയാളുടെ കണ്ണുകൾ സ്വാഭാവികമായി അവന്റെ അടുത്ത് എത്തിച്ചേരുകയായിരുന്നു.

കുറേ വർഷങ്ങൾക്കുശേഷമുള്ള അയാളെ തന്നെയാണ് അയാൾ ഇപ്പോൾ കാണുന്നത് എന്ന തോന്നലിന് അയാൾ അടിമപ്പെട്ടു. കാഴ്ചയിൽ അവർ ഒരുപോലെ ആയിരുന്നില്ല. എന്നാൽ രൂപഭാവങ്ങളിൽ അവർക്ക് സാമ്യം ഉണ്ടായിരുന്നു. എഴുന്നുനിന്നിരുന്ന അവന്റെ മുടിയും വന്യമായ അസ്വസ്ഥത പ്രകടമാക്കുന്ന അവന്റെ കണ്ണുകളും, പത്തൊൻപതു കൊല്ലംകൊണ്ട് പായ്ക്കപ്പലിൽനിന്നു സ്വരൂപിച്ചെടുത്ത വെറുപ്പും ഭയാനകമായ ചിന്തകളും ഒളിപ്പിച്ചു വച്ച മനസുമായി അയാൾ ഡി പട്ടണത്തിൽ എത്തിയ ദിവസം അയാൾ ധരിച്ചിരുന്നതുപോലുള്ള അവന്റെ വേഷവും മറ്റും അയാൾക്ക് അവർ തമ്മിലുള്ള പൊരുത്തങ്ങളായി തോന്നി. അയാൾ ഒരു ഞെട്ടലോടെ സ്വയം ചോദിച്ചു: “ദൈവമേ! ഞാൻ വീണ്ടും ഇതുപോലെ ആകാൻ പോകുകയാണോ?”

അവന് കുറഞ്ഞത് അറുപത് വയസെങ്കിലും തോന്നിയിരുന്നു. കാഴ്ചയിൽ അവന്റെ മുഖം ക്രൂരത നിഴലിക്കുന്നതും ഒപ്പം മണ്ടത്തരം വിളിച്ചുപറയുന്നതുമായിരുന്നു. അവന്റെ രൂപം കാണുന്നവരിൽ സംഭ്രാന്തി പരത്തും.

വാതിൽ തുറക്കുന്ന ശബ്ദംകേട്ട് ആളുകൾ ഒതുങ്ങിനിന്നു. കടന്നുവന്ന മനുഷ്യൻ എം പട്ടണത്തിലെ മേയർ ആയിരിക്കുമെന്ന ധാരണയോടെ ജഡ്ജി അയാളെ തലകുനിച്ച് അഭിവാദനം ചെയ്തു. സർക്കാർ വക്കീൽ ഔദ്യോഗികമായി എം പട്ടണത്തിലെ മേയർ മദലിയെനെ ഒന്നോരണ്ടോ തവണ അവിടെപ്പോയി കണ്ടിരുന്നു. അദ്ദേഹവും അയാളെ തിരിച്ചറിഞ്ഞ് തലകുനിച്ച് ആദരവ് പ്രകടിപ്പിച്ചു. പക്ഷേ, അയാൾ അതൊന്നും കണ്ടില്ല. മതിഭ്രമം പിടിപെട്ടവനെപോലെ അയാൾ ചുറ്റിലും നോക്കി.

ജഡ്ജിമാർ, ഗുമസ്തന്മാർ, പൊലീസുകാർ, ജിജ്ഞാസ നിറഞ്ഞ ഒരുകൂട്ടം മുഖങ്ങൾ. ഈ കാഴ്ച അയാൾ ഇരുപത്തേഴുകൊല്ലങ്ങൾക്കുമുമ്പ് ഒരിക്കൽ കണ്ടിട്ടുള്ളതാണ്. ഭയാനകമായ ഈ കാഴ്ചയ്ക്കു മുമ്പിൽ അയാൾ ഒരിക്കൽക്കൂടി വന്നുപെട്ടിരിക്കുന്നു. അവർ അയാളുടെ മുന്നിൽതന്നെയുണ്ട്. അവർ ചലിക്കുന്നു. അവർക്ക് ജീവൻ ഉണ്ട്. അയാളുടെ ഓർമയുടെ പരിശ്രമം കൊണ്ടല്ല അവർ വന്നിരിക്കുന്നത്. അവർ അയാളുടെ വിചിത്രഭാവനയിൽ ഉദിച്ചുവന്ന മൃഗതൃഷ്ണയല്ല. അവർ യഥാർഥ ജഡ്ജിമാരും പൊലീസുകാരും ആൾക്കൂട്ടവും തന്നെയാണ്. അവർ മജ്ജയും മാംസവുമുള്ള പച്ചമനുഷ്യരാണ്. അതു സംഭവിച്ചുകഴിഞ്ഞിരിക്കുന്നു. അവർ അയാൾക്കു ചുറ്റും വീണ്ടും പ്രത്യക്ഷപ്പെട്ടിരിക്കുന്നു. സത്യത്തിന്റെ ഭയാനകതയും കഴിഞ്ഞ കാലത്തിന്റെ ബീഭത്സമായ കാഴ്ചകളും അയാളെ വീണ്ടും ഓർമിപ്പിച്ചുകൊണ്ട് അവർ വീണ്ടും ജീവിച്ചു തുടങ്ങിരിക്കുന്നു.

എല്ലാവരും ചേർന്ന് അയാളെ വിഴുങ്ങാനായി അയാളുടെ മുന്നിൽ വായ പിളർന്ന് നിൽക്കുന്നു.

ഭയംകൊണ്ട് അയാൾ കണ്ണുകളടച്ചു. അയാളുടെ മനസിന്റെ അടിത്തട്ടിൽനിന്നും അയാൾ വിളിച്ചു പറഞ്ഞു: “ഒരിക്കലും നടക്കില്ല.”

അയാളുടെ മനസിലെ ആശയങ്ങളെ കുഴച്ചുമറിച്ച വിധിയുടെ ദുഃഖകരമായ കളിയിൽ അയാളുടെ മുന്നിൽ മറ്റൊരാൾ അയാളായി അവതരിച്ചു. വിചാരണ ചെയ്തുകൊണ്ടിരുന്ന ആ മനുഷ്യനെ അയാൾക്കു ചുറ്റും കൂടിയവർ ഴാങ് വാൽഴാങ് എന്നാണ് വിളിച്ചത്.

അയാളുടെ കൺമുമ്പിൽ ആരും ഇതുവരെ കണ്ടിട്ടില്ലാത്ത ഒരു മായക്കാഴ്ച അരങ്ങേറി. അയാളുടെ ജീവിതത്തിലെ ഏറ്റവും ഭയാനകമായ നിമിഷങ്ങളുടെ

ആവിഷ്കാരം അയാൾക്കു പകരം അയാളുടെ നിഴൽ നിർവഹിക്കുന്നത് അയാൾ കണ്ടു.

ഇപ്പോൾ കാണുന്ന എല്ലാകാര്യങ്ങളും അവിടെയും ഉണ്ടായിരുന്നു. രാത്രി ഈ സമയത്തുതന്നെയായിരുന്നു. അതും സംഭവിച്ചത്. ഏതാണ്ട് ഇതേ മുഖങ്ങൾതന്നെയാണ് അന്നും ഉണ്ടായിരുന്നത്. ജഡ്ജിമാരും പൊലീസുകാരും കാഴ്ചക്കാരും എല്ലാം ഇതുപോലെതന്നെ അന്നും ഉണ്ടായിരുന്നു. ജഡ്ജിയുടെ തലയ്ക്കുമുകളിൽ തൂക്കിയിരുന്ന ക്രൂശിതരൂപം മാത്രം അന്ന് ഉണ്ടായിരുന്നില്ല. അയാളെ വിചാരണ ചെയ്ത കാലത്ത് കോടതിമുറിക്കുള്ളിൽ ക്രൂശിതരൂപങ്ങൾ പതിവില്ല. അയാളുടെ വിചാരണസമയത്ത് കോടതിയിൽ ദൈവം ഉണ്ടായിരുന്നില്ല.

അയാളുടെ പിന്നിലായി ഒരു കസേര കിടന്നിരുന്നു. തന്നെ മറ്റുള്ളവർ ശ്രദ്ധിക്കുമെന്ന് ഭയന്ന് അയാൾ ആ കസേരയിൽ ചുരുണ്ടുകൂടി. ജഡ്ജിയുടെ മേശപ്പുറത്തിരുന്ന കടലാസുകൂനയുടെ മറവിൽ അയാൾ മുഖം ഒളിപ്പിച്ചു. മുറിക്കുള്ളിൽ നിൽക്കുന്നവർക്ക് ഇപ്പോൾ അയാളുടെ മുഖം കാണില്ല. ആരും കാണാതെ അയാൾക്ക് എല്ലാം കാണാം. ചുറ്റുപാടുകളുടെ സത്യാവസ്ഥ അയാൾക്ക് മനസിലായി. അയാളുടെ മനസ്സ് സ്വസ്ഥമായി. ഇപ്പോൾ – തനിക്കു ചുറ്റും ഉയരുന്ന ശബ്ദങ്ങൾ അയാൾക്ക് കേൾക്കാൻ കഴിഞ്ഞു.

മൊസ്യുബമത്തബ്വാ വിധികർത്താക്കളിൽ ഒരാൾ ആയിരുന്നു.

അയാൾ ഴാവേറിനെ അന്വേഷിച്ചു. പക്ഷേ, കണ്ടുപിടിക്കാൻ കഴിഞ്ഞില്ല. ഗുമസ്തന്റെ കസേരകൊണ്ട് സാക്ഷിയുടെ ഇരിപ്പിടം മറഞ്ഞു പോയിരുന്നു. അതുകൂടാതെ കോടതിമുറിയിൽ അരണ്ടവെളിച്ചം മാത്രമാണ് ഉണ്ടായിരുന്നതെന്ന് ഞങ്ങൾ പറഞ്ഞിരുന്നല്ലൊ.

അയാൾ കടന്നുവന്ന സമയത്ത് പ്രതിഭാഗം വക്കീൽ വാദം അവസാനിപ്പിക്കുകയായിരുന്നു. വിചാരണ മൂന്നു മണിക്കൂറായി പുരോഗമിക്കുകയാണ്. കഴിഞ്ഞ മൂന്നു മണിക്കൂറായി ഭയാനകമായ ഒരു സാധ്യതയുടെ ഭാരം ചുമക്കുന്ന അപരിചിതനായ ഒരു നികൃഷ്ടനെ മാത്രമാണ് ജനം ശ്രദ്ധിച്ചുകൊണ്ടിരിക്കുന്നത്. ഈ മനുഷ്യൻ പഴുത്ത ആപ്പിൾ പഴങ്ങൾ നിറഞ്ഞ ഒരു മരക്കൊമ്പുമായി വയലിലൂടെ പോകുന്നത് കണ്ടവർ ഉണ്ട്. ആ മരക്കൊമ്പ് സമീപത്തുള്ള പീറൺതോട്ടമെന്ന മതിൽക്കെട്ടിനുള്ളിൽ നിന്നിരുന്നു, മരത്തിൽനിന്നും ഒടിച്ചെടുത്തതാണ്. ഈ മനുഷ്യൻ ആരാണ്? ഒരു വിചാരണ നടന്നു. കോടതി സാക്ഷികളുടെ മൊഴികേട്ടു. അവരുടെ മൊഴികൾ എല്ലാം ഒന്നുതന്നെയായിരുന്നു. വിചാരണയുടെ ഓരോ ഘട്ടത്തിലും കാര്യങ്ങൾ കൂടുതൽ വ്യക്തമായി. വാദിഭാഗം പറഞ്ഞു: "നമുക്ക് ഇവിടെ കിട്ടിയിരിക്കുന്നത് ഒരു വെറും ആപ്പിൾ കള്ളനെയല്ല. നമ്മുടെ കയ്യിൽപ്പെട്ടിരിക്കുന്നത് ഒരു കൊള്ളക്കാരനാണ്. നിരോധനം കഴിഞ്ഞിറങ്ങിയ ഒരു പഴയ കുറ്റവാളിയാണ്. വളരെ അപകടകാരിയായ ഴാങ് വാൽഴാങ് എന്ന ദ്രോഹിയെയാണ് നമ്മൾ പിടികൂടിയിരിക്കുന്നത്. ഇയാളെ വളരെക്കാലമായി നിയമം അന്വേഷിച്ചുകൊണ്ടിരിക്കുകയായിരുന്നു. ഇയാൾ തണ്ടുവലിശിക്ഷ അനുഭവിച്ചിരുന്ന തൂലോങ്ങിലെ കപ്പലിൽനിന്നും എട്ടുവർഷം മുമ്പാണ് പുറത്തിറങ്ങിയത്. ആ സമയത്തു തന്നെ ഇയാൾ നടുറോഡിൽ വച്ച് ആയുധം കാട്ടി ഭീഷണിപ്പെടുത്തി പിടിച്ചുപറി നടത്തിയിരുന്നു. ഴെർവെയ് എന്ന ഒരു നാടോടിച്ചെക്കന്റെ കയ്യിൽനിന്നും ഇയാൾ പണം തട്ടിയെടുത്തു. ശിക്ഷാനിയമത്തിന്റെ

383–ാം വകുപ്പിൽ ഉൾപ്പെട്ടിട്ടുള്ള ഒരു കുറ്റമാണ് ഇയാൾ ചെയ്തത്. ഇയാൾ ആരാണെന്ന് കോടതി തീരുമാനിച്ചതിനുശേഷം ഇയാളെ കൂടുതൽ വിചാരണയ്ക്കുവിധേയനാക്കാനുള്ള അവകാശം ഞങ്ങൾക്കുണ്ട്. ഇപ്പോൾ ഇയാൾ ഒരു പുതിയ മോഷണം നടത്തിയിരിക്കുന്നു. അതിപ്പോൾ സത്യത്തിൽ ആവർത്തിക്കപ്പെട്ട കുറ്റകൃത്യമാണ്. പുതിയ കുറ്റത്തിനുള്ള ശിക്ഷ അയാൾക്കു കൊടുക്കണം. പഴയകുറ്റത്തിന്റെ വിചാരണ പിന്നീട് ആരംഭിക്കാം. കുറ്റാരോപണസമയത്തും ഒരേപോലെയുള്ള സാക്ഷിമൊഴികൾ കേട്ട സമയത്തും കുറ്റവാളി പ്രകടിപ്പിച്ച മുഖ്യവികാരം അത്ഭുതം ആയിരുന്നു. അയാൾ കുറ്റം നിഷേധിക്കുന്നതിന്റെ ആംഗ്യങ്ങളും സൂചനകളും കാണിച്ചുകൊണ്ടിരുന്നു. അല്ലാത്ത സമയത്ത് അയാൾ കോടതിയുടെ മേൽത്തട്ടിലേക്ക് നോക്കിക്കൊണ്ടിരിക്കുകയായിരുന്നു. വളരെ പ്രയാസപ്പെട്ടാണ് അയാൾ സംസാരിച്ചത്. അമ്പരപ്പോടെയാണ് അയാൾ ചോദ്യങ്ങൾക്ക് മറുപടി പറഞ്ഞത്. പക്ഷേ, കുറ്റം അയാൾ അടിമുടി നിഷേധിച്ചു. ബുദ്ധിമാന്മാർക്ക് ഇടയിൽപ്പെട്ടുപോയ ഒരു വിഡ്ഢിയെപ്പോലെയാണ് അയാളുടെ പെരുമാറ്റം. അയാളെ പിടികൂടിയ സമൂഹത്തിന് സത്യത്തിൽ അയാൾ അപരിചിതനാണ്. പക്ഷേ, ഏറ്റവും ഭയാനകമായ ഒരു ഭാവിയാണ് അയാളെ കാത്തിരിക്കുന്നത്. അതിനുള്ള സാധ്യത ഓരോ നിമിഷവും വർധിച്ചുകൊണ്ടിരിക്കുകയാണ്. ഓരോ കാഴ്ചക്കാരനും അയാളെക്കാൾ ആകാംക്ഷയോടെയാണ് അയാളുടെ തലയിലേക്ക് വീഴാൻ പോകുന്ന ശിക്ഷ എന്താണെന്നറിയാൻ കാത്തിരിക്കുന്നത്. അയാൾ അവർ ഉദ്ദേശിക്കുന്ന ആളാണെന്നു തെളിഞ്ഞുകഴിഞ്ഞാൽ നിശ്ചയമായും കപ്പലിലെ തണ്ടുവലിശിക്ഷയേക്കാൾ വലിയ ശിക്ഷ അയാൾക്കു ലഭിക്കും. ഴെർവെയുടെ കഥകൂടി കണക്കിലെടുത്താൽ അയാൾക്ക് മരണശിക്ഷയ്ക്കുപോലും അർഹതയുണ്ട്. ഇയാൾ ആരാണ്? ഇയാളുടെ ഈ ഉദാസീനതയ്ക്കുകാരണം എന്താണ്? ഇയാൾ ഒരു മന്ദബുദ്ധിയാണോ? അതോ ഇയാൾ ഒരു കൗശലക്കാരനാണോ? ഇയാൾ കൂടുതൽ കാര്യങ്ങൾ മനസിലാക്കിയവനാണോ? അതോ ഇയാൾ ഒരു വിവരംകെട്ടവനാണോ? കാഴ്ചക്കാർ ചേരിതിരിഞ്ഞ് ഈ കാര്യങ്ങളെല്ലാം സംസാരിച്ചുകൊണ്ടിരുന്നു. ന്യായാധിപന്മാർക്കും ഈ കാര്യത്തിലെല്ലാം ഭിന്നാഭിപ്രായങ്ങൾ ഉണ്ടായി. ഭയാനകവും നിഗൂഢവുമായ ഏതോ ചില കാര്യങ്ങൾ വിചാരണയുടെ അടിത്തട്ടിൽ ഒളിഞ്ഞിരിക്കുന്നുണ്ടെന്ന തോന്നൽ കോടതിമുറിക്കുള്ളിൽ നിറഞ്ഞു. രംഗവേദിയിൽ വെളിച്ചം കുറവായിരുന്നെന്ന് പറഞ്ഞാൽ പോരാ. നാടകം നടന്നത് ഇരുട്ടിൽ തന്നെയായിരുന്നു.

പ്രതിഭാഗം വക്കീൽ പ്രാദേശിക ഭാഷയിൽ നന്നായി വാദിച്ചു. പാരീസിലെ മാത്രമല്ല, എല്ലാ കോടതികളിലേയും അഭിഭാഷകർ പണ്ട് ഉപയോഗിച്ചിരുന്നതും, ഇന്ന് കോടതി ജീവനക്കാർ ഒഴികെ വളരെക്കുറച്ച് ആളുകൾ ഉപയോഗിക്കുന്നതും, ശ്രേഷ്ഠമായി അംഗീകരിക്കപ്പെട്ടതുമായ ഭാഷയായിരുന്നു പ്രതിഭാഗം വക്കീൽ സ്വീകരിച്ചിരുന്നത്. ആ ഭാഷയുടെ ഉദാത്തമായ ആഡംബരങ്ങൾ കോടതിയിലെ ഉദ്യോഗസ്ഥവൃന്ദത്തിന്റെ ഉപയോഗത്തിന് അനുയോജ്യമായിരുന്നു. ആ ഭാഷയിൽ ഭാര്യാഭർത്താക്കന്മാരെ ദമ്പതികൾ എന്നും, പാരീസിനെ കലാകേന്ദ്രമെന്നും, രാജാവിനെ ചക്രവർത്തിയെന്നും ബിഷപ്പിനെ വിശുദ്ധ പുരോഹിതനെന്നും വക്കീലിനെ നിയമ വിശാരദനെന്നും, വാദത്തെ നമ്മൾ ഇപ്പോൾ കേട്ടുകഴിഞ്ഞ ശബ്ദങ്ങൾ എന്നും, ലൂയി പതിനാലാമന്റെ ഭരണകാലത്തെ വിശിഷ്ടകാലമെന്നും ഗാനമേളയെ സംഗീതസദസെന്നും സേനാനായകനെ

വിശിഷ്ട യോദ്ധാവെന്നും മറ്റുമാണ് പറഞ്ഞുവന്നിരുന്നത്. ദൈവശാസ്ത്രവിദ്യാർഥികൾ ആ ഭാഷയിൽ മൃദുലമനസ്കർ എന്നായി മാറി. ആരോപണങ്ങൾ ഉന്നയിക്കുന്ന പത്രങ്ങൾക്ക് വാർത്തകളിലൂടെ വിഷം വാറ്റി ഒഴിക്കുന്ന ശല്യക്കാർ എന്നിങ്ങനെയൊക്കെയുള്ള ചില പ്രയോഗങ്ങളും ആ ഭാഷയുടെ ഭാഗമായുണ്ട്. പ്രതിഭാഗം വക്കീൽ ഈ ഭാഷയിൽ നന്നായി സംസാരിച്ചു. ആപ്പിൾ മോഷണം വിസ്തരിച്ചു പറഞ്ഞുകൊണ്ടാണ് അദ്ദേഹം സംസാരം ആരംഭിച്ചത്. ഗൗരവമുള്ള ഭാഷയ്ക്ക് ഒരുതരത്തിലും ഇണങ്ങാത്ത സംഭവം. ബെനിങ് ബോസ്വെക്കുപോലും ഒരു ചരമ പ്രസംഗത്തിനിടയിൽ ഒരു പിടക്കോഴിയെപ്പറ്റി പരാമർശിക്കേണ്ടിവന്നിട്ടുണ്ട്. പക്ഷേ, അദ്ദേഹം മാന്യമായി അതിൽനിന്ന് രക്ഷപ്പെട്ട് മാന്യമായി പുറത്തുകടന്നു. ആപ്പിൾ മോഷണം തെളിയിക്കാൻ കഴിഞ്ഞിട്ടില്ലെന്ന് വക്കീൽ സ്ഥാപിച്ചെടുത്തു. വക്കീലിന് അദ്ദേഹത്തിന്റെ കക്ഷിയെ ഷാങ് മാത്തിയോ എന്ന പേരിൽ മാത്രം സംബോധന ചെയ്യണമെന്ന് നിർബന്ധം ഉണ്ടായിരുന്നു. ഷാങ് മാത്തിയോ മതിലിൽ അള്ളിപ്പിടിച്ചു കയറുന്നതോ ആപ്പിൾ മരത്തിന്റെ ചില്ല ഒടിക്കുന്നതോ കണ്ടവർ ആരുംതന്നെ ഇല്ല. കയ്യിൽ ഒരു മരക്കൊമ്പുമായി അദ്ദേഹം പാടത്തുകൂടി നടന്നു പോകുന്നതുമാത്രമാണ് കണ്ടിട്ടുള്ളത് (വക്കീൽ മരക്കൊമ്പ് എന്നു പ്രയോഗിക്കുന്നതിൽ പ്രത്യേകം ശ്രദ്ധിച്ചിരുന്നു). അദ്ദേഹം ആ മരക്കൊമ്പ് തറയിൽ കിടക്കുന്നതുകണ്ട് വെറുതെ കയ്യിലെടുത്തതാണ്. ഈ കാര്യം അദ്ദേഹംതന്നെ സമ്മതിച്ചിട്ടുണ്ട്. അതിനെതിരായി എന്തു തെളിവാണുള്ളത്? ഈ മരക്കൊമ്പ് മതിലിൽ കയറിനിന്ന് ഒടിച്ചെടുത്തതാണ് എന്നത് ഉറപ്പുള്ള കാര്യമാണ്. അതിൽ ആർക്കും ഒരു സംശയവും വേണ്ട. പക്ഷേ, മോഷണസമയത്ത് എന്തോ കണ്ട് ഭയന്നുപോയ കള്ളൻ മതിലിൽനിന്ന് ഇറങ്ങിയശേഷം ഈ മരക്കൊമ്പ് വലിച്ചെറിഞ്ഞു. ഒരു കള്ളൻ ഉണ്ടായിരുന്നു എന്നത് നിശ്ചയമാണ്. പക്ഷേ, ഈ കള്ളൻ ഷാങ് മാത്തിയോ ആണെന്നതിന് ഒരു തെളിവും ഇല്ല. പക്ഷേ, അയാൾ ഒരു പഴയകുറ്റവാളിയാണെന്ന കാര്യം മാത്രം വക്കീൽ പരാമർശിച്ചില്ല. ഈ കാര്യം പൂർണമായും തെളിയിക്കപ്പെട്ടുകഴിഞ്ഞതായി തോന്നിയതുകൊണ്ട് വക്കീൽ അതു നിരസിച്ചില്ല. പ്രതി ഫെവറോളയിൽ താമസിച്ചിട്ടുണ്ട്. അയാൾ അവിടെ ഒരു മരംവെട്ടുകാരനായിരുന്നു. ഷാങ് മാത്തിയോയുടെ തുടക്കം ഴാങ് മാത്തിയോയിൽ നിന്നായിരിക്കാനും സാധ്യതയുണ്ട്. ഇതെല്ലാംതന്നെ വിശ്വസനീയമാണ്. ഒടുവിൽ നാലു സാക്ഷികൾ ഷാങ് മാത്തിയോയെ കപ്പലിൽ തണ്ടുവലിശിക്ഷ അനുഭവിച്ചിരുന്ന ഴാങ് വാൽഴാങ് എന്ന അടിമയാണെന്ന് തിരിച്ചറിഞ്ഞുകഴിഞ്ഞിരിക്കുന്നു. ഇതിനെതിരായി പ്രതിയുടെ നിഷേധമല്ലാതെ മറ്റൊന്നും വക്കീലിന് ഉയർത്തിക്കാണിക്കാനില്ല. അതു നിശ്ചയമായും വ്യക്തമായ താൽപ്പര്യങ്ങളോടുകൂടിയ ഒരു നിഷേധമാണ്. ഴാങ് വാൽഴാങ് എന്നകുറ്റവാളി അയാളാണെങ്കിൽക്കൂടി, ആപ്പിൾ മോഷ്ടിച്ചത് അയാളാണെന്ന് എങ്ങനെ തെളിയിക്കാൻ കഴിയും? വേണമെങ്കിൽ അങ്ങനെ ഊഹിക്കാൻ കഴിയും. പക്ഷേ, അത് ഊഹം മാത്രമാണ്. തെളിവല്ല. അപ്പോൾ കുറ്റവാളിയെ വിശ്വസിച്ച് വാദിക്കുന്ന വക്കീലിന് എതിർവാദത്തിന് തെറ്റായ മറ്റൊരു വഴി സ്വീകരിക്കേണ്ടി വരും. ഒരുകാര്യം പ്രതി സമ്മതിച്ചിട്ടില്ല. താൻ മോഷണം നടത്തിയ കുറ്റവാളിയാണെന്ന് അയാൾ ഒരിക്കൽപ്പോലും സമ്മതിച്ചിട്ടില്ല. അയാൾക്ക് വേണമെങ്കിൽ സമ്മതിക്കാമായിരുന്നു. അങ്ങനെ ചെയ്തിരുന്നെങ്കിൽ ജഡ്ജിമാർ ഇടപെടാൻ സാധ്യത ഉണ്ടായിരുന്നു. വക്കീൽ ഈ രീതിയിൽ

അയാൾക്ക് ഉപദേശം കൊടുത്തിരുന്നതാണ്. പക്ഷേ, പ്രതി വാശിയോടെ വക്കീലിന്റെ ഉപദേശം നിഷേധിച്ചു. ഒരുപക്ഷേ, ഒരു കാര്യവും സമ്മതിക്കാതെ പൂർണമായും ശിക്ഷയിൽനിന്ന് രക്ഷപ്പെടാമെന്ന് അയാൾ ചിന്തിച്ചിട്ടുണ്ടാകണം. അതൊരു മണ്ടത്തരമായിരുന്നു. പക്ഷേ, അയാളുടെ ദരിദ്രമായ ബുദ്ധിശക്തി കണക്കിലെടുക്കേണ്ട വസ്തുതയല്ലേ? ആ മനുഷ്യൻ ഒരു മന്ദബുദ്ധിയാണെന്ന് വ്യക്തമായിരുന്നു. കപ്പലിലെ കഷ്ടപ്പാടുകളും കപ്പലിനു പുറത്തെ കഷ്ടപ്പാടുകളും കൂടി അയാളെ ഒരു മൃഗമാക്കി മാറ്റിയിട്ടുണ്ടോ? അയാളുടെ എതിർവാദം മോശമായിപ്പോയത് അയാളെ ശിക്ഷിക്കാനുള്ള കാരണമായി സ്വീകരിക്കാൻ പാടുണ്ടോ? ഴെർവെയുടെ കാര്യത്തിൽ വക്കീലിന് ഒന്നും പറയാനില്ല. അത് ഈ കേസിൽ ഉൾപ്പെടുന്ന സംഭവമല്ല. തന്റെ കക്ഷി ഴാങ് വാൽഴാങ്ങാണെന്ന് കോടതിക്ക് വ്യക്തമാണെങ്കിൽ അയാൾക്കുമേൽ നിലനിൽക്കുന്ന നിരോധനം ലംഘിച്ചതിനുള്ള പൊലീസിന്റെ ശിക്ഷമാത്രമേ നൽകാൻ പാടുള്ളൂ എന്നായിരുന്നു വക്കീലിന്റെ ഒരു വാദം. അതുകൊണ്ട് കുറ്റം ആവർത്തിച്ചതിന് കുറ്റവാളിക്കു നിശ്ചയിച്ചിട്ടുള്ള ഭയാനകമായ ശിക്ഷയിൽനിന്ന് അയാളെ ഒഴിവാക്കണമെന്ന് കോടതിയോട് അഭ്യർഥിച്ചുകൊണ്ട് പ്രതിഭാഗം വക്കീൽ തന്റെ വാദം അവസാനിപ്പിച്ചു.

പ്രതിഭാഗം വക്കീലിന്റെ വാദത്തിന് സർക്കാർ വക്കീൽ മറുപടി പറഞ്ഞു. മിക്ക സർക്കാർ വക്കീലന്മാരേയുംപോലെ അയാൾ ശക്തമായ ഭാഷയിൽ മനോഹരമായി സംസാരിച്ചു.

പ്രതിഭാഗം വക്കീലിന്റെ സത്യസന്ധതയെ അയാൾ അഭിനന്ദിച്ചു. അയാൾ വളരെ സമർഥമായി ആ സത്യസന്ധതയെ തനിക്ക് അനുകൂലമായി മാറ്റിയെടുത്തു. പ്രതിഭാഗം വക്കീൽ അനുകൂലിച്ച കാര്യങ്ങളിലൂടെ അയാൾ പ്രതിയുടെ നേർക്ക് ആക്രമണം അഴിച്ചുവിട്ടു.

പ്രതിഭാഗം വക്കീൽ പ്രതി ഴാങ് വാൽഴാങ്ങാണെന്ന് ഏതാണ്ട് സമ്മതിച്ചു കഴിഞ്ഞതായി തോന്നുന്നു. സർക്കാർ വക്കീലും അതു സമ്മതിച്ചു. പ്രതി ഴാങ് വാൽഴാങ് തന്നെയാണെന്ന് അയാൾ ഉറപ്പിച്ചു പറഞ്ഞു. ഈ കാര്യം സമ്മതിപ്പിച്ചുകഴിഞ്ഞാൽ പിന്നീട് പ്രതിഭാഗത്തിന്റെ അതിനെ ചൊല്ലിയുള്ള കൂടുതൽ തർക്കം അയാൾക്ക് ഒഴിവാക്കാം. കുറ്റകൃത്യത്തിന്റെ മൂലകാരണങ്ങളിലേക്കും അതിന്റെ തുടക്കത്തിലേക്കും കടന്നു ചെല്ലുന്നതിന്റെ ഭാഗമായ സർക്കാർവക്കീൽ കാൽപ്പനിക സാഹിത്യകൃതികൾക്കെതിരെ ഗർജിച്ചു. ഈ വഴിപിഴച്ച സാഹിത്യം സത്യമാണെന്ന തോന്നൽ ഉണ്ടാക്കുന്നതിലൂടെ ഷാങ് മാത്തിയോയെ പോലുള്ളവരുടെ, കൂടുതൽ കൃത്യമായി പറഞ്ഞാൽ ഴാങ് വാൽഴാങ്ങിനെ പോലുള്ളവരുടെ കുറ്റകൃത്യങ്ങൾക്ക് കാരണമാകുന്നുണ്ടെന്ന് ഒടുവിൽ അയാൾ പറഞ്ഞുവെച്ചു. ഇതെല്ലാം കഴിഞ്ഞ് സർക്കാർ വക്കീൽ പ്രതിയുടെ നേർക്ക് തിരിഞ്ഞു. ഴാങ് വാൽഴാങ് ആരാണ്? ഒരു രാക്ഷസനാണെന്നാണ് അയാളെപ്പറ്റിയുള്ള വിവരണത്തിൽ കാണുന്നത്. തെറാമേനിന്റെ കഥകളിൽ ഇത്തരം വിവരണങ്ങളുടെ മാതൃകകൾ കാണാൻ കഴിയും. ദുഃഖത്തിൽ അവസാനിക്കുന്ന കഥകൾ എന്ന രീതിയിൽ അതിന് യാതൊരു ഉപയോഗവും ഇല്ല. എന്നാൽ വക്കീലന്മാരുടെ നീതിന്യായ സംബന്ധിയായ വാചകമേളയ്ക്ക് ദിവസംതോറും ഇതുകൊണ്ട് ഉപകാരം ഉണ്ടാകുന്നുണ്ട്.

ഈ വിവരണത്തിനുശേഷം പത്രങ്ങളിൽ വന്ന പൊലീസ് ഭാഷ്യങ്ങളുടെ ആവേശം ഉയർത്താനുള്ള ഉദ്ദേശ്യത്തോടെ സർക്കാർ വക്കീൽ പറഞ്ഞു: "ഈ മനുഷ്യൻ ഒരു തെണ്ടിയാണ്. ജീവിക്കാൻ വഴിയില്ലാത്ത ഒരു തെമ്മാടി. ഇയാൾ ജീവിക്കുന്നതുതന്നെ കുറ്റകൃത്യങ്ങളിലൂടെയാണ്. കഴിഞ്ഞകാലത്ത് ഇയാൾ അനുഭവിച്ച തണ്ടുവലി ശിക്ഷകൊണ്ടൊന്നും ഇയാൾക്ക് ഒരു പ്രയോജനവും ഉണ്ടായ ലക്ഷണമില്ല. ഴെർവെയുടെ മേൽ ഇയാൾ നടത്തിയ ആക്രമണത്തിൽനിന്ന് അതു വ്യക്തമാണ്. പ്രധാന നിരത്തിൽ വച്ചുപോലും പിടിച്ചുപറി നടത്താൻ മടിക്കാത്ത ഈ മനുഷ്യൻ, ആപ്പിൾക്കൊമ്പ് ഒടിച്ചെടുക്കാൻ വേണ്ടി അയാൾ കയറിയ മതിലിനടുത്തുനിന്നാണ് കയ്യിൽ കളവുമുതലുമായി ഇപ്പോൾ പിടിക്കപ്പെട്ടിരിക്കുന്നത്. അയാൾ നടത്തിയ മോഷണം അയാൾ നിഷേധിക്കുന്നു. മതിലിൽ അതിക്രമിച്ചു കയറിയത് അയാൾ നിഷേധിക്കുന്നു. അയാളുടെ പേരുപോലും അയാൾ നിഷേധിക്കുന്നു. എന്നാൽ ഇതുകൂടാതെ നൂറുതെളിവുകൾ വേറെ ഉണ്ട്. അഴിമതി തൊട്ടുതീണ്ടാത്ത പൊലീസ് ഉദ്യോഗസ്ഥൻ ഴാവേർ അയാളെ തിരിച്ചറിഞ്ഞു. അയാളുടെ തടവുകാലത്തെ കൂട്ടാളികൾ ആയിരുന്ന ബ്രവെ, ഷെനൽദിയു, കോഷ്പയിൽ എന്നീ കുറ്റവാളികളും അയാളെ തിരിച്ചറിഞ്ഞിട്ടുണ്ട്.

എതിർത്തുനിൽക്കാൻ കഴിയാത്ത ഈ തെളിവുകൾക്ക് എതിരെ നിരത്താൻ അയാളുടെ പക്കൽ എന്താണുള്ളത്? അയാളുടെ നിഷേധം മാത്രം. അതുകൊണ്ട് എന്തുപ്രയോജനം? വിധികർത്താക്കൾ നീതി നടപ്പാക്കുമെന്ന് ആർക്കാണ് അറിയാത്തത്? സർക്കാർ വക്കീലിന്റെ വാദം പ്രതി വായുംപിളർന്ന് കേട്ടുകൊണ്ടിരുന്നു. അയാളുടെ മുഖത്ത് അത്ഭുതവും ആദരവും നിഴലിച്ചിരുന്നു. ഒരു മനുഷ്യൻ ഇത്രയും നന്നായി സംസാരിക്കുന്നതിൽ അയാൾക്ക് അത്ഭുതം തോന്നിയിരുന്നു എന്ന് ഉറപ്പാണ്. വാദത്തിന്റെ ഏറ്റവും ശക്തമായ ഭാഗങ്ങളിൽ സർക്കാർ വക്കീലിന് വാക്കുകളുടെ ഒഴുക്ക് തടഞ്ഞുനിർത്താൻ കഴിയാതെവന്നു. അപ്പോഴെല്ലാം നാശംവിതറുന്ന വിശേഷണങ്ങൾ പ്രതിയെ കൊടുങ്കാറ്റുപോലെ പൊതിഞ്ഞു. അതു സഹിക്കാൻ കഴിയാതെ ആ മനുഷ്യൻ തല ഇടത്തോട്ടും വലത്തോട്ടും ചലിപ്പിച്ചു. ദുഃഖം നിറഞ്ഞ നിശ്ശബ്ദമായ ഒരു പ്രതിഷേധം. വാദം തുടങ്ങിയതു മുതൽ ഈ നിശ്ശബ്ദ പ്രതിഷേധത്തിലൂടെയാണ് അയാൾ സ്വയം സംതൃപ്തി കണ്ടെത്തിയിരുന്നത്.

അയാളുടെ അടുത്തു നിന്ന കാഴ്ചക്കാർ രണ്ടോ മൂന്നോ തവണ അയാൾ പറയുന്നതുകേട്ടു: "ബാലു സാറിനോട് ചോദിക്കാത്തതു കൊണ്ടുണ്ടായ കുഴപ്പമാണ് ഇതെല്ലാം." സർക്കാർ വക്കീൽ അയാളുടെ ഈ അവിവേകം വിധികർത്താക്കളുടെ ശ്രദ്ധയിൽപ്പെടുത്തി. അയാളുടെ ഈ വാക്കുകളിൽനിന്ന് അയാൾ ഒരു മന്ദബുദ്ധിയല്ലെന്ന് വ്യക്തമാണെന്നും, ഇത് അയാളുടെ നീതിന്യായ വിചാരണയെ വഞ്ചിക്കുന്ന ശീലത്തിൽ നിന്നുണ്ടായ കൗശലമാണെന്നും ആഴത്തിൽ പരിശോധിച്ചാൽ അയാളുടെ ഈ ആത്മഗതം ആ മനുഷ്യന്റെ കുറ്റവാസനയിൽനിന്ന് ഉത്ഭവിക്കുന്നതാണെന്ന് മനസിലാക്കാൻ കഴിയുമെന്നും സർക്കാർ വക്കീൽ കോടതിയിൽ സമർഥിച്ചു. ഴെർവെയുടെ കാര്യം വക്കീൽ മറ്റൊരു അവസരത്തിലേക്ക് മാറ്റിവച്ചു.

ഈ കുറ്റത്തിന് ജീവപര്യന്തം കഠിനതടവായിരിക്കും ശിക്ഷ എന്ന് ഓർമിക്കണം.

പ്രതിഭാഗം വക്കീൽ എഴുന്നേറ്റു. ആരാധന തോന്നുന്ന തരത്തിൽ സർക്കാർ വക്കീൽ നടത്തിയ വാദത്തെ അയാൾ അഭിനന്ദിച്ചു. തനിക്കു കഴിയുന്ന വിധ

ത്തിൽ അയാൾ മറുപടി പറഞ്ഞു. അയാളുടെ ശബ്ദം ക്ഷീണിച്ചുപോയപോലെ തോന്നി. അയാളുടെ കാൽച്ചുവട്ടിലെ മണ്ണ് ഒലിച്ചു പൊയ്ക്കൊണ്ടിരുന്നു എന്ന കാര്യം തികച്ചും വ്യക്തമായിരുന്നു.

10. നിഷേധത്തിന്റെ ചട്ടവട്ടങ്ങൾ

കേസ് അവസാനിപ്പിക്കാനുള്ള സമയമായി. ജഡ്ജി പ്രതിയോട് എഴുന്നേറ്റു നിൽക്കാൻ പറഞ്ഞു. അദ്ദേഹം ചോദിച്ചു: "നിങ്ങൾക്ക് കൂടുതൽ എന്തെങ്കിലും പറയാനുണ്ടോ?

അയാൾ ചോദ്യം കേൾക്കാത്ത ഭാവത്തിൽ കയ്യിലിരുന്ന തൊപ്പി ചുരുട്ടി വളച്ചുകൊണ്ട് എഴുന്നേറ്റുനിന്നു. അയാൾക്ക് ഒന്നും മനസിലായില്ലെന്നു തോന്നി.

ജഡ്ജി ചോദ്യം ആവർത്തിച്ചു.

ഈ പ്രാവശ്യം അയാൾ ചോദ്യം കേട്ടു. അയാൾക്ക് കാര്യം മനസിലായെന്നു തോന്നി. ഉറക്കത്തിൽനിന്ന് പെട്ടെന്ന് ഉണർന്നവനെപോലെ അയാൾ ചുറ്റിലും നോക്കാൻ തുടങ്ങി. കാഴ്ചക്കാർ, പൊലീസുകാർ, വക്കീലന്മാർ, വിധികർത്താക്കൾ, കോടതി മൊത്തത്തിൽ അയാൾ നോക്കിക്കണ്ടു. അയാളുടെ മുന്നിൽ ഉണ്ടായിരുന്ന കൈവരിയിൽ അയാൾ മുറുകെപ്പിടിച്ചു. വീണ്ടും അയാൾ ചുറ്റിലും നോക്കി. സർക്കാർ വക്കീലിനെ തറപ്പിച്ചു നോക്കിക്കൊണ്ട് അയാൾ പെട്ടെന്നു സംസാരിക്കാൻ തുടങ്ങി. അയാളുടെ സംസാരം അഗ്നിപർവതം പൊട്ടിത്തെറിക്കുന്നതുപോലെയായിരുന്നു. അടുക്കും ചിട്ടയുമില്ലാതെ അർഥരഹിതമായ വാക്കുകൾ അയാളുടെ വായിൽനിന്ന് പുറത്തേക്ക് ഒഴുകി. അയാളുടെ വായിൽനിന്ന് വാക്കുകൾ തിക്കിത്തിരക്കി ഒന്നിച്ച് പുറത്തേക്കു ചാടാൻ പരിശ്രമിക്കുകയാണെന്നുതോന്നി. അയാൾ പറഞ്ഞു:

"എനിക്ക് ഇതുകൂടി പറയാനുണ്ട്. എനിക്ക് പാരീസിൽ വണ്ടിച്ചക്രങ്ങൾ നിർമിക്കലായിരുന്നു ജോലി. ബാലുസാറിന്റെ അടുത്താണ് ഞാൻ പണിചെയ്തിരുന്നത്. ഒരു വണ്ടിച്ചക്രം നിർമിക്കുന്നവന്റെ ജോലി കടുത്തപണിയാണ്. കൂടുതലും ഞങ്ങൾ പുറത്ത് തുറസായ സ്ഥലങ്ങളിലായിരിക്കും പണിയെടുക്കുന്നത്. ഷെഡ്ഡുകൾക്ക് ഉള്ളിൽ ആയിരിക്കില്ല. ഞങ്ങളുടെ ജോലിക്ക് ധാരാളം സ്ഥലം ആവശ്യമാണ്. അതുകൊണ്ടാണ് ഞങ്ങൾക്ക് തുറസായ സ്ഥലങ്ങളിൽ ജോലി ചെയ്യേണ്ടിവരുന്നത്.

നല്ല മുതലാളിമാരാണെങ്കിൽ ചിലപ്പോൾ താൽക്കാലിക ഷെഡ്ഡുകൾക്കുള്ളിൽ ഞങ്ങൾക്ക് പണിയെടുക്കാൻ കഴിയും. മഞ്ഞുകാലത്ത് കൈകൾ കൂട്ടിത്തിരുമ്മി വേണം ഞങ്ങൾക്ക് കൈ ചൂടാക്കിയെടുക്കാൻ. പക്ഷേ, മുതലാളിമാർ അതു സമ്മതിക്കില്ല. ഞങ്ങൾ പണിയെടുക്കാതെ വെറുതെ കൈതിരുമ്മി സമയംകളയുകയാണെന്നാണ് അവർ പറയുന്നത്. മഞ്ഞുകൊണ്ട് പടിക്കെട്ടുകൾവരെ മൂടിക്കിടക്കുമ്പോൾ ഇരുമ്പിന്റെ പണി അത്ര എളുപ്പമല്ല. ഈ പണി ചെയ്താൽ ചെറുപ്പത്തിൽത്തന്നെ മനുഷ്യൻ കിഴവനാകും. ഒരു മനുഷ്യനെ ഈ ജോലി പെട്ടെന്നു തളർത്തിക്കളയും. നാൽപ്പതാകുമ്പോൾത്തന്നെ അയാളുടെ സമയം കഴിയാറാകും. എനിക്ക് അൻപത്തിമൂന്നു കഴിഞ്ഞു. ഈ പ്രായത്തിൽ അവർ നിങ്ങളെ കിഴവനെന്നേ വിളിക്കൂ. മൂത്ത കഴുത എന്നായിരിക്കും നിങ്ങൾ അറിയപ്പെടുന്നത്. എനിക്ക് ഒരുദിവസം മുപ്പതു സൂ ആണ് ശമ്പളം. എത്ര കുറച്ച് കൂലിതരാൻ കഴിയുമോ അത്രയും കുറച്ചു കൂലി മാത്രമേ അവർ നിങ്ങൾക്ക്

തരികയുള്ളൂ. മുതലാളിമാർ എന്റെ പ്രായത്തേയും മുതലാക്കും. എനിക്ക് ഒരു മകൾ ഉണ്ടായിരുന്നു. അവൾക്ക് തുണി അലക്കായിരുന്നു ജോലി. നദിക്കരയിലായിരുന്നു അവൾ ജോലിക്കു പോയിരുന്നത്. അവൾക്കും ശമ്പളം കുറവായിരുന്നു. ഞങ്ങളുടെ സമ്പാദ്യംകൊണ്ട് ഞങ്ങൾ കഷ്ടിച്ചു കഴിഞ്ഞുകൂടി. അവളും കഠിനമായി അധ്വാനിച്ചിരുന്നു. മഴയത്തും മഞ്ഞത്തും പകൽ മുഴുവൻ അവൾ അരയറ്റം വെള്ളത്തിൽ ആയിരിക്കും. ഏതു കാലാവസ്ഥയിലും തുണി അലക്കാതിരിക്കാൻ കഴിയില്ല. അധികം വസ്ത്രങ്ങൾ ഇല്ലാത്ത ധാരാളം ആളുകളുണ്ട്. അവർ അതിനുവേണ്ടി കാത്തുനിൽക്കുന്നുണ്ടാവും. നിങ്ങൾ വസ്ത്രങ്ങൾ സമയത്തു കഴുകിക്കൊടുത്തില്ലെങ്കിൽ അവർ പിന്നീട് നിങ്ങൾക്ക് തുണി അലക്കാൻ തരില്ല. അലക്കുതൊട്ടിയുടെ പലകകളിൽ വിടവ് ഉണ്ടാകും. നിങ്ങളുടെ വേഷം നനഞ്ഞുകൊണ്ടിരിക്കും. ആങ് ഫ്രാങ് ഋഷിലെ അലക്കുകടയിലും അവർ പണിയെടുത്തിരുന്നു. അവിടെ കുഴലിലൂടെയാണ് വെള്ളം വരുന്നത്. അവിടെ നിങ്ങൾക്ക് അലക്കുതൊട്ടിക്കകത്ത് ഇറങ്ങേണ്ട ആവശ്യം ഇല്ല. അവിടെ പൈപ്പിനു താഴെനിന്നാണ് നിങ്ങൾ അലക്കുന്നത്. പിന്നിലുള്ള തൊട്ടിയിലിട്ട് തുണി ഉരച്ചുകഴുകി എടുക്കും. അവിടെ മേൽക്കൂരയുള്ളതുകൊണ്ട് തണുപ്പു കുറവാണ്. പക്ഷേ, അവിടെ തുണി പുഴുങ്ങിയാണ് അലക്കുന്നത്. ആവിതട്ടി നിങ്ങളുടെ കണ്ണുകലങ്ങും. അന്നൊക്കെ അവൾ വീട്ടിൽ തിരിച്ചെത്താൻ ഏഴുമണിയാവും. ക്ഷീണംകൊണ്ട് വരുമ്പോൾത്തന്നെ അവൾ ഉറങ്ങാൻ കിടക്കും. അവളുടെ ഭർത്താവ് സ്ഥിരമായി അവളെ അടിക്കുമായിരുന്നു. അവൾ മരിച്ചുപോയി. അവൾ സന്തോഷം എന്താണെന്ന് അറിഞ്ഞിട്ടില്ല. അവൾ ഒരു നല്ല പെൺകുട്ടിയായിരുന്നു. നൃത്തവിരുന്നുകൾക്കൊന്നും അവൾ പോകാറില്ല. നല്ല അടക്കവും ഒതുക്കവുമുള്ള പെൺകുട്ടിയായിരുന്നു. എനിക്ക് ഓർമയുണ്ട്. ഒരു ചൊവ്വാഴ്ച എട്ടുമണിക്ക് അവൾ ഉറങ്ങാൻ കിടന്നു. ഞാൻ സത്യമാണ് പറയുന്നത്. അല്ലെന്നു തോന്നുന്നുണ്ടെങ്കിൽ മാത്രം എന്നോട് ചോദ്യങ്ങൾ ചോദിക്കാം. ഞാൻ ഒരു മണ്ടനാണ്. പാരീസ് ഒരു സമുദ്രംതന്നെയാണ്. ഇവിടെ ഷാങ് മാത്തിയോയെ ആരറിയാൻ. പക്ഷേ, ബാലുസാറിനെ ആളുകൾ അറിയും. ബാലുസാറിനെ നേരിട്ടുകണ്ട് നിങ്ങൾക്ക് അന്വേഷിക്കാം. നിങ്ങൾക്ക് ഇതിലും കൂടുതൽ എന്താണ് അറിയാനുള്ളതെന്ന് എനിക്ക് അറിയില്ല."

അയാൾ സംസാരം അവസാനിപ്പിച്ചു. പക്ഷേ, അതുകഴിഞ്ഞിട്ടും അയാൾ ഇരുന്നില്ല. അയാൾ വളരെ വേഗതയിൽ ഉറക്കെയാണ് സംസാരിച്ചത്. അയാളുടെ ശബ്ദം പരുക്കനായിരുന്നു. അപരിഷ്കൃതമായ നിഷ്കളങ്കതയും കോപവും കൊണ്ട് അയാളുടെ തൊണ്ട ഇടറി. ആൾക്കൂട്ടത്തിനിടയിൽ ആരെയോ അഭിവാദനം ചെയ്യാൻവേണ്ടി ഒരിക്കൽ അയാൾ സംസാരം നിർത്തി. ഓർക്കാപ്പുറത്ത് അയാൾ പറഞ്ഞുകൊണ്ടിരുന്ന സത്യങ്ങൾ അയാൾക്ക് അവസാനിപ്പിക്കാൻ കഴിഞ്ഞില്ല. ഇക്കിൾപോലെ അവ പുറത്തേക്കുവന്നു. ഓരോ വാചകത്തിനുമൊപ്പം അയാൾ ഒരു മരം മുറിച്ചിടുന്നതിനു സമാനമായ ആംഗ്യം കാണിക്കുന്നുണ്ടായിരുന്നു. അയാളുടെ സംസാരം കഴിഞ്ഞപ്പോൾ അധികാരികൾക്ക് ചിരിക്കാതിരിക്കാൻ കഴിഞ്ഞില്ല. അയാൾ അവരെ നോക്കി. അവർ ചിരിക്കുന്നതിന്റെ കാരണം മനസിലായില്ലെങ്കിലും അയാളും അവരോടൊപ്പം ചിരിച്ചു.

അതൊരു ദുഃശ്ശകുനം ആയിരുന്നു.

മറ്റുള്ളവരെപ്പറ്റി ചിന്തയും അനുകമ്പയുമുള്ള മനുഷ്യനായിരുന്ന ജഡ്ജി അദ്ദേഹം ജൂറിമാരെ ഓർമപ്പെടുത്തി. പ്രതി ജോലി ചെയ്തിരുന്നു എന്നു പറഞ്ഞ ബാലു ഒരു പഴയ ഇരുമ്പുപണിക്കാരനാണ്. അയാളെ കോടതി വിളിപ്പിച്ചിരുന്നെങ്കിലും അയാൾ ഹാജരായില്ല. അയാൾ പാപ്പരായിപ്പോയിരുന്നതുകൊണ്ട് കണ്ടെത്താനും കഴിഞ്ഞില്ല. പിന്നീട് അദ്ദേഹം പ്രതിയെ നോക്കി. താൻ പറയാൻ പോകുന്നത് ശ്രദ്ധിച്ചു കേൾക്കാൻ പ്രതിയോട് പറഞ്ഞതിനുശേഷം ജഡ്ജി സംസാരം തുടർന്നു:

"നിങ്ങളുടെ കാര്യത്തിൽ കൂടുതൽ ആലോചന വേണ്ടിവന്നിരിക്കുന്നു. ഏറ്റവും മോശപ്പെട്ട ചില ഊഹങ്ങൾ നിങ്ങൾക്കെതിരായി ഇപ്പോൾ നിലവിലുണ്ട്. അതുകൊണ്ട് ഒരുപക്ഷേ, നിങ്ങൾക്ക് കടുത്ത ശിക്ഷതന്നെ ലഭിക്കാൻ സാധ്യതയുണ്ട്. നിങ്ങളുടെ പ്രയോജനത്തിനുവേണ്ടി വീണ്ടും രണ്ടുകാര്യങ്ങൾ ഒന്നുകൂടി വ്യക്തമാക്കാൻ ഞാൻ ആവശ്യപ്പെടുന്നു. ഒന്നാമതായി പീറൺതോട്ടത്തിന്റെ മതിൽ അതിക്രമിച്ചു കയറി ആപ്പിളിന്റെ കൊമ്പ് നിങ്ങൾ ഒടിച്ചെടുത്തോ ഇല്ലയോ എന്ന് വ്യക്തമാക്കണം. അതായത് അനുവാദംകൂടാതെ നിങ്ങൾ മതിൽക്കെട്ടിനകത്തുകടന്ന് മോഷണം നടത്തിയിട്ടുണ്ടോ? രണ്ടാമത്തെകാര്യം ശിക്ഷകഴിഞ്ഞ് പുറത്തിറങ്ങിയ ഴാങ് വാൽഴാങ് എന്ന കുറ്റവാളി നിങ്ങൾ ആണോ? ആണെങ്കിൽ ആണ് അല്ലെങ്കിൽ അല്ല എന്നത് നിങ്ങൾതന്നെ വ്യക്തമാക്കണം."

പ്രതി എല്ലാം മനസിലാക്കി എന്ന മട്ടിൽ തലകുലുക്കി. എല്ലാം മനസിലാകുന്നുണ്ട് എന്ന ഭാവത്തിലായിരുന്നു അയാൾ ജഡ്ജി പറയുന്നത് ശ്രദ്ധിച്ചുകേട്ടത്. അതിനുശേഷം താൻ പറയാൻ പോകുന്ന കാര്യങ്ങളെപറ്റിയും വ്യക്തമായി ബോധ്യമുണ്ട് എന്ന മട്ടിലാണ് അയാൾ സംസാരം ആരംഭിച്ചത്. ജഡ്ജിയുടെ മുഖത്തുനോക്കി അയാൾ പറഞ്ഞുതുടങ്ങി:

"ഒന്നാമതായി......"

പിന്നീട് അയാൾ കയ്യിലിരുന്ന തൊപ്പിയിലേക്ക് നോക്കി. അതിനുശേഷം കോടതിമുറിയുടെ മേൽത്തട്ടിലേക്കു നോക്കി. ഒടുവിൽ നിശ്ശബ്ദനായി നിന്നു.

സർക്കാർ വക്കീൽ കർക്കശസ്വരത്തിൽ വീണ്ടും ആരംഭിച്ചു:

"ഞാൻ പറയുന്ന കാര്യങ്ങൾ ജയിൽപ്പുള്ളി ശ്രദ്ധിച്ചുകേൾക്കണം. നിങ്ങളോടു ചോദിച്ച ചോദ്യങ്ങൾക്കൊന്നും നിങ്ങൾ ഉത്തരം പറഞ്ഞിട്ടില്ല. നിങ്ങളുടെ പേര് ഷാങ് മാത്തിയോ എന്ന് അല്ലെന്നുള്ളകാര്യം ഉറപ്പാണ്. നിങ്ങൾ കുറ്റവാളിയായ ഴാങ് വാൽഴാങ് ആണ്. ഫെവറോളയിലാണ് നിങ്ങൾ ജനിച്ചത്. നിങ്ങളുടെ അമ്മയുടെ പേരുകൊണ്ട് നിങ്ങൾ സ്വന്തംപേര് മറച്ചുപിടിക്കുകയാണ്. നിങ്ങൾ ഓവർണിൽ ജീവിച്ചിട്ടുണ്ട്. ഫെവറോളയിൽ നിങ്ങൾ ഒരു മരംവെട്ടുകാരനായിരുന്നു. പീറൺതോട്ടത്തിൽനിന്നും പഴുത്ത ആപ്പിളുകൾ നിറഞ്ഞ ഒരു കൊമ്പ് നിങ്ങൾ മുറിച്ചുമാറ്റി. അതുകൂടാതെ തോട്ടത്തിനകത്ത് നിങ്ങൾ അതിക്രമിച്ചു കയറി ജൂറിമാർ ഈ കാര്യങ്ങളെല്ലാം കണക്കിലെടുക്കണം."

ഈ സമയമെല്ലാം പ്രതി അയാളുടെ ബഞ്ചിൽ ഇരിക്കുകയായിരുന്നു. സർക്കാർ വക്കീൽ സംസാരം നിർത്തിയതും അയാൾ ചാടി എഴുന്നേറ്റ് ഉറക്കെ പറഞ്ഞു:

"നിങ്ങൾ ഒരു നീചനാണ്, ഞാൻ നേരത്തേ പറയാൻ തുടങ്ങിയതും ഇതുതന്നെയായിരുന്നു. അപ്പോൾ എനിക്കത് ഓർമ വന്നില്ല. ഞാൻ ഒന്നും മോഷ്ടിച്ചിട്ടില്ല. ഞാൻ എല്ലാ ദിവസവും ആഹാരം കഴിക്കുന്നവനല്ല. ഞാൻ 'എ'യിൽ

നിന്ന് കുളികഴിഞ്ഞ് ഒറ്റയ്ക്ക് നടന്നുവരികയായിരുന്നു. നടവഴികളെല്ലാംതന്നെ മഞ്ഞനിറത്തിൽ ചെളി മൂടിക്കിടക്കുകയായിരുന്നു. കുളങ്ങൾ ഒന്നൊഴിയാതെ കവിഞ്ഞ് ഒഴുകിയിരുന്നു. വഴിയിൽ അവിടവിടെ ചെറിയ പുൽനാമ്പുകൾമാത്രം കാണാനുണ്ട്. ആപ്പിൾപ്പഴങ്ങൾ നിറഞ്ഞ ഒരു മരക്കൊമ്പ് പാടത്തുകിടക്കുന്നത് ഞാൻ കണ്ടു. അതെടുത്താൽ വരാൻപോകുന്ന കുഴപ്പങ്ങളെപ്പറ്റി എനിക്ക് അറിവുണ്ടായിരുന്നില്ല. അതുകൊണ്ടാണ് ഞാൻ അത് കയ്യിൽ എടുത്തത്. അവർ എന്നെപ്പിടിച്ച് ജയിലിൽ കൊണ്ടിട്ടു. മൂന്നുദിവസമായി ഞാൻ ജയിലിലാണ്. ഇതിലും കൂടുതൽ പറയാനുള്ള കഴിവ് എനിക്കില്ല. നിങ്ങൾ എനിക്കെതിരായി സംസാരിച്ചിട്ട് എന്നോട് അതിന് മറുപടി പറയാൻ ആവശ്യപ്പെടുന്നു. എന്റെ അടുത്തു നിൽക്കുന്ന പൊലീസുകാരൻ നല്ല മനുഷ്യനാണ്. അദ്ദേഹം കൈമുട്ടുകൊണ്ട് എന്നെ തോണ്ടിയിട്ട് എന്നോട് അടക്കം പറഞ്ഞിരുന്നു. ഞാൻ ഒരിക്കലും സ്കൂളിൽ പഠിച്ചിട്ടില്ല. എനിക്ക് വിശദീകരിച്ചു പറയാനുള്ളകഴിവ് ഇല്ല. ഞാനൊരു പാവപ്പെട്ട മനുഷ്യനാണ്. ഞാൻ മോഷ്ടിച്ചിട്ടില്ല എന്ന് നിങ്ങൾ സ്വയം മനസിലാക്കുന്നില്ലെങ്കിൽ നിങ്ങൾക്ക് തെറ്റുപറ്റിയിരിക്കുന്നു. തറയിൽ കിടന്ന ആപ്പിളിന്റെ ചില്ല കയ്യിൽ എടുക്കുക മാത്രമാണ് ഞാൻ ചെയ്ത കുറ്റം. നിങ്ങൾ ഏതോ ഴാങ് വാൽഴാങ്ങിനെപ്പറ്റി പറയുന്നു. എനിക്ക് ഇവരെയൊന്നും ഒരു പരിചയവും ഇല്ല. അവർ ഒരുപക്ഷേ, ഒരു നാട്ടുകാർ ആയിരിക്കും. ഞാൻ ബാലുസാറിന്റെ കീഴിൽ ജോലി ചെയ്തിരുന്നു. എന്റെ പേര് ഷാങ് മാത്തിയോ എന്നുതന്നെയാണ്. ഞാൻ ജനിച്ചത് എവിടെയാണെന്ന് നിങ്ങൾ പറഞ്ഞു. സത്യത്തിൽ എനിക്ക് അക്കാര്യം അറിയില്ലായിരുന്നു. എല്ലാവർക്കും ജനിക്കാൻ വീടുകൾ കാണില്ല. വീടുകൾ ഉണ്ടായിരുന്നെങ്കിൽ അതൊരു നല്ലകാര്യം ആയിരുന്നു. എന്റെ അച്ഛനും അമ്മയും നാടോടികൾ ആയിരുന്നിരിക്കണം എന്നാണ് എന്റെ വിശ്വാസം. പക്ഷേ, എനിക്കത് വ്യക്തമായി അറിയില്ല. ഞാൻ കുട്ടിയായിരുന്നപ്പോൾ എല്ലാവരും എന്നെ 'എടാ ചെറുക്കാ' എന്നാണ് വിളിച്ചിരുന്നത്. ഇന്നത്തെപ്പോലെ 'എടോ കിഴവാ' എന്നു ആരും വിളിച്ചിട്ടില്ല. എന്റെ പേരുകൾ അതൊക്കെയാണ്. നിങ്ങൾക്ക് അപ്പോൾ എന്നെ ഇഷ്ടമുള്ള പേര് വിളിക്കാം. ഞാൻ ഓവർണിലും ഫെവറോളയിലും ഉണ്ടായിരുന്നു. ഒരുവന് കപ്പലിൽ തണ്ടുവലിശിക്ഷയ്ക്കു പോകാതെ ഓവർണിലും ഫെവറോളയിലുമായി ജീവിക്കാൻ കഴിയില്ലേ? ഞാൻ ഇതുവരെ ജീവിതത്തിൽ മോഷണം നടത്തിയിട്ടില്ലെന്ന് ഞാൻ നിങ്ങളോടെല്ലാം ഉറപ്പിച്ചു പറയുന്നു. ഞാൻ ഷാങ് മാത്തിയോയാണ്. ബാലുസാറിന്റെ കീഴിൽ ജോലി ചെയ്തിരുന്ന കാലത്ത് എനിക്ക് വീട് ഉണ്ടായിരുന്നു. നിങ്ങളുടെ ഈ വിവരക്കേടുകാരണം ഞാൻ തളർന്നിരിക്കുന്നു. ഒരു പേപ്പട്ടിയുടെ പിന്നാലെ ഓടുന്നതുപോലെ എല്ലാവരും ചേർന്ന് എന്റെ പിന്നാലെ വരുന്നത് എന്തിനാണ്?

സർക്കാർ വക്കീൽ കസേരയിൽ ഇരുന്നിരുന്നില്ല. അയാൾ ജഡ്ജിയെ നോക്കി പറഞ്ഞു: "പ്രതി കുഴഞ്ഞുമറിഞ്ഞ കൗശലംനിറഞ്ഞ സംഭാഷണത്തിലൂടെ താൻ ഒരു വിഡ്ഢിയാണെന്ന് വരുത്തിത്തീർക്കാനുള്ള ശ്രമം നടത്തിയെങ്കിലും അയാൾ അതിൽ വിജയിച്ചില്ല. നമുക്ക് അയാളുടെ കൗശലത്തിനു തടയിടണം. അതിനുവേണ്ടി ബ്രവെ, ഷെനൽദിയു, കോഷ്പയിൽ എന്നീ കുറ്റവാളികളെയും പൊലീസ് ഇൻസ്പെക്ടർ ഴാവേറിനെയും ഒരു അവസാന ചോദ്യം ചെയ്യൽകൂടി നടത്തി ഇയാൾ കുറ്റവാളിയായ ഴാങ് വാൽഴാങ് ആണെന്നു തെളിയിക്കാൻ എന്നെ അനുവദിക്കണമെന്ന് കോടതിയോട് അഭ്യർഥിക്കുന്നു.

ജഡ്ജി പറഞ്ഞു: "പൊലീസ് ഇൻസ്പെക്ടർ ഴാവേറിനെ പൊലീസ് മേധാവി വിളിപ്പിച്ചതുകൊണ്ട് മൊഴിതന്നതിനുശേഷം അയാൾ ഇവിടെനിന്ന് സ്ഥലംവിട്ടു കഴിഞ്ഞു. പ്രതിഭാഗം വക്കീലിന്റെയും നിങ്ങളുടെയും അനുവാദം വാങ്ങിയതിനുശേഷമാണ് കോടതി അയാൾക്ക് പോകാൻ അനുവാദം കൊടുത്തത്."

സർക്കാർ വക്കീൽ പറഞ്ഞു: "അതു ശരിയാണ്. പക്ഷേ ഇൻസ്പെക്ടർ ഴാവേർ ഇവിടെയില്ലാത്ത സ്ഥിതിക്ക് അൽപ്പസമയം മുമ്പ് അദ്ദേഹം ഇവിടെ പറഞ്ഞകാര്യങ്ങൾ ജൂറി അംഗങ്ങളെ ഓർമപ്പെടുത്തേണ്ടത് എന്റെ ചുമതലയാണെന്ന് ഞാൻ വിശ്വസിക്കുന്നു. ഴാവേർ ആദരണീയനായ മനുഷ്യനാണ്. പ്രാധാന്യമുള്ളതാണെങ്കിൽ ചെറിയകാര്യങ്ങളിൽപ്പോലും അദ്ദേഹം കർക്കശമായ സത്യസന്ധത കാണിക്കും. അദ്ദേഹത്തിന്റെ മൊഴി ഇപ്രകാരമാണ്,

"പ്രതി നിഷേധിക്കുന്ന കാര്യങ്ങൾ ശരിയല്ല എന്നു തെളിയിക്കാൻ പറ്റിയ തെളിവുകളോ ഊഹങ്ങളോ എനിക്ക് ആവശ്യമില്ല. ഞാൻ അയാളെ വ്യക്തമായി തിരിച്ചറിഞ്ഞുകഴിഞ്ഞു. ഈ മനുഷ്യന്റെ പേര് ഷാങ് മാത്തിയോ എന്നല്ല. ഇയാൾ ഭീകരനും ഭയപ്പെടേണ്ടവനുമായ ഴാങ് വാൽഴാങ് എന്ന കുറ്റവാളിയാണ്. കാലാവധി അവസാനിച്ചതുകൊണ്ടാണ് ഇയാളെ വിട്ടയച്ചത്. ഭവനഭേദനത്തിന് ഇയാൾ പത്തൊൻപതു വർഷം തടവ് അനുഭവിച്ചിട്ടുണ്ട്. അഞ്ചോ ആറോ പ്രാവശ്യം ഇയാൾ രക്ഷപ്പെടാൻ ശ്രമിച്ചു. ഴെർവെയുടെ പണം പിടിച്ചു പറിച്ചതിനും പീറൺതോട്ടത്തിൽ നിന്നുള്ള മോഷണത്തിനും പുറമേ, ഡി പട്ടണത്തിലെ ആരാധ്യനായ പഴയ ബിഷപ്പിന്റെ വീട് കൊള്ളയടിച്ചതും ഇയാൾ ആയിരുന്നെന്നാണ് ഞാൻ വിശ്വസിക്കുന്നത്. തൂലോങ്ങിലെ തടവുപുള്ളികളുടെ മേൽനോട്ടക്കാരനായിരുന്നപ്പോൾ ഞാൻ ഇയാളെ കണ്ടിട്ടുണ്ട്. ഇയാളെ കൃത്യമായി എനിക്ക് തിരിച്ചറിയാൻ കഴിഞ്ഞിട്ടുണ്ടെന്ന് ഞാൻ വീണ്ടും വ്യക്തമാക്കുന്നു."

കാര്യമാത്രപ്രസക്തമായ ഴാവേറിന്റെ മൊഴി കാഴ്ചക്കാരിലും ജൂറിമാരിലും മതിപ്പ് ഉളവാക്കിയതായി തോന്നി. ഴാവേർ കോടതിയിൽ ഇല്ലാത്ത സ്ഥിതിക്ക് ബ്രവെ, കോഷ്പയിൽ, ഷെനിൽദിയു എന്നീ സാക്ഷികളെ ഒരിക്കൽക്കൂടി വിചാരണ ചെയ്യണമെന്ന് നിർബന്ധം പിടിച്ചുകൊണ്ട് സർക്കാർ വക്കീൽ സംസാരം നിർത്തി.

ജഡ്ജി ശിപായിയോട് എന്തോ ആജ്ഞാപിച്ചു. അൽപ്പസമയത്തിനുശേഷം സാക്ഷിമുറിയുടെ വാതിൽതുറന്ന് എന്തുസഹായവും നൽകാൻ തയാറുള്ള ഒരു പൊലീസുകാരൻ കുറ്റവാളിയായ ബ്രവെയെ കോടതിയിൽ ഹാജരാക്കി. കാഴ്ചക്കാർ ഒരേ മനസോടെ ശ്വാസമടക്കി നിശ്ചലരായിനിന്നു.

ബ്രവെ കിഴവനായിരുന്നു. അയാൾ ജയിലിലെ കറുപ്പും ചാരനിറവും കലർന്ന വേഷമായിരുന്നു ധരിച്ചിരുന്നത്. അയാൾക്ക് വയസ്സ് അറുപതെങ്കിലും ആയിട്ടുണ്ടാവണം. അയാളുടെ മുഖം കണ്ടാൽ എന്തോ നല്ല നിലയിൽ കഴിഞ്ഞിരുന്ന മനുഷ്യനാണെന്നു തോന്നും. എന്നാൽ മുഖഭാവം ശരിക്കും ഒരു തെമ്മാടിയുടേതായിരുന്നു. ചിലപ്പോൾ ഈ രണ്ടുകാര്യങ്ങളും ഒരു മനുഷ്യനിൽത്തന്നെ കാണാൻ കഴിയും. പുതിയപുതിയ കുറ്റകൃത്യങ്ങൾക്കുശേഷം മുറതെറ്റാതെ അയാൾ ജയിലിൽ എത്തിയിരുന്നതുകൊണ്ട് അയാൾക്ക് ജയിലിനുള്ളിൽ ഒരു കാവൽക്കാരനു തുല്യമായ സ്ഥാനം കിട്ടിയിരുന്നു. 'അയാൾ സ്വയം നന്നാവാൻ ശ്രമിക്കുന്നവനാണ്' എന്ന് മേലധികാരികൾ അഭിപ്രായം പറയുന്ന ചുരുക്കം ചിലരിൽ ഒരാളായിരുന്നു അയാൾ. അയാളുടെ മതസംബന്ധിയായ ശീലങ്ങളെപ്പറ്റി

പാതിരിക്കും നല്ല അഭിപ്രായമായിരുന്നു. രാജഭരണം വന്നതിനുശേഷമാണ് ഇതു സംഭവിക്കുന്നതെന്ന് നമ്മൾ മറക്കാൻ പാടില്ല.

ജഡ്ജി പറഞ്ഞു: "നിങ്ങൾ നിന്ദ്യമായ ശിക്ഷ ലഭിച്ചിട്ടുള്ള ഒരു മനുഷ്യനാണ്. നിങ്ങൾക്ക് ഒരു സത്യപ്രതിജ്ഞ നടത്താനുള്ള അവകാശം ഇല്ല."

ബ്രവെ തലകുനിച്ചുനിന്നു.

ജഡ്ജി സംസാരം തുടർന്നു: "എങ്കിലും അധഃപതിച്ചവനെന്ന് നിയമം മുദ്രകുത്തിക്കഴിഞ്ഞവരിൽപ്പോലും ദൈവാധീനം ഉണ്ടെങ്കിൽ നീതിന്യായബോധം ഉണ്ടാവാൻ ഇടയുണ്ട്. ഈ നിർണായകമായ സമയത്ത് ഞാൻ അതു പ്രതീക്ഷിക്കുന്നു. നിങ്ങൾക്ക് അതുണ്ടെന്ന് ഞാൻ വിചാരിക്കുന്നു. മറുപടി ആലോചിച്ചു വേണം പറയാൻ. നിങ്ങളുടെ ഒരുവാക്ക് ഈ മനുഷ്യനെ നശിപ്പിച്ചെന്നുവരാം. മറിച്ച് നിങ്ങളുടെ മൊഴി നീതിനടത്താൻ സഹായകമായെന്നും വരാം. നിങ്ങൾക്ക് തെറ്റുപറ്റി എന്ന് വിചാരിക്കുന്നുണ്ടെങ്കിൽ തിരുത്താൻ ഇപ്പോഴും സമയമുണ്ട്. പ്രതി എഴുന്നേറ്റുനിൽക്കണം. പ്രതിയെ സൂക്ഷ്മമായി മനസിരുത്തി നോക്കിയതിനുശേഷം വേണം നിങ്ങളുടെ ഓർമകൾ അടുക്കിക്കൂട്ടാൻ. എന്നിട്ടുവേണം പായ്ക്കപ്പലിൽ നിങ്ങളോടൊപ്പം തണ്ടുവലിച്ചിരുന്ന ഴാങ് വാൽഴാങ് ഈ മനുഷ്യനാണോ എന്ന തീരുമാനത്തിൽ എത്താൻ."

ബ്രവെ പ്രതിയെ നോക്കി പിന്നീട് അയാൾ കോടതിയുടെ നേർക്ക് തിരിഞ്ഞു: "ഞാനാണ് ഇവനെ ആദ്യം തിരിച്ചറിഞ്ഞത്. അതുതന്നെ ഞാൻ ഇപ്പോഴും പറയുന്നു. 1796–ൽ തൂലോങ്ങിൽ എത്തി 1815 –ൽ അവിടെനിന്നും പുറത്തുപോയ ഴാങ് വാൽഴാങ് ഇവൻ തന്നെയാണ്. ഞാൻ പുറത്തുവന്നത് ഒരുകൊല്ലം കൂടി കഴിഞ്ഞിട്ടായിരുന്നു. ഇവനെ ക്കണ്ടാൽ ഇപ്പോൾ ഒരു ക്രൂരന്റെ ലക്ഷണമുണ്ട്. പക്ഷേ, പ്രായംകൂടിയപ്പോൾ ഇവന്റെ മണ്ടത്തരങ്ങളും കൂടിയിട്ടുണ്ടാകും. തണ്ടുവലിച്ചിരുന്ന സമയത്ത് ഇവൻ എപ്പോഴും മുഖം കറുപ്പിച്ച് ഇരിക്കാറാണ് പതിവ്. എനിക്ക് ഇവനെ ഇപ്പോഴും വ്യക്തമായി തിരിച്ചറിയാൻ കഴിയുന്നുണ്ട്."

ജഡ്ജി പറഞ്ഞു: "നിങ്ങൾക്ക് ഇനി ഇരിക്കാം. പക്ഷേ, പ്രതി ഇരിക്കാൻ വരട്ടെ."

അടുത്തതായി ഷെനിൽദിയുവിനെ കോടതിയിൽ ഹാജരാക്കി. ചുവന്ന വേഷവും പച്ചത്തൊപ്പിയും കൊണ്ട് അയാൾ ജീവപര്യന്തം തടവുകാരനാണെന്ന് വ്യക്തമാക്കപ്പെട്ടിരുന്നു. തൂലോങ്ങിലെ തണ്ടുവലി ശിക്ഷ അനുഭവിക്കുന്നതിനിടയിലാണ് അയാളെ കോടതിയിൽ കൊണ്ടുവന്നിരുന്നത്. അയാൾ അൻപതു വയസു തോന്നിക്കുന്ന ഉയരംകുറഞ്ഞ ഒരു മനുഷ്യൻ ആയിരുന്നു. അയാളുടെ കാലുകൾ ഒരു രോഗിയുടേതുപോലെ ശോഷിച്ചിരുന്നു. മഞ്ഞനിറമുള്ള തൊലി ചുളിഞ്ഞുപോയിരുന്നു. പക്ഷേ, അസ്വസ്ഥമായ അയാളുടെ കണ്ണുകളിൽ അസാമാന്യമായ ഒരു ശക്തി ആർക്കും കാണാൻ കഴിയും.

ബ്രവെയോടു പറഞ്ഞതെല്ലാം ഏതാണ്ട് അതേമട്ടിൽത്തന്നെ ജഡ്ജി അയാളോടും പറഞ്ഞു. ജഡ്ജി സത്യപ്രതിജ്ഞ ചെയ്യാൻ അവകാശമില്ല എന്നു പറഞ്ഞപ്പോൾ ഷെനിൽദിയു തല ഉയർത്തി കാഴ്ചക്കാരുടെ മുഖങ്ങളിലേക്ക് നോക്കി. അയാളോട് ഓർത്തുനോക്കാൻ ജഡ്ജി ആവശ്യപ്പെട്ടു. ബ്രവെയോടു ചോദിച്ചതുപോലെ അയാൾക്ക് പ്രതിയെ ഇപ്പോഴും തിരിച്ചറിയാൻ കഴിയുന്നുണ്ടോ എന്ന സംശയവും ജഡ്ജി ഉന്നയിക്കാതിരുന്നില്ല.

ഷെനിൽദിയു പൊട്ടിച്ചിരിച്ചു: "എന്റീശ്വരാ! എനിക്ക് ഇവനെ തിരിച്ചറിയാൻ കഴിയുന്നുണ്ടോ എന്നാണ് ചോദിക്കുന്നത്. അഞ്ചുകൊല്ലം ഞങ്ങൾ ഒരേചങ്ങലയിൽ കിടന്നവരാണ്. എന്റെ പഴയ കൂട്ടുകാരൻ ഇപ്പോൾ എന്തിനാണ് എന്നോട് മുഖം കറുപ്പിക്കുന്നത്?"

ജഡ്ജി പറഞ്ഞു: "നിങ്ങൾക്ക് എവിടെയെങ്കിലും ഇരിക്കാം."

പൊലീസുകാരൻ കോഷ്പയിലിനെ കോടതിയിലേക്ക് കൊണ്ടുവന്നു. അയാളും കപ്പലിൽ നിന്നുതന്നെയാണ് അവിടെ എത്തിയത്. ഷെനിൽദിയുവിനെപോലെ അയാളും ജീവപര്യന്തം ശിക്ഷ അനുഭവിച്ചിരുന്നതുകൊണ്ട് ചുവന്ന വേഷമായിരുന്നു ധരിച്ചിരുന്നത്. അയാൾ പണ്ട് ലോർദിയിലെ ഒരു കൃഷിക്കാരൻ ആയിരുന്നു. പെറണീസിൽ ആയിരുന്നപ്പോൾ അയാൾ അവിടെ ഒരു പകുതി കരടിയായാണ് ജീവിച്ചിരുന്നത് എന്നു നിശ്ചയമായും പറയാം. അവിടെ അയാൾക്ക് മലയിടുക്കുകളിൽ ആട്ടിൻപറ്റത്തെ മേയ്ക്കലായിരുന്നു ജോലി. ആടുവളർത്തലിൽനിന്നും അയാൾ പിടിച്ചുപറിയിലേക്ക് തെന്നിമാറി. പ്രതിയേക്കാൾ അവലക്ഷണം പിടിച്ച രൂപമായിരുന്നു കോഷ്പയിലിന്റേത്. മണ്ടത്തരത്തിന്റെ കാര്യത്തിലും അവൻ പ്രതിയേക്കാൾ കേമനാണെന്നു തോന്നി. സത്യത്തിൽ അയാൾ പ്രകൃതി കാട്ടുമൃഗമാക്കി മാറ്റുന്ന മനുഷ്യരിൽ ഒരുവനായിരുന്നു. ഇത്തരം മനുഷ്യർക്ക് കപ്പലിൽ തണ്ടുവലിക്കുന്ന അടിമയായി ജീവിതം അവസാനിപ്പിക്കാനുള്ള എല്ലാ സഹായങ്ങളും സമൂഹം ചെയ്തുകൊടുക്കും.

ഗൗരവമുള്ളതും അനുകമ്പകലർന്നതുമായ വാക്കുകൾകൊണ്ട് ജഡ്ജി അയാളുടെ മനസിനെ സ്പർശിക്കാനുള്ള ശ്രമങ്ങൾ നടത്തി. മറ്റുള്ളവരോടു ചോദിച്ചതുപോലെ അയാളുടെ മുന്നിൽ നിൽക്കുന്ന മനുഷ്യനെ ബുദ്ധിമുട്ടില്ലാതെതന്നെ വ്യക്തമായി തിരിച്ചറിയാൻ കഴിയുന്നുണ്ടോ എന്ന ചോദ്യം ജഡ്ജി കോഷ്പയിലിനോടും ആവർത്തിച്ചു.

കോഷ്പയിൽ പറഞ്ഞു: "ഇയാൾ ഴാങ് വാൽഴാങ് ആണെന്നകാര്യത്തിൽ സംശയമില്ല. സകലകലാവല്ലഭൻ ഴാങ് എന്നായിരുന്നു ഇയാളുടെ ഇരട്ടപ്പേര്, ഇയാൾ അത്രയ്ക്ക് ശക്തനായിരുന്നു."

മൂന്നുപേരുടേയും ആത്മാർഥമായ പ്രസ്താവനകൾ ജനക്കൂട്ടത്തിനു വിശ്വാസമായി. അവർക്കിടയിൽ നിന്നും പ്രതിക്ക് എതിരായുള്ള ഒരു കുശുകുശുപ്പ് ഉയർന്നു. ആൾക്കൂട്ടത്തിനിടയിൽ കുരുത്ത കുശുകുശുപ്പ് ആരവമായി രൂപാന്തരപ്പെട്ടു. പ്രതി അത്ഭുതത്തോടെയാണ് അതു കേട്ടുകൊണ്ടുനിന്നത്. സർക്കാർ വക്കീൽ ഇതിനെ പ്രതിയുടെ കുറ്റം നിഷേധിക്കാനുള്ള തന്ത്രമായി വ്യാഖ്യാനിച്ചു. ആദ്യത്തെ കുറ്റവാളിയുടെ സത്യപ്രസ്താവന കഴിഞ്ഞപ്പോൾ പ്രതിയുടെ അടുത്തുനിന്നിരുന്ന പൊലീസുകാരൻ പ്രതി പല്ലുഞെരിച്ചുകൊണ്ട് പതുക്കെ പറയുന്നതു കേട്ടിരുന്നു. "നന്നായി. ഒരുത്തന്റെ ജോലികഴിഞ്ഞു" രണ്ടാമത്തെ മൊഴികഴിഞ്ഞപ്പോൾ കുറേക്കൂടി ഒച്ചത്തിൽ തനിക്കു തൃപ്തിയായി എന്ന മട്ടിൽ പ്രതി പറഞ്ഞു: "വളരെ നന്നായി. ഒന്നാംതരമായി" മൂന്നാമത്തേതു കഴിഞ്ഞപ്പോൾ പ്രതി ഉറക്കെ വിളിച്ചു പറഞ്ഞു: "പ്രശംസനീയം. ശരിക്കും പ്രശംസനീയമായ കണ്ടെത്തൽ".

ജഡ്ജി തടവുപുള്ളിയോടു ചോദിച്ചു: "ഈ പറഞ്ഞതെല്ലാം നിങ്ങൾ കേട്ടല്ലോ? ഇനി നിങ്ങൾക്ക് എന്താണ് പറയാനുള്ളത്?"

പ്രതി പറഞ്ഞു: "ഞാൻ പറഞ്ഞല്ലോ? പ്രശംസനീയമെന്ന്."

ആൾക്കൂട്ടത്തിലൂടെ പടർന്നുയർന്ന ഒരു മുറുമുറുപ്പ് ഒടുവിൽ ജൂറിമാരെ പൊതിഞ്ഞു. ആ മനുഷ്യന് ശിക്ഷ കിട്ടുമെന്ന് ഉറപ്പായിക്കഴിഞ്ഞിരുന്നു.

ജഡ്ജി പറഞ്ഞു: "പൊലീസുകാർ ആൾക്കൂട്ടത്തെ നിയന്ത്രിക്കണം. ഞാൻ വിധിപറയാൻ പോകുന്നു."

ഈ സമയത്ത് ജഡ്ജിയുടെ സമീപത്തുനിന്ന് ആരോ ഉറക്കെ വിളിച്ചു പറയുന്നത് കോടതി മുറിക്കുള്ളിൽ മുഴങ്ങിക്കേട്ടു: "ബ്രവെ, ഷെനിൽദിയു, കോഷ്പയിൽ നിങ്ങൾ മൂന്നുപേരും ഇങ്ങോട്ട് നോക്ക്."

ആ ശബ്ദം ഒരേ സമയം ഭീകരവും ദയനീയവുമായിരുന്നു. അതു കേട്ടവരുടെ രക്തം കട്ട പിടിച്ചുപോയി. ശബ്ദംകേട്ട സ്ഥലത്തേക്ക് എല്ലാകണ്ണുകളും ഒന്നിച്ചുതിരിഞ്ഞു. കോടതിയുടെ പിന്നിലിരുന്നിരുന്ന പ്രമുഖരായ കാഴ്ചക്കാരുടെ ഇടയിൽനിന്ന് ഒരു മനുഷ്യൻ എഴുന്നേറ്റു. അയാൾ കാഴ്ചക്കാർക്കും കോടതിക്കും ഇടയിലുള്ള ചെറിയ കതകുതുറന്ന് കോടതിമുറിയുടെ മധ്യത്തിൽ നടന്നെത്തി. ജഡ്ജിയും സർക്കാർ വക്കീൽ ബമത്വാബ്വായും ഉൾപ്പെടെ ഇരുപതു പേരെങ്കിലും അയാളെ തിരിച്ചറിഞ്ഞു. മുറിക്കുള്ളിൽ ഉച്ചത്തിൽ ഒരു ശബ്ദം മുഴങ്ങി.

"മേയർ മദലിയെൻ."

11. ഷാങ് മാത്തിയോ കൂടുതൽ കൂടുതൽ അത്ഭുതപ്പെടുന്നു

അത് തീർച്ചയായും അയാൾതന്നെയായിരുന്നു. ഗുമസ്തന്റെ വിളക്കിൽ നിന്നുള്ള വെളിച്ചം അയാളുടെ മുഖത്തു വീണിരുന്നു. തൊപ്പി ഊരി കയ്യിൽ വെച്ചുകൊണ്ടാണ് അയാൾ നിന്നിരുന്നത്. അയാളുടെ വേഷം അലങ്കോലപ്പെട്ടിരുന്നില്ല. ഓവർക്കോട്ടിന്റെ ബട്ടണുകൾ കൃത്യമായി ഇട്ടിരുന്നു. പക്ഷേ, അയാൾ വിളറിവെളുത്തു പോയിരുന്നു. കൂടാതെ ചെറുതായി അയാൾ വിറയ്ക്കാനും തുടങ്ങിയിരുന്നു. ആറായിൽ എത്തുമ്പോൾ ചാരനിറമായിരുന്ന അയാളുടെ മുടി ഇപ്പോൾ പൂർണമായും വെളുത്തുകഴിഞ്ഞു. അയാൾ കോടതിയിൽ വിചാരണ കേട്ടുകൊണ്ടിരുന്ന ഒരേയൊരു മണിക്കൂറിനുള്ളിലാണ് അയാളുടെ മുടിമുഴുവൻ വെളുത്തുപോയത്.

അവിടെ ഉണ്ടായ നടുക്കം വിവരിക്കാൻ കഴിയില്ല. കേട്ടവരെല്ലാം ഒരുനിമിഷം അറച്ചുനിന്നു. കോടതിയിൽ മുഴങ്ങിക്കേട്ട ശബ്ദം അവരുടെ മുഴുവൻ ശ്രദ്ധയും പിടിച്ചുപറ്റി അവരുടെ മുന്നിൽ നിന്നിരുന്ന മനുഷ്യൻ വളരെ ശാന്തനായി കാണപ്പെട്ടു. തുടക്കത്തിൽ ആർക്കും അതു വിശ്വസിക്കാൻ തോന്നിയില്ല. ആരാണ് വിളിച്ചുകൂവിയതെന്ന് അവർ പരസ്പരം ചോദിച്ചു. ഈ ശാന്തനായ മനുഷ്യനാണ് ഭയാനകമായ ശബ്ദത്തിൽ അലറിവിളിച്ചതെന്ന് വിശ്വസിക്കാൻ അവർക്ക് കഴിഞ്ഞില്ല.

ഈ സംശയം ഏതാനും നിമിഷത്തേക്കു മാത്രം ആയിരുന്നു. ജഡ്ജിക്കും സർക്കാർ വക്കീലിനും എന്തെങ്കിലും പറയാനോ പൊലീസുകാരന് എന്തെങ്കിലും ആംഗ്യം കാണിക്കാനോ കഴിയുന്നതിനു മുമ്പുതന്നെ അയാൾ ബ്രവെ, ഷെനിൽദിയു, കോഷ്പയിൽ എന്നീ സാക്ഷികളുടെ അടുത്ത് എത്തിക്കഴിഞ്ഞിരുന്നു. അവരോട് അയാൾ ചോദിച്ചു:

"നിങ്ങൾക്ക് എന്നെ തിരിച്ചറിയാൻ കഴിയുന്നില്ലേ?"

അവർ മൂന്നുപേരും നിശ്ശബ്ദരായിനിന്നു. അയാളെ അറിയില്ലെന്ന് സൂചിപ്പിച്ചുകൊണ്ട് നിഷേധാർഥത്തിൽ അവർ തലകുലുക്കി. വിരണ്ടുപോയിരുന്ന കോഷ്പയിൽ പട്ടാളക്കാരുടെ രീതിയിൽ അയാളോടുള്ള ബഹുമാനസൂചകമായി ഒരു സലാം വെച്ചു. മേയർ മദലിയെൻ കോടതിയുടെ നേർക്ക് തിരിഞ്ഞുനിന്ന് സൗമ്യമായി പറഞ്ഞു:

"പ്രതിയെ ദയവായി മോചിപ്പിക്കണം. എന്നെ അറസ്റ്റുചെയ്യാൻ ബഹുമാനപ്പെട്ട കോടതി ഉത്തരവിടണം. നിങ്ങൾ അന്വേഷിക്കുന്ന മനുഷ്യൻ അയാളല്ല. അതു ഞാനാണ്. ഞാനാണ് ഴാങ് വാൽഴാങ്."

എല്ലാവരും ശ്വാസമടക്കിനിന്നു. തുടക്കത്തിൽ തോന്നിയ അത്ഭുതത്തിന്റെ ഒച്ചപ്പാട് അവസാനിച്ചതിനുശേഷം പിന്നീട് അവിടെ ശവകുടീരത്തിനുള്ളിലെ നിശ്ശബ്ദതയായിരുന്നു. മഹനീയമായ ഒരു സംഭവത്തിനു സാക്ഷിയാകേണ്ടിവരുന്ന ജനക്കൂട്ടത്തിനു തോന്നുന്ന സംഭ്രമം കോടതിക്കുള്ളിൽ നിറഞ്ഞുനിന്നു.

ജഡ്ജിയുടെ മുഖത്ത് അനുകമ്പയും ദുഃഖവും കാണാനുണ്ടായിരുന്നു. സർക്കാർ വക്കീലിന്റെ മുഖത്തേക്ക് അദ്ദേഹം അർഥംവെച്ച് നോക്കി. അദ്ദേഹത്തിന്റെ സഹായികളായ ജഡ്ജിമാരുമായി എന്തോ ചിലതു സംസാരിച്ചു. അദ്ദേഹം കാഴ്ചക്കാരോട് വിളിച്ചുചോദിച്ചു. അദ്ദേഹത്തിന്റെ ശബ്ദത്തിൽനിന്ന് എന്താണ് ഉദ്ദേശിക്കുന്നതെന്ന് എല്ലാവർക്കും മനസിലായി.

"ഈ കൂട്ടത്തിൽ ഒരു ഡോക്ടറുണ്ടോ?"

സർക്കാർ വക്കീൽ വീണ്ടും സംസാരം ആരംഭിച്ചു:

"ജൂറി അംഗങ്ങളെയും ഇവിടെ കൂടിയിട്ടുള്ളവരെയും അമ്പരപ്പിച്ച ഈ അസാധാരണ സംഭവത്തിൽ ഞങ്ങൾക്ക് പറഞ്ഞറിയിക്കാൻ കഴിയാത്ത തരത്തിലുള്ള ദുഃഖം ഉണ്ട്. നിങ്ങൾക്കെല്ലാവർക്കും കുറഞ്ഞപക്ഷം അദ്ദേഹത്തിന്റെ സൽപ്പേരും പ്രശസ്തിയും കൊണ്ട് എം പട്ടണത്തിന്റെ മേയർ മൊസ്യു മദലിയെനെ അറിയാം. ഇവിടെ കൂടിനിൽക്കുന്നവരിൽ ഒരു ഡോക്ടർ ഉണ്ടെങ്കിൽ വേണ്ട ചികിത്സനൽകി ദയവായി അദ്ദേഹത്തെ വീട്ടിൽ എത്തിക്കണമെന്ന് ബഹുമാനപ്പെട്ട ജഡ്ജിയോടൊപ്പം ഞങ്ങളും താൽപ്പര്യപ്പെടുന്നു."

സർക്കാർ വക്കീലിന്റെ സംസാരം തുടരാൻ മേയർ മദലിയെൻ അനുവദിച്ചില്ല. മാന്യവും ആധികാരികവുമായ സ്വരത്തിൽ അദ്ദേഹം വക്കീലിനെ തടസപ്പെടുത്തി. മദലിയെൻ സംസാരിച്ച കാര്യങ്ങൾ അതുപോലെതന്നെ ഞങ്ങൾ ഇവിടെ പകർത്തുന്നു. ഈ സംഭവത്തിനു സാക്ഷിയായിരുന്നവരിൽ ഒരു മനുഷ്യൻ അപ്പോൾത്തന്നെ എഴുതിയെടുത്ത കാര്യങ്ങളിൽ നിന്നാണ് ഞങ്ങൾ ഇതിവിടെ വിവരിക്കുന്നത്. നാൽപ്പതു വർഷങ്ങൾക്കുമുമ്പ് അവിടെ ഉണ്ടായിരുന്ന ആരുടെയെങ്കിലും ചെവിയിൽ ഈ വാക്കുകൾ ഇന്നും പ്രതിധ്വനിക്കുന്നുണ്ടെങ്കിൽ അതേ വാക്കുകളാണ് ഞങ്ങൾ ഇവിടെ പകർത്തി എഴുതുന്നത്.

"സർക്കാർ വക്കീലിന് ഞാൻ നന്ദിപറയുന്നു. എനിക്ക് ഭ്രാന്തില്ല. അതു നിങ്ങൾക്ക് മനസിലാകും. നിങ്ങൾ ഒരു വലിയ തെറ്റാണ് ചെയ്യാൻ പോകുന്നത്. ആ മനുഷ്യനെ ഉടൻ മോചിപ്പിക്കണം. ഞാൻ ചെയ്യുന്നത് എന്റെ കടമയാണ്. ആ ഭാഗ്യദോഷിയായ കുറ്റവാളി ഞാനാണ്. ഞാൻ മാത്രമാണ് ഇവിടെ നടക്കുന്ന കാര്യങ്ങൾ ശരിയായ രീതിയിൽ മനസിലാക്കുന്നത്. ഞാൻ നിങ്ങളോടു പറയുന്നതെല്ലാം സത്യം മാത്രമാണ്. ഈ നിമിഷത്തിൽ ഞാൻ ചെയ്തുകൊണ്ടിരിക്കുന്ന കാര്യങ്ങൾ ദൈവം മുകളിൽ ഇരുന്നു നോക്കിക്കാണുന്നുണ്ട്. എനിക്ക്

അതുമതി. ഞാൻ ഇവിടെ വന്നതുകൊണ്ട് നിങ്ങൾക്ക് എന്നെ പിടികൂടാം. എങ്കിലും എന്റെ കഴിവിനൊത്ത് ഞാൻ ശ്രമിച്ചിട്ടുണ്ട്. ഞാൻ മറ്റൊരു പേര് സ്വീകരിച്ച് അതിന്റെ മറവിൽ ഒളിച്ചുജീവിച്ചു. ഞാൻ ധനികനായി. ഞാൻ മേയറായി. സത്യസന്ധരായ മനുഷ്യരുടെ ഇടയിലേക്ക് കടന്നുവരണമെന്ന് ഞാൻ തീരുമാനിച്ചു. പക്ഷേ, അതു പറ്റില്ലെന്നുതോന്നുന്നു. ചുരുക്കത്തിൽ എനിക്കു പുറത്തു പറയാൻ കഴിയാത്ത പല കാര്യങ്ങളും ഉണ്ട്. എന്റെ ആത്മകഥ ഞാൻ പറയുന്നില്ല. എന്നെങ്കിലും നിങ്ങൾക്ക് അതു മനസിലാകും. ബിഷപ്പിന്റെ സ്വത്ത് ഞാൻ മോഷ്ടിച്ചു. അതു സത്യമാണ്. ഴെർവെയുടെ പണം തട്ടിയെടുത്തതും സത്യമാണ്. ഴാങ് വാൽഴാങ് ഒരു നീചനാണെന്ന് അവർ നിങ്ങളോട് പറഞ്ഞത് പൂർണമായും ശരിയാണ്. പക്ഷേ, എല്ലാകുറ്റങ്ങൾക്കും കാരണക്കാരൻ അയാൾ അല്ല. ബഹുമാനപ്പെട്ട കോടതി ഞാൻ പറയുന്നത് ശ്രദ്ധിച്ചു കേൾക്കണം. എന്നെപ്പോലെ അധഃപതിച്ച ഒരു മനുഷ്യന് ദൈവത്തിനോട് പ്രതിഷേധിക്കാൻ അവകാശമില്ല. സമൂഹത്തിനു കൊടുക്കാൻ എന്റെ കയ്യിൽ ഉപദേശങ്ങളും ഇല്ല. പക്ഷേ ഞാൻ ഏത് ദുഷ്പേരിൽ നിന്നാണോ രക്ഷപ്പെടാൻ ശ്രമിച്ചത് അത് മനുഷ്യനെ നശിപ്പിക്കുന്ന ഒന്നായിരുന്നു. എന്ന് ഓർക്കണം. തണ്ടുവലി ശിക്ഷയാണ് സത്യത്തിൽ തണ്ടുവലിക്കുന്ന അടിമയെ സൃഷ്ടിക്കുന്നത്. ഞാൻ ഒരു മണ്ടൻ നാട്ടിൻപുറത്തുകാരൻ ആയിരുന്നു. വിഡ്ഢികളുടെ സംഘത്തിൽപ്പെട്ടവൻ. തണ്ടുവലിശിക്ഷ എന്നെ മാറ്റിമറിച്ചു. ഞാൻ വിഡ്ഢിയായിരുന്നു. തണ്ടുവലി എന്ന നീചനാക്കി. ഞാൻ ഒരു വിറകുകൊള്ളിയായിരുന്നു. ശിക്ഷ അതിനെ കത്തിച്ചു തീക്കനലാക്കി. പിന്നീട് ക്രൂരത നശിപ്പിച്ച എന്നെ സ്നേഹവും ലാളനയും ചേർത്ത് രക്ഷപ്പെടുത്തി. എന്നോട് ക്ഷമിക്കണം. ഒരുപക്ഷേ, ഞാൻ പറയുന്നത് നിങ്ങൾക്ക് മനസിലാകുന്നുണ്ടാവില്ല. എന്റെ മുറിയിലെ നെരിപ്പോടിൽ ഞാൻ ഴെർവെയുടെ കയ്യിൽനിന്നും കട്ടെടുത്ത നാൽപ്പതു സൂവിന്റെ വെള്ളിത്തുട്ട് കത്തിക്കരിഞ്ഞു കിടക്കുന്നത് നിങ്ങൾക്ക് കാണാൻ കഴിയും. എനിക്ക് കൂടുതൽ ഒന്നും പറയാനില്ല. നിങ്ങൾക്ക് എന്നെ വിലങ്ങുവയ്ക്കാം. എന്റെ ദൈവമേ! സർക്കാർ വക്കീൽ തലയാട്ടിക്കൊണ്ടിരിക്കുന്നു. മേയർ മദലിയെന് ഭ്രാന്താണെന്നാണ് അദ്ദേഹത്തിന്റെ വിശ്വാസം. നിങ്ങൾക്ക് എന്നെ വിശ്വസിക്കാൻ കഴിയുന്നില്ലേ? ഇതു കഷ്ടമാണ്. എന്തുതന്നെയായാലും ഈ മനുഷ്യനെ ശിക്ഷിക്കാൻ പാടില്ല. എന്താണു പറയുന്നത്? അവർക്ക് എന്നെ കണ്ടിട്ട് തിരിച്ചറിയാൻ കഴിയുന്നില്ലെന്നോ? ആ ഴാവേർ ഇവിടെ ഉണ്ടായിരുന്നെങ്കിൽ അയാളെങ്കിലും എന്നെ തിരിച്ചറിയുമായിരുന്നു."

ഈ വാക്കുകൾ ഉൾക്കൊണ്ടിരുന്ന ദാരുണവും അനുകമ്പാർഹവുമായ വ്യാകുലതയെ ഒരു രീതിയിലും ആവിഷ്കരിക്കാൻ ആർക്കും സാധ്യമല്ല.

അയാൾ തടവുകാരെ നോക്കിക്കൊണ്ട് പറഞ്ഞു: "ശരി. പക്ഷേ എനിക്ക് നിങ്ങളെ തിരിച്ചറിയാൻ കഴിയുന്നുണ്ട്. ബ്രവെ, നിനക്ക് ഓർമയുണ്ടോ ———?"

അയാൾ അൽപ്പസമയം അറച്ചുനിന്നതിനുശേഷം പറഞ്ഞു:

"പായ്ക്കപ്പലിൽവെച്ച് നീ ധരിക്കാറുള്ള ചതുരക്കള്ളികളുള്ള ആ തോൾച്ചട്ട നിനക്ക് ഓർമയില്ലേ?"

ബ്രവെ അത്ഭുതത്തോടെ അയാളെ അടിമുടി നോക്കി. അയാൾ സംസാരം തുടർന്നു: "ഷെനിൽദിയു, നിന്റെ ഇരട്ടപ്പേരിന്റെ മൂന്നക്ഷരങ്ങൾ പുറത്തുനിന്നു മായ്ച്ചു കളയാൻ പാത്രത്തിനുള്ളിൽ കനലുനിറച്ച് പൊള്ളിച്ചില്ലേ? പക്ഷേ, ആ

മൂന്നക്ഷരം ഇപ്പോഴും നിന്റെ പുറത്തുതന്നെയുണ്ട്. ശരിയല്ലേ?" ഷെനിൽദിയു പറഞ്ഞു: "ശരിയാണ്." അയാൾ കോഷ്പയിലിനോടു ചോദിച്ചു: "കോഷ്പയിൽ, നിന്റെ ഇടത്തെ കയ്യിൽ കത്തുന്ന ഏതോ പൊടിവിതറി ഒരു തീയതി ആരോ കുറിച്ചിട്ടിട്ടുണ്ട്. നീലനിറത്തിലുള്ള ആ പാടിൽനിന്ന് അന്ന് ചോര ഒലിച്ചിട്ടുണ്ടാവും. ചക്രവർത്തി കാനിൽ എത്തിയ തീയതിയാണ് അവിടെ കുറിച്ചിരിക്കുന്നത്. 1815 മാർച്ച് ഏഴ്. നിന്റെ ഉടുപ്പിന്റെ കൈ ഉയർത്തിനോക്കിയാൽ അതുകാണാം."

കോഷ്പയിൽ ഉടുപ്പിന്റെ കൈ മുകളിലേക്ക് ചുരുട്ടിക്കയറ്റി. ചുറ്റിലുമുള്ള എല്ലാ കണ്ണുകളും അയാളുടെ നഗ്നമാക്കപ്പെട്ട കയ്യുടെ നേർക്ക് തിരിഞ്ഞു. ഒരു പോലീസുകാരൻ വിളക്കുയർത്തി പരിശോധിച്ചു. തീയതി അവിടെ ഉണ്ടായിരുന്നു.

ദുഃഖിതനായ ആ മനുഷ്യൻ പിന്നീട് മൊത്തത്തിൽ കോടതിയെ നോക്കിക്കൊണ്ട് പുഞ്ചിരിച്ചു. ആ പുഞ്ചിരി കാണാൻ ഇടയായവരുടെ മനസിനെ അത് ഇന്നും പിച്ചിച്ചീന്തിക്കൊണ്ടിരിക്കുന്നു. അത് ഒരു വിജയത്തിന്റെ പുഞ്ചിരിയായിരുന്നു, ഒപ്പം നിരാശയുടേയും.

അയാൾ പറഞ്ഞു: "ഞാൻ ഴാങ് വാൽഴാങ് ആണെന്ന് നിങ്ങൾക്ക് ഇപ്പോൾ വ്യക്തമായല്ലൊ?"

കോടതിമുറിക്കുള്ളിൽ അപ്പോൾ ജഡ്ജിയോ കുറ്റവാളികളോ പൊലീസുകാരോ ഉണ്ടായിരുന്നില്ല. തുറിച്ചുനോക്കുന്ന കണ്ണുകളും മിടിക്കുന്ന ഹൃദയങ്ങളും മാത്രമാണ് അവിടെ അവശേഷിച്ചിരുന്നത്. ഓരോരുത്തരും അവർ അഭിനയിക്കുന്ന ഭാഗങ്ങൾ മറന്നുപോയിരുന്നു. സർക്കാർ വക്കീൽ വാദിക്കാനാണ് അവിടെ എത്തിയിരിക്കുന്നതെന്ന് മറന്നുപോയി. പ്രതിഭാഗം വക്കീൽ പ്രതിക്കുവേണ്ടി എതിർവാദം നടത്താനാണ് വന്നതെന്ന് മറന്നുപോയി. ഒരു ചോദ്യംപോലും ആരും ചോദിച്ചില്ല. ഒരു അധികാരിയും ഒരു കാര്യത്തിലും ഇടപെട്ടില്ല. മഹനീയമായ കാഴ്ചകളുടെ പ്രത്യേകത അതു കാണുന്നവന്റെ ആത്മാവിനെ അതു കീഴടക്കും എന്നതാണ്. ഓരോ കാഴ്ചക്കാരനേയും അത് സാക്ഷിയാക്കി മാറ്റും. ഇത്തരം സന്ദർഭങ്ങളിൽ താൻ അനുഭവിക്കുന്നതെന്താണ് എന്നതിനെപ്പറ്റി ഒരാളും ബോധവാനായിരിക്കില്ല. തേജസുറ്റ ഒരു പ്രകാശത്തിനുള്ളിൽ താൻ ആഴ്ന്നുപോയതായി ആരും സ്വയം പറഞ്ഞില്ല. എന്നാൽ മനസിൽ ആ പ്രകാശത്തിന്റെ കണ്ണഞ്ചിപ്പിക്കുന്ന പ്രഭ എല്ലാവരും അറിയുന്നുണ്ടായിരുന്നു.

അവരുടെ കൺമുമ്പിൽ നിൽക്കുന്ന മനുഷ്യൻ ഴാങ് വാൽഴാങ് ആണെന്ന് വ്യക്തമായിക്കഴിഞ്ഞിരുന്നു. ഒരുനിമിഷം മുമ്പ് ഇരുട്ടു മൂടിക്കിടന്ന പ്രശ്നം ഈ മനുഷ്യന്റെ വരവോടെ ഇല്ലാതായി. ജനക്കൂട്ടത്തിന് കൂടുതൽ വിശദീകരണങ്ങളുടെ ആവശ്യം ഉണ്ടായിരുന്നില്ല. ഒരാൾ അയാൾക്കുപകരം മറ്റൊരാൾ ശിക്ഷിക്കപ്പെടാൻ പാടില്ല എന്ന ഉദ്ദേശ്യത്തോടെ സ്വയം സമർപ്പിക്കുന്ന ഗാംഭീര്യമുള്ള കാഴ്ചയാണ് തങ്ങൾ കണ്ടുകൊണ്ടിരിക്കുന്നതെന്ന് ഒറ്റനോട്ടത്തിൽത്തന്നെ എല്ലാവരും തിരിച്ചറിഞ്ഞു. അവർക്ക് വൈദ്യുതാഘാതം ഏൽക്കുന്നതിനു സമാനമായ അനുഭവമായി അതു മാറി. സംശയങ്ങളും വിവരണങ്ങളും എതിർപ്പുകളും വ്യക്തമായിക്കഴിഞ്ഞ വലിയ സത്യത്തിനു മുന്നിൽ അപ്രത്യക്ഷമായി.

ആ തോന്നൽ പെട്ടെന്ന് അവസാനിച്ചു. പക്ഷേ, അതുണ്ടായിരുന്നപ്പോൾ ആർക്കും അതിനെ തടഞ്ഞുനിർത്താൻ കഴിഞ്ഞില്ല.

ഴാങ് വാൽഴാങ് പറഞ്ഞു: "ഞാൻ കോടതി നടപടികൾക്ക് ഉപദ്രവം ഉണ്ടാക്കുന്നില്ല. എന്നെ അറസ്റ്റു ചെയ്യാത്ത സ്ഥിതിക്ക് ഞാൻ പോകുകയാണ്.

സർക്കാർ വക്കീലിന് ഞാൻ എവിടെയാണ് പോകുന്നതെന്ന് അറിയാം. അദ്ദേഹത്തിന് ഇഷ്ടമുള്ളപ്പോൾ എന്നെ അറസ്റ്റു ചെയ്യിക്കാം."

അയാൾ പുറത്തുപോകാനുള്ള വാതിലിനടുത്തെത്തി. ഒരു സംസാരവും ഉണ്ടായില്ല. അയാളെ തടഞ്ഞുനിർത്താൻ ഒരു കൈപോലും കുറകെ നിവർന്നില്ല. എല്ലാവരും ഒതുങ്ങിനിന്നു. ഒരു മനുഷ്യന്റെ മുന്നിൽ ഒതുങ്ങിനിന്ന് അയാളുടെ വഴി സുഗമമാക്കുന്ന, വിവരിക്കാൻ കഴിയാത്ത ദിവ്യമായ പരിവേഷം അയാൾക്കു ചുറ്റും ആ സമയത്ത് നിലനിന്നിരുന്നു. അയാൾ ആൾക്കൂട്ടത്തിനിടയിലൂടെ സാവധാനം നടന്നു. ആരാണ് അയാൾക്ക് പോകാൻ കതകു തുറന്നു കൊടുത്തതെന്ന് അറിയില്ല. അയാൾ അടുത്തുചെന്നപ്പോൾ കതക് തുറന്നു കിടക്കുകയായിരുന്നു. വാതിലിനടുത്തു വെച്ച് അയാൾ തിരിഞ്ഞുനിന്നു പറഞ്ഞു:

"ഞാൻ സർക്കാർ വക്കീലിന്റെ വിളിപ്പുറത്തു തന്നെയുണ്ടാകും."

പിന്നീട് അയാൾ ജനക്കൂട്ടത്തിനോടായി പറഞ്ഞു: "നിങ്ങൾ എനിക്ക് ദയയ്ക്ക് അർഹതയുള്ളതായി വിശ്വസിക്കുന്നു. ശരിയല്ലേ? ദൈവത്തിനെ സാക്ഷി നിർത്തി പറഞ്ഞാൽ ഞാൻ ചെയ്യാൻ തുടങ്ങിയ കാര്യത്തെക്കുറിച്ച് ആലോചിക്കുമ്പോൾ, ഞാൻ അസൂയയ്ക്ക് അർഹതയുള്ളവനായാണ് എനിക്ക് തോന്നുന്നത്. എങ്കിലും ഇതൊന്നും സംഭവിക്കരുതായിരുന്നു എന്നൊരു തോന്നൽ എനിക്കുണ്ട്."

അയാൾ പുറത്തേക്ക് നടന്നു? തുറന്നതുപോലെതന്നെ കതക് അടഞ്ഞു. മഹത്തായ കാര്യങ്ങൾ ചെയ്യുന്നവർക്ക് ജനക്കൂട്ടത്തിനിടയിൽനിന്ന് അവരെ സഹായിക്കാൻ ആരെങ്കിലും ഉണ്ടാവുമെന്ന് ഉറപ്പുണ്ട്.

അരമണിക്കൂറിനകം ഷാങ് മാത്തിയോയെ കുറ്റവിമുക്തനാക്കിക്കൊണ്ടുള്ള വിധി പുറത്തുവന്നു. ഷാങ് മാത്തിയോ മനുഷ്യർക്കെല്ലാം ഭ്രാന്തായിപ്പോയി എന്ന വിശ്വാസത്തിൽ, അവിടെ സംഭവിച്ച കാര്യങ്ങൾ മനസിലാക്കാതെ, അത്ഭുതപ്പെട്ടുകൊണ്ട് അയാൾക്ക് തോന്നിയ വഴിക്ക് നടന്നുപോയി.

പുസ്തകം എട്ട്

തിരിച്ചടി

1. മൊസ്യു മദലിയെൻ തന്റെ മുടി ഏതു കണ്ണാടിയിലാണ് കാണുന്നത്

നേരം പുലർന്നുതുടങ്ങി. ഫന്തീൻ പനികാരണം രാത്രിയിൽ ഉറങ്ങിയില്ല. അവൾ സന്തോഷം തോന്നുന്ന സ്വപ്നങ്ങൾ കണ്ടിരുന്നു. നേരം പുലർന്നു തുടങ്ങിയപ്പോഴും അവൾ ഉറക്കത്തിലായിരുന്നു. രാത്രിയിൽ സിസ്റ്റർ സിംപ്ലീസ് അവൾക്ക് കാവലിരിക്കുകയായിരുന്നു. അവൾ ഉറങ്ങുന്ന സമയംനോക്കി സിസ്റ്റർ ഔഷധശാലയിൽ എത്തി. അവർക്ക് അവിടെനിന്ന് ചില മരുന്നുകൾ എടുക്കാൻ ഉണ്ടായിരുന്നു. നേരം അപ്പോഴും പുലർന്നിരുന്നില്ല. അതുകൊണ്ട് മരുന്നുകുപ്പികൾ മങ്ങിയവെളിച്ചത്തിൽ അടുത്തുകാണാൻവേണ്ടി അവർ കുനിഞ്ഞുനിന്ന് പരിശോധിക്കുകയായിരുന്നു. പെട്ടെന്ന് അവർ തല ഉയർത്തി. കൂട്ടത്തിൽ ചെറുതായി നിലവിളിക്കുകയും ചെയ്തു. മദലിയെൻ അവരുടെ മുന്നിൽ പ്രത്യക്ഷപ്പെട്ടിരുന്നു. നിശ്ശബ്ദനായാണ് അയാൾ അവിടെ കടന്നുവന്നത്. സിസ്റ്റർ ഉറക്കെ പറഞ്ഞു:

"മേയർ, ഇവിടെ?" അയാൾ പതുക്കെ മറുപടിപറഞ്ഞു:

"ആ പാവം പെണ്ണിന് എങ്ങനെയുണ്ട്?"

"ഇപ്പോൾ കുറവുണ്ട്. പക്ഷേ, ഞങ്ങൾ ശരിക്കും ഭയന്നുപോയി."

സിസ്റ്റർ സംഭവിച്ചതെല്ലാം പറഞ്ഞു, "ഇന്നലെ രാത്രിയിൽ അവൾക്ക് അസുഖം കൂടുതലായിരുന്നു." മേയർ മോങ് ഫെർമിയെയിൽ അവളുടെ മകളെ കൂട്ടിക്കൊണ്ടുവരാൻ പോയിരിക്കുകയാണെന്ന വിശ്വാസമാണ് അവളുടെ അസുഖം കുറയാൻ കാരണമെന്ന് സിസ്റ്റർ മദലിയെനോടു പറഞ്ഞു. സിസ്റ്ററിന് മേയറോടു ചോദിക്കാനുള്ള ധൈര്യം ഉണ്ടായിരുന്നില്ല. പക്ഷേ, മേയർ അവിടെ നിന്നല്ല വരുന്നതെന്ന് അവർക്ക് വ്യക്തമായിരുന്നു.

അയാൾ പറഞ്ഞു: "അവൾക്കു തെറ്റുപറ്റി എന്നു പറയാതിരുന്നത് എന്തായാലും നന്നായി."

സിസ്റ്റർ തിരിച്ചു ചോദിച്ചു: "അതു ശരിയാണ്. പക്ഷേ, ഇനിയിപ്പോൾ കുട്ടി കൂടെയില്ലാതെ മേയറെ കാണുമ്പോൾ അവളോട് ഞങ്ങൾ എന്തു പറയും?"

അയാൾ അൽപ്പനേരം ആലോചിച്ചുനിന്നു. പിന്നീട് അയാൾ പറഞ്ഞു:

"ദൈവം നമുക്ക് വഴി കാണിച്ചു തരും."

സിസ്റ്റർ മുറുമുറുത്തു: "പക്ഷേ, ഞങ്ങൾക്ക് അവളോട് കള്ളം പറയാൻ വയ്യ."

സൂര്യപ്രകാശം മുറിക്കുള്ളിലേക്ക് ഇരച്ചുകയറി, മദലിയെന്റെ മുഖത്തും വെളിച്ചം വീണു.

സിസ്റ്റർ മുഖം ഉയർത്തി. അവർ അത്ഭുതത്തോടെ ഉറക്കെ പറഞ്ഞു.

"എന്റെ ദൈവമേ! മേയർക്ക് എന്തുപറ്റി? മേയറുടെ മുടി മൊത്തം വെളുത്തുപോയിരിക്കുന്നു."

അയാൾ ചോദിച്ചു: "വെളുത്തുപോയെന്നോ?"

സിസ്റ്റർ സിംപ്ലീസിന്റെ കയ്യിൽ കണ്ണാടി ഉണ്ടായിരുന്നില്ല. അവർ മേശവലിപ്പിൽനിന്നും കുറേ സാധനങ്ങൾ പുറത്തെടുത്തിട്ടു. കൂട്ടത്തിൽനിന്ന് ഒരു ചെറിയ കണ്ണാടി അവർ തപ്പിയെടുത്തു. രോഗിയുടെ ശ്വാസം ശരീരംവിട്ടുപോയോ എന്നറിയാൻ ആ ചെറിയ കണ്ണാടി ഡോക്ടർ ഉപയോഗിച്ചിരുന്നു. മദലിയെൻ ആ ചെറിയ കണ്ണാടിയിൽ മുഖം നോക്കി. അയാൾ പറഞ്ഞു: "ശരിയാണ്."

താൽപ്പര്യം ഇല്ലാതെയാണ് അയാൾ സംസാരിച്ചത്. മറ്റെന്തൊക്കെയോ കാര്യങ്ങളായിരുന്നു അയാൾ അപ്പോൾ ആലോചിച്ചുകൊണ്ടിരുന്നത്.

എന്തൊക്കെയോ രഹസ്യങ്ങൾ എവിടെയൊക്കെയോ ഉണ്ടെന്ന് സിസ്റ്ററിനു തോന്നി.

അയാൾ ചോദിച്ചു: "എനിക്ക് അവളെ കാണാൻ പാടില്ലേ?"

സിസ്റ്റർ ധൈര്യം സംഭരിച്ച് അയാളോട് ചോദിച്ചു: "മേയർ കുട്ടിയെ കൊണ്ടുവരാൻ പോകുന്നില്ലേ?"

"തീർച്ചയായും പോകും. പക്ഷേ, അതിന് രണ്ടുമൂന്നു ദിവസം വേണം."

ഭയത്തോടെ സിസ്റ്റർ പറഞ്ഞു: "മേയറെ അവൾ കണ്ടില്ലെങ്കിൽ അങ്ങ് തിരിച്ചുവന്നകാര്യം അവൾ അറിയില്ല. ക്ഷമയോടെ കുട്ടിയെ കാത്തിരിക്കാൻ അവൾക്ക് കഴിയും. മേയർ വരുമ്പോൾ മോങ് ഫെർമിയെയിൽനിന്ന് വരുന്നവഴിയാണെന്ന് അവൾ വിചാരിച്ചുകൊള്ളും. അപ്പോൾ ഞങ്ങൾക്ക് കള്ളം പറയുകയും വേണ്ട."

മദലിയെൻ കുറച്ചുസമയം ആലോചനയിലാണെന്നു തോന്നി. പിന്നീട് അയാൾ സാവധാനം പറഞ്ഞു: "അതുപോരാ. നിശ്ചയമായും എനിക്ക് അവളെ കാണണം. ഒരുപക്ഷേ, എനിക്ക് പിന്നീട് സമയം കിട്ടി എന്നു വരില്ല."

അയാൾ ഒരുപക്ഷേ, എന്നു പറഞ്ഞത് കന്യാസ്ത്രീ ശ്രദ്ധിച്ചില്ല. മേയറുടെ വാക്കുകൾക്ക് ആ 'ഒരുപക്ഷേ' വ്യത്യസ്തമായ ഒരു അവ്യക്തത സമ്മാനിച്ചിരുന്നു. സിസ്റ്റർ മുഖം താഴ്ത്തിനിന്നു. അവർ പതുക്കെ പറഞ്ഞു:

"അങ്ങനെയാണെങ്കിൽ അവൾ ഇപ്പോൾ ഉറങ്ങുകയാണ്. മേയർക്ക് അകത്തുപോയി അവളെ കാണാം."

അടയ്ക്കാൻ ബുദ്ധിമുട്ടുള്ള ഫന്തീനിന്റെ മുറിയുടെ കതകിനെപ്പറ്റി അയാൾ ചിലതൊക്കെ പറഞ്ഞു: സുഖമില്ലാത്ത സ്ത്രീ അതിന്റെ ശബ്ദംകേട്ട് ഉണരാൻ ഇടയുണ്ട്. ഒടുവിൽ അയാൾ ഫന്തീനിന്റെ മുറിയിലേക്ക് കടന്നു. കിടക്കയുടെ അടുത്തെത്തി കർട്ടൻ ഒതുക്കിവെച്ചു. അവൾ ഉറക്കത്തിലായിരുന്നു. രോഗത്തിന്റെ

ഭാഗമായ അശുഭകരമായ ശബ്ദം അവളുടെ നെഞ്ചിനുള്ളിൽനിന്ന് പുറത്തേക്കു വരുന്നുണ്ടായിരുന്നു. മരിക്കാറായ മക്കളുടെ ഉറക്കത്തിനു കാവൽനിൽക്കുന്ന ഏതൊരമ്മയുടെയും ഹൃദയം ഈ ശബ്ദം കേട്ടാൽ തകർന്നു പോകും. പക്ഷേ, അവളുടെ മുഖത്തു നിഴലിച്ചിരുന്ന അവാച്യമായ പ്രസന്നതയെ ഈ ശ്വാസഗതിയുടെ ബുദ്ധിമുട്ട് ഒരുതരത്തിലും ബാധിച്ചില്ല. വിളറിയിരുന്ന അവളുടെ മുഖത്ത് വെളുപ്പുനിറം തിരിച്ചുവന്നിരുന്നു. അവളുടെ കവിളുകൾ വീണ്ടും തുടുത്തു. അവളുടെ യൗവ്വനത്തിന്റെ അവശേഷിപ്പായിരുന്ന സ്വർണനിറമുള്ള നീണ്ട കൺപീലികൾ കണ്ണുകൾ അടഞ്ഞിരുന്നതുകൊണ്ട് അവളുടെ കവിളത്തു മുട്ടി ചെറുതായി വിറയ്ക്കുന്നുണ്ടായിരുന്നു. അദൃശ്യമായ ഏതോ ചിറകടിയുടെ കാറ്റ് തട്ടിയിട്ടെന്നപോലെ അവളുടെ ശരീരം ചെറുതായി ചലിച്ചു. അദൃശ്യചിറകുകൾ വിടർത്തി ആരോ അവളെ മറ്റെവിടേക്കോ പറത്തിക്കൊണ്ടുപോകാനുള്ള ശ്രമത്തിലാണെന്നു തോന്നും. അവൾ മരിക്കാൻ പോകുന്നതായി തോന്നിയില്ല. ദൂരെ എവിടേക്കോ അവൾ യാത്രതിരിക്കുകയാണെന്നു തോന്നി.

പൂപറിക്കാനായി ഒരു കൈ നീണ്ടുവരുമ്പോൾ ചെടിക്കൊമ്പുകൾ വിറയ്ക്കും. ചില്ലകൾ പിന്നോട്ടുമാറും. വീണ്ടും അവ മുന്നോട്ടുവരും. മരണത്തിന്റെ രഹസ്യവിരലുകൾ ആത്മാവിനെ അന്വേഷിച്ചു നടക്കുമ്പോൾ മനുഷ്യശരീരത്തിലും ഇത്തരം ചില ചലനങ്ങൾ ഉണ്ടാകാറുണ്ട്.

രോഗിയേയും കുരിശിനേയും മാറിമാറി നോക്കിക്കൊണ്ട് മദലിയെൻ കുറച്ചുസമയം അനങ്ങാതെ നിന്നു. രണ്ടുമാസം മുമ്പ് അവളെ കാണാൻ വേണ്ടി ആദ്യമായി ആ മുറിയിൽ വന്ന സമയത്തും അയാൾ ഇങ്ങനെ ചെയ്തിരുന്നു. ഇപ്പോഴും ആ മുറിക്കുള്ളിൽ എല്ലാം അങ്ങനെതന്നെയുണ്ട്. അവൾ ഉറങ്ങുന്നു. അയാൾ പ്രാർഥിക്കുന്നു. ഏകവ്യത്യാസം അവളുടെ മുടി ചാരനിറമായിരിക്കുന്നു. അയാളുടെ മുടിയിൽ വെളുപ്പുനിറം എത്തിയിരിക്കുന്നു.

അയാളോടൊപ്പം കന്യാസ്ത്രീ മുറിക്കുള്ളിൽ വന്നിരുന്നില്ല. മുറിക്കുള്ളിലുള്ള ആരോടോ ശബ്ദിക്കാതിരിക്കാൻ ആവശ്യപ്പെടുന്നമട്ടിൽ ചൂണ്ടുവിരൽ ചുണ്ടിലമർത്തി അയാൾ കിടക്കയ്ക്കരികിൽ നിന്നു. അവൾ കണ്ണുതുറന്ന് അയാളെ കണ്ടു. പുഞ്ചിരിയോടെ അവൾ ചോദിച്ചു:

"കൊസെത്ത്?"

2. ഫന്തീനിന്റെ സന്തോഷം

അവളുടെ മുഖത്ത് അത്ഭുതമോ സന്തോഷമോ കണ്ടില്ല. അവൾ സ്വയം സന്തോഷമായി മാറിക്കഴിഞ്ഞിരുന്നു. കൊസെത്ത് എവിടെ എന്ന് അവൾ ചോദിച്ചത് തികഞ്ഞ വിശ്വാസത്തോടെ ആയിരുന്നു. സംശയത്തിന്റെ കണികപോലും ആ ചോദ്യത്തിൽ ഉണ്ടായിരുന്നില്ല. പക്ഷേ ആ ചോദ്യത്തിന് മറുപടി പറയാനുള്ള വാക്കുകൾ അയാളുടെ കൈവശം ഉണ്ടായിരുന്നില്ല. അതുകൊണ്ട് വീണ്ടും അവൾ തന്നെ സംസാരിച്ചുതുടങ്ങി:

"അങ്ങ് എവിടെ പോയിരുന്നെന്ന് എനിക്ക് അറിയാം. ഞാൻ ഉറക്കമായിരുന്നു. പക്ഷേ എനിക്ക് അങ്ങയെ കാണാൻ കഴിഞ്ഞു. വളരെ നേരമായി ഞാൻ അങ്ങയെ കണ്ടുകൊണ്ടിരിക്കുകയാണ്. രാത്രി മുഴുവൻ എന്റെ കണ്ണുകൾ അങ്ങയെ പിൻതുടരുകയായിരുന്നു. എല്ലാ ദേവതകളും അങ്ങയുടെ മുകളിൽ വട്ടമിട്ട് പറന്നിരുന്നു."

അയാൾ ക്രൂശിതരൂപത്തിലേക്ക് നോക്കി.

അവൾ സംസാരം തുടർന്നു: "കൊസെത്ത് എവിടെയുണ്ടെന്ന് എന്നോട് പറയണം. ഉണരുന്ന നിമിഷത്തിൽ കാണാൻവേണ്ടി അവളെ എന്റെ കിടക്കയിൽ ഇരുത്താത്തത് കഷ്ടമായിപ്പോയി."

അയാൾ യാന്ത്രികമായി എന്തോപറഞ്ഞു. പറഞ്ഞതെന്താണെന്ന് ഒരിക്കൽക്കൂടി ഓർത്തെടുക്കാൻ പിന്നീട് ഒരിക്കൽപ്പോലും അയാൾക്കു കഴിഞ്ഞില്ല.

ഡോക്ടറോട് വരാൻ അറിയിച്ചിരുന്നതുകൊണ്ട് അയാൾ വന്നു. മദലിയെനെ സഹായിക്കാൻ ഡോക്ടർ തയാറായി. അയാൾ പറഞ്ഞു:

"നിങ്ങൾ സമാധാനമായിരിക്ക്. നിങ്ങളുടെ മകൾ ഇവിടെത്തന്നെയുണ്ട്."

ഫന്തീനിന്റെ കണ്ണുകൾ സന്തോഷംകൊണ്ട് തിളങ്ങി. സന്തോഷം അവളുടെ മുഖത്താകെ അലയടിച്ചു.

അങ്ങേയറ്റം ആർദ്രതയോടും ശക്തിയോടുംകൂടി ദൈവത്തെ ആരാധിക്കുന്ന നിമിഷങ്ങളിലെപ്പോലെ അവൾ കൈകൾ കൂട്ടിപ്പിടിച്ചു.

അവൾ ഉറക്കെപ്പറഞ്ഞു: "അവളെ എന്റെ അടുത്ത് കൊണ്ടുവരണം."

അമ്മയുടെ സങ്കൽപ്പത്തിൽ കൊസെത്ത് ഒക്കത്ത് എടുത്തുകൊണ്ടുവരാവുന്ന ഒരു കൊച്ചുകുട്ടിയായിരുന്നു.

ഡോക്ടർ പറഞ്ഞു: "കുട്ടിയെ നിങ്ങളുടെ അടുത്ത് കൊണ്ടുവരാറായില്ല. ഇപ്പോഴും നിങ്ങൾക്ക് പനിയുണ്ട്. കുട്ടിയെ കണ്ടാൽ നിങ്ങൾക്ക് വിഷമം കൂടും. അതു നിങ്ങളുടെ അവസ്ഥ കൂടുതൽ മോശമാകും. ഞങ്ങൾക്ക് ആദ്യം നിങ്ങളുടെ അസുഖം ചികിത്സിക്കുകയാണ് വേണ്ടത്.

അവൾ കോപത്തോടെ ഇടയ്ക്കുകയറി പറഞ്ഞു: "എനിക്കിപ്പോൾ അസുഖം ഇല്ല. എന്റെ അസുഖം മാറി. ഈ ഡോക്ടർ ഒരു മണ്ടനാണോ? എനിക്ക് എന്റെ മകളെ കണ്ടേ പറ്റൂ."

ഡോക്ടർ പറഞ്ഞു: "നിങ്ങൾക്ക് കോപം വരുന്നുണ്ടെന്ന് നിങ്ങൾക്കിപ്പോൾ മനസിലായല്ലോ? ഈ അവസ്ഥയിൽ കുട്ടിയെക്കാണാൻ ഞാൻ നിങ്ങളെ അനുവദിക്കില്ല. അവളെ കണ്ടാൽ മാത്രം പോരല്ലോ? അവൾക്കുവേണ്ടി നിങ്ങൾക്ക് ജീവിക്കാൻകൂടി കഴിയണം. നിങ്ങൾക്ക് സ്വസ്ഥത ലഭിച്ചുകഴിയുമ്പോൾ ഞാൻ തന്നെ അവളെ നിങ്ങളുടെയടുത്ത് കൊണ്ടുവരാം."

പാവം അമ്മ തലകുനിച്ചിരുന്നു. അൽപ്പം സമയത്തിനുശേഷം അവൾ പറഞ്ഞു: "സാർ എന്നോട് ക്ഷമിക്കണം. ഞാൻ ആത്മാർഥമായി ക്ഷമചോദിക്കുന്നു. ഞാൻ ഇപ്പോൾ സംസാരിച്ചതുപോലെ മുമ്പ് ഒരിക്കലും സംസാരിച്ചിട്ടില്ല. പക്ഷേ, ഞാൻ അനുഭവിക്കുന്ന ഭാഗ്യദോഷങ്ങൾകൊണ്ട് ചിലപ്പോൾ എന്താണ് സംസാരിക്കുന്നതെന്നുപോലും എനിക്ക് മനസിലാകാറില്ല. പെട്ടെന്നു വികാരങ്ങൾക്ക് അടിമപ്പെടുന്നതിനെ ഡോക്ടർ ഭയപ്പെടുന്നു. എനിക്ക് അതു മനസിലായി. ഞാൻ നിങ്ങൾ പറയുന്നതുവരെ കാത്തിരിക്കാം.

പക്ഷേ, എന്റെ മകളെ കാണുന്നതുകൊണ്ട് ഒരു കുഴപ്പവും സംഭവിക്കില്ലെന്ന് എനിക്കുറപ്പുണ്ട്. ഇന്നലെ രാത്രിമുഴുവൻ ഞാൻ അവളുടെ മുഖത്തുനിന്ന് കണ്ണെടുത്തിട്ടില്ല. ഇപ്പോൾ അവളെ എന്റെ അടുത്തു കൊണ്ടുവരികയാണെങ്കിൽ ഞാൻ വളരെ സമാധാനമായിട്ടായിരിക്കും അവളോട് സംസാരിക്കുന്നത്. അവർ മോങ് ഫെർമിയെയിൽ പോയി അവളെ കൂട്ടിക്കൊണ്ടുവരുമ്പോൾ എനിക്ക് അവളെ കാണണമെന്ന് ആഗ്രഹം തോന്നുന്നത് സ്വാഭാവികമല്ലേ?

എനിക്കതിൽ പരാതിയില്ല. എന്റെ ജീവിതത്തിൽ സന്തോഷം വരാൻ പോകുകയാണെന്ന് എനിക്ക് അറിയാം. രാത്രിയിൽ വെളുത്ത മാലാഖമാർ എന്നെ നോക്കി പുഞ്ചിരിച്ചിരുന്നു. ഡോക്ടർ അനുവദിച്ചു കഴിഞ്ഞാൽ അദ്ദേഹം കൊസെത്തിനെ എന്റെ അടുത്ത് കൊണ്ടുവരും. എനിക്ക് ഇപ്പോൾ പനിയില്ല. എന്റെ അസുഖം ഭേദമായി. എനിക്കിപ്പോൾ ഒന്നുമില്ലെന്നാണ് എനിക്കു തോന്നുന്നത്. പക്ഷേ, ഞാൻ അസുഖമാണെന്ന് അഭിനയിക്കാം. ഞാൻ ദീനക്കാരിയെപ്പോലെ കിടന്നില്ലെങ്കിൽ ഇവിടെയുള്ള സ്ത്രീകൾക്ക് അതു പ്രശ്നമാണ്. എനിക്ക് അസുഖം ഇല്ലെന്നു കണ്ടാൽ അവർ പറയും, "ഇനി അവൾക്ക് സത്യത്തിൽ കുട്ടിയെ കൊണ്ടുകൊടുക്കുകയാണ് അവർ ചെയ്യേണ്ടത്."

മദലിയെൻ അവളുടെ കിടക്കയുടെ അടുത്തായി ഒരു കസേരയിൽ ഇരിക്കുകയായിരുന്നു. അവൾ അയാളുടെ മുഖത്തേക്ക് തല ചെരിച്ചുനോക്കി. തനിക്ക് അസുഖമില്ലെന്നു കാണിക്കാൻ അവൾ മനഃപൂർവം ശ്രമിച്ചു. രോഗത്തിന്റെ ക്ഷീണംകൊണ്ട് അവളുടെ ശബ്ദം ഒരു ചെറിയകുട്ടിയുടേതാണെന്ന് തോന്നി. അവൾക്ക് അസുഖം ഇല്ലെന്നു തോന്നിയാൽ ഉടൻതന്നെ അവർ കൊസെത്തിനെ തന്റെ അടുത്തുകൊണ്ടുവരുമെന്ന് അവൾ വിചാരിച്ചു. എങ്കിലും മദലിയെനോട് ഒരായിരം ചോദ്യങ്ങൾ ചോദിക്കാതിരിക്കാൻ അവൾക്ക് കഴിഞ്ഞില്ല:

"മേയർ സാറിന്റെ യാത്ര സുഖമായിരുന്നോ? അവളെ കൂട്ടിക്കൊണ്ടുവരാൻ പോയത് എത്ര നന്നായി? അവൾ ഇപ്പോൾ എങ്ങനെയുണ്ട്? അവൾക്ക് ഇത്രയും ദൂരം സഞ്ചരിച്ചതുകൊണ്ട് പ്രശ്നം ഒന്നും ഇല്ലല്ലൊ? അവൾ ഇപ്പോൾ എന്നെ തിരിച്ചറിയുമോ? കാലം കുറേ ആയില്ലേ? അവൾ എന്നെ മറന്നിട്ടുണ്ടാകും. കുട്ടികൾക്ക് ഓർമ കുറവാണ്. അവർ കിളികളെപ്പോലെയാണ്. അവർ ഇന്ന് ഒരു കാര്യം കാണും നാളെ മറ്റൊന്നുകാണും. പക്ഷേ, ഒന്നും ഓർമയുണ്ടാവില്ല. അവളുടെ വേഷം വൃത്തിയായിരുന്നോ? തെനാർദിയറന്മാർ അവളെ വൃത്തിയായി നോക്കിയിരുന്നില്ലേ? അവർ അവൾക്ക് എങ്ങനെയാണ് ആഹാരം കൊടുത്തിരുന്നത്? എന്റെ കഷ്ടകാലത്ത് ഈ ചോദ്യങ്ങളെല്ലാം സ്വയം ചോദിച്ച് ഞാൻ എന്തുമാത്രം വിഷമിച്ചിട്ടുണ്ടെന്ന് നിങ്ങൾക്ക് അറിയാമോ? ഇപ്പോൾ എന്തായാലും അതെല്ലാം അവസാനിച്ചു. എനിക്കിപ്പോൾ സന്തോഷം മാത്രമാണ് ഉള്ളത്. എനിക്ക് അവളെ ഒന്ന് കാണാൻ കഴിഞ്ഞിരുന്നെങ്കിൽ? മേയർസാർ, എന്റെ മകൾ സുന്ദരിയാണോ? വണ്ടിയിൽ ഭയങ്കര തണുപ്പുകൊണ്ടുകാണും. നിമിഷനേരത്തേക്ക് അവളെ ഇവിടെ കൊണ്ടുവരാൻ പാടില്ലേ? അവർക്ക് അപ്പോൾത്തന്നെ അവളെ തിരിച്ചുകൊണ്ടുപോകാം. സാറിന് ഒന്നു പറയരുതോ? ഇവിടുത്തെ യജമാനൻ സാറല്ലേ? സാർ താൽപ്പര്യം എടുത്താൽ അവർ അവളെ കൊണ്ടുവരാം."

അയാൾ അവളുടെ കൈ കടന്നെടുത്തു. അയാൾ പറഞ്ഞു. "കൊസെത്ത് സുന്ദരിയാണ്. അവൾ സുഖമായിരിക്കുന്നു. നിനക്ക് അവളെ ഉടനെ കാണാം. അധികം സംസാരിക്കണ്ട. നീ ചുമയ്ക്കുന്നത് അതുകൊണ്ടാണ്."

ഓരോ വാക്കു പറയുന്നതിനിടയിലും ഫന്തീൻ ചുമയ്ക്കുന്നുണ്ടായിരുന്നു.

അവൾ ഒന്നും പറഞ്ഞില്ല. കൂടുതൽ കെഞ്ചിയാൽ അവർക്ക് അവളിലുള്ള വിശ്വാസം നഷ്ടപ്പെടുമെന്ന് അവൾ ഭയന്നിരുന്നു.

അവർക്ക് അവളിലുള്ള വിശ്വാസം നഷ്ടമാകരുതെന്ന് അവൾക്ക് നിർബന്ധം ഉണ്ടായിരുന്നു. അതുകൊണ്ട് യാതൊരു ബന്ധവുമില്ലാത്ത മറ്റുകാര്യങ്ങൾ അവൾ സംസാരിച്ചു തുടങ്ങി.

"മോങ് ഫെർമിയെ വളരെ മനോഹരമായ സ്ഥലമാണ്. അല്ലേ? വേനൽക്കാലത്ത് ആളുകൾ അവിടേക്ക് വിനോദയാത്ര നടത്താറുണ്ട്. തെനാർദിയറമ്മാരുടെ കച്ചവടം നല്ലരീതിയിൽ നടക്കുന്നുണ്ടോ? ധാരാളം ആളുകളൊന്നും അതുവഴി പോകാറില്ല. അവരുടെ സത്രം സത്യത്തിൽ ഒരു ഇറച്ചിക്കടമാത്രമാണ്.

മദലിയെൻ അവളുടെ കയ്യിൽനിന്ന് പിടിവിട്ടിരുന്നില്ല. അയാൾ അവളെ ആകാംക്ഷയോടെ നോക്കി. അവളോട് എന്തൊക്കെയോ പറയാനാണ് അയാൾ വന്നതെന്ന് വ്യക്തമായിരുന്നു. പക്ഷേ, അതുപറയാൻ ഇപ്പോൾ അയാൾ അറച്ചുനിൽക്കുകയാണ്. ഡോക്ടർ സന്ദർശനം കഴിഞ്ഞ് തിരിച്ചുപോയി. അവർക്കൊപ്പം ഇപ്പോൾ സിസ്റ്റർ സിംപ്ലീസ് മാത്രമാണ് ഉണ്ടായിരുന്നത്. നിശ്ശബ്ദത തകർത്തുകൊണ്ട് ഫന്തീൻ വിളിച്ചു പറഞ്ഞു:

"എനിക്ക് അവൾ സംസാരിക്കുന്നത് കേൾക്കാൻ കഴിയുന്നുണ്ട്."

ഏതോ ജോലിക്കാരി സ്ത്രീയുടെ കുട്ടി ആശുപത്രിമുറ്റത്ത് കളിക്കുന്നുണ്ടായിരുന്നു. കാവൽക്കാരിയുടെയോ ജോലിക്കാരികളിൽ ഒരുവളുടെയോ കുട്ടിയായിരിക്കാനാണ് സാധ്യത. ഇത്തരം സന്ദർഭങ്ങൾ പലപ്പോഴും ഉണ്ടാകാറുണ്ട്. ദുഃഖങ്ങളുടെ നിഗൂഢതനിറഞ്ഞ ആവിഷ്കാരമായി അത് അനുഭവപ്പെടും. അവിടെയുണ്ടായിരുന്ന ചെറിയ പെൺകുട്ടി ഉറക്കെ ചിരിച്ചും പാട്ടുപാടിയും മുറ്റത്തുകിടന്ന് ഓടിക്കൊണ്ടിരുന്നു. കുട്ടികളുടെ കളിയിൽ എന്തെല്ലാം കാര്യങ്ങൾ കൂടിക്കുഴഞ്ഞു കിടക്കുന്നു. ഈ പെൺകുട്ടിയുടെ പാട്ടാണ് ഫന്തീൻ കേട്ടത്. അവൾ പറഞ്ഞു:

"അത് എന്റെ കൊസെത്താണ്. എനിക്ക് അവളുടെ ശബ്ദം കേട്ടാൽ തിരിച്ചറിയാം."

കുട്ടി അവിടെനിന്ന് തിരിച്ചുപോയി. ആ ശബ്ദം കേൾക്കാതായി. ഫന്തീൻ കുറേനേരം ചെവിയോർത്തു കിടന്നു. അവളുടെ മുഖം മങ്ങി. അവൾ പതുക്കെ പറയുന്നത്. മദലിയെൻ കേട്ടു: "എന്റെ കുട്ടിയെ കാണിക്കാത്ത ആ ഡോക്ടർ ദുഷ്ടനാണ്. അയാളുടെ മുഖം കണ്ടാൽതന്നെ അതു മനസിലാകും."

സന്തോഷംനിറഞ്ഞ ചിന്തകളുടെ പരമ്പര വീണ്ടും അവളുടെ മനസിൽ തിരിച്ചെത്തി. തലയണയിൽ മുഖം തിരിഞ്ഞുകിടന്ന് അവൾ തനിയെ സംസാരിച്ചുകൊണ്ടിരുന്നു: "നമുക്ക് എന്തു സന്തോഷമായിരിക്കും. ആദ്യം നമുക്ക് ഒരു ചെറിയ തോട്ടം ഉണ്ടാക്കണം. അത് ഉണ്ടാക്കിത്തരാമെന്ന് മദലിയെൻസാർ സമ്മതിച്ചിട്ടുണ്ട്. എന്റെ കുട്ടി തോട്ടത്തിൽ ഓടിക്കളിക്കും. അവൾ ഇപ്പോൾ അക്ഷരങ്ങളൊക്കെ പഠിച്ചിട്ടുണ്ടാകും. എങ്കിൽ ഞാൻ അവളെ അക്ഷരങ്ങളുടെ ഉച്ചാരണം പഠിപ്പിക്കും. അവൾ പുൽത്തകിടിയിലെ ചിത്രശലഭങ്ങളുടെ പിന്നാലെ പോകും. ഞാൻ പക്ഷേ, അവളെ ശ്രദ്ധിക്കുന്നുണ്ടാകും. പിന്നീട് അവളുടെ ആദ്യകുർബാന വരും. എന്നാണ് അവളുടെ ആദ്യകുർബാന നടത്തേണ്ടത്?

അവൾ കൈവിരലുകൾ മടക്കി കൊസെത്തിന്റെ വയസ്സ് കണക്കുകൂട്ടാൻ തുടങ്ങി.

"ഒന്ന്, രണ്ട്, മൂന്ന്, നാല്. അവൾക്കിപ്പോൾ ഏഴുവയസായി. അഞ്ചുകൊല്ലത്തിനകം അവൾക്ക് വെള്ളഫ്രോക്കും സുഷിരങ്ങളുള്ള സ്റ്റോക്കിങ്ങുകളും വാങ്ങണം. അവൾ അപ്പോൾ കാണാൻ ഒരു കൊച്ചുസുന്ദരി ആയിരിക്കും. എന്റെ സിസ്റ്ററേ എന്റെ ഒരു വിഡ്ഢിത്തം നിങ്ങൾക്ക് പറഞ്ഞാൽ മനസിലാകില്ല. ഞാൻ എന്റെ മകളുടെ ആദ്യകുർബാനയെപ്പറ്റിയാണ് ഇവിടെ കിടന്നുകൊണ്ട് ആലോചിക്കുന്നത്."

പിന്നീട് അവൾ ചിരിക്കാൻ തുടങ്ങി.

അയാൾ ഇപ്പോൾ ഫന്തീനിന്റെ കൈകളിൽ പിടിച്ചിരുന്നില്ല. കാറ്റിന്റെ ഇരമ്പം ശ്രദ്ധിക്കുന്നതുപോലെ അയാൾ അവളുടെ സംസാരം കേട്ടുകൊണ്ട് തലകുനിച്ചിരിക്കുകയായിരുന്നു. അയാളുടെ മനസ്സ് അവിശ്വസനീയമായ ചിന്തകളിലൂടെ മുങ്ങാംകുഴിയിട്ടു. പെട്ടെന്ന് അവൾ സംസാരം നിർത്തി. യാന്ത്രികമായി അവൾ തല ഉയർത്തി. ഫന്തീനിന്റെ മുഖം ഭയാനകമായി.

അവൾ സംസാരിച്ചില്ല. അവളുടെ ശ്വാസം നിലച്ചുപോയതുപോലെ തോന്നി. അവൾ കിടക്കയിൽ പകുതി എഴുന്നേറ്റിരുന്നു. അവളുടെ ശോഷിച്ച തോളിൽനിന്ന് പുതപ്പ് ഊർന്നുവീണു. ഒരുനിമിഷം മുമ്പ് തിളങ്ങിയിരുന്ന അവളുടെ മുഖം പെട്ടെന്ന് കരുവാളിച്ചു. അവളുടെ കണ്ണുകൾ ഭയാനകമായ കാഴ്ച കണ്ടതുപോലെ തുറിച്ചിരുന്നു. മുറിയുടെ മൂലയിലിരുന്ന എന്തിലോ അവൾ തുറിച്ചുനോക്കുകയാണെന്നു തോന്നി.

അയാൾ ഉറക്കെ പറഞ്ഞു: “ഈശ്വരാ! ഫന്തീൻ നിനക്ക് എന്തുപറ്റി?”

അവൾ മറുപടി പറഞ്ഞില്ല. അവൾ നോക്കുന്നതായി തോന്നിയ വസ്തുവിൽനിന്ന് അവൾ കണ്ണുകൾ പിൻവലിച്ചില്ല. ഒരു കൈകൊണ്ട് അവൾ അയാളുടെ കൈപ്പത്തിയിൽ തൊട്ടു. മറ്റേ കൈകൊണ്ട് അയാളോട് പുറംതിരിഞ്ഞു പിന്നിലേക്ക് നോക്കാനുള്ള ആംഗ്യം കാണിച്ചു അയാൾ തിരിഞ്ഞു നോക്കി.

ഴാവേർ അവിടെ നിൽക്കുന്നുണ്ടായിരുന്നു.

3. ഴാവേറിന്റെ സംതൃപ്തി

നമുക്ക് സംഭവിച്ച കാര്യങ്ങൾ പരിശോധിക്കാം. ആറായിലെ കോടതിയിൽ മദലിയെൻ പുറത്തുകടക്കുമ്പോൾ രാത്രി പന്ത്രണ്ടരയുടെ മണി മുഴങ്ങുന്നുണ്ടായിരുന്നു.

മെയിൽ വണ്ടിയുടെ തൊട്ടുമുമ്പ് അയാൾ സത്രത്തിൽ തിരിച്ചെത്തി. തിരിച്ചുപോകാൻ വേണ്ടി അയാൾ അതിൽ സീറ്റു സംവരണം ചെയ്തകാര്യം ഓർമയുണ്ടല്ലോ. ആറുമണിയാകുന്നതിനു മുമ്പുതന്നെ അയാൾ എം പട്ടണത്തിൽ എത്തി. എം ൽ തിരിച്ചെത്തിയതിനുശേഷം അയാൾ ആദ്യം ചെയ്തത്, എം ലാഫീത്തിന് ഒരു കത്തെഴുതി അയയ്ക്കുകയായിരുന്നു. പിന്നീട് ഫന്തീനിനെ കാണാനായി അയാൾ ആശുപത്രിയിൽ വന്നു.

അയാൾ കോടതിയിൽനിന്ന് പുറത്തുകടന്ന ഉടനെ സർക്കാർ വക്കീൽ ആദ്യത്തെ ഞെട്ടലിൽനിന്ന് രക്ഷപ്പെട്ട നിമിഷത്തിൽത്തന്നെ ബഹുമാന്യനായ എം പട്ടണത്തിലെ മേയറുടെ ഭ്രാന്തൻ ജൽപ്പനങ്ങളിലുള്ള അദ്ദേഹത്തിന്റെ ഖേദം രേഖപ്പെടുത്തി. ഈ സംഭവം കൊണ്ട് തന്റെ വാദഗതിയിൽ യാതൊരു വ്യത്യാസവും വന്നിട്ടില്ലെന്നും യഥാർഥ ഴാങ് വാൽഴാങ് കോടതിയിലുള്ള ഷാങ്മാത്തിയോ തന്നെയാണെന്നും അയാൾക്കുള്ള ശിക്ഷ വിധിക്കണമെന്നും വക്കീൽ ആവശ്യപ്പെട്ടു. സർക്കാർ വക്കീലിന്റെ ഈ വാദം അവിടെ കൂടിയ ജനക്കൂട്ടത്തിന്റെയും കോടതിയുടെയും ജൂറിമാരുടെയും അഭിപ്രായത്തിന് എതിരായിരുന്നു. പ്രതിഭാഗം വക്കീലിന് സർക്കാർ വക്കീലിന്റെ നെടുങ്കൻ പ്രഭാഷണത്തിന് മറുപടി പറയാൻ വലിയ ബുദ്ധിമുട്ട് ഉണ്ടായിരുന്നില്ല. യഥാർഥ ഴാങ് വാൽഴാങ് ആരാണെന്ന് മദലിയെൻ വെളിപ്പെടുത്തിയതിനുശേഷം കേസിന്റെ സ്വഭാവത്തിൽ അടിമുടി വ്യത്യാസം വന്നിരുന്നു. ജൂറിക്കു മുമ്പിൽ ഇപ്പോൾ ഒരു നിഷ്കളങ്ക

നായ മനുഷ്യൻ മാത്രമാണ് അവശേഷിച്ചിരുന്നത്. കോടതിക്കുപറ്റിയ തെറ്റ് ഉൾപ്പെടുത്തിക്കൊണ്ടുതന്നെ പ്രതിഭാഗം വക്കീൽ വളരെ തീക്ഷ്ണമായ ചില അഭ്യർഥനകൾ നടത്തി. ജഡ്ജി അദ്ദേഹത്തിന്റെ അന്തിമ വിധി പറയലിൽ പ്രതിഭാഗം വക്കീലിന്റെയും ജൂറിമാരുടെയും അഭിപ്രായത്തോട് യോജിച്ചു. അൽപ്പസമയത്തെ കൂടിയാലോചനകൾക്കുശേഷം അദ്ദേഹം ഷാങ് മാത്തിയോയെ കുറ്റവിമുക്തനാക്കി.

എന്തു തന്നെ ആയാലും സർക്കാർ വക്കീലിന് അത്യാവശ്യമായും ഴാങ് വാൽഴാങ്ങിനെ കിട്ടണം. ഷാങ് മാത്തിയോയെ നഷ്ടപ്പെട്ടപ്പോൾ അദ്ദേഹം മദലിയെനെ പിടികൂടി.

ഷാങ് മാത്തിയോയെ വിട്ടയച്ചതിനുശേഷം ഉടൻതന്നെ സർക്കാർ വക്കീൽ ജഡ്ജിയുമായി രഹസ്യസംഭാഷണം നടത്തി. എം പട്ടണത്തിലെ മേയറുടെ അറസ്റ്റിന്റെ അനിവാര്യതയെപ്പറ്റിയാണ് അവർ സംസാരിച്ചത്. അറ്റോണി ജനറലിനുള്ള റിപ്പോർട്ടിൽ സർക്കാർ വക്കീൽ ഈ കാര്യങ്ങളെല്ലാം വിശദീകരിച്ച് എഴുതുകയും ചെയ്തു.

ആദ്യത്തെ ബഹളം അവസാനിച്ചപ്പോൾ ജഡ്ജി ചില എതിർപ്പുകൾ പ്രകടിപ്പിച്ചു. നീതിക്ക് അതിന്റേതായ മാർഗങ്ങൾ ഉണ്ട്. സത്യം പറഞ്ഞാൽ ജഡ്ജി അനുകമ്പയുള്ളവനും ബുദ്ധിമാനും ആയിരുന്നെങ്കിലും, അതിനെല്ലാം ഉപരി ഒരു തികഞ്ഞ രാജഭക്തൻകൂടി ആയിരുന്നു. കാനിൽ പട്ടാളം കപ്പലിറങ്ങിയ തീയതി പരാമർശിക്കുമ്പോൾ ബോണപ്പാർട്ട് കരയിൽ ഇറങ്ങിയ തീയതി എന്നതിനു പകരം ചക്രവർത്തി വന്നിറങ്ങിയ തീയതി എന്ന് മേയർ പറയുന്നതുകേട്ട് ജഡ്ജി ശരിക്കും ഞെട്ടിയിരുന്നു.

അറസ്റ്റിന് അനുവാദം കിട്ടാൻ പിന്നീട് താമസം ഉണ്ടായില്ല. സർക്കാർ വക്കീൽ ഉടൻതന്നെ ഴാവേറിന്റെ അടുത്തേക്ക് ഒരു ദൂതനെ പറഞ്ഞുവിട്ടു.

സാക്ഷിവിസ്താരം കഴിഞ്ഞ ഉടൻതന്നെ ഴാവേർ എം ലേക്ക് തിരിച്ചുപോയകാര്യം നമ്മൾ ഇവിടെ ഓർക്കണം.

ദൂതൻ ബുദ്ധിമാനായ ഒരു പൊലീസുകാരൻ ആയിരുന്നു. ആറായിൽ സംഭവിച്ച കാര്യങ്ങൾ രണ്ടുവാചകങ്ങൾകൊണ്ട് അയാൾ ഴാവേറിനെ മനസിലാക്കി.

സർക്കാർ വക്കീൽ ഒപ്പിട്ട അറസ്റ്റിനുള്ള കൽപ്പന അയാൾ രണ്ടുവരികൾക്കുള്ളിൽ ഒളിപ്പിച്ചുവെച്ചു.

“മദലിയെൻ സാറിനെ ഇൻസ്പെക്ടർ ഴാവേർ അറസ്റ്റുചെയ്യണം. എം ലെ മേയർ വിട്ടയയ്ക്കപ്പെട്ട തടവുപുള്ളി ഴാങ് വാൽഴാങ് ആണെന്ന് കോടതിയിൽ തെളിയിക്കപ്പെട്ടിരിക്കുന്നു.”

ഴാവേറിനെ പരിചയം ഇല്ലാത്ത ഒരാൾക്ക് അയാൾ ആശുപത്രിയുടെ ഹാളിലേക്ക് കടന്നുവരുന്നതു കണ്ടാൽ എന്താണ് അവിടെ സംഭവിക്കാൻ പോകുന്നതെന്ന് ഭാവനയിൽപ്പോലും കാണാൻ കഴിയുമായിരുന്നില്ല. അയാളുടെ മുഖഭാവം അത്രമാത്രം സ്വാഭാവികമായിരുന്നു. അയാൾ തികച്ചും ശാന്തനായിരുന്നു. അയാളുടെ മുഖത്ത് കോപത്തിന്റെ ഒരു ലക്ഷണവും ഉണ്ടായിരുന്നില്ല. നരച്ച മുടി നെറ്റിയിൽ പറ്റിക്കിടന്നു. പക്ഷേ, അയാളെ അടുത്ത് അറിയാവുന്ന ആരെങ്കിലും വളരെ സൂക്ഷ്മമായി പരിശോധിച്ചിരുന്നെങ്കിൽ അയാൾ അത്ഭുതപ്പെടുമെന്ന് ഉറപ്പായിരുന്നു. ഴാവേറിന്റെ തോലുകൊണ്ടുള്ള തോൾ ബെൽറ്റിന്റെ കൊളുത്ത് കഴുത്തിനു പിന്നിൽ വരേണ്ടതിനുപകരം ചെവിക്കുതാഴെയാണ് അന്ന് മുറുക്കിയിട്ടി

രുന്നത്. ഇത് പതിവില്ലാത്ത തരത്തിൽ അയാൾ മാനസിക സംഘർഷം അനുഭവിച്ചുകൊണ്ടിരുന്നതിന്റെ തെളിവായിരുന്നു.

ഴാവേർ ഒന്നിലും കുലുങ്ങുന്നവനല്ല. അയാളുടെ ചുമതലയിലും യൂണിഫോമിലും ഒരിക്കൽപ്പോലും അയാൾ വീഴ്ചവരുത്തിയിട്ടില്ല. ഉടുപ്പിലെ ബട്ടണുകൾ ഇടുന്നതിലുള്ള നിഷ്ഠ അയാൾ ചട്ടം അനുസരിച്ച് കുറ്റവാളികളോട് ഇടപെടുന്നതിലും കാണിച്ചിരുന്നു.

അയാളെ സംബന്ധിച്ചിടത്തോളം തോൾ ബെൽറ്റിന്റെ സ്ഥാനം മാറിക്കിടക്കുന്ന കൊളുത്ത് ആത്മാവിൽ ഒരു ഭൂമികുലുക്കം ഉണ്ടായതിന്റെ ഞെട്ടൽ തന്നെയാണ്.

കോലാഹലങ്ങൾ ഇല്ലാതെയാണ് അയാൾ വന്നത്. ഒരു മുതിർന്ന പൊലീസുകാരനെയും മറ്റുനാലു പൊലീസുകാരെയും അയാൾ സ്റ്റേഷനിൽനിന്നും കൂടെ കൊണ്ടുവന്നിരുന്നു. പൊലീസുകാരെ അയാൾ മുറ്റത്തു നിർത്തി. കാവൽക്കാരി അയാളെ ഫന്തീനിന്റെ മുറിയിലേക്ക് കൂട്ടിക്കൊണ്ടുവന്നു. മേയറെ അന്വേഷിച്ച് പൊലീസുകാർ മുറയ്ക്ക് വന്നിരുന്നതുകൊണ്ട് അവർക്ക് അവരുടെ വരവിൽ ഒരു സംശയവും തോന്നിയില്ല.

ഫന്തീനിന്റെ മുറിയുടെ വാതിൽ താക്കോൽ തിരിച്ച് രോഗിയെ പരിചരിക്കുന്ന നെഴ്സ് അല്ലെങ്കിൽ ഒരു പൊലീസ് ചാരൻ കതകുതുറക്കുന്ന മട്ടിൽ സാവധാനം തുറന്ന് അയാൾ മുറിക്കുള്ളിൽ കടന്നു.

കൃത്യമായിപ്പറഞ്ഞാൽ അയാൾ മുറിക്കുള്ളിൽ കടന്നില്ല. പകുതി തുറന്ന വാതിലിൽ തൊപ്പി തലയിൽനിന്ന് ഊരിമാറ്റാതെ ഇടതുകൈ പുറംകുപ്പായത്തിന്റെ പോക്കറ്റിനുള്ളിൽ ഒളിപ്പിച്ചുവെച്ച് നിശ്ചലനായി അയാൾ നിലയുറപ്പിച്ചു എന്നു പറയുകയാവും ശരി. പുറംകുപ്പായത്തിന്റെ കഴുത്തുവരെയുള്ള എല്ലാ ബട്ടണുകളും അയാൾ കൃത്യമായി ഇട്ടിരുന്നു. കുപ്പായത്തിന്റെ ഉള്ളിൽ ഒളിപ്പിച്ചുവെച്ച അയാളുടെ തടിയൻലാത്തിയുടെ ഈയംകെട്ടിയ അറ്റം ചെറുതായി പുറത്തു കാണുന്നുണ്ടായിരുന്നു.

ഒരുമിനിറ്റു സമയം ആരാലും ശ്രദ്ധിക്കപ്പെടാതെ അയാൾ അവിടെ നിന്നു. പെട്ടെന്ന് ഫന്തീൻ കിടക്കയിൽ എഴുന്നേറ്റിരുന്നു. അവൾ അയാളെ കണ്ടു. അവൾ പിന്നീട് മദലിയെനെക്കൊണ്ട് പിന്നിലേക്ക് തിരിഞ്ഞു നോക്കിപ്പിച്ചു.

അനങ്ങാതെ മുന്നോട്ടു നടന്നുനീങ്ങാതെ നിന്നിരുന്ന ഴാവേറിന്റെ കണ്ണുകളുമായി മദലിയെന്റെ കണ്ണുകൾ ഇടഞ്ഞ നിമിഷത്തിൽ ഴാവേർ ശരിക്കും ഒരു ഭീകരനായി മാറി. സന്തോഷത്തോളം ഭയാനകമായി മാറുന്ന മറ്റൊരു വികാരവും മനുഷ്യൻ അനുഭവിച്ചിട്ടില്ല.

അപ്പോൾ അയാൾക്ക് ഒരു ഇരയെ വീണ്ടും കണ്ടുമുട്ടിയ പിശാചിന്റെ മുഖഭാവമായിരുന്നു.

ഴാങ് വാൽഴാങ്ങിനെ പിടികൂടിയതിൽ ഴാവേറിനു മനസിൽ തോന്നിയ സംതൃപ്തി മുഴുവൻ അയാളുടെ മുഖത്തുകാണാൻ കഴിഞ്ഞു. ആഴങ്ങളിലെ അസ്വസ്ഥത ഉപരിതലത്തിലേക്ക് പൊന്തിവന്നു. ഷാങ് മാത്തിയോായെ തെറ്റിദ്ധരിച്ചതിന്റെ നാണക്കേട് പെട്ടെന്നുതന്നെ സത്യം പുറത്തുവന്നതിന്റെ അഹംഭാവംകൊണ്ട് ഇല്ലാതായി. ഴാവേറിന്റെ സംതൃപ്തി അയാളുടെ ആധികാരികമായ പെരുമാറ്റത്തിൽനിന്ന് വ്യക്തമായിരുന്നു.

വിജയം അയാളുടെ ഇടുങ്ങിയ നെറ്റിയെ കൂടുതൽ വിരൂപമാക്കി. സംതൃപ്തമായ മുഖത്തു പ്രത്യക്ഷപ്പെടാവുന്ന ഭയാനകതയുടെ പൂർണത അയാളുടെ മുഖത്ത് അപ്പോൾ കാണാൻ കഴിഞ്ഞിരുന്നു.

ആ നിമിഷങ്ങളിൽ ഴാവേർ സ്വർഗത്തിൽ ആയിരുന്നു. അയാൾ സ്വന്തം വികാരങ്ങൾ എന്താണെന്ന് പരിശോധിച്ചില്ല. അയാളുടെ വിജയത്തിന്റെ അനിവാര്യതയെ പറ്റിയുള്ള തോന്നൽ സഹിക്കാൻ കഴിയാതെ, തിന്മയ്ക്കെതിരായുള്ള നീതി, ന്യായം, സത്യം, വിവേകം ഇവയുടെയെല്ലാംതന്നെ ആൾരൂപമായി ഴാവേർ സ്വയം മാറിയിരുന്നു. അധികാരം, മുൻകാല പരിചയം, നിയമബോധം, നിയമാനുസൃതമായ പ്രതികാരം, തുടങ്ങിയ നക്ഷത്രങ്ങൾ തിളങ്ങിക്കൊണ്ടിരിക്കുന്ന ഒരു ആകാശം അയാളെ ആവരണം ചെയ്തിരിക്കുന്നു. അവ അയാൾക്ക് പിന്തുണനൽകുന്നു. അയാൾ സമാധാനം സംരക്ഷിക്കുന്നു. അയാൾ നിയമത്തിന്റെ ഇടിമുഴക്കം പുറപ്പെടുവിക്കുന്നു. അയാൾ സമൂഹത്തിന്റെ പ്രതികാരം നടപ്പിലാക്കുന്നു.

അയാൾ പരമാത്മാവിനെ സഹായിക്കുന്നു. അയാൾ മഹനീയമായ ഒരു ദീപ്തിവലയത്തിനുള്ളിൽ നിവർന്നുനിൽക്കുന്നു. അയാളുടെ വിജയത്തിൽ മത്സരത്തിന്റെയും പോരാട്ടത്തിന്റെയും അവശിഷ്ടങ്ങൾ ഉണ്ട്. ക്രൂരനായ ഒരു ദേവൻ കോപത്തോടെ, തന്റെ അമാനുഷമായ മൃഗീയതയുടെ പ്രതാപത്തോടെ, പ്രത്യക്ഷപ്പെട്ടതുപോലെയായിരുന്നു ഴാവേർ നിന്നിരുന്നത്. ചുരുട്ടിപ്പിടിച്ചിരുന്ന അയാളുടെ കൈപ്പത്തിയിൽ, അയാൾ ചെയ്യാൻ പോകുന്ന പ്രവൃത്തിയുടെ ഭയാനകമായ നിഴൽ തെളിഞ്ഞുകാണാം. സമൂഹം രഹസ്യമായി സ്വന്തം വാൾ അയാളിലൂടെ ചുഴറ്റുകയാണ്. കുറ്റകൃത്യങ്ങൾക്കും തിന്മകൾക്കും അതിക്രമങ്ങൾക്കും സർവനാശത്തിനും നരകത്തിനും മുകളിൽ അയാൾ സ്വന്തം കാൽ അമർത്തി ചവിട്ടിയിരിക്കുന്നു. അവിടെ ഉറച്ചു നിന്നുകൊണ്ട് അയാൾ പുഞ്ചിരിക്കുന്നു. അയാൾ അവയെയെല്ലാം നാമാവശേഷമാക്കുന്നു. അയാൾ അവിടെ നിന്നുകൊണ്ടുതന്നെ പ്രകാശം പൊഴിക്കുന്നു. രാക്ഷസതുല്യനായ ഈ സെന്റ് മൈക്കലിനുള്ളിൽ പ്രതിരോധിക്കാൻ കഴിയാത്ത ഒരു പ്രതാപശാലി ഉണ്ട്.

ഴാവേർ ഭയങ്കരനായിരുന്നെങ്കിലും നീചൻ ആയിരുന്നില്ല.

സത്യസന്ധത, ആത്മാർഥത, ആർജവം, വിശ്വാസം, ചുമതലാബോധം ഇവയൊക്കെ തെറ്റായ രീതിയിൽ പ്രയോഗിക്കപ്പെട്ടാൽ അതിന്റെ ഫലം ഭയാനകമായിരിക്കും. എങ്കിലും അവയുടെ മേന്മ ഒട്ടും കുറയുന്നില്ല. മനുഷ്യമനഃസാക്ഷിയുടെ മുന്നിൽ അവ മഹനീയതയോടും പ്രതാപത്തോടും തന്നെ നിലനിൽക്കുന്നു. എല്ലാ ഭയപ്പാടുകളുടെ നടുവിൽപോലും അവ ഒരേയൊരു തിന്മമാത്രമുള്ള നന്മകളാണ്. തെറ്റുപറ്റാനുള്ള സാധ്യതയാണ് അവയുടെ തിന്മ. മതഭ്രാന്തന് ഒരു ദുഷ്പ്രവൃത്തിയിലൂടെ ലഭിക്കുന്ന വിശദീകരണമില്ലാത്ത ഇരുണ്ട തേജസ്സ് കാണുമ്പോൾ മനുഷ്യർക്ക് അയാളോട് ആദരവ് തോന്നാൻ സാധ്യതയുണ്ട്. ഇതു തിരിച്ചറിയാതെ വിജയിച്ച ഏതൊരു മണ്ടനേയുംപോലെ ഴാവേറിനു തോന്നിയ സന്തോഷം സത്യത്തിൽ ദയനീയമായ ഒരു അവസ്ഥതന്നെയാണ്. ഈ അവസ്ഥയേക്കാൾ രൂക്ഷവും ഭയാനകവുമായി ഈ ലോകത്ത് മറ്റൊരു കാര്യവും കാണാൻ കഴിയില്ല. അയാളുടെ ഈ അവസ്ഥ നന്മയുടെ എല്ലാ തിന്മകളും വെളിപ്പെടുത്തുന്നതായി നമുക്ക് പറയാം.

4. അധികാരം അതിന്റെ സ്വാധീനം തിരിച്ചുകൊണ്ടുവരുന്നു

ഴാവേറിന്റെ അടുത്തുനിന്ന് മേയർ അവളെ രക്ഷപ്പെടുത്തിക്കൊണ്ടു വന്നതിനുശേഷം ഫന്തീൻ ഴാവേറിനെ കണ്ടിരുന്നില്ല. സ്വസ്ഥത ഇല്ലാത്ത അവസ്ഥയിൽ അവൾക്ക് ഒന്നും മനസിലായില്ല. ഒരു കാര്യം മാത്രം അവൾക്ക് ഉറപ്പുണ്ടായിരുന്നു. അവൾക്കുവേണ്ടിയാണ് ഴാവേർ അവിടെ എത്തിയിരിക്കുന്നത് എന്ന കാര്യത്തിൽ മാത്രം അവൾക്ക് സംശയം ഉണ്ടായിരുന്നില്ല. അയാളുടെ ഭയാനകമായ മുഖം അവൾക്ക് സഹിക്കാൻ കഴിഞ്ഞില്ല. അവൾക്ക് താൻ മരിച്ചുകൊണ്ടിരിക്കുകയാണെന്ന തോന്നൽ ഉണ്ടായി. രണ്ടു കൈകളും ഉയർത്തി അവൾ മുഖം പൊത്തിപ്പിടിച്ചു. തീവ്രവേദനയോടെ അവൾ കരഞ്ഞു:

"മദലിയൻസാർ; എന്നെ രക്ഷിക്കണേ."

ഴാങ് വാൽഴാങ് എഴുന്നേറ്റു. നമുക്ക് അയാളെ ഇനി മുതൽ മറ്റൊരു പേരും വിളിക്കേണ്ട. അയാൾ ഫന്തീനിനോട് സൗമ്യമായി പറഞ്ഞു:

"നീ ഭയക്കണ്ട. അയാൾ വന്നത് നിനക്കു വേണ്ടിയല്ല."

പിന്നീട് അയാൾ ഴാവേറിനോടു സംസാരിച്ചു:

"നിങ്ങൾക്ക് വേണ്ടത് എന്താണെന്ന് എനിക്ക് അറിയാം" ഴാവേർ മറുപടി പറഞ്ഞു:

"എങ്കിൽപ്പിന്നെ താമസിക്കണ്ട."

ഒരു വന്യമൃഗത്തെയോ ഭ്രാന്തനെയോ ഓർമപ്പെടുത്തുന്ന ചിലതൊക്കെ ഴാവേറിന്റെ ശബ്ദത്തിൽ മറഞ്ഞിരിക്കുന്നുണ്ടായിരുന്നു. "എങ്കിൽ പിന്നെ താമസിക്കേണ്ട" എന്നു പറയുമ്പോൾ "എങ്കീ പുണ്ണെ താമസിക്കേണ്ട" എന്ന് ബോധപൂർവം ഉച്ചാരണം വികൃതമാക്കിയാണ് അയാൾ സംസാരിച്ചത്. അക്ഷരശുദ്ധിശാസ്ത്രത്തിന് ഒരുതരത്തിലും അയാളുടെ ഉച്ചാരണരീതിയുടെ അർഥം വെളിപ്പെടുത്താൻ കഴിയില്ല. അത് ഒരുതരത്തിലും ഒരു മനുഷ്യന്റെ സംസാരം ആയിരുന്നില്ല. അത് ഒരുതരം ഓരിയിടൽ ആയിരുന്നു.

പതിവു ചടങ്ങുകളിലൂടെ അന്ന് അയാൾ കടന്നുപോയില്ല. അയാൾ സംസാരിച്ചില്ല. അറസ്റ്റുവാറന്റ് കാണിച്ചില്ല. അയാളുടെ കണ്ണിൽ ഴാങ് വാൽഴാങ് മനസിലാക്കാൻ കഴിയാത്ത ഒരു പ്രതിയോഗിയായിരുന്നു. അഞ്ചുവർഷമായി കണ്ടുപിടിക്കാൻ കഴിയാത്ത നിഴലുപോലെയുള്ള ഒരു ഗുസ്തിക്കാരൻ. അയാളെ ഇതുവരെ പരാജയപ്പെടുത്താൻ ഴാവേറിനു കഴിഞ്ഞിരുന്നില്ല. ഴാങ് വാൽഴാങ്ങിന്റെ അറസ്റ്റ് ഒരു തുടക്കമായിരുന്നില്ല. എന്തിന്റെയോ അവസാനമായിരുന്നു. പിന്നീട് അയാൾ ഇത്രമാത്രമേ പറഞ്ഞുള്ളൂ: "താമസിക്കണ്ട" ഇതു പറയുമ്പോൾ അയാൾ ഒരടിപോലും മുന്നോട്ട് നടന്നില്ല. ചൂണ്ടപോലെയുള്ള അയാളുടെ നോട്ടം ഴാങ് വാൽഴാങ്ങിനുവേണ്ടി അയാൾ നീട്ടിയെറിഞ്ഞു. സാധാരണ ഭാഗ്യഹീനരായ മനുഷ്യരെ കൊളുത്തിവലിച്ചു കൊണ്ടുപോകുന്നതിന് ഈ പ്രത്യേകനോട്ടം അയാൾ പ്രയോജനപ്പെടുത്തിയിരുന്നു.

രണ്ടു മാസം മുമ്പ് ഫന്തീനിന്റെ അസ്ഥിക്കുള്ളിൽ തുളച്ചിറങ്ങിയത് ഇതേ നോട്ടം തന്നെയായിരുന്നു.

ഴാവേർ ഓരിയിടുന്നതു കേട്ടപ്പോൾ ഫന്തീൻ വീണ്ടും കണ്ണുതുറന്നു.

മേയർ അവിടെയുണ്ടല്ലോ? പിന്നെ അവൾ എന്തിനു പേടിക്കണം?

ഴാവേർ മുറിയുടെ മധ്യത്തിലേക്ക് നീങ്ങിനിന്നു. അയാൾ ഉറക്കെ പറഞ്ഞു: "ഇവിടെ നോക്ക്. നീ വരുന്നുണ്ടോ?"

ഫന്തീൻ ചുറ്റിലും നോക്കി. അവിടെ മേയറും കന്യാസ്ത്രീയും മാത്രമാണ് ഉണ്ടായിരുന്നത്. അയാളുടെ നികൃഷ്ടമായ സംബോധന ആരെ ഉദ്ദേശിച്ചായിരുന്നു. തന്നെ അല്ലാതെ മറ്റാരെ ഉദ്ദേശിക്കാൻ അയാൾക്കുകഴിയും. അവൾ പേടിച്ചു വിറച്ചു.

അവൾ അതിഭയങ്കരമായ ഒരു കാഴ്ച കണ്ടു. പനിപിടിച്ച് പിച്ചും പേയും പറഞ്ഞിരുന്നപ്പോൾ പോലും ഇത്രയും വിചിത്രമായ ഒരു കാഴ്ച അവൾ കണ്ടിരുന്നില്ല.

പൊലീസ് ഇൻസ്പെക്ടർ ഴാവേർ മേയറുടെ കോളറിൽ കടന്നുപിടിക്കുന്നത് അവൾ കണ്ടു. മേയർ തലകുനിച്ചു നിൽക്കുന്നതും അവൾ കണ്ടു. അവളുടെ കൺമുമ്പിൽ ലോകം അവസാനിക്കുന്നതായി അവൾക്കു തോന്നി.

ഴാവേർ സത്യത്തിൽ ഴാങ് വാൽഴാങ്ങിന്റെ കോളറിലെ പിടുത്തം മുറുക്കിക്കഴിഞ്ഞിരുന്നു. ഫന്തീൻ കരഞ്ഞു:

“മേയർസാറിന് എന്തു കുഴപ്പം പറ്റി.”

ഴാവേർ എല്ലാ പല്ലും പുറത്തു കാണിച്ച് വികൃതമായി ചിരിച്ചു. അയാൾ പറഞ്ഞു: “ഇനി ഇവിടെ മേയർസാർ ഇല്ല.”

ഴാങ് വാൽഴാങ് തന്റെ കോളറിൽ പിടിമുറുക്കിയിരുന്ന കൈ എടുത്തുമാറ്റാൻ ശ്രമിച്ചില്ല. അയാൾ പറഞ്ഞു:

“ഴാവേർ.....”

ഴാവേർ പെട്ടെന്ന് അയാളുടെ സംസാരം തടസപ്പെടുത്തിക്കൊണ്ട് ഉറക്കെപറഞ്ഞു: “എന്നെ ഇൻസ്പെക്ടർ സാർ എന്നു വേണം വിളിക്കാൻ. ഴാങ് വാൽഴാങ് പറഞ്ഞു: “ഇൻസ്പെക്ടർ സാർ എനിക്ക് നിങ്ങളോട് ചില കാര്യങ്ങൾ രഹസ്യമായി സംസാരിക്കാനുണ്ട്.”

ഴാവേർ പറഞ്ഞു: “ഉറക്കെ പറയണം ആളുകൾ ഉറക്കെയാണ് എന്നോട് സംസാരിക്കുന്നത്.”

ഴാങ് വാൽഴാങ് വീണ്ടും ശബ്ദം താഴ്ത്തി പറഞ്ഞു. “എനിക്ക് നിങ്ങളോട് ചിലത് അപേക്ഷിക്കാനുണ്ട്.”

“ഞാൻ നിന്നോട് ഉറക്കെ സംസാരിക്കാൻ പറഞ്ഞു.”

“പക്ഷേ, അതു നിങ്ങളല്ലാതെ മറ്റാരും കേൾക്കാൻ പാടില്ല.”

“അത് എന്റെ പ്രശ്നമല്ല. എനിക്ക് അതു ശ്രദ്ധിക്കേണ്ട കാര്യമില്ല.”

ഴാങ് വാൽഴാങ് ശബ്ദം ഉയർത്താതെ തന്നെ പെട്ടെന്നു പറഞ്ഞു:

“എനിക്ക് ഒരു മൂന്നു ദിവസം സമയം തരണം. ഈ ഭാഗ്യദോഷിയായ സത്രീയുടെ മകളെ കൂട്ടിക്കൊണ്ടുവരാനാണ് ഞാൻ ഈ മൂന്നുദിവസം ചോദിക്കുന്നത്. നിങ്ങൾക്കു വേണമെങ്കിൽ എന്റെ കൂടെ വരാം.”

ഴാവേർ ഉറക്കെ വിളിച്ചുകൂവി: “നീ എന്നെ കളിയാക്കുകയാണോ? നീ ഇതുപോലൊരു വിഡ്ഢിയാണെന്ന് ഞാൻ കരുതിയിരുന്നില്ല. നിനക്കു രക്ഷപ്പെടാൻ ഞാൻ മൂന്നുദിവസം അനുവദിക്കണമെന്നാണോ നീ പറയുന്നത്. ആ പെണ്ണിന്റെ കുട്ടിയെ കൂട്ടിക്കൊണ്ടു വരാനാണെന്നാണ് നിന്റെ ന്യായം പറച്ചിൽ. അത് എന്തായാലും കൊള്ളാം. നല്ലകാര്യം തന്നെ.”

ഫന്തീൻ പേടിച്ചു വിറച്ചു. അവൾ കരയാൻ തുടങ്ങി: “എന്റെ കുട്ടിയെ വിളിച്ചു കൊണ്ടുവരാൻ സമയം വേണമെന്നോ? അപ്പോൾ അവൾ ഇവിടെയില്ല. സിസ്റ്റർ, കൊസെത്ത് എവിടെയാണെന്ന് എന്നോട് പറയില്ലേ?”

"മേയർ സാർ, എനിക്ക് എന്റെ കുട്ടിയെ വേണം."

ഴാവേർ തറയിൽ ആഞ്ഞുചവിട്ടി. "ഇതാ ഇവിടെ വേറൊരു തെണ്ടി. എടീ നീ ഇനി മിണ്ടരുത്. വല്ലാത്തൊരു നാടുതന്നെ. കപ്പലിൽ തണ്ടുവലിക്കാൻ ശിക്ഷിച്ച അടിമകളാണ് ഇവിടെ വിധികർത്താക്കൾ. പെഴച്ച പെണ്ണുങ്ങൾക്ക് പ്രഭ്വിയുടെ മട്ടിലാണ് ഇവിടെ ചികിത്സ. പക്ഷേ, ഇതെല്ലാം ഉടൻ അവസാനിച്ചുകൊള്ളും. ഇനി താമസിക്കാൻ പറ്റില്ല."

ഴാങ് വാൽഴാങ്ങിന്റെ കോളറും അടിവസ്ത്രവും ചേർത്ത് വീണ്ടും പിടി മുറുക്കിക്കൊണ്ട് ഴാവേർ പറഞ്ഞു: "ഇനി ഇവിടെ മേയർസാറും മദലിയെൻസാറും ഒന്നും ഇല്ല. ഉള്ളത് ഒരു കൊള്ളക്കാരനാണ്. ഴാങ് വാൽഴാങ് എന്ന ഒരു കുറ്റവാളി മാത്രമാണ് ഇവിടെയുള്ളത്. ഞാൻ അവനെ പിടികൂടിക്കഴിഞ്ഞു. കൂടുതലൊന്നും ആരും പറയണ്ട അത്രതന്നെ."

വഴങ്ങാത്ത കൈകുത്തി കിടക്കയിൽ എഴുന്നേറ്റിരിക്കാൻ ഫന്തീൻ ശ്രമിക്കുന്നുണ്ടായിരുന്നു.

അവൾ ഴാങ് വാൽഴാങ്ങിനെയും ഴാവേറിനെയും കന്യാസ്ത്രീയെയും മാറി മാറി നോക്കി. അവൾ എന്തോ സംസാരിക്കാനുള്ള ശ്രമം നടത്തി. അവളുടെ തൊണ്ടയിൽനിന്ന് ഒരു ഞരക്കം മാത്രം പുറത്തേക്കുവന്നു. അവളുടെ പല്ലുകൾ കോച്ചിപ്പിടിച്ചു. അപസ്മാര രോഗിയെപ്പോലെ ഫന്തീൻ കൈപ്പത്തികൾ നിവർത്തി കൊണ്ട് രണ്ടുകയ്യും മേലോട്ടുയർത്തി. പെട്ടെന്ന് അവൾ തലയണയിലേക്ക് കുഴഞ്ഞുവീണു. അവൾ മരിച്ചു കഴിഞ്ഞു.

ഴാങ് വാൽഴാങ് കോളറിൽ പിടിച്ചിരുന്ന ഴാവേറിന്റെ കൈകളിൽ സ്പർശിച്ചു. ഒരു കൊച്ചുകുട്ടിയുടെ കൈപ്പത്തി വിടർത്തുമ്പോലെ അയാൾ ഴാവേറിന്റെ കൈപ്പത്തി വിടർത്തിക്കൊണ്ടു പറഞ്ഞു:

"നിങ്ങൾ ആ സ്ത്രീയെ കൊന്നു."

ഴാവേറിനു ദേഷ്യം വന്നു. അയാൾ അലറി: "ഇതെല്ലാം അവസാനിപ്പിക്കണം. ഞാൻ ഇവിടെ ധർമോപദേശം കേൾക്കാൻ വന്നതല്ല. ഇവിടുത്തെ കാര്യങ്ങളൊക്കെ ആരെങ്കിലും നോക്കിക്കൊള്ളും. താഴെ പൊലീസുകാർ നിൽക്കുന്നുണ്ട്. മിണ്ടാതെ നടന്നോണം. അല്ലെങ്കിൽ കയ്യാമം എന്റെ കയ്യിലുണ്ട്."

മുറിയുടെ മൂലയിൽ ഒരു തകർന്ന ഇരുമ്പുകട്ടിൽ കിടപ്പുണ്ട്. കന്യാസ്ത്രീകൾ കിടക്കകൾ ചുരുട്ടി വയ്ക്കാനാണ് അത് ഉപയോഗിച്ചിരുന്നത്. ഴാങ് വാൽഴാങ് ആ കട്ടിലിന്റെ അടുത്തേക്ക് നടന്നു. കട്ടിലിന്റെ തലയ്ക്കൽനിന്ന് അയാൾ ഒരു ഇരുമ്പുകമ്പി ഒടിച്ചെടുത്തു. അയാളുടെ ബലിഷ്ഠമായ കൈകൾക്ക് അത് ഒരു വലിയ അധ്വാനം ആയിരുന്നില്ല. കണ്ണടച്ചു തുറക്കുന്നതിനിടയിൽ ഇതെല്ലാം സംഭവിച്ചുകഴിഞ്ഞിരുന്നു. ഇരുമ്പുവടി കയ്യിൽ മുറുക്കിപ്പിടിച്ചു കൊണ്ട് അയാൾ ഴാവേറിനെ നോക്കി. ഴാവേർ വാതിലിനടുത്തേക്ക് പിൻവാങ്ങിക്കഴിഞ്ഞിരുന്നു.

ഴാങ് വാൽഴാങ് ഇരുമ്പുവടിയുമായി സാവധാനം ഫന്തീനിന്റെ കിടക്കയുടെ അടുത്തെത്തി. അവിടെ നിന്നുകൊണ്ട് കഷ്ടിച്ചു കേൾക്കാൻ കഴിയുന്ന ശബ്ദത്തിൽ ഴാവേറിനോടു പറഞ്ഞു:

"ഈ സമയത്ത് എന്നെ ഉപദ്രവിക്കരുതെന്ന് ഞാൻ നിങ്ങളെ ഉപദേശിക്കുന്നു." ഒരു കാര്യം ഉറപ്പായിരുന്നു. ഴവേർ അവിടെ വെറുതെ നിൽക്കുകയായിരുന്നില്ല. അയാൾ വിറച്ചുകൊണ്ടാണ് അവിടെ നിന്നിരുന്നത്.

പൊലീസുകാരെ വിളിച്ചുകൊണ്ടുവരണമെന്ന് ഴാവേർ ആലോചിച്ചു. പക്ഷേ, ആ സമയംകൊണ്ട് ഴാങ് വാൽഴാങ് രക്ഷപ്പെട്ടെന്നു വരാം. അയാൾ ലാത്തിയിൽ മുറുകെപ്പിടിച്ചു. ഴാങ്‌വാൽ ഴാങ്ങിൽനിന്ന് കണ്ണെടുക്കാതെ കട്ടിളപ്പടിയിൽ ചാരി അയാൾ വാതിലിൽത്തന്നെ അനങ്ങാതെ നിന്നു.

ഴാങ് വാൽഴാങ് കട്ടിലിന്റെ പടിയിൽ കൈമുട്ടുകൾ ഊന്നി ചലനമില്ലാതെ കിടക്കുന്ന ഫന്തീനിനെ നോക്കിക്കൊണ്ടുനിന്നു. ഈ ലോകത്തു നടക്കുന്ന മറ്റൊരു കാര്യവും കുറച്ചുസമയത്തേക്ക് അയാൾ അറിഞ്ഞില്ല. ഉള്ളിൽ ഒളിച്ചിരുന്ന അനുകമ്പയല്ലാതെ മറ്റൊന്നും അയാളുടെ മുഖത്ത് അപ്പോൾ കാണാൻ ഉണ്ടായിരുന്നില്ല.

അൽപ്പസമയം കഴിഞ്ഞ് അയാൾ ഫന്തീനിന്റെ അടുത്തേക്ക് കുനിഞ്ഞുനിന്നു. അവളോട് രഹസ്യമായി അയാൾ എന്തോ പറഞ്ഞു.

ഴാങ് വാൽഴാങ് എന്താവും പറഞ്ഞിട്ടുണ്ടാവുക? മരിച്ച സ്ത്രീയോട് ഈ നശിച്ച മനുഷ്യന് എന്താണ് പറയാനുള്ളത്? അയാളുടെ വാക്കുകൾ എന്തായിരിക്കും? ഈ ലോകത്ത് മറ്റൊരാളും അതു കേട്ടിട്ടില്ല. മരിച്ച സ്ത്രീ അതു കേട്ടിരിക്കാൻ സാധ്യതയുണ്ടോ?

മനസിനെ സ്പർശിക്കുന്ന തോന്നലുകൾ ചിലപ്പോൾ അത്യുദാത്തമായ സത്യങ്ങളാകാറുണ്ട്. ആ സംഭവത്തിന് ഒരേയൊരു സാക്ഷി സിസ്റ്റർ സിംപ്ലീസ് മാത്രമാണ്. ഒരുകാര്യത്തിൽ സിസ്റ്ററിന് ഒരു സംശയവും ഇല്ല. അവർ അതു പലപ്പോഴും പറഞ്ഞിട്ടുണ്ട്. ഴാങ് വാൽഴാങ് ഫന്തീനിന്റെ ചെവിയിൽ അടക്കം പറയുന്നസമയത്ത് ശവക്കല്ലറയിലെ അത്ഭുതംപോലെ അവളുടെ വിളറിയചുണ്ടുകളിലും മങ്ങിപ്പോയ കണ്ണുകളിലും അവർണനീയമായ ഒരു പുഞ്ചിരി പ്രത്യക്ഷപ്പെടുന്നത് സിസ്റ്റർ സിംപ്ലീസ് വ്യക്തമായി കണ്ടിരുന്നു.

ഴാങ് വാൽഴാങ് തൊട്ടിലിൽ കുട്ടിയെ കിടത്തുന്ന അമ്മയുടെ ശ്രദ്ധയോടെ ഫന്തീനിന്റെ തല തലയണയിൽ വെച്ചു. അവളുടെ രാത്രിവേഷത്തിന്റെ ചരടുകൾ അയാൾ മുറുക്കിക്കെട്ടി. അവളുടെ മുടി തൊപ്പിക്കുള്ളിലേക്ക് സാവധാനം തിരുകിവെച്ചു. ഇതുകഴിഞ്ഞ് അയാൾ അവളുടെ കൺപോളകൾ അടച്ചു.

ഈ സമയത്തെല്ലാം ഫന്തീനിന്റെ മുഖത്ത് വിചിത്രമായ ഒരു തിളക്കം ഉണ്ടായിരുന്നു.

ഒരു വലിയ വെളിച്ചത്തിലേക്കുള്ള പ്രവേശനകവാടമാണ് മരണം.

ഫന്തീനിന്റെ കൈ കിടക്കയുടെ ഒരുഭാഗത്തേക്ക് തൂങ്ങിക്കിടന്നിരുന്നു. ഴാങ് വാൽഴാങ് ആ കൈയ്ക്കുമുന്നിൽ മുട്ടുകുത്തി. സാവധാനം അയാൾ അവളുടെ കൈപ്പത്തിയിൽ ചുംബിച്ചു. പിന്നീട് അത് അവളുടെ ശരീരത്തോടു ചേർത്തുവെച്ചു.

ഒടുവിൽ അയാൾ എഴുന്നേറ്റുകൊണ്ട് ഴാവേറിനോടു പറഞ്ഞു:

"നിങ്ങൾക്ക് എന്നെ എവിടേക്ക് വേണമെങ്കിലും കൊണ്ടുപോകാം."

5. യോജിച്ച ശവമടക്ക്

ഴാവേർ, ഴാങ് വാൽഴാങ്ങിനെ പട്ടണത്തിലെ ജയിലിലേക്കാണ് കൊണ്ടുപോയത്.

മേയർ മദലിയെന്റെ അറസ്റ്റ് എം പട്ടണത്തിൽ ഒരു കോളിളക്കംതന്നെ സൃഷ്ടിച്ചു. അയാൾ കപ്പലിൽ തണ്ടുവലിച്ചിരുന്ന ഒരു അടിമയായിരുന്നു എന്ന

സത്യം അറിഞ്ഞതോടെ കൂടുതൽ ആളുകളും അദ്ദേഹത്തെ ഉപേക്ഷിച്ചു എന്നു പറയാതിരിക്കാൻ കഴിയാത്തതിൽ ഞങ്ങൾക്ക് ദുഃഖം ഉണ്ട്. രണ്ടുമണിക്കൂർകൊണ്ട് അയാളുടെ നല്ലപ്രവൃത്തികൾ എല്ലാം മറവിയിലായി. അയാൾ തണ്ടുവലിക്കുന്ന ഒരു അടിമമാത്രമായി രൂപാന്തരപ്പെട്ടു. ആറായിലെ കോടതിയിൽ നടന്ന കാര്യങ്ങൾ പൊതുവെ ആളുകൾ അറിഞ്ഞുകഴിഞ്ഞിരുന്നില്ല. പകൽ മുഴുവൻ പട്ടണത്തിൽ ഇത്തരം സംസാരങ്ങൾ കേൾക്കാനുണ്ടായിരുന്നു.

"അയാൾ ശിക്ഷകഴിഞ്ഞ് പുറത്തുവന്ന കുറ്റവാളിയാണെന്ന് നിങ്ങൾക്ക് അറിയുമായിരുന്നോ?" "ആരുടെ കാര്യമാണ് നിങ്ങൾ പറയുന്നത്.?" "അയാളുടെ കാര്യം തന്നെ. മേയർ മദലിയെൻ. "അതുശരിയാണ്. അയാളുടെ പേര് മദലിയെൻ എന്നല്ല. കേട്ടാൽ പേടി തോന്നുന്ന പേരാണ്. ബെഴ്യാങ്, ബൊഴാങ് ബുഴ്യാങ് – അങ്ങനെ എന്തോ ഒരു പേരാണ്."

"ദൈവത്തിനു നന്ദി. എന്തായാലും അയാളെ പൊലീസ് പിടികൂടിയല്ലോ." "ഇപ്പോൾ പട്ടണത്തിലെ ജയിലിലുണ്ട്. അയാളെ അവിടെനിന്ന് മാറ്റുന്നകാര്യം അവർ ആലോചിക്കുന്നുണ്ട്." "അയാളെ മാറ്റുന്നുണ്ടോ? എവിടേക്കാണ് അയാളെ കൊണ്ടുപോകുന്നത്?"

"അയാൾ നടുറോഡിൽവെച്ച് പണ്ട് ഒരു പിടിച്ചുപറി നടത്തിയിട്ടുണ്ട്. അതിന്റെ വിചാരണയ്ക്ക് അയാളെ കോടതിയിൽ കൊണ്ടുപോകുന്നുണ്ട്." "എനിക്ക് അയാളെ പണ്ടേ സംശയമുണ്ട്. അയാൾ ആവശ്യത്തിൽ കൂടുതൽ നല്ലവനും നെറിയുള്ളവനും മര്യാദക്കാരനുമായിരുന്നു. ഇതിന്റെയെല്ലാം പിന്നിൽ എന്തെങ്കിലും വൃത്തികേടുകൾ കാണുമെന്ന് എനിക്ക് പലപ്പോഴും തോന്നിയിരുന്നു."

സ്വീകരണമുറികളിൽ ഈ അഭിപ്രായത്തിന് മറ്റ് ഏതു സ്ഥലത്ത് കാട്ടിയതിലും കൂടുതൽ സ്വീകാര്യത കിട്ടി.

ദ്രാപ്പോ ബ്ലങ് പത്രത്തിന്റെ സ്ഥിരം വായനക്കാരിയായ ഒരു വൃദ്ധ അവർക്ക് ഇതിന്റെയൊന്നും അർഥം മനസിലാകുന്നില്ല എന്ന് അഭിപ്രായപ്പെട്ടു. അതുകൂടാതെ അവർ ഇങ്ങനെ പറഞ്ഞു:

"എനിക്കതിൽ ഒരു വിഷമവും തോന്നുന്നില്ല. ബോണപ്പാർട്ട് കക്ഷിക്ക് ഇതിൽ നിന്ന് ഒരു പാഠം പഠിക്കാം."

എം പട്ടണത്തിൽനിന്ന് മേയർ മദലിയെൻ ഒരു മായാരൂപംപോലെ അലിഞ്ഞ് ഇല്ലാതായി. പട്ടണത്തിൽ രണ്ടോ മൂന്നോ ആളുകൾമാത്രം അയാളുടെ ഓർമയോട് നീതിപുലർത്തി. അയാളുടെ ജോലിക്കാരിയും ഓഫീസ് കാവൽക്കാരിയുമായിരുന്ന കിഴവി അവരിൽ ഒരാൾ ആയിരുന്നു. അന്നു വൈകുന്നേരം അവർ ദുഃഖിച്ച് ആലോചനയിൽ മുഴുകി ഇരിക്കുകയായിരുന്നു. അവരുടെ അങ്കലാപ്പ് അവസാനിച്ചിരുന്നില്ല. പകൽ മുഴുവൻ ഫാക്ടറി അടഞ്ഞുകിടന്നു. വണ്ടികൾക്ക് കയറിവരാനുള്ള വാതിൽ താഴിട്ടു പൂട്ടിയിരിക്കുകയാണ്. വഴിയിൽപ്പോലും ആളനക്കമില്ല. രണ്ടു കന്യാസ്ത്രീകൾ ഒഴിച്ച് മറ്റൊരു മനുഷ്യജീവിയും അവിടെയില്ല. സിസ്റ്റർ പെർപത്യുവും സിസ്റ്റർ സിംപ്ലീസും മാത്രം ഫന്തീനിന്റെ ജഡത്തിനരികിൽ കാവൽ ഇരുന്നു.

മദലിയെൻ വീട്ടിൽ തിരിച്ചെത്തുന്ന സമയം അടുത്തപ്പോൾ ജോലിക്കാരി അറിയാതെതന്നെ ഇരുന്നിടത്തുനിന്ന് എഴുന്നേറ്റു. മദലിയെന്റെ മുറിയുടെ താക്കോൽ അവർ മെഴുകുതിരിക്കാലുകൾ വെച്ചിട്ടുള്ള മേശയുടെ വലിപ്പു തുറന്ന് കയ്യിലെടുത്തു. പിന്നീട് അയാൾ സാധാരണ താക്കോൽ തൂക്കിയിടാറുള്ള ആണി

യിൽത്തന്നെ അതു തൂക്കിയിട്ടു. അയാളെ അവർ പ്രതീക്ഷിക്കുന്നതുപോലെ മെഴുകുതിരിക്കാലുകൾ താക്കോൽ തൂക്കിയിട്ട ആണിയുടെ അടുത്തേക്ക് മാറ്റി വെച്ചു. രാത്രിയിൽ ഏണിപ്പടി കയറുന്നതിന് ഈ മെഴുകുതിരിക്കാലുകളാണ് മദലിയെൻ കൂടെക്കൊണ്ടുപോകുന്നത്. വീണ്ടും അവർ കസേരയിൽ ഇരുന്നു. വീണ്ടും അവർ ആലോചനയിൽ മുഴുകി. അവർ ചെയ്യുന്നതെന്തെന്ന് അറിയാതെയാണ് ആ പാവം സ്ത്രീ ഇതെല്ലാം ചെയ്തുകൊണ്ടിരുന്നത്.

അവർ ആലോചനയിൽനിന്ന് ഉണർന്നപ്പോഴേക്കും രണ്ടു മണിക്കൂർ കഴിഞ്ഞിരുന്നു. അവർ ഉറക്കെ പറഞ്ഞു: "എന്റെ ദൈവമേ! ഞാൻ അദ്ദേഹത്തിന്റെ താക്കോൽ വെറുതെ ആണിയിൽ തൂക്കിയിട്ടു."

പെട്ടെന്ന് മുറിയുടെ ജനാല ആരോ തുറന്നു. അതിലൂടെ ഒരു കൈ അകത്തേക്കു നീണ്ടുവന്നു. ആ കൈ താക്കോൽ ആണിയിൽ നിന്നെടുത്തു. കത്തിനിന്നിരുന്ന മെഴുകുതിരി അണച്ചു.

ജോലിക്കാരി മുഖം ഉയർത്തി. അവർ അത്ഭുതംകൊണ്ട് വാപൊളിച്ചു നിന്നുപോയി. ഉയർന്നുവന്ന ഒരു കരച്ചിൽ അവരുടെ തൊണ്ടയിൽ കുരുങ്ങി പുറത്തേക്കു വന്നില്ല.

അവർക്ക് ആ കയ്യും കോട്ടും കൈപ്പത്തിയും പരിചയമുണ്ട്.

അത് മദലിയെൻസാർ ആയിരുന്നു.

കുറച്ചു സമയത്തേക്ക് അവർക്ക് ഒന്നും സംസാരിക്കാൻ കഴിഞ്ഞില്ല.

പിന്നീട് ആ സംഭവം അവർ വിശദീകരിച്ചത് ഇങ്ങനെയായിരുന്നു.

അവർ പറഞ്ഞു: "മദലിയെൻസാർ, ഞാൻ വിചാരിച്ചത്....."

പിന്നീട് ഒരു കാര്യവും അവർ അപ്പോൾ സംസാരിച്ചില്ല. അവർ സംസാരം പൂർത്തിയാക്കിയിരുന്നെങ്കിൽ അവരുടെ സംസാരത്തിന്റെ തുടക്കത്തിൽ കണ്ട ബഹുമാനത്തിനുചേർന്ന ഒരു പരിസമാപ്തി അതിന് ഉണ്ടാകുമായിരുന്നില്ല. അവരെ സംബന്ധിച്ചിടത്തോളം ഴാങ് വാൽഴാങ് ഇപ്പോഴും മദലിയെൻ സാർ ആയിരുന്നു. അവർ ചിന്തിച്ചിരുന്നത് അയാൾ പൂർത്തിയാക്കി. അയാൾ പറഞ്ഞു:

"ഞാൻ ജയിലിൽ ആയിരുന്നു. ഞാൻ ജയിലിലെ ജനലിന്റെ കമ്പിവളച്ചു. മട്ടുപ്പാവിൽനിന്ന് ചാടി രക്ഷപ്പെട്ടു. ഞാൻ എന്റെ മുറിയിലേക്ക് പോകുന്നു. സിസ്റ്റർ സിംപ്ലീസിനോട് ഒന്നു വരാൻ പറയണം."

അവർ നിശ്ചയമായും ആ പാവം സ്ത്രീയുടെ അടുത്തുകാണും. പറഞ്ഞത് അനുസരിക്കാൻ ജോലിക്കാരി ഒട്ടുംതന്നെ താമസിച്ചില്ല.

അയാൾ അവരോട് പ്രത്യേകം ശ്രദ്ധിക്കണമെന്ന് പറഞ്ഞില്ല. അയാളേക്കാൾ നന്നായി അവർ അയാളെ സംരക്ഷിക്കുമെന്ന് അയാൾക്ക് ഉറപ്പുണ്ടായിരുന്നു.

വണ്ടികൾക്ക് അകത്തുവരാനുള്ള വാതിൽ തുറക്കാതെ എങ്ങനെയാണ് അയാൾ മുറ്റത്തെത്തിയതെന്ന് ആർക്കും അറിയില്ല. അതിനോടുചേർന്നുള്ള ചെറിയവാതിൽ തുറക്കാനുള്ള ഒരു താക്കോൽ അയാൾ കയ്യിൽ കൊണ്ടുനടക്കാറുണ്ട്. ഒരുപക്ഷേ, അയാളുടെ ദേഹപരിശോധന നടത്തിയപ്പോൾ പൊലീസുകാർ അതു കണ്ടെടുത്തിട്ടുണ്ടാകും. പിന്നീട് ഇതിനെപ്പറ്റി ആർക്കും തെളിവുകൾ ഒന്നും കിട്ടിയിട്ടില്ല.

അയാളുടെ മുറിയിലേക്കുള്ള കോവണിപ്പടികയറി മുകളിലെത്തിയപ്പോൾ മെഴുകുതിരിക്കാൽ അയാൾ പടിയിൽ വെച്ചു. ശബ്ദമുണ്ടാക്കാതെ കതകുതുറന്ന് അയാൾ ജനാലയുടെ അടുത്തെത്തി അതിന്റെ തുറന്നുകിടന്നിരുന്ന പാളി

കൾ അടച്ചു. പിന്നീട് തിരിച്ചുവന്ന് പടിയിലിരുന്ന മെഴുകുതിരിക്കാൽ വീണ്ടും കയ്യിലെടുത്ത് മുറിക്കുള്ളിലേക്ക് പോയി.

അയാളുടെ മുൻകരുതലുകൾ വെറുതെ ആയിരുന്നില്ല. ജനൽ നിരത്തിൽ നിന്ന് നോക്കിയാൽ വ്യക്തമായി കാണാൻ കഴിയുന്ന സ്ഥാനത്ത് ആയിരുന്നു.

അയാൾ ചുറ്റുപാടുകൾ പരിശോധിച്ചു മേശപ്പുറത്തും കസേരയിലും മൂന്നു ദിവസമായി ഉപയോഗിക്കാതെ കിടക്കുന്ന കട്ടിലിലും അയാൾ കണ്ണോടിച്ചു. മിനിഞ്ഞാന്നത്തെ രാത്രിയിലെ പരിഭ്രാന്തിയുടെ ലക്ഷണങ്ങളൊന്നും അവിടെ അവശേഷിച്ചിരുന്നില്ല. ജോലിക്കാരി എല്ലാം വൃത്തിയാക്കിയിരുന്നു. അയാളുടെ വടിയുടെ അറ്റത്തെ ഇരുമ്പുതൊപ്പികളും നാൽപ്പതുസൂവിന്റെ നാണയവും കത്തിക്കരിഞ്ഞ നിലയിൽ ചാരത്തിൽനിന്നും പൊടിതട്ടിയെടുത്ത് അവർ മേശപ്പുറത്ത് സൂക്ഷിച്ചിരുന്നു.

അയാൾ ഒരു കടലാസിൽ ഇങ്ങനെ എഴുതി: "ഇത് എന്റെ വടിയുടെ അറ്റത്തുണ്ടായിരുന്ന ഇരുമ്പ് തൊപ്പികളും ഴെർവെയുടെ കയ്യിൽ നിന്ന് ഞാൻ മോഷ്ടിച്ച നാൽപ്പതു സൂവിന്റെ നാണയവുമാണ്. ഇതിനെപ്പറ്റി ഞാൻ കോടതിയിൽ സംസാരിച്ചിരുന്നു." പിന്നീട് ആ ഇരുമ്പ് കഷണങ്ങളും കരിഞ്ഞ വെള്ളി നാണയവും ആ കടലാസിനു മുകളിൽ നിരത്തിവെച്ചു. മുറിക്കുള്ളിലേക്ക് കടന്നുവരുമ്പോൾ ആദ്യം തന്നെ ശ്രദ്ധിക്കുന്നതരത്തിലാണ് അയാൾ അവ നിരത്തിവെച്ചിരുന്നത്. ഭിത്തി അലമാരയിൽനിന്ന് അയാൾ ഒരു തുണിയെടുത്ത് വലിച്ചുകീറി. വെള്ളിമെഴുകുതിരിക്കാലുകൾ അയാൾ അതുകൊണ്ട് പൊതിഞ്ഞു. അയാൾ വളരെ സാവധാനത്തിൽ ക്ഷമയോടെയാണ് ഇതെല്ലാം ചെയ്തുകൊണ്ടിരുന്നത്. ബിഷപ്പിന്റെ മെഴുകുതിരിക്കാലുകൾ പൊതിയുന്ന സമയത്ത് അയാൾ ഒരു റൊട്ടിക്കഷണം ചവച്ചു തിന്നുന്നുണ്ടായിരുന്നു. ഒരുപക്ഷേ, അത് ജയിലിൽനിന്നു കിട്ടിയ റൊട്ടിക്കഷണം ആയിരിക്കാം. അവിടെനിന്ന് രക്ഷപ്പെട്ടുവന്നപ്പോൾ അതുകൂടെ അയാൾ കയ്യിൽ കരുതിയിരുന്നതാവാം.

ഈ കാര്യം മുറിയിൽനിന്നു കിട്ടിയ റൊട്ടിപ്പൊടി പരിശോധിച്ച് സ്ഥിരീകരിച്ചിട്ടുണ്ട്. പിന്നീട് കോടതി ഒരു പരിശോധനയ്ക്ക് കൽപ്പന പുറപ്പെടുവിച്ചിരുന്നു.

മുറിയുടെ വാതിലിൽ ആരോ രണ്ടുതവണ വളരെ സൗമ്യമായി മുട്ടി.

അതു സിസ്റ്റർ സിംപ്ലീസ് ആയിരുന്നു.

അവർ ആകെ വിളർത്തുപോയിരുന്നു. കണ്ണുകൾ ചുവന്നുകലങ്ങിയിട്ടുണ്ടായിരുന്നു. അവർ പിടിച്ചിരുന്ന മെഴുകുതിരി കയ്യിൽ ഇരുന്ന് വിറച്ചു കൊണ്ടിരുന്നു. വിധിയുടെ ആഘാതങ്ങൾക്ക് ഇത്തരം ചില പ്രത്യേകതകൾ ഉണ്ട്. നമ്മുടെ വികാരങ്ങൾ അങ്ങേയറ്റം പരിഷ്കൃതമാണെങ്കിലും ഇത്തരം ആഘാതങ്ങൾ ഏൽക്കുമ്പോൾ ആത്മാവിന്റെ അടിത്തട്ടിൽ നിന്നും മനുഷ്യപ്രകൃതിയെ അവ പുറത്തുകൊണ്ടുവരും. മറ്റുള്ളവരുടെ മുന്നിൽ നമ്മുടെ യഥാർഥ മനുഷ്യപ്രകൃതി പ്രകടമാക്കാൻ അവ നമ്മെ നിർബന്ധിക്കും. അന്നത്തെ കോലാഹലത്തിനിടയിൽ സിസ്റ്റർ സിംപ്ലീംസ് ഒരു സാധാരണ സ്ത്രീയായി മാറിയിരുന്നു. അവർ കരഞ്ഞു. ഇപ്പോഴും അവർ വിറച്ചുകൊണ്ടിരിക്കുന്നു.

ഴാങ് വാൽഴാങ് ഒരു കടലാസിൽ ഏതാനും വരികളെഴുതി സിസ്റ്റർ സിംപ്ലീസിന്റെ കയ്യിൽ ഏൽപ്പിച്ചുകൊണ്ട് പറഞ്ഞു: 'സിസ്റ്റർ, ഇതു പുരോഹിതനെ ഏൽപ്പിക്കണം."

കടലാസ് മടക്കിയിരുന്നില്ല. അവർ അതിലേക്ക് നോക്കി അയാൾ പറഞ്ഞു: "നിങ്ങൾക്ക് അതു വായിച്ചു നോക്കാം."

അവർ വായിച്ചു: "ഞാൻ ഇവിടെ ഉപേക്ഷിച്ചു പോകുന്നതിന്റെയെല്ലാം ചുമതല പുരോഹിതൻ ഏറ്റെടുക്കണമെന്ന് ഞാൻ അപേക്ഷിക്കുന്നു. എന്റെ വിചാരണയ്ക്കും ഇന്നു രാവിലെ മരിച്ച സ്ത്രീയുടെ ശവസംസ്കാരത്തിനും വേണ്ടിവരുന്ന പണം അതിൽനിന്നും എടുക്കണം. ബാക്കി പാവങ്ങൾക്കുള്ളതാണ്."

കന്യാസ്ത്രീ എന്തോ പറയാൻ ശ്രമിച്ചു. പക്ഷേ, വിക്കുകാരണം തിരിച്ചറിയാൻ കഴിയാത്ത ചില ശബ്ദങ്ങൾ മാത്രമാണ് പുറത്തുവന്നത്. ഒടുവിൽ അവർ ഇത്രയും പറഞ്ഞൊപ്പിച്ചു:

"മേയർക്ക് ആ പാവത്തിനെ അവസാനമായി കാണാൻ ആഗ്രഹമില്ലേ?"

അയാൾ പറഞ്ഞു: "ഇല്ല. എന്നെ അയാൾ പിൻതുടരുന്നുണ്ട്. അവളുടെ മുറിയിൽ വെച്ച് അയാൾ എന്നെ പിടികൂടുകയാണെങ്കിൽ അത് അവളെ അസ്വസ്ഥയാക്കും."

അയാൾ സംസാരിച്ചു കഴിഞ്ഞില്ല. അതിനുമുമ്പുതന്നെ കോവണിപ്പടിയുടെ താഴെ ഉറക്കെയുള്ള സംസാരം കേട്ടു. ആളുകൾ കയറിവരുന്നതിന്റെ ഒച്ചയും ബഹളവും ജോലിക്കാരിയുടെ ഉച്ചത്തിലുള്ള തുളച്ചിറങ്ങുന്ന സംസാരവും കേൾക്കുന്നുണ്ടായിരുന്നു. "സാർ, രാത്രിയും പകലും ഇവിടെ ഒരു മനുഷ്യരും വന്നിട്ടില്ലെന്ന് ഞാൻ ദൈവത്തിനെ തൊട്ട് സത്യം ചെയ്യാം. പോരെങ്കിൽ ഇന്ന് ഞാൻ ഈ വാതിലിനടുത്തുനിന്ന് മാറിയിട്ടില്ല."

അവരിൽ ഒരാൾ പറഞ്ഞു: "എന്നിട്ടും അവിടെ മുറിക്കുള്ളിൽ വെളിച്ചം കാണുന്നുണ്ട്."

ഴാവേറിന്റെ ശബ്ദം അയാൾക്ക് തിരിച്ചറിയാൻ കഴിഞ്ഞു.

വാതിൽ തുറക്കുമ്പോൾ ആ മുറിയുടെ വലത്തെ മൂല കതകുകൊണ്ട് മൂടിപ്പോകും. ഴാങ് വാൽഴാങ് വിളക്ക് ഊതിക്കെടുത്തി. മുറിയുടെ വലത്തെ മൂലയിലേക്കു മാറി അയാൾ അവിടെ അനങ്ങാതെ നിന്നു.

സിസ്റ്റർ സിംപ്ലീസ് മേശയുടെ അടുത്ത് മുട്ടുകുത്തിനിന്നു.

വാതിൽ തുറന്ന് ഴാവേർ മുറിക്കുള്ളിൽ കടന്നു.

പുറത്ത് പലരും സംസാരിക്കുന്നതും ജോലിക്കാരി അവരോട് എതിർത്തു പറയുന്നതും കേൾക്കാൻ കഴിഞ്ഞിരുന്നു.

കന്യാസ്ത്രീ തല ഉയർത്തിയില്ല. അവർ പ്രാർഥന തുടർന്നു.

മെഴുകുതിരിക്കാലിൽ മെഴുകുതിരി ഉണ്ടായിരുന്നു. പക്ഷേ, അത് അണഞ്ഞുപോയിരുന്നു.

കന്യാസ്ത്രീ മുറിയിലുണ്ടെന്ന് ഴാവേർ അപ്പോഴാണ് മനസിലാക്കിയത്. അയാൾ പെട്ടെന്ന് പരിഭ്രമിച്ചു.

ഴാവേറിന്റെ സ്വഭാവത്തിന്റെ അടിസ്ഥാനം അധികാരത്തോടുള്ള ആദരവ് മാത്രമാണെന്ന് ഓർമവേണം. അത് അയാൾ ഒരിക്കലും ലംഘിക്കുകയില്ല. തടസങ്ങളും നിബന്ധനകളും ആ കാര്യത്തിൽ അയാൾക്ക് സ്വീകാര്യമല്ല. അയാളെ സംബന്ധിച്ചിടത്തോളം പൗരോഹിത്യപരമായ അധികാരം ഏറ്റവും ഉന്നതമായ ഒന്നാണ്. അയാൾ മതവിശ്വാസിയാണ്. എന്നാൽ മതത്തെപ്പറ്റി അയാൾക്ക് ആഴത്തിലുള്ള അറിവില്ല. ഉപരിപ്ലവമായ അറിവ് മാത്രമാണ് അയാൾക്ക് ഈ കാര്യ

ത്തിൽ ഉള്ളത്. അയാളുടെ കണ്ണിൽ ഒരു പുരോഹിതൻ ഒരിക്കലും ഒരു തെറ്റും സംഭവിക്കാത്ത ഒരു മനസിന്റെ ഉടമയാണ്. ഒരു കന്യാസ്ത്രീ ഒരിക്കൽപ്പോലും പാപം ചെയ്യാത്ത ഒരു അത്ഭുത പ്രതിഭാസമാണ്. ഈ ലോകത്തിനുള്ളിൽത്തന്നെ മതിൽകെട്ടിത്തിരിച്ച് അതിനുള്ളിൽ കഴിയുന്ന ആത്മാവുകൾ ഉണ്ട്. ആ ആത്മാവുകൾ കഴിഞ്ഞുകൂടുന്ന മതിൽക്കെട്ടിന് ഒരു കതകുമാത്രമാണ് ഉള്ളത്. സത്യങ്ങളെ പുറംലോകത്തേക്ക് പറഞ്ഞയക്കുന്നതിനൊഴിച്ച് മറ്റൊന്നിനുംവേണ്ടി ആ കതക് തുറക്കാറില്ല.

കന്യാസ്ത്രീയെ കണ്ടവഴി ഴാവേറിന് തിരിച്ചുപോകാനുള്ള തോന്നലാണ് ഉണ്ടായത്.

പക്ഷേ, അയാളെ അവിടെ പിടിച്ചുനിർത്തുന്ന മറ്റൊരു ചുമതലകൂടി ഉണ്ട്. അത് അയാളെ എതിർദിശയിൽ ചിന്തിക്കാൻ പ്രേരിപ്പിച്ചു. രണ്ടാമത്തെ തോന്നൽ ഒരു ചോദ്യമെങ്കിലും അവരോട് ചോദിക്കണം എന്നതായിരുന്നു.

ജീവിതത്തിൽ ഒരിക്കൽപ്പോലും കള്ളം പറഞ്ഞിട്ടില്ലാത്ത സിസ്റ്റർ സിംപ്ലീസ് ആണ് അവിടെ പ്രാർഥനയിൽ മുഴുകിയിരിക്കുന്നത്. ഴാവേറിന് ഈ കാര്യം അറിവുണ്ട്. അയാൾക്ക് അവരോട് ഈ കാര്യത്തിൽ വലിയ ആദരവും ഉണ്ട്.

അയാൾ ചോദിച്ചു: “സിസ്റ്റർ, ഈ മുറിയിൽ ഒറ്റയ്ക്കാണോ?”

അത് ഭയാനകമായ ഒരു നിമിഷമായിരുന്നു. പാവം ജോലിക്കാരിക്ക് കാലുകൾ തളരുന്നതുപോലെ തോന്നി. സിസ്റ്റർ മുഖം ഉയർത്തി. അവർ മറുപടി പറഞ്ഞു: “അതെ.”

ഴാവേർ സംസാരം തുടർന്നു: “ഞാൻ ചോദ്യം ആവർത്തിക്കുന്നതിൽ എന്നോട് ക്ഷമിക്കണം. ഇത് എന്റെ ചുമതലയാണ്. ഇന്നു വൈകിട്ട് ജയിലിൽനിന്ന് രക്ഷപ്പെട്ട ഒരുത്തനെ സിസ്റ്റർ കണ്ടിട്ടില്ലല്ലോ? ഞങ്ങൾ അവനെ അന്വേഷിച്ചുകൊണ്ടിരിക്കുകയാണ്. ഒരു ഴാങ് വാൽഴാങ്. സിസ്റ്റർ അവനെ കണ്ടിട്ടില്ലല്ലോ?”

സിസ്റ്റർ മറുപടി പറഞ്ഞു, “ഇല്ല.”

അവർ കള്ളംപറഞ്ഞു. അറപ്പില്ലാതെ കള്ളംപറയുന്നതിൽ ഒരു വിദഗ്ധയാണെന്നമട്ടിൽ സിസ്റ്റർ ഒന്നിനു പിറകെ ഒന്നായി രണ്ടു കള്ളങ്ങൾ തുടർച്ചയായി പറഞ്ഞു.

ഴാവേർ ആദരവോടെ തലകുനിച്ച് പിന്നോട്ടുനടന്നുകൊണ്ട് പറഞ്ഞു:

“എനിക്ക് മാപ്പുതരണം.”

“അല്ലയോ പവിത്രയായ കന്യകേ! വളരെക്കാലമായി നിങ്ങൾ ഈ ലോകത്ത് ഇല്ലായിരുന്നു. പക്ഷേ, കന്യകമാർക്കും സഹോദന്മാർക്കും സഹോദരിമാർക്കും മാലാഖമാർക്കും ഒപ്പം നിങ്ങൾ കീർത്തിമതിയാണ്. ഈ കള്ളം സ്വർഗത്തിൽ നിങ്ങളുടെ പുണ്യകർമങ്ങളിൽ ഒന്നായി പരിഗണിക്കപ്പെടും.”

കന്യാസ്ത്രീയുടെ മറുപടി ഴാവേറിനു വിശ്വാസമായി. തീ അണച്ചിട്ട് അധികസമയം കഴിയാത്തതുകൊണ്ട് മേശപ്പുറത്തിരുന്ന രണ്ടു മെഴുകുതിരികളിൽ ഒരെണ്ണം പുകഞ്ഞുകൊണ്ടിരുന്നതുപോലും അയാൾ ശ്രദ്ധിച്ചില്ല.

ഒരുമണിക്കൂറിനുശേഷം എം ലെ മരങ്ങൾക്കിടയിലൂടെ ഒരു മനുഷ്യൻ പാരീസിനെ ലക്ഷ്യം വെച്ച് നടന്നുനീങ്ങി. അതു ഴാങ് വാൽഴാങ് ആയിരുന്നു. അയാളുടെ കയ്യിൽ ഒരു ഭാണ്ഡക്കെട്ട് ഉണ്ടായിരുന്നു എന്ന് വഴിയിൽ അയാളെ കണ്ടുമുട്ടിയ ചില വണ്ടിക്കാരുടെ മൊഴിയിൽനിന്ന് വ്യക്തമാണ്. കൂടാതെ അയാൾ

സാധാരണ ജോലിക്കാർ ധരിക്കുന്ന തരത്തിലുള്ള വസ്ത്രമാണ് ധരിച്ചിരുന്നത്. അയാൾക്ക് ഈ ഉടുപ്പ് എവിടെനിന്നു കിട്ടിയെന്ന് ആർക്കും അറിവുണ്ടായിരുന്നില്ല. കുറച്ചു ദിവസങ്ങൾക്കു മുമ്പ് ഫാക്ടറിയിലെ ആശുപത്രിയിൽ വൃദ്ധനായ ഒരു ജോലിക്കാരൻ മരിച്ചിരുന്നു. അയാൾക്ക് മരിക്കുമ്പോൾ ഇത്തരം ഒരു വസ്ത്രം മാത്രമാണ് സ്വന്തമായി ഉണ്ടായിരുന്നത്. ഒരുപക്ഷേ, അയാൾ ധരിച്ചിരുന്നത് ഈ കുപ്പായം ആയിരിക്കാൻ സാധ്യതയുണ്ട്.

ഫന്തീനിനെക്കുറിച്ച് ഒരു വാക്കുകൂടി പറയാം.

നമുക്ക് എല്ലാവർക്കും കൂടിയുള്ള ഒരു അമ്മയുണ്ട് – ഭൂമി. ഫന്തീൻ ഈ അമ്മയുടെ അടുത്ത് സുരക്ഷിതയായിരുന്നു.

പുരോഹിതൻ നന്നായി ആലോചിച്ചു. ഒരുപക്ഷേ, അയാൾ ചെയ്തത് ശരിയായിരിക്കാം. ഴാങ് വാൽഴാങ് പാവങ്ങൾക്കുവേണ്ടി ഉപേക്ഷിച്ചു പോയതിന്റെ ഭൂരിഭാഗവും അദ്ദേഹം അതിനായി മാറ്റിവെച്ചു. അല്ലെങ്കിൽ തന്നെ അതു ചോദിക്കാൻ ആർക്കാണ് അവകാശം? ഒരു കുറ്റവാളിയും ഒരു തെരുവുപെണ്ണും മാത്രം അതിന്റെ അവകാശികളാകുമ്പോൾ മറ്റാർക്കാണ് അതിൽ ചോദിക്കാൻ കാര്യം? അതുകൊണ്ട് പുരോഹിതൻ ഫന്തീനിന്റെ ശവസംസ്കാരം ഏറ്റവും ലളിതമാക്കി. തെണ്ടികളുടെ ശവമടക്കൽ എന്നു പറയാവുന്ന തരത്തിൽ അത്യാവശ്യകാര്യങ്ങൾമാത്രം ചെയ്ത് അയാൾ ആ കർമം അവസാനിപ്പിച്ചു.

ശ്മശാനത്തിലെ പൊതുസ്ഥലത്ത് ഫന്തീനിന്റെ സംസ്കാരം നടന്നു. ആ സ്ഥലം എല്ലാവർക്കും വേണ്ടിയുള്ളതാണ്. പാവപ്പെട്ടവരെ അവിടെയാണ് സംസ്കരിക്കുന്നത്. എന്തായാലും ആത്മാവ് എവിടെയുണ്ടാവുമെന്ന് ദൈവത്തിന് അറിവുള്ളത് നല്ലകാര്യം തന്നെയാണ്. പേരില്ലാത്ത ജഡങ്ങൾക്കൊപ്പം ഫന്തീനും ആ ഇരുട്ടിൽ മറഞ്ഞുപോയി. അവശിഷ്ടങ്ങളുടെ സങ്കീർണതയിൽ അവ ഇടകലർന്നു പോയിട്ടുണ്ടാകും. പാവങ്ങളുടെ ശവക്കുഴിയിലേക്ക് അവളും എറിയപ്പെട്ടു. അവളുടെ ശവക്കുഴി അവളുടെ കിടക്കയ്ക്കു സമം ആയിരുന്നു.

ഭാഗം രണ്ട്

കൊസെത്ത്

വാട്ടർ ലൂ

1. നിവെല്ലിൽനിന്നു വരുമ്പോൾ കാണാൻ കഴിയുന്ന കാര്യങ്ങൾ

കഴിഞ്ഞ വർഷം (1861) മേയ് മാസത്തിലെ മനോഹരമായ ഒരു പ്രഭാതത്തിൽ ഈ കഥപറയുന്ന വഴിയാത്രക്കാരൻ നിവെല്ലിൽനിന്ന് ലാഹുൽപ്പിലേക്ക് സഞ്ചരിക്കുകയായിരുന്നു. കാൽനടയായാണ് അയാൾ യാത്ര ചെയ്തിരുന്നത്. ഇരുവശത്തുമായി നിരന്നുനിന്നിരുന്ന രണ്ടു നിര മരങ്ങൾക്കിടയിലൂടെയായിരുന്നു അയാളുടെ യാത്ര. ഉയർച്ചയും താഴ്ചയുമായി വളഞ്ഞുപുളഞ്ഞുകിടന്നിരുന്ന വഴിയിലൂടെ യാത്ര ചെയ്യുന്നവർ ഒന്നിനു പിറകേ ഒന്നായി കുന്നുകൾ കയറിയിറങ്ങണം. അയാൾ ലിലേയും ബസിന്യൂർ ഇസാക്കും പിന്നിട്ടു. പടിഞ്ഞാറുഭാഗത്തായി കമഴ്ത്തിവെച്ച ചട്ടിപോലുള്ള ബ്രയിൻ ലാല്യൂദിലെ കല്ലുഗോപുരം അയാൾ കണ്ടു. മലമുകളിലെ കാട്ടുപ്രദേശം അവസാനിച്ചപ്പോൾ അയാൾ ഇടവഴികൾ പിരിഞ്ഞുപോകുന്ന ഒരു കവലയിൽ എത്തി. അയാൾ അവിടെ ചിതലു കയറിയ ഒരു ചൂണ്ടുപലക കാണാൻ ഇടയായി. അതിൽ 'പഴയ ചുങ്കവാതിൽ നമ്പർ 4' എന്ന് എഴുതിയിരുന്നു. അതുകൂടാതെ "നാലു മുക്ക്, എഷാബോ, സ്വകാര്യഹോട്ടൽ " എന്ന് ബോർഡുവെച്ച ഒരു ചാരായഷാപ്പും അയാളുടെ കണ്ണിൽപ്പെട്ടു.

ചാരായഷാപ്പിൽനിന്ന് അരമൈൽ ദൂരം നടന്നുകഴിഞ്ഞപ്പോൾ അയാൾ ഒരു ചെറിയ മലയടിവാരത്തിൽ എത്തി. അവിടെ വഴിയിൽ അയാൾ ഒരു പാലം കണ്ടു. പാലത്തിനടിയിലൂടെ ഒരു ചെറിയ അരുവി ഒഴുകിയിരുന്നു. വഴിയുടെ ഒരുഭാഗത്ത് ആരോ നട്ടുപിടിപ്പിച്ച മെലിഞ്ഞ മരങ്ങൾ നിൽക്കുന്നത് അയാൾ കണ്ടു. എങ്കിലും അവയ്ക്ക് നല്ല പച്ചനിറം ഉണ്ടായിരുന്നു. വഴിയുടെ മറുഭാഗത്ത് ബ്രയിൻ ലാല്യൂദുവരെ കുന്നും താഴ്ചയുമായി മനോഹരമായ പുൽത്തകിടി പടർന്നുകിടന്നു.

ഇവിടെ വലതുവശത്തായി വഴിയോടുചേർന്ന് ഒരു ചാരായഷാപ്പ് ഉണ്ടായിരുന്നു. അതിനു മുന്നിൽ നാലു ചക്രങ്ങളുള്ള ഒരു വണ്ടി കിടന്നിരുന്നു. ഒരുകെട്ടു

മുളയും ഒരു കലപ്പയും മുറ്റത്തുകിടക്കുന്നത് അയാൾ കണ്ടു. കുറ്റിച്ചെടികൾ കൊണ്ടുള്ള വേലിയുടെ അടുത്ത് കുറേ ഉണക്കച്ചില്ലകൾ കൂട്ടിയിട്ടിരുന്നു. അവിടെ മുറ്റത്തായി ചതുരാകൃതിയിലുള്ള ഒരു കുഴിക്കുള്ളിൽ കുമ്മായം കിടന്നു പുകയുന്നതു കാണാനുണ്ടായിരുന്നു. പുല്ലുമേഞ്ഞ ഒരു കുടിലിനുള്ളിൽ ഒരു ഏണി കിടക്കുന്നത് അയാൾ കണ്ടു.

ആ കുടിലിനോടു ചേർന്നുള്ള വയലിൽ ഒരു പെൺകുട്ടിയിരുന്ന് പുല്ലുപറിച്ചുകൊണ്ടിരുന്നു. അവിടെ പച്ചനിറത്തിലുള്ള ഒരു പരസ്യത്തുണി കാറ്റിൽ പാറിപ്പറന്നുകൊണ്ടിരുന്നു. ഒരുപക്ഷേ, അത് സഞ്ചരിക്കുന്ന ഏതോ കെട്ടുകാഴ്ചയുടെയോ അല്ലെങ്കിൽ ഏതെങ്കിലും വാർഷിക ഉത്സവത്തിന്റെയോ പരസ്യം ആയിരിക്കാൻ സാധ്യതയുണ്ട്. ചാരായഷാപ്പിനടുത്തുള്ള കുളത്തിൽ താറാവുകളുടെ ഒരു കപ്പൽപ്പട ഒഴുകിനടന്നു. തൊട്ടുമുന്നിലായി ഒരു കുറ്റിക്കാടും അതിനുള്ളിലേക്ക് കയറിപ്പോകുന്ന ഒരു ഇടവഴിയും അയാളുടെ ശ്രദ്ധയിൽപ്പെട്ടു. യാത്രക്കാരൻ ആ വഴിയിലേക്ക് പ്രവേശിച്ചു.

കട്ടകൾ തിരിച്ചും മറിച്ചും ഒന്നിനുമുകളിൽ ഒന്നായി അടുക്കി മതിലുകൾ മുഴുവൻ ഓരോ കട്ടയുടെ മൂലയും ത്രികോണാകൃതിയിൽ പുറത്തേക്ക് ഉന്തിനിൽക്കുന്ന പതിനഞ്ചാം നൂറ്റാണ്ടിലെ ഒരു മതിലിന്റെ ഓരം ചേർന്ന് അയാൾ നടന്നു. നൂറടി നടന്നു കഴിഞ്ഞപ്പോൾ അയാൾ കല്ലുകൊണ്ടു പണിതീർത്ത ഒരു വളച്ചുവാതിലിനടുത്തെത്തി. ലൂയി പതിനാലാമന്റെ കാലത്തെ രീതിയിലുള്ള വലിയ കൊത്തുപണികൾ അതിൽ കാണാനുണ്ടായിരുന്നു. പ്രവേശനകവാടത്തിനു മുകളിലായി ഒരു മുഖപ്പ് ഉണ്ട്. മുഖപ്പിന്റെ ഭിത്തികൾക്ക് വളച്ചുവാതിലിനോളം തന്നെ പൊക്കം ഉണ്ട്. വാതിലിനു മുന്നിലായി മൂന്നു കട്ടമരങ്ങൾ കിടപ്പുണ്ട്. അവയ്ക്കിടയിൽ മേയ് മാസത്തിലെ എല്ലാ പൂച്ചെടികളും അവരാൽ കഴിയുന്ന വിധത്തിൽ പൂത്തു നിന്നിരുന്നു. വളച്ചുവാതിൽ അടച്ചിരിക്കുകയാണ്. ജീർണിച്ചതെങ്കിലും മടക്കി വയ്ക്കാൻ കഴിയുന്ന കതകുകൾ കൊണ്ടാണ് വളച്ചുവാതിൽ അടച്ചിട്ടിരുന്നത്. മുട്ടിവിളിക്കാനുള്ള ഒരു തുരുമ്പെടുത്ത ഇരുമ്പുകഷണം വാതിലിൽ തൂക്കിയിരുന്നു.

ആരേയും വശീകരിക്കുന്നതായിരുന്നു സൂര്യന്റെ കിരണങ്ങൾ. മരച്ചില്ലകളിൽ മേയ്മാസത്തിന്റെ തുടിപ്പ് കാണാനുണ്ട്. ആ തുടുപ്പിനുകാരണം മേയ്മാസകാറ്റിനേക്കാൾ മരച്ചില്ലകളിലെ കിളിക്കൂടുകൾ ആയിരുന്നിരിക്കണം. ഉയരത്തിലുള്ള ഒരു മരക്കൊമ്പിൽ ഒരു ചെറിയ പക്ഷി, ഒരുപക്ഷേ അതിന്റെ സ്നേഹിതയെ ആയിരിക്കാം, നിരാശയോടെ കരഞ്ഞുവിളിക്കുന്നുണ്ടായിരുന്നു. വാതിലിന്റെ ഇടതുഭാഗത്തായി ഗോളാകൃതിയിലുള്ള ഒരു തുള അയാളെ ആകർഷിച്ചു. യാത്രക്കാരൻ അവിടെ നിന്ന് ആ തുളവീണ കല്ല് പരിശോധിച്ചു. ആ നിമിഷത്തിൽ മടക്കുകതകുകൾ തുറന്ന് ഒറ്റനോട്ടത്തിൽ ഒരു കൃഷിക്കാരിയെന്ന് തോന്നാവുന്ന സ്ത്രീ പുറത്തേക്കുവന്നു. അവൾ യാത്രക്കാരനെ കണ്ടു. അയാൾ എന്താണ് പരിശോധിക്കുന്നതെന്ന് അവൾക്ക് മനസിലായി. അവൾ പറഞ്ഞു:

“അത് ഒരു ഫ്രഞ്ച് പീരങ്കിയുണ്ടയുടെ പാടാണ്.”

അവൾ സംസാരം തുടർന്നു: “അവിടെ വാതിലിനു കുറച്ചു മുകളിലായി ആണിയുടെ അടുത്തുകാണുന്ന തുള കൈത്തോക്കിന്റെ വെടിയുണ്ട തുളച്ചുണ്ടായതാണ്. പക്ഷേ, അതിന് വാതിലിന്റെ തടി മൊത്തം തുളച്ചിറങ്ങാൻ കഴിഞ്ഞില്ല.”

യാത്രക്കാരൻ ചോദിച്ചു: "ഈ സ്ഥലം ഏതാണ്?"

അവൾ പറഞ്ഞു: "ഹൂഗോമോങ്."

യാത്രക്കാരൻ തല ഉയർത്തി. അയാൾ രണ്ടടി മുന്നോട്ടു നടന്ന് കുറ്റിക്കാടിനു മുകളിലൂടെ എത്തിനോക്കി. മരങ്ങൾക്കിടയിലൂടെ കുന്നുപോലെ ഉയർന്നു നിൽക്കുന്ന ഒരു മൈതാനം അയാൾ കണ്ടു. അവിടെ ദൂരെയായി സിംഹത്തിന്റെ രൂപംപോലെ തോന്നുന്ന എന്തോ ഒന്ന് ഉണ്ടായിരുന്നു.

അയാൾ വാട്ടർലൂ യുദ്ധഭൂമിയിലാണ് എത്തിനിന്നിരുന്നത്.

2. ഹൂഗോമോങ്

"ഹൂഗോമോങ്' ഇതായിരുന്നു ഗ്രഹപ്പിഴ പിടിച്ചസ്ഥലം. തടസങ്ങളുടെ തുടക്കം ഇവിടെയായിരുന്നു. യൂറോപ്പിലെ വലിയ കശാപ്പുകാരനായ നെപ്പോളിയന് വാട്ടർലൂവിൽ അഭിമുഖീകരിക്കേണ്ടിവന്ന ആദ്യത്തെ പ്രതിബന്ധം. അയാളുടെ മഴുവിനടിയിലെ ആദ്യത്തെ കീറാമുട്ടി.

പണ്ട് ഇതൊരു കോട്ടയായിരുന്നു. ഇപ്പോൾ ഇതൊരു വെറും കൃഷിസ്ഥലമാണ്. ചരിത്രവിദ്യാർഥിക്ക് ഹൂഗോമോങ്ങിന്റെ പേര് യൂഗോമോങ് എന്നാണ്. ഈ സൗധം പണിയിച്ചത് യൂഗോ ആയിരുന്നു. വില്ലിയേറിയിലെ ആറാം സ്ഥാനം അലങ്കരിച്ചിരുന്ന പുരോഹിതൻതന്നെ.

വഴിയാത്രക്കാരൻ വാതിൽ തള്ളിത്തുറന്നു. അവിടെ നടപ്പുരയിൽ കിടന്നിരുന്ന പഴയ വണ്ടിയുടെ അടിയിലൂടെ കുനിഞ്ഞു നടന്ന് അയാൾ മുറ്റത്തേക്ക് കടന്നുചെന്നു.

നടുമുറ്റത്ത് ആദ്യം അയാളുടെ ശ്രദ്ധയിൽപ്പെട്ടത് പതിനാറാം നൂറ്റാണ്ടിലെ വാതിൽ ആയിരുന്നു. പൊളിഞ്ഞുതകർന്നുകിടന്നിരുന്ന അതു കണ്ടാൽ ഒരു വളച്ചുവാതിലാണെന്ന് തോന്നും. നാശനഷ്ടങ്ങൾ എപ്പോഴും സ്മാരകങ്ങളെ അനുസ്മരിപ്പിക്കും. വളച്ചു വാതിലിനടുത്തായി ഭിത്തിയിൽ മറ്റൊരു വാതിൽകൂടി ഉണ്ടായിരുന്നു. ആങ്റി നാലാമന്റെ കാലത്തിനു ചേർന്ന ഒരു വാതിൽ. ആ വാതിലിലൂടെ മുറ്റത്തെ മരങ്ങൾ കാണാം. അതിനടുത്തായി വളം കൂനകൂട്ടിയിട്ടിരുന്നു. കൈക്കോട്ടുകൾ മൺവെട്ടികൾ ഉന്തുവണ്ടികൾ ഇവയൊക്കെ മുറ്റത്തു കിടന്നിരുന്നു. ഇവകൂടാതെ ഇരുമ്പുകപ്പിയും കയറും മുറ്റത്തുണ്ടായിരുന്ന പഴയ കിണറിനടുത്ത് കിടക്കുന്നുണ്ടായിരുന്നു. ഒരു കുതിരക്കുട്ടി അവിടെയൊക്കെ ചാടികളിച്ചു. ഒരു ടർക്കിക്കോഴി അവിടെ ഞെളിഞ്ഞുനടന്നു. ചെറിയ ഒരു ഗോപുരം ഉയർന്നുനിൽക്കുന്ന പള്ളിയുടെ മുകളിലേക്ക് ഒരു സബർജല്ലിമരം പൂത്തുലഞ്ഞു കിടന്നു. നെപ്പോളിയന്റെ അഭിലാഷങ്ങളിൽ ഒന്ന് ഈ നടുമുറ്റം പിടിച്ചടക്കുകയായിരുന്നു.

ഈ തുണ്ടുഭൂമി പിടിച്ചടക്കാൻ കഴിഞ്ഞിരുന്നെങ്കിൽ അതു ലോകം പിടിച്ചടക്കിയതിനു തുല്യമായി നെപ്പോളിയനു തോന്നുമായിരുന്നു. പിടക്കോഴികൾ കൊക്കുകൊണ്ട് മണ്ണ് ചികഞ്ഞുനോക്കുന്നു. ഒരു വല്ലാത്ത മുരളൽ കേൾക്കുന്നു. അതൊരു തടിയൻ നായയാണ്. അവൻ പല്ലിളിക്കുന്നു. അവൻ ഇംഗ്ലീഷുകാരുടെ സ്ഥാനം ഏറ്റെടുത്തിരിക്കുകയാണ്.

ഇംഗ്ലീഷുകാർ പ്രശംസനീയമായ രീതിയിൽ യുദ്ധം ചെയ്തു. കുക്കിന്റെ നാലു സൈനിക സംഘങ്ങൾ മിന്നൽവേഗത്തിലുള്ള ആക്രമണത്തിനെതിരെ ഏഴുമണിക്കൂർ പിടിച്ചുനിന്നു.

ഭൂപടത്തിൽ നോക്കിയാൽ കെട്ടിടങ്ങളും മതിൽക്കെട്ടുകളും നിറഞ്ഞ ഹൂഗോമോങ് ഒരു മൂല ചെത്തിക്കളഞ്ഞ അടുക്കില്ലാത്ത ഒരു ദീർഘചതുരമാണെന്നു തോന്നും. മുറിഞ്ഞുപോയ മൂലപോലെ തോന്നുന്ന ഭാഗമാണ് തെക്കുവശത്തു കൂടിയുള്ള പ്രവേശനമാർഗം. അതിനെ സംരക്ഷിച്ചുകൊണ്ട് ചുറ്റുമതിൽ ഉണ്ട്. പീരങ്കിവെടിയുണ്ടകൾക്ക് എത്താൻപറ്റിയ ഏറ്റവും ചെറിയ ദൂരം ഈ ഭാഗത്താണ്. ഹൂഗോമോങ്ങിൽ പ്രവേശിക്കാൻ രണ്ടു വഴികൾ ഉണ്ട്. തെക്കുവശത്തെ വാതിൽ കോട്ടയുടേതാണ്. വടക്കേവാതിൽ കൃഷിസ്ഥലത്തേക്ക് തുറക്കുന്നതാണ്. ഹൂഗോമോങ്ങിലേക്ക് നെപ്പോളിയൻ അനുജൻ ഴേറോമിനെയാണ് അയച്ചത്. ഫ്ലായുടെയും ബാഷല്യൂവിന്റെയും ഗിൽമിനോയുടെയും സൈന്യങ്ങൾ ഴേറോമിനെ എതിരിട്ടു. റെയിയുടെ പട്ടാളക്കാർ മുഴുവൻ ഇവിടെ പങ്കെടുത്തിരുന്നു. അവർ പരാജയപ്പെട്ടു. ധീരമായ ആ പോരാട്ടത്തിൽ കെല്ലർമാന്റെ ഉണ്ടകൾ മുഴുവൻ ചെലവായി. ഹൂഗോമോങ്ങിന്റെ വടക്കുഭാഗത്ത് ബോദ്വാങ്ങിന്റെ സൈനികർ തികയാതെവന്നു. സോയിയുടെ സൈനികർക്ക് തെക്കുഭാഗം പൊളിക്കാൻ മാത്രമേ കഴിഞ്ഞുള്ളൂ. അവർക്ക് ആ ഭാഗം കീഴടക്കാൻ കഴിഞ്ഞില്ല.

നടുമുറ്റത്തിന്റെ തെക്കുഭാഗത്തായാണ് കൃഷിക്കുവേണ്ടിയുള്ള കെട്ടിടങ്ങൾ ഉണ്ടായിരുന്നത്. വടക്കെ വശത്തെ കതക് ഫ്രഞ്ചുകാർ തകർത്തുകളഞ്ഞെങ്കിലും ഒരുഭാഗം ഭിത്തിയിൽ തൂങ്ങിക്കിടപ്പുണ്ട്. നാലുപലകകൾ അടുക്കിവെച്ച് കുറുകെ രണ്ടുപലകകളുംകൂടി ഒന്നിച്ചുചേർത്ത് ആണിവെച്ച് ഉറപ്പിച്ചെടുത്തിട്ടുള്ളതാണ് ഭിത്തിയിൽ തൂങ്ങിയാടുന്ന കതകിന്റെ കഷണം. അതിൽ മുഴുവൻ ആക്രമണത്തിന്റെ പാടുകൾ കാണാം.

ഫ്രഞ്ചുകാർ തകർത്ത ഭിത്തിയിൽ തൂങ്ങിക്കിടക്കുന്ന വടക്കുവശത്തെ വാതിലിന്റെ പലകയ്ക്കുപകരം ഇപ്പോൾ ഒരു പുതിയ തടിക്കഷണം കതകിലുണ്ട്. ആ കതക് ഇപ്പോൾ നടമുറ്റത്തേക്ക് പകുതി തുറന്ന് കിടക്കുന്നു. നടുമുറ്റത്തിന്റെ വടക്കുഭാഗം അടച്ചുകൊണ്ട് ആ വാതിൽ ഇപ്പോഴും ഉണ്ട്. ഇപ്പോൾ അത് എല്ലാ കൃഷിസ്ഥലങ്ങളിലും കാണാൻ കഴിയുന്ന വണ്ടികൾക്കു കടന്നുപോകാൻ പാകത്തിലുള്ള ഒരു സാധാരണവാതിലാണ്. ചിന്തേരിടാത്ത വലിയ പലകകൾ ചേർത്തുവെച്ചുണ്ടാക്കുന്ന ഒരു സാധാരണ മടക്കുവാതിൽ. ഈ പ്രവേശന കവാടത്തിൽ പണ്ട് അതിഭയങ്കരമായ ചെറുത്തുനിൽപ്പ് നടന്നിരുന്നു. ഈ വാതിലിൽ രക്തക്കറ ഉണങ്ങിയ പലതരം കൈപ്പാടുകൾ വളരെക്കാലം കാണാൻ ഉണ്ടായിരുന്നു. ബോദ്വാങ് കൊല്ലപ്പെട്ടത് ഇവിടെവെച്ചായിരുന്നു.

യുദ്ധത്തിന്റെ കൊടുങ്കാറ്റ് നടുമുറ്റത്തുനിന്നാൽ ഇപ്പോഴും കേൾക്കാൻ കഴിയും. അതിന്റെ ഭീകരത ഇപ്പോഴും അവിടെ കാണാനുണ്ട്. പോരാട്ടം തകിടംമറിച്ചതെല്ലാം ഇപ്പോഴും അവിടെ കല്ലിച്ചുകിടക്കുന്നു. ഇന്നലെകളിലാണ് അത്. സംഭവിച്ചതെങ്കിലും ഇന്നും അതിന് ജീവൻവയ്ക്കുകയും മരിക്കുകയും ചെയ്തുകൊണ്ടിരിക്കുന്നു. അവിടുത്തെ മതിലുകൾ ഇന്നും മരണവേദന അനുഭവിക്കുന്നു. കല്ലുകൾ അടർന്നുവീഴുന്നു. വിള്ളലുകൾ നിലവിളിക്കുന്നു. തുളകൾ മുറിവുകളായിമാറുന്നു. ഇവിടെ നിന്നു രക്ഷപ്പെടാൻ ശ്രമിക്കുന്നതുപോലെ വൃക്ഷങ്ങൾ വിറയലോടെ വളഞ്ഞുപുളയുന്നു.

1815 ൽ ഈ നടുമുറ്റം ഇന്നത്തേതിലും നല്ല അവസ്ഥയിൽ ആയിരുന്നു. തകർന്നുകിടക്കുന്ന ഭാഗങ്ങൾ അന്നു ചതുരങ്ങളും ത്രികോണങ്ങളുമായിരുന്നു.

ഇംഗ്ലീഷുകാർ തമ്പടിച്ചിരുന്നത് ഇവിടെയാണ്. ഫ്രഞ്ചുകാർക്ക് അകത്തു

കടക്കാൻ കഴിഞ്ഞെങ്കിലും പിടിച്ചുനിൽക്കാൻ കഴിഞ്ഞില്ല. പള്ളിയുടെ വശത്ത് ഹൂഗോമോങ് കൊട്ടാരത്തിന്റെ സ്മാരകമായി അവശേഷിക്കുന്ന കോട്ടയുടെ ഭാഗം കാണാം. അത് തകർന്നുപൊടിഞ്ഞ അവസ്ഥയിലാണ്. കോട്ടയും പള്ളിയും യുദ്ധസമയത്ത് തടസങ്ങൾ എന്ന രീതിയിൽ പ്രയോജനപ്പെട്ടിരുന്നു. സർവവും നശിപ്പിക്കുന്ന മട്ടിലായിരുന്നു യുദ്ധത്തിന്റെ പോക്ക്. ഫ്രഞ്ചുകാർ എല്ലാ ഭാഗത്തുനിന്നും വെടിയുതിർത്തു. ഭിത്തിയുടെ മറവിൽനിന്നും മേൽക്കൂരകളിൽനിന്നും നിലവറകളുടെ അടിത്തട്ടിൽനിന്നും വെടിയൊച്ചകൾ മുഴങ്ങി. ജനാലകൾ, കല്ലിന്റെ വിള്ളലുകൾ എന്നുവേണ്ട വായു കടക്കുന്ന ഏതു ദ്വാരത്തിലൂടെയും വെടിയുണ്ടകൾ പാഞ്ഞു. ഫ്രഞ്ചുകാർ ഉണങ്ങിയ തടിക്കഷണങ്ങൾ കൂട്ടിയിട്ട് കെട്ടിടങ്ങൾക്കും മനുഷ്യർക്കും തീകൊടുത്തു. പീരങ്കിയുണ്ടകൾക്കു മറുപടിയായി തീനാളങ്ങളുടെ കൊടുങ്കാറ്റു വീശി.

തകർന്നടിഞ്ഞ കോട്ടയുടെ ഇരുമ്പഴികളുള്ള ജനാലയിലൂടെ പ്രധാന കെട്ടിടത്തിന്റെ ഇളകിപ്പൊളിഞ്ഞ ഉള്ളറകൾ കാണാൻ കഴിയും. ഈ അറകളിലായിരുന്നു ഇംഗ്ലീഷ് പട്ടാളക്കാർ ഒളിച്ചിരുന്നത്. അടിമുടി തകർന്നു പോയ ചുറ്റുകോവണി കണ്ടാൽ ഉടഞ്ഞുപോയ ശംഖിന്റെ ഉൾഭാഗംപോലെ തോന്നും. കോവണിപ്പടിക്ക് രണ്ടുനിലകൾ ഉണ്ട്. കോവണിപ്പടിയിൽവെച്ച് വളയപ്പെട്ട ഇംഗ്ലീഷ് പട്ടാളം മുകളിലത്തെ നിലയിൽ കൂട്ടംകൂടി. താഴത്തെ ചവിട്ടുപടികൾ അവർ തകർത്തു. നീലക്കല്ലുകളുടെ വലിയപാളികൾ ചവറുകൂനയ്ക്കിടയിൽ കിടപ്പുണ്ട്. പന്ത്രണ്ടു ചവിട്ടുപടികൾ ഇപ്പോഴും ഭിത്തിയിൽ പറ്റിപ്പിടിച്ച് നിൽക്കുന്നു. എത്തിപ്പിടിക്കാൻ കഴിയാത്ത പൊക്കത്തിൽ അവ ചുഴിക്കുറ്റികളിൽ ഇപ്പോഴും ഉറച്ചുനിൽക്കുന്നു. തകർന്നു പോയവയ്ക്ക് പല്ലില്ലാത്ത താടിയെല്ലിനോടാണ് സാമ്യം. രണ്ടുകിഴവൻ വൃക്ഷങ്ങൾ അവിടെയുണ്ട്. ഒന്ന് മരിച്ചു കഴിഞ്ഞു. അടുത്തതിന് ചുവട്ടിൽ മുറിവുപറ്റി. ഏപ്രിൽവരെ അവയിൽ ഇലകൾ ഉണ്ടാവില്ല. 1850 മുതൽ കോവണിപ്പടിക്കുള്ളിലൂടെ അവ വളരാൻ തുടങ്ങിയിരുന്നു.

പള്ളിക്കുള്ളിൽ ഒരു കൂട്ടക്കൊല നടന്നിരുന്നു. ശാന്തത തിരിച്ചുവന്നെങ്കിലും ആ പള്ളിയുടെ ഉൾഭാഗം വിചിത്രമാണ്. കൂട്ടക്കൊലയ്ക്കുശേഷം അവിടെ കുർബാന നടന്നിട്ടില്ല. പരുക്കൻതടികൊണ്ട് തീർത്ത അൾത്താരയെ താങ്ങിനിർത്തിയിരിക്കുന്നത് അടുക്കിവെച്ച കല്ലുകൾ കൊണ്ടാണ്. വെള്ളപൂശിയ നാലു ചുവരുകൾ, അൾത്താരയുടെ എതിർവശത്തായി ഒരു വാതിൽ, രണ്ടു ചെറിയ ജനാലകൾ, കതകിനു മുകളിൽ തടികൊണ്ടുള്ള ക്രൂശിതരൂപം, ക്രൂശിത രൂപത്തിനു മുകളിൽ വൈക്കോൽ തിരുകി അടച്ചുവെച്ചിട്ടുള്ള ഒരു വലിയ ചതുരാകൃതിയിലുള്ള തുള, നിലത്ത് ഒരു കോണിലായി തകർന്നുകിടക്കുന്ന ജനാലയുടെ ഒരു കണ്ണാടിപ്പാളി, ഇതെല്ലാം കൂടിയാകുമ്പോൾ ആ ചെറിയ പള്ളിയുടെ അകത്തളത്തിന്റെ ഒരു ഏകദേശരൂപമായി. അൾത്താരയുടെ അടുത്തായി പതിനഞ്ചാംനൂറ്റാണ്ടിലെ സെന്റ് ആനിന്റെ ഒരു തടിപ്രതിമ തൂക്കിയിട്ടിട്ടുണ്ട്. ഉണ്ണിയേശുവിന്റെ തല ഒരു പീരങ്കിയുണ്ട കൊണ്ടുപോയി. നിമിഷനേരത്തേക്ക് പള്ളിയുടെ ഉടമസ്ഥരാകുകയും നിമിഷങ്ങൾക്കകംതന്നെ അവിടെനിന്ന് ഒഴിപ്പിക്കപ്പെടുകയും ചെയ്ത ഫ്രഞ്ചുകാർ പള്ളിക്കുള്ളിൽ തീയിട്ടിരുന്നു. അവശിഷ്ടങ്ങളിൽ തീ ആളിപ്പടർന്നു. കുറച്ചുസമയത്തേക്ക് പള്ളി ഒരു ചൂളയായി മാറി. കതകും തറയും കത്തിക്കരിഞ്ഞുപോയി. പക്ഷേ, തടികൊണ്ടുള്ള ക്രിസ്തുവിന് തീപിടിച്ചിരുന്നില്ല. തീ അതിന്റെ വഴിക്ക് ക്രിസ്തുവിന്റെ പാദംവരെ എത്തിയിരുന്നു.

കാലിൽ കറുത്ത പാടുകൾ ഇപ്പോഴും അവശേഷിക്കുന്നുണ്ട്. പിന്നീട് തീ അണഞ്ഞുപോയി. നാട്ടുകാർ ഇത് ഒരത്ഭുതമായി പറയുന്നു. തലപോയ ഉണ്ണിയേശുവിന് ക്രിസ്തുവിനോളം ഭാഗ്യം ഉണ്ടായിരുന്നില്ല.

ഭിത്തി മുഴുവൻ ചുവരെഴുത്തുകളാണ്. ക്രിസ്തുവിന്റെ കാൽപ്പാദങ്ങൾക്കു താഴെ ആരുടെയോ പേര് എഴുതിവെച്ചിരിക്കുന്നു. ഫ്രഞ്ചു പേരുകളുടെ അറ്റത്ത് ആശ്ചര്യചിഹ്നങ്ങൾ വരച്ചിരിക്കുന്നത് കാണാം. കോപത്തിന്റ അടയാളങ്ങൾ. ഭിത്തി 1849 ൽ വെള്ള പൂശിയതാണ്. രണ്ടു രാജ്യങ്ങളും പരസ്പരം അപമാനിക്കാൻ പള്ളിയുടെ ചുവരുകൾ പ്രയോജനപ്പെടുത്തിയിരുന്നു.

ഈ പള്ളിയുടെ വാതിലിൽനിന്ന് ഒരു ശവം കിട്ടിയിരുന്നു. ശവത്തിന്റെ കയ്യിൽ ഒരു മഴു ഉണ്ടായിരുന്നു. ഉപസൈന്യാധിപൻ ലെഗ്രോവിന്റേതായിരുന്നു ആ ശവം.

പള്ളിക്കു പുറത്ത് ഇടതുഭാഗത്തായി ഒരു കിണർ കാണാം. ഈ മുറ്റത്ത് രണ്ടു കിണറുകൾ ഉണ്ട്. ഒന്നിൽ തൊട്ടിയും കപ്പിയും ഇല്ലാത്തതെന്താണെന്ന് ചോദിക്കാൻ ഇടയുണ്ട്. ആ കിണറ്റിൽനിന്ന് വെള്ളം കോരാറില്ല. അതുകൊണ്ടാണ് കപ്പിയും തൊട്ടിയും ഇല്ലാത്തത്. രണ്ടാമത്തേതിൽനിന്ന് വെള്ളം കോരാത്തത് എന്തുകൊണ്ടാണ്? അതിനുള്ളിൽ നിറയെ അസ്ഥികൂടങ്ങളാണ്.

അവസാനമായി ആ കിണറ്റിൽനിന്ന് വെള്ളം കോരിയ മനുഷ്യന്റെ പേര് ഗിയോം വാൻ കിൽസോം എന്നായിരുന്നു. അയാൾ ഹൂഗോമോങ്ങിലെ ഒരു കർഷകനായിരുന്നു. അയാൾ പണ്ട് ഇവിടെ തോട്ടക്കാരനായി ജോലി ചെയ്തിട്ടുണ്ട്. 1815 ജൂൺ പതിനെട്ടാംതീയതി അയാളുടെ കുടുംബം കാട്ടിൽപോയൊളിച്ചു.

വില്ലിയേറിലെ പള്ളിക്കു ചുറ്റുമുള്ള ഈ കാട് ചിതറിപ്പോയ ഭാഗ്യദോഷികളെ ദിവസങ്ങളോളം കാത്തുരക്ഷിച്ചു. കാട്ടിനുള്ളിൽ കരിഞ്ഞുകിടക്കുന്ന മരക്കുറ്റികൾ അതിന്റെ അടയാളങ്ങളാണ്. ആ പാവങ്ങൾ കാട്ടിനുള്ളിൽ തണുത്തുവിറച്ച് കുത്തിയിരുന്ന സ്ഥലങ്ങളുടെ സൂചനയായി അവ അവശേഷിക്കുന്നു.

കോട്ടയുടെ സംരക്ഷണത്തിനായി ഗിയോം വാൻ കിൽസോം ഹൂഗോമോങ്ങിൽനിന്ന് താമസം മാറ്റിയിരുന്നില്ല. യുദ്ധ സമയത്ത് അയാൾ ഒരു നിലവറയ്ക്കുള്ളിൽ ഒളിച്ചിരുന്നു. ഇംഗ്ലീഷുകാർ അയാളെ അവിടെനിന്നാണ് പിടികൂടിയത്. അവർ അയാളെ വാൾത്തലകൊണ്ട് അടിച്ചു. അവർ ഭയന്നുപോയ ഗിയോം വാൻ കിൽസോമിനെക്കൊണ്ട് അവർക്കുവേണ്ടി ജോലി എടുപ്പിച്ചു. അവർക്കു ദാഹിച്ചപ്പോൾ അയാൾ അവർക്ക് കുടിക്കാൻ വെള്ളം കൊണ്ടുകൊടുത്തു. അന്ന് അയാൾ വെള്ളം കോരിയത് ഈ കിണറ്റിൽനിന്നായിരുന്നു. ധാരാളം മനുഷ്യർ അവരുടെ അവസാനത്തെ കവിൾ വെള്ളം കുടിച്ചതും ഈ കിണറ്റിൽ കിടന്നായിരുന്നു. പലരും മരിച്ച ഈ കിണർ ഇപ്പോൾ സ്വയംമരിച്ചുകൊണ്ടിരിക്കുന്നു.

യുദ്ധത്തിനുശേഷം ശവങ്ങൾ കുഴിച്ചു മൂടാൻ ബുദ്ധിമുട്ടായിരുന്നു. മരണം വിജയത്തെ ബുദ്ധിമുട്ടിക്കാറുണ്ട്. കീർത്തിക്കു പിന്നാലെ പകർച്ചവ്യാധികൾ പടരാൻ അതു കാരണമാകും. വിജയത്തിന്റെ പിൻതുടർച്ചാവകാശം സന്നിപാതജ്വരത്തിനാണ്. ഈ കിണറിന് കൂടുതൽ ആഴം ഉണ്ടായിരുന്നു. അതുകൊണ്ട് അതൊരു ശവക്കുഴിയായി മാറി. മുന്നൂറുശവങ്ങൾ അതിനുള്ളിലേക്ക് എറിയപ്പെട്ടു. തിടുക്കത്തിലായിരുന്നതുകൊണ്ട് അവരെല്ലാം മരിച്ചിരുന്നോ എന്ന് ഇപ്പോഴും ഉറപ്പില്ല. പഴങ്കഥകൾ പറയുന്നത് അവർ മരിച്ചിരുന്നില്ല എന്നാണ്.

ശവങ്ങൾ കിണറ്റിലെറിഞ്ഞ രാത്രിയിൽ കിണറ്റിൽനിന്ന് ഞരക്കങ്ങൾ പുറത്തു കേട്ടിരുന്നതായി പറയപ്പെടുന്നു.

ഈ കിണർ നടുമുറ്റത്ത് ഒറ്റപ്പെട്ടു നിൽക്കുന്നു. പകുതി കട്ടയും പകുതി കല്ലുംകൊണ്ട് തീർത്ത മൂന്നു ഭിത്തികൾ മൂന്നായി മടക്കാവുന്ന സ്ക്രീനിന്റെ പാളികൾപോലെ കിണറിന്റെ മൂന്നുവശത്തായി കാണാം. ചതുരത്തിലുള്ള ഒരു താഴികക്കുടത്തിന്റെ അനുകരണമായി ഇതിനെ കണക്കാക്കാം. നാലാമത്തെ വശം തുറന്നുകിടക്കുന്നു. ആ വശത്തുനിന്നാണ് വെള്ളം കോരിയിരുന്നത്. പിന്നിലെ ഭിത്തിയിൽ വികൃതമായ ഒരു വലിയതുളയുണ്ട്. ഒരുപക്ഷേ, വെടിയുണ്ട തുളച്ചിറങ്ങി ഉണ്ടായതായിരിക്കാം.

താഴികക്കുടത്തിനു മുകളിൽ മേൽക്കൂര ഉണ്ടായിരുന്നു. ഇപ്പോൾ അവിടെ കഴുക്കോലുകൾ മാത്രമാണ് അവശേഷിച്ചിട്ടുള്ളത്. വലതുവശത്തെ മതിൽ ഇരുമ്പുപട്ടകൾ തറച്ച് ബലപ്പെടുത്തിയിരിക്കുന്നു. ഈ ഇരുമ്പുപട്ടകൾ ഒറ്റനോട്ടത്തിൽ കുരിശുപോലെ തോന്നും. കിണറ്റിലേക്കു കുനിഞ്ഞുനോക്കിയാൽ കട്ടകെട്ടി ഉണ്ടാക്കിയ ആഴമുള്ള കുഴലിനുള്ളിൽ നിഴലുകൾ കുന്നുകൂടിക്കിടക്കുന്നതു കാണാം. കിണറിന്റെ ഭിത്തിയിൽ കളച്ചെടികൾ വളർന്നു കാടുപിടിച്ചിട്ടുണ്ട്.

കിണറിനടുത്ത് നടന്നെത്താൻ വേണ്ടിയുള്ള നീലക്കല്ലുകൾ വിരിച്ചപാത ബൽജിയത്തിലെ കിണറുകളുടെ മുഖമുദ്രയാണ്. ആ നീലക്കല്ലുകൾ ഈ കിണറിനടുത്ത് കാണാനില്ല. അതിനുപകരം വലിയ എല്ലുകൾ പോലെയുള്ള, പ്രത്യേകിച്ച് ഒരു ആകൃതിയുമില്ലാത്ത നാലഞ്ച് തടിക്കഷണങ്ങൾ കൂട്ടിക്കെട്ടിയിട്ടിരുന്നു. ഇപ്പോൾ അവിടെ കപ്പിയും കയറും ഇല്ല. തൊട്ടിയും ഇല്ല. പക്ഷേ, പാഴായിപ്പോകുന്ന വെള്ളം ഒലിച്ചിറങ്ങാനുള്ള കൽത്തൊട്ടി ഇപ്പോഴും അവിടെത്തന്നെയുണ്ട്. ഇപ്പോൾ അതിനുള്ളിൽ മഴവെള്ളം കെട്ടിക്കിടക്കുന്നു. ഇടയ്ക്ക് എപ്പോഴെങ്കിലും അടുത്തുള്ള കാട്ടിൽനിന്ന് ഒരു കിളി പറന്നുവന്ന് ഈ കൽത്തൊട്ടിയിൽ നിന്നും വെള്ളം കുടിച്ച് തിരിച്ചു പോകും.

ഇവിടെ കാണുന്ന അവശിഷ്ടങ്ങൾക്കിടയിലുള്ള കൃഷിപ്പുരയിൽ ഇപ്പോഴും ആൾത്താമസം ഉണ്ട്. അതിന്റെ വാതിലും നടുമുറ്റത്തേക്കാണ് തുറക്കുന്നത്. കതകിനു മുന്നിലായി തള്ളിനിൽക്കുന്ന ഒരു ഇരുമ്പ് ഓടാമ്പൽ കാണാം. കൃഷിപ്പുരയ്ക്കുള്ളിൽ കയറി രക്ഷപ്പെടാമെന്ന ഉദ്ദേശ്യത്തോടെ 'വിൽഡ' എന്ന ഹാനോവേറിയൻ സേനാപതി ഈ ഓടാമ്പലിൽ പിടിച്ചു വലിച്ചിരുന്നു. ഒരു ഫ്രഞ്ച് ഒളിപ്പോരാളി മഴുകൊണ്ടുള്ള ഒറ്റവെട്ടിന് അയാളുടെ കൈ മുറിച്ചുമാറ്റി.

ഇപ്പോൾ അവിടെ താമസിച്ചു വരുന്നത് പഴയ തോട്ടക്കാരൻ ഗിയോം വാൻ കിൽസോമിന്റെ കൊച്ചുമക്കളാണ്. ഗിയോം വാൻ കിൽസോം മരിച്ചിട്ട് കാലം കുറേ കഴിഞ്ഞിരിക്കുന്നു. തലനരച്ച ഒരു സ്ത്രീ ഞങ്ങളോടു പറഞ്ഞു:

“ഞാൻ അന്ന് ഇവിടെ ഉണ്ടായിരുന്നു. എനിക്ക് അന്നു മൂന്ന് വയസ്സ് കാണും. എന്റെ ചേച്ചി പേടിച്ചുകരഞ്ഞുകൊണ്ട് ഞങ്ങളെ കാട്ടിനുള്ളിലേക്ക് വലിച്ചിഴച്ചുകൊണ്ടുപോയി. ഞാൻ അമ്മയുടെ ഒക്കത്ത് ഇരിക്കുകയായിരുന്നു. തറയിൽ ചെവി ചേർത്ത് ചേച്ചി ശ്രദ്ധിച്ചു. പീരങ്കിയുടെ മുഴക്കം അനുകരിക്കാൻ എനിക്ക് അറിയാമായിരുന്നു. ഞാൻ അന്ന് “ബും ബും” എന്ന് ശബ്ദമുണ്ടാക്കും.”

ഇടതുവശത്തെ വാതിൽ തോട്ടത്തിലേക്കാണ് തുറക്കുന്നതെന്ന് ഞങ്ങൾ പറഞ്ഞിരുന്നു. തോട്ടത്തിന്റെ കിടപ്പ് ശരിക്കും ഭയാനകമാണ്.

തോട്ടത്തിന് മൂന്നുഭാഗങ്ങൾ ഉണ്ട്. മൂന്ന് അധ്യായങ്ങൾ എന്നു വേണമെങ്കിൽ പറയാം. ആദ്യത്തെ ഭാഗം പൂന്തോട്ടമാണ്. രണ്ടാമത്തെ ഭാഗം മരങ്ങളാണ്. മൂന്നാംഭാഗം കാടാണ്. ഈ മൂന്നു ഭാഗങ്ങൾക്കുംകൂടി ഒരു ചുറ്റുമതിൽ ഉണ്ട്. കൃഷിപ്പുരയുടെയും കോട്ടയുടെയും സമീപത്തായാണ് തോട്ടത്തിലേക്കു കടന്നു ചെല്ലാനുള്ള വാതിൽ. ഇടതുഭാഗത്ത് കുറ്റിച്ചെടികൾ കൊണ്ടുള്ള വേലി. വലതുവശത്തും പിന്നിലും മതിലുകൾ. വലതുവശത്തെ മതിൽ കട്ടകെട്ടിയതാണ്. പിന്നിലെ മതിൽ കല്ലു കൊണ്ടാണ്. പൂന്തോട്ടത്തിലേക്കാണ് ആദ്യം കടന്നു ചെല്ലുന്നത്. പൂന്തോട്ടം അൽപ്പം ചരിഞ്ഞ സ്ഥലമാണ്. മുന്തിരിച്ചെടികൾ അവിടെ കൃഷിചെയ്തിരിക്കുന്നു. ഇടതൂർന്ന പച്ചപ്പ് അവിടെ കാണാം. കല്ലുപാകി ഈ ഭാഗത്തിന്റെ അവസാനം അടയാളപ്പെടുത്തിയിട്ടുണ്ട്. കൂടാതെ നല്ല പൊക്കമുള്ള പരിഷ്കൃത രീതിയിലുള്ള കൈവരികളും തോട്ടത്തിന്റെ അതിർത്തിയിൽ കാണാം. അത് ഇന്നത്തെ പുതിയ രീതിക്കു മുമ്പുണ്ടായിരുന്ന ഫ്രഞ്ച് രീതിയിലുള്ള ഒരു തോട്ടമാണ്. ഇപ്പോൾ അവശിഷ്ടങ്ങളും മുൾപ്പടർപ്പുകളുമായി അത് മാറിപ്പോയിരിക്കുന്നു. തൂണുകളുടെ മുകളിൽ കണ്ടാൽ പീരങ്കിയുണ്ടകളാണെന്നു തോന്നുന്ന കല്ലുഗോളങ്ങൾ ഉറപ്പിച്ചിരിക്കുന്നു. ഞങ്ങൾ ഇത്തരം ചിത്രത്തൂണുകൾക്കു മുകളിൽ യഥാസ്ഥാനത്ത് ഉറപ്പിച്ചിരിക്കുന്ന നാൽപ്പത്തിമൂന്നു ഗോളങ്ങൾ വരെ എണ്ണി. ബാക്കി തൂണുകൾ താഴെ പുല്ലിൽ വീണുകിടക്കുകയാണ്. താഴെ വീണുകിടക്കുന്ന മിക്ക തൂണിലും പീരങ്കിയുണ്ടകൾ ഏൽപ്പിച്ച പോറലുകൾ കാണാനുണ്ട്. കൂട്ടത്തിൽ ഒടിഞ്ഞുപോയ ഒരു ചിത്രത്തൂണ് ഒടിഞ്ഞുപോയ കാലുകണക്കെ യഥാസ്ഥാനത്തുതന്നെ നിൽക്കുന്നുണ്ട്.

മരത്തോപ്പിനേക്കാൾ താഴ്ന്ന പ്രദേശത്താണ് പൂന്തോട്ടം. ആദ്യം കടന്നുകയറിയ ആറുപോരാളികൾ രക്ഷപ്പെടാൻ കഴിയാതെ ഇവിടെ അകപ്പെട്ടുപോയിരുന്നു. കുഴിയിൽവീണ കരടികളെ പോലെയായിരുന്നു അവരുടെ അവസ്ഥ. അവരെ വളഞ്ഞ രണ്ട് ഹനോവേറിയൻ സൈനിക സംഘങ്ങൾക്കെതിരെ അവർ യുദ്ധം ചെയ്തു. അതിൽ ഒരു സംഘത്തിന് കൈത്തോക്കുകൾ ഉണ്ടായിരുന്നു. പോരാളികൾ താഴെനിന്ന് എതിർത്തു. ഇരുന്നൂറുപേർക്കെതിരെ ആറുപേർ. രക്ഷപ്പെടാൻ ആകെയുള്ളത് മുന്തിരിവള്ളികളുടെ മറവുമാത്രം. അവർ മരിച്ചുവീഴാൻ എന്നിട്ടും പതിനഞ്ചു മിനിട്ട് എടുത്തു.

തോട്ടത്തിൽനിന്നും ഏതാനും പടവുകൾ ചവിട്ടിക്കയറിയാൽ മരത്തോപ്പിൽ എത്താം. അവിടെ നടക്കാൻ ഇടമില്ലാത്ത സ്ഥലത്ത് ഒരു മണിക്കൂറിനുള്ളിൽ ആയിരത്തി അഞ്ഞൂറു മനുഷ്യർ മരിച്ചുവീണു. മതിലുകൾ കണ്ടാൽ അവ വീണ്ടും യുദ്ധത്തിനു തയാറെടുത്തു നിൽക്കുകയാണെന്നു തോന്നും. ഇംഗ്ലീഷുകാർ വെടിയുതിർക്കാൻവേണ്ടി തുളച്ച മുപ്പത്തിയെട്ടു രഹസ്യദ്വാരങ്ങൾ മതിലിന്റെ പലഭാഗത്തായി ഇപ്പോഴും ഉണ്ട്. അതിൽ പതിനാറാമത്തെ ദ്വാരത്തിനു മുന്നിലായി ഗ്രാനൈറ്റിൽ പണിത ഇംഗ്ലീഷുകാരുടെ രണ്ടു ശവകുടീരങ്ങൾ കാണാം. തെക്കേ മതിലൊഴിച്ച് മറ്റ് എവിടെയും വെടിയുണ്ട തുളച്ചിറങ്ങിയ പാടുകൾ ഇല്ല. അവിടെ നിന്നായിരുന്നു, പ്രധാനമായും ആക്രമണം നടന്നത്. ഈ മതിലിനു പുറത്തായി വലിയരീതിയിൽ കുറ്റിക്കാടുകൾ വളർത്തിയിട്ടിരുന്നു. പുറത്തുനിന്ന് മതിൽ കാണാൻ കഴിഞ്ഞിരുന്നില്ല. ഫ്രഞ്ചുകാർ മുന്നിൽ കുറ്റിക്കാടുകൾ മാത്രമാണ് ഉള്ളതെന്ന ധാരണയോടെ മുകളിലേക്കു കയറി. കുറ്റിക്കാടുകൾ കടന്നു കയറിയപ്പോഴാണ് അവർ മതിൽ കാണുന്നത്. ഒരേസമയം ആ പ്രദേശം മുന്നേറ്റത്തിനു

തടസവും ഒളിച്ചിരുന്ന് ആക്രമിക്കാൻപറ്റിയ ഒളിസങ്കേതവുമായി മാറി. മതിലിനു പിന്നിൽ ഇംഗ്ലീഷ് സൈനികർ ഉണ്ടായിരുന്നു. മുപ്പത്തിയെട്ടു രഹസ്യദ്വാരങ്ങളിൽനിന്നും വെടിയുണ്ടകൾ ഒരേപോലെ പാഞ്ഞുവന്നു. വെടിയുണ്ടകൾ കൊടുങ്കാറ്റുപോലെ വീശി. ആ കൊടുങ്കാറ്റിനൊപ്പം പീരങ്കിയുണ്ടകളും പൊഴിഞ്ഞിരുന്നു. സോയിയുടെ പട്ടാളക്കാർ ഒന്നോടെ തകർന്നടിഞ്ഞു. വാട്ടർലൂ യുദ്ധം അവിടെ തുടങ്ങി.

എങ്കിലും മരത്തോപ്പ് അവർ പിടിച്ചടക്കി. അവരുടെ പക്കൽ ഏണികൾ ഉണ്ടായിരുന്നില്ല. എന്നിട്ടും അവർ ഭിത്തിയിലൂടെ അള്ളിപ്പിടിച്ചു കയറി. മരങ്ങൾക്കു താഴെ അവർ മൽപ്പിടുത്തങ്ങൾ നടത്തി. പുൽത്തകിടി രക്തത്തിൽ കുളിച്ചു. നാസോയിൽ നിന്നുള്ള എഴുന്നൂറുസൈനികരുടെ സേന അവിടെവെച്ച് തുടച്ചുനീക്കപ്പെട്ടു. മതിലിനു പുറത്ത് അവിടെ നിയോഗിക്കപ്പെട്ടിരുന്ന കെല്ലർമാന്റെ രണ്ടു സൈനികവ്യൂഹങ്ങളെ പീരങ്കിയുണ്ടകൾ കാർന്നുതിന്നു.

എല്ലാ വൃക്ഷത്തോപ്പുകളെയുംപോലെ മേയ്മാസം ഈ തോട്ടത്തിനും പുതുജീവൻ നൽകും. ബ്ലോസവും ഡെയ്സിയും പൂത്തുലഞ്ഞു കിടക്കുന്നു. പുല്ലിനുപോലും ഉയരം വെച്ചിട്ടുണ്ട്. കൃഷിപ്പണിക്കുള്ള കുതിരകൾ പുല്ലു മേഞ്ഞു നടക്കുന്നു. മരങ്ങൾക്കിടയിലെല്ലാം ഉണങ്ങാൻ വിരിച്ചിരിക്കുന്ന തുണികൾ കാണാം. യാത്രക്കാർക്ക് അവയ്ക്കിടയിലൂടെ തലകുനിച്ചുവേണം നടക്കാൻ. ഈ പുൽത്തകിടിയിലൂടെ മനുഷ്യർ നടക്കുന്നുണ്ട്. അവരുടെ കാലുകൾ മൺപുറ്റുകളിൽ ആഴ്ന്നുപോകുന്നു. പുല്ലിനിടയിൽ ഒടിഞ്ഞുവീണ ഒരു മരത്തിന്റെ കുറ്റി ബാക്കിനിൽക്കുന്നു. എങ്കിലും അതിൽ തളിരിലകൾ മുളപൊട്ടിയിട്ടുണ്ട്. മേജർ ബ്ലാക്ക് ഈ മരക്കുറ്റിയിൽ ചാരിയിരുന്നാണ് മരിച്ചത്. അതിനടുത്തുനിൽക്കുന്ന വലിയ മരത്തിന്റെ ചുവട്ടിലാണ് ജർമൻ സൈന്യാധിപൻ ഡ്യൂപ്ലാറ്റ് വെടിയേറ്റു വീണത്. തൊട്ടടുത്തു നിന്നിരുന്ന കിഴവനാപ്പിൾമരം ചുവടുദ്രവിച്ച് ചരിഞ്ഞുവീണിരിക്കുന്നു. ഒടിഞ്ഞഭാഗത്ത് വൈക്കോലും കളിമണ്ണും കുഴച്ചുവെച്ച് പൊതിഞ്ഞുകെട്ടിയിട്ടുണ്ട്. അവിടെയുള്ള ആപ്പിൾമരങ്ങളെല്ലാംതന്നെ കാലപ്പഴക്കംകൊണ്ട് ഒടിഞ്ഞുവീഴാറായിട്ടുണ്ട്. പീരങ്കിയുണ്ടയോ വെടിയുണ്ടയോ തുളയ്ക്കാത്ത ഒരു മരംപോലും അവിടെ ബാക്കിയില്ല. എവിടെ നോക്കിയാലും മരിച്ച മരങ്ങളുടെ അസ്ഥികൂടങ്ങൾ കാണാം. കാക്കകൾ അവയുടെ അസ്ഥികളിൽ വിശ്രമിക്കുന്നു. അതിനുമപ്പുറത്ത് ഊതനിറമുള്ള പൂക്കൾ വിരിഞ്ഞുനിൽക്കുന്ന കുറ്റിച്ചെടികൾ കാടുപോലെ വളർന്നിട്ടുണ്ട്.

ബോദ്വാങ് കൊല്ലപ്പെട്ടു. ഫാവെ മുറിവേറ്റുകിടന്നു. തീ ആളിപ്പടർന്നു. കൂട്ടക്കൊലകൾ അരങ്ങേറി. ഇംഗ്ലീഷ് രക്തവും ഫ്രഞ്ച് രക്തവും ജർമൻ രക്തവും അമർഷത്തോടെ അലിഞ്ഞുചേർന്ന് ഒരു കൈത്തോട് രൂപംകൊണ്ടു. ശവങ്ങൾ കുത്തിനിറച്ച ഒരു കിണർ സൃഷ്ടിക്കപ്പെട്ടു. നാസോയുടെയും ബ്രൺസ്വിക്കിന്റെയും സൈനികർ നശിപ്പിക്കപ്പെട്ടു. ഡ്യൂപ്ലാറ്റ് കൊല്ലപ്പെട്ടു. ഹൂഗോമോങ്ങിൽ മാത്രം മൂവായിരം പട്ടാളക്കാർ ഇല്ലാതായി. അവരുടെ കഴുത്തറത്ത് മാറ്റി. വെട്ടിനുറുക്കി. വെടിവെച്ചുകൊന്നു. തീയിലിട്ടു ചുട്ടു. കുത്തുകൊണ്ട് പലരും മരിച്ചു. എന്തിനായിരുന്നു ഈ അതിക്രമങ്ങൾ? ഇന്നിപ്പോൾ അതുവഴി വരുന്ന ഒരു യാത്രക്കാരനോട് അവിടുത്തെ ഒരു കൃഷിക്കാരന് ഇങ്ങനെ പറയാൻ വേണ്ടി മാത്രം ആയിരുന്നോ?

“സാർ, എനിക്കു മൂന്നുഫ്രാങ്കു തന്നാൽ മതി. സാറിന് ഇഷ്ടമുണ്ടെങ്കിൽ വാട്ടർലൂ യുദ്ധത്തിന്റെ കഥ മുഴുവൻ ഞാൻ പറഞ്ഞുതരാം.”

3. 1815 ജൂൺ 18

നമുക്ക് പിന്നോട്ടുപോകാം. ഇതു കഥ പറയുന്നവന്റെ അവകാശമാണ്. നമുക്ക് 1815 ലേക്ക് പോകാം. ഈ പുസ്തകത്തിന്റെ ആദ്യ ഭാഗത്തു വിവരിച്ച സംഭവങ്ങൾ നടന്ന കാലത്തിനും പിന്നിലേക്കാണ് നമ്മൾ പോകുന്നത്.

1815 ജൂൺ പതിനേഴിനും പതിനെട്ടിനും ഇടയിലുള്ള രാത്രിയിൽ മഴ പെയ്തിരുന്നില്ലെങ്കിൽ യൂറോപ്പിന്റെ ഭാവിതന്നെ മറ്റൊന്നാകുമായിരുന്നു. നെപ്പോളിയനെ അടിയറവു പറയിച്ചത് ഏതാനും മഴത്തുള്ളികളാണെന്ന് വേണമെങ്കിൽ പറയാം. ഓസ്തർ ലിറ്റ്സ് യുദ്ധത്തിന്റെ അന്ത്യം വാട്ടർ ലൂവാക്കി മാറ്റാൻ ദൈവത്തിന് ഒരു മഴയുടെ കാര്യമേ ഉണ്ടായിരുന്നുള്ളൂ. ലോകചരിത്രത്തെപ്പോലും തകർത്തെറിയാൻ സമയംതെറ്റി ആകാശത്തുകൂടി കടന്നുപോയ കാർമേഘങ്ങൾതന്നെ ധാരാളമായി.

വാട്ടർലൂ യുദ്ധം പതിനൊന്നു മണിക്കു മുമ്പ് ആരംഭിക്കാൻ കഴിഞ്ഞില്ല. അതുകൊണ്ടാണ് ബ്ലൂ* ഷേറിന് അവിടെ എത്തിച്ചേരാൻ സമയം കിട്ടിയത്. എന്തുകൊണ്ടാണ് യുദ്ധം തുടങ്ങാൻ താമസിച്ചുപോയത്? നിലം മഴയിൽ കുതിർന്നുപോയതായിരുന്നു കാരണം. പീരങ്കിപ്പടയ്ക്കു മുന്നേറാൻ, കുതിർന്നുപോയ നിലം ഉറയ്ക്കാൻ വേണ്ടി കാത്തിരിക്കേണ്ടിവന്നു.

നെപ്പോളിയൻ പീരങ്കിപ്പടയിലെ ഒരു ഉദ്യോഗസ്ഥൻ ആയിരുന്നു. അതുകൊണ്ട് അതിന്റെ കാര്യങ്ങൾ അദ്ദേഹം ഒരിക്കലും മറന്നിരുന്നില്ല. പ്രതിഭാശാലിയായ ആ സൈന്യാധിപന്റെ അടിത്തറ അദ്ദേഹം എഴുതിയ റിപ്പോർട്ടിൽനിന്ന് വ്യക്തമാണ്. അദ്ദേഹത്തിന്റെ യുദ്ധത്തെ സംബന്ധിച്ചുള്ള എല്ലാ പദ്ധതികളും മുൻകൂട്ടിയുള്ള ആസൂത്രണത്തിലാണ് നിലനിൽക്കുന്നത്. അദ്ദേഹത്തിന്റെ വിജയരഹസ്യം പീരങ്കിപ്പടയെ ഒരേ ലക്ഷ്യത്തിൽ കേന്ദ്രീകരിച്ചുനിർത്തുക എന്നതായിരുന്നു. ശത്രുസൈന്യാധിപന്റെ യുദ്ധതന്ത്രങ്ങളെ ഒരു കോട്ടയായി പരിഗണിച്ച് അദ്ദേഹം അതിൽ വിള്ളലുകൾ വീഴ്ത്തും. എന്നിട്ട് ഈ വിള്ളലുകൾ നോക്കി അദ്ദേഹം വെടിപൊട്ടിക്കും. പീരങ്കിപ്പടയുടെ യുദ്ധത്തിൽ അദ്ദേഹം നേരിട്ടു പങ്കെടുക്കും. അതിന്റെ യുദ്ധമുറകൾ അദ്ദേഹം സ്വയം തീരുമാനിക്കും. അദ്ദേഹത്തിന്റെ പ്രതിഭയിൽ ഒരു വെടിവെപ്പുകാരൻ ഒളിച്ചിരിപ്പുണ്ട്. കോട്ട കൊത്തളങ്ങൾ ഇടിച്ചുനിരത്തുന്നതിലും, സൈനിക സംഘങ്ങളെ തവിടുപൊടിയാക്കുന്നതിലും, ജനക്കൂട്ടങ്ങളെ ചിന്നിച്ചിതറിക്കുന്നതിലും, തന്ത്രപ്രധാന മേഖലകൾ മറികടക്കുന്നതിലും എല്ലാം അദ്ദേഹം ഒരു രീതിതന്നെയാണ് അവലംബിച്ചത്. അടിക്കുക, അടിക്കുക, അടിച്ച സ്ഥാനത്തുതന്നെ വീണ്ടും അടിക്കുക. ഈ ചുമതല അദ്ദേഹം പീരങ്കിയുണ്ടകൾക്കാണ് ഏൽപ്പിച്ചുകൊടുത്തത്. ഭയാനകമായ ഈ യുദ്ധതന്ത്രം അദ്ദേഹത്തിന്റെ ബുദ്ധിശക്തിയുമായി യോജിച്ചപ്പോൾ പതിനഞ്ചുവർഷം അജയ്യനായി തുടരാൻ അദ്ദേഹത്തിനു സാധിച്ചു.

1815 ജൂൺ പതിനെട്ടിന് അദ്ദേഹം തന്റെ പീരങ്കിപ്പടയെ കൂടുതൽ വിശ്വാസത്തിൽ എടുത്തിരുന്നു. കാരണം പീരങ്കികളുടെ എണ്ണം നോക്കുമ്പോൾ കാര്യങ്ങൾ അദ്ദേഹത്തിന് അനുകൂലമായിരുന്നു. വെല്ലിങ്ടന് നൂറ്റി അമ്പത്തൊമ്പത് പീരങ്കികൾ മാത്രമാണ് ഉണ്ടായിരുന്നത്. നെപ്പോളിയന് ഇരുന്നൂറും.

---

* വാട്ടർ ലൂ യുദ്ധത്തിലെ പ്രഷ്യൻ സൈന്യാധിപൻ

നിലം ഉണങ്ങി, പീരങ്കിപ്പടയ്ക്ക് മുന്നേറാൻ കഴിഞ്ഞിരുന്നെങ്കിൽ യുദ്ധം ആറുമണിക്ക് തുടങ്ങുമായിരുന്നു. എങ്കിൽ യുദ്ധം രണ്ടുമണിയോടെ വിജയത്തിൽ അവസാനിക്കുമായിരുന്നു. പ്രഷ്യക്കാർക്ക് അനുകൂലമായി ഭാഗ്യം തിരിയുന്നതിന് മൂന്നുമണിക്കൂർ മുമ്പുതന്നെ നെപ്പോളിയൻ വിജയിക്കേണ്ടതായിരുന്നു.

ഈ യുദ്ധം തോറ്റുപോയതിൽ നെപ്പോളിയന്റെ പങ്ക് എന്താണ്? കപ്പൽ തകർന്നതിന്റെ കുറ്റം കപ്പിത്താന്റെ പുറത്ത് ആരോപിക്കുന്നത് ശരിയാണോ?

ഈ സമയത്ത് വ്യക്തമായും അദ്ദേഹത്തെ ബാധിച്ചിരുന്ന ശാരീരികക്ഷീണമാണോ അദ്ദേഹത്തിന്റെ മനഃശക്തി ക്ഷയിക്കാൻ കാരണമായത്? ഇരുപതുവർഷത്തെ യുദ്ധം വാളിന്റെ അലകിനു തേയ്മാനം ഉണ്ടാക്കിയതുപോലെ പിടിക്കും കേടുപാടുകൾ വരുത്തിയിരുന്നോ? ഒറ്റവാക്കിൽ പറഞ്ഞാൽ പല വിഖ്യാത ചരിത്രകാരന്മാരും വിചാരിക്കുന്നതുപോലെ അദ്ദേഹത്തിന്റെ പ്രതിഭയ്ക്ക് ക്ഷയം സംഭവിച്ചിരുന്നോ? തന്റെ ബലഹീനത സ്വയം മറച്ചുവയ്ക്കാൻ വേണ്ടി അദ്ദേഹം ഭ്രാന്തമായി പെരുമാറിയിരുന്നോ? പഴയ പോരാളിയെന്ന ബോധം പടനായകന്റെ മനസിൽ ഹാനികരമായ രീതിയിൽ കടന്നുകൂടിയിരുന്നോ? ആകസ്മികമായി വന്ന ഒരു പൊട്ടിത്തെറിയിൽ അദ്ദേഹം അന്ധാളിച്ചുപോയിരുന്നോ? ഒരു സൈന്യാധിപന് നിരക്കാത്ത രീതിയിൽ അദ്ദേഹം അപകടസാധ്യതയെ അവഗണിച്ചോ? അവരവരുടെ കർമങ്ങളിൽ അതികായന്മാർ എന്നറിയപ്പെടുന്ന പ്രതിഭാശാലികൾക്ക് അവരുടെ അതിബുദ്ധി സമ്മാനിച്ച ദീർഘവീക്ഷണത്തിന് പ്രായം കുറവുവരുത്തുന്നുണ്ടോ? അതിബുദ്ധിമാന്മാരായ ഭാവനാശാലികളുടെ പ്രതിഭയുടെമേൽ വാർധക്യത്തിന് അധികാരങ്ങളില്ല എന്ന് ഉറപ്പുണ്ട്. ദാന്തെയ്ക്കും മൈക്കിൾ ആൻജലോയ്ക്കും വാർധ്യക്യത്തിലേക്ക് കടക്കുന്നതിനൊത്ത് അവരുടെ മഹത്വം വർധിച്ചതായാണ് അനുഭവത്തിൽ കാണുന്നത്. ഹാനിബാളന്മാർക്കും ബോണപ്പാർട്ടന്മാർക്കും തിരിച്ചാണോ സംഭവിക്കുന്നത്? വിജയത്തിലേക്കുള്ള വ്യക്തമായ തിരിച്ചറിവ് നെപ്പോളിയന് നഷ്ടപ്പെട്ടിരുന്നോ? സമുദ്രത്തിന്റെ ആഴം കുറഞ്ഞഭാഗം അദ്ദേഹത്തിനു തിരിച്ചറിയാൻ കഴിയാതെ പോയോ? കെണികൾ ഊഹിക്കാൻ അദ്ദേഹത്തിന് കഴിവില്ലാതായോ? അഗാധമായ കുഴിയിലേക്ക് അരികുകൾ ഇടിഞ്ഞു വീണുകൊണ്ടിരുന്നത് അദ്ദേഹത്തിനു തിരിച്ചറിയാൻ കഴിഞ്ഞില്ലേ? സർവനാശം മണത്തറിയാനുള്ള അദ്ദേഹത്തിന്റെ കഴിവ് നഷ്ടപ്പെട്ടോ? വിജയത്തിലേക്കുള്ള എല്ലാ വഴികളും അറിഞ്ഞുവെച്ച് തന്റെ മിന്നുന്ന രഥത്തിന്റെ ഉയരങ്ങളിൽനിന്ന് അധികാരത്തോടെ വിരൽചൂണ്ടി നയിച്ചിരുന്ന ആ മഹാപ്രതിഭ ഇപ്പോൾ ഇരുണ്ട മതിഭ്രമത്തിനടിമപ്പെട്ട് എണ്ണിയാൽ തീരാത്ത തന്റെ മഹാസൈന്യത്തെ മലമുകളിൽനിന്ന് താഴേക്ക് തള്ളിയിടാനും മാത്രം പരിഭ്രാന്തനായി മാറിയിരുന്നോ? വിധിയെ നയിച്ചുകൊണ്ടുപോയ ആ അതിമാനുഷനായ സാരഥി ഇപ്പോൾ വെറും ഒരു ബോധംകെട്ട താന്തോന്നിയായി മാറിപ്പോയോ?

ഞങ്ങൾ അങ്ങനെ വിചാരിക്കുന്നില്ല.

യുദ്ധത്തിന് അദ്ദേഹം തയാറാക്കിയ പദ്ധതി കുറ്റമറ്റതാണെന്ന് എല്ലാവരും സമ്മതിക്കുന്ന കാര്യമാണ്. സൈനിക കൂട്ടായ്മയുടെ മധ്യത്തിലേക്കു കടന്നുചെന്ന് സൈന്യത്തെ രണ്ടായി പിളർത്തുക ബ്രിട്ടീഷ് സൈന്യത്തെ ഹാലിലേക്കും പ്രഷ്യൻസൈന്യത്തെ തോങ്ങിലേക്കും തള്ളിമാറ്റുക. മോസാങ് ഴാങ് സ്വന്തമാക്കുക. ബ്രസെൽസ് പിടിച്ചടക്കുക. ജർമൻകാരെ റൈൻ നദിയിലേക്കും ഇംഗ്ലീ

ഷുകാരെ കടലിലേക്കും വലിച്ചെറിയുക. വെല്ലിങ്ടനെയും ബ്ലൂഷേറിനെയും രണ്ടായി ഭിന്നിപ്പിക്കുക. ഇതെല്ലാമായിരുന്നു നെപ്പോളിയൻ യുദ്ധത്തിൽ ഉൾപ്പെടുത്തിയിരുന്നത്. പിന്നീട് സംഭവിച്ചത് എല്ലാവർക്കും അറിവുള്ളതാണ്.

വാട്ടർലൂ യൂദ്ധത്തിന്റെ ചരിത്രം ഇവിടെ വിവരിച്ചുകളയാം എന്ന ഭാവം ഒന്നും ഞങ്ങൾക്ക് ഇല്ല. ഞങ്ങൾ വിവരിക്കുന്ന കഥയിലെ ഒരു രംഗം ആ യുദ്ധവുമായി ബന്ധപ്പെട്ടുകിടക്കുന്നുണ്ട്. യുദ്ധത്തിന്റെ ചരിത്രമല്ല ഞങ്ങളുടെ വിഷയം. ചരിത്രം ഏതാണ്ട് പറഞ്ഞുകഴിഞ്ഞിട്ടുള്ളതാണ്. ഏറ്റവും ആധികാരികമായിത്തന്നെ അതു പറഞ്ഞുകഴിഞ്ഞിട്ടുണ്ട്. നെപ്പോളിയന്റെ കാഴ്ചപ്പാടിലും ചരിത്രകാരന്മാരുടെ കാഴ്ചപ്പാടിലും യുദ്ധത്തിന്റെ ചരിത്രം എഴുതപ്പെട്ടുകഴിഞ്ഞിട്ടുണ്ട്. ഞങ്ങളെ സംബന്ധിച്ചിടത്തോളം ഞങ്ങൾ ചരിത്രകാരന്മാരെ തമ്മിലടിക്കാൻ വിടുന്നു. ഞങ്ങൾ ദൂരെനിന്ന് കാര്യങ്ങൾ നോക്കിക്കാണുന്ന സാക്ഷികൾ മാത്രമാണ്. യുദ്ധഭൂമിയിലൂടെ നടന്നുപോകുന്ന ഒരു വഴിയാത്രക്കാരൻ. മനുഷ്യ മാംസം കുഴഞ്ഞുകിടക്കുന്ന ഇവിടുത്തെ മണ്ണിലേക്ക് കുനിഞ്ഞു നോക്കിനടക്കുന്ന ഒരു അന്വേഷകൻ. നിശ്ചയമായും മരീചികകൾ ഉണ്ടെന്ന് ഉറപ്പുള്ള സത്യങ്ങളോട് ശാസ്ത്രത്തിന്റെ പേരിൽ എതിർപ്പു കാട്ടാൻ ഞങ്ങൾക്ക് അധികാരമില്ല. ഞങ്ങൾക്ക് സൈനികപരിശീലനമോ യുദ്ധത്തിന്റെ കാര്യങ്ങൾ മനസിലാക്കാനുള്ള സാമർഥ്യമോ ഇല്ല.

ഞങ്ങളുടെ അഭിപ്രായത്തിൽ വാട്ടർ ലൂവിലെ രണ്ടു സേനാനായകന്മാരും സംഭവപരമ്പരകളുടെ സ്വാധീനത്തിലായിരുന്നു. അതിൽ വിധിയുടെ ഇടപെടൽ ഉണ്ടായപ്പോൾ, നിഗൂഢതകൾ നിറഞ്ഞ കുറ്റവാളിയെപ്പറ്റി സാമാന്യ ജനങ്ങളോ സമർഥനല്ലാത്ത ജഡ്ജിയോ തീരുമാനിക്കുന്നതുപോലെ ഞങ്ങളും തീരുമാനങ്ങൾ എടുക്കുന്നു.

4. A

വാട്ടർലൂയുദ്ധത്തെപ്പറ്റി വ്യക്തമായ ധാരണലഭിക്കാൻ മനസിന്റെ പ്രതലത്തിൽ അ എന്ന വലിയ ഇംഗ്ലീഷ് അക്ഷരം എഴുതിയാൽ മതി. ഇടതുവശത്തെവര നിവെല്ലിയിൽ നിന്നുള്ളവഴിയും വലതുവശത്തേത് ഗെനാപ്പിൽ നിന്നുള്ള വഴിയും കുറുകെയുള്ള വര ഒഹെങ്ങിൽനിന്ന് ബ്രയിൻ ലല്യൂദിലേക്കുള്ള വഴിയുമാണ്. അയുടെ മുകൾഭാഗം മോൺ സാങ് ഴാങാണ്. വെല്ലിങ്ടൺ അവിടെയാണുള്ളത്. കുറുകെയുള്ള വരയുടെ മധ്യത്തിലാണ് യുദ്ധത്തിന്റെ തുടക്കം കുറിച്ച സ്ഥലം. ഇടതുവശത്തെ വരയുടെ ഏറ്റവും അടിയിലുള്ള ബിന്ദുവാണ് ഹൂഗോമോങ്. ജെറോം ബോണപ്പാർട്ടിനോടൊപ്പം റെയി അവിടെയുണ്ട്. വലതുവശത്തെ വരയുടെ ഏറ്റവും അടിയിലുള്ള ബിന്ദുവാണ് ലാബൽ അലയൻസ്. നെപ്പോളിയൻ അവിടെയാണുള്ളത്. അ യുടെ കുറുകെയുള്ള വര വലതുവശത്തെ വരയിൽ വന്നു തൊടുന്നതിന് അൽപ്പം താഴെയാണ് ലായ് സാന്ത്. കുറുകെയുള്ള വരയുടെ ഒത്ത നടുക്കുവെച്ചാണ് യുദ്ധത്തിന്റെ അവസാനത്തെ വാക്ക് പുറത്തുവന്നത്. അവിടെയാണ് സിംഹത്തെ പ്രതിഷ്ഠിച്ചിരിക്കുന്നത്. ചക്രവർത്തിയുടെ രക്ഷാസൈന്യത്തിന്റെ മഹത്തായ ധീരതയുടെ സ്വയം ആഗ്രഹിക്കാത്ത അടയാളമാണ് ആ സിംഹപ്രതിമ.

A യുടെ മുകൾഭാഗത്തെ ത്രികോണം മോൺ സാങ് ഴാങ് എന്ന മൈതാന പ്രദേശമാണ്. ഈ മൈതാനഭൂമിക്കുവേണ്ടിയുള്ള പോരാട്ടമായിരുന്നു യുദ്ധ

ത്തിന്റെ കാതൽ. നിവെല്ലിയിൽനിന്നും ഗെനാപ്പിൽനിന്നുമുള്ള വഴികളുടെ ഇടത്തും വലത്തുമായി രണ്ടു സൈന്യങ്ങളുടേയും പട്ടാളക്കാർ നിരന്നിരുന്നു.

ദെർലോങ് പിക്ടനെ നേരിട്ടു. റെയി ഹില്ലിനെ എതിർത്തു.

A യുടെ മുകളറ്റത്തിനു പിന്നിലായി അതായത് മോൺ സാങ് ഴാങ് എന്ന മൈതാന ഭൂമിക്കു പിന്നിലായി സ്വാങ് എന്ന കാട്ടുപ്രദേശം ഉണ്ട്.

മൈതാനത്തെപ്പറ്റി സങ്കൽപ്പിക്കണമെങ്കിൽ നിരപ്പില്ലാത്ത തിരമാലകൾ ഉയർന്നു താഴുന്നതുപോലെയുള്ള ഒരു സ്ഥലം നമ്മൾ മനസിൽ കാണണം. ഒരോ തിരമാലയ്ക്കു പിന്നിലുമുള്ള അടുത്ത തിരമാല കൂടുതൽ ഉയരത്തിലാണ്. അതുവഴി കയറിയിറങ്ങി ചെന്നാൽ മോൺ സാങ് ഴാങ്ങിലാണ് എത്തിച്ചേരുന്നത്. മോൺ സാങ് ഴാങ്ങിന്റെ അതിർത്തിക്കപ്പുറം കാടാണ്.

യുദ്ധക്കളത്തിലെ ശത്രുസൈന്യങ്ങൾ രണ്ടു ഗുസ്തിക്കാരെപ്പോലെയാണ്. അവരുടെ കൈകൾ പരസ്പരം കോർത്തിരിക്കുന്നു. ഓരോരുത്തരും ആ പിടുത്തം തട്ടിമാറ്റാനുള്ള ശ്രമത്തിലാണ്. എന്തു കിട്ടിയാലും അവർ അതിൽ അള്ളിപ്പിടിക്കും. ഒരു കുറ്റിച്ചെടിപോലും അവർക്ക് ഒരു താങ്ങാണ്. ഒരു മതിലിന്റെ മൂല കണ്ടാൽ അവരത് തോളിനു താങ്ങാക്കിമാറ്റും. കയറിനിൽക്കാൻ ഒരു കൂര കിട്ടിയില്ലെങ്കിൽ ഒരു സൈനികഭാഗത്തിന്റെ തന്നെ കാലുകൾ ഇടറിപ്പോകും; സമതലത്തിലെ ഒരു താഴ്ച, ഒരു മണ്ണിടിച്ചിൽ, സൗകര്യപ്രദമായ ഒരു കുറുക്കുവഴി, ഒരു വനപ്രദേശം ഒരു മലയിടുക്ക് ഇവയ്ക്കൊരോന്നിനും. സൈന്യം എന്നു വിളിക്കപ്പെടുന്ന അതികായന്റെ കാലിനു താങ്ങുകൊടുത്ത് അവനെ നിലയ്ക്കു നിർത്താൻ കഴിയും. കളം ഒഴിഞ്ഞുപോകുന്നവന് തോൽവിയാണ് കൂട്ടുവരുന്നത്. അതുകൊണ്ട് ഏറ്റവും ചെറിയ മരത്തോപ്പ് ഉൾപ്പെടെ പ്രദേശത്തിന്റെ അതിസൂക്ഷ്മമായ എല്ലാവിശദാംശങ്ങളും ചുമതലാബോധമുള്ള സൈന്യാധിപൻ പരിശോധിച്ചിരിക്കണം.

ഇന്ന് വാട്ടർലൂ എന്ന് പറയപ്പെടുന്ന മോൺസാങ് ഴാങ് പ്രദേശത്തെ രണ്ടു സൈന്യാധിപന്മാരും അതീവശ്രദ്ധയോടെ പഠനത്തിനു വിധേയമാക്കിയിരുന്നു. വെല്ലിങ്ടൺ കഴിഞ്ഞ വർഷം തന്നെ മുൻകാല പരിചയത്തിന്റെ വിവേകത്തോടെ ഒരു വലിയ യുദ്ധത്തിനു പറ്റിയ സ്ഥലം എന്ന കണക്കുകൂട്ടൽ നടത്തിയിരുന്നു. ആരീതിയിൽ തന്നെ വെല്ലിങ്ടൺ അവിടെ പരിശോധനകൾ നടത്തിയിട്ടുണ്ട്. ഇതിന്റെ ഫലമായി വെല്ലിങ്ടൺ ഒരു മുൻതൂക്കം ലഭിച്ചിരുന്നു. നെപ്പോളിയന് അത് ഉണ്ടായിരുന്നില്ല. ഇംഗ്ലീഷ് സൈന്യം ഉയരത്തിലായിരുന്നു. ഫ്രഞ്ചു സൈന്യം താഴെയും.

1815 – ജൂൺ പതിനെട്ടിന് പ്രഭാതത്തിൽ റോസ്സോം മലകൾക്കുമുകളിൽ ദൂരദർശിനിക്കുഴലുമായി കുതിരപ്പുറത്തിരിക്കുന്ന നെപ്പോളിയന്റെ രൂപം വർണിച്ചാൽ അത് ഒരു അധികപറ്റായിരിക്കും. ഞങ്ങൾ അതു പ്രദർശിപ്പിക്കേണ്ട കാര്യം ഇല്ല. നേരത്തേതന്നെ എല്ലാവരും അത് കണ്ടിട്ടുണ്ട്. മൂന്നു മൂലകളുള്ള ചെറിയ തൊപ്പിക്കു താഴെയുള്ള ശാന്തമായ അദ്ദേഹത്തിന്റെ മുഖം, പച്ചനിറത്തിലുള്ള വേഷം, നെഞ്ചത്തെ നക്ഷത്രങ്ങളെ മറയ്ക്കുന്ന വെള്ളത്തുണി, അലങ്കാരമുദ്രകളെ മറയ്ക്കുന്ന മേൽവസ്ത്രം, അകത്തെ കുപ്പായത്തിനടിയിൽനിന്നും പുറത്തുകാണുന്ന ചുവപ്പുനാട, തുകലുകൊണ്ടുള്ള മേൽക്കാലുറകൾ. മൂലകളെല്ലാം കഴുകന്മാരെക്കൊണ്ട് അലങ്കരിച്ച വെൽവെറ്റിൽ തീർത്ത രാജകീയ കുതിരക്കോപ്പുകളണിഞ്ഞ വെള്ളക്കുതിര, സിൽക്ക് സ്റ്റോക്കിങ്ങുകൾക്കു മുകളിലെ ആഡംബര ബൂട്ടുകൾ, വെള്ളികുതിരമുള്ളുകൾ, അരയിലെ നീണ്ട വാൾ.

ഇതൊന്നും ഞങ്ങൾ വിവരിക്കേണ്ട കാര്യം ഇല്ല. അവസാനത്തെ ചക്രവർത്തിയുടെ രൂപം എല്ലാവരുടെയും സങ്കൽപ്പത്തിൽ ഇന്നും ജീവനോടെയുണ്ട്. പകുതിലോകം അതിനെ പ്രകീർത്തിക്കുന്നു. മറ്റേപ്പകുതി അതിനെ നിന്ദിക്കുന്നു.

ആ രൂപത്തിന് വളരെക്കാലമായി വേണ്ടത്ര തിളക്കം ഉണ്ടായിട്ടില്ല. കൂടുതൽ അതിമാനുഷന്മാർക്കും കടന്നുപോകേണ്ടിവരുന്ന പരമ്പരാഗതമായ ഇരുട്ടിലൂടെ ഈ രൂപത്തിനും കടന്നുപോകേണ്ടിവന്നിട്ടുണ്ട്. അതുകൊണ്ട് കുറഞ്ഞ കാലയളവിലോ കൂടിയ കാലയളവിലോ സത്യം മൂടിവെയ്ക്കപ്പെടുന്നു. എന്നാൽ ഇപ്പോൾ ചരിത്രത്തിന് വെളിച്ചമുണ്ട്. അത് പൂർണവുമാണ്.

ചരിത്രത്തിന്റെ വെളിച്ചത്തിന് അനുകമ്പയില്ല. അതിന് വളരെ വിചിത്രവും ദിവ്യവുമായ ഒരു സവിശേഷതയുണ്ട്. ചരിത്രത്തിനു വെളിച്ചം ഉണ്ട് എന്നു മാത്രമല്ല ചരിത്രം തന്നെ വെളിച്ചമാണ്. എന്നാൽ പലപ്പോഴും നമ്മൾ വെളിച്ചം കണ്ട സ്ഥലങ്ങളിൽ ചരിത്രം നിഴൽ വിരിച്ചിരിക്കും. ഒരേ മനുഷ്യന് ചരിത്രം രണ്ട് മായാരൂപങ്ങൾ നൽകും. അതിൽ ഒന്ന് മറ്റൊന്നിനെ ആക്രമിക്കും. ശിക്ഷ കൊടുക്കും. സ്വേച്ഛാധിപതിയുടെ ഇരുണ്ട മുഖം ജനനായകന്റെ ഗാംഭീര്യവുമായി പോരാടും. അതുകൊണ്ട് ഒരോ രാജ്യങ്ങളുടെയും അന്തിമതീരുമാനങ്ങൾ കൂടുതൽ കൂടുതൽ സത്യത്തിലേക്ക് എത്തിച്ചേരുന്നു. തകർന്നടിഞ്ഞ ബാബിലോൺ അലക്സാണ്ടറെ താഴ്ത്തിക്കെട്ടി. സ്വാതന്ത്ര്യം നഷ്ടപ്പെട്ട റോമാ സാമ്രാജ്യം സീസറെ താഴ്ത്തി. ജറുസലേമിലെ കൂട്ടക്കുരുതി ടൈറ്റസിനെ താഴ്ത്തി. സ്വേച്ഛാധിപതിയെ പിൻതുടർന്നാണ് സ്വേച്ഛാധിപത്യം വരുന്നത്. ഒരു മനുഷ്യന് അവന്റെ കാലശേഷം സ്വന്തം രൂപസാദൃശ്യമുള്ള നിഴൽ മാത്രമാണ് അവശേഷിക്കുന്നതെങ്കിൽ അത് തികച്ചും ദൗർഭാഗ്യകരമാണ്.

5. യുദ്ധങ്ങളുടെ രഹസ്യഭാഗം

യുദ്ധത്തിന്റെ ആദ്യഭാഗത്തെപ്പറ്റി എല്ലാവർക്കും അറിവുണ്ട്. ഫ്രഞ്ചുകാരേക്കാൾ കൂടുതലായി ഇംഗ്ലീഷുകാർക്ക് അനിശ്ചിതത്വവും ശങ്കയും ഭയവും നൽകുന്നതായിരുന്നു. യുദ്ധത്തിന്റെ പ്രയാസമേറിയ തുടക്കം.

രാത്രി മുഴുവൻ മഴ തോരാതെ പെയ്തുകൊണ്ടിരുന്നു. ഭൂമി നനഞ്ഞുകുഴഞ്ഞു. തൊട്ടികളിലെന്നപോലെ വെള്ളം അവിടവിടെ തളംകെട്ടിയിരുന്നു. ചില സ്ഥലങ്ങളിൽ ചക്രങ്ങൾ അച്ചുതണ്ടുവരെ ചെളിയിൽ താഴ്ന്നുപോയി. കുതിരകളുടെ ദേഹത്തുനിന്ന് നനഞ്ഞ ചെളി ഇറ്റിറ്റുവീണു. മുൻകൂട്ടി കടന്നുപോയ അസംഖ്യം കുതിരവണ്ടികളുടെ ചക്രങ്ങൾ കയറിയിറങ്ങി ഗോതമ്പും വരകും ഒടിഞ്ഞുവീണ് വണ്ടിച്ചാലുകൾ നികന്നിരുന്നില്ലെങ്കിൽ പാപ്പിലോത്തിലെ മലയടിവാരത്തുകൂടിയുള്ള സൈനികനീക്കം അസാധ്യമാകുമായിരുന്നു.

യുദ്ധം ആരംഭിക്കാൻ താമസം ഉണ്ടായി. ഞങ്ങൾ പറഞ്ഞതുപോലെ പീരങ്കിപ്പടയെ ഒരു കൈത്തോക്കുപോലെ തന്റെ കൈപ്പിടിയിൽ ഒതുക്കി നിർത്തുന്ന സ്വഭാവം നെപ്പോളിയന് ഉണ്ടായിരുന്നു. മാറിമാറി യുദ്ധത്തിന്റെ പലഭാഗങ്ങളിലേക്കും ഉന്നം പിടിക്കുന്ന രീതിയിലായിരുന്നു അദ്ദേഹത്തിന്റെ യുദ്ധമുറ. അദ്ദേഹം പീരങ്കിവണ്ടികൾക്ക് കുതിച്ചുമുന്നേറാൻ പാകത്തിൽ ഭൂമി ഉണങ്ങുന്നതുവരെകാത്തുനിൽക്കാൻ തീരുമാനിച്ചു. പക്ഷേ, അതിന് സൂര്യൻ മഴമേഘങ്ങൾക്കുള്ളിൽനിന്നും പുറത്തുവരണം. പക്ഷേ, സൂര്യൻ പുറത്തുവന്നില്ല.

അപ്പോൾ അദ്ദേഹം ഓസ്റ്റർ ലിസ്റ്റിൽ എത്തിയിരുന്നില്ല. ആദ്യത്തെ പീരങ്കിയുണ്ട മുഴങ്ങിയപ്പോൾ ഇംഗ്ലീഷ് സേനാനായകൻ കോൾവയിൽ വാച്ചിൽ നോക്കി. അപ്പോൾ സമയം പതിനൊന്നു മുപ്പത്തഞ്ച്.

ഒരുപക്ഷേ, ചക്രവർത്തി വിചാരിച്ചതിലും കൂടുതൽ ഭയാനകമായ രീതിയിലായിരുന്നു ഹൂഗോമോങ്ങിൽ ഇടതുഭാഗത്തുനിന്നും യുദ്ധം ആരംഭിച്ചത്. അതേ സമയത്തുതന്നെ ക്വിയോവിന്റെ പട്ടാളത്തെ ലായ്സാന്തിലേക്ക് പാഞ്ഞുകയറാൻ അനുവദിച്ചുകൊണ്ട് നെപ്പോളിയൻ മധ്യനിരയെ എതിർത്തു. നേയുടെ നേതൃത്വത്തിലുള്ള ഫ്രഞ്ചു സൈന്യത്തിന്റെ വലത്തെനിര പാപ്പിലോത്തിൽ തമ്പടിച്ചിരുന്ന ഇംഗ്ലീഷ് സൈന്യത്തിന്റെ ഇടത്തേനിരയ്ക്കുനേരെ തള്ളിക്കയറി.

ഹൂഗോമോങ്ങിനു നേർക്കുണ്ടായ ആക്രമണം ഭാഗികമായി ഒരു യുദ്ധതന്ത്രം ആയിരുന്നു. വെല്ലിങ്ടണിന്റെ ശ്രദ്ധ ആവഴിക്ക് തിരിക്കാൻവേണ്ടി പ്രയോഗിച്ച ഒരു അടവ്. അയാളുടെ ശ്രദ്ധ ഇടതുഭാഗത്തേക്കു തിരിക്കാൻ വേണ്ടിയുള്ള ഒരു പദ്ധതി. ഇംഗ്ലീഷ് സൈന്യത്തിന്റെ നാലു സംഘങ്ങളും പേർപ്പോങ് ഷേറിന്റെ കീഴിലുള്ള ബൽജിയൻ പട്ടാളവും സ്ഥാനത്ത് ഉറച്ചുനിന്നില്ലായിരുന്നെങ്കിൽ ഈ പദ്ധതി വിജയിക്കുമായിരുന്നു. അതുകൊണ്ട് വെല്ലിങ്ടന് അദ്ദേഹത്തിന്റെ സൈന്യത്തെ അങ്ങോട്ട് തിരിച്ചു വിടേണ്ടി വന്നില്ല. വന്നിരുന്നെങ്കിൽ നാലുചെറുസംഘം സൈനികരുമായി അദ്ദേഹത്തിനു പിടിച്ചുനിൽക്കേണ്ടിവരുമായിരുന്നു.

വലതുഭാഗത്തെ ഫ്രഞ്ചു സൈന്യം പാപ്പിലോത്തിനു നേർക്ക് നടത്തിയ ആക്രമണം ഇംഗ്ലീഷ് സൈന്യത്തിന്റെ ഇടതുഭാഗത്തെ തരിപ്പണമാക്കി. ബ്രസൽസിലേക്കുള്ള വഴി തകർത്തുകളയുന്നതുകൊണ്ട് മോൺ സാങ് ഴാങ് കയ്യടക്കാനുള്ള പ്രഷ്യൻ പട്ടാളത്തിന്റെ നീക്കത്തിനു തടയിടാൻ കഴിയുമെന്നും അങ്ങനെ വെല്ലിങ്ടൻ ഹൂഗോമോങ്ങിലേക്ക് പിൻതിരിയാൻ നിർബന്ധിതനാകുമെന്നും ആയിരുന്നു കണക്കുകൂട്ടിയിരുന്നത്. പിന്നീട് വെല്ലിങ്ടനെ ഹൂഗോമോങ്ങിൽ നിന്ന് ബ്രയിൻ–ലല്യൂദിലേക്കും അവിടെനിന്ന് ഹാലിലേക്കും ആട്ടിപ്പായിക്കാനായിരുന്നു പദ്ധതി. ഇതിലും വ്യക്തമായ ഒരു യുദ്ധം നടപ്പാക്കാൻ കഴിയില്ല. ചില ചില്ലറ സംഭവങ്ങൾ ഒഴിച്ചാൽ ഈ ആക്രമണം വിജയമായിരുന്നു. പാപ്പിലോത്തും ലായ്സാന്തും പിടിച്ചടക്കിക്കഴിഞ്ഞിരുന്നു.

ഒരുകാര്യം പ്രത്യേകം ശ്രദ്ധിക്കണം. ഇംഗ്ലീഷുകാരുടെ കാലാൾപ്പടയിൽ പ്രത്യേകിച്ചും കെന്റിന്റെ പട്ടളക്കാരുടെ കൂട്ടത്തിൽ, പുതിയതായി സൈന്യത്തിൽ ചേർന്ന ധാരാളം ചെറുപ്പക്കാർ ഉണ്ടായിരുന്നു. ഈ ചെറുപ്പക്കാർ നമ്മുടെ പ്രബലമായ കാലാൾപ്പടയോട് ധീരമായി പോരാടി. അവരുടെ പരിചയക്കുറവ് കൂടുതൽ ചങ്കുറപ്പോടെ യുദ്ധം ചെയ്യാൻ അവരെ സഹായിച്ചു. ചെറിയ ഏറ്റുമുട്ടലുകളിൽ അവർ വളരെ നല്ല പ്രകടനം നടത്തി. അടിപിടിക്കാരൻ എന്ന നിലയിൽ ഓരോ പട്ടാളക്കാരനും അപ്പോൾ അവരവരുടെ സേനാനായകന്മാരാണ്. ഈ ചെറുപ്പക്കാരുടെ പരാക്രമങ്ങൾക്ക് ഒരു ഫ്രഞ്ചുരീതി ഉണ്ടായിരുന്നു. ഫ്രഞ്ചു രൗദ്രഭാവം ഉണ്ടായിരുന്നു. ഈ പുതിയ പട്ടാളക്കാർ ഉത്സാഹം പ്രകടിപ്പിച്ചു. വെല്ലിങ്ടൻ അത് ഒട്ടുംതന്നെ ഇഷ്ടപ്പെട്ടില്ല.

ലായ് സാന്ത് പിടിച്ചടക്കിക്കഴിഞ്ഞതോടെ യുദ്ധത്തിന് വ്യത്യാസം വന്നു.

ഈ ദിവസം ഉച്ചമുതൽ വൈകിട്ടു നാലുമണിവരെയുള്ള കാര്യങ്ങൾ വ്യക്തമല്ല. സൈനികർ ഏറ്റുമുട്ടലുകൾ നടത്തിയിട്ടുണ്ടാകാം. സമയം സന്ധ്യയോടടുത്തു. മൂടൽമഞ്ഞിലൂടെ ചില ഏറ്റക്കുറച്ചിലുകൾ കാണാം. ഉന്മത്തമായ ചില

മരീചികകൾ. ഇന്ന് ഏതാണ്ട് അപരിചിതമായിക്കഴിഞ്ഞ യുദ്ധസാമഗ്രികളുടെയും പടയാളികളുടെയും അവ്യക്ത ചലനങ്ങൾ, കത്തുന്നകരിപ്പെട്ടികൾ, കുറുകെയുള്ള തോൾ ബെൽറ്റുകൾ, കൈബോംബുകൾ അടുക്കിവെച്ച പെട്ടികൾ, ആയിരം ചുളിവുകളുള്ള ചുവന്ന ബൂട്ടുകൾ, ഇംഗ്ലണ്ടിന്റെ ചുവന്ന കാലാൾപ്പടയോട് ഇടകലരുന്ന ഏതാണ്ട് കറുത്തതെന്നു പറയാവുന്ന ബ്രൺസ് വിക്കിന്റെ കാലാൾപ്പട, തോളിൽ വട്ടത്തിലുള്ള വെളുത്ത മെത്തകൾ വെച്ചുകെട്ടിയ ഇംഗ്ലീഷ് ഭടന്മാർ, ഭാരംകുറഞ്ഞ ഹാനോവേറിയൻ കുതിരകൾ, അവയുടെ തലയിലെ ചെമ്പുപട്ടകൾ ഘടിപ്പിച്ച ചുവന്ന കുതിരരോമം കൊണ്ടുള്ള കുഞ്ചലങ്ങൾതൂക്കിയ ദീർഘചതുരാകൃതിയിലുള്ള തൊപ്പികൾ, പുറംകുപ്പായങ്ങളണിഞ്ഞ കാൽമുട്ടുകൾ നഗ്നരായ സ്കോട്ട്ലണ്ടുകാർ, നമ്മുടെ സൈന്യത്തിന്റെ വലുപ്പം കൂടിയ വെള്ളബൂട്ടുകൾ. ചുരുക്കത്തിൽ ഒരു ചരിത്ര സംഭവത്തിന്റെ ടാബ്ലോ അവിടെ കാണാനുണ്ട്. സാൽവറ്റർ റോസ[1]ക്ക് പ്രയോജനപ്പെടുന്ന കാര്യങ്ങൾ. ഗിബോവലസിന്[2] യോജിക്കാൻ കഴിയാത്ത കാര്യങ്ങൾ.

യുദ്ധത്തോടെ കൊടുങ്കാറ്റ് ഉണ്ടാകും. ഓരോ ചരിത്രകാരണം അയാൾക്ക് ഇഷ്ടപ്പെട്ട ഭാഗങ്ങൾ അതിൽനിന്ന് തിരഞ്ഞെടുക്കും. സൈന്യാധിപന്മാർ തമ്മിലുള്ള പൊരുത്തം ഏതുരീതിയിൽ ആയിരുന്നു എന്നതിനേക്കാൾ യുദ്ധത്തിൽ പടയാളികൾക്കുള്ള പ്രാധാന്യം നമ്മൾ കണക്കുകൂട്ടുന്നതിലും വളരെ വലുതാണ്. രണ്ടു നേതാക്കന്മാരുടെയും പദ്ധതികൾ ഓരോ പടയാളിയുടെ മനസിലും സ്ഥാനം പിടിച്ചിരിക്കും. യുദ്ധത്തിൽ ഒരു സൈനികനെക്കാൾ കൂടുതൽ മറ്റൊരു സൈനികൻ നേതാവിന്റെ പദ്ധതികളെ ഉൾക്കൊണ്ടിട്ടുണ്ടാകും. കുഴഞ്ഞ മണ്ണിൽ വീഴുന്ന വെള്ളം പല സ്ഥലത്തും പലരീതിയിലാണ് ആഗിരണം ചെയ്യപ്പെടുന്നത്. ചില സ്ഥലങ്ങളിൽ അതു വറ്റാൻ സമയമെടുക്കും. ചില സ്ഥലങ്ങളിൽ അതു പെട്ടെന്നു വറ്റും. കണക്കുകൂട്ടിയിരുന്നതിലും കൂടുതൽ സൈനികരുടെ ആവശ്യം പലപ്പോഴും വേണ്ടിവരും. മുൻകൂട്ടി അറിയാതെ എത്തുന്ന ഒരു ചെലവ്. പദ്ധതികൾ മനസിലാക്കുന്നതിൽ സൈനികർക്കിടയിലുള്ള ഏറ്റക്കുറച്ചിലുകൾ പ്രശ്നങ്ങളുണ്ടാകും. ഇത്തരം ഒരു യുദ്ധഭൂമിയിൽ ചിലസ്ഥലങ്ങൾ മറ്റുസ്ഥലങ്ങളിലേക്കാൾ കൂടുതൽ സൈനികരെ വിഴുങ്ങിക്കൊണ്ടിരിക്കും. നിങ്ങൾക്ക് വിചാരിച്ചതിലും കൂടുതൽ സൈനികരെ എത്തിക്കാതെ നിവൃത്തിയില്ല. യുദ്ധത്തിന്റെ ഓളങ്ങൾ ചരടുപോലെയാണ്, അത് ഏതുരീതിയിലും വളഞ്ഞുപുളയും. യുക്തിക്ക് നിരക്കാത്തരീതിയിൽ രക്തം ഒഴുകും. സൈന്യത്തിന്റെ മുൻനിരയിൽ ചാഞ്ചാട്ടങ്ങൾ സംഭവിക്കും. മുന്നേറുകയും പിൻവാങ്ങുകയും ചെയ്യുന്ന സൈന്യവിഭാഗങ്ങൾ വിടവുകൾ സൃഷ്ടിക്കും. ഈ മത്സ്യക്കൂട്ടങ്ങൾ മുന്നോട്ടും പിന്നോട്ടും നീന്തിത്തുടിക്കും. കാലാൾപ്പട ഉണ്ടായിരുന്ന സ്ഥാനത്ത് പീരങ്കിപ്പട എത്തും. പീരങ്കിപ്പടയുടെ സ്ഥാനത്തേക്ക് കുതിരപ്പട്ടാളം തള്ളിക്കയറും. സൈന്യങ്ങൾ പുകപോലെയാണ്. അവിടെ എന്തോ കണ്ടു അവിടേക്കു നോക്കുന്നു. അവിടെ ഒന്നും കാണാനില്ല. സ്ഥലങ്ങൾതന്നെ മാറിപ്പോകുന്നു. വ്യക്തതയില്ലാത്ത കയറ്റിറക്കങ്ങളിൽ മുന്നോട്ടാണോ പിന്നോട്ടാണോ നീങ്ങിക്കൊണ്ടിരിക്കുന്നതെന്നറിയാതെ പട്ടാളക്കാർ കുഴങ്ങുന്നു. ഒരു ചുടലക്കാറ്റ് അവരെ മുന്നോട്ടു തള്ളുന്നു.

---

1. പ്രസിദ്ധനായ ഇറ്റാലിയൻ ചിത്രകാരൻ (17–ാം നൂറ്റാണ്ട്).
2. യുദ്ധതന്ത്രജ്ഞൻ (18–ാം നൂറ്റാണ്ട്).

മുന്നിലെ ജനക്കൂട്ടം അവരെ പിന്നോട്ട് ഉന്തിമാറ്റുന്നു. ജനക്കൂട്ടം പെരുകുകയും അപ്രത്യക്ഷമാകുകയും ചെയ്യുന്നു. നേരിട്ടുള്ള അടിപിടി എന്താണ്? അത് ഒരു തരം ചാഞ്ചാട്ടമാണ്. കൃത്യമായ ഗണിതശാസ്ത്ര പദ്ധതികളിൽ നിമിഷങ്ങളാണുള്ളത്. ദിവസങ്ങൾ അല്ല. യുദ്ധം ചിത്രീകരിക്കാൻ അനന്തമായ തമസ്സ് വിരൽതുമ്പിൽ ഉള്ളവനുമാത്രമേ സാധിക്കൂ. വാൻദർമ്യൂലാങ്ങിനേക്കാൾ അതിനുയോഗ്യൻ റെംബ്രാണ്ട് ആണ്. വാൻദർമ്യൂലാങ് ഉച്ചയ്ക്കു സത്യം പറയും. പക്ഷേ, മൂന്നുമണിക്ക് അദ്ദേഹം കള്ളം പറയും. ക്ഷേത്രഗണിതം ചതിക്കും. കൊടുങ്കാറ്റിനെയാണ് വിശ്വസിക്കേണ്ടത്. പോളിബിസിനെ എതിർക്കാൻ ഫോലാർഡിന് അവകാശം ലഭിക്കുന്നത് ഇതുകൊണ്ടാണ്. മഹായുദ്ധം ഒരു അടിപിടിയായി തരംതാണുപോകുന്ന ഒരു നിമിഷം ഉണ്ട് എന്ന കാര്യംകൂടി ഞങ്ങൾ കൂട്ടിച്ചേർക്കുന്നു. ഈ നിമിഷം പ്രത്യേകം എടുത്തു കാട്ടണമെങ്കിൽ അസംഖ്യം വിശദീകരണങ്ങളിലേക്ക് പോകേണ്ടിവരും. നെപ്പോളിയന്റെ വാക്കുകൾ തന്നെ കടമെടുത്താൽ "സൈന്യത്തിന്റെ ചരിത്രത്തേക്കാൾ സൈനിക വകുപ്പുകളുടെ ജീവിതകഥയിലാണ്" ഈ നിമിഷം കിടക്കുന്നത്. ചരിത്രകാരന് തീർച്ചയായും ചുരുക്കിപ്പറയാനുള്ള അവകാശം ഉണ്ട്. പോരാട്ടത്തിന്റെ മുഖ്യ രൂപരേഖയിൽ കടന്നു പിടിക്കാൻ മാത്രമേ അവർക്കു കഴിയൂ. ആ രൂപരേഖയാവട്ടെ, ഒരു കഥ പറച്ചിലുകാരന്റെ കൈവശവും നൽകപ്പെട്ടിട്ടില്ല. എത്ര മനഃസാക്ഷിയുള്ള എഴുത്തുകാരനായാലും യുദ്ധം എന്നുപറയുന്ന ഭയാനകമായ കാർമേഘത്തിന്റെ യഥാർഥരൂപം വ്യക്തമായി മനസിലാക്കാൻ കഴിയില്ല.

എല്ലാ വലിയ യുദ്ധങ്ങളെ സംബന്ധിച്ചും ഇത് സത്യമാണ്. വാട്ടർലൂ യുദ്ധത്തിന്റെ കാര്യത്തിൽ ഇത് പരമമായ സത്യമാണ്.

എന്തുതന്നെ ആയാലും ഉച്ചതിരിഞ്ഞ് ഒരു പ്രത്യേക നിമിഷത്തിൽ യുദ്ധം വീണ്ടും പൂർവസ്ഥിതിയിലായി.

6. ഉച്ചതിരിഞ്ഞ് നാലുമണി

നാലുമണി ആയപ്പോഴേക്കും ഇംഗ്ലീഷ് പട്ടാളത്തിന്റെ സ്ഥിതി പരുങ്ങലിലായിരുന്നു. ഓറൻജ് രാജകുമാരൻ മധ്യത്തിലും ഹിൽ വലതുഭാഗത്തും പിക്ടൻ ഇടതുഭാഗത്തും നേതൃത്വം വഹിച്ചു. നിരാശനും സാഹസികനുമായ ഓറൻജ് രാജകുമാരൻ ബെൽജിയം സേനയോട് വിളിച്ചുപറഞ്ഞു: "നാസ്സോ! ബ്രൺസ്വിക്ക്! ഒരിക്കലും പിൻതിരിയരുത്." തളർന്നുകഴിഞ്ഞിരുന്ന ഹിൽ വെല്ലിങ്ടന്റെ കൂടെ കൂടിയിരുന്നു. പിക്ടൻ മരിച്ചുകഴിഞ്ഞു. ഫ്രഞ്ചു സൈന്യത്തിന്റെ 105–ാം പടയുടെ പതാക ഇംഗ്ലീഷുകാർ ഈ സമയത്ത് കൈക്കലാക്കിയിരുന്നു. പക്ഷേ, ഫ്രഞ്ചുകാർ സൈന്യാധിപൻ പിക്ടനെ തലയ്ക്കു വെടിവെച്ചാണ് കൊന്നത്. വെല്ലിങ്ടനെ സംബന്ധിച്ചിടത്തോളം യുദ്ധം കൊടുമ്പിരിക്കൊണ്ടത് രണ്ടു കേന്ദ്രങ്ങളിലായിരുന്നു; ഹൂഗോമോങ്ങിലും ലയ്സാന്തിലും. ഹുഗോമോങ്ങിൽ എതിർപ്പ് തുടർന്നുകൊണ്ടിരുന്നു. പക്ഷേ, അവിടം കത്തിക്കൊണ്ടിരിക്കുകയാണ്. ലയ്സാന്ത് പിടിച്ചടക്കിക്കഴിഞ്ഞു. ലയ്സാന്തിൽ പ്രതിരോധം സൃഷ്ടിച്ചിരുന്ന ജർമ്മൻ സൈന്യത്തിൽ നാൽപ്പത്തിരണ്ടുപേർ മാത്രമാണ് അവശേഷിച്ചിരുന്നത്.

അഞ്ചുപേരൊഴിച്ച് മറ്റ് സൈനികമേധാവികൾ എല്ലാവരും കൊല്ലപ്പെട്ടു. അല്ലെങ്കിൽ പിടിക്കപ്പെട്ടു. ആ ചതുപ്പിൽ മൂവായിരത്തോളം മനുഷ്യർ കൂട്ടക്കൊലയ്ക്ക് ഇരയായി. ഇംഗ്ലണ്ടിലെ ഏറ്റവും നല്ല ബോക്സർ ആയിരുന്ന ഒരു ഓഫീ

സറെ ഫ്രഞ്ചു സൈന്യത്തിലെ ഒരു ബാൻഡുവായനക്കാരൻ പയ്യനാണ് കൊന്നത്. ആർക്കും പരാജയപ്പെടുത്താൻ കഴിയില്ലെന്ന് ഇംഗ്ലീഷുകാർ വിശ്വസിച്ചിരുന്നു. ഒരു അതികായകനായിരുന്നു ആ മനുഷ്യൻ. ബെറിങ് പുറത്തായി. ആൽട്ടൻ വെട്ടേറ്റ് മരിച്ചു. അസംഖ്യം പതാകകൾ നഷ്ടപ്പെട്ടു കഴിഞ്ഞു. ആൽട്ടന്റെ വിഭാഗത്തിന്റെ പതാക പോയി. ല്യൂനൻ ബർഗിന്റെ സൈന്യത്തിന്റെ പതാക ദോപേങ് കുടുംബത്തിലെ ഒരു രാജകുമാരന്റെ കയ്യിലായി. സ്കോട്ട്ലന്റുകാരുടെ സൈന്യം നാമാവശേഷമായി. പോൺസൺ ബിയുടെ ഗംഭീര കുതിരക്കാരെ അരിഞ്ഞുതള്ളിക്കഴിഞ്ഞു. ധീരന്മാരുടെ ആ കുതിരപ്പട ബ്രോവിന്റെ സൈനികരുടെ കുന്തമുനകൾക്കും ട്രാവർഡിന്റെ യുദ്ധകവചമണിഞ്ഞ സൈന്യത്തിന്റെയും മുന്നിൽ മുട്ടുകുത്തി. അവരുടെ ആയിരത്തി ഇരുന്നൂറു കുതിരകളിൽ വെറും അറുന്നൂറെണ്ണം മാത്രം അവശേഷിച്ചു. അവരുടെ മൂന്നു നായകന്മാരിൽ രണ്ടുപേർ നിലത്തുവീണു. ഹാമിൽടനു മുറിവേറ്റു. മാത്തർ മരിച്ചു. പോൺസൺ ബിയുടെ ദേഹത്ത് കുന്തത്തിന്റെ ഏഴുകുത്തുകൾ ഏറ്റിരുന്നു. ഗോർഡൻ മരിച്ചു, മാർഷ് മരിച്ചു. അഞ്ചും ആറും സൈനികവിഭാഗങ്ങൾ പൂർണമായും നശിപ്പിക്കപ്പെട്ടു.

ഹൂഗോമോങ് കീഴടങ്ങാൻ തുടങ്ങിയിരിക്കുന്നു. ലായ്സാന്ത് അധീനതലായിക്കഴിഞ്ഞു. മധ്യഭാഗം മാത്രം അവശേഷിച്ചു. വെല്ലിങ്ടൻ മധ്യഭാഗം ശക്തിപ്പെടുത്തി. മെർബിയിൽനിന്ന് ഹില്ലിനെയും അല്യൂദിൽനിന്ന് ഷാസ്സെയുടെ സൈന്യത്തെയും വെല്ലിങ്ടൻ മധ്യഭാഗത്തേക്ക് വിളിച്ചുവരുത്തി.

ഇംഗ്ലീഷ് സൈന്യത്തിന്റെ മധ്യഭാഗം ശക്തിപ്പെട്ടു. അവർ ചെറിയ തോതിൽ ഉള്ളിലേക്കു ഒരു വളവുസൃഷ്ടിച്ചുകൊണ്ട് തിക്കിത്തിരക്കി നിലയുറപ്പിച്ചു. അത് വളരെ ശക്തമായ ഒരു സൈനിക വിന്യാസം ആയിരുന്നു. മോൺ സാങ് ഴാങ് മൈതാനത്തിൽ അവർ സമ്മേളിച്ചു. അവരുടെ പിന്നിൽ ഗ്രാമങ്ങൾ. മുൻവശം കുത്തനെയുള്ള കുന്നിൻപുറം. പിൻവശത്ത് അതിശക്തമായ കരങ്കൽ കെട്ടിടം ഉണ്ടായിരുന്നു അന്ന്. അത് നിവെല്ലിയുടെ ഭാഗമായിരുന്നു. വഴികൾ സന്ധിക്കുന്ന സ്ഥലത്തിന്റെ അടയാളമായി മാറിയിരുന്ന ആ കരിങ്കല്ലു കെട്ടിടം പതിനാറാം നൂറ്റാണ്ടിൽ ശക്തമായ അടിത്തറയിൽ പണിതീർത്തതാണ്. പീരങ്കിയുണ്ടകൾ ആ കെട്ടിടത്തിൽ തട്ടിത്തെറിച്ചിട്ടും കെട്ടിടത്തിന് കേടുപാടുകൾ ഉണ്ടായില്ല. മൈതാനത്തിലെ കുറ്റിച്ചെടികൾ പലസ്ഥലങ്ങളിലും ഇംഗ്ലീഷുകാർ വെട്ടിമാറ്റിയിരുന്നു. കുറ്റിച്ചെടികൾക്കുള്ളിൽ ഒളിച്ചിരിക്കാനുള്ള സ്ഥലം തയാറാക്കുകയായിരുന്നു. അവരുടെ ഉദ്ദേശ്യം. മരങ്ങൾക്കിടയിലെല്ലാം പീരങ്കികൾ തയാറാക്കി നിർത്തിയിരുന്നു. കാട്ടുപ്രദേശങ്ങൾക്കുള്ളിൽ രക്ഷപ്പെടാനുള്ള മാർഗങ്ങൾ സൃഷ്ടിച്ചു. കാടിനുള്ളിലെല്ലാം പീരങ്കിപടയാളികൾ ഒളിച്ചിരുന്നു കെണികൾ അനുവദിച്ചു കൊടുത്തിട്ടുള്ള യുദ്ധത്തിൽ ഇത്തരം കള്ളത്തരങ്ങളും തീർച്ചയായും അനുവദനീയമാണ്. ശത്രുവിന്റെ സന്നാഹങ്ങൾ മനസിലാക്കാൻ രാവിലെ ഒൻപതുമണിക്ക് പറഞ്ഞുവിട്ടിരുന്ന ഹാക്സോ എന്ന ഓഫീസർ ഇതൊന്നും കണ്ടില്ല. അയാൾ തിരിച്ചുചെന്ന് ഗെനാപ്പിലേക്കും നിവെല്ലിയിലേക്കുമുള്ള റോഡുകളിൽ തടസങ്ങൾ സൃഷ്ടിച്ചിട്ടുള്ളതൊഴിച്ച് മറ്റു പ്രതിബന്ധങ്ങൾ ഒന്നുംതന്നെ ഇല്ലെന്നാണ് നെപ്പോളിയനെ ധരിപ്പിച്ചിരുന്നത്. ഗോതമ്പ് വയലുമുഴുവൻ ഇടതൂർന്ന് വളർന്നുനിന്നിരുന്ന സമയമായിരുന്നു. കെംറ്റിന്റെ 95–ാം വകുപ്പിലെ സൈനികർ തോക്കുകളുമായി വളർന്നു നിന്നിരുന്ന ഗോതമ്പുചെടികൾക്കിടയിൽ കിടക്കുന്നുണ്ടായിരുന്നു.

ചുരുക്കത്തിൽ വേണ്ട സംരക്ഷണവും തുണയും ലഭിച്ച ഇംഗ്ലീഷ് ഡച്ച് സൈന്യങ്ങളുടെ മധ്യനിരയുടെ അവസ്ഥ മെച്ചമായിരുന്നു. യുദ്ധഭൂമിയുടെ തുടർച്ചയായി അന്നുണ്ടായിരുന്ന സിയോൺ കാടുകളായിരുന്നു ഈ പ്രദേശത്തെ ഏക അപകടം. ഗ്രോമൻഡീലിലെയും ബോഴ്ഫോർട്ടിലെയും തടാകങ്ങൾ കാട്ടുപ്രദേശത്തെ മൈതാനത്തിൽനിന്ന് ഒറ്റപ്പെടുത്തിയിരുന്നു. പട്ടാളത്തിന് അവിടെ നിന്നും ചിതറിമാറാൻ മാത്രമേ കഴിയുമായിരുന്നുള്ളൂ. പിൻതിരിയാൻ ബുദ്ധിമുട്ടായിരുന്നു.

പട്ടാളക്കാർ അവിടെവെച്ച് പെട്ടെന്ന് ഇല്ലാതാകും. കാലാൾപ്പട ചെളിപ്രദേശത്ത് ആഴ്ന്നുപോകും. എതിരഭിപ്രായങ്ങൾ ഉണ്ടെങ്കിലും പരിചയസമ്പന്നരായ പല സൈന്യാധിപന്മാരുടെയും അഭിപ്രായത്തിൽ അവിടെ നിന്നും പലായനം ചെയ്യേണ്ടിവന്നാൽ അതൊരു പരമപരാജയം ആയിരിക്കും എന്നായിരുന്നു. പലരും അവിടെവെച്ച് പട്ടാളം ചിന്നിച്ചിതറിപ്പോകും എന്ന് അഭിപ്രായപ്പെട്ടിരുന്നു. ചിലർക്ക് ഈ കാര്യത്തിൽ എതിരഭിപ്രായവും ഉണ്ടായിരുന്നു.

വെല്ലിങ്ടൻ ഈ മധ്യനിരയൊപ്പം വലതുഭാഗത്തുനിന്നുകൊണ്ടുവന്ന ഷാസ്സേയുടെ സൈന്യത്തെയും ഇടതുഭാഗത്തുനിന്നു കൊണ്ടുവന്ന വിൻകിനിന്റെ സൈന്യത്തേയും കൂടി അണിനിരത്തി ആ ഭാഗം ബലപ്പെടുത്തി, ഇതിനുപുറമേ, ക്ലിന്റന്റെ സൈനികരും ഈ ഭാഗത്ത് നിലയുറപ്പിച്ചിരുന്നു. സ്വയം കൈവശമുള്ള ഇംഗ്ലീഷ് സൈന്യത്തിനും ഹാൽക്കെറ്റിന്റെയും മിച്ചലിന്റെയും മെയ്ലണ്ടിന്റെയും സൈനികർക്കും ശക്തിപകരാൻവേണ്ടി ബ്രൺസ് വിക്കിന്റെയും നാസ്സോവിന്റെയും സൈനികരെയും കിൽമാൻസെഗ്ഗിന്റെ ഹാനോവേറിയാക്കായും ഓംടെയുടെ ജർമ്മൻകാരെയും വെല്ലിങ്ടൻ ഇവിടെ സജ്ജീകരിച്ചിരുന്നു. ഷാറാ പറയുന്നത് വലതുഭാഗത്തിന്റെ മദ്ധ്യഭാഗം പിന്നോക്കം വളഞ്ഞിരുന്നു എന്നാണ്.

ഇന്ന് വാട്ടർലൂ മ്യൂസിയം നിൽക്കുന്ന സ്ഥലത്ത് മണ്ണുനിറച്ച ചാക്കുകൂനകളുടെ മറവിൽ ഒരു വലിയ പീരങ്കിപ്പട മറഞ്ഞുനിന്നിരുന്നു. ഇതുകൂടാതെ സോമർസെറ്റിന്റെ ആയിരത്തിനാനൂറ് കുതിരപ്പടയാളികളും വെല്ലിങ്ടന്റെ സഹായത്തിനുവേണ്ടി താഴ്ന്ന പ്രദേശത്ത് നിലയുറപ്പിച്ചിരുന്നു. ഇംഗ്ലീഷ് കുതിരപ്പട്ടാളത്തിന്റെ അപ്പോൾ അവശേഷിച്ചിരുന്ന പകുതിഭാഗമായിരുന്നു അവർ. പിന്നീട് പലരും പുകഴ്ത്തിയ ഇംഗ്ലീഷ്കുതിരപ്പട ഇവരായിരുന്നു. ഒടുവിൽ പോൺസൺബി മരിച്ചുപോയി, സോമർസെറ്റ് അവശേഷിച്ചു.

പീരങ്കിപ്പടയുടെ പണി പൂർത്തിയായിരുന്നെങ്കിൽ അത് ഒരു കാവൽ ദുർഗം ആകുമായിരുന്നു. തോട്ടത്തിന്റെ മതിലിനോടു ചേർന്ന് മൺചാക്കുകൾ അടുക്കിവെച്ച് മണ്ണുകൊണ്ടുതന്നെ ഒരു ചെരിവ് തട്ടിക്കൂട്ടി അതിനു പിന്നിലായിട്ടായിരുന്നു പീരങ്കിപ്പടയെ ക്രമീകരിച്ചിരുന്നത്. ഈ മൺകോട്ടയുടെ പണിപൂർത്തിയാക്കാൻ അവർക്ക് സമയം കിട്ടിയിരുന്നില്ല.

വെല്ലിങ്ടന് ഉൽകണ്ഠ തോന്നിയിരുന്നെങ്കിലും അക്ഷോഭ്യനായ അദ്ദേഹം നിർവികാരനായി അവിടെത്തന്നെ കുതിരപ്പുറത്ത് ഇരിക്കുകയായിരുന്നു. മോൺസാങ് ഴാങ്ങിൽ അന്നു നിന്നിരുന്ന വടവൃക്ഷത്തിനു ചുവട്ടിലായി ഇന്നും അവിടെത്തന്നെ നമുക്ക് കാണാൻ കഴിയുന്ന പഴയ യന്ത്രശാലയുടെ മുന്നിലായിരുന്നു അദ്ദേഹം നിന്നിരുന്നത്. അത്യാഗ്രഹിയായ ഒരു ഇംഗ്ലീഷുകാരൻ ഇരുന്നൂറു ഫ്രാങ്കിന് ആവൃക്ഷം അവിടെനിന്ന് പിന്നീട് മുറിച്ചുകൊണ്ടുപോയി. പീര

ങ്കിയുണ്ടകൾ മഴപോലെ പൊഴിഞ്ഞു. വെല്ലിങ്ടൺ ഒന്നിലും കുലുങ്ങാത്ത ധീരൻ ആയിരുന്നു. അദ്ദേഹത്തിന്റെ സഹായി ഗോർഡൻ തൊട്ടടുത്തുതന്നെ മരിച്ചു വീണു. പൊട്ടിത്തകരുന്ന ഒരു തീഗോളം വെല്ലിങ്ടന്റെ ശ്രദ്ധയിൽപ്പെടുത്തി കൊണ്ട് ലോർഡ് ഹിൽ വിളിച്ചുചോദിച്ചു: "അങ്ങ് സ്വയം മരിക്കാൻ പോവുകയാണെങ്കിൽ ഞങ്ങൾക്ക് ഇനി എന്തു കൽപ്പനകളാണ് തരാനുള്ളത്?" വെല്ലിംങ്ടൺ മറുപടി പറഞ്ഞു: "ഞാൻ ചെയ്യുന്നത് നിങ്ങൾ അതുപോലെ പിൻതുടർന്നാൽ മതി." അദ്ദേഹം ഒറ്റവാക്കിൽ പറഞ്ഞു: "അവസാന സൈനികൻ ഇവിടെത്തന്നെ ഉണ്ടായിരിക്കണം." ആ ദിവസം കൂടുതൽ മോശമായിക്കൊണ്ടിരുന്നു. വെല്ലിങ്ടൺ വിക്ടോറിയയിലെ പഴയ ചങ്ങാതിമാരെ വിളിച്ചുപറഞ്ഞു: "കുട്ടികളേ! നമ്മൾ തോൽക്കാൻ പാടില്ല. അവർ ഇംഗ്ലണ്ടിൽ നമ്മളെപ്പറ്റി എന്തു പറയും?"

നാലുമണിയായപ്പോൾ ഇംഗ്ലീഷ് പട്ടാളം അൽപ്പം പിന്നോക്കം നിന്നു. പെട്ടെന്ന് പീരങ്കിപ്പട ഒഴിച്ച് മറ്റൊന്നും കുന്നിൽമുകളിൽ കാണാനുണ്ടായിരുന്നില്ല. കൃത്യമായി വെടിവെക്കാൻ കഴിവുള്ള പട്ടാളക്കാരും അവിടെ അവശേഷിച്ചിരുന്നു. ബാക്കിയുള്ളവരെല്ലാം അപ്രത്യക്ഷരായി. ഫ്രഞ്ചുകാരുടെ പീരങ്കിയുണ്ടകൾ സൈന്യത്തെ പിന്നോട്ടുതള്ളി. അവർ മോൺ സാങ് ഴാങ്ങിലെ കന്നുകാലികളുടെ ഇടവഴിയിലൂടെ കുന്നിന്റെ അടിവാരത്തിലേക്കു തിരിച്ചു പോന്നു. ഇംഗ്ലീഷ് പടയുടെ മുൻനിര പിന്നോക്കം വലിഞ്ഞു. നെപ്പോളിയൻ വിളിച്ചുകൂവി. "പാലായനം തുടങ്ങിക്കഴിഞ്ഞു."

7. നെപ്പോളിയൻ സന്തോഷത്തിൽ

ചക്രവർത്തിക്ക് നല്ല സുഖം ഉണ്ടായിരുന്നില്ല. അരയുടെ ഭാഗത്തെ വേദന കാരണം കുതിരപ്പുറത്തിരിക്കാൻ അദ്ദേഹം ബുദ്ധിമുട്ടിയിരുന്നു. എങ്കിലും ആ ദിവസത്തെപ്പോലെ അദ്ദേഹം ഒരിക്കലും സന്തോഷവാനായിരുന്നില്ല. രാവിലെ മുതൽ വികാരങ്ങൾ പ്രതിഫലിക്കാത്ത അദ്ദേഹത്തിന്റെ മുഖത്ത് പുഞ്ചിരി കാണാനുണ്ടായിരുന്നു. വെണ്ണക്കല്ലിന്റെ പൊയ്മുഖംകൊണ്ട് മറച്ചുവച്ച അദ്ദേഹത്തിന്റെ അസാമാന്യ ഉൾക്കാഴ്ചയുള്ള മനസ്സ് 1815 ജൂൺ പതിനെട്ടാം തീയതിയിൽ ഒരു പുഞ്ചിരിയിലൂടെ പുറത്തേക്കു വന്നു. ഓസ്താർലിത്സിൽവച്ച് ഇരുണ്ടു പോയിരുന്ന ആ മുഖം വാട്ടർ ലൂവിലെത്തിയപ്പോൾ ആഹ്ലാദത്തിലായിരുന്നു. വലിയ മനുഷ്യർക്കുപോലും വിധി മുൻകൂട്ടി നിർണയിക്കുന്നതിൽ വൈരുധ്യങ്ങൾ ഉണ്ടാകും. നമ്മുടെ സന്തോഷങ്ങൾക്കു മുകളിൽ എപ്പോഴും നിഴലുകൾ ഉണ്ടാകും. പൂർണമായ പുഞ്ചിരി ദൈവത്തിനുമാത്രം ഉള്ളതാണ്.

സീസർ ചിരിക്കുമ്പോൾ പോംപേയ് കരയുമെന്ന് റോമൻ സൈനികർ പറയുന്നു. പക്ഷേ, ആ സമയത്ത് പോംപെയ് കരഞ്ഞില്ല. എന്നാൽ സീസർ ചിരിച്ചു എന്ന് ഉറപ്പായിരുന്നു.

തലേന്ന് വൈകുന്നേരം മുതൽ രാത്രി ഒരുമണി വരെ ബെത്രാങ്ങിനെയും കൂട്ടി കുതിരപ്പുറത്തു സഞ്ചരിച്ച് റോസോംകുന്നിന്റെ പരിസരം മുഴുവൻ നെപ്പോളിയൻ പരിശോധിക്കുകയായിരുന്നു. ഫ്രിഷ്മോങ് മുതൽ ബ്രയിൻലല്ല്യുദുവരെ ചക്രവാളത്തിൽ ഇംഗ്ലീഷുകാർ തണുപ്പുമാറ്റാൻ കത്തിച്ച തീക്കുണ്ഡങ്ങൾ അദ്ദേഹത്തെ അലോസരപ്പെടുത്തിയില്ല. വാട്ടർ ലൂ യുദ്ധത്തിനു വേണ്ടി വിധിയുമായി ഉണ്ടാക്കിയ കരാർ അനുസരിച്ച് ഒരു പ്രത്യേക ദിവസം തെരഞ്ഞെ

ടുത്ത തന്റെ തീരുമാനം ശരിയാണെന്ന് അദ്ദേഹത്തിനു തോന്നി. അദ്ദേഹം കുതിരയെ അടക്കിനിർത്തി. കുറച്ചുസമയം നിശ്ചലനായി ഇടിയും മിന്നലും നോക്കിയിരുന്നു. വിധിയിൽ വിശ്വസിച്ചിരുന്ന ആ മനുഷ്യൻ നിഗൂഢതനിറഞ്ഞ ഈ വാക്കുകൾ ഉച്ചരിച്ചു, "നമ്മൾ ഒത്തുതീർന്നിരിക്കുന്നു." നെപ്പോളിയന് തെറ്റുപറ്റി. അവർ ഒത്തുതീർപ്പിൽ ആയിരുന്നില്ല.

അദ്ദേഹം ഒരുനിമിഷംപോലും ഉറങ്ങിയില്ല. ഓരോ നിമിഷവും അദ്ദേഹത്തിന് പുതിയ സന്തോഷങ്ങൾ കാഴ്ചവച്ചു. രാത്രിയിൽ മുൻനിരയിലൂടെ അദ്ദേഹം സഞ്ചരിച്ചു. ഇടയ്ക്കിടെ കുതിരയെ നിർത്തി കാവൽകേന്ദ്രങ്ങളിലെ കാവൽക്കാരോട് അദ്ദേഹം സംസാരിച്ചു. രാത്രി രണ്ടരമണിക്ക് ഹൂഗോമേങ്ങിലെ കാടിനടുത്തു വച്ച് അദ്ദേഹം പട്ടാളം കവാത്തുനടത്തുന്നതിന്റെ ശബ്ദം കേട്ടു. അദ്ദേഹം വിചാരിച്ചു, "വില്ലിംഗ്ടൺ തിരിച്ചുപോവുകയാണ്." അദ്ദേഹം പറഞ്ഞു: "ഇംഗ്ലീഷ് സൈന്യത്തിന്റെ പിൻനിര തിരിച്ചുപോവുകയാണ്. ഓസ്ടെന്റിൽനിന്നും ഇപ്പോൾ എത്തിച്ചേർന്ന ആറായിരം ഇംഗ്ലീഷുകാരെ തടവുകാരായി പിടികൂടും." അദ്ദേഹം ഒരുപാട് സംസാരിച്ചു. മാർച്ച് ഒന്നാം തീയതി ഫ്രാൻസിൽ കപ്പൽ ഇറങ്ങിയ സമയത്തുള്ള ചൈതന്യം അദ്ദേഹത്തിന് തിരിച്ചുകിട്ടി. ഴാഴൂങ്ങിലെ ഉത്സാഹിയായ കർഷകന്റെ നേർക്ക് കൈചൂണ്ടിക്കൊണ്ട് അദ്ദേഹം സൈന്യാധിപനോട് പറഞ്ഞു: "ബർത്താങ്ങ് നമുക്ക് സഹായഹസ്തം അവിടെ ത്തന്നെയുണ്ട്." ജൂൺ 17-ാം തീയതി രാത്രിയിൽ അദ്ദേഹം വെല്ലിങ്ടണെ കളി യാക്കി. നെപ്പോളിയൻ പറഞ്ഞു: "പൊക്കമില്ലാത്ത ഇംഗ്ലണ്ടുകാരൻ ഒരു പാഠം പഠിക്കും." മഴ ഇരട്ടി ശക്തിയോടെ കോരിച്ചൊരിഞ്ഞു. ചക്രവർത്തി സംസാരി ച്ചുകൊണ്ടിരിക്കുന്നതിനിടയിൽ അതിഭയങ്കരമായ ഒരു ഇടിമുഴക്കം കേട്ടു.

വെളുപ്പിന് മൂന്നരമണിയോടെ ഒരു തോന്നൽ അവസാനിച്ചു. ശത്രുപക്ഷ ത്തിന്റെ കണക്കെടുപ്പിനുവേണ്ടി പറഞ്ഞയച്ചിരുന്ന ഉദ്യോഗസ്ഥൻ തിരിച്ചുവന്നു. അയാൾ ശത്രുപക്ഷത്ത് അനക്കമൊന്നുമില്ലെന്ന് അദ്ദേഹത്തെ അറിയിച്ചു. ഒരു ചലനവുമില്ല. തീ കായുന്നതിന്റെ ലക്ഷണംപോലുമില്ല. ഇംഗ്ലീഷ് പട്ടാളം ഉറക്കത്തിലാണ്. ഒരു വെളിച്ചവും കാണാനില്ല. ഭൂമി മുഴുവൻ നിശ്ശബ്ദത പടർന്നിരിക്കുന്നു. ആകാശത്തുപോലും ശബ്ദങ്ങൾ കേൾക്കാനില്ല. നാലുമണിക്ക് പട്ടാളക്കാർ ഒരു കൃഷിക്കാരനെ അദ്ദേഹത്തിന്റെ മുന്നിൽ കൊണ്ടുവന്നു. ഇംഗ്ലീഷുകാരുടെ കുതിരപ്പട്ടാളത്തിന് ഇയാൾ വഴികാട്ടിക്കൊടുത്തിരുന്നു. ഒരുപക്ഷേ, ഏറ്റവും ഇടത്തായി ഓഹിയൻ ഗ്രാമത്തിൽ നിലയുറപ്പിച്ചിരുന്ന വിവി യന്റെ സൈന്യത്തിനായിരിക്കും ഇയാൾ വഴികാണിച്ചുകൊടുത്തത്. അഞ്ചു മണിക്ക് ശത്രുപക്ഷത്തുനിന്ന് ചാടിപ്പോന്ന രണ്ടു ബൽജിയൻ പട്ടാളക്കാർ അദ്ദേഹത്തെ കണ്ടു. ആ സമയത്ത് രക്ഷപ്പെട്ടുവരുന്ന വഴി അദ്ദേഹത്തെ കാണാൻ എത്തിയിരിക്കുകയാണെന്നാണ് അവർ അദ്ദേഹത്തോടു പറഞ്ഞത്. ഇംഗ്ലീഷ് പട്ടാളം യുദ്ധത്തിനുള്ള തയാറെടുപ്പുകൾ നടത്തികൊണ്ടിരിക്കുകയാണെന്ന് അവർ അദ്ദേഹത്തെ അറിയിച്ചു. നെപ്പോളിയൻ പറഞ്ഞു:

"നന്നായി. അവരെ തിരിച്ചയയ്ക്കുന്നതിനേക്കാൾ എനിക്കിഷ്ടം അവരെ കഷണങ്ങളാക്കാനാണ്."

പ്ലാൻസ്ന്വായിൽനിന്ന് വരുന്ന വഴിയുടെ മൂലയ്ക്കായി അദ്ദേഹം കുതിരപ്പുറത്തുനിന്ന് താഴെയിറങ്ങി. അവിടുത്തെ ചെളിയിലേക്കാണ് അദ്ദേഹം കാലുകുത്തിയത്. റോസോമിലെ ഒരു പാടത്തുനിന്നും ഒരു അടുക്കളമേശയും

കസേരയും വരുത്തി അദ്ദേഹം അതിൽ ഇരുന്നു. മേശവിരിപ്പിനു പകരം അദ്ദേഹം മേശപ്പുറത്ത് വൈക്കോൽ വിരിച്ചു. യുദ്ധക്കളത്തിന്റെ ചിത്രം മേശപ്പുറത്ത് നിവർത്തിവച്ചുകൊണ്ട് സേനാനായകൻ സൂൾട്ടോയോടു പറഞ്ഞു:

"നല്ല ഭംഗിയുള്ള കളങ്ങൾ നിറഞ്ഞ പാടം."

രാത്രിയിൽ പെയ്ത മഴമൂലം വഴിയിൽ പൂന്തിപ്പോയ ചരക്കുവണ്ടികൾ നേരം പുലരാറായിട്ടും എത്തിച്ചേർന്നില്ല. പട്ടാളക്കാർ ഉറങ്ങിയിരുന്നില്ല. അവർക്ക് വിശക്കുന്നുണ്ടായിരുന്നു. അവർ നനഞ്ഞുപോയിരുന്നു. ഇങ്ങനെയെല്ലാം ആയിരുന്നിട്ടും നെപ്പോളിയൻ 'നെ'യോട് വിളിച്ചുപറഞ്ഞു:

"നൂറിൽ തൊണ്ണൂറ് അവസരങ്ങളും നമുക്കാണ്."

എട്ടുമണിക്ക് ചക്രവർത്തിയുടെ പ്രാതൽ കൊണ്ടുവന്നു. പല സൈനികമേധാവികളെയും അദ്ദേഹം പ്രാതൽ കഴിക്കാൻ ക്ഷണിച്ചിരുന്നു. ഭക്ഷണം കഴിക്കുന്നതിനിടയിൽ ബ്രൂസെൽസിൽ നടന്ന ഒരു നൃത്തവിരുന്നിൽ രണ്ടു ദിവസങ്ങൾക്കു മുമ്പ് വെല്ലിങ്ടൺ പങ്കെടുത്തിരുന്നതിനെപ്പറ്റി ഒരു വർത്തമാനം ഉണ്ടായി. ആർച്ചുബിഷപ്പിന്റെ മുഖച്ഛായയുള്ള പരുക്കൻ പട്ടാളക്കാരൻ സൂൾട്ട് പറഞ്ഞു:

"നൃത്തവിരുന്ന് ഇന്നാണ്."

ചക്രവർത്തി ഇതു കേട്ടപ്പോൾ നേയോടു പരിഹാസരൂപത്തിൽ പറഞ്ഞു:

"നിങ്ങളുടെ ചക്രവർത്തിയുടെ വരവും നോക്കിയിരിക്കാനും മാത്രം പാവമല്ല വെല്ലിങ്ടൺ." ഫ്ളൂറിദ് ഷാബുലോങ് പ്രസ്താവിച്ചിട്ടുണ്ട്, "തമാശ പറയുന്നത് അദ്ദേഹത്തിന് താൽപ്പര്യമുള്ള കാര്യമായിരുന്നു." ഗൂർഗോ പറയുന്നത്, "ഏറ്റവും ആഴത്തിൽ പരിശോധിച്ചാൽ അദ്ദേഹത്തിന്റെ സ്വഭാവത്തിൽ കളിതമാശകൾ കാണാൻ കഴിയും." ബെൻജമിൻ കോൺസ്റ്റന്റ് പറയുന്നത്, "അദ്ദേഹത്തിന്റെ തമാശകൾ തമാശകളേക്കാൾ പരിഹാസങ്ങൾ ആയിരുന്നു എന്നാണ്. " ഏതായാലും ആ മനുഷ്യന്റെ ഈ തമാശകൾ ഓർത്തുവയ്ക്കാൻ പര്യാപ്തമായവയാണ്. അദ്ദേഹത്തിന്റെ പട്ടാളക്കാരെ അദ്ദേഹം "മുറുമുറുപ്പുകാർ" എന്നു വിളിച്ചു. അവർ പറഞ്ഞു: "ചക്രവർത്തി നമ്മളെ കളിയാക്കുകയാണ്." അദ്ദേഹം അവരുടെ ചെവിക്കു പിടിക്കും. മീശ പിടിച്ചു വലിക്കും. ഫെബ്രുവരി 27–ാം തീയതി എൽബാദ്വീപിൽനിന്ന് ഫ്രാൻസിലേക്കുള്ള രഹസ്യയാത്രയ്ക്കിടയിൽ നെപ്പോളിയൻ ഒളിച്ചു സഞ്ചരിച്ചിരുന്ന കപ്പൽ ഫ്രഞ്ചു പടക്കപ്പലായ ലാസെഫീനുമായി നടുക്കടലിൽ വച്ച് കണ്ടുമുട്ടാൻ ഇടയായി. എൽബാദ്വീപുകാരുടെ രീതിയിലുള്ള തൂവലുകൾ നിറഞ്ഞ വെള്ളത്തൊപ്പിയായിരുന്നു നെപ്പോളിയൻ ധരിച്ചിരുന്നത്. ഫ്രഞ്ചുകപ്പൽ നെപ്പോളിയന്റെ വിവരങ്ങൾ വിളിച്ചുചോദിച്ചു. നെപ്പോളിയൻ ചിരിച്ചുകൊണ്ട് ശബ്ദം ഉറക്കെ കേൾപ്പിക്കാനുള്ള കുഴൽ സ്വയമെടുത്ത് ചുണ്ടോട് ചേർത്തു പറഞ്ഞു:

"ചക്രവർത്തി സുഖമായിരിക്കുന്നു." ഏതു സന്ദർഭത്തിലും ഇതുപോലെ ചിരിക്കുന്ന നെപ്പോളിയൻ പ്രാതൽ കഴിക്കുന്നതിനിടയിലും പലതവണ പൊട്ടിച്ചിരിച്ചു. ആഹാരംകഴിഞ്ഞ് കാൽമണിക്കൂർ സമയം അദ്ദേഹം ആലോചനയിലായിരുന്നു. പിന്നീട് കച്ചിക്കെട്ടുകൾക്കു മുകളിലായി കാൽമുട്ടിൽ കടലാസുകൾ വച്ച് പേനയുമായി ഇരുന്നിരുന്ന രണ്ടു സൈന്യാധിപൻമാർക്കും അദ്ദേഹം യുദ്ധത്തിനുള്ള കൽപ്പനകൾ കൊടുത്തു.

ഒൻപതു മണിക്ക് അഞ്ചുനിരകളായി ഫ്രഞ്ചുസൈന്യം നിരന്നു

കഴിഞ്ഞപ്പോൾ (രണ്ടുനിര കാലാൾപ്പട, കുതിരപ്പട്ടാളം, പീരങ്കിപ്പട, വാദ്യങ്ങളും കാഹളങ്ങളും മുഴക്കിക്കൊണ്ട് ഏറ്റവും മുന്നിലായി സംഗീതസംഘം) ആകാശത്തിലേക്കുയരുന്ന കുന്തങ്ങളുടെയും തോക്കുകളുടെയും കൊടികളുടെയും ഒരു സമുദ്രം തന്നെ കാണാനുണ്ടായിരുന്നു. ചക്രവർത്തി ഇതുകണ്ടപ്പോൾ ഒരുതവണയല്ല രണ്ടുതവണ ആവേശത്തോടെ വിളിച്ചു പറഞ്ഞു:

"മനോഹരം. അതിമനോഹരം."

കേട്ടാൽ അവിശ്വസനീയമായി തോന്നാൻ ഇടയുണ്ടെങ്കിലും സത്യം അതായിരുന്നു. ഒൻപതിനും പത്തരമണിക്കും ഇടയ്ക്ക് പട്ടാളക്കാർ ആറു നിരയായി നിരന്നുകഴിഞ്ഞിരുന്നു. ചക്രവർത്തിയുടെ വാക്കുകൾ കടമെടുത്താൽ ആറ് അഞ്ചായി നിരന്നു (ആകൃതിയിലായിരുന്നു സൈന്യത്തെ വിന്യസിച്ചിരുന്നത്). പിന്നീട് കുറച്ചുനിമിഷങ്ങൾ കൊടുങ്കാറ്റിനു മുമ്പുള്ള ശാന്തതപോലെ യുദ്ധത്തിനു മുൻപുള്ള നിശ്ശബ്ദതയായിരുന്നു. പന്ത്രണ്ടുറാത്തൽ തൂക്കമുള്ള ഉണ്ടകൾ വർഷിക്കുന്ന പീരങ്കികൾ, നിവെല്ലിയിൽനിന്നും ദെനാപ്പിൽനിന്നും വരുന്ന നിരത്തുകൾ സന്ധിക്കുന്ന സ്ഥലത്ത്, മോൺ സാങ് ഴാങ് പിടിച്ചടക്കാനുള്ള ആക്രമണത്തിനു തയാറായി, തന്റെ കൽപ്പന അനുസരിച്ച് നിരന്നു കിടക്കുന്നതു കണ്ടപ്പോൾ ചക്രവർത്തി ഹാക്സോവിന്റെ തോളത്തു തട്ടിക്കൊണ്ടു പറഞ്ഞു:

"ഇരുപത്തിനാല് സുന്ദരികൾ അതാ നിരന്നു നിൽക്കുന്നു. "

അദ്ദേഹത്തിനു യുദ്ധത്തെപ്പറ്റി സംശയം ഉണ്ടായിരുന്നില്ല. മോൺ സാങ്ഴാങ് പിടിച്ചടക്കിക്കഴിഞ്ഞാൽ അങ്ങോട്ടുള്ള വഴിയിൽ ഉടൻ തന്നെ തടസങ്ങൾ സൃഷ്ടിക്കാൻ പ്രത്യേക പരിശീലനം ലഭിച്ച തുരങ്കപ്പോരാളികൾ മുന്നിലൂടെ കടന്നുപോയപ്പോൾ ഒരു പുഞ്ചിരിയോടെ അദ്ദേഹം അവരെ പ്രോത്സാഹിപ്പിച്ചു. അദ്ദേഹത്തിന്റെ ഈ പ്രശാന്തമായ ആത്മസംഘർഷം തുടിക്കുന്ന അനുകമ്പ ശല്യപ്പെടുത്തിയിരുന്നു. ഒരു വാക്കിലൂടെ അതു പുറത്തു വന്നു. സ്കോട്ട്ലാന്റുകാർ അവരുടെ ഒന്നാന്തരം കുതിരകളുമായി ഇടതുഭാഗത്ത് നിരന്നു കഴിഞ്ഞപ്പോൾ അദ്ദേഹം പറഞ്ഞു:

"ഇതൊരു കഷ്ടം തന്നെ." ഇന്നിപ്പോൾ ഒരു വലിയ ശവകുടീരം കാണുന്ന സ്ഥലത്താണ് അവർ അണിനിരന്നു നിന്നത്.

പിന്നീട് അദ്ദേഹം കുതിരപ്പുറത്തുകയറി റോസോമിൽനിന്ന് മുന്നോട്ടുപോയി. ഗെനാപ്പിൽനിന്ന് ബ്രൂസെൽസിലേക്കുള്ള വഴിയുടെ വലതുവശത്ത് വലിയ ഉയരത്തിലുള്ള ഒരു പുൽമേട് ഉണ്ടായിരുന്നു. യുദ്ധം വീക്ഷിക്കാനായി അദ്ദേഹം തെരഞ്ഞെടുത്ത സ്ഥലം. യുദ്ധസമയത്തെ അദ്ദേഹത്തിന്റെ രണ്ടാമത്തെ സ്ഥലം. മൂന്നാമത്തെ സ്ഥലത്ത് ഏഴുമണിക്കാണ് അദ്ദേഹം എത്തിയത്. ലാബെൽ അലിയാൻസിന്റെയും ലായിസാന്തിന്റെയും മധ്യത്തിലുള്ള ഈ സ്ഥലം ഭയാനകമാണ്. ഇന്നും കാണാൻ കഴിയുന്ന ഒരു വലിയ കുന്നിന്റെ പുറമാണ് അദ്ദേഹത്തിന്റെ മൂന്നാമത്തെ സ്ഥലം. അതിന്റെ പിന്നിലായി പട്ടാളക്കാർ ഉണ്ടായിരുന്നു. ഈ കുന്നിന് ചുറ്റുമുള്ള കല്ലു പാകിയ പടികളിൽ തട്ടി പീരങ്കിയുണ്ടകൾ നെപ്പോളിയൻ നിന്നിരുന്ന ബ്രിയെനിൽ അനുഭവപ്പെട്ടതുപോലെ വെടിയുണ്ടകളും പീരങ്കിയുണ്ടകളും തലയ്ക്കു മുകളിലൂടെ ചീറിപ്പായുന്നതിന്റെ ഇരമ്പം അദ്ദേഹം കേൾക്കുന്നുണ്ടായിരുന്നു. പിന്നീട് ഈ സ്ഥലത്തുനിന്നും കൃത്യമായി പറഞ്ഞാൽ നെപ്പോളിയന്റെ കുതിരയുടെ കാലിരുന്ന സ്ഥലത്തു

നിന്നുപോലും ചതഞ്ഞ വെടിയുണ്ടകളും തുരുമ്പു പിടിച്ച് ആകൃതി നഷ്ടപ്പെട്ട പീരങ്കിയുണ്ടകളും പഴയ വാളുകളും മറ്റും കണ്ടെത്തിയിരുന്നു. കുറച്ചു വർഷങ്ങൾക്കു മുമ്പ് അവിടെനിന്ന് അറുപതു റാത്തലിന്റെ ഒരു പീരങ്കിയുണ്ട കുഴിച്ചെടുത്തിട്ടുണ്ട്. ഈ മൂന്നാമത്തെ സ്ഥലത്തെ അദ്ദേഹത്തിന്റെ വഴികാട്ടി എതിർചേരിയോട് അനുഭാവമുള്ള ലാക്കോസ്തയെന്ന കൃഷിക്കാരനായിരുന്നു. അയാളെ ഒരു കുതിരയുടെ ജീനിയിൽ കെട്ടിവച്ചിരിക്കുകയായിരുന്നു. ഓരോ വെടിയുണ്ടയുടെ ശബ്ദത്തിലും അയാൾ ഭയന്ന് നെപ്പോളിയന്റെ പിന്നിൽ ഒളിച്ചുകൊണ്ടിരുന്നു. ഇവിടെ വച്ചാണ് നെപ്പോളിയൻ ലൊക്കോസ്തയോട് ഇങ്ങനെ പറഞ്ഞത്:

"മണ്ടാ ഇതു നാണക്കേടാണ് നിന്റെ പുറത്ത് വെടി കൊണ്ടിട്ടായിരിക്കും നീ മരിക്കുന്നത്." മണ്ണിളകി കിടക്കുന്ന ആ കുന്നിൻചെരിവിലെ മണ്ണു വാരിനോക്കിയപ്പോൾ ഇതെഴുതുന്നയാൾ ഒരു ബോംബിന്റെ അവശിഷ്ടങ്ങൾ കണ്ടിരുന്നു. നാൽപ്പത്തിയാറുവർഷത്തെ തുരുമ്പുകൊണ്ട് അത് പൊടിഞ്ഞുപോകുന്ന അവസ്ഥയിലായിരുന്നു. ചുള്ളിക്കമ്പുപോലെ വിരലുകൾകൊണ്ട് ഒടിക്കാവുന്ന ചില പഴയ ഇരുമ്പു കഷണങ്ങളും അവിടുത്തെ മണ്ണിൽ ഇന്നും കിടക്കുന്നുണ്ട്.

നെപ്പോളിയനും വെല്ലിങ്ടനും തമ്മിൽ യുദ്ധം നടന്ന മൈതാനത്തിലെ കുന്നും കുഴിയും 1815 ജൂൺ പതിനെട്ടിൽനിന്നും ഇന്നിപ്പോൾ വ്യത്യസ്തമായിരിക്കും എന്ന് എല്ലാവർക്കും അറിവുള്ള കാര്യമാണ്. യുദ്ധഭൂമിയിൽ ഒരു സ്മാരകം ഉയർത്താനുള്ള എല്ലാ കാര്യങ്ങളും അവിടെനിന്ന് നീക്കം ചെയ്തിരിക്കുന്നതുകാരണം യുദ്ധഭൂമി ഏതെന്ന് തിരിച്ചറിയാൻ കഴിയാതെ ചരിത്രംപോലും ഇവിടെ സംഭ്രമിച്ചു നിൽക്കുകയാണ്. കൂടുതൽ പാടിപ്പുകഴ്ത്തുന്നതിനുവേണ്ടി ആ സ്ഥലത്തിന്റെ രൂപത്തിൽപോലും മാറ്റം വരുത്തിയിട്ടുണ്ട്. രണ്ടുവർഷം കഴിഞ്ഞ് വെല്ലിങ്ടൺ വാട്ടർ ലൂ കണ്ടപ്പോൾ അയാൾ ഉറക്കെ വിളിച്ചുപറഞ്ഞു:

"അവർ എന്റെ യുദ്ധഭൂമി മാറ്റിമറിച്ചിരിക്കുന്നു."

ഇന്ന് സിംഹപ്രതിമ സ്ഥാപിച്ചിരിക്കുന്ന വലിയ മൺകൂന നിൽക്കുന്ന സ്ഥലം അന്ന് കുത്തനെയുള്ള ഒരു മലഞ്ചരിവായിരുന്നു. അന്ന് ഗൊപ്പിലേക്കുള്ള വഴി മുറിച്ചുകടന്നാൽ അതുവഴി നിവെല്ലിയിൽ എത്തിച്ചേരാമായിരുന്നു. ആ മലഞ്ചെരിവിന്റെ അന്നത്തെ ഉയരം ഗൊപ്പിൽനിന്നും ബ്രൂസൽസിലേക്കുള്ള വഴിയുടെ വശങ്ങളിൽ കാണുന്ന ഇന്നിപ്പോൾ കുന്നുകളായി മാറിക്കഴിഞ്ഞ അന്നത്തെ ശവക്കൂനകളുടെ ഉയരത്തിൽനിന്ന് തിട്ടപ്പെടുത്താൻ കഴിയും. ഇംഗ്ലീഷുകാരുടെ ശവക്കൂന ഇടതുവശത്തു കാണുന്നതാണ്. വലതുവശത്തു കാണുന്നത് ജർമൻകാരുടേതാണ്. ഫ്രഞ്ചുകാരുടെ ശവങ്ങൾ അവിടെ കൂട്ടിയിട്ടിരുന്നില്ല. മൈതാനം മൊത്തത്തിൽ അവരുടെ ശ്മശാനഭൂമിയായി മാറിയിരുന്നു. നൂറ്റിഅൻപത് അടി പൊക്കവും അരമൈൽ ചുറ്റളവുമുള്ള മോൺ സാങ് ഴാങ്ങിലെ ഉയർന്ന മൈതാനത്തെ പ്രദേശത്തേക്ക് ഇന്നിപ്പോൾ ഒരു നീണ്ട ചെരിവിലൂടെ നടന്നു കയറാം. അതിന് പതിനായിരക്കണക്കിന് മണ്ണുവണ്ടികൾ വേണ്ടിവന്നു. ആ മണ്ണുവണ്ടികൾക്ക് നന്ദി. യുദ്ധസമയത്ത് ഇവിടം കുത്തനെയുള്ള ഒരു കയറ്റമായിരുന്നു. ഈ പ്രദേശത്തെ താഴ്ച കാരണം അന്ന് ഇംഗ്ലീഷ് പീരങ്കിപ്പടയ്ക്ക് യുദ്ധഭൂമിയുടെ മധ്യത്തിലുണ്ടായിരുന്ന പാടങ്ങൾ കാണാൻ കഴിഞ്ഞിരുന്നില്ല. 1815 ജൂൺ പതിനെട്ടിന് ഈ താഴ്ച മഴ കാരണം നീർച്ചാലുകളായി മാറിയിരുന്നു.

ചെളിമൂലം മുകളിലേക്ക് കയറാൻ കൂടുതൽ വിഷമം അനുഭവിച്ചു. കഠിന പ്രയത്നം നടത്തിയിട്ടും പടക്കോപ്പുകൾക്ക് ചെളിയിൽ പൂന്തിക്കിടക്കേണ്ടിവന്നു. ആ കുന്നിൻ മുകളിലൂടെ മറ്റൊരു തോട് ഒഴുകിയിരുന്നു. ദൂരെനിന്ന് നോക്കുന്ന ഒരാൾക്ക് അവിടെ ഇത്തരത്തിൽ ഒരു തോട് ഉണ്ടെന്ന് മനസിലാക്കാൻ കഴിയുമായിരുന്നില്ല.

ഈ തോട് എന്തായിരുന്നു. ഞങ്ങൾ അതു പറയാം. ബൽജിയത്തിലെ ഒരു ഗ്രാമമാണ് ബ്രെയിൻലാല്യൂദ്. ഒഹെങ് മറ്റൊരു ഗ്രാമം. ഭൂമി സമനിരപ്പല്ലാത്തതുകാരണം ഈ രണ്ടു ഗ്രാമങ്ങളും പരസ്പരം കാണാൻ കഴിയില്ല. ഇവ തമ്മിൽ യോജിപ്പിച്ചുകൊണ്ട് സമനിരപ്പല്ലാത്ത ഭൂമിക്കു കുറുകെ ഏതാണ്ട് നാലുമൈൽ നീളമുള്ള ഒരു വഴിയുണ്ട്. ഈ വഴി കുന്നുകൾക്കിടയിലൂടെ ഒരു ഉഴവുചാലുപോലെ മറഞ്ഞുകിടക്കുന്നു. ചില സ്ഥലങ്ങളിൽ മലയിടുക്കുകളിലൂടെയാണ് വഴി കടന്നുപോയിരുന്നത്. 1815 ൽ വഴി ഇന്നത്തെപ്പോലെയല്ല. ഗെനാപ്പിൽ നിന്നും നിവെല്ലിയിൽ നിന്നുമുള്ള വഴികൾക്കിടയിലുള്ള മോൺ സാങ് ഴാങ് പീഠഭൂമിയിലൂടെയാണ് കടന്നുപോയിരുന്നത്. ഇന്നിപ്പോൾ ആ വഴി മൈതാനത്തിന്റെ നിരപ്പിൽതന്നെയാണ്. മൊത്തത്തിൽ നോക്കിയാൽ ഈ വഴിയുടെ കൂടുതൽ ഭാഗവും ഇന്നും കുഴിയാണ്. ചില സ്ഥലങ്ങളിൽ പന്ത്രണ്ട് അടിവരെ ആഴമുള്ള താഴ്ചകൾ ഈ വഴിയിലുണ്ട്. ഈ താഴ്ചകളുടെ വശങ്ങളിലെല്ലാം കുന്നുകളാണ്. കുത്തനെയുള്ള ഈ കുന്നുകളിൽനിന്ന് മഞ്ഞുകാലത്ത് മഞ്ഞു വീഴ്ചയുള്ളപ്പോൾ ഈ വഴിയിലേക്ക് മണ്ണിടിഞ്ഞുവീണ് ധാരാളം അപകടങ്ങൾ ഉണ്ടായിട്ടുണ്ട്. ബ്രെയിൻ ലാലൂദിലേക്ക് പ്രവേശിക്കുന്നതിന് തൊട്ടു മുൻപ് ഈ വഴി വളരെ ഇടുങ്ങിയതായി മാറുന്നു. ഈ ഭാഗത്തുവെച്ച് ഒരു വഴിയാത്രക്കാരൻ വണ്ടികയറി മരിച്ചിട്ടുണ്ട്. അയാളുടെ ശവകുടീരത്തിനടുത്ത് മരിച്ചയാളിന്റെ പേരും തീയതിയും എഴുതിയ കുരിശു കാണാം.'' മൊസ്സ്യു ബർനാർ ദെബ്രി. ബ്രൂസെൽസിലെ വ്യാപാരി. ഫെബ്രുവരി'' എന്ന് കുരിശിൽ നിന്നുംവായിച്ചെടുക്കാം. അവിടെത്തന്നെ സ്ഥലം വൃത്തിയാക്കുന്നതിനിടയിൽ മാത്തിയോ നികൈഡ് എന്ന് പേരുള്ള ഒരു കൃഷിക്കാരൻ 1783 ൽ കാൽവഴുതി വീണ് മരിച്ചതായും രേഖപ്പെടുത്തിയിട്ടുണ്ട്. ഈ മനുഷ്യന്റെ ശവകുടീരം ഇപ്പോൾ ഇല്ല. പക്ഷേ, ലാസിയാന്തിലേക്കുള്ള വഴിയുടെ ഇടതുവശത്തുള്ള മോൺസാങ് ഴാങ്ങിലെ വയലിൽ ഈ കല്ലുകുരിശ് ഇപ്പോഴും ഇളകിവീണ് കിടപ്പുണ്ട്.

യുദ്ധം നടന്ന ദിവസം കുഴിനിറഞ്ഞ ഈ വഴിയെപ്പറ്റി ആരും അറിഞ്ഞിരുന്നില്ല. മോൺസാങ് ഴാങ് കുന്നിനു മുകളിലുള്ള കുത്തനെയുള്ള പ്രദേശത്തിനു നടുക്കായി ഈ ചാല് ഒളിഞ്ഞിരിക്കുകയായിരുന്നു. അതു ശരിക്കും ഭയങ്കരമായ ഒരു അനുഭവം ആയിരുന്നു.

8. ചക്രവർത്തി ലക്കോസ്തയെന്ന വഴികാട്ടിയോട് ഒരു ചോദ്യം ചോദിക്കുന്നു

വാട്ടർലൂ യുദ്ധം നടന്ന ദിവസം രാവിലെ നെപ്പോളിയൻ സംതൃപ്തനായിരുന്നു.

അദ്ദേഹം എല്ലാം ശരിയായി മനസിലാക്കിയിരുന്നു. അദ്ദേഹം രൂപപ്പെടുത്തിയ യുദ്ധത്തിന്റെ പദ്ധതി തീർച്ചയായും അഭിനന്ദനം അർഹിക്കുന്നുണ്ട്.

യുദ്ധം ആരംഭിച്ചുകഴിഞ്ഞപ്പോൾ പലവിധ ഭാഗ്യദോഷങ്ങളും സംഭവിച്ചു. ഹൂഗോമോങ് എതിർത്തുനിന്നു. ലായിസാന്ത് പിടിച്ചുനിന്നു. ബെദ്വാങ് കൊല്ലപ്പെട്ടു. ഫ്ലായിക്ക് മുറിവേറ്റു. സോയിയുടെ സൈന്യം പ്രതീക്ഷിക്കാത്ത മതിലിനുമുന്നിൽ ചിന്നിച്ചിതറി. കൈബോംബുകളോ വെടിമരുന്നോ ഇല്ലാത്ത സമയത്ത് ഗിൽമനോ ഒന്നും വകവയ്ക്കാതെ യുദ്ധത്തിലേക്ക് എടുത്തുചാടി. പീരങ്കികൾ ചെളിയിൽ പൂഴ്ന്നുപോയി. ആക്സ് ബ്രിഡ്ജിന്റെ സമീപത്തുവെച്ച് വഴി കാണിക്കാൻ ആളില്ലാതെ പതിനഞ്ചു പീരങ്കികൾ കുഴിയിൽ വീണു. ഇംഗ്ലീഷ് സൈന്യത്തിന് നടുക്കുവീണ ബോംബുകൾ പലതും നനഞ്ഞ മണ്ണിൽ വീണ് വലിയ കുഴികൾ ഉണ്ടാക്കി എന്നതിൽ കവിഞ്ഞ് വിചാരിച്ച പ്രയോജനം ചെയ്തില്ല. പൊട്ടിത്തെറി വെറും വെള്ളം തെറിപ്പിക്കലായി മാറി. ബ്രെയിൻ ലാല്യുദിൽ വച്ച് പീറെ നടത്തിയ പ്രകടനംകൊണ്ട് പ്രയോജനം ഉണ്ടായില്ല. പതിനഞ്ചു സേനാവിഭാഗങ്ങൾ ഏതാണ്ട് മൊത്തമായിത്തന്നെ ഇവിടെ വെച്ച് നശിച്ചു. ഇംഗ്ലീഷുകാരുടെ വലതുഭാഗത്തിന് വലിയ നാശമൊന്നും സംഭവിച്ചില്ല. ഇടതുഭാഗത്തിന് ഒരു ചലനംപോലും ഉണ്ടായില്ല. പട്ടാളക്കാരെ അകലമിട്ട് വിന്യസിക്കാതെ അടുത്തടുത്ത് നിരത്തി നിർത്തിയതുവഴി നെ വിചിത്രമായ ഒരു തെറ്റാണ് ചെയ്തത്. ഇരുപത്തേഴ് മേധാവികളും ഇരുന്നൂറ് പട്ടാളക്കാരും ഇതുമൂലം വെടിയുണ്ടയ്ക്ക് ഇരയായി. പീരങ്കിയുണ്ടകൾ വീണ് പട്ടാളക്കാർക്കിടയിൽ കാര്യമായ വിടവുകൾ വീണു. ആക്രമണത്തിൽ ഏർപ്പെടുന്ന സംഘങ്ങൾ തമ്മിലുള്ള ആശയവിനിമയം ഇതുമൂലം തടസപ്പെട്ടു. ചെരിഞ്ഞ പ്രദേശങ്ങളിൽ വെച്ച് പീരങ്കികൾക്ക് പെട്ടെന്ന് മറവു നഷ്ടപ്പെട്ട് അവ എല്ലാവർക്കും നേരിട്ടുകാണാൻ കഴിയുന്ന അവസ്ഥയിലേക്ക് മാറി. ബുർഴ്വയും ദോങ്സ്ലോവും ദ്യു റോത്തും മറുപക്ഷം ചേർന്നു. ക്വിയോവ് യുദ്ധത്തിൽനിന്ന് പിൻതിരിഞ്ഞു. ഗെനാപ്പിൽനിന്നും ബ്രൂസെൽസിലേക്കുള്ള വളവിൽ തടസം സൃഷ്ടിച്ച് ഇംഗ്ലീഷ് സൈന്യം വെടിയുതിർത്തുകൊണ്ടിരുന്നപ്പോൾ ലാസാന്തിന്റെ വാതിൽ കൈക്കോടാലികൊണ്ട് വെട്ടിപ്പൊളിക്കാൻ പോയ ഹോർക്കലിസ് വിയോയിക്ക് വെടിയേറ്റു. കാലാൾപ്പടയുടെയും കുതിരപ്പട്ടാളത്തിന്റെയും നടുവിൽ പെട്ടുപോയ മാർക്കോങ്ങേ്യയുടെ സൈന്യത്തെ ബെസ്റ്റിന്റെയും വ്യാക്കിന്റെയും സൈനികർ ഒരുമൈൽ ദൂരത്തു നിന്നുകൊണ്ടുതന്നെ വെടിവച്ചു വീഴ്ത്തി. അവരുടെ ശവങ്ങൾ ഗോതമ്പുപാടത്തു നിരന്നു കിടന്നു. പോൺസൺബി അവരെ വെട്ടിക്കൊന്നു. അയാളുടെ ഏഴു പീരങ്കികളും ചേർന്ന് അവരെ കടിച്ചുകീറി. കോംത് ദെർലോങ് എതിർത്തിട്ടും സാക്സ്വീമർ രാജകുമാരൻ ഫ്രീമോങ്ങും സ്മോഹാങ്ങും കൈവിട്ടില്ല. 43-ാം വിഭാഗത്തിന്റെയും 105-ാം വിഭാഗത്തിന്റെയും പതാകകൾ അവർ പിടിച്ചെടുത്തു. വാവറിനും പ്ലാൻസ്വായിക്കും ഇടയിലൂടെ പാഞ്ഞുപോയ മുന്നൂറു കുതിരപ്പടയാളികളിൽ പ്രഷ്യക്കാരനായ കറുത്ത ഭടനെ അവർ പിടികൂടി. അയാൾ തടവിലാക്കപ്പെട്ടപ്പോൾ ഉൽക്കണ്ഠാജനകമായ കാര്യങ്ങൾ അവർക്കു വെളിപ്പെടുത്തിക്കൊടുത്തു. ഗ്രൂഷി യുദ്ധക്കളത്തിലെത്താൻ താമസിച്ചു. അതുകാരണം ഹൂഗോമോങ്ങിലെ മരത്തോപ്പിൽ ആയിരത്തഞ്ഞൂറു പട്ടാളക്കാർ ഒരുമണിക്കൂറിനുള്ളിൽ മരിച്ചുവീണു. ലായിസാന്തിൽ അതിലും കുറഞ്ഞ സമയംകൊണ്ട് ആയിരത്തി എണ്ണൂറു പട്ടാളക്കാർ മരിച്ചു. കൊടുങ്കാറ്റുപോലുള്ള ഈ സംഭവങ്ങൾ നെപ്പോളിയന്റെ മുന്നിലൂടെ കാർമേഘങ്ങൾപോലെ കടന്നു പോയിട്ടും അദ്ദേഹത്തിന്റെ മുഖം

പ്രശാന്തമായിരുന്നു. അദ്ദേഹത്തിന്റെ മുഖത്തെ രാജകീയമായ നിശ്ചയദാർഢ്യത്തിൽ അൽപ്പംപോലും മങ്ങൽ ഉണ്ടായില്ല. യുദ്ധത്തെ കൃത്യമായി നോക്കി കാണാൻ നെപ്പോളിയന് അറിയാമായിരുന്നു. അദ്ദേഹം എണ്ണിപ്പെറുക്കി കണക്കു കൂട്ടൽ നടത്തിയില്ല. വിജയം കൈപ്പിടിയിൽ ഒതുങ്ങുമെങ്കിൽ മരണസംഖ്യകളൊന്നും അദ്ദേഹത്തെ അലട്ടിയില്ല. തുടക്കം പാളിപ്പോയെങ്കിലും അതിൽ അദ്ദേഹം പരിഭ്രമിച്ചില്ല. അന്ത്യ അവകാശി താനാണെന്ന് അദ്ദേഹം വിശ്വസിച്ചിരുന്നു. കാത്തിരിക്കാൻ അദ്ദേഹത്തിന് അറിയാമായിരുന്നു. വിധിയെ അദ്ദേഹം തനിക്കു തുല്യമായിട്ടാണ് കരുതിയിരുന്നത്. വിധിയോട് അദ്ദേഹം ഇങ്ങനെ പറയുന്നതായി തോന്നി, “നിനക്ക് അതിനുള്ള ധൈര്യം ഉണ്ടാവില്ല.”

അദ്ദേഹം പകുതി വെളിച്ചത്തിലും പകുതി നിഴലിലും ആയിരുന്നു. തന്റെ ശരികളിൽ താൻ സുരക്ഷിതനാണെന്ന് അദ്ദേഹത്തിന് തോന്നി. തെറ്റുകൾ തനിക്ക് അനുവദനീയമാണെന്ന് അദ്ദേഹം വിശ്വസിച്ചു. എല്ലാ സംഭവങ്ങൾക്കും ഒടുവിൽ അവയുടെ തന്നെ അഭേദ്യമായ ഒരു പങ്കാളിത്തവും അനുകൂലമായ ഒരു മൗനാനുവാദവും നെപ്പോളിയന് ലഭിച്ചിരുന്നു. അല്ലെങ്കിൽ ലഭിക്കുമെന്ന് അദ്ദേഹം വിശ്വസിച്ചിരുന്നു. ബെർസിനാ, ലീപ് സിഗ്, ഫൊന്താൻ ബ്ലോ എന്നീ മുൻ പരാജയങ്ങളുടെ അനുഭവംവെച്ച് വാട്ടർലൂവിൽ അദ്ദേഹത്തിന് വിശ്വാസം കുറയേണ്ടതായിരുന്നു. ആകാശത്തിന്റെ ആഴങ്ങളിൽ എവിടെയോ അതിനിഗൂഢമായ ഒരു നീരസഭാവം വെളിപ്പെടുന്നതായി തോന്നുന്നു.

വെല്ലിങ്ടൺ പിൻമാറിയ നിമിഷത്തിൽ നെപ്പോളിയൻ എഴുന്നേറ്റു നിന്നു. മോൺ സാങ് ഴാങ്ങിലെ മൈതാനം ഒഴിഞ്ഞുകിടക്കുന്നത് അദ്ദേഹം കണ്ടു. ഇംഗ്ലീഷ് പട്ടാളത്തിന്റെ മുൻനിര അപ്രത്യക്ഷമായിരിക്കുന്നു. പക്ഷേ, അവർ ഒരുമിച്ച് എവിടെയോ ഒളിച്ചിരിക്കുകയാണ്. ചക്രവർത്തി അദ്ദേഹം ഇരുന്നിരുന്ന കുതിരപ്പുറത്തെ ജീനിയിൽ പകുതി എഴുന്നേറ്റുനിന്നു. വിജയത്തിന്റെ കിരണങ്ങൾ അദ്ദേഹത്തിന്റെ കണ്ണുകളിലേക്ക് ഇരച്ചിറങ്ങി.

ഫ്രാൻസ് ഇംഗ്ലണ്ടിനെ കീഴടക്കുന്നതിന്റെ അവസാനത്തെ ചുവടുവെപ്പ്, വെല്ലിങ്ടനെ സ്വാങ് കാടുകളിലേക്ക് ഓടിച്ചുകയറ്റി അവിടെ വെച്ച് നശിപ്പിക്കുക എന്നതായിരുന്നു. അതോടെ ക്രെസി, പോയ്റ്റിയേഴ്സ് പ്ലാക്കെ, റാമില്ലിസ് എന്നീ യുദ്ധങ്ങളുടെയെല്ലാം പകരംവീട്ടലായി വാട്ടർലൂ യുദ്ധം മാറും. മാറിൻ ഗോവിനിലെ ജേതാവുതന്നെ അസിൽകബറിനെ തുടച്ചുമാറ്റുകയായിരുന്നു.

അനുകൂലമായ ഭാഗ്യത്തെപ്പറ്റി ചിന്തിച്ചുകൊണ്ട് ചക്രവർത്തി തന്റെ ദൂരദർശിനിയിലൂടെ യുദ്ധഭൂമിയുടെ ഓരോ കോണിലും അവസാനമായി കണ്ണോടിച്ചു. ആയുധം തറയിൽ കുത്തിനിന്നിരുന്ന അംഗരക്ഷകൻ ദൈവത്തെ കാണുംപോലെ അദ്ദേഹത്തെ നോക്കിനിന്നു. അദ്ദേഹം ആലോചനയിൽ ആയിരുന്നു. അദ്ദേഹം മലമടക്കുകൾ ശ്രദ്ധിച്ചു. മരത്തോപ്പുകളും ഗോതമ്പുവയലുകളും ഇടവഴികളും അദ്ദേഹം സൂക്ഷ്മമായി പരിശോധിച്ചു. ഓരോ കുറ്റിക്കാടും അദ്ദേഹം എണ്ണി തിട്ടപ്പെടുത്തുന്നതായി തോന്നി. രണ്ടു വഴികളിലും ഇംഗ്ലീഷുകാർ സൃഷ്ടിച്ചിരുന്ന തടസങ്ങൾ അദ്ദേഹം കൂടുതൽസമയം ദൂരദർശിനിയിലൂടെ നോക്കിക്കൊണ്ടു നിന്നു. ലായിസാന്തിനു മുകളിലായി ഗെനാപ്പിലേക്കുള്ള വഴിയിൽ മരങ്ങൾ മുറിച്ചിട്ട് രണ്ടു വലിയ കൂനകൾ ഉണ്ടാക്കിയിരുന്നു. ഇംഗ്ലീഷ് സൈന്യം രണ്ടു പീരങ്കികൾ ഇപ്പോഴും അവിടെ സ്ഥാപിച്ചിട്ടുണ്ട്. നിവെല്ലിയിലേക്കുള്ള വഴിയിലാണ് രണ്ടാമത്തെ തടസം സൃഷ്ടിച്ചിരുന്നത്.

ഷാസേയും സൈന്യത്തിന്റെ ഡച്ചുകുന്തങ്ങൾ തിളങ്ങുന്നത് അവിടെ കാണാം. അവിടെ സൃഷ്ടിച്ചിരുന്ന തടസത്തിനു പിന്നിലായി വെള്ളച്ചായം പൂശിയ സെയിന്റ് നിക്കോളാസിന്റെ പള്ളി അദ്ദേഹം കണ്ടു. പള്ളി നിന്നിരുന്നത് ബ്രയിൻ ലല്യൂദിലേക്ക് പോകുന്ന വഴിയുടെ മൂലയിലായിരുന്നു. അദ്ദേഹം കുതിരപ്പുറത്ത് ഇരുന്നുകൊണ്ടുതന്നെ കുനിഞ്ഞ് വഴികാട്ടിയായ ലക്കോസ്തയോട് ശബ്ദം താഴ്ത്തി എന്തോ പറഞ്ഞു: "അതു ശരിയല്ല"എന്ന അർഥത്തിൽ വഴികാട്ടി തലകുലുക്കി. ഒരുപക്ഷേ, അതൊരു വിശ്വാസവഞ്ചന ആയിരുന്നിരിക്കാം.

ചക്രവർത്തി തല ഉയർത്തി അൽപ്പസമയം ആലോചനയിൽ മുഴുകിയിരുന്നു.

വെല്ലിങ്ടൺ പിൻവാങ്ങിയിരിക്കുന്നു. ഒരു പടയോട്ടത്തോടെ ചതച്ചുകളയേണ്ട കാര്യം മാത്രമാണ് ഇനി അവശേഷിക്കുന്നത്.

നെപ്പോളിയൻ പെട്ടെന്ന് തിരിഞ്ഞു നോക്കി. യുദ്ധം വിജയിച്ചു എന്നറിയാൻ ഒരു ദൂതനെ ഉടൻതന്നെ അദ്ദേഹം പാരീസിലേക്കു പറഞ്ഞു വിട്ടു. നെപ്പോളിയൻ ഇടിമുഴക്കങ്ങൾ പുറപ്പെടുവിക്കുന്ന പ്രതിഭാശാലിയായിരുന്നു. അദ്ദേഹം സൃഷ്ടിച്ച ഇടിമുഴക്കം സ്വയം വിലയിരുത്തി കഴിഞ്ഞു.

മോൺ സാങ് ഴാങ് പിടിച്ചടക്കാൻ മിൽഹോവിന്റെ പടച്ചട്ടയണിഞ്ഞ പട്ടാളക്കാർക്ക് അദ്ദേഹം ആജ്ഞനൽകി.

9. അപ്രതീക്ഷിതം

അവർ മൂവായിരത്തി അഞ്ഞൂറു പേർ ഉണ്ടായിരുന്നു. അരമൈൽ നീളത്തിൽ ഒരുനിരയായി അവർ നിരന്നുനിന്നു. അവരുടെ കുതിരകളും അവരെപ്പോലെതന്നെ അതികായന്മാരായിരുന്നു. അവർ ഇരുപത്തിയാറു വിഭാഗങ്ങളിൽനിന്ന് വരുന്നവരായിരുന്നു. അവർക്കു പിന്നിൽ സഹായത്തിനായി നൂറ്റിയാറ് കാലാളുകളും ആയിരത്തി ഇരുനൂറ്റി തൊണ്ണൂറ്റി ഏഴു കുന്തപ്പടയാളികളും രക്ഷാസേനയിലെ എണ്ണൂറ്റി എൺപതു കുന്തക്കാരും കൂടാതെ മറ്റുചില പട്ടാളക്കാരും എല്ലാം ഉണ്ടായിരുന്നു. കുതിരവാലുകളില്ലാത്ത തലപ്പാവുകളും ഉരുക്കുകവചങ്ങളുമായിരുന്നു അവർ ധരിച്ചിരുന്നത്. അവർ കൈത്തോക്കുറകൾക്കുള്ളിൽ കൈത്തോക്കുകളും കയ്യിൽ നീളംകൂടിയ വാളുകളും കരുതിയിട്ടുണ്ട്. രാവിലെ ഇവർ സൈന്യത്തിന്റെ മൊത്തം ആരാധനാപാത്രങ്ങൾ ആയിരുന്നു. പെരുമ്പറകൾ മുഴക്കി നമുക്കു നമ്മുടെ സാമ്രാജ്യത്തിന്റെ വിധിയെ രക്ഷിക്കാം എന്ന പാട്ടു പാടിക്കൊണ്ടാണ് അവർ അണിനിരന്നിരുന്നത്. ഒരു വശത്ത് പീരങ്കിപ്പടയുമായി അവർ ഗെനാപ്പിലേക്കും ഫ്രീഷ്മോങ്ങിലേക്കുള്ള വഴികളുടെ മധ്യത്തിൽ സ്ഥാനംപിടിച്ചിരുന്നു. നെപ്പോളിയനായിരുന്നു ബുദ്ധിപൂർവം യുദ്ധഭൂമിയിൽ അവർക്ക് ആ സ്ഥാനം കൽപ്പിച്ചു നൽകിയത്. ഇടതുവശത്ത് കെല്ലർമാന്റെ സൈന്യവും വലതുവശത്ത് മിൽഹോവിന്റെ കവചധാരികളും ആയിരുന്നു. രണ്ടുവശത്തും രണ്ട് ഇരുമ്പു ചിറകുകൾ.

ചക്രവർത്തിയുടെ അംഗരക്ഷകനായ ബോർ അവരെ ചക്രവർത്തിയുടെ കൽപ്പന അറിയിച്ചു. നെ വാൾ വലിച്ചൂരി അവരുടെ നേതാവായി മുന്നിൽ നിന്നു.

ആ സൈനിക വിഭാഗം ചലിച്ചു തുടങ്ങി.

അപ്പോൾ ഭയാനകമായ ഒരു കാഴ്ച ഉണ്ടായി.

കൊടികളുയർത്തി വീശി കാഹളങ്ങൾ മുഴക്കി ഊരിപ്പിടിച്ച വാളുകളുമേന്തി ഒരാളുടെ കാൽവെപ്പെന്നു തോന്നുന്ന താളത്തിൽ വരിവരിയായി ആ കുതിരപ്പട

ചലിച്ചു തുടങ്ങി. മതിൽ ഇടിച്ചു വഴിയുണ്ടാക്കുന്ന പിത്തള യന്ത്ര ദണ്ഡിന്റെ സൂക്ഷ്മതയോടെ അവർ ലാബെൽ അലിയാൻസ് കുന്നിറങ്ങി. പലരും വീണുപോയ ആ അഗാധതയിലെ പുകയിൽ അവർ അപ്രത്യക്ഷരായി. നിഴൽ വീണ ആ അടിവാരത്തിന്റെ മറുവശത്ത് അവർ വീണ്ടും പ്രത്യക്ഷപ്പെട്ടു. അവരുടെ അടുക്കിനും ചിട്ടയ്ക്കും ഒരു വ്യത്യാസവും വന്നിരുന്നില്ല. തടഞ്ഞുനിർത്താൻ കഴിയാത്ത ഗൗരവത്തോടെ കണ്ടാൽ ഭയം ജനിപ്പിച്ചുകൊണ്ട് അവർ കയറ്റം കയറി. അവർക്കു ചുറ്റും വെടിയുണ്ടകൾ ഉതിർന്നുവീണുകൊണ്ടിരുന്നു. മോൺ സാങ് ഴാങ് കുന്നിന്റെ മുകളിലെ മുങ്ങിത്താഴുന്ന ചെളിവെള്ളത്തിലൂടെ അവർ കുതിരകളെ വേഗത്തിൽ തെളിച്ചു. പീരങ്കികളുടെയും തോക്കുകളുടെയും മുഴക്കങ്ങൾക്കിടയിൽ അവരുടെ കുതിരകളുടെ കുളമ്പടിയും മുഴങ്ങിക്കേട്ടു. രണ്ടു ഭാഗങ്ങളായി വേർതിരിഞ്ഞിരുന്നതുകാരണം അവർ രണ്ടു നിരകളായി മാറിയിരുന്നു. വാത്തിയറുടെ സേന വലത്തും ദലോറിന്റെ സേന ഇടത്തും ആയിരുന്നു. ദൂരെനിന്നു കണ്ടാൽ ഇരുമ്പിന്റെ രണ്ടു പെരുമ്പാമ്പുകൾ മലമുക ളിലേക്ക് ഇഴഞ്ഞുകയറുകയാണെന്ന് തോന്നും. ഒരു അപൂർവജന്തുവിനെപ്പോലെ യുദ്ധഭൂമിയിലൂടെ അവർ ഓടിക്കൊണ്ടിരുന്നു.

മോസ്കോയിലെ കോട്ട കുതിരപ്പട്ടാളം പിടിച്ചടക്കിയതിനുശേഷം ഇതുപോലെ ഒരു കാഴ്ച ഉണ്ടായിട്ടില്ല. മൂറാ ഇപ്പോൾ ആ കൂട്ടത്തിൽ ഇല്ല. പക്ഷേ, നെ ഇതിന്റെ മുന്നിൽത്തന്നെ ഉണ്ട്. ആ സംഘം ഒരേ മനസുള്ള ഒരു ഭീകര ജന്തുവായി മാറിക്കഴിഞ്ഞിരുന്നു. കനത്ത പുകയ്ക്കുള്ളിൽ പല സ്ഥലത്തും അവർ പ്രത്യക്ഷപ്പെട്ടുകൊണ്ടിരുന്നു. കരച്ചിലും കുതിരകളുടെ അമറലും വാളുകൾ കൂട്ടിമുട്ടുന്ന ശബ്ദവും പീരങ്കികളുടെ മുഴക്കവും എല്ലാം കൂടിയുള്ള ഒരു ബഹളമായിരുന്നു അവിടെ നടന്നത്. അതിനിടയിൽ പെരുമ്പറ മുഴങ്ങുന്നതും കുഴൽവിളികളും കേൾക്കുന്നുണ്ട്. ഇതിനെല്ലാം ഉപരിയായി പെരുമ്പാമ്പിന്റെ ചെതുമ്പലുകൾപോലെയുള്ള മാർച്ചട്ടയണിഞ്ഞ സൈനികരുടെ കോലാഹലം മുഴങ്ങിക്കേൾക്കാം.

ഈ വർണനകൾ മറ്റേതോ കാലത്തിന്റേതാണെന്ന് തോന്നാം. മനുഷ്യന്റെ മുഖവും കുതിരയുടെ ഉടലുമായി പർവതങ്ങൾ കയറുന്ന അതിമാനുഷ രൂപങ്ങ ളെപ്പറ്റി പുരാണങ്ങളിൽ നിശ്ചയമായും പരാമർശങ്ങൾ ഉണ്ട്. ഭയാനകവും നാശമില്ലാത്തതും ഗംഭീരവുമായ ഈ അതിമാനുഷരെ ഒരേസമയം മൃഗങ്ങളായും ദൈവങ്ങളായും കരുതിപ്പോരുന്നു.

അക്കങ്ങളുടെ വിചിത്രമായ ഒരു യാദൃച്ഛികത സംഭവിച്ചു. ഇരുപത്തിയാറു സൈനിക സംഘങ്ങൾ ഇരുപത്തിയാറു സൈനിക വകുപ്പുകളെ നേരിട്ടു കുന്നിൻ ശിഖരത്തിനു പിന്നിൽ ഒളിച്ചുവെച്ച പീരങ്കികളുടെ മറവിൽ ഇംഗ്ലീഷ് കാലാൾപ്പടയുടെ പതിമൂന്നു നിരകൾ ഉന്നം പിടിച്ചു നിന്നിരുന്നു. ഏഴുനിര മുന്നിലും ആറു നിര പിന്നിലുമായി തോക്കുകൾ ഉന്നംപിടിച്ച് നിശ്ശബ്ദരായി നിശ്ചലരായി, ശാന്തരായി അവർ കണ്ണു ചിമ്മാതെ നിൽക്കുകയായിരുന്നു. മനു ഷ്യർ നടന്നു കയറുന്നതിന്റെ ശബ്ദംകേട്ട് അവർ ചെവി കൂർപ്പിച്ചു. മൂവായിരം കുതിരകളുടെ കുളമ്പടിയൊച്ചയും ഇരുമ്പു കവചങ്ങൾ ഉലയുന്ന ശബ്ദവും വാളുകളുടെ കിലുക്കവും സൈന്യത്തിന്റെ ആരവങ്ങളും അവർ കേട്ടു. അവർ പടയാളികളെ കണ്ടില്ല. പടയാളികൾ അവരേയും കണ്ടില്ല. ഭയാനകമായ നിശ്ശ ബ്ദതയുടെ ഒരുനിമിഷം അവിടെ ജനിച്ചു. പിന്നീട് പെട്ടെന്ന് കുന്നിൻ

ശിഖരത്തിനു മുകളിലായി വാളുകൾ ചുഴറ്റുന്ന കൈകൾ ഉയർന്നുവന്നു. പിന്നീട് കൊടിക്കൂറകളും പെരുമ്പറകളും കാഹളങ്ങളുമായി മൂവായിരം മീശ വെച്ച മുഖങ്ങൾ കാഴ്ചയിൽ എത്തി. അവർ വിളിച്ചു കൂവി: "ചക്രവർത്തി ജയിക്കട്ടെ." കുന്നിൻ മുകളിലെത്തിയ കുതിരപ്പട്ടാളം അലങ്കോലമായി ഇരമ്പിക്കൊണ്ടിരുന്നു. ആ ശബ്ദം ഒരു ഭൂമികുലുക്കത്തിന്റെ സൂചനപോലെ തോന്നി.

പെട്ടെന്ന് ദുഃഖകരമായ ഒരു സംഭവം ഉണ്ടായി. പടച്ചട്ടയണിഞ്ഞ കുതിരപ്പട്ടാളത്തിന്റെ മുൻനിര നിലവിളികളോടെ പിന്നോക്കം ആഞ്ഞു. കുന്നിൻ മുകളിലേക്ക് പീരങ്കികൾ നശിപ്പിക്കാനുള്ള ആവേശമായി വന്ന പട്ടാളക്കാർ അവർക്കും ഇംഗ്ലീഷുകാർക്കും ഇടയിൽ ഒരു കിടങ്ങുണ്ടെന്ന കാര്യം പെട്ടെന്നാണ് തിരിച്ചറിഞ്ഞത്. അത് ഒഹെങ്ങിലെ നീർച്ചാലായിരുന്നു.

അത് നിശ്ചയമായും ഭയാനകമായ ഒരു നിമിഷമായിരുന്നു. ഒട്ടും പ്രതീക്ഷിക്കാത്ത ഒരു മലയിടുക്ക് അവർ അവിടെ കണ്ടു. വളരെ അഗാധമായ ഒരു തോട്. രണ്ടാമത്തെ നിര മുൻനിരയെ മുന്നോട്ടു തള്ളി. കുതിരകൾ മുൻകാലുകൾ ഉയർത്തി പിൻകാലുകളിൽ പൊങ്ങി. പിന്നീട് രക്ഷപ്പെടാനുള്ള ശ്രമത്തിന്റെ ഭാഗമായി മുൻകാലുകൾ ചുഴറ്റി വീശിക്കൊണ്ട് അവ കുഴിയിലേക്ക് വീണു. പിൻവാങ്ങാനുള്ള ഒരു പഴുതും ഉണ്ടായിരുന്നില്ല. തൊടുത്തുവിട്ട ഒരു പീരങ്കിയുണ്ടയുടെ അവസ്ഥയിലായിരുന്നു സൈന്യം. ഇംഗ്ലീഷുകാരെ ചതയ്ക്കാൻ സംഭരിച്ച ശക്തി ഫ്രഞ്ചുകാരെത്തന്നെ ചതച്ചരച്ചുകളഞ്ഞു. ഒന്നിനും വഴങ്ങാത്ത ആ മലയിടുക്ക് കുതിരകളും പട്ടാളക്കാരും പരസ്പരം അരഞ്ഞ് ഒരു മാംസക്കൂമ്പാരമായി അതിൽ നിറയുന്നതുവരെ അചഞ്ചലമായി നിലകൊണ്ടു. ഒടുവിൽ ഈ ശവക്കുഴി നിറഞ്ഞുകഴിഞ്ഞപ്പോൾ ബാക്കിയുള്ള സൈന്യം അതിനു മുകളിലൂടെ മുന്നോട്ടു നീങ്ങി. ദ്യൂബ്വാവിവിന്റെ സൈന്യത്തിന്റെ മൂന്നിലൊന്നുഭാഗം ആഴമുള്ള ആ ചാലിനുള്ളിൽ മുങ്ങിപ്പോയിരുന്നു.

ഇവിടെയായിരുന്നു യുദ്ധത്തിലെ തോൽവിയുടെ ആരംഭം.

അൽപ്പം പെരുപ്പിച്ചുപറഞ്ഞ ഒരു നാട്ടുവർത്തമാനം അനുസരിച്ച് രണ്ടായിരം കുതിരകളും ആയിരം മനുഷ്യരും ഒഹെങ്ങിലെ കുഴിഞ്ഞ വഴിയിൽ വീണുപോയിട്ടുണ്ട്. യുദ്ധത്തിനുശേഷം ആ കുഴിയിലേക്ക് വലിച്ചെറിഞ്ഞ ശവങ്ങളുടെ എണ്ണവുംകൂടി നിശ്ചയമായും ഈ കണക്കിൽ ഉൾപ്പെടുത്തിയിട്ടുണ്ടാവും.

മിൽഹോവിന്റെ സൈന്യത്തോട് മുന്നേറാനുള്ള ആജ്ഞ നൽകുന്നതിനു മുമ്പ് നെപ്പോളിയൻ യുദ്ധഭൂമി പരിശോധിച്ചിരുന്നു. പക്ഷേ, താഴ്ചയിലൂടെയുള്ള ഈ വഴി അദ്ദേഹത്തിനു കാണാൻ കഴിഞ്ഞിരുന്നില്ല. കുന്നിന്റെ മുകൾപ്പരപ്പിൽ ഒരു ചുഴിപോലും ഈ വഴി കാരണം ഉണ്ടായിരുന്നില്ല. എങ്കിലും യുദ്ധഭൂമി പരിശോധിക്കുന്നതിനിടയിൽ നിവെല്ലിയിലേക്കുള്ള വഴിയുമായി ഈ ആഴത്തിലുള്ള വഴി സന്ധിക്കുന്ന കവലയിൽ പണി തീർത്തിരുന്ന വെള്ളച്ചായം പൂശിയ ചെറിയ പള്ളിയുടെ ഭിത്തിയിലെ "സൂക്ഷിക്കണം" എന്ന മുന്നറിയിപ്പു കണ്ടപ്പോൾ കുതിരപ്പുറത്തുനിന്ന് കുനിഞ്ഞ് നെപ്പോളിയൻ വഴികാട്ടിയായ ലക്കോസ്തയോട് എന്തോ ഒരു സംശയം ചോദിച്ചിരുന്നു. വഴികാട്ടി "ഇല്ല" എന്നാണ് മറുപടി പറഞ്ഞത്. നിഷേധാർഥത്തിലുള്ള ലക്കോസ്തയുടെ തലകുലുക്കലിൽ നിന്നാണ് നെപ്പോളിയന്റെ പതനം സംഭവിച്ചതെന്ന് വേണമെങ്കിൽ പറയാൻ കഴിയും.

മറ്റുപല ഗ്രഹപ്പിഴകളും പിന്നീട് സംഭവിക്കുന്നുണ്ട്.

യുദ്ധത്തിൽ നെപ്പോളിയൻ ജയിക്കാൻ സാധ്യത ഉണ്ടായിരുന്നോ? ഞങ്ങൾ ഇല്ല എന്നുതന്നെ മറുപടി പറയും. എന്തുകൊണ്ട്? വെല്ലിങ്ടൺ ആണോ അതിന്റെ കാരണക്കാരൻ? ബ്ലൂഷർ ആണോ കാരണക്കാരൻ? അല്ല, ദൈവമാണ് അതിനു കാരണക്കാരൻ.

ബോണപ്പാർട്ടിന്റെ വാട്ടർലൂവിലെ വിജയം പത്തൊൻപതാം നൂറ്റാണ്ടിന്റെ നിയമാവലിയിൽ ഉൾപ്പെട്ടിരുന്നില്ല. നെപ്പോളിയന് പ്രത്യേകിച്ച് പങ്കൊന്നുമില്ലാത്ത മറ്റു നിരവധി സംഭവപരമ്പരകൾക്ക് പത്തൊൻപതാം നൂറ്റാണ്ടിന്റെ അണിയറയിൽ ഒരുക്കം തുടങ്ങിക്കഴിഞ്ഞിരുന്നു. ഇനിയുള്ള സംഭവങ്ങൾ സംബന്ധിച്ച് മറിച്ചുള്ള തീരുമാനങ്ങൾ ആ നൂറ്റാണ്ട് എടുത്തുകഴിഞ്ഞിരുന്നു.

ഈ വലിയ മനുഷ്യൻ താഴെ വീഴേണ്ട കാലമായിരിക്കുന്നു.

ഈ മനുഷ്യന്റെ അധികാരഭാരം ലോകത്തിന്റെ സന്തുലിതാവസ്ഥയെ തകിടംമറിച്ചു. അയാളുടെ ഭാരം ലോകത്തിന്റെ മൊത്തം ഭാരത്തിലും കൂടുതലായി മാറി. ലോകത്തിന്റെ ഊർജസ്വലത മുഴുവൻ ഒരു തലയ്ക്കുള്ളിൽ കേന്ദ്രീകരിച്ചു. ഒരു മനുഷ്യന്റെ തലച്ചോറിലേക്ക് ലോകം കയറിക്കൂടി. അത് അവിടെത്തന്നെ നിലനിന്നു പോയാൽ ഒടുവിൽ അത് സംസ്കാരത്തിന്റെ തന്നെ അന്ത്യമായി മാറും. ദുഷിപ്പിക്കാൻ കഴിയാത്ത ആത്യന്തികമായ നീതിബോധത്തിന്റെ പരിശോധനയ്ക്ക് ഈ കാര്യം വിധേയമാക്കാനുള്ള സമയം എത്തിക്കഴിഞ്ഞു. ഭൗതികവും ആത്മീയവുമായ പ്രമാണങ്ങളെ ആശ്രയിച്ചുള്ള തത്വങ്ങളും മൂല്യങ്ങളും ഒരുപക്ഷേ, ഇതിനെതിരെ മുറുമുറുത്തെന്നിരിക്കും. ദുസ്സഹമായ രക്തച്ചൊരിച്ചിൽ, നിറഞ്ഞുകവിയുന്ന ശ്മശാനങ്ങൾ, കരഞ്ഞു തളരുന്ന അമ്മമാർ ഇതൊക്കെത്തന്നെ വാദിച്ചു ജയിക്കാൻ ബുദ്ധിമുട്ടുള്ള അന്യായ ഹർജികളാണ്. അമിതഭാരംകൊണ്ട് ഭൂമി കഷ്ടപ്പെടുമ്പോൾ ആഴങ്ങളിൽനിന്ന് നിഗൂഢമായ തേങ്ങലുകൾ ഉയരും. ഈ തേങ്ങൽ ദൈവം കേൾക്കുന്നുണ്ടാകും.

അപാരതയുടെ മുന്നിൽ നെപ്പോളിയൻ കുറ്റവിചാരണയ്ക്ക് വിധേയനായി. അവിടെനിന്ന് അയാളുടെ പതനത്തിന്റെ വിധി പുറത്തു വന്നു.

അദ്ദേഹം ദൈവത്തെ അമ്പരപ്പിച്ചു. വാട്ടർലൂ ഒരു യുദ്ധമായിരുന്നില്ല. പ്രപഞ്ചത്തിന്റെതന്നെ ഒരു വ്യതിയാനമായിരുന്നു.

10. മോൺ സാങ് ഴാങ്ങിലെ മൈതാനം

മലയിടുക്കിലെ സംഭവം നടക്കുന്ന സമയത്തുതന്നെ പീരങ്കിപ്പട മുഖം മൂടി വലിച്ചെറിഞ്ഞുക്കഴിഞ്ഞിരുന്നു.

അറുപതു പീരങ്കികളും പതിമൂന്ന് പട്ടാള അണികളും മാർച്ചട്ടയണിഞ്ഞ പട്ടാളക്കാരുടെ നേർക്ക് കൊലവിളി വിളിച്ചു. ധീരനായ സേനാനായകൻ ദെലോർ ഇംഗ്ലീഷ് പീരങ്കിപ്പടയെ ഒരു പട്ടാളക്കാരന്റെ രീതിയിൽ അഭിവാദ്യം ചെയ്തു.

അവിടം മുഴുവൻ പറക്കുന്ന ഇംഗ്ലീഷ് കുതിരപ്പട ഒറ്റകുതിപ്പിൽ കയ്യടക്കി. മാർച്ചട്ട അണിഞ്ഞ ഫ്രഞ്ചു പടയ്ക്ക് ശ്വസിക്കാൻപോലും സമയം കിട്ടിയില്ല. കുഴിഞ്ഞു കിടന്ന വഴിയിലുണ്ടായ അപകടം അവരുടെ എണ്ണത്തിൽ കുറവ് വരുത്തിയിരുന്നു. പക്ഷേ, അവരുടെ ഉത്സാഹത്തിന് കുറവുവന്നിരുന്നില്ല. എണ്ണം കുറയുമ്പോൾ ധൈര്യം കൂടുന്നവരായിരുന്നു അവർ.

വാത്തിയരുടെ സൈന്യവിഭാഗത്തിനായിരുന്നു അപകടം പറ്റിയത്. അപകടം മുൻകൂട്ടി മണത്തറിഞ്ഞതുപോലെ നെ ഇടതുവശത്തുകൂടി പറഞ്ഞയച്ച

ദെലോറിന്റെ സൈനികർ മുഴുവനും മുകൾപരപ്പിൽ എത്തിയിരുന്നു. കവചങ്ങളണിഞ്ഞ സൈനികർ ഇംഗ്ലീഷ് പടയുടെ പുറത്ത് പാഞ്ഞുകയറി.

കടിഞ്ഞാൺ അയച്ചുവിട്ട്, വാളുകൾ കടിച്ചുപിടിച്ച് കയ്യിൽ കൈത്തോക്കുകളുമായി അവർ അതിവേഗത്തിൽ ആക്രമണം ആരംഭിച്ചു.

യുദ്ധഭൂമിയിൽ മനസുമരവിക്കുമ്പോൾ പട്ടാളക്കാരൻ പ്രതിമയായിമാറുന്ന ഒരു അവസ്ഥയുണ്ട്. അപ്പോൾ മാംസം കരിങ്കല്ലായിമാറും. വെറിപിടിച്ച ആക്രമണത്തിനു വിധേയരായിട്ടും ഇംഗ്ലീഷ് സൈന്യം ഒരിഞ്ചുപോലും വിട്ടുകൊടുത്തില്ല.

അതോടെ യുദ്ധത്തിന്റെ ഭീകരത വർധിച്ചു.

ഇംഗ്ലീഷ് സൈന്യം എല്ലാ യുദ്ധമുഖത്തും ഒരുമിച്ച് ആക്രമിക്കപ്പെട്ടു. അവർ വെറിപിടിച്ച ഒരു ചുഴലിക്കാറ്റിനുള്ളിൽ കുടുങ്ങി. ആ കാലാൾപ്പട നിശ്ചലമായി മരവിച്ചു നിന്നു. തറയിൽ കമഴ്ന്നു കിടക്കുന്ന ഒന്നാംനിര മാർച്ചട്ട അണിഞ്ഞ പടയാളികളെ തോക്കിന്റെ ബയണറ്റുകൊണ്ട് എതിരേറ്റു. രണ്ടാം നിരക്കാർ അവരെ വെടിവെച്ചിട്ടു. രണ്ടാം നിരയ്ക്കു പിന്നിൽ പീരങ്കിപ്പട പീരങ്കികൾ നിറച്ചു. മുൻ നിരക്കാർ വഴിമാറിക്കൊണ്ട് പീരങ്കിയുണ്ടകൾക്ക് വഴിയൊരുക്കി. വീണ്ടും അവർ തിരിച്ചുവന്നു. മാർച്ചട്ട അണിഞ്ഞവർ തിക്കിത്തിരക്കി മുന്നേറി. അവരുടെ വലിയ കുതിരകൾ പിൻകാലിൽ പൊങ്ങി പട്ടാളക്കാരുടെ മുകളിലൂടെ കുതിച്ചുചാടി. മനുഷ്യ മതിലുകൾക്കുള്ളിൽ കുത്തേറ്റ് അവ മരിച്ചു വീണു. മാർച്ചട്ടയണിഞ്ഞ പട്ടാളക്കാർക്കിടയിൽ പീരങ്കിയുണ്ടകൾ വിടവുകൾ സൃഷ്ടിച്ചു. മാർച്ചട്ടയണിഞ്ഞവർ ചതുരപ്പടയിലും വിടവുകൾ ഉണ്ടാക്കി കുതിക്കുന്ന കുതിരപ്പടയ്ക്കിടയിൽ മനുഷ്യനിരകൾ കാണാൻ കഴിയാതായി. മനുഷ്യരുടെ വയറ്റിലും കുതിരകളുടെ പള്ളയ്ക്കുമായി കുന്തമുനകൾ അപ്രത്യക്ഷമായി മുറിവുകളുടെ ഭീകരത ഒരുപക്ഷേ, ഇത്രയും ഭയാനകമായി മറ്റെങ്ങും കണ്ടിരിക്കാൻ സാധ്യതയില്ല. കുതിരപ്പട വിഴുങ്ങിയ കാലാൾപ്പട കാലിടറാതെ വീണ്ടും അണിനിരന്നു. അസഹ്യമായ ആക്രമണത്തിനിടയിലും പീരങ്കിയുണ്ടകൾ അവസാനമില്ലാതെ മുഴങ്ങിക്കൊണ്ടിരുന്നു. അങ്ങേയറ്റം പൈശാചികമായ കാഴ്ചയായിരുന്നു യുദ്ധം. ചതുരപ്പട്ടാളം പട്ടാളമല്ലാതായി. അഗ്നിപർവതങ്ങളുടെ തീതുപ്പുന്ന ഗുഹാമുഖങ്ങളായി അവ മാറി. മാർച്ചട്ട അണിഞ്ഞ പട്ടാളക്കാർ കുതിരപ്പടയാളികളല്ലാതായി. അവർ പകരം കൊടുങ്കാറ്റായി രൂപാന്തരപ്പെട്ടു. ഓരോ ചതുരപ്പടയും ഓരോ അഗ്നിപർവതമായി. അഗ്നിപർവതത്തെ ഇടിമുഴക്കവുമായി കാർമേഘങ്ങൾ ആക്രമിച്ചു ഉരുകിയൊഴുകിയ അഗ്നി മിന്നൽപിണരുകളോടു എതിർത്തു നിന്നു.

വലത്തെ അറ്റത്തായി ഏറ്റവും തുറസായ സ്ഥലത്തുണ്ടായിരുന്ന ചതുരപ്പട ആദ്യത്തെ ആക്രമണത്തിൽത്തന്നെ തുടച്ചുമാറ്റപ്പെട്ടു. അവർ സ്കോട്ടുലാന്റുകാരുടെ 75–ാം വിഭാഗത്തിൽപ്പെട്ടവരായിരുന്നു. ചുറ്റിലും നടക്കുന്ന നാശങ്ങളെപറ്റി വ്യക്തതയുള്ള ഒരു കുഴലൂത്തുകാരൻ ഒരു പെരുമ്പറയുടെ മുകളിൽ മുഖം കുനിച്ചിരുന്നു. കാടുകളുടെയും തടാകങ്ങളുടെയും നിഴലുകൾ നിറഞ്ഞ തന്റെ ദു:ഖസാന്ദ്രമായ കണ്ണുകൾ ഉയർത്താതെ അവൻ തല കുനിച്ചിരുന്ന് പർവതശിഖരങ്ങളുടെ ഗന്ധമുള്ള ഒരു പഴയ പാട്ട് പാടാൻ തുടങ്ങി. ഗ്രീക്കുകാർ ആർഗോസ് പ്രദേശത്തെപ്പറ്റി ആലോചിച്ചുകൊണ്ട് മരിച്ചതുപോലെ ഈ സ്കോട്ട് ലാന്റുകാർ ബെൻലോത്തിയാൻ മലനിരകളെപ്പറ്റി ചിന്തിച്ചുകൊണ്ട് മരിച്ചു.

പാട്ടുകാരന്റെ കുഴലിൽ മുറുകെ പിടിച്ചിരുന്ന കൈ ഏതോ ഒരു പട്ടാളക്കാരൻ വെട്ടിമാറ്റിയപ്പോൾ പാട്ടു നിന്നു. പാട്ടുകാരൻ മരിച്ചു.

മലയിടുക്കിലുണ്ടായ അപകടംകൊണ്ട് എണ്ണം കുറഞ്ഞുപോയ മാർച്ചട്ട യണിഞ്ഞ പട്ടാളം എതിരിട്ടത് ഏതാണ്ട് മുഴുവൻ ഇംഗ്ലീഷ് പടയെ ആയിരുന്നു. എന്നാൽ എണ്ണത്തിൽ അവർ സ്വയം പെരുകി. പത്തു പേർക്കുപകരം ഒരാൾ എന്ന നിലയ്ക്ക് അവർ വളർന്നു. എന്തായാലും ചില ജർമൻ സൈന്യവിഭാഗങ്ങൾ തോൽപ്പിക്കപ്പെട്ടിരുന്നു. വെല്ലിങ്ടൻ ഇതു കണ്ടു. അയാൾ സ്വന്തം കുതിരപ്പട യെപ്പറ്റി അപ്പോൾ ഓർത്തു. ആ നിമിഷത്തിൽ നെപ്പോളിയൻ തന്റെ കാലാൾ പ്പടയെപ്പറ്റി ഓർത്തിരുന്നെങ്കിൽ യുദ്ധം അദ്ദേഹം ജയിക്കുമായിരുന്നു. ഈ ഓർ മപ്പിശക് അദ്ദേഹത്തിനുപറ്റിയ ഏറ്റവും കുഴപ്പംപിടിച്ച ഒരു മണ്ടത്തരം ആയി രുന്നു.

ആക്രമിച്ചുകൊണ്ടിരുന്ന തങ്ങൾ പെട്ടെന്ന് തിരിച്ച് ആക്രമിക്കപ്പെടുകയാണെന്ന് മാർച്ചട്ടയണിഞ്ഞ പട്ടാളക്കാർ തിരിച്ചറിഞ്ഞു. ഇംഗ്ലീഷ് കുതിരപ്പട അവരുടെ തൊട്ടുപിന്നിൽ ഉണ്ടായിരുന്നു. അവരുടെ മുന്നിൽ ചതുരപ്പട. പിന്നിൽ സോമർ സെറ്റ്. പതിനാലായിരം തുരങ്കപ്പടയാളികളുടെ പിൻബലമുള്ള സോമർസെറ്റ്. സോമർസെറ്റിന്റെ വലതുവശത്ത് ജർമൻ കുതിരപ്പടയെ നയിച്ചുകൊണ്ട് ഡോൺ ബർഗ്ഗും ഇടതുവശത്ത് ബെൽജിയൻ കുതിരപ്പടയെ നയിച്ചുകൊണ്ട് ട്രിപ്പും നിന്നിരുന്നു. മാർച്ചട്ടക്കാരുടെ മുന്നിൽനിന്നും പിന്നിൽനിന്നും വശങ്ങളിൽ നിന്നും കാലാൾപ്പടയും കുതിരപ്പടയും അവരെ ആക്രമിച്ചു. എല്ലാ ദിശകളിലേക്കും മുഖം തിരിക്കാൻ അവർ നിർബന്ധിതരായി. അതുകൊണ്ട് എന്തു സംഭവിച്ചു? അവർ ചുഴലിക്കാറ്റായി മാറി. അവരുടെ പരാക്രമം പുകഴ്ത്താൻ വാക്കുകൾ ഇല്ലാതായി.

ഇതുകൂടാതെ അവർക്കു പിന്നിൽ പീരങ്കിപ്പട ഉണ്ടായിരുന്നു. അതിന്റെ മുഴക്കം ഇടതടവില്ലാതെ അവർ കേട്ടു. അവരുടെ പിൻഭാഗത്ത് മുറിവുണ്ടാക്കാൻ പറ്റിയ എല്ലാ സന്നാഹങ്ങളും അവിടെ ഉണ്ടായിരുന്നു. ഇടതുവശത്ത് തോളിന്റെ പിൻഭാഗത്ത് പീരങ്കിയുണ്ട തുളച്ചുകയറിയതിന്റെ ദ്വാരം അവശേഷിക്കുന്ന ഒരു മാർച്ചട്ട വാട്ടർ ലൂ മ്യൂസിയത്തിൽ സൂക്ഷിച്ചിട്ടുണ്ട്.

ഇത്തരം ഫ്രഞ്ചുകാരെ നേരിടാൻ ഇത്തരം ഇംഗ്ലീഷുകാർതന്നെ വേണം.

അതൊരു മൽപ്പിടുത്തം അല്ലാതായി, അത് ഇരുട്ടായി മാറി; ഒരുതരം ഭ്രാന്ത്. മനസും ധൈര്യവും ചേർന്നുണ്ടായ ഭ്രാന്തമായ ഒരു നീർച്ചുഴി. മിന്നുന്ന വാളുകളുടെ ഒരു ചുഴലിക്കാറ്റ്. നിമിഷനേരംകൊണ്ട് പതിനാലായിരം കുതിരപ്പടയാളികൾ എണ്ണൂറായി മാറി. അവരുടെ ഉപസൈന്യാധിപൻ ഫുള്ളർ മരിച്ചു വീണു. കുന്തക്കാരോടും കുതിരക്കാരോടും ഒപ്പം നെ മുന്നേറി. മോൺ സാങ് ഴാങ് പിടിച്ചടക്കി. വീണ്ടും പിടിച്ചടക്കി. വീണ്ടുംവീണ്ടും പിടിച്ചടക്കി. പടച്ചട്ടക്കാർ കുതിരപ്പടയെ കാലാൾപ്പടയിലേക്ക് തിരിച്ചയച്ചു. കൂടുതൽ കൃത്യമായി പറഞ്ഞാൽ അവരവരുടെ സ്വാധീനം നഷ്ടപ്പെടാതിരിക്കാൻ അവർ തമ്മിൽ തന്നെ പോരടിച്ചു എന്നു പറയുന്നതാവും ശരി. ചതുരപ്പട അപ്പോഴും പിടിച്ചു നിന്നു. പന്ത്രണ്ടു കൈയേറ്റങ്ങളുണ്ടായി. ലെയുടെ നാലു കുതിരകൾ ചത്തു വീണു. മാർച്ചട്ടയണിഞ്ഞ പട്ടാളക്കാരുടെ നേർ പകുതി കുന്നിന്റെ മുകളിൽ വീണു കിടന്നു. യുദ്ധം രണ്ടു മണിക്കൂർ നീണ്ടു നിന്നു.

ഇംഗ്ലീഷ്പട ശരിക്കും കുലുങ്ങി. വഴിമധ്യത്തിലെ കുഴിയിൽ വീണില്ലാ യിരുന്നെങ്കിൽ മാർച്ചട്ടക്കാർ ഇംഗ്ലീഷ് സൈന്യനിരയുടെ മധ്യഭാഗം തകർത്ത്

വിജയം ഉറപ്പാക്കുമായിരുന്നു എന്ന് നിസ്സംശയം പറയാം. ടാലവരെയിലെയും ബദലോവിലെയും യുദ്ധംകണ്ട ക്ലിന്റനെപോലും ഈ അത്ഭുതകരമായ കുതിരപ്പട അമ്പരിപ്പിക്കും. നാലിൽ മൂന്നു ഭാഗവും കീഴടക്കിക്കഴിഞ്ഞിരുന്നു വെങ്കിലും വെല്ലിങ്ടണിൽ അവരുടെ ധൈര്യം ആരാധന ഉണർത്തി. അദ്ദേഹം സ്വരം താഴ്ത്തി പറഞ്ഞു: "ഗംഭീരം."

മാർച്ചട്ട അണിഞ്ഞ പട്ടാളക്കാർ പതിമൂന്നു ചതുപ്പടകളിൽ ഏഴെണ്ണത്തെ നിശ്ശേഷം നശിപ്പിച്ചു. അറുപതു പീരങ്കികൾ നശിപ്പിക്കുകയോ പിടിച്ചെടുക്കുകയോ ചെയ്തു. ഇംഗ്ലീഷ് പടയുടെ ആറു പതാകകൾ അവർ കൈക്കലാക്കി. ലാബെൽ അലിയായിലെ പാടത്തു വെച്ച് മൂന്നു കുതിരപ്പടയാളികളും മൂന്ന് മാർച്ചട്ടയണിഞ്ഞവരും ചേർന്ന് ഈ ആറു കൊടികളും ചക്രവർത്തിക്ക് കാഴ്ച വെച്ചു.

വെല്ലിങ്ടന്റെ അവസ്ഥ കൂടുതൽ മോശപ്പെട്ടുകൊണ്ടിരുന്നു. മൽപ്പിടുത്തത്തിനിടയിൽ രക്തം മുഴുവൻ വാർന്നുപോയ മുറിവേറ്റ രണ്ടു മല്ലൻമാർ പിടിവിടാതെ ശക്തിയെടുത്ത് പിടിമുറുക്കാൻ ശ്രമിക്കുന്ന തരത്തിലുള്ള ഒരു വിചിത്ര യുദ്ധമായി അതു മാറിക്കഴിഞ്ഞിരുന്നു. അവരിൽ ആര് ആദ്യം വീഴും എന്നു മാത്രമാണ് ഇനി അറിയേണ്ടത്?

കുന്നിൻ മുകളിലെ യുദ്ധം തുടർന്നുകൊണ്ടിരുന്നു.

മാർച്ചട്ടയണിഞ്ഞ പോരാളികൾ എന്തു മാത്രം തുളച്ചുകയറി. ആർക്കും പറയാൻ കഴിയില്ല. ഒരു കാര്യം ഉറപ്പായിരുന്നു. യുദ്ധം കഴിഞ്ഞ് അടുത്ത ദിവസം നെവല്ല്, ഗെനാപ്പ്, ലാഹൂപ്പ് ബ്രസ്സെൽസ് എന്നിവിടങ്ങളിൽ നിന്നുള്ള വഴികൾ സന്ധിക്കുന്ന കവലയിൽ ഒരു കച്ചിക്കൂന ഉണ്ടായിരുന്നു. മോൺ സാങ് ഴാങ്ങിലെ ഈ കച്ചിക്കൂനയുടെ മറവിൽ ഒരു കുതിരയും മാർച്ചട്ടയണിഞ്ഞ ഒരു പട്ടാളക്കാരനും മരിച്ചു കിടന്നിരുന്നു. അവിടെനിന്ന് ആ ശവം എടുത്തുമാറ്റിയ മനുഷ്യരിൽ ഒരാൾ മോൺ സാങ് ഴാങ്ങിൽ ഇപ്പോഴും ജീവിച്ചിരിപ്പുണ്ട്. ദേഹാസ് എന്നാണ് അയാളുടെ പേര്. അയാൾക്ക് ഇപ്പോൾ എൺപത് വയസ്സ് കഴിഞ്ഞിരിക്കുന്നു.

വെല്ലിങ്ടന് താൻ തോൽക്കുകയാണെന്ന് തോന്നി.. പ്രതിസന്ധിയുടെ നിമിഷങ്ങൾ അയാളുടെ ചുമലിൽ വീണുകഴിഞ്ഞു.

ഇംഗ്ലീഷ് മധ്യനിരയെ തകർക്കാൻ കഴിയാത്ത മാർച്ചട്ടക്കാർ ജയിച്ചെന്ന് പറയാൻ കഴിയില്ല. കുന്നിൻമുകളിലെ മൈതാനത്ത് എല്ലാവരും ഉണ്ട്. ആർക്കും അത് സ്വന്തമായിട്ടില്ല. സത്യത്തിൽ കൂടുതൽ ഭാഗവും ഇംഗ്ലീഷുകാരുടെ കൈവശം ആയിരുന്നു. കുന്നിന്റെ ശിഖരവും അടിവാരവും നെയുടെ അധീനതയിലായി. ആ ശ്മശാനഭൂമിയിൽ ലെനയുടെ സൈന്യത്തിന്റെ കാലുകൾ ഉറച്ചുക്കഴിഞ്ഞതായി തോന്നി.

ഇംഗ്ലീഷുകാരുടെ ദൗർബല്യത്തിന് പ്രതിവിധികൾ ഇല്ലെന്ന് തോന്നി. അവരുടെ പട്ടാളത്തിന്റെ വളരെ അധികം ചോര വാർന്നു പോയിക്കഴിഞ്ഞിരുന്നു. ഇടതുഭാഗത്തുണ്ടായിരുന്ന കെംറ്റ് കൂടുതൽ പട്ടാളക്കാർ വേണമെന്ന് പറഞ്ഞു. വെല്ലിങ്ടൺ അതിന് മറുപടി പറഞ്ഞു. "പറ്റില്ല, നമ്മൾ ഇപ്പോൾ നിൽക്കുന്ന സ്ഥലങ്ങളിൽ തന്നെ നിന്ന് മരിക്കണം." ഏതാണ്ടിതേ സമയത്തുതന്നെ നെ കൂടുതൽ കാലാൾപ്പട വേണമെന്ന ആവശ്യവുമായി നെപ്പോളിയന്റെ അടുത്തേക്ക് ദൂതനെ അയച്ചിരുന്നു. രണ്ടു സൈന്യങ്ങളുടെയും ദൗർബല്യം സൂചിപ്പിക്കുന്ന

ഒരു യാദൃച്ഛികതയായി അതിനെ കരുതാം. നെപ്പോളിയൻ വിളിച്ചു കൂവി. "കാലാൾപ്പട വേണംപോലും! ഞാൻ എവിടെനിന്ന് അവരെ കൊണ്ടുവരുമെന്നാണ് അയാൾ വിചാരിക്കുന്നത്. എനിക്ക് അവരെ സൃഷ്ടിക്കാനുള്ള കഴിവുണ്ടെന്ന് അയാൾ വിശ്വസിക്കുന്നുണ്ടോ?"

എന്തായാലും ഇംഗ്ലീഷ്സൈന്യത്തിനായിരുന്നു കൂടുതൽ ക്ഷീണം സംഭവിച്ചത്. ഇരുമ്പ് കവചങ്ങളും ഉരുക്ക് മാർച്ചട്ടകളുമുള്ള മഹത്തായ കുതിരപ്പട ഇംഗ്ലീഷ്കാലാൾപ്പടയെ ചതച്ചരച്ചുകളഞ്ഞു. ഒരു കൊടിക്കു ചുറ്റും കൂടി നിൽക്കുന്ന ഏതാനും പട്ടാളക്കാർ ഒരു സൈനികവിഭാഗത്തിന്റെ സ്ഥാനം കുറിക്കുന്ന അവസ്ഥയിലേക്കെത്തിക്കഴിഞ്ഞിരുന്നു. ഒരു സൈനികനിരയുടെ മേൽനോട്ടം ഒരു ഉപസൈന്യാധിപന്റേതായി മാറി. ലായി സെന്തിൽ വെച്ചു തന്നെ ഭാഗികമായി തകർന്ന ആൾട്ടന്റെ സൈന്യം ഇപ്പോൾ ഏതാണ്ട് പൂർണമായി നശിച്ചുപോയി എന്നുതന്നെ പറയാം. വാൻക്ലൂസിന്റെ സാഹസികരായ ബൽജിയൻ സേനയെ നിവെല്ലിയിലെ ഗോതമ്പുവയലുകളിൽ വിതറിയിട്ടിരിക്കുകയായിരുന്നു. 1811 ൽ സ്പെയിനിനോട് ചേർന്ന് വെല്ലിങ്ടനെയും 1825 ൽ ഇംഗ്ലീഷുകാരോടു യോജിച്ച് നെപ്പോളിനെയും നേരിട്ട ഡച്ചുപട്ടാളം അവശേഷിച്ചിട്ടുണ്ടോ എന്നുതന്നെ സംശയമായിരുന്നു. അവർ മരിച്ചതിന് കണക്കില്ലായിരുന്നു. മണ്ണിൽ പൂന്തിയ കാലുമായി അടുത്തദിവസംവരെ മൈതാനത്തിൽ കിടന്ന ലോർഡ് ആക്സ് ബ്രിഡ്ജിന്റെ കാൽമുട്ട് തകർന്നിരുന്നു. യുദ്ധത്തിനിടയിൽ ദെലോറും ലേർത്തിയറും കോൾബർട്ടും നോപ്പ് ബ്ലാൻ കാർഡും അവശരായി മാറി. ഇംഗ്ലീഷുകാരുടെ ഭാഗത്ത് ആൾട്ടന് മുറിവേറ്റു. ഭാറണ് കുത്തുകിട്ടി. ഡിലാൻസി കൊല്ലപ്പെട്ടു. വാൻ മീറാൻ വെടിയേറ്റു വീണു. ഓംറ്റിഡ കൊല്ലപ്പെട്ടു. വെല്ലിങ്ടന്റെ അടുത്ത അനുയായികളിൽ നല്ലൊരു ഭാഗം വധിക്കപ്പെട്ടുകഴിഞ്ഞിരുന്നു. ഒഴുകിയ രക്തത്തിന്റെ ഭൂരിഭാഗവും ഇംഗ്ലീഷുകാരുടേതായിരുന്നു. കാലാൾപ്പടയുടെ രണ്ടാം വിഭാഗത്തിലെ അഞ്ച് ഉപസൈന്യാധിപന്മാരും ഏഴ് ക്യാപ്റ്റൻമാരും മൂന്നു പതാകകളും നഷ്ടപ്പെട്ടു. മുപ്പതാം കാലാൾപ്പടയ്ക്ക് ഇരുപത്തിനാല് ഉദ്യോഗസ്ഥന്മാരും നൂറ്റി പന്ത്രണ്ട് പട്ടാളക്കാരും ഇല്ലാതായി. എഴുപത്തി ഒൻപതാം സൈന്യ വ്യൂഹത്തിലെ ഇരുപത്തിനാല് ഓഫീസറന്മാർക്ക് പരിക്കേറ്റു. പതിനെട്ടുപേർ കൊല്ലപ്പെട്ടു. നൂറ്റി അൻപതു പട്ടാളക്കാർ വാളിന് ഇരയായി. കേണൽ ഹാക്കിന്റെ നേതൃത്വത്തിലുള്ള സൈന്യത്തിന് യുദ്ധത്തിനു മുമ്പു തന്നെ നിയന്ത്രണം വിട്ടിരുന്നു. സ്വാങ് കാടുകളിലൂടെ അവർ തിരിഞ്ഞോടി. ബ്രസെൽസ്വരെ അവർ പലായനം ചെയ്തു. കേണൽ ഹാക്ക് പിന്നീട് പട്ടാള വിചാരണയ്ക്ക് വിധേയനായിരുന്നു. ഫ്രഞ്ചുകാർ വിജയിച്ച് കാടിനടുത്തേക്ക് നീങ്ങുന്നതു കണ്ട് കുതിരവണ്ടികളും വെടിക്കോപ്പുവണ്ടികളും പടക്കോപ്പുകളും മുറിവേറ്റവരെ കുത്തിനിറച്ച വണ്ടികളും എല്ലാം ചേർന്ന് തിക്കിത്തിരക്കി പാഞ്ഞു തുടങ്ങി. ഫ്രഞ്ചു കുതിരപ്പടയുടെ വെട്ടുകൊണ്ട ഡച്ചുകാർ "കൊല്ലുന്നേ" എന്ന് വാവിട്ടു നിലവിളിച്ചു. ബ്രസെൽസിലേക്കുള്ള വഴിയിൽ വേർകുക്കുവിൽ നിന്ന് ഗ്രോ അന്തോന്തോൾ വരെ ഏതാണ്ട് ആറു മൈൽ ദൂരം വരും. ഇന്നും ജീവിച്ചിരിക്കുന്ന ദൃക്സാക്ഷികളുടെ അഭിപ്രായത്തിൽ അന്ന് ഈ വഴിയിൽ അഭയാർഥികളുടെ തിക്കും തിരക്കും ആയിരുന്നു. ഈ പരിഭ്രാന്തിയുടെ വ്യാപ്തികാരണം ഈ പലായനം ഒരു വാർത്തയായി ലൂയി പതിനെട്ടാമന്റെ അടുത്തുവരെ എത്തിയിരുന്നു. മോൺ സാങ് ഴാങ്ങിലെ പാടത്ത് ആശുപത്രിക്കു

പിന്നിലായി ഒരുക്കി നിർത്തിയിരുന്ന കുറച്ചു പട്ടാളക്കാരും ഇടതു ഭാഗത്ത് ഉണ്ടായിരുന്ന വിവിയന്റെയും വാൻഡലൂരിന്റെയും സൈനികരും മാത്രമാണ് വെല്ലിങ്ടന്റെ കുതിരപ്പടയിൽ അവശേഷിച്ചിരുന്നത്. തകർന്ന പീരങ്കികൾക്ക് ഒരു ക്ഷാമവും ഉണ്ടായിരുന്നില്ല. സൈബോണും പ്രിംഗിളും നാശത്തെ പെരുപ്പിച്ചുകാണിച്ചുകൊണ്ട് ഇംഗ്ലീഷ് പടയിലും ഡച്ചുസൈന്യത്തിലുംകൂടി മുപ്പത്തിനാലായിരംപേർ മാത്രമാണ് അവശേഷിച്ചിരുന്നതെന്ന് സമ്മതിക്കുന്നുണ്ട്. വെല്ലിങ്ടൻ കുലുങ്ങിയില്ല. പക്ഷേ, അദ്ദേഹത്തിന്റെ ചുണ്ടുകൾ വിളർത്തുപോയിരുന്നു. ഇംഗ്ലീഷ് ഉദ്യോഗസ്ഥരോടൊപ്പം ഉണ്ടായിരുന്ന ആസ്ട്രിയയുടെ സ്ഥാനപതി വിൻസെന്റും സ്പെയിനിന്റെ സ്ഥാനപതി ഒലാവയും വെല്ലിങ്ടന്റെ പരാജയം മുന്നിൽ കണ്ടു. അഞ്ചുമണിക്ക് വെല്ലിങ്ടൻ വാച്ചിൽ നോക്കി നിരാശയോടെ പിറുപിറുത്തു, 'ബ്ലൂഷേ റോ രാത്രിയോ?'

ഫിഷ് മോങ്ങിനപ്പുറമുള്ള ഉയർന്ന പ്രദേശത്ത് ഈ സമയത്ത് കുന്തങ്ങൾ നിരനിരയായി തിളങ്ങുന്നതു കണ്ടു.

ഭീകരമായ യുദ്ധത്തിന്റെ ദിശ മാറിയ നിമിഷം ഇതായിരുന്നു.

11. നെപ്പോളിയന് മോശം വഴികാട്ടി ബ്യൂളോവിന് നല്ല വഴികാട്ടി

നെപ്പോളിയനു പറ്റിയ തെറ്റ് നമ്മൾ മനസിലാക്കുന്നു. ഗ്രൂഷിയെയാണ് നെപ്പോളിയൻ പ്രതീക്ഷിച്ചത്. ബ്ലൂഷേറാണ് വന്നത് ജീവിതത്തിനു പകരം മരണം.

വിധിയിൽ ഇത്തരം മാറ്റങ്ങൾ വരാറുണ്ട്. ലോകത്തിന്റെ സിംഹാസനം പ്രതീക്ഷിച്ചിരിക്കുമ്പോൾ *സെയിന്റ് ഹെലീനയാണ് മുന്നിൽ എത്തുന്നത്.

ബ്ലൂഷേറിന്റെ സഹസൈന്യാധിപൻ ബ്യൂളോവിന്റെ വഴികാട്ടിയായിരുന്ന ഇടയക്കുട്ടി പ്ലാൻസ്നാവിനു താഴെക്കൂടിയുള്ള വഴിയിലൂടെയല്ലാതെ ഫ്രിഷ്മോങ്ങിനു മുകളിലുള്ള കാട്ടിലൂടെ മുന്നേറാൻ പറഞ്ഞിരുന്നെങ്കിൽ പത്തൊൻപതാം നൂറ്റാണ്ടിന്റെ മുഖച്ഛായതന്നെ മാറിപ്പോയിരുന്നു. പ്ലാൻസ്നാവിനു താഴെയുള്ള വഴിയിലൂടെയല്ലാതെ മറ്റേതുവഴിയിലൂടെ വന്നിരുന്നെങ്കിലും പ്രഷ്യൻ സൈന്യം പീരങ്കിപ്പടയ്ക്കു കയറിവരാൻ പ്രയാസമുള്ള മലയിടുക്കിൽ ചെന്നുപെടുമായിരുന്നു. അങ്ങനെ ബ്യൂളോവിന് യുദ്ധഭൂമിയിൽ എത്തിച്ചേരാൻ കഴിയില്ലായിരുന്നു.

ഒരു മണിക്കൂർ താമസിച്ചിരുന്നെങ്കിൽ വെല്ലിങ്ടനെ യുദ്ധസ്ഥലത്ത് ജീവനോടെ ബ്ലൂഷേറിന് കാണാൻ കഴിയില്ലായിരുന്നു എന്ന് പ്രഷ്യൻ ജനറലായ മഫ്ലിങ് തന്നെ ഉറപ്പിച്ചു പറയുന്നുണ്ട്. അപ്പോഴേക്കും വെല്ലിങ്ടൻ യുദ്ധത്തിൽ പരാജയപ്പെട്ടുകഴിമായിരുന്നു.

ബ്യൂളോ വരേണ്ട സമയം അതു തന്നെയായിരുന്നു എന്ന് നമുക്ക് മനസിലായിക്കഴിഞ്ഞു. ദിയോങ് ല് മോങ്ങിൽ അയാൾ താവളമടിച്ചു. വെളുപ്പാൻകാലത്താണ് അവിടെനിന്നും വീണ്ടും പടനീക്കം ആരംഭിച്ചത്. വഴിയുടെ അവസ്ഥ അസഹനീയമായിരുന്നു. പട്ടാളക്കാർ ചെളിയിൽ കുഴഞ്ഞുപോയി. പീരങ്കിച്ചക്രങ്ങൾ പകുതിവരെ ചെളിക്ക് അടിയിലായി. അതു കൂടാതെ ഡയിൽ നദിക്കു കുറുകേയുള്ള ഇടുങ്ങിയ വാവർ പാലത്തിലൂടെ സൈന്യത്തിനു മറുകര കടക്കേണ്ടിവന്നു. പാലത്തിലേക്കുള്ള വഴി ഫ്രഞ്ചുകാർ തീവെച്ചിരുന്നു. ഇരുവശത്തും

---

* വാട്ടർലൂ യുദ്ധം തോറ്റ നെപ്പോളിയനെ ഈ ദ്വീപിലേക്കാണ് നാടുകടത്തിയിരുന്നത്.

എരിഞ്ഞുകൊണ്ടിരുന്ന വീടുകൾക്കു നടുവിലൂടെ പീരങ്കികൾക്കും പടക്കോപ്പുകൾ നിറച്ച വണ്ടികൾക്കും നീങ്ങാൻ കഴിയാത്തതുകൊണ്ട് തീ അണയുന്നതുവരെ അവർക്ക് കാത്തുനിൽക്കേണ്ടിവന്നു. ഷാപ്പേൽ സാങ് ലാംബെറിൽ ബ്ലൂളോവിന്റെ പട എത്തുമ്പോൾ സമയം ഉച്ചയോടടുത്തു.

രണ്ടു മണിക്കൂർ മുമ്പ് ആരംഭിച്ചിരുന്നെങ്കിൽ നാലു മണിയോടെ യുദ്ധം അവസാനിക്കുമായിരുന്നു. നെപ്പോളിയൻ പിടിച്ചടക്കിയ സ്ഥലത്ത് ബ്ലൂഷേർ മരിച്ചു വീഴുമായിരുന്നു. ഇതുപോലുള്ള അതിഗംഭീരമായ അവസരങ്ങളുടെ സാധ്യത അനന്തമാണ്. പക്ഷേ, നമുക്ക് അത് മനസിലാക്കാൻ കഴിയില്ല.

ഉച്ചയ്ക്കുമുമ്പ് ചക്രവർത്തി ചക്രവാളത്തിൽ എന്തോ ചില ചലനങ്ങൾ ദൂരദർശിനിയിലൂടെ കണ്ടിരുന്നു. അദ്ദേഹം പറഞ്ഞു: "ഞാൻ ഒരു മേഘം നീങ്ങിപ്പോകുന്നത് കാണുന്നുണ്ട്. പക്ഷേ, എനിക്കത് പട്ടാളക്കാർ നീങ്ങുന്നതുപോലെയാണ് തോന്നുന്നത്." അടുത്തു നിന്നിരുന്ന ഡാൽമേഷ്യയിലെ പ്രഭുവിനോട് അദ്ദേഹം ചോദിച്ചു: "ഷാപ്പേർ സാങ് ലംബറിന്റെ അടുത്തായി ആ കാണുന്നത് എന്താണ്?" ദൂരദർശിനിയിലൂടെ ആ ഭാഗം നിരീക്ഷിച്ചിട്ട് ഡാൽമേഷ്യയിലെ പ്രഭു മറുപടി പറഞ്ഞു: "സാർ, അത് അയ്യായിരത്തോളം മനുഷ്യരാണ്. തീർച്ചയായും അത് ഗ്രൂഷിയുടെ പട തന്നെ." ചക്രവർത്തി കണ്ട മേഘപടലം എല്ലാ ഉദ്യോഗസ്ഥരും ദൂരദർശിനിയിലൂടെ പരിശോധിച്ചു. ചിലർ പറഞ്ഞു: "അത് സൈന്യം തമ്പടിച്ചിരിക്കുന്നതുപോലെ തോന്നുന്നു." കൂടുതൽ ആളുകളും പറഞ്ഞു: "അത് ഏതോ മരത്തോപ്പാണ്." സത്യത്തിൽ ആ മേഘപടലം ചലിക്കുന്നുണ്ടായിരുന്നില്ല. ആ നിഴൽ എന്താണെന്ന് മനസിലാക്കി തിരിച്ചുവരാൻ ദമോങ്ങിന്റെ കുതിരപ്പടയോട് ചക്രവർത്തി ആജ്ഞാപിച്ചു.

ബ്യൂളോയുടെ സൈന്യം സത്യത്തിൽ നിശ്ചലമായിരുന്നു. അയാളുടെ സൈന്യം ചലിക്കാൻ കഴിയാത്ത തരത്തിൽ ക്ഷീണിച്ചുപോയിരുന്നു. സൈന്യം മുഴുവൻ ഒത്തുചേരുന്നതുവരെ അയാൾക്ക് കാത്തിരിക്കേണ്ടിവന്നു. അതു കൂടാതെ മൊത്തം സൈന്യവുമായി വേണം യുദ്ധക്കളത്തിലേക്ക് പ്രവേശിക്കേണ്ടതെന്ന് അയാൾക്ക് മുകളിൽനിന്നും കൽപ്പന ലഭിച്ചിരുന്നു. പക്ഷേ, അഞ്ചു മണിയായപ്പോൾ വെല്ലിങ്ടന്റെ അപകടംപിടിച്ച അവസ്ഥ തിരിച്ചറിഞ്ഞ്, ബ്ലൂഷേർ ബ്യൂളോവിന് ആക്രമിക്കാനുള്ള കൽപ്പന കൊടുക്കുമായിരുന്നു. ഓർമിക്കപ്പെടേണ്ട ഈ വാക്കുകൾ ബ്ലൂഷേർ ഉച്ചരിച്ചു, "ഇംഗ്ലീഷ് പട്ടാളത്തിന് ഒന്നു ശ്വാസം വിട്ട് വിശ്രമിക്കാനുള്ള അവസരം നമ്മൾ ഉണ്ടാക്കിക്കൊടുക്കണം."

ലോസ്തിന്റെയും ഹില്ലറിന്റെയും ഹെയ്ക്കിന്റെയും റൈസലിന്റെയും സൈനികർ ലോബോവിന്റെ സൈന്യത്തിന് മുന്നിൽ അണിനിരന്നു. പ്രഷ്യയിലെ വില്യം രാജകുമാരന്റെ കുതിരപ്പട ഫ്രാൻസിലെ കാടുകളിൽനിന്ന് ഇറങ്ങിവന്നു. പ്ലാൻസ്നാ കത്തിയെരിഞ്ഞു. നെപ്പോളിയന്റെ പിന്നിൽ അണിനിരന്ന രക്ഷാസൈന്യത്തിനു മുകളിൽപ്പോലും പ്രഷ്യൻ പീരങ്കിയുണ്ടകൾ മഴ ചൊരിയുംപോലെ വീണുതുടങ്ങി.

12. രക്ഷാസൈന്യം

ബാക്കി കാര്യങ്ങൾ എല്ലാവർക്കും അറിയാം. മൂന്നാം പടയിൽ വിള്ളൽ വീണു. യുദ്ധം ചിന്നിച്ചിതറി. എൺപത്താറു പീരങ്കികൾ വെടിയുതിർത്തു. ബ്യൂളോയെ ആദ്യമായി വിർച്ച് നേരിട്ടു. സീത്തോങ്ങിന്റെ കുതിരപ്പടയ്ക്ക്

ബ്ലൂഷേർ നേരിട്ട് നേതൃത്വം കൊടുത്തു. ഫ്രഞ്ചുകാർ മൊത്തമായി പിന്നോട്ടു പോന്നു.

ഒഹാങ്ങ് മൈതാനത്തുനിന്ന് മാർക്കോങ്ങേ്യയെ തൂത്തെറിഞ്ഞു. പാപ്പിലോത്തിൽനിന്ന് ദ്യുറ്റ്യൂത്തിനെ ആട്ടിപ്പായിച്ചു. ഡോൺസിലോത്തും കിയോത്തും പിന്നോക്കം വലിഞ്ഞു. ലോബോ അണികളുടെ അറ്റത്തായി. രാത്രിയോടെ ചിതറിപ്പോയ ഫ്രഞ്ചുസൈന്യത്തിനു നേർക്ക് ഒരു പുതിയ യുദ്ധം അരങ്ങേറി. ഇംഗ്ലീഷ് സൈന്യം ഒന്നിച്ചു മുന്നോട്ടു തള്ളിക്കയറി. ഫ്രഞ്ചുസൈന്യത്തിൽ അവർ അതിഭീകരമായ ഒരു വിടവ് സൃഷ്ടിച്ചു. ഇംഗ്ലീഷ് വെടിയുണ്ടകളും പ്രഷ്യൻ വെടിയുണ്ടകളും പരസ്പരം സഹായിച്ചു. പൂർണ നശീകരണം. മുന്നിൽ നിന്നും വശങ്ങളിൽനിന്നും അപകടം കുതിച്ചെത്തുന്നു. ഈ ഭയാനകമായ പൊട്ടിത്തെറിയുടെ മധ്യത്തിലേക്കാണ് രക്ഷാസൈന്യം കടന്നുചെന്നത്.

മരണം മുന്നിൽകണ്ടുകൊണ്ട് അവർ ആർത്തു വിളിച്ചു: "ചക്രവർത്തി ജയിക്കട്ടെ." ആർപ്പുവിളികൾക്കിടയിലൂടെ കേട്ട ആ മരണവേദനയെക്കാൾ മനസിനെ സ്പർശിക്കുന്ന മറ്റൊരു കാര്യവും ചരിത്രത്തിൽ രേഖപ്പെടുത്തി കണ്ടിട്ടില്ല.

പകൽ മുഴുവൻ ആകാശം മൂടിക്കെട്ടി നിൽക്കുകയായിരുന്നു. പൊടുന്നനെ ഒരുനിമിഷത്തിൽ – അപ്പോൾ എട്ടുമണി ആയിരുന്നു. ആകാശം മൂടി നിന്ന മേഘപടലം അടർന്നു മാറി. നിവെല്ലിയിലെ വഴിയോരത്തെ മരങ്ങൾക്കിടയിലൂടെ അസ്തമയ സൂര്യന്റെ അശുഭ സൂചകമായ ചുവന്ന വെളിച്ചം ഒഴുകിയിറങ്ങി. ഓസ്തർ ലിത്സ് യുദ്ധത്തിൽ ഉദയസൂര്യന്റെ കിരണങ്ങളാണ് ഒടുവിൽ കണ്ടത്.

അവസാന പരിശ്രമം നടത്താനായി ഓരോ സൈനികവിഭാഗത്തിനും ഓരോ മേധാവികൾ ചുമതലയേറ്റു. ഫ്രിയാങ്ങും മിഷെയും റോഷുവെയും ഹാർലെയും മലെയും പെറെദ മോർവാങ്ങും എല്ലാം അവരുടെ കൂട്ടത്തിൽ ഉണ്ടായിരുന്നു. കഴുകന്റെ മുദ്ര തിളങ്ങുന്ന ഉയരംകൂടിയ തൊപ്പികളുമായി രക്ഷാസൈന്യത്തിലെ ഭടന്മാർ അചഞ്ചലമായ കാൽവെപ്പുകളോടെ പടക്കളത്തിലെ പുകയിലേക്ക് നിരനിരയായി കടന്നുവരുന്നതുകണ്ട ശത്രുക്കൾക്കുപോലും അവരോടു ബഹുമാനം തോന്നി. ചിറകുകൾ വീശി ഇരുപതു വിജയങ്ങൾ യുദ്ധഭൂമിയിലേക്ക് കടന്നുവരുന്നതായി അവർക്ക് തോന്നി. വിജയിച്ചവർ പരാജിതരാകാൻ പോകുന്നു എന്ന ചിന്തയോടെ പിൻതിരിയാൻ തുടങ്ങി. പക്ഷേ, വെല്ലിങ്ടൻ വിളിച്ചു പറഞ്ഞു: "സൈനികർ എവിടെ? ആക്രമണം നടക്കട്ടെ." കുറ്റിക്കാടുകൾക്കു പിന്നിൽ ഉണ്ടായിരുന്ന ഇംഗ്ലീഷ് ഭടന്മാർ എഴുന്നേറ്റു. ഞങ്ങളുടെ കഴുകന്മാർ പാറിപ്പറക്കുന്ന മൂവർണക്കൊടികൾക്കിടയിലൂടെ വെടിയുണ്ടകൾ ചീറിപ്പാഞ്ഞു. എല്ലാവരും മുന്നോട്ടു കുതിച്ചു. ഒടുവിലത്തെ കൂട്ടക്കൊലയുടെ തുടക്കമായിരുന്നു അത്. ഇരുട്ടിൽ സൈന്യം പിൻതിരിയുന്നതായി രക്ഷാസൈന്യത്തിനുള്ളിൽ ഒരു തോന്നൽ പരന്നു. "ചക്രവർത്തി വിജയിക്കട്ടെ" എന്ന ആർപ്പുവിളികൾക്കു പകരം ജീവൻ രക്ഷിക്കാനുള്ള ദൈന്യതയുടെ ശബ്ദങ്ങൾ അവർ കേട്ടു. പിന്നിൽ പട്ടാളം തിരിഞ്ഞോടുമ്പോഴും അവർ അവരുടെ ചുമതലയിൽ നിന്ന് പിൻതിരിഞ്ഞില്ല. ഓരോ കാൽവെപ്പിലും മരിച്ചു വീണുകൊണ്ട് അവർ വാശിയോടെ യുദ്ധം ചെയ്തു. അവരുടെ കൂട്ടത്തിൽ ഭീരുക്കൾ ഇല്ലായിരുന്നു. ആ പടയാളികൾ അവരുടെ സേനാനായകന്മാരെപ്പോലെ ധീരന്മാരായിരുന്നു. ഒരാൾപോലും ഭയംകൊണ്ട് ആത്മഹത്യയിൽനിന്ന് പിൻവലിഞ്ഞില്ല.

ആ കൊടുങ്കാറ്റിന്റെ ഓരോ ചീറലിനും മുന്നിൽ മരണത്തെ സ്വീകരിക്കാൻ തയാറായി ധീരനായ നെ ഉണ്ടായിരുന്നു. അദ്ദേഹത്തിന്റെ കാൽക്കീഴിൽ കുതിരകൾ പലവട്ടം ചത്തുമലച്ചു. അദ്ദേഹത്തിന്റെ യൂണിഫോമിന്റെ ബട്ടണുകൾ ഇളകിപ്പോയിരുന്നു. ഏതോ കുതിരപ്പടയാളിയുടെ വെട്ടേറ്റ് അദ്ദേഹത്തിന്റെ ബഹുമതി മുദ്രകളിൽ ഒന്ന് നഷ്ടപ്പെട്ടിരുന്നു. നെയുടെ തൊപ്പിയിലെ കഴുകന്റെ ലോഹമുദ്രയിൽ വെടിയുണ്ട തുളഞ്ഞു കയറിയ പാടുണ്ടായിരുന്നു. കണ്ണിൽ തീയും ചുണ്ടിൽ നുരയുമായി അദ്ദേഹം ഒടിഞ്ഞുപോയ ഉടവാൾ ഉയർത്തിപ്പിടിച്ച് വിളിച്ചുകൂവി. "ഒരു ഫ്രഞ്ചുസേനാനായകൻ യുദ്ധഭൂമിയിൽ മരിക്കുന്നതെങ്ങനെയെന്ന് നിങ്ങൾക്ക് കാണാം. പക്ഷേ, അതുകൊണ്ട് പ്രയോജനം ഉണ്ടായില്ല. അദ്ദേഹം മരിച്ചില്ല. അദ്ദേഹം ക്ഷീണിച്ചുപോയിരുന്നു. അദ്ദേഹം ദെർലോങ്ങിന്റെ നേർക്ക് ഈ ഒരു ചോദ്യം ചോദിച്ചു: "എന്ത്? നിങ്ങൾ എന്നെ കൊല്ലുന്നില്ലേ?" വിരലിൽ എണ്ണാവുന്ന ആളുകളെ കൊല്ലാൻ തയാറെടുത്തു നിന്നിരുന്ന ഇംഗ്ലീഷ് പടയോട് അദ്ദേഹം ചോദിച്ചു: "എനിക്ക് ഒന്നുമില്ലേ? ആ ഇംഗ്ലീഷ് പീരങ്കിയുണ്ടകൾ എന്റെ ശരീരത്തിൽ പുതഞ്ഞിരുന്നുവെങ്കിൽ എത്ര നന്നായിരുന്നു?" അസന്തുഷ്ടനായ മനുഷ്യാ, *അങ്ങയെ ഫ്രഞ്ചു വെടിയുണ്ടകൾക്കുവേണ്ടി കരുതിവെച്ചിരിക്കുകയാണ്.

13. അത്യാപത്ത്

സൈന്യത്തിന്റെ പിൻപുറത്തെ കോലാഹലം ദു:ഖകരമായിരുന്നു. ലാസിയാന്ത്, പ്ലാൻസ്ന്വാ, പാപ്പിലോത്ത്, ഹൂഗോമോങ് എന്നിവിടങ്ങളിൽ നിന്നെല്ലാം സൈന്യം പെട്ടെന്ന് പിൻതിരിഞ്ഞു. നിലവിളി ഉയർന്നു: "ചതി." തൊട്ടുപിന്നാലെ മറ്റൊരു നിലവിളി: "ഓടിക്കോ രക്ഷപ്പെട്ടോ." കെട്ടുപൊട്ടിയ സൈന്യത്തിന്റെ അവസ്ഥ ഉരുകുന്ന മഞ്ഞുപോലെയാണ്. എല്ലാം ഉരുകുന്നു. ഉടയുന്നു. ഒഴുകി നടക്കുന്നു. വീഴുന്നു. കൂട്ടിയിടിക്കുന്നു. കുതിക്കുന്നു. വിചിത്രമായ ഒരു ശിഥിലീകരണം. നെ ഒരു കുതിരയെക്കൂടി കടം വാങ്ങി അതിന്റെ പുറത്ത് ചാടിക്കയറി ഇരുന്നു. തൊപ്പിയും വാളും ഇല്ലാതെ അദ്ദേഹം ബ്രസെൽസിലേക്കുള്ള വഴിയിൽ ഇംഗ്ലീഷുകാരേയും ഫ്രഞ്ചുകാരേയും ഒരേസമയം തടഞ്ഞുനിർത്താനായി ചങ്കുറപ്പോടെ നിന്നു. പട്ടാളത്തെ പിടിച്ചു നിർത്താൻ അദ്ദേഹം പരിശ്രമിക്കുന്നു. അവരെ തിരിച്ചു വിളിക്കുന്നു. ശകാരിക്കുന്നു. ആ കോലാഹലം നേരിടാൻ അദ്ദേഹം പരമാവധി ശ്രമിക്കുന്നു. പക്ഷേ, ആളുകൾ തൂത്തെറിയപ്പെടുന്നു. "സൈന്യാധിപൻ ജയിക്കട്ടെ" എന്ന് കരഞ്ഞുവിളിച്ചുകൊണ്ട് പട്ടാളക്കാർ അദ്ദേഹത്തിന്റെ അടുത്തു നിന്ന് ഓടിയകലുന്നു. ടാർട്ടറുടെ സൈനികരുടെ വാളുകൾക്കും കെംറ്റ്, ബെസ്റ്റ്പാക്ക്, റെയ്ലാന്റ് എന്നിവരുടെ സൈനികരുടെ വെടിയുണ്ടകൾക്കും ഇടയിലൂടെ ദ്യൂറ്യൂത്തിന്റെ സേന ഭയന്നുവിറച്ച് അങ്ങോട്ടുമിങ്ങോട്ടും പരക്കം പാഞ്ഞു. എല്ലാ യുദ്ധങ്ങളേക്കാളും പരിതാപകരമാണ് പിൻതിരിഞ്ഞോടുന്ന സൈന്യത്തിന്റെ അവസ്ഥ. സുഹൃത്തുക്കൾ ഓട്ടത്തിനിടയിൽ പരസ്പരം കൊല്ലുന്നു. സൈനിക വ്യൂഹങ്ങൾ പരസ്പരം ഞെരിഞ്ഞ് കൂട്ടിക്കലരുന്നു. യുദ്ധത്തിന്റെ കുത്തൊഴുക്കിൽ പടർന്നുയരുന്ന നുരയും പതയുമാണ് തിരിച്ചോട്ടം. ഒരറ്റത്തുനിന്ന് ലോബോയും മറ്റേ അറ്റത്തുനിന്ന് റെയിയും കുത്തൊഴുക്കിൽ ഒലിച്ചുപോയി.

---

* നെപ്പോളിയന്റെ തോൽവിക്കുശേഷം നെ 1815ൽ വധശിക്ഷ നൽകിയിരുന്നു.

ബാക്കിവന്ന സൈന്യത്തെക്കൊണ്ട് പ്രതിരോധം സൃഷ്ടിക്കാൻ പ്രയോജനമില്ലെങ്കിലും നെപ്പോളിയൻ ശ്രമിച്ചുകൊണ്ടിരുന്നു. വിവിയനു മുന്നിൽ കിയോവും വാൻഡെല്യൂറിന് മുന്നിൽ കെല്ലർമാനും പെർച്ചിനു മുന്നിൽ മൊറാങ്ങും പ്രഷ്യയിലെ വില്യം രാജകുമാരനുമുമ്പിൽ ദാമോങ്ങും വഴിമാറിക്കൊടുത്തു. യുദ്ധത്തിൽ ചക്രവർത്തിയുടെ കുതിരപ്പടയെ നയിച്ച ഗയോട്ട് ഇംഗ്ലീഷ് കുതിരകളുടെ കാൽച്ചുവട്ടിൽ അടിതെറ്റിവീണു. അഭയാർഥികളുടെ ഇടയിലേക്ക് നെപ്പോളിയൻ പാഞ്ഞു ചെല്ലുന്നു. അദ്ദേഹം അവരോട് സംസാരിക്കുന്നു. അന്വേഷിക്കുന്നു. അവരെ ഭയപ്പെടുത്തുന്നു. അവരോട് യാചിക്കുന്നു. "ചക്രവർത്തി ജയിക്കട്ടെ" എന്ന് ഇന്നു രാവിലെ ആർത്തുവിളിച്ച നാവുകൾക്ക് ഇപ്പോൾ അനക്കമില്ല. അവർക്ക് അദ്ദേഹത്തെ തിരിച്ചറിയാൻപോലും ഇപ്പോൾ ബുദ്ധിമുട്ടുണ്ട്. പുതിയതായി വന്നുചേർന്ന പ്രഷ്യൻ കുതിരപ്പട മുന്നോട്ട് കുതിച്ച് ശത്രുവിന്റെ പുറത്ത് ചിതറിവീണു. അവർ വെട്ടിനുറുക്കി. അരിഞ്ഞുവീഴ്ത്തി. കൊന്നുതള്ളി. വേരോടെ അറുത്തു. പീരങ്കികൾ ഉപേക്ഷിച്ച് ആളുകൾ ഓടി. പീരങ്കിവണ്ടികളിൽനിന്ന് കുതിരകളെ അഴിച്ചുമാറ്റി അതിന്റെ പുറത്തുകയറി രക്ഷപ്പെടാൻ പട്ടാളക്കാർ ശ്രമിച്ചു. തകിടം മറിഞ്ഞ് നാലു ചക്രങ്ങളും മുകളിലായിപ്പോയ ചരക്കുവണ്ടികൾ വഴിയിൽ തടസം സൃഷ്ടിച്ചു. ആ തടസങ്ങൾ കൂട്ടക്കൊലകൾക്ക് കാരണമായി. മനുഷ്യർ ചതഞ്ഞരഞ്ഞു. മരിച്ചവരെയും മരിക്കാത്തവരെയും ചവിട്ടിമെതിച്ചുകൊണ്ട് അവർ ഓടി. അവരുടെ ആയുധങ്ങൾ തകർന്നുപോയിരുന്നു. വഴികളും പാലങ്ങളും സമതലങ്ങളും മലകളും മലയിടുക്കുകളും അഭയാർഥികളായ നാൽപ്പതിനായിരം മനുഷ്യരെക്കൊണ്ട് നിറഞ്ഞു. നിലവിളികളും ആർത്തനാദങ്ങളും പട്ടാളമാറാപ്പുകൾക്കും തോക്കുകൾക്കും ഒപ്പം ഗോതമ്പുവയലുകളിൽ പോയി വീണു. വാൾമുനകൊണ്ട് നടവഴി ഒരുങ്ങി. ഇനി സുഹൃത്തുക്കൾ ഇല്ല. ഉദ്യോഗസ്ഥർ ഇല്ല. സേനാപതികൾ ഇല്ല. ഉള്ളത് വിവരണാതീതമായ ഭീതി മാത്രം. ചെകുത്താൻ അയാളുടെ ഇഷ്ടത്തിന് ഫ്രാൻസിനെ അരിഞ്ഞുവീഴ്ത്തി. സിംഹങ്ങൾ കുഞ്ഞുങ്ങളായി മാറി. അതായിരുന്നു അന്നത്തെ പലായനം.

ഗെനാപ്പിൽ ചെറുത്തുനിൽപ്പിനുള്ള ഒരു ശ്രമം നടന്നു. നിരന്നുനിന്ന് യുദ്ധത്തിനുള്ള ഒരു ഒരുക്കം തുടങ്ങിയിരുന്നു. ലോബോ മുന്നൂറു പട്ടാളക്കാരെ അതിനുവേണ്ടി നിരത്തി നിർത്തി. ഗ്രാമത്തിലേക്കുള്ള വഴിയിൽ തടസം സൃഷ്ടിച്ചു. പക്ഷേ, പ്രഷ്യൻ പീരങ്കിയുടെ ആദ്യത്തെ പൊട്ടലോടെ എല്ലാവരും തിരിഞ്ഞോടി. ലോബോ പിടികൂടപ്പെട്ടു. ഗെനാപ്പിലേക്ക് കടക്കുന്നതിനു തൊട്ടുമുമ്പ് ത്രികോണാകൃതിയിലുള്ള കട്ടകൊണ്ടു പണിതീർത്ത ഒരു കെട്ടിടത്തിന്റെ അവശിഷ്ടം നശിച്ചുകിടക്കുന്നുണ്ട്. അതു നിറയെ വെടിയുണ്ട തുളച്ചിറങ്ങിയതിന്റെ പാടുകൾ ഇന്നും കാണാം. വിജയം ഉറപ്പിക്കാൻവേണ്ടി പ്രഷ്യക്കാർ കൂടുതൽ ക്രൗര്യത്തോടെ അന്ന് ഗെനാപ്പിലേക്ക് ഇരച്ചുകയറിയിരുന്നു. ബ്ലൂഷേർ കാണുന്നവരെ എല്ലാം കൊന്നൊടുക്കാൻ കൽപ്പന കൊടുത്തിരുന്നു. പ്രഷ്യൻ പട്ടാളം തടവുകാരനാക്കിയ ഏതു ഫ്രഞ്ചുഭടനെയും കൊലപ്പെടുത്തിക്കൊണ്ട് റോഷുവേ ബ്ലൂഷേറിന്റെ കൽപ്പനകൾക്ക് ദു:ഖകരമായ ഉദാഹരണങ്ങൾ സൃഷ്ടിച്ചു. ഗെനാപ്പിലെ ഒരു മദ്യശാലയുടെ വാതിലിൽ വെച്ച് ചെറുപ്പമായിരുന്ന സേനാനായകൻ ദുയേം പിടിക്കപ്പെട്ടു. മരണവുമായി വന്ന കുതിരപ്പടയാളിയുടെ മുന്നിൽ അയാൾ വാളു വെച്ച് കീഴടങ്ങി. തടവുപുള്ളിയെ

കുതിരപ്പടയാളി വാളെടുത്ത് അപ്പോൾത്തന്നെ വെട്ടിവീഴ്ത്തി. തോറ്റവരെ കൂട്ടക്കൊല ചെയ്തുകൊണ്ടായിരുന്നു അവർ വിജയം പൂർത്തിയാക്കിയത്. ചരിത്രം നമ്മുടേതുകൂടി ആയതുകൊണ്ട് നമുക്ക് ബ്ലൂഷേറിനെ ശിക്ഷിക്കാം. വൃദ്ധനായ ബ്ലൂഷേർ സ്വയം നാണം കെട്ടവനായി മാറിയിരുന്നു. അയാളുടെ ക്രൂരത അത്യാപത്തിന്റെ നിറകുടത്തെ തുളുമ്പുന്ന നിലയിലേക്ക് എത്തിച്ചിരുന്നു. ആശയറ്റവരുടെ പലായനം ഗെനാപ്പ് കടന്നു. ക്വാത്തു ബ്രാ കടന്നു. ഗോസ്ലിയെ കടന്നു. ഫ്രാനെ കടന്നു. ഷാറൽവാ കടന്നു. തുയാങ് കടന്നു. ഷാന്റിയോ കടന്നു. അതിർത്തിയിൽ എത്തിയതിനുശേഷമാണ് അവർ തിരിഞ്ഞുനോക്കിയത്. കഷ്ടം എന്ന് പറയാതിരിക്കാൻ കഴിയില്ല. ഈ രീതിയിൽ പറപറന്നത് ആരാണ്? മഹത്തായ ഒരു സൈന്യം.

ഈ വിഭ്രമം, ഈ ഭയം, ചരിത്രത്തെ അമ്പരപ്പിച്ച ഈ ധീരതയുടെ അധ:പതനം, – ഇതു സംഭവിച്ചത് കാരണങ്ങൾ ഇല്ലാതെയാണോ? അല്ല. വാട്ടർലൂവിനു മുകളിൽ ഭീമകാരമായ ഒരു വലതുകൈയുടെ നിഴൽ വീണിരുന്നു. ഇതു വിധിദിവസമാണ്. മനുഷ്യനേക്കാൾ വലിയ ഒരു ശക്തിയാണ് ഈ ദിവസത്തെ നിയന്ത്രിച്ചത്. ഭീതികൊണ്ട് മനസുകൾ തകർന്നതിനു കാരണം അതായിരുന്നു. അതുകൊണ്ടാണ് മഹത്തായ സൈന്യത്തിന്റെ കയ്യിൽനിന്ന് വാളുകൾ താഴെവീണുപോയത്. ഇരുട്ടിൽ ആ മഹാശക്തിയുടെ ഭയാനകമായ സാന്നിധ്യം തിരിച്ചറിഞ്ഞതുകൊണ്ടാണ്, കൂടുതലായി ഒന്നും പറയാനോ പ്രവർത്തിക്കാനോ കഴിയാതെ അവർ നിലത്തു വീണുപോയത്. ഇതു വിധിയാണ്. ഈ ദിവസം മനുഷ്യരാശിയുടെ കാഴ്ചപ്പാടുകൾക്ക് മാറ്റം സംഭവിച്ചു. പത്തൊൻപതാം നൂറ്റാണ്ട് തിരിയുന്ന വിജാഗിരിയാണ് വാട്ടർലൂ. മഹത്തായ ആ നൂറ്റാണ്ടിന് കടന്നുവരാൻ മഹാനായ ആ മനുഷ്യന്റെ തിരോധാനം ആവശ്യമായിരുന്നു. ഒന്നിനും ഉത്തരം പറയാനില്ലാത്ത ആരോ ഒരുവൻ ചുമതലയേറ്റു. ധീരന്മാരുടെ വിഭ്രമത്തിന് അയാൾ മറുപടി പറഞ്ഞു. വാട്ടർലൂ യുദ്ധത്തിൽ കാർമേഘങ്ങൾക്കപ്പുറം എന്തോ ഉണ്ടായിരുന്നു. അതിൽ ക്ഷണികമായ ഒരു കൊള്ളിമീൻ ഉണ്ടായിരുന്നു. അതുവഴി അപ്പോൾ ദൈവം കടന്നുപോയിരിക്കണം.

അന്നു രാത്രിയിൽ പിൻതിരിഞ്ഞോടിയവർ അവർക്കൊപ്പം വലിച്ചിഴച്ചു കൊണ്ടുവന്ന ഒരു മനുഷ്യൻ ഗെനാപ്പിലെ പാടത്ത് തന്റെ കുതിരയെ നിർത്തി. കുതിരപ്പുറത്തു നിന്ന് അയാൾ താഴെയിറങ്ങി. ക്ഷീണിതനും ദു:ഖിതനും ചിന്താധീനനും ആയിരുന്ന ആ മനുഷ്യൻ തന്റെ കുതിരയുടെ കടിഞ്ഞാൺ കയ്യിൽ ചുറ്റി അമ്പരപ്പു നിഴലിക്കുന്ന കണ്ണുകളോടെ ഒറ്റയ്ക്ക് വാട്ടർലൂ ലക്ഷ്യമാക്കി തിരിഞ്ഞു നടന്നു. ബർനാറും ബർത്രാങ്ങുംകൂടി അയാളുടെ കോട്ടിനു കയറിപ്പിടിച്ചു. അത് ഒരിക്കൽക്കൂടി വാട്ടർലൂവിലേക്ക് ഒറ്റയ്ക്ക് കടന്നുചെല്ലാൻ ശ്രമിക്കുന്ന നെപ്പോളിയൻ ആയിരുന്നു. മാഞ്ഞുപോയ ഒരു സ്വപ്നത്തിലെ അതിമാനുഷനായ സ്വപ്നാടനക്കാരൻ.

14. അവസാനത്തെ ചതുരം

പലായനത്തിന്റെ ഭാഗമാക്കാതെ രക്ഷാസേനയിലെ ചില ചതുരപ്പടകൾ വെള്ളച്ചാട്ടത്തിലെ പാറകൾപോലെ രാത്രിവരെ ഉറച്ചുനിന്നിരുന്നു. രാത്രിയുടെയും മരണത്തിന്റെയും നിഴലുകൾ അടുത്തുവരുന്നത് അറിഞ്ഞുകൊണ്ടുതന്നെ അവർ കാത്തുനിന്നു. രാത്രി വന്നു. ഒപ്പം മരണവും. അതിന്റെ ആലിംഗനത്തിന് ഒരു

കുലുക്കവുമില്ലാതെ അവർ നിന്നുകൊടുത്തു. ഓരോ സൈന്യവിഭാഗവും മറ്റുള്ളവരിൽനിന്ന് ഒറ്റപ്പെട്ട് പരസ്പരം ബന്ധപ്പെടാൻ കഴിയാതെ സ്വയം ചത്തൊടുങ്ങി. അവസാന യുദ്ധത്തിനുവേണ്ടി ചില വിഭാഗങ്ങൾ റോസാമാ കുന്നിന് മുകളിലും മറ്റു ചിലത് മോൺ സാങ് ഴാങ്ങിലുമായി തയാറെടുപ്പുകൾ നടത്തിയിരുന്നു. അവിടെത്തന്നെ പരാജയപ്പെട്ടിരുന്നു, ഉപേക്ഷിക്കപ്പെട്ടിരുന്ന വെട്ടിനുറുക്കപ്പെട്ടിരുന്ന ഈ പട്ടാളക്കാർ വളരെ ഭീകരമായി രക്തസാക്ഷിത്വം കൈവരിക്കുകയായിരുന്നു. യുൽ, വാഗ്രാം, ഴെന, ഫ്രീദ് ലാങ് – ഇവരെല്ലാം ആ കൂട്ടത്തിലാണ് കൊല്ലപ്പെട്ടത്.

വൈകിട്ട് ഒൻപതു മണിക്ക് മോൺ സാങ് ഴാങ്ങിലെ അടിവാരത്തിൽ ഒരു ചതുരപ്പടമാത്രം അവശേഷിച്ചിരുന്നു. മാർച്ചട്ടയണിഞ്ഞ പട്ടാളം കയറിപ്പോയ കീഴ്ക്കാംതൂക്കായ ചെരിവിനു താഴെയുള്ള അപകടംനിറഞ്ഞ ഈ അടിവാരത്തിലൂടെ ഇപ്പോൾ ഇംഗ്ലീഷ് സൈന്യം നിറഞ്ഞു കവിഞ്ഞ് ഒഴുകിക്കൊണ്ടിരുന്നു. അവിടെ അവശേഷിച്ചിരുന്ന ഏക ചതുരപ്പട ശത്രുവിന്റെ വിജയിച്ച പീരങ്കിപ്പടയുടെ ഭയാനകമായ കൊടുങ്കാറ്റിനോട് യുദ്ധം ചെയ്തു. യുദ്ധത്തിന്റെ നേതൃത്വം കാംബ്രോന്ന് എന്ന മുരടനായിരുന്നു. ഓരോ വെടിയൊച്ചയിലും ചതുരപ്പടയുടെ എണ്ണം കുറഞ്ഞു. പീരങ്കിയുണ്ടകൾക്ക് അവർ വെടിയുണ്ടകൊണ്ട് മറുപടി പറഞ്ഞു. അതിന്റെ നാലു ചുവരുകൾക്കുള്ളിൽ പട്ടാളക്കാർ തുടർച്ചയായി മരിച്ചുവീണുകൊണ്ടിരുന്നു. തിരിഞ്ഞോടിയവർ ശ്വാസം വിടാൻവേണ്ടി ദൂരത്തെവിടെയോ ഓട്ടം നിർത്തിയപ്പോൾ ഇരുട്ടിൽ വെടിയൊച്ചകളുടെ എണ്ണം കുറഞ്ഞുവരുന്നത് അവർ ശ്രദ്ധിച്ചു.

ഒടുവിൽ ഒരു കൈപ്പിടിയിൽ ഒതുങ്ങുന്ന സൈന്യം മാത്രം അവശേഷിച്ചു. അവരുടെ പതാക ഒരു കീറത്തുണിയായി മാറി. അവരുടെ വെടിയുണ്ടകൾ തീർന്നു. തോക്കുകൾ വെറും ഇരുമ്പുവടികളായി. ജീവനുള്ളവരേക്കാൾ കൂടുതൽ ശവങ്ങൾ കുന്നുകൂടി. പക്ഷേ, ഈ സമയത്ത് ആ മഹത്തായ യോദ്ധാക്കളെപ്പറ്റിയുള്ള വിശുദ്ധമായ ഒരു ഭീതി വിജയികളുടെ ഇടയിൽപ്പോലും പടർന്നുപിടിച്ചു. ഇംഗ്ലീഷ് പീരങ്കിപ്പട ഒരുനിമിഷം നിശ്ശബ്ദരായിപ്പോയി. ഈ യോദ്ധാക്കൾക്ക് ചുറ്റുമായി ഒരു കൂട്ടം മായക്കാഴ്ചകൾ എല്ലാ യുദ്ധരംഗങ്ങളിലേയും പോലെ അവർ കണ്ടു. കുതിരപ്പുറത്തിരിക്കുന്ന ഒരു കൂട്ടം മനുഷ്യരെ നിഴൽപോലെ ഈ യോദ്ധാക്കൾ കണ്ടു. പീരങ്കികളുടെ കറുത്ത മുഖങ്ങൾ അവർ കണ്ടു. പീരങ്കിവണ്ടികളുടെ ചക്രങ്ങൾക്കിടയിലൂടെ വെളുത്ത ആകാശം അവർ കണ്ടു. യോദ്ധാക്കൾക്ക് പരിചിതമായ യുദ്ധത്തിന്റെ പുകപടലങ്ങൾക്കിടയിലൂടെ തങ്ങളെ സൂക്ഷിച്ചുനോക്കികൊണ്ട് സാവധാനം നീങ്ങിവരുന്ന മരണത്തിന്റെ ഭീമാകാരമായ കറുത്ത മുഖം അവർ കാണുന്നുണ്ടായിരുന്നു. മൂവന്തിയുടെ ഇരുളിൽ പീരങ്കികൾ നിറയ്ക്കുന്നതിന്റെ ശബ്ദം അവർ കേട്ടു. തലയ്ക്കുമുകളിൽ കടുവയുടെ കണ്ണുകൾപോലെ വൃത്താകൃതിയിലുള്ള വിളക്കുകൾ തെളിയുന്നത് അവർ നോക്കിനിന്നു. ഇംഗ്ലീഷ് പീരങ്കിപ്പട അവരോട് അടുത്തു. അവരുടെ ധൈര്യം കണ്ട് അവരുടെ തലയ്ക്കുമുകളിലുള്ള മരണത്തെ നിമിഷനേരത്തേക്ക് അകറ്റിനിർത്തിക്കൊണ്ട് ഏതോ ഇംഗ്ലീഷ് സൈന്യാധിപൻ പറഞ്ഞു: "ഫ്രാൻസിലെ ധീരന്മാരേ! കീഴടങ്ങിക്കൊള്ളൂ." ചിലരുടെ അഭിപ്രായത്തിൽ കോൾവയിലാണ് അങ്ങനെ പറഞ്ഞത്. മറ്റു ചിലരുടെ അഭിപ്രായത്തിൽ

മെയിറ്റ് ലാന്റാണ് അതു പറഞ്ഞത്. ഫ്രാൻസിന്റെ കാംബ്രോന്ന് അതിന് മറുപടി പറഞ്ഞു: "പോടാ പുല്ലേ."*

15. കാംബ്രോന്ന്

ഫ്രഞ്ച് വായനക്കാരനോടുള്ള ബഹുമാനം വെച്ചുകൊണ്ട് പറയാം, ഒരു പക്ഷേ, ഒരു ഫ്രഞ്ചുകാരൻ പറഞ്ഞിട്ടുള്ളതിൽ വെച്ച് ഏറ്റവും നല്ല വാക്ക് ഒരു തവണകൂടി ആവർത്തിക്കാൻ അയാൾക്ക് കഴിഞ്ഞെന്നുവരില്ല. ചരിത്രത്തിലെ ഒരു ഉത്തുംഗതയെ ചീയാതെ സൂക്ഷിക്കാൻ ഞങ്ങൾക്ക് നിരോധനം ഉണ്ട്. ഞങ്ങൾ സ്വന്തം ഉത്തരവാദിത്വത്തിൽ ഈ നിരോധനം ലംഘിക്കുന്നു. അന്നത്തെ അതികായന്മാർക്കിടയിൽ ഒരു ടൈറ്റാൻ ഉണ്ടായിരുന്നു. കാംബ്രോന്ന്.

ആ വാക്ക് പറഞ്ഞിട്ട് മരിക്കുന്നതിലും മഹത്തായി എന്തുണ്ട്? മരണത്തെ സ്വീകരിക്കുന്നതിന്റെ അർഥം മരിക്കുക എന്നുതന്നെയാണ്. പീരങ്കിയുണ്ടകളുടെ കൊടുങ്കാറ്റിൽനിന്ന് രക്ഷപ്പെട്ടെങ്കിൽ അത് അയാളുടെ കുറ്റമല്ല.

വാട്ടർലൂ യുദ്ധം ജയിച്ച മനുഷ്യൻ പലായനം ചെയ്ത നെപ്പോളിയനല്ല. നാലുമണിക്ക് വഴിമാറികൊടുക്കുകയും അഞ്ചുമണിക്കുനിരാശനാവുകയും ചെയ്ത വെല്ലിങ്ടൻ അല്ല. യുദ്ധം ചെയ്യാതെ മരിച്ച ബ്ലൂഷേർ അല്ല. വാട്ടർലൂ യുദ്ധം ജയിച്ച മനുഷ്യൻ കാംബ്രോന്ന് ആയിരുന്നു.

കൊല്ലുന്ന ഇടിമുഴക്കങ്ങൾക്കിടയിൽ അത്തരം ഒരു വാക്ക് പറയുന്നതാണ് വിജയം.

അപകടത്തോട് അല്ലെങ്കിൽ വിധിയോട് ഈ മറുപടി പറയുന്നത് മഹത്തായ കാര്യമാണ്. ഭാവിയിലെ സിംഹപ്രതിമയുടെ അടിസ്ഥാനം ആ വാക്കാണ്. കഴിഞ്ഞ രാത്രിയിലെ മഴയ്ക്കുള്ള മറുപടിയായിരുന്നു ആ വാക്ക്. ഹൂഗോമോങ്ങിലെ നശിച്ച മതിലിനോടാണ് അയാൾ ഈ മറുപടി പറഞ്ഞത്. ഒറാങ്ങിലെ കുഴിക്കുള്ള മറുപടിയാണ്. ഗ്രൂഷി താമസിച്ചതിനുള്ള മറുപടിയും ബ്ലൂഷേർ വന്നതിനും ഉള്ള മറുപടിയായിരുന്നു. ശവക്കുഴിയിലെ വിരോധാഭാസം. ഒരാൾ വീണുകഴിഞ്ഞും എഴുന്നേറ്റു നിൽക്കുന്ന ഭാവം. യൂറോപ്യൻ ഏകീകരണത്തിനുള്ള മറുപടി. ഏറ്റവും മോശം വാക്കുകൾ ഏറ്റവും നല്ല വാക്കുകളായി മാറുന്ന സ്ഥാനക്കയറ്റം. യൂറോപ്യൻ ഏകീകരണത്തിനുള്ള മറുപടി. ഫ്രാൻസിന്റെ കീർത്തിയുമായി പോലും ആ വാക്കുകൾക്ക് ബന്ധം വന്നു. തോറ്റുപോയ യുദ്ധത്തിൽ ഉച്ചരിക്കാൻ അറയ്ക്കുന്ന വാക്കുകൊണ്ട് അയാൾ വിജയത്തെ ഒതുക്കിനിർത്തി. അയാൾ ചരിത്രത്തെ സംരക്ഷിച്ചു. കൂട്ടക്കൊലയ്ക്ക് ശേഷമുള്ള അയാളുടെ ചിരി ഗംഭീരമായിരുന്നു.

ഇടിമുഴക്കമുള്ള ആ ചിരി പരിഹസിച്ചു.

കാംബ്രോന്നിന്റെ വാക്കുകൾ ഒരു ഒടിവു പറ്റുന്നതിനു സമമാണ്. അത് പരിഹാസം കൊണ്ടുള്ള ഒരു ഹൃദയസ്തംഭനമാണ്. അത് വേദനയുടെ പൊട്ടിത്തെറിയാണ്. അതാണ് വിജയിച്ചത്. വെല്ലിങ്ടൻ അല്ല. ബ്ലൂഷേർ ഇല്ലായിരുന്നുവെങ്കിൽ വെല്ലിങ്ടൻ തോൽക്കുമായിരുന്നു. അപ്പോൾ ബ്ലൂഷേർ ആണോ? അല്ല. വെല്ലിങ്ടൻ തുടങ്ങിയില്ലെങ്കിൽ ബ്ലൂഷേർ അവസാനിപ്പിക്കില്ലായിരുന്നു. അവസാന മണിക്കൂറിലെ ഈ യാത്രക്കാരന് അറിയപ്പെടാത്ത

* ഇംഗ്ലീഷിൽ 'ഷിറ്റ്' എന്ന വാക്കിനു സമമായ വാക്കാണ് കാം ബ്രോണ് പറഞ്ഞത്.

ഈ പട്ടാളക്കാരന്, യുദ്ധത്തിലെ ഏറ്റവും ചെറിയ ഈ ദശാംശസംഖ്യയായ കാംബ്രോന്നിനുപോലും ഈ അത്യാപത്തിൽ ഇരട്ടി കയ്പ്പേറിയ ഒരു കള്ളത്തരമുണ്ടെന്ന തോന്നൽ ഉണ്ടായിരുന്നു. അതുകൊണ്ടാണ് കളിയാക്കുകയാണോ എന്നു തിരിച്ചറിയാൻ കഴിയാത്ത മട്ടിൽ മരണത്തിനു മുന്നിൽ ജീവിതം നൽകാമെന്നുള്ള വാഗ്ദാനം കേട്ടപ്പോൾപോലും അയാൾ കോപിക്കാൻ ഇടയായത്. അയാൾക്ക് എങ്ങനെ അയാളുടെ കോപം അടക്കിവയ്ക്കാൻ കഴിയും? യൂറോപ്പിലെ എല്ലാം രാജാക്കന്മാരും ഭാഗ്യവാന്മാരായ സൈന്യാധിപന്മാരും, എല്ലാ ഗർജ്ജിക്കുന്ന ദേവന്മാരും വിജയികളായ ആയിരക്കണക്കിനു പടയാളികളും അവരുടെ കോടിക്കണക്കിനു നിറതോക്കുകളും എല്ലാം അവരുടെ പക്കലുണ്ട്. മഹത്തായസൈന്യവും രക്ഷാസേനയും അവരുടെ കാൽക്കീഴിലായിക്കഴിഞ്ഞു. നെപ്പോളിയനെ അവർ ചതച്ചരച്ചു. കാംബ്രോന്നിന്റെ അവകാശം മാത്രമാണ് അവർക്ക് കിട്ടാനുള്ളത്. അവരെ എതിർക്കാൻ ഇനി ബാക്കിയുള്ളത് ഈ മണ്ണെര മാത്രമാണ്. അവൻ എതിർക്കും. അവൻ ഇപ്പോൾ ഒരു വാളു തിരയുംപോലെ ഒരുവാക്കിനുവേണ്ടി തെരയും. അവന്റെ വായിൽ നുരയും പതയും ഉയരും. ആ നുരയും പതയുമാണ് അവന്റെ വാക്ക്. വിജയികളില്ലാത്ത മൃഗീയമായ ഈ വിജയത്തിനു മുന്നിൽ നിരാശനായ അവൻ എഴുന്നേറ്റുനിൽക്കും. ആ വിജയത്തിന്റെ ഭയാനകത അവൻ അനുഭവിക്കുന്നുണ്ട്. പക്ഷേ, അതിന്റെ അർഥശൂന്യത അവൻ സ്ഥാപിച്ചെടുക്കുന്നു. അതിനുമുകളിൽ കാർക്കിച്ചുതുപ്പുന്നതിലും വലിയ പ്രവൃത്തി അവൻ ചെയ്യുന്നു. അംഗസംഖ്യയുടെയും ശക്തിയുടെയും പ്രബലതയ്ക്കെതിരെ അവന്റെ ആത്മാവിൽ അവൻ പറ്റിയ വാക്കുകൾ കണ്ടെത്തുന്നു. ഞങ്ങൾ വീണ്ടും പറയുന്നു. അതുപറഞ്ഞത്, അത് ചെയ്തത്, അത് കണ്ടെത്തിയത് വിജയി ആകാനായിരുന്നു.

മഹത്തായ ആ കാലഘട്ടത്തിന്റെ ആത്മാവ് മരണത്തിന്റെ നിമിഷത്തിൽ അറിയപ്പെടാത്ത ആ മനുഷ്യനിലേക്ക് ഇരച്ചുകയറി. കാം ബ്രോന്ന് വാട്ടർലൂവിന്റെ വാക്കുകണ്ടെത്തി.

ദൈവീകമായ പ്രചോദനങ്ങൾ ഇത്തരം സന്ദർഭങ്ങളിൽ മനുഷ്യരിലേക്ക് കടന്നുവരും. അവർ വിറയ്ക്കും. ഒരാൾ പരമോന്നതമായ ഗാനം ആലപിക്കും, മറ്റൊരാൾ ഭയാനകമായി വിളിച്ചുകൂവും. യൂറോപ്പിന്റെ നേർക്കുമാത്രമല്ല കാംബ്രോന്ന് രാജ്യത്തിന്റെ പേരിലുള്ള ഈ കൊടുങ്കാറ്റ് അഴിച്ചുവിട്ടത്. അയാൾ വിപ്ലവത്തിന്റെ പേരിൽ കഴിഞ്ഞ കാലത്തിലേക്കാണ് ആ കൊടുങ്കാറ്റിനെ വലിച്ചെറിഞ്ഞത്. പഴയ അതികായന്മാരുടെ ആത്മാവിനെ ആളുകൾ കാംബ്രോന്നിന്റെ വാക്കുകളിൽ തിരിച്ചറിഞ്ഞു. ആ വാക്കുകൾ ദാന്തെയുടെ പ്രസംഗംപോലെ തോന്നി.

കാംബ്രോന്നിന്റെ വാക്കുകൾക്ക് ഇംഗ്ലീഷ് ഭാഷയിലുള്ള മറുപടി ശബ്ദം "വെടി പൊട്ടട്ടെ" എന്നായിരുന്നു. പീരങ്കികൾ തിളങ്ങി. കുന്നു വിറച്ചു. ലജ്ജയില്ലാത്ത കുഴലുകൾ അവസാനത്തെ വെടിയുണ്ടകൾ ഗർജ്ജിച്ചു. നിലാവിൽ പുകപടലങ്ങൾ ഉയർന്നു. പുക പടർന്നു. ഒടുവിൽ പുക അലിഞ്ഞില്ലാതായപ്പോൾ അവിടെ ഒന്നും അവശേഷിച്ചിരുന്നില്ല. മഹത്തായ അവശിഷ്ടം പൂർണമായും തുടച്ചുനീക്കപ്പെട്ടു. രക്ഷാസൈന്യം മരിച്ചു. ജീവന്റെ ആ കാവൽക്കോട്ട നിലം പൊത്തി. ശവക്കൂനകൾക്കിടയിൽ ഒരിടത്തും ഒരു ചലനംപോലും തിരിച്ചറിഞ്ഞില്ല. ഇന്ന് നിവെല്ലിയിൽനിന്ന് തപാലുമായി വെളുപ്പിന് നാലുമണിക്ക്

സന്തോഷത്തോടെ ചൂളമടിച്ച് തപാൽവണ്ടിക്കാരൻ ജോസഫ് കുതിരവണ്ടി തെളിക്കുന്ന മോൺസാങ് ഴാങ്ങിലെ വയലേലകൾ, അന്ന് ചോരയും മഴയും വീണ് കുതിർന്നുകിടന്നു. അന്ന് അവിടെയുണ്ടായിരുന്ന വാടിത്തളർന്ന ഗോതമ്പുവയലുകളിലായിരുന്നു, റോമൻ സൈന്യത്തേക്കാൾ മഹത്തായ ഫ്രഞ്ചു സൈന്യം മരിച്ചു കിടന്നത്.

16. നേതാവിനെ എത്ര വിധത്തിൽ വധിക്കാം

വാട്ടർലൂ യുദ്ധം ഒരു പ്രഹേളികയാണ്. തോറ്റവരെപ്പോലെ ജയിച്ചവർക്കും അതിനെപ്പറ്റി വ്യക്തതയില്ല. നെപ്പോളിയന് അതൊരു സംഭ്രമമായിരുന്നു. ബ്ലൂഷേറിന് അത് വെടിയൊച്ച മാത്രമായിരുന്നു. വെല്ലിങ്ടൻ അതിനെപ്പറ്റി യാതൊന്നും മനസിലാക്കിയിട്ടില്ല. അതിനെപ്പറ്റിയുള്ള വിവരണങ്ങൾ നോക്കണം. വ്യാഖ്യാനങ്ങൾക്കൊന്നിനും വ്യക്തതയില്ല. ഒന്നാമത്തെ വ്യാഖ്യാനം വിക്കുന്നു. രണ്ടാമത്തേത് ഇടറുന്നു. ടോമിനി വാട്ടർലൂ യുദ്ധത്തെ നാലു ഘട്ടങ്ങളായി തരംതിരിച്ചിരിക്കുന്നു. മഫ്ളിങ് അതിനെ ഭാഗ്യത്തിന്റെ മൂന്നു വേലിയേറ്റങ്ങളായി ഭാഗംവെച്ചു ചില കാര്യങ്ങളിൽ ഞങ്ങളുടെ വിലയിരുത്തലുകളോട് വിയോജിപ്പുണ്ടെങ്കിലും സൂക്ഷ്മവും നൈസർഗികവുമായ സ്വന്തം വീക്ഷണത്തിലൂടെ, വിശുദ്ധമായ വിധിയോട് മല്ലിടുന്ന മനുഷ്യബുദ്ധിക്ക് അനുഭവിക്കേണ്ടിവരുന്ന വിപത്തിന്റെ മുഖലക്ഷണങ്ങളെ ഷാറോ മാത്രമാണ് വ്യക്തമായി മനസിലാക്കിയിട്ടുള്ളത്. മറ്റുള്ള ചരിത്രകാരന്മാർക്കെല്ലാം ഒന്നുകിൽ തിളക്കത്തിൽ കണ്ണഞ്ചിപ്പോയിരുന്നു. അല്ലെങ്കിൽ ഇരുട്ടിൽ അവർ തപ്പിത്തടഞ്ഞു. മിന്നലുകൾ തിളങ്ങിയ ഒരു ദിവസം. രാജാക്കന്മാരെ ആശ്ചര്യപ്പെടുത്തിക്കൊണ്ട് രാജ്യങ്ങളെ അത് ഒപ്പം വലിച്ചിഴച്ചുകൊണ്ടുപോന്നു. സൈനികശക്തികൾ നിലംപൊത്തി. യുദ്ധങ്ങൾ അതിനുമുന്നിൽ പരാജയപ്പെട്ടു.

മനുഷ്യാതീതമായ ഏതോ ആവശ്യകതയുടെ മുദ്ര വീണ ഈ സംഭവത്തിൽ മനുഷ്യന്റെ പങ്ക് നിസ്സാരമാണ്.

വെല്ലിങ്ടനിൽനിന്നും ബ്ലൂഷേറിൽനിന്നും വാട്ടർലൂ എടുത്തുമാറ്റിയാൽ ഇംഗ്ലണ്ടിനോ ജർമനിക്കോ എന്തെങ്കിലും കുറവ് സംഭവിക്കുന്നുണ്ടോ? അല്ല. കേൾവികേട്ട ഇംഗ്ലണ്ടിനോ പ്രതാപിയായ ജർമനിക്കോ വാട്ടർലൂ പ്രശ്നത്തിൽ പങ്കില്ല. വാളിന്റെ ഇരുണ്ട ആനുകൂല്യം ഇല്ലാതെതന്നെ സാമ്രാജ്യങ്ങൾ മഹത്തരമായതിന് ദൈവത്തിന് സ്തുതി പറയണം. ജർമനിയോ ഫ്രാൻസോ ഇംഗ്ലണ്ടോ ഒരു വാളുറയിൽ ഒതുങ്ങിയിരിക്കുന്ന കാര്യങ്ങൾ അല്ല. വാട്ടർലൂ യുദ്ധം വാളുകളുടെ ഉരസലുകൾ മാത്രമായി മാറിയിരിക്കുന്നു. ഈ കാലത്ത് ബ്ലൂഷേറിന് മുകളിൽ ജർമനിക്ക് ഗേയ്തേ ഉണ്ട്. വെല്ലിങ്ടണിന് മുകിൽ ഇംഗ്ലണ്ടിന് ബയറണുണ്ട്. ധാരാളം ആശയങ്ങൾ ഉയർന്നുവന്നത് നമ്മുടെ നൂറ്റാണ്ടിന്റെ പ്രത്യേകതയാണ്. ഇതിൽ ജർമനിക്കും ഇംഗ്ലണ്ടിനും മഹത്തായ പങ്കുണ്ട്. അവർ ചിന്തിക്കുന്നതുകൊണ്ടാണ് അവർക്ക് പ്രാമുഖ്യം വരുന്നത്. സംസ്കാരത്തിൽ അവർ കൊണ്ടുവരുന്ന ഔന്നത്യം അവരിൽ നിന്നുതന്നെ ഉണ്ടാക്കുന്ന, അവരിൽത്തന്നെ അന്തർലീനമായ ഒന്നാണ്. അത് അവിചാരിതമായി സംഭവിക്കുന്നില്ല. പത്തൊൻപതാം നൂറ്റാണ്ടിൽ അവർ നടത്തിയ മുന്നേറ്റം വാട്ടർലൂവിൽനിന്ന് പൊട്ടിമുളച്ചതല്ല. ഒരു വിജയത്തിനുശേഷം പെട്ടെന്നു വളർച്ചയുണ്ടാക്കുന്നത് അപരിഷ്കൃത രാജ്യങ്ങൾക്കു മാത്രമാണ്. കൊടുങ്കാറ്റിൽ

ഇളകിമറിയുന്ന അരുവിയുടെ അഹങ്കാരമായി മാത്രം അതിനെ കണക്കാക്കിയാൽ മതി. പരിഷ്കൃതരാജ്യങ്ങൾക്ക് ഒരു നേതാവിന്റെ ഭാഗ്യംകൊണ്ടോ ഭാഗ്യദോഷം കൊണ്ടോ ഉയർച്ചയും താഴ്ചയും സംഭവിക്കുകയില്ല. മനുഷ്യരാശിക്കിടയിൽ നേതാക്കന്മാർക്കുള്ള സ്ഥാനം യുദ്ധത്തേക്കാൾ മഹത്തായ എന്തിന്റെയോ ഫലമായാണ് ഉണ്ടാകുന്നത്. നായകന്മാരും വിജയികളും നടത്തിയ യുദ്ധത്തിന്റെ നറുക്കെടുപ്പിലെ അക്കങ്ങളല്ല അവരുടെ സ്ഥാനവും അന്തസ്സും അറിവും പ്രതിഭയും തീരുമാനിക്കുന്നത്. അതിന് നമുക്ക് ദൈവത്തിനോട് നന്ദി പറയാം. പലപ്പോഴും പരാജയപ്പെട്ട ഒരു യുദ്ധം പുരോഗതിയുണ്ടാക്കാൻ കാരണമാകും. പ്രശസ്തി കുറയുമ്പോൾ സ്വാതന്ത്ര്യം കൂടും. പെരുമ്പറകൾ നിശ്ശബ്ദമാകും. പക്ഷേ, ചിന്തകൾ സംസാരിക്കും. ഇത് തോൽക്കുന്നവന് നേട്ടം ഉണ്ടാകുന്ന കളിയാണ്. നമുക്ക് വാട്ടർലൂവിന്റെ രണ്ടു ഭാഗങ്ങളെപ്പറ്റിയും ശാന്തമായി സംസാരിക്കാം. ഭാഗ്യത്തിന് അവകാശപ്പെട്ട കാര്യങ്ങളെ നമുക്ക് ഭാഗ്യത്തിനു തന്നെ വിട്ടു കൊടുക്കാം. ദൈവത്തിന് അവകാശപ്പെട്ടവയെ ദൈവത്തിനും വിട്ടുകൊടുക്കാം. വാട്ടർലൂ എന്താണ്? അതൊരു വിജയം ആയിരുന്നോ? അല്ല. അതൊരു സമ്മാനമായിരുന്നു.

ഫ്രാൻസ് യൂറോപ്പിനു നൽകിയ ഒരു സമ്മാനം.

അവിടെ സിംഹത്തെ പ്രതിഷ്ഠിക്കാൻ തക്കതായ കാര്യങ്ങൾ ഇല്ല. അതുകൂടാതെ ചരിത്രത്തിലെ ഏറ്റവും അസാധാരണമായ യുദ്ധമാണ് വാട്ടർ ലൂ. നെപ്പോളിയനും വെല്ലിങ്ടനും ശത്രുക്കൾ അല്ല. അവർ എതിരാളികൾ മാത്രമായിരുന്നു. വൈപരീത്യങ്ങളിൽ സന്തോഷമുള്ള ദൈവം ഇതിലും കൂടുതൽ അസാധാരണമായ ഒരു സമാഗമമോ ശ്രദ്ധേയമായ ഒരു താരതമ്യമോ നടത്തിയിട്ടില്ല. ഒരു ഭാഗത്ത് സൂക്ഷ്മത, ദീർഘദൃഷ്ടി, ക്ഷേത്രഗണിതം, ജാഗ്രത, കൃത്യമായ പിൻവാങ്ങൽ, ദുർവ്യയം ഒഴിവാക്കാൻ കരുതിവെച്ചിട്ടുള്ള ആൾബലം, നിർബന്ധ ബുദ്ധിയോടുള്ള ആത്മനിയന്ത്രണം, അക്ഷോഭ്യമായ യുദ്ധതന്ത്രങ്ങൾ, ഭൂപ്രകൃതിയിലൂടെ ലാഭംനേടാനുള്ള യുദ്ധനൈപുണ്യം, സൈനിക വ്യൂഹങ്ങളെ വിന്യസിക്കുന്നതിൽ പ്രയോഗിക്കുന്ന അടവുകൾ, നിയമാനുസൃതമായ കൂട്ടക്കൊലകൾ, കൃത്യസമയത്തുള്ള ആക്രമണം, ഒന്നും ആകസ്മികമായി സംഭവിക്കാതിരിക്കാനുള്ള ജാഗ്രത, ചിരപുരാതനമായ ധൈര്യം, തികഞ്ഞ കൃത്യത ഇവയെല്ലാം സമ്മേളിച്ചിരിക്കുന്നു. മറുഭാഗത്താകട്ടെ, മനസിൽ പൊട്ടിമുളയ്ക്കുന്ന തോന്നലുകൾ, യുദ്ധത്തിന്റെ വിസ്മയങ്ങൾ, മനുഷ്യാതീതമായ തോന്നലുകൾ, കഴുകനെപ്പോലെ നോട്ടമിടുകയും ഇടിത്തീപോലെ നിപതിക്കുകയും ചെയ്യുന്ന നിഗൂഢ വസ്തുതകൾ, എല്ലാം തൃണവൽഗണിച്ചുകൊണ്ടുള്ള സാഹസികതയ്ക്കുള്ള സാമർഥ്യം, വിധിയുമായുള്ള അടുപ്പം കണക്കിലെടുത്ത് ആഴമുള്ള മനസുകൾ കണ്ടെത്തുന്ന നിഗൂഢതകൾ, ഒരു പരിധിവരെ നദിയെയും സമതലങ്ങളെയും കാടിനെയും മലകളെയും സ്വാധീനിച്ച് സ്വന്തം വരുതിയിലാക്കൽ, യുദ്ധഭൂമിയിൽ സ്വേച്ഛാധിപത്യത്തോളമെത്തുന്ന നിഷ്ഠൂരത, യുദ്ധതന്ത്രങ്ങളുടെ ശാസ്ത്രീയതയെ ഒരേ സമയം ഉയർത്തുകയും അലങ്കോലപ്പെടുത്തുകയും ചെയ്യുന്ന ജ്യോതിഷത്തെ കൂട്ടുപിടിച്ചുള്ള വിശ്വാസ പ്രമാണങ്ങൾ ഇവയെല്ലാം ഒത്തുചേർന്നിരുന്നു. വെല്ലിങ്ടൻ യുദ്ധത്തിലെ ബറീം ആയിരുന്നു, നെപ്പോളിയൻ അതിന്റെ മൈക്കൽ ഏൻജലോവും. പക്ഷേ, ഈ അവസരത്തിൽ കണക്കുകൂട്ടലുകൾ പ്രതിഭയെ കീഴ്പ്പെടുത്തിയിരുന്നു.

രണ്ടാംഭാഗത്തും അവർ ആരെയൊക്കെയോ പ്രതീക്ഷിച്ചിരുന്നു. കൃത്യമായി കണക്കുകൂട്ടിയ മനുഷ്യൻ വിജയിച്ചു. നെപ്പോളിയൻ ഗ്രൂഷിയെ പ്രതീക്ഷിച്ചിരുന്നു. അയാൾ വന്നില്ല. വെല്ലിങ്ടൻ ബ്ലൂഷേർ വരുമെന്നാണ് പ്രതീക്ഷിച്ചിരുന്നത്. അയാൾ വന്നു.

വെല്ലിങ്ടൻ പഴയ യുദ്ധങ്ങൾക്കുപകരം വീട്ടുകയായിരുന്നു. ഉദിച്ചുവരുന്ന കാലത്ത് നെപ്പോളിയൻ ഇറ്റലിയിൽവെച്ച് അയാളെ നേരിട്ടിരുന്നു. അന്ന് നെപ്പോളിയൻ അയാളെ പരാജയപ്പെടുത്തി. കിഴവൻ മൂങ്ങയെ കഴുകൻകുഞ്ഞ് പറപറപ്പിച്ചു. പഴയ യുദ്ധതന്ത്രങ്ങൾക്ക് അവിടെവെച്ച് ഇടിമിന്നൽ ഏറ്റു എന്നു മാത്രമല്ല അതിന്റെ പത്തിതാണു. ഇരുപത്തിയാറു വയസുള്ള ഈ കോർഡിയാക്കാരൻ ആരാണ്? അനുകൂലമായി ഒന്നുംതന്നെ ഇല്ലാത്ത അവസ്ഥയിൽ, എല്ലാം തനിക്ക് പ്രതികൂലമാണെന്ന് അറിഞ്ഞുകൊണ്ട് ഭക്ഷണമോ പീരങ്കികളോ വെടിമരുന്നോ ബൂട്ടുകളോ സൈനികരോ ഇല്ലാതെ, കൈപ്പിടിയിൽ ഒതുങ്ങുന്ന പട്ടാളക്കാരുമായി യുറോപ്പിനെതിരെ ഇരച്ചുകയറി അസംഭവ്യമായ വിജയങ്ങൾ നേടിയ അനുഭവസമ്പത്തില്ലാത്ത ആ തുടക്കക്കാരൻ നൽകുന്ന സൂചന എന്താണ്? കയ്യിലുള്ള പട്ടാളക്കാരെവെച്ച് ശ്വാസംപോലും വിടാതെ ജർമ്മൻ ചക്രവർത്തിയുടെ അഞ്ചുസേനാവിഭാഗങ്ങളെ തവിടുപൊടിയാക്കിയ ഇടിമുഴക്കം പോലുള്ള ആ ഭ്രാന്തൻ എവിടെ നിന്നു വന്നു? വിധിയിലുള്ള വിശ്വാസവുമായി വന്ന പുതുമോടിക്കാരൻ ആരാണ്? യുദ്ധതന്ത്രങ്ങൾ പഠിപ്പിക്കുന്ന സർവകലാശാല അയാളെ പറഞ്ഞുവിട്ടു. പുതിയ യുദ്ധ രീതികളോട് പഴയ യുദ്ധരീതികൾക്ക് തോന്നിയ വിദ്വേഷം. സാധാരണ വാളുകൾക്ക്, തീപാറുന്ന വാളുകളോട് തോന്നുന്ന വെറുപ്പ്. ചതുരംഗപ്പലകയ്ക്ക് അസാധാരണ ബുദ്ധിവൈഭവത്തോടു തോന്നുന്ന പക. 1815 ജൂൺ 18-ാം തീയതി ഈ വെറുപ്പ് ഒരു അന്ത്യശാസനം നൽകി. ലോഡിനും മോണ്ട് ബെല്ലോയിക്കും മോൺട്രിനോട്ടിനും മാൻചക്കും മറംഗോയിക്കും ആർക്കോളയ്ക്കും താഴെ അത് വാട്ടർലൂ എന്ന് എഴുതിച്ചേർത്തു. കൂടുതൽ ആളുകൾക്കും രുചിക്കുന്ന സാധാരണ വിജയം ഈ കാപട്യത്തിന് വിധി അനുവാദം നൽകി. നെപ്പോളിയൻ തന്റെ അധഃപ്പതനത്തിൽ വേംസറെ വീണ്ടും കണ്ടു. പക്ഷേ, അയാൾ ഇപ്പോൾ ചെറുപ്പമായിരിക്കുന്നു. വെല്ലിങ്ടന്റെ മുടി വെളുപ്പിച്ചാൽ തീർച്ചയായും വേംസറെ സൃഷ്ടിക്കാൻ കഴിയും.

ഒന്നാംതരം യുദ്ധം ഒരു തരംതാണ സൈന്യാധിപൻ വിജയിച്ചതിന്റെ കഥയാണ് വാട്ടർലൂ.

വാട്ടർലൂ യുദ്ധത്തിൽ ശരിക്കും അഭിനന്ദിക്കേണ്ടത് ഇംഗ്ലണ്ടിനെയാണ്. ഇംഗ്ലീഷുകാരുടെ ദൃഢത. ഇംഗ്ലീഷുകാരുടെ ധൈര്യം. ഇംഗ്ലീഷുകാരുടെ ഉറപ്പ്. ഇംഗ്ലീഷുകാരുടെ രക്തം. ഏറ്റവും പ്രധാനപ്പെട്ട കാര്യം ഇംഗ്ലീഷുകാർ അവിടെ ഉണ്ടായിരുന്നു എന്നതാണ്. ഇംഗ്ലീഷുകാർക്ക് അതിൽ ഇഷ്ടക്കുറവ് തോന്നരുത്. ഇംഗ്ലണ്ടിന്റെ സൈന്യാധിപനല്ല, ഇംഗ്ലീഷ് പട്ടാളത്തിനായിരുന്നു അവിടെ പ്രാധാന്യം.

1815 ജൂൺ പതിനെട്ടിന് യുദ്ധത്തിൽ പങ്കെടുത്ത സൈന്യം വെറുപ്പു തോന്നിപ്പിക്കുന്ന സേനയായിരുന്നു എന്ന് അസാധാരണമായ നന്ദികേടോടെ ലോർഡ് ബാത്തർസ്റ്റിനുള്ള എഴുത്തിൽ വെല്ലിങ്ടൻ പ്രകടമാക്കിയിട്ടുണ്ട്. വാട്ടർലൂവിലെ ഉഴവുചാലുകളിൽ കുഴിച്ചുമൂടപ്പെട്ട അസ്ഥികൂടങ്ങൾ ഈ അഭിപ്രായം കേട്ടാൽ എന്തു വിചാരിക്കും?

വെല്ലിങ്ടനോട് ഇംഗ്ലണ്ട് ആവശ്യത്തിൽ അധികം വിനയം കാണിച്ചിരുന്നു. വെല്ലിങ്ടനെ ഇത്രയധികം വലുതാക്കുന്നത് സത്യത്തിൽ ഇംഗ്ലണ്ടിനെ കൊച്ചാക്കുകയാണ്. മറ്റ് പലരേയുംപോലെ വെല്ലിങ്ടനും ധീരനായ ഒരു പോരാളി മാത്രമാണ്. സ്കോച്ച് രക്ഷാസൈന്യത്തിന്റെ കുതിരപ്പട്ടാളവും, മെയ്റ്റ്ലാന്റിന്റെയും മിച്ചലിന്റെയും, സൈനികരും പ്യാക്കിന്റെയും കെംറ്റിന്റെയും കാലാൾപ്പടയും പോൺസൺബിയുടെയും സോമർസെറ്റിന്റെയും കുതിരപ്പട്ടാളവും, പൊഴിയുന്ന വെടിയുണ്ടകൾക്കിടയിലിരുന്ന്. യുദ്ധകാഹളം മുഴക്കിയ മലമ്പ്രദേശക്കാരും എസിങ്ങിന്റേയും റിവോളിയുടേയും പരിചയസമ്പന്നരായ പട്ടാളക്കാർക്കൊപ്പം മുന്നോട്ടുനീങ്ങിയ തോക്കു പിടിക്കാൻപോലും അറിയാത്ത പട്ടാളത്തിൽ പുതിയതായി ചേർന്ന ചെറുപ്പക്കാരും മറ്റുമാണ് മഹത്വം അവകാശപ്പെടാവുന്ന കാര്യങ്ങൾ. വെല്ലിങ്ടൻ കടുംപിടുത്തക്കാരനായിരുന്നു. അദ്ദേഹത്തിന്റെ മേന്മയും അതുതന്നെയാണ്. അതിനെ ഞങ്ങൾ കുറച്ചുകാണുന്നില്ല. പക്ഷേ, അദ്ദേഹത്തിന്റെ കാലാൾപ്പടയിലും കുതിരപ്പടയിലും അദ്ദേഹത്തേക്കാൾ ഉറപ്പുകുറഞ്ഞ ഒരാൾപോലും ഉണ്ടായിരുന്നില്ല. ഇരുമ്പുപോലെ ഉറച്ച പടയാളികൾ ഇരുമ്പുപോലെ ഉറപ്പുള്ള സൈന്യാധിപനു തുല്യരാണ്. ഞങ്ങൾ പുകഴ്ത്തുന്നത് ഇംഗ്ലീഷ് പട്ടാളക്കാരനെയും ഇംഗ്ലീഷ് സൈന്യത്തെയും ഇംഗ്ലീഷ് ജനതയെയുമാണ്. വിജയത്തിന്റെ സ്മാരകം ഇംഗ്ലണ്ടിന് അവകാശപ്പെട്ടതാണ്. വാട്ടർലൂവിലെ വിജയസ്തംഭത്തിൽ ഒരു മനുഷ്യന്റെ രൂപത്തിനു പകരം ഒരു രാജ്യത്തിന്റെ രൂപം ആകാശത്തിലേക്ക് ഉയർന്നിരുന്നെങ്കിൽ അത് കുറെക്കൂടി നീതിപൂർവമായ ഒരു തീരുമാനം ആകുമായിരുന്നു.

ഞങ്ങൾ ഇവിടെ പറഞ്ഞ കാര്യങ്ങൾകൊണ്ട് മഹത്തായ ഇംഗ്ലണ്ടിന്റെ വികാരങ്ങൾ വ്രണപ്പെട്ടേക്കാം. അവരുടെ 1688 നും നമ്മുടെ 1789 നും ശേഷംപോലും ഇംഗ്ലണ്ടിന് പഴയ നാടുവാഴിത്തത്തിന്റെ മിഥ്യാബോധത്തിൽ നിന്ന് മോചനം ലഭിച്ചിട്ടില്ല. പാരമ്പര്യത്തിലും അധികാരശ്രേണിയിലും അവർക്ക് വിശ്വാസമുണ്ട്. ശക്തിയിലും പ്രതാപത്തിലും ആരും കവച്ചുവെച്ചിട്ടില്ലാത്ത ഈ ജനത അവരെ ഒരു ജനസമൂഹമായല്ല, മറിച്ച് ഒരു രാഷ്ട്രമായാണ് വിലയിരുത്തുന്നത്. ഒരു ജനസമൂഹം എന്ന രീതിയിൽ അവർ സ്വമനസാലെ തലകുനിച്ച് തങ്ങളുടെ നേതാവായി ഒരു പ്രഭുവിനെ സ്വീകരിക്കുന്നു. ഒരു തൊഴിലാളിയുടെ സ്ഥാനത്ത് അവർ നിന്ദിക്കപ്പെടാൻ സ്വയം അനുവദിക്കുന്നു. ഒരു പട്ടാളക്കാരന്റെ സ്ഥാനത്ത് ചാട്ടയടികൊള്ളാൻ അവർ സ്വയം സമ്മതിക്കുന്നു. ഇങ്കർമാൻ യുദ്ധത്തിൽ ഒരു സൈന്യത്തെ മുഴുവൻ രക്ഷിച്ച ഒരു ഭടന്റെ പേര് പറയാൻ ലോർഡ് റഗ്ലാനു കഴിയാതെപോയ കാര്യം ഞങ്ങൾക്ക് ഓർമയുണ്ട്. കാരണം, ഇംഗ്ലീഷ് പട്ടാളത്തിന്റെ സൈനികമേധാവിത്വം ഒരു ഓഫീസറിലും താഴെയുള്ള ഒരു പട്ടാളക്കാരന്റെ പേര് യുദ്ധത്തെ സംബന്ധിക്കുന്ന വിവരണത്തിൽ വരാൻ അനുവദിക്കുന്നില്ല.

വാട്ടർലൂപോലെയുള്ള യുദ്ധത്തിൽ ഞങ്ങളെ ഏറ്റവും വിസ്മയിപ്പിക്കുന്നത് ഭാഗ്യത്തിന്റെ തിളക്കമാർന്ന ഇടപെടലുകളാണ്. രാത്രിയിൽ പെയ്ത മഴ, ഹൂഗോമോങ്ങിലെ മതിൽ, പുതയുന്ന ഇടവഴി, പീരങ്കിയുടെ മുഴക്കം കേൾക്കാൻ കഴിയാതെ പോയ ഗ്രൂഷി, നെപ്പോളിയനെ വഞ്ചിച്ച വഴികാട്ടി–ബ്യൂളോവിന് ശരിയായ വഴി കാട്ടികൊടുത്ത വഴികാട്ടി, ഇവയെല്ലാം ചേർന്നാണ് അത്ഭുതകരമായ രീതിയിൽ ഈ അത്യാപത്തിന് വഴിയൊരുക്കിയത്.

മൊത്തത്തിൽ നോക്കിയാൽ വാട്ടർലൂ ഒരു യുദ്ധം എന്നതിലുപരി ഒരു കൂട്ടക്കൊലയായിരുന്നെന്ന് ഞങ്ങൾക്ക് പറയാൻ കഴിയും.

വലിയ യുദ്ധങ്ങളിൽ വെച്ച് പങ്കെടുത്തവരുടെ എണ്ണം നോക്കിയാൽ, ഏറ്റവും ഇടുങ്ങിയ സ്ഥലത്തു നടന്ന യുദ്ധം വാട്ടർലൂ ആണ്. നെപ്പോളിയൻ രണ്ടു മൈൽ ദൂരം പ്രയോജനപ്പെടുത്തിയില്ല, വെല്ലിങ്ടൻ ഒന്നര മൈലും. ഓരോ ഭാഗത്തും എഴുപതിനായിരം പടയാളികൾ വീതം ഉണ്ടായിരുന്നു. ഈ തിക്കിലും തിരക്കിലും നിന്നാണ് കൂട്ടക്കൊലയുടെ ആരംഭം.

കണക്കുകൂട്ടലുകൾ നടത്തി താഴെ പറയുന്ന അനുപാതം സ്ഥിരീകരിച്ചിട്ടുണ്ട്. ഓസ്റ്റർലിറ്റ്സ് യുദ്ധത്തിലെ ആൾനാശം: ഫ്രഞ്ചുകാർ പതിനാലു ശതമാനം റഷ്യക്കാർ മുപ്പതു ശതമാനം. ആസ്ത്രിയക്കാർ നാൽപ്പത്തിനാലു ശതമാനം. വാഗ്രാം യുദ്ധത്തിലെ ആൾനാശം: ഫ്രഞ്ചുകാർ പതിമൂന്നുശതമാനം ആസ്ത്രിയക്കാർ പതിനാലു ശതമാനം. മോസ്കോവയുദ്ധത്തിലെ ആൾനാശം: ഫ്രഞ്ചുകാർ മുപ്പത്തിയേഴു ശതമാനം റഷ്യക്കാർ നാൽപ്പത്തിനാലു ശതമാനം. ബോട്സൻ യുദ്ധത്തിലെ ആൾനാശം: ഫ്രഞ്ചുകാർ പതിമൂന്നു ശതമാനം, റഷ്യാക്കാരും പ്രഷ്യക്കാരും പതിനാലു ശതമാനം. വാട്ടർലൂ യുദ്ധത്തിലെ ആൾനാശം: ഫ്രഞ്ചുകാർ അൻപത്തിയാറു ശതമാനം. എതിർ പക്ഷം മുപ്പത്തിയൊന്നു ശതമാനം. വാട്ടർലൂവിലെ ശരാശരി ആൾനാശം: നാൽപത്തിഒന്നു ശതമാനം ഒരു ലക്ഷത്തിനാൽപ്പത്തിനാലായിരം മനുഷ്യരിൽ അറുപതിനായിരം മനുഷ്യർ മരിച്ചു.

വാട്ടർലൂവിലെ യുദ്ധഭൂമിയിൽ ഇന്ന് ഭൂമിയുടെ ശാന്തത തങ്ങിനിൽക്കുന്നു. മനുഷ്യന്റെ വികാരരഹിതമായ സഹായങ്ങൾകൊണ്ട് കാഴ്ചയിൽ ഇപ്പോൾ വാട്ടർലൂ മറ്റു മൈതാനങ്ങൾക്കൊപ്പം തന്നെയാണ്.

രാത്രിയിൽ ഒരുതരം അവാസ്തവമായ മൂടൽമഞ്ഞ് ആ മൈതാനത്തിൽ നിന്ന് ഉയരും. അതുവഴി പോകുന്ന ഒരു വഴിപോക്കൻ ശ്രദ്ധയോടെ ചെവികൾ കൂർപ്പിച്ച് മൈതാനം സസൂക്ഷ്മം നിരീക്ഷിച്ചെന്നു കരുതുക. വിനാശകരമായ ഫിലിപ്പിയയിലെ മൈതാനത്തു നിന്നിരുന്ന വെർജിലിനിലെപോലെ അയാൾക്ക് സ്വപ്നം കാണാൻ കഴിഞ്ഞാൽ അവിടെ നടന്ന അത്യാപത്തിന്റെ ഒരു സാങ്കൽപ്പികദർശനം അയാൾക്ക് അനുഭവപ്പെടും. ഭീകരമായ ആ ജൂൺ പതിനെട്ട് വീണ്ടും അയാളുടെ മുന്നിൽ എത്തും. വിജയസ്മാരകമായി പണിതുയർത്തിയ ആ കൃത്രിമക്കുന്ന് മങ്ങിമങ്ങി ഇല്ലാതാകുന്നു. അവിടെ ഉണ്ടായിരുന്ന സിംഹപ്രതിമ എടുത്തു മാറ്റിയിരിക്കുന്നു. യുദ്ധഭൂമി അതിന്റെ യഥാർഥ രൂപത്തിലേക്ക് തിരിച്ചെത്തുന്നു. മൈതാനത്ത് കാലാൾപ്പട തിരമാലകൾപോലെ ആടി ഉലയുന്നു. ഭീകരമായ കുതിരക്കുളമ്പടികൾ ചക്രവാളത്തെ പ്രകമ്പനം കൊള്ളിക്കുന്നു. ഭയന്നുപോയ ആ സ്വപ്നാടനക്കാരൻ വിളക്കുകളുടെ മിന്നായങ്ങളും തന്ത്രങ്ങളുടെ തിളക്കവും, പീരങ്കിയുണ്ടകൾ പൊട്ടിത്തെറിക്കുന്നതും സ്വന്തം കണ്ണിൽ കാണുന്നു. ശവകുടീരങ്ങളിൽനിന്ന് മുഴങ്ങുന്ന മരണത്തിന്റെ മർമ്മരംപോലെ വെടിയൊച്ചകളുമായി കൂടിക്കുഴയുന്ന ഇടിമുഴക്കങ്ങൾ അയാൾ കേൾക്കുന്നു. അയാൾ പടയാളികളുടെ നിഴലുകൾ കാണുന്നു. പടച്ചട്ടയുടെ തിളക്കം കാണുന്നു. ഈ അസ്ഥികൂടം നെപ്പോളിയനാണ്. മറ്റേത് വെല്ലിങ്ടനാണ്. ഇതെല്ലാം മിഥ്യയാണ്. എങ്കിലും അവ കൂട്ടിമുട്ടി യുദ്ധം ചെയ്യുന്നു. മലയിടുക്കുകൾ ചുവക്കുന്നു. മരത്തോപ്പുകൾ വിറയ്ക്കുന്നു. മേഘങ്ങളിലും നിഴലുകളിലുംവരെ യുദ്ധത്തിന്റെ അമർഷം പതയുന്നു. വെറിപിടിച്ച ആ

കുന്നുകൾ, ഹൂഗോമോങ്ങ് മോൺ സാങ് ഴാങ്ങ്, ഫ്രീമോട്, പാപ്പിലത്ത്, പ്ലാൻസ്ലൂന്വാ ഇവയെല്ലാം കൊടുമുടികളിൽ ചുഴലിക്കാറ്റിന്റെ കിരീടങ്ങൾ ചൂടി പരസ്പരം ഇല്ലാതാക്കാൻ തയാറെടുത്തു നിൽക്കുന്നു.

17. വാട്ടർലൂവിനെ നമ്മൾ അംഗീകരിക്കണോ?

വാട്ടർലൂവിനെ വെറുക്കാത്ത സ്വതന്ത്രവും മാന്യവുമായ ഒരു നിലപാട് ഇന്ന് നിലവിൽ ഉണ്ട്. ഞങ്ങൾ അവരോടൊപ്പം അല്ല. ഞങ്ങളെ സംബന്ധിച്ചിടത്തോളം വാട്ടർലൂ സ്വാതന്ത്ര്യത്തിന്റെ ഓർമ നശിച്ച ഒരു ദിവസമാണ്. അത്തരം ഒരു മുട്ടയിൽ നിന്ന് ഇത്തരം ഒരു കഴുകൻ പുറത്തുവന്നത് നിശ്ചയമായും ഒരു അപ്രതീക്ഷിത സംഭവം ആയിരുന്നു.

ചോദ്യത്തിന്റെ ഔന്നത്യത്തിൽ നമ്മൾ സ്വയം കയറിനിന്നാൽ വാട്ടർ ലൂ തീർച്ചയായും വിപ്ലവത്തിനെതിരേ നേടിയ ഒരു വിജയമാണ്. വാട്ടർലൂവിൽ യൂറോപ്പുമൊത്തം ഫ്രാൻസിനെ എതിർത്തു. പീറ്റേഴ്സ് ബർഗും ബർലിനും വിയന്നയുംകൂടി പാരീസിനെ നേരിട്ടു. പദവികളും ആത്മചോദനയുമായുള്ള സംഘർഷം. 1820 മാർച്ച് അഞ്ച് എന്ന തീയതി 1789 ജൂൺ പതിനാല് എന്ന തീയതിയെ ആക്രമിച്ചതായിരുന്നു വാട്ടർലൂ യുദ്ധം. അജയ്യമായ ഫ്രഞ്ച് ജനതയുടെ പ്രക്ഷോഭത്തിനെതിരായി ഏകാധിപത്യം നടത്തിയ യുദ്ധത്തിനുള്ള കോപ്പുകൂട്ടലായിരുന്നു വാട്ടർ ലൂ. ഇരുപത്തിയാറു വർഷങ്ങളായി പൊട്ടിത്തെറിച്ചുകൊണ്ടിരുന്ന ഒരു ജനതയുടെ നാശമായിരുന്നു അവരുടെ സ്വപ്നം. വാട്ടർലൂ യുദ്ധത്തിനൊപ്പം പിന്നിലായി ദിവ്യമായ അവകാശങ്ങൾ സഞ്ചരിച്ചിരുന്നു. ഫ്രാൻസിൽ സ്വേച്ഛാധിപത്യം ആയിരുന്നതുകൊണ്ട് യുദ്ധം രാജപദവിയെ സ്വാഭാവികമായും വിട്ടുവീഴ്ചകൾക്ക് സന്നദ്ധമാക്കിയെടുത്തു. അങ്ങനെ നിയമാനുസൃമായ ഒരു ഭരണക്രമം വാട്ടർലൂവിൽനിന്ന് ആരുടെയും അറിവോടുകൂടിയല്ലെങ്കിലും ഉരുത്തിരിഞ്ഞുവരാൻ ഇടയായി. വിജയികളെ ഇതു വല്ലാതെ തളർത്തി. വിപ്ലവത്തെ ജയിക്കാൻ കഴിയില്ലെന്നതാണ് വസ്തുത. അത് പൂർണമായും വിധികൽപ്പിതവും തുടർച്ചയായ ആവർത്തനത്തിന് വിധേയവുമാണ്. വാട്ടർലൂ യുദ്ധത്തിനു മുമ്പ് പഴയ സിംഹാസനങ്ങളെ ഇളക്കിമറിച്ചുകൊണ്ടും വാട്ടർലൂ യുദ്ധത്തിനുശേഷം ലൂയിപതിനെട്ടാമൻ അവകാശ പത്രങ്ങൾക്ക് അനുവാദം നൽകാൻ സമ്മതിച്ചതിലും വിപ്ലവത്തിന്റെ തിരിച്ചുവരവ് നമുക്ക് കാണാൻ കഴിയും. അസമത്വത്തെ ഉപയോഗിച്ച് സമത്വം വ്യക്തമാക്കാൻവേണ്ടി നേപ്പിൾസിലെ സിംഹാസനത്തിൽ ഒരു തപാൽ കുതിരവണ്ടിക്കാരനെയും സ്വീഡനിലെ സിംഹാസനത്തിൽ ഒരു പട്ടാളക്കാരനെയും ബോണപ്പാർട്ട് പിടിച്ചിരുത്തി വാഴിച്ചു. ലൂയി പതിനെട്ടാമൻ സാങ്-ത്വാനിൽവെച്ച് മനുഷ്യാവകാശ പ്രഖ്യാപനങ്ങൾ സമ്മതിച്ച് ഒപ്പിട്ടു. വിപ്ലവത്തെ തിരിച്ചറിയാൻ കഴിയുന്നുണ്ടെങ്കിൻ നിങ്ങൾക്ക് അതിനെ പുരോഗതി എന്നു വിളിക്കാം. പുരോഗതി എന്താണെന്ന് മനസിലാക്കാൻ കഴിയുന്നുണ്ടെങ്കിൽ നിങ്ങൾക്ക് അതിനെ 'നാളെ' എന്നു വിളിക്കാം. തടുത്തു നിർത്താൻ കഴിയാത്ത തരത്തിൽ 'നാളെ' അതിന്റെ ജോലി തുടർന്നുകൊണ്ടിരിക്കുന്നു എന്നു മാത്രമല്ല 'ഇന്നു' മുതൽ 'നാളെ' അതിന്റെ ജോലികൾ ആരംഭിച്ചിട്ടുണ്ട്. പ്രതീക്ഷിക്കാത്ത വഴികളിലൂടെ അത് അതിന്റെ ലക്ഷ്യത്തിൽ എത്തിച്ചേരും. ഫാവിനെ സൃഷ്ടിക്കാൻ അത് വെല്ലിങ്ടനെ നിയോഗിക്കുന്നു. ഒരു പട്ടാളക്കാരൻ മാത്രമായിരുന്ന ഫാവ് അങ്ങനെ

പ്രാസംഗികനാക്കുന്നു. ഫ്ലാവ് ഹൂഗോമോങ്ങിൽ വെച്ച് നിലംപൊത്തുന്നു. വീണ്ടും അയാൾ പ്രസംഗപീഠത്തിൽ ഉയിർത്തെഴുന്നേൽകുന്നു. പുരോഗതി തുടർന്നുകൊണ്ടിരിക്കും. അതിന്റെ സ്രഷ്ടാവിന്റെ കയ്യിൽ മോശപ്പെട്ട ഒരു പണിയായുധവുമില്ല. ആൽപ്സ് പർവതനിരകളെ മറികടന്നവനെയും എലിയസിന്റെ കാൽ ഇടറി വീഴാറായ കിഴവനെയും ഒരു വല്ലായ്മയുമില്ലാതെ ദിവ്യമായ തന്റെ ജോലിയിൽ ആ പണിക്കാരൻ ഉൾക്കൊള്ളിക്കുന്നു. വിജയിയെയും വികലാംഗനെയും അയാൾ പ്രയോജനപ്പെടുത്തുന്നു. വിജയിയെ പുറത്തും വികലാംഗനെ അകത്തുമാണ് അയാൾ ഉപയോഗിക്കുന്നത്. വാട്ടർ ലൂവിന് യൂറോപ്യൻ സിംഹാസനത്തെ വാളുകൊണ്ട് പൊളിച്ചുമാറ്റുന്നതിനുള്ള ദൈർഘ്യം കുറയ്ക്കുക എന്നതുകൂടാതെ വിപ്ലവത്തെ മറ്റു വഴികളിലൂടെ തുടരാൻ ഇടയാക്കുക എന്ന ഫലംകൂടി ഉണ്ടായിരുന്നു. വാൾപ്പയറ്റുകൾ ഒഴിഞ്ഞു പോയി. ചിന്തിക്കുന്നവരുടെ കാലം വന്നു. വാട്ടർലൂവിന് തടയിടേണ്ടിയിരുന്ന കാലം കടന്നുപോയി. വീണ്ടും കാലം അതിന്റെ വഴിക്ക് നടന്നു തുടങ്ങി. അശുഭസൂചകമായ ഈ വിജയത്തെ സ്വാതന്ത്ര്യം കീഴടക്കി.

തർക്കമില്ലാതെതന്നെ പറയാം; വാട്ടർലൂ യുദ്ധത്തിൽ വിജയിച്ചതും വെല്ലിങ്ടന്റെ പിന്നിൽ നിന്ന് ചിരിച്ചതും, യൂറോപ്പിലെ എല്ലാ സൈന്യാധിപന്മാരെയും പടയാളികളെയും അയാളുടെ പിന്നിൽ അണിനിരത്തിയതും (അതിൽ ഒരു ഫ്രഞ്ച് സൈന്യാധിപന്റെ സൈന്യവും ഉൾപ്പെട്ടിട്ടുണ്ടെന്ന് പറയപ്പെടുന്നു). സിംഹപ്രതിമ പ്രതിഷ്ഠിക്കാനുള്ള കുന്നുണ്ടാക്കാൻവേണ്ടി അസ്ഥികൾ നിറഞ്ഞ മണ്ണ് സന്തോഷത്തോടെ വണ്ടികളിൽ ഉന്തികൊണ്ടു വന്നതും, 1815 ജൂൺ പതിനെട്ട് എന്ന സിംഹത്തിന്റെ പീഠത്തിൽ വിജയലഹരി യോടെ കൊത്തിവെച്ചതും, അഭയാർഥികളെ അരിഞ്ഞുതീർക്കാൻ ബ്ലൂഷേറിനെ പ്രേരിപ്പിച്ചതും മോൺസാങ് ഴാങ് കുന്നിൽനിന്നും ഫ്രാൻസിനു മുകളിൽ ഒരു ഇരയുടെ മുകളിലേക്കെന്നപോലെ തൂങ്ങിക്കിടന്നതും എല്ലാം പ്രതിവിപ്ലവത്തിന്റെ ഭാഗങ്ങളായിരുന്നു. തുണ്ടംതുണ്ടമാക്കുക എന്ന വൃത്തികെട്ട വാക്ക് മുറുമുറുത്തത് ഈ പ്രതിവിപ്ലവത്തിന്റെ നാവുകൊണ്ടാണ്. പാരീസിൽ എത്തിയപ്പോൾ ഈ പ്രതിവിപ്ലവത്തിന് അഗ്നിപർവതം അടുത്തുകാണാൻ കഴിഞ്ഞു. അതിന്റെ ചാരം സ്വന്തം കാൽ പോള്ളിക്കുന്നതായി അതിന് അനുഭവപ്പെട്ടു. വീണ്ടും ഒരു ആലോചനയ്ക്ക് അത് കാരണമായി. അവകാശ പത്രത്തിലെ കാര്യങ്ങൾ അതു വീണ്ടും അവ്യക്തമായി പറയാൻ ആരംഭിച്ചു.

വാട്ടർലൂവിൽ ഉള്ള കാര്യങ്ങൾ മാത്രം നമുക്ക് വാട്ടർലൂവിൽ കാണാം. സ്വാതന്ത്ര്യത്തിനുവേണ്ടിയുള്ള യാതൊന്നുംതന്നെ അതിൽ ഇല്ല. പ്രതിവിപ്ലവ ത്തിന്റെ വിശാലമനസ്കത യാദൃച്ഛികമായി സംഭവിച്ചതാണ്. അതേപോലെയുള്ള ഒരു പ്രതിഭാസംമൂലം നെപ്പോളിയനും സ്വയം അറിയപ്പെടാതെതന്നെ ഒരു വിപ്ലവകാരിയായി മാറി. കുതിരപ്പുറത്തിരുന്ന റോബോ*പിയറിനെ 1815 ജൂൺ പതിനെട്ടിന് ജീനിയുടെ മുകളിൽനിന്ന് തള്ളി താഴെയിട്ടു.

---

* പ്രാസംഗികനും ഭരണതതന്ത്രജ്ഞനുമായിരുന്ന റോബോപിയർ വിപ്ലവപ്രവർത്ത നങ്ങളിൽ ഏർപ്പെട്ടിരുന്നു. രാജാവിനെ കൊലപ്പെടുത്തിയതിനുശേഷം അധികാരത്തിൽ ഉണ്ടായിരുന്നു. ഒടുവിൽ എതിരാളികൾ തല വെട്ടിക്കൊന്നു.

18. ദൈവീക അധികാരത്തിന്റെ പുനഃപ്രവേശം

സ്വേച്ഛാധിപത്യം അവസാനിച്ചു. യൂറോപ്പിന്റെ മൊത്തം ഭരണരീതികളും തകർന്നു.

റോമാസാമ്രാജ്യത്തിന്റെ മരണത്തിനു സമാനമായ ഇരുട്ടിലേക്ക് ഫ്രാൻസ് താഴ്ന്നുപോയി. അപരിഷ്കൃത കാലഘട്ടത്തിലെ പോലെ ആഴങ്ങളിൽ നിന്ന് അതു വീണ്ടും പൊന്തിവന്നു. 1815 ലെ പ്രതിവിപ്ലവം എന്നു പേരു വിളിക്കാവുന്ന അപരിഷ്കൃത അവസ്ഥയ്ക്ക് ആയുസ്സ് കുറവായിരുന്നു. പെട്ടെന്നുതന്നെ അതിന് ശ്വാസം കിട്ടാതായി. ഉടൻതന്നെ മരണപ്പെട്ടു. ധീരന്മാരുടെ കണ്ണുനീരിൽ സാമ്രാജ്യം വീണ്ടും കുതിർന്നു. ചെങ്കോലിനു പ്രതാപമുള്ളപ്പോൾ സാമ്രാജ്യം പ്രതാപിയായിരുന്നു. സ്വേച്ഛാധിപത്യത്തിനു നൽകാൻ കഴിയുന്ന മൊത്തം പ്രകാശവും ഭൂമിക്കു മുകളിൽ പടർന്നു കിടന്നു. പക്ഷേ, അത് ഒരു മങ്ങിയ പ്രകാശമായിരുന്നു. ഞങ്ങൾ ഒന്നുകൂടി പറയാം. ഒരു ഇരുണ്ട പ്രകാശം യഥാർഥ പകലുമായി താരതമ്യം ചെയ്താൽ അതു രാത്രിയാണ്. ഇരുട്ടിനുള്ളിലെ ഈ അപ്രത്യക്ഷമാകൽ ഒരു ഗ്രഹണത്തിന്റെ പ്രതീതിയാണ് ഉണ്ടാക്കുന്നത്.

ലൂയി പതിനെട്ടാമൻ പാരീസിൽ തിരിച്ചുവന്നു.

ജൂലൈ 8–ാംതീയതി[1]യിലെ നൃത്തങ്ങൾ മാർച്ച് 20–ാം തീയതി[2]യുടെ ഉത്സാഹത്തെ മായിച്ചുകളഞ്ഞു. കോർഡിയക്കാരൻ ബേർണർകാരന്റെ[3] നേർവിപരീതമായി. തുലേറി[4]യിലെ താഴികക്കുടത്തിലെ കൊടിക്കൂറയ്ക്ക് വെള്ളനിറമായിരുന്നു. നാടുകടത്തപ്പെട്ടവൻ സിംഹാസനത്തിന്റെ അധിപനായി. ലൂയി പതിനാറാമന്റെ രാജകീയ ചിഹ്നംകൊണ്ട് അലങ്കരിച്ച സിംഹാസനത്തിനു മുന്നിൽ ഹാർട്ട്വെല്ലി[5] ലെ പൈൻ തടികൊണ്ട് നിർമിച്ച മേശ സ്ഥാനം പിടിച്ചു. ബൂവിനും[6] ഫൺതനോയും[7] ഇന്നലെക്കഴിഞ്ഞതുപോലെ ആളുകൾ സംസാരിച്ചു. ഓസ്തർ ലിത്സിന്റെ കാലം കഴിഞ്ഞു. അൾത്താരയും സിംഹാസനവും രാജകീയമായ സാഹോദര്യത്തിലായി.

പത്തൊൻപതാം നൂറ്റാണ്ടിന്റെ സുരക്ഷിത സമൂഹത്തിന്റെ അവിതർക്കിത രൂപം ഫ്രാൻസിൽ മാത്രമല്ല, ഭൂഖണ്ഡമാകെ നിലവിൽ വന്നു. വെളുത്ത കൊടി പ്രസിദ്ധമായി. ചക്രവർത്തിയുടെ രക്ഷാസൈന്യം നിന്നിരുന്ന സ്ഥലത്ത് ഒരു ചുവന്ന കെട്ടിടം ഉണ്ടായിരുന്നു. ലക്ഷണംകെട്ട വിജയങ്ങൾകൊണ്ട് മൂടപ്പെട്ട അതിനെ പുതിയകാലം തള്ളിപ്പറഞ്ഞു. മാറൻഗോ, ആർക്കോള എന്നീ യുദ്ധങ്ങൾ ഓർത്ത് ഒരുപക്ഷേ, ആ പ്രദേശംതന്നെ നാണിച്ചിട്ടുണ്ടാവും. എന്തായാലും ദ്യൂക് ദാൻ ഗുലീമിന്റെ പ്രതിമകാരണം ഈ നാണക്കേടിൽ നിന്ന് ആ പ്രദേശത്തിന് തലയൂരാൻ കഴിഞ്ഞു.

---

1. പഴയ രാജവംശത്തിന്റെ ഭരണം ജൂലൈ 8 നാണ് പുനരാരംഭിച്ചത്.
2. നെപ്പോളിയൻ ചക്രവർത്തിക്ക് മകൻ ഉണ്ടായത് മാർച്ച് 20 ന് ആയിരുന്നു.
3. ഫ്രാൻസിലെ രാജാവായിരുന്ന ആന്ദ്രി ഇവിടുത്തുകാരനാണ്. അദ്ദേഹത്തെ ബേർണർകാരൻ എന്നു വിളിച്ചിരുന്നു.
4. ഫ്രാൻസിലെ രാജകക്ഷിയുടെ കൊടിയുടെ നിറം.
5. ലൂയി പതിനെട്ടാമൻ രാജ്യഭ്രഷ്ടനായിരുന്ന സമയത്ത് താമസിച്ചിരുന്ന ഇംഗ്ലണ്ടിലെ കുഗ്രാമം.

6, 7. 1214 ലും 1745 ലും നടന്ന ഫ്രാൻസ് വിജയിച്ച പഴയ യുദ്ധങ്ങൾ.

1793 ൽ കളിമണ്ണുകുഴഞ്ഞുകിടന്നിരുന്ന സ്ഥലത്താണ് മദലീൻ ശ്മശാനം. ലൂയി പതിനാലാമന്റെയും പത്നിയുടെയും അസ്ഥികൾ ഇവിടത്തെ മണ്ണിൽ പൊടിഞ്ഞുചേർന്നിരുന്നതുകൊണ്ട് ഈ പ്രദേശം വെണ്ണക്കല്ലുകൾകൊണ്ട് മൂടിയിരിക്കുന്നു. നെപ്പോളിയന്റെ കിരീടധാരണം നടന്ന മാസത്തിലായിരുന്നു ദ്യൂക് ദാങ്ങിയാങ്[1] വിൻസെന്നിലെ കുഴിയിൽ മരിച്ചുവെന്നതെന്ന് ഓർമിപ്പിച്ചുകൊണ്ട് ഒരു ശ്മശാനസ്മാരകം അവിടെ പണിതുയർത്തിയിട്ടുണ്ട്. ദ്യുക്ദങ്ങിയാങ്ങിന്റെ മരണത്തോടടുപ്പിച്ച് അദ്ദേഹത്തിന്റെ മരണാനന്തര കർമങ്ങൾ ചെയ്ത പോപ് പയസ് ഏഴാമൻ അതേ മനഃശാന്തിയോടെ നെപ്പോളിയന്റെ സ്ഥാനാരോഹണവും പവിത്രീകരിച്ചു. ഷുവാങ് ബ്രൂങ്ങിൽ[2] ഒരു നാലു വയസുകാരന്റെ കൊച്ചുനിഴൽ വീണിട്ടുണ്ടായിരുന്നു. ആ നിഴലിനെ റോമിലെ രാജാവ് എന്നു പറയുന്നത് പ്രക്ഷോഭങ്ങൾക്ക് കാരണമാകും. ഇതെല്ലാം സംഭവിച്ചു. രാജാക്കന്മാർ വീണ്ടും സിംഹാസനങ്ങളിൽ കയറിപ്പറ്റി. യൂറോപ്പിന്റെ നായകൻ ഒരു കൂടിനുള്ളിൽ അകപ്പെട്ടു. പഴയ ഭരണം പുതിയ ഭരണമായി. ഭൂമിയിലെ പ്രകാശങ്ങൾക്കും നിഴലുകൾക്കും സ്ഥാനചലനം സംഭവിച്ചതിന്റെ കാരണം വേനൽക്കാലത്തെ ഒരു വൈകുന്നേരത്ത് കാട്ടിനുള്ളിൽവെച്ച് ഒരു ഇടയക്കുട്ടി ഒരു പ്രഷ്യാക്കാരനോട് പറഞ്ഞു: "ഇതുവഴിവേണം പോകാൻ. അതുവഴി പോകരുത്."

1815 ലെ ഏപ്രിൽ മാസം മേഘാവൃതമായിരുന്നു. പഴയ വിഷം കലർന്ന അനാരോഗ്യകരമായ സത്യങ്ങൾ പുതിയ ആകൃതികൾ കൈക്കൊണ്ടു. 1789 അസത്യങ്ങളെ പിൻതാങ്ങിയിരുന്നു. ദൈവീകമായ അധികാരങ്ങൾ അവകാശപത്രങ്ങളുടെ മുഖംമൂടിക്കുള്ളിൽ ഒളിച്ചിരുന്നു. കെട്ടുകഥകൾ അംഗീകാരം നേടി. അന്ധവിശ്വാസങ്ങളും മുൻവിധികളും മനസിൽ തോന്നലുകളും പതിനാലാം വകുപ്പിനെ[3] ഹൃദയത്തിലേറ്റിക്കോണ്ട് പുറമേ ഉദാരതയുടെ നിറംപുരട്ടി തിളക്കം കൂട്ടി. അതു സത്യത്തിൽ പാമ്പുകളുടെ പടം ഉരിയൽ ആയിരുന്നു.

നെപ്പോളിയൻ പൊടുന്നനെ മനുഷ്യനെ വലുതാക്കുകയും ചെറുതാക്കുകയും ചെയ്തു. മഹത്തായ ഭൗതിക വാഴ്ചയുടെ അടിസ്ഥാനത്തിലുള്ള മാതൃകയ്ക്ക് തത്വസംഹിത എന്ന അസാധാരണമായ പേര് വീണു. ഭാവിയെ വെറുപ്പിലേക്ക് എത്തിക്കുന്നത് ഒരു മഹാമനുഷ്യനുപറ്റിയ ഗൗരവമുള്ള നോട്ടപ്പിശകാണ്. ആളുകൾ–പീരങ്കിക്കാരനോട് താൽപ്പര്യമുള്ള പീരങ്കിയുടെ ഭക്ഷണം ആകുന്നവർ–അയാളിലാണ് പ്രതീക്ഷകൾ അർപ്പിച്ചത്. അദ്ദേഹം എവിടെ? അദ്ദേഹം എന്തു ചെയ്തു? മറൻഗോവിലും വാട്ടർലൂവിലും പങ്കെടുത്ത് പരുക്കുപറ്റി കിടപ്പായ ഒരു മനുഷ്യനോട് അയാളുടെ ഒരു സന്ദർശകൻ പറഞ്ഞു: "നെപ്പോളിയൻ മരിച്ചു." പട്ടാളക്കാരൻ ഉറക്കെ കരഞ്ഞു, "അദ്ദേഹം മരിച്ചെന്ന് നിങ്ങൾക്ക് ഉറപ്പുണ്ടോ?" തകർന്നുപോയ ആ മനുഷ്യന്റെ സങ്കൽപ്പങ്ങളിൽ ഒരു ദേവതയെ അയാൾ ആരാധിച്ചിരുന്നു. വാട്ടർലൂവിനുശേഷം യൂറോപ്പിന്റെ മനസിൽ ഇരുട്ടു

1. പ്രജാധിപത്യത്തിനെതിരായി യുദ്ധം ചെയ്ത ഫ്രഞ്ചുരാജകുമാരൻ. നെപ്പോളിയൻ ഇയാളെ വിൻസെന്നിൽ വെച്ച് വെടിവെച്ച് വീഴ്ത്തി.
2 നെപ്പോളിയന്റെ മകനെയാണ് പരാമർശിക്കുന്നത്. ആസ്ത്രിയയിലെ ഷുവാങ് ബ്രൂങ്ങിലേക്ക് നാടുകടത്തിയിരുന്നു
3. ഈ വകുപ്പ് പ്രതിസന്ധിഘട്ടങ്ങളിൽ പ്രത്യേക നടപടികൾക്ക് ചക്രവർത്തിക്ക് അധികാരം കൊടുത്തു.

നിറഞ്ഞു. നെപ്പോളിയൻ അപ്രത്യക്ഷനായതിനുശേഷം വളരെ വലിയ ഒരു ശൂന്യത വളരെക്കാലം അവിടെ നിലനിന്നു.

രാജാക്കന്മാർ ഈ ശൂന്യതയിലേക്ക് സ്വയം വീണു. ഒരു പുതിയ രൂപം കൈക്കൊള്ളുന്നതിന് പഴയ യൂറോപ്പിനെ ഈ ശൂന്യത സഹായിച്ചു. ഒരു വിശുദ്ധസഖ്യം ഉണ്ടായി. ഈ കൂട്ടുകെട്ട് വാട്ടർലൂവിലെ യുദ്ധക്കളത്തെ മുൻകൂട്ടി പ്രവചിച്ചിരുന്നു.

പഴയ യൂറോപ്പിനെ ചെറുത്തുനിന്നുകൊണ്ട് അതിന്റെ മുന്നിൽത്തന്നെ ഒരു പുതിയ ഫ്രാൻസിന്റെ മുഖച്ഛായ തെളിഞ്ഞുവരാൻ തുടങ്ങി. ചക്രവർത്തിക്ക് യുക്തമെന്നു തോന്നിയ ഭാവി രൂപപ്പെട്ടുതുടങ്ങി. അതിന്റെ തിരുനെറ്റിയിൽ സ്വാതന്ത്ര്യം എന്ന നക്ഷത്രം ഉണ്ടായിരുന്നു. പുതിയ തലമുറകളുടെ തീക്ഷ്ണനോട്ടം ആ നക്ഷത്രത്തിലായിരുന്നു. ഭാവിയിലെ സ്വാതന്ത്ര്യത്തോടും പോയ കാലത്തെ നെപ്പോളിയനോടും ജനം ഒരേപോലെ ഭ്രമിച്ചുപോയിരുന്നു എന്നതാണ് ഏറ്റവും വിചിത്രമായ വസ്തുത. തോൽവി തോറ്റുപോയവനെ കൂടുതൽ വലുതാക്കി. തകർന്നുവീണ നെപ്പോളിയന് ശക്തനായ നെപ്പോളിയനേക്കാൾ ഉയരം തോന്നി. വിജയിച്ചവർ ഭയന്നുനിന്നു. ഇംഗ്ലണ്ട് ഹഡ്സൺലോവിനെ[1] അദ്ദേഹത്തിനു കാവൽ നിർത്തി. ഫ്രാൻസ് മോങ് ഷെന്യുവിനെ[2] അദ്ദേഹത്തെ നിരീക്ഷിക്കാനായി ചുമതലപ്പെടുത്തി. അദ്ദേഹത്തിന്റെ കൈകെട്ടിയുള്ള നിൽപ്പ് സിംഹാസനങ്ങൾക്ക് ഉൽക്കണ്ഠ ഉണ്ടാക്കി. അലക്സാണ്ടർ അദ്ദേഹത്തെ "എന്റെ ഉറക്കം കെടുത്തുന്നവൻ" എന്ന് വിളിച്ചു. അദ്ദേഹത്തിന്റെ ഉള്ളിൽ ഉണ്ടായിരുന്ന വിപ്ലവത്തിൽ നിന്നാണ് ഈ ഭയം ഉദയം ചെയ്തത്. ബോണപ്പാർട്ടിന്റെ ഭരണ നവീകരണത്തിന്റെ വിശദീകരണവും ക്ഷമാപണവും ഇതുതന്നെയായിരുന്നു. ഈ മായാരൂപം പഴയ ലോകത്തെ വിറപ്പിച്ചു. പക്ഷേ, ചക്രവാളത്തിൽ സെയിന്റ് ഹെലീനയിലെ പാറപ്പുറങ്ങൾ ഉള്ളതുകൊണ്ട് രാജാക്കന്മാർക്ക് സിംഹാസനങ്ങളിൽ ഇരിപ്പുറച്ചില്ല.

ലോങ്‌വുഡ് എന്ന വനഭൂമിയിൽ നെപ്പോളിയൻ മരണവുമായി മൽപ്പിടുത്തം നടത്തിയിരുന്ന സമയത്ത് വാട്ടർലൂവിൽ മരിച്ചുവീണ അറുപതിനായിരം മനുഷ്യർ ശാന്തരായി മണ്ണോടു മണ്ണുചേർന്നു. അവരുടെ ശാന്തതയുടെ ഒരു ഭാഗം ലോകമാകെ പടർന്നു. വിയന്നയിലെ പ്രതിനിധിസഭ 1815 ൽ ഉടമ്പടികൾ ഉണ്ടാക്കി. യൂറോപ്പ് ഇതിനെ പുനഃസ്ഥാപനം എന്നു വിളിച്ചു.

വാട്ടർ ലൂ ഇങ്ങനെയൊക്കെ ആയിരുന്നു.

പക്ഷേ, അപാരതയ്ക്ക് ഇതിലെന്തു കാര്യം? അപാരതയെ സംബന്ധിച്ചിടത്തോളം ഒരു പുൽനാമ്പിൽനിന്ന് മറ്റൊരു പുൽനാമ്പിലേക്ക് കുതിക്കുന്ന ചെറുപ്രാണിയും നോത്തർദാമിലെ കൊത്തളങ്ങൾക്കിടയിലെ ഒരു ഗോപുരഗ്രാമത്തിൽനിന്ന് മറ്റൊന്നിലേക്ക് പറക്കുന്ന കഴുകനും തമ്മിൽ ഒരു വ്യത്യാസവുമില്ല. അങ്ങനെയുള്ള അപാരതയുടെ കണ്ണിലെ വെളിച്ചത്തെ ഈ കാർമേഘങ്ങളും കൊടുങ്കാറ്റും യുദ്ധവും അതിനുശേഷം വന്ന സമാധാനവും അന്ധകാരവും ഒന്നുംതന്നെ നിമിഷനേരത്തേക്കുപോലും അലോസരപ്പെടുത്തിയില്ല.

---

1. നെപ്പോളിയനെ നാടുകടത്തിയ കാലത്ത് സെയിന്റ് ഹെലീന ദ്വീപിലെ ഗവർണർ
2. ഫ്രാൻസിലെ ഒരു മുഖ്യഭരണാധികാരി

19. രാത്രിയിലെ യുദ്ധഭൂമി

ഈ പുസ്തകത്തിന്റെ ആവശ്യം പരിഗണിച്ച് ഞങ്ങൾ വീണ്ടും യുദ്ധ ഭൂമിയിലേക്ക് മടങ്ങിപ്പോകുന്നു.

1815 ജൂൺ പതിനെട്ടിന് വെളുത്തവാവ് ആയിരുന്നു. അന്നത്തെ നിലാവ് മനുഷ്യരെ പിൻതുടർന്നു പിടിക്കാൻ ബ്ലൂഷേറിനെ സഹായിച്ചു. അഭയാർഥിക ളുടെ വഴികൾ കണ്ടെത്താൻ കഴിഞ്ഞു. നിസ്സഹായരായ മനുഷ്യരെ അത് രക്തദാഹികളായ പ്രഷ്യൻ കുതിരപ്പടയുടെ മുന്നിൽ എത്തിച്ചു. കൂട്ടക്കൊലയ്ക്ക് അത് കൂട്ടുനിന്നു. രാത്രി പലപ്പോഴും മഹാവിപത്തുകൾക്ക് ഇത്തരം ദുഃഖകരമായ സഹായങ്ങൾ ചെയ്തുകൊടുക്കും.

ഒടുവിലത്തെ വെടിയൊച്ചയ്ക്കുശേഷം മോൺ സാങ് ഴാങ്ങിലെ മൈതാ നത്ത് മനുഷ്യരുണ്ടായിരുന്നില്ല.

ഫ്രഞ്ചുകാരുടെ താവളം ഇംഗ്ലീഷുകാർ കൈവശപ്പെടുത്തി. തോൽ പ്പിക്കപ്പെട്ടവന്റെ കിടക്കയിൽ ഉറങ്ങുന്നത് വിജയിച്ചതിന്റെ തെളിവാണ്. റോസോമിന്റെ ചുറ്റിലുമായി അവർ അവരുടെ രാത്രി താവളം സ്ഥാപിച്ചു. പ്രഷ്യൻ കുതിരപ്പട അഭയാർഥികളുടെ ഇടയിലേക്ക് തള്ളിക്കയറി. ലോർഡ് ബാത്തർ സ്റ്റിനുള്ള റിപ്പോർട്ടു തയാറാക്കാനായി വെല്ലിങ്ടൻ വാട്ടർലൂ ഗ്രാമത്തിലേക്ക് പോയി.

“നിങ്ങൾ ഇല്ലെങ്കിലും നിങ്ങൾ ഉണ്ട്” എന്നൊരു പ്രയോഗം എവിടെയെ ങ്കിലും ഉപയോഗിക്കാമെങ്കിൽ, അത് നിശ്ചയമായും വാട്ടർലൂ ഗ്രാമത്തെ പറ്റി ആയിരിക്കും. വാട്ടർ ലൂവിൽ ഒന്നും സംഭവിച്ചിരുന്നില്ല. യുദ്ധം നടന്ന സ്ഥലത്തു നിന്ന് രണ്ടുമൈൽ ദൂരെയാണ് ഈ ഗ്രാമം. മോൺ സാങ് ഴാങ് പീരങ്കിയുണ്ട കളേറ്റ് പൊട്ടിപ്പൊളിഞ്ഞു. ഹൂഗോമോങ്ങും പാപ്പിലോത്തും പ്ലാൻസ്നോയും കത്തിയമർന്നു. വിജയികളുടെ സംഗമത്തിന് ലാബെൽ ആലിയാൻസ് ഗ്രാമം ദൃക്സാക്ഷിയായി. പക്ഷേ, ഈ പേരുകൾ കേട്ടിട്ടുള്ളവർ ആരുംതന്നെയില്ല. യുദ്ധവുമായി യാതൊരു ബന്ധവും ഇല്ലാത്ത വാട്ടർ ലൂ യുദ്ധത്തിന്റെ ബഹുമതി മുഴുവൻ നേടിയെടുത്തു.

ഞങ്ങൾ യുദ്ധത്തെ പുകഴ്ത്തുന്നവരുടെ കൂട്ടത്തിൽ ഉള്ളവരല്ല. അവസരം വരുമ്പോൾ ഞങ്ങൾ അതിന്റെ സത്യാവസ്ഥ പറയുന്നു. അത്രമാത്രം. യുദ്ധത്തിന് ഭയാനകമായ ചില സൗന്ദര്യങ്ങൾ ഉണ്ട്. ഞങ്ങൾ അതു മറച്ചു വയ്ക്കുന്നില്ല. അതിന് ചില വൈരൂപ്യങ്ങളും ഉണ്ട്. അതും നമുക്ക് സമ്മതിക്കാതിരിക്കാൻ കഴിയില്ല. വിജയത്തിനുശേഷം മരിച്ചവരെ കൊള്ളയടിക്കുന്നത് ആരേയും അമ്പരപ്പിക്കുന്ന കാര്യമാണ്. യുദ്ധത്തിന്റെ അടുത്തദിവസം നഗ്നമായ ശവങ്ങൾ കണ്ടുകൊണ്ടാണ് സൂര്യൻ ഉദിക്കുന്നത്?

ആരാണ് ഇതു ചെയ്യുന്നത്? വിജയത്തെ ഈ രീതിയിൽ മലിനമാക്കുന്നത് ആരാണ്. വിജയത്തിന്റെ കീശയിലേക്ക് ഒളിച്ചുകടക്കുന്ന കൈ ആരുടേതാണ്? കീർത്തിയുടെ നിമിഷങ്ങളിൽ കൈത്തൊഴിലിന് അവസരം കണ്ടെത്തുന്ന പോക്ക റ്റടിക്കാരൻ ആരാണ്? ചില തത്വചിന്തകർ-അവരുടെ കൂട്ടത്തിൽ വോൾട്ടയറും ഉണ്ട്-കീർത്തിയുടെ സ്രഷ്ടാക്കൾ തന്നെയാണ് കൊള്ളക്കാർ എന്ന് ഉറപ്പിച്ചു പറയുന്നു. മരിക്കാതെ രക്ഷപ്പെടാൻ മരിച്ചവരെ കൊള്ളയടിക്കുന്നു. പകലിലെ നായകൻ രാത്രിയിലെ പിടിച്ചുപറിക്കാരനായി മാറുന്നു. എന്തുതന്നെയായാലും

ഒരു മനുഷ്യൻ സൃഷ്ടിച്ച ശവത്തിനെ ഭാഗികമായി കൊള്ളയടിക്കാൻ അയാൾക്ക് അവകാശമുണ്ട്.

ഞങ്ങൾ പക്ഷേ, ഇതു വിശ്വസിക്കുന്നില്ല. ബഹുമതി മുദ്രകൾ വാങ്ങാനും മരിച്ച മനുഷ്യന്റെ ഷൂസു മോഷ്ടിക്കാനും ഒരേ കൈകൾക്ക് കഴിയില്ലെന്നാണ് ഞങ്ങൾ കരുതുന്നത്.

ഒരു കാര്യം ഉറപ്പാണ്. വിജയികൾക്കുശേഷം കള്ളന്മാർ ഉണ്ടാവുന്നുണ്ട്. പക്ഷേ, ഇന്നത്തെ പട്ടാളക്കാരെ നമുക്ക് ഇതിൽ നിന്നെല്ലാം ഒഴിവാക്കാം.

ഓരോ സൈന്യത്തിനൊപ്പവും കുറേ അകമ്പടികൾ ഉണ്ട്. കുറ്റം പറയേണ്ടത് അവരെയാണ്. പകുതി പിടിച്ചുപറിക്കാരും പകുതി പരിചാരകരുമായി മാറിയ കടവാവലുകൾ. യുദ്ധം എന്ന ത്രിസന്ധ്യ സൃഷ്ടിക്കുന്ന പാതിരാക്കിളികൾ. യുദ്ധം ചെയ്യാതെ പടക്കോപ്പണിഞ്ഞ് നടക്കുന്നവർ, ദുർബലരാണെന്ന് നടിക്കുന്നവർ, ചിലപ്പോഴെല്ലാം ഭാര്യമാരോടൊപ്പം കട്ടവണ്ടികളിൽ സഞ്ചരിച്ച് വിൽക്കാൻ പറ്റിയ സാധനങ്ങൾ മോഷ്ടിക്കുന്നവർ, സൈന്യാധിപന്മാർക്ക് വഴികാട്ടിയാവാൻ സ്വയം യാചിക്കുന്നവർ, പട്ടാളക്കാരുടെ പരിചാരകർ, കൊള്ളക്കാർ; ഈ പറഞ്ഞ കൂട്ടരെയെല്ലാം യുദ്ധത്തിന് പോകുന്ന സൈന്യം പണ്ടുകാലത്ത് ഒപ്പം വലിച്ചുകൊണ്ടുപോകും. ഇന്നത്തെ കാര്യമല്ല പറയുന്നത്. സാങ്കേതികമായി അവരെ "പാളയം നിരങ്ങികൾ" എന്ന് പറയും. രാജ്യത്തിനോ സൈന്യത്തിനോ ഈ ജീവികളുടെ ചുമതല ഇല്ല. ഇറ്റാലിയൻ ഭാഷ സംസാരിച്ചുകൊണ്ട് ഇവർ ജർമനിക്കാരുടെ പിന്നിലുണ്ടാകും. ഫ്രഞ്ച് സംസാരിച്ചുകൊണ്ട് ഇവർ ഇംഗ്ലീഷുകാരുടെ പുറകേ നടക്കും. ഫ്രഞ്ചു സംസാരിക്കുന്ന ഒരു സ്പെയിൻകാരൻ പാളയംനിരങ്ങിയാണ്, ഫെർവക്യൂവിലെ മാർക്കിസിനെ അതിക്രൂരമായി കൊന്നുകളഞ്ഞത്. മാർക്കിസ് അയാളുടെ സംസാരംകേട്ട് നമ്മളിൽ ഒരുവനായി തെറ്റിദ്ധരിച്ചുപോയിരുന്നു. സെരിസോളിലെ യുദ്ധം വിജയിച്ചതിന്റെ അടുത്ത ദിവസം രാത്രിയിലായിരുന്നു ആ കൊള്ളയും കൊലയും നടന്നത്. കൊള്ള നടത്താൻ വേണ്ടിയുള്ള കൊലപാതകം. "ശത്രുവിനെ ഉപജീവനമാർഗമാക്കി മാറ്റുക" എന്നർഥം വരുന്ന പഴഞ്ചൊല്ലാണ്, കൃത്യമായ പരിശീലനം കൊണ്ടു മാത്രം സുഖപ്പെടുത്താൻ കഴിയുന്ന ഇത്തരം കുഷ്ഠരോഗികളെ സൃഷ്ടിക്കുന്നത്. സത്യമല്ലാത്ത കീർത്തി ലഭിക്കാറുണ്ട്. ചില വലിയ സൈന്യാധിപന്മാർക്ക് എന്തുകൊണ്ടാണ് ജനസമ്മതി കിട്ടുന്നത് എന്ന് പലപ്പോഴും വ്യക്തമല്ല. കൊള്ളയടിക്കുന്നത് കണ്ടില്ലെന്ന് നടിച്ചുകൊണ്ടാണ് ത്യൂറാനെ അദ്ദേഹത്തിന്റെ പട്ടാളക്കാർ ആരാധിച്ചത്. തെറ്റു ചെയ്യാൻ അനുവദിക്കുന്നതും അനുകമ്പയുടെ ഭാഗമായി കണക്കാക്കാറുണ്ട്. കൊട്ടാരങ്ങൾ വെട്ടിപ്പൊളിക്കാനും തീയിട്ടു നശിപ്പിക്കാനുംവരെ ത്യൂറാൻ അനുവദിച്ചിരുന്നു. സേനാനായകന്റെ കാഠിന്യത്തിനനുസരിച്ച് പട്ടാളക്കാരുടെ പിന്നാലെ കൂടുന്ന കള്ളന്മാരുടെ സംഖ്യ കൂടിയും കുറഞ്ഞും ഇരിക്കും. ഹോർഷിന്റെയും[1] മാർസോവിന്റെയും[2] കൂടെ പാളയം നിരങ്ങികൾ ഇല്ലായിരുന്നു. വെല്ലിങ്ടന്റെ പിന്നാലെ കുറച്ചുപേർ ഉണ്ടായിരുന്നു. ഞങ്ങൾ സന്തോഷത്തോടെ വെല്ലിങ്ടനോട് നീതിപൂർവം പ്രവർത്തിക്കുന്നു. വളരെ കുറച്ചുപേർ മാത്രമാണ് അദ്ദേഹത്തിന്റെ പിന്നാലെ ഉണ്ടായിരുന്നത്.

1, 2. ഫ്രഞ്ചുസേനാനായകർ

എന്തായാലും 18–ാം തീയതി രാത്രിയിൽ മരിച്ചവരെല്ലാംതന്നെ കൊള്ളയടിക്കപ്പെട്ടിരുന്നു, വെല്ലിങ്ടൻ കടുംപിടുത്തക്കാരനായിരുന്നു. ആരെങ്കിലും ഇത്തരം പ്രവൃത്തികളിൽ ഏർപ്പെടുന്നതുകണ്ടാൽ അവരെ കൊന്നുകളയാൻ അദ്ദേഹം കൽപ്പന പുറപ്പെടുവിച്ചു. പക്ഷേ, കൊള്ള നടത്തലും ഒരു തരം കടുംപിടുത്തമാണ്. യുദ്ധഭൂമിയുടെ ഒരറ്റത്ത് അവരെ വെടിവെച്ചുകൊണ്ടിരുന്നപ്പോൾ മറ്റൊരറ്റത്ത് കൊള്ള നടക്കുന്നുണ്ടായിരുന്നു.

ചന്ദ്രൻ ഈ മൈതാനത്ത് ഒരു ദുഷ്ട ചൈതന്യമായി മാറി.

അർധരാത്രിയോടടുപ്പിച്ച് ഒരു മനുഷ്യൻ ഹൊങ്ങിലെ ഇടവഴികളിലൂടെ ചുറ്റിത്തിരിയുന്നുണ്ടായിരുന്നു. അല്ലെങ്കിൽ അവൻ ഇഴയുകയായിരുന്നു എന്ന് പറയാം. കാഴ്ചയിൽ അവൻ ഞങ്ങൾ ഇപ്പോൾ വിവരിച്ചവരുടെ കൂട്ടത്തിൽ ഉൾപ്പെട്ടവൻ തന്നെയാണ്. അവൻ ഇംഗ്ലീഷുകാരനോ ഫ്രഞ്ചുകാരനോ അല്ല. കൃഷിക്കാരനോ പട്ടാളക്കാരനോ അല്ല. അവനെപ്പറ്റി മനുഷ്യൻ എന്ന് പറയുന്നതിനേക്കാൾ ശവങ്ങളുടെ മണം പിടിച്ചെത്തിയ ഒരു ശവംതീനി എന്നു പറയുന്നതാവും കൂടുതൽ ശരി. വിജയത്തെ മോഷണത്തിനുള്ള അവസരമാക്കി മാറ്റി വാട്ടർലൂ കൊള്ളയടിക്കാനാണ് അവന്റെ ഉദ്ദേശ്യം. അലമാരയ്ക്കുപകരം ഉപയോഗിക്കാൻ കഴിയുന്ന ഒരു വേഷമാണ് അവൻ ധരിച്ചിരിക്കുന്നത്. അവൻ പ്രത്യേകം ചാക്ക് കരുതിയിട്ടില്ല. അവന്റെ കുപ്പായംനിറയെ ധാരാളം വലിയ പോക്കറ്റുകൾ നിശ്ചയമായും ഉണ്ടായിരുന്നു. ഈ മനുഷ്യൻ ആരാണ്? രാത്രിക്ക് ഒരുപക്ഷേ, അവന്റെ രീതികളെപ്പറ്റി പകലിനേക്കാൾ അറിവ് ഉണ്ടായിരിക്കാൻ ഇടയുണ്ട്. അവൻ അസ്വസ്ഥനായിരുന്നു. എന്തു സാഹസത്തിനും അവൻ തയാറാണ്. അവൻ നടക്കുന്നതിനിടയിൽ മുറയ്ക്ക് തിരിഞ്ഞ് നോക്കുന്നുണ്ടായിരുന്നു. ഇടയ്ക്കിടയ്ക്ക് തന്നെ ആരെങ്കിലും കാണുന്നുണ്ടോ എന്ന് പരിശോധിക്കാൻവേണ്ടി അവൻ നടത്തം നിർത്തി. അവൻ പെട്ടെന്ന് കുനിഞ്ഞു. നിശ്ശബ്ദനായി, നിശ്ചലനായി അവൻ നിലത്ത് എന്തോ കണ്ടപോലെ പരതിനോക്കിക്കൊണ്ട് കുനിഞ്ഞുനിന്നു. പിന്നീട് അവൻ തലയുയർത്തി ഒരു കോണിലേക്ക് വേഗത്തിൽ ഒഴിഞ്ഞുമാറി. തെന്നിമാറുന്നതുപോലെയുള്ള അവന്റെ ചലനങ്ങളും അവന്റെ പെട്ടെന്നുള്ള നിഗൂഢമായ ആംഗ്യങ്ങളും കണ്ടാൽ പൊളിഞ്ഞ കെട്ടിടത്തിന്റെ ഉള്ളറകളിൽ അരണ്ട വെളിച്ചത്തിൽ അലയുന്ന നോർമാൻ ഇതിഹാസങ്ങളിൽ വിവരിക്കുന്ന വ്യക്തമായികാണാൻ കഴിയാത്ത പിശാചിനെപ്പോലെ തോന്നും. രാത്രിയിൽ ഇരതേടുന്ന ചില ജലജീവികൾ ചതുപ്പിനുള്ളിൽ ഒളിച്ചിരുന്ന് ഇത്തരം ചലനങ്ങൾ ഉണ്ടാക്കാറുണ്ട്.

ഈ മൂടാപ്പിലൂടെ കണ്ണിന് തുളച്ചുകയറാൻ കഴിയുകയാണെങ്കിൽ അകലെ നിവല്ലീസ് നിരത്തിനടുത്തായി, മോൺ സാങ് ഴാങ്ങിൽനിന്ന് ബ്രെയിൻ ലാല്യുദിലേക്കുള്ള തിരിവിനടുത്തുള്ള പൊളിഞ്ഞ കെട്ടിടത്തിനുപിന്നിൽ ഒരു ചെറിയ കട്ടവണ്ടി വേലികെട്ടിമറച്ച് ഒളിപ്പിച്ച് നിർത്തിയിരിക്കുന്നത് കാണാൻ കഴിയും. പട്ടിണികിടന്ന് മെലിഞ്ഞ ഒരു കുതിര അതിനടുത്തായി കളച്ചെടികൾ ചവച്ചുകൊണ്ട് നിൽക്കുന്നു. വണ്ടികളിൽ നിറച്ചുവെച്ചിരിക്കുന്ന പെട്ടികൾക്കും ഭാണ്ഡക്കെട്ടുകൾക്കും മുകളിലായി ഒരു നാണംകെട്ട സ്ത്രീ ഇരിക്കുന്നുണ്ട്. ഒരുപക്ഷേ, ഈ വണ്ടിയും യുദ്ധഭൂമിയിൽ പതുങ്ങി നടക്കുന്നവനും തമ്മിൽ എന്തെങ്കിലും ബന്ധം ഉണ്ടായിരിക്കാൻ ഇടയുണ്ട്.

അന്നത്തെ രാത്രി ശാന്തമായിരുന്നു. ഉയരങ്ങളിലെവിടെയും ഒരു മേഘപാളിപോലും കാണാനില്ല. ഭൂമി ചുവന്നു പോയിരുന്നെങ്കിലും ചന്ദ്രന്റെ വെണ്മ കുറഞ്ഞിരുന്നില്ല. ആകാശത്തിന് ഇതിലൊന്നും താൽപ്പര്യം ഉണ്ടായിരുന്നില്ല. വെടിയുണ്ടകൾ തുളച്ചിറങ്ങിയിട്ടും ഒടിഞ്ഞുവീഴാൻ കൂട്ടാക്കാത്ത മരച്ചില്ലകൾ കാറ്റിൽ സാവധാനം ആടിയുലഞ്ഞു. ഒരു ശ്വാസത്തിന്റേയോ നിശ്വാസത്തിന്റേയോ കാറ്റുവീശിയിട്ടെന്നപോലെ കുറ്റിച്ചെടികൾ ചെറുതായി ഉലഞ്ഞു. ആത്മാവുകൾ വിട പറയുകയാണെന്ന തോന്നൽ ഉണ്ടാക്കിക്കൊണ്ട് യുദ്ധഭൂമിയിലെ പുൽനാമ്പുകൾക്കിടയിൽ ഒരു വിറയൽ പടർന്നു.

തീരത്തെവിടെയോ ഇംഗ്ലീഷ് താവളങ്ങളിലെ പട്ടാളക്കാർ കവാത്തു നടത്തുന്നതിന്റെ ശബ്ദം കേൾക്കുന്നുണ്ടായിരുന്നു. ചക്രവാളം ചുറ്റിനിറഞ്ഞു നിന്നിരുന്ന ഭീമാകാരമായ കുന്നുകളിൽ ഇംഗ്ലീഷ് കാവൽസേനയുടെ തീക്കുണ്ഡങ്ങൾ അർധവൃത്താകൃതിയിൽ തിളങ്ങുന്നതു കാണാൻ കഴിഞ്ഞിരുന്നു. ഇതുകൂടാതെ കിഴക്കും പടിഞ്ഞാറുമായി രണ്ടു വലിയ തീജ്വാലകൾ ഉയർന്നു കത്തുന്നതു കാണാം. ഒറ്റ നോട്ടത്തിൽ ഈ കാഴ്ച രണ്ടറ്റത്തും രണ്ട് വലിയ ചുവന്ന രത്നങ്ങൾ പതിച്ച ചുവന്ന കല്ലുമാലപോലെ തോന്നും. രണ്ടറ്റത്തുമായി ഹൂഗോമോങ്ങും ലാസിയാന്തും അപ്പോഴും കത്തിയെരിയുകയായിരുന്നു.

ഒഹാങ്ങിലേക്കുള്ള വഴിയിൽ വച്ചു നടന്ന അപകടം ഞങ്ങൾ വിവരിച്ചിരുന്നു. എണ്ണിയാലൊടുങ്ങാത്തത്ര ധീരരായ പട്ടാളക്കാർ അവിടെ മരിച്ചുവീണ തോർക്കുമ്പോൾ ഭയംകൊണ്ട് ഹൃദയം തകരും.

സ്വപ്നങ്ങളേക്കാൾ ഭയാനകമായി എന്തെങ്കിലും സത്യങ്ങൾ ഉണ്ടെങ്കിൽ അത് ഇതുതന്നെ ആയിരിക്കും. നിങ്ങൾ ജീവിക്കുന്നു. സൂര്യനെ കാണുന്നു. മനുഷ്യന്റെ സർവചൈതന്യങ്ങളും നിങ്ങളിൽ ഉണ്ട്. നിങ്ങൾക്ക് ആരോഗ്യമുണ്ട്. നിങ്ങൾക്ക് സന്തോഷമുണ്ട്. നിങ്ങൾ ചങ്കുറപ്പോടെ ചിരിക്കുന്നു. കീർത്തിയിലേക്ക് നിങ്ങൾ മാടിവിളിക്കപ്പെടുന്നു. ഓരോ ശ്വാസോച്ഛ്വാസത്തിലും നിങ്ങൾ സന്തോഷം അനുഭവിക്കുന്നു. നിങ്ങളുടെ ഹൃദയമിടിപ്പ് നിങ്ങൾ അറിയുന്നു. നിങ്ങൾക്ക് നിങ്ങളെത്തന്നെ ഒരു ചിന്തിക്കുന്ന ജീവിയായി സ്വയം മനസിലാക്കാൻ കഴിയുന്നു. നിങ്ങൾക്ക് സംസാരിക്കാൻ കഴിയുന്നു. ചതിക്കാൻ കഴിയുന്നു. സ്നേഹിക്കാൻ കഴിയുന്നു. നിങ്ങൾക്ക് അമ്മയുണ്ട്. ഭാര്യയുണ്ട്. കുട്ടികളുണ്ട്. നിങ്ങൾക്ക് സൂര്യപ്രകാശമുണ്ട്. പെട്ടെന്ന് ഞൊടിയിടകൊണ്ട് ഒരു അഗാധഗർത്തത്തിൽ നിങ്ങൾ കുഴിച്ചുമൂടപ്പെട്ടതായി നിങ്ങൾക്ക് തോന്നുന്നു. നിങ്ങൾ കുഴിയിൽ വീഴുന്നു. അവിടെക്കിടന്ന് ഉരുളുന്നു. നിങ്ങൾ ചതഞ്ഞരയുന്നു. നിങ്ങളെ ആരോ ചതച്ചരയ്ക്കുന്നു. ഓരോ കണികയും നിങ്ങൾ മുന്നിൽ കാണുന്നു. പുഷ്പങ്ങളും ഇലകളും ചില്ലകളും നിങ്ങൾ കാണുന്നു. നിങ്ങൾക്ക് ഒന്നിലും എത്തിപ്പിടിക്കാൻ കഴിയുന്നില്ല. നിങ്ങളുടെ വാളിന് ഉപയോഗമില്ലാതായിക്കഴിഞ്ഞു. നിങ്ങൾക്കു താഴെ മനുഷ്യരുണ്ട്. നിങ്ങൾക്ക് മുകളിൽ കുതിരകൾ വീണുകിടക്കുന്നു. നിങ്ങൾ വെറുതെ കയ്യും കാലും ഇളകി രക്ഷപ്പെടാൻ ശ്രമിക്കുന്നു. ഇരുട്ടിൽ എവിടെയോനിന്ന് നിങ്ങൾക്ക് ഇടികിട്ടുന്നു. നിങ്ങളുടെ വാരിയെല്ലുകൾ ഉടയുന്നു. നിങ്ങളുടെ കണ്ണുകൾ പുറത്തേക്ക് തള്ളിപ്പോകുന്ന തരത്തിലുള്ള ഒരു ചവിട്ടുകൊണ്ട് നിങ്ങൾ പുളയുന്നു. കോപം സഹിക്കാൻ കഴിയാതെ കുതിരയുടെ ലാടത്തിൽ നിങ്ങൾ കടിക്കുന്നു. നിങ്ങൾക്കു ശ്വാസം മുട്ടുന്നു. നിങ്ങൾ അലറുന്നു. പുളയുന്നു. ഇതെല്ലാം സഹിച്ചുകൊണ്ട് നിങ്ങൾ

സ്വയം പറഞ്ഞുപോകുന്നു, "തൊട്ടുമുമ്പ് ഞാനൊരു ജീവനുള്ള മനുഷ്യൻ ആയിരുന്നു."

അതിഭയങ്കരമായ ആ മരണത്തിന്റെ ഞരക്കം ഇവിടെയായിരുന്നു. ഇപ്പോൾ എല്ലാം ശാന്തം. ഇപ്പോൾ ആ കുണ്ടുവഴിയുടെ താഴ്ചയിൽ കുതിരകളും കുതിരക്കാരും വേർതിരിക്കാൻ കഴിയാത്ത രീതിയിൽ കുഴഞ്ഞുമറിഞ്ഞ് കുന്നുകൂടി കിടക്കുന്നു. അതിഭയങ്കരമായ ഒരു സങ്കീർണത. അവിടെ ഇപ്പോൾ കുഴിയില്ല. ചരിവുകളില്ല. ശവങ്ങൾ സമതലത്തിന്റെ നിരപ്പോളം എത്തിക്കഴിഞ്ഞിരിക്കുന്നു. ബാർലി വളർന്നു. മൂടിപ്പോയ ഒരു കിണർപോലെ ശവങ്ങൾകൊണ്ട് അവിടം നിറഞ്ഞിരിക്കുന്നു. മുകളിൽ ശവങ്ങളുടെ കൂന. അടിയിലൂടെ ഒരു ചോരപ്പുഴ ഒഴുകുന്നുണ്ട്. 1815 ജൂൺ പതിനെട്ടിന് ആ വഴിയുടെ അവസ്ഥ ഇതൊക്കെയായിരുന്നു.

നിവെല്ലിയിലേക്കുള്ള നിരത്തുവരെ രക്തം ഒഴുകിയെത്തിയിരുന്നു. വഴിമുടക്കി നിൽക്കുന്ന മരങ്ങൾക്കിടയിൽ ഇന്നു കാണാൻ കഴിയുന്ന ഒരു കുളത്തിലേക്ക് ഒടുവിൽ ആ ചോര ഒലിച്ചിറങ്ങിയിരുന്നു. ഗെനാപ്പിൽ നിന്നുള്ള വഴിയിലേക്കു പോകുന്ന വഴിയിലാണ് പട്ടാളം കുഴിയിൽ വീണതെന്ന് ഓർമിക്കപ്പെടുന്നു. റോഡിലെ കുഴിയുടെ ആഴമാണ് ശവങ്ങളുടെ സംഖ്യ തീരുമാനിച്ചത്. റോഡിന്റെ മധ്യഭാഗത്തിന് ആഴം കുറവായിരുന്നു. ദിലോറിന്റെ സൈന്യം അതുവഴിയാണ് കയറിപ്പോയത്. ഇവിടെ ശവക്കൂനകളുടെ ആഴം കുറവായിരുന്നു.

ഞങ്ങൾ ഇപ്പോൾ വായനക്കാരെ പരിചയപ്പെടുത്തിയ, പതുങ്ങി നടക്കുന്ന ആ കള്ളൻ ഈ ഭാഗത്തേക്കാണ് നടന്നുനീങ്ങിയത്. വിശാലമായ ശവപ്പറമ്പ് അയാൾ തുരപ്പനെപ്പോലെ പരിശോധിച്ചു. മരിച്ചവരുടെ പുറത്ത് അയാൾ പറയാൻപോലും പറ്റാത്ത പരിശോധനകൾ നടത്തി. ചോരയിൽ ചവിട്ടിയാണ് അയാൾ നടന്നിരുന്നത്. പെട്ടെന്ന് അയാൾ നടത്തം നിർത്തി.

അയാളുടെ മുന്നിലായി മൂന്നുനാലു ചുവടു ദൂരത്തിൽ കുതിരകളും മനുഷ്യരുംകൂടി കുഴഞ്ഞുകിടന്ന ശവക്കൂനകൾക്കിടയിൽ നിന്ന് ഒരു കൈപ്പത്തി പുറത്തേക്ക് തള്ളിനിന്നിരുന്നു. നിലാവിൽ ആ കൈപ്പത്തി തുറന്നിരിക്കുകയാണെന്ന് തിരിച്ചറിയാൻ കഴിഞ്ഞു.

തുറന്നിരുന്ന കൈപ്പത്തിയുടെ വിരലിൽ എന്തോ തിളങ്ങി. അതൊരു സ്വർണമോതിരമായിരുന്നു.

ആ മനുഷ്യൻ ഒന്നു കുനിഞ്ഞു. അയാൾ നിവർന്നപ്പോൾ കൈപ്പത്തിയുടെ വിരലിൽ മോതിരം ഉണ്ടായിരുന്നില്ല.

അയാൾ നിവർന്നു എന്ന് പറയാൻ കഴിയില്ല. അയാൾ ശവക്കൂനയിൽ പുറം ചാരിയിരുന്ന് കാൽമുട്ടിലും തള്ളവിരലുകളിലുമായി ശരീരം താങ്ങിനിർത്തിക്കൊണ്ട് ശവക്കൂനയ്ക്ക് മുകളിലൂടെ കഷ്ടിച്ച് തല ഉയർത്തി നോക്കാൻ പാകത്തിൽ പതുങ്ങിയിരിക്കുകയായിരുന്നു. ചില പ്രത്യേക പ്രവൃത്തികൾക്ക് കുറുക്കന്റെ കാലുകളുടെ ചലനങ്ങൾ മനുഷ്യൻ സ്വീകരിക്കാറുണ്ട്.

പിന്നീട് എന്തോ തീരുമാനിച്ചുറച്ചുകൊണ്ട് അയാൾ എഴുന്നേറ്റു.

ഈ നിമിഷത്തിൽ അയാൾ ശരിക്കും ഞെട്ടിപ്പോയി. ആരോ തന്നെ പിന്നിൽ നിന്ന് പിടിച്ചുവലിക്കുന്നതായി അയാൾക്ക് തോന്നി.

അയാൾ നിന്ന നിലയിൽ ഒന്ന് കറങ്ങിത്തിരിഞ്ഞു. തുറന്നിരുന്ന കൈപ്പത്തി ഇപ്പോൾ അയാളുടെ വസ്ത്രങ്ങളിൽ ചുറ്റിപ്പിടിച്ചിരിക്കുന്നു.

ഒരു സാധാരണക്കാരൻ തീർച്ചയായും ഭയപ്പെട്ടുപോകും. പക്ഷേ, അയാൾ ഇതുകണ്ടപ്പോൾ ചിരിക്കുകയായിരുന്നു.

അയാൾ പറഞ്ഞു: "അതു ശരി, മരിച്ചു പോയവനാണ് അപ്പോൾ ഇതു ചെയ്തത്. എനിക്ക് പട്ടാളക്കാരനേക്കാൾ ഇഷ്ടം അവന്റെ പ്രേതത്തേയാണ്."

എന്തായാലും ആ കൈയുടെ പ്രവർത്തനശേഷി നിലച്ചു. അതിന്റെ പിടി വിട്ടു. ശവകുടീരത്തിനുള്ളിലെ ബലപ്രയോഗം പെട്ടെന്നുതന്നെ അവസാനിക്കും.

പതുങ്ങി നടക്കുന്നവർ പറഞ്ഞു: "എന്തായാലും ശവത്തിന് ജീവനുണ്ടോ എന്ന് നോക്കിക്കളയാം."

അയാൾ വീണ്ടും കുനിഞ്ഞു. ശവക്കൂമ്പാരത്തിനിടയിൽ അയാൾ പരതിനോക്കാൻ തുടങ്ങി. തടസം തോന്നിയതൊക്കെ അയാൾ പെറുക്കിമാറ്റി. ഒടുവിൽ അയാൾ ആ കയ്യിൽക്കയറി പിടിച്ചു. തല വലിച്ചൂരി പുറത്തെടുത്തു. പിന്നീട് ശരീരം അയാൾ ശവകൂനയ്ക്കിടയിൽനിന്നും വെളിയിലെടുത്തു. കുറച്ചു നിമിഷങ്ങൾക്കുശേഷം മരിച്ചതോ ബോധംകെട്ടതോ ആയ ആ മനുഷ്യനെ അടുത്തുകണ്ട ഒരു നിഴലിലേക്ക് അയാൾ വലിച്ചുകൊണ്ടുപോയി. അയാൾ ഉയർന്ന പദവിയിലുള്ള ഒരു സൈനിക ഉദ്യോഗസ്ഥനായിരുന്നു. അയാളുടെ പടച്ചട്ടയ്ക്ക് അടിയിൽനിന്ന് ഒരു വലിയ സ്വർണപ്പതക്കം പുറത്ത് കാണുന്നുണ്ടായിരുന്നു. വാളുകൊണ്ടുള്ള അതിശക്തമായ വെട്ടേറ്റ് അയാളുടെ മുഖം വികൃതമാക്കപ്പെട്ടിരുന്നു. മുഖം മുഴുവൻ പടർന്നിരുന്ന ചോരയല്ലാതെ മറ്റൊന്നും അയാളുടെ മുഖത്ത് വ്യക്തമായി കാണാൻ കഴിഞ്ഞിരുന്നില്ല. എന്തായാലും അയാളുടെ കാലുകൾ ഒടിഞ്ഞിരുന്നില്ല. ഭാഗ്യം എന്ന വാക്ക് ഇവിടെ ഉപയോഗിക്കാൻ പാടുണ്ടോ എന്നറിയില്ല – എന്തായാലും ഏതോ ഭാഗ്യത്തിന് അയാളുടെ പുറത്തുവന്നു വീണ ശവങ്ങൾക്കിടയിൽക്കിടന്ന് അയാൾ ചതഞ്ഞരഞ്ഞിരുന്നില്ല. അയാളുടെ കണ്ണുകൾ അടഞ്ഞിരുന്നു.

അയാളുടെ പടച്ചട്ടയുടെ പുറത്ത് ബഹുമതിമുദ്രയായ വെള്ളിക്കുരിശ് ഉണ്ടായിരുന്നു.

കള്ളൻ ആ കുരിശുമുദ്ര പറിച്ചെടുത്തു. അയാളുടെ കുപ്പായത്തിലെ ഏതോ ഗുഹയ്ക്കുള്ളിൽ അത് അപ്രത്യക്ഷമായി.

പെട്ടെന്ന് അയാൾ സൈനിക ഉദ്യോഗസ്ഥന്റെ പോക്കറ്റിൽ കയ്യിട്ടു. അതിൽ ഉണ്ടായിരുന്ന ഘടികാരം അയാൾ കൈക്കലാക്കി. പിന്നീട് കാലുറകൾ അയാൾ സൂക്ഷ്മമായി പരിശോധിച്ചു. അതിനുള്ളിൽനിന്ന് അയാൾ ഒരു പണസഞ്ചി കണ്ടെത്തി. അതും അയാൾ കീശയിലാക്കി.

മരിക്കുന്ന മനുഷ്യനോട് അയാൾ ചെയ്തുകൊണ്ടിരിക്കുന്ന സേവനങ്ങൾ ഇത്രത്തോളം എത്തിയപ്പോൾ ഉദ്യോഗസ്ഥൻ കണ്ണുതുറന്നു. ക്ഷീണിച്ച സ്വരത്തിൽ അയാൾ പറഞ്ഞു: "നന്ദി."

അയാളെ കൈകാര്യം ചെയ്തിരുന്ന മനുഷ്യന്റെ പരുക്കൻ രീതികളും രാത്രിയുടെ തണുപ്പും ശുദ്ധവായുവിന്റെ ലഭ്യതയും ചേർന്ന് അയാളെ മോഹാലസ്യത്തിൽനിന്ന് ഉണർത്തി.

കൊള്ളയടിക്കാൻ വന്നവൻ മറുപടി പറഞ്ഞില്ല. അയാൾ തല ഉയർത്തി നോക്കി. മൈതാനത്തിൽ ആരോ നടക്കുന്നതിന്റെ ശബ്ദം കേൾക്കുന്നു

ണ്ടായിരുന്നു. പാറാവു നിൽക്കുന്ന പട്ടാളക്കാർ അടുത്തേക്കു വരുന്നതാവാൻ ഇടയുണ്ട്.

ഉദ്യോഗസ്ഥൻ അവ്യക്തമായി ചോദിച്ചു: "ആരാണ് യുദ്ധം ജയിച്ചത്?" അയാളുടെ ശബ്ദത്തിൽ അപ്പോഴും വേദനയുടെ സൂചനകൾ ഉണ്ടായിരുന്നു.

കള്ളൻ മറുപടി പറഞ്ഞു: "ഇംഗ്ലണ്ട്."

ഉദ്യോഗസ്ഥൻ പറഞ്ഞു: "എന്റെ പോക്കറ്റിൽ ഒരു വാച്ചും പണസഞ്ചിയും കാണും. അത് നിങ്ങൾക്ക് എടുക്കാം."

ഉദ്യോഗസ്ഥൻ പറഞ്ഞ സാധനങ്ങൾ എല്ലാം കള്ളൻ മോഷ്ടിച്ചുകഴിഞ്ഞിരുന്നു.

പക്ഷേ, അയാൾ ഉദ്യോഗസ്ഥൻ പറഞ്ഞത് അനുസരിക്കുന്നതായി അഭിനയിച്ചു. കള്ളൻ പറഞ്ഞു: "ഇതിൽ ഒരു സാധനവും കാണാനില്ല."

ഉദ്യോഗസ്ഥൻ പറഞ്ഞു: "ആരോ എന്നെ കൊള്ളയടിച്ചിട്ടുണ്ടാവണം. കഷ്ടമായിപ്പോയി. ഉണ്ടായിരുന്നുവെങ്കിൽ അതെല്ലാം നിങ്ങൾക്കു കിട്ടുമായിരുന്നു."

പാറാവുകാരുടെ കാലൊച്ച കൂടുതൽ വ്യക്തമായിക്കൊണ്ടിരുന്നു. സ്ഥലം വിടാൻ തുടങ്ങുന്ന മട്ടിൽ കള്ളൻ പറഞ്ഞു: "ആരോ വരുന്നുണ്ട്."

ഉദ്യോഗസ്ഥൻ വേദനയോടെ കൈ ഉയർത്തി അയാളെ പിടിച്ചു നിർത്തി, "നിങ്ങൾ എന്റെ ജീവൻ രക്ഷിച്ചു. നിങ്ങൾ ആരാണ്?"

കള്ളൻ ശബ്ദം താഴ്ത്തി മറുപടി പറഞ്ഞു: "നിങ്ങളെപ്പോലെ ഞാനും ഫ്രഞ്ചുസൈന്യത്തിൽ ഉൾപ്പെട്ടവനാണ്. എനിക്ക് പോകണം. പിടികൂടിയാൽ അവർ എന്നെ വെടിവെച്ചു കൊല്ലും. ഞാൻ എന്തായാലും നിങ്ങളുടെ ജീവൻ രക്ഷിച്ചു. ബാക്കി കാര്യങ്ങൾ നിങ്ങൾ തന്നെ നോക്കണം."

"നിങ്ങൾ പട്ടാളത്തിൽ ആരാണ്?"

"സർജന്റ്."

"നിങ്ങളുടെ പേർ എന്താണ്?"

"തെനാർദിയർ"

ഉദ്യോഗസ്ഥൻ പറഞ്ഞു: "ഈ പേര് ഞാൻ ഒരിക്കലും മറക്കില്ല. എന്റെ പേര് പോങ് മേർസി എന്നാണ്, അത് നിങ്ങൾക്കും ഓർമയിൽ സൂക്ഷിക്കാം."

www.ingramcontent.com/pod-product-compliance
Ingram Content Group UK Ltd.
Pitfield, Milton Keynes, MK11 3LW, UK
UKHW042137021026
15589UKWH00003B/888

9 789382 808077